മനുഷ്യകുലം

മനുഷ്യകുലം

പ്രത്യാശാനിർഭരമായ ചരിത്രം

റട്ഗർ ബ്രെഗ്മാൻ

വിവർത്തനം: പി സുധാകരൻ

MANJUL

മഞ്ജുൾ പബ്ലിഷിങ് ഹൗസ്

First published in India by

MANJUL

Manjul Publishing House

Corporate and Editorial Office

• 2 Floor, Usha Preet Complex, 42 Malviya Nagar, Bhopal 462 003 - India

Sales and Marketing Office

• C-16, Sector 3, Noida, Uttar Pradesh 201301, India

Website: www.manjulindia.com

Distribution Centres

Ahmedabad, Bengaluru, Bhopal, Kolkata, Chennai,
Hyderabad, Mumbai, New Delhi, Pune

Malayalam translation of *Humankind: A Hopeful History*

First published in Dutch in 2019 in The Netherlands
as DE MEESTE MENSEN DEUGEN by De Correspondent

Original English edition first published
in 2020 by Bloomsbury Publishing

Malayalam edition first published in 2021
by Manjul Publishing House Pvt. Ltd.

Second impression 2022

ISBN 978-93-90924-81-3

Translation by P. Sudhakaran

Printed and bound in India by Parksons Graphics Pvt. ltd.

എന്റെ മാതാപിതാക്കൾക്ക്

ഉള്ളടക്കം

‘മനുഷ്യൻ എങ്ങനെയാണെന്ന് അവനെ കാണിച്ചുകൊടുത്താൽ അവൻ മെച്ചപ്പെടും.’

– ആന്റൺ ചെക്കോവ് (1860–1904)

ആമുഖം

രണ്ടാം ലോകമഹായുദ്ധം തുടങ്ങാനിരിക്കേ ബ്രിട്ടീഷ് ആർമി കമാൻഡ് തങ്ങൾ വല്ലാത്തൊരു അസ്തിത്വഭീഷണി നേരിടുകയാണെന്ന് തിരിച്ചറിഞ്ഞു. ലണ്ടൻ ഗുരുതരമായ ഒരു അപകടാവസ്ഥയിലായിരുന്നു. വിൻസ്റ്റൻ ചർച്ചിൽ എന്നയാളുടെ വാക്കുകളിൽ ആ നഗരം ലോകത്തിലെതന്നെ ഏറ്റവുമധികം ഉന്നംവയ്ക്കപ്പെട്ട ഇടമായിരുന്നു; അസാമാന്യമാംവിധം തടിച്ചൊരു പശുവിനെപ്പോലെ, ഇരതേടിവരുന്ന വ്യാഘ്രത്തെ ആകർഷിക്കാനായി കെട്ടിയിട്ട അമൂല്യമായൊരു തടിച്ചിപ്പശു.

തീർച്ചയായും ഈ വ്യാഘ്രം അഡോൾഫ് ഹിറ്റ്ലറും അദ്ദേഹത്തിന്റെ വാർമെഷീനുമായിരുന്നു. അദ്ദേഹത്തിന്റെ ബോംബറുകളുടെ ഭീകരതയിൽ ബ്രിട്ടീഷ് ജനത തകർന്നടിഞ്ഞാൽ അത് ആ രാജ്യത്തിന്റെ തന്നെ അന്ത്യമായിരിക്കും. 'ഗതാഗതം സ്തംഭിക്കും, ഭവനരഹിതർ സഹായത്തിനായി കേഴും, നഗരമാകെ വല്ലാത്തൊരു ഒച്ചപ്പാടിലും ബഹളത്തിലുമായിരിക്കും എന്ന് ബ്രിട്ടീഷ് ജനറലായിരുന്ന ജെ.എഫ്.സി. ഫുള്ളർ ഭയന്നു. ലക്ഷക്കണക്കിന് സിവിലിയന്മാർ ഈ പീഡനങ്ങൾക്ക് കീഴടങ്ങും. ചുറ്റുപാടും ഇളകിമറിഞ്ഞ ജനങ്ങളാവുമ്പോൾ സൈന്യത്തിന് ഒന്ന് യുദ്ധം ചെയ്യാൻ പോലുമാവില്ല. മൂന്നോ നാലോ ലക്ഷം ലണ്ടൻ നഗരനിവാസികൾ പലായനം ചെയ്യുമെന്ന് ചർച്ചിൽ പ്രവചിച്ചു.

കെട്ടഴിച്ചുവിടപ്പെടുന്ന വിനാശങ്ങളെക്കുറിച്ച് അറിയാനാഗ്രഹിച്ചവർക്കെല്ലാം ഒരൊറ്റ പുസ്തകമേ വേണ്ടിയിരുന്നുള്ളൂ: അക്കാലത്തെ ഏറ്റവും പ്രമുഖ പണ്ഡിതരിൽ ഒരാളായ ഫ്രഞ്ചുകാരനായ ഗുസ്താവേ ലേ ബോൺ എഴുതിയ *സൈക്കോളജി ഡേ ഫൗൾസ് - ദ സൈക്കോളജി ഓഫ് ദ മാസസ്സ്.* ഹിറ്റ്ലർ ഈ പുസ്തകം കമ്പോട് കമ്പ് വായിച്ചു. അതുപോലെതന്നെ മുസ്സോളിനിയും സ്റ്റാലിനും ചർച്ചിലും റൂസ്വെൽറ്റും ഇത് വായിച്ചു. ലേ ബോണിന്റെ പുസ്തകം പ്രതിസന്ധിഘട്ടത്തിൽ ജനങ്ങളെങ്ങനെ പ്രതികരിക്കുന്നു എന്ന കാര്യം അക്കമിട്ട് നിരത്തിയിരുന്നു. തൽക്ഷണമെന്നപോലെ അദ്ദേഹം ഇങ്ങനെയെഴുതുന്നു. 'മനുഷ്യൻ നാഗരികതയുടെ കോണിയിലെ നിരവധി പടികൾ ഇറങ്ങുന്നു'. പരിഭ്രാന്തിയും കലാപവും പൊട്ടിപ്പുറപ്പെടുന്നു, അങ്ങനെ നമ്മൾ മനുഷ്യർ നമ്മളുടെ ശരിയായ സ്വഭാവം വെളിപ്പെടുത്തുന്നു.

1939 ഒക്ടോബർ 19-ന് ഹിറ്റ്ലർ ജർമ്മനിയുടെ ആക്രമണപദ്ധതികൾ തന്റെ ജനറൽമാർക്ക് വിവരിച്ച് കൊടുത്തു. 'പ്രതിരോധിച്ച് നിൽക്കാനുള്ള ബ്രിട്ടീഷ് മനക്കരുത്തിനുനേരെ ഏതുനിമിഷവും ലുഫ്ത്ത്വാഫേ നിർദ്ദാക്ഷിണ്യം പ്രയോഗിക്കണം.'

ബ്രിട്ടണിൽ എല്ലാവരും ഘടികാരത്തിന്റെ മിടിപ്പ് അറിഞ്ഞു. ഒരു അറ്റ കൈ പ്രയോഗം എന്നനിലയിൽ ലണ്ടനിൽ ഭൂഗർഭ അഭയകേന്ദ്രങ്ങളുടെ ഒരു ശൃംഖല ഉണ്ടാക്കുന്ന കാര്യംവരെ ആലോചിച്ചു. എന്നാൽ ഭയാക്രാന്തരായി തളർന്ന ജനത ഒരിക്കലും അവിടെനിന്നും തിരിച്ചുവരില്ലെന്ന ആശങ്ക കാരണം ആ പദ്ധതി ഉപേക്ഷിച്ചു. അവസാനനിമിഷത്തിൽ, യുദ്ധത്തിനിരയായി മാനസികമായി തകർന്നവരെ പരിചരിക്കുന്നതിനായി നഗരത്തിന് പുറത്ത് മനോരോഗ ചികിത്സക്കുള്ള ഫീൽഡ് ആശുപത്രികൾ തുറന്നു.

പിന്നെയാണത് സംഭവിച്ചത്.

1940 സെപ്റ്റംബർ 7-ന് 348 ജർമ്മൻ ബോംബർ വിമാനങ്ങൾ ഇംഗ്ലീഷ് ചാനൽ കടന്നെത്തി. നല്ല കാലാവസ്ഥയായതിനാൽ ധാരാളം ലണ്ടൻ നിവാസികൾ പുറത്തിറങ്ങിയിരുന്നു. അതിനാൽ ഉച്ചതിരിഞ്ഞ് 4.43-ന് സൈറണുകൾ മുഴങ്ങിയപ്പോൾ അവരുടെയെല്ലാം കണ്ണുകൾ ആകാശത്തിലേക്ക് തിരിഞ്ഞു.

ആ സെപ്റ്റംബർ ദിനം ചരിത്രത്തിന്റെ ഏടുകളിൽ കറുത്ത ശനിയാഴ്ച എന്നറിയപ്പെടും. അതിനെ തുടർന്ന് വന്ന മിന്നലാക്രമണം 'ദ ബ്ലിറ്റ്സ്' എന്നും. അടുത്ത ഒമ്പത് മാസക്കാലംകൊണ്ട് ലണ്ടനിൽ മാത്രം വന്നുപതിച്ചത് 80,000 ബോംബുകളായിരുന്നു. ചുറ്റുപാടുമുള്ള പ്രദേശങ്ങളെല്ലാം തുടച്ചുനീക്കപ്പെട്ടു. തലസ്ഥാനനഗരിയിലെ ഒരു ദശലക്ഷം കെട്ടിടങ്ങൾക്ക് കേടുപാട് സംഭവിക്കുകയോ അവ തകരുകയോ ചെയ്തു, യു.കെ.യിലെ 40,000-ത്തിലധികം പേർക്ക് ജീവഹാനി സംഭവിച്ചു.

ബ്രിട്ടീഷുകാർ ഇതിനോട് എങ്ങനെയാണ് പ്രതികരിച്ചത്? രാജ്യം മാസങ്ങളോളം തുടർച്ചയായി ബോംബാക്രമണം നേരിട്ടപ്പോൾ എന്താണ് ഉണ്ടായത്? ജനങ്ങൾ മോഹാലസ്യപ്പെട്ടോ? അവർ ദുഷ്ടമൃഗങ്ങളെപ്പോലെ പെരുമാറിയോ?

ഒരു കനേഡിയൻ മനഃശാസ്ത്രജ്ഞന്റെ ദൃക്സാക്ഷിവിവരണത്തോടെ ഞാൻ തുടങ്ങാം.

1940 ഒക്ടോബറിൽ ഡോ. ജോൺ മക്കർഡി ആക്രമണത്തിൽ കഠിനമായ പ്രശ്നങ്ങൾ നേരിട്ട ദക്ഷിണപൂർവ്വ ലണ്ടനിലെ ഒരു ദരിദ്രമേഖല സന്ദർശിക്കുന്നതിനായി പോയി. അവിടെ ആകെ ബാക്കിയുണ്ടായിരുന്നത് ബോംബ് പതിച്ചുണ്ടായ ഗർത്തങ്ങളും പൊട്ടിപ്പൊളിഞ്ഞ കെട്ടിടങ്ങളും മാത്രമായിരുന്നു. തീർച്ചയായും ആകെ പരിഭ്രാന്തിയിലും ബഹളത്തിലും കിടന്നുഴലുന്ന ഒരു സ്ഥലം ഉണ്ടാകാമെങ്കിൽ അതിവിടം തന്നെയായിരുന്നു.

വ്യോമാക്രമണത്തിന്റെ അലാറംകേട്ട് നിമിഷങ്ങൾക്കകം ആ ഡോക്ടർ ഇവിടെ കണ്ടതെന്താണ്?

'പാതയോരങ്ങളെല്ലാം കൊച്ചുകുട്ടികൾ കളിതുടർന്നു. കട നടത്തിപ്പുകാർ വിലപേശിക്കൊണ്ടേയിരുന്നു. ഒരു ട്രാഫിക് പോലീസുകാരൻ അത്ഭുതപ്പെടുത്തുന്ന മടുപ്പോടെ ഗതാഗതം നിയന്ത്രിച്ചു, സൈക്കിൾ സവാരിക്കാർ മരണത്തെയും ഗതാഗത നിയമങ്ങളെയും ധിക്കരിച്ച് കടന്നുപോയി. ഞാൻ കണ്ട ഒരാൾപോലും ആകാശത്തേക്കൊന്ന് നോക്കുകപോലും ചെയ്തില്ല.'

വാസ്തവത്തിൽ ഈ മിന്നലാക്രമണത്തേക്കുറിച്ച് വന്ന വിവരണങ്ങളിലെല്ലാം തന്നെ പൊതുവായുണ്ടായിരുന്ന കാര്യം ആ മാസങ്ങളിൽ ലണ്ടനി

ലുണ്ടായിരുന്ന വിചിത്രമായ പ്രശാന്തതയെക്കുറിച്ചുള്ള വിവരണങ്ങളാണ്. ഒരു ബ്രിട്ടീഷ് ദമ്പതികളെ അവരുടെ അടുക്കളയിൽവച്ച് അഭിമുഖം ചെയ്ത ഒരു അമേരിക്കൻ പത്രക്കാരൻ എങ്ങനെയാണ് അവരുടെ ജാലകപ്പാളികൾ ചിലമ്പിച്ചുകൊണ്ടിരിക്കുമ്പോഴും ചായ മൊത്തിക്കുടിച്ചുകൊണ്ടിരുന്നതെന്ന് വിവരിക്കുന്നുണ്ട്. അവർക്ക് ഭയമൊന്നും ഉണ്ടായിരുന്നില്ലേ?, ആ പത്രക്കാരന് അറിയാൻ മോഹമുണ്ടായിരുന്നു. 'ഹേ, ഇല്ല. പേടിച്ചതുകൊണ്ട് എന്ത് കാര്യമുണ്ട്?' എന്നായിരുന്നു അവരുടെ മറുപടി.

തീർച്ചയായും ഹിറ്റ്ലർ മറന്നുപോയൊരു കാര്യമുണ്ട്: ആർക്കും അവഗണിക്കാനാവാത്ത ബ്രിട്ടീഷ് സ്വഭാവവിശേഷം. കട്ടിയായ മേൽചുണ്ടുകൾ. കടയുടമകൾ തകർന്നടിഞ്ഞ തങ്ങളുടെ കടകൾക്ക് മുന്നിൽ തൂക്കിയ 'പതിവിലും കൂടുതൽ തുറന്നിരിക്കുന്നു' എന്നിങ്ങനെയുള്ള സൈൻ ബോർഡുകൾ വ്യക്തമാക്കുന്ന പരിഹാസപൂർണ്ണമായ നർമ്മം. തകർന്നു തരിപ്പണമായ ഒരു പബ് ഉടമ പരസ്യം നല്കിയത് ഇങ്ങനെയാണ്: ഞങ്ങളുടെ ജാലകങ്ങൾ പോയിരിക്കുന്നു. പക്ഷേ, ഞങ്ങളുടെ സ്പിരിറ്റ് ഇപ്പോഴും മികച്ചതുതന്നെയാണ്. വരൂ, രുചിച്ചു നോക്കൂ.

വൈകി വരുന്നൊരു തീവണ്ടിക്കുവേണ്ടി കാത്തുനില്ക്കുന്നതുപോലെ ബ്രിട്ടീഷുകാർ ജർമ്മൻ വ്യോമാക്രമണം ക്ഷമയോടെ സഹിച്ചു. തീർച്ചയായും അലോസരമുണ്ടാക്കുന്നതാണ്, എന്നാൽ മൊത്തത്തിൽ സഹിക്കാവുന്നതേയുള്ളൂ. പതിവുപോലെ ബ്ലിറ്റ്സ് സമയത്തും തീവണ്ടി സർവ്വീസുകൾ തുടർന്നു, ഹിറ്റ്ലറുടെ തന്ത്രങ്ങൾക്ക് ബ്രിട്ടന്റെ ആഭ്യന്തര സമ്പദ്‌വ്യവസ്ഥയിൽ ഒരു ചുളിവുപോലും ഏൽപ്പിക്കാനായില്ല. ബ്രിട്ടീഷ് വാർമെഷീന് ഏറ്റവും കൂടുതൽ ഹാനികരമായത് 1941 ഏപ്രിലിലെ ഈസ്റ്റർ കഴിഞ്ഞുള്ള തിങ്കളാഴ്ചയായിരുന്നു; എല്ലാവർക്കും അവധിയുള്ള ഒരു ദിവസം.

ജർമ്മൻകാർ ബോംബാക്രമണം തുടങ്ങി ആഴ്ചകൾക്കകം ഇതിനെക്കുറിച്ചുള്ള വിവരണങ്ങൾ റിപ്പോർട്ട് ചെയ്തത് കാലാവസ്ഥ റിപ്പോർട്ട് ചെയ്യും പോലെയായിരുന്നു; 'ഇന്നുരാത്രി മിന്നലാക്രമണം കൂടുതലാണ്.' ഒരു അമേരിക്കൻ നിരീക്ഷകന്റെ അഭിപ്രായത്തിൽ ഇംഗ്ലീഷ്കാർക്ക് എന്തെങ്കിലും കിട്ടുന്നതിനെക്കാൾ വേഗത്തിൽ അത് മടുക്കാൻ തുടങ്ങും. ഇപ്പോഴാരും അകത്തിരിക്കുന്നൊന്നുമില്ല.

അപ്പോൾ പിന്നെ മാനസികമായ ക്ലേശമോ? യുദ്ധത്തിന്റെ ആഘാതത്തിന് ഇരകളാകുമെന്ന് വിദഗ്ദ്ധർ മുന്നറിയിപ്പു നൽകിയ ലക്ഷക്കണക്കിന് ആളുകളുടെ അവസ്ഥയോ? വിചിത്രമെന്ന് പറയട്ടെ, അങ്ങനെയുള്ളവരെയൊന്നും എവിടെയും കാണാനില്ലായിരുന്നു. തീർച്ചയായും അവിടെ സങ്കടവും ദേഷ്യവും ഉണ്ടായിരുന്നു; പ്രിയപ്പെട്ടവരെ നഷ്ടപ്പെട്ടതിലുള്ള തീക്ഷ്ണമായ മനോവ്യഥയുണ്ടായിരുന്നു. എന്നാൽ മനോരോഗചികിത്സാവാർഡുകൾ കാലിയായിത്തന്നെ കിടന്നു. മാത്രവുമല്ല പൊതുജനങ്ങളുടെ മാനസികാരോഗ്യം വാസ്തവത്തിൽ മെച്ചപ്പെട്ടു. മദ്യപാനാസക്തി കുറഞ്ഞുകുറഞ്ഞു വന്നു. സമാധാനകാലത്തുണ്ടായിരുന്നതിനേക്കാളും കുറവായിരുന്നു ആത്മഹത്യകൾ. യുദ്ധം അവസാനിച്ചശേഷം പല ബ്രിട്ടീഷുകാരും ബ്ലിറ്റ്സിന്റെ നാളുകൾ മനസ്സിൽ താലോലിക്കാൻ തുടങ്ങി. നിങ്ങളുടെ രാഷ്ട്രീയം നോക്കാതെ, നിങ്ങൾ ധനികനോ ദരിദ്രനോ എന്ന് നോക്കാതെ എല്ലാവരും പരസ്പരം സഹായിച്ച നാളുകൾ.

'ബ്ലിറ്റ്സ് കാരണം ബ്രിട്ടീഷ് സമൂഹം പലതരത്തിലും കരുത്ത് പ്രാപിച്ചു. ഹിറ്റ്ലറിൽ ഇതുണ്ടാക്കിയ പ്രഭാവം മോഹഭംഗമായിരുന്നു. (റിച്ചാർഡ് ഓവെരി, *സിവിലിയൻസ് ഓൺ ദ ഫ്രണ്ട്ലൈൻ*).

വിശ്രുത ക്രൗഡ് സൈക്കോളജിസ്റ്റായ ഗുസ്താവേ ലേ ബോൺ മുന്നോട്ടു വച്ച സിദ്ധാന്തങ്ങൾ വിലയിരുത്തുകയാണെങ്കിൽ അവ ഇനി ഇതിലും അപ്ര സക്തമാവാനില്ലെന്ന് കാണാനാവും. പ്രതിസന്ധികൾ ആളുകളിലെ മോശം അവസ്ഥയെയല്ല മറിച്ച് മികവിനെയാണ് പുറത്തുകൊണ്ടുവന്നത്. സംഭവിച്ച തെന്താണെന്നുവച്ചാൽ, ബ്രിട്ടീഷുകാർ നാഗരികതയുടെ ഗോവണിയുടെ ഏതാനും പടികൾകൂടി മേലോട്ടുകയറി. 'ഒരു പേടിസ്വപ്നത്തിന്റെ പല സ്വഭാവവിശേഷങ്ങളുമുള്ള ഒരവസ്ഥയിൽ സാധാരണ മനുഷ്യർ കാണിച്ച മനോധൈര്യവും നർമ്മവും ദയാവായ്പും അത്ഭുതകരമായിത്തന്നെ തുടരുന്നു' എന്ന് ഒരു അമേരിക്കൻ പത്രപ്രവർത്തക തന്റെ ഡയറിയിൽ കുറിച്ചിട്ടു.

ജർമ്മൻ ബോംബിങ്ങിന്റെ അപ്രതീക്ഷിതമായ പ്രഭാവം തങ്ങളുടെ യുദ്ധ തന്ത്രം എന്തായിരിക്കണമെന്ന കാര്യത്തിൽ ബ്രിട്ടനിൽ ചർച്ചയ്ക്ക് തിരി കൊളുത്തി. ശത്രുരാജ്യത്തിനെതിരായി തങ്ങളുടെ ബോംബർ വിമാനങ്ങൾ വിന്യസിക്കാൻ റോയൽ എയർഫോഴ്സ് തയ്യാറെടുക്കുമ്പോൾ, അത് എങ്ങനെ ഫലപ്രദമായി നടപ്പാക്കാം എന്നതായിരുന്നു ചോദ്യം.

വിചിത്രമെന്ന് പറയട്ടെ, ഇത്രയൊക്കെ തെളിവുകൾ മുന്നിലുണ്ടായിട്ടും സൈനികവിദഗ്ദ്ധർ ഇത് ഒരു രാജ്യത്തിന്റെ ആത്മവീര്യം തകർക്കുമെന്ന ആശയത്തെ പിന്തുണച്ചു. ബോംബുകൾ ഉപയോഗിച്ച്. ശരിയാണ്, ബ്രിട്ടനു മേൽ ഇത് പ്രാവർത്തികമായില്ല. പക്ഷേ, അതൊരു സവിശേഷ കേസാണ് എന്നായിരുന്നു ന്യായവാദം. ലോകത്തെ മറ്റ് ഒരു ജനതക്കും അവരുടെ സമ ചിത്തതയ്ക്കും ഉൾക്കരുത്തിനും ഒപ്പമെത്താനാവില്ല. അടിസ്ഥാനപരമായി ജർമ്മൻകാർക്ക് ആത്മവീര്യം ഇല്ലാത്തതിനാൽ തന്നെ ബ്രിട്ടീഷുകാർ സഹിച്ച ബോംബിങ്ങിന്റെ നാലിലൊന്നുപോലും താങ്ങാൻ അവർക്കാവില്ല എന്നായി രുന്നു നിലപാട്.

ഈ കാഴ്ചപ്പാട് അംഗീകരിച്ചവരിൽ ചർച്ചിലിന്റെ അടുത്ത സുഹൃത്താ യിരുന്ന, ലോർഡ് ചേർവെൽ എന്നുകൂടി അറിയപ്പെട്ടിരുന്ന ഫ്രെഡറിക് ലിൻഡ്മാനും ഉണ്ടായിരുന്നു. അദ്ദേഹത്തിന്റെ അപൂർവ്വമായൊരു ഫോട്ടോ ഗ്രാഫിൽ നെടിയ ആ മനുഷ്യൻ ഒരു ചൂരൽവടിയും പിടിച്ച്, ബൗളർ തൊപ്പി ധരിച്ച് സ്നേഹശൂന്യമായ മുഖഭാവത്തോടെ നിൽക്കുന്നത് കാണാം. വ്യോമാക്രമണ തന്ത്രത്തെക്കുറിച്ചുള്ള രൂക്ഷമായ സംവാദങ്ങളിൽ ലിൻഡ് മാൻ ബോംബിങ് ഗുണം ചെയ്യുമെന്ന നിലപാടിൽ ഉറച്ചുനിന്നു. ഗുസ്താ വേ ലേ ബോണിനെപ്പോലെ ഇദ്ദേഹവും പൊതുജനങ്ങളെ കുറച്ച് കണ്ടു, ഭീരുക്കളും വേഗം പരിഭ്രാന്തരാവുന്നവരുമായി അവരെ എഴുതിത്തള്ളി. തന്റെ നിലപാട് തെളിയിക്കുന്നതിനായി ലിൻഡ്മാൻ ജർമ്മൻ ബോംബിങ് ഏറ്റവും കൂടുതൽ നാശം വിതച്ച രണ്ട് നഗരങ്ങളായ ബിർമിങ്ഹാമിലേക്കും ഹള്ളി ലേക്കും ഒരു സംഘം മനഃശാസ്ത്രജ്ഞരെ അയച്ചു. അവരവിടെ ചെന്ന് ബ്ലിറ്റ്സിൽ വീട് നഷ്ടപ്പെട്ട നൂറുകണക്കിന് പുരുഷന്മാരോടും സ്ത്രീകളോടും കുട്ടികളോടും ഏറ്റവും ചെറിയ വിവരങ്ങൾവരെ ചോദിച്ചറിഞ്ഞു – 'എത്ര കുപ്പി മദ്യം കഴിച്ചു, കെമിസ്റ്റിൽനിന്നും എത്ര ആസ്പിരിൻ വാങ്ങി' എന്നൊക്കെ.

ഏതാനും മാസങ്ങൾക്കുശേഷം ഈ സംഘം ലിൻഡ്മാന് തങ്ങളുടെ റിപ്പോർട്ട് നല്കി. വലിയ അക്ഷരത്തിൽ അതിന്റെ ചട്ടയിൽതന്നെ അച്ചടിച്ചു വെച്ച കണ്ടെത്തൽ ഇപ്രകാരമായിരുന്നു:

'മനോവീര്യം തകരുമെന്നതിന് യാതൊരു തെളിവുമില്ല.'

വളരെ സ്പഷ്ടമായ ഈ കണ്ടെത്തലിനോട് ഫ്രെഡറിക് ലിൻഡ്മാൻ എങ്ങനെയാണ് പ്രതികരിച്ചത്? അദ്ദേഹം അത് അവഗണിച്ചു. തന്ത്രപരമായ ബോംബിങ് തീർച്ചയായും ഗുണം ചെയ്യുമെന്ന് ലിൻഡ്മാൻ നേരത്തേതന്നെ തീരുമാനിച്ചുറപ്പിച്ചിരുന്നതിനാൽ കേവലം വസ്തുതകളൊന്നും അദ്ദേഹത്തിന്റെ മനസ്സ് മാറ്റുമായിരുന്നില്ല.

അതിനാൽ തന്നെ അദ്ദേഹം ചർച്ചിലിന് അയച്ച മെമ്മോയിൽ തീർത്തും വ്യത്യസ്തമായൊരു കാര്യമാണ് പറഞ്ഞിരുന്നത്:

> സ്വന്തം വീട് തകർക്കപ്പെടുന്നത് മനോവീര്യത്തിന് ഏറ്റവും അപകടകരമാണെന്ന് അന്വേഷണം ചൂണ്ടിക്കാണിക്കുന്നതായി തോന്നുന്നു. സ്വന്തം കൂട്ടുകാരോ അല്ലെങ്കിൽ ബന്ധുക്കളോ കൊല്ലപ്പെടുന്നതിലും അധികം ഇതാണവരെ വ്യാകുലപ്പെടുത്തുക. ഹൾ നഗരത്തിൽ പത്തിലൊന്ന് വീടുകൾ മാത്രമേ തകർന്നിട്ടുള്ളുവെങ്കിലും മാനസികപിരിമുറുക്കത്തിന്റെ സൂചനകൾ വളരെ വ്യക്തമാണ്. മേൽപ്പറഞ്ഞ കണക്കുകളുടെ അടിസ്ഥാനത്തിൽ 58 പ്രിൻസിപ്പൽ ജർമ്മൻ പട്ടണങ്ങളിലും നമുക്ക് കാര്യമായ പരിക്കേൽപ്പിക്കാനാവും. ഇത് ജർമ്മൻ ജനതയുടെ ആത്മവീര്യം തകർക്കുമെന്ന കാര്യത്തിൽ യാതൊരു സംശയവുമില്ല (ചാൾസ് വെബ്സ്റ്റർ ആന്റ് നോബിൾ ഫ്രാങ്ക്ലാൻഡ്, *ദ സ്ട്രാറ്റജിക് എയർ ഒഫെൻസിവ് എഗെൻസ്റ്റ് ജർമ്മനി* 1935–1945, പേജ് 332).

അങ്ങനെ ബോംബിങ്ങിന്റെ കാര്യക്ഷമതയെക്കുറിച്ചുള്ള ചർച്ചകൾ അവിടെ അവസാനിച്ചു. പിന്നീട് ഒരു ചരിത്രകാരൻ വിശദീകരിച്ചതുപോലെ ഈ മൊത്തം സംഭവവികാസങ്ങൾക്കും ഒരു വിമതവേട്ടയുടെ (Witch hunt) സ്പഷ്ടമായ സ്വഭാവമുണ്ടായിരുന്നു. ജർമ്മൻ സിവിലിയൻമാരെ ലക്ഷ്യം വയ്ക്കുന്ന തന്ത്രത്തെ ചോദ്യം ചെയ്ത ന്യായാനുവർത്തികളായ ശാസ്ത്രജ്ഞരെ ഭീരുക്കളെന്ന് പറഞ്ഞും, എന്തിനധികം, വഞ്ചകരെന്ന് പറഞ്ഞും ആക്ഷേപിച്ചു.

അപ്പോഴേക്കും ബോംബാക്രമണതൽപ്പരർക്ക് ശത്രുവിനുനേരെ കൂടുതൽ പരുക്കൻ അടി നല്കണമെന്ന തോന്നൽ വന്നുകഴിഞ്ഞിരുന്നു. ചർച്ചിൽ അതിനുള്ള അടയാളം നല്കുകയും അങ്ങനെ ജർമ്മനിക്കുമേൽ ആക്രമണം വർഷിക്കുകയും ചെയ്തു. ബോംബാക്രമണം എല്ലാം കഴിഞ്ഞപ്പോൾ ജീവഹാനി സംഭവിച്ചവരുടെ എണ്ണം ബ്ലിറ്റ്സിൽ ഉണ്ടായിരുന്നതിന്റെ പത്ത് മടങ്ങായിരുന്നു. മൊത്തം യുദ്ധകാലത്ത് ലണ്ടനിൽ കൊല്ലപ്പെട്ടതിനേക്കാളും പുരുഷന്മാരും സ്ത്രീകളും കുട്ടികളും ഒരൊറ്റ രാത്രികൊണ്ട് ഡ്രെസ്ഡെനിൽ കൊല്ലപ്പെട്ടു. ജർമ്മനിയിലെ പകുതിയിലധികം പട്ടണങ്ങളും നഗരങ്ങളും തകർന്നടിഞ്ഞു. ആ രാജ്യം പുകവമിക്കുന്ന നാശാവശിഷ്ടങ്ങളുടെ ഒരു വലിയ കൂനയായി മാറി. അന്നേരമത്രയും സഖ്യശക്തികളുടെ വ്യോമസേനയുടെ ഒരു ചെറിയവിഭാഗം മാത്രമേ വാസ്തവത്തിൽ ഫാക്ടറികൾ, പാലങ്ങൾ തുടങ്ങിയ തന്ത്രപരമായ ലക്ഷ്യങ്ങളെ ആക്രമിച്ചിരുന്നുള്ളൂ.

യുദ്ധത്തിന്റെ അവസാന മാസങ്ങളായപ്പോഴേക്കും ശത്രുരാജ്യത്തിന്റെ മനോവീര്യം തകർക്കുന്നതിനുവേണ്ടി സിവിലിയൻ പ്രദേശങ്ങളിൽ ബോംബാക്രമണം നടത്തുന്നതാണ് യുദ്ധം ജയിക്കാനുള്ള ഉറച്ച മാർഗ്ഗമെന്ന് ചർച്ചിൽ നിലപാടെടുത്തു. 1944 ജനുവരിയിൽ റോയൽ എയർഫോഴ്സ് ഇറക്കിയ ഒരു മെമ്മോ തൃപ്തിയോടെ ഈ കാഴ്ചപ്പാടിനെ അംഗീകരിച്ചു: 'നമ്മൾ എത്രയധികം ബോംബിടുന്നുവോ അത്രയും തൃപ്തികരമാവും ഫലവും.'

തന്റെ പ്രശസ്തമായ ചുവന്ന പേനകൊണ്ട് ബ്രിട്ടീഷ് പ്രധാനമന്ത്രി ഈ വാക്കുകൾക്ക് അടിവരയിട്ടു.

അപ്പോൾ ബോംബാക്രമണംകൊണ്ട് ഉദ്ദേശിച്ച ലക്ഷ്യമുണ്ടായോ?

ഏറെ ആദരണീയനായ ഒരു മനശ്ശാസ്ത്രജ്ഞന്റെ ദൃക്സാക്ഷി വിവരണത്തിൽനിന്നുതന്നെ ഞാൻ വീണ്ടും തുടങ്ങട്ടെ. 1945 മെയ്മാസത്തിനും ജൂലൈമാസത്തിനുമിടയിൽ ഡോ. ഫ്രെഡറിക് പാൻസേ വീടുതകർന്ന നൂറിലധികം ജർമ്മൻകാരെ ഇന്റർവ്യൂ ചെയ്തു. 'അതിനുശേഷം എനിക്കെന്തോ വലിയ ഉന്മേഷം തോന്നി, ഞാനൊരു ചുരുട്ടെടുത്ത് കത്തിച്ചു,' അതിലൊരാൾ പറഞ്ഞു. മറ്റൊരാൾ പറഞ്ഞത് വ്യോമാക്രമണത്തിനുശേഷം പൊതുവിലുണ്ടായ മാനസികാവസ്ഥ ആഹ്ലാദാതിരേകത്തിന്റേതായിരുന്നു എന്നാണ്, 'ഒരു യുദ്ധം ജയിച്ചു കഴിഞ്ഞാലത്തെ അവസ്ഥ'.

ജനങ്ങൾ കൂട്ടത്തോടെ ഭ്രാന്തുപിടിച്ച അവസ്ഥയിലെത്തിയതിന്റെ സൂചനയൊന്നും ഉണ്ടായിരുന്നില്ല. മറിച്ച്, ആക്രമണം നടന്ന സ്ഥലങ്ങളിലെ താമസക്കാർക്ക് ആശ്വാസമാണ് തോന്നിയത്. 'അയൽവാസികളെല്ലാം അത്ഭുതകരമാംവണ്ണം പരസ്പരം സഹായിച്ചു,' പാൻസേ രേഖപ്പെടുത്തി. 'മാനസികമായ പിരിമുറുക്കത്തിന്റെ രൂക്ഷതയും കാലയളവും പരിഗണിക്കുമ്പോൾ അവരുടെ പൊതുവേയുള്ള സമീപനം എടുത്തുപറയത്തക്കവിധം ദൃഢവും സംയമനപൂർണ്ണവുമായിരുന്നു.' ജർമ്മൻ ജനതയെ സൂക്ഷ്മമായി നിരീക്ഷിച്ച രഹസ്യാന്വേഷണ ഏജൻസിയായ സിഷഹെറ്റ്സ്ഡീൻസ്റ്റ് (Sicherheitsdienst) തന്നതും സമാനമായൊരു ചിത്രമാണ്. വ്യോമാക്രമണത്തിനുശേഷം അവർ പരസ്പരം സഹായിച്ചു. ആക്രമണത്തിന് ഇരയായവരെ അവർ നാശാവശിഷ്ടങ്ങളിൽനിന്നും വലിച്ച് പുറത്തെടുത്തു, അവർ തീയണച്ചു. ഭവനരഹിതരും പരിക്കേറ്റവരുമായവരുടെ ശുശ്രൂഷക്കായി ഹിറ്റ്ലർ യൂത്തിലെ അംഗങ്ങൾ ഓടിയെത്തി. ഒരു പലവ്യഞ്ജനവ്യാപാരി തന്റെ കടയ്ക്കുമുന്നിൽ തമാശരൂപത്തിൽ ഇങ്ങനെയൊരു ബോർഡ് തൂക്കിയിട്ടു: 'മഹാദുരന്ത വെണ്ണ ഇവിടെ വിൽക്കപ്പെടും'.

(ബ്രിട്ടീഷ് നർമ്മം ഇതിലും മികച്ചതായിരുന്നുവെന്ന് പറയാതെ വയ്യ.)

ജർമ്മനി കീഴടങ്ങി അധികം വൈകാതെ, ബോംബിങ്ങിന്റെ പ്രഭാവം പഠിക്കുന്നതിനായി അമേരിക്കൻ പ്രതിരോധവകുപ്പ് നിയോഗിച്ചതനുസരിച്ച് സഖ്യരാഷ്ട്രങ്ങളിലെ ഒരു സംഘം സാമ്പത്തികവിദഗ്ദ്ധർ 1945 മെയ് മാസത്തിൽ യുദ്ധത്തിൽ തോറ്റ ആ രാഷ്ട്രം സന്ദർശിച്ചു. ഈ തന്ത്രം യുദ്ധം ജയിക്കാനുള്ള ഒരു മികച്ച വഴിയാണോ എന്നായിരുന്നു പ്രധാനമായും അവർക്കറിയേണ്ടിയിരുന്നത്.

ഈ സാമ്പത്തിക ശാസ്ത്രജ്ഞരുടെ കണ്ടെത്തൽ വളരെ കൃത്യമായിരുന്നു: സിവിലിയൻ ബോംബാക്രമണം ഒരു വൻപരാജയമായിരുന്നു. വാസ്ത

വത്തിൽ ഇത് യുദ്ധകാല ജർമ്മൻ സമ്പദ്‌വ്യവസ്ഥയെ പുഷ്ടിപ്പെടുത്തുകയും അങ്ങനെ യുദ്ധം നീട്ടിക്കൊണ്ടുപോവുകയും ചെയ്തു. 1940-നും 44-നുമിടയ്ക്ക് ജർമ്മൻ ടാങ്കുകളുടെ ഉത്പാദനം ഒമ്പതിരട്ടി വർദ്ധിച്ചപ്പോൾ യുദ്ധവിമാനങ്ങളുടെ ഉത്പാദനം പതിനാല് മടങ്ങാണ് കൂടിയത്.

ബ്രിട്ടീഷ് സാമ്പത്തികവിദഗ്ദ്ധരുടെ ഒരു സംഘവും ഇതേ നിഗമനത്തിൽ തന്നെയാണ് എത്തിയത്. അവർ അന്വേഷണം നടത്തിയ, തകർന്നടിഞ്ഞ ഇരുപത്തിയൊന്ന് പട്ടണങ്ങളിലും നഗരങ്ങളിലും ബോംബാക്രമണം ഒന്നും നടക്കാത്ത പതിനാല് നഗരങ്ങളുടെ സമുച്ചയത്തേക്കാൾ കൂടുതൽ ഉത്പാദനം നടന്നതായി കണ്ടു. 'ഒരു യുദ്ധത്തിലെ വലിയൊരു കണക്കുകൂട്ടലിലുണ്ടായ പിഴവ്. ഒരുപക്ഷേ, അതേറ്റവും വലിയൊരു പിഴവായിരിക്കാം, ഞങ്ങൾ നേരിട്ട് കാണാൻ തുടങ്ങുകയായിരുന്നു,' എന്ന് ഒരു അമേരിക്കൻ സാമ്പത്തിക ശാസ്ത്രജ്ഞൻ സമ്മതിച്ചു.

മൊത്തത്തിലുള്ള ഈ നിർഭാഗ്യകരമായ അവസ്ഥയെക്കുറിച്ച് പറയുമ്പോൾ എന്നെ ആകർഷിക്കുന്ന കാര്യം ഇതിലെ മുഖ്യ അഭിനേതാക്കളെല്ലാം തന്നെ ഒരേ കെണിയിൽ വീണു എന്നതാണ്.

ഹിറ്റ്ലറും ചർച്ചിലും, റൂസ്‌വെൽറ്റും ലിൻഡ്മാനും - അവരെല്ലാം തന്നെ, നമ്മുടെ നാഗരികതയുടെ അവസ്ഥ തീർത്തും ഉപരിപ്ലവമാണെന്ന മനഃശാസ്ത്രജ്ഞനായ ഗുസ്താവേ ലേ ബോണിന്റെ അവകാശവാദത്തിൽ വീണു. വ്യോമാക്രമണം ദുർബലമായ ആവരണങ്ങളെ തകർത്തെറിയുമെന്ന് അവർക്കെല്ലാം ഉറപ്പായിരുന്നു. എന്നാൽ ബോംബിടും തോറും അതിന് കട്ടികൂടി. അതൊരു നേരിയ സ്തരമായിരുന്നില്ല, മറിച്ച് കട്ടികൂടിയൊരു തോലായിരുന്നു എന്ന് തോന്നുന്നു.

നിർഭാഗ്യകരമെന്ന് പറയട്ടെ, ഇതെല്ലാം മനസ്സിലാക്കുന്ന കാര്യത്തിൽ സൈനികവിദഗ്ദ്ധർ വളരെ പതുക്കെയായിരുന്നു. ഇരുപത്തിയഞ്ച് വർഷങ്ങൾക്കുശേഷം അമേരിക്കൻ സേനകൾ രണ്ടാം ലോകമഹായുദ്ധത്തിൽ മൊത്തം വർഷിച്ചതിന്റെ മൂന്നിരട്ടി സംഹാരശക്തി വിയറ്റ്നാമിൽ വർഷിച്ചു. ഇവിടെ ഇത്തവണ അവർ അതിലും വലിയ പരാജയം നേരിട്ടു. അതിന്റെ തെളിവുകൾ നമുക്ക് മുന്നിലുണ്ടെങ്കിലും നമ്മളത് എങ്ങനെയൊക്കെയോ നിഷേധിച്ചുകൊണ്ടേയിരിക്കുന്നു. ഇന്നുമതേ ബ്ലിറ്റ്സ് കാലത്ത് തിരിച്ചുവരാൻ ബ്രിട്ടീഷുകാർ കാണിച്ച കരുത്ത് തീർത്തും ബ്രിട്ടീഷുകാരുടെ മാത്രമായ ഒരു സ്വഭാവവിശേഷമാണെന്ന് പലരും ഉറച്ചു വിശ്വസിക്കുന്നു.

എന്നാലത് ഒരു ബ്രിട്ടീഷ് സവിശേഷതയല്ല. മറിച്ച് സാർവ്വലൗകികമായ മാനുഷിക സവിശേഷതയാണ്.

I

ഒരു പുതിയ യാഥാർത്ഥ്യവാദം

1

തീർത്തും മൗലികമായ ആശയത്തെക്കുറിച്ചാണ് ഈ പുസ്തകം.

കാലാകാലങ്ങളായി ഭരണാധികാരികളെ പരിഭ്രാന്തരാക്കിയ ഒരു ആശയം. മതങ്ങളും പ്രത്യയശാസ്ത്രങ്ങളും നിരസിച്ചുകളഞ്ഞ, വാർത്താമാധ്യമങ്ങൾ അവഗണിച്ച, ലോകചരിത്രത്തിന്റെ താളുകളിൽനിന്നും മായ്ച്ചുകളഞ്ഞ ഒരു ആശയം.

അതേസമയം, ശാസ്ത്രത്തിന്റെ ഒരുവിധം എല്ലാ ശാഖകളും തന്നെ അംഗീകരിച്ച ഒരാശയമാണിത്. മാനവ പരിണാമം പ്രമാണീകരിക്കുകയും നിത്യജീവിതം ഉറപ്പാക്കുകയും ചെയ്ത ഒന്നാണിത്. മനുഷ്യപ്രകൃതിയെ സംബന്ധിച്ച് തീർത്തും സഹജമായതിനാൽ തന്നെ ശ്രദ്ധിക്കപ്പെടാതെ പോവുകയും കാഴ്ചയിൽ പെടാതിരിക്കുകയും ചെയ്യുന്ന ഒരു ആശയം. നമ്മളിതിനെ കൂടുതൽ ഗൗരവത്തോടെ എടുക്കാൻ മനോധൈര്യം കാണിച്ചിരുന്നുവെങ്കിൽ ഒരു വിപ്ലവത്തിന് തുടക്കമിടാൻ കഴിയുമായിരുന്ന ആശയമാണിത്. സമൂഹത്തെ തലകീഴ്മറിക്കുമായിരുന്ന ഒന്ന്. കാരണം, ഇതെന്താണെന്ന് നിങ്ങൾ ശരിക്കും മനസ്സിലാക്കിക്കഴിഞ്ഞാൽ പിന്നെ ലോകത്തെ പഴയ പോലെയായിരിക്കില്ല നിങ്ങൾ നോക്കികാണുക എന്ന് ഉറപ്പാക്കുന്ന, മനോനിലയാകെ മാറ്റിക്കളയുന്ന ഒരു ലഹരിമരുന്നാണിത്.

അപ്പോൾ എന്താണ് ഈ മൗലികമായ ആശയം?

ഉള്ളിന്റെയുള്ളിൽ മിക്കവാറും എല്ലാ മനുഷ്യരും വളരെ നല്ലവരാണ്.

നെതർലാൻഡ്സിലെ ഗ്രോണിങ്ജെൻ സർവ്വകലാശാലയിൽ സാമൂഹ്യ മനഃശാസ്ത്ര പ്രൊഫസർ ആയ ടോം പോസ്റ്റ്മസിനെക്കാൾ നന്നായി ഈ ആശയം വിശദീകരിക്കാവുന്ന മറ്റാരെയും എനിക്കറിയില്ല. വർഷങ്ങളായി അദ്ദേഹം തന്റെ വിദ്യാർത്ഥികളോട് ഒരേ ചോദ്യം ചോദിച്ചുകൊണ്ടിരിക്കുന്നു.

> ഒരു വിമാനം അടിയന്തിരമായി നിലത്തിറക്കേണ്ടിവരികയും അത് മൂന്ന് കഷണങ്ങളായി ചിതറുകയും ചെയ്തുവെന്ന് സങ്കല്പിക്കുക. ക്യാബിനിലാകെ പുകനിറയുമ്പോൾ അതിനകത്തെ എല്ലാവരും ഒരു കാര്യം തിരിച്ചറിയുന്നു: നമുക്ക് ഇവിടെനിന്നും പുറത്തുകടന്നേ പറ്റൂ. എന്താണപ്പോൾ സംഭവിക്കുക?
>
> - ഒന്നാമത്തെ ഗ്രഹത്തിൽ, യാത്രക്കാർ തങ്ങളുടെ തൊട്ടടുത്തിരിക്കുന്നവരോട് അവർക്ക് പ്രശ്നമൊന്നും ഇല്ലല്ലോ എന്ന്

ചോദിക്കും. സഹായം ആവശ്യമുള്ളവരെ ആദ്യം വിമാനത്തിൽ നിന്നും പുറത്ത് കടക്കാൻ സഹായിക്കും. തീർത്തും അപരി ചിതരായ ആളുകൾക്കുവേണ്ടി പോലും സ്വന്തം ജീവിതം ത്യജി ക്കാൻ ആളുകൾ തയ്യാറാണ്.

- രണ്ടാമത്തെ ഗ്രഹത്തിൽ എല്ലാവരും സ്വയരക്ഷക്കായി ശ്രമി ക്കുന്നു. പരിഭ്രാന്തി അണപൊട്ടുന്നു. എല്ലായിടത്തും ഉന്തും തള്ളുമാണ്. കുട്ടികളും വൃദ്ധരും അംഗവൈകല്യം വന്നവരു മെല്ലാം കാൽക്കീഴിൽ ചവിട്ടിയരക്കപ്പെടുന്നു.

ഇനിയാണ് ചോദ്യം: ഇതിൽ ഏത് ഗ്രഹത്തിലാണ് നമ്മൾ ജീവിക്കുന്നത്?

'തൊണ്ണൂറ്റിയേഴ് ശതമാനം ആളുകളും നമ്മൾ രണ്ടാമത്തെ ഗ്രഹത്തിൽ ആണ് ജീവിക്കുന്നത് എന്നാണ് കരുതുക എന്നെനിക്ക് തോന്നുന്നു, എന്നാൽ വാസ്തവത്തിൽ ഒരുവിധം എല്ലാ കേസുകളിലും നമ്മൾ ജീവിക്കുന്നത് ഒന്നാ മത്തെ ഗ്രഹത്തിലാണ്,' പ്രൊഫസർ പോസ്റ്റ്റംസ് പറയുന്നു.

ആരോടാണ് നിങ്ങളിത് ചോദിക്കുന്നത് എന്നതൊരു പ്രശ്നമല്ല. ഇടതു പക്ഷമാകട്ടെ വലതുപക്ഷമാകട്ടെ, ധനികനോ ദരിദ്രനോ ആകട്ടെ, പണ്ഡി തനോ പാമരനോ ആകട്ടെ, എല്ലാവരും തീർപ്പുകല്പ്പിക്കുന്നതിൽ ഒരേപിഴവ് വരുത്തുന്നു. 'അവർക്കാർക്കും അറിയില്ല. നവാഗതരോ ജൂനിയർമാരോ ബിരുദവിദ്യാർത്ഥികളോ പ്രൊഫഷണലുകളോ, എന്തിനധികം അടിയന്തിര പ്രതികരണം നടത്തേണ്ടവരോ ആകട്ടെ,' പോസ്റ്റ്റംസ് വിലപിക്കുന്നു. 'ഗവേ ഷണത്തിന്റെ അപര്യാപ്തത കൊണ്ടൊന്നുമല്ല ഇത്. രണ്ടാം ലോകമഹാ യുദ്ധംതൊട്ട് ഈ വിവരം നമുക്ക് ലഭ്യമാണ്.'

ചരിത്രത്തിലെ മഹാദുരന്തങ്ങൾ പോലും ഒന്നാമത്തെ ഗ്രഹത്തിൽ ആവി ഷ്ക്കരിക്കപ്പെട്ടിട്ടുണ്ട്. ടൈറ്റാനിക് മുങ്ങിയ കാര്യമെടുക്കുക. നിങ്ങൾ ആ സിനിമ കണ്ടിട്ടുണ്ടെങ്കിൽ ആ കപ്പലിലുണ്ടായിരുന്ന എല്ലാവരും (നാലംഗ ഗായകസംഘം ഒഴിച്ച്) ഭയാക്രാന്തരായിരുന്നുവെന്ന് നിങ്ങൾ കരുതും. വാസ്തവത്തിൽ അവിടെനിന്ന് ആളുകളെ ഒഴിപ്പിച്ചത് തീർത്തും ചിട്ടയോടെ ആയിരുന്നു. 'അവിടെ എന്തെങ്കിലും പരിഭ്രാന്തിയുടെയോ ഭ്രാന്താവേശ ത്തിന്റെയോ യാതൊരു സൂചനയും ഉണ്ടായിരുന്നില്ല, നിലവിളിയോ ഭയമോ ഇല്ലായിരുന്നു, ആരും അങ്ങോട്ടുമിങ്ങോട്ടും ഓടിയില്ല,' ഒരു ദൃക്സാക്ഷി ഓർത്തെടുത്തു.

അതുമല്ലെങ്കിൽ 2001 സെപ്റ്റംബർ 11-ലെ ഭീകരാക്രമണം നോക്കുക. ഇരട്ടഗോപുരം കത്തിയമരുമ്പോൾ ആയിരക്കണക്കിന് ആളുകൾ, തങ്ങളുടെ ജീവൻ അപകടത്തിലാണെന്ന് അറിയാമായിരുന്നെങ്കിൽ കൂടി വളരെ ശാന്ത രായാണ് ഗോവണി ഇറങ്ങിയത്. അഗ്നിശമനസേനക്കാർക്കും പരിക്കേറ്റവർ ക്കുംവേണ്ടി അവർ വഴിമാറിക്കൊടുത്തു. 'വാസ്തവത്തിൽ, അല്ലല്ല, നിങ്ങ ളാദ്യം' എന്ന് ആളുകൾ പറഞ്ഞിരുന്നു എന്ന് അതിൽനിന്നും രക്ഷപ്പെട്ട ഒരാൾ പിന്നീട് പറഞ്ഞു. എനിക്കത് വിശ്വസിക്കാനായില്ല. ഇങ്ങനെയൊരു ഘട്ടത്തിൽ 'വേണ്ട വേണ്ട എന്റെ സ്ഥാനം നിങ്ങൾ എടുത്തോളൂ' എന്ന് അവർ പറയുമെന്ന്. 'തീർത്തും മനുഷ്യാതീതമായിരുന്നു അത്.'

മനുഷ്യൻ അവരുടെ പ്രകൃത്യാഉള്ള സ്വഭാവവിശേഷംവച്ച് സ്വാർത്ഥമതി കളും അക്രമസ്വഭാവമുള്ളവരും പെട്ടെന്ന് പരിഭ്രാന്തരാകുന്നവരുമാണെന്ന്

ഒരു കെട്ടുകഥ എക്കാലത്തും നിലനിൽക്കുന്നുണ്ട്. ഡച്ച് ബയോളജിസ്റ്റായ ഫ്രാൻസ് ഡേ വാൾ ഇതിനെ നേർമ്മച്ചീൾ സിദ്ധാന്തം (വെനീർ തിയറി) എന്ന് വിളിക്കുന്നു. അതായത് നാഗരികതയെന്നാൽ കട്ടികുറഞ്ഞൊരു നേർ മ്മച്ചീളിനപ്പുറം ഒന്നുമല്ലെന്നും ചെറിയൊരു പ്രകോപനം ഉണ്ടായാൽപ്പോലും അത് പൊട്ടുമെന്നുമുള്ള ധാരണ. എന്നാൽ വാസ്തവം നേരെമറിച്ചാണ്. പ്രതിസന്ധിഘട്ടത്തിലാണ് - ബോംബ് വീഴുമ്പോഴോ പ്രളയജലം പൊങ്ങു മ്പോഴോ ഒക്കെ - മനുഷ്യൻ ഏറ്റവും മികച്ചവനാകുന്നത്.

2005 ആഗസ്റ്റ് 29-ന് കത്രീന ചുഴലികൊടുങ്കാറ്റ് ന്യൂ ഓർലിയാൻസിനുമേൽ വീശിയടിച്ചു. നഗരത്തെ കാത്തുരക്ഷിക്കാനായി കെട്ടിയ മൺചിറകളും പ്രളയരക്ഷാ മതിലുകളും ഒരു ഗുണവും ചെയ്തില്ല. കൊടുങ്കാറ്റിൽ എൺപത് ശതമാനം പ്രദേശത്തെ വീടുകളും പ്രളയത്തിൽ മുങ്ങുകയും ചുരുങ്ങിയത് 1836 പേരുടെയെങ്കിലും ജീവൻ നഷ്ടപ്പെടുകയും ചെയ്തു. അമേരിക്കയുടെ ചരിത്രത്തിൽ ഏറ്റവും വലിയ വിനാശം വിതച്ച പ്രകൃതി ദുരന്തങ്ങളിലൊന്നാ യിരുന്നു ഇത്.

ആ ആഴ്ച മുഴുവൻ പത്രങ്ങളിൽ നിറഞ്ഞുനിന്നത് ന്യൂ ഓർലിയാൻസി ലുണ്ടായ ബലാൽസംഗങ്ങളുടെയും വെടിവെപ്പുകളുടെയും വാർത്തയായി രുന്നു. അലഞ്ഞുതിരിയുന്ന സംഘങ്ങളെക്കുറിച്ചും പിടിച്ചുപറിയെക്കുറിച്ചും രക്ഷാദൗത്യത്തിനായി വന്ന ഹെലികോപ്റ്ററുകൾക്ക് നേരെ ഒളിഞ്ഞിരുന്ന് നിറയൊഴിക്കുന്ന ഒരാളെക്കുറിച്ചും ഭീതിദമായ വാർത്തകൾ വന്നു. കൊടു ങ്കാറ്റിൽ നിന്നും രക്ഷനേടുന്നതിനുള്ള, നഗരത്തിലെ ഏറ്റവും വലിയ അഭയ കേന്ദ്രമായ സൂപ്പർ ഡോമിൽ ഏകദേശം 25000 ആളുകളാണ് വെള്ളവും വെളിച്ചവുമില്ലാതെ തിങ്ങിക്കൂടിയത്. രണ്ട് കൈക്കുഞ്ഞുങ്ങളുടെ കഴുത്ത് മുറിച്ചെന്നും ഒരു ഏഴ് വയസ്സുകാരിയെ ബലാൽസംഗം ചെയ്ത് കൊന്നെന്നും പത്രക്കാർ റിപ്പോർട്ട് ചെയ്തു.

നഗരം അരാജകത്വത്തിലേക്ക് വഴുതി വീഴുകയാണെന്ന് പോലീസ് മേധാവി പറഞ്ഞു. ലൂസിയാനയിലെ ഗവർണ്ണറുടെ ഭയവും ഇതുതന്നെ യായിരുന്നു. 'എന്നെ ഏറ്റവും അധികം രോഷാകുലയാക്കുന്നത് ഇത്തരം വിനാശങ്ങൾ മനുഷ്യരിലെ നീചത്വത്തെ പുറത്ത് കൊണ്ടുവരുന്നു എന്ന താണ്,' അവർ വിലപിച്ചു.

ഈ നിഗമനം അതിവേഗം പ്രചരിച്ചു. ബ്രിട്ടീഷ് ദിനപത്രമായ *ഗാർഡിയ നിൽ* വിശ്രുത ചരിത്രകാരനായ തിമോത്തി ഗാർട്ടൻ ആഷ് മറ്റ് പലരും ചിന്തി ച്ചിരുന്ന വിഷയം തന്നെ സ്പഷ്ടമാക്കി: 'സംഘടിതമായ പരിഷ്കൃത ജീവിത ത്തിൽനിന്നും പ്രാഥമിക വിഷയങ്ങളായ ഭക്ഷണം, പാർപ്പിടം, കുടിവെള്ളം, അവശ്യസുരക്ഷ എന്നിവ എടുത്തുമാറ്റുക. അങ്ങനെ വന്നാൽ മണിക്കൂറു കൾക്കുള്ളിൽ നമ്മൾ പ്രകൃതിയുടെ ഹോബേഷ്യൻ അവസ്ഥയിലേക്ക് മടങ്ങിപ്പോകും. എല്ലാവരും എല്ലാവർക്കെതിരെയും യുദ്ധം ചെയ്യും. [...] അപൂർവ്വംചിലർ താൽക്കാലികമായി മാലാഖമാരാവും. എന്നാൽ ഭൂരിഭാഗം പേരും കുരങ്ങനിലേക്ക് മടങ്ങും.'

വീണ്ടുമതുതന്നെ, അതിന്റെ എല്ലാ മഹത്വത്തോടും കൂടി: വെനീർ തിയറി. ഗാർട്ടൻ ആഷിനെ സംബന്ധിച്ചിടത്തോളം പ്രകൃതിയുടെ, മനുഷ്യപ്രകൃതി യുടെ അടക്കം തിളച്ചുമറിയുന്ന ദ്രവശിലകൾക്കുമേൽ നാം വിരിച്ചിട്ട നേരിയ ഭൂപടലത്തിൽ ന്യൂഓർലിയാൻസ് ഒരു ചെറിയ തുള വീഴ്ത്തി.

മാസങ്ങൾക്കുശേഷം പത്രക്കാരെല്ലാം അവിടെനിന്നും പോവുകയും പ്രളയ ജലം ഒഴുകി നീങ്ങുകയും കോളമിസ്റ്റുകൾ അടുത്ത വിഷയത്തിലേക്ക് കടക്കുകയും ചെയ്ത ശേഷമാണ് ന്യൂഓർലിയാൻസിൽ വാസ്തവത്തിൽ സംഭവിച്ചതെന്താണെന്ന് ഗവേഷകർ മറനീക്കി പുറത്തുകൊണ്ടുവന്നത്.

വെടിയൊച്ചപോലെ കേട്ടത് വാസ്തവത്തിൽ ഒരു ഗ്യാസ് ടാങ്കിന്റെ റിലീഫ് വാൽവിലുണ്ടായ പൊട്ടിത്തെറിയായിരുന്നു. സൂപ്പർഡോമിൽ ആറു പേർ മരിച്ചിരുന്നു: അതിൽ നാലെണ്ണം സ്വാഭാവിക കാരണങ്ങളാലും ഒന്ന് ഓവർ ഡോസ്കൊണ്ടുള്ള മരണവും മറ്റൊന്ന് ആത്മഹത്യയുമായിരുന്നു. ഒരൊറ്റ ബലാൽസംഗമോ കൊലപാതകമോ അവിടെ റിപ്പോർട്ട് ചെയ്യപ്പെട്ടിട്ടില്ലെന്ന് പോലീസ് മേധാവിക്ക് സമ്മതിക്കേണ്ടി വന്നു. പിടിച്ചുപറി ഉണ്ടായിരുന്നുവെന്നത് വാസ്തവമാണ്. പക്ഷേ, അതിൽ ഭൂരിഭാഗവും അതിജീവനത്തിനായി സംഘം ചേർന്നവരായിരുന്നു. ചിലരെല്ലാം പോലീസുമായി കൂട്ടുചേർന്നാണ് ഇത് ചെയ്തത്.

ഡെലാവെയർ സർവ്വകലാശാലയിലെ ഡിസാസ്റ്റർ റിസേർച്ച് സെന്ററിലുള്ള ഗവേഷകർ എത്തിച്ചേർന്ന നിഗമനം ഇത്തരം സംഭവവികാസങ്ങളിൽ സിംഹഭാഗവും അവയുടെ സ്വഭാവവിശേഷംകൊണ്ട് സമൂഹത്തിന് അനുകൂലമായിരുന്നു എന്നാണ്. വാസ്തവത്തിൽ പ്രളയജലത്തിൽ നിന്നും ആളുകളെ രക്ഷിക്കുന്നതിനായി ബോട്ടുകളുടെ നിരതന്നെ ടെക്സാസ് പോലുള്ള ദൂരസ്ഥലങ്ങളിൽനിന്നും വന്നെത്തി. ഭക്ഷണത്തിനും വസ്ത്രത്തിനും മരുന്നിനുമായി അവിടമെല്ലാം അലഞ്ഞുതിരിഞ്ഞ് അതെല്ലാം ആവശ്യക്കാർക്ക് കൈമാറിയ കൂട്ടുകാരുടെ പതിനൊന്നംഗ സംഘം സ്വയം പ്രഖ്യാപിത റോബിൻഹുഡ് കൊള്ളക്കാരെപ്പോലെ നൂറുകണക്കിന് സിവിലിയന്മാർ രക്ഷാസ്ക്വാഡുകൾ രൂപീകരിച്ചു.

ചുരുക്കിപ്പറഞ്ഞാൽ കത്രീനക്കാലത്ത് ന്യൂ ഓർലിയാൻസിൽ സ്വാർത്ഥതാല്പര്യമോ അരാജകത്വമോ അഴിഞ്ഞാടിയില്ല. മറിച്ച് ആ നഗരത്തിൽ കവിഞ്ഞൊഴുകിയത് മനോധൈര്യവും ദയാർദ്രതയുമായിരുന്നു.

മനുഷ്യൻ എങ്ങനെയാണ് ദുരന്തങ്ങളോട് പ്രതികരിക്കുന്നത് എന്നതിന്റെ ശാസ്ത്രം ഈ ചുഴലിക്കൊടുങ്കാറ്റ് വ്യക്തമാക്കി തന്നു. സിനിമകളിൽ നമ്മൾ കാണുന്നതിൽ നിന്നും വിഭിന്നമായി ഡെലാവെയർ സർവ്വകലാശാലയിലെ ഡിസാസ്റ്റർ റിസർച്ച് സെന്റർ 1963 മുതൽ നടത്തിയ എഴുന്നൂറോളം ഫീൽഡ് പഠനങ്ങൾ ഒരിക്കൽപോലും സമ്പൂർണ്ണമായ അഴിഞ്ഞാട്ടമുണ്ടാകുന്നില്ലെന്ന് വ്യക്തമാക്കി. മനുഷ്യൻ ഒരിക്കലും അവനവനുവേണ്ടി മാത്രം നിലകൊള്ളുന്നില്ല. കൊലപാതകം, കൊള്ള, ബലാത്സംഗം തുടങ്ങിയ കുറ്റകൃത്യങ്ങൾ സാധാരണനിലയിൽ കുറയുന്നു. ആളുകൾ ഞെട്ടിത്തരിക്കുന്നില്ല, മറിച്ച് ശാന്തരായിരുന്ന് അവർ തങ്ങളാൽ കഴിയുന്ന പ്രവൃത്തികൾ ചെയ്യുന്നു. 'എന്തൊക്കെ പിടിച്ചുപറി ഉണ്ടായാലും ശരി, ആളുകൾക്ക് സൗജന്യമായി സാധനങ്ങൾ വൻതോതിൽ നൽകുന്നതിനും, സാധനങ്ങളും സേവനങ്ങളും പങ്കുവെക്കുന്നതിനുമുള്ള, പരക്കെയുള്ള പരോപകാരശീലത്തിന് മുന്നിൽ ഇതൊന്നും അത്ര പ്രസക്തമായ കാര്യമല്ലെന്ന്' ഒരു ഗവേഷകൻ ചൂണ്ടിക്കാട്ടുന്നു.

വിനാശങ്ങൾ ആളുകളിലെ നല്ല കാര്യങ്ങൾ പുറത്ത് കൊണ്ടുവരുന്നു. യാതൊരു ആലോചനയുമില്ലാതെ അവഗണിക്കപ്പെട്ട ശക്തമായ തെളിവുകളുടെ പിൻബലമുള്ള സാമൂഹ്യശാസ്ത്രപരമായ മറ്റൊരു കണ്ടെത്തലിനെ

ക്കുറിച്ചും എനിക്കറിയില്ല. ദുരന്തങ്ങൾ വന്ന് പതിക്കുമ്പോൾ എന്ത് സംഭവിക്കുന്നു എന്നത്, അതിനെക്കുറിച്ച് മാധ്യമങ്ങൾ നമുക്ക് നിരന്തരം തരുന്ന ചിത്രത്തിൽനിന്നും കടകവിരുദ്ധമാണ്.

വീണ്ടും നമുക്ക് ന്യൂ ഓർലിയാൻസിലേക്ക് തിരിച്ച് പോകാം. നിരന്തരമായ ആ ഊഹാപോഹങ്ങൾ അവിടെ ജീവനുകൾ എടുക്കുന്നുണ്ടായിരുന്നു.

സുരക്ഷയില്ലാതെ നഗരത്തിലേക്കിറങ്ങാൻ തയ്യാറല്ലാത്തതിനാൽ എമർജൻസി റെസ്പോണ്ടർമാർ വളരെ മന്ദഗതിയിലാണ് അണിനിരന്നത്. നാഷണൽ ഗാർഡിനെ വിളിപ്പിച്ചു, അവരുടെ സേവനത്തിന്റെ പാരമ്യത്തിൽ ഏകദേശം 72,000 സേനാംഗങ്ങൾ അവിടെയുണ്ടായിരുന്നു. 'എങ്ങനെയാണ് നിറയൊഴിക്കേണ്ടതെന്നും കൊല്ലേണ്ടതെന്നും ഈ സേനകൾക്കറിയാം, അവർ അതുതന്നെ ചെയ്യുമെന്നാണ് എന്റെ പ്രതീക്ഷ,' ഗവർണ്ണർ പറഞ്ഞു.

അവർ അതുതന്നെ ചെയ്തു. നഗരത്തിന്റെ കിഴക്കൻ ഭാഗത്തുള്ള ഡെൻസിഗർ പാലത്തിന്മേൽവച്ച് പോലീസ് നിരപരാധികളും നിരായുധരുമായ ആറ് കറുത്തവർഗ്ഗക്കാർക്കുനേരെ നിറയൊഴിച്ചു, അതിൽ പതിനേഴ് വയസ്സുള്ള ഒരാൺകുട്ടിയും മാനസികപ്രശ്നമുള്ള ഒരു നാല്പതുകാരനും കൊല്ലപ്പെട്ടു (ഇതിലുൾപ്പെട്ട അഞ്ച് ഓഫീസർമാർക്ക് പിന്നീട് ദീർഘകാലത്തേക്കുള്ള തടവുശിക്ഷ ലഭിച്ചു).

തീർച്ചയായും ന്യൂ ഓർലിയാൻസിലെ ദുരന്തം അതിതീവ്രമായ ഒന്നായിരുന്നു. എന്നാൽ ദുരന്തങ്ങളെ തുടർന്നുണ്ടാകുന്ന പ്രവൃത്തികൾ എല്ലായ്പ്പോഴും ഏകദേശം ഒന്നുതന്നെയാണ്.

അനർത്ഥങ്ങൾ വന്നുപതിക്കുമ്പോൾ അതിനോടുള്ള പ്രതികരണമായി പൊടുന്നനെയുള്ള സഹകരണത്തിന്റെ ആവേഗവും കൂടും. അപ്പോഴാകട്ടെ അധികൃതർ കൂടുതൽ പരിഭ്രാന്തരാവുകയും രണ്ടാമതൊരു ദുരന്തം അഴിച്ചുവിടുകയും ചെയ്യും.

'എന്റെ അഭിപ്രായത്തിൽ വരേണ്യവർഗ്ഗ പരിഭ്രാന്തി വരുന്നത് മനുഷ്യവർഗ്ഗത്തെ മുഴുവൻ സ്വന്തം പ്രതിച്ഛായയിൽ കാണുന്ന കരുത്തരായ ആളുകളിൽ നിന്നാണ്,' എന്ന് കത്രീന കൊടുങ്കാറ്റിന്റെ അനന്തരഫലങ്ങളെക്കുറിച്ച് വിദഗ്ദ്ധമായ വിലയിരുത്തൽ നടത്തിയ പുസ്തകമായ A Paradise Built in Hell (2009) എഴുതിയ റെബേക്ക സോൾനിറ്റ് പറയുന്നു. ഏകാധിപതികളും സ്വേച്ഛാധിപതികളും, ഗവർണ്ണർമാരും ജനറൽമാരും – ഇവരെല്ലാം തന്നെ തങ്ങളുടെ തലയ്ക്കുള്ളിൽ മാത്രം കിടക്കുന്ന ഒരു അവസ്ഥാവിശേഷത്തെ പ്രതിരോധിക്കുന്നതിനായി, സാധാരണക്കാരായ മനുഷ്യരെയെല്ലാം തങ്ങളെപ്പോലെ തന്നെ സ്വാർത്ഥതാല്പര്യങ്ങളാണ് നയിക്കുന്നത് എന്ന അനുമാനത്തിൽ, പലപ്പോഴും നിർദ്ദയമായ ബലം പ്രയോഗിക്കുന്നു.

2

1999-ലെ വേനൽക്കാലത്ത് ബെൽജിയം പട്ടണമായ ബോർനേമിലെ ഒരു ചെറിയ സ്കൂളിൽ ഒൻപത് കുട്ടികൾക്ക് നിഗൂഢമായൊരു രോഗാവസ്ഥയുണ്ടായി. രാവിലെ അവർ സ്കൂളിൽ വരുമ്പോൾ യാതൊരു രോഗലക്ഷണവും ഇല്ലായിരുന്നു; ഉച്ചഭക്ഷണശേഷം അവർക്ക് രോഗം പിടിപെട്ടു. തലവേദന. ഛർദ്ദി. കിതപ്പ്. എന്തുകൊണ്ടിങ്ങനെ സംഭവിച്ചു എന്നതിന് വിശദീകരണം തേടിയ അദ്ധ്യാപകർക്ക് ചിന്തിക്കാനായ ഒരേയൊരു കാര്യം, ഉച്ചഭക്ഷണ സമയത്ത് ഇവരൊമ്പതുപേരും കൊക്കക്കോള കുടിച്ചിരുന്നു എന്നതാണ്.

ഇക്കഥയെക്കുറിച്ച് പത്രക്കാർക്ക് രഹസ്യവിവരം കിട്ടാൻ അധികസമയം വേണ്ടിവന്നില്ല. അങ്ങ് കൊക്കക്കോളയുടെ ആസ്ഥാനമന്ദിരത്തിൽ ഫോണുകൾ നിർത്താതെയടിച്ചു. അന്ന് വൈകുന്നേരം തന്നെ, ബെൽജിയൻ കടകളിൽ നിന്നും ലക്ഷകണക്കിന് കുപ്പികൾ തിരിച്ചെടുക്കുകയാണെന്ന് പറഞ്ഞ് കമ്പനി ഒരു പത്രക്കുറിപ്പ് ഇറക്കി. 'ഞങ്ങൾ ഇതിന്റെ കാരണം തിരക്കിട്ടന്വേഷിച്ചുകൊണ്ടിരിക്കുകയാണ്, അടുത്ത ഏതാനും ദിവസങ്ങൾക്കുള്ളിൽ കൃത്യമായ ഒരു ഉത്തരം കിട്ടുമെന്നാണ് പ്രതീക്ഷ,' ഒരു വക്താവ് പറഞ്ഞു.

പക്ഷേ, അപ്പോഴേക്കും ഏറെ വൈകിയിരുന്നു. ബെൽജിയത്തിൽ മുഴുവൻ പറന്നുപിടിച്ച ആ രോഗലക്ഷണം അതിർത്തി കടന്ന് ഫ്രാൻസിലുമെത്തി. വിളറി തളർന്ന കുഞ്ഞുങ്ങളെ വഹിച്ചുകൊണ്ട് ആംബുലൻസുകൾ ചീറിപ്പാഞ്ഞു. ദിവസങ്ങൾക്കുള്ളിൽ എല്ലാ കൊക്കക്കോള ഉല്പന്നങ്ങളിലേക്കും സംശയം പടർന്നുകഴിഞ്ഞിരുന്നു. ഫാന്റ, സ്പ്രൈറ്റ്, നെസ്റ്റി, അക്വേറിയസ്... എല്ലാം കുട്ടികൾക്ക് അപകടകരമായി തോന്നി. 'കൊക്കക്കോള സംഭവം' കമ്പനിയുടെ 107 വർഷത്തെ ചരിത്രത്തിൽ ഏറ്റവും മോശമായ സാമ്പത്തിക തിരിച്ചടികളിലൊന്നായിരുന്നു, ഇതുമൂലം ബെൽജിയത്തിലുള്ള പതിനേഴ് ദശലക്ഷം കെയ്സ് ശീതളപാനീയങ്ങളും തിരിച്ചുവിളിക്കാനും അതുപോലെതന്നെ വേർഹൗസിൽ സ്റ്റോക്കുണ്ടായിരുന്നതുമെല്ലാം നശിപ്പിക്കാനും കമ്പനി നിർബന്ധിതമായി.

അതിനിടെ വിചിത്രമായൊരു കാര്യമുണ്ടായി. ഏതാനും ആഴ്ചകൾക്കുള്ളിൽ ടോക്സിക്കോളജിസ്റ്റുകൾ അവരുടെ പരിശോധനാഫലം പുറത്തുവിട്ടു. കോക്ക് ക്യാനുകൾ പരിശോധിച്ച അവർ എന്താണ് കണ്ടത്? ഒന്നുമില്ല. കീടനാശിനിയുടെ സാന്നിധ്യമില്ല. പകർച്ചരോഗാണുക്കൾ ഇല്ല. വിഷകരമായ ലോഹങ്ങളില്ല. നാഷണൽ ആന്റി ഡോപ്പിങ് ഏജൻസി (നാഡ)യുടെ പരിശോധനാസംഘം നൂറുകണക്കിന് രോഗികളിൽനിന്നും ശേഖരിച്ച രക്തത്തിന്റെയും മൂത്രത്തിന്റെയും സാമ്പിളുകളുടെ പരിശോധനാഫലം എന്തായിരുന്നു? ശൂന്യം. ഇത്രയും ദിവസങ്ങൾക്കിടയിൽ ആയിരത്തിലധികം ആൺകുട്ടികളിലും പെൺകുട്ടികളിലും കണ്ട രോഗലക്ഷണത്തിന് രാസപരമായ യാതൊരു കാരണവും കണ്ടെത്താൻ ശാസ്ത്രജ്ഞർക്കായില്ല.

'ആ കുട്ടികൾക്ക് ശരിക്കും അസുഖമുണ്ടായിരുന്നു, അതിലൊരു സംശയവുമില്ല. പക്ഷേ, അത് കോക്ക് കുടിച്ചിട്ടല്ലെന്നുമാത്രം,' ഗവേഷകരിൽ ഒരാൾ പറഞ്ഞു.

കൊക്കക്കോള സംഭവം ഏറെ പഴയ ഒരു ദാർശനിക പ്രശ്നത്തെക്കുറിച്ച് പറയുന്നു.

എന്താണ് സത്യം?

നിങ്ങൾ വിശ്വസിച്ചാലും ഇല്ലെങ്കിലും ചില കാര്യങ്ങൾ സത്യമാണ്. വെള്ളം നൂറ് ഡിഗ്രി സെന്റിഗ്രേഡിൽ തിളയ്ക്കുന്നു. പുകവലി മരണകാരണമാവുന്നു. പ്രസിഡണ്ട് കെന്നഡി 1963 നവംബർ 22-ന് ഡള്ളാസിൽവച്ചാണ് വധിക്കപ്പെട്ടത്.

നമ്മൾ അവയിൽ വിശ്വസിക്കുകയാണെങ്കിൽ സത്യമാവാൻ കോപ്പുള്ള ചിലകാര്യങ്ങളുണ്ട്. നമ്മുടെ വിശ്വാസം സോഷ്യോളജിസ്റ്റുകൾ പറയുന്ന സ്വയം നിറവേറുന്ന പ്രവചനം (Self-fullfilling prophecy) ആയി മാറുന്നു. ഒരു ബാങ്ക് പൊളിഞ്ഞുപോകുമെന്ന് നിങ്ങൾ പ്രവചിക്കുകയും അത് തങ്ങളുടെ അക്കൗണ്ടുകൾ ക്ലോസ് ചെയ്യാൻ നിരവധി പേരെ പ്രേരിപ്പിക്കുകയും ചെയ്താൽ പിന്നെ സംശയമൊന്നുമില്ല ആ ബാങ്ക് പൊളിയുകതന്നെ ചെയ്യും.

അല്ലെങ്കിൽ പ്ലാസെബോ (Placebo) പ്രഭാവം നോക്കാം. നിങ്ങളുടെ ഡോക്ടർ നിങ്ങൾക്കൊരു കള്ള ഗുളിക തന്ന് അത് നിങ്ങളുടെ രോഗം ഭേദമാക്കും എന്നുപറഞ്ഞാൽ നിങ്ങൾക്ക് രോഗം ഭേദമായി എന്ന തോന്നൽ ഉണ്ടാകാൻ സാധ്യതയുണ്ട്. പ്ലാസെബോ അഥവാ മരുന്നെന്നപേരിൽ തരുന്ന മരുന്നല്ലാത്ത വസ്തു കൂടുതൽ നാടകീയമാകും തോറും രോഗശാന്തി സാധ്യതയും കൂടുതലാണ്. ഇഞ്ചക്ഷൻ ഗുളികയേക്കാൾ ഫലപ്രദമാവാം. പണ്ടുകാലങ്ങളിൽ ചോരവാർക്കൽ പോലും ഇതുതന്നെയാണ് ചെയ്തിരുന്നത്. ഇത് മധ്യകാല വൈദ്യശാസ്ത്രം കൂടുതൽ പുരോഗമിച്ചതുകൊണ്ടായിരുന്നില്ല മറിച്ച് ഇത്രയും പൊടുന്നനെയുള്ള ഒരു ശസ്ത്രക്രിയയ്ക്ക് എന്തെങ്കിലും പ്രഭാവം ഉണ്ടാക്കാനാവുമെന്ന ജനങ്ങളുടെ തോന്നൽ കൊണ്ടാണ്.

ഏറ്റവും പരമമായ പ്ലാസെബോ എന്താണ്? ശസ്ത്രക്രിയതന്നെ! ഒരു വെള്ളക്കോട്ട് ധരിക്കുക, അനസ്തേഷ്യ നല്കുക, എന്നിട്ട് സ്വസ്ഥമായി ഇരുന്ന് ഒരു കപ്പ് കാപ്പികുടിക്കുക. രോഗിക്ക് ബോധം തെളിഞ്ഞാൽ ശസ്ത്രക്രിയ വിജയകരമായിരുന്നുവെന്ന് പറയുക. യഥാർത്ഥ ശസ്ത്രക്രിയകളെയും പുറംവേദന, നെഞ്ചെരിച്ചിൽ എന്നിവയുള്ള രോഗികൾക്കുമേൽ നടത്തുന്ന ഇത്തരം ചെപ്പടിവിദ്യ ശസ്ത്രക്രിയകളെയും താരതമ്യം ചെയ്ത് *ബ്രിട്ടിഷ് മെഡിക്കൽ ജേർണൽ* (May 21, 2014) നടത്തിയ ഒരു പഠനത്തിൽ നാലിൽ മൂന്ന് പ്ലാസെബോ ശസ്ത്രക്രിയകളും ഗുണകരമായിരുന്നുവെന്നും അതിൽ പകുതിയും യഥാർത്ഥ ശസ്ത്രക്രിയയോളം തന്നെ ഫലപ്രദമായിരുന്നുവെന്നും കണ്ടു.

ഇത് തിരിച്ചും സംഭവിക്കാവുന്നതാണ്.

ഒരു കള്ളഗുളിക കഴിച്ചിട്ട് അത് നിങ്ങളെ രോഗിയാക്കും എന്ന് കരുതിയാൽ അങ്ങനെയാവാനുള്ള സാധ്യതയുണ്ട്. ഒരു ഔഷധത്തിന് പാർശ്വഫലം കൂടുതലാണെന്ന് നിങ്ങൾ നിങ്ങളുടെ രോഗിക്ക് മുന്നറിയിപ്പ് നല്കിയാൽ അങ്ങിനെതന്നെ സംഭവിച്ചേക്കാം. എന്നാൽ വ്യക്തമായ ചില കാരണങ്ങൾ കൊണ്ട് തന്നെ, ആരോഗ്യമുള്ളവരെ അവർ രോഗികളാണെന്ന് ബോധ്യപ്പെടുത്തേണ്ടതിലെ സൂക്ഷ്മമായ നൈതികത മൂലം, നോസെബോ ഇഫക്ട് (Nocebo effect) എന്നറിയപ്പെടുന്ന ഇത് അധികമൊന്നും പരീക്ഷിച്ചിട്ടില്ലെന്ന് മാത്രം. എന്നിരുന്നാലും നോസെബോ വളരെ ശക്തമാവാമെന്ന് തെളിവുകളെല്ലാം സൂചിപ്പിക്കുന്നു.

1999-ലെ വേനൽക്കാലത്ത് ബെൽജിയൻ ആരോഗ്യവകുപ്പ് ഉദ്യോഗസ്ഥർ എത്തിച്ചേർന്ന നിഗമനവും ഇതുതന്നെയാണ്. ബോർണേമിലെ ആ കുട്ടികൾ കുടിച്ച കോക്കിൽ ഒന്നോ രണ്ടോ എണ്ണത്തിന് എന്തെങ്കിലും കുഴപ്പമുണ്ടായിരുന്നിരിക്കാം. ആർക്കറിയാം. എന്നാൽ അതിനപ്പുറം, ശാസ്ത്രജ്ഞരെല്ലാം തന്നെ അസന്നിഗ്ദ്ധമായി ഒരു കാര്യം പറഞ്ഞു. അത് രാജ്യമൊട്ടുക്കും നൂറു കണക്കിന് കുട്ടികൾക്കുണ്ടായത് മാനസികാവസ്ഥയിൽനിന്നും ഉണ്ടായ രോഗമാണെന്നാണ്. ചുരുക്കിപ്പറഞ്ഞാൽ അവരത് സങ്കല്പിക്കുകയായിരുന്നു.

അവർ രോഗം നടിക്കുകയായിരുന്നു എന്നല്ല പറഞ്ഞത്. ആയിരത്തിലേറെ ബെൽജിയം കുഞ്ഞുങ്ങൾക്ക് വാസ്തവത്തിൽ തന്നെ ഛർദ്ദിയും പനിയും തലകറക്കവുമൊക്കെ ഉണ്ടായിരുന്നു. നിങ്ങളൊരു കാര്യത്തിൽ കൂടുതലായി വിശ്വസിച്ചാൽ അത് സത്യമായി ഭവിക്കും. നോസെബോ പ്രഭാവത്തിൽ നിന്നും ഒരു പാഠം മനസ്സിലാക്കാനുണ്ടെങ്കിൽ അത് ഇതാണ് - ആശയങ്ങൾ ഒരിക്കലും തന്നെ കേവലം ആശയങ്ങളല്ല. നമ്മളെന്ത് വിശ്വസിക്കുന്നുവോ അതാണ് നമ്മൾ. നമ്മൾ അന്വേഷിച്ചു നടക്കുന്നത് നമ്മൾ കണ്ടെത്തും. നമ്മൾ പ്രവചിക്കുന്നത് സത്യമായി ഭവിക്കും.

ഇതുംകൊണ്ട് ഞാനെങ്ങോട്ടാണ് നീങ്ങുന്നതെന്ന് ഒരുപക്ഷേ നിങ്ങൾക്ക് മനസ്സിലാകും. മനുഷ്യനെക്കുറിച്ചുള്ള ഒട്ടും ആഹ്ലാദകരമല്ലാത്ത നമ്മുടെ കാഴ്ചപ്പാടും ഒരു നോസെബോയാണ്.

മിക്ക ആളുകളെയും വിശ്വസിക്കാൻ കൊള്ളില്ലെന്ന് നമ്മൾ വിശ്വസിക്കാൻ തുടങ്ങിയാൽ എല്ലാവരുടെയും അനിഷ്ടത്തിന് വഴിവെച്ചുകൊണ്ട് നമ്മൾ പരസ്പരം ആളുകളെ അങ്ങനെയായിരിക്കും കൈകാര്യം ചെയ്യുക. മറ്റുള്ളവരെക്കുറിച്ച് നമുക്കുള്ള കാഴ്ചപ്പാട് പോലെ ലോകത്തെ രൂപപ്പെടുത്താൻ കരുത്തുറ്റ മറ്റൊരാശയവും തന്നെ ഇല്ലെന്ന് പറയാം. കാരണം ആത്യന്തികമായി എന്ത് കിട്ടണമെന്ന് നിങ്ങൾ ആഗ്രഹിക്കുന്നുവോ അതായിരിക്കും നിങ്ങൾക്ക് കിട്ടുക. കാലാവസ്ഥാ പ്രതിസന്ധി മുതൽ പരസ്പരമുള്ള വളർന്നുവരുന്ന അവിശ്വാസംവരെ നമ്മുടെ കാലത്തെ വലിയ പ്രതിസന്ധികളെ നമുക്ക് പരിഹരിക്കണമെന്നുണ്ടെങ്കിൽ അത് തുടങ്ങേണ്ട ഇടം മനുഷ്യസ്വഭാവത്തെക്കുറിച്ചുള്ള നമ്മുടെ കാഴ്ചപ്പാടാണ്.

കൃത്യമായി പറഞ്ഞാൽ ഈ പുസ്തകം ആളുകളുടെ അടിസ്ഥാനപരമായ നന്മയെക്കുറിച്ചുള്ള ഗിരിപ്രഭാഷണമല്ല. തീർച്ചയായും നമ്മളാരും മാലാഖമാരല്ല. ഒരു നല്ല വശവും അത്രയൊന്നും നല്ലതല്ലാത്തൊരു വശവും ചേർന്ന സങ്കീർണ്ണജീവികളാണ് നമ്മൾ. ഇതിൽ ഏതുവശത്തേക്ക് നമ്മൾ തിരിയുന്നു എന്നതാണ് ചോദ്യം.

എന്റെ വാദം ഇത്രമാത്രമാണ്. അതായത്, നമ്മുടെ നല്ലവശത്തിന് കരുത്തുറ്റ രീതിയിൽ നമ്മൾ മുൻഗണന കൊടുക്കുന്നു - പ്രകൃത്യാ, കുട്ടികൾ എന്ന നിലയിൽ, മനുഷ്യവാസമില്ലാത്ത ദ്വീപിൽ, യുദ്ധം പൊട്ടിപ്പുറപ്പെടുമ്പോൾ, പ്രതിസന്ധി വന്ന് പതിക്കുമ്പോൾ എല്ലാം. മനുഷ്യന്റെ ഗുണപരമായ സ്വഭാവവിശേഷം എത്രമാത്രം യഥാർത്ഥമാണ് എന്ന് കാണിക്കാൻ നിരവധി ശാസ്ത്രീയമായ തെളിവുകൾ ഞാൻ അവതരിപ്പിക്കാം. എന്നാൽ, അതേസമയം നമ്മളത് വിശ്വസിക്കാൻ തുടങ്ങിയാൽ അത് കൂടുതൽ യാഥാർത്ഥ്യമാകും എന്നാണ് എന്റെ ബോധ്യം.

ഇന്റർനെറ്റിലൂടെ ഒഴുകിനടക്കുന്ന ഉത്ഭവമറിയാത്ത ഒരു അന്യാപദേശ കഥയുണ്ട്. ലളിതമെങ്കിലും പരമമായ സത്യമെന്ന് ഞാൻ വിശ്വസിക്കുന്ന ഒരു കാര്യം ആ കഥയിലുണ്ട്.

ഒരു വൃദ്ധൻ തന്റെ പേരക്കിടാവിനോട് പറയുകയാണ്: 'എന്റെ ഉള്ളിൽ ഒരു പോരാട്ടം നടക്കുകയാണ്. രണ്ട് ചെന്നായ്ക്കൾ തമ്മിലുള്ള രൂക്ഷമായൊരു പോരാട്ടം. ഒന്ന് തിന്മയാണ് – രോഷം, അത്യാർത്തി, അസൂയ, ധാർഷ്ട്യം, ഭീരുത്വം എന്നിവയോടെ. രണ്ടാമത്തേത് നന്മയാണ് – സമാധാനം, സ്നേഹം, വിനയം, ഉദാരത, സത്യസന്ധത, വിശ്വസ്തത എന്നിവ നിറഞ്ഞത്. നിന്റെയുള്ളിലും ഈ രണ്ട് ചെന്നായ്ക്കൾ കടിപിടി കൂടുന്നുണ്ട്. നിന്റെ മാത്രമല്ല, എല്ലാവരുടെയുള്ളിലും.'

ഒരു നിമിഷത്തിനുശേഷം ആ ആൺകുട്ടി ചോദിക്കുന്നു, 'ഇതിൽ ഏത് ചെന്നായ് ആണ് ജയിക്കുക?'

വൃദ്ധൻ ചിരിച്ചുകൊണ്ട് പറയുകയാണ്.

'ഏതിനാണോ നീ തീറ്റ കൊടുക്കുക അത്.'

3

കഴിഞ്ഞ ഏതാനും വർഷങ്ങൾക്കുള്ളിൽ ഞാൻ എഴുതാൻ തുടങ്ങിയ ഈ പുസ്തകത്തെക്കുറിച്ച് പറഞ്ഞപ്പോഴൊക്കെ ആളുകൾ പുരികം ചുളിച്ചാണ് എന്നെ നോക്കിയത്. അവിശ്വാസം നിറഞ്ഞ മുഖഭാവം. ഒരു ജർമ്മൻ പബ്ലിഷർ ഈ പുസ്തകത്തെക്കുറിച്ച് ഞാൻ പറഞ്ഞപ്പോഴേ ഒറ്റയടിക്കത് തള്ളിക്കളഞ്ഞു. ജർമ്മൻകാർ മനുഷ്യന്റെ സഹജമായ നന്മയിൽ വിശ്വസിക്കുന്നില്ലെന്നാണ് അവർ പറഞ്ഞത്. പാരീസ് ബുദ്ധിജീവി സമൂഹത്തിലെ ഒരംഗം എനിക്ക് ഉറപ്പുതന്നത് ഫ്രഞ്ചുകാർക്ക് സർക്കാറിന്റെ കരുത്തുറ്റ സഹായം വേണമെന്നാണ്. 2016-ലെ പ്രസിഡണ്ട് തിരഞ്ഞെടുപ്പിനുശേഷം ഞാൻ അമേരിക്ക സന്ദർശിച്ചപ്പോൾ ഞാൻ പോയിടത്തെല്ലാം എല്ലാവരും എന്നോട് ചോദിച്ചത് എന്റെ തലയ്ക്ക് വട്ടുണ്ടോ എന്നാണ്.

മിക്കവാറും എല്ലാവരും മാന്യന്മാരാണെന്നോ? ഞാൻ എപ്പോഴെങ്കിലും ടെലിവിഷൻ തുറന്ന് നോക്കിയിട്ടുണ്ടോ?

ഏറെക്കാലം മുമ്പൊന്നുമല്ല, മനുഷ്യർ എത്ര പിടിവാശിയോടെയാണ് നമ്മുടെ സ്വാർത്ഥമനോഭാവത്തെക്കുറിച്ചുള്ള ആശയത്തിൽ അള്ളിപ്പിടിക്കുക എന്ന് രണ്ട് അമേരിക്കൻ മനഃശാസ്ത്രജ്ഞർ നടത്തിയ പഠനം തെളിയിച്ചത്. ഈ ഗവേഷകർ മറ്റുള്ളവർ ചെയ്യുന്ന നന്മ സംബന്ധിച്ച കാര്യങ്ങൾ ചിത്രീകരിക്കുന്ന നിരവധി സാഹചര്യങ്ങളുള്ള വിഷയങ്ങളുമായി പരീക്ഷണം നടത്തി. എന്താണവർ കണ്ടെത്തിയത്? അടിസ്ഥാനപരമായി നമ്മൾ എല്ലായിടത്തും സ്വാർത്ഥത കാണാൻ പരിശീലിക്കപ്പെട്ടവരാണെന്നാണ്.

ഒരു വൃദ്ധനെ റോഡ് മുറിച്ച് കടക്കുന്നതിന് ആരെങ്കിലും സഹായിക്കുന്നത് കണ്ടാൽ?

എന്തൊരു കാട്ടിക്കൂട്ടലാണ്!

വീട് നഷ്ടപ്പെട്ടൊരാൾക്ക് ആരെങ്കിലും പണം കൊടുക്കുന്നത് കണ്ടാൽ?

അത് ആയമ്മയുടെ സ്വന്തം മനസ്സമാധാനത്തിന് വേണ്ടിയാവും.

അപരിചിതരായ ആളുകൾ വീണുകിട്ടിയ പേഴ്സ് തിരിച്ചുകൊടുക്കുന്നതും, അല്ലെങ്കിൽ ഭൂരിഭാഗം ജനങ്ങളും മോഷ്ടിക്കുകയോ ചതിക്കുകയോ ചെയ്യുകയില്ല എന്നതുമായ സത്യങ്ങൾ കൃത്യമായ കണക്ക് സഹിതം ഗവേഷകർ തങ്ങൾ ചോദ്യാവലി നല്കിയ ആളുകൾക്ക് മുന്നിൽ അവതരിപ്പിച്ചിട്ടും അവരിൽ ഭൂരിഭാഗം ആളുകളും മാനവികതയെ അനുകൂല മനോഭാവത്തോടെ കാണാൻ തയ്യാറായില്ല. പകരം, 'നിസ്വാർത്ഥമെന്ന് തോന്നുന്ന കാര്യങ്ങളെല്ലാംതന്നെ ആത്യന്തികമായി സ്വാർത്ഥമായിരിക്കും എന്നാണ് അവർ തീരുമാനിച്ചത്,' എന്ന് ഈ മനഃശാസ്ത്രജ്ഞർ എഴുതി.

ദോഷാനുദർശനം എല്ലാത്തിനേയും സംബന്ധിച്ച ഒരു സിദ്ധാന്തമാണ്. ദോഷൈകദൃക്ക് എല്ലായ്പ്പോഴും ശരിയാണ്.

നിങ്ങളിപ്പോൾ ഇങ്ങനെ ചിന്തിക്കുന്നുണ്ടാവും: ഒരു നിമിഷം നില്ക്കൂ. എന്നെ വളർത്തിയത് അങ്ങനെയല്ല. ഞാൻ ജനിച്ച് വളർന്നിടത്ത് ഞങ്ങൾ പരസ്പരം വിശ്വസിച്ചിരുന്നു. പരസ്പരം സഹായിക്കുകയും വാതിലുകൾ പൂട്ടാതെ ഇടുകയും ചെയ്യാറുണ്ട്. നിങ്ങൾ പറഞ്ഞത് സത്യമാണ്, തൊട്ടടുത്തുനിന്ന് കാണുമ്പോൾ മനുഷ്യർ നല്ലവരാണെന്ന് കരുതാൻ വളരെ എളുപ്പമാണ്. നമ്മുടെ കുടുംബാംഗങ്ങളും സുഹൃത്തുക്കളും, അയൽക്കാരും സഹപ്രവർത്തകരും തുടങ്ങിയവരൊക്കെ.

എന്നാൽ അല്പം ദൂരെമാറി ബാക്കി മനുഷ്യരിലേക്ക് ദൃഷ്ടി തിരിക്കുമ്പോൾ അത് പൊടുന്നനെ സംശയത്തിന് വഴിമാറുന്നു. 1980-കളിൽ സാമൂഹ്യശാസ്ത്രജ്ഞരുടെ ഒരു ശൃംഖല നൂറോളം രാജ്യങ്ങളിൽ നടത്തിയ വേൾഡ് വാല്യൂസ് സർവ്വേ നോക്കുക. അതിലെ ഒരു പതിവ് ചോദ്യം ഇതാണ്: 'പൊതുവെ പറഞ്ഞാൽ ഭൂരിഭാഗം ആളുകളെയും വിശ്വസിക്കാവുന്നതാണെന്ന് നിങ്ങൾ പറയുമോ, അതോ ആളുകളുമായി ഇടപെടുമ്പോൾ വളരെ ശ്രദ്ധകാണിക്കേണ്ടതുണ്ടെന്ന് തോന്നുന്നുണ്ടോ?

എന്നാൽ ഇതിന്റെ ഫലം തീർത്തും നിരാശപ്പെടുത്തുന്നതായിരുന്നു. ഒരുവിധം എല്ലാ രാജ്യങ്ങളിലുമതെ, മിക്ക ആളുകളും കരുതുന്നത് മനുഷ്യരെ വിശ്വസിക്കാൻ കൊള്ളില്ലെന്നാണ്. ഫ്രാൻസ്, ജർമ്മനി, ഗ്രേറ്റ് ബ്രിട്ടൺ, അമേരിക്ക തുടങ്ങി വലിയ ജനാധിപത്യരാജ്യങ്ങളിൽപോലും ഭൂരിഭാഗം ആളുകളും സഹജീവികളെക്കുറിച്ചുള്ള ഈ മോശം കാഴ്ചപ്പാടാണ് പങ്കുവയ്ക്കുന്നത്.

ഏറെക്കാലമായി എന്നെ ആകർഷിച്ചൊരു ചോദ്യം എന്തുകൊണ്ടാണ് നമ്മൾ മനുഷ്യവർഗ്ഗത്തെക്കുറിച്ച് ഇത്രയും നിഷേധാത്മകമായൊരു കാഴ്ചപ്പാട് വച്ചുപുലർത്തുന്നത് എന്നാണ്. നമ്മളോട് അടുത്തുകിടക്കുന്ന ജനസമൂഹത്തെ വിശ്വസിക്കണം എന്നതാണ് നമ്മുടെ സഹജാവബോധം എന്നിരിക്കെ ആളുകളെ മൊത്തത്തിൽ എടുക്കുമ്പോൾ നമ്മുടെ ഈ മനോഭാവത്തിൽ എന്തുകൊണ്ടാണ് മാറ്റംവരുന്നത്? എന്തുകൊണ്ടാണ് ഒരുപാട് നിയമങ്ങളും നിയന്ത്രണങ്ങളും, അതുപോലെ നിരവധി കമ്പനികളും സ്ഥാപനങ്ങളും ആളുകളെ വിശ്വസിക്കാൻ കൊള്ളില്ലെന്ന അനുമാനത്തോടെ തുടങ്ങുന്നത്? നമ്മൾ A ഗ്രഹത്തിൽ ആണ് വസിക്കുന്നതെന്ന് ശാസ്ത്രം നമ്മളോട് നിരന്തരമായി പറയുമ്പോഴും നമ്മളെന്തുകൊണ്ടാണ് B ഗ്രഹത്തിലാണ് നമ്മൾ ജീവിക്കുന്നതെന്ന് ആവർത്തിച്ച് വിശ്വസിക്കുന്നത്?

വിദ്യാഭ്യാസത്തിന്റെ അപര്യാപ്തതയാണോ? ഒരിക്കലുമല്ല. ഈ പുസ്തകത്തിൽ ഞാൻ മനുഷ്യന്റെ അധാർമ്മികതയിൽ ഉറച്ച് വിശ്വസിക്കുന്ന ഡസൻ കണക്കിനു ബുദ്ധിജീവികളെ അവതരിപ്പിക്കാം. രാഷ്ട്രീയ വിശ്വാസം? അതുമല്ല. പല മതങ്ങളും മനുഷ്യർ പാപത്തിൽ മുങ്ങിക്കിടക്കുകയാണെന്നത് വിശ്വാസത്തിന്റെ ഒരു തത്വപ്രമാണമായി എടുത്തിട്ടുണ്ട്. പല ക്യാപിറ്റലിസ്റ്റുകളും കരുതുന്നത് നമ്മളെയെല്ലാം പ്രചോദിപ്പിക്കുന്നത് സ്വാർത്ഥതാല്പര്യമാണ് എന്നാണ്. പല പരിസ്ഥിതിവാദികളും മനുഷ്യനെ കാണുന്നത് ഭൂമുഖത്തെ വിനാശകാരിയായ മഹാമാരിയായാണ്. ആയിരക്കണക്കിന് അഭിപ്രായങ്ങൾ; എന്നാൽ മനുഷ്യസ്വഭാവത്തെ കുറിച്ച് ഒരൊറ്റ നിലപാട്.

ഇതെന്നെ അത്ഭുതപ്പെടുത്തി. നമ്മൾ എന്തുകൊണ്ടാണ് മനുഷ്യർ ചീത്തയാണെന്നു സങ്കൽപ്പിക്കുന്നത്? എന്താണ് നമ്മളെ നമ്മുടെ കുലത്തിന്റെ ദുഷ്ടസ്വഭാവത്തിൽ വിശ്വസിച്ചുതുടങ്ങാൻ പ്രേരിപ്പിക്കുന്നത്?

ഒരു നിമിഷം, വിപണിയിൽ ഒരു ലഹരിമരുന്ന് എത്തുന്നു എന്ന് സങ്കല്പിക്കുക. അതിഭീകരമാംവിധം ലഹരിയോട് ആസക്തിയുണ്ടാക്കുന്ന ഇത് പെട്ടെന്നുതന്നെ എല്ലാവരെയും അതിന്റെ ചൂണ്ടയിൽ കുരുക്കുന്നു. ശാസ്ത്രജ്ഞർ അന്വേഷണം തുടങ്ങുകയും താമസിയാതെ ഒരു നിഗമനത്തിലെത്തുകയും ചെയ്യുന്നു. അതിങ്ങനെയാണ്, 'അപകടസാധ്യതകളെക്കുറിച്ച് തെറ്റായ ബോധം, ഉത്കണ്ഠ, മോശം മനോനില, ഗ്രാഹ്യമായ നിസ്സഹായത, മറ്റുള്ളവരോട് പുച്ഛവും വൈരവും, പിന്നെ പ്രതികരണരാഹിത്യവും.'

നമ്മൾ ഈ ലഹരി മരുന്ന് ഉപയോഗിക്കുമോ? ഇത് പരീക്ഷിച്ചുനോക്കാൻ നമ്മൾ നമ്മളുടെ കുഞ്ഞുങ്ങളെ അനുവദിക്കുമോ? ഗവൺമെന്റ് ഇതിന് നിയമസാധുത നല്കുമോ? ഈ ചോദ്യങ്ങൾക്കെല്ലാം ഉള്ള ഉത്തരം 'അതെ' എന്നാണ്. കാരണം, ഞാൻ പറയുന്ന സംഗതി നമ്മുടെ കാലത്തെ ഏറ്റവും വലിയ ആസക്തിയായി മാറിക്കഴിഞ്ഞിരിക്കുന്നു. നമ്മൾ നിത്യവും ഉപയോഗിക്കുന്ന ഒരു ലഹരി മരുന്ന്, വളരെ വില കുറച്ചും നമ്മുടെ കുഞ്ഞുങ്ങൾക്കിടയിൽ വൻതോതിൽ വിതരണം ചെയ്യപ്പെടുന്നതുമായ ഒന്ന്.

ആ ലഹരിമരുന്ന് വാർത്തയാണ്.

നിങ്ങളുടെ വളർച്ചക്ക് വാർത്ത നല്ലതാണെന്ന് വിശ്വസിക്കാൻ പഠിച്ചുകൊണ്ടാണ് ഞാൻ വളർന്നത്. അതായത്, സമൂഹത്തിൽ ഇടപെടുന്ന ഒരു പൗരനെന്ന നിലയിൽ ദിവസവും പത്രം വായിക്കുന്നതും സായാഹ്ന വാർത്ത കേൾക്കുന്നതും നിങ്ങളുടെ ഉത്തരവാദിത്തമാണെന്ന്. നമ്മൾ കൂടുതൽ വാർത്ത പിന്തുടരുന്തോറും നമുക്ക് കൂടുതൽ വിവരം ലഭിക്കുമെന്നും നമ്മുടെ ജനാധിപത്യം കൂടുതൽ ആരോഗ്യപൂർണ്ണമാവുമെന്നും. ഇതുതന്നെയാണ് ഇപ്പോഴും നിരവധി രക്ഷിതാക്കൾ തങ്ങളുടെ കുഞ്ഞുങ്ങളോട് പറയുന്നത്, എന്നാൽ ശാസ്ത്രജ്ഞന്മാർ എത്തുന്നത് തീർത്തും വ്യത്യസ്തമായൊരു നിഗമനത്തിലാണ്. ഡസൻ കണക്കിന് ഗവേഷണപഠനങ്ങൾ അനുസരിച്ച് വാർത്ത ഒരു മാനസികാരോഗ്യ വിപത്താണ്.

1990-കളിൽ ഈ ഗവേഷണ ശാഖ തുറന്നിട്ടത് ജോർജ് ഗെർഭ്നർ (1919-2005) ആണ്. താൻ കണ്ടെത്തിയ ഈ പ്രതിഭാസത്തെ വിവരിക്കുന്നതിനായി അദ്ദേഹം ഒരു പ്രയോഗവും കണ്ടെത്തി: Mean world syndrome (ഹീന ലോക രോഗലക്ഷണം). ദോഷാനുദർശനം, മനുഷ്യവിദ്വേഷം, അശുഭ

പ്രതീക്ഷ തുടങ്ങിയവയാണ് ഇതിന്റെ ലക്ഷണങ്ങൾ. വാർത്ത നിരന്തരം പിന്തുടരുന്നവർ, 'മിക്ക ആളുകൾക്കും അവനവനെക്കുറിച്ച് മാത്രമെ ചിന്തയുള്ളൂ' തുടങ്ങിയ പ്രസ്താവനകളോട് യോജിക്കാനുള്ള സാധ്യത കൂടുതലാണ്. ലോകത്തെ നേരെയാക്കുന്ന കാര്യത്തിൽ വ്യക്തികളെന്ന നിലയിൽ നമ്മൾ നിസ്സഹായരാണെന്ന് അവർ പലപ്പോഴും വിശ്വസിക്കുന്നു. അവർ കൂടുതൽ മാനസിക സമ്മർദ്ദമുള്ളവരും വിഷാദഭരിതരുമാകാൻ സാധ്യത കൂടുതലാണ്.

ഏതാനും വർഷങ്ങൾക്കുമുമ്പ് മുപ്പത് രാജ്യങ്ങളിലെ ആളുകളോട് ലളിതമായൊരു ചോദ്യം ചോദിച്ചു. 'മൊത്തത്തിൽ ലോകം നന്നാവുകയാണോ, പഴയപടി തുടരുകയാണോ അതോ മോശമായിക്കൊണ്ടിരിക്കുകയാണോ, നിങ്ങൾക്കെന്ത് തോന്നുന്നു?' എല്ലാ രാജ്യത്തുമതേ, റഷ്യതൊട്ട് കാനഡവരെയും മെക്സിക്കോതൊട്ട് ഹംഗറിവരെയും ഭൂരിഭാഗം ആളുകളും ഉത്തരം നല്കിയത് ലോകം മോശമായിക്കൊണ്ടിരിക്കുകയാണ് എന്നാണ്. എന്നാൽ വാസ്തവം നേരേമറിച്ചാണ്. കഴിഞ്ഞ കുറെ ദശാബ്ദങ്ങളായി കൊടിയ ദാരിദ്ര്യവും യുദ്ധക്കെടുതിക്ക് ഇരയായവരുടെ എണ്ണവും ശിശുമരണനിരക്കും കുറ്റകൃത്യങ്ങളും പട്ടിണിയും ബാലവേലയും പ്രകൃതിദുരന്തങ്ങളിൽ ഉണ്ടാകുന്ന മരണവും, പിന്നെ വിമാനാപകടങ്ങൾപോലും കുത്തനെ കുറഞ്ഞിട്ടുണ്ട്. നമ്മൾ ഏറ്റവും സമ്പന്നവും സുരക്ഷിതവും ആരോഗ്യപൂർണ്ണവുമായൊരു കാലത്തിലാണ് ജീവിക്കുന്നത്.

എന്നിട്ടുമെന്താണ് നമ്മൾ ഇത് മനസ്സിലാക്കാത്തത്? കാര്യം വളരെ ലളിതമാണ്. കാരണം വാർത്ത എല്ലായ്പ്പോഴും അസാധാരണത്വത്തെക്കുറിച്ചാണ്. ഒരു സംഭവവികാസം - അതൊരു ഭീകരാക്രമണമാവട്ടെ, കലാപപൂർണ്ണമായ ജനമുന്നേറ്റമാവട്ടെ, പ്രകൃതിദുരന്തമാവട്ടെ - എത്രമാത്രം അസാധാരണമാകുന്നുവോ അത്രമാത്രം അതിന്റെ വാർത്താമൂല്യം കൂടും. 'ഇന്നലെ മുതൽ കൊടുംദാരിദ്ര്യത്തിൽ കഴിയുന്നവരുടെ എണ്ണം 1,37,000 കുറഞ്ഞു'വെന്ന് ഒരു വാർത്തയുടെ തലക്കെട്ടിലും നിങ്ങൾ കാണില്ല, വാസ്തവത്തിൽ കഴിഞ്ഞ ഇരുപത്തിയഞ്ച് വർഷമായി എല്ലാ ദിവസവും കൃത്യമായി റിപ്പോർട്ട് ചെയ്യപ്പെട്ടേക്കാമായിരുന്ന ഒരു വാർത്തയാണ് ഇത് എന്നാലും. അതുപോലെതന്നെ, 'ഇന്നുമതെ ഇവിടെ യുദ്ധത്തിന്റെ ഒരു ലാഞ്ഛനയുമില്ലാത്ത ഏതോ ഒരിടത്താണ് ഞാൻ നില്ക്കുന്നത്' എന്നു പറയുന്ന ഒരു റിപ്പോർട്ടറുടെ അടുത്തേക്ക് ഒരു പ്രക്ഷേപകനും പോകുന്നത് നിങ്ങൾ കാണില്ല.

ഏതാനും വർഷങ്ങൾക്കുമുമ്പ് ഒരു സംഘം സാമൂഹ്യശാസ്ത്രജ്ഞർ മാധ്യമങ്ങൾ എങ്ങനെയാണ് വിമാനാപകടങ്ങൾ റിപ്പോർട്ട് ചെയ്യുന്നതെന്ന് വിശകലനം ചെയ്തു. 1991-നും 2005-നുമിടയിൽ വിമാനാപകടങ്ങളുടെ എണ്ണം ഗണ്യമായി കുറഞ്ഞപ്പോൾ അത്തരം അപകടങ്ങളിലുള്ള മാധ്യമശ്രദ്ധ ക്രമാനുക്രമമായി വർദ്ധിച്ചുവരുന്നുവെന്ന് അവർ കണ്ടെത്തി. നിങ്ങൾ പ്രതീക്ഷിക്കാവുന്നതുപോലെത്തന്നെ, കൂടുതൽ സുരക്ഷിതമായി കൊണ്ടിരിക്കുന്ന ഈ വിമാനങ്ങളിൽ പറക്കുന്നതിന് ജനങ്ങളുടെ ഭയം കൂടിക്കൂടി വന്നു.

മറ്റൊരു പഠനത്തിൽ ഒരു സംഘം മാധ്യമഗവേഷകർ കുടിയേറ്റം, കുറ്റകൃത്യങ്ങൾ, ഭീകരവാദം എന്നിവയ്ക്ക് എന്തെങ്കിലും സവിശേഷ ഘടനയുണ്ടോ എന്നറിയുന്നതിനായി ഈ വിഷയങ്ങളിലുള്ള ഏകദേശം നാല് ദശലക്ഷം വാർത്തകളുടെ ഒരു ഡാറ്റാബേയ്സ് ഉണ്ടാക്കി. അവർ കണ്ടെത്തിയത് എന്താണെന്നുവച്ചാൽ കുടിയേറ്റമോ കലാപമോ കുറയുമ്പോൾ

പത്രമാധ്യമങ്ങൾ അതിനെക്കുറിച്ച് കൂടുതൽ പറയും എന്നാണ്. 'അതിനാൽ വാർത്തയും യാഥാർത്ഥ്യവും തമ്മിൽ യാതൊരു ബന്ധവും ഉള്ളതായി തോന്നുന്നില്ലെന്നും ഉണ്ടെങ്കിൽ തന്നെ അത് ഒരു നിഷേധാത്മക ബന്ധമാണെന്നും' ആയിരുന്നു അവരുടെ നിഗമനം.

തീർച്ചയായും 'വാർത്ത' എന്നതുകൊണ്ട് മൊത്തം പത്രപ്രവർത്തനം എന്ന് ഞാൻ അർത്ഥമാക്കുന്നില്ല. പത്രപ്രവർത്തനത്തിന്റെ പല രൂപങ്ങളും ലോകത്തെ മെച്ചപ്പെട്ട രീതിയിൽ മനസ്സിലാക്കുന്നതിന് നമ്മളെ സഹായിക്കുന്നു. എന്നാൽ ഏറ്റവും സർവ്വസാധാരണമായിട്ടുള്ളത് വാർത്തയാണ് - ഇതുകൊണ്ട് ഞാൻ ഉദ്ദേശിക്കുന്നത് ആനുഷംഗികവും കോളിളക്കം സൃഷ്ടിച്ചതുമായ സംഭവവികാസങ്ങളിൽ സമീപകാലത്തുണ്ടായ റിപ്പോർട്ടിങ്ങാണ്. പാശ്ചാത്യരാജ്യങ്ങളിൽ, പ്രായപൂർത്തിയായവരിൽ പത്തിൽ എട്ടുപേരും നിത്യവാർത്തയുടെ ഉപയോക്താക്കളാണ്. ശരാശരി നമ്മളൊരു ദിവസം വാർത്തയ്ക്കുവേണ്ടി ഒരുമണിക്കൂർ ചിലവഴിക്കുന്നു. ഇത് ചേർത്തുവെച്ചാൽ ഒരായുഷ്ക്കാലംകൊണ്ട് ഏകദേശം മൂന്നുവർഷം വരും. നമ്മൾ മനുഷ്യർ എന്തുകൊണ്ടാണ് വാർത്തയുടെ ഇരുളിനും അശുഭപ്രതീക്ഷയ്ക്കും വശംവദരാകുന്നത്? രണ്ട് കാരണങ്ങളുണ്ട്. ഇതിൽ ആദ്യത്തേത് മനഃശാസ്ത്രജ്ഞർ പറയുന്ന നിഷേധാത്മക പക്ഷപാതം (negativity bias) ആണ്. അതായത് നല്ല കാര്യങ്ങളേക്കാൾ അധികം ചീത്തക്കാര്യങ്ങളോടാണ് നമ്മൾ സമഞ്ജസപ്പെടുന്നത്. പണ്ടുകാലത്ത്, വേട്ടയാടി ഇരപിടിച്ചിരുന്ന നാളുകളിൽ ഇന്നത്തേതിന്റെ നൂറിരട്ടി ചിലന്തികളെയും പാമ്പുകളെയും കണ്ട് ഭയന്നിരിക്കാം. ഒരുപാട് ഭയം നിങ്ങളെ കൊല്ലില്ല; എന്നാൽ തീരെക്കുറഞ്ഞാൽ അങ്ങനെ ഉണ്ടാവാം താനും.

രണ്ടാമതായി നമ്മൾ ലഭ്യതാ പക്ഷപാതത്തിന്റെ (availability bias) ഭാരവും കൂടി ചുമക്കുന്നുണ്ട്. ഒരു കാര്യം നല്കുന്നതിനെക്കുറിച്ചുള്ള ഉദാഹരണം നമുക്ക് പെട്ടെന്ന് ഓർത്തെടുക്കാൻ കഴിയുമെങ്കിൽ അത് താരതമ്യേന സർവ്വസാധാരണമായ കാര്യമാണെന്ന നിഗമനത്തിലാണ് നമ്മളെത്തിച്ചേരുന്നത്. വാസ്തവമെന്താണെന്നുവച്ചാൽ വിമാനദുരന്തങ്ങളെക്കുറിച്ചും കുട്ടികളെ തട്ടിക്കൊണ്ടുപോകുന്നതിനെക്കുറിച്ചും ശിരച്ഛേദത്തെക്കുറിച്ചുമെല്ലാം നമ്മുടെ ഓർമ്മയിൽ അടിഞ്ഞുകൂടാൻ സാധ്യതയുള്ള ഭീകരമായ കഥകൾ ലോകത്തെക്കുറിച്ചുള്ള നമ്മുടെ കാഴ്ചപ്പാട് വക്രീകരിക്കും എന്നതാണ്. ലബനീസ് സ്റ്റാറ്റിസ്റ്റീഷ്യനായ നാസിം നിക്കോളാസ് തലേബ് പറഞ്ഞതുപോലെ നമ്മൾ വാർത്താമാധ്യമങ്ങൾക്കുമുന്നിൽ വെളിപ്പെടാൻ മാത്രം വിവേകമതികളല്ല.

ഈ ഡിജിറ്റൽ യുഗത്തിൽ നമുക്ക് നൽകിക്കൊണ്ടിരിക്കുന്ന വാർത്ത കൂടുതൽ തീവ്രമായി വരികയാണ്. പണ്ടുകാലത്തൊന്നും പത്രക്കാർക്ക് തങ്ങളുടെ വായനക്കാരെക്കുറിച്ച് വ്യക്തിതലത്തിൽ അധികമൊന്നും അറിയില്ലായിരുന്നു. അവർ ജനസാമാന്യത്തിനുവേണ്ടിയാണ് എഴുതിയത്. എന്നാൽ ഫെയ്സ്ബുക്ക്, ടിറ്റർ, ഗൂഗിൾ എന്നിവയ്ക്ക് പിന്നിലുള്ളവർക്ക് നിങ്ങളെ നന്നായറിയാം. നിങ്ങളെ ഞെട്ടിക്കുന്നതും പേടിപ്പെടുത്തുന്നതും എന്താണെന്ന് അവർക്കറിയാം, നിങ്ങളുടെ താല്പര്യമുണർത്തുന്നത് എന്താണെന്ന് അവർക്കറിയാം. നിങ്ങളുടെ ശ്രദ്ധ പിടിച്ചുപറ്റാനും അത് നിലനിർത്താനും അങ്ങനെ നിങ്ങൾക്കുവേണ്ടി വ്യക്തിപരമായി തയ്യാറാക്കിയ ഏറ്റവും ലാഭകരമായ പരസ്യങ്ങൾ തന്ന് നിങ്ങളെ സേവിക്കാനും അവർക്ക് അറിയാം.

ആധുനികകാലത്തെ ഈ മാധ്യമോന്മാദം തീർത്തും സാധാരണമായ കാര്യങ്ങളിന്മേൽ ഉള്ള കയ്യേറ്റത്തിൽ കുറഞ്ഞ് ഒന്നുമല്ല. കാരണം, സത്യസന്ധമായി പറഞ്ഞാൽ മിക്ക ആളുകളുടെയും ജീവിതം കൃത്യമായി പ്രവചിക്കാവുന്നതേയുള്ളൂ. സുഖകരമെങ്കിലും മടുപ്പുളവാക്കുന്നത്. അതിനാൽ മടുപ്പുളവാക്കുന്ന ജീവിതമുള്ള അയൽക്കാരുണ്ടാവുന്നതിന് നമ്മൾ മുൻഗണന കൊടുക്കുമ്പോഴും (മിക്കവാറും എല്ലാ അയൽക്കാരും അതിന് യോഗ്യരാണല്ലോ) ഈ 'മടുപ്പ്' നിങ്ങളെ ജാഗരൂകമാക്കുകയോ കാര്യങ്ങൾ ശ്രദ്ധിക്കാൻ പ്രേരിപ്പിക്കുകയോ ചെയ്യില്ല. 'നല്ലത്'കൊണ്ട് പരസ്യം വിൽക്കാനാവില്ല. അതിനാൽ സിലിക്കൺ വാലി എല്ലായ്പ്പോഴും കൂടുതൽ കൂടുതൽ ഉദ്വേഗജനകമായ തീറ്റകൾ (Clickbait: ഒരു പ്രത്യേക വെബ്പേജിലേക്കുള്ള ലിങ്കിൽ ക്ലിക്കുചെയ്യുന്നതിന് ആളുകളുടെ ശ്രദ്ധ ആകർഷിക്കുന്നതു ലക്ഷ്യംവെച്ചുള്ള ഉള്ളടക്കം) നമുക്ക് മുന്നിൽ വിളമ്പുന്നു. സ്വിസ് നോവലിസ്റ്റ് റോൾഫ് ഡോബെല്ലി ഒരിക്കൽ പറഞ്ഞപോലെ 'ശരീരത്തിന് പഞ്ചസാര എന്നപോലെയാണ് മനസ്സിന് വാർത്ത' എന്നറിഞ്ഞുകൊണ്ടാണിത്.

ഏതാനും വർഷങ്ങൾക്കുമുമ്പ് ഞാൻ ഒരു മാറ്റംവരുത്താൻ തീരുമാനിച്ചു. പ്രാതൽ കഴിക്കുന്ന സമയത്ത് വാർത്ത കാണില്ലെന്നും ഫോണിലൂടെ കണ്ണോടിക്കില്ലെന്നും. ഇനിമുതൽ ഞാൻ നല്ല പുസ്തകങ്ങൾ കണ്ടെത്താൻ ശ്രമിക്കും. ചരിത്രത്തെക്കുറിച്ച്, മനഃശാസ്ത്രത്തെക്കുറിച്ച്, തത്ത്വശാസ്ത്രത്തെക്കുറിച്ച്.

എന്നാൽ വളരെ പെട്ടെന്നുതന്നെ തീർത്തും പരിചിതമായ ഒരു കാര്യം ഞാൻ കണ്ടെത്തി. മിക്ക പുസ്തകങ്ങളും അനിതരസാധാരണമായ കാര്യങ്ങളെക്കുറിച്ചായിരുന്നു. ചരിത്രത്തെക്കുറിച്ചുള്ള ഏറ്റവും നല്ല ബെസ്റ്റ് സെല്ലറുകളെല്ലാം തന്നെ എല്ലായ്പ്പോഴും മഹാവിപത്തുകളെയും കഷ്ടകാലങ്ങളെയും കുറിച്ചും ദുർഭരണത്തെയും അടിച്ചമർത്തലിനെയും കുറിച്ചുമായിരുന്നു. യുദ്ധത്തെക്കുറിച്ച്, പിന്നെ കാര്യങ്ങൾക്ക് ഇത്തിരി പൊടിപ്പും തൊങ്ങലും നൽകാൻ വീണ്ടും ഇത്തിരി യുദ്ധം. ഇനി അഥവാ യുദ്ധമില്ലെങ്കിൽ പിന്നെ നമ്മൾ ജീവിക്കുന്നത് യുദ്ധങ്ങൾക്കിടയിലുള്ള ഇടവേളയിലാണ്, ചരിത്രകാരന്റെ ഭാഷയിൽ പറഞ്ഞാൽ interbellum.

ശാസ്ത്രത്തിലുമതേ, മനുഷ്യവംശം ചീത്തയാണെന്ന കാഴ്ചപ്പാട് ദശകങ്ങളായി നിലനിൽക്കുന്നതാണ്. മനുഷ്യസ്വഭാവം സംബന്ധിച്ച പുസ്തകങ്ങളൊന്നു നോക്കൂ. Demonic Males, The Selfish Gene, The Murderer Next Door എന്നിങ്ങനെയുള്ള തലക്കെട്ടുകളാണ് കാണുക. ബയോളജിസ്റ്റുകളാണ് ഏറെക്കാലം പരിണാമം സംബന്ധിച്ച ഏറ്റവും മ്ലാനമായ സിദ്ധാന്തംകൊണ്ടു നടന്നത്. ഒരു മൃഗം എന്തെങ്കിലും നല്ല കാര്യം ചെയ്യുന്നത് കണ്ടാലും അവരതിനെ സ്വാർത്ഥതയായി ചിത്രീകരിച്ചു. കുടുംബബന്ധം? സ്വജനപക്ഷപാതം! പഴം തൊലി പൊളിക്കുന്ന കുരങ്ങൻ? ഇരന്നുണ്ണുന്നവന്റെ ചൂഷണം. ഒരു അമേരിക്കൻ ജീവശാസ്ത്രജ്ഞൻ പരിഹാസരൂപേണ പറഞ്ഞതുപോലെ, "സഹകരണം എന്ന് കരുതുന്നത് അവസരവാദത്തിന്റെയും ചൂഷണത്തിന്റെയും ഒരു മിശ്രിതമാണെന്ന് മനസ്സിലാവുന്നു. [...] ഒരു 'ത്യാഗശീലനെ' മാന്തിനോക്കിയാൽ ഒരു 'കപടനാട്യക്കാരന്റെ' ചോരപൊടിയുന്നത് കാണാം."

സാമ്പത്തികശാസ്ത്രത്തിലോ? ഏതാണ്ട് ഇതൊക്കെത്തന്നെയാണ് സ്ഥിതി. സാമ്പത്തിക ശാസ്ത്രജ്ഞർ നമ്മുടെ വംശത്തെ ഹോമോ ഇക്ക

ണോമിക്കസ് (homo economicus) എന്നാണ് നിർവ്വചിച്ചത്. അതായത്, എല്ലായ്പ്പോഴും വ്യക്തിപരമായ നേട്ടം ലാക്കാക്കുന്ന സ്വാർത്ഥമതികളെപ്പോലെ, കണക്ക് കൂട്ടി നീങ്ങുന്ന യന്ത്രമനുഷ്യരെപ്പോലെ. മനുഷ്യപ്രകൃതിയെ കുറിച്ചുള്ള ഈ ധാരണയ്ക്കുമേൽ സാമ്പത്തികശാസ്ത്രജ്ഞർ സിദ്ധാന്തങ്ങളുടെയും മാതൃകകളുടെയും മഹാസൗധങ്ങൾ പണിയുകയും അത് നിരവധി നിയമനിർമ്മാണങ്ങളെക്കുറിച്ച് പറയുകയും ചെയ്തു.

എന്നാൽ വാസ്തവത്തിൽ ഹോമോ ഇക്കണോമിക്കസ് ഉണ്ടായിരുന്നോ എന്ന് ആരും ഗവേഷണം ചെയ്തില്ല. സാമ്പത്തികശാസ്ത്രജ്ഞനായ ജോസഫ് ഹെൻറിക്കും അദ്ദേഹത്തിന്റെ സംഘവും 2000-ൽ ഈ ദൗത്യം ഏറ്റെടുക്കുന്നതുവരേക്കും. അഞ്ച് വൻകരകളിലായി പന്ത്രണ്ട് രാജ്യങ്ങളിലുള്ള പതിനഞ്ച് മനുഷ്യസമൂഹങ്ങളെ സന്ദർശിച്ച് അവർ കർഷകർക്കിടയിലും നാടോടികൾക്കും വേട്ടയാടിപ്പിടിച്ച് ജീവിക്കുന്നവർക്കുമിടയിലും പരീക്ഷണം നടത്തി; ദശകങ്ങളായി സാമ്പത്തിക സിദ്ധാന്തങ്ങളെ നയിച്ച മനുഷ്യപൂർവ്വികരും മനുഷ്യരുമടങ്ങുന്ന ഈ വംശത്തിന്റെ (hominid) അന്വേഷണത്തിനായി. പക്ഷേ, ഒരുകാര്യവുമുണ്ടായില്ല. എല്ലാ തവണയും പരീക്ഷണ ഫലം കാണിച്ചത് ആളുകൾ വളരെ മാന്യന്മാരാണെന്നാണ്. ദയാലുക്കളാണെന്നാണ്.

ഏറെ സ്വാധീനശക്തിയുള്ള ഈ കണ്ടെത്തലുകൾ പ്രസിദ്ധീകരിച്ചതിന് ശേഷം ഹെൻറിക്ക്, നിരവധി സാമ്പത്തിക ശാസ്ത്രജ്ഞർ തങ്ങളുടെ സിദ്ധാന്തങ്ങൾ നെയ്തെടുത്ത ഈ കല്പിതകഥാജീവിയെക്കുറിച്ചുള്ള അന്വേഷണം തുടർന്നു. അവസാനം അദ്ദേഹം അവനെ കണ്ടെത്തി. ചോരയും നീരുമുള്ള ഹോമോ ഇക്കണോമിക്കസ്. ഹോമോ എന്നത് ഇതിനെ വിശേഷിപ്പിക്കാനുള്ള ശരിയായ പദം അല്ലെങ്കിൽ കൂടി. ഹോമോ ഇക്കണോമിക്കസ് ഒരു മനുഷ്യനല്ലെന്നും ഒരു ചിമ്പാൻസിയാണെന്നും മനസ്സിലായി. ‘ഹോമോ ഇക്കണോമിക്കസ് മാതൃകയെക്കുറിച്ചുള്ള പ്രാമാണിക പ്രവചനങ്ങൾ ചിമ്പാൻസികളുടെ സ്വഭാവം പ്രവചിക്കുന്നതിനുള്ള ലളിതമായ പരീക്ഷണങ്ങളിൽ ഏറെ വിജയകരമായിരുന്നു. അതിനാൽ ഈ സൈദ്ധാന്തിക പ്രവർത്തനങ്ങളൊന്നും പാഴായിരുന്നില്ല. പക്ഷേ, അത് പ്രയോഗിച്ചത് തെറ്റായ വംശത്തിന്മേലായിരുന്നു എന്നുമാത്രം,’ എന്ന് ഹെൻറിക്ക് നിർവ്വികാരമായി കുറിച്ചിട്ടു.

അത്ര രസകരമല്ലാത്തൊരു കാര്യം മനുഷ്യസ്വഭാവത്തെക്കുറിച്ചുള്ള ഈ ഇരുണ്ട കാഴ്ചപ്പാട് ദശകങ്ങളായി ഒരു നോസെബോ ആയി പ്രവർത്തിച്ചു എന്നതാണ്. 1990-കളിൽ സാമ്പത്തികശാസ്ത്ര പ്രൊഫസറായ റോബർട്ട് ഫ്രാങ്ക് മനുഷ്യരെ ആത്യന്തികമായി ദുരഭിമാനികളായി കാണുന്നത് തന്റെ വിദ്യാർത്ഥികളെ എങ്ങനെയാണ് ബാധിക്കുക എന്ന് അത്ഭുതംകൂറി. അവരുടെ ഉദാരമനസ്കത അളക്കുന്നതിനായി രൂപകല്പന ചെയ്ത നിരവധി പാഠ്യപ്രവർത്തനങ്ങൾ അദ്ദേഹം അവർക്കു നല്കി. കണ്ടെത്തലെന്തായിരുന്നു? സാമ്പത്തികശാസ്ത്രം കൂടുതൽ കൂടുതൽ പഠിക്കുന്തോറും അവർ കൂടുതൽ കൂടുതൽ സ്വാർത്ഥമതികളായി മാറി. ‘നമ്മൾ പഠിപ്പിക്കുന്നതെന്തോ, നമ്മളതായി മാറും,’ ഫ്രാങ്ക് ഉപസംഹരിച്ചു.

മനുഷ്യർ സ്വാഭാവികമായും സ്വാർത്ഥരാണെന്ന പ്രമാണത്തിന് പാശ്ചാത്യ സഭാചട്ടങ്ങളിൽ പരിപാവനത കല്പിച്ച ഒരു പൈതൃകമുണ്ട്. തൂസിഡൈഡ്സ്, അഗസ്റ്റിൻ, മാക്കെവെല്ലി, ഹോബ്സ്, ലൂഥർ, കാൽവിൻ, ബർക്ക്,

ബെന്താം, നീഷെ, ഫ്രോയ്ഡ്, അമേരിക്കയുടെ സ്ഥാപകപിതാക്കൾ തുടങ്ങി മഹാന്മാരായ എല്ലാ ചിന്തകർക്കും സംസ്ക്കാരത്തെക്കുറിച്ചുള്ള നേർമ്മച്ചീൾ സിദ്ധാന്തത്തിന് തങ്ങളുടേതായ വ്യാഖ്യാനമുണ്ടായിരുന്നു. അവരെല്ലാം അനുമാനിച്ചത് നമ്മൾ B ഗ്രഹത്തിൽ ജീവിക്കുന്നു എന്നാണ്.

അശുഭകരമായ ഈ കാഴ്ചപ്പാട് പ്രാചീന ഗ്രീക്ക് സമൂഹത്തിനിടയിൽ എന്നേ പ്രചരിപ്പിക്കപ്പെട്ട ഒന്നാണ്. 427 BCE-ൽ ഗ്രീക്ക് ദ്വീപായ കോഴ്സിറ യിൽ ആഭ്യന്തരയുദ്ധം പൊട്ടിപ്പുറപ്പെട്ടതിനെക്കുറിച്ച് ആദ്യകാല ചരിത്രകാര ന്മാരിൽ ഒരാളായ തൂസിഡൈഡ്സ് വിശദീകരിക്കുന്നതിങ്ങനെ. 'പരിഷ്കൃത ജീവിതത്തിന്റെ സാധാരണ പതിവുകളെല്ലാം ആകെ അലങ്കോലപ്പെട്ടപ്പോൾ, നിയമം നിലനില്ക്കുന്നുണ്ടെങ്കിൽപോലും മറ്റുള്ളവരെ ദ്രോഹിക്കാൻ തയ്യാ റായ മനുഷ്യപ്രകൃതി എല്ലാ അഹന്തയോടുംകൂടി അതിന്റെ തനിനിറം പുറത്തുകാട്ടി.' അതായത്, മനുഷ്യർ മൃഗങ്ങളെപ്പോലെ പെരുമാറി എന്ന് സാരം.

ക്രിസ്തുമതത്തിന്റെ പ്രാരംഭകാലം തൊട്ടുതന്നെ ഈ നിഷേധാത്മക സമീപനം അതിൽ വ്യാപിച്ചുകഴിഞ്ഞിരുന്നു. ഫാദർ അഗസ്റ്റിൻ (354-430) മനുഷ്യർ ജന്മനാ പാപികളാണെന്ന ആശയം പ്രചരിപ്പിക്കുന്നതിന് സഹാ യിച്ചു. 'ആരും പാപമുക്തരല്ല, ഭൂമിയിൽ പിറന്നു വീണ് ഒരു ദിവസം മാത്രം ആയിട്ടുള്ള ഒരു കുഞ്ഞുപോലും.'

ആദിപാപത്തെക്കുറിച്ചുള്ള ഈ സങ്കല്പം, പ്രൊട്ടെസ്റ്റന്റുകാർ റോമൻ കാത്തലിക് വിഭാഗത്തിൽനിന്നും പിരിഞ്ഞുപോയ നവോത്ഥാനകാലംവരെ ഏറെ പ്രചാരത്തിലുണ്ടായിരുന്ന ഒന്നാണ്. മതപണ്ഡിതനും പരിഷ്ക്കരണ വാദിയുമായ ജോൺ കാൽവിൻ പറയുന്നത്, 'നമ്മുടെ സ്വഭാവവിശേഷം നിരാധാരവും നന്മയില്ലാത്തതുമാണെന്ന് മാത്രമല്ല, എല്ലാ തിന്മയുംകൊണ്ട് ഫലഭൂയിഷ്ഠമായ ഒന്നായതിനാൽ അതിന് ഉദാസീനമായിരിക്കാൻ സാധി ക്കുകയില്ല.' സുപ്രധാന പ്രൊട്ടസ്റ്റന്റ് രേഖകളായ Heidelberg Catechism (1563) പോലുള്ള ഗ്രന്ഥങ്ങൾ ഈ വിശ്വാസത്തെ ഉൾക്കൊള്ളുകയും മനുഷ്യർ 'ഒരു നന്മയും ചെയ്യാൻ പറ്റാത്തവരാണെന്നും എല്ലാത്തരം തിന്മയും ചെയ്യാനുള്ള പ്രവണതയുള്ളവരാണെന്നും' നമ്മളോട് പറയുകയില്ല എന്നാണ്.

വിചിത്രമെന്നു പറയട്ടെ, പരമ്പരാഗത ക്രിസ്തുമതം മാത്രമല്ല യുക്തിയെ വിശ്വാസത്തിനുമേൽ സ്ഥാപിക്കുന്ന ജ്ഞാനോദയവും (Enlightenment) മനു ഷ്യപ്രകൃതി സംബന്ധിച്ച ഇരുണ്ട കാഴ്ചപ്പാടിൽ രൂഢമൂലമാണ്. ഓർത്ത ഡോക്സ് വിശ്വാസികൾ നമ്മൾ തീർത്തും ദുർമാർഗ്ഗികളാണെന്നും പരമാ വധി നമുക്ക് ചെയ്യാനാവുക ദൈവഭക്തിയുടെ ഒരു നേർത്ത മിനുപ്പ് തേച്ച് പിടിപ്പിക്കുക മാത്രമാണെന്നും ഉറച്ചു വിശ്വസിച്ചു. ജ്ഞാനോദയ ദാർശനി കരും നമ്മൾ ദുർമാർഗ്ഗികളാണെന്നുതന്നെയാണ് വിശ്വസിച്ചത്. എന്നാൽ അവർ ഇതിന് പറഞ്ഞ പ്രതിവിധി അഴുക്കിനെ മറയ്ക്കാൻ യുക്തിയുടെ ഒരു ആവരണം പുതപ്പിക്കുക എന്നതാണ്.

മനുഷ്യസ്വഭാവം സംബന്ധിച്ച ആശയങ്ങളെക്കുറിച്ച് പറയുമ്പോൾ പാശ്ചാത്യചിന്തകളിലൊട്ടുക്കും ഉള്ള തുടർച്ച ശ്രദ്ധേയമാണ്. 'കാരണം മനുഷ്യനെക്കുറിച്ച് പൊതുവായി നമുക്ക് ഇങ്ങനെ പറയാൻ സാധിക്കും: 'അവർ നന്ദി കെട്ടവരാണ്, ചപലരാണ്, കാപട്യക്കാരാണ്,' രാഷ്ട്രതന്ത്ര ത്തിന്റെ സ്ഥാപകനായ നിക്കോളോ മക്കെവെല്ലി പറഞ്ഞു. 'ഒരവസരം കിട്ടി

യാൽ എല്ലാ മനുഷ്യരും പ്രജാപീഡകരാവും' എന്ന് അമേരിക്കൻ ജനാധിപത്യത്തിന്റെ സ്ഥാപകനായ ജോൺ ആഡംസ് സമ്മതിച്ചു. 'കൊലയാളികളുടെ തലമുറകളുടെ അനന്തമായ പരമ്പരയിൽനിന്നും ആണ് നമ്മൾ ഇറങ്ങിവന്നത്' എന്ന് ആധുനിക മനഃശാസ്ത്രത്തിന്റെ സ്ഥാപകനായ സിഗ്മണ്ട് ഫ്രോയ്ഡ് വിലയിരുത്തി.

പത്തൊമ്പതാം നൂറ്റാണ്ടിൽ തന്റെ പരിണാമസിദ്ധാന്തവുമായി ചാൾസ് ഡാർവിൻ ഈ രംഗത്ത് പൊട്ടിമുളച്ചു, എന്നാൽ വളരെ പെട്ടെന്നുതന്നെ അതിന് ലഭിച്ചതും നേർമ്മച്ചീൾ പരിചരണമായിരുന്നു. വിശ്രുത ശാസ്ത്രജ്ഞനായ തോമസ് ഹെൻറി ഹക്സ്‌ലി (അഥവ ഡാർവിന്റെ ബുൾഡോഗ്) പ്രസംഗിച്ചത് 'മനുഷ്യൻ മനുഷ്യനെതിരെയും, രാജ്യം രാജ്യത്തിനെതിരെയും നടത്തുന്ന' ഒരു മഹായുദ്ധമാണ് ജീവിതമെന്നാണ്. ദാർശനികനായ ഹെർബർട്ട് സ്പെൻസർ നമ്മൾ ഈ യുദ്ധത്തിന്റെ നാളങ്ങളെ ആളിപ്പടർത്തണമെന്നും, കാരണം 'മൊത്തം പ്രകൃതിയുടെ ശ്രമം (ദരിദ്രരെ) ഇല്ലായ്മ ചെയ്യലാണെന്നും, ലോകത്തുനിന്നും അവരെ തുടച്ചു നീക്കലാണെന്നും, അങ്ങനെ മെച്ചപ്പെട്ട കാര്യങ്ങൾക്ക് ഇടമൊരുക്കലാണെന്നും' തറപ്പിച്ചു പറയുന്ന ആയിരക്കണക്കിന് പുസ്തകങ്ങൾ വിറ്റഴിച്ചു.

ഏറ്റവും വിചിത്രമായ കാര്യം എന്താണെന്നുവച്ചാൽ ഈ ചിന്തകരെയെല്ലാം 'യാഥാർത്ഥ്യവാദികൾ' എന്ന് ഏകകണ്ഠമായി പാടിപ്പുകഴ്ത്തിയപ്പോൾ മനുഷ്യന്റെ മാന്യതയിൽ വിശ്വസിച്ചതിന് വിമതചിന്തകർ അപഹാസ്യരായി. സ്വാതന്ത്ര്യത്തിനും തുല്യതയ്ക്കുംവേണ്ടി പോരാടിയതിന് ജീവിതകാലം മുഴുവൻ അപഖ്യാതിയും പുച്ഛവും നേരിടേണ്ടി വന്ന എമ്മ ഗോൾഡ്മാൻ എന്ന ഫെമിനിസ്റ്റ് ഒരിക്കൽ ഇങ്ങനെയെഴുതി: 'പാവം മനുഷ്യപ്രകൃതി, എന്തൊക്കെ ഭീകര കുറ്റകൃത്യങ്ങളാണ് നിന്റെ പേരിൽ ചെയ്തിരിക്കുന്നത്! [...] മനസ്സിൽ കപടവേഷധാരികളാവുന്തോറും മനുഷ്യസ്വഭാവത്തിന്റെ കുടിലതയെയും ദൗർബല്യത്തെയും കുറിച്ചുള്ള അയാളുടെ മർക്കടമുഷ്ടിയും കൂടുതൽ ഖണ്ഡിതമാവും.'

സമീപകാലത്താണ് വിവിധ മേഖലകളിൽനിന്നുള്ള ശാസ്ത്രജ്ഞന്മാർ മാനവികതയെക്കുറിച്ചുള്ള നമ്മുടെ ഇരുണ്ട കാഴ്ചപ്പാട് ഒരു പുനരാലോചനയ്ക്ക് വിധേയമാക്കേണ്ട സമയമായി എന്ന നിഗമനത്തിലെത്തിയത്. ഈ ഒരു അവബോധം ഇപ്പോഴും അതിന്റെ പ്രാരംഭദശയിൽ മാത്രമായതിനാൽ ഇതിൽ തങ്ങൾക്ക് കൂട്ടുണ്ടെന്ന് അവരിൽ പലരും തിരിച്ചറിയുന്നില്ല. ജീവശാസ്ത്രത്തിൽ പ്രചാരത്തിലിരിക്കുന്ന പുതിയ കാര്യങ്ങളെക്കുറിച്ച് പ്രമുഖയായ ഒരു മനഃശാസ്ത്രജ്ഞയോട് ഞാൻ പറഞ്ഞപ്പോൾ അവർ അത്ഭുതം കൂറി, 'എന്റെ ദൈവമേ, അപ്പോൾ ഇതവിടെയും നടക്കുന്നുണ്ടല്ലേ?'

4

മനുഷ്യകുലത്തെക്കുറിച്ചുള്ള ഒരു പുതിയ കാഴ്ചപ്പാടിനുവേണ്ടി ഞാൻ നടത്തിയ അന്വേഷണത്തെക്കുറിച്ച് റിപ്പോർട്ട് ചെയ്യുംമുമ്പ് ഈ മൂന്ന് മുന്നറിയിപ്പുകൾ പങ്കുവയ്ക്കാൻ ഞാൻ ആഗ്രഹിക്കുന്നു.

ആദ്യമായി മനുഷ്യന്റെ നന്മക്കുവേണ്ടി നിലകൊള്ളുക എന്നത് പുരാണകഥകളിലെ രാക്ഷസരൂപിയായ ഏഴ് തലയുള്ള സർപ്പമായ ഹൈഡ്രയ്ക്ക്

എതിരെ നിൽക്കുന്നതുപോലെയാണ്. ഹെർക്കുലീസ് വെട്ടിക്കളഞ്ഞ ഓരോ തലക്കും പകരം ഈരണ്ടു തലയാണ് വളർന്നുവന്നത്. അശുഭചിന്തയും ഏതാണ്ടിതുപോലെയാണ് പ്രവർത്തിക്കുന്നത്. നിങ്ങൾ നിരുത്സാഹപ്പെടുത്തുന്ന മനുഷ്യവിദ്വേഷപരമായ ഓരോ വാദത്തിനും പകരം അവിടെ രണ്ടെണ്ണം പ്രത്യക്ഷപ്പെടും. പേർത്തും പേർത്തും തിരിച്ചുവന്നുകൊണ്ടിരിക്കുന്ന ഒരു വേതാളമാണ് നേർമ്മച്ചീൾ സിദ്ധാന്തം.

രണ്ടാമതായി, മനുഷ്യനന്മയ്ക്കുവേണ്ടി നിലകൊള്ളുന്നത് അധികാരശക്തികൾക്കെതിരെയുള്ള നിലകൊള്ളലാണ്. കരുത്തരെ സംബന്ധിച്ചിടത്തോളം മനുഷ്യപ്രകൃതിയെക്കുറിച്ചുള്ള പ്രതീക്ഷാനിർഭരമായ കാഴ്ചപ്പാട് സ്പഷ്ടമായ ഒരു ഭീഷണിയാണ്. വിധ്വംസകമാണ്. രാജ്യദ്രോഹപരമാണ്. കാരണം, അതർത്ഥമാക്കുന്നത് നമ്മൾ കടിഞ്ഞാണിടപ്പെടുകയോ ക്ലിപ്തപ്പെടുത്തുകയോ നിയന്ത്രിക്കപ്പെടുകയോ ചെയ്യേണ്ട സ്വാർത്ഥരായ മൃഗങ്ങളല്ല എന്നാണ്. നമുക്ക് വ്യത്യസ്തതരത്തിലുള്ള ഒരു നേതൃത്വം വേണമെന്ന് അത് സൂചിപ്പിക്കുന്നു. അവനവന്റെയുള്ളിൽനിന്നും പ്രചോദനമുൾക്കൊള്ളുന്ന തൊഴിലാളികളുള്ള ഒരു കമ്പനിയിൽ മാനേജർമാരുടെ ആവശ്യമില്ല; പ്രതിജ്ഞാബദ്ധരായ പൗരന്മാരുള്ള ഒരു ജനാധിപത്യത്തിന് രാഷ്ട്രീയം തൊഴിലാക്കിയവരുടെ ആവശ്യമില്ല.

മൂന്നാമതായി, മനുഷ്യനന്മയ്ക്കുവേണ്ടി നിലകൊള്ളുക എന്നത് അധിക്ഷേപത്തിന്റെ ഒരു കൊടുങ്കാറ്റിനെ നേരിടുക എന്നതാണ്. നിങ്ങളെ ലോകമെന്തെന്നറിയാത്തവനെന്നും മന്ദബുദ്ധിയെന്നും വിളിക്കും. നിങ്ങൾ പറയുന്ന യുക്തിയിലെ ഏതൊരു ദൗർബല്യത്തെയും നിഷ്ഠൂരമായി അവർ വിവസ്ത്രമാക്കും. അടിസ്ഥാനപരമായി ഒരു ദോഷൈകദൃക്കാവുന്നതാണ് എളുപ്പം. മാനവികതയുടെ ധാർമ്മികാധഃപതനത്തിന്റെ പ്രമാണങ്ങൾ പ്രസംഗിക്കുന്ന അശുഭചിന്താകാരിയായ ഒരു പ്രൊഫസർക്ക് താൻ ആഗ്രഹിക്കുന്ന എന്തും പ്രവചിക്കാനാവും. കാരണം തന്റെ പ്രവചനങ്ങൾ ഇപ്പോൾ സത്യമായി ഭവിച്ചില്ലെങ്കിൽ അയാൾക്ക് പറയാം, കാത്തിരിക്കൂ: പരാജയം എല്ലായ്പ്പോഴും തൊട്ടടുത്ത് നില്ക്കുന്നുണ്ടാവാമല്ലോ. അതല്ലെങ്കിൽ തന്റെ യുക്തിയുടെ സ്വരം ഏറ്റവും മോശമായതിനെ തടഞ്ഞു എന്നുപറയാം. ദുർവിധിയുടെ പ്രവാചകർ വാഗ്ധാടിയോടെ പ്രസ്താവിക്കുന്നതെല്ലാം ഏറെ അഗാധമായി തോന്നാം.

എന്നാൽ ഇതിന് വിരുദ്ധമായി പ്രതീക്ഷയുടെ യുക്തികളെല്ലാംതന്നെ എല്ലായ്പ്പോഴും താല്ക്കാലികമായിരിക്കും. ഒന്നുംതന്നെ തെറ്റായി സംഭവിച്ചിട്ടില്ല – എന്നിട്ടും. നിങ്ങൾ വഞ്ചിക്കപ്പെട്ടിട്ടില്ല – എന്നിട്ടും. ഒരു ആദർശവാദി തന്റെ ജീവിതകാലം മുഴുവൻ ശരിയായിരിക്കും, എന്നാലും അവരെ ലോകമെന്തെന്നറിയാത്തവൾ എന്നുപറഞ്ഞ് തള്ളിക്കളയും. അത് മാറ്റാനാണ് ഈ പുസ്തകം ഉദ്ദേശിക്കുന്നത്. ഇന്ന് അയുക്തികമെന്നും അയഥാർത്ഥമെന്നും അസാധ്യമെന്നും തോന്നപ്പെടുന്ന കാര്യങ്ങൾ നാളെ അനിവാര്യമായവയായി മാറാം. ഒരു പുതിയ യാഥാർത്ഥ്യവാദത്തിന് സമയമായിരിക്കുന്നു. മാനവരാശിയെക്കുറിച്ചുള്ള ഒരു പുതിയ കാഴ്ചപ്പാടിനുള്ള സമയം.

2

യഥാർത്ഥ ഈച്ചകളുടെ തമ്പുരാൻ

1

ഞാൻ ഈ പുസ്തകം എഴുതാൻ തുടങ്ങിയപ്പോൾ എനിക്ക് അഭിമുഖീകരിക്കേണ്ടി വന്നേക്കാവുന്ന ഒരു കഥയുണ്ട് എന്നെനിക്കറിയാമായിരുന്നു. പസഫിക്കിലെവിടെയോ ഉള്ള വിജനമായൊരു ദ്വീപിലാണ് ഈ കഥ നടക്കുന്നത്. ഒരു വിമാനം അവിടെ വന്ന് പതിച്ചു. ആ അപകടത്തിൽ രക്ഷപ്പെട്ടത് ഏതാനും ബ്രിട്ടീഷ് സ്കൂൾ കുട്ടികളായിരുന്നു, തങ്ങളുടെ സൗഭാഗ്യത്തിൽ അവർക്ക് വിശ്വസിക്കാനായില്ല. തങ്ങളുടെ സാഹസിക കഥാപുസ്തകങ്ങളിലൊന്നിൽ പൊടുന്നനെ വന്നിറങ്ങിയപോലെയായിരുന്നു അത്. കടൽത്തീരം മാത്രം, നാഴികക്കണക്കിന് ദൂരത്തിൽ ചിപ്പികളും വെള്ളവും മാത്രം. അതിലും വലിയ കാര്യം: അവിടെ മുതിർന്നവരാരുമില്ല.

ആദ്യദിവസം തന്നെ ആ കുട്ടികൾ ഒരു ജനാധിപത്യ വ്യവസ്ഥിതി ഉണ്ടാക്കുന്നു. കൂട്ടത്തിലൊരുവനെ (റാൽഫ്) ആ സംഘത്തിന്റെ നേതാവായി തിരഞ്ഞെടുക്കുന്നു. ആരോഗ്യവാനും വ്യക്തിപ്രഭാവമുള്ളവനും സുന്ദരനുമായ അവൻ ആ സംഘത്തിലെ സ്വർണ്ണക്കുടുക്കയായിരുന്നു. റാൽഫിന്റെ പദ്ധതി വളരെ ലളിതമായിരുന്നു: 1) ഉല്ലസിക്കുക, 2) അതിജീവിക്കുക, 3) അതിലേ കടന്നുപോകുന്ന കപ്പലുകളുടെ ശ്രദ്ധയാകർഷിക്കുന്നതിനായി പുകയിട്ട് അടയാളം കൊടുക്കുക.

ഇതിൽ ആദ്യത്തേത് വിജയകരമായിരുന്നു. മറ്റുള്ളവയോ? അത്രയും വിജയിച്ചില്ല. അക്കൂട്ടത്തിലെ മിക്ക ആൺകുട്ടികൾക്കും തീയിടുന്നതിനെക്കാളധികം ഭക്ഷണം കഴിക്കാനും ആടിപ്പാടി നടക്കാനുമായിരുന്നു താല്പര്യം. ചെമ്പൻ തലമുടിക്കാരനായ ജാക്ക് എന്ന പയ്യൻ പന്നികളെ വേട്ടയാടുന്നതിൽ ഏറെ താല്പര്യം കാണിക്കുന്നു, അങ്ങനെ സമയം കടന്നുപോകുന്തോറും അവനും അവന്റെ കൂട്ടാളികളും കൂടുതൽ കൂടുതൽ വീണ്ടുവിചാരം ഇല്ലാത്തവരായി മാറുന്നു. അവസാനം അങ്ങ് ദൂരെക്കൂടി ഒരു കപ്പൽ കടന്നുപോകുമ്പോഴേയ്ക്കും തങ്ങൾ കൊളുത്തിയ തീയെല്ലാം ഉപേക്ഷിച്ച് അവർ പോയ്ക്കഴിഞ്ഞിരുന്നു.

'നിങ്ങൾ ചട്ടം ലംഘിക്കുകയാണ്!' റാൽഫ് രോഷാകുലനായി അവരെ കുറ്റപ്പെടുത്തുന്നു.

'ആർക്ക് വേണം ചട്ടം?' ജാക്ക് തന്റെ ചുമൽ കുലുക്കുന്നു.

'നമ്മുടെ കയ്യിലിപ്പോൾ ചട്ടങ്ങൾ മാത്രമേയുള്ളൂ!'

രാത്രിയാകുമ്പോഴേക്കും ആ പയ്യന്മാരെല്ലാം ആ ദ്വീപിലെവിടെയോ മറഞ്ഞിരിക്കുന്നുണ്ടെന്ന് അവർ കരുതുന്ന ഭീകരജീവിയെക്കുറിച്ചോർത്ത് ഭയന്ന് ഉൾക്കിടിലം കൊള്ളുന്നു. യഥാർത്ഥത്തിൽ ആ ഭീകരജീവി അവരുടെ ഉള്ളിൽ

ത്തന്നെയാണ്. അധികനാൾ കഴിയും മുന്നേ അവർ തങ്ങളുടെ മുഖത്ത് ചായം തേക്കാൻ തുടങ്ങിയിരുന്നു. വസ്ത്രങ്ങൾ ഉപേക്ഷിച്ചിരുന്നു. കീഴടക്കാനുള്ള ത്വര അവരിൽ വളർന്നു തുടങ്ങിയിരുന്നു - പിച്ചുക, ഇടിക്കുക, കടിക്കുക.

അക്കൂട്ടത്തിൽ ഒരാൺകുട്ടി മാത്രമാണ് അല്പം ശാന്തനായിരുന്നത്. മറ്റുള്ളവരെക്കാൾ തടിയനായിരുന്നതിനാൽ അവരൊക്കെ പിഗ്ഗി എന്ന് വിളിക്കുന്ന അവന് ആസ്തമ ഉണ്ടായിരുന്നു. കണ്ണട ധരിച്ച അവന് നീന്താൻ അറിയുമായിരുന്നില്ല. പിഗ്ഗി യുക്തിയുടെ സ്വരമാണ്, അതാരും ശ്രദ്ധിക്കുന്നില്ല. 'നമ്മളെന്താണ്?' അവൻ ഖേദപൂർവ്വം അത്ഭുതം കൂറുന്നു. 'മനുഷ്യരാണോ? അതോ മൃഗങ്ങളാണോ? അതോ കാട്ടാളരോ?'

ആഴ്ചകൾ കടന്നുപോകുന്നു. അങ്ങനെയൊരുനാൾ ഒരു ബ്രിട്ടീഷ് നേവൽ ഓഫീസർ തീരത്തെത്തുന്നു. ആ ദ്വീപിപ്പോൾ ശ്വാസം മുട്ടിക്കുന്ന ഒരു പാഴ്നിലമാണ്. പിഗ്ഗിയടക്കം മൂന്ന് കുട്ടികൾ മരിച്ചു കഴിഞ്ഞിരുന്നു. 'ബ്രിട്ടീഷുകാരായ ഒരു സംഘം ആൺകുട്ടികൾക്ക് ഇതിലും മികച്ച പ്രകടനം കാഴ്ചവയ്ക്കാനാവും എന്നാണ് ഞാൻ കരുതിയത്,' ആ ഓഫീസർ അവരെ ശകാരിക്കുന്നു. ഒരു സമയത്ത് നിഷ്ഠയോടെ, നന്നായി പെരുമാറിയിരുന്ന ആ ആൺകുട്ടികളുടെ സംഘത്തലവനായ റാൽഫ് വിതുമ്പിക്കരയുന്നു.

'കൈമോശം വന്നുപോയ നിഷ്കളങ്കതയെക്കുറിച്ച് ഓർത്ത്, മനുഷ്യഹൃദയത്തിന്റെ ഇരുളിനെക്കുറിച്ചോർത്ത്, റാൽഫ് വിതുമ്പി...' നമ്മൾ വായിക്കുന്നു.

ഇങ്ങനെ ഒരു കഥ സംഭവിച്ചിട്ടില്ല. 1951-ൽ ഒരു ഇംഗ്ലീഷ് സ്കൂൾ അദ്ധ്യാപകൻ സങ്കല്പിച്ചെടുത്തതാണിത്. 'ഒരു ദ്വീപിൽ അകപ്പെട്ടുപോയ കുറച്ച് പയ്യന്മാരെക്കുറിച്ച്, അവർ ശരിക്കും എങ്ങനെയായിരിക്കും പെരുമാറുക എന്നതിനെക്കുറിച്ച്, ഒരു കഥയെഴുതുന്നത് നന്നായിരിക്കില്ലേ?' ഒരു ദിവസം വില്ല്യം ഗോൾഡിങ് തന്റെ ഭാര്യയോട് ചോദിച്ചു.

ഗോൾഡിങ്ങിന്റെ ഈ പുസ്തകം, *ഈച്ചകളുടെ തമ്പുരാൻ* (Lord of the Flies) ലക്ഷക്കണക്കിന് കോപ്പികൾ വിറ്റുപോവുകയും മുപ്പതിലേറെ ഭാഷകളിലേക്ക് വിവർത്തനം ചെയ്യപ്പെടുകയും ഇരുപതാംനൂറ്റാണ്ടിലെ ഏറ്റവും മികച്ച ക്ലാസ്സിക്കുകളിലൊന്നായി വാഴ്ത്തപ്പെടുകയും ചെയ്തു.

ഇപ്പോൾ ആലോചിക്കുമ്പോൾ ആ പുസ്തകത്തിന്റെ വിജയരഹസ്യം വളരെ വ്യക്തമാണ്. മനുഷ്യവംശത്തിന്റെ ഇരുൾ നിറഞ്ഞ ആഴങ്ങളെ ചിത്രീകരിക്കാൻ ഗോൾഡിങ്ങിന് അസാമാന്യമായ നൈപുണ്യമുണ്ടായിരുന്നു. 'നമ്മൾ ഒരു ക്ലീൻ സ്ലെയ്റ്റിൽ തുടങ്ങിയാലും അതിനെ നശിപ്പിച്ച് കുളമാക്കാൻ നമ്മുടെ സ്വഭാവം നമ്മളെ നിർബന്ധിതമാക്കുന്നു,' അദ്ദേഹം തന്റെ പ്രസാധകനുള്ള ആദ്യ കത്തിൽ എഴുതി. അതുമല്ലെങ്കിൽ, പിന്നീടദ്ദേഹം പറഞ്ഞതുപോലെ ഒരു തേനീച്ച തേനുണ്ടാക്കുന്നതുപോലെ മനുഷ്യൻ ദുഷിപ്പുകൾ സൃഷ്ടിക്കുന്നു.

തീർച്ചയായും, രണ്ടാം ലോകമഹായുദ്ധത്തിന്റെ കെടുതികളെക്കുറിച്ച് പുത്തൻ തലമുറ അവരുടെ രക്ഷിതാക്കളെ ചോദ്യം ചെയ്തുകൊണ്ടിരുന്ന, 1960-കളിലെ വിചാരഗതി ഗോൾഡിങ്ങിന്റെ ഉള്ളിലുണ്ടായിരുന്നു. ഓഷ്വിറ്റ്സ് ഒരു നിയമലംഘനമായിരുന്നോ, അതോ നമ്മളുടെ ഉള്ളിലെല്ലാം ഒരു നാസി ഒളിച്ചിരിപ്പുണ്ടോ? അവർ അറിയാനാഗ്രഹിച്ചു.

ഈച്ചകളുടെ തമ്പുരാനിൽ വില്ല്യം ഗോൾഡിങ്, അവർ രണ്ടാമത് ചോദിച്ച കാര്യം പ്രസ്താവിക്കുകയും അങ്ങനെ അത് പെട്ടെന്നുതന്നെ അപൂർവ്വ വിജയം ആയിത്തീരുകയും ചെയ്തു. ഈ നോവൽ 'സംസ്കാരത്തിലെ ഒരു ജനിതകമാറ്റത്തെ സൂചിപ്പിച്ചു' എന്ന് വിശ്രുത നിരൂപകനായ ലിയോണൽ ട്രില്ലിങ് വാദിക്കുന്നതുവരെ കാര്യങ്ങളെത്തി. ആത്യന്തികമായി തന്റെ സൃഷ്ടിക്ക് ഗോൾഡിങ് നോബെൽ പുരസ്കാരംവരെ നേടി. അദ്ദേഹത്തിന്റെ സാഹിത്യസൃഷ്ടി 'വളരെ യഥാതഥമായ ആഖ്യാനകലയുടെ സുഗ്രാഹ്യതയോടെയും ഒരു പുരാവൃത്തത്തിന്റെ വൈവിധ്യത്തോടെയും സാർവ്വലൗകികതയോടെയും ഇന്നത്തെ ലോകത്തുള്ള മനുഷ്യാവസ്ഥയെ പ്രകാശിപ്പിക്കുന്നു' എന്ന് സ്വീഡിഷ് നോബെൽ കമ്മിറ്റി എഴുതി.

ഇപ്പോൾ 'കേവലം' ഒരു നോവൽ എന്നതിലുപരിയായാണ് *ഈച്ചകളുടെ തമ്പുരാൻ* വായിക്കപ്പെടുന്നത്. തീർച്ചയായും മറ്റ് കഥകളൊക്കെപോലെ തന്നെ ഷെൽഫിൽവച്ച ഒരു കല്പിത കഥമാത്രമാണ് ഇത്, എന്നാൽ മനുഷ്യപ്രകൃതിയെക്കുറിച്ചുള്ള ഗോൾഡിങ്ങിന്റെ കാഴ്ചപ്പാട് ഇതിനെ നേർമ്മച്ചീൾ സിദ്ധാന്തം സംബന്ധിച്ച ഒരു യഥാർത്ഥ ടെക്സ്റ്റ് പുസ്തകം കൂടിയാക്കിത്തീർത്തു. ഗോൾഡിങ്ങിനുമുമ്പ് മറ്റാരുംതന്നെ കുട്ടികളെക്കുറിച്ചുള്ള ഒരു പുസ്തകത്തിൽ ഇങ്ങനെയൊരു പരുക്കൻ യാഥാർത്ഥ്യവാദം ആവിഷ്ക്കരിക്കാൻ ശ്രമിച്ചിട്ടില്ല. പുൽത്തകിടികളിലെ വീടുകളെക്കുറിച്ചും ഏകാന്തരായ കൊച്ചുരാജകുമാരന്മാരെക്കുറിച്ചുമുള്ള വൈകാരികമായ കഥകൾക്കുപകരം, പ്രത്യക്ഷത്തിൽത്തന്നെ, കുട്ടികൾ 'യഥാർത്ഥത്തിൽ' എങ്ങനെയാണെന്നത് സംബന്ധിച്ച ഒരു പരുക്കൻ കാഴ്ചപ്പാടാണിവിടെ അവതരിപ്പിക്കുന്നത്.

2

ഞാൻ *ഈച്ചകളുടെ തമ്പുരാൻ* ആദ്യമായി വായിക്കുന്നത് കൗമാരപ്രായത്തിലാണ്. അതിനുശേഷം മനസ്സിൽ അതിന്റെ താളുകൾ മറിച്ചുകൊണ്ടിരിക്കെ എനിക്ക് മോഹഭംഗം തോന്നി. എന്നാൽ ഒരു നിമിഷംപോലും മനുഷ്യപ്രകൃതിയെക്കുറിച്ചുള്ള ഗോൾഡിങ്ങിന്റെ കാഴ്ചപ്പാടിനെപ്പറ്റി ഞാൻ സംശയിച്ചില്ല.

വർഷങ്ങൾക്കുശേഷം ആ പുസ്തകം കയ്യിലെടുക്കും വരേക്കും അങ്ങനെയൊന്നുണ്ടായില്ല. ഗ്രന്ഥകാരന്റെ ജീവിതത്തിന്റെ ആഴങ്ങളിലേക്ക് നോക്കിത്തുടങ്ങിയപ്പോൾ, എത്രമാത്രം അസന്തുഷ്ടനായ ഒരു വ്യക്തിയായിരുന്നു അദ്ദേഹമെന്ന് ഞാൻ മനസ്സിലാക്കി. ഒരു മദ്യപൻ. വിഷാദരോഗത്തിന് അടിപ്പെട്ടവൻ, സ്വന്തം കുട്ടികളെ തല്ലുമായിരുന്ന മനുഷ്യൻ. 'എനിക്ക് നാസികളെ എപ്പോഴും മനസ്സിലാക്കാനാവും. കാരണം സ്വഭാവംകൊണ്ട് ഞാനും അത്തരക്കാരനാണ്,' ഗോൾഡിങ് ഒരിക്കൽ തുറന്നു പറഞ്ഞിട്ടുണ്ട്. 'ഭാഗികമായി ആ ആത്മബോധത്തിൽ നിന്നാണ്' അദ്ദേഹം *ഈച്ചകളുടെ തമ്പുരാൻ* എഴുതിയത്.

മറ്റുള്ളവരിൽ ഗോൾഡിങ് ഏറെയൊന്നും താല്പര്യം കാണിച്ചില്ല. അദ്ദേഹം ജീവചരിത്രകാരൻ നിരീക്ഷിച്ചതുപോലെ, തന്റെ പരിചയക്കാരുടെ പേര് ശരിയാംവണ്ണം ഉച്ചരിക്കാൻ പോലും അദ്ദേഹം ശ്രമിച്ചില്ല. 'ആളുകളെ കാണുന്ന

തിലും കൂടുതൽ അത്യാവശ്യമായ കാര്യം, എന്നെ സംബന്ധിച്ചിടത്തോളം മനുഷ്യന്റെ സ്വഭാവമാണ്,' അദ്ദേഹം പറഞ്ഞു.

യഥാർത്ഥത്തിൽ കുട്ടികൾ വിജനമായൊരു ദ്വീപിൽ ഒറ്റയ്ക്കകപ്പെട്ടു പോയാൽ അവരെന്തുചെയ്യുമെന്നതിനെക്കുറിച്ച് ആരെങ്കിലും പഠിച്ചിട്ടുണ്ടോ എന്ന് ഞാൻ അത്ഭുതപ്പെട്ടു. ഈ വിഷയത്തിൽ ഞാൻ എഴുതിയൊരു ലേഖനത്തിൽ *ഈച്ചകളുടെ തമ്പുരാനെ*യും ആധുനികമായ ശാസ്ത്രീയ ഉൾക്കാഴ്ചകളെയും താരതമ്യം ചെയ്യുകയും, കുട്ടികൾ ഇതിൽനിന്നും തീർത്തും വ്യത്യസ്തമായ രീതിയിൽ പ്രവർത്തിക്കാൻ എല്ലാ സാധ്യതയുമുണ്ടെന്ന് നിഗമനത്തിലെത്തുകയും ചെയ്തു. ജീവശാസ്ത്രജ്ഞനായ ഫ്രാൻസ് ഡേ വോൾ പറഞ്ഞൊരു കാര്യം ഞാനതിലെഴുതി, 'സ്വന്തം പ്രയോഗതന്ത്രങ്ങൾ ആവിഷ്ക്കരിക്കാൻ നിർബന്ധിതരായ കുട്ടികളാരുംതന്നെ ഇതാണ് ചെയ്യുക എന്നതിന് ഒരു തുണ്ട് തെളിവ് പോലുമില്ല.'

ആ ലേഖനം വായിച്ചവർ അതിനെക്കുറിച്ച് സംശയാലുക്കളായിരുന്നു. എന്റെ ഉദാഹരണങ്ങളെല്ലാംതന്നെ വീട്ടിലും സ്കൂളിലും അല്ലെങ്കിൽ വേനൽക്കാല ക്യാമ്പുകളിലുമുള്ള കുട്ടികളെ കുറിച്ചായിരുന്നു. അടിസ്ഥാനപരമായ ചോദ്യത്തിന് ആരും ഉത്തരം പറഞ്ഞില്ല: കൊച്ചുകുട്ടികൾ വിജനമായൊരു ദ്വീപിൽ ഒറ്റയ്ക്കകപ്പെട്ടു പോയാൽ എന്തു ചെയ്യും?

അങ്ങനെയാണ് യഥാർത്ഥ ജീവിതത്തിലെ ഈച്ചകളുടെ തമ്പുരാനെക്കുറിച്ചുള്ള എന്റെ അന്വേഷണം ആരംഭിച്ചത്.

തീർച്ചയായും കുട്ടികളായ പരീക്ഷണ വിഷയങ്ങളെ മാസങ്ങളോളം കാട്ടിൽ ഒറ്റയ്ക്ക് വിടുന്നതിനു ഏതെങ്കിലും സർവകലാശാലാ ഗവേഷകരെ അനുവദിക്കാനുള്ള സാധ്യത 1950-കളിൽ പോലും വിരളമാണ്. എന്നാൽ, എവിടെയെങ്കിലും എപ്പോഴെങ്കിലും യദൃച്ഛയാ അങ്ങനെ സംഭവിച്ചിരിക്കില്ലേ? വേണമെങ്കിൽ, ഒരു കപ്പൽച്ചേതത്തെ തുടർന്ന്?

ഞാൻ തീർത്തും അടിസ്ഥാനപരമായ ഒരു ഇന്റർനെറ്റ് സെർച്ചിലൂടെയാണ് തുടങ്ങിയത്: 'കപ്പൽച്ചേതത്തിൽപ്പെട്ട കുട്ടികൾ', 'റിയൽ ലൈഫ് ലോർഡ് ഓഫ് ദി ഫ്ളൈസ്.' 'ചിൽഡ്രൻ ഓൺ ആൻ ഐലൻഡ്.' ആദ്യം എനിക്ക് കിട്ടിയ ഫലങ്ങൾ, കുട്ടികളെ പരസ്പരം എതിരായി നിർത്തിയ, 2008-ലെ ഭീതിജനകമായ ഒരു ബ്രിട്ടീഷ് റിയാലിറ്റി ഷോയെ കുറിച്ചായിരുന്നു. എന്നാൽ വെബിൽ വീണ്ടും വലവീശിയപ്പോൾ ഒട്ടും സ്പഷ്ടമല്ലാത്ത ഒരു ബ്ലോഗിൽ വളരെ ശ്രദ്ധയാകർഷിക്കുന്ന ഒരു കഥ കണ്ടു: '1977-ൽ ഒരു ദിവസം, ആറ് ആൺകുട്ടികൾ ഒരു മൽസ്യബന്ധന വള്ളത്തിൽ ടോംഗയിൽനിന്നും യാത്രയാരംഭിച്ചു. [...] കൊടുങ്കാറ്റിൽ പെട്ടുപോയ ആ കുട്ടികൾ അവരുടെ യാനം തകർന്ന് വിജനമായ ഒരു ദ്വീപിൽ എത്തി. അവർ, ഈ കൊച്ചുസംഘം, എന്താണ് ചെയ്യുക? ഒരിക്കലും ശണ്ഠ കൂടില്ലെന്ന് അവർ ഒരു ഉടമ്പടിയിലെത്തി.'

എന്നാൽ ഈ ലേഖനം ആ കഥയുടെ ഒരു ഉറവിടവും നൽകിയില്ല. ഒന്നുരണ്ടു മണിക്കൂർ കൂടി ഇന്റർനെറ്റിൽ അന്വേഷിച്ചപ്പോൾ, ആ കഥ പ്രമുഖ അരാജകവാദിയായ കോളിൻ വാർഡ് എഴുതിയ *ദി ചൈൽഡ് ഇൻ ദി കൺട്രി* (1988) എന്ന പുസ്തകത്തിൽ നിന്നാണ് കിട്ടിയതെന്ന് മനസ്സിലായി. വാർഡ് ആ കഥ ഉദ്ധരിച്ചത് ഇറ്റാലിയൻ രാഷ്ട്രീയ നേതാവായ സൂസന്ന ആഗ്നെല്ലി ഏതോ അന്താരാഷ്ട്ര സമിതിക്കോ മറ്റോ വേണ്ടി സമാഹരിച്ച റിപ്പോർട്ടിൽ നിന്നായിരുന്നു.

പ്രതീക്ഷയോടെ ഞാൻ ആ റിപ്പോർട്ടിനെക്കുറിച്ച് അന്വേഷിക്കാൻ തുടങ്ങി. ഭാഗ്യം എന്റെ പക്ഷത്തായിരുന്നു. യുകെയിലെ ഒരു സെക്കൻഡ് ഹാൻഡ് പുസ്തകശാലയിൽ അതിന്റെ ഒരു കോപ്പി ഉള്ളതായി തീർത്തും ആകസ്മികമായി എനിക്കറിവുകിട്ടി. അങ്ങനെ രണ്ടാഴ്ച കഴിഞ്ഞപ്പോൾ ആ റിപ്പോർട്ട് (സ്ട്രീറ്റ് ചിൽഡ്രൺ: എ ഗ്രോയിങ് അർബൻ ട്രാജഡി, സൂസന്ന ആഗ്നെല്ലി) എന്റെ കയ്യിലെത്തി. അത് മറിച്ചുനോക്കിയപ്പോൾ ഞാൻ അന്വേഷിച്ച കാര്യം അതിന്റെ 94-ാം പേജിൽ ഞാൻ കണ്ടു.

ആറ് ആൺകുട്ടികൾ ഒറ്റയ്ക്ക് ഒരു ദ്വീപിൽ. അതേ കഥ, അതേ വിശദാംശങ്ങൾ, അതേ വാക്കുകൾ. പിന്നെ, ഇതിലുമതെ, എവിടെനിന്ന് ആ വിവരം ലഭിച്ചു എന്ന് മാത്രമില്ല.

എന്തായാലും ശരി, സൂസന്ന ആഗ്നെല്ലിയെ അന്വേഷിച്ചു കണ്ടെത്താനായേക്കുമെന്നും, ഈ കഥ എവിടെനിന്നു കിട്ടി എന്ന് അവരോടു ചോദിച്ചറിയാമെന്നും ഞാൻ കരുതി. എന്നാൽ അതിനു ഭാഗ്യമുണ്ടായില്ല: അവർ 2009-ൽ മരിച്ചിരുന്നു. ഇത് വാസ്തവത്തിൽ സംഭവിച്ചിട്ടുണ്ടെങ്കിൽ അതിനെക്കുറിച്ചൊരു ലേഖനം 1977-ൽ വന്നിരിക്കാം എന്ന് എനിക്ക് തോന്നി. മാത്രവുമല്ല, ആ ആൺകുട്ടികൾ ഇപ്പോഴും ജീവിച്ചിരിപ്പുമുണ്ടാവും. പക്ഷേ, ആർക്കൈവുകൾ ഒന്നൊന്നായി തപ്പിയിട്ടും എനിക്കൊന്നും കണ്ടെത്താനായില്ല.

ചിലപ്പോൾ ആകെ വേണ്ടത് അല്പം ഭാഗ്യം മാത്രമാണ്. ഒരുദിവസം ന്യൂസ് പേപ്പർ ആർക്കൈവുകൾ അരിച്ചെടുത്തുകൊണ്ടിരിക്കെ ഞാൻ ഒരു വർഷം തെറ്റായി ടൈപ്പ് ചെയ്യുകയും, അങ്ങനെ 1960-കളിലെ ആർക്കൈവുകളിൽ എത്തിപ്പെടുകയും ചെയ്തു. അതാ അവിടെ കിടക്കുന്നു ആ കഥ! 1977-ലെ ആഗ്നെല്ലിയുടെ റിപ്പോർട്ടിനെക്കുറിച്ചുള്ള റെഫെറൻസ് ഒരു അച്ചടിപ്പിശകായിരുന്നു എന്ന് മനസ്സിലായി.

1966 ഒക്ടോബർ 6-ന് ഇറങ്ങിയ 'The Age' എന്ന ആസ്ട്രേലിയൻ ന്യൂസ് പേപ്പറിൽ വന്ന ഒരു തലക്കെട്ട് എന്റെ ശ്രദ്ധയാകർഷിച്ചു: 'Sunday Showing For Tongan Casteaways'. ശാന്തസമുദ്രത്തിലുള്ള ദ്വീപസമൂഹമായ ടോംഗയുടെ തെക്കുഭാഗത്തുള്ള പാറക്കെട്ടുകൾ നിറഞ്ഞ ഒരു തുരുത്തിൽനിന്നും മൂന്നാഴ്ച മുൻപ് കണ്ടെത്തിയ ആറ് ആൺകുട്ടികളെ കുറിച്ചായിരുന്നു അത്. 1970 വരെ ബ്രിട്ടീഷ് നിയന്ത്രണത്തിലുള്ള രാജ്യമായിരുന്നു ടോംഗ. ആട്ട എന്ന ദ്വീപിൽ ഒരു വർഷത്തിലധികം കുടുങ്ങിപ്പോയ അവരെ ഒരു ആസ്ട്രേലിയൻ ക്യാപ്റ്റനാണ് രക്ഷിച്ചത്. ആ ലേഖനമനുസരിച്ച് ആ ക്യാപ്റ്റൻ ഈ കുട്ടികളുടെ സാഹസം പുനരാവിഷ്ക്കരിക്കാൻ ഒരു ടെലിവിഷൻ നിലയവുമായി ധാരണയിലെത്തിയിരുന്നു.

'അവരുടെ അതിജീവനകഥ കടലുമായി ബന്ധപ്പെട്ട ക്ലാസ്സിക് കഥകളിലൊന്നായി കണക്കാക്കപ്പെട്ട ഒന്നാണ്' എന്നുപറഞ്ഞാണ് ആ ലേഖനം അവസാനിച്ചത്.

എന്റെയുള്ളിൽ ചോദ്യങ്ങൾ തിങ്ങിനിറഞ്ഞു. ആ കുട്ടികളിപ്പോഴും ജീവിച്ചിരിപ്പുണ്ടോ? ആ ടെലിവിഷൻ ഫൂട്ടേജ് കണ്ടെത്താനാവുമോ? ഇതിലെല്ലാം ഉപരിയായി അവരെത്തേടുന്നതിന് വഴികാട്ടാൻ എനിക്കൊരു സൂചന കിട്ടി. ആ ക്യാപ്റ്റന്റെ പേര് പീറ്റർ വാർണർ എന്നായിരുന്നു. ഒരുപക്ഷേ, അദ്ദേഹം ഇപ്പോഴും ജീവിച്ചിരിപ്പുണ്ടാവാം. പക്ഷേ, ഭൂഗോളത്തിന്റെ അങ്ങേയറ്റത്തുള്ള വൃദ്ധനായൊരു മനുഷ്യനെ തേടി പോകേണ്ടതെങ്ങനെയാണ്?

ക്യാപ്റ്റന്റെ പേരന്വേഷിച്ച് തിരഞ്ഞപ്പോൾ മറ്റൊരു ഭാഗ്യം വന്നു വീണു. ഓസ്ട്രേലിയയിലെ മക്കായിൽനിന്നും പ്രസിദ്ധീകരിക്കുന്ന ഒരു കൊച്ചു പത്രമായ 'Daily Mercury'യിൽ അടുത്ത നാളുകളിൽ വന്ന ഒരു തലക്കെട്ട് എന്റെ ശ്രദ്ധയിൽപ്പെട്ടു: 'Mates Share 50-year Bond'. അതിൽ ഒരാൾ മറ്റേയാളുടെ ചുമരിൽ കൈയിട്ട് ചിരിച്ചുകൊണ്ടു നില്ക്കുന്ന രണ്ടുപേരുടെ ഒരു ഫോട്ടോ ഉണ്ടായിരുന്നു. ആ ലേഖനം തുടങ്ങിയതിങ്ങനെയാണ്: 'ലിസ്മോറിനടുത്ത ടുള്ളേരയിലെ നേന്ത്രവാഴത്തോട്ടങ്ങൾക്കിടയിൽ അസാധ്യമായ സൗഹൃദം പങ്കിട്ട് രണ്ടുപേർ ഇരിക്കുന്നു [...] ഇവർക്ക് അവരുടെ പ്രായത്തെ തോല്പ്പിക്കുന്ന ചിരിക്കുന്ന കണ്ണുകളും നല്ല ഉന്മേഷവും ഉണ്ട്. ഇവരിൽ മുതിർന്നയാൾക്ക് 83 വയസ്സുണ്ട്, അദ്ദേഹം അതിസമ്പന്നനായ ഒരു വ്യവസായിയുടെ മകനാണ്. 67 വയസ്സുള്ള രണ്ടാമത്തെയാളാകട്ടെ അക്ഷരാർത്ഥത്തിൽ പ്രകൃതിയുടെ പുത്രനാണ്.'

അവരുടെ പേര്? പീറ്റർ വാർണറും മാനോ ടൊട്ടാവും. എവിടെവച്ചാണ് അവർ കണ്ടുമുട്ടിയത്?

വിജനമായ ഒരു ദ്വീപിൽ.

3

അങ്ങനെ ഞങ്ങൾ ഒരു സെപ്റ്റംബർ പ്രഭാതത്തിൽ യാത്ര തുടങ്ങി. ഞാനും എന്റെ ഭാര്യ മാർജ്ജെയും ആസ്ട്രേലിയയുടെ കിഴക്കൻ തീരത്തുള്ള ബ്രിസ്ബെനിൽനിന്നും ഒരു കാർ വാടകക്കെടുത്തിരുന്നു. ആശങ്കയോടെ ഞാൻ ഡ്രൈവിംഗ് സീറ്റിലിരുന്നു. ആറ് തവണ ശ്രമിച്ചിട്ടാണ് ഞാൻ ഡ്രൈവിംഗ് ടെസ്റ്റ് പാസായത് എന്നതും റോഡിന്റെ ഇടതുവശം ചേർന്ന് വേണം ഇവിടെ വണ്ടി ഓടിക്കാനെന്നതും എന്റെ മനോധൈര്യത്തെ ബാധിച്ചിരിക്കാം. അതോടൊപ്പം വേറൊന്നു കൂടിയുണ്ട്: 'കടലുമായി ബന്ധപ്പെട്ട ഏറ്റവും മികച്ച ക്ലാസ്സിക് കഥ'കളിലൊന്നിലെ ഒരു സുപ്രധാന കഥാപാത്രത്തെ കാണാൻ പോകുന്ന വഴിക്കായിരുന്നു ഞാൻ.

ഏകദേശം മൂന്ന് മണിക്കൂറിനുശേഷം ഞങ്ങൾ ഞങ്ങളുടെ ലക്ഷ്യസ്ഥാനത്തെത്തി, ഗൂഗിൾ മാപ്പിനെ തോല്പിച്ച്, പട്ടണങ്ങളിൽ നിന്നെല്ലാം വളരെ അകന്ന് കിടക്കുന്ന ഒരിടം. ഈ മൺപാതയിൽനിന്ന് മാറി ഉയരംകുറഞ്ഞ മേൽക്കൂരയുള്ള ഒരു വീടിനുമുന്നിൽ അയാൾ ഇരിക്കുന്നുണ്ടായിരുന്നു: 50 വർഷംമുമ്പ് കാണാതെ പോയ ആറ് ആൺകുട്ടികളെ രക്ഷപ്പെടുത്തിയ മനുഷ്യൻ. ക്യാപ്റ്റൻ പീറ്റർ വാർണർ.

ഈ കഥ പറയും മുന്നേ പീറ്ററിനെക്കുറിച്ച് ചിലകാര്യങ്ങൾ നിങ്ങൾ അറിഞ്ഞിരിക്കേണ്ടതുണ്ട്. കാരണം അദ്ദേഹത്തിന്റെ ജീവിതംതന്നെ ഒരു സിനിമയെടുക്കാൻ മാത്രമുണ്ട്. അദ്ദേഹം ആസ്ട്രേലിയയിലെ ഒരു അതിസമ്പന്നനും പ്രബലനുമായ ആർതർ വാർണറുടെ ഏറ്റവും ഇളയ മകനായാണ് ജനിച്ചത്. 1930-കളിൽ, അന്നുകാലത്തെ രാജ്യത്തെ റേഡിയോ വിപണി അടക്കിവാണ ഇലക്ട്രോണിക് ഇൻഡസ്ട്രീസ് എന്ന വൻസാമ്രാജ്യം ഭരിച്ച ആളായിരുന്നു ആർതർ.

അച്ഛന്റെ കാലടികൾ പിന്തുടരാൻ വേണ്ടിയായിരുന്നു പീറ്ററിനെ വളർത്തിയത്. എന്നാൽ പതിനേഴാം വയസ്സിൽ അവൻ വീടുവിട്ട് ഓടിപ്പോയി.

സാഹസങ്ങൾ തേടി അവൻ കടലിലേക്കുപോയി. 'മനുഷ്യരുമായി പോരാടുന്നതിനെക്കാൾ എനിക്കിഷ്ടം പ്രകൃതിയുമായി മല്ലിടുന്നതാണ്,' പിന്നീടദ്ദേഹം വിശദീകരിച്ചു.

അടുത്ത ഏതാനും വർഷങ്ങൾ പീറ്റർ ഏഴുകടലുകളിലൂടെയും കപ്പൽയാത്ര നടത്തി - ഹോങ്കാങ് മുതൽ സ്റ്റോക്ഹോം വരെ, ഷാങ്ഹായ് മുതൽ സെന്റ് പീറ്റേഴ്സ് ബർഗ്ഗ് വരെ. അങ്ങനെ അഞ്ചു വർഷം കഴിഞ്ഞ് നാട്ടിൽ തിരിച്ചെത്തിയ ധൂർത്തപുത്രൻ തന്റെ പിതാവിന് തനിക്ക് ലഭിച്ച സ്വീഡിഷ് ക്യാപ്റ്റൻ സർട്ടിഫിക്കറ്റ് അഭിമാനപുരസ്സരം സമ്മാനിച്ചു. എന്നാൽ ഇതിലൊന്നും യാതൊരു മതിപ്പും തോന്നാത്ത വാർണർ സീനിയർ തന്റെ പുത്രനോട് എന്തെങ്കിലും ഗുണമുള്ള ജോലി പഠിക്കാൻ ആവശ്യപ്പെട്ടു.

'ഏറ്റവും എളുപ്പം ഉള്ളതേതാണ്?' പീറ്റർ ചോദിച്ചു.

'അക്കൗണ്ടൻസി,' ആർതർ നുണ പറഞ്ഞു.

നൈറ്റ് സ്കൂളിലെ അഞ്ചുവർഷത്തെ പഠനം വേണ്ടി വന്നു പീറ്ററിന് തന്റെ ബിരുദപഠനം പൂർത്തിയാക്കാൻ. പിന്നീടയാൾ പിതാവിന്റെ കമ്പനിയിൽ ജോലിക്കുപോയെങ്കിലും കടൽ മാടിവിളിച്ചു കൊണ്ടേയിരുന്നു. അവിടെനിന്നു പുറത്തുകടക്കാൻ പറ്റുമ്പോഴെല്ലാം പീറ്റർ ടാസ്മാനിയയിലേക്കു പോയി. അവിടെയായിരുന്നു അയാളുടെ മത്സ്യബന്ധനബോട്ടുകൾ. ഈ മത്സ്യബന്ധന ജോലിയാണ് 1966-ലെ ശൈത്യകാലത്ത് അയാളെ ടോംഗയിലെത്തിച്ചത്. ടോംഗയുടെ കടൽത്തീരത്ത് കൊഞ്ചുപിടിക്കുന്നതിന് അഭ്യർത്ഥിക്കുന്നതിനായി രാജാവുമായി അദ്ദേഹം ഒരു കൂടിക്കാഴ്ച ഉറപ്പിച്ചിരുന്നു. എന്നാൽ നിർഭാഗ്യവശാൽ തൗഫാഅഹാവു തുപ്പോവ് നാലാമൻ രാജാവ് കൊഞ്ചുപിടുത്തത്തിന് സമ്മതം കൊടുത്തില്ല.

നിരാശനായ പീറ്റർ ടാസ്മാനിയയിലേക്ക് മടങ്ങി. എന്നാൽ മടക്കയാത്രയിൽ രാജാവിന്റെ വരുതിയിലുള്ള കടലിൽനിന്നും മാറി വലവീശുന്നതിനായി ബോട്ട് അല്പം വഴിതിരിച്ചുവിട്ടു. അപ്പോഴാണ് അദ്ദേഹം അത് കണ്ടത്: സമുദ്രനീലിമയിൽ ഒരു കൊച്ചുദ്വീപ്, ആട്ട.

കാലങ്ങളായി അവിടെ ഒരു കപ്പലും നങ്കൂരമിട്ടിട്ടില്ലെന്ന് പീറ്ററിനറിയാമായിരുന്നു. 1863-ലെ ഒരു ഇരുണ്ട ദിനത്തിൽ ചക്രവാളത്തിൽ പ്രത്യക്ഷപ്പെട്ട ഒരു അടിമക്കപ്പൽ ആ ദ്വീപിലെ നിവാസികളെയെല്ലാം കൊണ്ടുപോകുന്നതുവരേക്കും അവിടെ മനുഷ്യവാസമുണ്ടായിരുന്നു. പിന്നീട് ആട്ട വിജനമായി - ശാപഗ്രസ്തവും വിസ്മൃതവും.

എന്നാൽ വിചിത്രമായ എന്തോ ഒന്ന് പീറ്ററിന്റെ ശ്രദ്ധയിൽപ്പെട്ടു. തന്റെ ബൈനോക്കുലറിലൂടെ നോക്കിയപ്പോൾ പച്ചപടർന്ന പാറക്കെട്ടുകൾക്കിടയിൽ അങ്ങിങ്ങായി തീയിട്ടതിന്റെ അടയാളങ്ങൾ കണ്ടു. 'ഉഷ്ണമേഖലാ പ്രദേശങ്ങളിൽ സ്വമേധയാ തീപിടിക്കുന്നത് തീർത്തും അസ്വാഭാവികമായതിനാൽ ഞാനത് ഒന്നുപോയി അന്വേഷിക്കുവാൻ തീരുമാനിച്ചു,' അരനൂറ്റാണ്ടിനുശേഷം പീറ്റർ ഞങ്ങളോട് പറഞ്ഞു. ആ ദ്വീപിന്റെ പടിഞ്ഞാറെ തലപ്പിലേക്ക് തന്റെ ബോട്ടെത്തിയപ്പോഴേക്കും ആ കാക്കക്കൂട്ടിൽ നിന്നും പീറ്റർ അട്ടഹാസം കേട്ടു.

'ആരോ വിളിക്കുന്നുണ്ട്!' ബോട്ടിലുള്ള ഒരാൾ ഉച്ചത്തിൽ പറഞ്ഞു.

'അസംബന്ധം, അതു കടൽപക്ഷികൾ കരയുന്നതാണ്,' പീറ്റർ തിരിച്ചു പറഞ്ഞു.

എന്നാൽ അന്നേരം തന്റെ ബൈനോക്കുലറിലൂടെ അയാളൊരു ആൺകുട്ടിയെ കണ്ടു. നഗ്നൻ. അവന്റെ തലമുടി ചുമലറ്റം വരെ വളർന്നിരുന്നു. ഈ വന്യജീവി പാറക്കെട്ടുകളിൽനിന്നും വെള്ളത്തിലേക്ക് എടുത്തുചാടി. പൊടുന്നനെ അവന് പിന്നാലെ ഉച്ചത്തിൽ ആർത്തുവിളിച്ചുകൊണ്ട് വേറെയും ആൺകുട്ടികൾ അവനോടൊപ്പം വന്നു. അപകടകാരികളായ കൊടുംകുറ്റവാളികളെ വിജനമായ ദ്വീപുകളിൽ കൊണ്ടുപോയി തള്ളുന്ന പോളിനേഷൻ ആചാരം അറിയുന്നതിനാൽ തന്നെ പീറ്റർ തന്റെ ആളുകളോട് തോക്ക് നിറയ്ക്കാൻ ഉത്തരവിട്ടു. ആദ്യത്തെ ആൺകുട്ടി ബോട്ടിനടുത്തെത്താൻ അധികനേരം വേണ്ടിവന്നില്ല. 'എന്റെ പേര് സ്റ്റീഫൻ,' അവൻ ശുദ്ധമായ ഇംഗ്ലീഷിൽ കരഞ്ഞുപറഞ്ഞു. 'ഞങ്ങൾ ആറുപേരുണ്ട്, ഞങ്ങളിവിടെ എത്തിയിട്ട് പതിനഞ്ച് മാസമായി കാണുമെന്ന് തോന്നുന്നു.'

എന്നാൽ പീറ്റർ അത് മുഴുവനായി വിശ്വസിക്കാനായില്ല. ബോട്ടിൽ കയറിക്കഴിഞ്ഞപ്പോൾ ആ കുട്ടികൾ ടോംഗൻ തലസ്ഥാനാമായ നുക്കു'ആലോഫയിലെ ഒരു ബോർഡിംഗ് സ്കൂൾ വിദ്യാർത്ഥികളായിരുന്നു എന്ന് പറഞ്ഞു. സ്കൂൾ ഭക്ഷണം കഴിച്ചു മടുത്തപ്പോൾ ഒരു ദിവസം ഒരു മത്സ്യബന്ധന ബോട്ടിൽ കയറി യാത്രപോകാൻ തീരുമാനിച്ചു, എന്നാൽ കൊടുങ്കാറ്റിൽ പെട്ടുപോയി.

നടക്കാൻ സാധ്യതയുള്ള കഥയാണെന്ന് പീറ്ററിനും തോന്നി. തന്റെ ടൂ വേ റേഡിയോ ഉപയോഗിച്ച് അയാൾ നുക്കു'ആലോഫയിലേക്ക് വിളിച്ചു. 'എനിക്ക് ആറ് കുട്ടികളെ കിട്ടിയിട്ടുണ്ട്. ഞാൻ അവരുടെ പേരുകൾ തന്നാൽ സ്കൂളിലേക്ക് വിളിച്ച് ഇത് അവിടെയുണ്ടായിരുന്ന വിദ്യാർത്ഥികളാണോ എന്ന് കണ്ടെത്താനാകുമോ?' അയാൾ ഓപ്പറേറ്ററോട് ചോദിച്ചു.

'നിൽക്കൂ, നോക്കട്ടെ,' മറുപടി വന്നു.

ഇരുപത് മിനിറ്റുകൾ കടന്നുപോയി. (കഥയുടെ ഈ ഭാഗം പറയുമ്പോൾ പീറ്ററിന്റെ കണ്ണുകൾ അല്പം ഈറനണിഞ്ഞിരുന്നു.)

അവസാനം, 'നിറകണ്ണീരോടെ ആ ഓപ്പറേറ്റർ റേഡിയോവിൽ വന്നു പറഞ്ഞു, നിങ്ങളവരെ കണ്ടെത്തി! ഈ കുട്ടികൾ മരിച്ചുപോയെന്നു കരുതിയതാണ്. അവരുടെ ശവമടക്കും നടത്തി. ഇതവരാണെങ്കിൽ ഇതൊരു മഹാത്ഭുതമാണ്!'

ഈച്ചകളുടെ തമ്പുരാൻ എന്ന പുസ്തകത്തെക്കുറിച്ച് കേട്ടിട്ടുണ്ടോ എന്ന് ഞാൻ പീറ്ററിനോട് ചോദിച്ചു.

'ഉവ്വ്, ഞാനതു വായിച്ചിട്ടുണ്ട്. പക്ഷേ, അത് തീർത്തും വ്യത്യസ്തമായൊരു കഥയാണ്!' അയാൾ ചിരിച്ചുകൊണ്ട് പറഞ്ഞു.

4

വരും മാസങ്ങളിൽ ഞാൻ ആട്ട എന്ന ആ കൊച്ചുദ്വീപിൽ എന്താണ് സംഭവിച്ചിരിക്കുക എന്ന് പരമാവധി സംക്ഷിപ്തമായി പുനരാവിഷ്ക്കരിക്കാൻ ശ്രമിച്ചു. പീറ്ററിന്റെ ഓർമ്മശക്തി അസാമാന്യമായിരുന്നു. തൊണ്ണൂറാമത്തെ വയസ്സിലും അയാൾ ഓർത്തെടുത്ത് പറഞ്ഞ കാര്യങ്ങളെല്ലാംതന്നെ മറ്റുള്ളവർ പറഞ്ഞതുമായി പൊരുത്തപ്പെടുന്നതായിരുന്നു.

ഈ കഥയിലെ ഏറ്റവും പ്രധാനപ്പെട്ട മറ്റൊരാൾ താമസിക്കുന്നത് പീറ്ററുടെ സ്ഥലത്തുനിന്നും ഏതാനും മണിക്കൂർ ഡ്രൈവ് ചെയ്ത് എത്താവുന്ന സ്ഥലത്തായിരുന്നു. സംഭവം നടക്കുമ്പോൾ പതിനഞ്ച് വയസ്സുണ്ടായിരുന്ന മാനോ ടോട്ടൗക്ക് ഇപ്പോൾ എഴുപതിനടുത്ത് പ്രായമുണ്ട്, അയാൾ ക്യാപ്റ്റനെ തന്റെ ഏറ്റവും അടുത്ത സുഹൃത്തായി ആണ് കാണുന്നത്. ഞങ്ങൾ പീറ്ററെ സന്ദർശിച്ച് ഒന്നുരണ്ട് ദിവസത്തിനുള്ളിൽ മാനോ ബ്രിസ്ബെന്നിനും തൊട്ടുവടക്കുള്ള ഡിസെപ്ഷൻ ബേയിലെ തന്റെ ഗ്യാരേജിൽ എന്നെയും ഭാര്യയെയും സ്വീകരിച്ചിരുത്തി.

യഥാർത്ഥ ഈച്ചകളുടെ തമ്പുരാൻ തുടങ്ങിയത് 1965 ജൂണിലാണ്, മാനോ ഞങ്ങളോട് പറഞ്ഞു.

ഈ കഥയിലെ മുഖ്യകഥാപാത്രങ്ങൾ ആറ് ആൺകുട്ടികളാണ്. എല്ലാവരും തന്നെ നുക്കു'ആലോഫയിലുള്ള, ഏറെ അച്ചടക്കത്തോടെ നടത്തുന്ന കാത്തലിക് ബോർഡിങ് സ്കൂളായ സെന്റ് ആൻഡ്രൂസിലെ വിദ്യാർത്ഥികൾ. ഇവരിൽ ഏറ്റവും മൂത്തവന് പ്രായം പതിനാറ്, ഇളയവനാകട്ടെ പതിമൂന്നും. ഇവർക്കെല്ലാം പൊതുവായി ഒരു കാര്യമുണ്ടായിരുന്നു, അത് സ്കൂൾ അവർക്ക് ശരിക്കും മടുത്തുകഴിഞ്ഞിരുന്നു എന്നതാണ്. നിശ്ചിതമായ പാഠ്യപ്രവർത്തനങ്ങൾക്കുപകരം അവർ സാഹസികമായ ജീവിതം തീക്ഷ്ണമായി മോഹിച്ചു, സ്കൂളിലെ ജീവിതത്തിനുപകരം കടൽജീവിതം സ്വപ്നം കണ്ടു.

അങ്ങനെയവർ രക്ഷപ്പെടാനൊരു പദ്ധതി തയ്യാറാക്കി: ഏകദേശം അഞ്ഞൂറ് നാഴിക ദൂരെയുള്ള ഫിജിയിലേക്ക്, അല്ലെങ്കിൽ അങ്ങ് ദൂരെ ന്യൂസിലാന്റിലേക്ക്. 'സ്കൂളിലെ ഒരുപാട് പിള്ളേർക്ക് ഇതറിയാമായിരുന്നു. പക്ഷേ, അവരെല്ലാം കരുതിയത് ഇതൊരു തമാശയാണെന്നാണ്,' മാനോ ഓർത്തെടുത്തു.

ഇതിന് ഒരെയൊരു തടസ്സമേ ഉണ്ടായിരുന്നുള്ളൂ. ഇവരുടെ ആരുടെ കയ്യിലും സ്വന്തമായി ബോട്ടുണ്ടായിരുന്നില്ല, അതുകൊണ്ട് തങ്ങൾക്ക് ഒട്ടും ഇഷ്ടമില്ലാത്ത ഒരു മീൻപിടുത്തക്കാരനായ മിസ്റ്റർ ടാനിയേല ഉഹിലയോട് ഒരെണ്ണം 'കടം വാങ്ങാൻ' അവർ തീരുമാനിച്ചു.

ഈ നാവികപര്യടനത്തിനുള്ള തയ്യാറെടുപ്പുകൾ നടത്താൻ അവർക്ക് അധികസമയമൊന്നും വേണ്ടിവന്നില്ല. രണ്ട് ചാക്ക് നിറയെ നേന്ത്രപ്പഴം, ഏതാനും നാളികേരം പിന്നെ ഒരു ചെറിയ ഗ്യാസ് ബർണറും ആയിരുന്നു അവർ പാക്ക് ചെയ്തെടുത്തത്. ഒരു വടക്കുനോക്കിയന്ത്രം പോകട്ടെ, കയ്യിലൊരു ഭൂപടം കരുതണമെന്നുപോലും അവരിൽ ഒരാൾക്കും തോന്നിയില്ല. ഇവരിൽ ഒരാൾ പോലും പരിചയം സിദ്ധിച്ച നാവികൻ ആയിരുന്നില്ല താനും. ഒരു ബോട്ടോടിക്കേണ്ടതെങ്ങനെയാണെന്ന് അക്കൂട്ടത്തിലെ ഇളയവനായ ഡേവിഡിനു മാത്രമെ അറിയുമായിരുന്നുള്ളൂ ('അതുകൊണ്ട് മാത്രമാണ് അവർ എന്നെ കൂടെക്കൂട്ടിയത് എന്ന്' പിന്നീടയാൾ സ്റ്റീവ് വോമാൻ എന്ന ആസ്ട്രേലിയൻ സിനിമ സംവിധായകന് 2007-ൽ നൽകിയ ഒരു അഭിമുഖത്തിൽ പറഞ്ഞു).

യാതൊരു തടസ്സവുമില്ലാതെ ആ സമുദ്രയാത്ര ആരംഭിച്ചു. ആ കൊച്ചു യാനം അന്ന് സന്ധ്യക്ക് തുറമുഖം വിടുന്നത് ആരുംതന്നെ ശ്രദ്ധിച്ചില്ല. ആകാശം തെളിച്ചമുള്ളതായിരുന്നു; ശാന്തമായ കടലിനെ തഴുകി ഒരു മന്ദമാരുതൻ കടന്നുപോയി.

എന്നാൽ ആ രാത്രി അവർ ഒരു വലിയ അബദ്ധം കാണിച്ചു. അവരെല്ലാം ഉറങ്ങിപ്പോയി. ഏതാനും മണിക്കൂറുകൾക്കുശേഷം തലയ്ക്കുമീതെ വെള്ളം വന്നുപതിക്കാൻ തുടങ്ങിയപ്പോഴാണ് അവർ ഉണർന്നത്. ചുറ്റും കൂറ്റാക്കുറ്റിരുട്ട്. അവർക്ക് ആകെ കാണാമായിരുന്നത് തങ്ങൾക്ക് ചുറ്റും നുരയുന്ന കൂറ്റൻ തിരമാലകൾ മാത്രമായിരുന്നു. അവർ പായനിവർത്തിയെങ്കിലും കാറ്റതിനെ വലിച്ചുകീറിക്കളഞ്ഞു. അടുത്തതായി ഒടിയാനുണ്ടായിരുന്നത് പങ്കായമായിരുന്നു. 'നമ്മൾ വീട്ടിലെത്തുമ്പോൾ നമുക്ക് ടാനിയേലയോട് പറയണം അയാളുടെ ബോട്ടും അയാളെപ്പോലെ തന്നെയാണെന്ന്, വയസ്സായി ആകെ പൊട്ടിപ്പൊളിഞ്ഞിരിക്കുന്നു,' കൂട്ടത്തിൽ മൂത്തവനായ സിയോൺ പിന്നിടൊരു അഭിമുഖത്തിൽ ഓർത്തെടുത്തു.

എന്നാൽ പിന്നീടുള്ള ദിവസങ്ങളിൽ തമാശപറയാൻ ഒന്നുമുണ്ടായിരുന്നില്ല. 'എട്ടുദിവസം ഞങ്ങൾ ഒഴുകിനടന്നു, ഭക്ഷണവും വെള്ളവുമില്ലാതെ,' മാനോ പറഞ്ഞു. അവർ മീൻപിടിക്കാൻ ഒരു ശ്രമം നടത്തിനോക്കി. കരിക്കിൻ തൊണ്ടിൽ എങ്ങനെയോ കുറച്ച് മഴവെള്ളം സംഭരിച്ചു, അത് അവർക്കിടയിൽ തുല്യമായി വീതംവെച്ചു. ഓരോരുത്തരും രാവിലെ ഒരു കവിൾ വെള്ളം കുടിക്കും, ഒരു കവിൾ വൈകിട്ടും. സിയോൺ അവരുടെ ഗ്യാസ് ബർണറിൽ കടൽവെള്ളം തിളപ്പിക്കാൻ ശ്രമിച്ചു നോക്കി, എന്നാൽ അത് ഉരുണ്ട് വീണ് അവന്റെ കാലാകെ പൊള്ളി.

അങ്ങനെ എട്ടാമത്തെ ദിവസം അങ്ങ് ദൂരെ ചക്രവാളത്തിൽ അവരൊരത്ഭുതം കണ്ടു. കര. കൃത്യമായി പറഞ്ഞാൽ ഒരു ചെറിയ ദ്വീപ്. ചാഞ്ചാടുന്ന പനകളും തൂമണൽ വിരിച്ച കടൽത്തീരങ്ങളുമുള്ള ഒരു ഉഷ്ണമേഖലാ പറുദീസയൊന്നുമായിരുന്നില്ല അത്, മറിച്ച് കടലിൽനിന്നും ആയിരമടിയിലേറെ ഉയർന്നുനില്ക്കുന്ന ഭീമാകാരമായ ഒരു പാറക്കൂട്ടം.

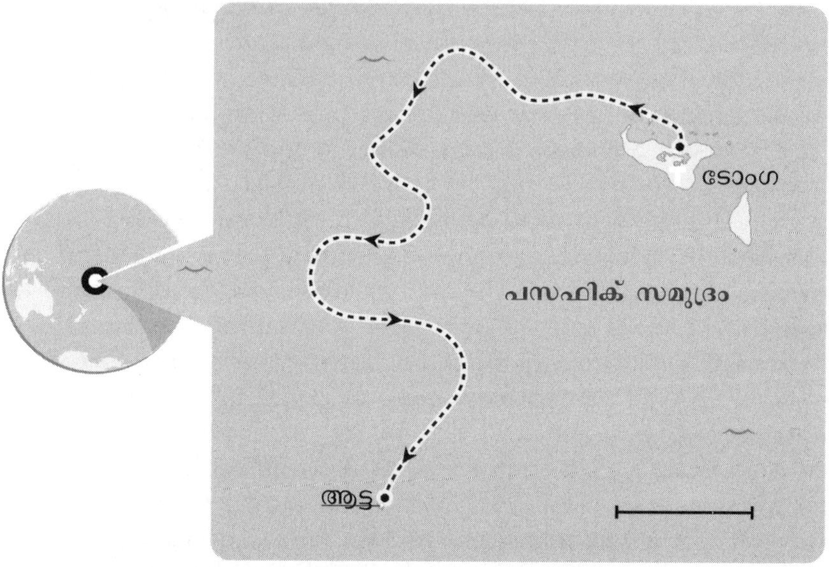

പസഫിക്കിലൂടെ ഒഴുകി നടന്ന എട്ടുനാൾ.
ആറ് ആൺകുട്ടികളുടെ ആട്ടയിലേക്കുള്ള യാത്രാപഥം

ഇപ്പോൾ ആട്ട മനുഷ്യവാസയോഗ്യമല്ലാത്ത സ്ഥലമായാണ് കണക്കാക്കുന്നത്. കർക്കശക്കാരനായ ഒരു സ്പാനിഷ് സാഹസികയാത്രക്കാരനാണ് ഏതാനും വർഷംമുമ്പ് ഈ ദ്വീപ് കണ്ടെത്തിയത്. വിചിത്രമായ താല്പര്യങ്ങളുള്ള ധനികർക്കുവേണ്ടി താൻ നടത്തുന്ന കപ്പൽച്ചേത സാഹസികയാത്രകൾക്ക് പറ്റിയ സ്ഥലമായിരിക്കും ഇത് എന്നാണ് അദ്ദേഹം കരുതിയത്. അയാൾ ആ സ്ഥലം ഒന്ന് പരിശോധിക്കാൻ പോയി നോക്കി. എന്നാൽ വെറും ഒമ്പതുദിവസംകൊണ്ട് ആ പാവം പത്തിമടക്കി തിരിച്ചുപോന്നു. ഒരിക്കലൊരു പത്രക്കാരൻ അദ്ദേഹത്തിന്റെ കമ്പനി, തള്ളിനില്ക്കുന്ന ഈ പാറക്കെട്ടുകളിലേക്ക് യാത്ര സംഘടിപ്പിക്കുമോ എന്ന് ചോദിച്ചപ്പോൾ സംശയമേതുമില്ലാതെ അയാൾ പറഞ്ഞ മറുപടി ഇതായിരുന്നു:

'ഒരിക്കലുമില്ല. ആ ദ്വീപ് വളരെ വളരെ ദുഷ്ക്കരമാണ്.'

എന്നാൽ ഈ കൗമാരപ്രായക്കാർക്ക് തീർത്തും വ്യത്യസ്തമായൊരു അനുഭവമാണ് ഉണ്ടായത്. 'ഞങ്ങളവിടെ എത്തിയപ്പോഴേക്കും ആ കുട്ടികൾ പച്ചക്കറിത്തോട്ടങ്ങളും മരത്തടികൾ തുരന്ന് ഉണ്ടാക്കിയ മഴവെള്ളം ശേഖരിച്ചുവയ്ക്കാനുള്ള പാത്രങ്ങളും രസകരമായ കട്ടികൾ ഉപയോഗിച്ച് ഉണ്ടാക്കിയ ഒരു ജിംനേഷ്യവും ബാഡ്മിന്റൺ കോർട്ടും പക്ഷിക്കൂടുകളും തീയണയാതെ സൂക്ഷിക്കാനുള്ള സംവിധാനവും എല്ലാമായി ഒരു ചെറിയ കമ്മ്യൂൺ തന്നെ രൂപീകരിച്ച് കഴിഞ്ഞിരുന്നു. സ്വന്തം കൈകൾ കൊണ്ട്, വെറുമൊരു കത്തിയുടെ വായ്ത്തല ഉപയോഗിച്ച്, തികഞ്ഞ ദൃഢനിശ്ചയത്തോടെ ഉണ്ടാക്കിയെടുത്തതായിരുന്നു അതെല്ലാം,' ക്യാപ്റ്റൻ വാർണർ തന്റെ ഓർമ്മക്കുറിപ്പുകളിലെഴുതി.

പിന്നീട് എൻജിനീയറായി മാറിയ സ്റ്റീഫനാണ്, നിരവധി തവണ തന്റെ ശ്രമത്തിൽ പരാജയപ്പെട്ടെങ്കിലും, രണ്ട് കമ്പുകളുപയോഗിച്ച് തീയുണ്ടാക്കുന്നതിൽ വിജയിച്ചത്. *ഈച്ചകളുടെ തമ്പുരാൻ* എന്ന സങ്കല്പകഥയിലെ ആൺകുട്ടികൾ തീയുടെ പേരുപറഞ്ഞാണ് പരസ്പരം ശണ്ഠ കൂടിയതെങ്കിൽ ഇവിടെ യഥാർത്ഥ ജീവിതത്തിലെ ഈച്ചകളുടെ തമ്പുരാനിൽ ഉള്ളവർ ഒരിക്കലും തീയണയാതിരിക്കാൻ ഒരുവർഷത്തിലേറെക്കാലം അതിന് കാവലിരുന്നവരാണ്.

ആ കുട്ടികൾ രണ്ടുപേർ വീതമുള്ള സംഘമായി തിരിഞ്ഞ് പച്ചക്കറിത്തോട്ടത്തിനും അടുക്കളപ്പണിക്കും ഗാർഡ് ഡ്യൂട്ടിക്കും എല്ലാമായി കൃത്യമായ ജോലിസമയം നിശ്ചയിച്ചിരുന്നു. ഇടയ്ക്കൊക്കെ അവർ ശണ്ഠ കൂടുമായിരുന്നു. എന്നാൽ ഇത് പരിഹരിക്കാൻ, ഇങ്ങനെ അടികൂടിയവർ കുറച്ചു നേരത്തേക്ക് പിരിയണം എന്ന് അവരൊരു ചട്ടമുണ്ടാക്കി. അടികൂടിയവർ അവരുടെ ദേഷ്യം തണുപ്പിക്കുന്നതിനായി കുറച്ച് നേരത്തേക്ക് ദ്വീപിന്റെ എതിർദിശകളിലേക്ക് പോകും. 'പിന്നെ ഒരു നാലുമണിക്കൂർ ഒക്കെ കഴിഞ്ഞാൽ ഞങ്ങൾ പോയി അവരെ കൂട്ടിക്കൊണ്ടുവരും. എന്നിട്ട് അവരോട് പരസ്പരം മാപ്പു പറയാൻ പറയും. അങ്ങനെയാണ് ഞങ്ങൾ കൂട്ടുകാരായി തുടർന്നത്,' മാനോ ഓർത്തെടുത്തു. (സിയോണും പിന്നീട് ഒരു ടെലിഫോൺ സംഭാഷണത്തിൽ എന്നോട് പറഞ്ഞത് ഇതുതന്നെയാണ്. 'ഞങ്ങൾ വളരെ അടുത്ത കൂട്ടുകാരായാണ് കഴിഞ്ഞത്. എപ്പോഴൊക്കെ അടികൂടിയാലും ഞാൻ അവരെ ശാന്തരാക്കാൻ ശ്രമിക്കും. അപ്പോഴവർ കരയുകയും മാപ്പു

പറയുകയും ചെയ്യും. അതോടെ എല്ലാം തീർന്നു. എല്ലാ തവണയും ഇതു തന്നെയായിരുന്നു സ്ഥിതി.')

പാട്ടും പ്രാർത്ഥനയുമായാണ് അവരുടെ ദിവസങ്ങൾ തുടങ്ങിയതും അവസാനിച്ചതും. ഒരു കഷണം പൊങ്ങുതടിയും ചിരട്ടയും പിന്നെ തങ്ങളുടെ തകർന്ന ബോട്ടിൽനിന്നും സംഘടിപ്പിച്ച ആറ് ഇരുമ്പു കമ്പികളും കൊണ്ട് കോലോ ഒരു താല്ക്കാലിക ഗിറ്റാർ ഉണ്ടാക്കി, അത് വായിച്ച് തന്റെ കൂട്ടുകാരുടെ പ്രസരിപ്പ് കെടാതെ നോക്കി. ഇത്രകാലം കഴിഞ്ഞിട്ടും ആ സംഗീതോപകരണം പീറ്റർ കേടുവരാതെ സൂക്ഷിച്ചു.

തീർച്ചയായും അവരുടെ മനസ്സുണർത്തിയേ മതിയായിരുന്നുള്ളൂ. ആ വേനൽക്കാലം മുഴുവൻ ഒരുതുള്ളി മഴപോലും പെയ്തില്ല. ഇതവരെ ദാഹം കൊണ്ട് പരിഭ്രാന്തരാക്കി. ഒരു ചങ്ങാടമുണ്ടാക്കി ആ ദ്വീപിൽ നിന്നും അവർ രക്ഷപ്പെടാൻ ശ്രമിച്ചെങ്കിലും പാറക്കെട്ടിലാഞ്ഞടിക്കുന്ന തിരയിൽ അത് തകർന്നു. പിന്നെ ആ ദ്വീപിലൂടെ ആഞ്ഞടിച്ച കൊടുങ്കാറ്റിൽ ഒരു മരം കടപുഴകി അവരുടെ കുടിലിനുമേലെ വീണു.

ഏറ്റവും കഷ്ടമായ കാര്യം, സ്റ്റീഫൻ ഒരു ദിവസം ഒരു പാറക്കെട്ടിൽ നിന്നും വഴുതി വീണ് കാലൊടിഞ്ഞതാണ്. മറ്റുള്ളവർ അവനെ താങ്ങിയെടുത്ത് മേലെയെത്തിച്ചു. വടികളും ഇലകളും ഉപയോഗിച്ച് അവർ അവന്റെ കാൽ ഉഴിഞ്ഞുകെട്ടി. 'ഒന്നും പേടിക്കണ്ട, നീ തൗഫ'അഹൗ തുപ്പോവ് രാജാവിനെ പോലെ ഇവിടെ കിടക്കുമ്പോൾ ഞങ്ങൾ നിന്റെ ജോലി ചെയ്തു കൊള്ളാം,' സിയോൺ തമാശയായി പറഞ്ഞു.

ഈ ആൺകുട്ടികളെ, അങ്ങനെ 1966 സെപ്റ്റംബർ 11 ഞായറാഴ്ചയാണ് രക്ഷപ്പെടുത്തിയത്.

ശാരീരികമായി അവർ നല്ല അവസ്ഥയിലായിരുന്നു. അവരുടെ പേശീബലമുള്ള ശരീരവും സ്റ്റീഫന്റെ ഒടിഞ്ഞ കാൽ കൃത്യമായി നേരെയായതും കണ്ട് അവരെ പരിശോധിച്ച അന്നാട്ടിലെ ഫിസിഷ്യൻ ഡോ. പൊസേസി ഫോണ്വ അത്ഭുതം കൂറി.

എന്നാൽ ആ കുട്ടികളുടെ കൊച്ചു സാഹസം അവിടംകൊണ്ടൊന്നും നിന്നില്ല, കാരണം അവർ നുക്കു'ആലോഫയിൽ തിരിച്ചെത്തിയപ്പോൾ അവരെ കാണാനായി പോലീസ് കാത്തുനിൽക്കുന്നുണ്ടായിരുന്നു. നഗരത്തിൽ നിന്നും കാണാതെ പോയ ആറ് മക്കൾ തിരിച്ചെത്തിയതിൽ പോലീസ് ആവേശഭരിതരായി നിൽക്കുകയാണെന്ന് നിങ്ങൾ കരുതിക്കാണും. എന്നാൽ അതല്ല. അവർ പീറ്ററിന്റെ ബോട്ടിൽ കയറി ആ ആൺകുട്ടികളെ അറസ്റ്റ് ചെയ്ത് ജയിലിലടച്ചു. പതിനഞ്ച് മാസം മുന്നേ തന്റെ പായ്‌വഞ്ചി ആ കുട്ടികൾ 'കടം വാങ്ങി' കൊണ്ടുപോയതിൽ ടാനിയേല ഉഹില അപ്പോഴും രോഷാകുലനായിരുന്നു, അയാൾ അവർക്കെതിരെ കേസുമായി മുന്നോട്ടുപോകാൻ തീരുമാനിച്ചു.

ആ കുട്ടികളുടെ ഭാഗ്യം എന്നുപറയാമല്ലോ, പീറ്റർ ഒരു പദ്ധതി മുന്നോട്ടു വച്ചു. അവരുടെ കപ്പൽച്ചേതത്തിന്റെ കഥ എന്തുകൊണ്ടും ഒരു ഹോളിവുഡ് സിനിമയ്ക്ക് പറ്റിയതാണെന്ന് അയാൾക്കുതോന്നി. വിജനമായൊരു ദ്വീപിൽ അകപ്പെട്ടു പോയ ആറ് കുട്ടികൾ... വർഷങ്ങളോളം ആളുകൾ പറഞ്ഞുനടക്കാനിടയുള്ള കഥയാണത്. തന്റെ പിതാവിന്റെ കമ്പനിയുടെ കോർപ്പറേറ്റ്

അക്കൗണ്ടന്റ് എന്നനിലയിൽ ആ കമ്പനിയുടെ സിനിമ അവകാശങ്ങൾ കൈകാര്യം ചെയ്തിരുന്ന പീറ്ററിന് ടെലിവിഷൻ രംഗത്തെ ആളുകളുമായി പരിചയമുണ്ടായിരുന്നു.

കൃത്യമായി എന്താണ് ചെയ്യേണ്ടതെന്ന് ക്യാപ്റ്റന് അറിയാമായിരുന്നു. ടോംഗയിലെത്തിയതും അയാൾ സിഡ്നിയിലെ ചാനൽ 7-ന്റെ മാനേജരെ വിളിച്ചു. 'നിങ്ങൾ ഇതിന്റെ ഓസ്ട്രേലിയൻ പകർപ്പവകാശം എടുത്തോളു, എനിക്ക് ആഗോള പകർപ്പവകാശം തന്നാൽ മതി. അങ്ങനെയാണെങ്കിൽ നമുക്കവരെ ജയിലിൽനിന്നും പുറത്തിറക്കി ആ ദ്വീപിലേക്ക് കൊണ്ടു പോകാം,' അയാൾ അവരോട് പറഞ്ഞു. അടുത്തതായി പീറ്റർ നേരെ ഉഹില യെ ചെന്നുകണ്ട് 150 പൗണ്ട് നല്കി ആ കുട്ടികളെ മോചിപ്പിച്ചു. അവർ ആ സിനിമയുമായി സഹകരിക്കണമെന്നായിരുന്നു ഉപാധി.

ഏതാനും ദിവസങ്ങൾക്കുള്ളിൽ ചാനൽ 7-ൽ നിന്നുള്ള സംഘം ആഴ്ച യിലൊരിക്കൽ ടോംഗയിലേക്ക് സർവ്വീസ് നടത്തുന്ന പുരാതനമായൊരു DC-3 വിമാനത്തിൽ വന്നിറങ്ങി. ആ രംഗം എനിക്കും മാർജെക്കും വിവരിച്ച് തരുമ്പോൾ പീറ്റർ കുലുങ്ങിച്ചിരിക്കുന്നുണ്ടായിരുന്നു. 'ആ വിമാനത്തിൽ നിന്നും സിറ്റി സ്യൂട്ടും മുനകൂർത്ത ഷൂസും ധരിച്ച് മൂന്ന് ടിവിക്കാർ പുറത്തി റങ്ങി.'

ഈ ആറ് ആൺകുട്ടികളെയുംകൊണ്ട് ഷൂട്ടിങ് സംഘം ആട്ട ദ്വീപിലെ ത്തിയപ്പോഴേക്കും ചാനൽ 7-ൽ നിന്നും വന്നവർ ഭയംമൂലം വിളറി വെളുത്ത് കഴിഞ്ഞിരുന്നു. അതിലും കഷ്ടം അവർക്ക് നീന്താനറിയില്ല എന്നതായിരുന്നു. 'പേടിക്കണ്ട, ഈ കുട്ടികൾ നിങ്ങളെ രക്ഷിച്ചുകൊള്ളും,' പീറ്റർ അവർക്ക് ഉറപ്പുനല്കി.

ഭയന്ന് വിറക്കുന്ന അവരെയും കൊണ്ട് പാറക്കെട്ടിലാഞ്ഞടിക്കുന്ന തിര കൾക്കിടയിലൂടെ ക്യാപ്റ്റൻ തുഴഞ്ഞു. 'ഇവിടെയാണ് നിങ്ങൾക്കിറങ്ങേ ണ്ടത്.'

അമ്പതുവർഷങ്ങൾക്കുശേഷവും ആ ഓർമ്മകൾ പീറ്ററിന്റെ കണ്ണ് നിറ യ്ക്കുന്നു. പക്ഷേ, ഇപ്പോഴത് ചിരികൊണ്ടാണെന്ന് മാത്രം. 'ഞാനവരെ എടുത്ത് പുറത്തിട്ടപ്പോൾ ഈ ആസ്ട്രേലിയൻ ടെലിവിഷൻകാർ മുങ്ങി ത്താഴാൻ തുടങ്ങി, എന്നാൽ ടോംഗക്കാരാവട്ടെ ഊളിയിട്ട് അവരെ പൊക്കി യെടുക്കാനും നുരയുന്ന ജലപ്പരപ്പിലൂടെ പാറക്കെട്ടിനടുത്തേക്ക് തള്ളിക്കൊ ണ്ടുപോകാനും ശ്രമിച്ചു.'

അടുത്തതായി അവർക്ക് ആ പാറക്കെട്ടിൽ വലിഞ്ഞുകയറണമായിരുന്നു. അതിന് ബാക്കിദിവസം മുഴുവൻ വേണ്ടിവന്നു. അങ്ങനെ വല്ലവിധേനയും പാറക്കെട്ടിന് മുകളിലെത്തിയപ്പോഴേക്കും ടെലിവിഷൻ ഗ്രൂപ്പ് തളർന്ന് വീണു. ആട്ടയെക്കുറിച്ചുള്ള ആ ഡോക്യുമെന്ററി വിജയിക്കാത്തതിൽ അത്ഭുതമില്ല. അതിലെ ഷോട്ടുകൾ ഒട്ടും നന്നായിരുന്നില്ലെന്ന് മാത്രമല്ല ചിത്രീകരിച്ച 16mm ഫിലിമിന്റെ മുപ്പത് മിനിറ്റ് ഒഴിച്ച് ബാക്കിയെല്ലാം കാണാതെ പോവുകയും ചെയ്തു. 'വാസ്തവത്തിൽ ഇരുപത് മിനിറ്റേ ഉണ്ടായിരുന്നുള്ളൂ, ബാക്കി പരസ്യമായിരുന്നു,' പീറ്റർ തിരുത്തി.

സ്വാഭാവികമായും ചാനൽ 7 ഡോക്യുമെന്ററിയെക്കുറിച്ച് കേട്ടപ്പോൾ എനിക്ക് അതൊന്ന് കാണണമെന്നു തോന്നി. തിരിച്ച് നെതർലാൻഡ്സിൽ എത്തിയ

ശേഷം ഞാൻ പഴയ റെക്കോഡിങ്ങുകൾ കണ്ടെത്തി അവ റീസ്റ്റോർ ചെയ്യുന്നതിൽ സ്പെഷ്യലൈസ് ചെയ്യുന്ന ഒരു ഏജൻസിയുമായി ബന്ധപ്പെട്ടു. അവർ അതന്വേഷിച്ചെങ്കിലും അങ്ങനെയൊന്ന് എവിടെയുമുണ്ടായിരുന്നില്ല.

പീറ്റർ വീണ്ടും ഇടപെട്ടു. 2006-ൽ ഈ കുട്ടികളെ സന്ദർശിച്ച സിനിമാ സംവിധായകനായ സ്റ്റീവ് ബോമാനുമായി എന്നെ കൂട്ടിമുട്ടിച്ചു തന്നു. അവരുടെ കഥയ്ക്ക് അതർഹിക്കുന്ന ശ്രദ്ധ കിട്ടിയില്ലെന്നതിൽ സ്റ്റീവ് നിരാശനായിരുന്നു. തന്റെ ഡോക്യുമെന്ററിയുടെ വിതരണക്കാരൻ പാപ്പരായിപോയതിനാൽ അയാൾക്ക് അത് സംപ്രേഷണം ചെയ്യാനായില്ല. എന്നാൽ താൻ ചെയ്ത അഭിമുഖങ്ങളെല്ലാം തന്നെ അതേപടി അദ്ദേഹത്തിന്റെ കയ്യിലുണ്ടായിരുന്നു. ഞാനുമായി അത് പങ്കുവയ്ക്കാൻ അദ്ദേഹം ദയാപൂർവ്വം സമ്മതിച്ചെന്ന് മാത്രമല്ല, അക്കൂട്ടത്തിലെ ഏറ്റവും പ്രായം കൂടിയ സിയോണിനെ എനിക്ക് പരിചയപ്പെടുത്തി തരികയും ചെയ്തു. പിന്നെയാണ് അദ്ദേഹം പറഞ്ഞത് ആ 16എംഎം ഡോക്യുമെന്ററിയുടെ അവശേഷിച്ച ഒരേയൊരു കോപ്പി തന്റെ കയ്യിലുണ്ടെന്ന്.

'എനിക്കതൊന്നു കാണാനാവുമോ?' ഞാൻ സ്റ്റീവിനോട് ചോദിച്ചു.

'തീർച്ചയായും,' അദ്ദേഹം പറഞ്ഞു.

അങ്ങനെയാണ് കപ്പൽച്ചേതത്തിൽപ്പെട്ട ആറ് കുട്ടികളുടെ കഥ ആരും ശ്രദ്ധിക്കാത്ത ഒരു ബ്ലോഗിൽ യാദൃച്ഛികമായി വായിച്ച് ഏതാനും മാസങ്ങൾക്കുശേഷം 1966-ലെ ആ ഡോക്യുമെന്ററിയുടെ ഒറിജിനൽ ഫുട്ടേജ് ഞാൻ എന്റെ ലാപ്ടോപ്പിൽ കാണുന്നത്. 'ഞാൻ സിയോൺ ഫത്താവ്വ,' ആ ഡോക്യുമെന്ററി തുടങ്ങി. 'സെന്റ് ആൻഡ്രൂസ് ഹൈസ്ക്കൂളിലെ അഞ്ച് സഹപാഠികളും ഞാനും 1965 ജൂൺമാസത്തിൽ ഈ ദ്വീപിൽ വന്നടിഞ്ഞു.'

ആ ആൺകുട്ടികൾ വീട്ടിൽ തിരിച്ചെത്തിയപ്പോൾ കുടുംബക്കാർ ഏറെ ആഹ്ലാദം കൊണ്ടു. ഏകദേശം തൊള്ളായിരം പേർ മാത്രമുള്ള ഹാ'അഫേവ ദ്വീപിലെ എല്ലാ താമസക്കാരും തന്നെ വീട്ടിൽ തിരിച്ചെത്തിയ അവരെ സ്വീകരിക്കാനായി വന്നു. 'ഒരു സൽക്കാരം കഴിയും മുന്നേ തന്നെ അടുത്ത സൽക്കാരത്തിനുള്ള ഒരുക്കങ്ങൾ തുടങ്ങിക്കഴിഞ്ഞിരിക്കും,' എന്ന് 1966-ലെ ആ ഡോക്യുമെന്ററിയുടെ ശബ്ദരേഖയിൽ ഞാൻ കേട്ടു.

പീറ്റർ ഒരു ദേശീയ നായകനായി പ്രഖ്യാപിക്കപ്പെട്ടു. അധികം വൈകാതെ ആ ക്യാപ്റ്റനെ ഒരു കൂടിക്കാഴ്ചയ്ക്ക് ക്ഷണിച്ചുകൊണ്ട് തൗഫ' അഹാവു തുപ്പോവ് നാലാമൻ രാജാവിന്റെ സന്ദേശമെത്തി. 'എന്റെ പ്രജകളിൽ ആറുപേരെ രക്ഷപ്പെടുത്തിയതിന് നന്ദി. ഇനി ഞാൻ താങ്കൾക്കുവേണ്ടി എന്താണ് ചെയ്യേണ്ടത്?' രാജാവ് ചോദിച്ചു.

ക്യാപ്റ്റന് അധികമൊന്നും ചിന്തിക്കേണ്ടി വന്നില്ല. 'എനിക്കിവിടെ കൊഞ്ച് പിടിക്കാനും സ്വന്തമായൊരു ബിസിനസ് തുടങ്ങാനും അനുമതി തരണം.'

ഇത്തവണ രാജാവ് അനുമതി നല്കി. പീറ്റർ തിരിച്ച് സിഡ്നിയിൽ പോയി തന്റെ പിതാവിന്റെ കമ്പനിയിലെ ജോലി ഉപേക്ഷിച്ച് ഒരു പുതിയ കപ്പൽ വാങ്ങി. പിന്നെ ആ ആറ് ആൺകുട്ടികളെയും ഒപ്പം കൂട്ടി, എന്തൊരാഗ്രഹം കൊണ്ടാണോ അവർ ഈ സാഹസത്തിന് മുതിർന്നത് അത് അവർക്ക് അനുവദിച്ച് കൊടുത്തു: ടോംഗയ്ക്കപ്പുറമുള്ള ലോകം കാണാൻ ഒരവസരം.

തന്റെ മത്സ്യബന്ധനയാനത്തിൽ ജോലിക്കാരായി സിയോൺ, സ്റ്റീഫൻ, കോലോ, ഡേവിഡ്, ലൂക്ക്, മാനോ എന്നിവരെ നിയമിച്ചു.

എന്തായിരുന്നു ആ ബോട്ടിന്റെ പേര് എന്നറിയേണ്ടേ? ദ ആട്ട.

5

ഇതാണ് യഥാർത്ഥ ജീവിതത്തിലെ ഈച്ചകളുടെ തമ്പുരാൻ.

ഇതൊരു ഹൃദയാവർജ്ജകമായ കഥയാണ്. ബെസ്റ്റ്സെല്ലിങ്ങ് നോവലുകൾക്കും ബ്രോഡ്‌വേ നാടകങ്ങൾക്കും ബ്ലോക്ക്ബസ്റ്റർ സിനിമകൾക്കും പറ്റിയ കഥ.

എന്നാൽ ആർക്കും അറിയാത്ത ഒരു കഥ കൂടിയാണ് ഇത്. ആട്ടയിലെ ആ ആൺകുട്ടികൾ വിസ്മൃതിയിലേക്ക് മറഞ്ഞപ്പോൾ വില്ല്യം ഗോൾഡിങ്ങിന്റെ പുസ്തകം ഇപ്പോഴും പരക്കെ വായിക്കപ്പെടുന്നു. താനറിയാതെ ആണെങ്കിലും ഇന്നത്തെ ടെലിവിഷനിൽ ഏറ്റവും ജനപ്രിയമായ വിനോദ പരിപാടികളുടെ ഒരു ശാഖയായ റിയാലിറ്റി ടിവിയുടെ ഉപജ്ഞാതാവായാണ് മാധ്യമ ചരിത്രകാരന്മാർ അദ്ദേഹത്തെ വിലയിരുത്തുന്നത്.

റിയാലിറ്റി ഷോകൾ എന്നറിയപ്പെടുന്ന ബിഗ് ബ്രദർ, ടെംപ്റ്റേഷൻ ഐലന്റ് തുടങ്ങിയവയെല്ലാം പറയുന്നത് മനുഷ്യരെ സ്വന്തം യുക്തിക്ക് വിട്ടുകൊടുത്താൽ അവർ മൃഗങ്ങളെപ്പോലെ പെരുമാറുമെന്നാണ്. 'ഞാൻ *ഈച്ചകളുടെ തമ്പുരാൻ* പുനരാവൃത്തി വായിക്കുകയുണ്ടായി' എന്ന് സർവൈവർ എന്ന ഹിറ്റ് പരമ്പരയുടെ സ്രഷ്ടാവ് ഒരു അഭിമുഖത്തിൽ പറഞ്ഞു. 'പന്ത്രണ്ടുവയസ്സിലാണ് ഞാൻ അത് ആദ്യം വായിക്കുന്നത്, പിന്നെ ഇരുപതു വയസ്സിനോടടുത്ത് വീണ്ടും വായിച്ചു. മുപ്പതാം വയസ്സിൽ ഒരാവർത്തി കൂടി, വീണ്ടും ഈ ടെലിവിഷൻ പരിപാടി തുടങ്ങുമ്പോഴും.

ടെലിവിഷൻ പരിപാടികളിലെ ഈ ശാഖയ്ക്ക് തുടക്കം കുറിച്ചത് MTV യിലെ ദ റിയൽ വേൾഡ് ആയിരുന്നു. 1992-ൽ ഇത് സംപ്രേക്ഷണം ആരംഭിച്ചത് മുതൽ ഓരോ എപ്പിസോഡിന്റെ തുടക്കത്തിലും അതിലെ അഭിനേതാക്കളിൽ ഒരാൾ ഇങ്ങനെ ഉരുവിടും, 'ഇത് ഏഴ് അപരിചിതരുടെ സത്യകഥയാണ് [...] ആളുകൾ മര്യാദക്കാരാവുന്നത് നിർത്തി അവരുടെ യഥാർത്ഥ സ്വഭാവം പുറത്ത് കാട്ടുമ്പോൾ എന്ത് സംഭവിക്കുമെന്ന് നോക്കാം.'

നുണപറച്ചിൽ, വഞ്ചന, പ്രകോപനം, ദേഷ്യപ്പെടൽ - യഥാർത്ഥ സ്വഭാവം എന്നാൽ ഇതൊക്കെയാണ് എന്ന് നമ്മളെ വിശ്വസിപ്പിക്കാനാണ് ഓരോ ഭാഗവും ശ്രമിക്കുന്നത്. എന്നാൽ ഇത്തരം പരിപാടികളുടെ അണിയറയിൽ പോയി നോക്കിയാൽ മത്സരാർത്ഥികളെ വശീകരിച്ചെടുക്കുന്നതും മദ്യപിപ്പിക്കുന്നതും പരസ്പരം പോരടിപ്പിക്കുന്നതുമായ തീർത്തും ഞെട്ടിക്കുന്ന കാഴ്ചകളാണ് കാണാനാകുക. മനുഷ്യന്റെയുള്ളിലുള്ളത് പുറത്തുകൊണ്ടുവരാൻ എന്തൊക്കെ നീചമായ കൗശലങ്ങളാണ് പ്രയോഗിക്കുന്നതെന്ന് ഇത് കാണിച്ച് തരുന്നു.

മറ്റൊരു റിയാലിറ്റി ഷോ ആയ കിഡ് നാഷൻ ഒരിക്കൽ നാല്പത് കുട്ടികളെ, അവർ പരസ്പരം കഴുത്തിന് കയറിപ്പിടിക്കുമെന്ന പ്രതീക്ഷയിൽ, ന്യൂമെക്സിക്കോയിലെ ഒരു പ്രേതനഗരത്തിൽ കൊണ്ടുപോയാക്കി. എന്നാൽ

അതുണ്ടായില്ല. 'അടിക്കടി അവർ വന്നു നോക്കുമ്പോഴെല്ലാം ഞങ്ങൾ വളരെ സൗഹാർദ്ദപരമായി പോവുന്നതാണ് കാണുക, അപ്പോൾ പിന്നെ ഞങ്ങളെ ശണ്ഠ കൂടിക്കുന്നതിനായി അവർക്ക് മറ്റുചില മാർഗ്ഗങ്ങൾ ഉപയോഗിക്കേണ്ടി വന്നു,' അതിൽ ഉണ്ടായിരുന്ന ഒരാൾ ഓർമിച്ചുപറഞ്ഞു.

ഇതിലെന്താണ് ഇത്ര വലിയ കാര്യം? ഇതൊക്കെ വെറും തമാശയാണെന്ന് നമുക്കൊക്കെ അറിയുന്നതല്ലേ എന്ന് നിങ്ങൾ ചോദിച്ചേക്കാം.

എന്നാൽ ഒരു കഥ ഒരിക്കലും ഒരു കഥ മാത്രമല്ല. കഥകൾ ചിലപ്പോൾ നോസെബോകളും ആയേക്കാം. സമീപകാലത്ത് നടത്തിയ ഒരു പഠനത്തിൽ മനഃശാസ്ത്രവിദഗ്ദ്ധനായ ബ്രിയാൻ ഗിബ്സൺ പറഞ്ഞത് *ഈച്ചകളുടെ തമ്പുരാൻ* പോലുള്ള ടെലിവിഷൻ പരിപാടികൾ കാണുന്നത് ആളുകളെ കൂടുതൽ അക്രമസ്വഭാവമുള്ളവരാക്കും എന്നാണ്. കുട്ടികൾ ഹിംസാത്മകമായ രൂപങ്ങൾ കാണുന്നതും പ്രായപൂർത്തിയാകുമ്പോൾ അവർ അക്രമോത്സുകരാകുന്നതും തമ്മിലുള്ള പരസ്പരബന്ധം ആസ്ബെറ്റോസും ക്യാൻസറും തമ്മിലുള്ള ബന്ധത്തെക്കാളും അല്ലെങ്കിൽ കാൽസ്യം കഴിക്കുന്നതും എല്ലുറപ്പും തമ്മിലുള്ള ബന്ധത്തെക്കാളും ശക്തമാണ്.

ദോഷൈകദർശനത്തോടു കൂടിയ കഥകൾ നമ്മൾ ലോകത്തെ കാണുന്ന രീതിയിൽ ഗണ്യമായ പ്രഭാവം ചെലുത്തുന്നു. ബ്രിട്ടനിൽ നടന്ന മറ്റൊരു പഠനം പറയുന്നത്, റിയാലിറ്റി ടിവി കൂടുതൽ കാണുന്ന പെൺകുട്ടികൾ, ജീവിതത്തിൽ മുന്നോട്ട് പോകണമെങ്കിൽ തരംതാണ പ്രവൃത്തികൾ ചെയ്യുന്നതും നുണപറയുന്നതുമെല്ലാം അത്യാവശ്യമാണെന്ന് കൂടുതലായി പറയുന്നു എന്നാണ്. മാധ്യമ ശാസ്ത്രജ്ഞനായ ജോർജ് ഗെർബ്നർ ഇതിനെക്കുറിച്ച് പറഞ്ഞതിങ്ങനെയാണ്: 'സംസ്കാരത്തിന്റെ കഥകൾ പറയുന്നവനാണ് യഥാർത്ഥത്തിൽ മനുഷ്യസ്വഭാവത്തെ നയിക്കുന്നത്.'

നമ്മൾ വ്യത്യസ്ത തരത്തിലുള്ള ഒരു കഥപറയാൻ സമയമായിരിക്കുന്നു.

യഥാർത്ഥ *ഈച്ചകളുടെ തമ്പുരാൻ* സൗഹൃദത്തിന്റെയും വിശ്വസ്തതയുടെയും കഥയാണ്; പരസ്പരം ആശ്രയിച്ചു നിന്നാൽ നമ്മൾ എത്രമാത്രം കരുത്തുറ്റവരാകും എന്ന് വ്യക്തമാക്കുന്ന കഥ. തീർച്ചയായും അത് ഒരു കഥ മാത്രമാണ്. പക്ഷേ, ലക്ഷക്കണക്കിന് കൗമാരക്കാർ വായിച്ചിരിക്കേണ്ട കഥയാണ് *ഈച്ചകളുടെ തമ്പുരാൻ* എന്ന് നമ്മൾ പറയുകയാണെങ്കിൽ വിജനമായ ഒരു ദ്വീപിൽ പെട്ടുപോയ യഥാർത്ഥ കുട്ടികളുടെ കഥയും നമ്മൾ അവരോടു പറയണം. 'ഞാൻ ഞങ്ങളുടെ സാമൂഹ്യപാഠം ക്ലാസ്സിൽ അവരുടെ അതിജീവനത്തിന്റെ കഥ ഒരിക്കൽ പറഞ്ഞു, എന്നാൽ എന്റെ വിദ്യാർത്ഥികൾക്ക് അത് വേണ്ടത്ര മനസ്സിലായില്ല,' ടോംഗയിലെ സെന്റ് ആൻഡ്രൂസ് ഹൈസ്കൂളിലെ ആ ആൺകുട്ടികളുടെ അധ്യാപകരിൽ ഒരാൾ വർഷങ്ങൾക്ക് ശേഷം ഓർത്തെടുത്തു.

അപ്പോൾ, പീറ്ററിനും മാനോക്കും എന്ത് സംഭവിച്ചു? ലിസ്മോറിനടുത്ത ടുള്ളേരയിലെ വാഴത്തോട്ടത്തിനു പുറത്തെത്തിയാൽ നിങ്ങൾ അവരെ കാണും: തമാശ പറഞ്ഞ്, പരസ്പരം ചുമലിൽ കയ്യിട്ടു നടക്കുന്ന പ്രായമായ രണ്ടു മനുഷ്യർ. ഒരാൾ ഒരു വലിയ വ്യവസായിയുടെ മകൻ, മറ്റേയാളാകട്ടെ വളരെ താഴ്ന്ന നിലയിൽനിന്നും വരുന്നയാളും. അവർ ആജീവനാന്ത സുഹൃത്തുക്കളാണ്.

എന്റെ ഭാര്യ പീറ്ററുടെ ഫോട്ടോ എടുത്തു കഴിഞ്ഞ ശേഷം അദ്ദേഹം തന്റെ പെട്ടിയിൽ കുറച്ചുനേരം എന്തോ പരാതി നോക്കി; എന്നിട്ടു ഒരു കെട്ട് കടലാസുകൾ എടുത്ത് എന്റെ കയ്യിൽവെച്ചുതന്നു. തന്റെ മക്കൾക്കും പേരക്കുട്ടികൾക്കുംവേണ്ടി എഴുതിയ ഓർമ്മക്കുറിപ്പുകളാണ് അതെന്നു അദ്ദേഹം പറഞ്ഞു.

ഞാൻ അതിന്റെ ആദ്യ താൾ വായിച്ചുനോക്കി. 'ജീവിതമെന്നെ ഏറെ പഠിപ്പിച്ചിട്ടുണ്ട്, നിങ്ങൾ മറ്റുള്ളവരിൽ എല്ലായ്പോഴും നല്ലതും ഗുണകരവുമായ കാര്യങ്ങൾ കാണണം എന്ന പാഠമടക്കം,' എന്ന് പറഞ്ഞാണ് അത് തുടങ്ങിയത്.

പീറ്റർ വാർണർ, സെപ്റ്റംബർ 2017.
Photo © Maartje ter Horst.

മാനോ ടോട്ടോ, സെപ്റ്റംബർ 2017.
Photo © Maartje ter Horst.

ഭാഗം 1

പ്രാചീന മനുഷ്യജീവിതം

'മനുഷ്യവർഗ്ഗം എവിടെയും എക്കാലത്തും ഒരുപോലെ തന്നെ ആയിരുന്നതിനാൽ ഇതിനെക്കുറിച്ച് ചരിത്രം പുതിയതോ വിചിത്രമായതോ ആയ ഒന്നും നമുക്ക് പകർന്നുതരുന്നില്ല. അതിന്റെ മുഖ്യ ഉപയോഗം മനുഷ്യപ്രകൃതിയെ സംബന്ധിച്ച സ്ഥായിയും സാർവ്വലൗകികവുമായ തത്വങ്ങൾ കണ്ടെത്തുക എന്നതാണ്.'

ഡേവിഡ് ഹ്യൂം (1711–1776)

ആട്ട ദ്വീപിലകപ്പെട്ട ആറുകുട്ടികളെക്കുറിച്ചുള്ള ഹൃദയാവർജ്ജകമായ ആ കഥ കേവലമൊരു അപഭ്രംശം മാത്രമായിരുന്നോ? അതോ അതിലും അഗാധമായ മറ്റെന്തെങ്കിലും അത് സൂചിപ്പിക്കുന്നുണ്ടോ? ഇത് ഒറ്റപ്പെട്ടൊരു ഉപാഖ്യാനമാണോ, അതോ മനുഷ്യപ്രകൃതിയെക്കുറിച്ചുള്ള ശ്ലാഘനീയമായൊരു ഉദാഹരണമാണോ?

മറ്റൊരു തരത്തിൽ പറഞ്ഞാൽ നമ്മൾ മനുഷ്യർ നന്മയോടാണോ അതോ തിന്മയോടാണോ കൂടുതൽ ചായ്‌വ് കാണിക്കുന്നത്?

നൂറ്റാണ്ടുകളായി ദാർശനികർ മല്ലിട്ടുകൊണ്ടിരിക്കുന്ന ഒരു ചോദ്യമാണിത്. ഇംഗ്ലീഷുകാരനായ തോമസ് ഹോബ്സ് (1588–1679) പറഞ്ഞ കാര്യം തന്നെ നോക്കുക. 1651-ൽ അദ്ദേഹം ലെവിയാത്തൻ പ്രസിദ്ധീകരിച്ചപ്പോൾ അതൊരു ഞെട്ടൽ ആയിരുന്നു ഉണ്ടാക്കിയത്. ഹോബ്സിനെ അധിക്ഷേപിക്കുകയും നിന്ദിക്കുകയും കുറ്റപ്പെടുത്തുകയും ചെയ്തു. പക്ഷേ, നമുക്കിന്നും അദ്ദേഹത്തിന്റെ പേരറിയാം, എന്നാൽ യാതൊരു നിലവാരവുമില്ലാത്ത അദ്ദേഹത്തിന്റെ വിമർശകർ എന്നേ വിസ്മൃതിയിലാണ്ട് കഴിഞ്ഞു. The Oxford History of Western Philosophy എന്ന പുസ്തകത്തിൽ ഞാൻ അദ്ദേഹത്തിന്റെ മഹത്തായ ഈ രചനയെ 'രാഷ്ട്രീയ തത്ത്വചിന്ത സംബന്ധിച്ച് ഇതുവരെ എഴുതപ്പെട്ട ഏറ്റവും മികച്ച രചന' എന്നാണ് വിശേഷിപ്പിച്ചിട്ടുള്ളത്.

അതല്ലെങ്കിൽ ഫ്രഞ്ച് തത്ത്വചിന്തകനായ ഴാങ്-ഴാക്ക് റൂസ്സോ (1712–78) യുടെ കാര്യമെടുക്കാം. അദ്ദേഹം എഴുതിയ ബൃഹദ്‌വോളിയങ്ങൾ അദ്ദേഹത്തെ കൂടുതൽ കൂടുതൽ പ്രശ്നങ്ങളിലേക്ക് തള്ളിയിട്ടു. അദ്ദേഹം കുറ്റവാളിയാക്കപ്പെടുകയും അദ്ദേഹത്തിന്റെ പുസ്തകങ്ങൾ തീയിടുകയും അറസ്റ്റിനായി വാറന്റ് പുറപ്പെടുവിക്കുകയുംവരെ ചെയ്തു. എന്നാൽ നിസ്സാരരായ അദ്ദേഹത്തിന്റെ പീഡകർ വിസ്മൃതിയിലാണ്ടുപോയപ്പോൾ റൂസ്സോ ഇന്നും നിലനിൽക്കുന്നു.

ഇവർ രണ്ടുപേരും ഒരിക്കലും കണ്ടിട്ടില്ല. റൂസ്സോ ജനിക്കുന്നതിനും മുപ്പത്തിമൂന്ന് വർഷം മുന്നേ ഹോബ്സ് മരിച്ച് കഴിഞ്ഞിരുന്നു. എന്നാൽ ഇന്നു മതേ, ദാർശനികതയുടെ ബോക്സിങ് റിംഗിൽ അവരെ നേർക്കുനേർ നിർത്തുന്നു. ഒരു മൂലയിൽ ഹോബ്സ്: മനുഷ്യപ്രകൃതിയുടെ കുടിലതയിൽ നമ്മളെ വിശ്വസിപ്പിക്കുമായിരുന്ന ദോഷൈകദൃക്ക്. പൊതുസമൂഹത്തിന് മാത്രമേ നമ്മളെ നമ്മുടെ ഹീനമായ ചോദനകളിൽനിന്നും മോചിപ്പിക്കാനാവൂ എന്ന് ഊന്നിപ്പറഞ്ഞ മനുഷ്യൻ. എതിർവശത്ത് റൂസ്സോ: ഉള്ളിന്റെയുള്ളിൽ നമ്മളെല്ലാവരും നല്ലവരാണെന്ന് പ്രഖ്യാപിച്ചയാൾ. നാഗരികത നമ്മുടെ മുക്തിയാണെന്നതിന് നേർവിപരീതമായി അത് നമ്മളെ നശിപ്പിക്കുമെന്ന് പറഞ്ഞയാൾ.

ഇവരെക്കുറിച്ച് നിങ്ങൾ കേട്ടിട്ടില്ലെങ്കിലും ഈ രണ്ട് മഹാരഥന്മാരുടെ പരസ്പരവിരുദ്ധമായ കാഴ്ചപ്പാടുകൾ സമൂഹത്തിന്റെ ആഴത്തിലുള്ള വിഭജനങ്ങളുടെ വേരുകളിൽ കിടക്കുന്നുണ്ട്. ഇത്രയും ഉയർന്ന നിലയിലുള്ളതോ ഇത്രയും ദൂരവ്യാപകമായ അനന്തരഫലങ്ങളുള്ളതോ ആയ മറ്റൊരു സംവാദത്തെക്കുറിച്ചും എനിക്കറിയില്ല. കടുത്ത ശിക്ഷയും മെച്ചപ്പെട്ട സാമൂഹ്യ സേവനങ്ങളും തമ്മിൽ, ദുർഗ്ഗുണപരിഹാര പാഠശാലയും കലാപഠനശാലയും തമ്മിൽ, മാനേജ്മെന്റ് ശ്രേണിയും പ്രബുദ്ധരായ ടീമുകളും തമ്മിൽ, പഴഞ്ചൻ മട്ടിലുള്ള കുടുംബനാഥന്മാരും കുട്ടികളെ കളിപ്പിച്ചു നടക്കുന്ന അച്ഛന്മാരും തമ്മിൽ – ഇങ്ങനെ ഏത് സംവാദം എടുത്തുനോക്കിയാലും ഒരു തരത്തിലല്ലെങ്കിൽ മറ്റൊരു തരത്തിൽ അത് ഹോബ്സും റൂസ്സോയും തമ്മിലുള്ള എതിരഭിപ്രായങ്ങളിൽ ചെന്നുനില്ക്കുന്നതായി കാണാം.

നമുക്ക് തോമസ് ഹോബ്സിൽനിന്നും തുടങ്ങാം. നമുക്ക് നമ്മളെക്കുറിച്ച് ശരിക്കും അറിയണമെന്നുണ്ടെങ്കിൽ നമ്മുടെ പൂർവ്വപിതാമഹർ എങ്ങനെയാണ് ജീവിച്ചതെന്ന് നമ്മൾ മനസ്സിലാക്കിയാലേ തീരൂ എന്ന് ആദ്യമായി വാദിച്ച ദാർശനികരിൽ ഒരാളാണ് അദ്ദേഹം. കാലത്തിലൂടെ നമ്മൾ 50,000 വർഷങ്ങൾ പിറകോട്ടു സഞ്ചരിക്കുകയാണെന്ന് സങ്കല്പിക്കുക. വേട്ടയാടിപ്പിടിച്ചിരുന്ന കാലങ്ങളിൽ നമ്മൾ എങ്ങനെയാണ് സംവദിച്ചിരുന്നത്? നിയമസംഹിതകളോ കോടതികളോ ജഡ്ജിമാരോ തടവറകളോ പോലീസോ ഇല്ലാതിരുന്ന കാലത്ത് നമ്മുടെ പെരുമാറ്റം എങ്ങനെയായിരുന്നു?

ഇതിനുത്തരം തനിക്കറിയാമായിരുന്നു എന്ന് ഹോബ്സ് കരുതി. 'അവനവനെ വായിക്കുക, നിങ്ങളുടെ സ്വന്തം ഭയങ്ങളെയും വികാരങ്ങളെയും കീറിമുറിച്ചു നോക്കുക. അങ്ങനെ, ഇങ്ങനെയുള്ളൊരു സാഹചര്യത്തിൽ മറ്റു മനുഷ്യരുടെയെല്ലാം ചിന്തകളും വികാരങ്ങളും നിങ്ങൾക്ക് വായിച്ചറിയാനാവും.'

ഈ രീതി ഹോബ്സ് അവനവനിൽ പ്രയോഗിച്ചു നോക്കിയപ്പോൾ അദ്ദേഹം എത്തിച്ചേർന്ന നിർണ്ണയം ഒട്ടും പ്രതീക്ഷയ്ക്ക് വകയില്ലാത്തതായിരുന്നു.

പണ്ട് നാളുകളിൽ നമ്മൾ സ്വതന്ത്രരായിരുന്നു എന്നദ്ദേഹമെഴുതി. നമുക്കിഷ്ടമുള്ളതെല്ലാം നമുക്ക് ചെയ്യാം, എന്നാൽ അതിന്റെ അനന്തരഫലം ഭീകരമായിരുന്നു. പ്രകൃതിയുടെ അന്നത്തെയവസ്ഥയിൽ മനുഷ്യജീവിതം 'ഏകാന്തവും ദരിദ്രവും അരോചകവും മൃഗീയവും ഹ്രസ്വവും' ആയിരുന്നെന്ന് അദ്ദേഹം എഴുതി. ഇതിനുള്ള കാരണം വളരെ ലളിതമാണെന്നദ്ദേഹം സിദ്ധാന്തവത്ക്കരിച്ചു. മനുഷ്യനെ നയിക്കുന്നത് ഭയമാണ്. മറ്റുള്ളവരെക്കുറിച്ചുള്ള ഭയം. മരണഭയം. നമ്മൾ സുരക്ഷിതത്വത്തിനായി കാത്തിരിക്കുന്നു. നമുക്ക് 'അധികാരത്തിന് പുറകെ അധികാരങ്ങളോട് അദമ്യവും അശാന്തവുമായ മോഹമുണ്ട്, അതൊടുങ്ങുന്നതാകട്ടെ മരണത്തിലും'.

ഇതിന്റെ ഫലമെന്താണ്? ഹോബ്സിനെ സംബന്ധിച്ചിടത്തോളം 'എല്ലാവരും എല്ലാവർക്കുമെതിരെ യുദ്ധം ചെയ്യുന്ന അവസ്ഥ.' Bellum omnium contra omnes.

പക്ഷേ, ഒന്നും പേടിക്കാനില്ല, അദ്ദേഹം ഉറപ്പിച്ചു പറഞ്ഞു. നമ്മൾ നമ്മളുടെ സർവ്വതന്ത്രസ്വതന്ത്ര്യം ത്യജിക്കാൻ തയ്യാറാവുകയാണെങ്കിൽ നമുക്ക്

അരാജകത്വത്തെ മെരുക്കാനും സമാധാനം സ്ഥാപിക്കാനും കഴിയും. നമ്മളെ, നമ്മുടെ മനസ്സും ശരീരവും, ഒരു സർവ്വാധികാരിയുടെ കൈകളിലേല്പ്പിക്കുക. ഈ സർവ്വാധികാരിക്ക് അദ്ദേഹം ബൈബിളിൽ പറയുന്ന കടൽ രാക്ഷസന്റെ പേരാണിട്ടത്: ലിവിയാത്തെൻ.

അദ്ദേഹത്തിന്റെ കാലശേഷം സംവിധായകരും ഏകാധിപതികളും ഗവർണർമാരും ജനറൽമാരുമെല്ലാം ആയിരക്കണക്കിന്, അല്ല ദശലക്ഷകണക്കിന് തവണ ആവർത്തിച്ചു പറഞ്ഞ ഒരു വാദത്തിന് ഹോബ്സിന്റെ ചിന്തകൾ ഒരു ദാർശനികയുക്തിയുടെ അടിത്തറ നല്കി:

'ഞങ്ങൾക്ക് അധികാരം തരിക, അല്ലെങ്കിൽ എല്ലാം നഷ്ടമാകും.'

ഒരു നൂറു വർഷം മുന്നോട്ടുപോകുക. അപ്പോൾ നമ്മൾ ഴാങ് ഴാക്ക് റൂസ്സോയെ കാണും - പാരീസിന്റെ അടുത്ത പ്രാന്തപ്രദേശത്തുള്ള വിൻസെന്നീസിലെ തടവറയിലേക്ക് നടന്നുപോകുന്ന ആരുമറിയാത്ത ഗായകൻ. ഒരു സർക്കാർ മന്ത്രിയുടെ വെപ്പാട്ടിയെക്കുറിച്ച് നിർഭാഗ്യവശാൽ ഒരു തമാശ പൊട്ടിച്ചതിന് തടവറയിലാകപ്പെട്ട തന്റെ ദരിദ്രസുഹൃത്തും ദാർശനികനുമായ ഡെന്നിസ് ദിദേറോയെ കാണാൻ പോവുകയാണ് അദ്ദേഹം.

അപ്പോഴാണത് സംഭവിച്ചത്. ഒരു മരത്തണലിൽ ഇത്തിരിനേരം വിശ്രമിക്കാനിരുന്ന റൂസ്സോ, *മെർക്കുറേ ഡേ ഫ്രാൻസി*ന്റെ പുതിയ പതിപ്പ് മറിച്ച് നോക്കുമ്പോഴാണ് പിന്നീട് തന്റെ ജീവിതം മാറ്റിമറിച്ച ഒരു പരസ്യം അദ്ദേഹത്തിന്റെ കണ്ണിൽപ്പെടുന്നത്. അക്കാദമി ഓഫ് ഡിജോൺ നടത്തുന്ന ഒരു ഉപന്യാസമത്സരത്തിന്റേതായിരുന്നു ആ പരസ്യം. മത്സരാർത്ഥികൾ ഇനി പറയുന്ന ചോദ്യത്തിനാണ് ഉത്തരമെഴുതേണ്ടത്:

'ശാസ്ത്രത്തിന്റെയും കലയുടെയും പുനരുദ്ധാരണം ധാർമ്മികതയുടെ വിശുദ്ധീകരണത്തിന് സഹായകമായിട്ടുണ്ടോ?'

ഇതിന് തന്റെ ഉത്തരം എന്താണെന്ന് റൂസ്സോക്ക് ആ നിമിഷം തന്നെ അറിയാമായിരുന്നു. 'അത് വായിച്ച നിമിഷം ഞാൻ മറ്റൊരു പ്രപഞ്ചം കാണുകയും മറ്റൊരാളായി മാറുകയും ചെയ്തു,' അദ്ദേഹം പിന്നീടെഴുതി. സിവിൽ സമൂഹം ഒരു അനുഗ്രഹമല്ലെന്നും മറിച്ച് ഒരു ശാപമാണെന്നും ആ നിമിഷം അദ്ദേഹം തിരിച്ചറിഞ്ഞു. തടവിലാക്കപ്പെട്ട തന്റെ നിരപരാധിയായ കൂട്ടുകാരനെ കാണാനുള്ള യാത്ര തുടരവേ അദ്ദേഹം ഒരു കാര്യം മനസ്സിലാക്കി. 'അതായത് മനുഷ്യൻ സ്വാഭാവികമായും നല്ലവനാണ്, എന്നാൽ ഇത്തരം സ്ഥാപനങ്ങളിൽ നിന്നാണ് മനുഷ്യർ ദുഷ്ടരായി മാറുന്നത്.' റൂസ്സോയുടെ ഉപന്യാസത്തിന് ഒന്നാം സമ്മാനം ലഭിച്ചു.

വരും വർഷങ്ങളിൽ അദ്ദേഹം തന്റെ കാലത്തെ ഏറ്റവും പ്രമുഖ തത്വചിന്തകരിൽ ഒരാളായി വളർന്നു. ഇന്നുമതെ, അദ്ദേഹത്തിന്റെ കൃതികൾ വായിക്കുന്നത് ആഹ്ലാദകരമാണെന്ന് പറയാതെ വയ്യ. റൂസ്സോ മഹാനായ ഒരു ചിന്തകൻ മാത്രമായിരുന്നില്ല, അദ്ദേഹം അനുഗൃഹീതനായ ഒരു എഴുത്തുകാരൻ കൂടിയായിരുന്നു. സ്വകാര്യസ്വത്തിനെക്കുറിച്ച് അദ്ദേഹം എഴുതിയ വളരെ തീക്ഷ്ണമായ ഈ ഭാഗം തന്നെ നോക്കൂ:

> ഒരു തുണ്ടു ഭൂമിക്കു വേലികെട്ടി, 'ഇത് എന്റേതാണ്' എന്ന് പറയുകയും, തന്നെ വിശ്വസിക്കാൻ മാത്രം, ആളുകൾ നിഷ്കളങ്കരാണെന്നു തിരിച്ചറിയുകയും ചെയ്ത ആദ്യത്തെ മനുഷ്യനാണ് സിവിൽ സമൂഹ

> ത്തിന്റെ യഥാർത്ഥ സ്ഥാപകൻ. മറ്റെവിടെയെങ്കിലും കുടിയേറാൻ പോവുകവഴി, കിടങ്ങുകൾ തീർക്കുക വഴി, 'ഈ വഞ്ചകൻ പറയുന്നത് കേൾക്കുന്നവർ സൂക്ഷിക്കുക; ഭൂമിയുടെ ഫലങ്ങൾ നമുക്കെല്ലാവർക്കു മുള്ളതാണെന്നും എന്നാൽ ഈ ഭൂമി തന്നെ സ്വന്തമല്ലെന്നും നിങ്ങൾ ഒരിക്കൽ മറന്നാൽ നിങ്ങൾ പഴയപടിയാകും' എന്ന് തന്റെ കൂട്ടാളികളോട് കരഞ്ഞു പറയുക വഴി, അവൻ എത്ര കുറ്റകൃത്യങ്ങളിൽനിന്ന്, യുദ്ധ ങ്ങളിൽ നിന്ന്, കൊലപാതകങ്ങളിൽ നിന്ന്, എത്ര ഭീകരതകളിൽ നിന്നും നിർഭാഗ്യങ്ങളിൽ നിന്നും മനുഷ്യരാശിയെ രക്ഷിച്ചിരിക്കില്ല.

ശാപഗ്രസ്തമായ ആ സിവിൽ സമൂഹത്തിന്റെ പിറവിയോടെയാണ് കാര്യ ങ്ങളെല്ലാം തലതിരിഞ്ഞത് എന്ന് റൂസ്സോ വാദിച്ചു. കൃഷി, നഗരവൽകരണം, രാഷ്ട്രങ്ങൾ ഇതൊന്നും നമ്മളെ ആകെ കുഴഞ്ഞുമറിഞ്ഞ അവസ്ഥയിൽ നിന്നും ഉയർത്തിയില്ല, മറിച്ച് അത് നമ്മളെ അടിമകളാക്കുകയും നമുക്ക് കാലക്കേട് വരുത്തുകയും ചെയ്തു.

എഴുത്തും അച്ചടിയന്ത്രം കണ്ടെത്തിയതും കാര്യങ്ങൾ കൂടുതൽ വഷ ളാക്കി. 'അച്ചടിയക്ഷരങ്ങൾ കാരണം ഹോബ്സിന്റെ അപകടകരമായ മനോരാജ്യം [...] എന്നെന്നേക്കുമായി നിലനിൽക്കും', അദ്ദേഹം എഴുതി.

ബ്യുറോക്രാറ്റുകൾക്കും രാജാക്കന്മാർക്കുമെല്ലാം വളരെ മുന്നേ എല്ലാം ഭേദമായിരുന്നെന്ന് റൂസ്സോ വിശ്വസിച്ചു. പണ്ട്, മനുഷ്യർ 'പ്രാകൃതാവസ്ഥയിൽ' ജീവിച്ചിരുന്ന കാലത്ത് അവർ ആർദ്രചിത്തരായിരുന്നു. ഇന്ന് നമ്മൾ കൂടുതൽ ദോഷൈകദൃക്കുകളും സ്വാർത്ഥമതികളുമായി. ഒരുകാലത്തു നമ്മൾ കരു ത്തരും ആരോഗ്യമുള്ളവരുമായിരുന്നു. ഇന്ന് നമ്മൾ അലസരും ദുർബലരു മാണ്. നാഗരികത ഒരു കൊടിയ അബദ്ധമായിരുന്നു എന്നായിരുന്നു അദ്ദേഹ ത്തിന്റെ മനസ്സിൽ. നമ്മൾ നമ്മുടെ സ്വാതന്ത്ര്യം ഒരിക്കലും ധൂർത്തടിക്കരു തായിരുന്നു.

റൂസ്സോയുടെ ചിന്തകൾ അദ്ദേഹത്തിനുശേഷം അരാജകവാദികളും പ്രക്ഷോഭകാരികളും സ്വതന്ത്ര ചിന്തകരും തീപ്പൊരി നേതാക്കളുമെല്ലാം ആയിരക്കണക്കിന്, അല്ല ദശലക്ഷകണക്കിന് തവണ ആവർത്തിച്ചു പറഞ്ഞ ഒരു വാദത്തിന് ഒരു ദാർശനികയുക്തിയുടെ അടിത്തറ നല്കി:

'ഞങ്ങൾക്ക് സ്വാതന്ത്ര്യം തരൂ അല്ലെങ്കിൽ, എല്ലാം നഷ്ടമാവും.'

അങ്ങനെ, മുന്നൂറു വർഷങ്ങൾക്കിപ്പുറം നമ്മൾ ഇവിടെയെത്തിയിരിക്കുന്നു.

ഇവർ രണ്ടുപേരെപ്പോലെ നമ്മുടെ രാഷ്ട്രീയത്തിലും വിദ്യാഭ്യാസത്തിലും ലോകദർശനത്തിലുമെല്ലാം ഇത്രയും ആഴത്തിൽ പ്രഭാവം ചെലുത്തിയ മറ്റ് ദാർശനികർ അപൂർവമാണ്. സാമ്പത്തിക ശാസ്ത്രം മൊത്തം വിവരിക്കപ്പെടു ന്നത് മനുഷ്യനെ യുക്തിസഹവും എന്നാൽ സ്വാർത്ഥമതിയും ആയ വ്യക്തി യായി കാണുന്ന ഹോബ്സിന്റെ ആശയങ്ങളിലാണ്. റൂസ്സോയാകട്ടെ, കുട്ടി കളെ സ്വാതന്ത്രരായി, ചങ്ങലക്കിടാതെ വളർത്തണമെന്ന തന്റെ ചിന്ത കാരണം വിദ്യാഭ്യാസരംഗത്ത് വൻസ്വാധീനം ചെലുത്തി. ഈ ആശയം പതിനെട്ടാം നൂറ്റാണ്ടിൽ ഏറെ വിപ്ലവകരമായിരുന്നു എന്ന് പറയാതെ വയ്യ.

ഇന്നുമതേ, ഹോബ്സിന്റെയും റൂസ്സോയുടെയും സ്വാധീനം ആരെയും അമ്പരപ്പിക്കുന്നതാണ്. യാഥാസ്ഥിതികരുടെയും പുരോഗമനവാദികളുടെയും, യാഥാർത്ഥ്യവാദികളുടെയും ആദർശവാദികളുടെയും എല്ലാം ആധുനിക

ക്യാമ്പുകൾ അവരിൽ ചെന്നുനില്ക്കുന്നത് കാണാം. ഒരാദർശവാദി കൂടുതൽ സ്വാതന്ത്ര്യവും തുല്യതയും വേണമെന്ന് വാദിക്കുമ്പോൾ അത് ശരിയാണെന്ന് പറഞ്ഞ് റൂസ്സോ മുകളിൽനിന്ന് ചിരിക്കുന്നത് കാണാം. ഇത് കൂടുതൽ കലാപങ്ങൾക്ക് തിരികൊളുത്തുകയേ ഉള്ളൂ എന്ന്, ഒരു ദോഷൈകദൃക്ക് മുരളുമ്പോൾ. അത് ശരിയാണെന്ന് പറഞ്ഞ് ഹോബ്സ് തലകുലുക്കുന്നു.

ഇവരുടെ രണ്ടുപേരുടെയും എഴുത്തുകൾ നിസ്സാരവായനയ്ക്കുള്ളതല്ല. പ്രത്യേകിച്ചും റൂസ്സോ വൻതോതിലുള്ള വ്യാഖ്യാനത്തിന് സാധ്യത തരുന്നു. എന്നാൽ ഇന്നുകാലത്ത് നമ്മൾ അവർ തമ്മിൽ നിലനിന്നിരുന്ന വിയോജിപ്പിന്റെ കേന്ദ്രബിന്ദു പരിശോധിച്ചുകൊണ്ടിരിക്കുന്ന അവസ്ഥയിലാണ്. ആത്യന്തികമായി ഹോബ്സും റൂസ്സോയും ചാരുകസേരാ സൈദ്ധാന്തികരായിരുന്നു, നമ്മളാകട്ടെ ദശകങ്ങളായി ശാസ്ത്രീയ തെളിവുകൾ ശേഖരിച്ചുകൊണ്ടിരിക്കുന്നവരും.

ഈ പുസ്തകത്തിന്റെ ഒന്നാംഭാഗം, ഇതിലേത് തത്ത്വചിന്തകനാണ് ശരി എന്ന ചോദ്യം പരിശോധിക്കും. പ്രകൃതിയിൽ കഴിഞ്ഞുകൂടിയിരുന്ന നാളുകൾ കഴിഞ്ഞുപോയി എന്നതിൽ നമ്മൾ കൃതജ്ഞരായിരിക്കണമോ? അതോ ഒരുകാലത്ത് നമ്മൾ നല്ലവരായ കാട്ടാളരായിരുന്നോ?

നിരവധി കാര്യങ്ങൾ ഇതിനുള്ള ഉത്തരത്തെ ആശ്രയിച്ചിരിക്കുന്നു.

3

ഹോമോ പപ്പിയുടെ ഉത്ഭവം

1

പരിണാമത്തിന്റെ ശ്രേണിയനുസരിച്ച്, മനുഷ്യവംശത്തെക്കുറിച്ച് മനസ്സിലാക്കേണ്ട ആദ്യത്തെ കാര്യം, നമ്മൾ കൊച്ചുകുഞ്ഞുങ്ങളാണ് എന്നതാണ്. ഒരു വംശം എന്നനിലയിൽ നമ്മൾ കേവലം ഉരുത്തിരിഞ്ഞിട്ടേയുള്ളൂ. ഭൂമിയിലെ ജീവന്റെ മൊത്തം ചരിത്രം നാല് ശതകോടി വർഷം എന്നതിനു പകരം ഒരു കലണ്ടർ വർഷം നീണ്ടുനില്ക്കുന്നതാണെന്ന് സങ്കല്പിക്കുക. ഏകദേശം ഒക്ടോബർ മധ്യംവരെ ബാക്ടീരിയകളാണ് ഇത് കയ്യടക്കിവച്ചിരുന്നത്. നവംബർ വരേയ്ക്കും നമ്മളിന്നു കാണുന്ന, മുകുളങ്ങളും ശാഖകളുമുള്ള അസ്ഥിയും തലച്ചോറുമുള്ള ജീവൻ ആവിർഭവിച്ചിരുന്നില്ല.

അപ്പോൾ നമ്മൾ മനുഷ്യർ? നമ്മൾ കടന്നുവന്നത് ഡിസംബർ 31-ന് രാത്രി ഏകദേശം പതിനൊന്നുമണിയോടുകൂടിയാണ്. പിന്നെ നമ്മൾ കഷ്ടിച്ച് ഒരു മണിക്കൂർ വേട്ടയാടിപ്പിടിക്കലുമായി അലഞ്ഞുതിരിഞ്ഞശേഷം ഏകദേശം 11.58-ഓടെയാണ് കൃഷി കണ്ടുപിടിക്കുന്നത്. നമ്മൾ 'ചരിത്രം' എന്ന് വിളിക്കുന്ന ബാക്കി കാര്യങ്ങൾ എല്ലാംതന്നെ പാതിരാത്രിയാവുന്നതിന് തൊട്ടുമുമ്പുള്ള അറുപത് സെക്കന്റിലാണ് സംഭവിച്ചത്: ഇക്കണ്ട പിരമിഡുകളും കോട്ടകളും, യോദ്ധാക്കളും സുന്ദരിമാരും, ആവി എൻജിനും റോക്കറ്റുമെല്ലാം.

ഒന്ന് കണ്ണിമയ്ക്കുന്ന നേരംകൊണ്ട് ഹോമോ സാപ്പിയൻസ് മൊത്തം ഭൂഗോളമാകെ പരന്നു, മഞ്ഞുറഞ്ഞ ധ്രുവവിശാലതതൊട്ട് ചുട്ടുപൊള്ളുന്ന മരുഭൂമികൾവരെ. ഈ ഭൂമിയിൽനിന്നും റോക്കറ്റ് വിക്ഷേപിച്ച് ചന്ദ്രനിൽ കാലുകുത്തുന്ന ആദ്യ വംശമായിവരെ നമ്മൾ മാറി.

എന്തുകൊണ്ട് നമ്മൾ? എന്തുകൊണ്ട് ഒരു ഏത്തപ്പഴം ആദ്യത്തെ ബഹിരാകാശ സഞ്ചാരിയായില്ല? അല്ലെങ്കിൽ ഒരു പശു? അതുമല്ലെങ്കിൽ ഒരു ചിമ്പാൻസി?

ഇതെല്ലാം നിസ്സാരങ്ങളായ ചോദ്യങ്ങളായി തോന്നാം. എന്നാൽ ജനിതകപരമായി നമ്മൾ ഏത്തപ്പഴവുമായി 60 ശതമാനം സാമ്യമുള്ളവരാണ്, 80 ശതമാനവും പശുക്കളിൽനിന്നും വേർതിരിക്കാൻ പറ്റാത്തവയാണ്, 99 ശതമാനവും ചിമ്പാൻസികളെപ്പോലെ തന്നെയാണ്. പശുക്കൾ നമ്മളെ കറക്കുന്നതിനുപകരം നമ്മൾ പശുക്കളെ കറക്കുമെന്നതും, നമ്മൾ ചിമ്പാൻസികളെ കൂട്ടിലടയ്ക്കുകയല്ലാതെ മറിച്ച് സംഭവിക്കില്ല എന്നതുമൊന്നും കൃത്യമായൊരു പ്രാപഞ്ചികസത്യമൊന്നുമല്ല. ഈ ഒരു ശതമാനം ഇത്രമാത്രം വ്യത്യാസമുണ്ടാക്കുന്നത് എന്തുകൊണ്ടാണ്?

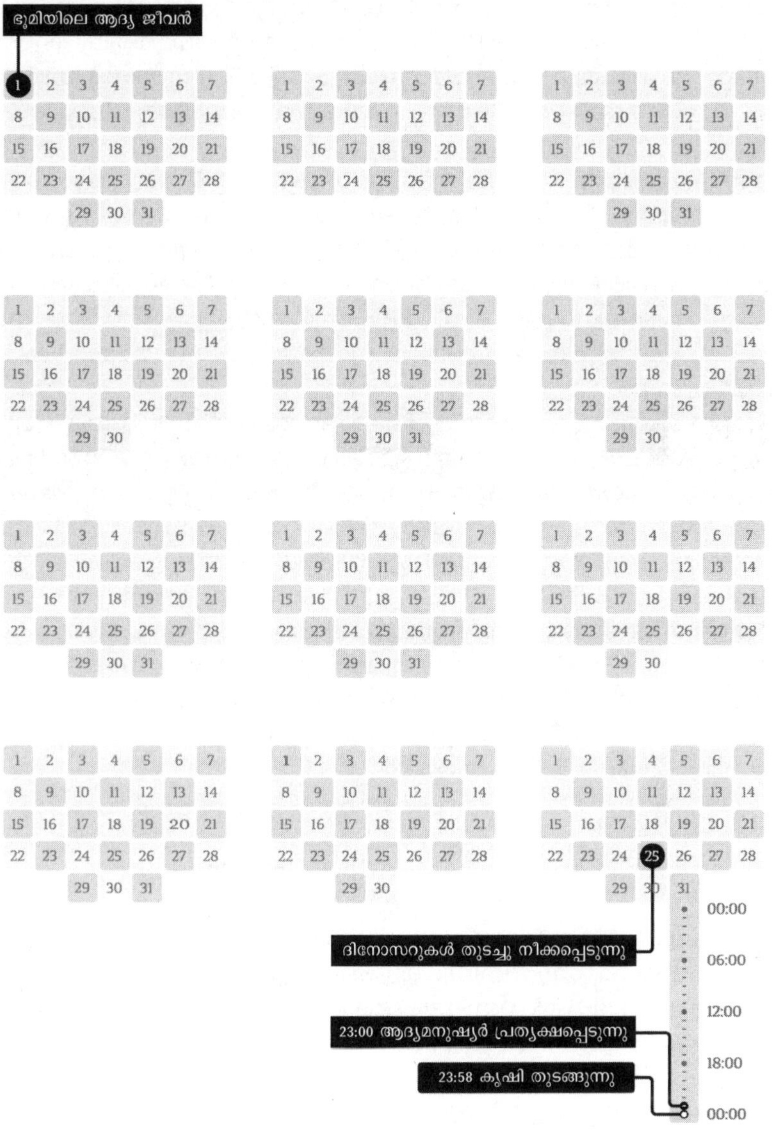

ഭൂമിയിലെ ജീവന്റെ ചരിത്രം (4000 ദശലക്ഷം വർഷങ്ങൾ)
ഒരു കലണ്ടർ വർഷമായി ചിത്രീകരിച്ചത്

ഏറെക്കാലം നമ്മൾ കരുതിയത് നമുക്കുള്ള പ്രബലമായ സ്ഥാനം ദൈവത്തിന്റെ പദ്ധതിപ്രകാരമായിരുന്നു എന്നാണ്. മനുഷ്യവംശം മറ്റുള്ളവരെക്കാൾ മികച്ചതും മിടുക്കുള്ളതും ജീവനുള്ള മറ്റെല്ലാറ്റിനെക്കാളും മേലേക്കിടയിൽ നിൽക്കുന്നതുമായിരുന്നു - അവന്റെ സൃഷ്ടികളിലെ പരകോടി.

എന്നാൽ, വീണ്ടും, പത്ത് ദശലക്ഷം വർഷങ്ങൾക്കുമുമ്പ് (അതായത് ഡിസംബർ മുപ്പതിനോടടുപ്പിച്ച്) അന്യഗ്രഹജീവികൾ ഭൂമി സന്ദർശിച്ചു എന്ന് സങ്കല്പിച്ച് നോക്കുക. ഹോമോ സാപ്പിയൻസിന്റെ ആവിർഭാവം അവർക്ക്

പ്രവചിക്കാൻ കഴിയുമായിരുന്നോ? ഒരു സാധ്യതയുമില്ല. ഹോമോ എന്ന ജനുസ്സ് അന്ന് ഉണ്ടായിരുന്നതേയില്ല. ഭൂമി അക്ഷരാർത്ഥത്തിൽ കുരങ്ങുകളുടെ ഒരു ഗ്രഹമായിരുന്നു, തീർച്ചയായും ആരും നഗരങ്ങൾ നിർമ്മിക്കുകയോ പുസ്തകങ്ങളെഴുതുകയോ, റോക്കറ്റ് വിക്ഷേപിക്കുകയോ ചെയ്തിരുന്നില്ല.

അസുഖകരമായ സത്യമെന്താണെന്നുവച്ചാൽ തീർത്തും അനന്യമെന്ന് കരുതുന്ന നമ്മളും പരിണാമം എന്ന അന്ധമായ പ്രക്രിയയുടെ സൃഷ്ടിയാണ് എന്നതാണ്. നമ്മളുമതേ, പ്രൈമേറ്റ് (Primate) എന്നറിയപ്പെടുന്ന, പരുഷസ്വരമുള്ള, ശരീരമാകെ രോമം നിറഞ്ഞ കുടുംബത്തിൽപ്പെട്ടവരാണ്. പാതിരാവാകാൻ കേവലം പത്ത് മിനിറ്റോളം ബാക്കിയുള്ളപ്പോൾ വരെ നമുക്ക് കൂട്ടായി മറ്റ് ഹോമിനിനുകൾ ഉണ്ടായിരുന്നു, അവർ ദുരൂഹമാംവിധം അപ്രത്യക്ഷമാകുംവരെ.

പരിണാമത്തിന്റെ പ്രസക്തി ഉൾക്കൊള്ളാൻ ഞാൻ ആദ്യമായി തുടങ്ങിയത് എനിക്കിപ്പോഴും കൃത്യമായി ഓർമ്മയുണ്ട്. പത്തൊമ്പതാമത്തെ വയസ്സിൽ എന്റെ ഐപോഡിൽ ചാൾസ് ഡാർവിനെക്കുറിച്ചുള്ള ഒരു പ്രഭാഷണം കേൾക്കുകയായിരുന്നു ഞാൻ. അതുകഴിഞ്ഞ് ഒരാഴ്ചയോളം ഞാൻ വല്ലാതെ വിഷണ്ണനായി. ശരിയാണ്. ഞാനീ ഇംഗ്ലീഷ് ശാസ്ത്രകാരനെക്കുറിച്ച് കുട്ടിയായിരിക്കുമ്പോൾ തന്നെ പഠിച്ചിട്ടുണ്ട്. എന്നാൽ ഞാൻ പഠിച്ചതൊരു ക്രിസ്ത്യൻ സ്കൂളിലാണ്. അവിടുത്തെ ബയോളജി ടീച്ചർ പരിണാമ സിദ്ധാന്തത്തെ അവതരിപ്പിച്ചത് മറ്റൊരു കിറുക്കൻ സിദ്ധാന്തം എന്ന രീതിയിലാണ്. എന്നാൽ അതങ്ങനെയല്ലെന്ന് പിന്നീട് ഞാൻ മനസ്സിലാക്കി.

ജീവന്റെ പരിണാമത്തിനുള്ള അടിസ്ഥാന ചേരുവകൾ കൃത്യമായി പറയാനാവും. അതിവയൊക്കെയാണ്:

ധാരാളം ക്ലേശം
ധാരാളം പ്രയാസം
ധാരാളം സമയം.

ചുരുക്കിപ്പറഞ്ഞാൽ പരിണാമപ്രക്രിയ ഇങ്ങനെയാണ്: മൃഗങ്ങൾക്ക് അവർക്ക് തീറ്റിപ്പോറ്റാവുന്നതിലും കുഞ്ഞുങ്ങളുണ്ടാകുന്നു. തങ്ങളുടെ പരിസ്ഥിതിയുമായി കൂടുതൽ ഇണങ്ങിച്ചേരാൻ കഴിയുന്നവ (കട്ടിയുള്ള രോമമോ പ്രച്ഛന്നവേഷത്തിലൂടെ ശത്രുവിൽനിന്ന് ഒളിക്കാനുള്ള കഴിവോ ഒക്കെ) ഇതിനെയൊക്കെ അതിജീവിച്ച് സന്താനോല്പാദനം നടത്താനുള്ള സാധ്യത അല്പം കൂടുതലാണ്. ഇനി ഒരു സൗഹൃദമത്സരത്തെക്കുറിച്ച് സങ്കല്പിച്ച് നോക്കാം. മരിച്ചുവീഴുന്നതുവരെ ഓടുക. അതിൽ ശതകോടി കണക്കിന് ജീവികൾ ചത്തുവീഴുന്നു, പലരും തങ്ങളുടെ ബാറ്റൺ കുഞ്ഞുങ്ങൾക്ക് കൈമാറുന്നതിന് മുൻപ്. ഈ മത്സരയോട്ടം കുറേക്കാലത്തേക്ക് - വേണമെങ്കിൽ നാലുശതകോടി വർഷത്തേക്ക് - തുടരുന്നുവെന്ന് കരുതുക. അക്കാലംകൊണ്ട് രക്ഷിതാക്കളും കുട്ടികളും തമ്മിലുള്ള വളരെ നേരിയ അന്തരം പടർന്നുപന്തലിച്ച് ഒരു പടുകൂറ്റൻ ജീവവൃക്ഷമായി മാറാം.

അത്രമാത്രം. ലളിതം പക്ഷേ അത്യുജ്ജ്വലം.

ജീവശാസ്ത്രജ്ഞനായ ഡാർവിനെ സംബന്ധിച്ചിടത്തോളം പ്രകൃതിയുടെ ഈ ക്രൂരതയെ ഉല്പത്തിയെക്കുറിച്ചുള്ള ബൈബിൾ കഥയുമായി പൊരുത്തപ്പെടുത്താനാവില്ലെന്ന തോന്നൽ ആത്യന്തികമായി ദൈവത്തിലുള്ള

അദ്ദേഹത്തിന്റെ വിശ്വാസം ഇല്ലാതാക്കി. ഒരുകാലത്ത് പുരോഹിതനാകണമെന്ന് ആഗ്രഹിച്ചയാളായിരുന്നു അദ്ദേഹം. ഒരു ശലഭപ്പുഴുവിനുള്ളിൽ മുട്ടയിട്ട് വിരിയിക്കുന്ന തരം കടുന്നലുകളെക്കുറിച്ച് ചിന്തിച്ചുനോക്കുക, ഒരിക്കൽ അദ്ദേഹമെഴുതി. വിരിഞ്ഞുവരുമ്പോൾ പരാന്നഭോജിയുടെ ഈ ലാർവ ആ ശലഭപ്പുഴുവിനെ ഉള്ളിൽനിന്ന് തിന്നു തീർത്ത് തീർത്ത് ജീവൻ ചോർത്തി മരണത്തിലേക്ക് നയിക്കുന്നു.

എത്രമാത്രം രോഗാതുരമായൊരു മനസ്സിനാണ് ഇങ്ങനെയൊക്കെ ചിന്തിക്കാനാവുക?

അങ്ങനെയാരുമുണ്ടാവില്ല. ഇതിനുപിന്നിൽ ഒരു ആസൂത്രകനുമില്ല, മഹത്തായ രൂപകല്പനയില്ല. വേദന, ക്ലേശങ്ങൾ, പ്രയാസങ്ങൾ കേവലം ഇവയൊക്കെയാണ് പരിണാമത്തിന്റെ യന്ത്രസാമഗ്രികൾ. തന്റെ സിദ്ധാന്തങ്ങൾ ഏറെ വർഷങ്ങളോളം പ്രസിദ്ധീകരിക്കാതെ മാറ്റിവച്ചതിന് നിങ്ങൾക്ക് ഡാർവിനെ കുറ്റപ്പെടുത്താനാകുമോ? 'ഇതൊരു കൊലപാതകക്കുറ്റം ഏറ്റുപറയുംപോലെയാണ്' എന്നാണ് തന്റെ കൂട്ടുകാരന് എഴുതിയ ഒരു കത്തിൽ അദ്ദേഹം പറഞ്ഞത്.

അതിനുശേഷം പരിണാമസിദ്ധാന്തം സുഖകരമായ എന്തെങ്കിലും നേടിയതായി പറയാനാവില്ല. 1976-ൽ ബ്രിട്ടീഷ് ജീവശാസ്ത്രജ്ഞനായ റിച്ചാർഡ് ഡോക്കിൻസ് ജീവന്റെ പരിണാമത്തിൽ ജീനുകൾ വഹിക്കുന്ന സുപ്രധാന പങ്കിനെക്കുറിച്ച് ഒരു പുസ്തകം പ്രസിദ്ധീകരിച്ചു. തന്റെ ഈ മാസ്റ്റർപീസിന് തീർത്തും അന്വർത്ഥമാംവിധം അദ്ദേഹം കൊടുത്ത തലക്കെട്ട് *സ്വാർത്ഥിയായ ജീൻ* (The Selfish Gene) എന്നായിരുന്നു. ഇതുവായിച്ചാൽ നമ്മൾ വിഷാദികളായി മാറും. ഈ ലോകത്തെ ഒരു മെച്ചപ്പെട്ട ഇടമാക്കി മാറ്റാൻ നിങ്ങൾ പ്രകൃതിയെ ആശ്രയിക്കുന്നുണ്ടോ? ഡോക്കിൻസിന് കൃത്യമായ ഉത്തരമുണ്ട്: ശ്വാസം അടക്കിപ്പിടിക്കേണ്ട. 'നമുക്ക് ഉദാരമനസ്ക്കതയും പരോപകാരശീലവും പഠിപ്പിക്കാൻ തുടങ്ങാം, കാരണം നമ്മൾ ജന്മനാ സ്വാർത്ഥമതികളാണ്,' അദ്ദേഹം എഴുതി. പ്രസിദ്ധീകരിച്ച് നാല്പത് വർഷത്തിനുശേഷം ബ്രിട്ടണിൽ നടത്തിയ ഒരു വോട്ടെടുപ്പിൽ *ദ സെൽഫിഷ് ജീൻ* ഏറ്റവും സ്വാധീനം ചെലുത്തിയ ശാസ്ത്രപുസ്തകമായി തിരഞ്ഞെടുക്കപ്പെട്ടു. എന്നാൽ ഈ പുസ്തകം വായിച്ചു തീർത്തശേഷം അസംഖ്യം ആളുകളുടെയും മനസ്സിടിഞ്ഞു. 'ഈ പുസ്തകം മനുഷ്യപ്രകൃതിയെക്കുറിച്ച് അമ്പരപ്പിക്കും വിധം ദോഷൈകദർശനത്തോടുകൂടിയ കാഴ്ചപ്പാടാണ് അവതരിപ്പിക്കുന്നത് [...] എന്നാലും ഈ കാഴ്ചപ്പാടിനെ തള്ളിക്കളയുന്ന ഒരു വാദഗതിയും എനിക്ക് മുന്നോട്ടുവയ്ക്കാനാവില്ല,' ഈ പുസ്തകം നിരൂപണം ചെയ്ത് ഒരാൾ എഴുതി. 'ഇത് വായിക്കാതിരിക്കാനായെങ്കിൽ എന്ന് ഞാൻ ആഗ്രഹിക്കുന്നു.'

അങ്ങനെ, ഹോമോസാപ്പിയൻസ് ആയ നമ്മളിതാ ഇവിടെ. ഏറെ പരുഷവും സുദീർഘവുമായ ഒരു പ്രക്രിയയുടെ ഉല്പന്നം. 99.9 ശതമാനം ജീവിവർഗ്ഗങ്ങളും നാമാവശേഷമായപ്പോൾ നമ്മളിപ്പോഴും ഇവിടെയുണ്ട്. നമ്മൾ ഭൂമി കീഴടക്കി, ഇനി ആർക്കറിയാം ചിലപ്പോൾ ആകാശഗംഗയാവാം അടുത്തത്.

പക്ഷേ, എന്തുകൊണ്ട് നമ്മൾ?

നമ്മുടെ ജീനുകൾ ഇക്കൂട്ടത്തിൽ ഏറ്റവും സ്വാർത്ഥമായതുകൊണ്ടായിരിക്കാം എന്ന് നിങ്ങൾ കരുതിയേക്കാം.

നമ്മൾ മിടുക്കരും കാര്യശേഷിയുള്ളവരും വിജയികളുമായതുകൊണ്ടാണെന്ന് കരുതിയേക്കാം. എന്നാൽ... അങ്ങനെയാണോ? കരുത്തിന്റെ കാര്യത്തിൽ: അല്ല, അത്രയ്ക്കൊന്നുമല്ല. ഒരു തുള്ളി വിയർപ്പു പൊടിയാതെ ഒരു ചിമ്പാൻസിക്ക് നമ്മളെ അടിച്ച് തോൽപ്പിക്കാനാവും. ഒരു കാളയ്ക്ക് നമ്മളെയൊക്കെ അതിന്റെ കൂർത്ത് കൊമ്പുകൊണ്ട് അനായാസേന ഒന്ന് കുത്താനുള്ളതേയുള്ളൂ. ജനിച്ച് വീഴുമ്പോൾ നമ്മൾ തീർത്തും നിസ്സഹായരാണ്. അതു കഴിഞ്ഞാലും നമ്മൾ ദുർബലരും മന്ദഗാമികളും ആയിരിക്കുമെന്ന് മാത്രമല്ല ഒരു മരത്തിൽ കയറി രക്ഷപ്പെടാൻ പോലും നമ്മളെക്കൊണ്ടാവില്ല.

ഇനിയിപ്പോൾ നമ്മൾ വലിയ സൂത്രക്കാരായതുകൊണ്ടാണോ? പ്രത്യക്ഷത്തിൽ, അങ്ങിനെയാണെന്ന് നിങ്ങൾ കരുതിയേക്കാം. ഹോമോസാപ്പിയൻസിന് പടുകൂറ്റൻ തലച്ചോറുണ്ട്. ഉത്തരധ്രുവത്തിൽവച്ച് ബാഷ്പസ്നാനം നടത്തുന്നതുപോലെ അത് ഊർജ്ജം വലിച്ചു കയറ്റുന്നു. നമ്മുടെ ശരീരഭാരത്തിന്റെ കേവലം രണ്ടുശതമാനം മാത്രമേ തലച്ചോറിന്റെ തൂക്കം വരൂ. പക്ഷേ, നമ്മുടെ ശരീരം ഉപയോഗിക്കുന്ന കലോറിയുടെ ഇരുപത് ശതമാനവും എടുക്കുന്നത് അതാണ്.

ഇനിയിപ്പോൾ മനുഷ്യർ അത്രയ്ക്ക് ബുദ്ധി സാമർത്ഥ്യമുള്ളവരാണോ? അല്പം ബുദ്ധിമുട്ടുള്ള ഒരു സങ്കലനപ്രശ്നം ചെയ്യുമ്പോഴോ അല്ലെങ്കിൽ ഭംഗിയുള്ള ഒരു ചിത്രം വരയ്ക്കുമ്പോഴോ, സാധാരണ നിലയ്ക്ക് നമ്മൾ ആ കഴിവ് മറ്റാരിൽ നിന്നോ പഠിച്ചെടുത്തതാണ്. വ്യക്തിപരമായി പറഞ്ഞാൽ, ഉദാഹരണത്തിന്, എനിക്ക് പത്തുവരെ എണ്ണാൻ സാധിക്കും. തീർച്ചയായും നല്ല കാര്യംതന്നെ. പക്ഷേ, സ്വന്തമായൊരു ന്യൂമെറിക് സിസ്റ്റം കൊണ്ടുവരാൻ എന്നെക്കൊണ്ടാവുമോ എന്നകാര്യം എനിക്ക് സംശയമാണ്.

കുറെ വർഷങ്ങളായി ശാസ്ത്രജ്ഞർ ഏത് ജീവിയാണ് സ്വാഭാവികമായും കൂടുതൽ മിടുക്കുള്ളത് എന്ന് കണ്ടെത്താൻ ശ്രമിച്ചുകൊണ്ടിരിക്കുകയാണ്. ഇതിനുള്ള പതിവുരീതി എന്താണെന്നുവച്ചാൽ നമ്മളുടെ വിശേഷബുദ്ധിയെ ഒറാങ്ങുട്ടാനെപ്പോലെയോ ചിമ്പാൻസിയെപ്പോലെയോ ഉള്ള ആൾക്കുരങ്ങുകളുടെ ബുദ്ധിയുമായി താരതമ്യം ചെയ്യുക എന്നതാണ്. (സാധാരണ നിലയ്ക്ക് മനുഷ്യരിൽനിന്നും കുഞ്ഞുങ്ങളെയാണ് പരീക്ഷണത്തിനായി തിരഞ്ഞെടുക്കുന്നത്. കാരണം അവയ്ക്ക് മറ്റുള്ളവരിൽനിന്നും എന്തെങ്കിലും കോപ്പിയടിക്കാൻ സമയം കിട്ടിക്കാണില്ലല്ലോ.) ഇതിലേറ്റവും നല്ല ഉദാഹരണം ഒരു ജർമ്മൻ ഗവേഷണസംഘം രൂപകല്പന ചെയ്ത മുപ്പത്തിയെട്ട് പരീക്ഷണങ്ങളുടെ ഒരു പരമ്പരയാണ്. ഇത് ആ പരീക്ഷണത്തിന് വിധേയരായ വ്യക്തികളുടെ സ്ഥലസംബന്ധമായ ബോധവും കണക്കുകൂട്ടാനുള്ള കഴിവും പിന്നെ ആകസ്മികത നേരിടാനുള്ള കഴിവുംവെച്ച് വിലയിരുത്തുന്നു. അതിന്റെ ഫലം ഇതോടൊപ്പം കൊടുത്ത ചാർട്ടിൽ കാണാം.

ശരിയാണ് കൊച്ചു കുഞ്ഞുങ്ങൾ മൃഗശാലകളിലുള്ള മൃഗങ്ങളോളം തന്നെ സ്കോർ ചെയ്യുന്നു. പക്ഷേ കാര്യങ്ങൾ കൂടുതൽ വഷളാവുകയാണ്. നമ്മുടെ working memoryയും വിവരങ്ങൾ സംസ്ക്കരിക്കുന്നതിന്റെ വേഗവും നമുക്ക് ഒരു സമ്മാനവും നേടിത്തരില്ല എന്നുകൂടി പറയാതെ വയ്യ. മനുഷ്യന്റെ ബുദ്ധിവൈഭവത്തിന്റെ ആണിക്കല്ലായാണ് പരമ്പരാഗതമായി ഇതിനെ കണക്കാക്കിയിരുന്നത്.

മനുഷ്യൻ എങ്ങനെയാണ് ചിമ്പാൻസികളുമായി താരതമ്യം ചെയ്യുമ്പോൾ വിവരശേഖരണം നടത്തുന്നത് എന്ന് ജപ്പാനിലെ ഗവേഷകർ വികസി

മനുഷ്യർ സത്യത്തിൽ എത്ര സമർത്ഥരാണ്?

മൂന്ന് ബുദ്ധിവൈഭവ പരീക്ഷണങ്ങളുടെ ഫലം

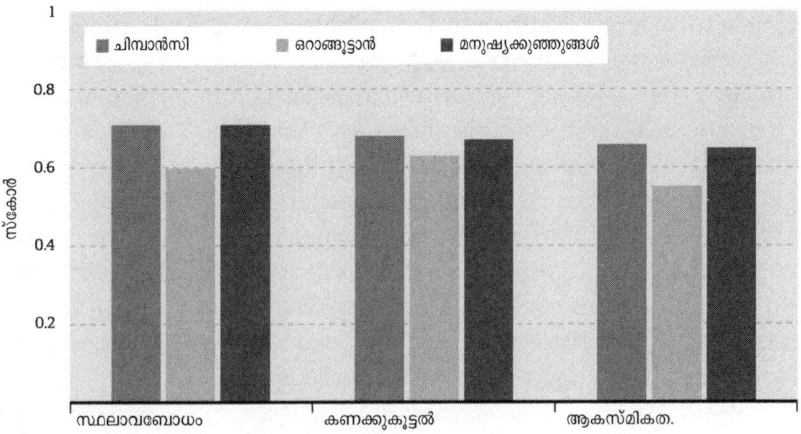

പ്പിച്ചെടുത്ത ഒരു പരീക്ഷണത്തിലൂടെ മനസ്സിലാക്കാനാവും. ഇതിൽ പങ്കെടുക്കുന്നവരെ ഒന്നുമുതൽ ഒമ്പതുവരെയുള്ള അക്കങ്ങൾ മിന്നിമറിയുന്ന ഒരു സ്ക്രീനിന് മുന്നിലിരുത്തി. ഒരു നിശ്ചിതസമയം കഴിഞ്ഞാൽ - ഇത് ഒരു സെക്കൻഡിലും കുറവായിരിക്കും - അക്കങ്ങൾക്കുപകരം വെളുത്ത ചതുരങ്ങൾ പ്രത്യക്ഷപ്പെടും. പരീക്ഷണത്തിൽ പങ്കെടുക്കുന്നവരോട് സ്ക്രീനിൽ അക്കങ്ങൾ പ്രത്യക്ഷപ്പെട്ട സ്ഥലങ്ങൾ ഓരോന്നായി താഴെനിന്നും മുകളിലേക്കായി തൊടാൻ പറയും.

മനുഷ്യരുടെ ടീം ചിമ്പാൻസികളുടെ ടീമിനെ തോല്പ്പിക്കുമെന്നാണ് നമ്മൾ കരുതുക. എന്നാൽ അക്കങ്ങൾ മറഞ്ഞുപോകുന്നതിന്റെ വേഗത കൂട്ടി ഗവേഷകർ പരീക്ഷ കടുപ്പിച്ചപ്പോൾ ചിമ്പാൻസികൾ മുന്നേറാൻ തുടങ്ങി. മറ്റു പങ്കാളികളേക്കാൾ വേഗത്തിൽ, ഏറ്റവും കുറഞ്ഞ പിഴവുകളോടെ ഈ മത്സരത്തിൽ അക്കൂട്ടത്തിലെ ഐൻസ്റ്റൈൻ ആയി മാറിയ പങ്കാളിയുടെ പേര് ആയുമ എന്നായിരുന്നു. ആയുമ ഒരു ചിമ്പാൻസിയായിരുന്നു.

ശരി. പരുക്കൻ ബുദ്ധിശക്തിയുടെ കാര്യംവെച്ച് വിലയിരുത്തുമ്പോഴും മനുഷ്യർ മേലാകെ രോമമുള്ള അവരുടെ ബന്ധുക്കളോളം എത്തുന്നില്ല. അപ്പോൾ പിന്നെ നമ്മൾ നമ്മുടെ തലച്ചോറ് എന്തിനുവേണ്ടിയാണ് ഉപയോഗിക്കുന്നത്?

ഒരുവേള നമ്മൾ കൂടുതൽ സൂത്രശാലികളായിരിക്കാം. മാക്കവെല്ലിയൻ ബുദ്ധിവൈഭവപരികല്പനയുടെ അന്തസ്സത്ത ഇതാണ്. *ദ പ്രിൻസ്* (1513) എന്ന പുസ്തകം എഴുതിയ ഇറ്റാലിയൻ നവോത്ഥാന ദാർശനികനായിരുന്ന നിക്കോളോ മാക്കവെല്ലിയുടെ പേരിലാണ് ഇതറിയപ്പെടുന്നത്. ഭരണാധികാരികൾക്കുള്ള ഈ കൈപുസ്തകത്തിൽ, അധികാരത്തിൽ തുടരാൻ നുണയുടെയും വഞ്ചനയുടെയും ഒരു ചിലന്തിവല നെയ്തെടുക്കണമെന്ന് മാക്കവെല്ലി വാദിക്കുന്നു. ഈ പരികല്പനയെ പിന്തുണക്കുന്നവർ പറയുന്നത് ലക്ഷക്കണക്കിന് വർഷങ്ങളായി, ചുരുക്കത്തിൽ നമ്മൾ ഇതുതന്നെയാണ്

ചെയ്യുന്നത് എന്നാണ് - പരസ്പരം കബളിപ്പിക്കുന്നതിന് കൂടുതൽ കൂടുതൽ നൂതനമായ മാർഗ്ഗങ്ങൾ ആവിഷ്ക്കരിക്കുക. നുണപറയുന്നതിന് സത്യം പറയുന്നതിനെക്കാൾ കൂടുതൽ മാനസികോർജ്ജം ആവശ്യമാണ് എന്നതിനാൽ തന്നെ നമ്മുടെ തലച്ചോറുകൾ ശീതയുദ്ധകാലത്തെ റഷ്യയുടെയും അമേരിക്കയുടെയും ആണവായുധപ്പുരകൾപോലെ വളർന്നു. മാനസികമായ ഈ ആയുധമത്സരത്തിന്റെ ഫലമാണ് 'സാപ്പിയൻ സൂപ്പർ ബ്രെയ്ൻ'.

ഈ പരികല്പന സത്യമാണെങ്കിൽ എതിരാളിയെ ചതിച്ച് തോല്പ്പിക്കുന്നതിൽ ആധാരിതമായൊരു കളിയിൽ മനുഷ്യൻ മറ്റ് ആൾക്കുരങ്ങ് വർഗ്ഗത്തിൽപ്പെട്ടവരെ സുഖമായി തോല്പ്പിക്കും എന്ന് നിങ്ങൾ കരുതും. എന്നാൽ അവിടെയും ഭാഗ്യം മനുഷ്യനൊപ്പമല്ല. ഇക്കാര്യത്തിൽ ചിമ്പാൻസികൾ നമ്മളെ മറികടക്കുന്നു എന്നും നമ്മൾ ലക്ഷണമൊത്ത നുണയന്മാരല്ല എന്നും നിരവധി പഠനങ്ങൾ പറയുന്നു. മാത്രമല്ല, നമ്മൾ മറ്റുള്ളവരെ വിശ്വസിക്കാൻ ഉന്മുഖരായവരാണ്. ചെപ്പടിവിദ്യക്കാർക്ക് എങ്ങനെ കാഴ്ചക്കാരെ പറ്റിക്കാൻ കഴിയുന്നു എന്ന് ഇത് വിശദീകരിക്കുന്നു.

ഇത് എന്നെ ഹോമോ സാപിയൻസിന്റെ മറ്റൊരു വിചിത്ര സ്വഭാവത്തിലേക്കെത്തിക്കുന്നു. മാക്കവെല്ലി തന്റെ ക്ലാസിക് പുസ്തകത്തിൽ പറയുന്നത് നിങ്ങൾ ഒരിക്കലും നിങ്ങളുടെ വികാരങ്ങൾ പ്രകടിപ്പിക്കരുത് എന്നാണ്. മുഖത്ത് ഭാവഭേദം വരുത്താതിരിക്കാൻ പരിശീലിക്കുക, അദ്ദേഹം പറയുന്നു; ലജ്ജകൊണ്ട് ഒരു കാര്യവുമില്ല. ലക്ഷ്യം വിജയമാണ്, നല്ല വഴിക്കായാലും ചീത്ത വഴിക്കായാലും. അപ്പോൾ പിന്നെ, നാണമില്ലാത്തവർ മാത്രമാണ് വിജയിക്കുന്നതെങ്കിൽ, ഇക്കണ്ട ജന്തുലോകത്തിൽ മനുഷ്യവർഗ്ഗത്തിനു മാത്രം എന്തുകൊണ്ടാണ് ലജ്ജകൊണ്ട് മുഖം തുടുക്കുന്നത്?

ലജ്ജകൊണ്ട് മുഖം തുടുക്കുന്നത് 'ഏറ്റവും സവിശേഷവും മാനുഷികവുമായ ഒരു ആവിഷ്കരണമാണ്' എന്നാണ് ചാൾസ് ഡാർവിൻ പറഞ്ഞത്. ഈ പ്രതിഭാസം സാർവലൗകികമാണോ എന്നറിയുന്നതിനായി അദ്ദേഹം വിദേശത്തുള്ള തന്റെ സൗഹൃദവലയത്തിൽപ്പെട്ട എല്ലാവർക്കും എഴുതി - പോളിങ് ഉദ്യോഗസ്ഥർക്ക്, വ്യാപാരികൾക്ക്, കൊളോണിയൽ ബ്യൂറോക്രാറ്റുകൾക്ക്, എല്ലാം. അവരെല്ലാം മറുപടി എഴുതി, ഇവിടെയും ആളുകൾക്ക് ലജ്ജകൊണ്ട് മുഖം തുടുക്കാറുണ്ടെന്ന്.

പക്ഷേ, എന്തുകൊണ്ട്? എന്തുകൊണ്ടാണ് ലജ്ജകൊണ്ടു മുഖം തുടുക്കുന്നത് ഇല്ലാതാവാത്തത്?

2

1856 ആഗസ്റ്റ്. കോളോണിന് വടക്കുള്ള ഒരു ചുണ്ണാമ്പുകല്ല് ക്വാറിയിലെ രണ്ടു തൊഴിലാളികൾ ഒരു ആയുഷ്കാലത്തെ ഏറ്റവും വലിയ കണ്ടെത്തൽ നടത്തി. ഭൂമിയിലൂടെ നടന്ന ഏറ്റവും വിവാദജീവികളിൽ ഒന്നിന്റെ അസ്ഥിപഞ്ജരം അവർ കണ്ടെത്തി.

ഇത് അവർക്കു മനസ്സിലായിട്ടൊന്നും ആയിരുന്നില്ല. അവരുടെ തൊഴിലിനിടെ ഇടയ്ക്കിടെ പഴയ അസ്ഥികൾ കിട്ടും, പ്രധാനമായും കരടിയുടേതും കഴുതപ്പുലിടേതുമൊക്കെ. എന്നാൽ അവരത് പാഴ്വസ്തുക്കളോടൊപ്പം

വലിച്ചെറിയും. പക്ഷേ, ഇത്തവണ അവരുടെ ഓവർസീയർ മാലിന്യക്കൂമ്പാരത്തിൽ കിടക്കുന്ന ഈ അവശിഷ്ടം ശ്രദ്ധിക്കുന്നു. പ്രാചീനമായ ഗുഹക്കരടിയുടേതാവും അതെന്നു കരുതിയ അയാൾ അത് തൊട്ടടുത്ത സ്കൂളിലെ സയൻസ് അധ്യാപകനായ യോഹാൻ കാൾ ഫോൾറട്ടിന് സമ്മാനിക്കാൻ തീരുമാനിക്കുന്നു. നെറ്റ്ഫ്ളിക്സ് നാളുകൾക്കു മുൻപുള്ള പലരെയും പോലെ ഫോൾറട്ടും ഫോസിലുകൾ ശേഖരിക്കുന്നതിൽ അതീവ തല്പരനാണ്.

ഈ അസ്ഥികൂടത്തിൽ കണ്ണുടക്കിയതും, ഇത് സാധാരണ അസ്ഥികളല്ല എന്ന് ഫോൾറട്ടിന് മനസ്സിലാവുന്നു. അത് മനുഷ്യന്റേതാണോ എന്ന് അയാൾ ആദ്യം സംശയിച്ചു. പക്ഷേ, എന്തോ ഒരു പന്തികേട്. അതിന്റെ തലയോട്ടി ഒരു വിചിത്രരൂപത്തിലായിരുന്നു. അത് ചെരിഞ്ഞു ദീർഘകാരമായിരുന്നു, പിന്നെ എഴുന്നുനിൽക്കുന്ന പുരികഭാഗവും ഏറെ വലിയ മൂക്കും.

ആ ആഴ്ച പ്രാദേശിക പത്രങ്ങൾ നിയാണ്ടർ താഴ്‌വരയിൽ, 'ഫ്ളാറ്റ്ഹെഡ് വംശത്തിന്റെ' ഒരു ഞെട്ടിക്കുന്ന കണ്ടെത്തലിനെക്കുറിച്ച് റിപ്പോർട്ട് ചെയ്യുന്നു. ബോൺ സർവകലാശാലയിലെ ഒരു പ്രൊഫസറായ ഹെർമൻ ഷെഫാസെൻ ഈ റിപ്പോർട്ട് വായിച്ച് ഫോൾറട്ടിനെ ബന്ധപ്പെടുന്നു. അവർ കുറിപ്പുകൾ കൈമാറുകയും ഒരു കൂടിക്കാഴ്ച നടത്താൻ തീരുമാനിക്കുകയും ചെയ്യുന്നു. ഒരു അമേചറും പ്രൊഫെഷണലും തമ്മിൽ. മണിക്കൂറുകൾക്കുള്ളിൽ അവർ തമ്മിൽ അഭിപ്രായ സമന്വയത്തിൽ എത്തുന്നു:

ഈ അസ്ഥിപഞ്ജരം 'ഏതെങ്കിലും' മനുഷ്യന്റേതല്ല, മറിച്ച് തീർത്തും വ്യത്യസ്തമായ ഒരു മനുഷ്യവംശത്തിൽ പെട്ടയാളുടേതാണ്.

'ഈ അസ്ഥിപഞ്ജരം Antediluvian ആണ്,' ഫോൾറട്ട് പ്രസ്താവിക്കുന്നു. അതായത് ബൈബിളിൽ പറഞ്ഞ മഹാപ്രളയത്തിനും മുൻപുള്ള അസ്ഥികൂടമാണിത്. എന്നുപറഞ്ഞാൽ ദൈവം ഭൂമിയെ പ്രളയത്തിൽ മുക്കി എന്നുപറയുന്ന കാലത്തിനും മുൻപുണ്ടായിരുന്ന ജീവിയുടെ നാശാവശിഷ്ടമാണത്.

ആ കാലത്ത് ഈ നിഗമനം എത്രമാത്രം കൂടുതൽ വർണ്ണിക്കുക പ്രയാസം. ദൈവനിന്ദയല്ലാതെന്ത്! പിന്നീട് ഫോൾറട്ടും ഷെഫാസെന്നും Lower Rhine Society for Science and Medicine പണ്ഡിതസദസ്സിനു മുന്നിൽ ഈ കണ്ടെത്തൽ പ്രഖ്യാപിക്കുമ്പോൾ അന്തംവിട്ട അവിശ്വാസമാണ് അവർ നേരിട്ടത്. പരമവിഡ്ഢിത്തം! ഇത് നെപ്പോളിയന്റെ കാലത്തെ യുദ്ധത്തിൽ മരിച്ച ഒരു കൊസാക് യോദ്ധാവിന്റെ അസ്ഥികൂടമാണ്, ഒരു അനാട്ടമി പ്രൊഫസർ അട്ടഹസിക്കുന്നു. അസംബന്ധം! ഇത് എന്തോ രോഗം വന്നു തലയുടെ രൂപംമാറിയ ഏതോ പാവം വിഡ്ഢിയോ ഏകാകിയോ ആയിരിക്കാം എന്ന് മറ്റൊരാൾ.

പക്ഷേ, കൂടുതൽ അസ്ഥികൾ പ്രത്യക്ഷപ്പെടുന്നു. യൂറോപ്പിൽ ഒട്ടുക്കുമുള്ള മ്യൂസിയങ്ങൾ അവരുടെ ശേഖരം തിരയുകയും ഉയരത്തേക്കാൾ കൂടുതൽ വീതിയുള്ള തലയോട്ടികളുമായി വരികയും ചെയ്യുന്നു. ആദ്യമൊക്കെ അവ രൂപവൈകൃതമാണെന്ന് പറഞ്ഞു തള്ളിക്കളഞ്ഞെങ്കിലും, ശാസ്ത്രജ്ഞർക്ക്, പിന്നീട്, തീർച്ചയായും ഇതൊരു വ്യത്യസ്തമായ മനുഷ്യവംശം തന്നെയാകാം എന്ന തോന്നലുണ്ടാവുന്നു. അധികം വൈകാതെ ആരോ ഈ വംശത്തിന് പേരിടുന്നു: Homo stupidus. 'അവന്റെ ചിന്തകളും മോഹങ്ങളും ഒരിക്കലും ഒരു കാടന്റേതിനപ്പുറം പോയിട്ടില്ല,' എന്ന് ആദരണീയനായ ഒരു

അനാട്ടമിസ്റ്റ് വ്യാഖ്യാനിക്കുന്നു. ശാസ്ത്രരേഖകളിൽ ഇതിനു നൽകിയ വർഗ്ഗീകരണം കുറേക്കൂടി സൂക്ഷ്മമാണ്, മാത്രമല്ല ആ അസ്ഥികൂടം കണ്ടെത്തിയ താഴ്‌വരയുടെ പേരുകൂടി അതിൽ ചേർത്തിട്ടുണ്ട്:

Homo neanderthalensis (ഹോമോ നിയാണ്ടർത്താലെൻസിസ്)

ഇതുവരേക്കും നിയാണ്ടർതാലിനെക്കുറിച്ച് ജനസാമാന്യങ്ങൾക്കിടയിലുള്ള പ്രതിച്ഛായ മന്ദബുദ്ധിയായ ഒരു പ്രാകൃതന്റേതാണ്; ഇതിന്റെ കാരണം ഗ്രഹിക്കാൻ വലിയ പാടൊന്നും ഇല്ല. ഏറെ പഴയതൊന്നുമല്ലാത്ത ഒരുകാലത്ത് നമ്മുടെ വംശം മറ്റുതരം മനുഷ്യരുമൊത്ത് ഈ ഭൂമിയിൽ വസിച്ചിരുന്നു എന്ന അസ്വസ്ഥജനകമായ വസ്തുത നമ്മൾ നേരിട്ടേ മതിയാകൂ.

ഹോമോ സാപിയൻസിന്റെയും ഹോമോ നിയാണ്ടർത്താലെൻസിസിന്റെയും തലയോട്ടികൾ തമ്മിലുള്ള താരതമ്യം

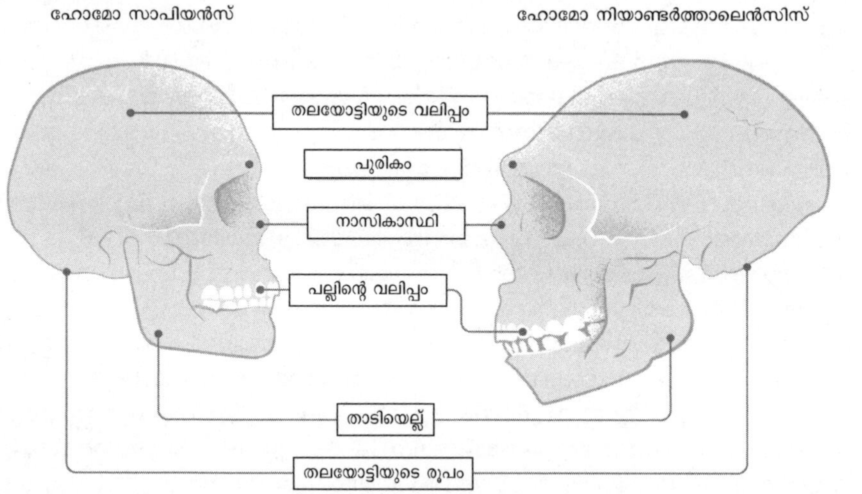

ഏകദേശം 50,000 വർഷങ്ങൾക്കുമുൻപ്, നമുക്ക് പുറമെ ഏറ്റവും കുറഞ്ഞത് അഞ്ച് ഹോമിനിഡുകൾ ഉണ്ടായിരുന്നുവെന്ന് ശാസ്ത്രജ്ഞർ നിർണ്ണയിച്ചിട്ടുണ്ട് – Homo floresiensis, Homo erectus, Homo luzonensis, Homo denisova, Homo neanderthalensis. ഇവരെല്ലാം തന്നെ മനുഷ്യരായിരുന്നു – ഗോൾഡ് ഫിഞ്ചും ഹൗസ് ഫിഞ്ചും ബുൾ ഫിഞ്ചുമെല്ലാം കുരുവിവർഗ്ഗമാണ് എന്നതുപോലെ. അതിനാൽത്തന്നെ നമ്മൾ എന്തുകൊണ്ട് ചിമ്പാൻസിയെ കൂട്ടിലിട്ടു, എന്തുകൊണ്ട് തിരിച്ചയില്ല എന്ന ചോദ്യത്തിന് പുറമെ മറ്റൊരു നിഗൂഢത കൂടി ചുരുളഴിക്കാനുണ്ട്: 'പരന്ന തലയുള്ളവരുടെ വംശത്തിന്' എന്തു സംഭവിച്ചു? നമ്മുടെ മറ്റു ഹോമോ സഹോദരങ്ങളോട് നമ്മൾ എന്തു ചെയ്തു? എന്തുകൊണ്ടാണ് അവർ ഭൂമുഖത്തുനിന്നും അപ്രത്യക്ഷരായത്?

നിയാണ്ടർതാലുകൾ നമ്മളെക്കാൾ ദുർബലരായതുകൊണ്ടാണോ? അല്ല. മറിച്ച്, അവർ ഒരു ക്യാൻ ചീര തിന്നു പേശി പെരുപ്പിച്ചു നിൽക്കുന്ന അമേരിക്കൻ കാർട്ടൂൺ കഥാപാത്രമായ പൊപേയെയെപോലെ നല്ല കരുത്തരായ

ആദിമ നിവാസികളായിരുന്നു. അതിലും പ്രധാനമായി, അവർ പരുക്കന്മാരായിരുന്നു. 1990-കളിൽ നിരവധി നിയാണ്ടർതാലുകളുടെ ഒടിഞ്ഞ അസ്ഥികൾ വിശദമായി പരിശോധിച്ച് വിലയിരുത്തിയ രണ്ട് അമേരിക്കൻ പുരാവസ്തു ശാസ്ത്രജ്ഞർ പറഞ്ഞതാണിത്. ഇത് അവരെ ആധുനികകാലത്ത് മൃഗങ്ങളുമായി വൻതോതിൽ അക്രമാസക്തമായി ഏറ്റുമുട്ടേണ്ടിവരുന്ന ഒരു തൊഴിൽ സംഘമായ റോഡിയോ കൗബോയ്സുമായി ഇവരെ തുലനം ചെയ്യാൻ പ്രേരിപ്പിച്ചു.

അങ്ങനെ ഇവർ രണ്ടുപേരും പ്രൊഫഷണൽ റോഡിയോ കൗബോയ്സ് അസോസിയേഷനുമായി ബന്ധപ്പെട്ടു. ഞാൻ തമാശ പറയുകയല്ല. ഈ സംഘടന 1980-കളിൽ അതിലെ അംഗങ്ങൾക്കു ഇങ്ങനെ 2593 പരിക്കുപറ്റിയതായി രേഖപ്പെടുത്തിയിട്ടുണ്ട്. ഈ രേഖകൾ നിയാണ്ടർതാലുകളുടേതുമായി താരതമ്യം ചെയ്തപ്പോൾ അവർ ശ്രദ്ധേയമായ സാമ്യം കണ്ടെത്തി. എന്തായിരുന്നു വ്യത്യാസം? നിയാണ്ടർതാലുകൾ ഇണങ്ങാത്ത കുതിരകൾക്കുമേലും പോർകാളകൾക്കുമേലും സവാരി നടത്തുകയായിരുന്നില്ല, മറിച്ച് മാമത്തുകൾക്ക് നേരെയും കൂർത്തപല്ലുള്ള വ്യാഘ്രങ്ങൾക്കു നേരെയും കുന്തമെറിയുകയായിരുന്നു.

ശരി, അവർ നമ്മളെക്കാൾ ദുർബലരല്ലെങ്കിൽ പിന്നെ നിയാണ്ടർതാലുകൾ ബുദ്ധിശക്തിയിൽ നമ്മളെക്കാൾ മോശമായിരുന്നിരിക്കാമോ?

ഇവിടെയാണ് കാര്യങ്ങൾ കൂടുതൽ വേദനാജനകമാവുന്നത്. നിയാണ്ടർതാലുകളുടെ തലച്ചോർ ഇപ്പോഴുള്ള നമ്മുടെ തലച്ചോറിനേക്കാൾ ശരാശരി 15 ശതമാനം വലുതായിരുന്നു: 1500cm^3 *Vs* 1300cm^3. നമുക്ക് ഒരു സൂപ്പർ ബ്രെയിൻ ഉണ്ടെന്നു നമ്മൾ അഭിമാനിക്കുമ്പോൾ അവർക്ക് ഗിഗാ ബ്രെയിൻ ആയിരുന്നു ഉണ്ടായിരുന്നത്. നമ്മുടെ കയ്യിൽ Macbook Air ആണെങ്കിൽ അവരുടെ പക്കൽ Macbook Pro ആയിരുന്നു.

നിയാണ്ടർതാലുകളെകുറിച്ച് ശാസ്ത്രജ്ഞർ കൂടുതൽ കൂടുതൽ പുതിയ കാര്യങ്ങൾ കണ്ടെത്തുമ്പോൾ അവരെല്ലാം എത്തിച്ചേരുന്ന അഭിപ്രായ സമന്വയം ഈ വംശം അസാമാന്യ ബുദ്ധിശാലികളായിരുന്നു എന്നാണ്. അവർ തീയുണ്ടാക്കുകയും ഭക്ഷണം പാചകം ചെയ്യുകയും ചെയ്തു. അവർ വസ്ത്രങ്ങളും, സംഗീതോപകരണങ്ങളും ആഭരണങ്ങളും ഗുഹാചിത്രങ്ങളുമുണ്ടാക്കി. കല്ലുകൊണ്ടുള്ള ആയുധങ്ങൾ പോലുള്ള ചില കണ്ടെത്തലുകളെല്ലാം നമ്മൾ നിയാണ്ടർതാലുകളിൽനിന്നും കടംകൊണ്ടതാണെന്നു സൂചനയുണ്ട്. എന്തിനധികം, മരിച്ചവരെ അടക്കുന്ന രീതിപോലും അവരിൽ നിന്നും കിട്ടിയതാവാം.

അപ്പോൾ പിന്നെ? തങ്ങളുടെ കായബലവും വലിയ തലച്ചോറും, രണ്ടു ഹിമയുഗങ്ങൾ പൂർണ്ണമായും അതിജീവിക്കാനുള്ള കരുത്തും ഉണ്ടായിരുന്ന നിയാണ്ടർതാലുകൾ എങ്ങനെ ഭൂമുഖത്തുനിന്നും തുടച്ചുനീക്കപ്പെട്ടു? എന്തുകൊണ്ടാണ് 200,000 വർഷത്തിലധികം തങ്ങളുടെ സാന്നിധ്യം അറിയിച്ചുകൊണ്ട് നിലകൊണ്ട നിയാണ്ടർതാലുകൾക്ക് ഹോമോ സാപിയൻസിന്റെ രംഗപ്രവേശത്തോടെ കളി നിർത്തി എന്നെന്നേക്കുമായി പോകേണ്ടിവന്നത്?

അവസാനമായി, ഇതിലുമെല്ലാം കുടിലമായ മറ്റൊരു പരികല്പനയുണ്ട്. നമ്മൾ നിയാണ്ടർതാലുകളേക്കാൾ കരുത്തരോ ധൈര്യശാലികളോ, മിടുക്കരോ അല്ലെങ്കിൽ പിന്നെ നമ്മൾ അവരേക്കാൾ നീചരാണെങ്കിലോ?

'സാപിയൻസ് നിയാണ്ടർതാലുകളെ നേരിട്ടപ്പോൾ, അതിന്റെ ഫലം ചരിത്രത്തിലെ ഏറ്റവും ആദ്യത്തേതും പ്രധാനപ്പെട്ടതുമായ വർഗ്ഗോന്മൂലന

സംഘടിത പ്രവർത്തനമായിരുന്നരിക്കാം' എന്ന് ഇസ്രായേലി ചരിത്രകാരനായ യുവാൽ നോവ ഹരാരി സിദ്ധാന്തിക്കുന്നു. പുലിറ്റ്സർ സമ്മാന ജേതാവും ഭൗമശാസ്ത്രജ്ഞനമായ ജറിഡ് ഡയമണ്ട് ഇതിനോട് യോജിക്കുന്നു: 'ദുർബലമായ സാഹചര്യത്തെളിവുകളുടെ അടിസ്ഥാനത്തിലാണ് കൊലയാളികളെ ശിക്ഷിച്ചിരുന്നത്.'

3

ഇത് സത്യമായിരിക്കുമോ? നമ്മൾ നമ്മുടെ ഹോമിനിൻ കസിന്മാരെ തുടച്ചു നീക്കിയോ?

ഇനി നമുക്ക് 1958-ലെ വസന്തകാലത്തേക്ക് നീങ്ങാം. മോസ്കോ സ്റ്റേറ്റ് സർവ്വകാലശാലയിലെ ഒരു ജീവശാസ്ത്ര വിദ്യാർത്ഥിനിയായ ല്യൂഡ്മില ട്രറ്റ്, പ്രൊഫ. ദിമിത്രി ബെല്ലിയേവിന്റെ ഓഫീസിന്റെ വാതിൽക്കൽ മുട്ടുന്നു. ഒരു ജീവശാസ്ത്രജ്ഞനും ജനിതകശാസ്ത്രജ്ഞനുമായ അദ്ദേഹം താൻ ഏറെ മോഹത്തോടെ ചെയ്യുന്ന ഒരു ഗവേഷണപദ്ധതിയുടെ ഭാഗമാകാൻ സഹായിയെ അന്വേഷിച്ചുകൊണ്ടിരിക്കുകയാണ്. അവളിപ്പോഴും സ്കൂൾ പഠനം തുടരുകയാണെങ്കിലും ഈ ജോലി ഏറ്റെടുക്കാൻ തന്നെ തീരുമാനിച്ചു.

ആ പ്രൊഫസർ ഏറെ ദയാലുവും മര്യാദക്കാരുനുമായിരുന്നു. സോവിയറ്റ് ശാസ്ത്രസ്ഥാപനങ്ങൾ സ്ത്രീകളെ വിലകുറച്ച് കണ്ടിരുന്ന ആ കാലത്ത് ദിമിത്രി ല്യൂഡ്മിലയെ തുല്യയായി പരിഗണിക്കുന്നു. അങ്ങനെ അദ്ദേഹം ആ പെൺകുട്ടിയെ തന്റെ രഹസ്യപദ്ധതിയിൽ കൂടെ ചേർക്കാൻ തീരുമാനിക്കുന്നു. ഈ ഗവേഷണ പദ്ധതി അനുസരിച്ച്, കസാക്കിസ്ഥാനും മംഗോളിയയുമായി അതിർത്തി പങ്കിടുന്ന ഏറെ വിദൂരസ്ഥമായ സൈബീരിയയിലേക്ക് അവൾക്ക് യാത്ര പോകേണ്ടിവരും. കാരണം അവിടെയാണ് പ്രൊഫസർ തന്റെ പരീക്ഷണം ആരംഭിക്കുന്നത്.

ഇതിന്റെ ഭാഗമാകാൻ സമ്മതിക്കുന്നതിനുമുൻപ് ചിന്തിച്ച് തീരുമാനമെടുക്കണമെന്നും ഈ ഉദ്യമം വളരെ അപകടകരമായ ഒന്നാണെന്നും അദ്ദേഹം ല്യൂഡ്മിലയ്ക്ക് മുന്നറിയിപ്പ് നല്കുന്നുണ്ട്. പരിണാമസിദ്ധാന്തം എന്നത് മുതലാളിത്ത ശക്തികൾ പ്രചരിപ്പിക്കുന്ന ഒരു നുണയാണെന്ന് മുദ്രകുത്തിയ കമ്മ്യൂണിസ്റ്റ് ഭരണകൂടം എല്ലാതരത്തിലുള്ള ജനിതകഗവേഷണങ്ങളും നിരോധിച്ചിരുന്നു. പത്തുവർഷം മുന്നെയാണ് ജനിതകശാസ്ത്രജ്ഞനായിരുന്ന ദിമിത്രിയുടെ മൂത്ത സഹോദരനെ വധശിക്ഷക്ക് വിധിച്ചത്. ഇക്കാരണംകൊണ്ടുതന്നെ ഈ ഗവേഷണസംഘം തങ്ങളുടെ പരീക്ഷണങ്ങളെ അമൂല്യമായ കുറുക്കൻ തോലിനെ കുറിച്ചുള്ള പഠനമെന്ന നിലയ്ക്കാണ് പുറംലോകത്തിന് മുന്നിൽ അവതരിപ്പിക്കുക.

എന്നാൽ വാസ്തവത്തിൽ തീർത്തും വ്യത്യസ്തമായൊരു കാര്യത്തെക്കുറിച്ചായിരുന്നു ആ പരീക്ഷണം. 'തനിക്ക് ഒരു കുറുക്കനിൽനിന്നും നായയെ ഉണ്ടാക്കണമെന്നാണ് ആഗ്രഹമെന്ന് അദ്ദേഹം എന്നോട് പറഞ്ഞു,' എന്ന് വർഷങ്ങൾക്കുശേഷം ല്യൂഡ്മില വെളിപ്പെടുത്തി.

താൻ ഒരു ഐതിഹാസികമായ അന്വേഷണത്തിനാണ് ഇറങ്ങി പുറപ്പെട്ടിരിക്കുന്നതെന്ന് ആ യുവശാസ്ത്രജ്ഞ അന്നേരം തിരിച്ചറിഞ്ഞില്ല. ദിമിത്രി ബെല്ലിയേവും ല്യൂഡ്മില ട്രെറ്റും ചേർന്ന് മനുഷ്യവംശത്തിന്റെ ഉല്പത്തിയാണ് വെളിപ്പെടുത്താൻ പോകുന്നത്.

തീർത്തും വ്യത്യസ്തമായ ഒരു ചോദ്യത്തിലൂടെയാണ് അവർ ഗവേഷണം തുടങ്ങിയത്: മറ്റു ജന്തുക്കളെ പിടിച്ചു തിന്നുന്ന ഒരു നിഷ്ഠൂരജീവിയെ നിങ്ങളെങ്ങനെയാണ് ഇണക്കി ചങ്ങാത്തമുള്ള വളർത്തുമൃഗമാക്കി മാറ്റുന്നത്? അതിന്റെ ഏകദേശം നൂറുവർഷംമുമ്പ് ചാൾസ് ഡാർവിൻ വളർത്തുമൃഗങ്ങളായ പന്നികൾ, മുയലുകൾ, ചെമ്മരിയാടുകൾ എന്നിവ തമ്മിൽ എടുത്തുപറയത്തക്ക സാദൃശ്യങ്ങൾ ഉണ്ടെന്ന് പറഞ്ഞുകഴിഞ്ഞിരുന്നു. തുടക്കക്കാരെ സംബന്ധിച്ചിടത്തോളം ഇവയെല്ലാം തങ്ങളുടെ വനവാസികളായ പൂർവ്വികരേക്കാൾ ഇത്തിരി വലിപ്പക്കുറവുള്ളവയാണെന്ന് പറയാം. അവയുടെ തലച്ചോറും പല്ലും ചെറുതും ചെവി വളയുന്നതും വാലുകൾ ചുരുണ്ടതും പിന്നെ രോമാവരണത്തിന്മേൽ വെളുത്തപൊട്ടുള്ളവയുമാണ്. ഒരുപക്ഷേ, ഇതിലും എല്ലാം രസകരമായ ഒരു കാര്യം, കുഞ്ഞുനാളിലെ ചില സ്വഭാവവിശേഷങ്ങൾ ഇവ ആയുഷ്ക്കാലം മുഴുവൻ കൊണ്ടുനടക്കുന്നു എന്നതാണ്.

വർഷങ്ങളോളം ദിമിത്രിയെ അലോസരപ്പെടുത്തിയ ഒരു കടങ്കഥയായിരുന്നു അത്. എന്തുകൊണ്ട് വളർത്തുമൃഗങ്ങൾ നമ്മൾ ഇപ്പോൾ കാണുന്നതുപോലെയായി? എന്തുകൊണ്ടാണ് അനേകം വർഷങ്ങൾക്കുമുമ്പ് അസംഖ്യം കർഷകർ, ചുരുണ്ടവാലും തൂങ്ങിയ ചെവികളും കുട്ടിത്തം വിടാത്ത മുഖവുമുള്ള പട്ടിക്കുട്ടികളെയും പന്നിക്കുട്ടികളെയും ഈ സ്വഭാവവിശേഷങ്ങൾ കാരണം പോറ്റിവളർത്തിയത്?

ആ റഷ്യൻ ജനിതകശാസ്ത്രജ്ഞന് തീർത്തും വിപ്ലവകരമായ ഒരു സാങ്കല്പിക സിദ്ധാന്തം ഉണ്ടായിരുന്നു. നല്ല ചന്തമുള്ള ഈ സ്വഭാവവിശേഷങ്ങൾ എല്ലാം തന്നെ മറ്റെന്തിന്റെയോ കേവലം ഉപോല്പന്നമാണെന്ന് അദ്ദേഹം സംശയിച്ചു. സുദീർഘകാലം മൃഗങ്ങളെ ഒരു സവിശേഷ ഗുണത്തിന്റെ പേരിൽ മാത്രം തെരഞ്ഞെടുക്കുകയാണെങ്കിൽ ജൈവികമായി ഒരു രൂപപരിണാമം സംഭവിക്കുന്നു. എന്താണ് ഈ സവിശേഷഗുണം?

ചങ്ങാത്തം തന്നെ.

അപ്പോൾ ദിമിത്രിയുടെ പ്ലാൻ ഇതായിരുന്നു. പ്രകൃതി സഹസ്രാബ്ദങ്ങളെടുത്ത് ചെയ്ത ഒരു കാര്യത്തിന്റെ പകർപ്പ് ഒന്നുരണ്ട് ദശകങ്ങൾകൊണ്ട് ഉണ്ടാക്കാൻ അദ്ദേഹം ആഗ്രഹിച്ചു. വന്യമൃഗങ്ങളിൽനിന്നും ഏറ്റവും സ്നേഹിക്കത്തക്കവയെ തിരഞ്ഞുപിടിച്ച് അവയെ ഇണചേർത്ത് അതിൽനിന്നും വളർത്തോമനകളെ സൃഷ്ടിക്കുക. ഈ പരീക്ഷണത്തിനായി ദിമിത്രി തെരഞ്ഞെടുത്തത് സിൽവർ ഫോക്സ് (അമേരിക്കൻ കുറുക്കൻ) എന്ന തരം കുറുക്കന്മാരെയായിരുന്നു. ഒരിക്കലും ഇണങ്ങാത്തതും വളരെയേറെ ആക്രമണസ്വഭാവമുള്ളവയുമായ ഇവയെ കൈകാര്യം ചെയ്യുന്നതിന് ഗവേഷകർ മുട്ടറ്റം വരെയുള്ള, രണ്ടിഞ്ച് കനത്തിലുള്ള കൈയ്യുറകൾ ധരിച്ചാണ് പോയിരുന്നത്.

വലിയ പ്രതീക്ഷയൊന്നും വേണ്ടെന്ന് ദിമിത്രി ല്യൂഡ്മിലയ്ക്ക് മുന്നറിയിപ്പ് നൽകി. ഈ പരീക്ഷണം വർഷങ്ങൾ നീണ്ടേക്കാം, ചിലപ്പോൾ ഒരു

ജീവിതകാലം മുഴുവനും, എന്നാലോ ഈ ശ്രമത്തിന് കാണിച്ചുകൊടുക്കാൻ എന്തെങ്കിലും ഫലം കിട്ടാനുള്ള സാധ്യതയുമില്ല. അങ്ങനെ ഏതാനും ആഴ്ചകൾക്കുശേഷം ആ പെൺകുട്ടി ട്രാൻസ്-സൈബീരിയൻ എക്സ്പ്രസ് കയറി.

ദിമിത്രി ധാരണയുണ്ടാക്കിയ ഫോക്സ് ബ്രീഡിങ് ഫാം വിശാലമായ ഒന്നായിരുന്നു, ആയിരക്കണക്കിന് കൂടുകളിൽനിന്നും ഓരിയിടലിന്റെ അപശബ്ദമായിരുന്നു എങ്ങും. സിൽവർ ഫോക്സിന്റെ സ്വഭാവരീതികളെക്കുറിച്ച് എല്ലാ കാര്യങ്ങളും വായിച്ചറിഞ്ഞിരുന്നുവെങ്കിലും നേരിൽ അവ ഇത്രമാത്രം രൗദ്രത നിറഞ്ഞതാണെന്ന് ല്യൂഡ്മില ഒരിക്കലും കരുതിയില്ല. ആദ്യത്തെ ആഴ്ച തന്നെ അവർ എല്ലാ കൂടുകളും ഒന്ന് ചുറ്റിയടിച്ച് നടന്നു കണ്ടു. സംരക്ഷണത്തിനുള്ള കൈയുറ ധരിച്ച് ചില കൂടുകളിൽ കയ്യിട്ട് ഈ മൃഗങ്ങൾ എങ്ങനെയാണ് പ്രതികരിക്കുന്നത് എന്ന് നോക്കി മനസ്സിലാക്കും. ഏതെങ്കിലും ഒരെണ്ണം പ്രതികരിക്കാൻ ഇത്തിരി വിമുഖത കാണിച്ചാൽ ല്യൂഡ്മില അതിനെ ഇണ ചേർക്കുന്നതിനായി തിരഞ്ഞെടുക്കും.

ഇപ്പോൾ തിരിഞ്ഞുനോക്കുമ്പോൾ, എത്രപെട്ടെന്നാണ് ഇതൊക്കെ സംഭവിച്ചത് എന്നത് എടുത്തുപറയേണ്ട കാര്യമാണ്.

1964–ൽ, പരീക്ഷണം അതിന്റെ നാലാം തലമുറയിൽ എത്തിയപ്പോഴേക്കും തന്നെ കണ്ടാൽ വാലാട്ടുന്ന ഒരു കുറുക്കനെ ല്യൂഡ്മില കണ്ടു. ഇത്തരം സ്വഭാവങ്ങൾ പ്രകൃതി നിർദ്ധാരണത്തിന്റെ ഫലമാണെന്നും അല്ലാതെ ആർജ്ജിതമല്ലെന്നും ഉറപ്പാക്കുന്നതിനായി ല്യൂഡ്മിലയും സംഘവും ഈ ജീവികളുമായുള്ള ബന്ധം ഏറ്റവും കുറഞ്ഞതോതിൽ മാത്രമാണ് വച്ചു പുലർത്തിയിരുന്നത്. പക്ഷേ, അത് കൂടുതൽ കൂടുതൽ വിഷമകരമായി തുടങ്ങി: ഏതാനും തലമുറകൾ കഴിഞ്ഞപ്പോഴേക്കും ഈ കുറുക്കന്മാർ ശ്രദ്ധ നേടുന്നതിനായി അക്ഷരാർത്ഥത്തിൽ യാചിക്കാൻ തുടങ്ങി. അമിതസ്നേഹം കാണിച്ച് വാലും ആട്ടി വരുന്ന ഒരു കുറുക്കൻകുട്ടിയോട് എങ്ങനെ വേണ്ടെന്ന് പറയും?

വനത്തിനുള്ളിൽ കുറുക്കന്മാർ ഏതാണ്ട് എട്ടാഴ്ചയാകുമ്പോഴേക്കും ആക്രമണോത്സുകരാകാൻ തുടങ്ങും. എന്നാൽ ല്യൂഡ്മില തിരഞ്ഞുപിടിച്ച് ഇണചേർത്ത് വളർത്തിയെടുത്ത ഈ കുറുക്കന്മാർ സ്ഥിരമായി ശൈശവ ഭാവം നിലനിർത്തി. മറ്റെന്തിനെക്കാളും അവയ്ക്കിഷ്ടം കളിച്ചുനടക്കാനായിരുന്നു. 'ഇണങ്ങിയ ഈ കുറുക്കന്മാർ വളർന്ന് വലുതാവാനുള്ള പ്രകൃതി കല്പനയെ പ്രതിരോധിക്കുന്നതായി തോന്നി,' എന്ന് ല്യൂഡ്മില പിന്നീടെഴുതി.

അപ്പോഴേക്കും അവയുടെ ശരീരത്തിലും പ്രത്യക്ഷമായ മാറ്റങ്ങൾ വന്നു തുടങ്ങിയിരുന്നു. കുറുക്കന്മാരുടെ ചെവികൾ ഒടിഞ്ഞുതൂങ്ങാൻ തുടങ്ങി. അവയുടെ വാലുകൾ വളയുകയും ദേഹത്ത് പൊട്ടുകൾ പ്രത്യക്ഷപ്പെടുകയും ചെയ്തു. അവയുടെ കുഴൽവായ്ക്ക് നീളം കുറഞ്ഞു വന്നു, എല്ലുകൾക്ക് കട്ടി കുറഞ്ഞു, ആൺകുറുക്കന്മാർ കൂടുതൽ കൂടുതലായി പെൺകുറുക്കന്മാരോട് സാദൃശ്യമുള്ളവരായി. എന്തിനധികം, കുറുക്കന്മാർ പട്ടികളെപ്പോലെ കുരയ്ക്കാനും തുടങ്ങി. അധികം വൈകാതെ ഇവരെ പരിചരിക്കുന്നവർ വന്ന്

വിളിക്കുമ്പോൾ ഇവ പ്രതികരിക്കാൻ തുടങ്ങി - കുറുക്കന്മാരിൽ മുമ്പൊരിക്കലും കണ്ടിട്ടില്ലാത്ത ഒരു സ്വഭാവവിശേഷമാണിത്.

ഒരു കാര്യം ഓർക്കണം, ഈ സ്വഭാവവിശേഷങ്ങൾക്കൊന്നും വേണ്ടിയല്ല ല്യൂഡ്മിലയെ ഈ ഗവേഷണപദ്ധതിക്കായി തിരഞ്ഞെടുത്തത്. അവരുടെ ഒരേയൊരു മാനദണ്ഡം ഈ ജീവികളുടെ ചങ്ങാത്തമനോഭാവമായിരുന്നു - ബാക്കി എല്ലാ സ്വഭാവവിശേഷങ്ങളും കേവലം ഉപോല്പന്നങ്ങൾ മാത്രമാണ്.

ഈ പരീക്ഷണം തുടങ്ങി ഇരുപത് വർഷം പിന്നിട്ട് 1978 ആയപ്പോഴേക്കും റഷ്യയിൽ ഒരുപാട് മാറ്റങ്ങൾ സംഭവിച്ചിരുന്നു. ജീവശാസ്ത്രകാരന്മാർക്ക് തങ്ങളുടെ ഗവേഷണങ്ങൾ രഹസ്യമാക്കി വെക്കേണ്ടതില്ല. പരിണാമസിദ്ധാന്തം ഒരു മുതലാളിത്ത ഗൂഢാലോചന അല്ലാതായിമാറി, പോളിറ്റ് ബ്യൂറോയ്ക്ക് കൂടുതൽ താല്പര്യം റഷ്യൻ ശാസ്ത്രം പ്രചരിപ്പിക്കുന്നതിലായിരുന്നു.

ആ വർഷം ഓഗസ്റ്റിൽ ഇന്റർനാഷണൽ കോൺഗ്രസ് ഓഫ് ജനറ്റിക്സ് മോസ്കോയിൽ വച്ച് നടത്തിക്കാൻ ദിമിത്രിക്കായി. അതിഥികളെ സൽക്കരിച്ചത് ക്രെംലിൻ കൊട്ടാരത്തിൽ വച്ചായിരുന്നു. 6000 പേർക്കിരിക്കാവുന്ന ഈ സർക്കാർ മന്ദിരത്തിൽ ഷാംപെയ്ൻ നുരഞ്ഞുപൊന്തി, മീൻമുട്ട കൊണ്ടുള്ള സവിശേഷ വിഭവങ്ങൾ ആവോളം വിളമ്പി.

എന്നാൽ ഇതൊന്നും തന്നെ ദിമിത്രിയുടെ പ്രഭാഷണത്തോളം ആളുകളെ ആകർഷിച്ചില്ല. ഹ്രസ്വമായൊരു ആമുഖത്തിനുശേഷം വെളിച്ചമണയുകയും ഒരു വീഡിയോ പ്രദർശനം ആരംഭിക്കുകയും ചെയ്തു. സ്ക്രീനിൽ ഒട്ടും പ്രതീക്ഷിക്കാത്ത ഒരു ജീവി വന്നു ചാടി: വാലാട്ടി നടക്കുന്ന ഒരു സിൽവർ ഫോക്സ്. കാണികൾക്കിടയിൽ നിന്നും അത്ഭുതാതിരേകത്തിന്റെ ഒരു ശബ്ദമുയർന്നു. വെളിച്ചം തിരിച്ചെത്തി ഏറെ കഴിഞ്ഞിട്ടും ആ ആരവം ഒടുങ്ങിയിരുന്നില്ല.

എന്നാൽ ദിമിത്രി പറഞ്ഞുതീർന്നിരുന്നില്ല. അടുത്ത ഒരു മണിക്കൂറിൽ അദ്ദേഹം തന്റെ വിപ്ലവകരമായ ആശയം പങ്കുവെച്ചു. കുറുക്കന്മാരിൽ വന്ന ഈ മാറ്റം ഹോർമോണുകളുമായി ബന്ധപ്പെട്ടതാണെന്ന് തനിക്ക് സംശയമുണ്ടെന്ന് അദ്ദേഹം പറഞ്ഞു. കൂടുതൽ സൗമ്യരാകുന്തോറും കുറുക്കന്മാർ സമ്മർദ്ദകാര്യങ്ങളായ ഹോർമോണുകൾ കുറച്ച് ഉല്പാദിപ്പിക്കുകയും 'സന്തോഷകാരണമായ' സെറോട്ടോണിൻ എന്ന ഹോർമോണും 'സ്നേഹകാരണമായ' ഓക്സിടോസിൻ എന്ന ഹോർമോണും കൂടുതൽ ഉല്പാദിപ്പിക്കുകയും ചെയ്യുന്നു.

തന്റെ പ്രസന്റേഷൻ അവസാനിപ്പിച്ചുകൊണ്ട് ദിമിത്രി ഒരുകാര്യം കൂടി പറഞ്ഞു. ഇത് കുറുക്കന്മാർക്ക് മാത്രം ബാധകമായ കാര്യമല്ല.

ഈ സിദ്ധാന്തം 'തീർച്ചയായും മനുഷ്യർക്ക് കൂടി ബാധകമാണ്.'

ഇപ്പോൾ തിരിഞ്ഞുനോക്കുമ്പോൾ ഇതൊരു ചരിത്രപരമായ പ്രസ്താവനയാണെന്ന് കാണാം.

ദിമിത്രി ബെലിയേവ് തന്റെ സിൽവർ ഫോക്സുകളുമൊത്ത്, നൊവോസിബിർസ്ക്, 1984. ദിമിത്രി അതിനടുത്ത വർഷം മരിച്ചെങ്കിലും അദ്ദേഹത്തിന്റെ ഗവേഷണ പദ്ധതികൾ ഇപ്പോഴും തുടരുന്നു. ഫോട്ടോ ക്രെഡിറ്റ് അലാമി.

മനുഷ്യർ ജനിക്കുന്നത് സ്വാർത്ഥമതികളായാണ് എന്ന നിഗമനവുമായി, റിച്ചാർഡ് ഡോക്കിൻസ് 'അഹങ്കാരികളായ ജീനുകളെ'ക്കുറിച്ചുള്ള തന്റെ ബെസ്റ്റ് സെല്ലർ പുസ്തകം പ്രസിദ്ധീകരിച്ച് രണ്ടുവർഷത്തിനുശേഷം ഒട്ടും അറിയപ്പെടാത്ത ഒരു റഷ്യൻ ജനിതക ശാസ്ത്രജ്ഞൻ കടകവിരുദ്ധമായ ഒരു അവകാശവാദം ഉന്നയിക്കുകയാണ്. ദിമിത്രി ബാലിയേവിന്റെ സിദ്ധാന്തം മനുഷ്യൻ എന്നുപറഞ്ഞാൽ മെരുക്കിയെടുത്ത വാലില്ലാകുരങ്ങുകളെന്നാണ്. ആയിരക്കണക്കിന് വർഷങ്ങളായി ഏറ്റവും നല്ല മനുഷ്യർക്കാണ് ഏറ്റവും നല്ല കുട്ടികൾ ഉണ്ടാവുന്നതെന്ന്, അതായത്, മനുഷ്യവംശത്തിന്റെ പരിണാമം 'ഏറ്റവും ചങ്ങാത്തമുള്ളവയുടെ' അതിജീവനത്തിൽ അധിഷ്ഠിതമായാണ് പ്രവചിക്കപ്പെട്ടിരിക്കുന്നത് എന്ന്.

ദിമിത്രി പറഞ്ഞത് ശരിയാണെങ്കിൽ ഈ സിദ്ധാന്തം തെളിയിക്കാനുള്ള സൂചനകൾ നമ്മുടെ ശരീരത്തിൽ തന്നെ കാണണം. പന്നികളെയും മുയലുകളെയുംപോലെ, ഇപ്പോൾ ഈ അമേരിക്കൻ കുറുക്കന്മാരെപോലെ, മനുഷ്യനും കാലാന്തരത്തിൽ ചെറുതായി ചെറുതായി സുന്ദരമായിട്ടുണ്ടാവാം.

തന്റെ സിദ്ധാന്തം തെളിയിക്കാൻ അന്ന് ദിമിത്രയ്ക്ക് മാർഗ്ഗമൊന്നുമുണ്ടായിരുന്നില്ല. പക്ഷേ, ശാസ്ത്രം അവിടെ നിന്നെല്ലാം ഒരുപാട് വളർന്നു. 2014-ൽ

ഒരു അമേരിക്കൻ സംഘം 200,000 വർഷംവരെ പഴക്കമുള്ള മനുഷ്യന്റെ തലയോട്ടികൾ പരിശോധിച്ചപ്പോൾ അവർക്ക് ഇതിന്റെയൊരു ഘടന കണ്ടെത്താനായി. നമ്മുടെ മുഖങ്ങളും ശരീരവും കാലക്രമത്തിൽ കൂടുതൽ മൃദുവാവുകയും കൂടുതൽ യുവത്വപൂർണ്ണവും സ്ത്രൈണവുമാവുകയും ചെയ്തതായി അവർ കണ്ടെത്തി. നമ്മുടെ തലച്ചോർ ഏറ്റവും കുറഞ്ഞത് പത്തുശതമാനം ചുരുങ്ങിയിട്ടുണ്ട്. അതുപോലെ, ശരീരശാസ്ത്രപരമായ പദാവലി ഉപയോഗിക്കുകയാണെങ്കിൽ നമ്മുടെ പല്ലുകളും താടിയെല്ലുകളും കൂടുതൽ Paedomorphic ആയിട്ടുണ്ട്. അതായത് നമ്മൾ ശിശുതുല്യരായി എന്നർത്ഥം.

നമ്മുടെ തലയെ നിയാണ്ടർത്താലുകളുടെ തലയുമായി താരതമ്യം ചെയ്യുകയാണെങ്കിൽ ഈ വ്യത്യാസം കൂടുതൽ വ്യക്തമായി കാണാനാവും. നമ്മുടെ തലയോട്ടി കൂടുതൽ ചെറുതും ഉരുണ്ടതുമാണ്, പുരികത്തിലെ എല്ലുകളും ചെറുതാണ്. ചെന്നായ്ക്കളിൽനിന്നും നായ്ക്കളിലേക്ക് എന്നപോലെയാണ് നിയാണ്ടർത്താലുകളിൽനിന്നും നമ്മളിലേക്കുള്ള മാറ്റം. മുതിർന്ന പട്ടികൾ ചെന്നായ്കുട്ടികളെ പോലെ ആണെന്നതുപോലെ മനുഷ്യനും പരിണമിച്ച്, കാഴ്ചയിൽ കുട്ടിക്കുരങ്ങന്മാരെപ്പോലെയായി.

അതാണ് ഹോമോ പപ്പി.

മനുഷ്യന്റെയും പട്ടികളുടെയും ഗൃഹവാസപരിചയത്തിലേക്കുള്ള മെരുക്കൽ

അതിന്റെ ഫലം:

- ചങ്ങാത്തമുള്ള പെരുമാറ്റം.
- കൂടുതൽ സെറോടോണിനും ഓക്സിടോസിനും.
- ദീർഘമായ ശൈശവദശ.
- കൂടുതൽ സ്ത്രൈണവും ശൈശവപരവുമായ രൂപം.
- മെച്ചപ്പെട്ട ആശയവിനിമയം.

സോഴ്സ്: ബ്രയാൻ ഹെയ്ർ, 'സർവൈവൽ ഓഫ് ദി ഫ്രണ്ട്ലിയെസ്റ്റ്', ആന്വൽ റിവ്യൂ ഓഫ് സൈക്കോളജി (2017)

കാഴ്ചയ്ക്കുള്ള നമ്മുടെ ഈ രൂപപരിണാമത്തിന് ഏകദേശം 50,000 വർഷങ്ങൾക്കുമുമ്പ് ഗതിവേഗം കൂടി. കൂടുതൽ അമ്പരപ്പിക്കുന്ന കാര്യം ഏകദേശം ഇതേസമയത്താണ്, നിയാണ്ടർത്താലുകൾ അപ്രത്യക്ഷമാവുന്നതും നമ്മൾ കൂടുതൽ മൂർച്ചകൂട്ടാവുന്ന കല്ലുകൾ, ചൂണ്ട, അമ്പും വില്ലും, ചെറുവള്ളങ്ങൾ, ചുവർ ചിത്രങ്ങൾ തുടങ്ങിയ നിരവധി കണ്ടുപിടുത്തങ്ങളുമായി

വരുന്നത്. ഇതൊന്നും തന്നെ പരിണാമപരമായി തോന്നുന്നില്ല. ആളുകൾ കൂടുതൽ ദുർബലരാവുകയും എളുപ്പത്തിൽ ആക്രമിക്കപ്പെടാൻ പറ്റുന്നവരാവുകയും കൂടുതൽ ശൈശവസ്വഭാവമുള്ളവരാവുകയും ചെയ്തു. നമ്മുടെ തലച്ചോറുകൾ ചെറുതായി, എന്നാൽ നമ്മുടെ ലോകമാകട്ടെ കൂടുതൽ സങ്കീർണ്ണമാവുകയും ചെയ്തു.

ഇതെങ്ങനെ സംഭവിച്ചു? ഹോമോ പപ്പിക്ക് എങ്ങനെ ലോകം കീഴടക്കാനായി?

4

ഒരു ശ്വാനവിദഗ്ദ്ധനല്ലാതെ മറ്റാർക്കാണ് ഇതിന് കൃത്യമായ ഉത്തരം നല്കാനാകുക? 1980-കളിൽ അറ്റ്ലാന്റയിൽ വളർന്ന ബ്രയാൻ ഹെയ്ർ പട്ടികളുടെ ഒരു ഭ്രാന്തൻ ആയിരുന്നു. അദ്ദേഹം ബയോളജി പഠിക്കാൻ തീരുമാനിച്ചപ്പോഴാണ് ജീവശാസ്ത്രകാരന്മാർക്ക് പട്ടികളിൽ ഒരു താല്പര്യവുമില്ലെന്ന് മനസ്സിലായത്. ശ്വാനന്മാർ കാണാൻ ഭംഗിയുള്ളവയാണ്, എന്നാൽ അവരത്ര സൂത്രശാലികളല്ല. കോളേജിൽ തന്നോടൊപ്പം ഒരു ക്ലാസ്സെടുത്ത, ഡവലപ്മെന്റൽ സൈക്കോളജിയിൽ പ്രൊഫസറായ മൈക്കിൾ ടോമസെല്ലോ പിന്നീട് ബ്രയാന്റെ സഹപ്രവർത്തകനും മാർഗ്ഗദർശിയുമായി. ടോമെസെല്ലോയുടെ ഗവേഷണങ്ങൾ പട്ടികളെക്കാൾ കൂടുതൽ താല്പര്യമുള്ളതായി കണക്കാക്കപ്പെടുന്ന ചിമ്പാൻസികളിൽ കേന്ദ്രീകരിച്ചായിരുന്നു. കോളേജിൽ രണ്ടാംവർഷ വിദ്യാർത്ഥിയായിരിക്കെ, അന്ന് വെറും പത്തൊമ്പത് വയസ്സ് പ്രായമുള്ള ബ്രയാൻ ഒരു ബുദ്ധിപരിശോധന നടത്തിപ്പിൽ പങ്കാളിയായി.

അത് ആ പരീക്ഷണത്തിൽ പങ്കെടുക്കുന്നവർക്ക്, സ്വാദിഷ്ഠമായ ഭക്ഷണം എവിടെയാണ് ഒളിപ്പിച്ചു വച്ചിരിക്കുന്നത് എന്നതിന്റെ സൂചനകൾ നല്കുന്ന ഒരു 'ഓബ്ജെക്റ്റ് ചോയ്സ്' ടെസ്റ്റായിരുന്നു. മനുഷ്യക്കുട്ടികൾ ഈ പരീക്ഷണത്തിൽ മുന്നിലെത്തുന്നു. എന്നാൽ ചിമ്പാൻസികൾ തോറ്റുപോകുന്നു. ടോമസെല്ലോയും അതിന്റെ വിദ്യാർത്ഥികളും എത്രയൊക്കെ കൃത്യമായി ഒരു ഏത്തപ്പഴം ഒളിപ്പിച്ചുവച്ച സ്ഥലം കാണിച്ചു കൊടുത്തിട്ടും ഈ വാലില്ലാക്കുരങ്ങുകൾക്ക് അത് പിടുത്തം കിട്ടിയില്ല.

ആംഗ്യഭാഷയിലൂടെ ചിമ്പാൻസികൾക്ക് ഒരു ദിവസം മുഴുവൻ ചൂണ്ടിക്കാണിച്ചുകൊടുത്ത ശേഷം ബ്രയാൻ പറഞ്ഞു, 'എനിക്ക് തോന്നുന്നത് ഇതെന്റെ പട്ടിക്ക് ചെയ്യാനാകും എന്നാണ്.'

'തീർച്ചയായും,' അദ്ദേഹത്തിന്റെ പ്രൊഫസർ തമാശരൂപേണ ചിരിച്ചു.

'വെറുതെ പറഞ്ഞതല്ല, എനിക്കുറപ്പാണ് അവൻ ഈ പരീക്ഷ പാസാകുമെന്ന്,' ബ്രയാൻ ശഠിച്ചു.

ഇരുപത് വർഷങ്ങൾക്ക് ഇപ്പുറം ബ്രയാൻ ഹെയ്ർ പരിണാമ നരവംശശാസ്ത്രത്തിൽ പ്രൊഫസറാണ്. അതീവ ശ്രദ്ധയോടുകൂടിയ പരീക്ഷണങ്ങളുടെ ഒരു പരമ്പരയിലൂടെ അദ്ദേഹത്തിന് പട്ടികൾ അസാമാന്യ ബുദ്ധിശാലികളാണെന്നും, ചില വേളകളിൽ അവ ചിമ്പാൻസികളെക്കാൾ മേലെയാണെന്നും തെളിയിക്കാനായിരിക്കുന്നു - പട്ടികളുടെ തലച്ചോർ ചെറുതാണെങ്കിൽ കൂടി.

ആദ്യമൊന്നും ശാസ്ത്രജ്ഞർക്ക് ഇപ്പറഞ്ഞകാര്യം മനസ്സിലായില്ല. എങ്ങനെയാണ് ഒളിച്ചുവച്ച സാധനങ്ങൾ കണ്ടെത്തുന്നതിനുള്ള പരീക്ഷണം പാസാകാൻ മാത്രം പട്ടികൾ ബുദ്ധിശാലികളാകുന്നത്? പട്ടികൾ അവയുടെ തലച്ചോർ പൂർവ്വികരായ ചെന്നായ്ക്കളിൽനിന്നും ആർജ്ജിച്ചെടുത്തതല്ല എന്നുറപ്പ്, കാരണം ചെന്നായ്ക്കളുമതേ ബ്രയാൻ നടത്തിയ പരീക്ഷണത്തിൽ ഒറാങ്ങൂട്ടാനുകളെ പോലെയും ചിമ്പാൻസികളെ പോലെയും വളരെ മോശം പ്രകടനമാണ് കാഴ്ചവെച്ചത്. തങ്ങളുടെ ബുദ്ധിശക്തി അവ ഉടമകളിൽ നിന്നും ആർജ്ജിച്ചെടുത്തതല്ലെന്നും ഉറപ്പ്, കാരണം ഒൻപതാഴ്ച പ്രായ മാകുമ്പോഴേക്കും പട്ടിക്കുഞ്ഞുങ്ങൾക്ക് ഈ പരീക്ഷ പാസാകാനാവും.

ബ്രയാന്റെ സഹപ്രവർത്തകനും ഉപദേശകനും ആൾക്കുരങ്ങുകളെ ക്കുറിച്ചുള്ള പഠനത്തിൽ വിശാരദനുമായ റിച്ചാർഡ് റാങ്ഹാം സൂചിപ്പിച്ചത് ശ്വാനരിലെ ബുദ്ധിവൈഭവം സ്വയമേവ ഉണ്ടായതായിരിക്കാം എന്നാണ്. വളഞ്ഞ വാലും തൂങ്ങിയ ചെവികളുംപോലെ യദൃച്ഛയാ ഉണ്ടായ ഒരു ഉപോല്പ്പന്നം. എന്നാൽ ബ്രയാൻ ഇതംഗീകരിക്കാൻ തയ്യാറായിരുന്നില്ല. സാമൂഹ്യബോധം പോലെ വളരെ പ്രധാനപ്പെട്ട ഒരു സ്വഭാവവിശേഷം എങ്ങനെയാണ് ആകസ്മികമാവുക? ഒരുപക്ഷേ, നമ്മുടെ പൂർവ്വികർ ഏറ്റവും മിടുക്കരായ പട്ടികളെ തെരഞ്ഞുപിടിച്ച് ഇണചേർത്ത് കുഞ്ഞുങ്ങളെ ഉല്പാദിപ്പിച്ചിട്ടുണ്ടാവാം എന്ന് ആ യുവ ജീവശാസ്ത്രജ്ഞൻ സംശയിച്ചു.

തന്റെ സംശയം പരീക്ഷിച്ചു നോക്കാൻ ബ്രയാന് ഒരു വഴി മാത്രമേ ഉണ്ടായിരുന്നുള്ളൂ. സൈബീരിയയിലേക്ക് ഒരു യാത്രപോകാൻ സമയമായി രിക്കുന്നു. വർഷങ്ങൾക്കുമുന്നേ ഒരു റഷ്യൻ ജനിതകശാസ്ത്രജ്ഞൻ കുറു ക്കന്മാരെ പട്ടികളാക്കി മാറ്റിയതിനെക്കുറിച്ച് വന്ന ഏറെയൊന്നും ശ്രദ്ധിക്ക പ്പെടാത്ത ഒരു പഠനം ബ്രയാൻ വായിച്ചിരുന്നു. 2003-ൽ ബ്രയാൻ ട്രാൻസ് സൈബീരിയൻ എക്സ്പ്രസിൽ അവിടെ വന്നിറങ്ങുമ്പോഴേക്കും ല്യൂഡ്മി ലയും സംഘവും ഇത്തരത്തിൽ നാല്പത്തിയഞ്ച് തലമുറകളെ സൃഷ്ടിച്ച് കഴിഞ്ഞിരുന്നു. സിൽവർ ഫോക്സിനെക്കുറിച്ച് പഠിക്കുന്ന ആദ്യ വിദേശ ശാസ്ത്രജ്ഞനായിരുന്നു ബ്രയാൻ. അദ്ദേഹം തുടങ്ങിയത് ഒബ്ജെക്റ്റ് ചോയ്സ് ടെസ്റ്റിലൂടെയാണ്.

തന്റെ പരികല്പന ശരിയാണെങ്കിൽ ചങ്ങാത്തം കൂടുന്ന കുറുക്കന്മാരും രൗദ്രഭാവത്തിലുള്ള കുറുക്കമാരും ഈ പരീക്ഷണത്തിൽ ഒരുപോലെ തോൽ ക്കണം, കാരണം ദിമിത്രിയും ല്യൂഡ്മിലയും ഇവയെ വളർത്തിയെടുത്തത് ചങ്ങാത്തത്തിന്റെ അടിസ്ഥാനത്തിലാണ്, അല്ലാതെ ബുദ്ധിശക്തിയുടെ അടിസ്ഥാനത്തിലല്ല.

ബ്രയാന്റെ ഉപദേശകനായിരുന്ന റിച്ചാർഡ് ആണ് ശരിയെങ്കിൽ, ബുദ്ധി ശക്തി ചങ്ങാത്തമനോഭാവത്തിന്റെ ഒരു ഉപോല്പന്നമാണെങ്കിൽ, പ്രത്യേക മായി ഇണചേർത്ത് വളർത്തിയെടുത്ത കുറുക്കന്മാർ മിന്നുന്ന പ്രകടന ത്തോടെ ഈ പരീക്ഷയിൽ ജയിക്കും.

ചുരുക്കി പറയാമല്ലോ: പരീക്ഷണഫലം ഉപോത്പന്ന സിദ്ധാന്തത്തെ ശരിവയ്ക്കുകയും ബ്രയാന്റെ വിശ്വാസം തെറ്റാണെന്നു തെളിയുകയും ചെയ്തു. പുതിയ തലമുറയിലെ ചങ്ങാത്തമുള്ള കുറുക്കന്മാർ അസാമാന്യ മാംവിധം സൂക്ഷ്മബുദ്ധിയുള്ളവരാണെന്നു മാത്രമല്ല, ആക്രമണകാരികളായ തങ്ങളുടെ പ്രതിരൂപങ്ങളെക്കാളും മിടുക്കരുമായിരുന്നു. ഇതിനെക്കുറിച്ച് ബ്രയാൻ പറഞ്ഞത് ഇങ്ങനെയാണ്, 'കുറുക്കന്മാർ എന്റെ ലോകത്തെയാകെ ഇളക്കിമറിച്ചു.'

ഇതുവരേക്കും കരുതിയിരുന്നത് മൃഗങ്ങളെ വീട്ടിൽവളർത്തുന്നതിനായി ഇണക്കിയെടുത്താൽ അവയുടെ ബുദ്ധിശക്തി കുറയുമെന്നും, അവയുടെ തലച്ചോറിന്റെ ഗ്രേ മാറ്റർ (grey matter) ശോഷിച്ച് ക്രമേണ വനത്തിൽ ജീവിക്കുന്നതിനാവശ്യമായ കഴിവുകൾ ഇല്ലാതാവും എന്നുമാണ്. സൂത്രശാലിയായ കുറുക്കൻ, മണ്ടനായ കാള എന്നൊക്കെയുള്ള ചൊല്ലുകൾ നമ്മൾ കേട്ടതാണല്ലോ. എന്നാൽ ബ്രയാൻ തീർത്തും വ്യത്യസ്തമായ ഒരു നിഗമനത്തിലാണ് എത്തിയത്. 'നിങ്ങൾക്ക് സൂത്രശാലിയായ ഒരു കുറുക്കനെയാണ് വേണ്ടതെങ്കിൽ, നിങ്ങൾ തിരഞ്ഞു പിടിക്കേണ്ടത് സൂത്രശാലിത്വമല്ല. നിങ്ങൾ തിരയേണ്ടത് ചങ്ങാത്തമനോഭാവമാണ്.'

5

ഇത് നമ്മളെ ഞാൻ ഈ അദ്ധ്യായത്തിന്റെ തുടക്കത്തിൽ ചോദിച്ച ചോദ്യത്തിലേക്ക് തിരിച്ചെത്തിക്കുന്നു. മനുഷ്യരെ അതുല്യരാക്കുന്നത് എന്താണ്? നമ്മൾ, മ്യൂസിയം പണിയുകയും നിയാണ്ടർതാലുകൾ അതിൽ പ്രദർശന വസ്തുക്കളാവുകയും ചെയ്യുന്നത് എന്തുകൊണ്ടാണ്?

മനുഷ്യന്റെ യഥാർത്ഥ സൂപ്പർപവർ

നാല് ബുദ്ധിപരീക്ഷണങ്ങളിൽ കിട്ടിയ സ്കോർ

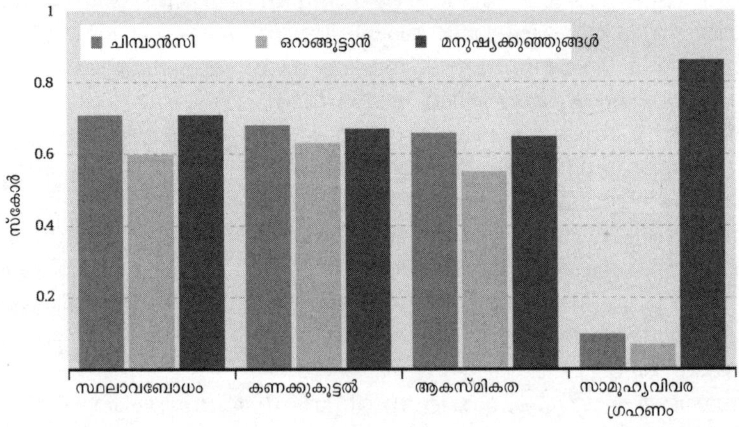

ആൾക്കുരങ്ങുകളെയും ശിശുക്കളെയും ഉപയോഗിച്ച് നടത്തിയ ആ മുപ്പത്തിയെട്ട് പരീക്ഷകളുടെ ഫലം ഒന്നുകൂടി നോക്കാം. നേരത്തെ ഞാൻ പറയാൻ വിട്ടുപോയ ഒരു കാര്യമുണ്ട്, ഈ പരീക്ഷയിൽ പങ്കെടുത്തവരെ വിലയിരുത്തിയത് നാലാമതൊരു നൈപുണ്യത്തിന്റെ കൂടി അടിസ്ഥാനത്തിലാണ്: സോഷ്യൽ ലേണിംഗ്. അതായത് മറ്റുള്ളവരിൽ നിന്നും പഠിക്കാനുള്ള കഴിവ്. ഈ അവസാനത്തെ പരീക്ഷയുടെ ഫലം രസകരമായ ഒരു കാര്യം വെളിപ്പെടുത്തുന്നു.

ഈ ചിത്രം മനുഷ്യനെ മറ്റുള്ളവരിൽനിന്നും വ്യതിരിക്തനാക്കുന്ന നൈപുണ്യം എന്താണെന്നു കൃത്യമായി കാണിച്ചുതരുന്നു. തിരിച്ചറിയൽ ശക്തി

മനസ്സിലാക്കാനുള്ള ഒരുവിധം എല്ലാ പരീക്ഷകളിലും ചിമ്പാൻസികളും ഒറാങ്ങൂട്ടാനുകളും രണ്ടു വയസ്സുള്ള കുട്ടികൾക്കൊപ്പം എത്തിയിരുന്നു. എന്നാൽ കാര്യങ്ങൾ പഠിക്കുന്ന കാര്യം വന്നപ്പോൾ ശിശുക്കളാണ് അനായാസം വിജയിച്ചത്. മിക്ക കുഞ്ഞുങ്ങളും 100 ശതമാനം സ്കോർ നേടിയപ്പോൾ ആൾക്കുരങ്ങുകൾ നേടിയത് 0.

മനുഷ്യർ മറ്റുള്ളവരിൽനിന്നും അസാമാന്യമാംവിധം പഠിക്കുന്ന യന്ത്രങ്ങളാണെന്ന് ഇത് കാണിച്ചുതരുന്നു. നമ്മൾ ജനിച്ചതുതന്നെ പഠിക്കാനും കൂട്ടുകൂടാനും കളിക്കാനുമാണ്. അതിനാൽ തന്നെ, ഒരുപക്ഷേ മനുഷ്യന്റെ ആവിഷ്കരണങ്ങളിൽ മനുഷ്യന്റേതു മാത്രം എന്ന് പറയാവുന്ന ഒന്ന് മുഖം തുടുക്കുന്നതാണെന്നു പറഞ്ഞാൽ അത് അത്ര വിചിത്രമാവില്ല. മുഖം തുടുക്കുന്നത് ആത്യന്തികമായി സാമൂഹ്യപരമാണ്, മറ്റുള്ളവർ ചിന്തിക്കുന്ന കാര്യങ്ങൾ തങ്ങൾ ഗൗനിക്കുന്നു എന്ന് ആളുകൾ കാണിക്കുന്നതാണ്. ഇത് വിശ്വാസം വളർത്തുകയും സഹകരണം സാധ്യമാക്കുകയും ചെയ്യുന്നു.

നമ്മൾ പരസ്പരം കണ്ണുകളിലേക്കു നോക്കുമ്പോളും ഇതിനു സമാനമായ കാര്യമാണ് സംഭവിക്കുന്നത്, കാരണം മനുഷ്യർക്ക് വിചിത്രമായൊരു രൂപവിശേഷം ഉണ്ട്: നമ്മുടെ കണ്ണുകളിൽ വെള്ളനിറമുണ്ട്. അനന്യസാധാരണമായ ഈ വിശേഷഗുണം മറ്റുള്ളവരുടെ നോട്ടത്തിന്റെ ദിശ പിന്തുടരാൻ നമ്മളെ സഹായിക്കുന്നു. ബാക്കി എല്ലാ ആൾക്കുരങ്ങുകളും, അത് ഏകദേശം ഇരുനൂറോളം വർഗ്ഗം വരും, കണ്ണുകൾക്ക് നിറം പകരുന്ന മെലാനിൻ ഉല്പാദിപ്പിക്കുന്നു. പോക്കർ കളിക്കാർ നിറമുള്ള കണ്ണടവെക്കുന്നതുപോലെ ഇത് അവരുടെ നോട്ടത്തിന്റെ ദിശയെ അസ്പഷ്ടമാക്കുന്നു.

എന്നാൽ മനുഷ്യരങ്ങനെയല്ല. നമ്മൾ തുറന്ന പുസ്തകങ്ങളാണ്; നമ്മൾ ഏത് വസ്തുവിൽ ശ്രദ്ധിക്കുന്നു എന്നത് എല്ലാവർക്കും മനസ്സിലാകും. നമ്മൾക്ക് പരസ്പരം കണ്ണുകളിലേക്ക് നോക്കാനായിരുന്നില്ലെങ്കിൽ മനുഷ്യസൗഹൃദങ്ങളും പ്രണയവുമെല്ലാം എത്രമാത്രം വ്യത്യസ്തമാകുമായിരുന്നു എന്ന് സങ്കല്പിച്ചു നോക്കൂ. മറ്റുള്ളവരെ എത്രമാത്രം വിശ്വസിക്കാം എന്ന് നമ്മളെങ്ങനെയാണറിയുക? ബ്രയാൻ ഹെയ്ർ സംശയിക്കുന്നത് നമ്മുടെ അസാധാരാണമായ കണ്ണുകൾ നമ്മൾ സാമൂഹ്യവത്ക്കരിക്കപ്പെട്ടതിന്റെ ഉല്പന്നമാണ് എന്നാണ്. നമ്മൾ കൂടുതൽ സാമൂഹ്യപരമായി മാറിയപ്പോൾ നമ്മൾ നമ്മുടെ ഉള്ളിലെ ചിന്തകളും വികാരങ്ങളും കൂടുതൽ വെളിപ്പെടുത്താനും തുടങ്ങി.

ഇതോടൊപ്പം ചേർത്തുകാണേണ്ടതാണ് നമ്മുടെ എഴുന്നുനില്ക്കുന്ന പുരികാസ്ഥി, അതായത് നിയാണ്ടർത്താലുകളുടെ തലയോട്ടിയിലും ഇപ്പോഴുള്ള ചിമ്പാൻസികളിലും ഒറാങ്ങൂട്ടാനുകളിലും കാണുന്ന torus supraorbitalis, അല്പം മയം വന്നത്. എഴുന്നുനില്ക്കുന്ന പുരികാസ്ഥി ആശയവിനിമയത്തിന് തടസ്സം സൃഷ്ടിച്ചിട്ടുണ്ടാവാമെന്നാണ് ശാസ്ത്രജ്ഞന്മാർ കരുതുന്നത്, കാരണം നമ്മളിപ്പോൾ സൂക്ഷ്മമായ എല്ലാകാര്യങ്ങളിലും പുരികക്കൊടികളെ ഉപയോഗിക്കുന്നു. ഒന്ന് അത്ഭുതം പ്രകടിപ്പിക്കാൻ ശ്രമിച്ചുനോക്കൂ, അല്ലെങ്കിൽ സഹതാപം, അതുമല്ലെങ്കിൽ വിദ്വേഷം, എന്നിട്ട് നിങ്ങളുടെ പുരികക്കൊടികൾ എന്തുചെയ്യുന്നുവെന്ന് ശ്രദ്ധിച്ച് നോക്കൂ.

ചുരുക്കിപ്പറഞ്ഞാൽ യഥാർത്ഥ ഭാവം മറച്ചുവെക്കുന്നതൊഴിച്ച് മനുഷ്യന് എന്തിനും സാധിക്കും. നമ്മൾ നിരന്തരമായി നമ്മുടെ വികാരങ്ങളെ പരസ്യമാക്കുന്നു, മാത്രമല്ല, നമുക്ക് ചുറ്റുമുള്ള ആളുകളോട് സഹാനുഭൂതി കാണി

ക്കാൻ ശീലിക്കപ്പെട്ടവരുമാണ്. ഇതൊരു വൈകല്യം എന്നതിലുപരി നമ്മുടെ മഹാശക്തിയാണ്. കാരണം ആളുകളുമായി ഇടപഴകാവുന്നവർ ചുറ്റുമുണ്ടാകുന്നത് രസകരമാണെന്ന് മാത്രമല്ല, ആത്യന്തികമായി അവർ മിടുക്കരുമാണ്.

ഈ ആശയം ആവിഷ്ക്കരിക്കാനുള്ള ഏറ്റവും മികച്ച വഴി രണ്ടുതരം ഗോത്രങ്ങൾ താമസിക്കുന്ന ഒരു ഗ്രഹത്തെക്കുറിച്ച് സങ്കല്പിക്കുകയാണ്: പ്രതിഭാശാലികളും അനുകർത്താക്കളും. പ്രതിഭാശാലികൾ നല്ല ബുദ്ധിയുള്ളവരാണ്. ഇവരിൽ പത്തിലൊന്നാളുകളും ജീവിതത്തിന്റെ ഏതെങ്കിലും ഒരുഘട്ടത്തിൽ അത്ഭുതകരമായ എന്തെങ്കിലും കണ്ടുപിടിക്കുന്നവരാണ്, ഉദാഹരണത്തിന് ഒരു ചൂണ്ട. എന്നാൽ അനുകർത്താക്കളാകട്ടെ, താരതമ്യേന അവബോധം കുറഞ്ഞവരാണ്, അതിനാൽ ആയിരത്തിൽ ഒരാൾ മാത്രമാണ് മീൻ പിടിക്കാൻ സ്വയം പഠിക്കുന്നത്. ഇത് പ്രതിഭാശാലികളെ അനുകർത്താക്കളെക്കാൾ നൂറ് മടങ്ങ് മിടുക്കരാക്കുന്നു.

എന്നാൽ പ്രതിഭാശാലികൾക്ക് ഒരു പ്രശ്നമുണ്ട്. അവർ ഒട്ടും സാമൂഹ്യബന്ധമുള്ളവരല്ല. ചൂണ്ടകണ്ടുപിടിക്കുന്ന ഒരു പ്രതിഭാശാലിയെ സംബന്ധിച്ചിടത്തോളം അയാൾക്ക് ശരാശരി ഒരു സുഹൃത്തിനെ മാത്രമെ മീൻപിടിക്കാൻ പഠിപ്പിക്കാനാവൂ. എന്നാൽ അനുകർത്താക്കളാകട്ടെ ശരാശരി പത്തുപേരെ പഠിപ്പിക്കുന്നു, അതായത് അവർ പത്തിരട്ടി സാമൂഹ്യബന്ധം ഉള്ളവരാണെന്നർത്ഥം.

മറ്റൊരാളെ മത്സ്യം പിടിക്കാൻ പഠിപ്പിച്ചുകൊടുക്കുന്നത് വളരെ ബുദ്ധിമുട്ടുള്ള ഒരു കാര്യമാണെന്നും പകുതി സമയം മാത്രമേ ഇത് വിജയിക്കൂ എന്നും കരുതുക. ചോദ്യമിതാണ്: ഈ രണ്ട് ഗ്രൂപ്പുകളിൽ ഈ കണ്ടെത്തൽ കൊണ്ട് ഏറ്റവും നേട്ടമുണ്ടാകുന്ന ഗ്രൂപ്പ് ഏതാണ്? നരവംശശാസ്ത്രജ്ഞനായ ജോസഫ് ഹെൻറിക്കിന്റെ അഭിപ്രായത്തിൽ അഞ്ചിലൊന്ന് പ്രതിഭാശാലികൾ മാത്രമേ മത്സ്യം പിടിക്കാൻ പഠിക്കൂ, ഇതിൽ പകുതി സ്വയമേവയും ബാക്കി പകുതി മറ്റുള്ളവരിൽനിന്നുമാണ് പഠിക്കുന്നത്. ഇതിൽനിന്നും വ്യത്യസ്തമായി അനുകർത്താക്കളിൽ 0.1 ശതമാനം മാത്രമേ ഈ വിദ്യ സ്വയം പഠിക്കൂ എങ്കിലും അവരിൽ 99.9 ശതമാനവും മത്സ്യം പിടിക്കാൻ പ്രാപ്തരായി മാറും, കാരണം അവരെല്ലാം തന്നെ മറ്റ് അനുകർത്താക്കളിൽ നിന്നും ഈ വിദ്യ പഠിച്ചെടുക്കും.

നിയാണ്ടർത്താലുകൾ ഒരു തരത്തിൽ ഇപ്പറഞ്ഞ പ്രതിഭാശാലികളെപ്പോലെയായിരുന്നു. വ്യക്തിപരമായി ഇവരുടെ തലച്ചോർ വലുതായിരുന്നെങ്കിലും ഒന്നിച്ചുനിൽക്കുമ്പോൾ അവർ അത്രയും ബുദ്ധിശാലികളായിരുന്നില്ല. തന്റേതായ നിലയിൽ ഹോമോ നിയാണ്ടർത്താലൻസിസ് ഏത് ഹോമോ സാപ്പിയൻസിനേക്കാളും മിടുക്കുള്ളവനാകാം. പക്ഷേ, സാപ്പിയൻസ് വലിയ സംഘങ്ങളായി ഒന്നിച്ച് താമസിക്കുകയും അടിക്കടി ഒരു കൂട്ടത്തിൽനിന്നും മറ്റൊരു കൂട്ടത്തിലേക്ക് ചേക്കേറുകയും ചെയ്തിരുന്നു എന്ന് മാത്രമല്ല അവർ കൂടുതൽ മെച്ചപ്പെട്ട അനുകർത്താക്കളായിരുന്നു താനും. നിയാണ്ടർത്താലുകൾ സൂപ്പർ ഫാസ്റ്റ് കമ്പ്യൂട്ടറുകളായിരുന്നു എങ്കിൽ നമ്മൾ പഴഞ്ചൻ പേഴ്സണൽ കമ്പ്യൂട്ടറുകളായിരുന്നു. പക്ഷേ, വൈഫൈ കണക്ഷൻ ഉള്ളതാണെന്ന് മാത്രം. നമ്മൾ കുറച്ച് പതുക്കെ ആയിരുന്നുവെങ്കിലും കൂടുതൽ മെച്ചപ്പെട്ട രീതിയിൽ പരസ്പരം ബന്ധിപ്പിക്കപ്പെട്ടവരായിരുന്നു.

ചില ശാസ്ത്രകാരന്മാർ പറയുന്നത് മനുഷ്യരുടെ ഭാഷയുടെ വികാസവും നമ്മുടെ സംസർഗ്ഗശീലത്തിന്റെ ഒരു ഉല്പ്പന്നമാണെന്നാണ്. അനുകർ

ത്താക്കൾക്ക് സ്വയമേവ ഉണ്ടാക്കിയെടുക്കാൻ കഴിയാത്തതും എന്നാൽ മറ്റുള്ളവരിൽ നിന്നും പഠിച്ചെടുക്കാൻ കഴിയുന്നതുമായ ഒരു കാര്യത്തിന് ഉത്തമോദാഹരണമാണ് ഭാഷ. അങ്ങനെ കാലക്രമത്തിൽ ല്യൂഡ്മിലയുടെ കുറുക്കന്മാർ കുരയ്ക്കാൻ തുടങ്ങിയതുപോലെ മനുഷ്യർ സംസാരിക്കാനും തുടങ്ങി.

അപ്പോൾ നിയാണ്ടർത്താലുകൾക്ക് എന്തുസംഭവിച്ചു? ആത്യന്തികമായി *ഹോമോ പപ്പികൾ* അവരെ ഭൂമുഖത്തുനിന്നും തുടച്ച് നീക്കിയോ?

അത്തരമൊരു ധാരണ ആവേശജ്ജ്വലമായ വായനയ്ക്കോ ഡോക്യുമെന്ററിക്കോ പറ്റിയെന്നുവരാം. പക്ഷേ, ഇതിന് ഉപോത്ബലകമായി പുരാവസ്തുപരമായ ഒരു തരിമ്പ് തെളിവുപോലുമില്ല. കുറച്ചെങ്കിലും ശരിയെന്ന് തോന്നാവുന്ന ഒരു സിദ്ധാന്തം ഏറ്റവും ഒടുവിലത്തെ ഹിമയുഗത്തിലെ (115,000–15,000 വർഷങ്ങൾക്കുമുമ്പ്) പരുഷമായ കാലാവസ്ഥയെ അതിജീവിക്കാൻ മനുഷ്യർക്ക് കുറച്ചുകൂടി ഭേദപ്പെട്ട രീതിയിൽ കഴിഞ്ഞുവെന്നതാണ്, കാരണം നമ്മൾ ഒന്നിച്ച് തൊഴിലെടുക്കുന്ന രീതി വികസിപ്പിച്ചിരുന്നു.

അപ്പോൾ പിന്നെ മനുഷ്യനെ വിഷണ്ണനാക്കുന്ന *ദ സെൽഫിഷ് ജീൻ* എന്ന പുസ്തകമോ? അത് 'Me Decade' (പല യുവാക്കളും ലോകത്തെക്കുറിച്ച് ചിന്തിക്കുന്നതിനുപകരം അവനെക്കുറിച്ച് മാത്രം ചിന്തിച്ച കാലം) എന്ന് ന്യൂയോർക്ക് മാഗസിൻ വാഴ്ത്തിയ കാലമായ 1970–കളിലെ ചിന്തയ്ക്ക് തീർത്തും അനുയോജ്യമാണ്. 1990–കളുടെ അവസാനത്തിൽ റിച്ചാർഡ് ഡോക്കിൻസിന്റെ കടുത്ത ആരാധകനായ ഒരാൾ ഡോക്കിൻസിന്റെ ആശയങ്ങൾ സംബന്ധിച്ച തന്റെ കാഴ്ചപ്പാടുകൾ പ്രയോഗത്തിൽ കൊണ്ടുവരാൻ തീരുമാനിച്ചു. തന്നെ നിരാശാവാദിയാക്കുന്നതിനുപകരം ഈ പുസ്തകം സി.ഇ.ഒ. ആയ ജെഫ്രി സ്ക്കില്ലിങ്ങിനെ, ഊർജ്ജരംഗത്തെ ഭീമൻ പ്രസ്ഥാനമായ എൻറോണിനെ അത്യാഗ്രഹം എന്നൊരു പ്രക്രിയവെച്ച് നടത്തിക്കൊണ്ടുപോകാൻ പ്രേരിപ്പിക്കുകയാണ് ചെയ്തത്.

സ്ക്കില്ലിങ് എൻറോണിലെ ജീവനക്കാരുടെ പ്രകടനം വിലയിരുത്തുന്നതിനായി 'Rank & Yank' സംവിധാനം ഏർപ്പെടുത്തി. നിങ്ങൾ ഒന്ന് സ്കോർ ചെയ്താൽ കമ്പനിയിലെ ഏറ്റവും മികച്ച പ്രകടനം കാഴ്ചവെച്ച ജീവനക്കാരുടെ കൂട്ടത്തിൽപ്പെടും, അങ്ങനെ ഉയർന്ന ബോണസും കിട്ടും. നിങ്ങളുടെ സ്കോർ അഞ്ചാണെങ്കിൽ നിങ്ങൾ വളരെ താഴെയാവും, നിങ്ങളെ 'സൈബീരിയയിലേക്കയച്ചവരുടെ' കൂട്ടത്തിൽപ്പെടുത്തും. എന്നു മാത്രമല്ല നിങ്ങളെ അവഹേളിക്കുന്നതോടൊപ്പം, രണ്ടാഴ്ചക്കകം നിലമെച്ചപ്പെടുത്തിയില്ലെങ്കിൽ നിങ്ങളെ പിരിച്ചുവിടുകയും ചെയ്യും. ഇതിന്റെ ഫലം ജീവനക്കാർക്കിടയിൽ അതിരൂക്ഷമായ മത്സരത്തോടുകൂടിയ ഹോബേഷ്യൻ കച്ചവടസംസ്ക്കാരമായിരുന്നു. 2001നൊടുവിൽ എൻറോൺ വൻതോതിൽ അക്കൗണ്ടിങ് വെട്ടിപ്പ് നടത്തിയതായി വാർത്ത പുറത്തുവന്നു. അതിന്റെ പൊടിയൊക്കെ ഒന്ന് അടങ്ങിയപ്പോഴേക്കും സ്ക്കില്ലിങ് ജയിലിലായിക്കഴിഞ്ഞിരുന്നു. ഇപ്പോൾ അമേരിക്കയിലെ വൻകിട കോർപ്പറേഷനുകളിൽ 60 ശതമാനവും Rank & Yank സംവിധാനത്തിന്റെ ചില രൂപങ്ങൾ ഉപയോഗിക്കുന്നുണ്ട്. 'ഇതൊരു ഹോബേഷ്യൻ പ്രപഞ്ചമാണ്, എല്ലാവരും എല്ലാവർക്കുമെതിരാകുന്ന, ബന്ധങ്ങൾ മോശമായ, ദുഷ്ടത നിറഞ്ഞതും ഹ്രസ്വവുമായ

ഒന്ന്,' 2008-ലെ സാമ്പത്തികപ്രതിസന്ധിയെ തുടർന്ന് ലണ്ടനിലെ സാമ്പത്തിക സേവന മേഖലയെക്കുറിച്ച് പത്രപ്രവർത്തകനായ ജോറിസ് ല്യൂയേന്റിക് എഴുതി. തൊഴിലാളികളെ പരസ്പരം എതിരാളികളാക്കി നിർത്തുന്ന ആമസോൺ, യൂബെർ തുടങ്ങിയ സ്ഥാപനങ്ങളിലും ഇതുതന്നെയാണ് സ്ഥിതി. പേര് വെളിപ്പെടുത്താനാഗ്രഹിക്കാത്ത ഒരു തൊഴിലാളിയുടെ വാക്കുകളിൽ യൂബെർ ഒരു 'ഹോബ്ബേഷ്യൻ വനമാണ്'. അവിടെ 'ഒരാൾ മരിച്ചാലല്ലാതെ നിങ്ങൾക്ക് മുന്നോട്ടുപോകാനാവില്ല'.

1970-കൾക്കുശേഷം ശാസ്ത്രം ഗണ്യമായ തോതിൽ മുന്നേറിയിട്ടുണ്ട്. *ദ സെൽഫിഷ് ജീനി*ന്റെ പിൽക്കാല എഡിഷനുകളിൽ റിച്ചാർഡ് ഡോക്കിൻസ് മനുഷ്യന്റെ ജന്മസിദ്ധമായ സ്വാർത്ഥത സംബന്ധിച്ച തന്റെ അവകാശവാദങ്ങൾ നീക്കം ചെയ്തു, മാത്രമല്ല ഈ സിദ്ധാന്തത്തിന് ജീവശാസ്ത്രജ്ഞർക്കിടയിൽ വിശ്വാസ്യത നഷ്ടപ്പെടുകയും ചെയ്തു. ജീവന്റെ പരിണാമത്തിൽ പോരാട്ടങ്ങളും മത്സരങ്ങളും നിർണ്ണായക ഘടകങ്ങളാണെങ്കിലും സഹകരണമാണ് അതിലും കൂടുതൽ നിർണ്ണായകമെന്ന് ഏതൊരു ഒന്നാം വർഷ ജീവശാസ്ത്രവിദ്യാർത്ഥിയും പഠിക്കുന്നുണ്ട്.

മലകളോളം പഴക്കമുള്ള ഒരു സത്യമാണിത്. നമ്മുടെ പൂർവ്വികർക്ക് ഒന്നിച്ച് നില്ക്കുന്നതിന്റെ പ്രാധാന്യം അറിയാമായിരുന്നു, അവർ വ്യക്ത്യാരാധന നടത്തുന്നത് അപൂർവ്വമായിരുന്നു. മഞ്ഞുറഞ്ഞ ധ്രുവവിശാലതകൾ തൊട്ട് കൊടുംചൂടുള്ള മരുഭൂമികൾവരെ ലോകമെമ്പാടുമുള്ള വേട്ടയാടിപ്പിടിച്ച് ഉപജീവനം നടത്തുന്നവരെല്ലാംതന്നെ എല്ലാം പരസ്പര ബന്ധിതമാണെന്ന് വിശ്വസിച്ചിരുന്നു. അവർ തങ്ങളെ മറ്റു മൃഗങ്ങളുമായും ചെടികളുമായും ഭൂമാതാവുമായും ബന്ധമുള്ള വളരെ വിശാലമായ എന്തിന്റെയോ ഭാഗമായി കണ്ടു. ഒരുപക്ഷേ നമ്മളിന്ന് അറിയുന്നതിനേക്കാൾ മെച്ചപ്പെട്ട രീതിയിൽ അവർ മനുഷ്യാവസ്ഥയെ മനസ്സിലാക്കി. അപ്പോൾപ്പിന്നെ ഏകാന്തത നമ്മളെ അക്ഷരാർത്ഥത്തിൽ മടുപ്പിക്കും എന്നതിൽ അത്ഭുതപ്പെടാൻ എന്തെങ്കിലുമുണ്ടോ? അല്ലെങ്കിൽ മനുഷ്യബന്ധം ഇല്ലാതിരിക്കുന്നത് ഒരു ദിവസം പതിനഞ്ചു സിഗരറ്റ് വലിക്കുന്നതിനു തുല്യമാണെന്നതിൽ? അതുമല്ലെങ്കിൽ ഒരു വളർത്തുമൃഗമുണ്ടാവുന്നത് വിഷാദരോഗത്തിന്റെ സാധ്യത കുറക്കുമെന്നതിൽ? മനുഷ്യർ ഒരുമിച്ചുനില്ക്കാനും പരസ്പരം സംവദിക്കാനും കൊതിക്കുന്നവരാണ്. ഭക്ഷണത്തിനായി നമ്മുടെ ശരീരം വിശക്കുന്നതുപോലെ നമ്മുടെ മനസ്സ് പരസ്പരബന്ധത്തിനായി കാംക്ഷിക്കുന്നു. ആ മോഹമാണ് മറ്റെന്തിനേക്കാളും ഹോമോ പപ്പികളെ വലിയ കാര്യങ്ങൾ മോഹിക്കാൻ പ്രാപ്തരാക്കിയത്. ഇത് മനസ്സിലാക്കി കഴിഞ്ഞപ്പോൾ പരിണാമം എന്ന ആശയം എനിക്ക് പിന്നീട് വിഷാദകരമായ ഒന്നായി തോന്നിയില്ല. ഒരു സ്രഷ്ടാവോ അല്ലെങ്കിൽ ദൈവികമായ പദ്ധതികളോ ഇല്ലായിരിക്കാം. ദശലക്ഷക്കണക്കിനു വർഷത്തെ അന്ധമായ തപ്പിത്തടയലിന് ശേഷം ഉണ്ടായ യാദൃച്ഛിക നേട്ടമായിരിക്കാം നമ്മുടെ അസ്തിത്വം. എന്തൊക്കെ പറഞ്ഞാലും നമ്മൾ ഒറ്റക്കല്ല. നമുക്ക് പരസ്പരം കൂട്ടുണ്ട്.

4

കേണൽ മാർഷലും നിറയൊഴിക്കാത്ത സൈനികരും

1

ഇനി മുറിയിലെ ആനയെ കുറിച്ചാവാം. പറയാൻ മടിക്കുന്ന പ്രശ്നത്തെക്കുറിച്ച്.

നമ്മൾ മനുഷ്യർക്കും ഒരു ഇരുണ്ട വശമുണ്ട്. ചിലസമയത്ത് ഹോമോ പപ്പികൾ ജന്തുലോകത്ത് ഒരിക്കലും ഉണ്ടായിട്ടില്ലാത്ത ഭയങ്കരമായ കാര്യങ്ങൾ ചെയ്യും. കാനറിപ്പക്ഷികൾ തടവറകൾ നടത്താറില്ല. മുതലകൾ ഗ്യാസ് ചേമ്പറുകൾ ഉണ്ടാക്കാറില്ല. ചരിത്രത്തിലെവിടെയും ഒരു കോവാല(Koala)യ്ക്ക് ഒരു വംശത്തിൽപ്പെട്ട സഹജീവികളെ മുഴുവൻ കുറ്റംചുമത്താനോ അല്ലെങ്കിൽ തടവിലിടാനോ തുടച്ചുനീക്കാനോ ത്വരയുണ്ടായിട്ടില്ല. ഈ കുറ്റകൃത്യങ്ങളെല്ലാം മനുഷ്യർക്കു മാത്രമുള്ളതാണ്. അതിനാൽ അസാമാന്യമാംവിധം സാമൂഹ്യ മനോഭാവം വെച്ചുപുലർത്തുമ്പോളും ഹോമോ പപ്പികൾക്ക് അസാമാന്യമാവിധം ക്രൂരരാവാൻ കഴിയും. എന്തുകൊണ്ട്?

വളരെ വേദനാജനകമായ ഒരു സത്യം നമ്മൾ നേരിടേണ്ടിവരുമെന്ന് തോന്നുന്നു. 'നമ്മളെ ഏറ്റവും ദയാലുക്കളായ ജീവിവർഗ്ഗമാക്കി മാറ്റുന്ന അതേ കാര്യം തന്നെയാണ് നമ്മളെ ഭൂമിയിലെ ഏറ്റവും ക്രൂരരായ ജീവിവർഗ്ഗമാക്കി മാറ്റുന്നതും,' എന്ന് ശ്വാനവിദഗ്ധനായ ബ്രയാൻ ഹെയ്ർ പറയുന്നു. മനുഷ്യർ സാമൂഹ്യജീവികളാണ്, എന്നാൽ നമുക്ക് മാരകമായ ഒരു കുഴപ്പമുണ്ട്: നമ്മളെ പോലുള്ളവരോട് നമുക്ക് കൂടുതൽ ആകർഷണം തോന്നുന്നു.

ഈ സഹജവാസന നമ്മുടെ ഡിഎൻഎയിൽ എൻകോഡ് ചെയ്യപ്പെട്ടു കിടക്കുകയാണെന്ന് തോന്നുന്നു. കുഞ്ഞുങ്ങളുടെ പിറവിയിലും, മുലയൂട്ടലിലും ഒരു സുപ്രധാന പങ്കുവഹിക്കുന്നതായി ജീവശാസ്ത്രകാരന്മാർക്ക് ഏറെക്കാലമായി അറിയുന്ന ഹോർമോണായ ഓക്സിടോസിന്റെ കാര്യം നോക്കാം. ഈ ഹോർമോൺ പ്രണയത്തിലും ഒരു നിർണ്ണായക പങ്കുവഹിക്കുന്നു എന്ന് അവർ ആദ്യമായി കണ്ടെത്തിയപ്പോൾ ഒരുതരം ആവേശപ്പെരുമഴയായിരുന്നു. ഒരിത്തിരി ഓക്സിടോസിൻ അടിച്ചാൽ പിന്നെ ഏറ്റവും നല്ല ഡേറ്റിനു വേറൊന്നും വേണ്ടെന്നു ചിലർ അനുമാനിച്ചു.

അങ്ങനെയെങ്കിൽ വിളകൾക്ക് മരുന്ന് തളിക്കുന്ന ഹെലികോപ്റ്റർ ഉപയോഗിച്ച് ജനക്കൂട്ടങ്ങൾക്ക് മേൽ ഇത് തളിച്ചാൽ പോരെ. ഓക്സിടോസിൻ നമ്മളെ കൂടുതൽ ദയാലുക്കളും മാന്യരും ശാന്തമനോഭാവക്കാരും പ്രസന്നരുമാക്കി മാറ്റുന്നു. ല്യൂഡ്മില ട്രെറ്റിന്റെ സുന്ദരമായ സൈബീരിയൻ കുറുക്കന്മാരിൽ ഇത് ഉയർന്നതോതിൽ ഉണ്ടായിരുന്നല്ലോ. അത് എത്ര ക്രൂരനേയും വളരെ ചങ്ങാത്തം കൂടുന്ന ഒരു പട്ടിക്കുഞ്ഞാക്കി മാറ്റുന്നു. അതുകൊണ്ടാണ്

ഇത് 'മനുഷ്യനന്മയുടെ ക്ഷീരം', 'ആലിംഗനത്തിന്റെ ഹോർമോൺ' തുടങ്ങിയ സൗമ്യമായ പദങ്ങളുപയോഗിച്ച് പ്രചരിപ്പിക്കപ്പെടുന്നത്.

എന്നാൽ അപ്പോഴേക്കും പുതിയൊരു വാർത്ത വന്നു. ഓക്സിടോസിന്റെ പ്രഭാവം സ്വന്തം ഗ്രൂപ്പിൽ മാത്രം പരിമിതപ്പെട്ടു നിൽക്കുന്നതായി തോന്നുന്നുവെന്ന് യൂണിവേഴ്സിറ്റി ഓഫ് ആംസ്റ്റർഡാമിലെ ഗവേഷകർ 2010-ൽ കണ്ടെത്തി. ഈ ഹോർമോൺ കൂട്ടുകാരോടുള്ള അടുപ്പം വർദ്ധിപ്പിക്കുക മാത്രമല്ല അത് അപരിചിതരോടുള്ള വെറുപ്പ് രൂക്ഷമാക്കുകയും കൂടി ചെയ്യുന്നു. ഓക്സിടോസിൻ സാർവ്വലൗകിക സാഹോദര്യത്തിന് ഇന്ധനമായി വർത്തിക്കുന്നില്ലെന്ന് സാരം. അത് 'ആദ്യം എന്റെ ആളുകൾ' എന്ന വികാരത്തെയാണ് അത് ശക്തമാക്കുന്നത്.

2

എന്തൊക്കെപ്പറഞ്ഞാലും തോമസ് ഹോബ്സ് പറഞ്ഞത് ഒരുപക്ഷേ ശരിയായിരിക്കാം.

ഒരുപക്ഷേ നമ്മുടെ ചരിത്രാതീതകാലം 'എല്ലാവരും എല്ലാവർക്കുമെതിരെ യുദ്ധം ചെയ്ത' ഒന്നാവാം. സുഹൃത്തുക്കൾ തമ്മിലല്ല, മറിച്ച് ശത്രുക്കൾ തമ്മിൽ. നമ്മളറിയുന്നവരുമായല്ല, മറിച്ച് നമുക്കറിയാത്ത അപരിചിതരുമായി. അത് സത്യമാണെങ്കിൽ നമ്മുടെ പുരാവസ്തു ഗവേഷകർ ഈ സമയംകൊണ്ട് നമ്മുടെ ആക്രമണോത്സുകതയുമായി ബന്ധപ്പെട്ട അസംഖ്യം വസ്തുക്കൾ കണ്ടെത്തിയിട്ടുണ്ടാവാം, മാത്രമല്ല അവർ നടത്തുന്ന ഉല്ഖനനം തീർച്ചയായും യുദ്ധം ചെയ്യുന്നത് നമ്മുടെ ജനിതകസ്വഭാവമാണ് എന്നതിന്റെ തെളിവും പുറത്തുകൊണ്ടുവന്നിട്ടുണ്ടാവാം.

അങ്ങനെ ഉണ്ടായിട്ടുണ്ടെന്ന് പറയാതെ വയ്യ. ഇതിന്റെ ആദ്യസൂചന കുഴിച്ചെടുക്കപ്പെട്ടത് വടക്കുപടിഞ്ഞാറൻ ദക്ഷിണാഫ്രിക്കയിലെ ടോങ് ഗ്രാമത്തിന് പുറത്തുള്ള ഒരു ഖനിയിൽ പണിയെടുക്കുന്നവർ 1924-ൽ മനുഷ്യക്കുരങ്ങിന്റേതെന്ന് തോന്നിപ്പിക്കുന്ന തരത്തിലുള്ള ഒരു തലയോട്ടി കണ്ടെത്തിയതോടെയാണ്. ഈ തലയോട്ടി അനാട്ടമിസ്റ്റായ റെയ്മണ്ട് ഡാർട്ടിന്റെ കൈകളിൽ എത്തപ്പെട്ടു. അദ്ദേഹമത് ആസ്ത്രലോപിതേക്കസ് ആഫ്രിക്കാനസിന്റെതാണെന്ന് കണ്ടെത്തി. ഭൂമുഖത്തുകൂടെ ഏകദേശം മൂന്ന് ദശലക്ഷം വർഷങ്ങൾക്കുമുമ്പ് നടന്ന ആദ്യ ഹോമിനിനുകളിൽ ഒന്നാണിത്.

തുടക്കം മുതൽ തന്നെ തന്റെ ഈ കണ്ടെത്തലിൽ ഡാർട്ട് അസ്വസ്ഥനായിരുന്നു. നമ്മുടെ മറ്റ് പൂർവ്വികരുടെ ഈ എല്ലും തലയോട്ടിയും പരിശോധിച്ചപ്പോൾ നിരവധി പരിക്കുകൾ പറ്റിയതായി അദ്ദേഹം കണ്ടു. ഇതിനുള്ള കാരണമെന്താണ്? അദ്ദേഹം എത്തിച്ചേർന്ന നിഗമനം അത്ര സുഖകരമായിരുന്നില്ല. ഈ ആദ്യകാല ഹോമിനിനുകൾ തങ്ങളുടെ ഇരയെ കൊല്ലാൻ, കല്ലുകളും ആനക്കൊമ്പുപോലുള്ള വക്രദന്തങ്ങളും കൊമ്പുകളും ഉപയോഗിച്ചിരിക്കാമെന്ന് ഡാർട്ട് പറഞ്ഞു. മാത്രമല്ല ഈ നാശാവശിഷ്ടങ്ങൾ നോക്കുമ്പോൾ മൃഗങ്ങൾ മാത്രമായിരുന്നില്ല അവരുടെ ഇരകൾ. അവർ പരസ്പരവും കൊന്നു തീർത്തു.

മനുഷ്യർ ജന്മനാതന്നെ രക്തദാഹികളായ നരഭോജികളാണെന്ന് വിശേഷിപ്പിച്ച ആദ്യ ശാസ്ത്രജ്ഞരിൽ ഒരാളായിരുന്നു റെയ്മണ്ട് ഡാർട്ട്. അദ്ദേഹത്തിന്റെ ഈ 'കൊലപാതകിയായ ആൾക്കുരങ്ങ് സിദ്ധാന്തം' (Killer ape theory) ലോകമെങ്ങും വാർത്തയായി. വെറും പതിനായിരം വർഷങ്ങൾക്കുമുമ്പ് കാർഷികവൃത്തിയുടെ ആവിർഭാവത്തോടെ മാത്രമാണ് നമ്മൾ കുറച്ചുകൂടി മനസ്സലിവുള്ള തരത്തിലുള്ള ഭക്ഷണക്രമത്തിലേക്ക് തിരിഞ്ഞത്. നമ്മുടെ നാഗരികതയുടെ ആവിർഭാവത്തിൽ ഉണ്ടായിരുന്ന ഇക്കാര്യം തന്നെയാവാം യഥാർത്ഥത്തിൽ നമ്മളെന്താണ് എന്ന് അംഗീകരിക്കുന്നതിന് 'പരക്കെയുള്ള വിമുഖതയ്ക്ക്' കാരണം.

എന്നാൽ ഡാർട്ടിന് അത്തരം സന്ദേഹമൊന്നും ഇല്ലായിരുന്നു. നമ്മുടെ ഏറ്റവും പഴയ പൂർവ്വികർ ഉറപ്പായും കൊലപാതകികളായിരുന്നു എന്ന് അദ്ദേഹം എഴുതി. 'ഹിംസാത്മകമായ രീതിയിൽ ജീവനുള്ള ഇരകളെ പിടിച്ച്, അടിച്ചുകൊന്ന്, അവയുടെ തകർന്ന ശരീരം വലിച്ചുകീറി അവയവങ്ങൾ ഓരോന്നോരോന്നായി മുറിച്ചുമാറ്റി, ഇരകളുടെ ചുടുചോരകൊണ്ട് തങ്ങളുടെ അതിതീവ്രമായ രക്തദാഹം ശമിപ്പിച്ച്, കിടന്ന് പിടയുന്ന വിളറിവെളുത്ത ആ മാംസം ആർത്തിയോടെ തിന്നുന്ന മാംസഭുക്കുകളായിരുന്നു അവർ. (The predatory transition from Ape to Man, 1953).

ഡാർട്ട് അസ്ഥിവാരം ഇട്ടു കഴിഞ്ഞിരുന്നതിനാൽ ശാസ്ത്രത്തെ സംബന്ധിച്ചിടത്തോളം ഇതൊരു തുറന്ന സീസൺ ആയിരുന്നു. വ്യത്യസ്ത ശ്രേണിയിൽപ്പെട്ട ഗവേഷകർ അദ്ദേഹത്തിന്റെ പാത പിന്തുടർന്നു. അതിൽ ആദ്യത്തെയാൾ ടാൻസാനിയയിലെ നമ്മുടെ ബന്ധുക്കളായ ചിമ്പാൻസികളെക്കുറിച്ച് പഠിച്ച ജയ്ൻ ഗുഡാൾ ആയിരുന്നു. ഇലകളും പഴങ്ങളും തിന്ന് ജീവിക്കുന്ന സമാധാനപ്രിയരായാണ് ഏറെക്കാലമായി ചിമ്പാൻസികളെ കണ്ടിരുന്നത് എന്നതിനാൽ, 1974-ൽ ഒരു സംഘം ആൾക്കുരങ്ങുകൾ തമ്മിൽ ഘോര യുദ്ധം നടത്തുന്നതിന് നടുക്കെത്തിപ്പെട്ടപ്പോൾ അത് അവർക്ക് ഒരു വല്ലാത്ത ഞെട്ടലായിരുന്നു.

നാലുവർഷക്കാലം ചിമ്പാൻസികളുടെ രണ്ട് സംഘങ്ങൾ നിഷ്ഠൂരമായി യുദ്ധം ചെയ്തു. പരിഭ്രാന്തയായ ഗുഡാൾ തന്റെ ഈ കണ്ടെത്തൽ ഏറെക്കാലത്തേക്ക് രഹസ്യമാക്കിവെച്ചു. പിന്നീടവർ തന്റെ കണ്ടെത്തലുകൾ ലോകവുമായി പങ്കുവെച്ചപ്പോഴാകട്ടെ പലരും അവരെ വിശ്വസിച്ചുമില്ല. 'മൂക്കിലൂടെ ചോരയൊഴുകി കിടക്കുന്ന ഇരയുടെ രക്തം ഊറ്റികുടിക്കുകയും കൈകാലുകൾ പിടിച്ചുതിരിക്കുകയും തോൽ കടിച്ച് പറിക്കുകയും ചെയ്യുന്ന' ചിമ്പാൻസികളെക്കുറിച്ച് അവർ വിശദമായി പറഞ്ഞിട്ടുണ്ട്.

ഗുഡാളിന്റെ ഒരു വിദ്യാർത്ഥിയും പ്രൈമറ്റോളജിസ്റ്റുമായ റിച്ചാർഡ് റാങ്ഹാം (ഇദ്ദേഹം നമ്മൾ അധ്യായം മൂന്നിൽ പറഞ്ഞ ശ്വാനവിദഗ്ദ്ധൻ ബ്രയാൻ ഹെയ്റിന്റെ ഉപദേശകൻ കൂടിയാണ്) നമ്മുടെ പൂർവ്വികർ ഒരുതരം ചിമ്പാൻസികളാകാമെന്ന് 1990-കളിൽ ഒരു നിഗമനത്തിലെത്തുകയുണ്ടായി. ഇരയെ വേട്ടയാടിപിടിക്കുന്ന ആൾക്കുരങ്ങുകളിൽ നിന്നും ഇരുപതാം നൂറ്റാണ്ടിലെ ആ യുദ്ധഭൂമിയിലേക്കുള്ള പാത പിന്തുടർന്ന് റാങ്ഹാം അനുമാനിച്ചത് യുദ്ധം നമ്മുടെ രക്തത്തിലുണ്ട് എന്നും, അതാണ് 'ആധുനികമനുഷ്യരെ അഞ്ച് ദശലക്ഷവർഷം, തുടർച്ചയായി ഉണ്ടായ മാരകമായ ആക്രമണ

ശീലത്തിന്റെ തീർത്തും പരിഭ്രാന്തരായ ശേഷിപ്പുകളാക്കി മാറ്റുന്നത്' എന്നു മാണ്.

ഇങ്ങനെയൊരു വിധി പുറപ്പെടുവിക്കാൻ എന്താണദ്ദേഹത്തെ പ്രേരിപ്പിച്ചത്? ഉത്തരം ലളിതമാണ്: കൊലയാളികൾ അതിജീവിക്കുന്നു, സൗമ്യശീലർ മരിക്കുന്നു. ചിമ്പാൻസികൾക്ക്, ഒറ്റയാനായൊരു കൂട്ടാളിയെ കൂട്ടം ചേർന്നുവന്ന് പതിയിരുന്ന് ആക്രമിക്കുന്ന ശീലമുണ്ട്, സ്കൂളിലെ കളിസ്ഥലങ്ങളിൽ വഴക്കാളികളായ കുട്ടികൾ തങ്ങളുടെ ക്ഷുദ്രവാസനകളെ പുറത്തെടുക്കുന്നപോലെ.

അതൊക്കെ ശരിതന്നെ. പക്ഷേ, ഈ ശാസ്ത്രകാരന്മാർ ചിമ്പാൻസികളെയും മറ്റ് ആൾക്കുരങ്ങുകളെയും കുറിച്ചല്ലേ സംസാരിച്ചത് എന്ന് നിങ്ങളിപ്പോൾ ചിന്തിക്കുന്നുണ്ടാവും. ഹോമോ പപ്പികൾ അതുല്യരല്ലേ? നമ്മൾ ലോകം മുഴുവൻ കീഴടക്കിയത് നമ്മൾ അനുനയശീലമുള്ളവർ ആയതുകൊണ്ടല്ലേ? നമ്മൾ വേട്ടയാടിപ്പിടിച്ച് ജീവിച്ചിരുന്ന കാലത്തെക്കുറിച്ചുള്ള രേഖകൾ വാസ്തവത്തിൽ എന്താണ് കാണിക്കുന്നത്?

ആദ്യകാലപഠനങ്ങൾ ഇത് വ്യക്തമാക്കി തരുന്നുണ്ട്. 1959-ൽ, നരവംശശാസ്ത്രജ്ഞയായ എലിസബത്ത് മാർഷൽ തോമസ്, ഇപ്പോഴും കലഹാരി മരുഭൂമിയിൽ ജീവിക്കുന്ന കങ് വംശക്കാരായ ആളുകളെക്കുറിച്ച് ഒരു പുസ്തകം പ്രസിദ്ധീകരിച്ചു. അതിന്റെ ശീർഷകം എന്താണെന്നറിയുമോ? 'നിരുപദ്രവകാരികളായ മനുഷ്യർ' (The Harmless People). അതിന്റെ സന്ദേശം, നമ്മുടെ പൂർവ്വികർക്ക് ഒരു റൂസ്സോവിയൻ രൂപമാറ്റം നല്കാൻ ഉത്സുകരായ, ഇടതുചായ്‌വുള്ള പുത്തൻ തലമുറ ശാസ്ത്രജ്ഞർ നരവംശശാസ്ത്ര രംഗത്തേക്ക് കടന്നുവന്നതിന്റെ സത്തയുമായി ചേർന്നുനിന്നു എന്നാണ്. നമ്മൾ പണ്ടുകാലത്ത് എങ്ങനെയാണ് ജീവിച്ചത് എന്നറിയാൻ ആഗ്രഹമുള്ളവർ ഇന്നുകാലത്ത് അലഞ്ഞുതിരിഞ്ഞു ജീവിക്കുന്ന നാടോടികളെ നോക്കിയാൽ മതി എന്ന് അവർ തറപ്പിച്ചുപറഞ്ഞു.

കാടുകളിലും ശാദ്വലഭൂമികളിലും വല്ലപ്പോഴുമൊക്കെ ചില മുരൾച്ചകൾ കേൾക്കാമെങ്കിലും ഈ ഗോത്ര 'യുദ്ധങ്ങൾ' പരസ്പരമുള്ള തെറിവിളിക്കപ്പുറം പോകാറില്ലെന്ന് എലിസബത്ത് തോമസും കൂട്ടാളികളും കാണിച്ചുതന്നു. ചിലപ്പോൾ അക്കൂട്ടത്തിൽ ഒരാൾ ഒരു അസ്ത്രം തൊടുത്തുവിട്ടേക്കാം. എന്നാൽ ഒന്നോ രണ്ടോ പോരാളികൾക്ക് പരിക്കേറ്റാൽ പിന്നെ ഈ ഗോത്രവർഗ്ഗക്കാർ അതുമതി എന്ന് പറഞ്ഞു പോരാട്ടം നിർത്തും. കണ്ടോ? റൂസ്സോ പറഞ്ഞതാണ് ശരി; നമ്മുടെ ഗുഹാ നിവാസികൾ നല്ലവരായ കാട്ടാളരായിരുന്നുവെന്ന് പുരോഗമനവാദികളായ അക്കാദമിക്കുകൾ പറഞ്ഞു.

കഷ്ടമെന്നു പറയട്ടെ, ഇവർ പറഞ്ഞതിന് കടകവിരുദ്ധമായ തെളിവുകൾ പെട്ടെന്നുതന്നെ വന്നുചേരാൻ തുടങ്ങി.

പിന്നീടുവന്ന നരവംശ ശാസ്ത്രജ്ഞർ നടത്തിയ കൂടുതൽ സൂക്ഷ്മമായ ഗവേഷണങ്ങൾ, കൊലയാളിയായ മനുഷ്യക്കുരങ്ങു സിദ്ധാന്തം, വേട്ടയാടി ജീവിച്ചവരുടെ കാര്യത്തിലും സത്യമാണെന്നു കണ്ടെത്തി. അവരുടെ അനുഷ്ഠാന യുദ്ധങ്ങൾ നിഷ്കളങ്കമാണെന്നു തോന്നിയേക്കാം, എന്നാൽ രാത്രിയുടെ മറവിൽ അവർ നടത്തുന്ന ക്രൂരമായ ആക്രമണങ്ങളെയും പുരുഷന്മാരെയും സ്ത്രീകളെയും കുട്ടികളെയും കൊന്നൊടുക്കുന്നതിനെയും

അത്രയെളുപ്പമൊന്നും ന്യായീകരിക്കാൻ കഴിയില്ല. കങ് വംശക്കാർപോലും, നിങ്ങൾ അല്പംകൂടി അടുത്തുനിന്നും കുറച്ചുകാലത്തേക്ക് നിരീക്ഷിച്ചാൽ, അത്യാവശ്യം രക്തദാഹികളാണെന്നു കാണാനാവും. 1960-കളിൽ കങ് അധിവാസമേഖലകൾ സർക്കാർ നിയന്ത്രണത്തിൽ വന്നതോടെ അവർക്കിടയിലെ കൊലപാതക നിരക്ക് കുത്തനെ ഇടിഞ്ഞു. അപ്പോഴാണ് ക്രമ സമാധാനം നടപ്പാക്കാൻ ഹോബ്സിന്റെ 'ലെവിയാത്തെൻ' എത്തുന്നത്.)

ഇതൊരു തുടക്കം മാത്രമായിരുന്നു. 1968-ൽ നരവംശശാസ്ത്രജ്ഞനായ നെപ്പോളിയൻ ചാങ്നോൺ വെനിസ്വേലയിലെയും ബ്രസീലിലെയും യാനോമാമി വംശക്കാർക്കിടയിൽ നടത്തിയ പഠനം കാര്യങ്ങളാകെ ഇളക്കി മറിച്ചു. എന്തായിരുന്നു അതിന്റെ ശീർഷകം എന്നറിയുമോ? 'പൈശാചികരായ ആളുകൾ' (The Fierce People). 'ചിരകാലമായി യുദ്ധാവസ്ഥയിലുള്ള' ഒരു സമൂഹത്തെക്കുറിച്ച് അത് വിശദീകരിച്ചു. അതിലും കഷ്ടം എന്താണെന്നു വെച്ചാൽ കൊലപാതകികളായ ആണുങ്ങൾക്ക് കൂടുതൽ ഭാര്യമാരും കുട്ടികളും ഉണ്ടെന്നതാണ്. ഇത് ഹിംസാത്മകത നമ്മുടെ ചോരയിൽ അലിഞ്ഞു ചേർന്നതാണ് എന്നതിനെ സാധൂകരിക്കുന്നു.

എന്നാൽ 2011-ൽ സ്റ്റീവൻ പിങ്കർ തന്റെ ബൃഹത്ഗ്രന്ഥമായ 'നമ്മുടെ പ്രകൃതിയുടെ നല്ല മാലാഖമാർ' (The Better Angels of Our Nature) പ്രസിദ്ധീകരിക്കുന്നതുവരേക്കും ഈ വാദഗതി കൃത്യമായും സ്ഥാപിക്കപ്പെട്ടില്ല. ലോകത്തിലെ തന്നെ ഏറ്റവും സ്വാധീനശക്തിയുള്ള ബുദ്ധിജീവികളിൽ ഒരാളായി അറിയപ്പെടുന്ന ഒരു മനഃശാസ്ത്രജ്ഞന്റെ മാസ്റ്റർപീസ് രചനയാണിത്. നിറയെ ഗ്രാഫുകളും പട്ടികയുമായി വളരെ ചെറിയ അക്ഷരത്തിൽ അച്ചടിച്ച, ശ്രദ്ധ പോകാതെ വായിക്കാൻ പ്രേരിപ്പിക്കുന്ന 802 പേജുള്ള ഒരു ബൃഹദ് ഗ്രന്ഥം. ശത്രുക്കളെ നിലംപരിശാക്കാൻ പറ്റിയ പുസ്തകം.

'ഇന്ന് നമുക്ക് ആഖ്യാനങ്ങളിൽനിന്നും അക്കങ്ങളിലേക്കു പോകാനാവും,' പിങ്കർ എഴുതുന്നു. ആ സംഖ്യകൾ സ്വയമേവ സംസാരിക്കും. പുരാവസ്തു ഉല്ഖനനം നടന്ന ഇരുപത്തൊന്നു സ്ഥലങ്ങളിൽനിന്നും കണ്ടെത്തിയ അസ്ഥികൂടങ്ങളിൽ, ആക്രമണങ്ങളിൽ കൊല്ലപ്പെട്ടതിന്റെ സൂചനയുള്ളവർ ശരാശരി എത്രവരും? പതിനഞ്ചു ശതമാനം. ഭക്ഷണം തേടിയലഞ്ഞിരുന്ന കാലംതൊട്ട് ഇന്നുവരേക്കും എട്ട് ഗോത്രങ്ങൾക്കിടയ്ക്ക് ആക്രമണത്തിൽ മരിച്ചവരുടെ ശരാശരിയോ? പതിനാല് ശതമാനം. രണ്ടു ലോക മഹായുദ്ധങ്ങളിൽ അടക്കം മൊത്തം ഇരുപതാം നൂറ്റാണ്ടിലോ? മൂന്ന് ശതമാനം. ഇന്നത്തെ ശരാശരിയോ?

ഒരു ശതമാനം.

'നമ്മൾ വളരെ വൃത്തികെട്ട രീതിയിലാണ് തുടങ്ങിയത്,' പിങ്കർ ഹോബ്സിനോട് യോജിക്കുന്നു. ജീവശാസ്ത്രവും നരവംശശാസ്ത്രവും പുരാവസ്തുശാസ്ത്രവുമെല്ലാം ഒരേദിശയിലേക്കാണ് വിരൽചൂണ്ടുന്നത്. മനുഷ്യർ കൂട്ടുകാരോട് സൗമ്യരായിരിക്കാം. പക്ഷേ, പുറത്തുനിന്നുള്ളവരോട് അവർ കഠിനഹൃദയരായിരിക്കും. വാസ്തവത്തിൽ ഈ ഭൂമുഖത്ത് ഏറ്റവും യുദ്ധക്കൊതിയന്മാരായ ജീവികൾ നമ്മളാണ്. ഭാഗ്യവശാൽ, 'നാഗരികതയുടെ സൂത്രപ്പണികൾ' നമ്മളെ മഹിമപ്പെടുത്തിയിരിക്കുന്നു എന്ന് പിങ്കർ നമ്മളെ സമാശ്വസിപ്പിക്കുന്നു. കാർഷികവൃത്തി, എഴുത്ത്, ഭരണകൂടം എന്നിവയുടെയെല്ലാം കണ്ടു

പിടുത്തം, നമ്മുടെ നീചവും നികൃഷ്ടവുമായ സ്വഭാവത്തിനുമേൽ നാഗരികതയുടെ ഒരു ആവരണം ചാർത്തി നമ്മുടെ അക്രമവാസനകൾക്ക് കടിഞ്ഞാണിടാൻ സഹായകമായിട്ടുണ്ട്.

ഈ ബൃഹത്ഗ്രന്ഥത്തിൽ നിന്നും വെളിച്ചത്തുവന്ന സ്ഥിതിവിവരക്കണക്കിന്റെ കനത്തിൽ ആ വിഷയം അവസാനിച്ചതായി കരുതി. വർഷങ്ങളോളം ഞാൻ കരുതിയത് സ്റ്റീവൻ പിങ്കറാണ് ശരിയെന്നും റൂസ്സോ തീർന്നെന്നുമാണ്. എന്തൊക്കെ പറഞ്ഞാലും ഫലങ്ങൾ സംഖ്യകളിലായിരുന്നല്ലോ; സംഖ്യകളാണെങ്കിൽ നുണ പറയുകയുമില്ല.

അപ്പോഴാണ് ഞാൻ കേണൽ മാർഷലിനെക്കുറിച്ച് അറിയുന്നത്.

3

1943 നവംബർ 22. പസഫിക്കിലുള്ള ഒരു ദ്വീപിൽ ഇരുൾ വീണപ്പോൾ മാക്കിൻ യുദ്ധം തുടങ്ങിയതേ ഉണ്ടായിരുന്നുള്ളൂ. പദ്ധതിപ്രകാരം തന്നെ ആക്രമണത്തിന്റെ ചുരുളഴിയുമ്പോഴാണ് വിചിത്രമായൊരു സംഭവം ഉണ്ടായത്.

കേണലും ചരിത്രകാരനുമായ സാമുവൽ മാർഷൽ അത് കാണാനവിടെ ഉണ്ട്. ജപ്പാന്റെ കൈവശമുള്ള ആ ദ്വീപ് പിടിച്ചെടുക്കുന്നതിനായി തീരത്തണഞ്ഞ ആദ്യ അമേരിക്കൻ സൈനികവ്യൂഹത്തെ അനുഗമിച്ച് വന്നതാണദ്ദേഹം. ഒരു ചരിത്രകാരൻ ഇങ്ങനെയൊരു സൈനിക നടപടിക്ക് ഇത്രയും അടുത്തെത്തുന്നത് അപൂർവ്വമാണ്. ഈ കടന്നുകയറ്റം തന്നെ തീർത്തും ഒറ്റപ്പെട്ടൊരു സൈനികനടപടിയാണ്, ഒരു ലബോറട്ടറിയിൽ നടത്തുന്ന പരീക്ഷണംപോലെ. യഥാർത്ഥത്തിൽ യുദ്ധമെങ്ങനെയാണെന്ന് നിരീക്ഷിക്കുന്നതിനുള്ള ഏറ്റവും നല്ലൊരു അവസരമായിരുന്നു മാർഷലിനെ സംബന്ധിച്ചിടത്തോളം ഇത്.

പൊള്ളുന്ന വെയിലിൽ അന്ന് സൈനികർ മൂന്ന് നാഴിക മുന്നോട്ടുപോയി. വൈകിട്ട് അന്നത്തെ നീക്കം അവസാനിച്ചപ്പോഴേക്കും അവരെല്ലാം തീർത്തും തളർന്ന് പോയതിനാൽ പ്രതിരോധത്തിന് അനുയോജ്യമായ രീതിയിൽ താവളമൊരുക്കാൻ അവർക്കായില്ല. അതിനാൽ കുറച്ചപ്പുറത്ത് ഒരു ജാപ്പനീസ് ക്യാമ്പുള്ള കാര്യം അവർ തിരിച്ചറിഞ്ഞുമില്ല. ആക്രമണം ആരംഭിക്കുന്നത് നേരം ഇരുട്ടിയ ശേഷമാണ്. ജാപ്പനീസ് സൈന്യം അമേരിക്കക്കാർ നില്ക്കുന്നിടത്തേക്ക് പാഞ്ഞടുക്കുന്നു. മൊത്തത്തിൽ പതിനൊന്ന് തവണയാണ് അവരിങ്ങനെ ചെയ്യുന്നത്. അമേരിക്കൻ സൈനികർ എണ്ണത്തിൽ വളരെയധികം ആണെങ്കിലും ജപ്പാൻകാർക്ക് നല്ലൊരളവുവരെ പ്രതിബന്ധം തകർത്ത് മുന്നേറാനാകുന്നു.

എവിടെയാണ് കുഴപ്പം സംഭവിച്ചതെന്നാണ് പിറ്റേന്ന് മാർഷൽ അത്ഭുതം കൂറിയത്. ഒരു ഭൂപടത്തിലെ കൊടിയടയാളങ്ങൾ നോക്കിയോ ഓഫിസേഴ്സ് ലോഗ്ബുക്കുകൾ വായിച്ചോ എത്രമാത്രം പഠിക്കാനാകും എന്നദ്ദേഹത്തിനറിയാം. അതുകൊണ്ട് ഇന്നുവരെ ശ്രമിച്ചിട്ടില്ലാത്ത ഒരു കാര്യം ചെയ്യാനാഗ്രഹിക്കുന്നു. ചരിത്രവിജ്ഞാനീയത്തിന്റെ ലോകത്തിൽ ഇത് വിപ്ലവകരമാണ്. അന്ന് കാലത്തുതന്നെ അദ്ദേഹം അമേരിക്കൻ സൈനികരുടെ അടുത്തെത്തി സംഘങ്ങളായി അവരെ അഭിമുഖം ചെയ്യുന്നു. എന്തും തുറന്ന് പറയാനാണ്

അദ്ദേഹം അവരോട് പറയുന്നത്. കീഴുദ്യോഗസ്ഥർക്ക് മേലുദ്യോഗസ്ഥരോട് വിയോജിപ്പ് പ്രകടിപ്പിക്കാൻ അവിടെ അനുവാദമുണ്ടായിരുന്നു.

ഒരു തന്ത്രമെന്ന രീതിയിൽ ഇത് തീർത്തും അസാമാന്യമാണ്. 'താൻ കൃത്യമായ പോരാട്ട റിപ്പോർട്ടിങ്ങിന്റെ രഹസ്യം കണ്ടെത്തിയതായി മാർഷൽ അന്നേരം തന്നെ തിരിച്ചറിഞ്ഞു,' എന്ന് അദ്ദേഹത്തിന്റെ ഒരു സഹപ്രവർത്തകൻ പിന്നീടെഴുതുകയുണ്ടായി. 'ഓരോ വ്യക്തിയും എന്തെങ്കിലുമൊക്കെ ഓർത്തെടുത്തു - ഒരു ജിഗ്സോ പസ്സിലിൽ ചേർത്തുവെക്കാവുന്ന ഒരു തുണ്ടം. അങ്ങനെയാണ് കേണൽ അമ്പരപ്പിക്കുന്ന ആ കണ്ടെത്തൽ നടത്തുന്നത്.'

മിക്ക സൈനികരും ഒരിക്കൽ പോലും നിറയൊഴിച്ചിരുന്നില്ല.

നൂറ്റാണ്ടുകളായി, സഹസ്രാബ്ദങ്ങളായി ജനറൽമാരും ഗവർണർമാരും, കലാകാരന്മാരും കവികളും എല്ലാം കരുതിയിരുന്നത് സൈനികർ യുദ്ധം ചെയ്യും എന്നാണ്. നമ്മളിലെ വേട്ടക്കാരനെ പുറത്തുകൊണ്ടുവരാൻ എന്തിനെങ്കിലും കഴിയുമെങ്കിൽ അത് യുദ്ധമാണ് എന്നാണ്. നമ്മൾ മനുഷ്യർക്ക് ഏറ്റവും നന്നായി ചെയ്യാൻ കഴിയുന്ന കാര്യം ചെയ്യാനാകുന്നത് യുദ്ധത്തിലാണ്. യുദ്ധത്തിലാണ് നമ്മൾ കൊല്ലാനായി തോക്കെടുക്കുന്നത്.

എന്നാൽ കേണൽ സാമുവൽ മാർഷൽ പസഫിക്കിലും പിന്നീട് യൂറോപ്യൻ തിയറ്ററിലും സംഘങ്ങളായി സൈനികരെ ഇന്റർവ്യൂ ചെയ്യുന്നത് തുടർന്നപ്പോൾ അവരിൽ 15 മുതൽ 25 ശതമാനംവരെ ആളുകൾ മാത്രമാണ് യഥാർത്ഥത്തിൽ നിറയൊഴിച്ചതെന്ന് അദ്ദേഹം കണ്ടെത്തി. നിർണ്ണായക നിമിഷത്തിൽ ഭൂരിഭാഗം പേരും കാഞ്ചിവലിക്കാൻ തയ്യാറായില്ല. 'നാശം! വെടിവെപ്പ് തുടങ്ങൂ!' എന്ന് അലറി വിളിച്ച് താൻ അവർക്കിടയിലൂടെ അങ്ങോട്ടുമിങ്ങോട്ടും ഓടിയ കാര്യം നിരാശനായൊരു ഓഫീസർ ഓർത്തെടുത്തു. എന്നിട്ടും 'ഞാനവരെ നിരീക്ഷിക്കുമ്പോളോ മറ്റേതെങ്കിലും ഓഫീസർ അവർക്കരികിൽ നിൽക്കുമ്പോഴോ മാത്രമാണ് അവർ നിറയൊഴിച്ചത്.'

മാക്കിൻ ദ്വീപിൽ ആ രാത്രിയിലെ അവസ്ഥ, എല്ലാവരും തങ്ങളുടെ ജീവനുവേണ്ടി പോരാടുമെന്ന് നിങ്ങൾ പ്രതീക്ഷിക്കുന്ന ജീവന്മരണപോരാട്ടത്തിന്റേതായിരുന്നു. എന്നാൽ മുന്നൂറോളം സൈനികരുള്ള തന്റെ ബറ്റാലിയനിൽ വെറും മുപ്പത്തിയാറുപേർ മാത്രമാണ് യഥാർത്ഥത്തിൽ കാഞ്ചിവലിച്ചതെന്ന് മാർഷൽ കണ്ടെത്തി.

അത് അനുഭവത്തിന്റെ കുറവുകൊണ്ടാണോ? അല്ല. നിറയൊഴിക്കാനുള്ള സന്നദ്ധതയുടെ കാര്യത്തിൽ പുതുതായി റിക്രൂട്ട് ചെയ്യപ്പെട്ടവരും അനുഭവസമ്പന്നരായ പ്രൊഫഷണലുകളും തമ്മിൽ എന്തെങ്കിലും വ്യത്യാസമുള്ളതായി തോന്നിയില്ല. മാത്രവുമല്ല, ഇപ്പോൾ കാഞ്ചിവലിക്കാത്ത പലരും പരിശീലനസമയത്ത് നിറയൊഴിച്ചവരായിരുന്നു താനും.

എന്നാൽ പിന്നെ അവർ ഭയംമൂലം പിന്മാറിയതാണെങ്കിലോ? ആവാനിടയില്ല. നിറയൊഴിക്കാത്ത സൈനികരും അവർ നിന്നിടത്തുതന്നെ നില്ക്കുകയായിരുന്നു, എന്നു പറഞ്ഞാൽ അപായ സാധ്യത അവർക്കും ഒട്ടും കുറവായിരുന്നില്ല. അവർ ധൈര്യശാലികളായിരുന്നു, ആത്മാർത്ഥതയുള്ള ദേശസ്നേഹികളായിരുന്നു. കൂട്ടുകാർക്കുവേണ്ടി സ്വന്തം ജീവിതം ത്യജിക്കാൻ തയ്യാറായവരായിരുന്നു. എന്നിട്ടും, നിറയൊഴിക്കേണ്ട കാര്യം വന്നപ്പോൾ അവർ സ്വന്തം ഉത്തരവാദിത്തത്തിൽനിന്നും ഒഴിഞ്ഞുമാറി.

നിറയൊഴിക്കുന്നതിൽ അവർ പരാജയപ്പെട്ടു.

രണ്ടാം ലോകമഹായുദ്ധത്തിനുശേഷമുള്ള കാലത്ത് സാമുവൽ മാർഷൽ തന്റെ തലമുറയിലെ ഏറ്റവും ആദരണീയനായ ചരിത്രകാരനായി മാറി. അദ്ദേഹം സംസാരിക്കുന്നത് അമേരിക്കൻ സൈന്യം കേട്ടു. 1946-ൽ അദ്ദേഹം എഴുതിയതും ഇപ്പോഴും സൈനിക അക്കാദമികളിൽ വായിക്കപ്പെടുന്നതുമായ Men Against Fire എന്ന പുസ്തകത്തിൽ അദ്ദേഹം ഊന്നിപ്പറഞ്ഞത് 'ഒരു ശരാശരി, സാധാരണ ആരോഗ്യമുള്ള വ്യക്തിയെ സംബന്ധിച്ചിടത്തോളം, [...] സാധാരണയായി തന്റെയുള്ളിൽ തന്റെയൊരു കൂട്ടാളിയെ കൊല്ലുന്നതിന് എതിരെ, തിരിച്ചറിഞ്ഞിട്ടില്ലാത്ത ഒരു പ്രതിരോധമുള്ളതിനാൽ സ്വയേച്ഛപ്രകാരം അയാൾ ആ ജീവനെടുക്കില്ല.' മിക്കവാറും ആളുകൾക്കും 'ആക്രമണോത്സുകതയോട് ഭയമുണ്ടെ'ന്നും, അത് നമ്മുടെ 'വൈകാരികഘടന' യുടെ ഒരു സ്വാഭാവിക ഭാഗമാണെന്നും അദ്ദേഹം എഴുതി.

എന്തായിരുന്നു സംഭവിച്ചത്? ഏതോ ശക്തമായൊരു ചോദനയെയാണോ കേണൽ അനാവരണം ചെയ്തത്? നേർമ്മച്ചീൾ സിദ്ധാന്തം അതിന്റെ പാരമ്യത്തിൽ നില്ക്കുകയും റെയ്മണ്ട് ഡാർട്ടിന്റെ കൊലയാളിയായ ആൾക്കുരങ്ങ് മാതൃക വളരെ ജനപ്രിയമായിരിക്കുകയും ചെയ്ത സമയത്ത് പ്രസിദ്ധീകരിച്ച മാർഷലിന്റെ കണ്ടെത്തലുകൾ അംഗീകരിക്കാൻ ബുദ്ധിമുട്ടായിരുന്നു. തന്റെ വിശകലനം രണ്ടാം ലോകമഹായുദ്ധത്തിലെ സഖ്യസേനയിൽ മാത്രം പരിമിതപ്പെടുത്താവുന്നതല്ലെന്നും ചരിത്രത്തിൽ എക്കാലവുമുള്ള എല്ലാ സൈനികർക്കും ഇത് ബാധകമാണെന്നും കേണലിനു തോന്നി. ട്രോയിലെ ഗ്രീക്കുകാർ തൊട്ട് വെർഡ്ഡണിലെ ജർമ്മൻകാർ വരെ.

തന്റെ ജീവിതകാലത്ത് മാർഷലിന് ഒരു വിശിഷ്ടവ്യക്തിയെന്ന ഖ്യാതിയൊക്കെ ഉണ്ടായിരുന്നെങ്കിലും, 1980-കളോടെ അദ്ദേഹം പറഞ്ഞ കാര്യങ്ങളെക്കുറിച്ച് ചില സംശയങ്ങൾ തലപൊക്കാൻ തുടങ്ങി. 'യുദ്ധം സംബന്ധിച്ച S.L.A. മാർഷലിന്റെ സുപ്രധാന പുസ്തകം നുണയെന്ന് വിമർശനം,' എന്ന് *ന്യൂയോർക്ക് ടൈംസ്* 1989 ഫെബ്രുവരി 19-ന് എഴുതി. *അമേരിക്കൻ ഹെറിറ്റേജ്* എന്ന മാഗസിൻ ഇതൊരു തട്ടിപ്പാണെന്നും മാർഷൽ ഇതെല്ലാം കെട്ടിച്ചമച്ചാതാണെന്നും അല്ലാതെ ആരേയും ഗ്രൂപ്പ് ഇന്റർവ്യൂ ചെയ്തിട്ടില്ലെന്നും ആരോപിച്ചു. 'അയാൾ ചരിത്രത്തെ വ്യഭിചരിക്കുകയാണ് ചെയ്തത്. അയാൾക്ക് മനുഷ്യസ്വഭാവം മനസ്സിലായില്ല,' ഒരു മുൻസൈനിക ഓഫീസർ അധിക്ഷേപിച്ചു.

ഇതൊന്നും പ്രതിരോധിക്കാൻ മാർഷലിന് ആവുമായിരുന്നില്ല, കാരണം ഇതിനും പന്ത്രണ്ടുവർഷം മുമ്പേ അദ്ദേഹം മരിച്ചു കഴിഞ്ഞിരുന്നല്ലോ.

അപ്പോൾ മറ്റു ചരിത്രകാരന്മാർ ഈ ബഹളത്തിലേക്ക് - ആർക്കൈവുകളിലേക്കും - ഊളിയിടുകയും മാർഷൽ തീർച്ചയായും ചിലപ്പോൾ ചില വസ്തുതകൾ വളച്ചൊടിച്ചതിന്റെ സൂചനകൾ കണ്ടെത്തുകയും ചെയ്തു. എന്നാൽ ഗ്രൂപ്പ് ഇന്റർവ്യൂകൾ യാഥാർത്ഥമായിരുന്നു, മാത്രമല്ല, സൈനികരോട് അദ്ദേഹം അവർ തങ്ങളുടെ എം.ഐ.എസ്. തോക്ക് നിറയൊഴിച്ചിരുന്നോ എന്ന് ചോദിക്കുകയും ചെയ്തിരുന്നു.

ദിവസങ്ങളോളം മാർഷലിനെയും അദ്ദേഹത്തിന്റെ വിമർശകരെയും അനുകൂലികളെയും വായിച്ചുവായിച്ച് എന്തു ചിന്തിക്കണം എന്ന് എനിക്ക് അറിയില്ലായിരുന്നു. കേണൽ പറഞ്ഞത് ശരിയായിരിക്കണമെന്നു കരുതാൻ ഞാൻ കുറച്ചധികം വ്യഗ്രത കാണിച്ചോ? അതോ അദ്ദേഹത്തിനു കാര്യമായ എന്തോ അറിവുണ്ടായിരുന്നോ? ഈ വിവാദത്തിന്റെ കൂടുതൽ ആഴങ്ങളിലേക്ക്

പോകുന്തോറും മാർഷൽ അന്തർജ്ഞാനിയായ ഒരു ചിന്തകനാണെന്ന് എനിക്ക് കൂടുതൽ കൂടുതൽ തോന്നാൻ തുടങ്ങി. അദ്ദേഹമൊരു ഗംഭീര സ്ഥിതിവിവരക്കണക്ക് വിദഗ്ധനല്ല, സമ്മതിച്ചു. പക്ഷേ, തീർച്ചയായും അദ്ദേഹം ധാരണാശക്തിയുള്ള ഒരു നിരീക്ഷകനായിരുന്നു.

വലിയ ചോദ്യം ഇതായിരുന്നു: അദ്ദേഹത്തെ പിന്തുണക്കാൻ വേറെ എന്തെങ്കിലും തെളിവുകളുണ്ടോ?

ഹ്രസ്വമായ ഉത്തരമെന്താണ്? ഉണ്ട് എന്നുതന്നെ.

ദീർഘമായ ഉത്തരമോ? കഴിഞ്ഞ ഏതാനും ദശകങ്ങളായി കേണൽ മാർഷൽ ശരിയായിരുന്നു എന്നതിന് തെളിവുകൾ കുമിഞ്ഞുകൂടുകയായിരുന്നു.

ഒന്നാമതായി, യുദ്ധമുഖത്തെ ആളുകൾ മാർഷൽ പറഞ്ഞ അതേ കാര്യങ്ങൾ തന്നെ നിരീക്ഷിച്ചു. ലെഫ്റ്റനന്റ് കേണൽ ലയണൽ വിഗ്രാം 1943-ൽ സിസിലിയിൽ ഉണ്ടായ സൈനികനീക്കത്തിന്റെ സമയത്ത്, തന്റെ സൈന്യത്തിലെ നാലിലൊന്നു പേരെ മാത്രമേ വിശ്വസിക്കാൻ കൊള്ളൂ എന്ന് പറഞ്ഞിരുന്നു. അതല്ലെങ്കിൽ ജനറൽ ബെർണാഡ് മോണ്ട്ഗോമറി വീട്ടിലേക്ക് എഴുതിയ ഒരു കത്തിൽ പറഞ്ഞതിങ്ങനെയാണ്, 'നമ്മുടെ ബ്രിട്ടീഷ് പയ്യന്മാരുടെ പ്രശ്നം അവർ പ്രകൃത്യാ കൊലയാളികളല്ല എന്നതാണ്.'

പിന്നീട് ചരിത്രകാരന്മാർ രണ്ടാം ലോകമഹായുദ്ധത്തിന്റെ അനുഭവസമ്പത്തുള്ളവരെ ഇന്റർവ്യൂ ചെയ്യാൻ തുടങ്ങിയപ്പോൾ അവരിൽ പകുതിയിലധികം പേരും ഒരിക്കലും ആരെയും കൊന്നിട്ടില്ലെന്ന് കണ്ടു; ഭൂരിഭാഗം ജീവഹാനിയും ഒരു ചെറിയ ന്യൂനപക്ഷം സൈനികരുടെ പണിയായിരുന്നു. അമേരിക്കൻ വ്യോമസേനയിൽ, അവർ വെടിവെച്ചിട്ട വിമാനങ്ങളിൽ 40 ശതമാനത്തോളത്തിന്റെയും ഉത്തരവാദികൾ ഒരു ശതമാനത്തിൽ താഴെയുള്ള ഫൈറ്റർ പൈലറ്റുമാരായിരുന്നു. മിക്ക പൈലറ്റുമാരും 'ഒരിക്കലും ഒന്നും വെടിവെച്ചിട്ടില്ല എന്ന് മാത്രമല്ല, അതിനു ശ്രമിച്ചതുപോലും ഇല്ല' എന്ന് ഒരു ചരിത്രകാരൻ എഴുതി. ഈ കണ്ടെത്തലിൽ പ്രചോദിതരായ പണ്ഡിതർ മറ്റ് യുദ്ധങ്ങളെക്കുറിച്ചുള്ള നിഗമനങ്ങളും പുനർസന്ദർശിക്കാൻ തുടങ്ങി. അമേരിക്കൻ സിവിൽ വാർ അതിന്റെ പാരമ്യത്തിലിരിക്കുന്ന സമയത്ത് 1863-ലെ ഗെറ്റിസ്ബെർഗ്ഗ് യുദ്ധം മുതലായവ.

യുദ്ധക്കളത്തിൽനിന്നും പിന്നീട് കണ്ടെടുത്ത 27,574 തോക്കുകൾ പരിശോധിച്ചപ്പോൾ അവയിൽ 90 ശതമാനവും നിറതോക്കുകളാണെന്നു കണ്ടു. ഓരോ റൈഫിൾ പടയാളിയും ശരാശരി 95 ശതമാനം സമയവും തന്റെ തോക്ക് നിറയ്ക്കാൻ ചിലവഴിച്ചപ്പോൾ 5 ശതമാനം മാത്രമാണ് നിറയൊഴിച്ചത്. ഒരു തോക്ക് ഉപയോഗസജ്ജമാക്കുന്നതിനായി ഒന്നൊന്നായി കുറേ കാര്യങ്ങൾ (പല്ലുകൊണ്ട് വെടിത്തിരക്കൂട് തുറക്കുക, തോക്കിൻകുഴലിൽ വെടിമരുന്ന് നിറയ്ക്കുക, വെടിയുണ്ടയിടുക, അത് തള്ളിക്കയറ്റുക, പെർക്കഷൻ ക്യാപ് കൃത്യമായിവെക്കുക, ചുറ്റിക തിരിച്ചെടുക്കുക, എന്നിട്ട് കാഞ്ചി വലിക്കുക) ചെയ്യാനുണ്ട് എന്നതിനാൽത്തന്നെ ഇത്രയുമധികം തോക്കുകൾ ഇപ്പോൾ നിറഞ്ഞു തന്നെയിരുന്നു എന്നത് എന്തായാലും വിചിത്രംതന്നെയാണ്.

കാര്യങ്ങൾ അതിലും വിചിത്രമായിരുന്നു. ഏകദേശം പന്ത്രണ്ടായിരം തോക്കുകൾ ഡബിൾ ലോഡഡ് ആയിരുന്നു; അതിൽ പകുതിയും ട്രിപ്പിൾ

ലോഡഡും. ഒരു തോക്കിലാകട്ടെ ഇരുപത്തിമൂന്ന് ഉണ്ടകളാണ് നിറച്ചിരുന്നത് – അത് തീർത്തും അസംബന്ധമായിരുന്നു. ഈ സൈനികരെയെല്ലാം അവരുടെ ഓഫീസർമാർ കൃത്യമായി പരിശീലിപ്പിച്ചതായിരുന്നു. ഇത്തരം ചെറുതോക്കുകൾ ഒരു സമയത്ത് ഒരു നിറമാത്രം ഒഴിക്കാനാവുന്ന തരത്തിലാണ് രൂപകൽപന ചെയ്തിരുന്നതെന്ന് എന്ന് അവർക്കെല്ലാം അറിയുന്ന കാര്യമായിരുന്നു.

അപ്പോൾ പിന്നെ അവർ എന്താണ് ചെയ്തിരുന്നത്? ഏറെക്കാലത്തിനു ശേഷമാണ് ചരിത്രകാരന്മാർ അതിന്റെ കാരണം തിട്ടപ്പെടുത്തിയത്: തോക്ക് ലോഡ് ചെയ്യുന്നത് നിറയൊഴിക്കാതിരിക്കാനുള്ള ഏറ്റവും നല്ല ഒഴിവുകഴിവാണ്. തോക്ക് നേരത്തെതന്നെ നിറച്ചതാണെങ്കിൽ നിങ്ങളത് വീണ്ടും നിറക്കുന്നു. വീണ്ടും വീണ്ടും.

ഫ്രഞ്ച് സൈന്യത്തിന്റെ കാര്യത്തിലും സമാനമായ കണ്ടെത്തലുകൾ ഉണ്ടായി. 1860-കളിൽ തന്റെ ഓഫീസർമാർക്കിടയിൽ നടത്തിയ വിശദമായ ഒരു സർവേയിൽ, സൈനികരൊന്നും യുദ്ധത്തിന് അത്രമാത്രം തല്പരരായിരുന്നില്ലെന്ന് ഫ്രഞ്ച് കേണൽ ആർദോൻ ഡ്യൂ പീക് കണ്ടെത്തി. നിറയൊഴിക്കുമ്പോളാകട്ടെ അവർ ഏറെ ഉയരത്തിലേക്കാണ് ഉന്നംപിടിച്ചത്. ഇത് മണിക്കൂറുകളോളം തുടരും: മറ്റുള്ളവർ വേറെ എന്തെങ്കിലും ചെയ്യാനുള്ള – അതെന്തായാലും മതി – ഒഴിവുകഴിവുകൾ അന്വേഷിക്കുമ്പോൾ (വെടിക്കോപ്പു നിറക്കുക, തോക്കു നിറക്കുക, ശത്രുവിൽനിന്നും ഒളിച്ചിരിക്കുക, അങ്ങനെ പലതും) രണ്ടു സൈന്യങ്ങളും പരസ്പരം എതിരാളിയുടെ തലയ്ക്കുമേലെ കൂടെ നിറയൊഴിച്ച് തോക്ക് കാലിയാക്കുന്നു. 'ഇതിൽനിന്നും സ്പഷ്ടമായി എത്തിച്ചേരാവുന്ന നിഗമനം, മിക്ക സൈനികരും ശത്രുവിനെ കൊല്ലാൻ ശ്രമിക്കുന്നുണ്ടായിരുന്നില്ല എന്നതാണ്,' എന്ന് സൈനിക വിദഗ്ധൻ ഡേവ് ഗ്രോസ്മാൻ എഴുതുന്നു.

ഇതുവായിച്ചപ്പോൾ, ഇതേ പ്രതിഭാസത്തെക്കുറിച്ച് എന്റെ ഏറ്റവും പ്രിയപ്പെട്ട എഴുത്തുകാരിലൊരാൾ എഴുതിയ ഒരു ഖണ്ഡിക ഞാൻ ഓർത്തു. 'ഈ യുദ്ധത്തിൽ എല്ലായ്പോഴും എല്ലാവർക്കും എല്ലാവർക്കുമെതിരെ ഉന്നം പിഴച്ചു, അത് മനുഷ്യസാധ്യമായ കാര്യമായിരുന്നിട്ടുകൂടി,' തന്റെ സ്പാനിഷ് സിവിൽവാർ ക്ലാസ്സിക്കായ 'ഹോമേജ് റ്റു കാറ്റലോണിയ'യിൽ ജോർജ് ഓർവെൽ എഴുതി. തീർച്ചയായും യുദ്ധത്തിൽ ആർക്കും അത്യാഹിതം സംഭവിച്ചില്ല എന്നല്ല അർത്ഥമാക്കുന്നത്; എന്നാൽ ഓർവെല്ലിനെ സംബന്ധിച്ചിടത്തോളം പരിക്കുപറ്റി ആതുരശാലകളിൽ എത്തിപ്പെട്ട ഭൂരിഭാഗം സൈനികർക്കും സ്വയമേവ മുറിവേറ്റതായിരുന്നു. യാദൃച്ഛികമായി.

സമീപകാലത്തായി നിരവധി വിദഗ്ധർ കേണൽ മാർഷലിന്റെ നിഗമനങ്ങൾക്കു പിന്നിൽ അണിനിരന്നിട്ടുണ്ട്. സോഷ്യോളജിസ്റ്റായ റണ്ടാൽ കോളിൻസും അക്കൂട്ടത്തിലുണ്ട്. അദ്ദേഹം യുദ്ധം ചെയ്യുന്ന സൈനികരുടെ നൂറുകണക്കിന് ഫോട്ടോഗ്രാഫുകൾ വിശകലനം ചെയ്യുകയും മാർഷലിന്റെ കണക്കാക്കലിനെ ശരിവെക്കുംവിധത്തിൽ 13 മുതൽ 18 ശതമാനം സൈനികർ മാത്രമേ യഥാർത്ഥത്തിൽ നിറയൊഴിച്ചിട്ടുള്ളു എന്ന് കണക്കാക്കുകയും ചെയ്യുന്നു.

'ഏറ്റവും സാധാരണമായ തെളിവുകൾ വിലയിരുത്തിനോക്കുമ്പോൾ മനുഷ്യരെക്കുറിച്ചുള്ള ഹോബേഷ്യൻ പ്രതിച്ഛായ, അനുഭവത്തിൽനിന്നും,

തെറ്റാണെന്നു കാണാം,' കോളിൻസ് തറപ്പിച്ചുപറയുന്നു. 'മനുഷ്യർ ഐക്യ ദാർഢ്യത്തിനു ശീലിക്കപ്പെട്ടവരാണ്; ഹിംസ ഏറ്റവും വിഷമകരമാക്കി മാറ്റു ന്നതും അതുതന്നെ.'

4

ഇന്നുവരേക്കുമതേ, മറ്റുള്ളവർക്ക് വേദന നല്കുക വളരെ എളുപ്പമാണെന്ന തെറ്റിദ്ധാരണ സമൂഹത്തിൽ വ്യാപിച്ചു കിടക്കുന്നു. ഏതൊരു നിസ്സാരകാര്യ ത്തിനും തോക്കെടുത്ത് വെടിവയ്ക്കുന്ന റാംബോയെ പോലുള്ള ആക്ഷൻ ഹീറോകളെയോ അല്ലെങ്കിൽ എപ്പോഴും പോരാടിക്കൊണ്ടിരിക്കുന്ന ഇന്ത്യാന ജോൺസിനെയോ കുറിച്ച് ചിന്തിച്ച് നോക്കു. ഒരു പകർച്ചവ്യാധി പോലെ ഹിംസാത്മകത പടരുന്ന സിനിമകളിലും ടെലിവിഷനുകളിലും എന്നെന്നേ ക്കുമായി മുഷ്ടിയുദ്ധങ്ങൾ തുടർന്നുകൊണ്ടിരിക്കുന്ന രീതി നോക്കു: ഒരു കഥാപാത്രം കാൽ തടഞ്ഞ് വീഴുന്നു, മറ്റൊരാൾക്കുമേൽ ചെന്ന് പതിക്കുന്നു, അയാൾക്ക് യാദൃച്ഛികമായൊരിടി കിട്ടുന്നു, പിന്നെ എന്താണ് സംഭവിക്കു ന്നത് എന്നറിയുന്നതിനുമുമ്പ് തന്നെ നിങ്ങൾ എല്ലാവരും എല്ലാവർക്കുമെ തിരായ ഒരു യുദ്ധത്തിന്റെ നടുക്ക് ചെന്നുപെടുന്നു. എന്നാൽ ഹോളിവുഡ് കെട്ടിച്ചമച്ച ഈ പ്രതിച്ഛായക്ക് യഥാർത്ഥ വയലൻസുമായുള്ള ബന്ധം അശ്ലീലസാഹിത്യവും യഥാർത്ഥ രതിയും തമ്മിലുള്ള ബന്ധം മാത്രമേയുള്ളു. യഥാർത്ഥത്തിൽ കലാപം പടർന്ന് പിടിക്കില്ലെന്നും അത് അധികകാലം നീണ്ടുനില്ക്കില്ലെന്നും അതത്ര എളുപ്പമല്ലെന്നും ശാസ്ത്രം പറയുന്നു.

കേണൽ മാർഷലിന്റെ വിശകലനങ്ങളും തുടർന്നുവന്ന ഗവേഷണങ്ങളും കൂടുതൽ വായിക്കുന്തോറും ഞാൻ നമ്മുടെ യുദ്ധക്കൊതിയൻ സ്വഭാവത്തെ ക്കുറിച്ച് സംശയിക്കാൻ തുടങ്ങി. എന്തൊക്കെയായാലും, ഹോബ്സ് പറ ഞ്ഞത് ശരിയായിരുന്നെങ്കിൽ മറ്റൊരാളെ കൊല്ലുന്നതിൽ നമ്മളെല്ലാം ആഹ്ലാദം കണ്ടെത്തണമായിരുന്നു. അത് രതിയോളം വരില്ലായിരിക്കാം, പക്ഷേ, എന്തായാലും അതൊരിക്കലും നമ്മിൽ വലിയ ഇഷ്ടക്കേടിനു കാരണ മാകില്ല.

മറുവശത്ത്, റുസ്സോയാണ് ശരിയെങ്കിൽ, വേട്ടയാടി അലഞ്ഞുതിരിയു ന്നവർ ഏറെക്കുറെ സൗമ്യശീലരാവണം. അങ്ങനെയെങ്കിൽ ചോരചിന്തു ന്നതിനോടുള്ള നമ്മുടെ നൈസർഗ്ഗികമായ വെറുപ്പ്, കഴിഞ്ഞ പതിനായിര ക്കണക്കിന് വർഷങ്ങളായി ഹോമോ പപ്പികൾ ഭൂമുഖത്തു പെരുകാൻ തുട ങ്ങിയപ്പോൾ മുതൽ രൂപപ്പെട്ടു വന്നതാവാം.

കനമുള്ള ആ പുസ്തകമെഴുതിയ മനശ്ശാസ്ത്രവിശാരദനായ സ്റ്റീഫൻ പിങ്കറിന് തെറ്റിയതാകുമോ? ഞാനെന്റെ ആദ്യപുസ്തകങ്ങളിലും ലേഖന ങ്ങളിലും ഏറെ ഔത്സുക്യത്തോടെ ഉദ്ധരിച്ച ചരിത്രാതീതകാലത്തെ യുദ്ധ ങ്ങളിലുള്ള ജീവനാശം സംബന്ധിച്ച അദ്ദേഹത്തിന്റെ വശീകരിക്കുന്ന കണക്കുകൾ തെറ്റാവുമോ?

ഞാൻ വീണ്ടും ആദ്യംതൊട്ട് തുടങ്ങാൻ തീരുമാനിച്ചു. ഇത്തവണ ഞാൻ ജനപ്രിയ വായനയ്ക്കുവേണ്ടിയുള്ള പ്രസിദ്ധീകരണങ്ങളിൽനിന്നും മാറി നിൽക്കുകയും കൂടുതൽ അക്കാദമിക് ലേഖനങ്ങളിലേക്ക് തിരിയുകയും

ചെയ്തു. അധികം വൈകാതെ ഞാനൊരു ഘടന കണ്ടെത്തി. ഒരു ശാസ്ത്രജ്ഞൻ മനുഷ്യരെ കൊലപാതകികളായ ആൾക്കുരങ്ങുകളായി ചിത്രീകരിക്കുമ്പോൾ മാധ്യമങ്ങൾ പെട്ടെന്നുതന്നെ അതിന്റെ ആനുകൂല്യം പിടിച്ചെടുക്കുമായിരുന്നു. ഒരു സഹപ്രവർത്തകൻ ഇതിനെതിരെ വാദിച്ചാൽ ആരുമതിന് ചെവികൊടുക്കില്ല.

ഇതെന്നെ അത്ഭുതപ്പെടുത്തി. ബീഭത്സതയോടും അത്ഭുതദൃശ്യങ്ങളോടുമുള്ള നമ്മുടെ ആകർഷണം നമ്മളെ വഴിതെറ്റിക്കുകയാണോ? വൻതോതിൽ വിൽക്കപ്പെടുന്നതും ഏറെ ഉദ്ധരിക്കപ്പെട്ടതുമായ പ്രസിദ്ധീകരണങ്ങൾ നമ്മളെ വിശ്വസിപ്പിച്ചതിൽനിന്നും കടകവിരുദ്ധമാണ് ശാസ്ത്രസത്യമെങ്കിലോ?

നമുക്ക് 1920-കളിൽ ആസ്ട്രലോപിതേക്കസ് ആഫ്രിക്കാനസിന്റെ കുഴിച്ചെടുത്ത് നാശാവശിഷ്ടങ്ങൾ ആദ്യമായി പരിശോധിച്ച റെയ്മണ്ട് ഡാർട്ടിലേക്ക് ഒന്നുകൂടി തിരിച്ചുപോകാം. രണ്ട് ദശലക്ഷം വർഷം പഴക്കമുള്ള കേടുപാടായ ഈ അസ്ഥികൾ പരിശോധിച്ചശേഷം അദ്ദേഹം പറഞ്ഞത് ഈ ഹോമിനിനുകൾ രക്തദാഹികളായ നരഭോജികളായിരുന്നിരിക്കാം എന്നതാണ്.

ആ നിഗമനം ഏറെ സ്വീകരിക്കപ്പെട്ടു. കൊലപാതകിയായ മനുഷ്യക്കുരങ്ങ് സിദ്ധാന്തം മുതലെടുത്ത് 1968-ൽ പുറത്തിറങ്ങിയ 'പ്ലാനറ്റ് ഓഫ് ദ എയ്പ്സ്', 2001: 'എ സ്പെയ്സ് ഒഡീസി' തുടങ്ങിയ സിനിമകൾ നോക്കു. 'മനുഷ്യന്റെ നികൃഷ്ടവും ഹിംസാത്മകവുമായ സ്വഭാവത്തിലാണ് എനിക്ക് താല്പര്യം. കാരണം അതവനെക്കുറിച്ചുള്ള യഥാർത്ഥ ചിത്രമാണ്,' സംവിധായകനായ സ്റ്റാൻലി കുബ്രിക് ഒരഭിമുഖത്തിൽ ഉറപ്പിച്ച് പറഞ്ഞു.

ആസ്ട്രലോപിതേക്കസ് ആഫ്രിക്കാനസിന്റെ ഫോറൻസിക് നാശാവശിഷ്ടങ്ങൾ തീർത്തും മറ്റൊരു ദിശയിലേക്കാണ് വിരൽ ചൂണ്ടിയതെന്ന് ശാസ്ത്രജ്ഞർ തിരിച്ചറിഞ്ഞത് ഏറെ വർഷങ്ങൾക്ക് ശേഷമാണ്. ഇവരുടെ അസ്ഥികൾക്ക് കേടുപാട് സംഭവിക്കാൻ കാരണം മറ്റ് ഹോമിനിനുകൾ കല്ലെടുത്ത് വീശിയതുകൊണ്ടോ ആനക്കൊമ്പുകൾകൊണ്ടോ മറ്റ് കൊമ്പുകൾകൊണ്ടോ കുത്തി പരിക്കേൽപ്പിച്ചതുകൊണ്ടോ അല്ലെന്നും മറിച്ച് ഇരപിടിയന്മാർ കാരണമാണെന്നും ഇന്ന് വിദഗ്ദ്ധർ സമ്മതിക്കുന്നു. 1924-ൽ റെയ്മണ്ട് ഡാർട്ട് വിശകലനം ചെയ്ത ആ തലയോട്ടിയുടെ കാര്യവും ഇതുതന്നെയായിരുന്നു. 2006-ൽ ഒരു പുതിയ കണ്ടെത്തൽ വന്നു. അക്രമി ഒരു വലിയ ഇരപിടിയൻ പക്ഷിയായിരുന്നു.

പരസ്പരം അംഗപ്രത്യംഗം വലിച്ചുകീറുന്നതിന് പേരുകേട്ട, നമ്മുടെ അടുത്ത ബന്ധുക്കളായ ചിമ്പാൻസികളുടെ കാര്യമോ? നമ്മുടെ ജീനുകളിൽ ചോരക്കൊതി ഇഴുകിച്ചേർന്ന് കിടക്കുകയാണ് എന്നതിനുള്ള ജീവിച്ചിരിക്കുന്ന തെളിവുകളല്ലേ അവർ?

ഇത് ഇപ്പോഴും ഒരു തർക്കവിഷയമായി തുടരുന്നു. മറ്റു പലകാര്യങ്ങളിലും എന്നപോലെ ചിമ്പാൻസികൾ എന്തിന് ആക്രമണത്തിന് മുതിരുന്നു എന്ന കാര്യത്തിലും പണ്ഡിതർ ഭിന്നാഭിപ്രായക്കാരാണ്. ചിലർ പറയുന്നത് മനുഷ്യന്റെ ഇടപെടൽ കാരണമാണ് ഇതെന്നാണ്. അതായത് ടാൻസാനിയയിൽ ജയിൻ ഗുഡാൾ ചെയ്തതുപോലെ നിങ്ങൾ ചിമ്പാൻസികൾക്ക്

നിത്യവും വാഴപ്പഴം കൊടുക്കുകയാണെങ്കിൽ അതവരെ കൂടുതൽ ആക്രമണോത്സുകരാക്കുമെന്ന്. എന്തൊക്കെ പറഞ്ഞാലും ഇത്തരം സൽക്കാരങ്ങൾ വേണ്ടെന്നുവയ്ക്കാൻ ആർക്കുമാവില്ലല്ലോ.

ഈ വിശദീകരണം തുടക്കത്തിൽ ഏറെ വശീകരിക്കുന്ന ഒന്നായി തോന്നിയെങ്കിലും അവസാനമായപ്പോഴേക്കും എനിക്കതത്ര ബോധ്യപ്പെട്ടില്ല. അതിന് കാരണം അൻപത് വർഷക്കാലത്തോളം പതിനെട്ട് ചിമ്പാൻസി കോളനികളിൽനിന്നും ശേഖരിച്ച ഡാറ്റവെച്ച് 2014-ൽ പുറത്തുവന്ന ഒരു പഠനമായിരുന്നു. ഏതൊക്കെ വഴിക്ക് നോക്കിയിട്ടും ചിമ്പാൻസികൾ പരസ്പരം കൊല്ലുന്നതും മനുഷ്യന്റെ ഇടപെടലും തമ്മിൽ ഒരു ബന്ധവും കണ്ടെത്താൻ ഗവേഷകർക്കായില്ല. ബാഹ്യമായ ഒരു ഉത്തേജകവുമില്ലാതെ തന്നെ കാടത്തം കാണിക്കാൻ ചിമ്പാൻസികൾ പര്യാപ്തരായിരുന്നു എന്ന നിഗമനത്തിലാണ് അവർ എത്തിയത്.

ഭാഗ്യമെന്നു പറഞ്ഞാൽ മതിയല്ലോ നമ്മുടെ വംശവൃക്ഷത്തിന് കൂടുതൽ ശാഖകളുണ്ട്. ഉദാഹരണത്തിന് ഗോറില്ലകൾ താരതമ്യേന കൂടുതൽ ശാന്തശീലരാണ്. അതുമല്ലെങ്കിൽ ബോണോബോകളുമതെ. മെലിഞ്ഞ കഴുത്തും സുന്ദരമായ കൈകളും കുഞ്ഞുപല്ലുകളുമുള്ള ഈ ആൾക്കുരങ്ങുകൾ ദിവസം മുഴുവൻ കളിച്ചു തീർക്കാനാണ് ഇഷ്ടപ്പെടുന്നത്. അവർ പരമാവധി ചങ്ങാത്തം കാണിക്കും എന്നുമാത്രമല്ല, ഒരിക്കലും തന്നെ പൂർണ്ണ വളർച്ച എത്തിയവയല്ലതാനും.

എന്തെങ്കിലും മിന്നിയോ? ഹോമോ പപ്പികളെപ്പോലെ ബോണോബോകളും സ്വയം മെരുക്കപ്പെട്ടവയാണെന്ന് തീർച്ചയായും ജീവശാസ്ത്രകാരന്മാർ സംശയിക്കുന്നു. സന്ദർഭവശാൽ അവയുടെ മുഖം വിചിത്രമാംവിധം മനുഷ്യന്റേതുപോലെയാണ്. ഇവതമ്മിലുള്ള സാമ്യം അന്വേഷിക്കണമെങ്കിൽ ഇവിടെനിന്നു വേണം നമ്മൾ തുടങ്ങാൻ.

നമ്മുടെ ഏറ്റവും അടുത്ത ബന്ധുവിനെക്കുറിച്ചുള്ള ചൂടേറിയ ഈ സംവാദം എത്രമാത്രം പ്രസക്തമാണ്? മനുഷ്യർ ചിമ്പാൻസികളല്ല; നമ്മളാരും ബോണോബോകളുമല്ല. ഏകദേശം ഇരുനൂറിലധികം ജാതി ആൾക്കുരങ്ങുകളുണ്ടെന്നും അവയ്ക്ക് തമ്മിൽ പ്രസക്തമാംവിധം വൈജാത്യമുണ്ടെന്നുമാണ് പറയുന്നത്. പ്രമുഖ പ്രൈമറ്റോളജിസ്റ്റായ റോബർട്ട് സപോൽസ്കി വിശ്വസിക്കുന്നത് നമ്മുടെ മനുഷ്യരായ പ്രപിതാമഹരെ കുറിച്ച് കുരങ്ങന്മാർക്ക് ഒന്നും പഠിപ്പിക്കാനില്ല എന്നാണ്. 'ഈ സംവാദം പൊള്ളയാണെന്ന്' അദ്ദേഹം പറയുന്നു.

യഥാർത്ഥ ചോദ്യത്തിലേക്ക് നമ്മൾ തിരിച്ചുപോകേണ്ടതുണ്ട് - ഹോബ്സിനെയും റൂസ്സോയെയും പിടിച്ചുലച്ച ആ ചോദ്യം.

ആദ്യത്തെ മനുഷ്യർ എത്രമാത്രം അക്രമാസക്തരായിരുന്നു?

ഇതുകണ്ടെത്താൻ രണ്ടുവഴികളുണ്ടെന്ന് ഞാൻ നേരത്തെ പറഞ്ഞു. ഒന്ന്: ആധുനിക കാലത്ത് വേട്ടയാടി ഭക്ഷണം തേടി നമ്മുടെ പൂർവ്വികരുടെ അതേ ജീവിതം ജീവിക്കുന്നവരെക്കുറിച്ച് പഠിക്കുക. രണ്ട്: നമ്മുടെ പൂർവ്വികർ ഉപേക്ഷിച്ചുപോയ പഴയ അസ്ഥികൾക്കും മറ്റു നാശാവശിഷ്ടങ്ങൾക്കുമായി മണ്ണ് കുഴിക്കുക.

നമുക്ക് ആദ്യത്തേതിൽനിന്ന് തുടങ്ങാം. നെപ്പോളിയൻ ചാഗ്നോണിന്റ എക്കാലത്തെയും ഏറ്റവും മികച്ച വില്പനയുള്ള നരവംശശാസ്ത്ര പുസ്ത

കമായ The Fierce People-നെക്കുറിച്ച് ഞാൻ നേരത്തേ തന്നെ പറഞ്ഞതാണ്. വെനിസ്വേലയിലും ബ്രസീലിലുമുള്ള യനോമാമി വംശക്കാർക്ക് യുദ്ധത്തോട് വല്ലാത്തൊരു താല്പര്യമാണെന്നും മാത്രമല്ല നരഹത്യചെയ്യുന്ന യനോമാമി പുരുഷന്മാർ അവരുടെ കൂട്ടത്തിലെ സമാധാനവാദികളെക്കാൾ (ഭീരുക്കൾ എന്നാണ് ചാഗ്നോൺ ഉപയോഗിച്ച വാക്ക്) മൂന്നിരട്ടി കുഞ്ഞുങ്ങളെ ഉല്പ്പാദിപ്പിക്കുന്നുവെന്നും ചാഗ്നോൺ കാണിച്ചു തന്നു.

പക്ഷേ, എത്രമാത്രം വിശ്വാസയോഗ്യമാണ് അദ്ദേഹത്തിന്റെ ഗവേഷണം? ഇന്നുകാലത്ത് വേട്ടയാടിപ്പിടിച്ച് ജീവിതം നയിക്കുന്ന മിക്ക ഗോത്രങ്ങളും നമ്മുടെ പൂർവ്വികർ ഏങ്ങനെ ജീവിച്ചു എന്നതിനെ പ്രതിനിധീകരിക്കുന്നില്ല എന്നാണ് നിലവിൽ ശാസ്ത്രരംഗത്തുള്ള അഭിപ്രായ സമന്വയം. അവർ പരിഷ്കൃത സമൂഹത്തിൽ തിരക്കിട്ട് ജീവിക്കുന്നവരാണ്, മാത്രമല്ല കാർഷിക വൃത്തിയിൽ ഏർപ്പെടുന്നവരുമായും നഗരവാസികളുമായും അവർക്ക് നിരന്തര ബന്ധമുണ്ട് താനും. നരവംശശാസ്ത്രജ്ഞർ അവരെ പിന്തുടർന്ന് കൊണ്ടേയിരിക്കുന്നു എന്ന ലളിതമായ വസ്തുത അവരെ പഠനത്തിനുള്ള ജനത എന്ന നിലയിൽ ‘മലിനമാക്കുന്നു’. (സന്ദർഭവശാൽ യനോമാമികളെക്കാൾ ഇക്കാര്യത്തിൽ ‘മലിനമാക്കപ്പെട്ട’ മറ്റേതെങ്കിലും ഗോത്രമുണ്ടാവാനിടയില്ല. അവർ നല്കിയ സഹായത്തിന് പ്രത്യുപകാരമായി ചാഗ്നോൺ അവർക്ക് മഴുക്കളും കൊടുവാളുകളും നല്കുകയും എന്നിട്ട് ഇവർ ഭയാനകമാംവിധം ആക്രമണകാരികളാണെന്ന നിഗമനത്തിലെത്തുകയും ചെയ്തു.)

കൊലപാതകികൾ സമാധാനപ്രിയരെക്കാളധികം കുഞ്ഞുങ്ങളെ ഉല്പ്പാദിപ്പിക്കുന്നു എന്ന ചാഗ്നോണിന്റെ നിലപാടോ? അതിലും അക്ഷരാർത്ഥത്തിൽ കാര്യമായൊന്നുമില്ല. കാരണം അദ്ദേഹം ഗുരുതരമായ രണ്ട് പിഴവുകൾ വരുത്തി. ഒന്നാമതായി വയസ്സിന്റെ കാര്യത്തിൽ കൃത്യത കൊണ്ടുവരാൻ അദ്ദേഹം മറന്നു. അദ്ദേഹത്തിന്റെ ഡാറ്റാബെയ്സിലെ കൊലപാതകികൾ ‘ഭീരു’ക്കളെക്കാൾ ശരാശരി പത്തുവയസ്സിന് മൂത്തവരായിരുന്നു. സ്വാഭാവികമായും മുപ്പത്തഞ്ച് വയസ്സുള്ളവർക്ക് ഇരുപത്തഞ്ച് വയസ്സുള്ളവരെക്കാൾ കൂടുതൽ കുഞ്ഞുങ്ങളുണ്ടാവാം. ഇതിൽ അത്ര വലിയ അത്ഭുതമൊന്നുമില്ല.

ചാഗ്നോൺ വരുത്തിയ അടിസ്ഥാനപരമായ മറ്റൊരു പിഴവ് അദ്ദേഹം കൊലപാതകികളുടെ ഇപ്പോഴും ജീവിച്ചിരിക്കുന്ന പിൻതലമുറക്കാരെ മാത്രമേ ഉൾപ്പെടുത്തിയുള്ളൂ എന്നതാണ്. മറ്റുള്ളവരെ കൊല്ലുന്ന ആളുകൾക്ക് അവർക്കരികിൽ എത്തുന്നതേ കിട്ടൂ എന്ന വസ്തുത അദ്ദേഹം അവഗണിച്ചു. എന്ന് പറഞ്ഞാൽ പ്രതികാരം.

ഈ കേസുകൾ വിട്ടുകളഞ്ഞശേഷം ജയിച്ചവരെ മാത്രം നോക്കുകയാണെങ്കിൽ നിങ്ങളും പറയും ലോട്ടറി എടുക്കുന്നതുകൊണ്ടു ഗുണമുണ്ടെന്ന്.

ഈ നരവംശ ശാസ്ത്രജ്ഞന്റെ സന്ദർശനത്തിന് ശേഷം യാനോമാമികൾ അവരുടെ പദാവലിയിൽ ഒരു വാക്കുകൂടി ചേർത്തു: ‘ആന്ത്രോ’. ഇതിന്റെ നിർവചനം? ആഴത്തിൽ അസ്വസ്ഥമായ പ്രവണതകളും അസാമാന്യമായ കിറുക്കുമുള്ള, കരുത്തനായ ഒരു മനുഷ്യേതരൻ! 1995-ൽ ഈ ആന്ത്രോയെ യാനോമാമികൾ അവരുടെ പ്രദേശത്തേക്ക് മടങ്ങിവരുന്നതിൽ നിന്നും എന്നേക്കുമായി വിലക്കി.

ചാഗ്നോണിന്റെ ബെസ്റ്റ്സെല്ലർ തീർച്ചയായും ഏറ്റവും നന്നായി അവഗണിക്കപ്പെട്ടു. എന്നാൽ ഇപ്പോഴുമതേ മനഃശാസ്ത്രജ്ഞനായ സ്റ്റീവൻ പിങ്കറിന്റെ,

നിറയെ ഗ്രാഫുകളും ടേബിളുകളുമുള്ള എണ്ണൂറുപേജിലധികമുള്ള പുസ്തകം നമ്മുടെ ഹിംസാത്മക സ്വഭാവത്തിന്റെ ആധികാരിക തെളിവുകളുള്ള ഒരു പ്രമാണമായി നമ്മുടെ കയ്യിലുണ്ടുതാനും.

The Better Angels of Our Nature എന്ന പുസ്തകത്തിൽ എട്ട് ആദിമ സമൂഹങ്ങളിലുണ്ടായിരുന്ന കൊലപാതകനിരക്ക് കണക്കാക്കിയ പിങ്കർ അത് പതിനാല് ശതമാനം എന്ന അമ്പരപ്പിക്കുന്ന തോതാണെന്ന് കണ്ടെത്തുന്നു. ഈ കണക്ക് സയൻസ് പോലുള്ള വ്യഖ്യാത ജേർണലുകളിൽ വരികയും പത്രങ്ങളും ടെലിവിഷനുകളും അവയെടുത്ത് വീണ്ടും അയവിറക്കുകയും ചെയ്തു. മറ്റു ശാസ്ത്രജ്ഞർ അദ്ദേഹം ഇതിനാധാരമാക്കിയ വസ്തുക്കൾ പരിശോധിച്ചപ്പോൾ ചില കാര്യങ്ങൾ പിങ്കർ കൂട്ടിക്കുഴച്ചതായി കണ്ടെത്തി.

ഇപ്പറയുന്ന കാര്യം അല്പം സാങ്കേതികം ആകാമെങ്കിലും എവിടെ യാണ് അദ്ദേഹത്തിന് പിഴച്ചതെന്ന് നമ്മൾ മനസ്സിലാക്കിയേ പറ്റൂ. നമ്മൾ ഉത്തരം തേടുന്ന ഒരു ചോദ്യം ഇതാണ്: ഇപ്പോഴും വേട്ടയാടി ഇരതേടി ജീവിക്കുന്ന മനുഷ്യസമൂഹങ്ങളിൽ ഏതാണ് 50,000 വർഷങ്ങൾക്കുമുമ്പ് ജീവിച്ചിരുന്ന ആളുകളുടെ പ്രതിനിധികൾ. എന്തൊക്കെ പറഞ്ഞാലും മനുഷ്യചരിത്രത്തിന്റെ 95 ശതമാനം കാലവും നമ്മൾ സമത്വവാദികളായ ചെറു സംഘങ്ങളായി ലോകത്ത് അലഞ്ഞുതിരിഞ്ഞിരുന്ന നാടോടികളായിരുന്നു.

പിങ്കർ മിക്കവാറും സങ്കരസംസ്കാരങ്ങളിൽ മാത്രമായി ശ്രദ്ധ കേന്ദ്രീകരിക്കുകയാണ് ചെയ്തത്. വേട്ടയാടി ഇരതേടി ജീവിക്കുകയും എന്നാൽ അതേസമയം കുതിരസവാരി നടത്തുകയും കൂട്ടം കൂടി ജീവിക്കുകയും കൃഷി ചെയ്യുകയുമൊക്കെ ചെയ്യുന്നവരാണിവർ. ഈ പ്രവൃത്തികളെല്ലാം തന്നെ താരതമ്യേന സമീപകാലത്തുണ്ടായതാണ്. 10,000 വർഷങ്ങൾക്ക് മുമ്പുവരെ മനുഷ്യർ കാർഷികവൃത്തി തുടങ്ങിയിരുന്നില്ല, 5000 വർഷങ്ങൾക്കുമുമ്പുവരെ കുതിരകളെ മെരുക്കിയിരുന്നുമില്ല. നമ്മുടെ പൂർവ്വികർ 50,000 വർഷംമുമ്പ് എങ്ങിനെയാണ് ജീവിച്ചിരുന്നത് എന്നറിയണമെങ്കിൽ ഇന്ന് കുതിരകളെ വളർത്തി പച്ചക്കറി കൃഷി ചെയ്ത് ജീവിക്കുന്ന ആളുകളിൽനിന്നും ഇത് കണക്കുകൂട്ടി ഉണ്ടാക്കുന്നത് ഒട്ടും യുക്തിഭദ്രമല്ല.

ഇനിയിപ്പോൾ നമ്മൾ പിങ്കറുടെ രീതിയുമായി മുന്നോട്ട് പോകുകയാണെങ്കിൽ കൂടി അതിലെ ഡാറ്റ പ്രശ്നഭരിതമാണെന്ന് കാണാം. പരാഗ്വേയിലെ ആച്ചെ (Ache) വംശക്കാർക്കിടയിലെ (അദ്ദേഹത്തിന്റെ പട്ടികയിലെ ആദ്യഗോത്രം ഇതാണ്) 30 ശതമാനം മരണവും വെനിസ്വേലയിലും കൊളംബിയയിലുമുള്ള ഹിവി വംശക്കാർക്കിടയിലെ (പട്ടികയിലെ മൂന്നാമത്തെ ഗോത്രം) 21 ശതമാനം മരണവും പോരാട്ടം കാരണമാണെന്ന് ഈ മനഃശാസ്ത്രജ്ഞൻ പറയുന്നു. ഇതു കണ്ടാൽ തോന്നും ഇവർ മറ്റുള്ളവരുടെ ചോരയ്ക്കായി ആർത്തിപിടിച്ച് നടന്നവരാണെന്ന്.

നരവംശശാസ്ത്രജ്ഞനായ ഡഗ്ലസ് ഫ്രൈ ഇതിൽ സംശയാലുവായിരുന്നു. ഇതിന്റെ യഥാർത്ഥ ഉറവിടങ്ങൾ വിശകലനം ചെയ്തപ്പോൾ യുദ്ധത്തിൽ കൊല്ലപ്പെട്ട ആച്ചേകൾ എന്ന് പിങ്കർ പറഞ്ഞ കേസുകളിൽ 46 എണ്ണവും യഥാർത്ഥത്തിൽ പരാഗ്വേക്കാർ കൊന്നതാണെന്ന് രേഖപ്പെടുത്തിയിരുന്നു.

വാസ്തവത്തിൽ ആച്ചെ ഗോത്രക്കാർ പരസ്പരം കൊല്ലുകയായിരുന്നില്ല. മറിച്ച്, 'അടിമക്കച്ചവടക്കാർ അവരെ നിരന്തരം പീഡിപ്പിക്കുകയും പരാഗ്വേൻ

അതിർത്തി നിവാസികൾ ആക്രമിക്കുകയും ചെയ്തിരുന്നു' എന്ന് യഥാർത്ഥ രേഖകളിൽ പറയുന്നു. എന്നാൽ അതേസമയം തങ്ങളുടെ 'കൂടുതൽ കരുത്ത രായ അയൽക്കാരുമായി സമാധാനപരമായ ബന്ധം വെച്ചുപുലർത്താനാണ് അവർ ആഗ്രഹിച്ചിരുന്നത്'.

ഹിവികളുടെ കാര്യവും ഇതുതന്നെ. പോരാട്ടത്തിൽ കൊല്ലപ്പെട്ടതെന്ന് പിങ്കർ രേഖപ്പെടുത്തിയ പുരുഷന്മാരെയും സ്ത്രീകളെയും കുട്ടികളെയുമെല്ലാം വാസ്തവത്തിൽ 1968-ൽ കന്നുകാലി മേച്ചിൽപ്രദേശം നടത്തിപ്പുകാർ കൊല ചെയ്തതായിരുന്നു.

അതാ കിടക്കുന്നു ഉരുക്കിൽ പൊതിഞ്ഞ കൊലപാതക നിരക്കുകൾ. പതിവായി പരസ്പരം കശാപ്പുചെയ്യുന്നു എന്നു കരുതിയതിനു നേർവിപരീത മായി, ഭക്ഷണത്തിനുവേണ്ടി അലഞ്ഞുതിരിഞ്ഞുനടക്കുന്ന ഈ നാടോടി കൾ യഥാർത്ഥത്തിൽ ആധുനിക ആയുധങ്ങൾ ചുഴറ്റിവന്ന 'പരിഷ്കൃതരായ' കർഷകരുടെ ഇരകളായിരുന്നു. 'ശതമാനക്കണക്ക് കാണിക്കുന്ന ബാർ ചാർട്ടു കളും ന്യൂമെറിക് ടേബിളുകളും [...] ഒരു ശാസ്ത്രീയ വസ്തുനിഷ്ഠതയുടെ തോന്നലുണ്ടാക്കും, പക്ഷേ ഈ കേസിൽ അതെല്ലാം ഒരു മിഥ്യാബോധം മാത്രമാണ്,' എന്ന് ഫ്രൈ എഴുതി.

അപ്പോൾ പിന്നെ ആധുനിക നരവംശശാസ്ത്രത്തിൽനിന്നും നമുക്കെന്താണ് പഠിക്കാനുള്ളത്? അധിവാസമേഖലകളോ കൃഷിയോ കുതിരകളോ ഇല്ലാത്ത - നമ്മൾ പണ്ടൊരുകാലത്തു എങ്ങനെ ജീവിച്ചു എന്നതിന് മാതൃകയാക്കാ വുന്ന - ഒരു സമൂഹത്തെ നമ്മൾ പരിശോധിക്കുകയാണെങ്കിലോ?

നിങ്ങൾ ഊഹിച്ചത് ശരിയാണ്. ഇത്തരം സമൂഹങ്ങളെ നമ്മൾ പഠിക്കു മ്പോൾ യുദ്ധം അവർക്കിടയിൽ ഒരു അപൂർവതയാണെന്നു കാണാനാവും. സയൻസ് ജേർണലിനുവേണ്ടി 2013-ൽ തയ്യാറാക്കിയ പ്രാതിനിധ്യ സ്വഭാവ മുള്ള ഗോത്രങ്ങളുടെ പട്ടികയുടെ അടിസ്ഥാനത്തിൽ, വേട്ടയാടി ഭക്ഷണം തേടി നടക്കുന്ന നാടോടി സമൂഹം സംഘർഷം ഒഴിവാക്കുകയാണ് ചെയ്യുക എന്ന നിഗമനത്തിലാണ് ഡഗ്ലസ് ഫ്രൈ എത്തിയത്. നാടോടികൾ അവർക്കിട യിലെ എതിർപ്പുകൾ പറഞ്ഞുതീർക്കുകയോ അല്ലെങ്കിൽ അടുത്ത താഴ്‌വര യിലേക്കു പോവുകയോ ചെയ്യും. ഇത് ആട്ട ദ്വീപിൽ പെട്ടുപോയ കുട്ടികൾ ചെയ്തത് ഓർമിപ്പിക്കുന്നു: ദേഷ്യം വരുമ്പോൾ തണുപ്പിക്കുന്നതിനായി അവർ ദ്വീപിന്റെ എതിർദിശകളിലേക്കു പോകുമായിരുന്നു.

മറ്റൊരു കാര്യം. ചരിത്രാതീത സമൂഹത്തിൽ സാമൂഹ്യബന്ധ ശൃംഖല വളരെ ചെറുതായിരുന്നു എന്നാണ് ഏറെക്കാലമായി നരവംശശാസ്ത്രജ്ഞർ അനുമാനിച്ചിരുന്നത്. ബന്ധുക്കളായ മുപ്പതോ നാല്പതോ പേരുടെ സംഘ മായി നമ്മൾ കാട്ടിലൂടെ അലയുമായിരുന്നു എന്നാണ് അവർ കരുതിയത്. മറ്റു സംഘങ്ങളുമായുള്ള ഏതൊരു ഏറ്റുമുട്ടലും പെട്ടെന്നുതന്നെ യുദ്ധമായി സംക്രമിച്ചു എന്നും.

എന്നാൽ 2011-ൽ ഒരു സംഘം അമേരിക്കൻ നരവംശശാസ്ത്രജ്ഞർ അലാസ്കയിലെ ന്യൂനാമ്യൂട്ട് തൊട്ട് ശ്രീലങ്കയിലെ വേദാ വരെ ലോകത്തിന്റെ പല ഭാഗങ്ങളിലുമായുള്ള മുപ്പത്തിരണ്ട് ആദിമഗോത്രസമൂഹങ്ങളുടെ സാമൂഹ്യശൃംഖലയുടെ രൂപരേഖ തയ്യാറാക്കി. അത് കാണിച്ചത് നാടോടികൾ

അസാമാന്യമാവിധം സാമൂഹ്യബന്ധം ഉള്ളവരാണെന്നാണ്. അവർ ഭക്ഷണം കഴിക്കാനും പാർട്ടി നടത്താനും പാടാനും നിരന്തരമായി ഒത്തുചേരാറുണ്ടെന്നും, മറ്റു സംഘങ്ങളിൽ നിന്നും വിവാഹം കഴിക്കാറുണ്ടെന്നും കണ്ടു.

ശരിയാണ്, അവർ മുപ്പതോ നാൽപ്പതോ വ്യക്തികളുടെ ചെറുസംഘമായാണ് ഭക്ഷണം തേടി അലയുന്നത്. പക്ഷേ, ഈ സംഘത്തിൽ പ്രധാനമായും കൂട്ടുകാരാണ് ഉണ്ടാവുക, അല്ലാതെ ബന്ധുക്കളല്ല. മാത്രമല്ല, അവർ അടിക്കടി സംഘാംഗങ്ങളെ ഒത്തുമാറുകയും ചെയ്യും. ഇതിന്റെ ഫലമായി, അലഞ്ഞുതിരിഞ്ഞു നടക്കുന്ന സമൂഹങ്ങൾക്കിടയിൽ വലിയ സാമൂഹ്യബന്ധത്തിന്റെ ശൃംഖലയുണ്ട്. പരാഗ്വേയിലെ ആച്ചേകളുടെയും ടാൻസാനിയയിലെ ഹാഡ്സകളുടെയും കാര്യത്തിൽ, 2014-ലെ ഒരു പഠനമനുസരിച്ച്, ഒരു ഗോത്രവർഗ്ഗക്കാരനോ ഗോത്രവർഗ്ഗക്കാരിയോ തന്റെ ജീവിതകാലത്തിനിടയിൽ ശരാശരി ആയിരം പേരെ കാണുമെന്നാണ്.

ചുരുക്കി പറഞ്ഞാൽ, ചരിത്രാതീതകാലത്തെ ഒരു ശരാശരി മനുഷ്യന് വലിയൊരു സൗഹൃദവലയം ഉണ്ടായിരുന്നു എന്ന് കരുതാൻ എല്ലാ കാരണവുമുണ്ട്. തുടർച്ചയായി പുതിയ ആളുകളെ കാണുക എന്ന് പറഞ്ഞാൽ തുടർച്ചയായി പുതിയ കാര്യങ്ങൾ പഠിക്കുക എന്നാണ്, എന്നാൽ മാത്രമേ നമുക്ക് നിയാണ്ടർത്താലുകളെക്കാൾ സമർത്ഥരാവാൻ പറ്റു.

ആദിമമനുഷ്യന്റെ ആക്രമണോത്സുകതയെ സംബന്ധിച്ച ചോദ്യത്തിന് ഉത്തരം കണ്ടെത്താൻ മറ്റൊരു വഴി കൂടിയുണ്ട്. ഉത്ഖനനം. ഹോബ്സും റൂസ്സോയും തമ്മിലുള്ള സംവാദം അവസാനിപ്പിക്കുന്നതിന് ഏറ്റവും മികച്ചത് പുരാവസ്തുപരമായ തെളിവുകളായിരിക്കും എന്ന് തോന്നുന്നു, കാരണം, ഗവേഷകർക്ക് ഗോത്രവർഗ്ഗക്കാരെപ്പോലെ ഫോസിൽ രേഖകൾ 'കളങ്കപ്പെടുത്താൻ' സാധിക്കില്ല. പക്ഷേ, ഇവിടെയൊരു പ്രശ്നമുണ്ട്. വേട്ടയാടി ഇരതേടി ജീവിച്ചവർ ഏറെ സാധനങ്ങൾ വഹിച്ചുകൊണ്ടല്ല യാത്ര ചെയ്തിരുന്നത്. അവരുടെ കൈയ്യിൽ അധികമൊന്നും ഉണ്ടായിരുന്നില്ല, അവർ ഏറെയൊന്നും ഉപേക്ഷിച്ചു പോയുമില്ല.

ഭാഗ്യവശാൽ ഇതിന് സുപ്രധാനമായൊരു അപവാദമുണ്ട്. ഗുഹാചിത്രങ്ങൾ. ഹോബ്സ് പറഞ്ഞതുപോലെ 'എല്ലാവരും എല്ലാവർക്കുമെതിരെ യുദ്ധം ചെയ്യുന്നതായിരുന്നു' നമ്മുടെ പ്രകൃതമെങ്കിൽ അവരിലാരെങ്കിലും ഒരാൾ ഈ കാലഘട്ടത്തിലെപ്പോഴെങ്കിലും അതിന്റെ ഒരു ചിത്രം ചുമരിൽ വരച്ചിട്ടുണ്ടാവുമെന്ന് കരുതാവുന്നതാണ്. എന്നാൽ അങ്ങനെയൊരെണ്ണം ഒരിക്കലും കണ്ടെത്തിയിട്ടില്ല. നേരെമറിച്ച്, കാട്ടുപോത്തുകളെയും കുതിരകളെയും ചെറുമാനുകളെയും (Gazelle) വേട്ടയാടുന്നതിനെ സംബന്ധിച്ച ആയിരക്കണക്കിന് ചുമർച്ചിത്രങ്ങൾ ഈ കാലഘട്ടത്തിൽ കണ്ടെത്താനാവും. എന്നാൽ യുദ്ധത്തെക്കുറിച്ച് ഒരെണ്ണംപോലും ഇല്ലെന്ന് കാണാം.

അപ്പോൾ പിന്നെ പുരാതനമായ അസ്ഥികൂടങ്ങളുടെ കാര്യമോ? ഇരുപത്തിയൊന്ന് ഇടങ്ങളിലെ പുരാവസ്തു ഉത്ഖനനത്തിൽ നിന്നും ശരാശരി കൊലപാതക നിരക്ക് പതിനഞ്ച് ശതമാനമാണെന്ന് സ്റ്റീവൻ പിങ്കർ പറയുന്നു. എന്നാൽ നേരത്തെ പറഞ്ഞപോലെ തന്നെ പിങ്കറുടെ ഈ ലിസ്റ്റിലും ചില കുഴമറിച്ചിലുകളുണ്ട്. ഈ ഇരുപത്തിയൊന്നിൽ ഇരുപതിടങ്ങളും കാർഷികവൃത്തിയും കുതിരകളെ മെരുക്കലും അധിവാസ പ്രദേശങ്ങളും എല്ലാം

ഉണ്ടായതിന് ശേഷമുള്ള ഇടങ്ങളാണ്, എന്നുപറഞ്ഞാൽ വളരെ സമീപ കാലത്തേതാണ് എന്നർത്ഥം.

അപ്പോൾ പിന്നെ കൃഷിക്കും കുതിരസവാരിക്കും കോളനികളായി ജീവിക്കുന്നതിനും എല്ലാം മുമ്പുള്ള കാലത്തെ യുദ്ധത്തെക്കുറിച്ച് പുരാവസ്തുപരമായ എന്ത് തെളിവുകളാണ് ഉള്ളത്? നമ്മുടെ സ്വഭാവരീതിയിൽ യുദ്ധമുണ്ടെന്നതിന് എന്തൊക്കെ തെളിവുകളാണ് ഉള്ളത്?

ഒന്നും ഇല്ലെന്നുതന്നെ പറയേണ്ടിവരും.

ഇന്നുവരേക്കും നാനൂറിടങ്ങളിൽ നിന്നായി ഉത്ഖനനം ചെയ്തെടുത്ത മൂവായിരത്തോളം ഹോമോസാപ്പിയൻസ് അസ്ഥികൂടങ്ങൾ നമ്മുടെ 'സ്വാഭാവിക പ്രകൃതി'യെ കുറിച്ച് ചിലതൊക്കെ പറയാൻ മാത്രം പഴക്കമുള്ളവയാണ് എന്ന് ജൊനാദൻ ഹാസും മാത്യു പിസ്സിടെല്ലിയും ഒരു ലേഖനത്തിൽ പറയുന്നു. ഈ സൈറ്റുകൾ പഠിച്ച ശാസ്ത്രകാരന്മാർ പറഞ്ഞത് ചരിത്രാതീതകാലത്തെ യുദ്ധങ്ങൾ സംബന്ധിച്ച് വിശ്വസനീയമായ തെളിവുകളൊന്നും ഇല്ലെന്നാണ്. (ഇത്തരം യുദ്ധങ്ങളുടെ തെളിവെന്നുപറഞ്ഞ് കാണിക്കാറുള്ള രണ്ട് ഇടങ്ങളിൽ ഒന്ന് ഉത്തരസുഡാനിലെ ജബേൽ സഹാബയാണ്. 1964-ൽ ഇവിടെ നിന്നും പുരാവസ്തു ഗവേഷകർ കണ്ടെത്തിയ ഏകദേശം പതിമൂവായിരത്തോളം വർഷം പഴക്കമുള്ള 61 അസ്ഥികൂടങ്ങളിൽ 21 എണ്ണത്തിൽ കലഹത്തിൽ കൊല്ലപ്പെട്ടതിന്റെ സൂചനയുണ്ടായിരുന്നു. എന്നാൽ പിൽക്കാല പഠനങ്ങൾ കാണിക്കുന്നത്. ഇവയിൽ നാലെണ്ണം മാത്രമേ അങ്ങനെയുള്ളൂ എന്നാണ്. രണ്ടാമത്തെ സ്ഥലം കെനിയയിലെ ലേക്ക് ടുർകാനയ്ക്കടുത്തുള്ള നാടുർക്ക് ആണ്. ഇവിടെനിന്നും ആക്രമണത്തിൽ കൊല്ലപ്പെട്ടതിന്റെ സൂചനയുള്ള 27 അസ്ഥികൂടങ്ങളാണ് കണ്ടെത്തിയത്. 2016-ൽ *നാച്വർ* മാസികയിൽ ഇതുസംബന്ധിച്ചൊരു ലേഖനം വന്നപ്പോൾ മനുഷ്യന്റെ ജന്മനാഉള്ള യുദ്ധക്കൊതി സംബന്ധിച്ച കൃത്യമായ തെളിവായി പലരും പറഞ്ഞു. എന്നാൽ ഈ രണ്ട് സ്ഥലങ്ങളിലെയും ആളുകൾ ഫലഭൂയിഷ്ഠമായ ഭൂമിയിൽ ആവാസകേന്ദ്രങ്ങൾ ഉണ്ടാക്കി കൃഷി ചെയ്ത് ജീവിച്ചിരുന്നവരാണ് എന്ന് കൃത്യമായ സൂചനകളുണ്ട്). പിൽക്കാലത്തുണ്ടായ കാര്യങ്ങൾ തീർത്തും വ്യത്യസ്തമാണ്. 'യുദ്ധം കാലത്തിലൂടെ പുറകോട്ട് പോകുന്നില്ല. അതിന് ഒരു തുടക്കമുണ്ടായിരുന്നു,' എന്ന് വിശ്രുത നരവംശശാസ്ത്രജ്ഞനായ ബ്രയാൻ ഫെർഗ്ഗൂസൺ പറയുന്നു.

5

നാഗരികതയുടെ ശാപം

1

ഴാങ് ഴാക്ക് റൂസ്സോ പറഞ്ഞത് ശരിയായിരുന്നോ? മനുഷ്യർ പ്രകൃത്യാതന്നെ കുലീനരും അതുപോലെ തന്നെ നാഗരികതയുടെ ആവിർഭാവത്തിനുമുമ്പ് നന്നായി ജീവിച്ചിരുന്നവരുമാണോ?

എനിക്ക് തീർച്ചയായും അങ്ങനെയൊരു തോന്നലാണ് ഉണ്ടായത്. 1492-ൽ ബഹാമസ് തീരത്തെത്തിയ ഒരു യാത്രികൻ താൻ കണ്ടകാര്യങ്ങൾ ഇനി പറയുന്ന രീതിയിലാണ് രേഖപ്പെടുത്തിയിട്ടുള്ളത്. അന്നാട്ടുകാർ എത്ര മാത്രം സമാധാനപ്രിയരായിരുന്നു എന്നത് അദ്ദേഹത്തെ അമ്പരപ്പിച്ചു. 'അവർ ആയുധമേന്തിയിട്ടില്ല, അവർക്കതെന്താണ് എന്നു പോലുമറിയില്ല, കാരണം ഞാൻ അവർക്കൊരു വാള് കാണിച്ച് കൊടുത്തപ്പോൾ ...(അവർ) അജ്ഞത കാരണം അത് പൊട്ടിച്ചുകളഞ്ഞു.' ഇതദ്ദേഹത്തിന് ഒരു പുതിയ ആശയം നല്കി. 'അവർ നല്ല ഭൃത്യരായിരിക്കും... ഞങ്ങൾ 50 പേർക്ക് അവരെയെല്ലാം കീഴ്പ്പെടുത്തി അവരെക്കൊണ്ട് ഞങ്ങൾക്കുവേണ്ട തൊഴിലെന്തും ചെയ്യിക്കാനാവും.'

ക്രിസ്റ്റഫർ കൊളംബസ് എന്ന ഇപ്പറഞ്ഞ യാത്രികൻ തന്റെ പദ്ധതി പ്രാവർത്തികമാക്കാൻ വൈകിയില്ല. അടുത്തവർഷം അദ്ദേഹം പതിനേഴ് കപ്പലുകളും 1500 ആളുകളുമായി അവിടെനിന്നും തിരിച്ചെത്തുകയും ട്രാൻസ് അറ്റ്ലാന്റിക് അടിമവ്യാപാരം ആരംഭിക്കുകയും ചെയ്തു. അരനൂറ്റാണ്ടിന് ശേഷം യഥാർത്ഥ കാരിബ് ജനതയിൽ വെറും ഒരു ശതമാനം മാത്രമാണ് ബാക്കിയുണ്ടായിരുന്നത്. ബാക്കിയെല്ലാവരും തന്നെ രോഗത്തിന്റെയും അടിമത്തത്തിന്റെയും ഭീകരതയോട് അടിയറവ് പറഞ്ഞ് ഇല്ലാതായിക്കഴിഞ്ഞിരുന്നു.

കാട്ടാളരെന്ന് പറയപ്പെടുന്ന ഇവരെ സംബന്ധിച്ചിടത്തോളം ഇത്തരം 'പരിഷ്കൃതരായ' കോളനിസ്റ്റുകളുമായുള്ള ഏറ്റുമുട്ടൽ ഞെട്ടിക്കുന്നതായിരുന്നിരിക്കണം. ചിലർക്കെങ്കിലും ഒരു മനുഷ്യൻ മറ്റൊരു മനുഷ്യനെ തട്ടിക്കൊണ്ടു പോവുകയും കൊല്ലുകയുമൊക്കെ ചെയ്യുക എന്നത് തീർത്തും അജ്ഞമായൊരു കാര്യമായിരുന്നിരിക്കണം. ഇത് ചിലപ്പോൾ അതിശയോക്തിപരമാണെന്ന് തോന്നിയേക്കാം. പക്ഷേ, കൊലപാതകത്തെക്കുറിച്ച് ചിന്തിക്കാൻപോലും ആകാത്ത ആളുകളുള്ള സ്ഥലങ്ങളുണ്ട് എന്നുകൂടി നമ്മൾ മനസ്സിലാക്കണം.

ഉദാഹരണത്തിന്, ശാന്തസമുദ്രത്തിന്റെ വിശാലതയിൽ ഇഫാലിക് എന്നു പേരുള്ള ഒരു കൊച്ചുദ്വീപ് ഉണ്ട്. രണ്ടാം ലോകമഹായുദ്ധത്തിനുശേഷം

ഇവരുമായി സൗഹൃദബന്ധം സ്ഥാപിക്കുന്നതിനായി അമേരിക്കൻ നാവിക സേന അവിടെ ഏതാനും ഹോളിവുഡ് സിനിമകൾ പ്രദർശിപ്പിച്ചു. എന്നാൽ ഇഫാലിക് ദ്വീപുകാർ കണ്ട ഏറ്റവും അമ്പരപ്പിക്കുന്ന ഒരു കാര്യമായിരുന്നു അത്. തിരശ്ശീലയിൽ കണ്ട ഹിംസാത്മകത ഇതൊന്നും മുമ്പറിഞ്ഞിട്ടില്ലാത്ത അന്നാട്ടുകാരെ തീവ്രദുഃഖത്തിലാഴ്ത്തി എന്ന് മാത്രമല്ല, അവരിൽ പലരും ദിവസങ്ങളോളം രോഗാതുരരായി കിടന്നു.

വർഷങ്ങൾക്കുശേഷം ഇഫാലിക്കിൽ ഫീൽഡ് വർക്കിനായി വന്ന ഒരു നരവംശശാസ്ത്രജ്ഞയോട് അവിടുത്തുകർ ആവർത്തിച്ച് ചോദിച്ച ചോദ്യമിതായിരുന്നു: അത് സത്യമാണോ? മറ്റുള്ളവരെ കൊല്ലുന്ന ആളുകൾ ശരിക്കും അമേരിക്കയിലുണ്ടായിരുന്നോ?

അപ്പോൾ മനുഷ്യചരിത്രത്തിന്റെ ആത്മാവ് കുടികൊള്ളുന്നത് ഈ ദുരൂഹതയിലാണ്. നമുക്ക് ഹിംസാത്മകതയോട് ഗാഢമായ അല്ലെങ്കിൽ നൈസർഗ്ഗികമായ വെറുപ്പുണ്ടെങ്കിൽ പിന്നെ എവിടെവച്ചാണ് കാര്യങ്ങൾ കൈവിട്ട് പോയത്. യുദ്ധത്തിനൊരു തുടക്കമുണ്ടെങ്കിൽ എന്തുകൊണ്ടാണ് അത് തുടങ്ങിയത്?

ചരിത്രാതീതകാലത്തെ ജീവിതത്തെക്കുറിച്ച് ആദ്യമേ തന്നെ ഒരു മുന്നറിയിപ്പ് തരട്ടെ. നമ്മുടെ പൂർവ്വികരെക്കുറിച്ച് ഒരുപാട് കാല്പനികമായ ചിത്രം വരക്കാതിരിക്കാൻ നമ്മൾ ശ്രദ്ധിക്കണം. മനുഷ്യർ ഒരുകാലത്തും മാലാഖമാരായിരുന്നില്ല. അസൂയയും ദേഷ്യവും വെറുപ്പുമെല്ലാം വലിയ ദുരന്തം വിതച്ച പ്രാചീന വികാരങ്ങളാണ്. നമ്മുടെ പ്രാകൃതകാലത്തും രോഷം തിളച്ചു പൊങ്ങിയിരുന്നു. സത്യം പറയാമല്ലോ അപൂർവ്വം സന്ദർഭങ്ങളിൽ ഹോമോ പപ്പികൾ ആക്രമണകാരികൾ ആയില്ലായിരുന്നുവെങ്കിൽ നമ്മൾ ഈ ലോകം കീഴടക്കുമായിരുന്നില്ല.

ഇപ്പറഞ്ഞ കാര്യം മനസ്സിലാക്കണമെങ്കിൽ ചരിത്രാതീത കാലത്തെ രാഷ്ട്രീയത്തെക്കുറിച്ച് നിങ്ങൾ ചിലതെല്ലാം മനസ്സിലാക്കേണ്ടതുണ്ട്. അടിസ്ഥാനപരമായി നമ്മുടെ പൂർവ്വികർ അസമത്വത്തിനെതിരായിരുന്നു. തീരുമാനങ്ങൾ എടുത്തിരുന്നത് എല്ലാവരും കൂടിയിരുന്ന് ചർച്ച ചെയ്യുകയും ഓരോരുത്തരും അവരവരുടെ അഭിപ്രായങ്ങൾ പറയുകയും ചെയ്ത ശേഷമാണ്. 'അലഞ്ഞുതിരിഞ്ഞ് ഭക്ഷണം തേടിയിരുന്നവർ സാർവ്വലൗകികമായി - ഒരുതരം നിർബന്ധബുദ്ധിയോടെ - മറ്റുള്ളവരുടെ മേധാവിത്വത്തിൽ നിന്നും സ്വതന്ത്രമാവാൻ ആഗ്രഹിച്ചവരാണെന്ന്' അമേരിക്കൻ ആന്ത്രോപ്പോളജിസ്റ്റായ ക്രിസ്റ്റഫർ ബേഹം അമ്പരപ്പിക്കുന്ന 339 ഫീൽഡ് വർക്കുകളിലൂടെ തെളിയിച്ചതാണ്.

അഥവാ ആളുകൾക്കിടയിൽ ഉണ്ടാകുന്ന അധികാരഭേദം നാടോടികൾ സഹിച്ചിരുന്നുവെങ്കിൽ അത് തീർത്തും താല്കാലികവും എന്തെങ്കിലും ഒരു ആവശ്യത്തിനുവേണ്ടിയുള്ളതുമായിരുന്നു. നേതാക്കൾ അറിവുള്ളവരും തൊഴിൽ നിപുണരും അല്ലെങ്കിൽ വശ്യപ്രകൃതിയുള്ളവരും ആയിരുന്നു. അതായത് തങ്ങളെ ഏൽപ്പിച്ച തൊഴിൽ കൃത്യമായി ചെയ്യാനുള്ള കഴിവ് അവർക്കുണ്ടായിരുന്നു. ശാസ്ത്രജ്ഞർ ഇതിനെ നേട്ടാധിഷ്ഠിത അസമത്വം എന്നുപറയുന്നു.

അതേസമയം ഈ സമൂഹങ്ങൾ അതിലെ അംഗങ്ങളെ വിനയശീലരാക്കി നിർത്താൻ ലളിതമായൊരു ആയുധം പ്രയോഗിച്ചിരുന്നു: നാണം കെടുത്തുക.

കലഹാരി മരുഭൂമിയിലെ കങ് ഗോത്രവർഗ്ഗക്കാർക്കിടയിൽ താൻ ജീവിച്ചതിന്റെ അനുഭവം പങ്കിട്ട കനേഡിയൻ നരവംശ ശാസ്ത്രജ്ഞനായ റിച്ചാർഡ് ലീ ഇതെങ്ങനെ നമ്മുടെ പൂർവ്വികർക്കിടയിൽ പ്രവൃത്തിച്ചിട്ടുണ്ടാവാം എന്ന് വിശദീകരിക്കുന്നുണ്ട്. വിജയിയായൊരു വേട്ടക്കാരന്റെ പെരുമാറ്റം എങ്ങനെ ആയിരിക്കണം എന്നത് സംബന്ധിച്ച് ആ ഗോത്രവർഗ്ഗക്കാരനായൊരാൾ പറയുന്നത് ഇങ്ങനെയാണ്:

'മറ്റാരെങ്കിലും അയാൾ കൂട്ടിയ തീയിനടുത്ത് വന്ന് 'ഇന്നെന്താണ് നിങ്ങൾ കണ്ടത്?' എന്ന് ചോദിക്കുന്നതുവരെ അയാൾ നിശ്ശബ്ദനായിരിക്കണം. അതിനയാൾ ശാന്തമായി ഇങ്ങനെ മറുപടി പറയും, 'ഓ ഞാൻ വേട്ടയിൽ അത്ര മിടുക്കനൊന്നുമല്ല. കാര്യമായി ഒന്നും കണ്ടില്ല... ചെറുതെന്തോ കിട്ടി.' അത് കേൾക്കുമ്പോൾ ഞാൻ ഉള്ളിൽ ചിരിക്കും. കാരണം വലിയതെന്തിനെയോ അയാൾ വേട്ടയാടി കൊന്നിട്ടുണ്ടെന്നെനിക്കറിയാം.'

ഞാൻ പറഞ്ഞതിനെ തെറ്റിദ്ധരിക്കരുത്. അഹന്ത യുഗങ്ങളായി നിലനിൽക്കുന്ന ഒന്നാണ്, അത്യാർത്തിയുമതെ.

എന്നാൽ ആയിരക്കണക്കിന് വർഷങ്ങൾ ഈ പ്രവണതകളെ തച്ചുടക്കുന്നതിനുവേണ്ടി തങ്ങളാൽ കഴിയുന്നതെല്ലാം ഹോമോപപ്പികൾ ചെയ്തു. കങ് ഗോത്രത്തിൽപ്പെട്ടൊരാൾ അതിങ്ങനെ വിശദീകരിക്കുന്നു: 'പൊങ്ങച്ചം പറയുന്നവനെ ഞങ്ങൾ തള്ളിക്കളയുന്നു, കാരണം ഒരുദിവസം അവന്റെ അഹന്തകാരണം അവൻ ആരെയെങ്കിലും കൊന്നു എന്നുവരാം. അതിനാൽ അവൻ കൊണ്ടുവന്ന മാംസം ഒന്നിനും കൊള്ളില്ലെന്ന് ഞങ്ങൾ പറയും. അങ്ങനെ ഞങ്ങളവനെ തണുപ്പിക്കുകയും മാന്യനാക്കുകയും ചെയ്യും.

അതുപോലെ തന്നെ വേട്ടയാടി ജീവിക്കുന്നവർക്കിടയിൽ സാധനങ്ങൾ കുന്നുകൂട്ടിവയ്ക്കുന്നതും പൂഴ്ത്തിവെപ്പും വിലക്കപ്പെട്ട കാര്യങ്ങളായിരുന്നു. നമ്മുടെ ചരിത്രത്തിന്റെ ഭൂരിഭാഗം കാലവും നമ്മൾ ഒന്നും ശേഖരിച്ചിരുന്നില്ല, സൗഹൃദങ്ങളൊഴികെ. ഇത് യൂറോപ്യൻ സഞ്ചാരികളെ അത്ഭുതപ്പെടുത്താതിരുന്നില്ല. തങ്ങൾ കണ്ടുമുട്ടിയ ആളുകളുടെ ഔദാര്യത്തെക്കുറിച്ച് അവർ അവിശ്വാസത്തോടെയാണ് പറഞ്ഞത്. 'അവരുടെ കയ്യിലുള്ള എന്തെങ്കിലും നിങ്ങൾ ചോദിച്ചാൽ അവർ ഇല്ലെന്ന് പറയില്ല. മാത്രമല്ല എന്തും ആരുമായും പങ്കുവയ്ക്കാൻ അവർ തയ്യാറായിരുന്നു താനും,' കൊളംബസ് തന്റെ പുസ്തകത്തിൽ ഇങ്ങനെ കുറിച്ചിട്ടു.

തീർച്ചയായും മാന്യമായ പങ്കുകൊടുക്കുന്ന ഈ ധാർമ്മിക ചിന്ത തള്ളിക്കളഞ്ഞ വ്യക്തികൾ എല്ലാക്കാലത്തും ഉണ്ടായിരുന്നു. എന്നാൽ കൂടുതൽ ധാർഷ്ട്യവും ആർത്തിയും കാണിക്കുന്നവർ കൂട്ടത്തിൽനിന്നും പുറത്താക്കപ്പെടാൻ സാധ്യതയുണ്ട്. അഥവാ അത് നടന്നില്ലെങ്കിൽ പിന്നെ അന്തിമമായ മറ്റൊരു പരിഹാരമുണ്ട്.

കങ് വംശക്കാർക്കിടയിലുണ്ടായ ഇനി പറയുന്ന സംഭവം നോക്കുക. ഇതിലെ മുഖ്യകഥാപാത്രം ഗോത്രത്തിലെ ഒരു അംഗമായ ടി ആണ്. ആർക്കും കൈകാര്യം ചെയ്യാൻ പറ്റാത്തവിധം വളർന്ന ഇയാൾ രണ്ടുപേരെ കൊലചെയ്തു കഴിഞ്ഞിരുന്നു. സംഘാംഗങ്ങൾ ഇയാളെക്കൊണ്ട് ശരിക്കും മടുത്തുകഴിഞ്ഞിരുന്നു. 'അവരെല്ലാവരും ചേർന്ന്, അവനൊരു മുള്ളൻപന്നിയെപ്പോലെ ആവുന്നതുവരെ അവനുനേരെ വിഷം പുരട്ടിയ അസ്ത്രങ്ങൾ

തൊടുത്തുവിട്ടു. പിന്നെ, അവൻ മരിച്ചശേഷം അവിടെയുള്ള പുരുഷന്മാരോടൊപ്പം സ്ത്രീകളും വന്ന് അവന്റെ മരണത്തിൽ തങ്ങൾക്കുള്ള പങ്കാളിത്തം പ്രതീകാത്മകമായി പങ്കുവയ്ക്കാൻ അവന്റെ മൃതശരീരത്തിൽ കുന്തംകൊണ്ട് കുത്തി.' എന്ന് ലീ എഴുതിയിട്ടുണ്ട്.

ചരിത്രാതീതകാലത്തും കൂട്ടത്തിലൊരാൾ താൻ വലിയവനാണെന്ന തോന്നലുമായി നടക്കുമ്പോൾ അതില്ലാതാക്കുന്നതിന് ഗോത്രവർഗ്ഗക്കാർ ഇത്തരം ഇടപെടലുകൾ നടത്തിയിരിക്കാമെന്നാണ് നരവംശശാസ്ത്രജ്ഞർ കരുതുന്നത്. നമ്മൾ മനുഷ്യർ നമ്മളെ സാമൂഹ്യവല്ക്കരിച്ചത് ഇങ്ങനെയൊക്കെയാണ്. ആക്രമണോത്സുകരായ ആളുകൾക്ക് സന്താനോല്പാദനം നടത്താൻ കുറഞ്ഞ അവസരം മാത്രമേ ലഭിച്ചിരിന്നുള്ളു, എന്നാൽ സൗമ്യരായ ആളുകൾക്കാകട്ടെ, കൂടുതൽ കുഞ്ഞുങ്ങൾ ഉണ്ടാവുകയും ചെയ്തു.

ചരിത്രത്തിന്റെ ഭൂരിഭാഗം കാലത്തും പുരുഷനും സ്ത്രീയും ഏതാണ്ട് തുല്യരായിരുന്നു. കരുത്തുകാണിക്കുന്നതിനായി നെഞ്ചിലിടിക്കുകയും അധികാരദണ്ഡ് വീശുകയും ചെയ്യുന്ന ഗോറില്ലയായി ഗുഹാമനുഷ്യനെക്കുറിച്ചുള്ള സർവ്വസാധാരണമായ സങ്കല്പത്തിൽനിന്നും വിഭിന്നമായി നമ്മുടെ പുരുഷപൂർവ്വികർ അങ്ങനെ ആണത്തം പ്രദർശിപ്പിച്ചവരൊന്നും ആയിരുന്നില്ല. അവർ ഒരുതരത്തിൽ ആദ്യകാല സ്ത്രീപക്ഷവാദികളായിരുന്നു.

സ്ത്രീപുരുഷ തുല്യതയായിരിക്കാം ഒരുപക്ഷേ, ഹോമോസാപ്പിയനുകൾക്ക് നിയാണ്ടർത്താലുകളെ പോലുള്ള മറ്റ് ഹോമിനിനുകളെക്കാൾ ഗുണകരമായത് എന്ന് ശാസ്ത്രജ്ഞർ കരുതുന്നു. പുരുഷമേധാവിത്വമുള്ള സമൂഹങ്ങളിൽ പുരുഷന്മാർ മിക്കവാറും സഹോദരന്മാർക്കും ബന്ധുക്കൾക്കുമൊപ്പം കറങ്ങിത്തിരിഞ്ഞ് നടക്കുകയാണ് ചെയ്യുക എന്ന് ഫീൽഡ് പഠനങ്ങൾ ചൂണ്ടികാണിക്കുന്നു. എന്നാൽ സ്ത്രീകളുമായി അധികാരം പങ്കിടുന്ന സമൂഹങ്ങളിലാകട്ടെ ഇതിൽനിന്നും വിഭിന്നമായി പുരുഷന്മാർക്ക് കൂടുതൽ വൈജാത്യമുള്ള സാമൂഹ്യബന്ധങ്ങളുണ്ടാകുമെന്ന് പഠനങ്ങൾ കാണിക്കുന്നു. മൂന്നാമത്തെ അദ്ധ്യായത്തിൽ നമ്മൾ പറഞ്ഞതുപോലെ കൂടുതൽ സുഹൃത്തുകളുണ്ടാകുന്നത് നിങ്ങളെ കൂടുതൽ മിടുക്കരാക്കുന്നു.

ഈ ലിംഗസമത്വം കുഞ്ഞുങ്ങളെ പോറ്റിവളർത്തുന്നതിലും വ്യക്തമാകുന്നുണ്ട്. ആദിമ സമൂഹത്തിലെ പുരുഷന്മാർ ഇന്നത്തെ അച്ഛന്മാരെക്കാൾ കൂടുതൽ സമയം തങ്ങളുടെ കുഞ്ഞുങ്ങളോടൊത്ത് ചിലവഴിക്കാറുണ്ടായിരുന്നു എന്ന് അമേരിക്കൻ നരവംശശാസ്ത്രജ്ഞയായ ബ്ലാഫർ ഹർഡി തന്റെ *മദേഴ്സ് ആന്റ് അദേഴ്സ്* എന്ന പുസ്തകത്തിൽ പറയുന്നു. കുട്ടികളെ പോറ്റിവളർത്തുന്നത് മൊത്തം ഗോത്രത്തിലുള്ളവർ പങ്കുവെച്ച ഉത്തരവാദിത്തമായിരുന്നു. കൈക്കുഞ്ഞുങ്ങളെ എല്ലാവരും എടുക്കുകയും ചിലപ്പോൾ മറ്റ് സ്ത്രീകൾ ഇവർക്ക് മുലപ്പാൽ നൽകുകയും ചെയ്യാറുണ്ടായിരുന്നു. 'ഭക്ഷണം തേടി കണ്ടെത്തുന്ന സമൂഹങ്ങളിലെ കുട്ടികൾക്കിടയിൽ തങ്ങളുടെ ലോകം "കൊടുക്കാനുള്ള ഇടമാണ്" എന്ന പ്രാവർത്തിക മാതൃക വളരാനുണ്ടായ സാഹചര്യം വിശദീകരിക്കുന്നതിന് ഇത്തരം ആദ്യകാല അനുഭവങ്ങൾ സഹായകമാണ്' എന്ന് ഈ നരവംശശാസ്ത്രജ്ഞ പറയുന്നു. ആധുനികകാല രക്ഷിതാക്കൾ തങ്ങളുടെ കുഞ്ഞുങ്ങളോട് അപരിചിതരോട് സംസാരിക്കരുത് എന്ന് പറയുമ്പോൾ ചരിത്രാതീതകാലത്ത് നമ്മളെ വളർത്തിയത് വിശ്വാസം എന്ന പഥ്യത്തിന്മേലായിരുന്നു.

ഒരു കാര്യംകൂടി, വേട്ടയാടി ഭക്ഷണംതേടി നടന്നിരുന്നവർ തങ്ങളുടെ പ്രണയജീവിതത്തിൽ വളരെ ശാന്തശീലരായിരുന്നു എന്നതിനും ശക്തമായ സൂചനകളുണ്ട്. ചില ജീവശാസ്ത്രജ്ഞർ നമ്മളെ വിശേഷിപ്പിക്കുന്നത് 'സീരിയൽ മോണോഗമിസ്റ്റസ്' എന്നാണ്. ഉദാഹരണത്തിന് ടാൻസാനിയയിലെ ഹാസ്ദ ഗോത്രത്തിന്റെ കാര്യമെടുക്കാം. അവിടെ ഒരാളുടെ ജീവിതകാലത്തെ ഇണകളുടെ ശരാശരി എണ്ണം രണ്ടുതൊട്ട് മൂന്നുവരെയാണ്. സ്ത്രീകളാണ് പങ്കാളികളെ തെരഞ്ഞെടുക്കുന്നത്. അതല്ലെങ്കിൽ പരാഗ്വേയിലെ മലമുകളിൽ വസിക്കുന്ന ആക്ചെ ഗോത്രത്തിന്റെ കാര്യമെടുക്കാം. അവർ തങ്ങളുടെ ജീവിതകാലത്ത് ശരാശരി പന്ത്രണ്ട് ഭർത്താക്കന്മാരെ വരെ വരിക്കുന്നു. പിതൃസാധ്യതയുള്ള ആളുകളുടെ എണ്ണം കൂടുന്നത് നല്ലതാണ്. കാരണം അവരെല്ലാവരും കുഞ്ഞുങ്ങളെ പോറ്റിവളർത്തുന്നതിൽ പങ്കാളികളാകുമല്ലോ. (ഇതിനർത്ഥം 1960-കളിലെ ഹിപ്പികൾ പറഞ്ഞ സ്വതന്ത്ര പ്രണയം ശരിയാണെന്നല്ല. വിവാഹജീവിതം നമ്മുടെ സ്വഭാവവിശേഷവുമായി തീർത്തും ചേർന്നുനില്ക്കുന്നതാണ് എന്ന് പഠനങ്ങൾ പറയുന്നു.) പതിനേഴാം നൂറ്റാണ്ടിലെ ഒരു മിഷനറി ഇപ്പോഴത്തെ കാനഡയിലുള്ള 'ഇന്നു' ഗോത്രത്തിൽപ്പെട്ട ഒരാളോട് ദാമ്പത്യത്തിലെ വിശ്വാസവഞ്ചനയെക്കുറിച്ച് പറഞ്ഞപ്പോൾ അയാൾ പറഞ്ഞത് ഇങ്ങനെയാണ്, 'നിങ്ങൾക്കൊന്നുമറിയില്ല, നിങ്ങൾ ഫ്രഞ്ചുകാർ സ്വന്തം കുഞ്ഞുങ്ങളെ മാത്രമേ സ്നേഹിക്കുന്നുള്ളു. ഞങ്ങളാകട്ടെ ഞങ്ങളുടെ ഗോത്രത്തിലെ എല്ലാ കുഞ്ഞുങ്ങളെയും സ്നേഹിക്കുന്നു.'

2

നമ്മുടെ പൂർവ്വികർ എങ്ങനെ ജീവിച്ചു എന്നതിനെക്കുറിച്ച് കൂടുതൽ പഠിക്കുന്തോറും കൂടുതൽ കൂടുതൽ ചോദ്യങ്ങൾ കടന്നുവരാൻ തുടങ്ങി.

നമ്മൾ ഒരുകാലത്ത് സമത്വവും സ്വാതന്ത്ര്യവും ഉള്ള ലോകത്താണ് ജീവിച്ചിരുന്നത് എന്നത് സത്യമാണെങ്കിൽ പിന്നെ നമ്മൾ അതെന്തിനാണ് ഉപേക്ഷിച്ചത്? തങ്ങളെ അടക്കിഭരിക്കുന്ന നേതാക്കളെ നീക്കംചെയ്യാൻ നാടോടി ഗോത്രങ്ങൾക്ക് യാതൊരു പ്രശ്നവുമില്ലായിരുന്നെങ്കിൽ ഇപ്പോൾ പിന്നെ നമുക്കവരിൽ നിന്ന് എന്തുകൊണ്ട് മോചനം നേടാനാകുന്നില്ല.

ഇതിനുള്ള സ്ഥിരം വിശദീകരണം ആധുനിക സമൂഹത്തിന് അവരില്ലാതെ അതിജീവിക്കാനാവില്ല എന്നതാണ്. രാഷ്ട്രങ്ങൾക്ക്, ബഹുരാഷ്ട്ര കമ്പനികൾക്ക് ഒക്കെ രാജാക്കന്മാരെയും പ്രസിഡണ്ടുമാരെയും സീഇഓകളെയും എല്ലാം വേണം, കാരണം, ജിയോഗ്രാഫറായ ജറേഡ് ഡയമണ്ട് പറഞ്ഞതുപോലെ, 'തീരുമാനങ്ങളെടുക്കുന്ന നേതാക്കളില്ലാതെ വലിയ ജനതയ്ക്ക് പ്രവർത്തിക്കാനാവില്ല'. തീർച്ചയായും ഈ സിദ്ധാന്തം പല മാനേജർമാർക്കും ചക്രവർത്തിമാർക്കും കർണ്ണാനന്ദകരമായിരിക്കും. ഇതുകേട്ടാൽ വാസ്തവമാണെന്നെ തോന്നു. കാരണം, പാവകളുടെ ചരടുവലിക്കാൻ പാവകളിക്കാരൻ ഇല്ലാതെ നമ്മൾ എങ്ങനെയാണ് അമ്പലങ്ങളും പിരമിഡുകളും നഗരവുമെല്ലാം പണിയുക?

എന്നാൽ അയവില്ലാത്ത അധികാരശ്രേണിയൊന്നും ഇല്ലാതെ തന്നെ വെറും മണ്ണിൽനിന്നും ക്ഷേത്രങ്ങളും, എന്തിനധികം മഹാനഗരങ്ങളും വരെ

പടുത്തുയർത്തിയ സമൂഹങ്ങളുടെ നിരവധി ഉദാഹരണങ്ങൾ ചരിത്രം നമുക്ക് കാണിച്ചുതരുന്നുണ്ട്. 1995-ൽ ദക്ഷിണ തുർക്കിയിലെ ഭീമാകാരമായൊരു ക്ഷേത്രസമുച്ചയത്തിൽ പുരാവസ്തു ഗവേഷകർ ഉല്ഖനനം നടത്തിയപ്പോൾ കണ്ടത് അതിമനോഹരമായ കൊത്തുപണികൾ ചെയ്ത, ഓരോന്നിനും ഇരുപത് ടണ്ണിലധികം ഭാരമുള്ള കൽത്തൂണുകളായിരുന്നു. സ്റ്റോൺഹെഞ്ചുകളെക്കുറിച്ചറിയാമല്ലോ, ഇത് അതിലുമെല്ലാം നിസ്തുലമാണ്. ഈ തൂണുകളുടെ പഴക്കം പഠിച്ച ഗവേഷകർ അവ പതിനൊന്നായിരത്തിലധികം വർഷം പഴക്കമുള്ളവയാണെന്ന് കണ്ട് ശരിക്കും അമ്പരന്നു. അതായത് രാജാക്കന്മാരും ഉദ്യോഗസ്ഥ വൃന്ദവുമെല്ലാം നിയന്ത്രിക്കുന്ന ഒരു കാർഷിക സമൂഹത്തിനും മുമ്പ് പണി കഴിച്ചതാവാം ഇവയെന്നർത്ഥം. തീർച്ചയായും ഗവേഷണം നടത്തിയ പുരാവസ്തു ഗവേഷകർക്ക് കാർഷികവൃത്തിയുടെ ഒരു തെളിവും കണ്ടെത്താനായില്ല. ഭക്ഷണംതേടി അലഞ്ഞുനടക്കുന്ന ഒരു സമൂഹം പണിതതാകാം ഭീമാകാരമായ ഈ കെട്ടിടം.

ലോകത്തിലെ ഏറ്റവും പഴക്കമുള്ള ക്ഷേത്രവും സംഘടിതമായ തൊഴിലിന്റെ ഉദാഹരണവുമായി പണ്ഡിതർ ചൂണ്ടികാണിക്കുന്നത് ഗോബെക്ലി ടെപ്പെയെ (കുടവയറൻ മല എന്ന് ഇതിനെ പരിഭാഷപ്പെടുത്താം) ആണ്. ആയിരക്കണക്കിന് ആളുകൾ ഈ ക്ഷേത്രം പണിക്ക് ചേരുകയും സഹായിക്കുന്നതിനായി ദൂരദേശങ്ങളിൽ നിന്നുപോലും തീർത്ഥാടകരെത്തുകയും ചെയ്തു. ഇതിന്റെ പണി പൂർത്തിയായശേഷം അവർ ചെറുമാനുകളെ പൊരിച്ച് വലിയ സദ്യ നടത്തി ആഘോഷിച്ചു (പുരാവസ്തു ഗവേഷകർ ആയിരക്കണക്കിന് ചെറുമാനുകളുടെ അസ്ഥികൾ ഇവിടെനിന്നും കണ്ടെടുത്തിട്ടുണ്ട്). ഏതെങ്കിലും മുഖ്യന്റെ ആത്മാഭിമാന പാലനത്തിനല്ല ഇത്തരം സ്മാരകങ്ങൾ പണിതത്. ആളുകളെ ഒന്നിച്ച് കൊണ്ടുവരിക എന്നതായിരുന്നു അവരുടെ ലക്ഷ്യം.

സത്യം പറയണമല്ലോ ചരിത്രാതീതകാലത്തും വ്യക്തികൾ അധികാരത്തിലെത്തിയതിന്റെ ചില സൂചനകളുണ്ട്. മോസ്ക്കോയിൽനിന്നും 125 നാഴിക വടക്കുമാറി സൺഗിർ എന്ന സ്ഥലത്ത് 1955-ൽ കണ്ടെത്തിയ ആഡംബര പൂർണ്ണമായൊരു ശ്മശാനം ഇതിന് ഒരു ഉത്തമോദാഹരണമാണ്. അതിനകത്ത് കങ്കണങ്ങളും പോളിഷ് ചെയ്ത രോമാവൃതമായ മാമത്തിന്റെ കൊമ്പും കുറുക്കന്റെ പല്ലുകൊണ്ടുണ്ടാക്കിയ കിരീടവും ആയിരക്കണക്കിന് ആനക്കൊമ്പിൻ മണികളും എല്ലാം കണ്ടെത്തി. ഇതിന് മുപ്പതിനായിരം വർഷത്തെ പഴക്കമുണ്ട്. ഇത്തരം കുഴിമാടങ്ങൾ നമ്മൾ പിരമിഡുകളും കത്തീഡ്രലുകളുമെല്ലാം നിർമ്മിക്കുന്നതിന് എത്രയോ മുമ്പുണ്ടായിരുന്ന ഏതോ രാജകുമാരന്മാരുടെയോ രാജകുമാരിമാരുടെയോ അന്ത്യവിശ്രമസ്ഥലം ആയിരിക്കാം.

എന്നിരുന്നാലും ഉത്ഖനനങ്ങളിൽ ഇത്തരം സ്ഥലങ്ങൾ വളരെക്കുറച്ച് മാത്രമേ കണ്ടിട്ടുള്ളു. ഇത്തരം ശ്മശാന ഭൂമികൾ തമ്മിലുള്ള ദൂരം നൂറുകണക്കിന് നാഴിക വരും. ശാസ്ത്രജ്ഞന്മാർ ഇപ്പോൾ അനുമാനിക്കുന്നത് അപൂർവ്വ സന്ദർഭങ്ങളിൽ എപ്പോഴെങ്കിലും ഭരണാധികാരികൾ അധികാരത്തിലെത്തിയാലും അവരെ അട്ടിമറിച്ചിരുന്നു എന്നാണ്. പതിനായിരക്കണക്കിന് വർഷങ്ങളോളം നമുക്ക് ആരെങ്കിലും ഗാംഭീര്യം നടിച്ച് നടന്നാൽ അയാളെ നിലയ്ക്ക് നിർത്താനുള്ള ഫലപ്രദമായ വഴികളുണ്ടായിരുന്നു - ഫലിതം,

പരിഹാസം, പരദൂഷണം. അഥവാ അത് ഫലപ്രദമായില്ലെങ്കിൽ പിന്നെ പുറകിൽ ഒരസ്ത്രം.

പക്ഷേ, പൊടുന്നനെ ആ സംവിധാനം പ്രവർത്തിക്കാതെയായി. പെട്ടെന്നുതന്നെ ഭരണാധികാരികൾ അധികാരത്തിൽ അള്ളിപ്പിടിച്ചിരിക്കുന്നതിൽ വിജയിച്ചു. വീണ്ടും അതേ ചോദ്യം തന്നെ ഉയരുന്നു. എന്തുകൊണ്ട്?

3

കാര്യങ്ങൾ എവിടെയാണ് കൈവിട്ടുപോയത് എന്നറിയാൻ നമ്മൾ 15,000 വർഷം പിറകിലേക്ക് പോകേണ്ടിവരും, അവസാന ഹിമയുഗത്തിന്റെ അവസാനത്തിലേക്ക്. അതുവരേക്കും നമ്മുടെ ഗ്രഹത്തിൽ വളരെക്കുറച്ച് ആളുകൾ മാത്രമേ ഉണ്ടായിരുന്നുള്ളൂ. കൊടും ശൈത്യത്തെ അതിജീവിക്കാൻ ആളുകൾ കൂട്ടംചേർന്നിരുന്നു. അത് വാസ്തവത്തിൽ അതിജീവനത്തിനുള്ള പോരാട്ടമായിരുന്നില്ല, അതിജീവനത്തിനുള്ള ആശ്ലേഷമായിരുന്നു. അതിൽ നമ്മൾ പരസ്പരം ഊഷ്മളമായി നിർത്തി.

പിന്നെ കാലാവസ്ഥ മാറി. പടിഞ്ഞാറ് നൈലിനും കിഴക്ക് ടൈഗ്രീസിനും ഇടക്കുള്ള പ്രദേശങ്ങളിലൂടെ തേനും പാലും ഒഴുകി. ഇവിടെ അതിജീവനം എന്നത് പ്രകൃതിശക്തികൾക്കെതിരായ കൂട്ടംകൂടലായിരുന്നില്ല. ധാരാളം ഭക്ഷണവസ്തുക്കൾ ലഭിക്കാൻ തുടങ്ങിയതോടെ അവിടെ കൂടുന്നതാണ് ബുദ്ധിപരം എന്നുവന്നു. കുടിലുകളും ക്ഷേത്രങ്ങളും പണിതു, നഗരങ്ങളും ഗ്രാമങ്ങളും രൂപപ്പെട്ടു, ജനസമൂഹം വളർന്നു.

അതിലും പ്രധാനപ്പെട്ട കാര്യം ആളുകളുടെ ആസ്തി വളർന്നു എന്നതാണ്.

ഇതിനെക്കുറിച്ച് റൂസ്സോക്കെന്താണ് പറയാനുണ്ടായിരുന്നത്? 'ഒരു തുണ്ട് ഭൂമി വളച്ചുകെട്ടി അത് കൈവശംവെച്ച് 'ഇത് എന്റേതാണ്' എന്ന് ആദ്യമായി ഒരാൾ പറഞ്ഞിടത്ത്' കാര്യങ്ങൾ കുഴമറിഞ്ഞു.

ഭൂമി അല്ലെങ്കിൽ മൃഗങ്ങൾ, എന്തിനധികം സഹജീവികൾ മറ്റ് ആരുടേതെങ്കിലും ആകുമെന്ന് ആളുകളെ ബോധ്യപ്പെടുത്തുക അത്ര എളുപ്പമുള്ള കാര്യമായിരുന്നിരിക്കില്ല. എന്തൊക്കെപ്പറഞ്ഞാലും ഭക്ഷണം തേടി അലഞ്ഞു നടക്കുന്നവർ എല്ലാം പങ്കിടുന്ന ശീലമുള്ളവരായിരുന്നു. ഉടമസ്ഥാവകാശം എന്ന ഈ പുതിയ രീതി അർത്ഥമാക്കുന്നത് അസമത്വം വളരാൻ തുടങ്ങി എന്നാണ്. ഒരാൾ മരിച്ചു കഴിഞ്ഞാൽ അയാളുടെ ആസ്തികൾ വരും തലമുറയ്ക്ക് ലഭിക്കും.

ഇത്തരം അനന്തരാവകാശം നിലവിൽ വന്നതോടെ ധനികനും ദരിദ്രനും തമ്മിലുള്ള വിടവ് വലുതാവാൻ തുടങ്ങി.

രസകരമായ കാര്യം എന്താണെന്നുവെച്ചാൽ ഈ ഘട്ടത്തിലാണ്, ഹിമയുഗത്തിന്റെ അവസാനത്തിൽ, ആദ്യമായി യുദ്ധം പൊട്ടിപ്പുറപ്പെട്ടത്. നമ്മൾ ഒരിടത്തു കൂടാൻ തുടങ്ങിയതും നമ്മൾ ആദ്യത്തെ സൈനിക കോട്ട കെട്ടൽ ആരംഭിച്ചുവെന്ന് പുരാവസ്തുഗവേഷണം വ്യക്തമാക്കുന്നു. ഈ സമയത്തു തന്നെയാണ് പരസ്പരം പോരാടുന്ന വില്ലാളികളെ ചിത്രീകരിച്ച ചുമർ

ചിത്രങ്ങൾ ആദ്യമായി പ്രത്യക്ഷപ്പെടുന്നത്. ഈ കാലത്തു ജീവിച്ചവരുടെ നിരവധി അസ്ഥിപഞ്ജരങ്ങൾ കുഴിച്ചെടുത്തതിൽനിന്നും ഉഗ്രമായ ഏറ്റുമുട്ടലിൽ മുറിവേറ്റതിന്റെ കൃത്യമായ സൂചനകൾ ഉണ്ട്.

ഇതെങ്ങനെ സംഭവിച്ചു? ഇതിന് ഏറ്റവും കുറഞ്ഞത് രണ്ട് കാരണങ്ങളെങ്കിലും ഉണ്ടാകാമെന്നാണ് പണ്ഡിതർ കരുതുന്നത്. ഒന്ന്, നമുക്ക് പോരടിക്കാൻ ഭൂമിയടക്കമുള്ള വസ്തുവകകൾ ഉണ്ടായിരുന്നു. രണ്ടാമത്തേതാകട്ടെ, ഒരിടത്ത് സ്ഥിരമായി വസിക്കുന്നത് നമ്മളിൽ അപരിചിതരോടുള്ള അവിശ്വാസം വളർത്തി. അലഞ്ഞുതിരിഞ്ഞു നടന്നിരുന്നവർ തങ്ങളുടെ കൂട്ടത്തിൽ ഒരാളെ അംഗമാക്കുന്നതിൽ താരതമ്യേന വിശാലമായ നയമാണ് വച്ചുപുലർത്തിയിരുന്നത്. നിങ്ങൾ നടന്നുപോകുമ്പോൾ എപ്പോഴും പുതിയ ആളുകളെ കണ്ട് പരിചയപ്പെടും. മാത്രവുമല്ല, മറ്റൊരു സംഘത്തിൽ ചേരുന്നതും വളരെ എളുപ്പമായിരുന്നു. എന്നാൽ ഗ്രാമീണരാകട്ടെ, തങ്ങളുടെ സമൂഹത്തിലും സ്വന്തം വസ്തുവകകളിലും കൂടുതൽ ശ്രദ്ധ കേന്ദ്രീകരിക്കാൻ തുടങ്ങി. അങ്ങനെ ഹോമോ പപ്പി വിശ്വമാനവനിൽനിന്നും പരദേശി സ്പർദ്ധ വെച്ചുപുലർത്തുന്നവനായി മാറി.

വിരോധാഭാസമെന്ന് പറയട്ടെ, പിന്നീട് നമ്മൾ അപരിചിതരുമായി കൂട്ടുകൂടുന്നതിന് ഉണ്ടായ ഒരു പ്രധാന കാരണം യുദ്ധം ചെയ്യാനായിരുന്നു. ഒരു ഗോത്രത്തിൽപ്പെട്ടവർ മറ്റൊരു ഗോത്രത്തിൽപ്പെട്ടവരെ നേരിടുന്നതിനായി സഖ്യങ്ങൾ രൂപീകരിക്കാൻ തുടങ്ങി. നേതാക്കൾ ഉയർന്നു വന്നു. യുദ്ധക്കളത്തിൽ തങ്ങളുടെ കരുത്ത് തെളിയിച്ച് മറ്റുള്ളവർക്കിടയിൽ സ്വാധീന ശക്തി വളർത്തിയെടുത്തവരായിരുന്നു അവർ. ഓരോരോ പുതിയ ഏറ്റുമുട്ടലും അവരുടെ സ്ഥാനം കൂടുതൽ സുരക്ഷിതമാക്കി. കാലാന്തരത്തിൽ ഈ ജനറൽമാർ അവരുടെ അധികാരത്തിൽ കൂടുതൽ ആസക്തരാവാൻ തുടങ്ങുകയും സമാധാന കാലത്തുപോലും സ്ഥാനം ഒഴിവാക്കാൻ വിസമ്മതിക്കുകയും ചെയ്തു.

പലപ്പോഴും ജനറൽമാരെ നിർബന്ധിതമായി ആ സ്ഥാനത്തുനിന്നും നീക്കേണ്ടി വന്നു. 'സ്ഥിരമായി രാജപദവിയിലിരിക്കാൻ ഉള്ള ശ്രമത്തിൽ പരാജയപ്പെട്ട നിരവധി പുതുമടിശ്ശീലക്കാർ ഉണ്ടാവാമെന്ന് ചരിത്രകാരനായ പീറ്റർ ടർച്ചിൻ പറയുന്നു. എന്നാൽ ചിലപ്പോഴൊക്കെ ഇത്തരം ഇടപെടലുകൾ വൈകിപ്പോവുകയും അപ്പോഴേക്കും ജനറൽ സാധാരണ പൗരന്മാരിൽനിന്നും തന്നെ സംരക്ഷിക്കുന്നതിനായി ആവശ്യത്തിന് അനുയായികളെ സ്വരൂപിച്ചെടുക്കുകയും ചെയ്തിരിക്കും. ഇത്തരം ഭരണാധികാരികളുടെ മേധാവിത്വമുള്ള സമൂഹങ്ങൾക്ക് യുദ്ധത്തോട് കൂടുതൽ അഭിനിവേശമുള്ളതായി കാണാനാവും.

യുദ്ധം എന്ന പ്രതിഭാസത്തെക്കുറിച്ച് മനസ്സിലാക്കണമെങ്കിൽ നമ്മൾ അത് നിയന്ത്രിക്കുന്നവരിലേക്ക് തിരിയേണ്ടതുണ്ട്. ജനറൽമാരും രാജാക്കന്മാരും, പ്രസിഡണ്ടുമാരും ഉപദേശകരും: യുദ്ധം തങ്ങളുടെ അധികാരവും അഭിമാനവും ഉയർത്തും എന്നറിഞ്ഞുകൊണ്ട് അതിനിറങ്ങി പുറപ്പെടുന്ന ലെവിയാത്തന്മാരാണിവർ. പഴയനിയമം നോക്കൂ, അതിൽ സാമുവൽ പ്രവാചകൻ ഇസ്രയേലുകാരോട് ഒരു രാജാവിനെ സ്വീകരിക്കുന്നതിലുള്ള അപകടത്തെക്കുറിച്ച് മുന്നറിയിപ്പ് നല്കിയിരുന്നു. ബൈബിളിലെ ഏറ്റവും ദീർഘദൃഷ്ടിയോട് കൂടിയതും അശുഭസൂചകവുമായ ഒരു ഭാഗമാണത്:

> നിങ്ങളെ ഭരിക്കാനിരിക്കുന്ന രാജാവ് നിങ്ങളോട് ഇങ്ങനെ ചെയ്യും: തന്റെ രഥത്തിന്റെ മുമ്പിൽ ഓടാൻ തേരാളികളും അശ്വഭടന്മാരുമായി അവൻ നിങ്ങളുടെ പുത്രന്മാരെ നിയോഗിക്കും. ആയിരങ്ങളുടെയും അമ്പതുകളുടെയും അധിപന്മാരായി അവൻ അവരെ നിയമിക്കും. ഉഴവുകാരും കൊയ്ത്തുകാരും ആയുധപ്പണിക്കാരും രഥോപകരണ നിർമ്മാതാക്കളുമായി അവരെ നിയമിക്കും. നിങ്ങളുടെ പുത്രിമാരെ സുഗന്ധതൈലക്കാരികളും പാചകക്കാരികളും അപ്പക്കാരികളുമാക്കും. നിങ്ങളുടെ വയലുകളിലും മുന്തിരിത്തോട്ടങ്ങളിലും ഒലിവുതോട്ടങ്ങളിലുംവച്ച് ഏറ്റവും നല്ലത് അവൻ തന്റെ സേവകർക്ക് നല്കും. നിങ്ങളുടെ ധാന്യങ്ങളുടെയും മുന്തിരിയുടെയും ദശാംശം എടുത്ത് അവൻ തന്റെ കിങ്കരന്മാർക്കും ഭൃത്യന്മാർക്കും നല്കും. നിങ്ങളുടെ ദാസന്മാരെയും ദാസികളെയും ഏറ്റവും നല്ല കന്നുകാലികളെയും കഴുതകളെയും അവൻ തന്റെ ജോലിക്ക് നിയോഗിക്കും. അവൻ നിങ്ങളുടെ ആട്ടിൻപറ്റത്തിന്റെ ദശാംശം എടുക്കും. നിങ്ങൾ അവന്റെ അടിമകളായിരിക്കും.

അധിവാസകേന്ദ്രങ്ങളുടെയും സ്വകാര്യസ്വത്തിന്റെയും ആവിർഭാവം മനുഷ്യകുലത്തിന്റെ ചരിത്രത്തിൽ ഒരു പുതിയ യുഗം കൊണ്ടുവന്നു. ഒരു ശതമാനം ആളുകൾ തൊണ്ണൂറ്റൊമ്പതു ശതമാനം പേരെയും അടിച്ചമർത്താൻ തുടങ്ങി, സൗമ്യമായി സംസാരിക്കുന്നവർ കമാൻഡർമാരിൽനിന്നും ജനറൽമാരും നാട്ടുപ്രമാണിമാരിൽനിന്നും രാജാക്കന്മാരുമായി. സ്വാതന്ത്ര്യത്തിന്റെയും സമത്വത്തിന്റെയും സാഹോദര്യത്തിന്റെയും നാളുകൾ അതോടെ അവസാനിച്ചു.

4

സമീപകാലത്തെ ഈ പുരാവസ്തുപരമായ കണ്ടെത്തലുകളെക്കുറിച്ച് വായിച്ചപ്പോൾ എന്റെ ചിന്തകൾ വീണ്ടും ഴാങ് ഴാക് റൂസ്സോവിലേക്ക് മടങ്ങി. സ്വയം പ്രഖ്യാപിത 'യാഥാർഥ്യവാദികളായ' എഴുത്തുകാർ അദ്ദേഹത്തെ നിഷ്കളങ്കനായൊരു കാല്പനികനെന്നു പറഞ്ഞ് എപ്പോഴും മാറ്റി നിർത്തുകയാണ് ചെയ്തത്. എന്നാൽ യഥാർത്ഥത്തിൽ റൂസ്സോ ആയിരുന്നു ശരിക്കും യാഥാർഥ്യവാദി എന്ന് തോന്നി തുടങ്ങുന്നു.

ഈ ഫ്രഞ്ച് തത്വചിന്തകൻ നാഗരികതയുടെ മുന്നേറ്റമെന്ന ആശയത്തെ തന്നെ തള്ളിക്കളഞ്ഞിരുന്നു. ഇപ്പോഴും വിദ്യാലയങ്ങളിൽ പഠിപ്പിച്ചുകൊണ്ടിരിക്കുന്ന, നമ്മൾ മുരളുന്ന ഗുഹാനിവാസികളായി, പരസ്പരം തല്ലിച്ചതക്കുന്നവരായാണ് തുടങ്ങിയതെന്ന ആ ആശയമുണ്ടല്ലോ, അതിനെ റൂസ്സോ തള്ളിക്കളഞ്ഞു. കൃഷിയും സ്വകാര്യസ്വത്തും ആണ് ആത്യന്തികമായി നമുക്ക് സമാധാനവും അഭിവൃദ്ധിയും തന്നത് എന്നതിനെ, വിശപ്പുകൊണ്ടും പരസ്പരമുള്ള പോരാട്ടം കൊണ്ടും പൊറുതിമുട്ടിയ നമ്മുടെ പൂർവ്വികർ ഈ സമ്മാനങ്ങളെ ഏറെ ഉത്സുകരായാണ് വാരിപ്പുണർന്നത് എന്നതിനെ അദ്ദേഹം നിഷേധിച്ചു.

സത്യത്തിൽനിന്നും ഇത്രയും ദൂരെ മാറിനില്ക്കുന്ന മറ്റൊന്നും ഉണ്ടാവില്ലെന്ന് റൂസ്സോ വിശ്വസിച്ചു. നമ്മൾ ഒരിടത്ത് വാസമുറപ്പിച്ചപ്പോഴാണ്

കാര്യങ്ങൾ തകിടം മറിഞ്ഞതെന്ന് അദ്ദേഹം കരുതി. ഇപ്പോൾ പുരാവസ്തു ഗവേഷണം കാണിക്കുന്നതും അതുതന്നെയാണ്. മനുഷ്യൻ കാർഷികവൃത്തി കണ്ടെത്തിയത് ഒരു വലിയ അപചയമായി റൂസ്സോ കണ്ടു. ഇന്നിപ്പോൾ ഇതിനും ധാരാളം ശാസ്ത്രീയമായ തെളിവുകളുണ്ട്.

ഒരു ഉദാഹരണം പറയുകയാണെങ്കിൽ വേട്ടയാടി ഇരതേടി ജീവിച്ചിരുന്ന മനുഷ്യർ ആഴ്ചയിൽ ഇരുപതോ മുപ്പതോ മണിക്കൂർ ജോലിചെയ്ത് സാമാന്യം സുഖപ്രദമായ ജീവിതമാണ് നയിച്ചിരുന്നത് എന്ന് നരവംശ ശാസ്ത്രജ്ഞന്മാർ കണ്ടെത്തിയിട്ടുണ്ട്. പ്രകൃതിയാവട്ടെ, അവർക്ക് വേണ്ട തെല്ലാം നല്കി, അങ്ങനെ അവർക്ക് വിശ്രമിക്കാനും കൂട്ടുകൂടാനും പരസ്പരം ബന്ധപ്പെടാനും ധാരാളം സമയം ലഭിച്ചു.

ഇതിനുനേരെ വിപരീതമായി, കർഷകർക്കാവട്ടെ വയലിൽ അദ്ധ്വാനിക്കണം. അങ്ങനെ മണ്ണിൽ പണിയെടുക്കുമ്പോൾ അവർക്ക് നേരം പോക്കിനൊന്നും സമയം കിട്ടില്ല. എല്ലുമുറിയെ പണിതാലെ പല്ലു മുറിയെ തിന്നാനാവൂ. ആദിമനുഷ്യന്റെ പതനം സംഘടിതമായ കാർഷികവൃത്തിയിലേക്കുള്ള മാറ്റത്തെ സൂചിപ്പിക്കുന്നു എന്നും, അതാണ് 'നെറ്റിത്തടത്തിലെ വിയർപ്പു കൊണ്ട് നീ ഭക്ഷണം സമ്പാദിക്കു'മെന്ന് ഉത്പത്തി പുസ്തകം 3-ൽ കൃത്യമായി പറഞ്ഞിരിക്കുന്നത് എന്നും ചില മതശാസ്ത്രജ്ഞർ സംശയിക്കുന്നു.

ഇങ്ങനെ ഒരിടത്ത് താവളമുറപ്പിച്ച ജീവിതത്തിന്റെ പീഡനം ഏറ്റവുമധികം ഏറ്റുവാങ്ങിയത് സ്ത്രീകളാണ്. സ്വകാര്യസ്വത്തിന്റെയും കാർഷികവൃത്തിയുടെയും വളർച്ച ഫെമിനിസത്തിന്റെ ആദിപ്രരൂപത്തിന് അന്ത്യം കുറിച്ചു. ആൺകുട്ടികൾ തങ്ങളുടെ പിതൃസ്വത്തിന്റെ ഭാഗമായ മണ്ണൊരുക്കാനും കന്നുകാലികളെ മേയ്ക്കാനും തുടങ്ങിയതോടെ ഒരു വീട്ടിലേക്ക് വധുവിനെ കൊണ്ടുവരുന്നത് കുടുംബത്തിലെ കൃഷി നടത്തിപ്പിന്റെ ഭാഗമാണെന്ന് വന്നു. അങ്ങനെ നൂറ്റാണ്ടുകൾകൊണ്ട് വിവാഹപ്രായമെത്തിയ പെൺമക്കൾ കേവലം ഉല്പ്പന്നങ്ങൾപോലെ ആയിത്തീർന്നു, പശുവിനെയും ചെമ്മരിയാടിനെയും പോലെയൊക്കെ വാങ്ങുകയും കൊടുക്കുകയും ചെയ്യാവുന്നവ.

അവർ, വന്നു കയറുന്ന പുതിയ വീട്ടിലെ ഈ വധുക്കളെ സംശയത്തോടെയാണ് കണ്ടിരുന്നത്. അവർക്ക് ഒരു ആൺകുഞ്ഞിനെ സമ്മാനിച്ചാൽ മാത്രമേ സ്ത്രീകൾക്ക് ഏതെങ്കിലും തരത്തിലുള്ള സ്വീകാര്യത ലഭിച്ചിരുന്നുള്ളു. ധർമ്മപത്നിയിൽ പിറന്ന പുത്രൻ, അതുതന്നെ. സ്ത്രീകളുടെ കന്യകാത്വം ഒരു ഒഴിയാബാധയായി മാറിയതും യാദൃച്ഛികമല്ല. ചരിത്രാതീത കാലത്ത് സ്ത്രീകൾക്ക് തന്നിഷ്ടംപോലെ വരാനും പോകാനും സ്വാതന്ത്ര്യമുണ്ടായിരുന്നു എങ്കിൽ ഇപ്പോൾ അവളെ മറച്ചുവയ്ക്കുകയും സ്വാതന്ത്ര്യം നിഷേധിക്കുകയും ചെയ്യാൻ തുടങ്ങി. അങ്ങനെ പുരുഷമേധാവിത്വം പിറന്നു.

കാര്യങ്ങൾ കൂടുതൽ വഷളായിക്കൊണ്ടേയിരുന്നു. ഒരിടത്ത് താവളമുറപ്പിച്ച കർഷകർ ഭക്ഷണംതേടി അലയുന്ന നാടോടി സമൂഹത്തിലുള്ളവരോളം ആരോഗ്യമുള്ളവരായിരുന്നില്ല എന്ന് റൂസ്സോ പറഞ്ഞകാര്യവും ശരിയായി. നാടോടികൾ എന്ന നിലയിൽ നമുക്ക് നല്ല വ്യായാമവും വിറ്റാമിനും നാരും സമ്പുഷ്ടമായ വൈവിധ്യമാർന്ന ഭക്ഷണക്രമവുമുണ്ടായിരുന്നു. എന്നാൽ കർഷകരായതോടെ നമ്മൾ പ്രാതലിന് ധാന്യം ഉച്ചഭക്ഷണത്തിന് ധാന്യം അത്താഴത്തിനും ധാന്യം എന്ന ഏകതാനമായ ഭക്ഷണക്രമത്തിലെത്തി.

നമ്മൾ നമ്മുടെ തന്നെ മാലിന്യങ്ങൾക്കരികെ കൂടുതൽ ഒതുങ്ങിക്കൂടാൻ തുടങ്ങി. പശു, ആട് മുതലായ മൃഗങ്ങളെ നമ്മൾ ഇണക്കുകയും അവയുടെ പാല് കുടിക്കാൻ തുടങ്ങുകയും ചെയ്തു. ഇത് കാലക്രമത്തിൽ പട്ടണങ്ങളെ ജൈവമാറ്റം വരുന്ന ബാക്ടീരിയകളെയും വൈറസുകളെയും വളർത്തുന്നതിനുള്ള പിഞ്ഞാണമാക്കി (പെട്രീഡിഷ്) മാറ്റി. 'സിവിൽ സമൂഹത്തിന്റെ ചരിത്രം പിന്തുടരുമ്പോൾ മനുഷ്യന്റെ രോഗാതുരതയെക്കുറിച്ച് കൂടിയായിരിക്കും നമ്മൾ പറയുക,' എന്ന് റൂസ്സോ സൂചിപ്പിച്ചിട്ടുണ്ട്.

നമ്മുടെ നാടോടിജീവിതത്തെ കാർഷികജീവിതവുമായി വെച്ചുമാറുന്നതുവരേക്കും അഞ്ചാംപനി, വസൂരി, ക്ഷയം, സിഫിലിസ്, മലേറിയ, കോളറ, പ്ലേഗ് തുടങ്ങിയ പകർച്ചവ്യാധികളെക്കുറിച്ചൊന്നും കേട്ടുകേൾവിപോലും ഉണ്ടായിരുന്നില്ല. അപ്പോൾ പിന്നെ എവിടെനിന്നാണ് ഈ രോഗങ്ങൾ വന്നത്? നമ്മൾ ഇണക്കിയെടുത്ത മൃഗങ്ങളിൽനിന്ന് - കുറച്ചുകൂടി കൃത്യമായി പറഞ്ഞാൽ അവയിലുള്ള സൂക്ഷ്മാണുക്കളിൽ നിന്ന്. അഞ്ചാംപനി നമുക്ക് കിട്ടിയത് പശുക്കളിൽ നിന്നാണ്. ഫ്ളൂ ആകട്ടെ മനുഷ്യരും പന്നികളും താറാവുകളുമെല്ലാം ഒന്നിച്ചുള്ള സൂക്ഷ്മ സഹവാസത്തിൽനിന്നും. ഈ സൂക്ഷ്മാണുക്കളുടെ പുതിയ പുതിയ തരങ്ങൾ കാലക്രമത്തിൽ വന്നുകൊണ്ടേയിരിക്കും.

ലൈംഗികതയിലൂടെ പകരുന്ന രോഗങ്ങളുടെ സ്ഥിതിയും ഇതുതന്നെ. നാടോടി ജീവിതക്കാലത്ത് അക്ഷരാർത്ഥത്തിൽ അജ്ഞാതമായിരുന്ന ഈ രോഗം കന്നുകാലികളെ വളർത്തി ജീവിക്കുന്ന സമൂഹത്തിനിടയിൽ പടർന്നുപിടിച്ചു. എന്തുകൊണ്ട്? ഇതിനുള്ള കാരണം അതിലേറെ പരിഭ്രാന്തി ജനകമാണ്. ആളുകൾ കന്നുകാലികളെ വളർത്താൻ തുടങ്ങിയതോടെ അവർ മൃഗങ്ങളുമായുള്ള രതിയും കണ്ടുപിടിച്ചു. ലോകം കൂടുതൽ പിരിമുറുക്കത്തിലേക്ക് നീങ്ങിയപ്പോൾ ഒറ്റപ്പെട്ട കർഷകൻ രഹസ്യമായി തന്റെ വളർത്തുമൃഗങ്ങളെ പ്രാപിക്കാൻ തുടങ്ങി.

സ്ത്രീയുടെ കന്യകാത്വം പുരുഷനെ ഇത്രയധികം അലട്ടാൻ തുടങ്ങിയതിന്റെ രണ്ടാമത്തെ കാരണവും ഇതുതന്നെ. സ്വന്തം ചോരയിൽ പിറന്ന സന്തതി എന്നതിനപ്പുറം ലൈംഗികരോഗങ്ങളെ കുറിച്ചുള്ള ഭയം കൂടിയായിരുന്നു ഇതിന് കാരണം. അന്തഃപുരങ്ങൾ സ്വന്തം നിയന്ത്രണത്തിലുണ്ടായിരുന്ന രാജാക്കന്മാരും ചക്രവർത്തിമാരും തങ്ങളുടെ കിടപ്പറപങ്കാളികൾ 'പരിശുദ്ധരാണ്' എന്നുറപ്പിക്കാൻ ഏതറ്റവും വരെയും പോകുമായിരുന്നു. അതുകൊണ്ടാണ് വിവാഹപൂർവ്വ രതി എന്ന ആശയം ഒരു പാപമായി കരുതുന്നതും ലക്ഷക്കണക്കിന് ആളുകൾ ഇപ്പോഴും അങ്ങനെ വിശ്വസിക്കുന്നതും.

ഭക്ഷണക്ഷാമം, വെള്ളപ്പൊക്കം, പകർച്ചവ്യാധികൾ - നമ്മൾ ഒരിടത്ത് താവളമുറപ്പിച്ച് ഏറെയാകുന്നതിനുമുമ്പ് നമ്മൾ അസംഖ്യം ദുരന്തചക്രങ്ങളുമായി പോരാട്ടം തുടങ്ങേണ്ടി വന്നു. ഒരു വിളനാശം അല്ലെങ്കിൽ മാരകമായ ഒരു രോഗാണു, അത്രയും മതി ഒരു ജനതയെ മുഴുവൻ ഭൂമുഖത്തുനിന്നും തുടച്ച് നീക്കാൻ. ഹോമോ പപ്പിയെ സംബന്ധിച്ചിടത്തോളം ഇത് തീർത്തും അന്ധാളിപ്പിക്കുന്ന ഒരു സംഭവവികാസമായിരുന്നു. ഇതെന്തുകൊണ്ടായിരുന്നു സംഭവിച്ചത്? ആരായിരുന്നു ഇതിന് പിന്നിൽ?

ആളുകൾ ഒരുപക്ഷേ ദൈവത്തിലും പ്രേതത്തിലുമൊക്കെ വിശ്വസിച്ചിരുന്നിരിക്കാം എന്ന് പണ്ഡിതർ സമ്മതിക്കുന്നു. പക്ഷേ, നാടോടികളായ

നമ്മുടെ പ്രപിതാമഹന്മാരുടെ ദൈവങ്ങൾക്കൊന്നും കേവലമർത്ത്യരുടെ ജീവിതത്തിലൊന്നും വലിയ താല്പര്യമുണ്ടായിരുന്നില്ല. പിന്നെയല്ലേ അവർ നടത്തുന്ന ലംഘനങ്ങൾക്കുള്ള ശിക്ഷ. നാടോടികളുടെ മതവിശ്വാസം അമേരിക്കൻ നരവംശശാസ്ത്രജ്ഞനായ ഫ്രാങ്ക് മാർലോ ടാൻസാനിയയിലെ ഹസ്ദ നാടോടികൾക്കിടയിൽ വർഷങ്ങളോളം ജീവിച്ചശേഷം എഴുതിയ കാര്യങ്ങളെ അനുസ്മരിപ്പിക്കുന്നതാണ്:

> ഹസ്ദ ഗോത്രത്തിന് ഒരു മതമുണ്ട് എന്ന് പറയാം എന്നാണെനിക്ക് തോന്നുന്നത്, അതൊരു പ്രപഞ്ചവിജ്ഞാനീയമാണ്. പക്ഷേ, ഇന്നത്തെ സങ്കീർണ്ണ സമൂഹത്തിൽ (ക്രിസ്തുമതം, ഇസ്ലാം മതം, ഹിന്ദുമതം തുടങ്ങിയവ) ഉള്ളവർ മതമെന്ന് കരുതുന്നതുമായി ഇതിനൊരു സാമ്യവുമില്ല. അവിടെ പള്ളികളില്ല, ഉപദേശികളില്ല, മതനേതാക്കളില്ല, മതം പഠിപ്പിക്കുന്നവരില്ല, വിഗ്രഹങ്ങളോ ദൈവരൂപങ്ങളോ ഇല്ല, സംഘടിതമായ യോഗങ്ങളില്ല, മത ധാർമ്മികതയില്ല, മരണാനന്തരജീവിതത്തിൽ വിശ്വാസവുമില്ല. അവരുടേത് നമ്മുടെ പ്രധാന മതങ്ങളുമായി ഒരു സാമ്യവുമില്ലാത്തതാണ്.

ആദ്യത്തെ വലിയ ആവാസകേന്ദ്രങ്ങൾ മതജീവിതത്തിൽ ഒരു നാടകീയ മാറ്റത്തിന് ഹേതുവായി. നമ്മളിൽ വന്ന് പതിക്കുന്ന വിനാശങ്ങൾക്കൊരു വിശദീകരണംതേടി നമ്മൾ പ്രതികാരദാഹികളായ സർവ്വശക്തരിൽ വിശ്വസിക്കാൻ തുടങ്ങി, നമ്മുടെ ചില ചെയ്തികളിൽ രോഷാകുലരായ ദൈവങ്ങളിൽ.

ദൈവങ്ങൾ എന്തുകൊണ്ടാണ് ഇത്ര രോഷാകുലരാകുന്നത് എന്ന് കണ്ടെത്തുന്നതിനായി നമ്മൾ ഒരു പുരോഹിത സമൂഹത്തെ മൊത്തം ഉത്തരവാദിത്തമേല്പ്പിച്ചു. നമ്മൾ വിലക്കപ്പെട്ടതെന്തെങ്കിലും കഴിച്ചുവോ? തെറ്റായെന്തെങ്കിലും പറഞ്ഞുവോ? അവിഹിതമായ എന്തെങ്കിലും ചിന്ത മനസ്സിലുദിച്ചുവോ? അങ്ങനെ ചരിത്രത്തിൽ ആദ്യമായി നമ്മൾ പാപബോധം വളർത്തി. ഇതിനെന്ത് പ്രായശ്ചിത്തം ചെയ്യണമെന്ന് നിർദ്ദേശിക്കുന്നതിനായി നമ്മൾ പുരോഹിതർക്ക് നേരെ തിരിയാൻ തുടങ്ങി. ചിലപ്പോൾ ഒരു പ്രാർത്ഥനയോ അല്ലെങ്കിൽ ചിട്ടയായൊരു അനുഷ്ഠാനത്തിന്റെ പൂർത്തീകരണമോ മതിയായിരുന്നു. എന്നാൽ പലപ്പോഴും നമ്മുടെ പ്രിയപ്പെട്ട സമ്പാദ്യങ്ങൾ ബലികൊടുക്കേണ്ടി വന്നു - അത് ഭക്ഷണമാവാം, മൃഗങ്ങളാവാം, എന്തിനധികം മനുഷ്യർ പോലുമാവാം.

ഇതിനെ നമ്മൾ സ്വന്തം തലസ്ഥാന നഗരമായ ടെനോക്ടിറ്റ്ലാനിൽ നരബലിക്കുവേണ്ടിയുള്ള ഒരു വൻ വ്യാവസായിക സംരംഭംതന്നെ ഒരുക്കിയ ആസ്ടെക്കുകളുമായി ചേർത്തുവെച്ച് നോക്കി കാണേണ്ടതുണ്ട്. 1519-ൽ ഇവിടം ആക്രമിച്ച് കീഴടക്കാനെത്തിയവർ മാർച്ച് ചെയ്ത് വന്നപ്പോൾ, അവിടെയുള്ള ഏറ്റവും വലിയ ക്ഷേത്രത്തിലേക്ക് പ്രവേശിച്ച അവർ ആയിരകണക്കിന് മനുഷ്യരുടെ തലയോട്ടികൾ തട്ടുകളിലും ഗോപുരങ്ങളിലുമായി കൂട്ടിയിട്ടതുകണ്ട് അമ്പരന്നുപോയി. ഏതെങ്കിലും ദൈവങ്ങളെ പ്രീതിപ്പെടുത്തുന്നതിനുവേണ്ടി മാത്രമായിരുന്നില്ല ഈ നരബലികൾ എന്ന് പണ്ഡിതർ വിശ്വസിക്കുന്നു. 'തടവുപുള്ളികളായി പിടിച്ചവരെ കൊല്ലുന്നത്, അത് ആചാരത്തിന്റെ പേരിലാണെങ്കിൽ പോലും ശക്തമായൊരു രാഷ്ട്രീയ പ്രസ്താവനയാണ് [...] സ്വന്തം ജനസംഖ്യയെ നിയന്ത്രിക്കുന്നതിനുള്ള ഒരു മാർഗ്ഗമാണ്,'

എന്ന് നരവംശശാസ്ത്രജ്ഞയായ ലിസി വെയ്ഡ് *സയൻസ്* മാസികയിലെഴുതിയ ഒരു ലേഖനത്തിൽ പറയുന്നു.

ഭക്ഷണക്ഷാമം, മഹാമാരികൾ, അടിച്ചമർത്തൽ - ഈ ദുരിതങ്ങളെക്കുറിച്ചെല്ലാം ചിന്തിക്കുമ്പോൾ ചോദിക്കാതെ വയ്യ: ഇതെന്തിനായിരുന്നു. ഒരിടത്ത് ആവാസം ഉറപ്പിക്കുന്നത് നല്ല കാര്യമാണെന്ന് നമ്മൾ എന്തിനാണ് ചിന്തിച്ചത്? വിശ്രമവേളകളും നല്ല ആരോഗ്യവുമുള്ള നാടോടിജീവിതത്തെ നമ്മളെന്തിനാണ് കഠിനാദ്ധ്വാനവും ക്ലേശങ്ങളും നിറഞ്ഞ കർഷകജീവിതവുമായി വെച്ചുമാറിയത്?

എന്താണ് സംഭവിച്ചത് എന്നതിനെക്കുറിച്ച് സാമാന്യം ഭേദപ്പെട്ടൊരു ചിത്രം രൂപപ്പെടുത്തിയെടുക്കാൻ പണ്ഡിതർക്ക് കഴിഞ്ഞിട്ടുണ്ട്. ആദ്യത്തെ ആവാസകേന്ദ്രങ്ങൾ ചിലപ്പോൾ ഏറെ പ്രലോഭനീയമായിരുന്നിരിക്കാം. നിറയെ പഴക്കുലകൾ തൂങ്ങിനിൽക്കുന്ന മരങ്ങളും അസംഖ്യം ചെറുമാനുകളും കലമാനുകളും മേഞ്ഞുനടക്കുന്ന പ്രദേശങ്ങളും എല്ലാം ചേർന്ന് ഭൂമിയിലെ സ്വർഗ്ഗമെന്ന് തോന്നിയ ആ സ്ഥലത്തെത്തിപ്പെട്ടപ്പോൾ അവിടെ തങ്ങാതിരിക്കുന്നത് ഭ്രാന്താണെന്ന് നമ്മൾ കരുതിക്കാണും.

കൃഷിയുടെ കാര്യവും ഏതാണ്ട് ഇതൊക്കെത്തന്നെയാണ്. പെട്ടെന്നൊരു ബോധോദയമുണ്ടായ നിമിഷത്തിൽ 'യുറേക്കാ! ഇനി നമുക്ക് വിളവിറക്കാൻ തുടങ്ങാം' എന്ന് ആരും അലറി വിളിക്കുകയൊന്നുമായിരുന്നില്ല. നമുക്ക് കൃഷിയിറക്കാമെന്നും വിളവെടുക്കാമെന്നും നമ്മുടെ പൂർവ്വപിതാമഹന്മാർക്ക് ആയിരക്കണക്കിന് വർഷങ്ങളായി അറിയാമായിരുന്നുവെങ്കിലും ആ രീതിയിലൂടെ മുന്നോട്ടുപോകേണ്ടതില്ലെന്നും അവർക്ക് വ്യക്തമായി അറിയാമായിരുന്നു. 'ലോകത്ത് ധാരാളം മോങ്ഗോങ്ങോ ഉള്ളപ്പോൾ പിന്നെ ഞങ്ങളെന്തിന് കൃഷി ചെയ്യണം' എന്നാണ് ഒരു കങ് ഗോത്രവർഗ്ഗക്കാരൻ ഒരു വംശശാസ്ത്രജ്ഞനോട് പറഞ്ഞത്.

ഏറ്റവും യുക്തിഭദ്രമായ വിശദീകരണം നമ്മൾ ഒരു കെണിയിൽപ്പെട്ടു എന്നതാണ്. ആ കെണി വലിയ പരിശ്രമമൊന്നും കൂടാതെ നന്നായി വിളവ് കിട്ടുന്ന, ടൈഗ്രീസിനും യൂഫ്രട്ടീസിനും ഇടയ്ക്കുള്ള വെള്ളപ്പൊക്കം വരുന്ന ഫലഭൂയിഷ്ഠമായ ഭൂമിയായിരുന്നു. ഓരോ വർഷവും വെള്ളം വാർന്നു പോകുമ്പോൾ അവിടെ അടിഞ്ഞു ചേരുന്ന ഫലഭൂയിഷ്ഠമായ എക്കൽ മണ്ണിന്റെ മൃദുവായ പാളിയുള്ള മണ്ണിൽ നമുക്ക് എളുപ്പത്തിൽ കൃഷിയിറക്കാനാവും. പ്രകൃതി തന്നെ ഭൂരിഭാഗം ജോലിയും ചെയ്യുമ്പോൾ സ്വതവേ പണിയെടുക്കാൻ മടിയുള്ള ഹോമോ പപ്പിയും കൃഷിയിൽ ഒരു കൈനോക്കാൻ തയ്യാറായി.

എന്നാൽ നമ്മുടെ പൂർവ്വികന്മാർക്ക് മുൻകൂട്ടി കാണാനാവാതെ പോയ ഒരു കാര്യം എങ്ങനെ മനുഷ്യവർഗ്ഗം പെറ്റുപെരുകും എന്നതായിരുന്നു. ആവാസകേന്ദ്രങ്ങൾ ജനനിബിഡമായതോടെ കാട്ടുമൃഗങ്ങളുടെ എണ്ണം കുറഞ്ഞു. ഈ കുറവ് നികത്തുന്നതിനായി അത്രയൊന്നും ഫലഭൂയിഷ്ഠമല്ലാത്ത മണ്ണിലേക്ക് കൂടി കൃഷി വ്യാപിപ്പിക്കേണ്ടി വന്നു. അതോടെ കാർഷികവൃത്തി പഴയപോലെ അനായാസമല്ലാതായി. പുലരും മുതൽ സന്ധ്യ വരെ നമുക്ക് മണ്ണുഴുത് കൃഷിയിറക്കേണ്ടി വന്നു. ഇത്തരം അദ്ധ്വാനങ്ങൾക്ക് വേണ്ടി രൂപകല്പന ചെയ്യപ്പെട്ടതല്ലാത്തതിനാൽ തന്നെ നമ്മുടെ ശരീരത്തിന്

ഏറെ വേദനയും ക്ലേശവും അനുഭവപ്പെട്ടു. നമ്മൾ വളർന്നുവന്നത് ചെറു പഴങ്ങൾ പെറുക്കിയും വിശ്രമിച്ചും ജീവിക്കാനാണ്. എന്നാൽ ഇപ്പോൾ നമ്മുടെ ജീവിതം കഠിനാദ്ധ്വാനം നിറഞ്ഞതായി.

എന്നിട്ടെന്തേ നമ്മൾ യാതൊരു നിയന്ത്രണവുമില്ലാത്ത ആ സ്വതന്ത്ര ജീവിതത്തിലേക്ക് തിരിച്ചുപോയില്ല? കാരണം, നമ്മൾ ഏറെ വൈകിക്കഴിഞ്ഞിരുന്നു. ഒരുപാട് പേരെ തീറ്റിപ്പോറ്റാനുണ്ടെന്ന് മാത്രമല്ല, അലഞ്ഞുതിരിഞ്ഞ് ഭക്ഷണം തേടുന്നതിനുള്ള സാമർത്ഥ്യവും നമുക്ക് കൈമോശം വന്ന് കഴിഞ്ഞിരുന്നു. പിന്നെ ചുറ്റുഭാഗത്തും മറ്റ് ആവാസകേന്ദ്രങ്ങൾകൊണ്ട് അതിരിട്ടിരുന്നതിനാൽ പച്ചയായ പുതിയ മേച്ചിൽപ്പുറങ്ങൾ തേടി കെട്ടുമെടുത്ത് പോകാൻ നമുക്ക് ആവില്ലായിരുന്നു. നമ്മൾ കെണിയിലകപ്പെട്ട് കഴിഞ്ഞിരുന്നു.

അധികം വൈകും മുന്നെ, കർഷകരുടെ എണ്ണം അലഞ്ഞുതിരിഞ്ഞ് ഭക്ഷണം തേടുന്നവരുടെ എണ്ണത്തേക്കാൾ പെരുകി. അങ്ങനെ കർഷകരുടെ ആവാസകേന്ദ്രങ്ങളിൽ ഓരോ ഏക്കറിലും കൂടുതൽ വിളവിറക്കാം എന്നായി. ഇതിനർത്ഥം അവർക്ക് കൂടുതൽ വലിയ സൈന്യങ്ങളെ തീറ്റിപ്പോറ്റാം എന്ന് കൂടിയായിരുന്നു. തങ്ങളുടെ പരമ്പരാഗതജീവിതം നയിച്ചിരുന്ന നാടോടി ഗോത്രങ്ങൾക്ക് അധിനിവേശം നടത്തുന്ന കോളനിസ്റ്റുകളെയും അവർ കൊണ്ടുവന്ന പകർച്ചവ്യാധികളെയും ചെറുക്കേണ്ടതായി വന്നു. അതിനൊടുവിൽ ഒരു സ്വേച്ഛാധിപതിക്ക് മുന്നിൽ മുട്ടുമടക്കാൻ വിസമ്മതിച്ച ഗോത്രങ്ങളെ സൈന്യം തല്ലിച്ചതച്ചു എന്ന് ഡഗ്ലസ് ഫ്രൈ പറയുന്നു. ഈ ആദ്യകാല കലാപങ്ങൾ പൊട്ടിപ്പുറപ്പെട്ടത് പിന്നീട് ലോകചരിത്രം രൂപപ്പെടുത്താൻ പോകുന്ന ഒരു വലിയ വർഗ്ഗം ഉരുത്തിരിയുന്നതിന്റെ സൂചനയായിരുന്നു. യുദ്ധത്തിന്റെ കർക്കശമായ ആവശ്യങ്ങൾ നിറവേറ്റുന്നതിനായി സമൂഹം ഭ്രാന്തമായി ഉയരാൻ തുടങ്ങിയതോടെ ഗ്രാമങ്ങളെ പട്ടണങ്ങൾ കീഴടക്കുകയും പട്ടണങ്ങൾ നഗരങ്ങൾക്ക് അനുബന്ധമാവുകയും നഗരങ്ങളെ പ്രവിശ്യകൾ വിഴുങ്ങുകയും ചെയ്തു. ഇത് റൂസ്സോ വിലപിച്ച ആ മഹാവിപത്തിൽ ചെന്നവസാനിച്ചു.

രാഷ്ട്രത്തിന്റെ പിറവി.

5

ഒരു നിമിഷം നമുക്ക് ഭൂമിയിൽ ആദ്യമായി നടന്ന മനുഷ്യരെക്കുറിച്ച് തോമസ് ഹോബ്സ് വരച്ചിട്ട ചിത്രത്തിലേക്ക് പോകാം. അദ്ദേഹം വിശ്വസിച്ചത് സർവ്വതന്ത്ര സ്വതന്ത്രമായ ജീവിതമാണ് നമ്മുടെ പൂർവ്വികരെ 'എല്ലാവരും എല്ലാവർക്കും എതിരായ യുദ്ധത്തിൽ' പരസ്പരം എതിരിട്ടു നിർത്തിയതെന്നാണ്. ആദ്യം വന്ന ലെവിയാത്തന്മാരേയും (നാട്ടുപ്രമാണിമാരും രാജാക്കന്മാരും) അവർ വാഗ്ദാനം ചെയ്ത സുരക്ഷയെയും വാരിപ്പുണരാൻ നമ്മൾ ഓടിയണയുമെന്നത് തീർത്തും സ്വാഭാവികമാണെന്ന് ഹോബ്സ് പറയുന്നു.

എന്നാൽ ഇപ്പോൾ നമുക്കറിയാം നാടോടികളായ നമ്മുടെ പൂർവ്വികർ യഥാർത്ഥത്തിൽ ഈ സ്വേച്ഛാധിപതികളിൽ നിന്നും ഓടിയകലാനാണ് ശ്രമിച്ചതെന്ന്. മെസ്സൊപ്പൊട്ടേമിയയിലെ ഉറുക്ക് അല്ലെങ്കിൽ ഫറവോമാരുടെ

ഈജിപ്റ്റ് എന്നിവയടക്കം ആദ്യകാല രാഷ്ട്രങ്ങളെല്ലാംതന്നെ അടിമരാഷ്ട്രങ്ങളായിരുന്നു, അതിന് ഒരപവാദവും ഇല്ല. ആളുകൾ തിക്കിത്തിരക്കി ഒന്നിച്ച് ജീവിക്കാൻ തീരുമാനിക്കുകയായിരുന്നില്ല, മറിച്ച് മഹാമാരികളും വസൂരിയുമെല്ലാം കാരണം തങ്ങളുടെ അടിമകൾ മരിച്ചു വീണപ്പോൾ പുതിയ പ്രജകൾക്കായി ആർത്തിപൂണ്ട ഭരണാധികാരികൾ അവരെ ബന്ധനസ്ഥരാക്കി കൊണ്ടുവരികയായിരുന്നു (പഴയനിയമം നഗരങ്ങളെ മോശമായി ചിത്രീകരിക്കുന്നത് യാദൃച്ഛികമല്ല. പരാജിതമായ ബാബേൽ ഗോപുരം തൊട്ട് സോദോമിന്റെയും ഗമേറയുടെയും തകർച്ചവരെ, ദൈവത്തിന്റെ ന്യായവിധി പാപപങ്കിലമായ നഗരങ്ങളെക്കുറിച്ച് വ്യക്തമായും ഉറക്കെയും പറയുന്നു.)

വിരോധാഭാസം എന്നല്ലാതെ എന്തുപറയാൻ. 'നാഗരികതയുടെ നാഴികക്കല്ലുകൾ എന്ന് നമ്മൾ വിശേഷിപ്പിക്കുന്ന പണത്തിന്റെ കണ്ടെത്തലും എഴുത്തിന്റെ വികാസവും നിയമസ്ഥാപനങ്ങളുടെ പിറവിയുമെല്ലാം അടിച്ചമർത്തലിന്റെ ഉപകരണങ്ങളായാണ് തുടങ്ങിയത്. ആദ്യം ഇറക്കിയ നാണയങ്ങളുടെ കാര്യംതന്നെ എടുക്കുക. നമ്മൾ നാണയമുണ്ടാക്കാൻ തുടങ്ങിയത് അത് ജീവിതം കൂടുതൽ സുഗമമാക്കും എന്നതുകൊണ്ടല്ല, മറിച്ച് ഭരണാധികാരികൾ നികുതിപിരിക്കുന്നതിനുള്ള കൂടുതൽ ഫലപ്രദമായ ഒരു മാർഗ്ഗം ആരാഞ്ഞു എന്നതുകൊണ്ടാണ്. അതുമല്ലെങ്കിൽ ഏറ്റവും ആദ്യം എഴുതപ്പെട്ട രേഖകൾ നോക്കുക: അത് കാല്പനിക കവിതാപുസ്തകങ്ങളൊന്നും ആയിരുന്നില്ല, മറിച്ച് പിരിച്ചെടുക്കാനുള്ള കടത്തിന്റെ നീണ്ടപട്ടികകളായിരുന്നു.

അപ്പോൾ പിന്നെ നിയമസ്ഥാപനങ്ങളോ? ആദ്യ നിയമസംഹിത എന്നറിയപ്പെടുന്ന ഐതിഹാസികമായ ഹാമ്മുറാബിയുടെ ചട്ടങ്ങൾ നിറയെ അടിമകളെ രക്ഷപ്പെടാൻ സഹായിക്കുന്നവർക്ക് നല്കുന്ന ശിക്ഷകളെക്കുറിച്ചാണ് പറഞ്ഞിരുന്നത്. പാശ്ചാത്യജനാധിപത്യത്തിന്റെ കളിത്തൊട്ടിൽ എന്നറിയപ്പെടുന്ന പുരാതന ഏഥൻസിൽ ജനസംഖ്യയിൽ മൂന്നിൽ രണ്ടും അടിമകളാക്കപ്പെട്ടവരായിരുന്നു. മഹാചിന്തകന്മാരായിരുന്ന പ്ലേറ്റോയും അരിസ്റ്റോട്ടിലുമൊക്കെ വിശ്വസിച്ചിരുന്നത് അടിമത്തം ഇല്ലാതെ നാഗരികതയ്ക്ക് നിലനിൽക്കാനാവില്ല എന്നാണ്.

രാഷ്ട്രം എന്നതിന്റെ യഥാർത്ഥസ്വഭാവം കൃത്യമായി കാണിച്ചുതരുന്ന ഏറ്റവും നല്ല ഉദാഹരണം ചൈനയിലെ വൻമതിൽ ആണ്. അപകടകാരികളായ 'കിരാതന്മാരെ' അകറ്റിനിർത്താൻ ഉദ്ദേശിച്ചുകൊണ്ട് കെട്ടിയ ഈ ലോകമഹാത്ഭുതം പ്രജകളെ അടച്ചിടുന്നതിന് കൂടി ഉദ്ദേശിച്ചുള്ളതായിരുന്നു. ഇത് ചൈനീസ് സാമ്രാജ്യത്തെ ലോകം കണ്ട ഏറ്റവും വലിയ തുറന്ന തടവറയാക്കി മാറ്റി എന്ന് ചരിത്രകാരനായ ഓവൻ ലാറ്റിമോർ പറയുന്നു.

അതുപോലെതന്നെ അമേരിക്കയുടെ ഭൂതകാലത്ത് നിലനിന്നിരുന്ന ഏറ്റവും വേദനാജനകമായ വിലക്കിനെക്കുറിച്ച് മിക്കവാറും എല്ലാ ചരിത്രപാഠപുസ്തകങ്ങളും നിശ്ശബ്ദമാണ്. ഇതിനെക്കുറിച്ച് പറയാൻ തയ്യാറായ അപൂർവ്വം ആളുകളിൽ ഒരാൾ അമേരിക്കയുടെ സ്ഥാപകപിതാവായ ബഞ്ചമിൻ ഫ്രാങ്ക്ളിൻ ആയിരുന്നു. റൂസ്സോ തന്റെ പുസ്തകങ്ങൾ എഴുതിക്കൊണ്ടിരിക്കുന്ന അതേ കാലത്തുതന്നെ 'നാഗരികമല്ലാത്ത കാട്ടാളജീവിതത്തിന്റെ രുചിയറിഞ്ഞ ഒരു യൂറോപ്യനും പിന്നീട് നമ്മുടെ സമൂഹങ്ങളിൽ സഹിച്ചു ജീവിക്കാനാവില്ല' എന്ന് ഫ്രാങ്ക്ളിൻ തന്നെ സമ്മതിച്ചിട്ടുള്ളതാണ്. അമേരി

ക്കയിലെ ആദിമനിവാസികളായ ഇന്ത്യൻസ് പിടിച്ചുകൊണ്ടുപോകുകയും പിന്നീട് മോചിപ്പിക്കുകയും ചെയ്ത 'നാഗരികരായ' വെള്ളക്കാരായ സ്ത്രീ പുരുഷന്മാർ എങ്ങനെയാണ് വീണ്ടും 'കാട്ടിലേക്ക് ഓടിപ്പോകാൻ കിട്ടുന്ന ആദ്യ അവസരംതന്നെ മുതലാക്കുന്നത്' എന്ന് അദ്ദേഹം വിശദീകരിച്ചിട്ടുണ്ട്.

നൂറുകണക്കിന് കുടിയേറ്റക്കാരാണ് കാട്ടിലേക്ക് ഓടിപ്പോയിട്ടുള്ളത്, എന്നാൽ തിരിച്ച് അങ്ങനെ എന്തെങ്കിലും സംഭവിക്കുന്നത് അത്യപൂർവ്വമാണെന്ന് ചരിത്രകാരന്മാർതന്നെ പറയുന്നു. അവരെ ആർക്കാണ് കുറ്റം പറയാൻ കഴിയുക? ഇന്ത്യൻസ് ആയി ജീവിക്കുമ്പോൾ അവർ കർഷകരായും നികുതിദാതാക്കളായും ജീവിക്കുന്നതിലും അധികം സ്വാതന്ത്ര്യം അനുഭവിച്ചു. സ്ത്രീകളെ സംബന്ധിച്ചിടത്തോളം ഇതിന്റെ വശ്യത വളരെ അധികമായിരുന്നു. 'ഇവിടെ ഞങ്ങൾക്ക് ഞങ്ങളുടെ ഇഷ്ടംപോലെ അനായാസമായി ജോലി ചെയ്യാം,' എന്നാണ് തന്നെ 'രക്ഷപ്പെടുത്താൻ' വന്ന നാട്ടുകാരിൽനിന്നും ഒളിച്ചിരുന്ന ഒരു കുടിയേറ്റക്കാരിയായ സ്ത്രീ പറഞ്ഞത്. 'ഇവിടെ എനിക്ക് യജമാനന്മാരില്ല. എനിക്ക് വേണമെന്നുണ്ടെങ്കിൽ വിവാഹം കഴിക്കാം, അതുകഴിഞ്ഞ് വേണമെങ്കിൽ അവിവാഹിതയും ആവാം. നിങ്ങളുടെ നഗരങ്ങളിൽ എന്നോളം സ്വതന്ത്രയായ ഒരു സ്ത്രീയെങ്കിലും ഉണ്ടാകുമോ?' എന്നാണ് മറ്റൊരു സ്ത്രീ ഒരു ഫ്രഞ്ച് നയതന്ത്ര ഉദ്യോഗസ്ഥനോട് പറഞ്ഞത്.

സമീപ നൂറ്റാണ്ടുകളിൽ നാഗരികതകളുടെ വളർച്ചയെയും പതനത്തെയും കുറിച്ച് ഒരു ഗ്രന്ഥശാലയ്ക്ക് വേണ്ടത്ര എഴുതപ്പെട്ടിട്ടുണ്ട്. കാടുപിടിച്ചുകിടക്കുന്ന മായൻ പിരമിഡുകളെക്കുറിച്ചും ഉപേക്ഷിക്കപ്പെട്ട ഗ്രീക്ക് ക്ഷേത്രങ്ങളെക്കുറിച്ചും ചിന്തിച്ചു നോക്കുക. ഈ പുസ്തകങ്ങളെല്ലാം തന്നെ നാഗരികതകൾ നിലംപൊത്തുമ്പോൾ എല്ലാം വഷളാവുന്നു എന്നും ലോകം ഒരു 'ഇരുണ്ട കാലത്തിലേക്ക് കൂപ്പുകുത്തുന്നു' എന്നുമുള്ള സങ്കല്പനത്തെ അടിസ്ഥാനപ്പെടുത്തിയുള്ളതാണ്.

ആ ഇരുണ്ടകാലത്തെ വിശ്രാന്തിയുടെ കാലമായി ചിത്രീകരിക്കുന്നതായിരിക്കും കൂടുതൽ കൃത്യമെന്ന് ആധുനിക പണ്ഡിതർ പറയുന്നു. കാരണം അവിടെ അടിമകളാക്കപ്പെട്ടവർ സ്വാതന്ത്ര്യം തിരിച്ചുപിടിക്കുകയും പകർച്ചവ്യാധികൾ കുറയുകയും ഭക്ഷണരീതി മെച്ചപ്പെടുകയും സംസ്ക്കാരം തഴച്ചുവളരുകയും ചെയ്തു. തന്റെ അതിഗംഭീരമായ പുസ്തകമായ Against the Grain-ൽ (2017) നരവംശശാസ്ത്രജ്ഞനായ ജയിംസ് സി സ്ക്കോട്ട് ചൂണ്ടികാണിക്കുന്നത് ഇലിയാഡ്, ഒഡീസി തുടങ്ങിയ മഹാഗ്രന്ഥങ്ങൾ രൂപപ്പെട്ടത് മായൻ നാഗരികതയുടെ പതനത്തെ തുടർന്നുണ്ടായ ഗ്രീക്കിലെ ഇരുണ്ട കാലഘട്ടത്തിലായിരുന്നു (1110 –700 B.C.) എന്നാണ്. അധികം വൈകാതെ ഹോമർ അത് രേഖപ്പെടുത്തിവെച്ചു. (ഹോമർ ഒരു വ്യക്തിയല്ലെന്നും മറിച്ച് ഗ്രീക്ക് കഥകളുമായി ബന്ധപ്പെട്ടുകിടക്കുന്ന ഒരു ലേബൽ മാത്രമാണെന്നും ചില പണ്ഡിതർ പറയുന്നു. ഇപ്പറഞ്ഞ മഹദ്ഗ്രന്ഥങ്ങളൊന്നും ഒരു വ്യക്തിയുടേതായി കാണരുതെന്നാണ് അവരുടെ നിലപാട്).

അപ്പോൾ പിന്നെ 'കിരാതന്മാരെ'ക്കുറിച്ചുള്ള നമ്മുടെ പരിപ്രേക്ഷ്യം ഇത്രമാത്രം നെഗറ്റീവ് ആയത് എന്തുകൊണ്ടാണ്? 'നാഗരികതാ'രാഹിത്യത്തെ സ്വാഭാവികമായും നമ്മൾ ഇരുണ്ടകാലവുമായി തുലനം ചെയ്യുന്നത് എന്തു

കൊണ്ടാണ്? ചരിത്രം എഴുതിയിട്ടുള്ളത് വിജയികളാണെന്ന് നമുക്കറിയാം. രാഷ്ട്രത്തെക്കുറിച്ചും പരമാധികാര രാഷ്ട്രങ്ങളെക്കുറിച്ചും എല്ലാം പ്രചരിപ്പിച്ച ആദ്യകാല കൃതികൾ അവനവനെ ഉന്നതസ്ഥാനങ്ങളിലിരുത്തുകയും മറ്റുള്ളവരെയെല്ലാം അവഗണനയോടെ നോക്കികാണാൻ ആഗ്രഹിക്കുകയും ചെയ്ത മർദ്ദകരുടെ വകയായിരുന്നു. കിരാതൻ (Barbarian) എന്ന പദം തന്നെ ഉണ്ടാവുന്നത് പുരാതന ഗ്രീക്കുഭാഷ സംസാരിക്കാത്തവരെ സൂചിപ്പിക്കുന്നതിനുവേണ്ടിയാണ്.

ഇങ്ങനെയാണ് നമ്മുടെ ചരിത്രബോധം തലകീഴ് മറിയുന്നത്. നാഗരികത സമാധാനത്തിന്റെയും പുരോഗതിയുടെയും സമാനാർത്ഥപദമാകുമ്പോൾ വന്യത യുദ്ധത്തിന്റെയും പതനത്തിന്റെയും പ്രതീകമാകുന്നു. എന്നാൽ യഥാർത്ഥത്തിൽ മനുഷ്യകുലത്തിന്റെ അസ്തിത്വത്തിന്റെ ഭൂരിഭാഗത്തിലും കഥ നേരെമറിച്ചാണ്.

6

പഴയ തത്ത്വചിന്തകനായ തോമസ് ഹോബ്സ് ഇതിലുമധികം അപ്രസക്തമാവാനില്ല. നമ്മുടെ പൂർവ്വികരുടെ ജീവിതത്തെയും കാലത്തെയും 'അരോചകവും നികൃഷ്ടവും ഹ്രസ്വവും' ആയാണ് അദ്ദേഹം ചിത്രീകരിച്ചത്. എന്നാൽ കൂടുതൽ സത്യസന്ധമായ വിശദീകരണം അവർ സൗഹാർദ്ദമുള്ളവരും സമാധാനപ്രിയരും ആരോഗ്യമുള്ളവരും ആയിരുന്നു എന്നതാണ്.

ഇതിലെ വിരോധാഭാസം നാഗരികതയുടെ ശാപം ഹോബ്സിനെ തന്റെ ജീവിതകാലം മുഴുവൻ വേട്ടയാടി എന്നതാണ്. 1628-ൽ തന്റെ സംരക്ഷകന്റെ ജീവനെടുത്ത പ്ലേഗിനെക്കുറിച്ചും 1640-ൽ ഇംഗ്ലണ്ടിൽനിന്നും പാരീസിലേക്ക് ഓടിപ്പോകാൻ അദ്ദേഹത്തെ നിർബന്ധിതനാക്കിയ ആഭ്യന്തരയുദ്ധത്തെക്കുറിച്ചുമെല്ലാം ചിന്തിച്ചാൽ മതി. മനുഷ്യകുലത്തെക്കുറിച്ച് അദ്ദേഹത്തിനുണ്ടായിരുന്ന കാഴ്ചപ്പാട് യുദ്ധവും മഹാമാരിയും സർവ്വനാശങ്ങളുമായി ബന്ധപ്പെട്ട അനുഭവങ്ങളിൽ വേരൂന്നിക്കിടക്കുന്നതായിരുന്നു. എന്നാൽ മനുഷ്യചരിത്രത്തിന്റെ തൊണ്ണൂറ്റഞ്ച് ശതമാനം കാലത്തിലും ഇതെല്ലാം ഫലത്തിൽ അജ്ഞാതമായിരുന്നു എന്നോർക്കണം. ചരിത്രത്തിന്റെ താളുകളിൽ, എന്തുകൊണ്ടോ ഹോബ്സ് അറിയപ്പെട്ടത് 'റിയലിസത്തിന്റെ പിതാവ്' എന്നാണ്. എന്നാൽ മനുഷ്യപ്രകൃതിയെക്കുറിച്ചുള്ള അദ്ദേഹത്തിന്റെ കാഴ്ചപ്പാടുകളാകട്ടെ എന്തുതന്നെയായാലും യാഥാർത്ഥ്യബോധത്തോടെ ഉള്ളതല്ല.

എന്നാൽ നാഗരികത അത്രയ്ക്ക് മോശമാണോ? അത് നമുക്കൊരുപാട് നല്ല കാര്യങ്ങൾ കൊണ്ട് തന്നിട്ടില്ലേ? യുദ്ധത്തിനും ആർത്തിക്കുമപ്പുറം ആധുനികലോകം നമ്മൾ നന്ദി പറയേണ്ട ഒരുപാട് കാര്യങ്ങൾ തന്നിട്ടില്ലേ?

തീർച്ചയായും ഉണ്ട്. പക്ഷേ, യഥാർത്ഥമായ പുരോഗതി വളരെ സമീപകാലത്തെ ഒരു പ്രതിഭാസമാണെന്നത് വേഗം മറക്കാനാവും. ഫ്രഞ്ച് വിപ്ലവം (1789) വരേയ്ക്കും ഒരുവിധം എല്ലാ രാജ്യങ്ങളും മുന്നോട്ടുപോയിരുന്നത് നിർബന്ധിത തൊഴിലിലൂടെ ആയിരുന്നു. 1800 വരേക്കും ലോകജനസംഖ്യ

യുടെ നാലിൽ മൂന്നുപേരെങ്കിലും ഏതെങ്കിലും ധനികനായ പ്രഭുവിന്റെ കീഴിൽ അടിമപ്പണി ചെയ്യുകയായിരുന്നു എന്ന് ഗവേഷകർതന്നെ എഴുതിയിട്ടുണ്ട്. തൊണ്ണൂറ് ശതമാനത്തിലധികം പേരും മണ്ണിൽ പണിയെടുക്കുകയും എൺപതുശതമാനത്തിലധികം പേരും കൊടുംദാരിദ്ര്യത്തിൽ ജീവിക്കുകയും ചെയ്തു. റൂസ്സോയുടെ വാക്കുകളിൽ 'മനുഷ്യൻ സ്വതന്ത്രനായി ജനിക്കുന്നു, എന്നാൽ എല്ലായിടത്തും അവൻ ചങ്ങലകളിൽ ബന്ധിതനാണ്.'

യുഗങ്ങളോളം നാഗരികത ഒരു കാലക്കേടായിരുന്നു. നഗരങ്ങളുടെയും രാഷ്ട്രങ്ങളുടെയും ആവിർഭാവം, കൃഷിയും എഴുത്തും രൂപപ്പെട്ടത്, ഇതൊന്നും ഭൂരിഭാഗം ജനങ്ങൾക്കും ഒരു അഭിവൃദ്ധിയും കൊണ്ടുവന്നില്ല, മറിച്ച് യാതനകളാണ് നല്കിയത്. കഴിഞ്ഞ രണ്ട് നൂറ്റാണ്ടുകളിൽ - അതായത് ഒന്ന് കണ്ണടച്ച് തുറക്കുന്ന സമയം - കാര്യങ്ങളെല്ലാം പെട്ടെന്ന് വളരെ മെച്ചപ്പെട്ടതോടെ നമ്മുടെ ജീവിതം എത്രമോശമായിരുന്നു എന്ന കാര്യം നമ്മളങ്ങ് മറന്നു. നാഗരികതയുടെ ചരിത്രമെടുത്ത് അതിനെ മൊത്തം ഇരുപത്തിനാല് മണിക്കൂറുകളാണ് എന്ന് കണക്കാക്കുകയാണെങ്കിൽ അതിൽ ഇരുപത്തിമൂന്ന് മണിക്കൂറും നാല്പത്തിയഞ്ച് മിനിറ്റും വെറും കഷ്ടപ്പാടുകളുടേതാണെന്ന് കാണാം. അവസാന പതിനഞ്ച് മിനിറ്റിൽ മാത്രമാണ് സിവിൽ സമൂഹം ഒരു നല്ല ആശയമായി കാണപ്പെടാൻ തുടങ്ങിയത്.

ആ പതിനഞ്ച് മിനിറ്റിൽ നമ്മൾ ഭൂരിഭാഗം പകർച്ചവ്യാധികളെയും നിർമ്മാർജ്ജനം ചെയ്തു. ഓരോ വർഷവും വാക്സിനുകൾ വഴി നമ്മൾ രക്ഷിക്കുന്ന ജീവനുകൾ മൊത്തം ഇരുപതാംനൂറ്റാണ്ടിലും ലോകസമാധാനം പുലർന്നിരുന്നു എങ്കിൽ രക്ഷിക്കാൻ കഴിയുമായിരുന്ന ജീവനുകളേക്കാൾ അധികമാണ്. രണ്ടാമതായി നമ്മൾ പണ്ടത്തേതിനേക്കാളുമൊക്കെ ധനികരാണ്. കൊടുംദാരിദ്ര്യത്തിൽ കഴിയുന്നവരുടെ എണ്ണം പത്ത് ശതമാനത്തിൽ താഴെയായി കുറഞ്ഞു. മൂന്നാമതായി അടിമത്തം നിർമാർജ്ജനം ചെയ്യപ്പെട്ടു.

1842-ൽ ബ്രിട്ടീഷ് കോൺസുൽ ജനറൽ മൊറോക്കോ സുൽത്താനോട് അടിമവ്യാപാരം നിരോധിക്കുന്നതിനുവേണ്ടി അദ്ദേഹം എന്താണ് ചെയ്യുന്നത് എന്ന് എഴുതി ചോദിച്ചപ്പോൾ സുൽത്താൻ ശരിക്കും അത്ഭുതപ്പെട്ടുപോയി. 'അടിമക്കച്ചവടം എന്ന് പറയുന്നത് ആദാമിന്റെ മക്കളുടെ കാലംതൊട്ട് എല്ലാ വിഭാഗക്കാരും രാഷ്ട്രങ്ങളും അംഗീകരിച്ചൊരു കാര്യമാണ്,' എന്നായിരുന്നു അദ്ദേഹത്തിന്റെ മറുപടി. 150 വർഷങ്ങൾക്കിപ്പുറം ലോകം ഒട്ടുക്കും അടിമത്തം ഔദ്യോഗികമായി നിരോധിക്കപ്പെടുമെന്ന് അദ്ദേഹത്തിനറിയില്ലായിരുന്നു.

അവസാനമായി, ഏറ്റവും മികച്ച കാര്യം നമ്മൾ ഏറ്റവും സമാധാനപരമായ ഒരു കാലത്തിലേക്ക് കടന്നിരിക്കുകയാണ് എന്നതാണ്. മധ്യകാലത്ത് യൂറോപ്പിലെയും ഏഷ്യയിലെയും പന്ത്രണ്ട് ശതമാനത്തോളം ആളുകൾ കലാപങ്ങളിലാണ് കൊല്ലപ്പെട്ടത്. എന്നാൽ കഴിഞ്ഞ നൂറ് വർഷത്തിനിടെ - രണ്ട് ലോകമഹായുദ്ധങ്ങളടക്കം - ഈ സംഖ്യ ലോകമെമ്പാടും എടുത്താൽ വെറും 1.3 ശതമാനത്തിലേക്ക് താഴ്ന്നു എന്ന് കണക്കുകൾ സൂചിപ്പിക്കുന്നു. (അമേരിക്കയിലിത് 0.7 ശതമാനവും ഞാൻ താമസിക്കുന്ന നെതർലാൻഡ്സിൽ 0.1 ശതമാനത്തിൽ താഴെയുമാണ്.) സിവിൽ സമൂഹത്തെ സംബന്ധിച്ച് അങ്ങനെ എല്ലാം ദൈവഹിതമാണെന്ന് പറയുന്നതിൽ യാതൊരു യുക്തിയുമില്ല. നമ്മുടെ നഗരങ്ങളും രാഷ്ട്രങ്ങളും എല്ലാവർക്കും

ഗുണകരമാവുന്ന രീതിയിൽ പുതിയ മട്ടിൽ എങ്ങനെ കൊണ്ടുപോകണമെന്ന് നമുക്കുതന്നെ തീരുമാനിക്കാവുന്നതേയുള്ളൂ. നാഗരികതയുടെ ശാപം എടുത്ത് മാറ്റാവുന്നതേയുള്ളൂ. എന്നാൽ നമുക്കങ്ങനെ ചെയ്യാനാവുമോ? നമുക്ക് ദീർഘകാലം അതിജീവിക്കാനും അഭിവൃദ്ധിപ്പെടാനും ആവുമോ? ആർക്കുമറിയില്ല. കഴിഞ്ഞ ഏതാനും ദശാബ്ദങ്ങളിൽ നമ്മളുണ്ടാക്കിയ പുരോഗതി അവഗണിക്കാനാവില്ല. പക്ഷേ, അതേസമയം നമ്മൾ നിലനില്പ്പിന് ഭീഷണിയാവുംവിധത്തിലുള്ള ഒരു പാരിസ്ഥിതിക പ്രതിസന്ധി നേരിട്ടുകൊണ്ടിരിക്കുകയാണെന്ന് പറഞ്ഞേ മതിയാവൂ. ഭൂമിയുടെ താപനില ഉയർന്നുകൊണ്ടിരിക്കുകയാണ്, പല ജീവിവർഗ്ഗങ്ങളും ചത്തുപോകുന്നു. ഈ ഘട്ടത്തിൽ നമ്മളെ ഏറ്റവും അധികം അലട്ടുന്ന ചോദ്യമിതാണ്: നമ്മുടെ ഈ നാഗരിക ജീവിതശൈലി എത്രമാത്രം ശാശ്വതമാണ്?

1789-ലെ ഫ്രഞ്ച് വിപ്ലവത്തിന്റെ പ്രഭാവത്തെക്കുറിച്ച് ചോദിച്ചപ്പോൾ 1970-കളിൽ ഒരു ചൈനീസ് രാഷ്ട്രീയ നേതാവ് പറഞ്ഞകാര്യം ഞാനിടയ്ക്കിടെ ഓർക്കാറുണ്ട്. 'അതൊക്കെ പറയാൻ മാത്രം കാലമായിട്ടില്ല' എന്നാണത്രേ അദ്ദേഹം പ്രതികരിച്ചത്. (ഒരുപക്ഷേ ഇതൊരു കെട്ടുകഥയാവാം.)

എന്തായാലും ഇക്കാര്യം നാഗരികതയുടെ കാര്യത്തിലും ബാധകമാണ്. അതൊരു നല്ല കാര്യമാണോ?

അതൊക്കെ പറയാൻ മാത്രം കാലമായിട്ടില്ല.

6

ഈസ്റ്റർ ദ്വീപിന്റെ നിഗൂഢത

മനുഷ്യചരിത്രത്തെക്കുറിച്ചുള്ള മൊത്തം ധാരണയും ഇപ്പോൾ മാറിക്കഴിഞ്ഞു. ആധുനിക ശാസ്ത്രം നാഗരികത സംബന്ധിച്ച നേർമ്മച്ചീൾ സിദ്ധാന്തത്തെ പൂർണ്ണമായും തകർത്തു. കഴിഞ്ഞ ഏതാനും ദശകങ്ങൾക്കുള്ളിൽ ഈ സിദ്ധാന്തത്തിനെതിരായ നിരവധി തെളിവുകൾ നമ്മൾ സമ്പാദിച്ച് കൂട്ടി. ഇപ്പോഴുമതേ, തെളിവുകൾ കുന്നുകൂടി കൊണ്ടേയിരിക്കുന്നു.

ചരിത്രാതീതകാലത്തെക്കുറിച്ചുള്ള നമ്മുടെ അറിവ് ഒരിക്കലും വെള്ളം കയറാത്ത മട്ടിൽ അടച്ചുകെട്ടിയതാവാൻ പോകുന്നില്ല. നമ്മുടെ പൂർവ്വികരുടെ ജീവിതം സംബന്ധിച്ച പ്രഹേളികകൾക്ക് കൃത്യമായ ഉത്തരം നമുക്ക് ഒരിക്കലും കണ്ടെത്താനാവില്ല. പുരാവസ്തു ശാസ്ത്രത്തിലെ കടങ്കഥകൾ ചേർത്തു ചേർത്തുവയ്ക്കുന്നതിൽ നല്ലൊരു പരിധിവരെ ഊഹങ്ങളുമുണ്ട്, അതിനാൽ ആധുനിക നരവംശശാസ്ത്രത്തിന്റെ കണ്ടെത്തലുകളെ ഭൂതകാലത്തിന് നേരെ പിടിക്കുമ്പോൾ നമ്മൾ ഏറെ ജാഗരൂകരാകേണ്ടതുണ്ട്.

അതുകൊണ്ടാണ് ഞാൻ സ്വന്തം പ്രയോഗതന്ത്രങ്ങളെ മാത്രം ആശ്രയിച്ച് ജീവിക്കേണ്ടിവരുന്ന അവസ്ഥയിൽ ആളുകൾ എന്തുചെയ്യുമെന്ന് ഒരിക്കൽ കൂടി നോക്കുന്നത്. യഥാർത്ഥ ജീവിതത്തിലെ 'ഈച്ചകളുടെ തമ്പുരാനി'ലുള്ള മാനോയും മറ്റ് ആൺകുട്ടികളും ആ കൊച്ച് ദ്വീപിൽ ഒറ്റയ്ക്കല്ല അകപ്പെട്ടത് എന്ന് കരുതുക. അവരുടെ കൂട്ടത്തിൽ ആ ബോട്ടിൽ പെൺകുട്ടികളും ഉണ്ടായിരുന്നുവെന്നും അവർക്ക് കുഞ്ഞുങ്ങളും പേരക്കുട്ടികളും ജനിച്ചുവെന്നും നൂറുകണക്കിന് വർഷങ്ങൾ കഴിയുംവരേക്കും ആട്ടാ ദ്വീപ് കണ്ടെത്തപ്പെട്ടില്ലെന്നും കരുതുക.

അങ്ങനെയെങ്കിൽ എന്തായിരിക്കും സംഭവിച്ചിരിക്കുക? ഒറ്റപ്പെട്ട നിലയിൽ വികസിക്കുന്ന ഒരു സമൂഹത്തിന്റെ രീതിയെന്തായിരിക്കും?

തീർച്ചയായും ചരിത്രാതീതകാലത്തെ ജീവിതത്തെക്കുറിച്ച് നമ്മൾ പഠിച്ച കാര്യങ്ങൾവച്ച് അത് ചിത്രീകരിക്കാൻ ശ്രമിക്കാം. പക്ഷേ, ഇവിടെ കൃത്യമായി രേഖപ്പെടുത്തിയ ചില വസ്തുതകളിലേക്ക് ശ്രദ്ധകേന്ദ്രീകരിക്കാൻ കഴിയുമ്പോൾ ഊഹാപോഹത്തിന്റെ ഒരാവശ്യവുമില്ല. പുരാവൃത്തങ്ങളും ദുരൂഹതകളും നിറഞ്ഞ്, ആരും ശ്രദ്ധിക്കാതെ പോയ അങ്ങ് ദൂരെയുള്ളൊരു ദ്വീപിനെക്കുറിച്ച് പറയുമ്പോൾ ആദ്യ അദ്ധ്യായങ്ങളിൽനിന്നും ലഭിച്ച ഉൾക്കാഴ്ചകളും കൂടിച്ചേരുന്നു.

1

താൻ യുവാവായിരിക്കുന്ന കാലത്ത് ജേക്കബ് റോഗ്ഗെവീൻ തന്റെ പിതാവിന് ഒരു വാഗ്ദാനം നൽകിയിരുന്നു:

ഒരു ദിവസം താൻ സതേൺ ലാൻഡ് കണ്ടെത്തുമെന്ന്. അങ്ങനെയൊരു കണ്ടെത്തൽ തന്നെ ചരിത്രത്തിലെ ഉന്നതരായ സഞ്ചാരികളുടെ കൂട്ടത്തിൽ പ്രതിഷ്ഠിക്കുമെന്നും അതിനർത്ഥം തന്റെ കുടുംബത്തിന് ശാശ്വതമായ പ്രശസ്തി ലഭിക്കും എന്നുമായിരുന്നു.

ശാന്തസമുദ്രത്തിലെവിടെയോ ആണ് ഈ പ്രദേശം എന്നാണ് കരുതപ്പെട്ടിരുന്നത്. ഒരു മാപ്പ് നിർമ്മാതാവ് എന്ന നിലയിൽ ജേക്കബിന്റെ പിതാവായ ആറെന്റ് റോഗ്ഗെവീന് ഒരു കാര്യം ഉറപ്പായിരുന്നു. ഉത്താരാർദ്ധഗോളത്തിലെ വൻകരകളുടെ സന്തുലിതാവസ്ഥ ഉറപ്പാക്കാൻ ഇങ്ങനെയൊരു ഭൂഖണ്ഡം കൂടിയേ തീരൂ. മാത്രവുമല്ല സഞ്ചാരികൾ കൊണ്ടുവന്ന നിരവധി കഥകളുമുണ്ടായിരുന്നു. പോർച്ചുഗീസ് നാവികനായ പെഡ്രോ ഫെർണാണ്ടസ് ഡേ ക്വെറിയോസ് സതേൺ ലാന്റിനെ വിശേഷിപ്പിച്ചത് ക്രിസ്തുമതത്തെ കാത്തിരിക്കുന്ന സമാധാന പ്രിയരായ നാട്ടുകാർ വസിക്കുന്ന, ഭൂമിയിലെ ഒരു പറുദീസ എന്നാണ്. അവിടെ ശുദ്ധജലവും ഫലഭൂയിഷ്ഠമായ മണ്ണും പിന്നെ കുറച്ചുകൂടി സൂക്ഷ്മമായ വിശദാംശങ്ങൾ പറയുകയാണെങ്കിൽ സ്വർണ്ണത്തിന്റെയും വെള്ളിയുടെയും മുത്തുകളുടെയും മലകളും ഉണ്ടായിരുന്നു.

1721 ആഗസ്റ്റ് ഒന്നാം തീയതിയാണ്, തന്റെ പിതാവ് മരിച്ച് നാല്പതുവർഷങ്ങൾക്കുശേഷം, ജേക്കബ് തന്റെ സമുദ്രയാത്ര ആരംഭിച്ചത്. ലക്ഷ്യം സതേൺ ലാന്റ് തന്നെ. തന്റെ കൊടിവെച്ച കപ്പലായ ആറെന്റിൽനിന്നും അദ്ദേഹം 244 സംഘാംഗങ്ങളേയും 70 പീരങ്കികളും വഹിച്ചുകൊണ്ടുള്ള മൂന്ന് യാനപാത്രങ്ങളെ നിയന്ത്രിച്ചു. 62 വയസ്സുള്ള ആ അഡ്മിറലിന് തനിക്ക് ചരിത്രം സൃഷ്ടിക്കാനാവുമെന്ന് വലിയ പ്രതീക്ഷയുണ്ടായിരുന്നു. അദ്ദേഹമത് ചെയ്യുകയും ചെയ്തു. പക്ഷേ, അതെങ്ങനെയായിരിക്കുമെന്നതിനെക്കുറിച്ച് അദ്ദേഹത്തിന് ഒരു സംശയവും ഇല്ലായിരുന്നു.

ജേക്കബ് റോഗ്ഗെവീൻ പുതിയൊരു നാഗരികതയൊന്നും കെട്ടിപ്പെടുത്തില്ല. അദ്ദേഹം പക്ഷേ പഴയതൊന്ന് കണ്ടുപിടിച്ചു.

എട്ടുമാസത്തിനുശേഷം സംഭവിച്ച കാര്യങ്ങൾ എന്നെ ഇപ്പോഴും അത്ഭുതപ്പെടുത്തുന്നു. 1722-ലെ ഈസ്റ്റർ ഞായറാഴ്ച റോഗ്ഗെവീന്റെ കപ്പലുകളിലൊന്ന് പതാക ഉയർത്തി. എന്താണതിലെ അംഗങ്ങൾ കണ്ടത് എന്നറിയാൻ ആറെന്റ് ആ കപ്പലിനരികിൽ വന്നു നിന്നു. ഉത്തരമെന്തായിരുന്നു? കര. കപ്പലിന്റെ വലതുഭാഗത്തായി അവർ ഒരു കൊച്ചുദ്വീപ് കണ്ടിരുന്നു.

ആയിരക്കണക്കിന് വർഷങ്ങൾക്കുമുമ്പ് മൂന്ന് അഗ്നിപർവ്വതങ്ങൾ ചേർന്നുണ്ടായതായിരുന്നു ആ ദ്വീപ്. ഡച്ചുകാരായ ആ കപ്പലുകാർ Paasch Eyland (ഈസ്റ്റർ ഐലന്റ്) എന്നുപേരിട്ട ആ ദ്വീപ് ഏകദേശം നൂറ് ചതുരശ്രമൈൽ മാത്രം വിസ്തൃതിയുള്ളതായിരുന്നു. എന്നുപറഞ്ഞാൽ വിശാലമായ ശാന്തസമുദ്രത്തിൽ ഒരു പൊട്ട് മാത്രം. റോഗ്ഗെവീൻ അങ്ങനെയൊരു ദ്വീപ് കണ്ടെത്താനുള്ള സാധ്യത ഒട്ടുംതന്നെയില്ലായിരുന്നു എന്നുപറയാം.

സതേൺ ലാൻഡ് തേടിയുള്ള ജേക്കബ് റോഗ്ഗെവീന്റെ പര്യടനം

ടെക്സൽ
1721 ആഗസ്റ്റ് 1-ന്
യാത്ര പുറപ്പെട്ടു

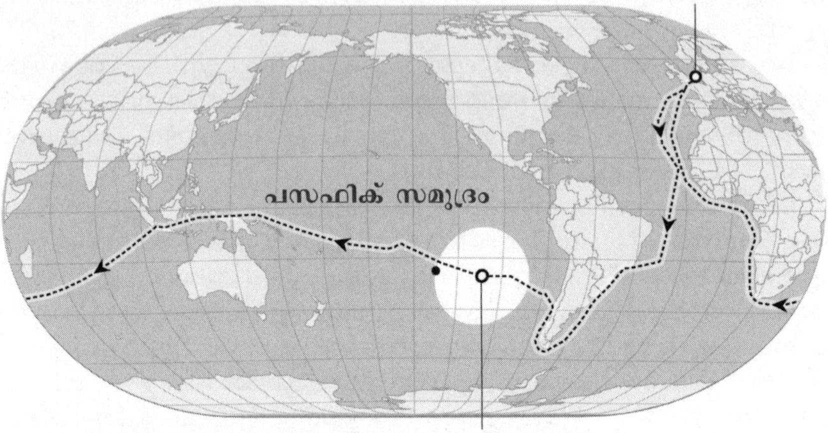

ഏകദേശം 2100 ചതുരശ്രകിലോമീറ്റർ ചുറ്റളവിൽ എങ്ങും ആൾപാർപ്പില്ല. മനുഷ്യവാസമുള്ള ഏറ്റവും അടുത്ത ദ്വീപ് പിറ്റ്കെയിം ആണ്.

ഈസ്റ്റർ ദ്വീപ്
1722 ഏപ്രിൽ 5-ന്
ഇവിടെയെത്തി.

എന്നാൽ ഇങ്ങനെയൊരു ദ്വീപിന്റെ അത്ഭുതകരമായ നിലനില്പ് അവർ നടത്തിയ അടുത്ത കണ്ടെത്തലിന് മുന്നിൽ ഒന്നുമല്ലാതായിപ്പോയി. അവിടെ ആളുകൾ താമസിക്കുന്നുണ്ടായിരുന്നു.

ഡച്ചുകാർ തീരത്തോടടുത്തതും അവരെ കാണുന്നതിനായി കരയിൽ ഒരുകൂട്ടം ആളുകൾ തടിച്ചുകൂടി. റോഗ്ഗെവീൻ അത്ഭുതപ്പെട്ടുപോയി. അവരെങ്ങനെ അവിടെയെത്തി? കടലിലിറിക്കാൻ പറ്റിയ നൗകകളൊന്നും അവിടെയെങ്ങുമുണ്ടായിരുന്നില്ല. അതിലും അമ്പരപ്പിക്കുന്നതായിരുന്നു ആ ദ്വീപിന്റെ ഓരങ്ങളിലായി ഏകദേശം മുപ്പതടിയോളം ഉയരം വരുന്ന, ഭീമാകാരമായ ശിരസ്സുകളും അതിലും ഭീമാകാരമായ ഉടലുകളുമുള്ള പടുകൂറ്റൻ കൽരൂപങ്ങൾ. ദ്വീപുവാസികൾ ഇവയെ 'മോയ്' എന്നാണ് വിളിച്ചിരുന്നത്. 'വലിയ മരത്തടികളോ, കെട്ടിവലിക്കാൻ ഉറപ്പുള്ള കയറോ ഒന്നുമില്ലാതെ ഈ ആളുകൾ ഇതെങ്ങനെ ഉയർത്തി എന്ന് ഞങ്ങൾക്ക് മനസ്സിലായില്ല', എന്ന് റോഗ്ഗെവീൻ തന്റെ ലോഗ്ബുക്കിൽ കുറിച്ചിട്ടു.

ഒരാഴ്ച കഴിഞ്ഞ് റോഗ്ഗെവീനും തന്റെ സംഘാംഗങ്ങളും അവിടെ നങ്കൂരമിട്ടപ്പോൾ അവർക്ക് കിട്ടിയത് ഉത്തരങ്ങളേക്കാളധികം ചോദ്യങ്ങളായിരുന്നു. ഇന്നുമതേ, ശാന്തസമുദ്രത്തിലെ ഈ കൊച്ചുദ്വീപ് അനേകം നൂറ്റാണ്ടുകൾ പഴക്കമുള്ള വന്യമായ ഊഹങ്ങൾക്ക് ഇന്ധനമേകി ഭൂമിയിലെ ഏറ്റവും വലിയ പ്രഹേളികകളിലൊന്നായി നിലകൊള്ളുന്നു. ഉദാഹരണത്തിന്, അതിലൊന്നാണ് അവർ ഇൻകാകളുടെ അനന്തര തലമുറയിൽപ്പെട്ടവരാണ് എന്നത്. ഈ പ്രതിമകൾ അവിടെ സ്ഥാപിച്ചത് പന്ത്രണ്ടടി ഉയരമുള്ള രാക്ഷസന്മാരാണ് എന്നത്. മറ്റൊരു കഥ അന്യഗ്രഹജീവികൾ അവരെ ഇവിടെ മാനത്തുനിന്നും കൊണ്ടിടുകയായിരുന്നു എന്നതാണ്. (ഈ സിദ്ധാന്തം ഒരു പുസ്തകരൂപത്തിലാക്കിയ എറിക് വോൺ ഡാനിക്കേൻ അതിന്റെ എഴുപത് ലക്ഷം കോപ്പികൾ വിറ്റു.)

എന്നാൽ സത്യം അത്രയൊന്നും അത്ഭുതകരമല്ല. തീരെയല്ലെന്നും പറയാനാവില്ല.

ഡിഎൻഎ പരിശോധനകൾ വഴി, റോഗ്ഗെവീൻ വരുന്നതിനും മുമ്പ് സമുദ്രയാത്രികർ ഈ വഴി വന്നിരുന്നുവെന്ന് ഇപ്പോൾ നമുക്കറിയാം. പസഫിക്കിലെ വൈക്കിങ്ങുകളായ പോളിനേഷ്യക്കാരാണ് ആദ്യമായി ഈ ദ്വീപ് കണ്ടെത്തുന്നത് എന്ന് ഗവേഷണങ്ങൾ സൂചിപ്പിക്കുന്നു. ഭ്രാന്തോളമെത്തുന്ന മനോധൈര്യത്തോടെ ഏകദേശം ആയിരത്തറുനൂറോളം നാഴിക ദൂരെയുള്ള ഗാംബിയർ ദ്വീപുകളിൽനിന്നും അവർ തുറന്ന ചങ്ങാടങ്ങളിലാണ് കാറ്റിനെതിരെ തുഴഞ്ഞ് ഇവിടെയെത്തിയത്. ഇത്തരം എത്ര പര്യടനങ്ങൾ ഫലപ്രാപ്തിയിലെത്താതെ തകർന്നുവെന്ന് നമുക്കറിയില്ല. പക്ഷേ, ഇങ്ങനെയൊരു കഥയ്ക്ക് ഒരാൾ വിജയിച്ചേ മതിയാവൂ.

ഭീമാകാരമായ ആ മോയ് പ്രതിമകളോ? 1914–ൽ, യുവ നരവംശശാസ്ത്രജ്ഞയായ കാതറീൻ റൂട്ട്ലെജ് ആ ദ്വീപിൽ ഫീൽഡ്‌വർക്ക് ചെയ്യാനെത്തിയപ്പോൾ അവിടെ ഒരു പ്രതിമപോലും എഴുന്നുനില്ക്കുന്നുണ്ടായിരുന്നില്ല. അവയെ എല്ലാം മറിച്ചിട്ടിരുന്നു. മാത്രമല്ല പലതും അടിച്ചുതകർത്ത് കാടുകയറിയ അവസ്ഥയിലായിരുന്നു.

ആ കൊച്ചുസമൂഹം ഭീമാകാരമായ ഈ ഏകശിലാ രൂപങ്ങളെ എങ്ങനെയാണ് നീക്കിക്കൊണ്ടുവന്നത്. മരങ്ങളൊന്നുമില്ലാത്ത ഒരു ദ്വീപിലാണ് അവർ ജീവിച്ചിരുന്നത്. ചക്രങ്ങളോ ക്രെയിനുകളോ ഒന്നുംതന്നെ ഉണ്ടായിരുന്നില്ല. പണ്ടുകാലത്ത് ഇവിടെ കൂടുതൽ ജനസംഖ്യ ഉണ്ടായിരുന്നോ? റൂട്ട്ലെജ് ആ ദ്വീപിലെ പ്രായംചെന്ന നിവാസികളോട് ചോദിച്ചു. നൂറുകണക്കിന് വർഷങ്ങൾക്കുമുമ്പ് ഇവിടെ എന്താണ് സംഭവിച്ചതെന്ന കഥകൾ അവർ പറഞ്ഞുകൊടുത്തു. ആ കഥകൾ ശരിക്കും ഭീകരമായിരുന്നു എന്ന് റൂട്ട്ലെജിന്റെ പുസ്തകം പറയുന്നു.

പണ്ടുകാലത്ത് രണ്ട് ഗോത്രങ്ങളാണ് ഈ ദ്വീപിൽ താമസിച്ചിരുന്നതെന്ന് അവർ പറഞ്ഞു: നീളൻ ചെവിയന്മാരും (Long Ears) കുറുചെവിയന്മാരും (Short Ears). നൂറ്റാണ്ടുകളായി അവർക്കിടയിലുണ്ടായിരുന്ന ശാന്തിയും സമാധാനവും തകർത്തെറിഞ്ഞുകൊണ്ട് രക്തരൂക്ഷിതമായ ഒരു ആഭ്യന്തരയുദ്ധത്തിന് വഴിവെച്ച എന്തോ ഒരു സംഭവവികാസം ഉണ്ടാകുന്നതുവരേക്കും അവർ ഏറെ സൗഹൃദത്തോടെയാണ് കഴിഞ്ഞിരുന്നത്. ഈ പോരാട്ടത്തെ തുടർന്ന് നീളൻ ചെവിയന്മാർ ദ്വീപിന്റെ കിഴക്ക് ഭാഗത്ത് പോയി കിടങ്ങുകൾ കുഴിച്ച് ഒളിച്ചിരുന്നു. പിറ്റേന്ന് കാലത്ത് കുറുചെവിയന്മാർ ഈ ഒളിത്താവളത്തെ ഇരുഭാഗത്തുനിന്നും ആക്രമിക്കുകയും അതിന് തീയിടുകയും അങ്ങനെ നീളൻ ചെവിയന്മാർ സ്വയം ഉണ്ടാക്കിയ കെണിയിൽ തന്നെ അവരെ ചുട്ട് ചാമ്പലാക്കുകയും ചെയ്തു. ആ കിടങ്ങുകളുടെ നാശാവശിഷ്ടങ്ങൾ ഇപ്പോഴും അവിടെ കാണാം.

അതൊരു തുടക്കം മാത്രമായിരുന്നു. വരുംവർഷങ്ങളിൽ സ്ഥിതിഗതികൾ കൂടുതൽ വഷളാവുകയും അത് നേരത്തെ പറഞ്ഞ ഹോബേഷ്യൻ യുദ്ധത്തിലേക്ക് നയിക്കുകയും ചെയ്തു. അതിനെതുടർന്ന് ഈസ്റ്റർ ദ്വീപ് നിവാസികൾ പരസ്പരം കൊന്നു തിന്നാൻ തുടങ്ങി. ഈ ദുരിതത്തിലേക്കെല്ലാം നയിച്ചതെന്തായിരുന്നു? റൂട്ട്ലെജിന് ഊഹിക്കാൻ മാത്രമേ കഴിയുമായിരു

ന്നുള്ളൂ. പക്ഷേ, ഒരു സമൂഹം സ്വയം തകർക്കപ്പെടണമെങ്കിൽ തീർച്ചയായും എന്തെങ്കിലുമൊക്കെ സംഭവിച്ചേ മതിയാവൂ.

വർഷങ്ങൾക്കുശേഷം, 1955-ൽ നോർവീജിയൻ സാഹസികനായ തോർ ഹെയർഡാൾ ഈസ്റ്റർ ഐലന്റിലേക്ക് ഒരു പര്യവേക്ഷണയാത്ര നടത്തി. ഹെയർഡാൾ സാമാന്യം പ്രശസ്തനായിരുന്നു. ഏതാനും വർഷങ്ങൾക്ക് മുന്നേ അദ്ദേഹവും അഞ്ച് സുഹൃത്തുക്കളും ചേർന്ന് വലിയ മുന്നൊരുക്കങ്ങളൊന്നും കൂടാതെ ഒരു ചങ്ങാടത്തിൽ പെറുവിൽനിന്നും പോളിനേഷ്യയിലേക്ക് ഒരു സമുദ്രയാത്ര നടത്തുകയും എന്നാൽ യാനപാത്രം തകർന്ന് ററോയ്യ ദ്വീപിൽ ആ യാത്ര അവസാനിപ്പിക്കേണ്ടി വരികയും ചെയ്തു. ഹെയർഡാളിനെ സംബന്ധിച്ചിടത്തോളം ഒരു കാലത്ത് ചങ്ങാടം തുഴഞ്ഞ് പോകുന്ന ഇൻകാകൾ പോളിനേഷ്യയിൽ ഉണ്ടായിരുന്നു എന്നതിന് തെളിവായിരുന്നു ഈ ദീർഘദൂര ചങ്ങാടയാത്ര. ഈ നിഗമനം വിദഗ്ദ്ധരെ വിശ്വസിപ്പിക്കുന്നതിൽ പരാജയപ്പെട്ടു എങ്കിലും ഈ സിദ്ധാന്തം വെച്ചുണ്ടാക്കിയ പുസ്തകത്തിന്റെ അഞ്ച് കോടി കോപ്പികൾ വിറ്റഴിക്കപ്പെട്ടു.

ഈ പുസ്തകം വിറ്റുകിട്ടിയ സമ്പത്ത് മൂലധനമാക്കി ഹെയർഡാൾ ഈസ്റ്റർ ദ്വീപിലേക്ക് ഒരു പര്യവേക്ഷണയാത്ര സംഘടിപ്പിച്ചു. ഇതിന്റെ ഭാഗമാകാൻ അദ്ദേഹം നിരവധി ശാസ്ത്രകാരന്മാരെയും ക്ഷണിച്ചിരുന്നു. അക്കൂട്ടത്തിലുണ്ടായിരുന്ന അമേരിക്കക്കാരനായ വില്യം മുള്ളോയ് തന്റെ ശിഷ്ടജീവിതം മുഴുവൻ ഈസ്റ്റർ ദ്വീപിനെക്കുറിച്ച് പഠിക്കുന്നതിനായി നീക്കിവെച്ചു. 'നിങ്ങൾ പ്രസിദ്ധീകരിച്ച കാര്യങ്ങളിൽ ഒരു തരിപോലും ഞാൻ വിശ്വസിക്കുന്നില്ല,' എന്നായിരുന്നു ആ യാത്ര തുടങ്ങുംമുമ്പ് അദ്ദേഹം ഹെയർഡാളിനോട് പറഞ്ഞത്.

ഈ പര്യവേഷണത്തിൽ പങ്കെടുത്ത ആ ശാസ്ത്രജ്ഞനും അതിസാഹസികനും വളരെ ഐക്യത്തോടെയാണ് മുന്നോട്ടുപോയത്. ഈസ്റ്റർ ദ്വീപിലെത്തി ഏറെ കഴിയും മുന്നേ അവർ രണ്ടുപേരും അത്ഭുതകരമായൊരു കാര്യം കണ്ടെത്തി. ഒരു ചതുപ്പിന്റെ ആഴങ്ങളിൽ ഹെയർഡാളിന്റെ സംഘം അജ്ഞാതമായ ഏതോ ഒരു വൃക്ഷത്തിന്റെ പരാഗരേണുക്കൾ കണ്ടെത്തി. അവരത് സൂക്ഷ്മവിശകലനത്തിനായി സ്റ്റോക്ക്ഹോമിലുള്ള ഒരു പാലിയോബോട്ടണിസ്റ്റിന് അയച്ചുകൊടുത്തു. അദ്ദേഹം അധികം വൈകാതെ തന്റെ നിഗമനം അവരെ അറിയിച്ചു. ഒരുകാലത്ത് ഈ ദ്വീപിൽ വലിയ കാടുണ്ടായിരുന്നു.

പതിയെ പതിയെ കാര്യങ്ങൾ ഒന്നൊന്നായി ചേർന്നുവരാൻ തുടങ്ങി. 1974-ൽ താൻ മരിക്കുന്നതിന് ഏതാനും വർഷങ്ങൾക്കുമുന്നേ വില്യം മുള്ളോയ് ഈസ്റ്റർ ഐലന്റിലെ ജനങ്ങളെക്കുറിച്ചും അവിടുത്തുകാരുടെ വിധിയെക്കുറിച്ചുമുള്ള യഥാർത്ഥ കഥ പ്രസിദ്ധീകരിച്ചു. Contemplate the Navel of the World എന്നായിരുന്നു ആ ലേഖനത്തിന്റെ പേര്. കൂടുതൽ കാര്യങ്ങൾ വരാനിരിക്കുന്നതേയുള്ളൂ. ഈ കഥ നല്ല രീതിയിലല്ല അവസാനിക്കുന്നത്.

2

എല്ലാം തുടങ്ങിയത് നിഗൂഢമായ മോയ്കളിൽ നിന്നായിരുന്നു.

എന്തോ ചില കാരണങ്ങളാൽ ഈസ്റ്റർ ദ്വീപുകാർക്ക് ആവശ്യമുള്ളത്ര യും ഇത്തരം ഏകശിലകൾ കണ്ടെത്താനായില്ല. ഒന്നൊന്നായി അവർ ഈ ഭീമാകാരന്മാരെ പാറകളിൽ നിന്നും കൊത്തിയെടുത്ത് പ്രതിഷ്ഠിക്കേണ്ട സ്ഥലത്തേക്ക് വലിച്ചിഴച്ച് കൊണ്ടുവന്നു. അസൂയാലുക്കളായ നാട്ടുപ്രമാണി മാർ കൂടുതൽ കൂടുതൽ വലിയ പ്രതിമകൾ വേണമെന്ന് ആവശ്യപ്പെടാൻ തുടങ്ങി. ഇതിനുവേണ്ടി പണിയെടുക്കുന്ന ആളുകളെ തീറ്റിപ്പോറ്റുന്നതിന് കൂടുതൽ ഭക്ഷണം ആവശ്യമായി വന്നു. ഈ പ്രതിമകൾ കൊണ്ടുപോകുന്ന തിനായി കൂടുതൽ മരങ്ങൾ വെട്ടിവീഴ്ത്തി.

എന്നാൽ ഒരു നിശ്ചിതപരിധി മാത്രമുള്ള ആ ദ്വീപിന് അനന്തമായ ഈ വളർച്ച താങ്ങാനാവുമായിരുന്നില്ല. അങ്ങനെ കുറെനാൾ കഴിഞ്ഞപ്പോൾ ആ ദ്വീപിൽ ഒരൊറ്റ മരംപോലും ഇല്ലാതായി. മണ്ണൊലിപ്പ് തുടങ്ങിയതോടെ അവിടെ വിളകളും കുറയാൻ തുടങ്ങി. കൊച്ചുവള്ളങ്ങൾ ഉണ്ടാക്കുന്നതിന് മരം ലഭിക്കാതെ വന്നതോടെ മത്സ്യബന്ധനത്തിന് പോകാനും കഴിയാതായി. പ്രതിമകളുടെ നിർമ്മാണം നിലയ്ക്കുകയും സംഘർഷം കൂടുകയും ചെയ്തു. അങ്ങനെ രണ്ട് ഗോത്രങ്ങൾ (കാതറീൻ റൂട്ട്ലെജ്ജിനോട് അവിടുത്തുകാർ പറഞ്ഞ നീളൻ ചെവിയന്മാരും കുറുചെവിയന്മാരും) തമ്മിൽ പൊരുതാൻ തുടങ്ങുകയും അത് 1680-ൽ നീളൻ ചെവിയന്മാരെ ഏതാണ്ട് പൂർണ്ണമായും തുടച്ചു നീക്കും മട്ടിലുള്ള മഹായുദ്ധത്തിൽ ചെന്ന് കലാശിക്കുകയും ചെയ്തു.

അവിടെ ബാക്കിയായ നിവാസികൾ എല്ലാം തച്ചുതകർക്കുന്ന ഒരു കൂത്താട്ടമാണ് പിന്നെ നടത്തിയത് എന്ന് മുള്ളോയ് എഴുതി. എല്ലാ പ്രതിമ കളും അവർ തകർത്തിട്ടു. അതിലും മോശമായ കാര്യം, വിശപ്പുശമിപ്പിക്കാൻ അവർ മറ്റുള്ളവരെ കൊന്ന് തിന്നാൻ തുടങ്ങി. തങ്ങളുടെ പൂർവ്വികർ നര ഭോജികളായിരുന്ന കഥ ആ ദ്വീപുവാസികൾ ഇപ്പോഴും പറയും. മറ്റൊരാളെ അധിക്ഷേപിച്ച് സംസാരിക്കുമ്പോൾ അവർ നടത്തുന്ന ഇഷ്ടപ്പെട്ട പ്രയോഗ ങ്ങളിലൊന്ന് 'നിന്റെ അമ്മയുടെ മാംസം ഇപ്പോഴും നിന്റെ പല്ലിനിടയിലുണ്ട്' എന്നതാണ്. പുരാവസ്തു ഗവേഷകർ ഇവിടെനിന്നും വൻതോതിലുള്ള നരഹത്യയുടെ തെളിവായി, അഗ്നിപർവ്വതശിലകൾ കൊണ്ടുണ്ടാക്കിയ അസംഖ്യം അസ്ത്രമുനകൾ (Mata'a) കണ്ടെത്തിയിട്ടുണ്ട്.

അതിനാൽ 1722-ൽ ജേക്കബ് റോഗ്ഗെവീൻ ഇവിടെ കാലുകുത്തിയപ്പോൾ അദ്ദേഹം അവിടെ കണ്ടുമുട്ടിയത് ആകെ തകർന്ന് കിടക്കുന്ന, ഏതാനും ആയിരങ്ങൾ മാത്രം വരുന്ന ഒരു സമൂഹത്തെയാണ്. ഇപ്പോഴുമതേ മോയ്ക ളെ കൊത്തിയുണ്ടാക്കിയിരുന്ന റാനോ റാറാക്കുവിലെ ക്വാറി കണ്ടാൽ തോന്നുക പൊടുന്നനെ പണിനിർത്തി ഉപേക്ഷിച്ചുപോയ ഒരു ശില്പശാല യാണെന്നാണ്. ഉളികൾ നിലത്തെറിഞ്ഞു കിടക്കുന്നത് കാണാം, അപൂർണ്ണ മായ നൂറുകണക്കിന് പ്രതിമകൾ അങ്ങിങ്ങായി ചിതറി കിടക്കുന്നതും.

ഈസ്റ്റർ ദ്വീപിന്റെ നിഗൂഢത പുറത്തുകൊണ്ടുവരുന്നതിൽ വില്യം മുള്ളോ യിയുടെ ലേഖനത്തിന് ഒരു വലിയ ചുവടുവെപ്പ് നടത്താനായി. താമസി

യാതെ ഇതിനെ പിന്തുണച്ചുകൊണ്ട് നിരവധി ഗവേഷകർ ഒന്നിനുപുറകെ ഒന്നായി തെളിവുകളുമായി എത്തി. ഇക്കൂട്ടത്തിൽ ഉള്ള രണ്ട് ബ്രിട്ടീഷ് ഭൗമ ശാസ്ത്രജ്ഞർ ആ ദ്വീപിലെ മൂന്ന് അഗ്നിപർവ്വത ഗർത്തങ്ങളിൽനിന്നും ഫോസിൽ രൂപത്തിലുള്ള പരാഗരേണുക്കൾ കണ്ടെത്തിയതായി 1984-ൽ പ്രഖ്യാപിച്ചു. ഈ ദ്വീപിൽ ഒരുകാലത്ത് വനമുണ്ടായിരുന്നു എന്ന അനുമാനം ഉറപ്പിക്കുന്നതായിരുന്നു ഈ കണ്ടെത്തൽ. ആത്യന്തികമായി, ലോക പ്രശസ്തനായ ഭൂമിശാസ്ത്രജ്ഞനായ ജറേഡ് ഡയമണ്ട് ആണ് ഈസ്റ്റർ ദ്വീപിന്റെ ദുരന്തചരിത്രം അനശ്വരമാക്കിയത്. 2005-ൽ അദ്ദേഹം പ്രസിദ്ധീകരിച്ച ബെസ്റ്റ് സെല്ലറായ Collapse-ൽ അദ്ദേഹം ഈ ദ്വീപിനെക്കുറിച്ചുള്ള പ്രധാന വസ്തുതകൾ ഇങ്ങനെ ക്രോഡീകരിച്ചു:

- ഈസ്റ്റർ ദ്വീപിൽ വളരെനേരത്തേതന്നെ, ഏതാണ്ട് എ.ഡി. 900 മുതൽ പോളിനേഷ്യക്കാരായിരുന്നു താമസിച്ചിരുന്നത്.
- അവിടെയുള്ള ആവാസകേന്ദ്രങ്ങളിൽ നടത്തിയ ഉത്ഖനനം സൂചിപ്പിക്കുന്നത് ഒരുകാലത്ത് അവിടുത്തെ ജനസംഖ്യ 15,000 എത്തിയിരുന്നു എന്നാണ്.
- മോയ്കളുടെ വലിപ്പം അവിരാമമായി കൂടിക്കൊണ്ടിരിക്കുകയും ഇത് മനുഷ്യാദ്ധ്വാനം, ഭക്ഷണം, മരത്തടികൾ എന്നിവയുടെ ആവശ്യം വർദ്ധിപ്പിക്കുകയു ചെയ്തു.
- ഈ പ്രതിമകൾ മരത്തടിയിൽ കിടത്തി തള്ളിക്കൊണ്ടുപോവുകയാണ് ചെയ്തത്. ഇതിനു വലിയ മനുഷ്യാദ്ധ്വാനവും ധാരാളം മരങ്ങളും വേണ്ടിവന്നു എന്നുമാത്രമല്ല, ഇതിനു മേൽനോട്ടം വഹിക്കാൻ കരുത്തരായ നേതാക്കളും വേണമായിരുന്നു.
- തത്ഫലമായി അവിടെ വൃക്ഷങ്ങളൊന്നും ഇല്ലാതാവുകയും, ഇത് മണ്ണൊലിപ്പിനിടയാക്കുകയും, കാർഷികവൃത്തി സ്തംഭിക്കുകയും ദ്വീപുനിവാസികളെ പട്ടിണിയിലേക്ക് നയിക്കുകയും ചെയ്തു
- ഏകദേശം 1680-ൽ ഇവിടെയൊരു ആഭ്യന്തരയുദ്ധം പൊട്ടിപ്പുറപ്പെട്ടു.
- 1722-ൽ ജേക്കബ് റോഗ്ഗെവീൻ ഇവിടെ എത്തിയപ്പോൾ ജനസംഖ്യയിൽ ഏതാനും ആയിരങ്ങൾ മാത്രമേ ബാക്കി ഉണ്ടായിരുന്നുള്ളു. അസംഖ്യം മോയ്കൾ തല്ലിത്തകർക്കുകയും ദ്വീപുവാസികൾ സഹജീവികളെ കൊന്നു തിന്നാൻ തുടങ്ങുകയും ചെയ്തിരുന്നു.

ഈ കഥയുടെ സാരോപദേശം എന്താണ്?

സാരോപദേശം നമ്മളെക്കുറിച്ചുതന്നെയാണ്. ഈസ്റ്റർ ദ്വീപിനെയും ഭൂമിയെയും ചേർത്തുവെച്ചാൽ രണ്ടും തമ്മിൽ നമ്മളെ അസ്വസ്ഥമാക്കുന്ന ചില സാമ്യം കാണാനാവും. ഇനിപ്പറയുന്ന കാര്യങ്ങൾ നോക്കുക: ഈസ്റ്റർ ദ്വീപ് പസിഫിക് സമുദ്രത്തിൽ ഒരു പൊട്ട് മാത്രമാണ്. ഭൂമിയാകട്ടെ ഈ മഹാപ്രപഞ്ചത്തിലും കേവലം ഒരു പൊട്ടാണ്. അവിടെനിന്നും പലായനം ചെയ്യാൻ ദ്വീപുനിവാസികളുടെ പക്കൽ വള്ളങ്ങൾ ഇല്ലായിരുന്നു; നമ്മുടെ പക്കലുമതെ, നമ്മളെ ഭൂമിയിൽനിന്നും ദൂരെ കൊണ്ടുപോകാൻ റോക്കറ്റ് ഷിപ്പുകൾ ഇല്ല. ഈസ്റ്റർ ദ്വീപിലെ വനമെല്ലാം വെട്ടിത്തെളിയിക്കപ്പെടുകയും ജനസംഖ്യ

കൂടുകയും ചെയ്തു; നമ്മുടെ ഗ്രഹവുമതെ, കൂടുതൽ മലിനമാക്കപ്പെടുകയും ചൂടായിക്കൊണ്ടിരിക്കുകയുമാണ്.

ഇത് ഞാൻ നേരത്തെ പറഞ്ഞ അധ്യായങ്ങളിൽ നിന്നും കടകവിരുദ്ധമായ ഒരു നിഗമനത്തിലേക്കാണ് നയിക്കുന്നത്. 'മനുഷ്യവർഗ്ഗത്തിന്റെ അത്യാഗ്രഹം അനന്തമാണ്, അതിന്റെ സ്വാർത്ഥത ജനിതകമായി ജന്മനാ ഉള്ളതാണെന്ന് തോന്നുന്നു,' എന്ന് പുരാവസ്തു ഗവേഷകരായ പോൾ ബാനും ജോൺ ഫ്ലെൻലെയും അവരുടെ പുസ്തകമായ *Easter island, Earth island*-ൽ എഴുതി.

ഹോബ്സിന്റെ നേർമ്മച്ചീൾ സിദ്ധാന്തം ഉപേക്ഷിക്കപ്പെട്ടു എന്ന് കരുതിയിരിക്കുമ്പോളാണ് അത് ഒരു ബൂമറാങ് പോലെ ഇരട്ടി ശക്തിയോടെ മടങ്ങിയെത്തുന്നത്.

ഈസ്റ്റർ ദ്വീപിന്റെ കഥ മനുഷ്യനെക്കുറിച്ചുള്ള ദോഷൈകദർശനത്തെ ശരിവെക്കുന്നതാണെന്ന് തോന്നുന്നു. ഭൂമി കൂടുതൽ കൂടുതൽ ചൂടായിക്കൊണ്ടിരിക്കുകയും നമ്മൾ അതിനെ കൂടുതൽ ഉപയോഗിക്കുകയും മലിനപ്പെടുത്തുകയും ചെയ്യുമ്പോൾ ഈസ്റ്റർ ദ്വീപ് നമ്മുടെ ഭാവി സംഭവിച്ച കൃത്യമയൊരു രൂപകംപോലെ തോന്നാം. ഹോമോ പപ്പിയെയും നല്ലവനായ കാട്ടാളനെയും മറക്കുക. നമ്മുടെ വംശം ഒരു വൈറസ് പോലെ, അല്ലെങ്കിൽ വെട്ടുകിളികളുടെ ഒരു മേഘപടലംപോലെ ആണ്. എല്ലാം തരിശായി മാറി തകരുന്നതുവരെ പടർന്നുകൊണ്ടേയിരിക്കുന്ന ഒരു മഹാമാരി - അപ്പോഴേക്കും കാലം ഏറെ വൈകിയിരിക്കും.

ഇതാണ് ഈസ്റ്റർ ദ്വീപിന്റെ പാഠം. അതിന്റെ ആപത്ക്കരമായ ചരിത്രം ഡോക്യുമെന്ററികളിലും നോവലുകളിലും, വിജ്ഞാനകോശങ്ങളിലും റിപ്പോർട്ടുകളിലും, അക്കാദമിക് ലേഖനങ്ങളിലും ജനപ്രിയ ശാസ്ത്രപുസ്തകങ്ങളിലുമെല്ലാം പുനരാവർത്തി പറഞ്ഞുകഴിഞ്ഞതാണ്. ഞാൻ തന്നെ ഇതിനെക്കുറിച്ച് നേരത്തെ എഴുതിയിട്ടുണ്ട്. ഏറെക്കാലം ഞാൻ കരുതിയിരുന്നത് ഈസ്റ്റർ ദ്വീപിന്റെ നിഗൂഢത ചുരുളഴിച്ചത് വില്ല്യം മുള്ളോയും ജെറേഡ് ഡയമണ്ടും അവരുടെ അസംഖ്യം അനുകൂലികളും ചേർന്നാണ് എന്നാണ്. കാരണം വിഖ്യാതരായ നിരവധി വിദഗ്ദ്ധർ ഒരേ തരത്തിലുള്ള അപ്രസന്നമായ നിഗമനത്തിലെത്തുമ്പോൾ പിന്നെ അതിലെന്താണ് തർക്കിക്കാനുള്ളത്?

അങ്ങനെയിരിക്കെയാണ് ഞാൻ ജാൻ ബോഴ്സെമയുടെ എഴുത്തുകൾ വായിക്കുന്നത്.

3

ഞാൻ ലീഡൻ സർവ്വകലാശാലയിലെ അദ്ദേഹത്തിന്റെ ഓഫീസിലെത്തുമ്പോൾ പശ്ചാത്തലത്തിൽ കേട്ടത് ബാക്കിന്റെ കന്റാറ്റ സംഗീതമായിരുന്നു. ഞാൻ വാതിൽക്കൽ മുട്ടിയപ്പോൾ നിറയെ പൂക്കളുടെ ചിത്രം പ്രിന്റ് ചെയ്ത ഷർട്ട് ധരിച്ച ഒരാൾ പുസ്തകങ്ങൾക്കിടയിൽനിന്നും പ്രത്യക്ഷപ്പെട്ടു.

ബോഴ്സെമ ഒരു പരിസ്ഥിതി ജീവശാസ്ത്രജ്ഞനായിരിക്കാം. പക്ഷേ, അദ്ദേഹത്തിന്റെ അലമാരകൾ നിറയെ ചരിത്രപുസ്തകങ്ങളും ദാർശനിക

ഗ്രന്ഥങ്ങളും നിറഞ്ഞിരിക്കുകയാണ്. ശാസ്ത്രത്തിൽനിന്നും കലയിൽനിന്നും അദ്ദേഹം പ്രചോദനമുൾക്കൊള്ളുന്നു. 2002-ൽ, ഈ സമീപനം അദ്ദേഹത്തെ ഇത്രയും കാലം ഈസ്റ്റർ ദ്വീപിനെക്കുറിച്ച് നമ്മൾ കരുതിയതിനെല്ലാം വിരുദ്ധമായ ലളിതവും എന്നാൽ ഗഹനവുമായ കണ്ടെത്തലിലേക്ക് നയിച്ചു. അസംഖ്യം ഗവേഷകരും എഴുത്തുകാരും കാണാതെ പോയ, അല്ലെങ്കിൽ കാണേണ്ടെന്നു വച്ച ഒരു കാര്യം അദ്ദേഹം ശ്രദ്ധിച്ചു.

ബോഴ്സെമ അന്നാളുകളിൽ ഒരു പ്രൊഫസർ എന്ന രീതിയിൽ തന്റെ ആദ്യ ലെക്ചർ തയ്യാറാക്കിക്കൊണ്ടിരിക്കുകയായിരുന്നു. അതിനായി അദ്ദേഹത്തിന് ഈസ്റ്റർ ദ്വീപിന്റെ പതനത്തിന്റെ പശ്ചാത്തലം വേണമായിരുന്നു. റോഗ്ഗെവീനിന്റെ ലോഗ് ബുക്ക് ഇപ്പോഴും ലഭ്യമാണോ എന്നറിയാൻ അദ്ദേഹം ലൈബ്രറി കാറ്റലോഗ് പരതി നോക്കി. അരമണിക്കൂറിനുശേഷം Journal of the voyage of discovery of Mr. Jacob Roggeveen അദ്ദേഹത്തിന്റെ മേശപ്പുറത്തെത്തി.

'ആദ്യം എനിക്കെന്റെ കണ്ണുകളെ വിശ്വസിക്കാനായില്ല.' ബോഴ്സെമ പ്രതീക്ഷിച്ചത് കൂട്ടക്കൊലകളുടെയും നരഭോജി സംസ്ക്കാരത്തിന്റെയും ഭയാനകമായ രംഗങ്ങളായിരുന്നു. എന്നാൽ ഇവിടെ തന്റെ മുന്നിൽ ഇരിക്കുന്നത് ആവേശോജ്ജ്വലമായ ഒരു യാത്രാ പുസ്തകമായിരുന്നു. 'ആ പുസ്തകത്തിലെവിടെയും തകർന്നുകൊണ്ടിരിക്കുന്ന ഒരു സമൂഹത്തെക്കുറിച്ച് ഒന്നും പറഞ്ഞിരുന്നില്ല.

ജേക്കബ് റോഗ്ഗെവീൻ ഈസ്റ്റർ ദ്വീപ് നിവാസികളെ ചിത്രീകരിച്ചത് ഏറെ മനുഷ്യപ്പറ്റുള്ളവരും തിളങ്ങുന്ന വെളുത്ത പല്ലുകളും ഉറച്ച ശരീരവുമുള്ള അരോഗദൃഢഗാത്രർ ആയിട്ടായിരുന്നു. അവർ ഭക്ഷണത്തിനായി യാചിച്ചില്ല, മറിച്ച് ഡച്ചു കപ്പൽ സംഘത്തിന് ഭക്ഷണം വാഗ്ദാനം ചെയ്യുകയാണ് ചെയ്തത്. ആ ദ്വീപിലെ അസാമാന്യമായ വളക്കൂറുള്ള മണ്ണിനെക്കുറിച്ച് റോഗ്ഗെവീൻ പറയുന്നുണ്ട്. പക്ഷേ, അതിലെവിടെയും മറിച്ചിട്ടിരിക്കുന്ന പ്രതിമകളെക്കുറിച്ച് ഒന്നും പറയുന്നില്ല, പിന്നെയല്ലേ ആയുധങ്ങളും നരഭോജി സംസ്ക്കാരവുമെല്ലാം. അദ്ദേഹം ആ ദ്വീപിനെ വിശേഷിപ്പിക്കുന്നത് ഭൂമിയിലെ പറുദീസ എന്നാണ്.

'അപ്പോൾ പിന്നെ ഇവിടെയെന്താണ് സംഭവിക്കുന്നതെന്ന് ഞാൻ അത്ഭുതം കൂറി', ബോഴ്സെമ ചിരിച്ചു.

ഈസ്റ്റർ ദ്വീപിന്റെ തകർച്ചയെക്കുറിച്ച് പരക്കെ അംഗീകരിക്കപ്പെട്ട ആഖ്യാനത്തിൽ ഗൗരവതരമായ സംശയം പ്രകടിപ്പിച്ച ആദ്യ ശാസ്ത്രജ്ഞരിൽ ഒരാളായിരുന്നു ജാൻ ബോഴ്സെമ. 2002-ലെ അദ്ദേഹത്തിന്റെ പ്രഭാഷണം വായിച്ചപ്പോൾ ഈസ്റ്റർ ദ്വീപിന്റെ ചരിത്രം മികച്ചൊരു ദുരൂഹ കഥപോലെയാണ് എനിക്ക് തോന്നിയത്. ആരേയും അമ്പരപ്പിക്കുന്ന ശാസ്ത്രീയമായൊരു അപസർപ്പകകഥ. അതിനാൽ ബോഴ്സെമ ചെയ്തതുപോലെ തന്നെ ഈ ദുരൂഹതയുടെ കെട്ട് ഒന്നൊന്നായി നമുക്ക് അഴിക്കാൻ നോക്കാം. നമ്മൾ ദൃക്സാക്ഷി വിവരണങ്ങൾ വിശകലനം ചെയ്യും, ദ്വീപ് നിവാസികളുടെ വാദങ്ങൾ പരിശോധിക്കും, ഇതിന്റെ കാലഗണന കഴിയുന്നത്ര സൂക്ഷ്മമായി തയ്യാറാക്കും, എന്നിട്ട് കൊലപാതകങ്ങൾക്കുപയോഗിച്ച ആയുധങ്ങൾ സൂക്ഷ്മമായി നോക്കും. നമ്മുടെ അന്വേഷണത്തിനിടെ നമുക്ക് നിരവധി പഠനമേഖലകളിലൂടെ സഞ്ചരിക്കേണ്ടി വരും. ചരിത്രംതൊട്ട് ഭൗമശാസ്ത്രംവരെ, നരവംശശാസ്ത്രംതൊട്ട് പുരാവസ്തു ശാസ്ത്രംവരെ.

കുറ്റം നടന്ന സ്ഥലത്തുപോയി നോക്കി നമുക്ക് അന്വേഷണം ആരംഭിക്കാം. 1680-ൽ നീളൻ ചെവിയന്മാർ ഒളിച്ചിരിക്കുകയും കൊല്ലപ്പെടുകയും ചെയ്ത കിടങ്ങ്. ഈ കാട്ടാള കഥയുടെ ഉറവിടം എന്താണ്?

ഇതിനെക്കുറിച്ചുള്ള ആദ്യരേഖ 1914-ൽ ഈസ്റ്റർ ദ്വീപ് നിവാസികൾ കാതറിൻ റൂട്ട്ലെഡ്ജുമായി പങ്കുവെച്ച ഓർമ്മകളാണ്. മനുഷ്യന്റെ ഓർമ്മകൾക്ക് പിഴവ് സംഭവിക്കാമെന്ന് ഏതൊരന്വേഷകനും അറിയുന്ന കാര്യമാണ്. ഇവിടെയാകട്ടെ, വായ്ത്താരിയായി തലമുറകൾക്ക് പകർന്ന് കിട്ടിയ ഓർമ്മകളാണ് നമ്മൾ കൈകാര്യം ചെയ്യുന്നത്. നമ്മുടെ പൂർവ്വികർ രണ്ടോ മൂന്നോ നൂറ്റാണ്ട് മുന്നെ ചെയ്തിരുന്നതെന്താണെന്ന് നമുക്ക് വിശദീകരിക്കേണ്ടി വരുന്ന അവസ്ഥയൊന്ന് സങ്കൽപിച്ച് നോക്കു. ഇനി, നമുക്ക് ചരിത്രപുസ്തകങ്ങളൊന്നും ഇല്ലെന്നും ഓർമ്മകളുടെ കഥകളുടെ ഓർമ്മകളെയാണ് ആശ്രയിക്കേണ്ടതെന്നും സങ്കൽപിച്ച് നോക്കു.

എന്തായിരിക്കും നിഗമനം? റൂട്ട്ലെഡ്ജിന്റെ കുറിപ്പുകൾ അത്ര മികച്ച ഉറവിടമല്ല എന്നുതന്നെ.

എന്നാൽ അവിടെ കശാപ്പുകൾ നടന്നു എന്നതിനുള്ള തെളിവ് കേട്ടുകേൾവികൾ മാത്രമായിരുന്നില്ല. തോർ ഹേയർഡാളിന്റെ യാത്രാസംഘത്തിൽ ഉണ്ടായിരുന്ന പുരാവസ്തു ഗവേഷകനായ കാർലൈൽ സ്മിത്ത് നീളൻ ചെവിയന്മാരുടെ കൂട്ടക്കൊല നടന്നു എന്നുപറയുന്ന കിടങ്ങിനടുത്ത് ഉത്ഖനനം നടത്തിയിരുന്നു. അദ്ദേഹമവിടെനിന്ന് എടുത്ത രണ്ടുകഷണം ചാർക്കോളുകൾ കാലഗണന പരിശോധനക്കായി അയച്ചു. അതിലൊരെണ്ണം 1676-ലെ ആണെന്ന് കണ്ടെത്താനായി. അതൊരു സൂചനയായിരുന്നു. നീളൻ ചെവിയന്മാരെ കൊന്ന് കത്തിച്ചു എന്നുപറയുന്ന കാലവുമായി അടുത്ത് നില്ക്കുന്നതിനാൽ മൊത്തം കഥ ഒന്നുകൂടി പരിശോധിക്കാൻ സ്മിത്ത് തീരുമാനിച്ചു.

സ്മിത്ത് പിന്നീട് ഈ വ്യാഖ്യാനം സംബന്ധിച്ച് ചില മുന്നറിയിപ്പുകൾ നല്കുകയും ഈ കരിക്കട്ടകളുടെ പിൽക്കാല വിശകലനം ഈ സാമ്പിളുകൾ 1460-നും 1817-നും ഇടക്കുള്ളതാണെന്ന് വിലയിരുത്തപ്പെടുകയും മനുഷ്യശരീരത്തിന്റെ നാശാവശിഷ്ടങ്ങളൊന്നും അവിടെനിന്നും കണ്ടെത്തപ്പെടാതിരിക്കുകയും, അതുപോലെതന്നെ ആ കിടങ്ങ് മനുഷ്യർ കുഴിച്ചതല്ലെന്നും മറിച്ച് അവിടുത്തെ ഭൂവിതാനത്തിന്റെ സ്വഭാവമാണെന്നും ജിയോളജിസ്റ്റുകൾ കണ്ടെത്തുകയും ചെയ്തിട്ടും 1680-ലെ കൂട്ടക്കൊല സംബന്ധിച്ച മിത്ത് നിലനിന്നു. മാത്രമല്ല ഹെയർദാൾ, മുള്ളോയ്, ഡയമണ്ട് എന്നിവർ ഇത് പ്രചരിപ്പിക്കുന്നത് തുടരുകയും ചെയ്തു. ഫോറൻസിക് തെളിവുകളുടെ വെളിച്ചത്തിൽ ഇപ്പറഞ്ഞ ഗോത്രയുദ്ധത്തിന്റെ കഥ ദുർബലപ്പെടുകയാണ്. പട്ടിണിയായതുകൊണ്ടാണ് ആ ദ്വീപ് നിവാസികൾ നരഭോജികളായതെന്നാണ് സിദ്ധാന്തം. എന്നാൽ പുരാവസ്തു ഗവേഷകർ അവിടെനിന്നും കിട്ടിയ നൂറുകണക്കിന് അസ്ഥികൾ അടുത്തകാലത്ത് പരിശോധിച്ചപ്പോൾ കണ്ടത് റോഗ്ഗെവീനിന്റെ നിരീക്ഷണങ്ങൾ ശരിയായിരുന്നു എന്നാണ്. പതിനെട്ടാം നൂറ്റാണ്ടിന്റെ തുടക്കത്തിൽ ഈസ്റ്റർ ദ്വീപിൽ ജീവിച്ചിരുന്നവർ നല്ല ആരോഗ്യമുള്ളവർ തന്നെയായിരുന്നു. അവർ പട്ടിണിയാവുന്നതിനുള്ള ഒരു സൂചനയും കിട്ടിയില്ല.

അപ്പോൾ പിന്നെ കൂട്ടക്കലാപത്തെക്കുറിച്ചുള്ള ആ സൂചനകളോ?

സ്മിത്ത്സോണിയൻ ഇൻസ്റ്റിറ്റ്യൂഷനിൽ നിന്നുള്ള ഒരു സംഘം നരവംശശാസ്ത്രജ്ഞർ ഈസ്റ്റർ ഐലന്റിൽനിന്നും എടുത്ത 469 തലയോട്ടികൾ പരിശോധിച്ചതിൽ നിന്നും വൻതോതിലുള്ള എന്തെങ്കിലും കലാപം അവിടെ നടന്നതിന് ഒരു സൂചനയും അവർക്ക് കണ്ടെത്താനായില്ല. ഇത്രയും തലയോട്ടികൾ പരിശോധിച്ചപ്പോൾ അതിൽ രണ്ടെണ്ണത്തിൽ മാത്രമാണ് അഗ്നിപർവ്വതശിലകൾ കൊണ്ടുണ്ടാക്കിയ അസ്ത്രങ്ങൾ അഥവാ മാട്ടകൊണ്ട് പരിക്കേറ്റതാണെന്ന് എന്തെങ്കിലും സംശയം ജനിപ്പിച്ചത്.

മാട്ടകൾ ആയുധങ്ങളാണെന്ന് ശാസ്ത്രജ്ഞർ കരുതുന്നില്ല. അത് മിക്കവാറും സാധാരണ കറിക്കത്തികൾ പോലെയായിരിക്കാനാണ് സാധ്യത. റോഗ്ഗെവീന്റെ ക്യാപ്റ്റന്മാരിൽ ഒരാൾ അവിടുത്തുകാർ പഴം തോലുപൊളിക്കുന്നതിന് ഇങ്ങനെയൊരു ശിലാഖണ്ഡം ഉപയോഗിക്കുന്നത് കണ്ടിരുന്നു. 2016-ൽ ഇത്തരം 400 മാട്ടകൾ പരിശോധിച്ച അമേരിക്കൻ ഗവേഷകർ എത്തിച്ചേർന്ന നിഗമനം ആയുധങ്ങളെന്ന നിലയിൽ ഇവകൊണ്ട് ഒരു ഉപയോഗവും ഇല്ലെന്നാണ്, അവയ്ക്ക് ഒട്ടും മൂർച്ചയില്ല.

ഇതിനർത്ഥം ഈസ്റ്റർ ദ്വീപുകാർക്ക് മാരകമായ ആയുധങ്ങളുണ്ടാക്കാൻ അറിയില്ലായിരുന്നു എന്നല്ല. മറിച്ച് ഈ ഗവേഷകസംഘത്തിന്റെ തലവൻ പറഞ്ഞതുപോലെ 'അവരത് വേണ്ടെന്ന് വച്ചതാണ്.'

അപ്പോൾ പിന്നെ കാര്യങ്ങൾ കൂടുതൽ ദുരൂഹമാവുകയാണ്. ഇവർ പരസ്പരം കൊന്നിട്ടൊന്നുമില്ലെങ്കിൽ പിന്നെ ആദ്യകാലത്ത് ഈ ദ്വീപിൽ താമസിച്ചിരുന്ന ആയിരക്കണക്കിന് ആളുകൾക്കെന്ത് സംഭവിച്ചു? അവരെവിടെയാണ് പോയത്? റോഗ്ഗെവിൻ നമ്മളോട് പറഞ്ഞത് താൻ ആ ദ്വീപ് സന്ദർശിച്ച സമയത്ത് അവിടെ ഏതാണ്ട് രണ്ടായിരത്തോളം ആളുകളേ ഉണ്ടായിരുന്നുള്ളു എന്നാണ്, എന്നാൽ ജറേഡ് ഡയമണ്ട് പറയുന്നതാകട്ടെ അവിടെ പതിനയ്യായിരത്തോളം പേർ ഉണ്ടായിരുന്നുവെന്നും. അപ്പോൾ പിന്നെ ഇതിന് അവർക്ക് പറയാനുള്ള ഒഴിവുകഴിവ് എന്താണ്?

നമുക്ക് ഡയമണ്ട് ഈ സംഖ്യയിൽ എത്തിച്ചേർന്നത് ഏതുരീതി അനുസരിച്ചാണ് എന്നിടത്തുനിന്നും തുടങ്ങാം. ആദ്യമായി അദ്ദേഹം അവിടെയുള്ള നാശാവശിഷ്ടങ്ങൾവച്ച് ആ പ്രദേശത്തെത്ര വീടുകളുണ്ടായിരുന്നു എന്ന് കണക്കാക്കുകയായിരുന്നു. അടുത്തതായി ഒരു വീട്ടിൽ എത്രപേർ താമസിച്ചു എന്ന് അദ്ദേഹം ഒരു ഊഹക്കണക്ക് നടത്തി. പിന്നെ ഈ കണക്കുകൾ പൂർത്തീകരിക്കുന്നതിനായി അദ്ദേഹം അതിനെ ഒരു മൊത്തം സംഖ്യയാക്കി. യാതൊരു പിഴവുമില്ലാത്ത ഒരു കണക്കായി ഇതിനെ കാണാനാവില്ല.

ഈ നാടകങ്ങളൊക്കെ അരങ്ങേറിയ കാലഗണന കൃത്യമായി മനസ്സിലാക്കാനായാൽ അവിടുത്തെ ജനസംഖ്യയെക്കുറിച്ച് ഇത്തിരികൂടി മെച്ചപ്പെട്ട രീതിയിൽ നമുക്ക് പറയാനാവും. ഏതാണ്ട് 900 വർഷംമുമ്പ് ഈസ്റ്റർ ദ്വീപിൽ ആൾപാർപ്പ് തുടങ്ങിയിരുന്നു എന്നാണ് കണക്ക്, അല്ലെങ്കിൽ മുന്നൂറ് വർഷത്തിനപ്പുറം. എന്നാൽ അടുത്തകാലത്തായി ആധുനിക സാങ്കേതികവിദ്യ ഉപയോഗിച്ചുള്ള വിശകലനങ്ങൾ പറയുന്നത് ഏകദേശം 1100-ൽ അവിടെ ആൾപാർപ്പുണ്ടായിരുന്നു എന്നാണ്.

ഈ പുതുക്കിയ കാലംവെച്ച് ജാൻ ബോഴ്സെമ ലളിതമായൊരു കണക്കുകൂട്ടൽ നടത്തി. 1100-ൽ ഏകദേശം നൂറോളം പോളിനേഷ്യൻ സമുദ്ര സഞ്ചാരികൾ ഈസ്റ്റർ ദ്വീപിൽ കാലുകുത്തി എന്ന് കരുതുക. ഓരോ വർഷവും

അവരുടെ ജനസംഖ്യ അരശതമാനം വച്ച് കൂടിയെന്ന് കണക്കാക്കുക (വ്യാവസായിക മുന്നേറ്റം നടത്തുന്നതിനുമുമ്പുള്ള സമൂഹങ്ങളിൽ ഉണ്ടാകാവുന്ന പരമാവധി വളർച്ചയാണിത്). ഇതിനർത്ഥം റോഗ്ഗെവിൻ ആ തീരത്തെത്തുന്ന കാലത്ത് അവിടെ ഏകദേശം 2200 ആളുകൾ ഉണ്ടായിരുന്നിരിക്കാം എന്നാണ്. ഈ സംഖ്യയാവട്ടെ, പതിനെട്ടാം നൂറ്റാണ്ടിൽ ഇതിലൂടെ കടന്നുപോയ യൂറോപ്യൻ സമുദ്രയാത്രികർ രേഖപ്പെടുത്തിയ കണക്കുകളുമായി പൊരുത്തപ്പെടുന്നവയാണ്.

ഇതിനർത്ഥം, അവിടെ പീഡിപ്പിക്കപ്പെടുകയും കൊല്ലപ്പെടുകയും പരസ്പരം തിന്നുകയും ചെയ്തു എന്നുപറയപ്പെടുന്ന നൂറ് കണക്കിന് ഈസ്റ്റർ ദ്വീപുകാരെക്കുറിച്ച് തീർത്തും വ്യത്യസ്തമായൊരു മറുവാദമാണ് പറയാനുള്ളത് എന്നാണ്.

അത്രയുമാളുകൾ ഒരുകാലത്തും അവിടെ ഉണ്ടായിട്ടേയില്ല.

ഇനിയും ചുരുളഴിയാതെ കിടക്കുന്ന അടുത്ത പ്രഹേളിക ഈസ്റ്റർ ദ്വീപിലെ കാടുകൾക്ക് എന്തു സംഭവിച്ചു എന്നതാണ്. ജറേഡ് ഡയമണ്ടും വില്ല്യം മുള്ളോയ്യും മറ്റ് നിരവധി ശാസ്ത്രജ്ഞരും പറയുന്നത് വിശ്വസിക്കുകയാണെങ്കിൽ അവിടെ ഉണ്ടായിരുന്ന വൃക്ഷങ്ങളെല്ലാം തന്നെ അത്യാർത്തിക്കാരായ താമസക്കാർ കൂടുതൽ കൂടുതൽ മോയ്കൾ ഉണ്ടാക്കുന്നതിനായി വെട്ടിമാറ്റി എന്നാണ്. ഇതൊരുതരം ഉന്മത്താവസ്ഥയാണെന്നും അല്ലെങ്കിൽ പ്രത്യയശാസ്ത്രപരമായ രോഗലക്ഷണമാണെന്നുംവരെ കനേഡിയൻ ചരിത്രകാരനായ റൊണാൾഡ് റൈറ്റ് പറയുകയുണ്ടായി.

എന്നാൽ നിങ്ങൾ കണക്കുകൂട്ടുകയാണെങ്കിൽ ഈ നിഗമനവും കുറച്ച് അതിസാഹസികമായി എന്ന് നിങ്ങൾക്ക് തന്നെ മനസ്സിലാകും. ബോഴ്സെമ കണക്കാക്കുന്നത് അവിടെയുള്ള ആയിരത്തോളം കൽപ്രതിമകൾ ഓരോന്നും ഉരുട്ടിക്കൊണ്ടുവരുന്നതിന് ഏകദേശം പതിനഞ്ച് വൃക്ഷങ്ങൾ വീതം വേണമെന്നാണ്. എന്നുപറഞ്ഞാൽ ഏകദേശം പതിനയ്യായിരം വൃക്ഷങ്ങൾ മൊത്തത്തിൽ വേണ്ടിവന്നിരിക്കാം. അപ്പോൾ ആ ദ്വീപിൽ മൊത്തം എത്ര മരങ്ങളാണ് ഉണ്ടായിരുന്നത്? പരിസ്ഥിതിശാസ്ത്രപരമായി നടത്തിയ ഗവേഷണങ്ങൾ പറയുന്നത് അവിടെ ലക്ഷക്കണക്കിന് വൃക്ഷങ്ങളുണ്ടായിരുന്നു എന്നാണ് – ഒരു പക്ഷേ അത് ഏകദേശം പതിനാറ് ദശലക്ഷത്തോളം വരും.

അവിടെയുണ്ടാക്കിയ പ്രതിമകളിൽ ഭൂരിഭാഗവും ആ ക്വാറി ഉണ്ടായിരുന്ന റാണോ റാറാക്കുവിൽനിന്നും പുറത്തുപോയിട്ടേയില്ല. ദ്വീപിൽ ആഭ്യന്തര യുദ്ധം ഉണ്ടായപ്പോൾ ആ പ്രതിമകളെല്ലാം അവിടെ ഉപേക്ഷിച്ചു പോവുകയായിരുന്നു എന്നതിനെക്കാൾ അവയെ ഈ പ്രദേശത്തിന്റെ കാവൽക്കാരാക്കി മനഃപൂർവ്വം അവിടെ നിലനിർത്തിയതായിരിക്കാമെന്നാണ് ശാസ്ത്രജ്ഞർ കരുതുന്നത്.

അവസാനമായി, 493 പ്രതിമകളാണ് അവിടെനിന്നും ഉരുട്ടി മറ്റൊരിടത്തെത്തിച്ചത്. അതൊരു വലിയ സംഖ്യയായി തോന്നാം. പക്ഷേ, നൂറുകണക്കിന് വർഷം ഈ ദ്വീപ് ഇവിടത്തുകാരുടെ മാത്രമായിരുന്നു എന്ന് നമ്മളോർക്കണം. പരമാവധി വന്നാൽ വർഷത്തിൽ ഒന്നോ രണ്ടോ പ്രതിമകളേ അവർ നീക്കിക്കൊണ്ടുവന്നു കാണൂ. എന്തുകൊണ്ടവർ ഒരു ഡസൻ പ്രതിമകളിൽ നിർത്തിയില്ല? ഇതിനും ലളിതമായ ഒരു വിശദീകരണം ഉണ്ടെന്നാണ് ബോഴ്സെമ

കരുതുന്നത്. മുഷിപ്പ്. 'ഇങ്ങനെയൊരു ദ്വീപിൽ താമസിക്കുമ്പോൾ നിങ്ങളുടെ പക്കൽ ധാരാളം സമയം കാണും. ഈ കല്ലുകൊത്തലും വലിച്ചുകൊണ്ടു പോകലുമെല്ലാം ഓരോ ദിവസവും ചിട്ടപ്പെടുത്തുന്നതിന് അവരെ സഹായിച്ചിരിക്കും,' അദ്ദേഹം ചിരിച്ചുകൊണ്ടു പറഞ്ഞു.

മോയ് ഉണ്ടാക്കുന്നത് ഒരു സംഘടിത തൊഴിലായി കാണണമെന്നാണ് ഞാൻ കരുതുന്നത്, ഗോബെക്കി ടെപ്പെയിൽ പതിനായിരം വർഷങ്ങൾക്കു മുമ്പ് ആ ക്ഷേത്രം പണിതതുപോലെ (അദ്ധ്യായം 5 നോക്കുക). അതുമല്ലെങ്കിൽ സമീപകാലത്ത് സുമാത്രയ്ക്ക് പടിഞ്ഞാറുള്ള നിയാസ് ദ്വീപിൽ ഇരുപതാംനൂറ്റാണ്ടിന്റെ തുടക്കകാലത്ത് ഏകദേശം 525 ആളുകൾ വലിയൊരു കൽപ്രതിമ മരംകൊണ്ടുണ്ടാക്കിയ ഉരുളില്ലാവണ്ടിമേൽ തള്ളിക്കൊണ്ട് പോകുന്നത് കണ്ടിട്ടുണ്ട്.

ഇത്തരം പ്രവൃത്തികൾ കൂടുതൽ കാര്യക്ഷമമായി ചെയ്യാനാവുമെന്നതിൽ യാതൊരു സംശയവുമില്ല. പക്ഷേ, അതൊന്നുമല്ല കാര്യം. ഈ ശില്പവൃത്തിയൊന്നും അധികാരാസക്തി തലയ്ക്ക്പിടിച്ച് താനാണേറ്റവും കേമനെന്നു കരുതുന്ന ഏതെങ്കിലും ഭരണാധികാരിയുടെ സ്വപ്നപദ്ധതിയൊന്നുമല്ല. ആളുകളെ ഒന്നിച്ച് നിർത്തുന്നതിനുള്ള ചില സാമൂഹിക ആചാരങ്ങൾ മാത്രമായിരുന്നു.

നമുക്ക് തെറ്റിദ്ധാരണയൊന്നും വേണ്ട കേട്ടോ: ഈസ്റ്റർ ദ്വീപുകാർ ധാരാളം വൃക്ഷങ്ങൾ മുറിച്ച് മാറ്റിയിട്ടുണ്ട്. ഇത് പ്രതിമകളൊരിടത്തുനിന്നും മറ്റൊരിടത്തേക്ക് കൊണ്ടുപോകുന്നതിനുവേണ്ടി മാത്രമല്ല, മറിച്ച് ഇതിനകത്തെ ചാറെടുക്കാനും വള്ളങ്ങൾ ഉണ്ടാക്കാനും കൃഷിക്കായി ഭൂമിയൊരുക്കാനുമെല്ലാം വൃക്ഷങ്ങൾ വെട്ടിമാറ്റിയിരുന്നു. ഇതിനെല്ലാം പുറമെ ഒരു വനം മുഴുവൻ ഇല്ലാതാവാനുള്ള കാരണം വിശദീകരിക്കുമ്പോൾ ഇതിൽ മറ്റൊരു കുറ്റവാളികൂടി ഉണ്ടാകാൻ സാധ്യത ഏറെയാണ്. അതിന്റെ പേരാണ് റാറ്റസ് എക്സുലാൻസ് (Rattus exulans) അഥവാ പോളിനേഷ്യൻ എലി.

ഈ മൂഷികർ ഇവിടെയെത്തിയ ആദ്യത്തെ ബോട്ടുകളിൽ ഒളിച്ചിരുന്ന് വന്നതാവാം. സ്വാഭാവികമായ ഇരപിടിയന്മാരൊന്നും ഈസ്റ്റർ ദ്വീപിലില്ലാത്തതിനാൽ അവിടെ അവർ സ്വതന്ത്രമായി തിന്ന് കൊഴുത്ത് വളർന്നു. പരീക്ഷണശാലകളിൽ എലികളുടെ എണ്ണം നാല്പത്തിയേഴ് ദിവസം കൊണ്ടാണ് ഇരട്ടിക്കുന്നത്. എന്നുപറഞ്ഞാൽ വെറും മൂന്നുവർഷംകൊണ്ട് ഒരു ജോഡി എലികളിൽനിന്നും പതിനേഴ് ദശലക്ഷം എലികളുണ്ടാവാമെന്ന്.

ഇതായിരുന്നു ഈസ്റ്റർ ദ്വീപിലെ യഥാർത്ഥ പാരിസ്ഥിതിക ദുരന്തം. അതിവേഗത്തിൽ പെറ്റുപെരുകുന്ന ഈ എലികൾ അവിടെയുള്ള മരങ്ങളുടെ വിത്തുകൾ തിന്നുതീർത്ത് വനത്തിന്റെ വളർച്ച തടഞ്ഞുവെന്ന് ജീവശാസ്ത്രകാരന്മാർ സംശയിക്കുന്നു.

ഈസ്റ്റർ ദ്വീപുകാരെ സംബന്ധിച്ചിടത്തോളം വനമില്ലാതാകുന്നത് വലിയ പ്രശ്നമൊന്നുമായിരുന്നില്ല, കാരണം വെട്ടിവീഴ്ത്തപ്പെട്ട ഓരോ മരവും ഉഴുതുമറിക്കാവുന്ന കൂടുതൽ മണ്ണിനെ സ്വതന്ത്രമാക്കിക്കൊടുത്തു. മരങ്ങളില്ലാതായപ്പോൾ അവിടെ ഭക്ഷ്യോല്പ്പാദനം കൂടിയെന്ന് പുരാവസ്തു ഗവേഷകനായ മാരാ മുൾറൂനി 2013-ൽ എഴുതിയ ഒരു ലേഖനത്തിൽ പറയുന്നു. കാറ്റിൽനിന്നും വിള സംരക്ഷിക്കുന്നതിനായും ചൂടും ഈർപ്പവും നിലനിർത്തുന്നതിനായും കൊച്ചുകല്ലുകൾ അടരടരായിവയ്ക്കുന്ന തരത്തിലുള്ള കാർഷിക മേഖലയിലെ പ്രായോഗിക ജ്ഞാനം ഇവർക്ക് സഹായകമായി.

ദ്വീപിലെ ജനസംഖ്യ 15000 കടന്നാലും അവർക്ക് എല്ലാവർക്കും വേണ്ടത്ര ഭക്ഷണം അവിടെ സമൃദ്ധമായിരുന്നു എന്ന് പുരാവസ്തു ഗവേഷകർ പറയുന്നു. മനുഷ്യന്റെ കാപട്യമില്ലായ്മ പരാജയത്തേക്കാൾ വിജയത്തിലേക്ക് എത്രമാത്രം നയിക്കാം എന്നതിനുള്ള ഉദാഹരണമാണ് ഒരുപക്ഷേ, ഈസ്റ്റർ ദ്വീപെന്ന് മുൾറൂനി പറയുന്നു.

4

ആ വിജയം പക്ഷേ ക്ഷണഭംഗുരമായിരുന്നു. ആത്യന്തികമായി ഈസ്റ്റർ ദ്വീപിനെ തകർത്ത മഹാമാരി വന്നത് അകത്തുനിന്നല്ല, അത് യൂറോപ്യൻ കപ്പലുകളിൽ വന്നിറങ്ങുകയായിരുന്നു. ദുരന്തപൂർണ്ണമായ ഈ അദ്ധ്യായം തുറന്നത് ജേക്കബ് റോഗ്ഗെവീനും സംഘവും 1722 ഏപ്രിൽ 7-ന് കരയ്ക്കിറങ്ങാൻ തയ്യാറെടുക്കുമ്പോഴാണ്. നഗ്നനായൊരു മനുഷ്യൻ തന്റെ കൊച്ച് വള്ളവും തുഴഞ്ഞ് അവിടെ എത്തി. തന്റെ അൻപതുകളിലെത്തിയ അയാൾക്ക് ഉറച്ച ശരീരവും ഇരുണ്ട്, പച്ചകുത്തിയ തൊലിയും ഊശാൻ താടിയും ഉണ്ടായിരുന്നു.

കപ്പലിൽ കയറിവന്ന അയാൾ ഏറെ ഉന്മേഷവാനായിരുന്നു. കപ്പലിന്റെ കൊടിമരത്തിന്റെ ഉയരത്തിലും കമ്പക്കയറുകളുടെ വണ്ണത്തിലും കപ്പൽ പായിലും പീരങ്കികളിലും മറ്റുവസ്തുക്കളിലുമെല്ലാം അയാൾ അത്ഭുതം കൂറി. ആ പീരങ്കി ഏറെ ശ്രദ്ധയോടെയാണ് അയാൾ സ്പർശിച്ചതെന്ന് റോഗ്ഗെവീൻ പറയുന്നു. കണ്ണാടിയിൽ തന്റെ പ്രതിഫലനം കണ്ടപ്പോഴും കപ്പലിലെ മണി മുഴങ്ങിയപ്പോഴും തനിക്ക് വച്ചുനീട്ടിയ ബ്രാൻഡി കണ്ണിലൊഴിച്ചപ്പോഴുമെല്ലാം അയാൾ ശരിക്കും ഭയാക്രാന്തനായി പോയി എന്നും.

റോഗ്ഗെവീന് ഏറ്റവും മതിപ്പ് തോന്നിയത് ആ ദ്വീപ് നിവാസിയുടെ ആഹ്ലാദത്തിമിർപ്പിലായിരുന്നു. അയാൾ നൃത്തംവയ്ക്കുകയും പാടുകയും ഉറക്കെ ചിരിച്ചുകൊണ്ട് 'ഓ ഡൊറോഗ! ഓ ഡൊറോഗ!' എന്ന് ആവർത്തിച്ച് പറയുകയും ചെയ്തു. അയാൾ വാസ്തവത്തിൽ 'സ്വാഗതം' എന്ന് പറയുകയായിരുന്നിരിക്കാം എന്ന് പണ്ഡിതർ കണ്ടെത്തിയത് ഏറെ വർഷങ്ങൾക്കുശേഷമാണ്.

തിക്തമായൊരു സ്വാഗതമായിരുന്നു അത്. റോഗ്ഗെവീൻ അവിടെ 134 ആളുകളും മൂന്ന് കപ്പലുകളും രണ്ടു വള്ളങ്ങളുമായി നങ്കൂരമിട്ടു. ഈസ്റ്റർ ദ്വീപുകാർ ഇവരെക്കണ്ടതിൽ ആഹ്ലാദം കാണിച്ചപ്പോൾ ഡച്ചുകാരാകട്ടെ യുദ്ധത്തിലെന്നപോലെ അണിനിരക്കുകയാണ് ചെയ്തത്. എന്നിട്ട് യാതൊരു മുന്നറിയിപ്പുമില്ലാതെ അവർ നാലോ അഞ്ചോ നിറയൊഴിച്ചു. അതിനിടെ ആരോ വീണ്ടും നിറയൊഴിക്കാൻ ആഹ്വാനം ചെയ്യുകയും അവർ മുപ്പതു തവണകൂടി നിറയൊഴിക്കുകയും ചെയ്തു. അന്നേരം ദ്വീപുനിവാസികൾ ഉള്ളിലേക്കു പലായനം ചെയ്യുകയും അതിനുമുന്നെ പത്തുപേർ തീരത്ത് മരിച്ചുവീഴുകയും ചെയ്തു. അക്കൂട്ടത്തിൽ കപ്പൽസൈന്യത്തെ 'ഓ ഡൊറോഗ' എന്നുപറഞ്ഞു സൗഹൃദഭാവത്തിൽ അഭിവാദനം ചെയ്ത തദ്ദേശവാസിയും ഉണ്ടായിരുന്നു.

ഈ കുറ്റംചെയ്തവരോട് റോഗ്ഗെവീൻ രോഷംകൊള്ളുകയും, അവർ താങ്കളിതു ചെയ്തത് തെറ്റിദ്ധാരണകൊണ്ടാണെന്നു പറയുകയും ചെയ്തു.

എന്നാൽ ഇവർക്കെന്തെങ്കിലും ശിക്ഷ നൽകിയോ എന്ന് ജേർണലിൽ എവിടെയും പറയുന്നില്ല. സന്ധ്യയായപ്പോൾ, സൗത്തേൺ ലാൻഡ് കണ്ടെത്തുന്നതിനുള്ള ദൗത്യം തുടരുന്നതിൽ ഉത്സുകനായ റോഗ്ഗെവീൻ തങ്ങൾക്കു തിരിച്ചു പോകാമെന്നു പറഞ്ഞു.

മറ്റൊരു കപ്പൽസംഘം പിന്നീട് അവിടെ എത്തിയത് നാല്പത്തെട്ടു വർഷങ്ങൾക്കുശേഷമാണ്. ക്യാപ്റ്റൻ ഡോൺ ഫെലിപ്പ് ഗോൺസാലെസിന്റെ നേതൃത്വത്തിലുള്ള ആ പര്യവേക്ഷണസംഘം അവിടെ മൂന്ന് മരക്കുരിശുകൾ സ്ഥാപിക്കുകയും സ്പാനിഷ് പതാക ഉയർത്തുകയും ചെയ്തശേഷം ആ ദ്വീപ് കന്യാമറിയത്തിന്റേതാണെന്നു അവകാശപ്പെട്ടു. ഈസ്റ്റർ ദ്വീപുകാർ അതൊന്നും ഗൗനിച്ചില്ല.

'അവർക്കിടയിൽ വിദ്വേഷത്തിന്റെ ലാഞ്ഛനപോലും ഇല്ലായിരുന്നു,' എന്ന് അവിടം പിടിച്ചടക്കിയവർ ജേർണലിൽ കുറിച്ചിട്ടു. സ്പെയിൻകാർ അന്നാട്ടുകാർക്കു ഒരു പുതിയ അമ്പും വില്ലും നൽകിയപ്പോൾ സമാധാനപ്രിയരായ ആ മനുഷ്യർ ആ സമ്മാനംകൊണ്ട് എന്തുചെയ്യണം എന്നറിയാതെ അന്തിച്ചുനിന്നു. അവസാനം അവർ ഒരു നെക്‌ലേസ് പോലെ കഴുത്തിലണിയാൻ തീരുമാനിച്ചു.

നാലുവർഷങ്ങൾക്കുശേഷം, 1774-ൽ ആണ് ജെയിംസ് കുക്കിന്റെ നേതൃത്വത്തിലുള്ള ഇംഗ്ലീഷ് പര്യവേക്ഷണസംഘം അവിടെ എത്തിയത്. പസിഫിക് സമുദ്രത്തിലൂടെ മൂന്ന് സമുദ്രയാത്രകൾ നടത്തിയ ശേഷമാണ് ക്യാപ്റ്റൻ കുക്ക് സൗത്തേൺ ലാൻഡ് വെറുമൊരു മിത്താണ് എന്ന് ആത്യന്തികമായി തെളിയിച്ചത്. അദ്ദേഹം വിശ്രുതരായ രാജ്യാന്വേഷണ സഞ്ചാരികളുടെ വിശിഷ്ടമായ പട്ടികയിൽ ഇടംപിടിച്ചപ്പോൾ, റോഗ്ഗെവീൻ അതിനും എത്രയോ മുന്നേ വിസ്മൃതനായി കഴിഞ്ഞിരുന്നു.

ദുരന്തപ്രവാചകർ ഈസ്റ്റർ ദ്വീപിനെക്കുറിച്ചുള്ള കുക്കിന്റെ നിരീക്ഷണങ്ങളെ എന്തുകൊണ്ട് ഇത്രയധികം വിശ്വസിച്ചു എന്നതിനുള്ള വിശദീകരണം അദ്ദേഹത്തിന്റെ ഏറെ മഹത്ത്വവത്കരിക്കപ്പെട്ട ഔന്നത്യം തന്നെയാണ്. മറിച്ചിടപ്പെട്ട മോയ്കളെ കുറിച്ച് ആദ്യമായി റിപ്പോർട്ട് ചെയ്തത് കുക്ക് ആയിരുന്നു. മാത്രമല്ല, ഒരുപക്ഷെ അതിലും പ്രധാനം, അദ്ദേഹമാണ് അന്നാട്ടുകാർ കുറിയവരും, മെലിഞ്ഞവരും, ഭീരുക്കളും ദുരിതപൂർണ്ണമായി ജീവിക്കുന്നവരുമാണെന്ന് പറഞ്ഞതും.

അല്ലെങ്കിൽ ഒരുപക്ഷേ അദ്ദേഹം അങ്ങനെയൊക്കെയാണ് എഴുതിയതെന്നാണ് ഉദ്ധരിക്കപ്പെട്ടിരിക്കുന്നത്. എന്നാൽ, വിചിത്രമെന്നു പറയട്ടെ, ടൊറന്റോ സർവകലാശാലയിലെ ഗവേഷകനായ ബെവേർലി ഹോൺ, കുക്കിന്റെ ലോഗ്ബുക് വീണ്ടും വായിച്ചുനോക്കിയപ്പോൾ അതിലെവിടെയുംതന്നെ യാതൊരു പ്രത്യാശയ്ക്കും വക നൽകാത്ത ഇത്തരമൊരു വിവരണം കാണാനായില്ല. കുക്ക് അതിൽ പറഞ്ഞിരുന്നത് അവിടത്തുകാർ 'ചുറുചുറുക്കുള്ളവരും, ഉത്സാഹശീലമുള്ളവരും, ആരെയും വെറുപ്പിക്കാത്ത പെരുമാറ്റമുള്ളവരും അപരിചിതരോട് സൗഹൃദവും ആതിഥ്യമര്യാദയും വെച്ചുപുലർത്തുന്നവരും ആണെന്നാണ്.

1786 ഏപ്രിൽ 9-നു ഈസ്റ്റർ ദ്വീപ് സന്ദർശിച്ച കലാകാരനായ ഡ്യൂഷെ ഡേ വാൻസി ചെയ്ത ഒരു രേഖാചിത്രത്തിന്റെ എൻഗ്രേവിങ് ആണിത്. ഈ ചിത്രം ഈസ്റ്റർ ദ്വീപ് നിവാസികളെക്കുറിച്ചുപറയുന്നതിനേക്കാൾ അധികം ഈ ഫ്രഞ്ചുകാരന്റെ കൊളോണിയൽ കാഴ്ചപ്പാടാണ് കാണിക്കുന്നത്. ഈ ചിത്രം കേടുകൂടാതെ ബാക്കി യായി എന്നതുതന്നെ ഒരു അത്ഭുതമാണ്. ചിത്രകാരനായ ഡെ വാൻസി യാത്ര ചെയ്തത് സഞ്ചാരിയായ ഴാങ് ഫ്രാൻസ്വ ഡേ ഗല്ലോപ്, കൂംത് ഡേ ലാ പെറോസ് നേതൃത്വം നൽകിയ ഭാഗ്യഹീനമായ ഒരു യാത്രാസംഘത്തിന്റെ ഭാഗമായിട്ടായിരുന്നു. 1787-ൽ ആ ഫ്രഞ്ചുകാർ വടക്കുകിഴക്കൻ റഷ്യയിലെ കാംചത്ക പെനിൻസുലയിൽ എത്തിയപ്പോൾ ലാ പെറോസ്, ഒരു സുരക്ഷാ മുൻകരുതൽ എന്ന രീതിയിൽ ഈ ചിത്രമടക്കം നാട്ടിലേക്കു തന്റെ യാത്രയെക്കുറിച്ച് ഒരു അഡ്വാൻസ് റിപ്പോർട്ട് അയക്കാൻ തീരുമാനിച്ചു. ഒരു വർഷത്തിനുശേഷം ഇവരുടെ കപ്പൽ തകർന്നു. ലാ പെറോസിനും, യാത്രാസംഘത്തിലെ കലാകാരനായ ഡെ വാൻസിക്കും എന്ത് സംഭവിച്ചു എന്നത് ഇപ്പോഴും പണ്ഡിതന്മാർ കുരുക്കഴിക്കാൻ ശ്രമിച്ചുകൊണ്ടിരി ക്കുന്ന ഒരു നിഗൂഢതയാണ്.

അപ്പോൾ പിന്നെ കുക്ക് എവിടെയാണ് ഇങ്ങനെ നിശിതമായൊരു വില യിരുത്തൽ നടത്തിയത്. ഈസ്റ്റർ ദ്വീപിന്റെ പതനത്തെക്കുറിച്ചുള്ള ആഖ്യാന ത്തിന് കൃത്യമായി ചേരുന്നതും ആരാധ്യമെന്ന് പറയപ്പെടുന്ന ശാസ്ത്ര പ്രസി ദ്ധീകരണമായ നാച്ചറിന്റെ താളുകളിൽ പ്രത്യക്ഷപ്പെട്ടതുമായ ആ ഉദ്ധരണി കൾ എവിടെയാണ് കണ്ടെത്താനാവുക? ജറേഡ് ഡയമണ്ട് ഇതിന്റെ ഉറവിട മായി പറയുന്നത് *ഈസ്റ്റർ ഐലന്റ്, എർത്ത് ഐലന്റ്* എന്ന പുസ്തക മെഴുതിയ പോൾ ബാൻ, ജോൺ ഫ്ളെൻലെ എന്നിവരെയാണ്, എന്നാൽ അവരാകട്ടെ അവരുടെ പുസ്തകത്തിൽ ഇതെവിടെനിന്നു കിട്ടി എന്ന് പറയു ന്നില്ല താനും. ദുരൂഹമായ ഈ ഉദ്ധരണി തേടിപ്പിടിക്കാനാവുമോ എന്ന് ഒരു ശ്രമം നടത്താൻ ഞാൻ തീരുമാനിച്ചു. ലൈബ്രറിയിൽ ഏറെനേരം തിരഞ്ഞ ശേഷം, 1961-ൽ അക്കാദമിക് വായനാവൃന്ദത്തിനുവേണ്ടി എഴുതപ്പെട്ട വിരസ മായ ഒരു പുസ്തകത്തിൽ ഞാൻ അത് കണ്ടെത്തി.

പുസ്തകത്തിന്റെ വിഷയമെന്താണെന്നറിയുമോ? ഈസ്റ്റർ ദ്വീപിലേക്കുള്ള നോർവീജിയൻ പര്യവേക്ഷണം. ഗ്രന്ഥകാരനോ തോർ ഹെയർഡാൾ.

അപ്പോൾ അതാണ് കാര്യം. കുക്കിന്റെ ഈ ഉദ്ധരണിയെ വികൃതമാക്കിയതിന്റെ ഉറവിടം നോർവീജിയൻ സാഹസിക യാത്രികനും ചപലമായ ആശയങ്ങളുടെ പക്ഷം പിടിച്ച് വാദിക്കുന്നയാളുമായ ഈ മനുഷ്യനാണ്. ഇതേ മനുഷ്യൻ തന്നെയാണ്, ഈ ദ്വീപിൽ ആദ്യകാലത്ത് വസിച്ചിരുന്നത് നീളൻ ചെവിയന്മാരായ ഇൻകാകൾ ആണെന്നും അവരെ കുറുചെവിയന്മാരായ പോളിനേഷ്യൻ നരഭോജികൾ കീഴ്പ്പെടുത്തിയെന്നുമുള്ള കഥ കെട്ടിച്ചമച്ച് ഒരു പോപ്പുലർ ബെസ്റ്റ് സെല്ലർ എഴുതിയത്. ഇതേ ഹെയർഡാളാണ് കുക്ക് എഴുതിയ 'നിരുപദ്രവകാരികളും സൗഹൃദമനോഭാവമുള്ളവരുമായ' ദ്വീപ് വാസികളെ 'പ്രാകൃതരായ നരഭോജികളുടെ' ഒരു സമൂഹം എന്ന് ഉടച്ചുവാർത്തത്.

കെട്ടുകഥകൾ പിറക്കുന്നത് ഇങ്ങിനെയാണ്.

ഇനിയും ഒരു ദുരൂഹതയുടെ കൂടി ചുരുളഴിക്കേണ്ടതുണ്ട്. ഈസ്റ്റർ ദ്വീപുകാർ എന്തിനാണ് അവരുടെ ഭീമാകാരമായ ആ പ്രതിമകൾ നശിപ്പിച്ചു കളഞ്ഞത്?

ഇതിനുള്ള ഉത്തരത്തിനായി നമ്മൾ ജേക്കബ് റോഗ്ഗെവീന്റെ ജേർണലിലേക്ക് തിരിച്ചു പോകേണ്ടതുണ്ട്. അദ്ദേഹം കാലുകുത്തുന്നത് വരേക്കും ഈ ദ്വീപ് നിവാസികൾ നൂറ്റാണ്ടുകളായി കരുതിയിരുന്നത് ഈ ഭൂമിയിൽ തങ്ങൾ മാത്രമേ ഉള്ളൂ എന്നാണ്. അവിടെയുള്ള മോയ്കളെല്ലാം തന്നെ, പുറത്തേക്ക് അല്ലെങ്കിൽ കടലിലേക്ക് നോക്കി ഇരിക്കുന്നതിനുപകരം ദ്വീപിനകത്തേക്ക് നോക്കിയാണ് ഇരുന്നിരുന്നത് എന്നത് യാദൃച്ഛികമാകാനിടയില്ല.

പിന്നെ അങ്ങനെയിരിക്കെ ഭീമാകാരമായ മൂന്ന് കപ്പലുകൾ ചക്രവാളത്തിൽ പ്രത്യക്ഷപ്പെട്ടു. അത്ഭുതകരമായ കപ്പലുകളും അതിശക്തമായ ആയുധസംഹാരശക്തിയുമായി വന്ന അപരിചിതരായ ഈ ഡച്ചുകാരെ കുറിച്ച് ദ്വീപുനിവാസികൾ എന്തായിരിക്കും കരുതിയത്. ഇവർ പ്രവാചകരാണെന്നോ? അതോ ദൈവങ്ങളാണെന്നോ? അവരുടെ വരവും തീരത്ത് നടത്തിയ കൂട്ടക്കൊലയുമെല്ലാം വല്ലാത്തൊരു നടുക്കമായിരുന്നിരിക്കണം ഈ മനുഷ്യരിൽ ഉണ്ടാക്കിയത്. 'ഈ സ്ഥലത്തുള്ള ഇവരുടെ മക്കളുടെ മക്കൾക്കു വരെ വരുംനാളുകളിൽ ഈ കഥ ഓർത്തെടുക്കാനാവും' എന്ന് ഡച്ച് കപ്പൽ യാത്രികരിൽ ഒരാൾ പറഞ്ഞിരുന്നു.

ഏറെ കെട്ടിക്കാഴ്ചകളുമായി പിന്നീട് തീരമണഞ്ഞത് സ്പെയിൻകാരായിരുന്നു. ഡ്രമ്മുകൾ കൊട്ടിയും പതാക വീശി ഘോഷയാത്ര നടത്തിയും അതിനെല്ലാം ഉപരി ഇടിമുഴക്കംപോലെ മൂന്ന് തവണ പീരങ്കി പൊട്ടിച്ചുമായിരുന്നു അവരുടെ വരവ്.

ഈ സംഭവവികാസങ്ങളുടെ പ്രഭാവം ദ്വീപ് നിവാസികൾ ലോകത്തെ കണ്ട രീതി മാറ്റിമറിച്ചിരിക്കാം എന്ന് കരുതുന്നത് അതിശയോക്തിപരമാകുമോ?

അന്നാട്ടുകാർ മോയ്ക്ക് മുന്നിൽ മുട്ടുകുത്തി നില്ക്കുന്നത് കണ്ടു എന്ന് റോഗ്ഗെവീൻ പറഞ്ഞപ്പോൾ കുക്ക് പറഞ്ഞത് 'ഡച്ചുകാരുടെ കാലത്ത് അവ എന്തൊക്കെയായിരുന്നുവെങ്കിലും ശരി ഈ പ്രതിമകളെ ഇപ്പോഴുള്ള ദ്വീപ് നിവാസികൾ വിഗ്രഹങ്ങളായി കണ്ടില്ല' എന്നാണ്. മാത്രവുമല്ല, ഈ കൽ

പ്രതിമകളുടെ അസ്ഥിവാരം തകർന്നു തുടങ്ങിയിരുന്നുവെങ്കിലും ദ്വീപ് നിവാസികൾ അവ നേരേയാക്കാനൊന്നും മിനക്കെട്ടില്ലെന്നും അദ്ദേഹം പറയുന്നു.

ഒരു റഷ്യൻ നാവികൻ പറഞ്ഞത് 1804 ആയപ്പോഴേക്കും വളരെ കുറച്ച് മോയ്കൾ മാത്രമേ അവിടെ നില്പ്പുണ്ടായിരുന്നുള്ളു എന്നാണ്. ബാക്കിയെല്ലാം മറിഞ്ഞുവീഴുകയോ മനഃപൂർവ്വം തള്ളി താഴെയിടുകയോ അല്ലെങ്കിൽ രണ്ടും കൂടി സംഭവിക്കുകയോ ചെയ്തിരിക്കാം. (ചില ശാസ്ത്രകാരന്മാർ കരുതുന്നത് ഈ പ്രതിമകൾ ഭൂമികുലുക്കത്തിൽ വീണു എന്നാണ്. മറ്റുചിലർ കരുതുന്നത് നാട്ടുപ്രമാണിമാരുടെ കുഴിമാടത്തിനുമേൽ ഈ പ്രതിമകൾ കൊണ്ടുപോയി കിടത്തിയെന്നും.) എന്തുതന്നെയായാലും ശരി മോയ്കളെ ചുറ്റിപ്പറ്റിയുള്ള പാരമ്പര്യങ്ങളെല്ലാം കാലക്രമത്തിൽ വിസ്മൃതിയിലേക്ക് മറഞ്ഞു, എന്തുകൊണ്ടിങ്ങനെ സംഭവിച്ചു എന്ന് നമുക്കൊരിക്കലും തന്നെ അറിയാനാവില്ല. ഇതിനെക്കുറിച്ച് രണ്ട് നിഗമനങ്ങളാണുള്ളത്. ഇതിൽ ഏതെങ്കിലും ഒന്ന് അല്ലെങ്കിൽ രണ്ടും ശരിയായിരിക്കാം. ഒന്ന് ദ്വീപ്നിവാസികൾ ഒരു പുതിയ നേരംപോക്ക് കണ്ടെത്തി എന്നുള്ളതാണ്. കാടൊക്കെ പോയിക്കഴിഞ്ഞപ്പോൾ ഈ ഏകശിലാ പ്രതിമകളെ നീക്കിക്കൊണ്ടുപോകാൻ ബുദ്ധിമുട്ടായിരുന്നു. അതുകൊണ്ട് തങ്ങളുടെ ദിവസങ്ങൾ തള്ളി നീക്കുന്നതിനായി അവർ മറ്റു വഴികൾ കണ്ടെത്തി.

രണ്ടാമത്തെ പരികൽപന, പണ്ഡിതന്മാർ പറയുന്ന 'കാർഗോ കൾട്ട്' ആണ്. അതായത് പാശ്ചാത്യരോടും അവരുടെ സാമഗ്രികളോടുമുള്ള അമിതമായ താല്പര്യം. ഉദാഹരണത്തിന്, ഈസ്റ്റർ ദ്വീപുകാർക്ക് തൊപ്പികളോട് ഏറെ ആകർഷണം തോന്നിയിരുന്നു. ഒരു ഫ്രഞ്ച് യാത്രാസംഘം ഇവിടെ വന്നിറങ്ങി ഒരു ദിവസത്തിനുള്ളിൽ അവരുടെ തലപ്പാവുകളെല്ലാം തന്നെ കൈമോശം വന്നുപോയി. ഇത് ദ്വീപ്നിവാസികൾക്കിടയിൽ ഏറെ ആഹ്ലാദം ഉണ്ടാക്കി.

ഏകദേശം ഇതേകാലത്താണ് ആ ദ്വീപ്നിവാസികൾ യൂറോപ്യൻ കപ്പലിന്റെ മാതൃകയിൽ ഒരു വീടും, ബോട്ടുകൾ പോലുള്ള കല്ലുകൊണ്ടുള്ള കൂനകളും ഉണ്ടാക്കുന്നതും, യൂറോപ്യൻ നാവികരെ അംഗീകരിച്ചുകൊണ്ടുള്ള അനുഷ്ഠാനങ്ങളിൽ ഏർപ്പെടുന്നതും. തങ്ങളുടെ വിചിത്രവും എന്നാൽ സ്വാഗതാർഹവുമായ സമ്മാനങ്ങളുമായി ഇവിടെ തിരിച്ചെത്തുന്നതിന് വിദേശികൾക്ക് താല്പര്യം ജനിപ്പിക്കുന്നതിനുള്ള ശ്രമമായിരിക്കാം ഇത് എന്നാണ് പണ്ഡിതർ കരുതുന്നത്.

തീർച്ചയായും അവർ മടങ്ങിവന്നു. പക്ഷേ, ഇത്തവണ അവർ വന്നത് കച്ചവടസാധനങ്ങളുമായിട്ടല്ല എന്നുമാത്രം. ഇത്തവണ ദ്വീപ്നിവാസികൾ തന്നെ കച്ചവടവസ്തുക്കളായി മാറുകയായിരുന്നു.

5

1862–ലെ ആ ഇരുണ്ട ദിനത്തിലാണ് ആദ്യത്തെ അടിമക്കപ്പൽ ചക്രവാളത്തിൽ പ്രത്യക്ഷപ്പെട്ടത്.

പെറൂവിയൻ അടിമക്കച്ചവടക്കാരെ സംബന്ധിച്ചിടത്തോളം ഈസ്റ്റർ ദ്വീപ് ഏറ്റവും പറ്റിയ ഇരയായിരുന്നു. അതൊരു ഒറ്റപ്പെട്ട ഇടമാണ്, നല്ല ആരോഗ്യമുള്ളവരാണ് അവിടുത്തുകാർ. മാത്രവുമല്ല ഒരു ലോകശക്തിയും അവർക്കുമേൽ അവകാശവാദം ഉന്നയിച്ചിട്ടില്ല താനും. 'ചുരുക്കിപ്പറഞ്ഞാൽ അവിടുത്തെ ആളുകൾക്ക് എന്ത് സംഭവിച്ചു എന്ന് ആരെങ്കിലും അറിയാനോ ശ്രദ്ധിക്കാനോ പോകുന്നില്ല. മാത്രവുമല്ല അവരെ അവിടെനിന്നും കൊണ്ടുവരാനുള്ള ചിലവും തുച്ഛമാണ് എന്ന് ചരിത്രകാരനായ ഹെൻറി ഇവാൻസ് മൗദ് ഒരു പുസ്തകത്തിൽ പറയുന്നു.

അങ്ങനെ 1407 ആളുകളുമായി പതിനാറ് കപ്പലുകൾ ആ തീരം വിട്ടു. അത് അവിടെയുള്ള മൊത്തം ജനസംഖ്യയുടെ മൂന്നിലൊന്ന് വരുമായിരുന്നു. ചിലരെ കപടവാഗ്ദാനം നല്കി കൊണ്ടുപോയപ്പോൾ മറ്റു ചിലരെ ബലപ്രയോഗത്തിലൂടെയാണ് കപ്പലിൽ കയറ്റിയത്. ഇതേ അടിമവ്യാപാരികൾ തന്നെയാണ് ആട്ട ദ്വീപ് നിവാസികളെ കടത്തിക്കൊണ്ടുപോയതും (ഒരു നൂറ്റാണ്ടിനുശേഷം ഇതേ ദ്വീപിൽവച്ചാണ് യഥാർത്ഥ ജീവിതത്തിലെ ഈച്ചകളുടെ തമ്പുരാൻ ചുരുളഴിയുന്നത്). പെറുവിലെത്തിയതും ഈസ്റ്റർ ദ്വീപ് നിവാസികൾ ഈയാംപാറ്റകളെപോലെ കുഴഞ്ഞുവീഴാൻ തുടങ്ങി. ഖനികളിൽ കഠിനാദ്ധ്വാനം ചെയ്ത് ശീലമൊന്നുമില്ലാത്ത അവർ പകർച്ചവ്യാധികൾക്ക് കീഴടങ്ങി.

1863–ൽ അന്താരാഷ്ട്ര സമ്മർദ്ദത്തിനുവഴങ്ങി പെറൂവിയൻ സർക്കാർ ഇവരെ തിരിച്ച് നാട്ടിലെത്തിക്കാൻ സമ്മതിച്ചു. തിരിച്ചുപോകാനുള്ള തയ്യാറെടുപ്പുമായി ദ്വീപ് നിവാസികൾ പെറൂവിയൻ തുറമുഖ നഗരമായ കാല്ലാവോയിൽ തടിച്ചുകൂടി. അവർക്ക് കാര്യമായൊന്നും ഭക്ഷിക്കാൻ കിട്ടിയില്ലെന്ന് മാത്രമല്ല, അവരെ കൊണ്ടുപോകാനായി വന്ന അമേരിക്കൻ തിമിംഗലവേട്ടക്കപ്പലിൽ ഉണ്ടായിരുന്ന ചില ജീവനക്കാർക്ക് വസൂരി പിടിപെടുകയും ചെയ്തിരുന്നു. ആ രോഗാണു അവർക്കിടയിൽ പടർന്നു പിടിച്ചു. ഈസ്റ്റർ ദ്വീപിലേക്കുള്ള സുദീർഘമായ സമുദ്രയാത്രയ്ക്കിടെ നിത്യവും മൃതദേഹങ്ങൾ കടലിലെറിയേണ്ടി വന്നു. അവസാനം കപ്പൽ ദ്വീപിന്റെ തീരത്തണഞ്ഞപ്പോൾ സ്വതന്ത്രരാക്കപ്പെട്ട 470 അടിമകൾ മാത്രമേ ജീവനോടെ നാട്ടിൽ തിരിച്ചെത്തിയുള്ളു.

അവർ കൂടി മരിച്ചിരുന്നുവെങ്കിൽ എല്ലാവർക്കും നല്ലതാവുമായിരുന്നു. ഇവർ തിരിച്ചെത്തിയതോടെ അവിടമെല്ലാം മരണവും വിനാശവും വിതച്ച് ആ വൈറസ് അവിടെയുണ്ടായിരുന്നവർക്കിടയിലേക്കുകൂടി പടർന്നു. അതോടെ ഈസ്റ്റർ ദ്വീപിന്റെ ഭാവി മുദ്രവയ്ക്കപ്പെട്ടു. പിന്നീട് ആ ദ്വീപിൽ വന്ന യൂറോപ്പുകാർ അവിടെയുണ്ടായിരുന്ന ആളുകൾ പരസ്പരം എതിരിടുന്നതാണ് കണ്ടത്. അവിടെ അസ്ഥികളും തലയോട്ടികളും കുന്നുകൂടി കിടന്നിരുന്നതായി ഒരു ഫ്രഞ്ച് കപ്പൽ ക്യാപ്റ്റൻ എഴുതിയിട്ടുണ്ട്. രോഗബാധയാൽ അവരെല്ലാം തീർത്തും ഹതാശരായിരുന്നു എന്നതിനാൽ തന്നെ ഡസൻ കണക്കിനാളുകളാണ് പാറക്കെട്ടുകളിൽ നിന്നും കടലിലേക്ക് എടുത്തുചാടി ജീവനൊടുക്കിയത്.

അങ്ങനെ 1877-ൽ പകർച്ചവ്യാധി ഒന്നു ശമിച്ചപ്പോൾ അവിടെ ബാക്കിയുണ്ടായിരുന്നത് വെറും 110 പേർ മാത്രം - അതായത് 800 വർഷങ്ങൾക്കു മുമ്പ് ചങ്ങാടവും തുഴഞ്ഞ് ആദ്യമായി ഈ ദ്വീപിലെത്തിയ അത്രയും പേർ മാത്രം. പാരമ്പര്യം അവർക്ക് നഷ്ടമായി കഴിഞ്ഞിരുന്നു, ആചാരങ്ങൾ വിസ്മൃതമായിരുന്നു, സംസ്ക്കാരം തകർന്നടിഞ്ഞിരുന്നു. തദ്ദേശീയ ജനതയക്കും എലികൾക്കും ചെയ്യാനാവാത്തത് അടിമവ്യാപാരികൾക്കും അവരുടെ രോഗങ്ങൾക്കും ചെയ്യാനായി. അവർ ഈസ്റ്റർ ദ്വീപിനെ നശിപ്പിച്ചു.

അപ്പോൾ പിന്നെ ആ ഒറിജിനൽ കഥയിൽ ബാക്കിയെന്താണുള്ളത്. അവനവനിൽ മാത്രം കേന്ദ്രീകരിച്ച ദ്വീപ് നിവാസികൾ സ്വന്തം നാഗരികതയെ തച്ചുതകർത്ത ആ കഥയിൽ?

അധികമൊന്നുമില്ല. അവിടെ യുദ്ധമുണ്ടായിരുന്നില്ല, പട്ടിണിയുണ്ടായിരുന്നില്ല, അവർ പരസ്പരം കൊന്നുതിന്നതുമില്ല. വനനശീകരണം ആ ദ്വീപിനെ വാസയോഗ്യമല്ലാതാക്കിയിട്ടില്ലായിരുന്നു, മറിച്ച് അത് കൂടുതൽ ഉല്പാദനക്ഷമതമാവുകയാണ് ചെയ്തത്. 1680-ലോ, അതിനടുത്ത കാലത്തോ ഒന്നും അവിടെ കൂട്ടക്കശാപ്പുകളൊന്നും നടന്നിട്ടില്ല. യഥാർത്ഥ തകർച്ചയാരംഭിച്ചത് രണ്ട് നൂറ്റാണ്ടിപ്പുറമാണ്, ഏകദേശം 1860-ൽ. വിദേശികളായ സന്ദർശകർ മരിച്ചു മണ്ണടിഞ്ഞുകൊണ്ടിരിക്കുന്ന ഒരു നാഗരികതയല്ലായിരുന്നു ഈ ദ്വീപിൽ കണ്ടത് - അവരതിനെ പാറക്കെട്ടുകളിൽ നിന്നും ഉന്തി താഴെയിടുകയായിരുന്നു.

ദ്വീപ് നിവാസികൾ സ്വന്തമായി കുഴപ്പങ്ങളൊന്നും വരുത്തിയില്ല എന്നു പറയാനല്ല ഇത് പറഞ്ഞത്. എലികൾ പെറ്റുപെരുകി അവിടെയുണ്ടായിരുന്ന ചെടികളെയും മൃഗങ്ങളെയുമൊക്കെ നശിപ്പിക്കാനിടയായത് പോലുള്ള കാര്യങ്ങളുണ്ട്. എന്നാൽ കഠിനമായ ഈ തുടക്കങ്ങൾക്കെല്ലാം ശേഷം എടുത്തുപറയേണ്ട കാര്യം പൂർവ്വസ്ഥിതിയിലേക്ക് മടങ്ങിവരാനും ചുറ്റുപാടുകളോട് ഇണങ്ങിച്ചേരാനുമുള്ള അവരുടെ കഴിവാണ്. ലോകം അവരെക്കുറിച്ച് പറഞ്ഞതിലുമൊക്കെ മിടുക്കരാണവർ എന്നതാണ് സത്യം.

അങ്ങനെയെങ്കിൽ നമ്മുടെ ഭാവി സൂചിപ്പിക്കുന്നതിന് അനുയോജ്യമായൊരു രൂപകമാണോ ഈസ്റ്റർ ദ്വീപ്? പ്രൊഫസർ ബോഴ്സെമയുമായി സംഭാഷണം നടത്തി ഏതാനും ദിവസങ്ങൾക്കുശേഷം ഞാനൊരു പത്രവാർത്ത കണ്ടു. അതിന്റെ തലക്കെട്ട് ഇങ്ങനെയായിരുന്നു: 'കാലാവസ്ഥാ വ്യതിയാനം ഈസ്റ്റർ ദ്വീപിലെ പ്രതിമകളെ അപകടത്തിലാക്കുന്നു'. ശാസ്ത്രകാരന്മാർ സമുദ്രജലനിരപ്പ് ഉയരുകയും തീരം ഇടിയുകയും ചെയ്യുന്നതിനെ വിശകലനം ചെയ്തശേഷം പ്രവചിച്ച കാര്യമാണിത്.

കാലാവസ്ഥാ വ്യതിയാനത്തെക്കുറിച്ച് പറയുമ്പോൾ ഞാനത്ര സന്ദേഹിയൊന്നുമല്ല. നമ്മുടെ കാലം നേരിടുന്ന ഏറ്റവും വലിയ വെല്ലുവിളിയാണിതെന്നും സമയം കൊഴിഞ്ഞുപോയിക്കൊണ്ടിരിക്കുകയാണ് എന്ന കാര്യത്തിലൊന്നും എനിക്ക് യാതൊരു സംശയവുമില്ല, എന്നാൽ എന്നിൽ സന്ദേഹമുണർത്തുന്നത് എല്ലാം തകർന്നടിയാൻ പോവുകയാണെന്ന ആ വിധിവിശ്വാസമാണ്. നമ്മൾ മനുഷ്യർ ജന്മനാ സ്വാർത്ഥരും അതിലുപരി ഭൂമിയിൽ പിറന്ന മഹാമാരികളുമാണ് എന്ന കാഴ്ചപ്പാടാണ്. ഈ ചിന്താഗതിയെ യാഥാർത്ഥ്യമെന്ന തരത്തിൽ പ്രചരിപ്പിക്കുന്നതിനോട് എനിക്കെതിർപ്പാണ്; ഇവിടെ നിന്നും ഒരു രക്ഷാമാർഗ്ഗവുമില്ല എന്ന് പറയുന്നതിനോടും.

നിരവധി പരിസ്ഥിതി പ്രവർത്തകർ മനുഷ്യവർഗ്ഗത്തിന്റെ ഉല്പതിഷ്ണുത്വത്തിന് അടിവരയിടുന്നുണ്ട്. എന്റെ ഭയം അവരുടെ ദോഷൈകവാദം പ്രതീക്ഷിക്കുന്നത് മാത്രം സംഭവിക്കും എന്ന തരത്തിലുള്ള ഒരു പ്രവചനമായി മാറുമോ എന്നതാണ് - താപനില കയറിക്കൊണ്ടേയിരിക്കുമ്പോൾ നമ്മളെ നിരാശത കൊണ്ട് തളർത്തുന്ന ഒരു നോസെബോ. കാലാവസ്ഥ പ്രസ്ഥാനങ്ങൾക്കും ഒരു പുതിയ റിയലിസം ഉപയോഗപ്പെടുത്താനാവും.

'പ്രശ്നങ്ങൾക്ക് മാത്രമല്ല, പരിഹാരങ്ങൾക്കും ക്രമാതീതമായി വളരാനാവും എന്ന കാര്യം തിരിച്ചറിയുന്നതിൽ നമ്മൾ പരാജയപ്പെടുകയാണ്. അവയ്ക്ക് അങ്ങനെ വളരാനാവുമെന്ന് ഉറപ്പൊന്നുമില്ലെങ്കിലും അത് സാധ്യമാണ്,' എന്ന് പ്രൊഫസർ ബോഴ്സെമ എന്നോട് പറഞ്ഞു.

തെളിവിനായി നമ്മൾ ഈസ്റ്റർ ദ്വീപിലേക്ക് തന്നെ നോക്കിയാൽ മതി. അവസാനത്തെ മരവും പൊയ്ക്കഴിഞ്ഞുപ്പോൾ ദ്വീപ് നിവാസികൾ കൃഷി വീണ്ടും കണ്ടെത്തി, വിളവ് വർദ്ധിപ്പിക്കാൻ പുതിയ രീതികൾ ആവിഷ്കരിച്ചു. ഈസ്റ്റർ ദ്വീപിന്റെ യഥാർത്ഥ കഥ പ്രത്യുല്പന്നമതികളും ഉല്പതിഷ്ണുക്കളുമായ ആളുകളുടെ കഥയാണ്. പ്രശ്നങ്ങളെയെല്ലാം സ്ഥിരോത്സാഹത്തോടെ നേരിട്ടവരുടെ കഥ. അത് ആസന്നമായ ദുർവിധിയുടെ കഥയല്ല മറിച്ച് പ്രതീക്ഷയുടെ ചുടുനീരുറവയുടെ കഥയാണ്.

ഭാഗം 2

ഓഷ്‌വിറ്റ്‌സിന് ശേഷം

'ഞാനെന്റെ ആദർശങ്ങളൊന്നും ഇനിയും ഉപേക്ഷിച്ചില്ലെന്നതിൽ അത്ഭുതം തോന്നുന്നു. അവ തീർത്തും അസംബന്ധവും അപ്രായോഗികവുമായാണ് തോന്നുന്നത്. എന്നിരുന്നാലും ഞാനവയെ മുറുകെ പിടിക്കുന്നു, കാരണം എന്തൊക്കെയായാലും ശരി മനുഷ്യർ ഉള്ളിൽ ശരിക്കും നല്ലവരാണെന്നു തന്നെ ഞാൻ വിശ്വസിക്കുന്നു.'

ആൻ ഫ്രാങ്ക് (1929–45)

മനുഷ്യർ പ്രകൃത്യാ ദയാലുക്കളാണെന്നത് ശരിയാണെങ്കിൽ അനിവാര്യമായൊരു ചോദ്യം നേരിടാൻ സമയമായി. എന്റെ ഈ പുസ്തകത്തെക്കുറിച്ച് നിരവധി ജർമ്മൻ പ്രസാധകർ യാതൊരു താല്പര്യവും കാണിക്കാതിരിക്കാൻ കാരണമായ ഒരു ചോദ്യമാണ് അത്. എന്നാൽ ഈ പുസ്തകമെഴുതുമ്പോഴെല്ലാം എന്നെ നിരന്തരം വേട്ടയാടിയ ചോദ്യവും അതുതന്നെ.

നിങ്ങളെങ്ങനെ ഓഷ്വിറ്റ്സിനെ വിശദീകരിക്കും?

ആ വ്യോമാക്രമണങ്ങളെയും വംശഹത്യകളെയും കൂട്ടക്കൊലപാതകങ്ങളെയും കോൺസൻട്രേഷൻ ക്യാമ്പുകളെയുമെല്ലാം എങ്ങനെയാണ് വിശദീകരിക്കുക? ഹിറ്റ്ലറോടൊപ്പം സ്വമേധയാ ഇതിന് കൂട്ടുനിന്ന ആരാച്ചാരന്മാർ ആരായിരുന്നു? അല്ലെങ്കിൽ സ്റ്റാലിനോടൊപ്പം? മാവോയൊടൊപ്പം? അതുമല്ലെങ്കിൽ പോൾ പോട്ടിനോടൊപ്പം?

ഏറെ ചിട്ടയോടെ ആറ് ദശലക്ഷത്തിലധികം ജൂതന്മാരെ കൊന്നൊടുക്കിയ ശേഷം ശാസ്ത്രവും സാഹിത്യവുമെല്ലാം ആവർത്തിച്ച് ചോദിച്ചുകൊണ്ടിരുന്ന ചോദ്യമാണ് മനുഷ്യർക്കെങ്ങനെ ഇത്രയും ക്രൂരരാവാൻ കഴിയുമെന്ന്. ആദ്യമൊക്കെ ജർമ്മൻകാരെ തീർത്തും വ്യത്യസ്തമായ ജീവികളായി കാണുന്നതിനും അവരുടെ വക്രമായ ആത്മാവുകൾക്കും രോഗാതുരമായ മനസ്സുകൾക്കും കിരാതസംസ്ക്കാരത്തിനും അനുസൃതമായ രീതിയിൽ എല്ലാം ആവിഷ്ക്കരിക്കുന്നതിനും ഒരു പ്രലോഭനീയത ഉണ്ടായിരുന്നു. എന്തൊക്കെയായാലും അവർ ഒട്ടും തന്നെ നമ്മളെപ്പോലെയല്ല.

പക്ഷേ, ഇവിടെയൊരു പ്രശ്നമുണ്ട്. മനുഷ്യചരിത്രത്തിലെ ഏറ്റവും നിഷ്ഠൂരമായ ഈ കുറ്റകൃത്യം നടന്നത് പ്രാകൃതമായ ഏതെങ്കിലും കാട്ടുമുക്കിലല്ല, മറിച്ച് ഇത് സംഭവിച്ചത് ലോകത്തിലെ ഏറ്റവും സമ്പന്നവും പുരോഗമിച്ചതുമായ രാജ്യങ്ങളിലൊന്നിലാണ് - ക്യാൻഡിന്റെയും ഗേഥേയുടെയും നാട്ടിൽ, ബീഥോവന്റെയും ബാക്കിന്റെയും മണ്ണിൽ.

എന്നുവെച്ചാൽ പരിഷ്കൃതസമൂഹമെന്നത് ഒരു സുരക്ഷാകവചമായ പുറംപൂച്ചല്ലെന്നാണോ? റൂസ്സോ പറഞ്ഞതാണോ ശരി, നാഗരികത ആകെ ചീഞ്ഞ് നാറിയ ഒന്നാണോ? ഏകദേശം ഇക്കാലമായപ്പോഴേക്കും ഒരു പുതിയ ശാസ്ത്രശാഖ പ്രാമുഖ്യം നേടാൻ തുടങ്ങുകയും അത് ആധുനിക മനുഷ്യർക്ക് അടിസ്ഥാനപരമായി ചില കുഴപ്പങ്ങളുണ്ടെന്നത് സംബന്ധിച്ച് അസ്വാസ്ഥ്യജനകമായ തെളിവുകൾ നിരത്താൻ തുടങ്ങുകയും ചെയ്തു. ആ ശാസ്ത്രമേഖലയാണ് സാമൂഹ്യ മനഃശാസ്ത്രം.

1950-കളിലും 1960-കളിലും സാമൂഹ്യ മനഃശാസ്ത്രജ്ഞർ, എന്താണ് സാധാരണ പുരുഷന്മാരെയും സ്ത്രീകളെയും രാക്ഷസരാക്കി മാറ്റുന്നതെന്ന് കണ്ടെത്താൻ സൂക്ഷ്മനിരീക്ഷണവും അന്വേഷണവും നടത്താൻ തുടങ്ങി.

പുതിയ ശാസ്ത്രജ്ഞരുടെ ഈ ഗണം മനുഷ്യർക്ക് നടുക്കുന്ന കാര്യങ്ങൾ ചെയ്യാനാവുമെന്ന് കാണിക്കുന്നതിനായി ഒന്നൊന്നായി പരീക്ഷണങ്ങൾ നടത്തി. നമ്മുടെ സാഹചര്യങ്ങളിൽ ഒരു നുള്ള് കൊടുത്താൽ മതി, ദാ പുറത്തുവരുന്നു നമ്മളിലോരോരുത്തരുടെയും ഉള്ളിൽ കിടക്കുന്ന നാസി.

ഈച്ചകളുടെ തമ്പുരാൻ ബെസ്റ്റ് സെല്ലർ ലിസ്റ്റുകളുടെ മുൻനിരയിൽ സ്ഥാനം പിടിച്ച വർഷങ്ങളിൽ തന്നെയാണ് സ്റ്റാൻലി മിൽഗ്രാം എന്ന ഒരു യുവഗവേഷകൻ മനുഷ്യരെങ്ങനെയാണ് സംശയാസ്പദമായ വ്യക്തിത്വമുള്ള അധികൃതരുടെ ഉത്തരവുകൾ പോലും അനുസരണയോടെ പിന്തുടരുന്നതെന്ന് കാണിച്ചുതന്നതും (അധ്യായം 8). അതുപോലെതന്നെ ന്യൂയോർക്ക് നഗരത്തിൽ നടന്ന ഒരു യുവതിയുടെ കൊലപാതകത്തെ തുടർന്ന് ആധുനികകാലത്തിന്റെ അനുകമ്പയില്ലായ്മയെക്കുറിച്ച് നൂറുകണക്കിന് പഠനങ്ങൾ വന്നതും (അധ്യായം 9).

ഈ സമയത്തുതന്നെയാണ് പ്രൊഫസ്സർമാരായ മുസഫർ ഷെരീഫും ഫിലിപ്പ് സിംബാർദോയും നല്ലവരായ കുട്ടികൾ എങ്ങിനെ ഞൊടിയിടയിൽ ഉഗ്രശാസകരായി മാറുന്നുവെന്ന് പരീക്ഷണങ്ങളിലൂടെ കാണിച്ചുതന്നത്.

എന്നെ ഭ്രമിപ്പിക്കുന്ന കാര്യം ഈ പഠനങ്ങളെല്ലാം തന്നെ വന്നത് താരതമ്യേന ചെറിയൊരു കാലയളവിലാണ് എന്നതാണ്. ഞെട്ടിക്കുന്ന പരീക്ഷണങ്ങളുടെ ചിറകേറി വിരുതരായ യുവശാസ്ത്രജ്ഞർ ശാസ്ത്രലോകത്തെ താരങ്ങളാവുന്ന, നിയതമായ ചട്ടങ്ങളൊന്നുമില്ലാതെയുള്ള, സാമൂഹ്യമനഃശാസ്ത്രത്തിന്റെ തുടക്കകാലമായിരുന്നു ഇത്.

അമ്പതു വർഷങ്ങൾക്കിപ്പുറം ആ യുവ വിരുതർ മരിച്ചുമണ്ണടിയുകയോ ഇല്ലാതാവുകയോ ചെയ്തു; മറ്റുചിലർ വിശ്രുതരായ പ്രൊഫെസ്സർമാരായി ഉലകംചുറ്റി നടക്കുന്നു. അവരുടെ പഠനങ്ങൾ പ്രശസ്തമാവുകയും ഇപ്പോഴും പുതു തലമുറയിലെ വിദ്യാർത്ഥികളെ പഠിപ്പിക്കുകയും ചെയ്യുന്നു. എന്നാൽ അവർ നടത്തിയ യുദ്ധാനന്തര പരീക്ഷണങ്ങളുടെ ചരിത്രരേഖകൾ തുറക്കപ്പെട്ടിരിക്കുന്നു. ആദ്യമായി ഇപ്പോൾ നമുക്ക് അരങ്ങിനു പിന്നിലേക്ക് നോക്കാനാവും.

7

സ്റ്റാൻഫോർഡ് സർവകലാശാലയുടെ ബേസ്മെന്റിൽ

1

ഓഗസ്റ്റ് 15, 1971. രാവിലെ പത്തുമണിയാവുന്നതിനു തൊട്ടുമുന്നെ വെസ്റ്റ് കോസ്റ്റിലെ പാലോ ആൾട്ടോയിലെ പോലീസ് എല്ലാ സന്നാഹങ്ങളുമായി വന്ന് ഒൻപതു ചെറുപ്പക്കാരെ അവരുടെ കിടക്കയിൽനിന്നും വലിച്ചെഴുന്നേല്പിച്ച് കൊണ്ടുപോകുന്നു. അഞ്ചുപേർക്കെതിരെ ചുമത്തിയത് മോഷണ ക്കുറ്റവും മറ്റു നാലുപേർക്കെതിരെ സായുധ കൊള്ളയും. ഈ ചെറുപ്പക്കാരെ ദേഹപരിശോധന നടത്തി, വിലങ്ങുവെച്ച് പുറത്തുകാത്തുനിന്ന പോലീസ് വാഹനങ്ങളിൽ പെട്ടെന്നുതന്നെ കൊണ്ടുപോകുന്നത് അയൽക്കാർ അമ്പരപ്പോടെയാണ് നോക്കിനിന്നത്.

ഈ കാഴ്ചക്കാർക്കൊന്നും മനസ്സിലാക്കാൻ പറ്റാതെ പോയ കാര്യം ഇതൊരു പരീക്ഷണത്തിന്റെ ഭാഗമായിരുന്നു എന്നതാണ്. ഏറ്റവും കുത്സിതമായ പരീക്ഷണങ്ങളിൽ ഒന്നെന്ന് പിൽക്കാലത്ത് ചരിത്രത്തിന്റെ താളുകളിൽ രേഖപ്പെടുത്തിയ ഒരു പരീക്ഷണം. ഒന്നാംപേജിൽ വലിയ പത്രവാർത്തയാവുകയും ലക്ഷക്കണക്കിന് കോളേജ് വിദ്യാർഥികൾക്ക് പാഠപുസ്തകമാവുകയും ചെയ്ത ഒരു പരീക്ഷണം.

അന്നേ ദിവസം ഉച്ച തിരിഞ്ഞശേഷം ഈ കുറ്റാരോപിതർ - വാസ്തവത്തിൽ അവർ നിരപരാധികളായ കോളേജ് വിദ്യാർത്ഥികളായിരുന്നു - 420-ാം നമ്പർ കെട്ടിടത്തിന്റെ കൽപ്പടവുകൾ ഇറങ്ങി സർവകലാശാലയുടെ മനഃശാസ്ത്ര വകുപ്പിന്റെ ബേസ്മെന്റിൽ എത്തി. അവരെ സ്വീകരിക്കാൻ അവിടെ ഇങ്ങനെയൊരു ബോർഡുണ്ടായിരുന്നു: The Stanford Coutny Jail. പടികൾക്കുതാഴെയായി, യൂണിഫോം ധരിച്ച്, പ്രതിഫലനമുള്ള സൺഗ്ലാസ്സുകൾവെച്ച് വേറെ ഒൻപതു വിദ്യാർത്ഥികളുടെ ഒരു സംഘം കാത്തുനിൽപ്പുണ്ടായിരുന്നു. വിലങ്ങിട്ട വിദ്യാർത്ഥികളെപ്പോലെ തന്നെ ഇവരും ചെറിയ വരുമാനത്തിനായി ഇവിടെ എത്തിയതാണ്. പക്ഷേ, അവർ ആടുന്നത് തടവുകാരുടെ വേഷമല്ല, മറിച്ച് അവർക്കു നൽകിയിരിക്കുന്നത് ഗാർഡുകളുടെ വേഷമാണെന്നുമാത്രം.

തടവുപുള്ളികളോട് വിവസ്ത്രരായി ഇടനാഴിയിൽ നിരന്നുനിൽക്കാൻ ഉത്തരവിട്ടു. അവരുടെ കണങ്കാലുകളിൽ ചങ്ങലയിടുകയും അവരുടെ തലമുടി മറച്ചുകൊണ്ട് നൈലോൺ തൊപ്പി ധരിപ്പിക്കുകയും അവർ ഓരോരുത്തർക്കും ഓരോ നമ്പർ നൽകുകയും ചെയ്തു. ഇനിയങ്ങോട്ട് ഈ നമ്പർ പറഞ്ഞാണ് അവരെ വിളിക്കുക. ഇതിനെല്ലാംശേഷം അവർക്കു അയഞ്ഞ വസ്ത്രങ്ങൾ നൽകിയ ശേഷം ഒരു സെല്ലിൽ മൂന്നുപേരെവെച്ച് അഴിക്കുള്ളിലാക്കി.

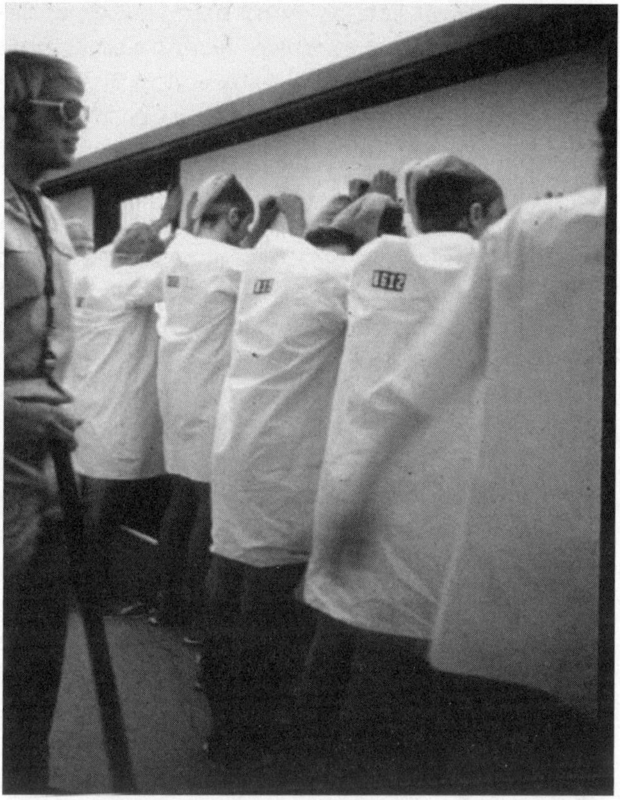

സ്റ്റാൻഫോർഡ് സർവകലാശാലയുടെ ബേസ്മെന്റ്, ഓഗസ്റ്റ് 1971. കടപ്പാട്: ഫിലിപ്പ് ജി. സിംബാർദോ

പിന്നീടവിടെ നടന്നത് ലോകത്തെയാകമാനം ഞെട്ടിച്ച കാര്യങ്ങളാണ്. ഏതാനും ദിവസങ്ങൾക്കുള്ളിൽ തന്നെ സ്റ്റാൻഫോർഡ് തടവറ പരീക്ഷണം കൈവിട്ടു പോവുകയും അത് മനുഷ്യസ്വഭാവം സംബന്ധിച്ച ഭയാനകമായ ചില സത്യങ്ങൾ വെളിച്ചത്തു കൊണ്ടുവരികയും ചെയ്തു.

അത് തുടങ്ങിയത് തീർത്തും സാധാരണക്കാരും ആരോഗ്യവാന്മാരുമായ യുവാക്കളുടെ ഒരു സംഘത്തെവെച്ചായിരുന്നു. ഈ പഠനത്തിന്റെ ഭാഗമാവാൻ വേണ്ടി കരാർ ഒപ്പിടുമ്പോൾ അവരിൽ മിക്കവരും തങ്ങൾ സമാധാനപ്രിയരാണെന്നാണ് പറഞ്ഞത്.

രണ്ടാം ദിവസമായപ്പോൾ തന്നെ കാര്യങ്ങൾ ചുരുളഴിയാൻ തുടങ്ങി. തടവുപുള്ളികൾക്കിടയിൽ ഒരു ലഹള ഉണ്ടായപ്പോൾ ഗാർഡുമാർ അഗ്നിശമന സംവിധാനമുപയോഗിച്ച് അതിനെ നേരിട്ടു. വരുംദിവസങ്ങളിൽ, തങ്ങളുടെ ആജ്ഞാനുവർത്തികളെ തകർക്കാനായി തങ്ങളാൽ കഴിയുന്ന തന്ത്രങ്ങളെല്ലാം അവർ ആവിഷ്കരിച്ചു. മനുഷ്യവിസർജ്യത്തിന്റെ ദുർഗന്ധം വമിക്കുന്ന സെല്ലുകളിൽ കിടക്കുന്ന തടവുപുള്ളികൾ ഓരോരുത്തരായി നിദ്രാരാഹിത്യത്തിന്റെയും അപമാനത്തിന്റെയും പ്രഭാവങ്ങൾക്കു കീഴടങ്ങാൻ തുടങ്ങി, എന്നാൽ ഗാർഡുകളാവട്ടെ തങ്ങളുടെ അധികാരത്തിൽ തിമിർത്തുല്ലസിച്ചു.

കൂട്ടത്തിലൊരു അന്തേവാസി, 8612-ാം നമ്പർ തടവുകാരൻ, ശരിക്കും രോഷാകുലനായി. തെറ്റിനെ സെല്ലിന്റെ വാതിൽ കാലുകൊണ്ട് ചവിട്ടി അയാൾ അലറിക്കരഞ്ഞു: 'സത്യമായും എന്റെ ഈശോയെ, എന്റെ ഉള്ളു കത്തുകയാണ് നിനക്കറിയില്ലേ? എനിക്കിവിടെനിന്നും പുറത്തുകടക്കണം! ഇവിടെ എല്ലാം കുഴമറിഞ്ഞു കിടക്കുകയാണ്. ഒരു രാത്രികൂടി എനിക്കിവിടെ തള്ളിനീക്കാനാവില്ല! ഇനി എനിക്കിതിനാവില്ല!'

ഈ പഠനത്തിന്റെ ലീഡ് ഇൻവെസ്റ്റിഗേറ്ററും മനഃശാസ്ത്രജ്ഞനുമായ ഫിലിപ്പ് സിംബാർദോയും ഈ നാടകത്തിൽ ഏറെ ഉത്സുകനായിരുന്നു. എന്ത് സംഭവിച്ചാലും ശരി കാര്യം കണിശമായി നടത്താൻ തീരുമാനിച്ച ഒരു ജയിൽ സൂപ്രണ്ടിന്റെ റോളായിരുന്നു അദ്ദേഹത്തിന്റേത്. പരീക്ഷണത്തിന്റെ ആറ് ദിവസത്തിനുശേഷം ഭയാക്രാന്തയായ ഒരു ബിരുദാനന്തര ബിരുദ വിദ്യാർത്ഥിനി – അദ്ദേഹത്തിന്റെ പെൺസുഹൃത്തായിരുന്നു ഇവർ – എന്ത് ഭ്രാന്താണവിടെ നടക്കുന്നതെന്ന് ചോദിക്കുന്നതുവരേക്കും ഈ പേടിസ്വപ്നം അവസാനിപ്പിക്കാൻ അദ്ദേഹം തീരുമാനിച്ചിരുന്നില്ല. അപ്പോഴേക്കും അഞ്ച് തടവുപുള്ളികൾ കൊടിയ വൈകാരിക വിഷാദത്തിന്റെയും, കരച്ചിലിന്റെയും രോഷത്തിന്റെയും തീക്ഷ്ണമായ വ്യാകുലതയുടെയും ലക്ഷണങ്ങൾ കാണിക്കാൻ തുടങ്ങിയിരുന്നുവെന്ന് ഗവേഷകർ പറയുന്നു.

ഈ പരീക്ഷണത്തിന്റെ അനന്തരഫലമായി സിംബാർദോയും സംഘവും വേദനാജനകമായ ഒരു ചോദ്യം നേരിടേണ്ടിവന്നു: എന്നിട്ടെന്തു സംഭവിച്ചു? ഇന്ന് ഈ ചോദ്യത്തിനുള്ള ഉത്തരം മനഃശാസ്ത്രപഠനത്തിനുള്ള ഏതു പ്രാരംഭ ടെക്സ്റ്റ് പുസ്തകത്തിലും കാണാനാവും. അതുപോലെതന്നെ ഹോളിവുഡ് ബ്ലോക്ക്ബസ്റ്ററുകളിലും നെറ്റ്ഫ്ലിക്സ് ഡോക്യുമെന്ററികളും മാൽകം ഗ്ലാഡ്‌വെല്ലിന്റെ 'ദി ടിപ്പിങ് പോയിന്റ്' പോലുള്ള മെഗാ ബെസ്റ്റ് സെല്ലറുകളിലും ഇത് കിട്ടും. അതുമല്ലെങ്കിൽ ഓഫീസിലെ വാട്ടർകൂളറിന് ചുറ്റും നടന്നാൽമതി അവിടെയും ആരെങ്കിലും ഇത് നികത്തിത്തരും.

ഉത്തരം ഏകദേശം ഇങ്ങനെയാണ്. 1971 ആഗസ്റ്റ് 15-നു സാധാരണക്കാരായ വിദ്യാർത്ഥികളുടെ ഒരു സംഘം രാക്ഷസരായി രൂപാന്തരം പ്രാപിച്ചു. അത് അവർ ചീത്തയായതുകൊണ്ടല്ല, മറിച്ച് അവരെ ഒരു മോശം സാഹചര്യത്തിൽ കൊണ്ടുപോയിട്ടതുകൊണ്ടാണ്. 'നിങ്ങൾക്ക് നല്ല സ്കൂളുകളിൽ നിന്നും സന്തുഷ്ടമായ കുടുംബങ്ങളിൽ നിന്നും നല്ല ചുറ്റുപാടുകളിൽ നിന്നുമുള്ള സാധാരണ ആളുകളെ കേവലം അവരുടെ ചുറ്റുപാടുകളുമായി നേരിട്ടു ബന്ധപ്പെട്ട കാര്യങ്ങൾ മാത്രം മാറ്റുകവഴി അവരുടെ സ്വഭാവത്തിൽ ശക്തമായ പ്രഭാവം ചെലുത്താനാവും,' എന്ന് ഗ്ലാഡ്‌വെൽ പറയുന്നു.

തന്റെ ഈ പരീക്ഷണം കൈവിട്ടു പോകുമെന്ന് ആരുംതന്നെ സംശയിച്ചില്ലെന്നു ഫിലിപ്പ് സിംബാർദോ പിന്നീട് ആണയിട്ടു പറഞ്ഞു. അനന്തരം, അദ്ദേഹത്തിന് നമ്മൾക്കെല്ലാവർക്കും തന്നെ ഏറ്റവും ഹീനമായ കാര്യങ്ങൾ ചെയ്യാനാവുമെന്ന നിഗമനത്തിൽ എത്തിച്ചേരേണ്ടിവന്നു. സ്റ്റാൻഫോർഡ് സർവകലാശാലയുടെ ബേസ്മെന്റിൽ നടന്നത് 'ഒരു 'ഗാർഡിന്റെ' യൂണിഫോമിൽ ഇരിക്കുമ്പോൾ ഉണ്ടാകാവുന്ന തീർത്തും 'സ്വാഭാവികമായ' അനന്തരഫലമായി നമ്മൾ മനസ്സിലാക്കണമെന്നും അദ്ദേഹം എഴുതി.

2

പതിനേഴുവർഷം മുന്നേ ഇത്തരത്തിൽ മറ്റൊരു പരീക്ഷണം നടന്നിരുന്നുവെന്നും അതിലും അവർ എത്തിച്ചേർന്നത് ഇതേ നിഗമനത്തിൽ തന്നെയായിരുന്നുവെന്നും അധികമാർക്കും അറിയില്ല. അക്കാദമിക് മേഖലയ്ക്ക് പുറത്തുള്ളവരൊക്കെ വിസ്മരിച്ച് കഴിഞ്ഞ റോബേഴ്സ് കേവ് പരീക്ഷണം ദശകങ്ങളോളം സാമൂഹ്യമനഃശാസ്ത്രജ്ഞരെ പ്രചോദിപ്പിച്ച ഒന്നാണ്. സ്റ്റാൻഫോർഡ് പഠനത്തിൽ നിന്നും വ്യത്യസ്തമായി ഇവിടെ പരീക്ഷണ വിധേയമാക്കപ്പെട്ടവർ സ്റ്റുഡന്റ് വാളണ്ടിയർമാരായിരുന്നില്ല മറിച്ച് യാതൊന്നും സംശയിക്കാത്ത കുട്ടികളായിരുന്നു.

1954 ജൂൺ 19. പന്ത്രണ്ട് ആൺകുട്ടികൾ ഒക്ക്ലഹോമ നഗരത്തിലെ ഒരു ബസ് സ്റ്റോപ്പിൽ വാഹനം കാത്തുനിൽക്കുകയാണ്. അവർക്കെല്ലാം ഏകദേശം പതിനൊന്ന് വയസ്സ് പ്രായം വരും. ഇവർക്കാർക്കും പരസ്പരം അറിയില്ലെങ്കിലും ഇവരെല്ലാം തന്നെ മാന്യവും ദൈവഭയവുമുള്ള കുടുംബങ്ങളിൽ നിന്നുമുള്ളവരാണ്. ഇവരുടെ എല്ലാം തന്നെ ഐക്യുവും സ്കൂളിലെ ഗ്രേഡും ശരാശരിയാണ്. ഇവരാരും എന്തെങ്കിലും തരത്തിൽ പ്രശ്നമുണ്ടാക്കുന്നവരോ മറ്റുള്ളവരിൽ നിന്നും മുറാളത്തരം നേരിട്ടവരോ അല്ല. എന്തിനോടും ഒത്തുപോകുന്ന തീർത്തും സാധാരണ കുട്ടികളാണവർ.

ആ ദിവസം അവരെല്ലാവരും തന്നെ ഏറെ ഉത്സാഹത്തിമർപ്പിലായിരുന്നു. കാരണം തെക്കുകിഴക്കൻ ഒക്ക്ലഹോമയിലെ റോബേഴ്സ് കേവ് സ്റ്റേറ്റ് പാർക്കിൽ ഒരു വേനൽക്കാല ക്യാമ്പിന് പോകുകയാണവർ. ഒരുകാലത്ത് ബെല്ലി സ്റ്റാർ, ജെസി ജെയിംസ് തുടങ്ങിയ കൊള്ളക്കാരുടെ ഒളിത്താവളമെന്ന് പേരുകേട്ട ഈ ക്യാമ്പ് കാടും തടാകങ്ങളും ഗുഹകളുമായി ഇരുനൂറിലധികം ഏക്കർ സ്ഥലത്ത് പരന്ന് കിടക്കുകയാണ്. ഈ കുട്ടികൾക്ക് മനസ്സിലാക്കാൻ പറ്റാതെ പോയൊരു കാര്യം അടുത്ത ദിവസം ഇതേ ക്യാമ്പിൽ വരാൻ പോകുന്ന വേറെ പന്ത്രണ്ട് കുട്ടികൾക്കൊപ്പമാണ് തങ്ങൾ ഈ പറുദീസ പങ്കിടാൻ പോകുന്നത് എന്നതാണ്. ഇവർക്കറിയാത്ത മറ്റൊരു കാര്യം കൂടിയുണ്ട്: ഇതൊരു ശാസ്ത്രപരീക്ഷണം ആണെന്നത്. ഈ ക്യാമ്പംഗങ്ങളെല്ലാം തന്നെ ഗിനിപ്പന്നികളാണ്.

ഈ പഠനം ടർക്കിഷ് മനഃശാസ്ത്രജ്ഞനായ മുസാഫർ ഷെറീഫിന്റെ നിയന്ത്രണത്തിലാണ് നടന്നിരുന്നത്. രണ്ട് സംഘങ്ങൾ തമ്മിലുള്ള സംഘർഷം എങ്ങിനെയാണ് ഉണ്ടാകുന്നതെന്ന കാര്യത്തിൽ ഏറെ താല്പര്യം കാണിച്ച വ്യക്തിയാണദ്ദേഹം. ഏറെ ശ്രദ്ധയോടുകൂടിയാണ് അദ്ദേഹം ക്യാമ്പിനുള്ള ഒരുക്കങ്ങൾ നടത്തിയത്. തന്റെ ഗവേഷണസംഘത്തിന് അദ്ദേഹം നല്കിയ നിർദ്ദേശങ്ങളും വളരെ വ്യക്തമായിരുന്നു: ഈ ആൺകുട്ടികൾക്ക് എന്തും ചെയ്യാനുള്ള സ്വാതന്ത്ര്യമുണ്ടായിരിക്കും, അവർക്കുമേൽ യാതൊരു നിയന്ത്രണവുമുണ്ടാകില്ല.

പഠനത്തിന്റെ ആദ്യഘട്ടത്തിൽ ഈ രണ്ട് ഗ്രൂപ്പുകൾക്കും തന്നെ മറ്റേ ഗ്രൂപ്പിന്റെ സാന്നിധ്യത്തെക്കുറിച്ച് അറിയില്ലായിരുന്നു. ഈ പാർക്കിൽ തങ്ങൾ ഒറ്റക്കാണ് എന്ന ധാരണയോടെ അവർ വെവ്വേറെ കെട്ടിടങ്ങളിൽ കഴിഞ്ഞു. അതിനുശേഷം രണ്ടാംവാരത്തിൽ വളരെ ശ്രദ്ധയോടുകൂടി അവരെ ഒന്നിച്ച് കൊണ്ടുവന്നു. ഇനിയെന്താണ് സംഭവിക്കുക? അവർ ചങ്ങാതിമാരാകുമോ, അതോ അവിടമാകെ കലാപകലുഷിതമാകുമോ?

റോബേഴ്സ് കേവ് പരീക്ഷണം, എങ്ങനെയാണ് സത്സ്വഭാവികളായ ചെറിയ കുട്ടികൾ ഏതാനും ദിവസങ്ങൾ കൊണ്ടുതന്നെ ക്ഷുദ്രസ്വഭാവമുള്ളവരും ആകെ കലുഷിതമായവരും ദൂഷ്യങ്ങൾ നിറഞ്ഞവരുമായ ഒരു കൂട്ടം ചെറുപ്പക്കാരായി അധഃപതിക്കുന്നത് എന്നതിന്റെ കഥയാണ്. ഏറ്റവും മികച്ച കുട്ടികളായിരുന്നു ഇവർ എന്ന് ഷെറീഫ് തന്നെ പിന്നീട് എഴുതിയിട്ടുണ്ട്. വില്ല്യം ഗോൾഡിങ് തന്റെ *ഈച്ചകളുടെ തമ്പുരാൻ* പ്രസിദ്ധീകരിച്ച അതേവർഷം തന്നെയാണ് ഷെറീഫിന്റെ ഈ ക്യാമ്പും നടക്കുന്നത്. കുട്ടികൾ പ്രകൃത്യാ തന്നെ ദുഃസ്വാഭാവികളാണെന്ന് ഗോൾഡിങ് കരുതിയപ്പോൾ ഇതെല്ലാം സാഹചര്യത്തിൽ അധിഷ്ഠിതമാണെന്നായിരുന്നു ഷെറീഫിന്റെ വിശ്വാസം.

കാര്യങ്ങളൊക്കെ വളരെ ആഹ്ലാദകരമായാണ് തുടങ്ങിയത്. മറ്റൊരു ഗ്രൂപ്പുകൂടി അവിടെയുണ്ട് എന്ന് അറിയാത്ത രണ്ട് സംഘങ്ങളും ആദ്യത്തെ ആഴ്ച വളരെ യോജിച്ചാണ് കാര്യങ്ങളെല്ലാം ചെയ്തത്. അവർ കയറു കൊണ്ടൊരു പാലം ഉണ്ടാക്കുകയും ഡൈവിങ് ബോർഡ് ഉണ്ടാക്കുകയും ഒക്കെ ചെയ്തു. അവർ ഹാംബർഗ്ഗറുകൾ ഗ്രിൽ ചെയ്യുകയും ടെന്റ് അടിക്കുകയും ചെയ്തു. അവരെല്ലാവരും ഓടിക്കളിക്കുകയും അടുത്ത ചങ്ങാതിമാരാവുകയും ചെയ്തു.

അടുത്ത ആഴ്ചയിലാണ് പരീക്ഷണത്തിൽ ഒരു വഴിത്തിരിവുണ്ടാകുന്നത്. 'റാറ്റ്ലേഴ്സ്' എന്നും 'ഈഗിൾസ്' എന്നും സ്വയം പേരിട്ട ഈ രണ്ട് സംഘങ്ങളെയും വളരെ ശ്രദ്ധാപൂർവ്വം പരസ്പരം പരിചയപ്പെടുത്തിക്കൊടുത്തു. ഈഗിൾസ് തങ്ങളുടെ ബെയ്സ് ബോൾ മൈതാനത്ത് കളിക്കുന്ന ഒച്ചകേട്ട റാറ്റ്ലേഴ്സ് തങ്ങളോടൊത്ത് കളിക്കാൻ ധൈര്യമുണ്ടോ എന്ന് അവരെ വെല്ലുവിളിച്ചു. പിന്നെ അടുത്ത ഒരാഴ്ച ശത്രുതയുടെയും മാത്സര്യത്തിന്റേതുമായിരുന്നു. അവിടെനിന്ന് അങ്ങോട്ട് കാര്യങ്ങൾ വളരെ പെട്ടെന്നാണ് വഷളായത്. രണ്ടാം ദിവസം ഒരു കമ്പവലി മത്സരത്തിൽ തോറ്റ ഈഗിൾസ്, റാറ്റ്ലേഴ്സിന്റെ കൊടിക്കൂറ കത്തിച്ചു. റാറ്റ്ലേഴ്സ് ആകട്ടെ പാതിരാത്രിക്ക് ഇവരുടെ മുറികളിൽ ചെന്ന് കർട്ടനുകൾ വലിച്ചുകീറിയും കോമിക് പുസ്തകങ്ങൾ കവർന്നെടുത്തുമാണ് തിരിച്ചടിച്ചത്. ഇതിനുപകരം വീട്ടാൻ തീരുമാനിച്ച ഈഗിൾസ് തങ്ങളുടെ സോക്സുകളിൽ കല്ലുകെട്ടി ആയുധമുണ്ടാക്കി. കൃത്യസമയത്ത് അവിടുത്തെ ജീവനക്കാർ ഭാഗ്യവശാൽ ഇടപെട്ടു.

ഒരാഴ്ചത്തെ ടൂർണ്ണമെന്റിനുശേഷം ഈഗിളുകളെ വിജയികളായി പ്രഖ്യാപിച്ചു. നല്ല തിളക്കമുള്ള പേനാക്കത്തികൾ അവർക്ക് സമ്മാനമായി കിട്ടി. റാറ്റ്ലേഴ്സാകട്ടെ, ഇതിന് പ്രതികാരം ചെയ്യുകയും അവരുടെ മുറികളിൽ കടന്നുചെന്ന് സമ്മാനമായി കിട്ടിയ കത്തികൾ കവർന്നെടുക്കുകയും ചെയ്തു. രോഷാകുലരായ ഈഗിൾസ് അവരെ നേരിട്ടപ്പോൾ റാറ്റ്ലേഴ്സ് അവരെ കളിയാക്കുകയാണ് ചെയ്തത്. 'വാ ഭീരുക്കളെ' എന്നുപറഞ്ഞ് അവരിൽ ഒരാൾ കത്തികളെടുത്ത് വീശുകവരെ ചെയ്തു എന്ന് ഷെറീഫ് തന്നെ പിന്നീട് പറയുകയുണ്ടായി.

ഈ കുട്ടികൾ ഇങ്ങനെ അടിപിടി കൂടുമ്പോൾ ക്യാമ്പിന്റെ കെയർടേക്കർ എന്ന ഭാവത്തിലിരുന്ന ഷെറീഫ് ഒരിടത്തിരുന്ന് തിരക്കിട്ട് തന്റെ നോട്ടുകൾ എഴുതിക്കൊണ്ടിരിക്കുകയായിരുന്നു. ഇത് ശരിക്കും ഒരു സ്വർണ്ണ ഖനിയാണെന്ന കാര്യത്തിൽ അദ്ദേഹത്തിന് യാതൊരു സംശയവുമില്ലായിരുന്നു.

റോബേഴ്സ് കേവ് പരീക്ഷണത്തിന്റെ കഥ സമീപകാലത്ത് വീണ്ടും തിരിച്ചുവരികയുണ്ടായി, പ്രത്യേകിച്ചും ഡൊണാൾഡ് ട്രംപ് അമേരിക്കൻ പ്രസിഡണ്ടായി തിരഞ്ഞെടുക്കപ്പെട്ടതിനുശേഷം. ഈ പഠനത്തെ നമ്മുടെ കാലത്തെ കുറിച്ച് മനസ്സിലാക്കുന്നതിനുള്ള ഒരു ഉദാഹരണമായി എത്ര പണ്ഡിതർ ചൂണ്ടിക്കാണിച്ചിട്ടുണ്ടെന്ന് പറയാനാവില്ല. റാറ്റ്ലേഴ്സും ഈഗിൾസും, ഇടതുചേരിയും വലതുചേരിയും തമ്മിലും കൺസർവേറ്റിവുകളും പ്രോഗ്രസ്സീവുകളും തമ്മിലും ലോകത്തെല്ലായിടത്തുമുള്ള സംഘട്ടനത്തിന്റെ പ്രതീകങ്ങൾ തന്നെയല്ലേ എന്ന്.

ടെലിവിഷൻ നിർമ്മാതാക്കൾ ഈ പഠനത്തിന്റെ പശ്ചാത്തലം പഠിക്കുകയും അതിൽ വലിയ സാധ്യതകൾ കാണുകയും ചെയ്തു. ഹോളണ്ടിൽ ഇതുമായി വളരെ സാമ്യമുള്ള ഒരു പ്രോഗ്രാം, This means war എന്ന പേരിൽ അവർ പദ്ധതിയിട്ടു. എന്നാൽ ഈ ആശയംകൊണ്ട് ശരിക്കും യുദ്ധം തന്നെയാണ് ഉദ്ദേശിച്ചതെന്ന് വന്നതോടെ ഷൂട്ടിങ്ങ് പാതി വഴിക്ക് ഉപേക്ഷിക്കേണ്ടി വന്നു.

1961-ൽ മുസാഫിർ ഷെറീഫ് നടത്തിയ ഗവേഷണത്തിന്റെ യഥാർത്ഥ റിപ്പോർട്ട് വായിച്ച് വിശകലനം ചെയ്യാൻ വ്യക്തമായ കാരണങ്ങളുണ്ട്. അത് വായിച്ചതുകൊണ്ട് ഞാൻ പറയുകയാണ്, ഒട്ടും രസകരമല്ലാത്ത ഒന്നാണത്. ഇതിന്റെ താളുകളിലൊന്നിൽ ഷെറീഫ് ഇങ്ങനെ പറയുന്നു: ‘ചുറ്റുപാടുകൾക്കനുസൃതമായി, കൂട്ടത്തിന് പുറത്തുള്ളവരോട് ഒരുതരം വിരുദ്ധ സമീപനം രൂപപ്പെട്ടുവരും.’ എന്നുപറഞ്ഞാൽ യുദ്ധം ഉണ്ടാകും എന്നുതന്നെ.

എന്നാൽ എല്ലാ അക്കാദമിക് അബ്സ്ട്രാക്ഷനുകളിലും ഞാൻ രസകരമായ ചില വസ്തുതകൾ കണ്ടു. തുടക്കക്കാർക്കുവേണ്ടി പറയുകയാണ്, ഇവിടെ കുട്ടികളല്ല മറിച്ച് പരീക്ഷണത്തിന്റെ സംഘാടകരാണ് ഒരാഴ്ചത്തെ മത്സരം സംഘടിപ്പിക്കാൻ തീരുമാനിച്ചത്. ഈഗിളുകൾക്കിതിൽ ഒരു താല്പര്യവുമില്ലായിരുന്നു. ‘വേണമെങ്കിൽ നമുക്ക് അവരുമായി ചങ്ങാത്തത്തിലാവാം, എന്നാൽ പിന്നെ ആർക്കും വട്ടുപിടിക്കുകയോ വിദ്വേഷം തോന്നുകയോ ഒന്നുമില്ലല്ലോ,’ കൂട്ടത്തിൽ ഒരാൺകുട്ടി നിർദ്ദേശിച്ചു.

ഗവേഷകരുടെ നിർബന്ധപ്രകാരമാണ് ഈ കുട്ടികൾ കൃത്യമായ വിജയികളും പരാജിതരുമുള്ള തരത്തിലുള്ള കളികളായ ബേസ് ബോളും കമ്പവലി മത്സരവുമെല്ലാം കളിച്ചത്. ഇതിൽ സമാശ്വാസ സമ്മാനം ഇല്ലായിരുന്നുവെന്നുമാത്രമല്ല, ഇരുസംഘങ്ങളും ഇഞ്ചോടിഞ്ച് മത്സരിക്കുന്നുവെന്ന് ഉറപ്പാക്കാൻ ഗവേഷകർ ഇവരുടെ സ്കോറുകളിൽ ചില കൃത്രിമങ്ങൾ കാണിക്കുകയും ചെയ്തു.

ഈ ഗൂഢാലോചനകളെല്ലാം വെറും തുടക്കം മാത്രമായിരുന്നു എന്ന് നമുക്ക് മനസ്സിലാക്കാനാവും.

3

2017-ലെ വേനൽക്കാലത്താണ്, റോബേഴ്സ് കേവ് പരീക്ഷണം സംബന്ധിച്ച പുസ്തകമിറങ്ങുന്നതിന് ഏതാനും മാസങ്ങൾക്കുമുമ്പ് ഞാൻ മെൽബണിൽ വച്ച് ഗിനാ പെരിയെ കാണുന്നത്. ആസ്ട്രേലിയൻ മനഃശാസ്ത്രജ്ഞയായ പെരിയാണ് ആദ്യമായി ഷെറീഫിന്റെ പരീക്ഷണങ്ങൾ സംബന്ധിച്ച ആർക്കൈവുകൾ ആഴത്തിൽ പഠിക്കുന്നത്. കെട്ടുകണക്കിന് നോട്ടുകളിലൂടെയും റെക്കോഡിങ്ങുകളിലൂടെയും കടന്നുപോകവെ കഴിഞ്ഞ 50 വർഷമായി എല്ലാ ടെക്സ്റ്റ് പുസ്തകങ്ങളും ആവർത്തിച്ച് പറയുന്ന കാര്യങ്ങൾക്ക് വിരുദ്ധമായ ഒരു കഥ അവർ കണ്ടെത്തി.

ആദ്യത്തെ കാര്യം ഷെറീഫ് തന്റെ 'റിയലിസ്റ്റിക് കോൺഫ്ളിക്ട് തിയറി' നേരത്തേയും പരീക്ഷിച്ച് നോക്കാൻ ശ്രമിച്ചിരുന്നു എന്നതാണ്. 1953-ൽ ന്യൂയോർക്ക് സ്റ്റേറ്റിലെ മിഡിൽ ഗ്രോവ് എന്ന കൊച്ചുപട്ടണത്തിൽ അദ്ദേഹം മറ്റൊരു സമ്മർക്യാമ്പ് സംഘടിപ്പിച്ചിരുന്നു. അവിടെയുമതെ, അദ്ദേഹം ഈ കുട്ടികളെ പരസ്പരം എതിർക്കുന്നതിനായി പരമാവധി ശ്രമങ്ങൾ നടത്തിയിരുന്നു. ഇതിനെക്കുറിച്ച് ഷെറീഫ് താനെഴുതിയ കാര്യങ്ങളുടെ വെറുമൊരു അടിക്കുറിപ്പ് മാത്രമായി പറയാൻ തയ്യാറായത് 'പലതരം ബുദ്ധിമുട്ടുകളും പ്രതികൂലസാഹചര്യങ്ങളും കാരണം' പരീക്ഷണം നിർത്തിവെക്കേണ്ടി വന്നു എന്നാണ്.

തീർത്തും വിസ്മൃതമായിക്കഴിഞ്ഞ ആ വേനൽക്കാല ക്യാമ്പിൽ യഥാർത്ഥത്തിൽ സംഭവിച്ചത് എന്താണ് എന്ന് ആർക്കൈവുകളിൽനിന്നും താൻ മനസ്സിലാക്കിയ കാര്യം മെൽബണിൽവെച്ച് പെരി എന്നോട് പറഞ്ഞു. അവിടെ വന്ന് രണ്ട്ദിവസം കഴിഞ്ഞപ്പോഴേക്കും ഈ ആൺകുട്ടികളെല്ലാം കൂട്ടുകാരായി കഴിഞ്ഞിരുന്നു. അവർ കളിക്കുകയും മരക്കൂട്ടങ്ങൾക്കിടയിലൂടെ ഓടിനടക്കുകയും അമ്പെയ്യുകയും ഉറക്കെ പാടുകയുമൊക്കെ ചെയ്തു.

മൂന്നാംദിവസം ആയപ്പോഴേക്കും പരീക്ഷകർ അവരെ രണ്ട് ഗ്രൂപ്പായി തിരിച്ചു - പാന്തേഴ്സും പൈത്തൺസും. ബാക്കി ദിവസങ്ങളിലെല്ലാം തന്നെ ഈ രണ്ട് സംഘങ്ങളെ പരസ്പരം പോരടിപ്പിക്കുന്നതിനായി എല്ലാ തന്ത്രങ്ങളും മെനഞ്ഞു. സമാധാനത്തിന്റെ പ്രതീകമായ ഒലിവിൻ ചില്ലയുടെ ചിത്രമുള്ള ടീഷർട്ടുകൾ രൂപകല്പന ചെയ്യണമെന്ന് പാന്തേഴ്സ് പറഞ്ഞപ്പോൾ ജീവനക്കാർ അത് വിലക്കി. ഏതാനും ദിവസങ്ങൾക്കുശേഷം പരീക്ഷകരിൽ ഒരാൾ തന്നെ പൈത്തണുകളുടെ ഒരു ടെന്റ് കീറി. ഇതിന്റെ ദേഷ്യം പാന്തറുകൾ നേരിടേണ്ടി വരുമെന്നായിരുന്നു അയാളുടെ കണക്കുകൂട്ടൽ. എന്നാൽ സംഘാംഗങ്ങൾ ഒന്നിച്ച് ആ ടെന്റ് നേരെയാക്കുന്നത് അയാൾ ഹതാശനായി നോക്കിനിന്നു.

അടുത്തതായി ജീവനക്കാർ രഹസ്യമായി പാന്തർ ക്യാമ്പിൽ റെയ്ഡ് നടത്തി എല്ലാം അലങ്കോലമാക്കി; ഇതിന്റെ കുറ്റം പൈത്തണുകൾക്ക് മേൽ ചുമത്താനാകുമെന്നായിരുന്നു അവർ കരുതിയത്. എന്നാൽ വീണ്ടുമതേ ഈ ആൺകുട്ടികൾ പരസ്പരം സഹകരിച്ച് എല്ലാം ശരിയാക്കി. കൂട്ടത്തിലൊരാളുടെ യുക്കുലേലി (ഒരു സംഗീതോപകരണം) പൊട്ടിയപ്പോൾ അവർ ജീവനക്കാരെ വിളിച്ച് നഷ്ടപരിഹാരം ആവശ്യപ്പെട്ടു. 'ഒരുപക്ഷേ, ഞങ്ങളുടെ പ്രതികരണം എന്താണ് എന്നറിയാനായിരിക്കും നിങ്ങൾ ഇത് ചെയ്തത്,' എന്ന് ആ കുട്ടി കുറ്റപ്പെടുത്തി.

ആ വാരം നീങ്ങുംതോറും ഗവേഷണസംഘത്തിന്റെ മാനസികാവസ്ഥ കൂടുതൽ വഷളാകാൻ തുടങ്ങി. അവരുടെ വിലയേറിയ ആ പരീക്ഷണം എട്ട് നിലയിൽ കയറി പൊട്ടാൻ പോവുകയാണ് എന്ന് ഉറപ്പായിരുന്നു. ഷെറീഫിന്റെ റിയലിസ്റ്റിക് കോൺഫ്ളിക്ട് സിദ്ധാന്തത്തിൽ പറഞ്ഞതുപോലെയൊന്നും ആ കുട്ടികൾ തമ്മിൽ ശണ്ഠ കൂടിയില്ല, മറിച്ച് അവർ അടുത്ത സുഹൃത്തുക്കളായി നിലകൊണ്ടു. ഇതിന് ഷെറീഫ് താനൊഴികെ മറ്റെല്ലാവരെയും കുറ്റപ്പെടുത്തി. അയാൾ പുലർച്ചെ രണ്ടുമണിവരെയൊക്കെ അങ്ങോട്ടുമിങ്ങോട്ടും നടക്കുകയും മദ്യപിക്കുകയും ചെയ്യുന്നതിന്റെ ശബ്ദം ഇതിന്റെ ശബ്ദരേഖകൾ പരിശോധിച്ച പെരിക്ക് കേൾക്കാനായി.

പരീക്ഷണത്തിന്റെ അവസാനനാളുകളിലൊന്നിൽ ഒരു വൈകുന്നേരമാണ് സംഘർഷം ശരിക്കും മൂർച്ഛിച്ചത്. ക്യാമ്പംഗങ്ങളെല്ലാം സുഖമായി കിടന്നുറങ്ങുമ്പോൾ, അവർക്കിടയിൽ ഭിന്നത സൃഷ്ടിക്കാൻ പരാജയപ്പെട്ടതിന് ഷെറീഫ് തന്റെ ഗവേഷണ സഹായികളിലൊരാളെ ഇടിച്ച് പരത്തുമെന്ന് ഭീഷണിമുഴക്കി. സ്വയം പ്രതിരോധത്തിനായി ഒരു മരക്കഷണമെടുത്ത സഹായി, 'ഡോക്ടർ ഷെറീഫ് നിങ്ങളതുചെയ്താൽ തീർച്ചയായും ഞാൻ നിങ്ങളെ ഇടിക്കും' എന്ന് പറയുന്നതും ആ ഓഡിയോ രേഖകളിൽ കേൾക്കാമായിരുന്നു.

കൂട്ടത്തിലൊരാൺകുട്ടി ഈ നിരീക്ഷണങ്ങൾ സംബന്ധിച്ച വിശദമായ ഒരു നോട്ടുപുസ്തകം കാണാനിടയായപ്പോഴാണ് തങ്ങൾ പറ്റിക്കപ്പെടുകയായിരുന്നു എന്ന് അവർ മനസ്സിലാക്കിയത്. അതോടുകൂടി പിന്നെ പരീക്ഷണം അവസാനിപ്പിക്കുകയല്ലാതെ വേറെ വഴിയില്ലായിരുന്നു. ഇതുവഴി എന്തെങ്കിലും തെളിയിക്കപ്പെട്ടിട്ടുണ്ടെങ്കിൽ അത് ഇത്രമാത്രമാണ്: കുട്ടികൾ അടുത്ത കൂട്ടുകാരായി കഴിഞ്ഞാൽ പിന്നെ അവരെ പരസ്പരം പിണക്കുക വളരെ ബുദ്ധിമുട്ടാണ്. വർഷങ്ങൾക്കുശേഷം, ഇതിൽ പങ്കെടുത്തൊരാൾ മനഃശാസ്ത്രജ്ഞരെക്കുറിച്ച് പറഞ്ഞത് ഇങ്ങനെയാണ്, 'അവർ മനുഷ്യസ്വഭാവത്തെ തെറ്റിദ്ധരിച്ചു. തീർച്ചയായും കുട്ടികളുടെ സ്വഭാവത്തെ അവർ തെറ്റിദ്ധരിച്ചു.'

4

ഡോ. മുസാഫർ ഷെറീഫ് കാണിച്ച കൃത്രിമങ്ങൾ നിഷ്ഠൂരമാണെന്ന് നിങ്ങൾക്ക് തോന്നുന്നുവെങ്കിൽ പതിനേഴ് വർഷത്തിനിപ്പുറം ഉണ്ടായ സംഭവവുമായി താരതമ്യം ചെയ്യുമ്പോൾ ഇതൊന്നും ഒന്നുമല്ല. പ്രത്യക്ഷത്തിൽ തന്നെ സ്റ്റാൻഫോർഡ് പ്രിസൺ പരീക്ഷണവും റോബേഴ്സ് കേവ് പരീക്ഷണവും തമ്മിൽ ചില സാമ്യങ്ങൾ കാണാനാവും. ഇത് രണ്ടിലും വെള്ളക്കാരായ ഇരുപത്തിനാല് പുരുഷന്മാരായിരുന്നു പരീക്ഷണ വസ്തുക്കൾ. രണ്ടും രൂപകല്പന ചെയ്തിരുന്നത് നല്ലയാളുകളും സ്വമേധയാ ദുഷ്ടരായി മാറാമെന്ന് തെളിയിക്കുന്നതിനുവേണ്ടിയാണ്. എന്നാൽ സ്റ്റാൻഫോർഡ് ജയിൽ പരീക്ഷണം ഒരു പടികൂടി മുന്നോട്ടുപോയിരുന്നു.

ഫിലിപ്പ് സിംബാർദോയുടെ പഠനം സംശയകരം മാത്രമായിരുന്നില്ല, അത് ശരിക്കും ഒരു പിത്തലാട്ടം ആയിരുന്നു. 2007-ൽ പ്രസിദ്ധീകരിച്ച

സിംബാർദോയുടെ ദ ലൂസിഫർ എഫക്ട് എന്ന പുസ്തകം വായിച്ചപ്പോൾ എന്റെ സംശയങ്ങൾ തലപൊക്കി. ഞാൻ എപ്പോഴും കരുതിയിരുന്നത് അദ്ദേഹത്തിന്റെ ജയിൽ ഗാർഡുമാർ സ്വേച്ഛയാൽ മറ്റുള്ളവരെ പീഡിപ്പിക്കുന്നതിൽ ആനന്ദം കണ്ടെത്തുകയായിരുന്നു എന്നാണ്. സിംബാർദോ തന്നെ നൂറു കണക്കിന് തവണ അസംഖ്യം അഭിമുഖങ്ങളിൽ ഇതുതന്നെയാണ് അവകാശപ്പെട്ടിരുന്നത്. മാത്രവുമല്ല, അമേരിക്കൻ കോൺഗ്രസിനുമുന്നിൽ നടന്ന ഒരു വാദത്തിലും അദ്ദേഹം പറഞ്ഞത് ഗാർഡുമാർ 'നിയമവും ക്രമസമാധാനവും ആദരവും പരിപാലിക്കുന്നതിനായി സ്വന്തം ചട്ടങ്ങൾ ഉണ്ടാക്കി' എന്നാണ്.

എന്നാൽ സിംബാർദോയുടെ പുസ്തകത്തിന്റെ അമ്പത്തിയഞ്ചാം പേജിൽ, ഈ പരീക്ഷണം തുടങ്ങുന്നതിന്റെ തൊട്ടുമുന്നേയുള്ള ശനിയാഴ്ച, ഗാർഡുമാരുടെ ചുമതല വഹിക്കുന്നവരുമായി ഒരു കൂടിക്കാഴ്ച നടത്തിയതിനെക്കുറിച്ച് പറയുന്നുണ്ട്. അന്ന് ഉച്ചതിരിഞ്ഞ് ഗാർഡുമാരോട് അവരുടെ റോളിനെക്കുറിച്ച് അദ്ദേഹം വിശദീകരിച്ചു കൊടുത്തു. അദ്ദേഹം നല്കിയ നിർദ്ദേശങ്ങളിൽ തെറ്റിദ്ധാരണയ്ക്ക് യാതൊരു വകുപ്പുമില്ല:

> അവരിൽ നമുക്ക് ഒരുതരം നിരാശാബോധമുണ്ടാക്കാനാവും. അവരിൽ ഭയം സൃഷ്ടിക്കാനാവും [...] അവരുടെ വ്യക്തിത്വത്തെ നമ്മൾ പലതരത്തിൽ എടുത്തുമാറ്റും. അവർ യൂണിഫോമായിരിക്കും ധരിക്കുക, മാത്രമല്ല, ആ നിമിഷം മുതൽ ആരുമവരെ പേരു പറഞ്ഞ് വിളിക്കില്ല. അവരോരോരുത്തർക്കും നമ്പറുകളുണ്ടാവും, ആ നമ്പർ പറഞ്ഞാണ് അവരെ വിളിക്കുക. ചുരുക്കി പറഞ്ഞാൽ ഇതെല്ലാം തന്നെ അവരിൽ ഒരുതരം ദുർബലത സൃഷ്ടിക്കണം.

ഇത് വായിച്ചപ്പോൾ ഞാൻ ശരിക്കും ഞെട്ടിപ്പോയി. സ്വതന്ത്രനാണെന്ന് പറയപ്പെടുന്ന ഒരു ശാസ്ത്രജ്ഞൻ ഈ പരീക്ഷണത്തിലെ ഗാർഡുമാർക്ക് കൃത്യമായ പരിശീലനം നല്കിയിരുന്നുവെന്ന് തുറന്ന് പറയുകയാണ്. തടവുപുള്ളികളെ നമ്പർ പറഞ്ഞ് വിളിക്കുന്നതും, സൺഗ്ലാസ്സുകൾ ധരിക്കുന്നതും അല്ലെങ്കിൽ പീഡനാത്മകമായ കാര്യങ്ങൾ ചെയ്യുന്നതൊന്നും അവരുടെ സ്വന്തം ആശയം ആയിരുന്നില്ല, മറിച്ച്, അവരോട് അങ്ങനെ ചെയ്യാൻ ആവശ്യപ്പെടുകയായിരുന്നു.

മാത്രവുമല്ല, പരീക്ഷണം തുടങ്ങുന്നതിന് തൊട്ടുമുമ്പുള്ള ശനിയാഴ്ച സിംബാർദോ ഗാർഡുമാരോട് സംസാരിച്ചിരുന്നത് അവരും താനും ഒരേ ടീമിൽ പെട്ടവരാണെന്ന മട്ടിൽ 'നമ്മൾ', 'അവർ' എന്നിങ്ങനെയായിരുന്നു. എന്നുപറഞ്ഞാൽ പരീക്ഷണം പുരോഗമിച്ചുകൊണ്ടിരിക്കേ ജയിൽ സൂപ്രണ്ട് എന്ന നിലയിൽ അഭിനയിച്ച തന്റെ കയ്യിൽനിന്നും കാര്യങ്ങൾ വിട്ടുപോയി എന്നുപറയുന്നത് സത്യമാവാനിടയില്ല. ഒന്നാം ദിവസം തൊട്ടുതന്നെ കാര്യങ്ങൾ നിയന്ത്രിച്ചിരുന്നത് സിംബാർദോ ആയിരുന്നു.

വസ്തുനിഷ്ഠമായ ഗവേഷണങ്ങളെ സംബന്ധിച്ചിടത്തോളം ഇത് എത്രമാത്രം മാരകമാണെന്ന് മനസ്സിലാവണമെങ്കിൽ സാമൂഹ്യശാസ്ത്രകാരന്മാർ പറയുന്ന demand characteristics എന്താണെന്ന് മനസ്സിലാക്കണം. പഠനത്തിന്റെ ഉദ്ദേശ്യം എന്താണെന്ന് അതിന് വിധേയമാകുന്നവർക്ക് മനസ്സിലായി കഴിഞ്ഞാൽ പിന്നെ അവർ പ്രദർശിപ്പിക്കുന്ന സ്വഭാവരീതിയാണിത്. എന്നുപറഞ്ഞാൽ ശാസ്ത്രീയമായ പരീക്ഷണം ഒരു പ്രഹസനമായി മാറുന്നു

എന്നർത്ഥം. സ്റ്റാൻഫോർഡ് പ്രിസൺ പരീക്ഷണത്തിൽ എല്ലായിടത്തും തന്നെ ഇത്തരം ആവശ്യപ്പെടലുകളാണ് ഉണ്ടായിരുന്നതെന്ന് സാമൂഹ്യ ശാസ്ത്രജ്ഞനായ പീറ്റർ ഗ്രേ ഇതിനെ വിമർശിച്ചുകൊണ്ടുള്ള ഒരു ലേഖനത്തിൽ പറയുന്നുണ്ട്.

അപ്പോൾ പിന്നെ ഗാർഡുകൾ തങ്ങൾ എന്തുചെയ്യണമെന്നാണ് കരുതിയിരുന്നിരിക്കുക? വട്ടമിട്ടിരുന്ന് ചീട്ടുകളിക്കുകയോ, അല്ലെങ്കിൽ സ്പോർട്സിനെക്കുറിച്ചും പെൺകുട്ടികളെക്കുറിച്ചും പരദൂഷണം പറയുകയോ? പിൽക്കാലത്ത് നല്കിയ ഒരു അഭിമുഖത്തിൽ ഈ വേഷം കെട്ടിയൊരു വിദ്യാർത്ഥി താൻ എന്താണ് ചെയ്യാൻ പോകുന്നത് എന്നതിനെക്കുറിച്ച് വ്യക്തമായൊരു രൂപകല്പന ചെയ്തിരുന്നതായി പറയുന്നുണ്ട്. 'ഞാൻ മനസ്സിൽ നിയതമായൊരു പദ്ധതിയിട്ടിരുന്നു. കാര്യങ്ങൾ അടിച്ചേല്പ്പിക്കുന്നതിന്, ചില കാര്യങ്ങൾ നിർബന്ധപൂർവ്വം സംഭവിപ്പിക്കുന്നതിന്. അങ്ങനെ വന്നാൽ ഗവേഷകർക്ക് പഠിക്കാൻ എന്തെങ്കിലുമൊക്കെ കിട്ടുമല്ലോ. അല്ലാതെ ഏതെങ്കിലും കൺട്രി ക്ലബിലേതുപോലെ ആളുകളിങ്ങനെ വട്ടമിട്ടിരുന്നാൽ അവർക്ക് പഠിക്കാൻ എന്തുകിട്ടാനാണ്?

ഇത്തരം തുറന്നുപറച്ചിലുകൾക്ക് ശേഷവും സ്റ്റാൻഫോർഡ് തടവറ പരീക്ഷണം ടെക്സ്റ്റ് പുസ്തകങ്ങളിൽനിന്നും നീക്കം ചെയ്യപ്പെട്ടിട്ടില്ലെന്നത് വളരെ മോശമാണ്. മാത്രമല്ല ഇത് കൂടുതൽ കൂടുതൽ മോശമായിക്കൊണ്ടിരിക്കുന്നു താനും. 2013 ജൂണിൽ ഫ്രഞ്ച് സോഷ്യോളജിസ്റ്റായ തിബോ ലേ ടെക്സിയർ 2009-ൽ സിംബാർദോ നടത്തിയ ഒരു ടെഡ് പ്രഭാഷണം യദൃച്ഛയാ കാണാനിടയായി. ഈ പ്രഭാഷണത്തിനിടയിൽ സിംബാർദോ കാണിച്ച ചില ദൃശ്യങ്ങൾ സിനിമ നിർമ്മാണ തല്പ്പരനെന്ന നിലയിൽ ടെക്സിയറുടെ ശ്രദ്ധയിൽപ്പെട്ടു. അലറി വിളിക്കുന്ന കുട്ടികളുടെ എഡിറ്റ് ചെയ്തിട്ടില്ലാത്ത ഈ ദൃശ്യങ്ങളിൽ ലേ ടെക്സിയറുടെ പരിശീലനം സിദ്ധിച്ച കണ്ണുകൾ ആരെയും പിടിച്ചിരുത്തുന്ന ഒരു ഡോക്യുമെന്ററിക്കുള്ള സാധ്യത കണ്ടു. അതിനാൽ അദ്ദേഹം കുറച്ചുകൂടി ഗവേഷണം നടത്താൻ തീരുമാനിച്ചു.

അങ്ങിനെ ഒരു ഫ്രഞ്ച് ഫിലിം ഫണ്ടിൽ നിന്നുള്ള ഗ്രാന്റും സംഘടിപ്പിച്ച് ലേ ടെക്സിയർ കാലിഫോർണിയയിലേക്ക് പറന്നു. സ്റ്റാൻഫോർഡിൽ എത്തിയ ഇദ്ദേഹം ഞെട്ടിക്കുന്ന രണ്ട് കണ്ടെത്തലുകൾ നടത്തി. ഒന്നാമത്തെ കാര്യം സിംബാർദോയുടെ ആർക്കൈവുകൾ ആദ്യമായി വിശകലനം ചെയ്യുന്ന ആളായിരുന്നു അദ്ദേഹം. രണ്ടാമത്തെ കാര്യം ഈ ആർക്കൈവുകളിൽ എന്തൊക്കെയാണ് ഉണ്ടായിരുന്നത് എന്നതാണ്. ലേ ടെക്സിയറുടെ ഉത്സാഹം പൊടുന്നനെതന്നെ ഒരുതരം അങ്കലാപ്പിലേക്കും അവിടെനിന്നും നിരാശതയിലേക്കും വഴി മാറി. ഗിന പെരിയുടെ കാര്യത്തിലെന്നപോലെ ഇദ്ദേഹവും തീർത്തും വ്യത്യസ്തമായൊരു അനുഭവം പറയുന്ന രേഖകളുടെയും റെക്കോഡിങ്ങുകളുടെയും വൻശേഖരത്തിന് നടുവിലായിരുന്നു.

'ഇപ്പറഞ്ഞതെല്ലാം കള്ളമായിരിക്കാം എന്ന് സ്വയം സമ്മതിക്കാൻ എനിക്ക് കുറച്ചു സമയമെടുത്തു,' 2018-ലെ ശരൽക്കാലത്ത് ലേ ടെക്സിയർ എന്നോട് പറഞ്ഞു. ലോകപ്രശസ്ത അക്കാഡമിക് സൈക്കോളജി ജേർണലായ *അമേരിക്കൻ സൈക്കോളജിസ്റ്റിൽ* അദ്ദേഹത്തിന്റെ ഏറെ നിശിതമായ വിശകലനം വരുന്നതിനും ഒരു വർഷം മുമ്പായിരുന്നു ഇത്. 'ആദ്യമൊക്കെ

ഞാനിത് വിശ്വസിക്കാൻ തയ്യാറായില്ല. സ്റ്റാൻഫോർഡ് സർവ്വകലാശാലയിലെ ഏറെ ആദരണീയനായ ഒരു പ്രൊഫസറല്ലേ, ഒരുപക്ഷേ എനിക്ക് തെറ്റിയതാവാം എന്നൊക്കെ ഞാൻ ചിന്തിച്ചു.'

എന്നാൽ തെളിവുകൾ സ്വമേധയാതന്നെ സംസാരിച്ചു.

ആദ്യത്തെ കാര്യം ഇങ്ങനെയൊരു പരീക്ഷണത്തെക്കുറിച്ച് സ്വപ്നം കണ്ടത് സിംബാർദോ അല്ല എന്നതാണ്. തന്റെ ബിരുദവിദ്യാർത്ഥികളിലൊരാളായ ഡേവിഡ് ജെഫ് എന്ന ഒരു ചെറുപ്പക്കാരനാണ് ഈ ആശയത്തിന് പിന്നിൽ. പഠനത്തിന്റെ ഭാഗമായി നല്കിയ ഒരു അസൈൻമെന്റിനുവേണ്ടി ഇയാളും നാല് സഹപാഠികളും ചേർന്ന് ചിന്തിച്ചൊരു പദ്ധതിയായിരുന്നു തങ്ങളുടെ ഡോർമിറ്ററിയുടെ ബെയ്സ്മെന്റിനെ ഒരു ജയിലാക്കുക എന്നത്. ഇതിന് സന്നദ്ധരായ ഏതാനും കൂട്ടുകാരെ സംഘടിപ്പിക്കുകയും അങ്ങനെ 1971 മെയ്മാസത്തിൽ ആറ് ഗാർഡുകളും ആറ് തടവുപുള്ളികളും പിന്നെ ജെഫ് തന്നെ വാർഡനുമായി ഇതിന്റെ ഒരു ട്രയലും നടത്തി. 'തടവുപുള്ളികളോരോരുത്തരും മറ്റുള്ളവരെ നമ്പർ പറഞ്ഞേ വിളിക്കാവൂ' എന്നും 'തടവുപുള്ളികൾ വാർഡനെ എല്ലായ്പ്പോഴും തന്നെ മിസ്റ്റർ ചീഫ് കറക്ഷണൽ ഓഫീസർ എന്നേ അഭിസംബോധന ചെയ്യാവൂ' എന്നുമുള്ള നിയമങ്ങളുണ്ടാക്കിയത് ഗാർഡുമാരായിരുന്നു. അടുത്ത തിങ്കളാഴ്ചത്തെ ക്ലാസ്സിൽ ജെഫ് ഏറെ ആവേശകരമായ ഈ പരീക്ഷണത്തെക്കുറിച്ചും അതിൽ പങ്കെടുത്തവരിൽ ഉണ്ടാക്കിയ തീക്ഷ്ണമായ വികാരങ്ങളെക്കുറിച്ചും പറഞ്ഞു. സിംബാർദോ അതിൽ കയറിപ്പിടിച്ചു. സ്വന്തമായി ഈ പരീക്ഷണമൊന്ന് നടത്തിയാലോ എന്നദ്ദേഹത്തിനുതോന്നി.

ഈ പരീക്ഷണത്തിലെ ഒരേയൊരു കാര്യത്തിൽ മാത്രമായിരുന്നു അദ്ദേഹത്തിനൊരാശങ്ക. വേണ്ടത്ര പീഡനമനോഭാവമുള്ള ഗാർഡുകളെ കിട്ടുമോ എന്നതായിരുന്നു അത്. മനുഷ്യരിലെ ഏറ്റവും നീചമായൊരവസ്ഥയെ പുറത്തെടുക്കുന്നതിന് ആരാണുതന്നെ സഹായിക്കുക? ഈ ബിരുദവിദ്യാർത്ഥിയെ തന്റെ ഒരു കൺസൾട്ടന്റാക്കാൻ അദ്ദേഹം തീരുമാനിച്ചു. 'മികച്ചൊരു സാഡിസ്റ്റ് എന്നനിലയിൽ എന്റെ മുൻപരിചയത്തിന്റെ അടിസ്ഥാനത്തിൽ ചില തന്ത്രങ്ങൾ നിർദ്ദേശിക്കാൻ എന്നോട് പറഞ്ഞു,' എന്ന് ജെഫ് പിന്നീട് പറയുകയുണ്ടായി.

പിന്നീടുള്ള നാല്പതുവർഷക്കാലം നൂറുകണക്കിന് അഭിമുഖങ്ങളിലും ലേഖനങ്ങളിലും ഫിലിപ്പ് സിംബാർദോ ആവർത്തിച്ച് പറഞ്ഞത് ഈ പരീക്ഷണത്തിലെ ഗാർഡുമാർക്ക് യാതൊരു നിർദ്ദേശവും നല്കിയിരുന്നില്ല എന്നാണ്. എല്ലാം തന്നെ അവർ സ്വന്തമായി ചിന്തിച്ചുണ്ടാക്കിയതാണ്: നിയമങ്ങളും ശിക്ഷകളും തടവുപുള്ളികൾ നേരിടേണ്ടി വന്ന അവഹേളനങ്ങളുമെല്ലാം. മറ്റു ഗാർഡുമാരെപ്പോലെ തന്നെ ഈ പരീക്ഷണത്തിൽ മുഴുകിപ്പോയ ഒരു ഗാർഡ് മാത്രമായിരുന്നു ജെഫും എന്ന് അദ്ദേഹം പറഞ്ഞു.

ഇത്രയും സത്യവിരുദ്ധമായ മറ്റൊരു കാര്യമുണ്ടാകാനിടയില്ല. പതിനേഴ് നിയമങ്ങളിൽ പതിനൊന്നും ജെഫിൽ നിന്നും ലഭിച്ചതായിരുന്നു. തടവുപുള്ളികളുടെ വരവ് സംബന്ധിച്ച വിശദമായ പ്രോട്ടോക്കോൾ ഉണ്ടാക്കിയതും ജെഫ് ആയിരുന്നു. അവരെ ചങ്ങലക്കിടുക എന്ന ആശയം? ജെഫിന്റെ തന്നെ. തടവുപുള്ളികളെ വിവസ്ത്രരാക്കുന്നതോ? അതുമതെ. പതിനഞ്ച്

മിനിറ്റ് നേരത്തോളം അവിടെ നഗ്നരായി നില്ക്കാൻ അവരെ നിർബന്ധിച്ചതോ? വീണ്ടും ജെഫ് തന്നെ.

പരീക്ഷണം തുടങ്ങുന്നതിനുമുമ്പുള്ള ശനിയാഴ്ച ജെഫ് മറ്റ് ഗാർഡുമാരോടൊപ്പം ആറുമണിക്കൂർ ചിലവഴിക്കുകയും, മികച്ച പ്രഭാവം ലഭിക്കുന്നതിനായി എങ്ങനെ തങ്ങളുടെ ചങ്ങലകളും ലാത്തികളും ഉപയോഗിക്കാമെന്ന് വിശദീകരിക്കുകയും ചെയ്തു. 'എന്തൊക്കെ സംഭവിക്കും എന്നതിനെകുറിച്ചും സംഭവിക്കേണ്ട ചില കാര്യങ്ങളെക്കുറിച്ചും ഞാനൊരു പട്ടിക തയ്യാറാക്കിയിട്ടുണ്ട്' എന്ന് ഒരു ടേപ്പിൽ അയാൾ പറയുന്നത് കേൾക്കാം. കഠിനമായ ഈ യാതനകൾക്കെല്ലാം ശേഷം അയാളോടൊപ്പം ഗാർഡുമാരായി അഭിനയിച്ചവർ ഇത്രയും 'സർഗ്ഗാത്മകമാംവിധം നിഷ്ഠൂരമായ ആശയങ്ങൾക്ക്' അയാളെ അഭിനന്ദിക്കുകയും ചെയ്തു.

ഇതിനിടയിൽ, തീർത്തും സാഡിസ്റ്റിക്കായ ഈ കളിയിൽ സിംബാർദോയും തന്റെ സംഭാവനകൾ നല്കിയിരുന്നു. തടവുപുള്ളികളുടെ ഉറക്കം തടസ്സപ്പെടുത്തുന്നതിന് വളരെ തീവ്രമായൊരു ഷെഡ്യൂൾ ഉണ്ടാക്കുകയും ഹാജർ പറയുന്നതിന് പുലർച്ചെ രണ്ടരമണിക്കും ആറുമണിക്കും വിളിച്ചെഴുന്നേൽപ്പിക്കുകയും ചെയ്തു. തടവുപുള്ളികൾ പുഷ്അപ് എടുക്കുന്നതും അവരുടെ പുതപ്പിനുള്ളിൽ മുള്ളുള്ള സ്റ്റിക്കറുകൾ പതിച്ചുവെക്കുന്നതും കൂർത്ത പുൽവിത്തുകൾ വിതറുന്നതുമൊക്കെ നല്ല ശിക്ഷയാകുമെന്ന് അദ്ദേഹം നിർദ്ദേശിച്ചു. ഏകാന്തതടവും ഇതിനോട് കൂട്ടിച്ചേർക്കുന്നത് നന്നായിരിക്കുമെന്നും അദ്ദേഹം കരുതി.

ഇത്രയും ബുദ്ധിമുട്ടി ഈ പരീക്ഷണത്തെ സിംബാർദോ എന്തുകൊണ്ട് നിയന്ത്രിച്ചു എന്നാണ് നിങ്ങൾ അത്ഭുതപ്പെടുന്നതെങ്കിൽ അതിനുള്ള ഉത്തരം ലളിതമാണ്. തുടക്കത്തിലൊന്നും സിംബാർദോക്ക് ഗാർഡുകളിൽ താല്പര്യമില്ലായിരുന്നു. അദ്ദേഹത്തിന്റെ പരീക്ഷണം ആദ്യഘട്ടത്തിൽ കേന്ദ്രീകരിച്ചത് തടവുപുള്ളികളിലാണ്. തീക്ഷ്ണമായ സമ്മർദ്ദത്തിൽ തടവുപുള്ളികൾ എങ്ങനെ പെരുമാറും എന്ന് കണ്ടെത്തുകയായിരുന്നു ലക്ഷ്യം. അവർക്കെത്രമാത്രം മടുപ്പുണ്ടാകും? അവർ എത്രമാത്രം നിരാശരാകും? എത്രമാത്രം ഭയം തോന്നും?

സിംബാർദോ തന്റെ ഗാർഡുമാരെ കൈകാര്യം ചെയ്ത രീതികണ്ടാൽ അവരെ അദ്ദേഹം തന്റെ ഗവേഷണ സഹായികളായാണ് പരിഗണിച്ചിരുന്നതെന്ന് നമുക്ക് മനസ്സിലാകും. അവരുടെ പീഡനാത്മകമായ പെരുമാറ്റത്തിൽ സിംബാർദോ ഞെട്ടലോടെ പ്രതികരിച്ചതും ഈ പരീക്ഷണത്തിൽ നിന്നും കിട്ടിയ യഥാർത്ഥ പാഠം ഇതാണെന്ന ആശയവുമെല്ലാം പിന്നീട് കെട്ടിച്ചമച്ചതാണ്. പരീക്ഷണ സമയത്ത് അദ്ദേഹവും ജെഫും തടവുപുള്ളികളോട് കൂടുതൽ പരുക്കൻ മട്ടിൽ പെരുമാറാൻ ഗാർഡുകൾക്കുമേൽ സമ്മർദ്ദം ചെലുത്തുകയും അതിൽ പരാജയപ്പെട്ടവരെ ശാസിക്കുകയും ചെയ്തിരുന്നു.

പുറത്തുവന്ന ഒരു ശബ്ദരേഖയിൽ ജെഫ് മൃദുസ്വഭാവിയായ ജോൺ മാർക്കസിനോട് ഈ ഗതിമാറ്റത്തെക്കുറിച്ച് സംസാരിക്കുകയും, രണ്ടാം ദിവസംതന്നെ തടവുകാരോട് പരുക്കനായി പെരുമാറണമെന്ന് പറയുന്നതും കേൾക്കാം:

> ജെഫ്: പൊതുവെ നിങ്ങൾ പിന്നണിയിൽ നിൽക്കുന്ന ഒരു രീതിയാണ് [...] നിങ്ങൾ കൂടുതൽ സജീവമാവുകയും എല്ലാറ്റിലും ഇടപെടുകയും

> വേണം, കാരണം ഓരോ ഗാർഡും ഇക്കാര്യത്തിൽ വളരെ പരുക്കൻ മട്ടിലുള്ള ആളായിരിക്കണമെന്ന് എല്ലാ ഗാർഡുമാർക്കും തോന്നണം...
>
> മാർക്കസ്: ഞാൻ അത്ര പരുക്കനല്ല...
>
> ജെഫ്: അറിയാം. നിങ്ങളുടെ ഉള്ളിൽ ആ സ്വഭാവമുണ്ടാക്കാൻ നിങ്ങൾ ശ്രമിക്കണം.
>
> മാർക്കസ്: എനിക്കതറിയില്ല...
>
> ജെഫ്: നോക്കൂ, പരുക്കനാവുക എന്നതുകൊണ്ട് ഞാൻ ഉദ്ദേശിക്കുന്നത് നിങ്ങൾ, അതായത് നിങ്ങൾ കർക്കശക്കാരനാവണം എന്നാണ്. പിന്നെ കാര്യങ്ങളിലൊക്കെ നിങ്ങൾ സജീവമായി ഉണ്ടായിരിക്കണം. പരീക്ഷണം പ്രാവർത്തികമാകാൻ അതു വളരെ പ്രധാനമാണ്...
>
> മാർക്കസ്: ക്ഷമിക്കണം [...] എന്റെ ഇഷ്ടപ്രകാരം മാത്രമാണെങ്കിൽ ഞാനിതൊന്നും ചെയ്യില്ല. ഞാൻ അതങ്ങിനെ തണുക്കാൻ വിടുകയേ ഉള്ളൂ.

രസകരമായ കാര്യം എന്താണെന്നുവച്ചാൽ സ്റ്റാൻഫോർഡ് തടവറ പരീക്ഷണത്തിലെ മിക്ക ഗാർഡുമാരും, വലിയ സമ്മർദ്ദത്തിൽപോലും കർക്കശകാരാവുക എന്ന തന്ത്രം നടപ്പാക്കാൻ വിമുഖതയുള്ളവരായിരുന്നു. അവരിൽ മൂന്നിൽ രണ്ടുപേരും ഇത്തരം സാഡിസ്റ്റിക് കളികളിൽ പങ്കെടുക്കാൻ കൂട്ടാക്കിയില്ല. സിംബാർദോയെയും ടീമംഗങ്ങളെയും തീർത്തും നിരാശരാക്കിക്കൊണ്ട് അവരിൽ മൂന്നിലൊന്നുപേർ തടവുകാരോട് വളരെ ദയാവായ്പോടെയാണ് പെരുമാറിയത്. ഗാർഡുമാരിൽ ഒരാൾ തനിക്ക് കിട്ടിയ നിർദ്ദേശങ്ങൾ പിന്തുടരാൻ ബുദ്ധിമുട്ടുണ്ടെന്ന് പറഞ്ഞ് പരീക്ഷണം തുടങ്ങുന്നതിന്റെ തൊട്ട് മുന്നത്തെ ഞായറാഴ്ച രാജിവച്ചു.

ഇതിൽ ഭൂരിഭാഗം ആളുകളും പങ്കെടുക്കാൻ സമ്മതിച്ചത് സിംബാർദോ നല്ല പണം നല്കും എന്നതുകൊണ്ടായിരുന്നു. പ്രതിദിനം അവർക്ക് പതിനഞ്ച് ഡോളർ കിട്ടുമായിരുന്നു. അത് ഇന്നത്തെ കണക്കിലേകദേശം നൂറ് ഡോളറിന് തുല്യമാണ്. പക്ഷേ, പരീക്ഷണം അവസാനിക്കുംവരെ പണം കൊടുക്കില്ലെന്ന് മാത്രം. സിംബാർദോയുടെ നാടകീയമായ ഈ സൃഷ്ടിക്കനുയോജ്യമായി കളിച്ചില്ലെങ്കിൽ തങ്ങൾക്ക് പണം ലഭിച്ചേക്കില്ലെന്ന് ഗാർഡുമാരും തടവുപുള്ളികളും ഭയന്നു.

എന്നാൽ ഒരു തടവുപുള്ളിയെ സംബന്ധിച്ചിടത്തോളം പണം മാത്രമായിരുന്നില്ല എല്ലാം. അയാളായിരുന്നു 8612 നമ്പർ തടവുകാരൻ, 22 കാരനായ ഡഗ്ലസ് കോർപി. 'സത്യമായും എന്റെ ഈശോയെ, എന്റെ ഉള്ളു കത്തുകയാണ്... ഇനി എനിക്കിതിനാവില്ല!' എന്നുപറഞ്ഞ് നിലവിളിച്ചത്. അയാളുടെ ഈ കരച്ചിൽ എല്ലാ ഡോക്യുമെന്ററികളുടെയും ഭാഗമാവുകയും സ്റ്റാൻഫോർഡ് തടവറ പരീക്ഷണത്തിലെ ഏറ്റവും പ്രശസ്തമായ റെക്കോഡിങ് ആവുകയും ചെയ്തു.

2017-ലെ വേനൽക്കാലത്തുതന്നെ അന്വേഷിച്ചുവന്ന ഒരു പത്രക്കാരനോട് പറഞ്ഞത് അത് മുഴുവൻ കള്ളത്തരമായിരുന്നു എന്നാണ് - തുടക്കം മുതൽ ഒടുക്കംവരെ കെട്ടിയാടിയ ഒരു നാടകം. ഇക്കാര്യം അയാൾ രഹസ്യമാക്കിവച്ചിട്ടൊന്നുമില്ലായിരുന്നു. വാസ്തവത്തിൽ, ഈ പരീക്ഷണം അവസാനിച്ച ശേഷം അയാൾ ഇക്കാര്യം നിരവധി പേരോട് പറഞ്ഞതാണ്. ഇതു

പറഞ്ഞപ്പോൾ സിംബാർദോ അയാളെ അവഗണിക്കുകയും ഒരു ഡോക്യുമെന്ററി സിനിമ പിടിക്കാൻ വന്നയാൾ തന്റെ ചിത്രത്തിൽനിന്നും ഈ ഭാഗം എഡിറ്റ് ചെയ്ത് മാറ്റുകയും ചെയ്തു.

മനഃശാസ്ത്രത്തിൽ ഡോക്ടറേറ്റ് ബിരുദം എടുത്ത കോർപി താൻ ഈ പരീക്ഷണത്തിന്റെ ഭാഗമായപ്പോൾ ആദ്യമൊക്കെ അത് ശരിക്കും ആസ്വദിച്ചു എന്ന് പറയുകയുണ്ടായി. ആദ്യ ദിനം നല്ല രസമായിരുന്നു എന്ന് അയാൾ തന്നെ ഓർത്തെടുക്കുന്നു: 'ഞാൻ ചീറുകയും അലറിക്കരയുകയും ഭ്രാന്തെടുത്തപോലെ അഭിനയിക്കുകയും വേണം. ഒരു തടവുപുള്ളിയെപ്പോലെ ഞാൻ അഭിനയിക്കേണ്ടതുണ്ട്. ഞാൻ അവിടെ ഒരു നല്ല തൊഴിലാളിയായിരുന്നു. നല്ല രസമുള്ളൊരു സമയമായിരുന്നു അത്.'

പക്ഷേ, ഈ കളിതമാശയെല്ലാം പെട്ടെന്നില്ലാതായി. കോർപി ഈ പരീക്ഷണത്തിന്റെ ഭാഗമാവാൻ സമ്മതിച്ചത് തനിക്ക് പരീക്ഷയ്ക്കുവേണ്ടി പഠിക്കാൻ സമയം ചിലവഴിക്കാനാവും എന്ന് കരുതിയാണ്. പക്ഷേ, അഴിക്കുപിന്നിലായതോടെ സിംബാർദോയും സംഘവും അയാളെ ടെക്സ്റ്റ് പുസ്തകങ്ങൾ തൊടാൻ അനുവദിച്ചില്ല. അതിനാൽ അടുത്ത ദിവസംതന്നെ അയാൾ ഇപ്പണിയുപേക്ഷിക്കാൻ തീരുമാനിച്ചു.

അത്ഭുതമെന്ന് പറയട്ടെ, സിംബാർദോ അയാളെ പോകാൻ അനുവദിച്ചില്ല. തടവുപുള്ളികൾ ശാരീരികമോ മാനസികമോ ആയ പ്രശ്നങ്ങൾ കാണിച്ചാൽ മാത്രമേ അവരെ പോകാൻ അനുവദിക്കു. അതിനാൽ കോർപി കള്ളത്തരം കാണിക്കാൻ തീരുമാനിച്ചു. ആദ്യമയാൾ വയറുവേദന അഭിനയിച്ചു. എന്നാൽ അത് ഫലിക്കാതെ വന്നപ്പോൾ അയാൾ മാനസികമായി തകർന്നതായി അഭിനയിക്കാൻ തുടങ്ങി ('സത്യമായും എന്റെ ഈശോയെ, എന്റെ ഉള്ളു കത്തുകയാണ് നിനക്കറിയില്ലേ? എനിക്കിവിടെനിന്നും പുറത്തു കടക്കണം! ഇവിടെ എല്ലാം കുഴമറിഞ്ഞു കിടക്കുകയാണ് ഒരു രാത്രികൂടി എനിക്കിവിടെ തള്ളിനീക്കാനാവില്ല! ഇനി എനിക്കിതിനാവില്ല!')

ആ കരച്ചിൽ ലോകമെങ്ങും കുപ്രസിദ്ധി നേടി.

ഈ പരീക്ഷണം നടന്ന് ദശാബ്ദങ്ങൾക്കുശേഷവും ഫിലിപ്പ് സിംബാർദോ നടത്തിയ ഈ പ്രഹസനം ലക്ഷക്കണക്കിനാളുകൾ മുഖവിലക്കെടുത്തു.

'ഇതിൽ ഏറ്റവും കഷ്ടമായ കാര്യം നാല്പത് വർഷക്കാലം സിംബാർദോയ്ക്ക് വലിയ ശ്രദ്ധ പിടിച്ചുപറ്റാനായി എന്നതാണ്,' എന്ന് തടവുപുള്ളികളിൽ ഒരാൾ 2011-ൽ പറയുകയുണ്ടായി. സ്വന്തം ഡാറ്റകൾ വിശകലനം പോലും ചെയ്യുന്നതിനുമുൻപ് സിംബാർദോ ഈ പരീക്ഷണത്തിൽ നിന്നുള്ള ഫൂട്ടേജുകൾ ടെലിവിഷൻ സ്റ്റേഷനുകൾക്കയച്ചു കൊടുത്തു. വരുംവർഷങ്ങളിൽ അദ്ദേഹം തന്റെ കാലത്തെ ഏറ്റവും ശ്രദ്ധേയനായ സൈക്കോളജിസ്റ്റായി മാറുകയും അമേരിക്കൻ സൈക്കോളജിക്കൽ അസോസിയേഷന്റെ പ്രസിഡണ്ട് പദത്തിൽ എത്തുകയുംവരെ ചെയ്തു.

സ്റ്റാൻഫോർഡ് തടവറ പരീക്ഷണം സംബന്ധിച്ച് 1990-കളിൽ എടുത്തൊരു ഡോക്യുമെന്ററിയിൽ, ഈ പരീക്ഷണത്തിൽ ഗാർഡിന്റെ റോളഭിനയിച്ച ഡേവ് ഈഷൽമാൻ അത്ഭുതംകൂറിയത് ഗവേഷകർ സമ്മർദ്ദം ചെലുത്തിയില്ലായിരുന്നു എങ്കിൽ എന്ത് സംഭവിക്കുമായിരുന്നു എന്നാണ്. 'അത് നമുക്കൊരിക്കലും അറിയാനാകില്ല,' 2002-ൽ ബി.ബി.സി.യിൽ വന്ന ഒരു ഡോക്യുമെന്ററിയിൽ അദ്ദേഹം പറഞ്ഞു.

എന്നാൽ ഇത് നമുക്കറിയാനാവും എന്ന് പിന്നീട് തെളിഞ്ഞു.

ഈഷൽമാന് അറിയാത്ത ഒരു കാര്യം രണ്ട് ബ്രിട്ടീഷ് മനഃശാസ്ത്രജ്ഞർ ഇത്തരത്തിൽ രണ്ടാമതൊരു പരീക്ഷണം നടത്താൻ ശ്രമം തുടങ്ങിക്കഴിഞ്ഞിരുന്നു എന്നതാണ്. ആ പരീക്ഷണം ഇങ്ങനെയൊരു ചോദ്യത്തിന് ഉത്തരം കണ്ടെത്താൻ രൂപകല്പന ചെയ്തിട്ടുള്ളതായിരുന്നു: സാധാരണ മനുഷ്യർ യൂണിഫോമും ധരിച്ച് ഒരു തടവറയിൽ എത്തിപ്പെട്ടാൽ എന്ത് സംഭവിക്കും?

5

ബി.ബി.സി.യിൽനിന്നും വിളിവന്നത് 2001-ൽ ആയിരുന്നു.

അത് റിയാലിറ്റി ടി.വി.യുടെ തുടക്കക്കാലമായിരുന്നു. ബിഗ് ബ്രദർ തുടങ്ങി കഴിഞ്ഞിട്ടേ ഉണ്ടായിരുന്നുള്ളു. ഇതുപോലെ വിജയകരമായ മറ്റൊരു ഫോർമുല സംബന്ധിച്ച് ടെലിവിഷൻ നെറ്റ്‌വർക്കുകൾ തലപുകഞ്ഞാലോചിക്കുന്ന കാലമായിരുന്നു. അതിനാൽ ബി.ബി.സി.യിൽനിന്നും വന്ന അഭ്യർത്ഥന തീർത്തും അപ്രതീക്ഷിതമായിരുന്നു എന്ന് പറയാൻ കഴിയില്ല: തടവുകാരെയും ഗാർഡുകളെയും വച്ച് നടത്തിയ ആ മരവിപ്പിക്കുന്ന പരീക്ഷണം ഒന്നുകൂടി ശ്രമിച്ചുനോക്കാൻ താല്പര്യമുണ്ടോ? നമ്മുടെ പ്രൈം ടൈം സംപ്രേഷണത്തിനായി.

മനഃശാസ്ത്രത്തിൽ ഡോക്ടറേറ്റ് നേടിയ അലക്സാണ്ടർ ഹാസ്ലമിനും സ്റ്റീഫൻ റീഷർക്കും ഇത് സ്വപ്നതുല്യമായ ഒരു വാഗ്ദാനമായിരുന്നു. സ്റ്റാൻഫോർഡ് പ്രിസൺ പരീക്ഷണത്തിന്റെ ഏറ്റവും വലിയ പ്രശ്നം അത് ഒട്ടും തന്നെ നൈതികമായിരുന്നില്ല എന്നതാണ്. അതിനാൽ ഇത് മറ്റൊരു തവണ ആവർത്തിച്ച് നോക്കാൻ ആരും ധൈര്യപ്പെട്ടില്ല എന്നതുകൊണ്ട് ദശാബ്ദങ്ങളോളം ഇതിലെ അവസാന വാക്ക് സിംബാർദോയുടേത് മാത്രമായിരുന്നു. എന്നാൽ ഇപ്പോൾ ഈ രണ്ട് ബ്രിട്ടീഷ് മനഃശാസ്ത്രജ്ഞർക്കും ഇത് ചെയ്യാനുള്ള ഒരവസരമാണ് ലഭിച്ചിരിക്കുന്നത്, ടെലിവിഷൻ സ്ക്രീനിൽ.

ഹാസ്ലമും റീഷറും രണ്ട് ഉപാധികളോടെ അനുകൂല മറുപടി നല്കി. ഒന്ന് ഈ പഠനത്തിന്റെ സമ്പൂർണ്ണ നിയന്ത്രണം തങ്ങൾക്കായിരിക്കും. രണ്ട് ഏതെങ്കിലും ഒരു ഘട്ടത്തിൽ കാര്യങ്ങൾ കൈവിട്ടുപോകുന്ന അവസ്ഥ വന്നാൽ പരീക്ഷണം നിർത്തിവയ്ക്കുന്നതിന് ഒരു എത്തിക്സ് കമ്മറ്റിക്ക് ചുമതല നല്കും.

സംപ്രേക്ഷണം തുടങ്ങുന്നതിന് മാസങ്ങൾക്കുമുമ്പ് തന്നെ ബ്രിട്ടീഷ് മാധ്യമങ്ങളിൽ ഊഹാപോഹങ്ങൾ നിറഞ്ഞുനിന്നു. ആളുകൾക്ക് എത്രത്തോളം മുങ്ങാനാവും? *ഗാർഡിയൻ* ദിനപത്രം 'ഈ റിയാലിറ്റി ടിവിക്ക് വട്ട് പിടിച്ചോ' എന്ന് അത്ഭുതംകൂറി. ഫിലിപ്പ് സിംബാർദോ വരെ ജുഗുപ്സ രേഖപ്പെടുത്തി. 'എന്റെ ഒറിജിനൽ പരീക്ഷണത്തിലെന്നപോലെ ഇതിൽ വലിയ നാടകങ്ങൾ അരങ്ങേറുമെന്ന പ്രതീക്ഷയിലാണ് അവരിത് ചെയ്യുന്നത്' എന്ന് ഒരു ഉദ്ധരണിയിൽ അദ്ദേഹം പറഞ്ഞു.

ദ എക്സ്പെരിമെന്റിന്റെ ആദ്യ എപ്പിസോഡ് 2002 മെയ് 1-ന് സംപ്രേക്ഷണം ചെയ്യപ്പെട്ടപ്പോൾ ബ്രിട്ടനിലങ്ങോളമിങ്ങോളം ലക്ഷകണക്കിന് ആളുകൾ ടിവിക്ക് മുന്നിൽ ശ്വാസമടക്കി കുത്തിയിരുന്നു. പിന്നീടുണ്ടായത് ഞെട്ടിക്കുന്ന എന്തെങ്കിലും ആയിരുന്നോ?

അല്ല. തീർച്ചയായും അങ്ങനെയൊന്നും ഉണ്ടായതേയില്ല.

പിന്നീടുണ്ടായത് കാര്യമായ എന്തെങ്കിലും പറയാവുന്ന ഒന്നല്ല.

ഒരു മണിക്കൂർ വീതം ദൈർഘ്യമുള്ള നാല് എപ്പിസോഡുകൾ കണ്ടു തീർക്കാൻ ഞാൻ ശരിക്കും പാടുപെട്ടു. ഇത്രയും പ്രസാദാത്മകതയില്ലാത്ത, ഒരുതരം മരവിപ്പ് നിറഞ്ഞ പ്രോഗ്രാം വേറെ ഞാൻ കണ്ടിട്ടില്ല.

ബി.ബി.സി.യുടെ സമവാക്യം എവിടെയാണ് തെറ്റിയത്? ഹാസ്ലമും റീഷറും ഒരു കാര്യം വിട്ടുകളഞ്ഞിരുന്നു: ഗാർഡുകളോട് അവർ എന്താണ് ചെയ്യേണ്ടതെന്ന് പറഞ്ഞിരുന്നില്ല. ഈ മനഃശാസ്ത്രജ്ഞർ നിരീക്ഷിക്കുക മാത്രമാണ് ചെയ്തത്. തങ്ങൾ ഏതോ കൺട്രി ക്ലബിലാണെന്ന മട്ടിൽ ഏതാനും സാധാരണക്കാർ അവിടെയൊക്കെയിരുന്നപ്പോൾ അവരതിന്റെ പാർശ്വങ്ങളിലിരുന്ന് ഇതൊക്കെ നിരീക്ഷിച്ചു.

കാര്യങ്ങൾ തുടങ്ങാറായപ്പോഴാണ് ഗാർഡുകളിലൊരാൾ ഈ വേഷം തനിക്ക് ചേരുമെന്ന് തോന്നുന്നില്ലെന്ന് പ്രഖ്യാപിച്ചത്: 'സത്യം പറയാമല്ലോ, വേണമെങ്കിൽ ഞാനൊരു തടവുകാരനാകാം.'

രണ്ടാം ദിവസം മറ്റൊരാൾ തടവുകാരുടെ മനോവീര്യം ഉയർത്തുന്നതിനായി തങ്ങളുടെ ഭക്ഷണം അവരുമായി പങ്കിടാമെന്ന് നിർദ്ദേശിച്ചു. നാലാം ദിവസം, ചെറിയൊരു തീപ്പൊരി പാറുമെന്ന അവസ്ഥ വന്നപ്പോൾ ഗാർഡുകളിൽ ഒരാൾ ഉപദേശിച്ചതിങ്ങനെയാണ്: 'ഇതിന്റെ അവസാനം വരെ ഇങ്ങനെ കൊണ്ടുപോകാനായാൽ നമുക്ക് പബിൽ പോയി ഒരു ഡ്രിങ്ക് കഴിക്കാം.' മറ്റൊരു ഗാർഡ് പറഞ്ഞതിങ്ങനെയാണ്, 'നമുക്കിത് മനുഷ്യന്മാരെപ്പോലെ ചർച്ചചെയ്യാം.'

അഞ്ചാം ദിവസം തടവുകാരിൽ ഒരാൾ ഒരു ജനാധിപത്യ വ്യവസ്ഥ കൊണ്ടുവരുന്ന കാര്യം മുന്നോട്ടുവെച്ചു. ആറാംനാൾ ചില തടവുകാർ അവരുടെ സെല്ലുകളിൽനിന്നും രക്ഷപ്പെട്ടു. അവർ ഗാർഡുകളുടെ കാന്റീനിൽ പോയിരുന്ന് പുകവലിക്കുകയും കുറച്ചു കഴിഞ്ഞപ്പോൾ ഗാർഡുമാരും അവരോടൊപ്പം കൂടുകയും ചെയ്തു. ഏഴാം ദിവസം ആകട്ടെ അവരെല്ലാവരും ചേർന്ന് ഒരു കമ്മ്യൂൺ രൂപീകരിക്കുന്നതിനെ അനുകൂലിച്ച് വോട്ട് ചെയ്തു.

അല്പം വൈകിയാണെങ്കിലും ഒന്നുരണ്ട് ഗാർഡുമാർ തങ്ങൾ അവരവരുടെ മേഖലകളിലേക്ക് തിരിച്ചുപോകണമെന്ന് ഗ്രൂപ്പംഗങ്ങളെ ബോധ്യപ്പെടുത്താൻ ശ്രമിച്ചെങ്കിലും ആരുമത് ചെവിക്കൊണ്ടില്ല. പരീക്ഷണം അങ്ങനെയൊരു പ്രതിസന്ധി ഘട്ടത്തിൽ എത്തിയപ്പോൾ എല്ലാം നിർത്തിവെക്കേണ്ടി വന്നു. ഇതിന്റെ അവസാന എപ്പിസോഡ് പ്രധാനമായും അവർ സോഫകളിൽ അലസമായി കിടക്കുന്നതിന്റെ ഫൂട്ടേജുകളായിരുന്നു. ഏറ്റവും ഒടുവിൽ ഈ പരീക്ഷണത്തിന്റെ ഭാഗമായവർ പരസ്പരം ആലിംഗനം ചെയ്യുന്നതിന്റെ ഷോട്ടുകളായിരുന്നു ഉണ്ടായിരുന്നത്. അതിനുശേഷം ഗാർഡുകളിലൊരാൾ തന്റെ ജാക്കറ്റ് തടവുപുള്ളികളിൽ ഒരാൾക്ക് നല്കുന്നതും കാണാമായിരുന്നു.

മറുവശത്ത് പ്രേക്ഷകർക്ക് തങ്ങൾ വഞ്ചിതരായെന്ന തോന്നലായിരുന്നു. കാലിലെ ചങ്ങലകളെവിടെ? എന്തുകൊണ്ടാണ് തലയിൽ കടലാസ് ബാഗുകൾവയ്ക്കാത്തത്? എപ്പോഴാണ് പീഡനാത്മകമായ കളി തുടങ്ങുക? ബി.ബി.സി. സംപ്രേഷണം ചെയ്തത് പുകവലിച്ചും കൊച്ചുവർത്തമാനം പറഞ്ഞും

ഒന്നിച്ചിരുന്നും ഉള്ള ആളുകളുടെ നാല് മണിക്കൂറുകളായിരുന്നു. *സൺഡേ ഹെറാൾഡ്* വിലയിരുത്തിയതുപോലെ 'നല്ലവരായ മനുഷ്യരെ മോശമായ സ്ഥലത്ത് കൊണ്ടുപോയിരുത്തി ടെലിവിഷനുവേണ്ടി അവരെ ചിത്രീകരിച്ചാൽ എന്താണ് സംഭവിക്കുക? കാര്യമായി ഒന്നുംതന്നെ സംഭവിക്കില്ല.

ടിവി പ്രൊഡ്യൂസർമാരെ സംബന്ധിച്ചിടത്തോളം ഈ പരീക്ഷണം പരുഷമായൊരു യാഥാർത്ഥ്യം വെളിപ്പെടുത്തി. സാധാരണ മനുഷ്യരെ വെറുതെ വിട്ടാൽ ഒന്നുംതന്നെ സംഭവിക്കില്ല. മാത്രമല്ല, അവർ സമാധാനകാംക്ഷികളുടെ ഒരു കമ്മ്യൂൺ രൂപീകരിക്കാൻ ശ്രമിക്കുകയും ചെയ്യും.

ശാസ്ത്രീയമായ വീക്ഷണകോണിൽനിന്നും ഈ പരീക്ഷണം ഒരു വൻ വിജയമായിരുന്നു. ഹാസ്ലമും റീഷറും വിശ്രുതമായ അക്കാദമിക് ജേർണലുകളിൽ ഇതിന്റെ ഫലങ്ങളെക്കുറിച്ച് പത്തിലധികം പ്രബന്ധങ്ങൾ എഴുതി. എന്നാൽ ബാക്കിയെല്ലാവരേയും സംബന്ധിച്ചിടത്തോളവും ഇതൊരു പരാജയമായിരുന്നു എന്നു പറയാം. ബി.ബി.സി.യുടെ തടവറ പഠനം വിസ്മൃതിയിലേക്ക് മറഞ്ഞപ്പോഴും ആളുകളിപ്പോഴും സ്റ്റാൻഫോർഡ് തടവറ പരീക്ഷണത്തെക്കുറിച്ച് സംസാരിച്ചുകൊണ്ടേയിരിക്കുന്നു.

ഇതിനെക്കുറിച്ച് ഫിലിപ്സ് സിംബാർദോയ്ക്ക് എന്താണ് പറയാനുണ്ടായിരുന്നത്. 2018-ൽ ഒരു ജേണലിസ്റ്റ് ഈ പുതിയ വെളിപ്പെടുത്തലുകൾ പഴയ പഠനം എത്രമാത്രം കൃത്രിമമായിരുന്നുവെന്നും അതിനെ ഇപ്പോൾ ആളുകൾ നോക്കി കാണുന്ന രീതി എത്രമാത്രം മാറുമെന്നും ചോദിച്ചപ്പോൾ താനതൊന്നും ഗൗനിക്കുന്നില്ല എന്നായിരുന്നു ആ മനഃശാസ്ത്രജ്ഞന്റെ മറുപടി. 'ആളുകൾക്കിതിനെക്കുറിച്ച് എന്തുവേണമെങ്കിലും പറയാം. ഇപ്പോഴുമതേ മനഃശാസ്ത്ര ചരിത്രത്തിലെ ഏറ്റവും പ്രശസ്തമായ പഠനമാണിത്. അൻപത് വർഷത്തിനുശേഷവും ആളുകൾ ചർച്ച ചെയ്യുന്ന മറ്റൊരു പഠനമില്ല. സാധാരണ മനുഷ്യർക്ക് ഇതിനെക്കുറിച്ചറിയാം. [...] അതിന് അതിന്റേതായ ഒരു ജീവിതം ഇപ്പോഴുമുണ്ട്. [...] ഞാനതിനെ പ്രതിരോധിക്കാനൊന്നും പോകുന്നില്ല. അതിന്റെ പ്രതിരോധം അതിന്റെ ദീർഘായുസ്സ് തന്നെയാണ്.'

8

സ്റ്റാൻലി മിൽഗ്രാമും ഷോക്ക് മെഷീനും

1

സ്റ്റാൻഫോർഡ് തടവറ പരീക്ഷണത്തെക്കാളും പ്രശസ്തി നേടിയ മറ്റൊരു മനഃശാസ്ത്ര പരീക്ഷണമുണ്ട്, ഫിലിപ്പ് സിംബാർദോയേക്കാൾ കൂടുതൽ അറിയപ്പെട്ട മറ്റൊരു മനഃശാസ്ത്രജ്ഞനും. ഞാൻ ഈ പുസ്തകത്തിന്റെ പണി ആരംഭിച്ചപ്പോൾ ഇതിൽ അദ്ദേഹത്തെ അവഗണിക്കാനാവില്ലെന്ന് എനിക്കുറപ്പായിരുന്നു.

സ്റ്റാൻലി മിൽഗ്രാം.

1961 ജൂൺ 18-ന് മിൽഗ്രാം ഈ പരീക്ഷണം തുടങ്ങിയപ്പോൾ അദ്ദേഹം ചെറുപ്പക്കാരനായ ഒരു അസിസ്റ്റന്റ് പ്രൊഫസർ ആയിരുന്നു. അന്നേദിവസം ന്യൂ ഹാവെൻ റെജിസ്റ്ററിൽ ഒരു ഫുൾ പേജ് പരസ്യം പ്രത്യക്ഷപ്പെട്ടു: 'നിങ്ങൾ നല്കുന്ന ഒരു മണിക്കൂർ സമയത്തിന് ഞങ്ങൾ നിങ്ങൾക്ക് നാല് ഡോളർ തരും'. മനുഷ്യന്റെ ഓർമ്മശക്തി സംബന്ധിച്ച ഒരു ഗവേഷണത്തിൽ പങ്കെടുക്കാൻ അഞ്ഞൂറ് സാധാരണക്കാരെ വേണമെന്നായിരുന്നു പരസ്യം - ബാർബറുമാരും ബാർടെന്ററുമാരും, കെട്ടിടം പണിക്കാരും കച്ചവടക്കാരും.

അടുത്ത ഏതാനും മാസങ്ങൾക്കുള്ളിൽ യേൽ സർവ്വകാലാശാലയിലെ മിൽഗ്രാമിന്റെ പരീക്ഷണശാലയിൽ നൂറുകണക്കിന് ആളുകളെത്തി. ജോഡികളായി വന്ന ഇവരിൽ ഓരോരുത്തർക്കും നറുക്കെടുപ്പിലൂടെ ഒരാൾക്ക് 'ടീച്ചറിന്റെയും' മറ്റൊരാൾക്ക് 'പഠിതാവിന്റെയും' റോൾ നല്കുകയും ചെയ്തു. അദ്ധ്യാപകർ വലിയൊരു യന്ത്രത്തിന് മുന്നിലാണ് ഇരിക്കേണ്ടത്. ഇത് ഷോക്ക് മെഷീൻ ആണെന്നാണ് അവരോട് പറഞ്ഞിരുന്നത്. അടുത്ത മുറിയിൽ ഒരു കസേരയിൽ കെട്ടിയിട്ടിരിക്കുന്ന പഠിതാവിനുമേൽ ഓർമ്മ പരീക്ഷണം നടത്താനാണ് അവർക്ക് നല്കിയ നിർദ്ദേശം. തെറ്റായ ഓരോ ഉത്തരത്തിനും പഠിതാവിനൊരു ഇലക്ട്രിക് ഷോക്ക് നൽകുന്നതിനായി ടീച്ചർ ഒരു സ്വിച്ചിൽ അമർത്തണം.

വാസ്തവത്തിൽ പഠിതാവ് മിൽഗ്രാമിന്റെ സംഘത്തിൽപ്പെട്ടവർ തന്നെയായിരുന്നു, മാത്രമല്ല ഈ യന്ത്രത്തിൽനിന്നും ഷോക്കൊന്നും ഉണ്ടായിരുന്നില്ല താനും. പക്ഷേ, ഇത് ടീച്ചർമാർക്ക് അറിയില്ലായിരുന്നു. അവർ കരുതിയത് ഓർമ്മശക്തിക്കുമേൽ ശിക്ഷാനടപടികളുടെ പ്രഭാവം അറിയാനുള്ള പഠനമാണിതെന്നാണ്, വാസ്തവത്തിൽ ഈ പഠനം തങ്ങളെ കുറിച്ചാണെന്നവർ തിരിച്ചറിഞ്ഞേയില്ല.

ഷോക്കുകൾ തുടങ്ങിയത് വളരെ കുറഞ്ഞ അളവിലായിരുന്നു, വെറും പതിനഞ്ച് വോൾട്ട്. എന്നാൽ ഓരോതവണ പഠിതാവ് തെറ്റായ ഉത്തരം പറയുമ്പോഴും ചാരനിറമുള്ള ലാബ് കോട്ടിട്ട ഒരാൾ ടീച്ചറോട് വോൾട്ടേജ് കൂട്ടാൻ പറയും - പതിനഞ്ചിൽനിന്ന് മുപ്പത്, മുപ്പതിൽനിന്നും നാല്പത്തിയഞ്ച്. അപ്പുറത്തെ മുറിയിലിരിക്കുന്ന പഠിതാവ് എത്ര ഉറക്കെ അലറിക്കരഞ്ഞാലും ഇത് കൂടിക്കൊണ്ടേയിരുന്നു, 'അപായം: തീക്ഷ്ണമായ ഷോക്ക്' എന്ന് രേഖപ്പെടുത്തിയ തലത്തിൽ എത്തിയിട്ടും. 350 വോൾട്ട് എത്തുമ്പോൾ പഠിതാവ് പോയി ചുമരിൽ ഇടിച്ച് നിശ്ശബ്ദനാവും. മിൽഗ്രാം തന്റെ കൂടെയുള്ള നാല്പതോളം മനഃശാസ്ത്രജ്ഞരോട് ഈ പരീക്ഷണത്തിൽ എത്തിയവർ ഏതറ്റംവരെ പോകാൻ തയ്യാറാവുമെന്ന് പ്രവചിക്കാൻ ആവശ്യപ്പെട്ടിരുന്നു. അവരെല്ലാം പറഞ്ഞത് ഒരേ കാര്യമായിരുന്നു. അതായത് കൊടും മനോരോഗികളായ ഒന്നോ രണ്ടോ ശതമാനം ആളുകൾ മാത്രമേ ഇങ്ങനെ 450 വോൾട്ട് വരെ അമർത്താൻ തയ്യാറാകൂ എന്നാണ്.

എന്നാൽ യഥാർത്ഥ ഞെട്ടലുണ്ടായത് പരീക്ഷണത്തിനുശേഷമാണ്. ഇതിൽ പങ്കെടുത്ത അറുപത്തിയഞ്ച് ശതമാനം ആളുകളും വോൾട്ടേജ് കൂട്ടിക്കൂട്ടി 450 വോൾട്ട് വരെ എത്തി. എന്നുവച്ചാൽ പ്രത്യക്ഷത്തിൽ സാധാരണക്കാരായ അച്ഛന്മാരും കൂട്ടുകാരും ഭർത്താക്കന്മാരുമെല്ലാം യാതൊരു പരിചയവുമില്ലാത്തൊരാളെ ഷോക്കടിപ്പിച്ച് കൊല്ലാൻ തയ്യാറായിരുന്നു.

എന്തുകൊണ്ട്? കാരണം അങ്ങനെചെയ്യാൻ അവരോട് ആരോ പറഞ്ഞു എന്നതു തന്നെ.

അന്ന് കേവലം ഇരുപത്തിയെട്ടുവയസ്സ് മാത്രം പ്രായമുണ്ടായിരുന്ന മനഃശാസ്ത്രജ്ഞനായ സ്റ്റാൻലി മിൽഗ്രാം ഒറ്റയടിക്കൊരു താരമായി. എല്ലാ പത്രങ്ങളും റേഡിയോ നിലയങ്ങളും ടെലിവിഷൻ ചാനലുകളും അദ്ദേഹത്തിന്റെ പരീക്ഷണത്തെക്കുറിച്ച് എഴുതി. 'പരീക്ഷണത്തിൽ പങ്കെടുത്ത അറുപത്തിയഞ്ച് ശതമാനവും വേദനിപ്പിച്ച് പീഡിപ്പിക്കാനുള്ള ഉത്തരവ് അന്ധമായി അനുസരിച്ചു' എന്നായിരുന്നു *ന്യൂയോർക്ക് ടൈംസി*ന്റെ തലക്കെട്ട്. ഏതുതരം ആളുകൾക്കാണ് ദശലക്ഷക്കണക്കിനാളുകളെ ഗ്യാസ് ചേമ്പറുകളിലേക്ക് തള്ളിയിടാനാവുക എന്ന് ആ പത്രം ചോദിച്ചു. മിൽഗ്രാമിന്റെ കണ്ടെത്തലുകൾവെച്ച് നോക്കുമ്പോൾ ഉത്തരം വളരെ വ്യക്തമായിരുന്നു. നമുക്കെല്ലാവർക്കും ആവും.

ഒരു ജൂതനായ സ്റ്റാൻലി മിൽഗ്രാം തുടക്കം മുതൽതന്നെ തന്റെ ഗവേഷണത്തെ അവതരിപ്പിച്ചത് ഹോളോകോസ്റ്റിനെക്കുറിച്ച് വിശദീകരിക്കുന്നതിനുള്ള പരമമായ പരീക്ഷണം എന്ന നിലയ്ക്കാണ്. രണ്ട് ഗ്രൂപ്പുകൾ മുഖത്തോടുമുഖം വരുമ്പോൾ യുദ്ധം പൊട്ടിപ്പുറപ്പെടുന്നു എന്ന മുസാഫർ ഷെറീഫിന്റെ നിഗമനവും ഒരു യൂണിഫോം ധരിച്ചാൽ നമ്മൾ രാക്ഷസീയ സ്വഭാവമുള്ളവരാകുന്നു എന്ന (മിൽഗ്രാമിനോടൊപ്പം സ്കൂളിൽ പഠിച്ച) സിംബാർദോയുടെ അവകാശവാദവും വെച്ചുനോക്കുമ്പോൾ മിൽഗ്രാമിന്റെ വിശദീകരണം കുറച്ചുകൂടി സ്ഫുടം ചെയ്തെടുത്തതായിരുന്നു. കൂടുതൽ ബുദ്ധിപരവും അതോടൊപ്പം ഏറെ വിഷമിപ്പിക്കുന്നതും.

സ്റ്റാൻലി മിൽഗ്രാമും അദ്ദേഹത്തിന്റെ ഷോക്ക് മെഷീനും.
Source: The Chronicle of Higher Education

മിൽഗ്രാമിനെ സംബന്ധിച്ചിടത്തോളം ഇതെല്ലാം ഒരാൾക്കുമേലുള്ള ആധിപത്യത്തിന്മേൽ അധിഷ്ഠിതമായിരുന്നു. മനുഷ്യർ ഉത്തരവുകളെ അന്ധമായി പിന്തുടരുന്ന ജീവികളാണെന്ന് അദ്ദേഹം പറഞ്ഞു. യേലിലെ തന്റെ ബേയ്സ്മെന്റ് ലാബിൽ മുതിർന്ന മനുഷ്യർ യാതൊന്നും ചിന്തിക്കാത്ത കുഞ്ഞുങ്ങളായി സംക്രമിക്കുകയും ഇരിക്കാനും, വിറയ്ക്കാനും, പാലത്തിൽ നിന്നും എടുത്തു ചാടാനും ഒക്കെ പറഞ്ഞാൽ സന്തോഷത്തോടെ അനുസരിക്കുന്ന പരിശീലനം സിദ്ധിച്ച ലാബ്രഡോറുകളായി മാറുകയും ചെയ്തു. അത് യുദ്ധത്തിനുശേഷവും Befehl ist Befehl (ഒരു ഉത്തരവ് ഒരു ഉത്തരവ് തന്നെയാണ്) എന്ന് ആവർത്തിച്ചുകൊണ്ടിരുന്ന നാസികൾക്ക് ഭയാനകമാംവിധം സമാനമായ ഒരു കാര്യമായിരുന്നു.

ഇതിൽ നിന്നും മിൽഗ്രാമിന് ഒരു നിഗമനത്തിൽ മാത്രമേ എത്താനായുള്ളു: മനുഷ്യപ്രകൃതി അതിന്റെ പ്രോഗ്രാമിങ്ങിൽ തന്നെ ഒരു കുഴപ്പമുള്ളതാണ്. ആ കുഴപ്പം നമ്മളെ അനുസരണയുള്ള പട്ടിക്കുഞ്ഞുങ്ങളെ എന്നപോലെ ആക്കുകയും അമ്പരപ്പിക്കുന്ന തരത്തിലുള്ള കാര്യങ്ങൾ ചെയ്യിക്കുകയും ചെയ്യുന്നു. 'അമേരിക്കയിൽ മരണക്യാമ്പുകളുടെ ഒരു സംവിധാനം രൂപീകരിക്കുകയാണെങ്കിൽ അവിടെ പ്രവർത്തിക്കാൻ പറ്റിയ നിരവധി ആളുകളെ അമേരിക്കയിലെ ഏതൊരു ഇടത്തരം നഗരത്തിലും കണ്ടെത്താനാവുമെന്ന്' തന്റെ പഠനത്തിൽ അദ്ദേഹം എഴുതി.

മിൽഗ്രാം നടത്തിയ പരീക്ഷണത്തിന്റെ സമയം തീർത്തും ഉചിതമായിരുന്നു. അദ്ദേഹത്തിന്റെ പരീക്ഷണശാലയിലേക്ക് ആദ്യത്തെ വാളണ്ടിയർ കടന്നുവന്ന ദിവസം വിവാദപരമായ ഒരു കേസിലെ വാദം അതിന്റെ അവസാന ആഴ്ചയിലേക്ക് കടക്കുകയായിരുന്നു. നാസി യുദ്ധകുറ്റവാളിയായ അഡോൾഫ് ഈഷ്മാൻ ജെറുസലേമിൽ എഴുന്നൂറ് പത്രപ്രവർത്തകർക്ക് മുന്നിൽവച്ചാണ് വിചാരണ ചെയ്യപ്പെട്ടിരുന്നത്. അക്കൂട്ടത്തിൽ *ന്യൂയോർക്കർ* മാഗസിനുവേണ്ടി ഈ കേസ് റിപ്പോർട്ട് ചെയ്യാൻ ജൂത ഫിലോസഫറായ അന്ന ആറെന്റും ഉണ്ടായിരുന്നു.

വിചാരണ പൂർവ്വ തടങ്കലിൽവെച്ച് ആറ് വിദഗ്ദ്ധർ ഈഷ്മാനെ ഒരു മനഃശാസ്ത്രവിശകലനത്തിന് വിധേയനാക്കിയിരുന്നു. അവരിലാർക്കും തന്നെ അദ്ദേഹത്തിലൊരു സ്വഭാവപരമായ പ്രശ്നവും കണ്ടെത്താനായില്ല. അദ്ദേഹത്തിലുണ്ടായിരുന്ന ഒരേയൊരു വിചിത്രകാര്യം, അദ്ദേഹം 'സാധാരണ യിൽ കവിഞ്ഞ് സ്വാഭാവികമായിരുന്നു, എന്ന് ആ ഡോക്ടർമാരിൽ ഒരാളായ ആമോസ് ഇലോൺ പറഞ്ഞതായി ആറെന്റ് എഴുതിയിട്ടുണ്ട്. ഈഷ്മാൻ ഒരു മാനസിക രോഗിയോ രാക്ഷസനോ ആയിരുന്നില്ല. മിൽഗ്രാമിന്റെ പരീക്ഷണശാലയിൽ വന്ന ബാർബർമാരെയും ബാർടെന്റർമാരെയുംപോലെ, ബിൽഡർമാരെയും ബിസിനസ്സുകാരെയുംപോലെ തീർത്തും സാധാരണ മനുഷ്യനായിരുന്നു. *ഈഷ്മാൻ ഇൻ ജെറുസലേം* എന്ന തന്റെ പുസ്തകത്തിന്റെ അവസാന വാക്യത്തിൽ ഈ പ്രതിഭാസത്തെ ആറെന്റ് ഇങ്ങനെ വിശകലനം ചെയ്തു: 'തിന്മകളുടെ നിസ്സാരത' (The banality of evil).

മിൽഗ്രാമിന്റെ പഠനവും ആറെന്റിന്റെ ദർശനവും ഇതിനുശേഷം ചേർത്തുവയ്ക്കപ്പെട്ടു. ഇരുപതാം നൂറ്റാണ്ടിലെ ഏറ്റവും പ്രമുഖ ദാർശനികരിൽ ഒരാളായി അവർ അംഗീകരിക്കപ്പെട്ടു; അവരുടെ സിദ്ധാന്തം ഉറപ്പാക്കുന്നതിനായി സ്റ്റാൻലി മിൽഗ്രാം തെളിവുകൾ നിരത്തി. മിൽഗ്രാമിന്റെ കുപ്രസിദ്ധ ഷോക്ക് മെഷീനെ അധിഷ്ഠിതമാക്കി നിരവധി ഡോക്യുമെന്ററികളും നോവലുകളും സ്റ്റേജ് നാടകങ്ങളും ടെലിവിഷൻ പരമ്പരകളും വന്നു. അത് യുവ നടൻ ജോൺ ട്രവോൾട്ട അഭിനയിച്ച ഒരു സിനിമ മുതൽ ഫ്രഞ്ച് ടിവിയിലെ ഒരു ഗെയിം ഷോ ആയ ദ സിംപ്സൺസിന്റെ ഒരു എപ്പിസോഡിൽ വരെ ആവിഷ്ക്കരിക്കപ്പെട്ടു.

മനഃശാസ്ത്രജ്ഞനായ മുസാഫർ ഷെറീഫ് ഈ പരീക്ഷണത്തെക്കുറിച്ച് പറഞ്ഞത് 'മിൽഗ്രാമിന്റെ അനുസരണാപരീക്ഷണം, സാമൂഹ്യ മനഃശാസ്ത്രമേഖല, അതല്ലെങ്കിൽ പൊതുവെ മൊത്തം മനഃശാസ്ത്ര മേഖല തന്നെ മനുഷ്യവിജ്ഞാനത്തിന് നല്കിയ ഏറ്റവും വലിയ സംഭാവനയാണ്' എന്നാണ്.

ഇനി ഞാനൊരു സത്യം പറയട്ടെ. മിൽഗ്രാമിന്റെ പരീക്ഷണത്തെ എനിക്ക് പൊളിച്ചിടണമെന്നുണ്ടായിരുന്നു. മനുഷ്യരിലെ നന്മയെക്കുറിച്ച് നിങ്ങൾ ഒരു പുസ്തകമെഴുതുമ്പോൾ നിങ്ങളുടെ പട്ടികയിൽ വെല്ലുവിളി ഉയർത്തുന്ന നിരവധി വലിയ ആളുകൾ ഉണ്ടായിരിക്കും. വില്ല്യം ഗോൾഡിങ്ങും അദ്ദേഹത്തിന്റെ ഇരുണ്ട കല്പനകളും. റിച്ചാർഡ് ഡോക്കിൻസും അദ്ദേഹത്തിന്റെ സ്വാർത്ഥ ജീനുകളും. ജറേഡ് ഡയമണ്ടും ഈസ്റ്റർ ദ്വീപിനെക്കുറിച്ച് അദ്ദേഹം എഴുതിയ മനോവീര്യം കെടുത്തുന്ന കഥയും പിന്നെ തീർച്ചയായും ലോകത്തിന്ന് ജീവിച്ചിരിക്കുന്ന ഏറ്റവും അധികം അറിയപ്പെടുന്ന ഫിലിപ്പ് സിംബാർദോയും.

എന്നാൽ എന്റെ പട്ടികയിൽ ഏറ്റവും മുകളിലുണ്ടായിരുന്നത് സ്റ്റാൻലി മിൽഗ്രാമായിരുന്നു. ഷോക്ക് മെഷീനിൽ അദ്ദേഹം ചെയ്ത അത്രയും ദോഷൈകദർശനത്തോട് കൂടിയതും മനം മടുപ്പിക്കുന്നതും അതേസമയം ഏറെ പ്രശസ്തമായതും ആയ മറ്റൊരു പരീക്ഷണത്തെക്കുറിച്ചും എനിക്കറിയില്ലായിരുന്നു. ഏതാനും മാസത്തെ ഗവേഷണം പൂർത്തിയാക്കിയപ്പോഴേക്കും അദ്ദേഹത്തിന്റെ ഈ പൈതൃകത്തിന് പകരംവീട്ടുന്നതിനുള്ള

പടക്കോപ്പുകൾ ശേഖരിക്കപ്പെട്ടതായി എനിക്ക് ബോധ്യപ്പെട്ടു. തുടക്കക്കാർക്ക് വേണ്ടി പറയട്ടെ, അദ്ദേഹത്തിന്റെ വ്യക്തിപരമായ ആർക്കൈവുകൾ സമീപ കാലത്ത് പൊതുജനങ്ങൾക്കുവേണ്ടി ലഭ്യമാക്കിയിട്ടുണ്ട്. അതിൽ അലക്കി വെളുപ്പിക്കേണ്ട ഒരുപാട് വിഴുപ്പുണ്ടെന്ന് പറഞ്ഞേ തീരു.

'ഈ ആർക്കൈവൽ രേഖകൾ ലഭ്യമാണെന്ന് കേട്ടപ്പോൾ അരങ്ങിന് പിന്നിലേക്ക് ഒന്ന് എത്തിനോക്കാൻ എനിക്ക് താല്പര്യം തോന്നി,' എന്ന് ഗിന പെരി എന്റെ മെൽബൺ സന്ദർശനവേളയിൽ എന്നോട് പറഞ്ഞു. (ഏഴാം അദ്ധ്യായത്തിൽ നമ്മൾ പറഞ്ഞ റോബേഴ്സ് കേവ് പരീക്ഷണം ഒരു തട്ടിപ്പാണെന്ന് പുറത്തുകൊണ്ടുവന്നതും ഇവർ തന്നെയാണ്), അങ്ങനെ യാണ് പെരി പറഞ്ഞ 'മോഹഭംഗത്തിന്റെ ഒരു പ്രക്രിയ' ആരംഭിക്കുന്നതും അത് തന്റെ കണ്ടെത്തലുകൾ കൃത്യമായി പറയുന്ന നിശിതമായ ഒരു പുസ്ത കത്തിൽ ചെന്നവസാനിക്കുന്നതും. അവർ പുറത്തുകൊണ്ടുവന്ന കാര്യങ്ങൾ അവരെ മിൽഗ്രാമിന്റെ ആരാധികയിൽ നിന്നും കൊടും വിമർശകയാക്കി മാറ്റി.

പെരി എന്താണ് കണ്ടതെന്ന് നമുക്കാദ്യം നോക്കാം. ഇതുമതെ, പേരും പെരുമയും നേടാൻ വേണ്ടി ഓടിനടന്ന ഒരു മനഃശാസ്ത്രജ്ഞന്റെ കഥയാണ്. താൻ ആഗ്രഹിച്ച ഫലം കിട്ടുന്നതിനായി തെറ്റിദ്ധാരണകളുണ്ടാക്കുകയും കൃത്രിമങ്ങൾ കാണിക്കുകയും ചെയ്ത ഒരു മനുഷ്യൻ, തന്നെ സഹായിക്കാൻ വേണ്ടി വിശ്വസിച്ചെത്തിയ മനുഷ്യർക്ക് മനഃപ്പൂർവ്വം ഗുരുതരമായ ദുരിതങ്ങൾ സമ്മാനിച്ച ഒരു മനുഷ്യൻ.

2

1962 മെയ് 25. പരീക്ഷണത്തിന്റെ അവസാന മൂന്നുനാളുകൾ തുടങ്ങിക്കഴി ഞ്ഞിരുന്നു. ഏകദേശം ആയിരത്തോളം വാളണ്ടിയർമാർ അദ്ദേഹത്തിന്റെ ഷോക്ക് മെഷീനിൽ പരീക്ഷണം നടത്തിക്കഴിഞ്ഞപ്പോഴാണ് മിൽഗ്രാം ഒരു കാര്യം ഓർത്തത്. ഇതിന്റെയൊന്നും ചിത്രങ്ങളില്ലല്ലോ എന്ന്.

അങ്ങനെ, ധൃതിപിടിച്ച് അദ്ദേഹം ഇതിൽ പങ്കെടുത്തവരുടെ പ്രതി കരണങ്ങൾ റെക്കോഡ് ചെയ്യുന്നതിനായി ഒരു ഒളിക്യാമറ സ്ഥാപിച്ചു. ഈ സെഷനുകളിലൊന്നിലാണ് മിൽഗ്രാം തന്റെ പരീക്ഷണവസ്തുക്കളിലെ താരത്തെ കണ്ടെത്തുന്നത്. അയാളുടെ പേര് പിന്നീട് 'തിന്മയുടെ നിസ്സാരത' യുടെ പര്യായമായി മാറി. അല്ലെങ്കിൽ ചെല്ലപ്പേരായി മാറി. അതായിരുന്നു ഫ്രഡ് പ്രോസി. മിൽഗ്രാമിന്റെ പരീക്ഷണങ്ങളുടെ ഫൂട്ടേജ് നൂറ് കണക്കിന് ഡോക്യുമെന്ററികളിൽ ഏതെങ്കിലുമൊന്നിലോ, അല്ലെങ്കിൽ യൂട്യൂബ് ക്ലിപ്പി ലോ നിങ്ങളെപ്പോഴെങ്കിലും കണ്ടിട്ടുണ്ടെങ്കിൽ മിക്കവാറും നിങ്ങൾ കണ്ടി രിക്കുക പ്രോസിയെ ആയിരിക്കും. സിംബാർദോയുടെ കാര്യത്തിൽ 8612-ാം നമ്പർ തടവുപുള്ളിയെപോലെ തന്നെ ഫ്രഡ് പ്രോസിയുടെ റിക്കോർഡിങ്ങു കളാണ് മിൽഗ്രാമിന്റെ സന്ദേശങ്ങളെ ലക്ഷ്യത്തിലെത്തിച്ചത്.

വളരെ സൗഹൃദമനോഭാവമുള്ള ഏകദേശം അമ്പതിനോടടുത്ത് പ്രായ മുള്ള ഒരു വലിയ മനുഷ്യൻ തന്നോട് ചെയ്യാൻ പറഞ്ഞ കാര്യങ്ങൾ തീർത്തും വിമുഖമായി ചെയ്യുന്നത് കാണാം. 'അയാളിപ്പോൾ മരിച്ച് കാണും!' എന്ന്

കരഞ്ഞ് വിളിച്ച് അടുത്ത സ്വിച്ച് അയാൾ അമർത്തുന്നത് കാണാം. ഈ നാടകം ഇങ്ങനെ ചുരുളഴിയുന്നത് കാണുമ്പോൾ പ്രേക്ഷകൻ ഭയത്തോടെയും, എന്നാൽ അത്ഭുതംകൂറിയും, പ്രോസി ഏതറ്റംവരെ പോകും എന്നറിയുന്നതിനായി അതിൽ ലയിച്ചിരിക്കും.

ആളുകളെ ഇളക്കി മറിക്കുന്ന ഒരു ടെലിവിഷൻ പ്രോഗ്രാമിന് പറ്റിയതാണിത്, അത് മിൽഗ്രാമിനും അറിയാമായിരുന്നു. 'അതിഗംഭീരം,' അയാൾ പ്രോസിയുടെ പ്രകടനത്തെ വിശേഷിപ്പിച്ചതിങ്ങനെയാണ്. പ്രോസിയുടെ ത്യാഗമനോഭാവത്തോടുകൂടിയ അർപ്പണവും അതിഗംഭീരമായ മാനസിക വ്യഥയും അദ്ദേഹത്തെ ശരിക്കും ആവേശഭരിതനാക്കി. അദ്ദേഹം ഇതിനെ തന്റെ സിനിമയിലെ മുഖ്യകഥാപാത്രമാക്കാൻ തീരുമാനിച്ചു. ഒരു ശാസ്ത്രജ്ഞനെന്നതിലുപരി മിൽഗ്രാം ഒരു സംവിധായകനാണെന്ന് നിങ്ങൾക്ക് തോന്നിയെങ്കിൽ നിങ്ങളെ കുറ്റം പറയാനാവില്ല, കാരണം അദ്ദേഹം ശരിക്കും തിളങ്ങിയത് ഒരു സംവിധായകൻ എന്ന നിലയിലാണ്.

തന്റെ സ്ക്രിപ്റ്റിൽ നിന്നും ആരെങ്കിലും വ്യതിചലിച്ചാൽ അവരെ കൊടും സമ്മർദ്ദത്തിലാക്കി പറഞ്ഞ കാര്യം ചെയ്യിക്കുമായിരുന്നു. ചാരനിറമുള്ള ലാബ് കോട്ടിട്ട ആ മനുഷ്യനുണ്ടല്ലോ, മിൽഗ്രാം ജോലിക്ക് നിയോഗിച്ച ജോൺ വില്യംസ് എന്നൊരു ബയോളജി അദ്ധ്യാപകനായിരുന്നു അയാൾ. ഉയർന്ന വോൾട്ടേജുള്ള സ്വിച്ചുകൾ അമർത്തുന്നതിന് അയാൾ ഇതിൽ പങ്കെടുത്തവരെ എട്ടും ഒമ്പതും തവണ ശ്രമിപ്പിക്കുന്നത് കാണാം. ഷോക്ക് മെഷീൻ ഓഫ് ചെയ്ത നാല്പ്പത്തിയാറ് വയസ്സുള്ള ഒരു സ്ത്രീയുമായി അയാൾ ശണ്ഠ കൂടുന്നതുവരെ കാണാം. മെഷീൻ വീണ്ടും പ്രവർത്തിപ്പിച്ച് അവരോട് തുടരാൻ വില്യം ആവശ്യപ്പെട്ടു.

'നിങ്ങൾ ഈ റെക്കോഡിങ് കേട്ടുകഴിഞ്ഞാൽ, അധികാരത്തോടുള്ള അടിമത്ത മനോഭാവത്തോടുകൂടിയ അനുസരണം ശരിക്കും ഭീഷണിപ്പെടുത്തലോ നിർബന്ധം ചെലുത്തലോ പോലെ തോന്നും,' എന്ന് ജിന പെരി ഇത് സംബന്ധിച്ച ഒരു ലേഖനത്തിൽ എഴുതി.

ഇതിലെ ഏറ്റവും പ്രധാനപ്പെട്ട ചോദ്യം പരീക്ഷണത്തിന് വിഷയമായവർ തങ്ങൾ ശരിക്കും ഷോക്ക് നല്കുകയാണെന്ന് വിശ്വസിച്ചിരുന്നോ എന്നതാണ്. പരീക്ഷണം കഴിഞ്ഞ് അധികം വൈകാതെ മിൽഗ്രാം എഴുതിയത് 'അപൂർവ്വം ചിലരൊഴിച്ച് ഇതിൽ പങ്കെടുത്തവരെല്ലാംതന്നെ ഈ പരീക്ഷണ സാഹചര്യത്തിന്റെ യാഥാർത്ഥ്യത്തെക്കുറിച്ച് ബോധ്യമുള്ളവരായിരുന്നു' എന്നാണ്. എന്നാൽ അദ്ദേഹത്തിന്റെ ആർക്കൈവ് നോക്കിയാൽ പങ്കാളികൾ സംശയം പ്രകടിപ്പിച്ചുകൊണ്ടുള്ള പ്രസ്താവനകൾ നടത്തിയതായി കാണാം. ഈയൊരു സാഹചര്യം തീർത്തും ഭീതിദമായി കാണപ്പെടുമ്പോൾ ഇങ്ങനെയൊരു തോന്നലുണ്ടാകുന്നത് അത്രയൊന്നും അത്ഭുതകരമല്ല. യേൽ പോലുള്ള ഒരു മികച്ച സ്ഥാപനത്തിൽ നിന്നുമുള്ള ഒരു ശാസ്ത്രജ്ഞന്റെ കൺമുന്നിൽവെച്ച് ആരെങ്കിലും പീഡിപ്പിക്കപ്പെടുകയോ കൊല്ലപ്പെടുകയോ ചെയ്യുമെന്ന് ആളുകൾ ശരിക്കും വിശ്വസിക്കുമെന്ന് കരുതാമോ?

പഠനം തീർന്നശേഷം ഇതിൽ പങ്കെടുത്തവർക്ക് മിൽഗ്രാം ഒരു ചോദ്യാവലി അയച്ചുകൊടുത്തു. അതിലൊരു ചോദ്യമിതായിരുന്നു: ഈയൊരു സാഹചര്യം നിങ്ങൾക്ക് എത്രമാത്രം വിശ്വസനീയമായി തോന്നി? എന്നാൽ

പരീക്ഷണം നടന്ന് പത്തുവർഷങ്ങൾക്കുശേഷമാണ് തന്റെ പുസ്തകത്തിന്റെ അവസാന അദ്ധ്യായത്തിൽ അവരുടെ ഉത്തരങ്ങൾ അദ്ദേഹം പ്രസിദ്ധീകരിക്കുന്നത്. താൻ പരീക്ഷണത്തിന് വിധേയമാക്കിയ ആളുകളിൽ കേവലം 56 ശതമാനം മാത്രമേ തങ്ങൾ യഥാർത്ഥത്തിൽ ഒരാളെ പീഡിപ്പിക്കുകയാണെന്ന് കരുതിയിരുന്നുള്ളൂ എന്ന് അദ്ദേഹം കണ്ടെത്തുന്നത് ഇവിടെയാണ്. അവിടം കൊണ്ടും തീർന്നില്ല. ഈ ഷോക്ക് യഥാർത്ഥമാണെന്ന് കരുതിയവരിൽ ഭൂരിഭാഗവും തങ്ങൾ നിർത്തിപ്പോവുകയാണെന്ന് പറഞ്ഞു എന്ന് മിൽഗ്രാമിന്റെ സഹായികളിൽ ഒരാൾ ഇതുവരേക്കും പ്രസിദ്ധീകരിച്ചിട്ടില്ലാത്ത ഒരു വിശകലനത്തിൽ പറയുന്നു.

പങ്കെടുത്തവരിൽ പകുതിയാളുകളും ഇത് കപടമാണെന്ന് കരുതിയെങ്കിൽ പിന്നെ അത് മിൽഗ്രാമിന്റെ ഗവേഷണത്തെ എവിടെയാണ് കൊണ്ടുചെന്നെത്തിക്കുന്നത്? മിൽഗ്രാം പരസ്യമായി പറഞ്ഞത് തന്റെ കണ്ടെത്തലുകൾ 'മനുഷ്യപ്രകൃതി സംബന്ധിച്ച തീക്ഷ്ണവും അസ്വാസ്ഥ്യജനകവുമായ സത്യങ്ങളുടെ' വെളിപ്പെടുത്തലാണ് എന്നാണ്. എന്നാൽ സ്വകാര്യമായി അദ്ദേഹത്തിനും തന്റേതായ സംശയങ്ങൾ ഉണ്ടായിരുന്നു. ഈ ശബ്ദകോലാഹലങ്ങൾ എല്ലാം പ്രസക്തമായ ശാസ്ത്രമാണോ അതോ ഫലപ്രദമായ വെറും നാടകമാണോ എന്നത് ഒരു തുറന്ന ചോദ്യമാണ്,' എന്ന് 1962 ജൂണിൽ അദ്ദേഹം തന്റെ പേഴ്സണൽ ജേണലിൽ എഴുതി. 'രണ്ടാമത്തെ വ്യാഖ്യാനം സ്വീകരിക്കാനാണ് എനിക്ക് തോന്നുന്നത്.'

1963-ൽ മിൽഗ്രാം തന്റെ പരീക്ഷണഫലങ്ങൾ പ്രസിദ്ധീകരിച്ചപ്പോൾ ഈ ഷോക്ക് പരീക്ഷണത്തെ വെറുപ്പോടെയാണ് ആളുകൾ കണ്ടത്. 'കണ്ണ് തുറന്നുള്ള പീഡനം', 'നീചം', 'നാസികൾ മനുഷ്യരിൽ നടത്തിയ പരീക്ഷണം പോലെ' എന്നൊക്കെയാണ് അദ്ദേഹം ചെയ്തകാര്യങ്ങളെ മാധ്യമങ്ങൾ വിശേഷിപ്പിച്ചത്. ഈ പരസ്യപ്രതിഷേധം പരീക്ഷണാത്മക ഗവേഷണങ്ങൾക്ക് ചില നൈതിക രൂപരേഖ കൊണ്ടുവരുന്നതിന് കാരണമായി.

അപ്പോഴെല്ലാം മിൽഗ്രാം മറ്റൊരു രഹസ്യം പുറത്തുവിടാതെ വച്ചിരുന്നു. തന്റെ പരീക്ഷണത്തിൽ പങ്കെടുത്ത അറുന്നൂറോളം ആളുകളോട് ആ ഷോക്ക് യഥാർത്ഥത്തിലുള്ളതല്ല എന്ന് അദ്ദേഹം പറഞ്ഞതേയില്ല. തന്റെ ഗവേഷണം സംബന്ധിച്ച സത്യാവസ്ഥ പുറത്തുവരുമെന്നും പിന്നെ പരീക്ഷണത്തിനിടയാക്കാൻ തനിക്ക് ആളുകളെ കിട്ടില്ലെന്നും അദ്ദേഹം ഭയന്നു. അതിനാൽ ഇതിൽ പങ്കെടുത്ത നൂറ് കണക്കിനാളുകൾ തങ്ങൾ മറ്റൊരു മനുഷ്യജീവിയെ ഇലക്ട്രിക് ഷോക്ക് അടിപ്പിച്ചു എന്നുതന്നെ വിശ്വസിച്ചു.

'ഈ പരീക്ഷണം നടന്ന് അടുത്ത രണ്ടാഴ്ചക്കാലമെങ്കിലും പഠിതാക്കൾ എന്നു പറയുന്ന ഇവരുടെ ആരുടെയെങ്കിലും മരണത്തിൽ ഞാൻ പങ്കാളിയാവുകയോ അതിന്റെ ഒരു ഘടകമാവുകയോ ചെയ്തിട്ടുണ്ടോ എന്നറിയാൻ ഞാൻ *ന്യൂ ഹാവെൻ റെജിസ്റ്ററിൽ* വരാറുള്ള മരണവാർത്തകളെല്ലാം വായിച്ചുനോക്കുമായിരുന്നു,' എന്ന് ഇതിൽ പങ്കെടുത്ത ഒരാൾ പിന്നീട് പറഞ്ഞു.

3

ഈ അദ്ധ്യായത്തിന്റെ ആദ്യപതിപ്പിൽ ഞാനത് അങ്ങനെതന്നെ വിട്ടു. ഫിലിപ്സ് സിംബാർദോയുടെ സാഡിസ്റ്റിക് നാടകാഭിനയംപോലെ തന്നെ മിൽഗ്രാമിന്റെ ഗവേഷണവും ഒരു പ്രഹസനമാണെന്നായിരുന്നു എന്റെ നിഗമനം.

എന്നാൽ ജിന പെരിയുമായി കൂടിക്കാഴ്ച നടത്തിയ ശേഷമുള്ള മാസങ്ങളിൽ ഒരു സംശയം എന്നെ നിരന്തരം വേട്ടയാടിക്കൊണ്ടിരുന്നു. ഈ ഷോക്ക് മെഷീനെ പഠനത്തിന്റെ ഓരത്തിലേക്ക് മാറ്റിവെക്കാൻ ഞാൻ കുറച്ചധികം താല്പര്യം കാണിച്ചുവോ? തന്റെ നാല്പതോളം സഹപ്രവർത്തകരോട് ഈ പരീക്ഷണത്തിൽ പങ്കെടുക്കുന്നവരിൽ 450 വോൾട്ടുവരെ പോകാവുന്ന എത്രപേരുണ്ടാകുമെന്ന് പ്രവചിക്കാൻ മിൽഗ്രാം ഒരു വോട്ടെടുപ്പ് നടത്തിയതിനെക്കുറിച്ച് ഞാൻ ആലോചിച്ചു. ശരിക്കും ഭ്രാന്തെടുത്തവരോ അല്ലെങ്കിൽ മാനസികപ്രശ്നമുള്ളവരോ മാത്രമേ ഈ അവസാന സ്വിച്ച് അമർത്തൂ എന്നായിരുന്നു അവരിലോരോരുത്തരും പ്രവചിച്ചത്.

ഒരു കാര്യം ഉറപ്പ്: ഈ വിദഗ്ദ്ധർ പറഞ്ഞതെല്ലാം തീർത്തും തെറ്റായിരുന്നു. മിൽഗ്രാമിന്റെ മുൻവിധിയോടുകൂടിയ കാഴ്ചപ്പാടും അദ്ദേഹത്തിന്റെ സഹായികളുടെ ഭീഷണിയും വാളണ്ടിയർമാർക്കിടയിലെ അവിശ്വാസവും എല്ലാം പരിഗണിച്ചാലും അധികാരത്തിന് മുന്നിൽ കുമ്പിട്ട് നിരവധി പേരുണ്ടായിരുന്നു ഈ പരീക്ഷണത്തിൽ. ഈ ഷോക്ക് യഥാർത്ഥമാണെന്ന് വിശ്വസിച്ചിട്ടും ഉയർന്ന വോൾട്ടേജിന്റെ സ്വിച്ചുകൾ അമർത്തിയ നിരവധി സാധാരണ മനുഷ്യരുണ്ടായിരുന്നു. നിങ്ങൾ ഏതുവിധത്തിൽ ഇതിനെ കണ്ടാലും മിൽഗ്രാമിന്റെ പരീക്ഷണഫലം ഗൗരവമാംവിധം നമ്മളെ ആകുലപ്പെടുത്തുന്ന ഒന്നായി തന്നെ നിലകൊള്ളുന്നു.

ഇത് മിൽഗ്രാമിന്റെ പരീക്ഷണത്തിൽ മാത്രമല്ല. ലോകമെമ്പാടുമുള്ള മനഃശാസ്ത്രജ്ഞർ യൂണിവേഴ്സിറ്റി എത്തിക്സ് ബോർഡുകളുടെ നിർദ്ദേശങ്ങൾ അനുസരിക്കുന്നതിനായി ഷോക്കിന്റെ ദൈർഘ്യം കുറയ്ക്കുക തുടങ്ങിയ ചെറിയ മാറ്റങ്ങളോടെ ഈ പരീക്ഷണം പലതരത്തിലും ആവർത്തിച്ചു. ഇതിനെക്കുറിച്ച് എന്തൊക്കെ വിമർശനങ്ങൾ ഉണ്ടെങ്കിലും ശരി പേർത്തും പേർത്തും അസ്വാസ്ഥ്യജനകമായ വസ്തുത എന്താണെന്നുവച്ചാൽ ഇതിന്റെയെല്ലാം ഫലം ഒന്നായിരുന്നു എന്നതാണ്.

ആർക്കും തകർക്കാനാവാത്തതായിരുന്നു മിൽഗ്രാമിന്റെ ഗവേഷണം എന്ന് തോന്നുന്നു. ശരിക്കും ബുള്ളറ്റ് പ്രൂഫ്. മരിക്കാൻ തയ്യാറാവാത്ത ഒരു വേതാളത്തെപോലെ അത് തിരിച്ച് വന്നുകൊണ്ടേയിരിക്കുന്നു. 'ആളുകൾ അതിനെ തച്ചു തകർക്കാൻ ശ്രമിച്ചുനോക്കി. പക്ഷേ, എല്ലായ്പ്പോഴും തന്നെ അത് എഴുന്നേറ്റ് വന്നു' എന്ന് ഒരു അമേരിക്കൻ മനഃശാസ്ത്രജ്ഞൻ പറയുകയുണ്ടായി. തീർച്ചയായും സാധാരണ മനുഷ്യർ പരസ്പരം ഭീകരമാംവിധത്തിലുള്ള ക്രൂരത കാണിക്കാൻ പ്രാപ്തരാണ്.

പക്ഷേ, എന്തുകൊണ്ട്? ഹോമോ പപ്പികൾ പ്രകൃത്യാ ദയാശീലരാകേണ്ടവരാണെങ്കിൽ പിന്നെ എന്തുകൊണ്ട് അവർ 450 വോൾട്ട് സ്വിച്ച് അമർത്തി?

എനിക്ക് ഉത്തരം പറയേണ്ട ചോദ്യം അതാണ്.

എനിക്ക് സംശയം തോന്നിയ ആദ്യത്തേകാര്യം അനുസരണയെക്കുറിച്ചുള്ള മിൽഗ്രാമിന്റെ പരീക്ഷണം വാസ്തവത്തിൽ അനുസരണം പരീക്ഷിച്ചിരുന്നുവോ എന്നതാണ്. ചാരനിറത്തിലുള്ള ലാബ് കോട്ടും ധരിച്ച് വന്ന വില്യംസ് എന്ന 'പരീക്ഷകന്', പരീക്ഷണത്തിന് വിധേയരാവാൻ വന്നവരെ ഉത്തേജിപ്പിക്കാൻ വേണ്ടി അദ്ദേഹം തയ്യാറാക്കി നല്കിയ നാല് ചോദ്യങ്ങളുടെ സ്ക്രിപ്റ്റ് തന്നെ നോക്കുക:

ഒന്ന്: ദയവായി തുടരുക.

അടുത്തത്: നിങ്ങൾ തുടരേണ്ടത് ഈ പരീക്ഷണത്തിന് ആവശ്യമാണ്.

അതിനുശേഷം: നിങ്ങൾ തുടരേണ്ടത് തീർച്ചയായും അനിവാര്യമാണ്.

ഇതിനെല്ലാം ശേഷം അവസാനമായി ഇങ്ങനെയും: നിങ്ങളുടെ മുന്നിൽ വേറെ വഴിയൊന്നുമില്ല, നിങ്ങൾ തുടർന്നേ മതിയാവൂ.

ഇതിൽ അവസാനം പറഞ്ഞത് മാത്രമാണ് ഒരു ഓർഡർ എന്ന് ആധുനികകാല മനഃശാസ്ത്രജ്ഞർ ചൂണ്ടിക്കാട്ടുന്നു. നിങ്ങൾ ഈ പരീക്ഷണത്തിന്റെ ടേപ്പുകൾ ശ്രദ്ധിച്ചു കേട്ടാൽ വില്യംസ് ഇത് ഉച്ചരിക്കുന്നതോടെ എല്ലാവരും നിർത്തുന്നതായി കാണാം. എന്നുപറഞ്ഞാൽ ഇതിന്റെ പൊടുന്നനെയുള്ള പ്രഭാവം അനുസരണക്കേടാണ്. 1961-ൽ ഇത് സത്യമായിരുന്നു, പിന്നീട് മിൽഗ്രാമിന്റെ പരീക്ഷണത്തിന്റെ പകർപ്പ് ആവർത്തിക്കപ്പെട്ടപ്പോഴും അത് അങ്ങനെതന്നെയായിരുന്നു.

മിൽഗ്രാമിന്റെ ഷോക്ക് മെഷീൻ പരീക്ഷണത്തിന്റെ നൂറുകണക്കിന് സെഷനുകൾ നമ്മൾ വിശകലനം ചെയ്യുമ്പോൾ മനസ്സിലാകുന്ന കാര്യം ചാരനിറത്തിലുള്ള കോട്ടിട്ടയാൾ കൂടുതൽ ധാർഷ്ട്യം കാണിക്കുന്തോറും പരീക്ഷണത്തിൽ പങ്കെടുത്തവർ കൂടുതൽ കൂടുതൽ അനുസരണക്കേട് കാണിച്ചു എന്നതാണ്. മറ്റൊരുതരത്തിൽ പറഞ്ഞാൽ ഹോമോ പപ്പി മേലധികാരിയുടെ ഉത്തരവ് ഒട്ടും തലച്ചോർ ഉപയോഗിക്കാതെ പിന്തുടരുകയല്ല ചെയ്യുന്നത്. ഇത്തരം പെരുമാറ്റരീതികളോട് നമുക്ക് അങ്ങേയറ്റം വെറുപ്പാണ് എന്ന് ഇത് കാണിക്കുന്നു.

അപ്പോൾ പിന്നെ മിൽഗ്രാമിന് എങ്ങനെയാണ് തന്റെ പരീക്ഷണത്തിൽ പങ്കെടുത്തവരെക്കൊണ്ട് സ്വിച്ചുകൾ അമർത്തിച്ചുകൊണ്ടിരിക്കാനായത്? ഇതുമായി ബന്ധപ്പെട്ട് ബി.ബി.സി. തടവറ പഠനത്തിന് (ഏഴാം അദ്ധ്യായം) പിന്നിലുള്ള മനഃശാസ്ത്രജ്ഞരായ അലക്സ് ഹാസ്ലവും സ്റ്റീവ് റീഷറും ഏറെ സങ്കീർണ്ണമായ ഒരു സിദ്ധാന്തം അവതരിപ്പിച്ചിട്ടുണ്ട്. ചാരനിറമുള്ള കോട്ടിട്ട പരീക്ഷകന് കീഴടങ്ങുന്നതിനേക്കാൾ ഇതിൽ പങ്കെടുത്തവർ അയാൾക്കൊപ്പം ചേരാൻ തീരുമാനിക്കുകയായിരുന്നു എന്നതാണത്. എന്തുകൊണ്ട്? കാരണം അവർ അയാളെ വിശ്വസിച്ചു.

ഈ പഠനത്തിൽ പങ്കെടുക്കാൻ സ്വമേധയാ എത്തിച്ചേർന്ന പലരും തങ്ങൾ ഇതിന് സഹായകമാവും എന്ന് കരുതിയവരാണെന്ന് ഹാസ്ലമും റീഷറും പറയുന്നു. മിസ്റ്റർ വില്ല്യംസിനെ തന്റെ ജോലിയിൽ സഹായിക്കാൻ അവർ ആഗ്രഹിച്ചു. യേൽ സർവ്വകലാശാലയിലെ അത്രയും പ്രൗഢമൊന്നുമല്ലാത്ത ഒരു സാധാരണ ഓഫീസിൽവെച്ച് മിൽഗ്രാം ഇതേ പരീക്ഷണം നടത്തിയപ്പോൾ അതിന് എന്തുകൊണ്ട് അത്രയും യശസ്സ് ലഭിച്ചില്ല എന്ന ചോദ്യത്തിന് ഇത് വിശദീകരണം നല്കുന്നു. ഒരു ശാസ്ത്രീയ ലക്ഷ്യം കാണിക്കുന്നതിനായി ഉപയോഗിച്ച ഉത്തേജകങ്ങൾ ('നിങ്ങൾ തുടരേണ്ടത് ഈ

പരീക്ഷണത്തിന് ആവശ്യമാണ്' പോലുള്ളവ) എന്തുകൊണ്ട് ഏറെ ഫലപ്രദമായി എന്നും, എന്തുകൊണ്ട് ഇതിൽ പങ്കെടുത്തവർ യാതൊന്നും ചിന്തിക്കാത്ത ഒരു യന്ത്രമനുഷ്യനെ പോലെയല്ല മറിച്ച് ഏറെ സംശയത്തോടെയാണ് പെരുമാറിയത് എന്നും ഇത് വിശദീകരിക്കുന്നു.

ഒരു ഭാഗത്ത്, ഇതെല്ലാം ചെയ്യുന്നത് ശാസ്ത്രതാല്പര്യം മുൻനിർത്തിയാണെന്ന് ആവർത്തിച്ചു പറഞ്ഞുകൊണ്ടിരുന്ന ചാരനിറമുള്ള കോട്ടിട്ട ആ മനുഷ്യനുമായി ടീച്ചർമാരായി അഭിനയിച്ചവർ താദാത്മ്യം പ്രാപിച്ചിരുന്നു. എന്നാൽ മറുഭാഗത്താകട്ടെ അവർക്ക് അടുത്ത മുറിയിലിരിക്കുന്ന പഠിതാവിന്റെ പീഢനങ്ങൾ അവഗണിക്കാനാവില്ലായിരുന്നു താനും. അടുത്ത സ്വിച്ച് അമർത്തക്കൊണ്ടിരുന്നപ്പോഴും അവർ 'ഇനിയെനിക്കിതിനാവില്ല', 'ഞാൻ നിർത്തിപോവുകയാണ്' എന്നെല്ലാം പറഞ്ഞ് ആവർത്തിച്ച് കരഞ്ഞു കൊണ്ടേയിരുന്നു.

ഇതിൽ പങ്കെടുത്ത ഒരാൾ പിന്നീട് പറഞ്ഞത് താൻ ആ പരീക്ഷണത്തിൽ തുടർന്നത് സെറിബ്രൽ പാൾസി ബാധിച്ച തന്റെ ആറുവയസ്സുകാരിയായ മകൾക്കുവേണ്ടിയാണെന്നാണ്. വൈദ്യശാസ്ത്രം ഒരു ദിവസം ഇതിനൊരു ചികിത്സ കണ്ടെത്തുമെന്നുതന്നെ അയാൾ വിശ്വസിച്ചു. 'എനിക്കിത്രയേ പറയാനാവൂ, മനുഷ്യവംശത്തെ സഹായിക്കുന്നതിനുള്ള എന്തുകാര്യവും ചെയ്യാൻ ഞാൻ തയ്യാറാണ്, അത്രതന്നെ.'

പിന്നീട് മിൽഗ്രാം താൻ പരീക്ഷണത്തിന് വിധേയരാക്കിയവരോട് അവരുടെ സംഭാവനകൾ ശാസ്ത്രത്തിന് ഗുണകരമാവുമെന്ന് പറഞ്ഞപ്പോൾ പലർക്കും ആശ്വാസമായി. 'ഇങ്ങനെയൊരു സേവനം ചെയ്യാനായതിൽ എനിക്ക് സന്തോഷമുണ്ട്,' എന്നായിരുന്നു ഒരു പതിവ് പ്രതികരണം. 'ഇതുകൊണ്ട് നല്ലകാര്യം ഉണ്ടാകുന്നിടത്തോളം എല്ലാതരത്തിലും ഈ പരീക്ഷണങ്ങൾ തുടരുക. ആകെ കുഴഞ്ഞുമറിഞ്ഞു കിടക്കുന്ന നമ്മുടെ ഈ ഭ്രാന്തൻ ലോകത്ത് ഓരോ ശകലം നന്മയും ആവശ്യമാണ്.'

മനഃശാസ്ത്രജ്ഞനായ ഡോൺ മിക്സൺ എഴുപതുകളിൽ മിൽഗ്രാമിന്റെ പരീക്ഷണം ആവർത്തിച്ചപ്പോഴും അദ്ദേഹം ഇതേ നിഗമനത്തിൽ തന്നെയാണ് എത്തിച്ചേർന്നത്. പിന്നീട് അദ്ദേഹം ഇങ്ങനെ രേഖപ്പെടുത്തി, 'വാസ്തവത്തിൽ നല്ലതിനുവേണ്ടി ആളുകൾ ഏതറ്റംവരെ വേണമെങ്കിലും പോകും, ഏത് ദുരിതവും സഹിക്കും. നല്ലവരാകുന്നതിനുവേണ്ടിയുള്ള ശ്രമത്തിൽ ആളുകൾ കുടുങ്ങി കിടക്കുകയാണ്...'

മറ്റൊരു തരത്തിൽ പറഞ്ഞാൽ ആളുകൾക്ക് മേൽ കഠിനസമ്മർദ്ദം ചെലുത്തിയാൽ, നിങ്ങൾ ഉന്തിത്തള്ളുകയും ഉത്തേജിപ്പിക്കുകയും ചെയ്താൽ, വശീകരിക്കുകയും കൗശലം ഉപയോഗിച്ച് സ്വാധീനിക്കുകയും ചെയ്താൽ നമ്മളിൽ പലരും തീർച്ചയായും ദുഷ്കൃത്യങ്ങൾ ചെയ്യാൻ പ്രാപ്തരാണ്. നരകത്തിലേക്കുള്ള പാത സദുദ്ദേശ്യങ്ങൾ പാവിയതാണ്. എന്നാൽ തിന്മ ഉപരിതലത്തിനു തൊട്ടുതാഴെ കിടക്കുകയല്ല, അതിനെ പുറത്തെടുക്കാൻ തീക്ഷ്ണമായ ശ്രമങ്ങൾ ആവശ്യമാണ്. അതിലും പ്രധാനമായി, തിന്മ വരേണ്ടത് സൽകർമ്മം എന്ന വേഷപ്രച്ഛന്നതയോടെയാണ്.

വിരോധാഭാസമെന്നു പറയട്ടെ, ഏഴാമദ്ധ്യായത്തിൽ പറഞ്ഞ സ്റ്റാൻഫോർഡ് തടവറ പരീക്ഷണത്തിൽ സദുദ്ദേശ്യങ്ങളും ഒരു നല്ല പങ്കുവഹിച്ചിരുന്നു.

തന്നോട് കാര്യങ്ങൾ കൃത്യമായി പറഞ്ഞില്ലായിരുന്നുവെങ്കിൽ തനിക്ക് ഇങ്ങനെയൊക്കെ ചെയ്യാനാവുമായിരുന്നോ എന്ന് അത്ഭുതം കൂറിയ സ്റ്റുഡന്റ് ഗാർഡായ ഡേവ് ഈഷൽമാനും സ്വയം വിശേഷിപ്പിച്ചത് ഉള്ളിന്റെയുള്ളിൽ താനൊരു ശാസ്ത്രകാരനാണെന്നാണ്. പിന്നീട് താൻ ഒരു നല്ലകാര്യം ചെയ്തതായി തോന്നിയെന്നും അദ്ദേഹം പറഞ്ഞു, 'കാരണം ഒരു തരത്തിൽ ഞാൻ മനുഷ്യസ്വഭാവം മനസ്സിലാക്കുന്നതിനുള്ള പഠനത്തിന് സംഭാവന നല്കുകയാണ് ചെയ്തത്'.

സിംബാർദോയുടെ സഹായിയും തടവറ പഠനം എന്ന ആശയം ആദ്യമായി അവതരിപ്പിച്ചയാളുമായ ഡേവിഡ് ജെഫിന്റെ കാര്യത്തിലും ഇത് സത്യമായിരുന്നു. ഇങ്ങനെയൊരു പഠനത്തിന് പിന്നിലുള്ള സദുദ്ദേശ്യം ചൂണ്ടിക്കാട്ടിയായിരുന്നു ജെഫ് നല്ലവരായ ഗാർഡുമാരെ പരുക്കൻ നിലപാടെടുക്കാൻ പ്രേരിപ്പിച്ചത്. 'നമ്മൾ ചെയ്യാനുദ്ദേശിക്കുന്ന കാര്യം നമ്മൾ ചെയ്ത കാര്യവുമായി ലോകത്തിന് മുന്നിൽ ചെന്നുനിന്ന്' ഇങ്ങനെ പെരുമാറുന്ന ഗാർഡുമാരുണ്ടെങ്കിൽ ഇതൊക്കെയാണ് സംഭവിക്കുക എന്ന് വിളിച്ചുപറയുന്നതിനുവേണ്ടിയാണ് ചെയ്യുന്നത്, എന്നാൽ അങ്ങനെ പറയണമെങ്കിൽ ഇങ്ങനെ പെരുമാറുന്ന ഗാർഡുമാർ വേണം,' എന്നാണ് മനസ്സ് ചാഞ്ചാടിയ ഗാർഡുമാരോട് അദ്ദേഹം പറഞ്ഞത്.

ആത്യന്തികമായി ഡേവിഡ് ജെഫും ഫിലിപ് സിംബാർദോയും ജയിൽ സമ്പ്രദായത്തിൽ സമ്പൂർണ്ണമായൊരു അഴിച്ചുപണി കൊണ്ടുവരാനാണ് തങ്ങളുടെ പഠനത്തിലൂടെ ആഗ്രഹിച്ചത്. 'ഈ പഠനത്തിൽനിന്നും ഉരുത്തിരിയുന്ന കാര്യങ്ങൾ ജയിൽ പരിഷ്ക്കരണത്തിന് നല്കാവുന്ന വളരെ പ്രധാനപ്പെട്ട നിർദ്ദേശങ്ങളാവുമെന്ന് ഞങ്ങൾ കരുതുന്നു. ഇതാണ് നമ്മുടെ ലക്ഷ്യം. നമ്മളിതൊക്കെ ചെയ്യാനാഗ്രഹിക്കുന്നത് നമ്മളാരും സാഡിസ്റ്റുകൾ ആയതുകൊണ്ടല്ല,' എന്ന് ജെഫ് ആ ഗാർഡിന് ഉറപ്പ് നല്കി.

4

ഇത് നമ്മളെ അഡോൾഫ് ഈഷ്മാനിലേക്ക് തിരിച്ചുകൊണ്ടുവരുന്നു. 1961 ഏപ്രിൽ 11-ന് യുദ്ധകുറ്റങ്ങളുടെ പേരിൽ ആ നാസി ഓഫീസറുടെ വിചാരണ ആരംഭിച്ചു. പിന്നീടുള്ള പതിനാല് ആഴ്ചകളിൽ നൂറുകണക്കിന് സാക്ഷികൾ സാക്ഷിക്കൂട്ടിൽ കയറി. അടുത്ത പതിനാല് ആഴ്ചകളിൽ ഈഷ്മാൻ എത്ര മാത്രം രാക്ഷസരൂപിയാണെന്ന് കാണിക്കുന്നതിനായി പ്രോസിക്യൂഷൻ തങ്ങളാൽ കഴിയുന്നതെല്ലാം ചെയ്തു.

എന്നാൽ ഇത് കേവലമൊരു കോടതി കേസിനപ്പുറമായിരുന്നു. അത് അതിബൃഹത്തായ ഒരു ചരിത്രപാഠം ആയിരുന്നു, ലോകമെമ്പാടുമുള്ള ലക്ഷകണക്കിന് ആളുകൾ കാത്തിരുന്ന ഒരു മാധ്യമദൃശ്യം. അക്കൂട്ടത്തിൽ ഈ വിചാരണയുടെ പുരോഗതി സൂക്ഷ്മമായി പിന്തുടർന്ന സ്റ്റാൻലി മിൽഗ്രാമും ഉണ്ടായിരുന്നു. അദ്ദേഹത്തെ തന്റെ ഭാര്യ വിശേഷിപ്പിച്ചത് ന്യൂസ് അഡിക്റ്റ് എന്നായിരുന്നു.

അപ്പോഴേക്കും ഹന്ന ആറെന്റിന് കോടതിമുറിയിലൊരു സീറ്റ് ലഭിച്ചിരുന്നു. 'ഈഷ്മാന്റെ പ്രശ്നം, സൂക്ഷ്മമായി പറയുകയാണെങ്കിൽ അദ്ദേ

ഹത്തെപ്പോലെ നിരവധിപേർ ഉണ്ടായിരുന്നു എന്നതാണ്, അവരിൽ മിക്കവരും തന്നെ മനോവൈകല്യമുള്ളവരോ പീഡനസ്വഭാവമുള്ളവരോ ഉള്ളവരായിരുന്നില്ല എന്നുമാത്രമല്ല, അവരെല്ലാം തീർത്തും സാധാരണ രീതിയിൽ ഉള്ളവരായിരുന്നു, ഇപ്പോഴും അത് അങ്ങനെതന്നെയാണ്,' എന്ന് അവർ പിന്നീടെഴുതി. വരും വർഷങ്ങളിൽ ഈഷ്മാൻ ഹൃദയശൂന്യനായ ഒരു 'ഡെസ്ക് മർഡറർ' (ഭരണകൂടത്തിനുവേണ്ടി കൂട്ടക്കൊലപാതകങ്ങൾ ചെയ്യുന്നയാൾ) ആയി അറിയപ്പെട്ടു - നമ്മളിൽ ഓരോരുത്തരിലുമുള്ള തിന്മയുടെ നിസ്സാരതയുടെ പ്രതീകം.

വളരെ സമീപകാലത്താണ് ചരിത്രകാരന്മാർ ചില വ്യത്യസ്ത നിഗമനങ്ങളിലെത്തിയത്. ഇസ്രയേലി രഹസ്യാന്വേഷണ വിഭാഗം 1960-ൽ ഈഷ്മാനെ പിടിക്കുമ്പോൾ അദ്ദേഹം അർജന്റീനയിൽ ഒളിവിൽ കഴിയുകയായിരുന്നു. അവിടെവെച്ച് മുൻ ഡച്ച് എസ്.എസ്. ഓഫീസറായ വില്ലം സാസെൻ നിരവധി മാസങ്ങളോളം അദ്ദേഹത്തെ അഭിമുഖം ചെയ്തു. നാസി ഭരണകൂടത്തെ മോശമായി കാണിക്കുന്നതിനുവേണ്ടി കെട്ടിച്ചമച്ചൊരു നുണയായിരുന്നു ഹോളോകോസ്റ്റ് എന്ന് ഈഷ്മാൻ സമ്മതിക്കുമെന്നായിരുന്നു സാസെന്റെ പ്രതീക്ഷ. പക്ഷേ, അദ്ദേഹം നിരാശനാവേണ്ടി വന്നു.

'എനിക്ക് യാതൊരു പശ്ചാത്താപവുമില്ല!' ഈഷ്മാൻ അദ്ദേഹത്തോട് ഉറപ്പിച്ചു പറഞ്ഞു. അല്ലെങ്കിൽ 1945-ൽ അദ്ദേഹം പ്രസ്താവിച്ചതുപോലെ: 'ഞാൻ ചിരിച്ചുകൊണ്ട് എന്റെ ശവക്കല്ലറയിലേക്ക് എടുത്തുചാടും. കാരണം എന്നെ സംബന്ധിച്ചിടത്തോളം അൻപതുലക്ഷം മനുഷ്യർ എന്റെ മനഃസാക്ഷിയോടൊപ്പം ഉണ്ടെന്ന തോന്നൽ അസാധാരണമായ സംതൃപ്തിയുടെ ഉറവിടമാണ്.'

നെയ്തെടുത്ത ആശയങ്ങളും ഭ്രമകല്പനകളുംകൊണ്ട് നിറഞ്ഞ ആയിരത്തിമുന്നൂറ് പേജുകളുള്ള ആ അഭിമുഖങ്ങൾ വായിച്ചാൽ ഒരുകാര്യം സ്പഷ്ടമാവും. ഈഷ്മാൻ തലച്ചോറില്ലാത്ത ഒരു ബ്യൂറോക്രാറ്റൊന്നും ആയിരുന്നില്ല. അദ്ദേഹം ഒരു വംശീയ ഭ്രാന്തനായിരുന്നു. നിർമ്മമതയിൽ നിന്നല്ല മറിച്ച് പ്രതിബദ്ധതയിൽ നിന്നാണ് അദ്ദേഹം പ്രവർത്തിച്ചത്. മിൽഗ്രാമിന്റെ പരീക്ഷണത്തിൽ വന്നവരെ പോലെ തന്നെ തങ്ങൾ സത്കർമ്മങ്ങൾ ചെയ്യുകയാണെന്ന ഉറച്ച വിശ്വാസത്തിലാണ് അദ്ദേഹം ദുഷ്കൃത്യങ്ങൾ ചെയ്തത്.

സാസെൻ അഭിമുഖങ്ങളുടെ ശബ്ദരേഖകൾ പകർത്തിയെഴുതിയത് ഈ വിചാരണ കാലത്ത് ലഭ്യമായിരുന്നുവെങ്കിലും അവയുടെ ആധികാരികത സംബന്ധിച്ച് സംശയം കൊണ്ടുവരാൻ ഈഷ്മാന് കഴിഞ്ഞു. അങ്ങനെ മൊത്തം ലോകത്തെയും തെറ്റിദ്ധരിപ്പിക്കാൻ അദ്ദേഹത്തിനായി. അക്കാലമത്രയും ഈ അഭിമുഖങ്ങളുടെ ടേപ്പുകൾ കോബ്ലെൻസിലെ ബുണ്ടേസാർക്കിവിൽ പൊടിപിടിച്ച് കിടന്നു, അൻപത് വർഷങ്ങൾക്കുശേഷം ഫിലോസഫറായ ബെറ്റിന സ്റ്റാൻഗ്നേത്ത് അവ കണ്ടെടുക്കുന്നതുവരേക്കും. അവർ ആ ടേപ്പുകളിൽ കേട്ടത് ആ പകർത്തിയെഴുതിയ കാര്യങ്ങളെ പൂർണ്ണമായും ശരിവയ്ക്കുന്നതായിരുന്നു.

'ഞാൻ ഒരു കാര്യവും, വലുതായാലും ചെറുതായാലും, അഡോൾഫ് ഹിറ്റ്ലറിൽ നിന്നോ എന്റെ ഏതെങ്കിലും മേലുദ്യോഗസ്ഥരിൽ നിന്നോ കൃത്യമായ മുൻകൂർ നിർദ്ദേശം ലഭിക്കാതെ ചെയ്തിട്ടില്ല,' ഈഷ്മാൻ തന്റെ വിചാരണ വേളയിൽ പറഞ്ഞു. എന്നാൽ ഇത് കല്ലുവച്ചൊരു നുണയായി

രുന്നു. ഇതേ നുണ അസംഖ്യം നാസികൾ തത്തമേ പൂച്ച പൂച്ച എന്ന് ആവർത്തിക്കുകയും തങ്ങൾ ഉത്തരവുകളനുസരിക്കുക മാത്രമായിരുന്നു എന്ന് പറയുകയും ചെയ്തു.

തേർഡ് റീച്ചിന്റെ ബ്യൂറോക്രാറ്റിക് സംവിധാനത്തിൽ താഴെത്തട്ടിലേക്ക് കൈമാറിയ ഉത്തരവുകൾ അവ്യക്തമായിരുന്നുവെന്ന് ചരിത്രകാരന്മാർ പിന്നീട് മനസ്സിലാക്കി. ഔദ്യോഗിക ഉത്തരവുകൾ പുറപ്പെടുവിക്കാറേ ഉണ്ടായിരുന്നില്ലെന്ന് പറയാം, അതിനാൽ ഹിറ്റ്ലർ പക്ഷക്കാർ സ്വന്തം സങ്കല്പശക്തിയെ ആശ്രയിച്ചു. തങ്ങളുടെ നേതാവിനെ അനുസരിക്കുന്നതിലുപരി അവർ ഫ്യൂറാറിനുവേണ്ടി ലക്ഷ്യങ്ങൾ നേടാൻ യത്നിക്കുകയായിരുന്നുവെന്ന് ചരിത്രകാരനായ ഇയാൻ കെർഷോ വിശദീകരിക്കുന്നു. ഇത്, നേട്ടം നിലനിർത്തുന്നതിനുവേണ്ടി സാമർത്ഥ്യമുള്ളവർ മുന്നോട്ടുവരുന്ന സംസ്കാരത്തെ പ്രചോദിപ്പിക്കുകയും ഹിറ്റ്ലറുടെ മുന്നിൽ സൽപ്പേരുണ്ടാക്കുന്നതിനായി കൂടുതൽ മൗലികവാദികളായ നാസികൾ കൂടുതൽ മൗലികവാദരീതികൾ ആവിഷ്ക്കരിക്കുകയും ചെയ്തു.

മറ്റൊരുതരത്തിൽ പറഞ്ഞാൽ മിൽഗ്രാമിന്റെ പരീക്ഷണത്തിലെ വളണ്ടിയർമാർ ഒന്നും ചിന്തിക്കാതെ സ്വിച്ച് അമർത്താൻ തയ്യാറായില്ല എന്നതുപോലെതന്നെ, ഹോളോകോസ്റ്റ് പൊടുന്നനെ യന്ത്രമനുഷ്യരായി മാറിയ മനുഷ്യരുടെ ചെയ്തിയായിരുന്നില്ല. ഈ കുറ്റവാളികൾ വിശ്വസിച്ചത് തങ്ങൾ ചരിത്രത്തിന്റെ ശരിയായ വശത്താണെന്നാണ്. ഓഷ്വിറ്റ്സ് സുദീർഘവും സങ്കീർണ്ണവുമായ ഒരു ചരിത്രപരമായ പ്രക്രിയയുടെ പരിണിതഫലമായിരുന്നു, അതിൽ വോൾട്ടേജ് പടിപടിയായി ഉയർത്തുകയും തിന്മയെ നന്മയാണെന്ന് ബോധ്യപ്പെടുത്തുമാറ് കൈമാറ്റം ചെയ്യുകയുമാണുണ്ടായത്. തങ്ങളുടെ എഴുത്തുകാരെയും കവികളെയും ദാർശനികരെയും രാഷ്ട്രീയക്കാരെയുമെല്ലാംവെച്ച് നാസികളുടെ കള്ളപ്രചരണ സംവിധാനം ജർമ്മൻകാരുടെ ചുണകെടുത്തുന്നതിനും അവരുടെ മനസ്സിൽ വിഷം കുത്തിവെക്കുന്നതിനും വർഷങ്ങൾ യത്നിച്ചു. ഹോമോ പപ്പി വഞ്ചിക്കപ്പെടുകയും അവരിൽ കപടസിദ്ധാന്തങ്ങൾ കുത്തിവെക്കുകയും കൗശലപ്രയോഗങ്ങളിലൂടെ സ്വാധീനിക്കപ്പെടുകയും ചെയ്തു.

അപ്പോൾ മാത്രമെ ഒരിക്കലും ചിന്തിക്കാനാവാത്തത് സംഭവിക്കുകയുള്ളൂ.

ഈഷ്മാൻ ഒരു രാക്ഷസനായിരുന്നില്ലെന്ന് ഹന്ന ആറെന്റ് എഴുതിയപ്പോൾ അവർ തെറ്റിദ്ധരിക്കപ്പെടുകയായിരുന്നു. വിചാരണ വേളയിൽ അദ്ദേഹത്തിന്റെ ചെയ്തികൾ അവരെ സ്വാധീനിച്ചിരുന്നോ?

അവരുടെ പുസ്തകത്തെ 'മഹത്തായ ആശയം എന്നാൽ മോശം ഉദാഹരണം', എന്ന് പറഞ്ഞ പല ചരിത്രകാരന്മാരുടെയും അഭിപ്രായം അതായിരുന്നു. എന്നാൽ ആറെന്റിന്റെ ചിന്തകൾ മനസ്സിലാക്കുന്നതിൽ ഈ ചരിത്രകാരന്മാർ പരാജയപ്പെട്ടു എന്നു വാദിച്ച ചില ദാർശനികരും ഉണ്ടായിരുന്നു. കാരണം ഈ വിചാരണ സമയത്ത് അവർ വാസ്തവത്തിൽ സാസെൻ ഈഷ്മാനുമായി നടത്തിയ അഭിമുഖത്തിന്റെ ഭാഗങ്ങൾ വായിച്ച് മനസ്സിലാക്കിയിരുന്നു. മാത്രമല്ല ഈഷ്മാൻ കേവലം ഉത്തരവുകളനുസരിക്കുക മാത്രമായിരുന്നു ചെയ്തിരുന്നുവെന്ന് അവർ എവിടെയും എഴുതിയിട്ടില്ലതാനും.

എന്നു മാത്രമല്ല, ആറെന്റ് മിൽഗ്രാമിന്റെ അനുസരണാ പരീക്ഷണങ്ങളെ പരസ്യമായി വിമർശിച്ചിരുന്നു. ആ യുവമനഃശാസ്ത്രജ്ഞന് ഈ ദാർശനിക യോട് ആരാധനയായിരുന്നുവെങ്കിലും ആ വൈകാരികഭാവം പരസ്പരം ഉള്ളതായിരുന്നില്ല. 'പ്രലോഭനവും ബലപ്രയോഗവും ഒന്നാണെന്ന മൂഢ വിശ്വാസം വെച്ചുപുലർത്തിയിരുന്ന ആളാണ്' മിൽഗ്രാമെന്ന് ആറെന്റ് കുറ്റപ്പെടുത്തി. മിൽഗ്രാമിൽനിന്നും വിഭിന്നമായി, നമ്മളിലോരോരുത്തരിലും ഒരു നാസി ഒളിച്ചിരിപ്പുണ്ട് എന്ന് വിശ്വസിക്കാൻ അവർ തയ്യാറല്ലായിരുന്നു.

എന്തുകൊണ്ടാണ് മിൽഗ്രാമും ആറെന്റും ഒന്നിച്ച് ചരിത്രപുസ്തകത്തിൽ ഇടംപിടിച്ചത്? ആറെന്റിനെക്കുറിച്ച് അറിയുന്നവർ പറയുന്നത് അവർ ദുർവ്യാഖ്യാനം ചെയ്യപ്പെട്ടതുകൊണ്ടാണ് എന്നാണ്. ആറെന്റ് സൂക്തങ്ങൾ ഉപയോഗിച്ച് ദുർജ്ഞേയമായ ഭാഷാരീതിയിൽ ആണ് സംസാരിച്ചിരുന്നതെന്നതിനാൽ അത് തെറ്റിദ്ധരിക്കപ്പെടുക എളുപ്പമായിരുന്നു. ഈഷ്മാൻ 'ചിന്തിച്ചില്ല' എന്ന അവരുടെ പ്രസ്താവന നോക്കുക. ഒരു യന്ത്രമനുഷ്യനെപ്പോലെ അദ്ദേഹം ഭരണകൂടത്തിനുവേണ്ടി കൂട്ടക്കൊലയ്ക്ക് ഉത്തരവ് നല്കിയെന്ന് ആറെന്റ് പറഞ്ഞിട്ടില്ല, മറിച്ച് ആറെന്റിനെക്കുറിച്ച് പഠിച്ച റോജർ ബെർക്കോവിറ്റ്സ് ചൂണ്ടിക്കാണിക്കുന്നതുപോലെ ഈഷ്മാന് മറ്റൊരാളുടെ കാഴ്ചപ്പാടിൽ നിന്നും ചിന്തിക്കാനാവില്ല എന്നാണ്.

വാസ്തവം പറഞ്ഞാൽ ഉള്ളിന്റെയുള്ളിൽ ഭൂരിഭാഗം ആളുകളും മാന്യരാണെന്ന് വിശ്വസിച്ച അപൂർവ്വം ദാർശനികരിൽ ഒരാളായിരുന്നു ഹന്ന ആറെന്റ്. സ്നേഹത്തിനും സൗഹൃദത്തിനുംവേണ്ടിയുള്ള നമ്മുടെ ആവശ്യങ്ങൾ വെറുപ്പിനോടും ഹിംസയോടുമുള്ള ചായ്‌വിനേക്കാൾ കൂടുതൽ മനുഷ്യസഹജമാണ് എന്നവർ വാദിച്ചു. ദുഷ്ടപ്രവൃത്തികളുടെ പാത തിരഞ്ഞെടുക്കേണ്ടി വരുമ്പോൾ അതിനൊരു ധാർമ്മികതയുടെ ലാഞ്ഛന തരുന്ന നുണകൾക്കും ആവർത്തനവിരസമായ ശൈലികൾക്കും പിന്നിൽ ഒളിക്കാൻ നമ്മൾ നിർബന്ധിതരാക്കപ്പെടുന്നു.

ഈഷ്മാൻ ഇതിനൊരുത്തമോദാഹരണമാണ്. താൻ ഒരു മഹദ്കർമ്മമാണ് ചെയ്യുന്നതെന്നും വരുംതലമുറകൾ ഈ ചരിത്രപരമായ കാര്യത്തിന്റെ പേരിൽ തന്നെ ആരാധിക്കുമെന്നും അദ്ദേഹത്തിന് ഉത്തമബോധ്യമുണ്ടായിരുന്നു. അതദ്ദേഹത്തെ ഒരു രാക്ഷസനോ യന്ത്രമനുഷ്യനോ ഒന്നുമാക്കി മാറ്റിയില്ല. അത് അദ്ദേഹത്തെ കൂടുതൽ കൂട്ടുകൂടുന്നവനാക്കുകയാണ് ചെയ്തത്. വർഷങ്ങൾക്കുശേഷം മനഃശാസ്ത്രജ്ഞർ മിൽഗ്രാമിന്റെ പരീക്ഷണത്തെക്കുറിച്ചും ഇതേ നിഗമനത്തിൽ തന്നെയാണ് എത്തിയത്: ഷോക്ക് പരീക്ഷണങ്ങൾ അനുസരണയെക്കുറിച്ചുള്ളതായിരുന്നില്ല. അത് ആചാരാനുസരണത്തെ കുറിച്ചായിരുന്നു.

കൃത്യമായും ഇതേ നിരീക്ഷണം തന്നെ നടത്തിയ ഹന്ന ആറെന്റ് തന്റെ കാലത്തിനും എത്രയോ മുന്നിലായിരുന്നു എന്നത് അത്ഭുതാവഹമാണ്.

എന്നാൽ മനുഷ്യർ യാതൊന്നും ചിന്തിക്കാതെ ദുഷ്ചിന്തകൾക്ക് കീഴടങ്ങുന്നു എന്ന സ്റ്റാൻലി മിൽഗ്രാമിന്റെ ലളിതമായ നിർണ്ണയങ്ങൾ മനുഷ്യർ നന്മയുടെ വേഷപ്രച്ഛന്നതയിൽ വരുന്ന തിന്മയിൽ പ്രലോഭിതരാകുന്നു എന്ന ഹന്ന ആറെന്റിന്റെ അടരടരായുള്ള ദർശനത്തെക്കാൾ കൂടുതൽ ആളുകളിൽ പതിഞ്ഞു നിന്നു എന്നതാണ് ഖേദകരമായ കാര്യം. ഇത് ഒരു സംവിധായകൻ

എന്ന നിലയിൽ മിൽഗ്രാമിന്റെ മികവിനെ കുറിച്ചാണ് പറയുന്നത് – നാടകീയത കാണാനുള്ള അദ്ദേഹത്തിന്റെ കഴിവും ടെലിവിഷനിൽ എന്താണ് കൃത്യമായും ഫലപ്രദമാവുക എന്നതിനെക്കുറിച്ചുള്ള അദ്ദേഹത്തിന്റെ സൂക്ഷ്മഗ്രഹണ ശക്തിയും.

എന്നാൽ ഇതിലെല്ലാം ഉപരി മിൽഗ്രാമിനെ പ്രശസ്തനാക്കിയത് ഏറെ പഴക്കംചെന്ന ഒരു വിശ്വാസത്തെ പിന്തുണക്കുന്നതിനുള്ള തെളിവുകൾ അദ്ദേഹം അവതരിപ്പിച്ചു എന്നതുകൊണ്ടാണെന്ന് ഞാൻ കരുതുന്നു. 'ഈ പരീക്ഷണങ്ങൾ ചരിത്രത്തിലെ ഏറ്റവും പഴക്കം ചെന്നതും മനുഷ്യർ ജന്മനാ പാപികളാണെന്ന പ്രതീക്ഷിക്കുന്നതുകൊണ്ട് മാത്രം സംഭവിക്കുന്നതുമായ വിശ്വാസത്തെ ശക്തമായി പിന്തുണക്കുന്നതായി തോന്നുന്നു,' എന്ന് മനഃശാസ്ത്രജ്ഞനായ ഡോൺ മിക്സൺ എഴുതുന്നു. 'യുക്തിവാദികളടക്കം മിക്ക ആളുകളും കരുതുന്നത് നമ്മളുടെ പാപപൂർണ്ണമായ സ്വഭാവത്തെക്കുറിച്ച് നമ്മളെ ഓർമ്മിപ്പിക്കുന്നത് നല്ലതാണ് എന്നാണ്.

നമ്മളുടെ ഉള്ളിലുള്ള അഴുക്കുകളിൽ ഇത്രമാത്രം വിശ്വസിക്കാൻ നമ്മളെ ഉത്സുകരാക്കുന്നതെന്താണ്? എന്തുകൊണ്ടാണ് പുറംപൂച്ച് അഥവാ നേർമ്മച്ചീൾ സിദ്ധാന്തം പലപല രൂപപരിണാമങ്ങളോടെ തിരിച്ച് വന്നുകൊണ്ടേയിരിക്കുന്നത്. അതിന് അനുയോജ്യതയുമായി ബന്ധമുണ്ടെന്ന് ഞാൻ കരുതുന്നു. വിചിത്രമാണെങ്കിലും നമ്മുടെ പാപപങ്കിലമായ സ്വഭാവത്തിൽ വിശ്വസിക്കുന്നത് കൂടുതൽ സുഖകരമാണ്. അതൊരുതരം പാപമോചനം നല്കുന്നു. കാരണം മിക്കയാളുകളും ചീത്തയാണെങ്കിൽ പിന്നെ അതിലിടപെടുന്നതിലും പ്രതിരോധിക്കുന്നതിലുമൊന്നും വലിയ കാര്യമില്ല.

മനുഷ്യവർഗ്ഗത്തിന്റെ പാപപൂരിതമായ സ്വഭാവത്തിലുള്ള വിശ്വാസം തിന്മയുടെ അസ്തിത്വത്തെക്കുറിച്ചുള്ള വൃത്തിയായൊരു വിശദീകരണം നല്കുന്നു. വെറുപ്പോ സ്വാർത്ഥതയോ ആയി മുഖാമുഖം വരുമ്പോൾ നിങ്ങൾക്ക് നിങ്ങളോടുതന്നെ ഇങ്ങനെ പറയാൻ കഴിയും, 'ഓ, ഇതൊക്കെ മനുഷ്യ സ്വഭാവമല്ലേ.' എന്നാൽ മനുഷ്യർ ആത്യന്തികമായി നല്ലവരാണെന്ന് നിങ്ങൾ വിശ്വസിക്കുകയാണെങ്കിൽ പിന്നെ തിന്മ എന്തുകൊണ്ട് നിലകൊള്ളുന്നുവെന്ന് നിങ്ങൾക്ക് ചോദിക്കേണ്ടി വരും. അതായത് ഇടപെടലുകളും പ്രതിരോധവും മൂല്യവത്താണെന്ന് അത് സൂചിപ്പിക്കുകയും പ്രവർത്തിക്കാനുള്ള ഒരു കർത്തവ്യം അത് നമ്മളിൽ ഏൽപ്പിക്കുകയും ചെയ്യുന്നു.

2015-ൽ മനഃശാസ്ത്രജ്ഞനായ മാത്യു ഹോളണ്ടർ മിൽഗ്രാമിന്റെ ഷോക്ക് മെഷീൻ പരീക്ഷണത്തിലെ 117 സെഷനുകളുടെ ശബ്ദരേഖകൾ വിശകലനം ചെയ്യുകയുണ്ടായി. സമഗ്രമായ വിശകലനത്തിനുശേഷം അദ്ദേഹം ഒരു ഘടന കണ്ടെത്തി. പരീക്ഷണം നിർത്തിവെക്കുന്നതിൽ വിജയിച്ച പരീക്ഷണ വിധേയർ മൂന്ന് തന്ത്രങ്ങളാണ് പ്രയോഗിച്ചത്:

1. ഇരയോട് സംസാരിക്കുക.
2. ചാരനിറമുള്ള ലാബ് കോട്ട് ഇട്ട മനുഷ്യനെ അയാളുടെ ഉത്തരവാദിത്തം ഓർമ്മിപ്പിക്കുക.
3. പരീക്ഷണം തുടരാൻ തുടർച്ചയായി വിസമ്മതിക്കുക.

ആശയവിനിമയവും ഏറ്റുമുട്ടലും, അനുതാപവും പ്രതിരോധവും. ആത്യന്തികമായി എല്ലാ പങ്കാളികളും തന്നെ ഈ തന്ത്രം പ്രയോഗിച്ചു എന്നും

അവരെല്ലാവരും തന്നെ ഈ പരീക്ഷണം നിർത്താൻ ആഗ്രഹിച്ചുവെന്നും എന്നാൽ ഇതിൽ വിജയിച്ചവർ അത് കൂടുതൽ ശക്തമായി പ്രയോഗിച്ചുവെന്നും ഹോളണ്ടർ കണ്ടെത്തി. ഇതിലെ നല്ല വാർത്ത എന്തെന്നാൽ ഈ നൈപുണ്യം പരിശീലിപ്പിക്കാനാവും എന്നതാണ്. പ്രതിരോധത്തിന് പരിശീലനം മാത്രം മതി. മിൽഗ്രാമിന്റെ നായകരെ വ്യതിരിക്തരാക്കുന്നത് ചോദ്യം ചെയ്യപ്പെടേണ്ട ആധിപത്യങ്ങളെ ചെറുത്തുനില്ക്കുക എന്നത് മിക്കവാറും പരിശീലിപ്പിച്ചെടുക്കാവുന്ന ഒരു കാര്യക്ഷമതയാണ് എന്നതാണ്,' എന്ന് ഹോളണ്ടർ നിരീക്ഷിക്കുന്നു.

പ്രതിരോധം പരാജയപ്പെടാനുള്ളതാണ് എന്ന് നിങ്ങൾ കരുതുകയാണെങ്കിൽ എനിക്ക് നിങ്ങളോട് ഈ വിഷയത്തിൽ ഒരേയൊരു കഥകൂടി പറയാനുണ്ട്. രണ്ടാം ലോകമഹായുദ്ധകാലത്ത് ഡെന്മാർക്കിലാണിത് സംഭവിക്കുന്നത്. ഈ കഥ അസാധാരണമായ ധൈര്യം കാണിച്ച സാധാരണക്കാരെ കുറിച്ചുള്ളതാണ്. എല്ലാം കൈവിട്ടുപോയി എന്നുതോന്നുന്ന അവസ്ഥയിൽ പോലും, പ്രതിരോധം എല്ലായ്പ്പോഴും മൂല്യവത്താണ് എന്ന് ഇത് കാണിക്കുന്നു.

5

1943 സെപ്റ്റംബർ 28. കോപ്പൻഹാഗനിലെ 24 റോമേഴ്സ്ഗേഡിലുള്ള വർക്കേഴ്സ് അസംബ്ലി ബിൽഡിങ്ങിന്റെ ആസ്ഥാനത്ത് സോഷ്യൽ ഡെമോക്രാറ്റിക് പാർട്ടിയിലെ നേതാക്കളെല്ലാം ഒത്തുചേർന്നിരിക്കുന്നു. നാസി യൂണിഫോം ധരിച്ച ഒരു സന്ദർശകൻ അവർക്ക് മുന്നിൽ നില്ക്കുന്നു. അവർ ഞെട്ടലോടുകൂടിയാണ് അയാളെ നോക്കുന്നത്.

'വിനാശം പടിവാതിൽക്കൽ എത്തിക്കഴിഞ്ഞിരിക്കുന്നു. എല്ലാം വിശദമായിത്തന്നെ ആസൂത്രണം ചെയ്തുകഴിഞ്ഞിരിക്കുന്നു. കപ്പലുകൾ കോപ്പൻഹാഗൻ തീരത്ത് നങ്കൂരമിടും. നിങ്ങളുടെ നാട്ടിലെ പാവം ജൂതൻമാരെ ഗസ്റ്റപ്പോകൾ പിടിച്ച് ബലപ്രയോഗത്തിലൂടെ ഇവിടെ കൊണ്ടുവന്ന് കപ്പൽ കയറ്റി ഏതോ അജ്ഞാതമായ വിധിയിലേക്ക് നാടുകടത്തും,' അയാൾ അവരോട് പറഞ്ഞു.

വിളറിവെളുത്ത് വിറച്ചുകൊണ്ടാണ് അയാൾ ഇത് പറഞ്ഞത്. അയാളുടെ പേര് ജോർജ് ഫെർഡിനന്റ് ഡക്ക്വിറ്റ്സ്. ചരിത്രത്തിന്റെ താളുകളിൽ 'പരിവർത്തിതനായ നാസി' എന്ന് അറിയപ്പെട്ട ആ മനുഷ്യന്റെ മുന്നറിയിപ്പ് അവിടെ ഒരു മഹാത്ഭുതമാണ് സൃഷ്ടിച്ചത്.

ജൂതന്മാരെ പിടിക്കുന്നതിനുള്ള ഈ മിന്നലാക്രമണം, എസ്.എസ്. തയ്യാറാക്കിയ വിശദമായ പദ്ധതി പ്രകാരം 1943 ഒക്ടോബർ 1 വെള്ളിയാഴ്ച നടത്താനായിരുന്നു പദ്ധതി. വൈകിട്ട് 8 മണിക്ക് നൂറ് കണക്കിന് ജർമ്മൻ സൈനികർ ഡാനിഷ് ജൂതന്മാരെ കണ്ടുപിടിക്കുന്നതിനായി രാജ്യത്തുടനീളം തിരച്ചിൽ നടത്തും. അവരെ തുറമുഖത്തെത്തിച്ച് ആറായിരം പേരെ കൊള്ളാവുന്ന ഒരു കപ്പലിൽ കയറ്റും.

ഷോക്ക് പരീക്ഷണത്തിന്റെ പദാവലി ഉപയോഗിച്ച് പറയുകയാണെങ്കിൽ, ഡെന്മാർക്കിൽ പതിനഞ്ച് വോൾട്ടിൽനിന്നും മുപ്പത് വോൾട്ടിലേക്കും

അവിടെനിന്ന് 45 വോൾട്ടിലേക്കും പോവുകയല്ല ചെയ്തത്. ഈ ഡെന്മാർക്കുകാർക്ക് ഒറ്റയടിക്ക് 450 വോൾട്ടിന്റെ ഷോക്ക് നല്കുകയാണ്. ആ നിമിഷം വരെക്കും വിവേചനപരമായ ഒരു നിയമവും അവിടെയുണ്ടായിരുന്നില്ല, മഞ്ഞ ബാഡ്ജ് ധരിക്കൽ നിർബന്ധമാക്കിയിരുന്നില്ല, ജൂതന്മാരുടെ വസ്തുവകകൾ കണ്ടുകെട്ടിയിരുന്നില്ല. തങ്ങൾക്കെന്താണ് സംഭവിക്കാൻ പോകുന്നതെന്ന് അറിയുന്നതിനുമുമ്പ് ഡാനിഷ് ജൂതന്മാരെ പോളിഷ് കോൺസൺട്രേഷൻ ക്യാമ്പുകളിലേക്ക് നാടുകടത്തും.

അതായിരുന്നു പദ്ധതി.

നിശ്ചിതരാത്രിയിൽ പതിനായിരക്കണക്കിന് സാധാരണക്കാരായ ഡെന്മാർക്കുകാർ - ബാർബർമാരും ബാർടെന്റർമാരും, ബിൽഡർമാരും കച്ചവടക്കാരും - ഷോക്ക് മെഷീനിലെ അവസാന സ്വിച്ച് അമർത്താൻ വിസമ്മതിച്ചു. ആ രാത്രിയിൽ ജൂതന്മാർക്ക് ഈ റെയ്ഡിനെക്കുറിച്ച് മുൻകൂർ വിവരം ലഭിച്ചിരുന്നുവെന്നും അവരെല്ലാം അവിടെനിന്നും രക്ഷപ്പെട്ടുവെന്നും ജർമ്മൻകാർ മനസ്സിലാക്കി. വാസ്തവത്തിൽ ആ മുന്നറിയിപ്പ് കാരണം ഡെന്മാർക്കിലെ ഏകദേശം 99 ശതമാനം ജൂതന്മാരും യുദ്ധത്തെ അതിജീവിച്ചു.

ഡെന്മാർക്കിൽ നടന്ന ഈ മഹാത്ഭുതത്തെ നമ്മളെങ്ങനെയാണ് വിശദീകരിക്കുക? ഇരുളിന്റെ ഒരു മഹാസമുദ്രത്തിൽ ഒരു ദീപസ്തംഭമായി നിലകൊള്ളാൻ ഈ രാജ്യത്തെ പ്രേരിപ്പിച്ചതെന്താണ്?

യുദ്ധാനന്തരം ചരിത്രകാരന്മാർ ഇതിന് നിരവധി ഉത്തരങ്ങൾ മുന്നോട്ടുവെച്ചു. അതിലെ ഒരു പ്രധാനപ്പെട്ട ഘടകം നാസികൾ ഈ രണ്ട് രാജ്യങ്ങളിലെയും ഗവൺമെന്റുകൾ ഒത്തൊരുമയോടെയാണ് പ്രവർത്തിക്കുന്നതെന്ന തോന്നൽ കാത്തുസൂക്ഷിക്കുന്നതിനായി ഡെന്മാർക്കിന്റെ അധികാരം പൂർണ്ണമായും പിടിച്ചെടുത്തിരുന്നില്ല. ഇതിന്റെ ഫലമായി അധിനിവേശ ഹോളണ്ടിൽ ഉണ്ടായിരുന്ന തരത്തിൽ ഡെന്മാർക്കിൽ ജർമ്മനിക്കെതിരായ പ്രതിരോധം അത്ര അപായകരമായിരുന്നില്ല.

എന്നാൽ ആത്യന്തികമായി എടുത്തുപറയാവുന്ന ഒരു വിശദീകരണമുണ്ട്. 'ഡാനിഷ് ജൂതന്മാർ സംരക്ഷിക്കപ്പെട്ടത് അവരുടെ ദേശവാസികളുടെ നിരന്തരമായ ഇടപെടലുകൾ കൊണ്ടാണ് എന്ന കാര്യം നമുക്ക് അവഗണിക്കാനാവില്ല,' എന്ന് ചരിത്രകാരനായ ബോ ലിഡേഗാഡ് പറയുന്നു.

ഈ റെയ്ഡിന്റെ വാർത്ത പരന്നതും എല്ലായിടത്തു നിന്നും പ്രതിരോധമുയർന്നു വന്നു. പള്ളികളിൽ നിന്നും സർവ്വകലാശാലകളിൽനിന്നും കച്ചവടക്കാരിൽ നിന്നും, രാജകുടുംബത്തിൽ നിന്നും ലോയേഴ്സ് കൗൺസിലിൽ നിന്നും ഡാനിഷ് വിമൻസ് കൗൺസിലിൽ നിന്നും - എല്ലാവരും തങ്ങളുടെ പ്രതിഷേധം അറിയിച്ചു. ഒട്ടും സമയം പാഴാക്കാതെ രക്ഷാമാർഗ്ഗങ്ങളുടെ ഒരു ശൃംഖലതന്നെ തയ്യാറായി, അതും കേന്ദ്രീകൃതമായ ഒരു പദ്ധതി രൂപരേഖയോ നൂറുകണക്കിനുള്ള വ്യക്തിപരമായ പരിശ്രമങ്ങളെ ഏകോപിപ്പിക്കാനുള്ള ശ്രമങ്ങളോ ഇല്ലാതെ. അതിനൊന്നും അവിടെ സമയമില്ലായിരുന്നു. ആയിരക്കണക്കിന് ഡെന്മാർക്കുകാരെ സംബന്ധിച്ചിടത്തോളം - അതിൽ പണക്കാരും പാവങ്ങളുമുണ്ട്, ചെറുപ്പക്കാരും വൃദ്ധരുമുണ്ട് - അവർക്കെല്ലാം ഒരു കാര്യം അറിയാമായിരുന്നു, ഇതാണ് പ്രവർത്തിക്കേണ്ട സമയം. ഇപ്പോൾ തിരിഞ്ഞുനിന്നാൽ അത് സ്വന്തം രാജ്യത്തെ വഞ്ചിക്കലായി മാറും.

'ജൂതന്മാരിൽനിന്നും അഭ്യർത്ഥനകൾ വന്നിടത്തുപോലും അത് നിരാകരിക്കപ്പെട്ടില്ല,' എന്ന് ചരിത്രകാരനയ ലെനിയാഹിൽ പറയുന്നു. സ്കൂളുകളും ആശുപത്രികളും അവരുടെ വാതിലുകൾ മലർക്കെ തുറന്നിട്ടു. കൊച്ചു മത്സ്യബന്ധന ഗ്രാമങ്ങൾ നൂറുകണക്കിന് അഭയാർത്ഥികളെ സ്വീകരിച്ചു. തങ്ങളാൽ കഴിയുന്ന സ്ഥലങ്ങളിലെല്ലാം ഡാനിഷ് പോലീസ് സഹായങ്ങൾ നൽകുകയും നാസികളുമായി സഹകരിക്കാൻ വിസമ്മതിക്കുകയും ചെയ്തു. 'ഞങ്ങൾ ഡെന്മാർക്കുകാർ ഞങ്ങളുടെ ഭരണഘടനയെ വെച്ചുമാറില്ല, പ്രത്യേകിച്ചും പൗരന്മാരുടെ തുല്യതയുടെ കാര്യത്തിൽ തീരെയും,' പ്രതിരോധത്തെ പിന്തുണക്കുന്ന ന്യൂസ്പേപ്പറായ Dansk Maanedspost എഴുതി.

കരുത്തരായ ജർമ്മനി വർഷങ്ങളായുള്ള വർഗ്ഗീയ പ്രചാരണത്തിന്റെ ലഹരിയിൽ മുഴുകി കിടക്കുമ്പോൾ വിനീതരായ ഡന്മാർക്ക് മാനവികതയിലാണ് ആമഗ്നമായത്. ഡാനിഷ് നേതാക്കൾ എല്ലായ്പ്പോഴും ജനാധിപത്യക്രമത്തിന്റെ പരിപാവനതയിൽ വിശ്വസിച്ചു. മനുഷ്യരെ മനുഷ്യർക്കെതിരെ അണിനിരത്താൻ ആരു ശ്രമിച്ചാലും അവരെ ഡെന്മാർക്കുകാരനായി പരിഗണിക്കാനാവില്ല എന്നായിരുന്നു അവരുടെ നിലപാട്. 'ജൂതപ്രശ്നം' എന്നൊന്നില്ല. നാട്ടുകാർ മാത്രമേയുള്ളു.

ഏതാനും ദിവസങ്ങൾക്കുള്ളിൽ ഏഴായിരത്തിലധികം ഡാനിഷ് ജൂതന്മാരെ കൊച്ചു മത്സ്യബന്ധന ബോട്ടുകളിൽ കയറ്റി ഡെന്മാർക്കിനും സ്വീഡനുമിടയ്ക്കുള്ള ഉൾക്കടൽ കടത്തി. കൂരിരുളിന്റെ കാലത്ത് ഈ രക്ഷാപ്രവർത്തനം ചെറുതെങ്കിലും ദീപ്തമായ ഒരു പ്രകാശബിന്ദുവായിരുന്നു. മാനവികതയുടെയും മനോധൈര്യത്തിന്റെയും വിജയമായിരുന്നു ഇത്. 'സിവിൽ സമൂഹത്തിന്റെ മാനവികതയെ അണിനിരത്തുന്നത് കേവലം സൈദ്ധാന്തികമായ സാധ്യത മാത്രമല്ലെന്ന് ഈ ഡാനിഷ് അപവാദം കാണിച്ചുതരുന്നു,' എന്ന് ലിഡേഗാഡ് എഴുതുന്നു. 'അങ്ങനെ ചെയ്യാൻ സാധിക്കും, അങ്ങനെ സംഭവിച്ചുവെന്ന് നമുക്കറിയാമല്ലോ.'

ഈ ഡാനിഷ് പ്രതിരോധം വല്ലാതെ പടർന്നുപിടിക്കുകയും ഡെന്മാർക്കിലുള്ള ഹിറ്റ്ലർ അനുഭാവികൾക്കുപോലും സംശയം ജനിക്കാൻ തുടങ്ങുകയും ചെയ്തു. തങ്ങൾ നീതിപൂർവ്വകമായൊരു കാര്യത്തോടൊപ്പമാണ് നില്ക്കുന്നതെന്ന തോന്നലുണ്ടായതിനാൽ അവർക്ക് ഹിറ്റ്ലർക്കുവേണ്ടി പ്രവർത്തിക്കാൻ ബുദ്ധിമുട്ട് തോന്നി. 'അനീതിക്കുപോലും നിയമത്തിന്റെ ഒരു ലാഞ്ഛന ആവശ്യമാണ്. കരുത്തുറ്റവർക്ക് ലഭിക്കുന്ന അവകാശം മൊത്തം സമൂഹത്തിന് നിഷേധിക്കപ്പെടുമ്പോൾ അത് കണ്ടെത്തുക പ്രയാസമാണ്,' ലിഡേഗാഡ് എഴുതി.

ഇതേരീതിയിലുള്ള പ്രതിരോധം ബൾഗേറിയയിലും ഇറ്റലിയിലും മാത്രമാണ് നാസികൾ നേരിട്ടത്. അവിടെയുമതെ ജൂതന്മാരുടെ മരണം സമാനമായ രീതിയിൽ തന്നെ വളരെ കുറവായിരുന്നു. അധിനിവേശ പ്രദേശങ്ങളിൽ നിന്നുമുള്ള നാടുകടത്തലിന്റെ തോത് അതാത് രാജ്യങ്ങളിൽ നിന്നും കിട്ടുന്ന സഹകരണത്തെ ആശ്രയിച്ചിരിക്കുന്നുവെന്ന് ചരിത്രകാരന്മാർ പറയുന്നു. ഡെന്മാർക്കിൽ ജർമ്മൻകാർക്ക് മറ്റെവിടത്തെക്കാളും ബുദ്ധിമുട്ടുകളുണ്ടായി എന്ന് അഡോൾഫ് ഈഷ്മാൻ വർഷങ്ങൾക്കുശേഷം വില്ലം സാസെനോട് പറഞ്ഞു. 'ഇതിന്റെ ഫലം നിസ്സാരമായിരുന്നു... എനിക്കെന്റെ ഗതാഗത സംവിധാനങ്ങൾ തിരിച്ചു വിളിക്കേണ്ടി വന്നു – അത് എന്നെ സംബന്ധിച്ചിടത്തോളം വല്ലാത്തൊരു നാണക്കേടായിരുന്നു.'

ഒരുകാര്യം പറയാമല്ലോ, ഡെന്മാർക്കിൽ നിലയുറപ്പിച്ചിരുന്ന ജർമ്മൻകാർ അത്ര മൃദുസ്വഭാവികളൊന്നും ആയിരുന്നില്ല. അവിടെയുണ്ടായിരുന്ന ഏറ്റവും ഉയർന്ന നാസി ഉദ്യോഗസ്ഥനും 'പാരീസിലെ ബ്ലഡ്ഹൗണ്ട്' എന്നറിയപ്പെടുന്ന ആളുമായ വെർണ്ണർ ബെസ്റ്റ് തന്നെ ഇക്കാര്യം സാക്ഷ്യപ്പെടുത്തിയിട്ടുണ്ട്. കോപ്പൻ ഹാഗനിലെ മനംമാറ്റം വന്ന നാസിയായ ഡക്ക്വിറ്റ്സ് പോലും 1930-കളിൽ ഒരു സെമിറ്റ് വിരുദ്ധ വർഗ്ഗീയ ഭ്രാന്തനായിരുന്നു. എന്നാൽ വർഷങ്ങൾ കടന്നുപോയപ്പോൾ മാനവികതയുടെ ഡാനിഷ് ഭാവം അയാളിലേക്കും പടർന്നു.

ഈഷ്മാൻ ഇൻ ജെറുസലേം എന്ന തന്റെ പുസ്തകത്തിൽ ഹന്ന ആറെന്റ് ഡാനിഷ് ജൂതന്മാരെ രക്ഷപ്പെടുത്തിയതിനെക്കുറിച്ച് രസകരമായൊരു നിരീക്ഷണം നടത്തുന്നുണ്ട്. 'തദ്ദേശവാസികളിൽ നിന്നും നാസികൾ പരസ്യമായി പ്രതിരോധം നേരിട്ട ഒരേയൊരു സംഭവം ഇതുമാത്രമായിരുന്നു, മാത്രമല്ല, ഇതിന്റെ ഫലമാകട്ടെ ഇക്കാര്യം അടുത്തറിഞ്ഞ പലരുടെയും മനസ്സുമാറി എന്നതാണ്. ഒരു ജനതയെ മുഴുവൻ ഉന്മൂലനം ചെയ്യുന്നത് തീർത്തും സ്വാഭാവികമാണെന്ന രീതിയിൽ കാണാൻ അവർക്കാവുമായിരുന്നില്ല. അവർ നീതിയിലധിഷ്ഠിതമായ പ്രതിരോധത്തെയാണ് നേരിട്ടത്, അതുകൊണ്ടുതന്നെ അവരുടെ 'കാർക്കശ്യം' വെയിലിൽവെച്ച വെണ്ണപോലെ ഉരുകിപ്പോയി,' എന്നവർ എഴുതി.

9

കാതറിൻ സൂസൻ ജെനോവെസിന്റെ മരണം

1

1960-കളിൽ നിന്നുള്ള ഒരു കഥകൂടി ഇവിടെ പറയേണ്ടതുണ്ട്. മനുഷ്യ സ്വഭാവം സംബന്ധിച്ച വേദനാജനകമായൊരു സത്യം തുറന്നുകാട്ടുന്ന മറ്റൊരു കഥ. ഇത്തവണ അത് നമ്മൾ ചെയ്യുന്ന കാര്യങ്ങളെക്കുറിച്ചല്ല, മറിച്ച് നമ്മൾ ചെയ്യാൻ പരാജയപ്പെടുന്നവയെക്കുറിച്ചാണ്. രണ്ടാം ലോകമഹായുദ്ധ ത്തിൽ ലക്ഷക്കണക്കിന് ജൂതരെ അറസ്റ്റ് ചെയ്യുകയും നാടുകടത്തുകയും കൊലചെയ്യുകയും ചെയ്തശേഷം യൂറോപ്പിൽ ഒട്ടുക്കുമുള്ള ജർമ്മൻകാരും ഡച്ചുകാരും ഫ്രഞ്ചുകാരും ഓസ്ട്രിയക്കാരും മറ്റുള്ളവരുമെല്ലാം അവകാശ പ്പെട്ട കാര്യങ്ങൾ പ്രതിദ്ധ്വനിപ്പിക്കുന്ന മറ്റൊരു കഥകൂടിയാണിത്.

'Wir haben es nicht gewuBt.' 'ഞങ്ങൾക്കൊരു ധാരണയും ഇല്ലായിരുന്നു.'

1964 മാർച്ച് 13-ന് പുലർച്ചെ മൂന്നേകാൽ മണി. കാതറിൻ സൂസൻ ജെനോ വെസ് തന്റെ ചുവന്ന ഫിയറ്റ് കാർ ഇരുളിൽ കഷ്ടിച്ച് തെളിഞ്ഞ് കാണുന്ന നോ പാർക്കിങ് ബോർഡും കടന്ന് ഓസ്റ്റിൻ സ്ട്രീറ്റ് സബ്‌വേ സ്റ്റേഷന് പുറത്ത് നിർത്തുന്നു.

എല്ലാവരും കിറ്റി എന്ന് വിളിക്കുന്ന അവർ ഒരു ഊർജ്ജപ്രവാഹം തന്നെ യാണ്. ഇരുപത്തിയെട്ട് വയസ്സുള്ള അവർക്ക് നൃത്തമൊരു ഭ്രാന്താണ്, മാത്ര മല്ല ഒരുപാട് കൂട്ടുകാരുമുണ്ട്. കിറ്റിക്ക് ന്യൂയോർക്ക് നഗരം ഏറെ ഇഷ്ടമാണ്. നഗരം തിരിച്ചും അവരെ സ്നേഹിക്കുന്നു. തനിക്ക് താനായി മാറാവുന്ന സ്ഥലമാണിത് – താൻ സ്വതന്ത്രയാകുന്ന ഇടം.

എന്നാൽ അന്നുരാത്രി നല്ല തണുപ്പായിരുന്നു, കിറ്റിയാകട്ടെ തന്റെ വീട്ടിൽ, പെൺസുഹൃത്തിന്റെ അടുത്തെത്താനുള്ള തത്രപ്പാടിലും. അത് അവ രുടെ ഒന്നാം വാർഷികമായിരുന്നു. കിറ്റി ആകെ മോഹിച്ചത് മേരി ആനിനെ കെട്ടിപ്പിടിച്ച് അവരോടൊപ്പം ഇരിക്കാനായിരുന്നു. കാറിന്റെ വിളക്കണച്ച് ലോക്ക് ചെയ്ത് നൂറടിപോലും ദൂരമില്ലാത്ത തങ്ങളുടെ കൊച്ച് അപ്പാർട്ട് മെന്റിലേക്ക് കിറ്റി ധൃതിപിടിച്ചു നടന്നു.

കിറ്റിക്കറിയാത്ത കാര്യം അത് തന്റെ ജീവിതത്തിലെ അവസാനമണിക്കൂ റാണ് എന്നതായിരുന്നു.

'ദൈവമേ! എന്നെയാരോ കുത്തി... രക്ഷിക്കൂ!'

സമയം 3.19. ആ അലർച്ച ഇരുളിനെ തുളച്ച് ചുറ്റുപാടുമുള്ളവരെയെല്ലാം എഴുന്നേൽപ്പിക്കാൻ മാത്രം ഉറക്കെയായിരുന്നു. നിരവധി അപ്പാർട്ട്മെന്റു കളിൽ വിളക്ക് തെളിഞ്ഞു. ജാലകപ്പാളികൾ തുറക്കുകയും ആളുകൾ

പതിയെ എന്തൊക്കെയോ പറയുകയും ചെയ്തു. ഒരാൾ പുറത്ത് നോക്കി ഉറക്കെ വിളിച്ച് പറഞ്ഞു, 'അവളെ വെറുതെ വിടൂ.'

എന്നാൽ കിറ്റിയെ ആക്രമിച്ചയാൾ തിരിച്ചു വന്നു. രണ്ടാമതൊരിക്കൽ കൂടി അയാൾ തന്റെ കത്തികൊണ്ട് അവളെ കുത്തി. 'എന്നെ കൊന്നേ! എന്നെ കൊന്നേ!' എന്ന് ഉറക്കെ കരഞ്ഞുകൊണ്ട് ഒരു അരികിലേക്ക് വേച്ചുവേച്ച് നടന്ന് അവൾ വീണു.

ആരും പുറത്തുവന്നില്ല. സഹായിക്കാനായി ഒരു വിരൽപോലും അനക്കിയില്ല. പകരം ഒരു റിയാലിറ്റി ഷോ കാണുന്നപോലെ ഡസൻ കണക്കിന് അയൽക്കാർ ജാലകത്തിലൂടെ എത്തിനോക്കി. ഒരു ഭാര്യയും ഭർത്താവും വിളക്കണച്ച്, കുറച്ചുകൂടി വ്യക്തമായി കാണാൻ കസേരകൾ ജനലിന്നരികിലേക്ക് നീക്കിയിട്ട് കാഴ്ച കണ്ടു.

അക്രമി മൂന്നാംവട്ടം തിരിച്ചെത്തുമ്പോൾ തന്റെ അപ്പാർട്ട്മെന്റ് കെട്ടിടത്തിന്റെ ഉള്ളിലുള്ള കോണിക്കരികിൽ അവർ കിടക്കുന്നതാണ് കണ്ടത്. മേലെ തന്റെ മുറിയിൽ ഇതൊന്നുമറിയാതെ മേരി ആൻ ഉറങ്ങുകയായിരുന്നു.

കിറ്റിയെ ആക്രമിച്ചയാൾ അവരെ വീണ്ടും വീണ്ടും കുത്തി.

3.50 ആയപ്പോഴാണ് പോലീസ് സ്റ്റേഷനിൽ ആദ്യവിളി എത്തുന്നത്. എന്തുചെയ്യണമെന്ന് ഏറെനേരം തലപുകഞ്ഞാലോചിച്ച ഒരു അയൽക്കാരന്റെ വിളിയായിരുന്നു അത്. രണ്ടുമിനിറ്റിനുള്ളിൽ പോലീസ് അവിടെയെത്തി. പക്ഷേ, വൈകിക്കഴിഞ്ഞിരുന്നു. 'എനിക്ക് ഇതിൽ ഉൾപ്പെടാൻ താല്പര്യമില്ലായിരുന്നു,' വിളിച്ചയാൾ പോലീസിനോട് സമ്മതിച്ചു.

'എനിക്ക് ഇതിൽ ഉൾപ്പെടാൻ താല്പര്യമില്ലായിരുന്നു.' ഈ വാക്കുകൾ ലോകമെങ്ങും അലയടിച്ചു.

തുടക്കത്തിൽ കിറ്റിയുടെ മരണം ആ വർഷം ന്യൂയോർക്ക് നഗരത്തിലുണ്ടായ 636 കൊലപാതകങ്ങളിൽ ഒന്നു മാത്രമായിരുന്നു. പൊടുന്നനെയില്ലാതായൊരു ജീവിതം, നഷ്ടപ്പെട്ടൊരു പ്രണയം. നഗരം വീണ്ടും മുന്നോട്ടു നീങ്ങി. എന്നാൽ രണ്ടാഴ്ച കഴിഞ്ഞ് ഈ വാർത്ത പത്രങ്ങളിൽ വരികയും കാലക്രമേണ കിറ്റിയുടെ കൊലപാതകം ചരിത്രപുസ്തകങ്ങളിൽ ഇടം നേടുകയും ചെയ്തു. കൊലപാതകിയോ കൊല്ലപ്പെട്ടയാളോ കാരണമായിരുന്നില്ല ഇത്, മറിച്ച് കാണികൾ കാരണമായിരുന്നു.

ഒരു ദുഃഖവെള്ളിയാഴ്ച ദിനത്തിലാണ് മാധ്യമ കൊടുങ്കാറ്റ് ആഞ്ഞു വീശാൻ തുടങ്ങിയത്. 1964 മാർച്ച് 27-ന്. 'കൊലപാതകം കണ്ടിട്ടും 37 പേർ പോലീസിനെ വിളിച്ചില്ല' എന്ന് *ന്യൂയോർക്ക് ടൈംസ്* ഒന്നാം പേജിലെഴുതി. ആ റിപ്പോർട്ടിന്റെ തുടക്കം ഇങ്ങനെയായിരുന്നു: 'അരമണിക്കൂറിലധികം നേരം മാന്യരും നിയമം അനുസരിച്ച് പ്രവർത്തിക്കുന്നവരുമായ ക്വീൻസിലെ മുപ്പത്തിയെട്ടുപേർ, ക്യൂ ഗാർഡൻസിൽ ഒരു കൊലപാതകി ഒരു സ്ത്രീയെ പിന്തുടർന്നുവന്ന് മൂന്നുതവണ ആക്രമിച്ച് കത്തിക്കുത്ത് നടത്തുന്നത് നോക്കിനിന്നു'. കിറ്റി ഇപ്പോഴും ജീവിച്ചിരിക്കുമായിരുന്നു എന്ന് ആ റിപ്പോർട്ട് പറഞ്ഞു. ഒരു ഡിറ്റക്ടീവിന്റെ വാക്കുകളിൽ, 'ഒരു ഫോൺവിളി മാത്രം മതിയായിരുന്നു അതിന്.'

ഗ്രേറ്റ് ബ്രിട്ടൺ മുതൽ റഷ്യവരെയും ജപ്പാൻ മുതൽ ഇറാൻവരെയും കിറ്റി ഒരു വലിയ വാർത്തയായി. മുതലാളിത്തത്തിന്റെ 'കാട്ടുനീതിക്ക്' ഇതൊരു തെളിവാണ് എന്ന് സോവിയറ്റ് പത്രമായ Izvestia എഴുതി. അമേരിക്കൻ ജനത 'യേശുവിനെ കുരിശേറ്റിയവരെപോലെ രോഗാതുരമായി

കഴിഞ്ഞു' എന്ന് ബ്രൂക്ക്‌ളിനിലെ ഒരു മന്ത്രി ധർമ്മപ്രഭാഷണം നടത്തി. മറ്റൊരു കോളമിസ്റ്റ് തന്റെ നാട്ടുകാരെ 'നിർദ്ദയരും ഭീരുക്കളും അസന്മാർഗ്ഗികളുമായ ആളുകൾ' എന്ന് അപലപിച്ചു.

പത്രക്കാരും ഫോട്ടോഗ്രാഫർമാരും ടെലിവിഷൻകാരുമെല്ലാം കിറ്റി താമസിച്ചിരുന്ന ക്യൂ ഗാർഡൻസിൽ തടിച്ചുകൂടി. ഏറെ മനോഹരവും വൃത്തിയുള്ളതും ആദരണീയവുമായ ഒരു ചുറ്റുപാടായിരുന്നു അതെന്ന് അവർക്കാർക്കും വിശ്വസിക്കാനായില്ല. ഇങ്ങനെയുള്ളൊരു സ്ഥലത്തെ ആളുകൾക്കെങ്ങനെയാണ് തീർത്തും പേടിപ്പെടുത്തുന്ന തരത്തിൽ നിർവ്വികാരത കാണിക്കാനാവുക?

ഇത് ടെലിവിഷന്റെ നിശ്ചേതനത്വപ്രഭാവമാണെന്ന് ഒരാൾ അവകാശപ്പെട്ടു. അതല്ല, പുരുഷന്മാരെ ഭീരുക്കളാക്കി മാറ്റിയ ഫെമിനിസം കാരണമാണ് ഇതുണ്ടായതെന്ന് മറ്റൊരാൾ. വൻനഗരങ്ങളിലെ ആരോരുമറിയാത്ത ജീവിതത്തെയാണ് ഇത് കാണിക്കുന്നതെന്ന് മറ്റുചിലർ കരുതി. ഇത് ഹോളോകോസ്റ്റിന് ശേഷമുള്ള ജർമ്മൻകാരെ ഓർമ്മിപ്പിക്കുന്ന തരത്തിലുള്ള കാര്യമല്ലേ? അവരുമതേ അജ്ഞത നടിക്കുകയാണ് ചെയ്തത്: ഞങ്ങൾക്ക് ഒരു ധാരണയുമില്ലായിരുന്നു.

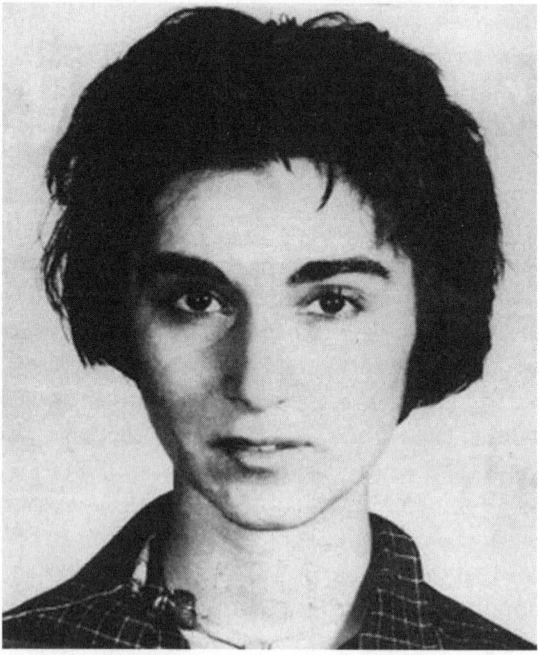

കിറ്റി ജെനോവ്സിന്റെ ഏറ്റവും പ്രശസ്തമായൊരു ചിത്രം. 1961-ൽ ഒരു കുറ്റത്തിന് പോലീസ് അവരെ അറസ്റ്റ് ചെയ്തപ്പോൾ എടുത്ത ചിത്രമാണിത്. ഒരു ബാറിൽ വർക്കുചെയ്തിരുന്ന അവർ കുതിരപ്പന്തയത്തിൽ വാതുവെപ്പുമായി ബന്ധപ്പെട്ടിരുന്നു. ഇതിനവർക്ക് 50 ഡോളർ പിഴയിട്ടു. ഈ ഫോട്ടോയിൽ നിന്നും വെട്ടിയെടുത്ത മുഖം ന്യൂയോർക്ക് ടൈംസ് ലോകമെമ്പാടും പ്രചരിപ്പിച്ചു. *കടപ്പാട്: വിക്കിമീഡിയ.*

എന്നാൽ പരക്കെ അംഗീകരിക്കപ്പെട്ടത് *ന്യൂയോർക്ക് ടൈംസി*ലെ മെട്രോപോളിറ്റൻ എഡിറ്ററും തന്റെ തലമുറയിലെ പ്രമുഖ പത്രപ്രവർത്തകനുമായ അബേ റോസെന്താൾ നടത്തിയ വിശകലനമായിരുന്നു. 'ഓസ്റ്റിൻ സ്ട്രീറ്റിലെ അപ്പാർട്ട്മെന്റുകളിലും വീടുകളിലും സംഭവിച്ചത് മനുഷ്യവാസ്ഥ സംബന്ധിച്ച ഭീതിദമായ ഒരു യാഥാർത്ഥ്യത്തിന്റെ ലക്ഷണമായിരുന്നു,' അദ്ദേഹം എഴുതി.

എന്തൊക്കെപ്പറഞ്ഞാലും അവസാനം നമ്മൾ ഒറ്റക്കാണ്.

2

കിറ്റി ജെനോവെസിനെക്കുറിച്ച് ആദ്യം വായിക്കുന്ന കാലത്ത് ഞാനൊരു വിദ്യാർത്ഥിയായിരുന്നു. ലക്ഷക്കണക്കിന് ആളുകളെപോലെ ഞാനുമതെ മാൽക്കം ഗ്ലാഡ്‌വെല്ലിന്റെ കന്നി പുസ്തകമായ *ദ ടിപ്പിങ് പോയിന്റ്* ആർത്തിയോടെ വായിച്ചു. അതിന്റെ ഇരുപത്തിയേഴാം പേജിലാണ് ആ മുപ്പത്തിയെട്ട് ദൃക്സാക്ഷികളെക്കുറിച്ച് ഞാൻ മനസ്സിലാക്കിയത്.

മിൽഗ്രാമിന്റെ ഷോക്ക് മെഷീനും സിംബാർദോയുടെ തടവറയുംപോലെ ഈ വാർത്തയും എന്റെ ശ്രദ്ധയാകർഷിച്ചു. 'അതിനെക്കുറിച്ച് എനിക്കിപ്പോഴും മെയിലുകൾ കിട്ടാറുണ്ട്,' വർഷങ്ങൾക്കുശേഷം റോസെന്താൾ എഴുതി. 'ഇപ്പോഴുമതേ, ആ കഥ ആളുകളുടെ മനസ്സിൽനിന്നും വിട്ടുപോയിട്ടില്ല. അതൊരു രത്നം പോലെയാണ് - നിങ്ങൾ അത് നോക്കിക്കൊണ്ടിരുന്നാൽ പലപല കാര്യങ്ങളും തോന്നും.'

നിർണ്ണായകമായ ആ പതിമൂന്നാം തീയതി വെള്ളിയാഴ്ച നാടകങ്ങൾക്കും പാട്ടുകൾക്കും വിഷയമായി. സീൻഫെൽഡ്, ഗേൾസ്, ലോ ആന്റ് ഓർഡർ തുടങ്ങിയ പരിപാടികളുടെ മൊത്തം എപ്പിസോഡുകളും അതിനായി നീക്കിവെച്ചു. 1994-ൽ ക്യൂ ഗാർഡൻസിൽ നടന്ന ഒരു പ്രഭാഷണത്തിൽ പ്രസിഡണ്ട് ബിൽ ക്ലിന്റൺ കിറ്റിയുടെ കൊലപാതകം നൽകുന്ന 'മരവിപ്പിക്കുന്ന സന്ദേശം' ഓർത്തെടുത്തു. അമേരിക്കൻ പ്രതിരോധ ഡെപ്യൂട്ടി സെക്രട്ടറി പോൾ വോൾഫോവിറ്റ്സ് ഇതിനെ 2003-ലെ ഇറാക്ക് അധിനിവേശത്തെ പരോക്ഷമായി ന്യായീകരിക്കാൻ ഉപയോഗിച്ചു. (ഈ യുദ്ധത്തെ എതിർത്ത അമേരിക്കക്കാർ ആ മുപ്പത്തിയെട്ട് ദൃക്സാക്ഷികളെപോലെ ഉദാസീനരായിരുന്നു എന്നാണ് അദ്ദേഹം പറഞ്ഞത്.)

ഈ കഥ നല്കുന്ന പാഠം എനിക്കും വ്യക്തമായി തോന്നി. എന്തുകൊണ്ടാണ് ആരും കിറ്റി ജെനോവെസിന്റെ സഹായത്തിന് വരാതിരുന്നത്? കാരണം, ആളുകൾ നിർദ്ദയരും നിസ്സംഗരുമാണ്. കിറ്റി ജെനോവെസ് എല്ലാവർക്കും സുപരിചിതമായ ഒരു പേരായി മാറിക്കഴിഞ്ഞ അക്കാലത്ത് ഈയൊരു സന്ദേശം കരുത്തുനേടുന്നുണ്ടായിരുന്നു. ഇതേ കാലത്തുതന്നെയാണ് *ഈച്ചകളുടെ തമ്പുരാൻ* ബെസ്റ്റ് സെല്ലറാവുന്നതും, അഡോൾഫ് ഈഷ്മാൻ വിചാരണ നേടുന്നതും, സ്റ്റാൻലി മിൽഗ്രാം ലോകമെമ്പാടും ഷോക്ക് തരംഗങ്ങൾ അയയ്ക്കുന്നതും, ഫിലിപ്പ് സിംബാർദോ തന്റെ തൊഴിൽ ആരംഭിക്കുന്നതും.

എന്നാൽ കിറ്റിയുടെ മരണവുമായി ബന്ധപ്പെട്ട സാഹചര്യങ്ങൾ സംബന്ധിച്ച ഗവേഷണങ്ങൾ വായിക്കാൻ തുടങ്ങിയപ്പോൾ, വീണ്ടുമതേ, തീർത്തും

വ്യത്യസ്തമായൊരു കഥയ്ക്ക് പിന്നാലെയാണ് ഞാൻ പോകുന്നതെന്ന് എനിക്ക് മനസ്സിലായി.

അക്കാലത്തെ രണ്ട് യുവ മനഃശാസ്ത്ജ്ഞരായിരുന്നു ബിപ്പ് ലാറ്റേനും ജോൺ ഡാർലിയും. ഒരു അത്യാവശ്യ സന്ദർഭത്തിൽ, അല്ലെങ്കിൽ തങ്ങൾ എന്തെങ്കിലും വിചിത്രമായ കാര്യങ്ങൾ കണ്ടാൽ നോക്കി നില്ക്കുന്നവർ എന്തുചെയ്യും എന്നതിനെ സംബന്ധിച്ചായിരുന്നു അവർ പഠിച്ചുകൊണ്ടിരുന്നത്. കിറ്റിയുടെ കൊലപാതകം നടന്ന് അധികനാൾ കഴിയും മുന്നേ അവർ ഒരു പരീക്ഷണം നടത്താൻ തീരുമാനിച്ചു. അവരുടെ പരീക്ഷണവസ്തുക്കൾ നിസ്സന്ദേഹികളായ കോളേജ് വിദ്യാർത്ഥികളായിരുന്നു. ഇവരോട് ഒരു അടച്ച മുറിയിൽ ഒറ്റയ്ക്കിരുന്ന് ഇന്റർകോം വഴി തങ്ങളുടെ സമപ്രായക്കാരോട് സല്ലപിക്കാൻ ആവശ്യപ്പെട്ടു.

സത്യത്തിൽ ഇന്റർകോമിനപ്പുറത്ത് മറ്റാരുമുണ്ടായിരുന്നില്ല. ഗവേഷകർ നേരത്തെ റിക്കോഡ് ചെയ്ത ഒരു ടേപ്പ് പ്രവർത്തിപ്പിക്കുക മാത്രമാണ് ചെയ്തത്. 'എനിക്ക്, സത്യം പറഞ്ഞാൽ... ഒരു സഹായം വേണം,' ഒരു ഘട്ടത്തിൽ ആ ശബ്ദം വിലാപം പോലെയായി. 'ആരെങ്കിലുമെന്നെ ഒന്നു സഹായിച്ചാൽ... നിങ്ങളാരെങ്കിലുമെന്നെ... എന്നെ... എന്നെ ആരെങ്കിലുമൊന്ന് സഹായിക്കുമോ (തേങ്ങുന്ന ശബ്ദം)... ഞാനിപ്പോൾ മരിച്ചുപോകും...'

പിന്നീടെന്താണുണ്ടായത്? പരീക്ഷണ വിധേയനായ കുട്ടി സഹായത്തിനുള്ള ഈ കരച്ചിൽ താൻ മാത്രമാണ് കേട്ടതെന്ന് കരുതുകയും ഇടനാഴിയിലൂടെ ഓടി പുറത്തുകടക്കുകയും ചെയ്തു. അവരെല്ലാവരും തന്നെ ഇങ്ങനെ ഇടപെടുന്നതിനായി ഓടി പുറത്തുവന്നു. എന്നാൽ തൊട്ടടുത്ത മുറികളിൽ വേറെ അഞ്ച് വിദ്യാർത്ഥികൾ കൂടി ഇരിക്കുന്നുണ്ട് എന്ന് ഇവരെ പറഞ്ഞ് വിശ്വസിപ്പിച്ചപ്പോൾ അവരിൽ 62 ശതമാനം മാത്രമാണ് എന്തെങ്കിലും ചെയ്തത്. അതാണ് കാണീപ്രഭാവം (Bystander Effect).

ലാറ്റേനിന്റെയും ഡാർലിയുടെയും കണ്ടെത്തലുകൾ സാമൂഹ്യ മനഃശാസ്ത്രത്തിന് നൽകിയ ഏറ്റവും പ്രധാനമായ സംഭാവനകളായി മാറി. പിന്നീടുള്ള ഇരുപത് വർഷക്കാലം കാണികൾ അല്ലെങ്കിൽ സാക്ഷികൾ ഒരു അടിയന്തിരഘട്ടത്തിൽ എങ്ങനെയാണ് പെരുമാറുന്നതെന്ന് സംബന്ധിച്ച് ആയിരത്തിലധികം ലേഖനങ്ങൾ വന്നു. അവരുടെ പരീക്ഷണഫലങ്ങളും ക്യൂ ഗാർഡൻസിലെ ആ മുപ്പത്തിയെട്ട് ദൃക്സാക്ഷികളുടെ നിഷ്ക്രിയത്വം വിശദീകരിച്ചു: ആ ചുറ്റുപാടിലെ ആളുകൾ കിറ്റി ജെനോവെസിന്റെ കരച്ചിൽ കേട്ട് ഉണർന്നിട്ടുപോലും അവർ മരിച്ചു എന്നതല്ല, മറിച്ച് ആളുകൾ ഉണർന്നതുകൊണ്ട് അവർ മരിച്ചു എന്നതാണ്.

പിന്നീട് ആ കെട്ടിടത്തിൽ താമസിച്ചിരുന്ന ഒരാൾ ഒരു റിപ്പോർട്ടറോട് പറഞ്ഞ കാര്യം ഇതിന് ഉപോത്ബലകമായി. തന്റെ ഭർത്താവ് പോലീസിനെ വിളിക്കാൻ പോയപ്പോൾ അവർ അയാളെ തടഞ്ഞു: 'ഒരു മുപ്പത് ഫോൺ വിളികളെങ്കിലും ഇപ്പോൾ അവിടെ എത്തിക്കാണുമെന്ന് ഞാനദ്ദേഹത്തോട് പറഞ്ഞു.' കിറ്റി ആക്രമിക്കപ്പെട്ടത് ഒരൊറ്റ സാക്ഷി മാത്രമുള്ള വിജനമായ ഒരു ഊടുവഴിയിൽവച്ചായിരുന്നുവെങ്കിൽ അവർ ഒരുപക്ഷേ രക്ഷപ്പെട്ടേനെ. ഇതെല്ലം കിറ്റിയുടെ പ്രശസ്തി വർദ്ധിപ്പിച്ചു. അവരുടെ കഥ ഏറ്റവും മികച്ച പത്തു മനഃശാസ്ത്ര പാഠപുസ്തകങ്ങളിൽ ഇടംപിടിക്കുകയും ഇപ്പോഴും

പത്രക്കാർക്കും പണ്ഡിതർക്കും പ്രചോദനമാവുകയും ചെയ്യുന്നു. അത് വൻ നഗരങ്ങളിലെ ജീവിതത്തിനുള്ള അപകടകരമായ അജ്ഞാതാവസ്ഥ സംബന്ധിച്ച ഒരു ആധുനികകാല അന്യാപദേശ കഥയായി മാറി.

3

കുറേക്കാലത്തേക്കു ഞാൻ കരുതിയത് കാണീപ്രഭാവം മഹാനഗരജീവിതത്തിന്റെ ഒരു അനിവാര്യ ഘടകമാണെന്നാണ്. എന്നാൽ അതിനിടെ, ഞാൻ ജോലി ചെയ്യുന്ന നഗരത്തിൽ ഒരു കാര്യം സംഭവിച്ചു, എന്റെ അനുമാനങ്ങൾ പുനർവിചിന്തനം ചെയ്യാൻ എന്നെ പ്രേരിപ്പിച്ച ഒരു കാര്യം.

ഫെബ്രുവരി 9, 2016. ഉച്ചതിരിഞ്ഞു മൂന്നേമുക്കാലിന് സന്നേ (ഇതവരുടെ യഥാർത്ഥ പേരല്ല) തന്റെ വെളുത്ത ആൽഫാ റോമിയോ ആംസ്റ്റർഡാമിലെ ഒരു കനാലിന്റെ കരയിലുള്ള തെരുവായ സ്ലോട്ടർകേഡിൽ പാർക്ക് ചെയ്യുന്നു. അവർ കാറിൽനിന്നും പുറത്തുകടന്ന് അടുത്ത സീറ്റിൽ കിടക്കുന്ന തന്റെ കൈക്കുഞ്ഞിനെ എടുക്കാനായി എതിർവശത്തേക്കു നടക്കുന്നു. പൊടുന്നനെയാണ് അവർ ശ്രദ്ധിച്ചത്; തന്റെ കാർ ഇപ്പോഴും നീങ്ങിക്കൊണ്ടിരിക്കുകയാണ്. സന്നേ വല്ലവിധേനയും സ്റ്റിയറിങ് സീറ്റിൽ കയറി ബ്രേക്ക് ഇടാൻ ശ്രമിക്കുമ്പോഴേക്കും സമയം വൈകി കഴിഞ്ഞിരുന്നു. കാർ കനാലിൽ വീണു മുങ്ങിത്താഴാൻ തുടങ്ങി.

ചീത്ത വാർത്ത: ഡസൻ കണക്കിന് കാണികൾ അത് സംഭവിക്കുന്നത് നോക്കിനിന്നു.

അതിലുമധികം ആളുകൾ സന്നേയുടെ അലമുറയിട്ടുള്ള കരച്ചിൽ കേട്ടു എന്നതിൽ സംശയമില്ല. ക്യൂ ഗാർഡൻസ് പോലെത്തന്നെ ഇവിടെയുമതെ, അത്യാഹിതം നടന്ന സ്ഥലത്തിനഭിമുഖമായി അപ്പാർട്മെന്റുകൾ ഉണ്ട്. ഇതുമതെ, ഒരു നല്ല അപ്പർ മിഡിൽക്ലാസ്സ് പരിസരമാണ്.

പെട്ടെന്ന് അപ്രതീക്ഷിതമായ ഒരുകാര്യം സംഭവിക്കുന്നു. 'അതൊരു അനൈച്ഛിക ചേഷ്ട പോലെയായിരുന്നു,' തൊട്ടടുത്തുള്ള ഒരു റിയൽ എസ്റ്റേറ്റ് ഏജൻസി ഉടമയായ റൂബെൻ അബ്രഹാംസ് പിന്നീട് ഒരു പ്രാദേശിക ടിവി റിപ്പോർട്ടറോട് പറഞ്ഞതിങ്ങനെയാണ്. 'വെള്ളത്തിലൊരു കാറോ? അത് ശരിയല്ലല്ലോ.' അയാൾ ഉടനെ തന്റെ ഓഫീസിലെ ടൂൾബോക്സിൽനിന്നും ഒരു ചുറ്റിക എടുക്കാൻ ഓടുന്നു, എന്നിട്ട് അതുമായി ആ തണുത്തുറഞ്ഞ കനാലിലേക്കു കുതിച്ചുചാടുന്നു.

നല്ല ഉയരവും ബലിഷ്ഠശരീരവും നരകയറാൻ തുടങ്ങിയ കുറ്റിത്താടിയുമുള്ള റൂബെൻ ആ സംഭവസ്ഥലം എനിക്ക് കാണിച്ചുതരാനായി ഒരു തണുത്ത ജനുവരി ദിവസമാണ് എന്നെ കാണുന്നത്. 'അത് വിചിത്രമായൊരു യാദൃച്ഛികത്വമായിരുന്നു, ഒരൊറ്റ നിമിഷം എല്ലാം ഒരുമിച്ചു വന്നു എന്നത്,' അദ്ദേഹം എന്നോടു പറയുന്നു.

റൂബെൻ കനാലിലേക്ക് എടുത്തുചാടുമ്പോൾ റീൻക് കെന്റി – അയാളും ഒരു കാണിയായിരുന്നു – മുങ്ങിത്താഴുന്ന ആ വണ്ടിക്കടുത്തേക്കു നീന്തി

ക്കൊണ്ടിരിക്കുകയായിരുന്നു. മറ്റൊരു കാഴ്ചക്കാരനായ റീനിയർ ബോഷും നീന്തുന്നുണ്ടായിരുന്നു. അവസാനനിമിഷം ഒരു സ്ത്രീ റീനിയർക്ക് ഒരു ഇഷ്ടിക നൽകിയിരുന്നു; നിമിഷങ്ങൾക്കകം ഏറ്റവും നിർണ്ണായകമാവാൻ പോകുന്ന ഒരു സംഗതിയാണത്. നാലാമത്തെ കാഴ്ചക്കാരനായ വീറ്റ്സെ മോൽ ഉടൻതന്നെ തന്റെ കാറിൽ നിന്നും ഒരു ചുറ്റികയെടുത്ത് വെള്ളത്തിലേക്ക് ചാടുന്നു. അവസാനമായി ചാടുന്നത് അയാളാണ്.

'ഞങ്ങൾ കാറിന്റെ ചില്ലുജാലകത്തിന്മേൽ ഇടിക്കാൻ തുടങ്ങി,' റൂബെൻ ഓർത്തെടുക്കുന്നു. റീനിയർ ഒരു വശത്തെ ചില്ലുജാലകം ഇടിച്ചുപൊട്ടിക്കാൻ ശ്രമിച്ചെങ്കിലും നടന്നില്ല. അപ്പോഴേക്കും കാർ ചെരിഞ്ഞു വെള്ളത്തിലേക്ക് മൂക്കു കുത്താൻ തുടങ്ങിയിരുന്നു. അന്നേരം റീനിയർ ഇഷ്ടിക കൊണ്ടുവന്ന് പിൻവാതിലിൽ ഇടിക്കുന്നു. അവസാനം അത് തകരുന്നു.

പിന്നെ എല്ലാം സംഭവിച്ചത് വളരെ പെട്ടെന്നാണ്. 'അമ്മ കുഞ്ഞിനെ പിൻജാലകത്തിലൂടെ എനിക്ക് കൈമാറി,' റൂബെൻ തുടരുന്നു. ഒരു നിമിഷം കുഞ്ഞ് അവിടെ കുടുങ്ങിയെങ്കിലും നിമിഷങ്ങൾക്കുള്ളിൽ റൂബെനും റീനിയറും അതിനെ സ്വതന്ത്രമാക്കി പുറത്തെടുത്തു. റീനിയർ കുഞ്ഞിനേയും കൊണ്ട് സുരക്ഷിതമായി കരയിലേക്ക് നീന്തുന്നു. 'അമ്മ കാറിനകത്തു തന്നെയിരിക്കെ അത് ഇഞ്ചിഞ്ചായി മുങ്ങിത്താഴാൻ തുടങ്ങുന്നു. കൃത്യസമയത്തു തന്നെ റൂബെൻ, റീൻക്, വീറ്റ്സെ എന്നിവർ അവരെ പുറത്തുകടക്കാൻ സഹായിക്കുന്നു.

രണ്ടുനിമിഷം കഴിഞ്ഞില്ല, കാർ ആ കറുത്ത വെള്ളത്തിൽ മുങ്ങി അപ്രത്യക്ഷമാവുന്നു.

അപ്പോഴേക്കും കരയിൽ കാണികൾ തിങ്ങിക്കൂടിക്കഴിഞ്ഞിരുന്നു. അവർ അമ്മയെയും കുഞ്ഞിനെയും ആ നാലുപേരെയും കരക്കെത്തിക്കാൻ സഹായിക്കുകയും തോർത്താൻ തൂവാല നൽകുകയും ചെയ്തു.

മൊത്തം രക്ഷാപ്രവർത്തനവും കേവലം രണ്ടുമിനിറ്റുകൊണ്ടു പൂർത്തിയായി. അന്നേരമത്രയും തീർത്തും അപരിചിതരായ ആ നാലുപേരും പരസ്പരം ഒന്നും മിണ്ടിയില്ല. ഒരു നിമിഷാർദ്ധമെങ്കിലും ഇവരിൽ ആരെങ്കിലും മടിച്ചിരുന്നെങ്കിൽ കാര്യം കൈവിട്ടുപോയേനെ. അവർ നാലുപേരും വെള്ളത്തിലേക്ക് എടുത്തുചാടിയില്ലായിരുന്നെങ്കിൽ രക്ഷാപ്രവർത്തനം പരാജയപ്പെട്ടേനെ. അവസാന നിമിഷത്തിൽ പേരറിയാത്ത ആ വഴിയാത്രിക റീനിയറിന് ആ ഇഷ്ടിക നൽകിയില്ലായിരുന്നുവെങ്കിൽ അയാൾക്ക് ആ പിൻജാലകം അടിച്ചുപൊട്ടിച്ച് അമ്മയെയും കുഞ്ഞിനെയും പുറത്തെത്തിക്കാൻ കഴിയുമായിരുന്നില്ല.

മറ്റൊരുതരത്തിൽ പറഞ്ഞാൽ സന്നേയും അവരുടെ കൈകുഞ്ഞും ഇത്രയധികം കാണികൾ അവിടെ ഉണ്ടായിരുന്നെങ്കിൽ കൂടി രക്ഷപ്പെട്ടതല്ല, മറിച്ച് അവർ ഉള്ളതുകാരണം രക്ഷപ്പെട്ടതാണ്.

4

ഇപ്പോൾ നിങ്ങൾ കരുതുന്നുണ്ടാകും ഹൃദയസ്പർശിയായ കഥ, എന്നാൽ ഒരുപക്ഷേ, ഇത് കാണീസിദ്ധാന്തത്തിന് ഒരു അപവാദമായിരിക്കാം എന്ന്. അല്ലെങ്കിൽ ഡച്ച് സംസ്കാരത്തിന് ചില സവിശേഷതകൾ ഉള്ളതുകൊണ്ടാവാമെന്ന്. അതുമല്ലെങ്കിൽ ആംസ്റ്റർഡാമിലെ ഈ ചുറ്റുപാട്, അല്ലെങ്കിൽ ഈ നാലുപേർ, ഇതെല്ലം അപവാദമാകുമോ?

നേരെ തിരിച്ചാണ്. കാണീപ്രഭാവം ഇപ്പോഴും നിരവധി ടെക്സ്റ്റ് പുസ്തകങ്ങളിൽ പഠിപ്പിക്കുന്നുണ്ടെങ്കിലും 2011-ൽ പ്രസിദ്ധീകരിച്ച ഒരു മെറ്റാ അനാലിസിസ് അടിയന്തിര സാഹചര്യങ്ങളിൽ കാണികൾ എന്തുചെയ്യുന്നു എന്ന കാര്യത്തിലേക്ക് പുതിയ വെളിച്ചം വീശുന്നു. മെറ്റാ അനാലിസിസ് എന്നത് ഗവേഷണത്തെക്കുറിച്ചുള്ള ഗവേഷണമാണ്. എന്നുപറഞ്ഞാൽ, അത് ഒരു വലിയ കൂട്ടം പഠനങ്ങളെ വിശകലനം ചെയ്യുന്നു. ഈ മെറ്റാ അനാലിസിസ്, ലാറ്റനേയും ഡാർലിയും കുട്ടികളെ മുറിയിൽ ഇരുത്തി നടത്തിയ പരീക്ഷണമടക്കം കാണീപ്രഭാവം സംബന്ധിച്ച് കഴിഞ്ഞ 50 വർഷങ്ങളിൽ ഉണ്ടായ ഏറ്റവും പ്രധാന 105 പഠനങ്ങൾ വിശകലനം ചെയ്തു.

പഠനങ്ങളുടെ ഈ പഠനത്തിൽ നിന്നും രണ്ട് ഉൾക്കാഴ്ചകൾ വെളിപ്പെട്ടു. ഒന്ന്: കാണീപ്രഭാവം എന്നൊന്നുണ്ട്. ചില നേരങ്ങളിൽ നമ്മൾ അടിയന്തിര കാര്യങ്ങളിൽ ഇടപെടേണ്ടതില്ലെന്നും മറ്റാരെങ്കിലും അത് ചെയ്യുന്നതാണ് നല്ലതെന്നും നമ്മൾ കരുതുന്നു. ചിലപ്പോൾ തെറ്റായ കാര്യങ്ങൾ ചെയ്യാൻ നമുക്ക് ഭയമാണ്, ശാസന ഭയന്ന് നമ്മൾ ചില കാര്യങ്ങളിൽ ഇടപെടാറില്ല. മറ്റ് ചിലപ്പോഴാകട്ടെ, ഇടപെടാൻ മാത്രം ഒരു പ്രശ്നവുമില്ലെന്നും നമ്മൾ കരുതും, കാരണം മറ്റാരും തന്നെ അതിൽ ഒന്നും ചെയ്യുന്നില്ലെന്ന് നമ്മൾ കാണുന്നു.

രണ്ടാമത്തെ ഉൾക്കാഴ്ച എന്താണ്? അടിയന്തര സാഹചര്യം (ആരെങ്കിലും മുങ്ങിമരിക്കാൻ പോവുകയോ ആക്രമിക്കപ്പെടുകയോ പോലുള്ള) ജീവാപായകരമായതാണെങ്കിൽ, കണ്ടുനിൽക്കുന്നവർക്ക് പരസ്പരം ആശയവിനിമയം നടത്താൻ കഴിയുമെങ്കിൽ (എന്നുപറഞ്ഞാൽ അവർ വെവ്വേറെ മുറികളിൽ ഒറ്റപ്പെട്ട് കഴിയുകയല്ലെങ്കിൽ) അവിടെ വിപരീത കാണീപ്രഭാവം ഉണ്ടാകുന്നു. 'കൂടുതൽ കാണികൾ ഉണ്ടാകുമ്പോൾ അത് സഹായം കുറയ്ക്കുകയല്ല കൂട്ടുകയാണ് ചെയ്യുന്നത്' എന്ന് ആ ലേഖനകർത്താക്കൾ പറയുന്നു.

അതുമാത്രമല്ല. നൈസർഗ്ഗികമായ ആ രക്ഷാപ്രവർത്തനത്തെക്കുറിച്ച് റൂബേനെ ഇന്റർവ്യൂ ചെയ്ത് ഏതാനും മാസങ്ങൾക്കുശേഷം ഞാൻ ഡാനിഷ് സൈക്കോളജിസ്റ്റായ മേരി ലിൻഡേഗാർഡുമായി ആംസ്റ്റർഡാമിലെ ഒരു കഫേയിൽവച്ച് ഒരു കൂടിക്കാഴ്ചക്ക് അവസരമൊരുക്കി. ദേഹത്തുനിന്നും മഴത്തുള്ളികൾ കുടഞ്ഞുകളഞ്ഞ് അവർ ഉപവിഷ്ടയായ ശേഷം തന്റെ ലാപ്ടോപ്പ് തുറക്കുകയും ഒപ്പം ഒരട്ടി കടലാസുകൾ എനിക്ക് മുന്നിൽ നിരത്തിയശേഷം ഒരു പ്രഭാഷണം ആരംഭിക്കുകയും ചെയ്തു.

എന്തുകൊണ്ടാണ് നമ്മൾ ഇത്രയും സങ്കീർണ്ണമായ പരീക്ഷണങ്ങളെക്കുറിച്ചും ചോദ്യാവലികളെക്കുറിച്ചും അഭ്യൂഹങ്ങളെക്കുറിച്ചും ചിന്തിക്കുന്നത് എന്ന് ആദ്യമായി ചോദിച്ച ഗവേഷകരിൽ ഒരാളായിരുന്നു ലിൻഡെ

ഗാർഡ്. എന്തുകൊണ്ട് നമ്മൾ യഥാർത്ഥ മനുഷ്യർ യഥാർത്ഥ സാഹചര്യങ്ങളിൽ ഉള്ളതിന്റെ ദൃശ്യങ്ങൾ നോക്കുന്നില്ല. എന്തൊക്കെപ്പറഞ്ഞാലും ആധുനിക നഗരങ്ങൾ ക്യാമറകൾകൊണ്ട് നിറഞ്ഞതാണല്ലോ.

മികച്ച ആശയംതന്നെ. പക്ഷേ, അത്തരം ദൃശ്യങ്ങൾ കയ്യിൽ കിട്ടില്ലല്ലോ എന്നായി മേരിയുടെ സഹപ്രവർത്തകർ. അതു നമുക്ക് നോക്കാം എന്നായിരുന്നു അവരുടെ മറുപടി. ഇപ്പോൾ അവരുടെ കൈവശം കോപ്പൻഹാഗനിൽ നിന്നും കേപ്ടൗണിൽ നിന്നും ലണ്ടനിൽ നിന്നും ആംസ്റ്റർഡാമിൽ നിന്നുമുള്ള ആയിരത്തിലധികം വീഡിയോകളുടെ ഒരു ഡാറ്റാബെയ്സ് ഉണ്ട്. അവ ശണ്ഠകളും ബലാത്സംഗങ്ങളും കൊലപാതകശ്രമങ്ങളുമെല്ലാം രേഖപ്പെടുത്തിയിരിക്കുന്നു, മാത്രമല്ല അവരുടെ കണ്ടെത്തലുകൾ സാമൂഹ്യ ശാസ്ത്ര രംഗത്ത് ഒരു കൊച്ചു വിപ്ലവത്തിനുതന്നെ തുടക്കം കുറിച്ചിട്ടുണ്ട്.

'നോക്കൂ, നാളെ ഞങ്ങൾ ഈ ലേഖനം പ്രമുഖമായൊരു മനഃശാസ്ത്ര ജേർണലിന് സമർപ്പിക്കാൻ പോവുകയാണ്,' തന്റെ ലാപ്ടോപ്പ് എനിക്കു നേരെ തിരിച്ചുവെച്ച് അവർ പറഞ്ഞു.

ആ ലേഖനത്തിന് അവർ നല്കിയ താല്ക്കാലിക തലക്കെട്ടിങ്ങനെയായിരുന്നു: 'Almost Everything You Think You Know About the Bystander Effect is Wrong' (കാണീപ്രഭാവത്തെക്കുറിച്ച് നിങ്ങൾക്കറിയാമെന്ന് നിങ്ങൾ കരുതുന്ന മിക്ക കാര്യങ്ങളും തെറ്റാണ്.)

അവർ ആ ലേഖനത്തിന്റെ താഴോട്ട് വന്ന് എനിക്ക് ഒരു പട്ടിക കാണിച്ചു തന്നു.

'ഇത് നോക്കൂ, 90 ശതമാനം കേസിലും ആളുകൾ പരസ്പരം സഹായിക്കുന്നു എന്ന് കാണാം.'

തൊണ്ണൂറു ശതമാനം.

5

അപ്പോൾ റൂബെൻ, റീനിയർ, റീൻക്, വീറ്റ്സെ എന്നിവർ എന്തുകൊണ്ടാണ് ഒരു ഫെബ്രുവരി ദിനത്തിൽ ഉച്ചതിരിഞ്ഞ് ആംസ്റ്റർഡാമിലെ ഒരു കനാലിലെ കൊടും തണുപ്പുള്ള വെള്ളത്തിലേക്ക് എടുത്തുചാടിയത് എന്ന കാര്യത്തിൽ യാതൊരു ദുരൂഹതയുമില്ല.

അതൊരു സ്വാഭാവിക പ്രതികരണമായിരുന്നു. ഇവിടെ ഇപ്പോഴത്തെ ചോദ്യമിതാണ്: 1964 മാർച്ച് 13-ന്, കിറ്റി ജെനോവെസ് കൊല്ലപ്പെട്ട രാത്രിയിൽ എന്താണ് സംഭവിച്ചത്? പ്രശസ്തമായ ആ കഥ എത്രമാത്രം സത്യമാണ്?

ദൃക്സാക്ഷികളുടെ നിർവ്വികാരതയെ ആദ്യമായി ചോദ്യംചെയ്തവരിൽ ഒരാൾ ക്യൂ ഗാർഡൻസിലെ ഒരു പുതിയ താമസക്കാരനായ ജോസഫ് ഡേ മെയ് ആയിരുന്നു. ഒരു അമേചർ ചരിത്രകാരനായ ഡേ മെയ് അവിടെ താമസമാക്കിയത് കിറ്റി കൊല്ലപ്പെട്ട് പത്തുവർഷത്തിനുശേഷമാണ്. ആ പ്രദേശത്തിനു മുഴുവൻ ദുഷ്പേരുണ്ടാക്കിയ ആ കൊലപാതകം അയാളിൽ ജിജ്ഞാസ ഉണർത്തി. ഡേ മെയ് തന്റേതായ രീതിയിൽ കുറച്ച് ഗവേഷണം നടത്താൻ തന്നെ തീരുമാനിച്ചു. അയാൾ ആർക്കൈവുകളിലൂടെ കടന്നുപോവുകയും മങ്ങിയ പഴയ ഫോട്ടോഗ്രാഫുകളും പഴയ പത്രങ്ങളും പോലീസ്

റിപ്പോർട്ടുകളും മറിച്ചുനോക്കുകയും ചെയ്തു. കഷ്ണം കഷ്ണമായി അയാൾ എല്ലാം ചേർത്തുവെക്കാൻ തുടങ്ങിയപ്പോൾ യഥാർത്ഥത്തിൽ എന്താണ് സംഭവിച്ചത് എന്നതിന്റ ഒരു ചിത്രം തെളിഞ്ഞുവരാൻ തുടങ്ങി.

നമുക്ക് ഇക്കാര്യങ്ങൾ വീണ്ടും മേലെനിന്നുതന്നെ നോക്കിത്തുടങ്ങാം. 1964 മാർച്ച് 13-ലെ സംഭവങ്ങൾ ഇങ്ങനെയാണ്. ഡേ മെയും അതിനെ തുടർന്ന് മറ്റുള്ളവരും ഏറെ ബുദ്ധിമുട്ടി നടത്തിയ അന്വേഷണത്തിൽ അധിഷ്ഠിതമായാണ് ഇത്തവണ നമ്മളിത് നോക്കുന്നത്.

പുലർച്ചെ 3.19-നു ഓസ്റ്റിൻ സ്ട്രീറ്റിന്റെ നിശബ്ദതയെ ഭഞ്ജിച്ചുകൊണ്ട് ഞെട്ടിപ്പിക്കുന്ന ഒരു ആക്രന്ദനം ഉയരുന്നു. എന്നാൽ പുറത്ത് കൊടുംശൈത്യമാണ് എന്നതിനാൽ മിക്ക വീട്ടുകാരും അവരുടെ ജാലകങ്ങൾ അടച്ചിട്ടിരിക്കുകയാണ്.

തെരുവിൽ വെളിച്ചം കുറവാണ്. പുറത്തേക്കു നോക്കിയ മിക്കവരും അസാധാരണമായി ഒന്നും കാണുന്നില്ല. വളരെ കുറച്ചുപേർ തെരുവിലൂടെ ഓടി മറയുന്ന ഒരു സ്ത്രീരൂപം കാണുന്നു, എന്നാൽ അവർ മദ്യപിച്ചതായിരിക്കാം എന്നാണവർ കരുതുന്നത്. തെരുവിൽ കുറച്ചപ്പുറത്തായി ഒരു ബാർ ഉള്ളതിനാൽ അതിൽ അസാധാരണത്വമൊന്നും ഇല്ലതാനും.

എന്നിരുന്നാലും, രണ്ടു താമസക്കാർ ഫോണെടുത്ത് പോലീസിനെ വിളിക്കുന്നു. അതിൽ ഒരാൾ പിന്നീട് പോലീസിൽ ചേർന്ന മിഷേൽ ഹോഫ്മാന്റെ പിതാവാണ്, രണ്ടാമത്തെയാളാകട്ടെ, തൊട്ടടുത്ത അപ്പാർട്ട്മെന്റിൽ താമസിക്കുന്ന ഹാറ്റി ഗ്രൻഡും. 'വിവരം കിട്ടിയിരുന്നു എന്നാണ് അവർ പറഞ്ഞത്' എന്ന് അവർ വർഷങ്ങൾക്കുശേഷവും ആവർത്തിക്കുന്നു.

എന്നാൽ പോലീസ് വരുന്നില്ല.

പോലീസ് വരുന്നില്ലെന്നോ? എന്തുകൊണ്ടാണവർ സൈറൺ മുഴക്കി സ്റ്റേഷനിൽ നിന്നും ചീറിപ്പാഞ്ഞു വരാത്തത്?

ആദ്യത്തെ വിളി വന്നപ്പോൾ, ഡിസ്പാച്ചർ കരുതിക്കാണും അതൊരു കുടുംബകലഹമാണെന്ന്. അതുകൊണ്ടായിരിക്കാം അവർ സംഭവസ്ഥലത്ത് എത്താൻ വൈകിയത് എന്നാണ് ഇപ്പോൾ പോലീസിൽനിന്നും വിരമിച്ച ഹോഫ്മാൻ കരുതുന്നത്. ഭർത്താവ് ഭാര്യയെ തല്ലുന്നതിനൊന്നും ആളുകൾ വലിയ ശ്രദ്ധ കൊടുക്കാത്ത കാലമായിരുന്നു അത് എന്നോർക്കണം. അന്നുകാലത്ത് ഭാര്യയെ ഭർത്താവ് ബലാൽക്കാരം ചെയ്യുന്നത് ഒരു കുറ്റകൃത്യം പോലും ആയിരുന്നില്ല.

അപ്പോൾ പിന്നെ ആ മുപ്പത്തിയെട്ട് ദൃക്സാക്ഷികളുടെ കാര്യമോ?

പാട്ടുകളിലും നാടകങ്ങളിലും തുടങ്ങി ബ്ലോക്ക്ബസ്റ്ററുകളിലും ബെസ്റ്റ് സെല്ലറുകളിലും വരെ ഇടംപിടിച്ച, കുപ്രസിദ്ധമായ ഈ നമ്പർ ഈ കേസിൽ പോലീസ് അന്വേഷകർ ചോദ്യം ചെയ്തവരുടെ പട്ടികയാണ്. മാത്രമല്ല, ഈ പട്ടികയിലെ ഭൂരിഭാഗം പേരും ദൃക്സാക്ഷികളല്ലായിരുന്നു താനും. അവർ പലരും പരമാവധി എന്തോ ശബ്ദം കേട്ടു, എന്നാൽ ചിലരൊന്നും അതുകേട്ട് എഴുന്നേറ്റു നോക്കിയതുപോലുമില്ല.

ഇതിന് വ്യക്തമായ രണ്ട് അപവാദങ്ങൾ ഉണ്ടായിരുന്നു. ഒന്ന് ജോസഫ് ഫിൻക് , ആ കെട്ടിടത്തിലെ തന്നെ ഒരു അയൽക്കാരൻ. ഫിൻക്, ജൂതന്മാരോട്

വെറുപ്പുള്ള വിചിത്രസ്വഭാവിയായ ഒരു ഏകാകിയായിരുന്നു (ആ പ്രദേശത്തെ കുട്ടികൾ അയാളെ 'അഡോൾഫ്' എന്നാണ് വിളിച്ചിരുന്നത്). ഇതൊക്കെ നടക്കുമ്പോൾ അയാൾ ഉണർന്നിരിക്കുകയായിരുന്നു, മാത്രമല്ല കിറ്റിക്ക് നേരെയുള്ള ആദ്യ ആക്രമണം കണ്ടെങ്കിലും അയാൾ ഒന്നും ചെയ്തില്ല.

കിറ്റിയെ അവരുടെ വിധിക്ക് വിട്ടുകൊടുത്ത മറ്റേയാൾ അവരുടെയും മേരി ആനിന്റെയും സുഹൃത്തും അയൽക്കാരനുമായിരുന്ന കാൾ റോസ് ആയിരുന്നു. കോണിക്കൂടിനടുത്തുവെച്ചുണ്ടായ രണ്ടാമത്തെ ആക്രമണത്തിന് (വാസ്തവത്തിൽ രണ്ടു ആക്രമണങ്ങളേ ഉണ്ടായിട്ടുള്ളൂ, മൂന്നെണ്ണം ഉണ്ടായിട്ടില്ല) അയാൾ സാക്ഷിയായിരുന്നു, എന്നാൽ പരിഭ്രാന്തനായി അയാൾ സ്ഥലംവിട്ടു. 'എനിക്ക് ഇതിൽ ഉൾപ്പെടാൻ താല്പര്യമില്ലെ'ന്ന് പോലീസിനോട് പറഞ്ഞതും റോസ് ആയിരുന്നു. പക്ഷേ, ഇയാൾ ഉദ്ദേശിച്ചത് തനിക്ക് ഇക്കാര്യത്തിൽ പ്രസിദ്ധി വേണ്ടെന്നായിരുന്നു. ആ രാത്രി അയാൾ മദ്യപിച്ചിരുന്നു, എന്നുമാത്രമല്ല താൻ ഒരു സ്വവർഗ്ഗാനുരാഗിയാണെന്ന കാര്യം പുറത്തുവരുമോ എന്നും അയാൾ ഭയന്നു.

അക്കാലത്ത് സ്വവർഗ്ഗാനുരാഗം തീർത്തും നിയമവിരുദ്ധമായൊരു കാര്യമായിരുന്നു എന്നുമാത്രമല്ല, ഇതിനെ അപകടകരമായ ഒരു രോഗമായി ചിത്രീകരിച്ച് മുദ്രകുത്തുന്ന പോലീസിനെയും *ന്യൂയോർക്ക് ടൈംസ്* പോലുള്ള പത്രങ്ങളെയും റോസ് ഭയന്നു. 1964-ൽ സ്വവർഗ്ഗാനുരാഗികളായ പുരുഷന്മാരെ പോലീസ് പീഡിപ്പിക്കുകയും പത്രം സ്വവർഗ്ഗാനുരാഗത്തെ ഒരു മഹാമാരിയായി ചിത്രീകരിക്കുകയും ചെയ്തിരുന്നു. (കിറ്റിയെ പ്രശസ്തയാക്കിയ എഡിറ്ററായ അബെ റോസന്താൾ സ്വവർഗ്ഗാനുരാഗത്തിന്റെ കടുത്ത വിരോധിയായിരുന്നു. കിറ്റിയുടെ കൊലപാതകത്തിന് ഏതാനും മാസം മുന്നേ അദ്ദേഹം ഈ വിഷയത്തിൽ 'Growth of Overt Homosexuality in City Provokes Wide Concern' എന്ന പേരിൽ 1963 ഡിസംബർ 17-ന് ഒരു ലേഖനമെഴുതിയിരുന്നു.)

തീർച്ചയായും ഇതൊന്നുംതന്നെ കാൾ റോസ് കാണിച്ച അവഗണനയ്ക്ക് ന്യായീകരണമല്ല. മദ്യപിച്ചിട്ടുണ്ടായിരുന്നുവെങ്കിലും, അയാൾക്ക് ഭയമായിരുന്നുവെങ്കിലും തന്റെ സുഹൃത്തിനെ സഹായിക്കാൻ അയാൾ കൂടുതൽ എന്തെങ്കിലും ചെയ്യണമായിരുന്നു. അതിനുപകരം അയാൾ തന്റെയൊരു സുഹൃത്തിന് ഫോൺ ചെയ്യുകയും ആ സുഹൃത്ത് അയാളോട് ഉടനെതന്നെ പോലീസിനെ അറിയിക്കാൻ പറയുകയും ചെയ്തു. പക്ഷേ, സ്വന്തം അപ്പാർട്ട്മെന്റിൽ നിന്നും ഫോൺ ചെയ്യാൻ ധൈര്യമില്ലാത്ത റോസ് മേൽക്കൂര വഴി തൊട്ടടുത്ത അയൽക്കാരിയുടെ വീട്ടിലേക്ക് ചെല്ലുകയും ആ സ്ത്രീ തന്റെ അടുത്ത വീട്ടിൽ താമസിച്ചിരുന്ന സ്ത്രീയെ വിളിച്ചുണർത്തുകയും ചെയ്തു.

ഈ സ്ത്രീയുടെ പേര് സോഫിയ ഫെറാർ എന്നായിരുന്നു. കിറ്റി കോണിപ്പടികൾക്ക് താഴെ ചോരയിൽ കുളിച്ചുകിടക്കുകയാണെന്ന് കേട്ട സോഫിയ ഒരു നിമിഷം പോലും മടിച്ചുനിന്നില്ല. അവർ അപ്പാർട്ട്മെന്റിന് പുറത്തേക്ക് ഇറങ്ങിയോടി. തന്റെ ട്രൗസർ വലിച്ചു കയറ്റി, അവരോട് കാത്തുനില്ക്കാൻ പറഞ്ഞ ഭർത്താവിനുവേണ്ടിയൊന്നും അവർ കാത്തുനിന്നില്ല. കൊലപാതകിയുടെ കൈകളിലേക്കാണ് താൻ ഇറങ്ങിയോടുന്നതെന്ന് സോഫിയക്കറിയാമായിരുന്നു. പക്ഷേ, അതൊന്നും അവരെ പിന്തിരിപ്പിച്ചില്ല. 'ഞാൻ സഹായിക്കാനാണ് ഓടി ചെന്നത്. സ്വാഭാവികമായും അപ്പോൾ ചെയ്യേണ്ട കാര്യം അതായിരുന്നു.'

കിറ്റി വീണുകിടക്കുന്ന കോണിപ്പടിയുടെ വാതിൽ തുറന്നപ്പോഴേക്കും കൊലപാതകി ഓടിപ്പോയിക്കഴിഞ്ഞിരുന്നു. സോഫിയ തന്റെ കൂട്ടുകാരിയെ തന്നിലേക്ക് അണച്ചു. ഒരു നിമിഷം അവരിലേക്ക് ആശ്വാസത്തോടെ കിറ്റി ചാഞ്ഞിരുന്നു. ഇങ്ങനെയാണ്, തന്റെ അയൽക്കാരിയുടെ ആലിംഗനത്തിൽ കിടന്ന്, കാതറീൻ സൂസൻ ജെനോവെസ് മരിക്കുന്നത്. 'കിറ്റി തന്റെ കൂട്ടുകാരിയുടെ കൈകളിൽ കിടന്നാണ് മരിച്ചത് എന്ന് അറിഞ്ഞിരുന്നുവെങ്കിൽ കുടുംബത്തെ സംബന്ധിച്ചിടത്തോളം അത് തീർത്തും വ്യത്യസ്തമായൊരു കാര്യമായേനെ' എന്ന് വർഷങ്ങൾക്കുശേഷം ഈ കഥ കേട്ട അവരുടെ സഹോദരൻ ബിൽ പറഞ്ഞു.

എന്തുകൊണ്ടാണ് സോഫിയയെ മറന്നത്?

എന്തുകൊണ്ടാണ് പത്രങ്ങളൊന്നും അവരുടെ പേര് പരാമർശിക്കാതിരുന്നത്?

സത്യം ഏറെ വേദനാജനകമാണ്. അവരുടെ മകൻ പറഞ്ഞത് 'എന്റെ അമ്മ ഒരു ന്യൂസ്പേപ്പറിൽ നിന്നുമുള്ള ഒരു സ്ത്രീയോട് ഇക്കാര്യം പറഞ്ഞിരുന്നു' എന്നാണ്. എന്നാൽ പിറ്റേദിവസം വാർത്ത വന്നപ്പോൾ അതിലെഴുതിയിരുന്നത് സോഫിയയ്ക്ക് ഇതിലിടപെടാൻ താല്പര്യമില്ലായിരുന്നു എന്നാണ്. ഇതുവായിച്ച അവർ രോഷാകുലയാകുകയും താനിനി ഒരിക്കലും ഒരു പത്രക്കാരോടും സംസാരിക്കില്ലെന്ന് ശപഥം ചെയ്യുകയും ചെയ്തു.

ഇത് സോഫിയയുടെ മാത്രം പ്രശ്നമായിരുന്നില്ല. മാധ്യമങ്ങൾ തങ്ങളുടെ വാക്കുകൾ വളച്ചൊടിച്ചു എന്ന് ഡസൻ കണക്കിന് ക്യൂ ഗാർഡൻ നിവാസികൾ പരാതിപ്പെടുകയും പലരും ആ പ്രദേശത്തുനിന്ന് പുറത്തിറങ്ങാതാവുകയും ചെയ്തു. എന്നാൽ ഇടയ്ക്കൊക്കെ പത്രക്കാർ അവിടെ വരാറുണ്ടായിരുന്നു. 1965 മാർച്ച് 11-ന്, കിറ്റിയുടെ ഒന്നാം ചരമവാർഷികത്തിന് രണ്ട് ദിവസം മുന്നെ അവിടെ ചെന്ന് 'കൊലപാതകം, കൊലപാതകം' എന്ന് പാതിരാത്രിക്ക് വിളിച്ചുകൂവിയാൽ അതൊരു തമാശയായിരിക്കുമെന്ന് ഒരു റിപ്പോർട്ടർക്കുതോന്നി. അവിടുത്തെ താമസക്കാരുടെ പ്രതികരണം പിടിച്ചെടുക്കുന്നതിനായി ഫോട്ടോഗ്രാഫർമാർ ക്യാമറകൾ തയ്യാറാക്കിനിന്നു.

സാഹചര്യം മൊത്തത്തിൽ ഭ്രാന്ത് പിടിച്ചതുപോലെയായിരുന്നു. ന്യൂയോർക്ക് സിറ്റിയിൽ ആക്ടിവിസം ശക്തിപ്രാപിക്കാൻ തുടങ്ങുകയും മാർട്ടിൻ ലൂഥർ കിങ്ങിന് സമാധാനത്തിനുള്ള നോബൽ സമ്മാനം ലഭിക്കുകയും ലക്ഷക്കണക്കിന് അമേരിക്കക്കാർ തെരുവിലിറങ്ങുകയും ക്യൂൻസിൽ മാത്രം ഇരുനൂറിലധികം സാമൂഹിക സംഘടനകൾ രൂപം കൊള്ളുകയും ചെയ്ത ആ വർഷങ്ങളിൽ മാധ്യമങ്ങളിൽ 'നിസ്സംഗത എന്ന പകർച്ചവ്യാധി' എന്ന് ഘോഷിക്കപ്പെട്ട ഒഴിയാബാധ പിടിമുറുക്കാൻ തുടങ്ങി.

ഡാനി മീനാൻ എന്ന ഒരു റേഡിയോ റിപ്പോർട്ടറായ ജേർണലിസ്റ്റ് നിസ്സംഗരായ കാണികളെ കുറിച്ചുള്ള കഥകളിൽ അല്പം സംശയാലുവായിരുന്നു. ഇതിന്റെ വസ്തുതകൾ പരിശോധിച്ചപ്പോൾ അയാൾ മനസ്സിലാക്കിയത് മിക്ക ദൃക്സാക്ഷികളും മദ്യപിച്ചു ലെക്കുകെട്ട ഒരു സ്ത്രീയെയാണ് തങ്ങൾ കണ്ടത് എന്ന് കരുതിയെന്നാണ്. മീനാൻ *ന്യൂയോർക്ക് ടൈംസി*ലെ റിപ്പോർട്ടറോട് ഈ വിവരം തന്റെ റിപ്പോർട്ടിൽ എന്തുകൊണ്ടെഴുതിയില്ല എന്ന് ചോദിച്ചപ്പോൾ, 'അത് ആ സ്റ്റോറിയെ നശിപ്പിച്ചേനേ' എന്നായിരുന്നു അയാളുടെ മറുപടി.

പിന്നെയെന്തുകൊണ്ടാണ് മീനാൻ ഇക്കാര്യം പുറത്ത് പറയാതിരുന്നത്? സ്വയം രക്ഷ തന്നെ. അക്കാലത്ത് ഒരു ജേർണലിസ്റ്റിന് തന്റെ ജോലി സംരക്ഷിക്കണമെന്നുണ്ടെങ്കിൽ അയാളൊരിക്കലും ഒറ്റയ്ക്ക് ലോകത്തിലെ ഏറ്റവും ശക്തമായ ഒരു ന്യൂസ് പേപ്പർ പറഞ്ഞതിന് വിരുദ്ധമായൊരു കാര്യം എഴുതില്ല.

ഏതാനും വർഷങ്ങൾക്കുശേഷം മറ്റൊരു റിപ്പോർട്ടർ ഇക്കാര്യത്തിൽ അല്പം വിമർശനാത്മകമായി എഴുതിയപ്പോൾ അയാൾക്ക് ന്യൂയോർക്ക് ടൈംസിലെ അബെ റോസെന്താളിൽ നിന്നും രോഷാകുലമായ ഒരു ഫോൺ വന്നു. 'ഈ കഥ അമേരിക്കയുടെ അവസ്ഥ സംബന്ധിച്ച ഒരു ചിഹ്നമായി മാറിക്കഴിഞ്ഞതാണെന്ന് നിങ്ങൾക്കറിയാമോ? അത് സോഷ്യോളജി കോഴ്സുകളുടെയും പുസ്തകങ്ങളുടെയും ലേഖനങ്ങളുടെയും വിഷയമായതാണെന്ന്?' ആ എഡിറ്റർ ഫോണിലൂടെ അലറി വിളിച്ചു.

ഒറിജിനൽ കഥ എത്ര കുറച്ചാണ് ശ്രദ്ധിക്കപ്പെടുന്നതെന്നത് ഞെട്ടിക്കുന്ന കാര്യമാണ്. നിർണ്ണായകമായ ആ രാത്രിയിൽ സാധാരണക്കാരായ ന്യൂയോർക്കുകാരല്ല മറിച്ച് അധികാരികളാണ് പരാജയപ്പെട്ടത്. കിറ്റി ഒറ്റയ്ക്ക് കിടന്നല്ല, മറിച്ച് തന്റെ കൂട്ടുകാരിയുടെ കൈകളിൽ കിടന്നാണ് മരിച്ചത്. ഇക്കാര്യത്തിൽ കാഴ്ചക്കാരുടെ സാന്നിധ്യം ശാസ്ത്രം കുറേക്കാലമായി ആവർത്തിച്ച് പറയുന്നതിന്റെ നേരെ എതിരായ പ്രഭാവമാണ് സൃഷ്ടിച്ചത്. മഹാനഗരത്തിൽ, സബ്‌വേയിൽ, തിരക്കേറിയ തെരുവിൽ ഒന്നും നമ്മൾ ഒറ്റയ്ക്കല്ല. നമുക്ക് നമ്മൾ പരസ്പരം കൂട്ടുണ്ട്.

കിറ്റിയുടെ കഥ അവിടെ അവസാനിക്കുന്നില്ല. അവസാനമായി ഇതിനൊരു ഭ്രമാത്മകമായ ട്വിസ്റ്റുണ്ടായി.

കിറ്റിയുടെ മരണം കഴിഞ്ഞു അഞ്ചു ദിവസത്തിനുശേഷം ക്വീൻസിലെ ഒരു താമസക്കാരനായ റൗൾ ക്ലീയറി തങ്ങളുടെ തെരുവിൽ ഒരു അപരിചിതനെ കണ്ടു. അയാൾ ആ പകൽസമയം ഒരു ടെലിവിഷൻ സീറ്റുമായി ഒരു അയൽക്കാരന്റെ വീട്ടിൽനിന്നുമാണ് വന്നിരുന്നത്. റൗൾ അയാളെ തടഞ്ഞു നിർത്തിയപ്പോൾ അയാൾ പറഞ്ഞത് താൻ വീട്ടുസാധനങ്ങൾ മാറ്റുന്ന ആളാണെന്നാണ്.

എന്നാൽ സംശയം തോന്നിയ റൗൾ മറ്റൊരു അയൽക്കാരനായ ജാക്ക് ബ്രൗണിന് ഫോൺ ചെയ്തു.

'ബാന്നിസ്റ്റെർ കുടുംബം താമസം മാറുകയാണോ?' അയാൾ ചോദിച്ചു.

'ഹേയ്, അല്ലല്ലോ,' ബ്രൗൺ മറുപടി പറഞ്ഞു.

അവർ രണ്ടുപേരും ഒട്ടും മടിച്ചില്ല. ജാക്ക് ആ മനുഷ്യന്റെ വാഹനം പ്രവർത്തന രഹിതമാക്കുകയും റൗൾ പോലീസിനെ വിളിക്കുകയും അവർ ഉടനെത്തന്നെ എത്തുകയും അയാൾ വീണ്ടും സാധനങ്ങളുമായി എത്തിയപ്പോൾ അയാളെ അറസ്റ്റ് ചെയ്യുകയും ചെയ്തു. മണിക്കൂറുകൾക്കുള്ളിൽ അയാൾ കുറ്റസമ്മതം നടത്തി. അവിടെ ഭവനഭേദനം നടത്തിയ കാര്യം മാത്രമല്ല, ക്യൂ ഗാർഡനിൽ ഒരു യുവതിയെ കൊലചെയ്ത കാര്യവും.

ശരിയാണ്, രണ്ടു കാഴ്ചക്കാരുടെ ഇടപെടൽ കാരണം കിറ്റിയുടെ കൊലപാതകിയെ പിടിക്കാനായി. എന്നാൽ ഒരു പത്രം പോലും അത് റിപ്പോർട്ട് ചെയ്തില്ല.

ഇതാണ് കിറ്റി ജെനോവെസിന്റെ യഥാർത്ഥ കഥ. ഒന്നാംവർഷ മനഃശാസ്ത്ര വിദ്യാർഥികൾ മാത്രമല്ല, പത്രപ്രവർത്തകരാവാൻ മോഹിക്കുന്നവരും നിർബന്ധമായും വായിക്കേണ്ട കഥയാണിത്. കാരണം, ഇത് നമ്മളെ മൂന്ന് കാര്യങ്ങൾ പഠിപ്പിക്കുന്നു. ഒന്ന്, മനുഷ്യപ്രകൃതിയെക്കുറിച്ചുള്ള നമ്മുടെ കാഴ്ചപ്പാട് പലപ്പോഴും എത്രമാത്രം താളം തെറ്റിയതാണെന്ന്. രണ്ട് എത്ര സാമർത്ഥ്യത്തോടെയാണ് കോളിളക്കം സൃഷ്ടിക്കുന്ന കഥകൾ വിൽക്കാൻ പത്രപ്രവർത്തകർ ആ ബട്ടൺ അമർത്തുന്നത് എന്ന്. അവസാനമായി, ഏറ്റവും പ്രധാനപ്പെട്ടൊരു കാര്യം, അടിയന്തിര സാഹചര്യങ്ങളിലാണ് നമുക്ക് പരസ്പരം ആശ്രയിക്കാനാവുക എന്ന്.

ആംസ്റ്റർഡാമിലെ ജലപ്പരപ്പിനക്കരേക്കു നോക്കിനിൽക്കുമ്പോൾ ഞാൻ റൂബെൻ എബ്രഹാമിനോട് ആ കനാലിൽ ചാടിയ ശേഷം സ്വയം ഒരു ഹീറോ ആണെന്ന് തോന്നിയോ എന്ന് ചോദിച്ചു. 'ഇല്ല, നമ്മൾ ജീവിതത്തിൽ മറ്റുള്ളവരെക്കുറിച്ചും ജാഗ്രത പാലിക്കണ്ടേ?' എന്ന് പറഞ്ഞ് അയാൾ ചുമൽ കുലുക്കി.

ഭാഗം 3

നല്ലയാളുകൾ ചീത്തയാവുന്നത് എന്തുകൊണ്ട്?

മനുഷ്യന്റെ ചെയ്തികളെ പരിഹസിക്കാതിരിക്കാൻ, അവരോട് വില പിക്കാതിരിക്കാൻ, അവരെ വെറുക്കാതിരിക്കാൻ, എന്നാൽ അവരെ മനസ്സിലാക്കാൻ ഞാൻ ശ്രമിച്ചിട്ടുണ്ട്.

ബറൂച്ച് സ്പിനോസ (1632-77)

ഞാൻ എന്റെ മാതൃഭാഷയായ ഡച്ചിൽ 2013-ൽ എഴുതിയ പുസ്തകമായ പുരോഗതിയുടെ ചരിത്രം ഈ അടുത്ത കാലത്ത് വായിക്കാനിരുന്നു. അതിന്റെ പുനർവായന തീർത്തും അസ്വാസ്ഥ്യം നിറഞ്ഞൊരു അനുഭവമായിരുന്നു. ആ പുസ്തകത്തിൽ, നല്ല മനുഷ്യർ നൈസർഗ്ഗികമായി തന്നെ രാക്ഷസരായി മാറാം എന്നതിനുള്ള തെളിവായി ഞാൻ ഫിലിപ്പ് സിംബാർദോയുടെ സ്റ്റാൻ ഫോർഡ് തടവറ 'ഗവേഷണം' ഒരു തരിമ്പ് വിമർശനംപോലും ഇല്ലാതെ ആകർഷകമായി അവതരിപ്പിച്ചിരുന്നു. ഈ നിരീക്ഷണത്തിൽ എനിക്ക് ചെറുത്തുനില്ക്കാനാവാത്ത എന്തോ ഒന്ന് ഉണ്ടായിരുന്നു.

ഇതെന്റെ കാര്യം മാത്രമല്ല, രണ്ടാം ലോകമഹായുദ്ധശേഷം പുറംപൂച്ച് സിദ്ധാന്തത്തിന്റെ പലപല അവാന്തരരൂപങ്ങളും പ്രത്യക്ഷത്തിൽ വർദ്ധിച്ച തോതിൽ ഇരുമ്പുമറയ്ക്കുള്ളിലെ തെളിവുകളുടെ പിന്തുണയോടെ അവ തരിപ്പിക്കപ്പെട്ടിരുന്നു. സ്റ്റാൻലി മിൽഗ്രാം തന്റെ ഷോക്ക്മെഷീൻ ഉപയോ ഗിച്ച് ഇത് കാണിച്ചു തന്നു. കിറ്റി ജെനോവെസിന്റെ മരണശേഷം മാധ്യമങ്ങൾ ഇതുപറഞ്ഞ് പുരപ്പുറത്തു കയറി കൂകി വിളിച്ചിരുന്നു. വില്ല്യം ഗോൾഡിങും ഫിലിപ്പ് സിംബാർദോയും ഈ സിദ്ധാന്തത്തിന് ലോകമൊട്ടുക്കും പ്രസിദ്ധി നല്കി. മുന്നൂറുവർഷം മുന്നെ തോമസ് ഹോബ്സ് വാദിച്ചതുപോലെ ഏതൊരു മനുഷ്യന്റെയും ഉള്ളിൽ ദുഷ്ട ചിന്താഗതി തിളച്ചുമറിയുന്നുണ്ടെന്ന് കരുതപ്പെട്ടു.

എന്നാൽ ഇപ്പോൾ ആ കൊലപാതക കേസിന്റെയും പരീക്ഷണങ്ങളു ടെയുമെല്ലാം ആർക്കൈവുകൾ തുറന്നു കിടക്കുകയാണ്, മാത്രമല്ല, ഇത്രയും കാലം നമ്മൾ ഇതെല്ലാം തിരിച്ചിട്ടിരിക്കുകയായിരുന്നു എന്ന് മനസ്സിലാകുന്നു. സിംബാർദോയുടെ തടവറയിലെ ഗാർഡുമാർ? അവർ തങ്ങളുടെ വേഷം കെട്ടിയാടിയ നടന്മാർ മാത്രമായിരുന്നു. മിൽഗ്രാമിന്റെ ഷോക്ക് മെഷീനിലെ വാളണ്ടിയർമാർ? അവർ ശരിയായ കാര്യം ചെയ്യാൻ ആഗ്രഹിച്ചവരായിരുന്നു. കിറ്റി? അവർ തന്റെ അയൽക്കാരിയുടെ കൈകളിൽ കിടന്നാണ് മരിച്ചത്.

ഇപ്പറഞ്ഞതിൽ മിക്കയാളുകളും മറ്റുള്ളവരെ സഹായിക്കാനാണ് ആഗ്ര ഹിച്ചതെന്ന് കാണാനാവും. ആരെങ്കിലും പരാജയപ്പെട്ടിട്ടുണ്ടെങ്കിൽ അത് ചുമതലയിൽ ഇരിക്കുന്നവരായിരുന്നു - ശാ2സ്ത്രജ്ഞരും ലീഡ് എഡിറ്റർ മാരും ഗവർണർമാരും പോലീസ് മേധാവികളും. നുണപറയുകയും കൃത്രിമം കാണിക്കുകയും ചെയ്ത ലെവിയാത്തന്മാർ അവരായിരുന്നു. വ്യക്തമായും തങ്ങളുടെ ദുഷ്ടതാല്പര്യങ്ങളിൽ നിന്നും പരീക്ഷണത്തിൽ പങ്കെടുത്തവരെ സംരക്ഷിക്കുന്നതിനുപകരം, ഈ അധികൃതർ ആളുകളെ പരസ്പരം പോര ടിപ്പിക്കുന്നതിന് തങ്ങളാൽ കഴിയുന്നതെല്ലാം ചെയ്യുകയാണ് ചെയ്തത്.

ഇതു നമ്മളെ ആ അടിസ്ഥാനചോദ്യത്തിലേക്ക് തിരിച്ചു കൊണ്ടുവരുന്നു: എന്തുകൊണ്ടാണ് ആളുകൾ ദുഷ്കൃത്യങ്ങൾ ചെയ്യുന്നത്? എന്തുകൊണ്ടാണ് സൗഹൃദശീലമുള്ള ഇരുകാൽ ജീവിയായ ഹോമോ പപ്പി എന്ന സ്പീഷിസ് മാത്രം തടവറകളും ഗ്യാസ് ചേംബറുകളും പണിതത്?

നന്മയുടെ വേഷം കെട്ടിവരുന്ന തിന്മയിൽ മനുഷ്യർ പ്രലോഭിതരായിട്ടുണ്ടാവാമെന്ന് മുൻ അദ്ധ്യായങ്ങളിൽ നമ്മൾ പഠിച്ചു. എന്നാൽ പൊടുന്നനെ തന്നെ ഇത് മറ്റൊരു ചോദ്യം ഉയർത്തുന്നു: എന്തുകൊണ്ടാണ് തിന്മ ഈ ചരിത്രപ്രവാഹത്തിനിടെ നമ്മളെ ഇത്രയും വിഡ്ഢികളാക്കാൻ മാത്രം നൈപുണ്യം നേടിയത്? പരസ്പരം യുദ്ധം പ്രഖ്യാപിക്കുന്ന ഒരവസ്ഥയിലേക്ക് നമ്മളെ കൊണ്ടുചെന്നു നിർത്താൻ അതിനെങ്ങനെ സാധിച്ചു?

മൂന്നാം അദ്ധ്യായത്തിലെ നമ്മുടെ ശ്വാനവിദഗ്ദ്ധനായ ബ്രയാൻ ഹെയ്ർ നടത്തിയൊരു നിരീക്ഷണത്തെക്കുറിച്ച് ഞാൻ നിരന്തരം ആലോചിക്കാറുണ്ട്: 'നമ്മളെ ഏറ്റവും ദയാലുക്കളാക്കി മാറ്റുന്ന അതേ സംവിധാനം തന്നെയാണ് നമ്മളെ ഭൂമുഖത്തെ ഏറ്റവും ക്രൂരരായ വർഗ്ഗമാക്കി മാറ്റുന്നതും.'

മനുഷ്യചരിത്രത്തിന്റെ മിക്കവാറും എല്ലായിടത്തും ഈ പ്രസ്താവന പ്രായോഗികമല്ലെന്ന് നമ്മൾ കണ്ടു. നമ്മൾ എല്ലായ്പ്പോഴുമൊന്നും അത്ര ക്രൂരരായിരുന്നില്ല. ആയിരക്കണക്കിന് വർഷങ്ങൾ നമ്മൾ നാടോടികളായി ലോകമൊട്ടുക്കും അലഞ്ഞുതിരിയുകയും സംഘട്ടനങ്ങളിൽ നിന്ന് മാറി നില്ക്കുകയും ചെയ്തു. നമ്മൾ യുദ്ധം ചെയ്യുകയോ കോൺസെൻട്രേഷൻ ക്യാമ്പുകൾ പണിയുകയോ ചെയ്തില്ല.

പക്ഷേ, ഹെയ്ർ പറഞ്ഞതിലും കാര്യമുണ്ടെങ്കിലോ? നമ്മൾ സ്ഥിരം താവളങ്ങളിൽ ജീവിക്കാൻ തുടങ്ങിയശേഷം ഉള്ള മനുഷ്യചരിത്രത്തിന്റെ അഞ്ച് ശതമാനത്തിനെങ്കിലും ഇത് ശരിയാണെങ്കിലോ? യുദ്ധം സംബന്ധിച്ച് ഉള്ള പ്രഥമമായ പുരാവസ്തു തെളിവുകൾ പ്രത്യക്ഷപ്പെടുന്നത് മനുഷ്യൻ സ്വകാര്യ സ്വത്തും കൃഷിയും വികസിപ്പിച്ചെടുത്ത സമയവുമായി പൊരുത്തപ്പെടുന്ന ഏകദേശം പതിനായിരം വർഷംമുമ്പുള്ള കാലത്തുനിന്നാണ്. അക്കാലത്ത് നമ്മുടെ ശരീരവും മനസ്സും ഒട്ടും സജ്ജമല്ലാത്ത തരത്തിലുള്ള ഒരു ജീവിതരീതി നമ്മൾ തിരഞ്ഞെടുക്കുകയായിരുന്നോ?

പരിണാമാധിഷ്ഠിത മനഃശാസ്ത്രജ്ഞർ ഇതിനെ ഒരു പൊരുത്തക്കേടായാണ് കാണുന്നത്, എന്നുപറഞ്ഞാൽ ആധുനിക കാലത്തിന് അനുസൃതമായ ശാരീരികമോ മാനസികമോ ആയ തയ്യാറെടുപ്പിന്റെ അഭാവം. ഇത് വ്യക്തമാക്കുന്ന ഏറ്റവും സുപരിചിതമായ കാര്യം നമ്മുടെ പൊണ്ണത്തടിയാണ്: വേട്ടയാടി ഇരതേടി നടന്നിരുന്ന കാലത്ത് മനുഷ്യർ നല്ല മെലിഞ്ഞ ആരോഗ്യവാന്മാരായിരുന്നുവെങ്കിൽ ഇപ്പോൾ ലോകമൊട്ടുക്കും പട്ടിണിക്കാരേക്കാൾ അധികം കൂടുതൽ അമിതഭാരമുള്ളവരാണുള്ളത്. നിത്യവും പഞ്ചസാരയും കൊഴുപ്പും ലവണങ്ങളുമെല്ലാം കഴിച്ച് കഴിച്ച് ശരീരത്തിന് ആവശ്യമുള്ളതിലധികം കലോറി നല്കുന്നു.

പക്ഷേ എന്തുകൊണ്ടാണ് നമ്മൾ ഇങ്ങനെ തിന്നുന്നത്? ഉത്തരം ലളിതമാണ്: നമ്മുടെ ഡിഎൻഎ ഇപ്പോഴും കരുതുന്നത് നമ്മൾ കാട്ടിലൂടെ ഓടിനടക്കുകയാണ് എന്നാണ്. ചരിത്രാതീതകാലത്ത് യാദൃച്ഛികമായി വഴിയിലൊരു ഫലവൃക്ഷം കണ്ടാൽ അതിൽനിന്നും കഴിയുന്നത്ര പറിച്ചു തിന്ന്

വയർ നിറക്കുന്നത് യുക്തിപരമായിരുന്നു. കാരണം അത് എപ്പോഴും സംഭവിക്കുന്ന കാര്യമല്ല. അതിനാൽ കൊഴുപ്പിന്റെ ഒരു അധികശേഖരം ഉണ്ടാക്കുന്നത് സ്വയം സംരക്ഷിക്കുന്നതിനുള്ള ഒരു തന്ത്രമായിരുന്നു.* എന്നാലിപ്പോൾ കുറഞ്ഞ വിലയ്ക്ക് തന്നെ ധാരാളം ഫാസ്റ്റ് ഫുഡ് കിട്ടുന്ന ഒരു ലോകത്ത് അധികം കൊഴുപ്പ് ശേഖരിച്ചുവെക്കുന്നത് അവനവനെ തന്നെ തകർക്കുന്നത് പോലെയാണ്.

മനുഷ്യചരിത്രത്തിലെ ഏറ്റവും ഇരുണ്ട അദ്ധ്യായങ്ങളെക്കുറിച്ചും ഇങ്ങനെ തന്നെയാണോ നമ്മൾ ചിന്തിക്കേണ്ടത്? നാടകീയമായ ഒരു പൊരുത്തക്കേടിന്റെ ഫലമായിരിക്കുമോ അതും? ആധുനികകാല ഹോമോ പപ്പിക്ക് ഇത്രയും നിഷ്ഠൂരമായ ക്രൂരത ചെയ്യാനാകുന്നു എന്നതിനെ ഇതുകൊണ്ട് വിശദീകരിക്കാനാവുമോ? അങ്ങനെയാണെങ്കിൽ ആധുനികമായ ഈ 'പരിഷ്കൃത' ലോകത്തെ ജീവിതവുമായി മുഖാമുഖം വരുമ്പോൾ നമ്മുടെ സ്വഭാവരീതിയുടെ ചില ഘടകങ്ങൾ ഉന്നം പിഴയ്ക്കേണ്ടതാണ് – സഹസ്രാബ്ദങ്ങളായി നമ്മളെ അലോസരപ്പെടുത്തിയിട്ടില്ലാത്തതും എന്നാൽ ഇപ്പോൾ അതിന്റെ കുഴപ്പങ്ങൾ പൊടുന്നനെ വെളിപ്പെടുന്നതുമായ ചില താല്പര്യങ്ങൾ.

പക്ഷേ എന്താണത്?

ഇനിയുള്ള മൂന്നദ്ധ്യായങ്ങളിൽ എന്റെ അന്വേഷണമിതാണ്. രണ്ടാം ലോകമഹായുദ്ധത്തിന്റെ അവസാനംവരേക്കും ജർമ്മൻകാർ എന്തുകൊണ്ട് അക്ഷീണം പടപൊരുതിയെന്ന് മനസ്സിലാക്കാൻ തീരുമാനിച്ചുറപ്പിച്ച ഒരു അമേരിക്കൻ യുവാവിനെ ഞാൻ നിങ്ങൾക്ക് പരിചയപ്പെടുത്താം (അദ്ധ്യായം 10). അധികാരത്തോടൊപ്പം വരുന്ന ദോഷൈകവാദത്തെക്കുറിച്ചുള്ള മനഃശാസ്ത്രപരമായ ഗവേഷണങ്ങളും നമ്മൾ അവലോകനം ചെയ്യും (അദ്ധ്യായം 11). പിന്നെ നമ്മൾ ആത്യന്തികമായ ആ ചോദ്യത്തിലേക്ക് കടക്കും: ജനങ്ങൾ ഈ പൊരുത്തക്കേട് അംഗീകരിക്കുകയും മാനവികതയെക്കുറിച്ചുള്ള പുതിയതും യാഥാർത്ഥ്യബോധത്തോടുകൂടിയതുമായ ഒരു കാഴ്ചപ്പാട് സ്വീകരിക്കാൻ തീരുമാനിക്കുകയും ചെയ്താൽ നമുക്ക് ഏതുതരത്തിലുള്ള ഒരു സമൂഹത്തെയാണ് ലഭിക്കുക?

* ഇതിനെക്കുറിച്ച് 'The fattest ape: An evolutionary tale of human obesity (Scientific American - 2, November 2010) എന്ന ലേഖനത്തിൽ ജെസ്സി ബെറിങ് ചർച്ച ചെയ്യുന്നുണ്ട്.)

10

തന്മയീഭാവം എങ്ങനെ നമ്മളെ അന്ധരാക്കുന്നു

1

രണ്ടാം ലോകമഹായുദ്ധം പൊട്ടിപ്പുറപ്പെട്ട കാലത്ത് മോറിസ് ജാനോവിറ്റ്സിന് ഇരുപത്തിരണ്ട് വയസ്സായിരുന്നു പ്രായം. ഒരു വർഷത്തിനുശേഷം അമേരിക്കൻ ആർമിയിൽ നിന്നുമുള്ള ഒരു ഡ്രാഫ്റ്റ് നോട്ടീസ് അങ്ങനെ അയാളുടെ വീട്ടിലെത്തി. പട്ടാളത്തിൽ ചേരുകയാണ് എന്നതിൽ മോറിസ് ആവേശഭരിതനായിരുന്നു. പോളണ്ടിൽനിന്നുള്ള ഒരു ജൂത അഭയാർത്ഥിയുടെ മകനായതിനാൽ തന്നെ യൂണിഫോം ധരിച്ച് നാസികളെ തോൽപ്പിക്കുന്നതിനായി കാത്തിരിക്കാൻ അയാൾക്ക് ആവില്ലായിരുന്നു.

ആ ചെറുപ്പക്കാരൻ ഏറെക്കാലമായി സാമൂഹ്യശാസ്ത്രത്തിൽ ആകൃഷ്ടനായിരുന്നു. കോളേജിൽ നിന്നും തന്റെ ക്ലാസ്സിൽ ഒന്നാമനായി ബിരുദം നേടിയ അയാൾക്ക് തന്റെ വൈദഗ്ദ്ധ്യം ഇനി ഒരു നല്ലകാര്യത്തിനായി ഉപയോഗിക്കാനാവും. ഹെൽമറ്റും തോക്കുംകൊണ്ടല്ല മറിച്ച് പേനയും കടലാസും കൊണ്ട് പടപൊരുതാനാണ് മോറിസിനെ അയയ്ക്കുന്നത്. ലണ്ടനിലെ സൈക്കോളജിക്കൽ വാർഫെയർ ഡിവിഷനിലാണ് അയാളുടെ നിയമനം.

കവന്റ് ഗാർഡനടുത്തുള്ള ആ ഏജൻസിയുടെ ആസ്ഥാനത്ത് മോറിസ് ഡസൻ കണക്കിന് ഉന്നതരായ ശാസ്ത്രജ്ഞർക്കൊപ്പം ചേർന്നു. ഇവരിൽ പലരും വരുംകാലങ്ങളിൽ സാമൂഹ്യശാസ്ത്ര, മനഃശാസ്ത്ര തൊഴിൽ മേഖലകളിൽ ഭാവിയിൽ ശോഭിക്കാനിരിക്കുന്നവരാണ്. എന്നാൽ അമൂർത്തമായ താത്വികതയ്ക്കുള്ള സമയമായിരുന്നില്ല ഇത്. ശാസ്ത്രം പ്രവർത്തിക്കണമെന്ന് പറഞ്ഞ സമയമായിരുന്നു. ഒരു നിമിഷംപോലും നഷ്ടപ്പെടുത്താതെ ചെയ്തുതീർക്കാൻ കാര്യങ്ങളേറെയുണ്ടായിരുന്നു.

മിടുക്കരായ ഭൗതിക ശാസ്ത്രജ്ഞർ തെക്കുപടിഞ്ഞാറൻ അമേരിക്കയിലെ ലോസ് അലാമോസ് പട്ടണത്തിൽ ആദ്യത്തെ ആറ്റംബോംബുകൾ ഉണ്ടാക്കുകയും ബുദ്ധിമാന്മാരായ ഗണിതശാസ്ത്രജ്ഞർ ഇംഗ്ലീഷ് നാട്ടിൻപ്രദേശമായ ബ്ലെച്ച്ലീ പാർക്കിലിരുന്ന് ജർമ്മൻ എനിഗ്മ കോഡ് (ആശയവിനിമയം എൻക്രിപ്റ്റ് ചെയ്ത് മറ്റാർക്കും മനസ്സിലാകാതെ സൂക്ഷിച്ചുവെക്കാനുള്ള സംവിധാനം) മനസ്സിലാക്കിയെടുക്കാൻ അഹോരാത്രം പ്രയത്നിക്കുകയും ചെയ്യുമ്പോൾ മോറിസും സഹപ്രവർത്തകരും ഏറ്റവും കഠിനമായ ഒരു ദൗത്യവുമായി മല്ലയുദ്ധം ചെയ്തുകൊണ്ടിരിക്കുകയായിരുന്നു.

അവർക്കും ചെയ്യേണ്ടിയിരുന്നത് നാസി മനസ്സിന്റെ നിഗൂഢത അനാവരണം ചെയ്യുക എന്നതായിരുന്നു.

1944-ന്റെ തുടക്കത്തിൽ ശാസ്ത്രജ്ഞർ നേരിട്ട കുഴക്കുന്ന ഒരു പ്രശ്നമുണ്ടായിരുന്നു. ജർമ്മൻകാർ എന്തുകൊണ്ടാണ് ഇങ്ങനെ കഠിനമായി യുദ്ധം ചെയ്തുകൊണ്ടേയിരിക്കുന്നത്? എന്തുകൊണ്ടാണ് അവരുടെ സൈനികരിൽ ഭൂരിഭാഗവും ആയുധം താഴെവെച്ച് പരാജയം സമ്മതിക്കാൻ തയ്യാറാവാത്തത്?

യുദ്ധക്കളം നിരീക്ഷിക്കുന്ന ആർക്കും മനസ്സിലാകും അതിന്റെ ഫലമെന്തായിരിക്കുമെന്ന്. എതിരാളികളുടെ എണ്ണം ഏറെ അധികമുള്ള ആ അവസ്ഥയിൽ ജർമ്മൻകാർ കിഴക്കുനിന്നും റഷ്യൻ മുന്നേറ്റത്തിലും പടിഞ്ഞാറുനിന്നും അനിവാര്യമായ സഖ്യസേനയുടെ അധിനിവേശത്തിലും കുടുങ്ങികിടക്കുകയായിരുന്നു. തങ്ങൾ നേരിടുന്ന പ്രതികൂല സാഹചര്യം എത്രമാത്രമാണെന്ന് യുദ്ധക്കളത്തിലുള്ള ശരാശരി ജർമ്മൻകാർക്ക് മനസ്സിലാക്കാനായില്ലേ എന്ന് സഖ്യസേന അത്ഭുതംകൂറി. അവർ ഇത്രമാത്രം മസ്തിഷ്കക്ഷാളനം ചെയ്യപ്പെട്ടിട്ടുണ്ടോ? അവസാന ശ്വാസംവരേയ്ക്കും ജർമ്മൻകാർ പടപൊരുതുന്നത് പിന്നെ എങ്ങനെയാണ് വിശദീകരിക്കുക?

യുദ്ധം തുടങ്ങിയതു മുതൽ മിക്ക മനഃശാസ്ത്രജ്ഞരും വിശ്വസിച്ച ഒരു കാര്യം പടപൊരുതുന്നതിനുള്ള ഒരു സേനയുടെ ശക്തിനിർണ്ണയിക്കുന്നതിൽ ഒരു ഘടകം മറ്റെല്ലാത്തിലുംമേലെ നിൽക്കുന്നു എന്നാണ്. ആദർശം. ഉദാഹരണത്തിന് സ്വന്തം രാജ്യത്തോടുള്ള സ്നേഹം, അല്ലെങ്കിൽ താൻ തിരഞ്ഞെടുത്ത പാർട്ടിയിലുള്ള വിശ്വാസം. തങ്ങൾ ചരിത്രത്തിന്റെ ശരിയായ വശത്താണ് നിലകൊള്ളുന്നതെന്ന ഉറച്ചബോധമുള്ള സൈനികർ അല്ലെങ്കിൽ തങ്ങളുടേതാണ് ഏറ്റവും ഉചിതമായ ലോകദർശനം എന്ന് കരുതുന്നവർ ഏറ്റവും നന്നായി യുദ്ധം ചെയ്യും എന്നായിരുന്നു ആ ചിന്താഗതി.

ജർമ്മൻകാർ അക്ഷരാർത്ഥത്തിൽ ബാധകൂടിയവരെപ്പോലെ ആയിരുന്നുവെന്ന് മിക്ക വിദഗ്ദ്ധരും സമ്മതിക്കുന്നു. യുദ്ധമുപേക്ഷിച്ച് പോകുന്നവരുടെ നിരക്ക് എന്തുകൊണ്ട് പൂജ്യത്തിനടുത്ത് നില്ക്കുന്നുവെന്നും അവർ എന്തുകൊണ്ടാണ് അമേരിക്കക്കാരേക്കാളും ബ്രിട്ടീഷുകാരേക്കാളും ശക്തമായി യുദ്ധം ചെയ്യുന്നത് എന്നും ഇത് വിശദീകരിച്ചു. ഒരു ശരാശരി ജർമ്മൻ പ്രതിരോധസേന (Wehrmatcht) യോദ്ധാവ് സഖ്യസേനയിലുള്ള ഒരാളെക്കാൾ 50 ശതമാനം അധികംപേർക്ക് ജീവഹാനി വരുത്തി എന്നത് ഇത് വ്യക്തമാക്കുന്നതായി യുദ്ധാനന്തരം ചരിത്രകാരന്മാർ വിലയിരുത്തി.

എല്ലാകാര്യത്തിലും ജർമ്മൻ പടയാളികൾ മെച്ചപ്പെട്ടവരായിരുന്നു. ആക്രമണത്തിലായാലും പ്രതിരോധത്തിലായാലും, വ്യോമസേനയുടെ പിന്തുണ ഉണ്ടെങ്കിലും ഇല്ലെങ്കിലുമതേ അതിൽ ഒരു വ്യത്യാസവുമുണ്ടായില്ല. 'ഹിറ്റ്ലറുടെ വേർമാക്റ്റ് രണ്ടാം ലോകമഹായുദ്ധത്തിൽ അസാമാന്യമായ ഒരു പോരാട്ടസേനയായിരുന്നു എന്നതും, ചരിത്രത്തിലെ തന്നെ ഏറ്റവും മികച്ച ഒന്നായിരുന്നു എന്നതും നമുക്ക് രക്ഷപ്പെടാനാവാത്ത ഒരു സത്യമാണ്,' എന്ന് ബ്രിട്ടീഷ് ചരിത്രകാരനായ മാക്സ് ഹേസ്റ്റിങ്സ് എഴുതി.

ഈ സൈന്യത്തിന്റെ ആത്മവീര്യം തകർക്കാനുള്ള ഒരു വഴിയാണ് സഖ്യസേനക്ക് വേണ്ടിയിരുന്നത്. തങ്ങൾ കേവലം വലുതായി ചിന്തിച്ചാൽ പോരാ, വളരെ വലുതായി തന്നെ ചിന്തിക്കണമെന്ന് മോറിസ്സിനും സംഘത്തിനും അറിയാമായിരുന്നു. സൈക്കോളജിക്കൽ വാർഫെയർ ഡിവിഷന്റെ നിർദേശ

പ്രകാരം ദശലക്ഷക്കണക്കിനു ലഘുലേഖകൾ ശത്രുക്കളുടെ പ്രവിശ്യയിൽ കൊണ്ടുചെന്നിടുകയും അത് ഡിഡേ (D-Day) യ്ക്കുശേഷം നോർമണ്ടിയിൽ താവളമുറപ്പിച്ച ജർമൻ സേനയിൽ 90 ശതമാനംപേരുടെ പക്കലും എത്തുകയും ചെയ്തു. ആവർത്തിച്ചാവർത്തിച്ചു അവർ ചൊരിഞ്ഞ സന്ദേശം ജർമനിയുടെ നില യാതൊരു പ്രതീക്ഷയ്ക്കും വകനൽകുന്നില്ല എന്നും നാസി ഫിലോസഫി നിന്ദ്യവും സഖ്യസേനയുടെ പ്രവൃത്തികൾ ന്യായീകരിക്കപ്പെട്ടതാണ് എന്നുമായിരുന്നു.

ഇത് ഫലം കണ്ടോ? മോറിസ് ജാനോവിറ്റ്സിനു നേരിയൊരു ധാരണ പോലും ഉണ്ടായിരുന്നില്ല. ഡിസ്കിന്റെ തടവറയ്ക്കുള്ളിൽ ഇരുന്നുകൊണ്ട് ഇത് കണ്ടെത്താൻ ഒരു സാധ്യതയും ഇല്ലായിരുന്നു, അതിനാൽ അദ്ദേഹവും കൂടെയുള്ള മറ്റൊരു ഗവേഷകനും ചേർന്ന് ഈ ലഘുലേഖയുടെ പ്രഭാവം സംബന്ധിച്ച് വിശദമായൊരു സർവ്വേ നടത്താൻ തീരുമാനിച്ചു. ഏതാനും മാസങ്ങൾക്കുശേഷം മോറിസ് ജർമൻ യുദ്ധത്തടവുകാരെ അഭിമുഖം ചെയ്യാൻ സ്വതന്ത്രമായ പാരീസിലേക്കു പുറപ്പെട്ടു. ഈ സംഭാഷണങ്ങളിലാണ് മോറിസിന് കാര്യങ്ങൾ തെളിയാൻ തുടങ്ങിയത്.

അവർ കരുതിയതെല്ലാം തെറ്റായിരുന്നു.

ആഴ്ചകളോളം മോറിസ് ഒന്നൊന്നായി ആയി ജർമ്മൻ തടവുകാരെ അഭിമുഖം ചെയ്തു. എല്ലാവരിൽ നിന്നും അദ്ദേഹം കേട്ടത് ഒരേ പ്രതികരണമായിരുന്നു. നാസി പ്രത്യയശാസ്ത്രം ആയിരുന്നില്ല അവരെ ആകർഷിച്ചത്. വല്ലവിധേനയും യുദ്ധം ജയിക്കാമെന്ന മിഥ്യാധാരണയും അവർക്കില്ലായിരുന്നു അവരെ ആരുംതന്നെ മസ്തികക്ഷാളനം ചെയ്തിരുന്നുമില്ല. ജർമൻ സേനയ്ക്ക് അതിമാനുഷമായ പ്രകടനം കാഴ്ചവയ്ക്കാനായതിന്റെ യഥാർത്ഥ കാരണം തീർത്തും ലളിതമായിരുന്നു.

Kameradschaft.

സൗഹൃദം.

ആ നൂറുകണക്കിന് ബേക്കർമാരും കശാപ്പുകാരും, അധ്യാപകരും ടൈലർമാരും, സഖ്യസേനയുടെ മുന്നേറ്റം നഖശിഖാന്തം ചെറുത്തുനിന്ന ആ നൂറുകണക്കിന് ജർമ്മൻകാർ ആയുധമേന്തിയത് അവർക്കൊപ്പമുള്ള മറ്റുള്ളവർക്കുവേണ്ടിയായിരുന്നു. ആത്യന്തികമായി അവർ പോരാടിയത് ആയിരം കൊല്ലം പഴക്കമുള്ള റെയ്ഷിനു വേണ്ടിയോ അല്ലെങ്കിൽ Blut und Boden (ചോരയും മണ്ണും)നുവേണ്ടിയോ ആയിരുന്നില്ല, മറിച്ച് തങ്ങളുടെ കൂട്ടാളികളെ നിരാശരാക്കാതിരിക്കാൻ വേണ്ടിയായിരുന്നു.

'മുന്നണിയിൽ നിന്നും പത്തുനാഴിക പിന്നിൽ നിന്നാണ് നാസിസം തുടങ്ങുന്നത്,' ഒരു ജർമ്മൻ തടവുകാരൻ പരിഹാസരൂപേണ പറഞ്ഞു. എന്നാൽ സൗഹൃദം ഓരോ ബങ്കറുകളിലും ട്രഞ്ചുകളിലും നിലനിന്നു. മിലിറ്ററി കമാൻഡർമാർക്ക് ഇതുനന്നായി അറിയാമായിരുന്നു. പിന്നീട് ചരിത്രകാരന്മാർ കണ്ടെത്തിയതുപോലെ അവരിത് തങ്ങളുടെ നേട്ടത്തിനായി ഉപയോഗിച്ചു. നാസി ജനറൽമാർ സഖാക്കളെ ഒന്നിച്ച് നിർത്തുന്നതിനായി ഏതറ്റംവരേയും പോകാൻ തയ്യാറായിരുന്നു. എന്തിനധികം, പുതിയതായി സൈന്യത്തിൽ ചേർന്നവർക്ക് സൗഹൃദം രൂപപ്പെടുത്തുന്നതുവരേക്കും അവർ മൊത്തം ഡിവിഷനുകളെ തിരിച്ച് വിളിക്കാറുണ്ടായിരുന്നു. എന്നിട്ടു മാത്രമേ അവരെ മുന്നണിയിലേക്കയയ്ക്കാറുണ്ടായിരുന്നുള്ളൂ.

ജർമ്മൻ സേനയിലെ ഈ സൗഹൃദത്തിന്റെയും സഹവർത്തിത്വത്തിന്റെയും കരുത്ത് വിഭാവനം ചെയ്യുക അത്ര എളുപ്പമല്ല. കഴിഞ്ഞ കുറെ ദശാബ്ദങ്ങളായി സഖ്യസേനയുടെ മനോധൈര്യത്തത്തെക്കുറിച്ചും ജർമൻ മതിഭ്രംശത്തെക്കുറിച്ചുമുള്ള ഹോളിവുഡ് ഇതിഹാസങ്ങളുടെ പ്രളയമായിരുന്നല്ലോ. നമ്മുടെ കുട്ടികൾ ഓരോരുത്തരും സ്വന്തം ജീവൻ ത്യജിച്ചത് ഒപ്പമുള്ളവർക്കുവേണ്ടിയായിരുന്നുവെന്നോ? യുക്തിഭദ്രം. അതായത് അവർ പരസ്പരം വേർപിരിയാനാവാത്ത സഹോദരങ്ങളായാണ് വളർന്നതെന്നോ? മനസ്സിലാക്കാവുന്ന കാര്യംതന്നെയാണ്. പക്ഷേ, ജർമൻ സംഘത്തെക്കുറിച്ച് ഇതേ കാര്യം സങ്കല്പിക്കുമ്പോഴോ? അതല്ലെങ്കിൽ, ജർമ്മൻകാർ ഇതിലും ശക്തമായ സൗഹൃദം വളർത്തിയെടുത്തിയിരുന്നെങ്കിലോ? ആ സൗഹൃദങ്ങൾ കാരണമായിരുന്നോ അവരുടെ ആർമി മികച്ചതായത്?

ചില സത്യങ്ങൾ സ്വീകരിക്കാൻ കഴിയാത്തവിധം വേദനാജനകമാണ്. എങ്ങനെയാണ് ആ രാക്ഷസരും മനുഷ്യനന്മയിൽ പ്രചോദിതരാകുക? അവർക്കും ഇന്ധനമായത് മനോധൈര്യവും വിശ്വസ്തതയും കൂറും ഐക്യദാർഢ്യവും ആയിരുന്നുവെന്നോ?

അതെ, മോറിസ് ജാനോവിറ്റ്സിന്റെ നിഗമനം അതുതന്നെയായിരുന്നു.

സൈക്കോളജിക്കൽ വാർഫെയർ ഡിവിഷനിലെ ഗവേഷകർ കാര്യങ്ങൾ കൂട്ടിവായിക്കാൻ തുടങ്ങിയപ്പോൾ തങ്ങളുടെ പ്രചാരണ പരിപാടികൾക്കൊന്നും യാതൊരു പ്രഭാവവും ഉണ്ടാവാതിരിക്കാനുള്ള കാരണം അവർക്ക് പൊടുന്നനെ മനസ്സിലായി. ശത്രുപാളയത്തിൽ കൊണ്ടുപോയിട്ട് ദശലക്ഷക്കണക്കിന് ലഘുലേഖകളുടെ പ്രഭാവത്തെക്കുറിച്ച് എഴുതുമ്പോൾ ജാനോവിറ്റ്സും ഷിൽസും ഇങ്ങനെ കുറിച്ചിട്ടു, 'ജർമ്മൻ നേതാക്കൾക്കുമേൽ പ്രത്യയശാസ്ത്രപരമായ ആക്രമണം നടത്താൻ വലിയ ശ്രമങ്ങൾ നടത്തിയിരുന്നു, എന്നാൽ (ഇതവരോട് ചോദിച്ചപ്പോൾ) കേവലം അഞ്ച് ശതമാനത്തോളം തടവുകാർ മാത്രമാണ് ഈ വിഷയത്തെക്കുറിച്ച് പറഞ്ഞത്.' വാസ്തവത്തിൽ മിക്ക ജർമ്മൻകാരും ആ ലഘുലേഖകൾ നാഷണൽ സോഷ്യലിസത്തെ വിമർശിച്ചകാര്യം ഓർത്തതുപോലുമില്ല. ഗവേഷകർ ഒരു ജർമ്മൻ സെർജന്റിനോട് അയാളുടെ രാഷ്ട്രീയവീക്ഷണം എന്താണെന്ന് ചോദിച്ചപ്പോൾ അയാൾ പൊട്ടിച്ചിരിച്ചുകൊണ്ട് ഇങ്ങനെ പറഞ്ഞു: 'നിങ്ങൾ ഇങ്ങനെയൊരു ചോദ്യം ചോദിക്കണമെങ്കിൽ ഒരു കാര്യം എനിക്ക് മനസ്സിലായി, ഒരു സൈനികനെ പോരാടാൻ പ്രേരിപ്പിക്കുന്നത് എന്താണെന്ന് നിങ്ങൾക്കറിയില്ല.'

തന്ത്രങ്ങൾ, പരിശീലനം, പ്രത്യയശാസ്ത്രം - ഇതൊക്കെ ഒരു സൈന്യത്തെ സംബന്ധിച്ച് ഏറെ നിർണ്ണായകമാണെന്ന് മോറിസും സഹപ്രവർത്തകരും ഉറപ്പിച്ചു പറയുന്നു. എന്നാൽ ആത്യന്തികമായി ഒരു സൈന്യം എന്നത് യോദ്ധാക്കൾ തമ്മിലുള്ള പരസ്പരബന്ധത്തിന്റെ കരുത്തിനെ ആശ്രയിച്ചാണിരിക്കുന്നത്. സഹവർത്തിത്വമനോഭാവമാണ് യുദ്ധം ജയിപ്പിക്കുന്ന ആയുധം.

ഈ കണ്ടെത്തലുകൾ യുദ്ധം കഴിഞ്ഞ് അധികം താമസിയാതെ പ്രസിദ്ധീകരിക്കുകയും ഇതിനെ തുടർന്നുവന്ന പഠനങ്ങൾ ഇക്കാര്യം വീണ്ടും അടിവരയിടുകയും ചെയ്തു. പക്ഷേ, ഈ വിഷയത്തിലെ ഏറ്റവും പ്രധാനപ്പെട്ട ഒരു വസ്തുത പുറത്തുവന്നത് അമേരിക്കൻ രഹസ്യാന്വേഷണവിഭാഗം

ഒളിച്ചുകേട്ട സംഭാഷണങ്ങളുടെ ഒന്നരലക്ഷം ടൈപ്പ് ചെയ്ത പേജുകൾ 2001-ൽ ചരിത്രകാരന്മാർ കണ്ടെത്തിയപ്പോഴാണ്. വാഷിങ്ടൺ ഡിസിയിലെ ഫോർട്ട് ഹണ്ടിലുള്ള യുദ്ധത്തടവുകാരുടെ ഒരു ക്യാമ്പിൽവെച്ച് നാലായിരത്തോളം ജർമ്മൻകാരുടെ സംഭാഷണങ്ങൾ രഹസ്യമായി റെക്കോഡ് ചെയ്തതിന്റെ ട്രാൻസ്ക്രിപ്റ്റ് ആയിരുന്നു ഇത്. ഈ സംഭാഷണങ്ങൾ സാധാരണ വേർമാക്ക്റ്റ് സൈനികരുടെ ജീവിതത്തിലേക്കും മനസ്സിലേക്കുമുള്ള, മുമ്പൊരിക്കലും തുറക്കാത്ത ജാലകം തുറന്നു.

ജർമ്മൻകാർക്ക് അസാമാന്യമായ 'സൈനികമൂല്യം' ഉണ്ടായിരുന്നുവെന്നും, വിശ്വസ്തത, സഹവർത്തിത്വം, ആത്മത്യാഗം എന്നീ ഗുണങ്ങൾക്ക് അവർ വലിയ വില കല്പ്പിച്ചിരുന്നുവെന്നും ഈ രേഖകൾ കാണിക്കുന്നു. മറിച്ച് ജൂതവിരുദ്ധ വികാരവും പ്രത്യയശാസ്ത്രപരമായ വിശുദ്ധിയുമെല്ലാം ഇതിൽ ചെറിയ പങ്കുമാത്രമേ വഹിച്ചിരുന്നുള്ളു. 'ഫോർട്ട് ഹണ്ടിൽനിന്നും ചോർത്തിയെടുത്ത സംഭാഷണങ്ങളുടെ ഈ ട്രാൻസ്ക്രിപ്റ്റുകൾ കാണിക്കുന്നത് മിക്ക വേർമാക്ക്റ്റ് സൈനികരുടെ ബോധതലത്തിലും പ്രത്യയശാസ്ത്രം പരമാവധി ഒരു സബോഡിനേറ്റ് പങ്കുമാത്രമേ വഹിച്ചിട്ടുള്ളു എന്നാണ്,' എന്ന് ജർമ്മൻ ചരിത്രകാരനായ ഫെലിക്സ് റോമർ ഒരു ലേഖനത്തിലെഴുതി.

രണ്ടാം ലോകമഹായുദ്ധത്തിൽ പൊരുതിയ അമേരിക്കക്കാരുടെ കാര്യത്തിലും ഇത് സത്യമായിരുന്നു. 1949-ൽ ഒരു സംഘം സോഷ്യോളജിസ്റ്റുകൾ അമേരിക്കൻ സൈന്യത്തിൽനിന്നും വിരമിച്ച അഞ്ച് ലക്ഷത്തോളം പേരിൽ നടത്തിയ ഒരു സർവ്വേയുടെ ഫലം പ്രസിദ്ധീകരിച്ചു. അത് കാണിച്ചത് ഈ സൈനികരൊന്നുംതന്നെ പ്രാഥമികമായി പ്രചോദിതരായത് ആദർശം കൊണ്ടോ പ്രത്യയശാസ്ത്രം കൊണ്ടോ അല്ല എന്നാണ്. ഒരു ബ്രിട്ടീഷ് സൈനികനെ സംബന്ധിച്ചിടത്തോളം ജനാധിപത്യ നിയമക്രമം എത്രമാത്രം പ്രചോദനമാകുന്നുവോ, അതിലപ്പുറമൊന്നും ഒരു അമേരിക്കൻ സൈനികനെ സംബന്ധിച്ചിടത്തോളം ദേശസ്നേഹം പ്രചോദനമാകുന്നില്ല. ഈ ആളുകളൊന്നും സ്വന്തം കൂട്ടുകാർക്കുവേണ്ടി പോരാടിയ അത്രയൊന്നും സ്വന്തം രാഷ്ട്രങ്ങൾക്കുവേണ്ടി പോരാടിയിട്ടില്ല.*

ഈ ബന്ധങ്ങൾ ചില സവിശേഷമായ സാഹചര്യങ്ങളിലേക്ക് നീങ്ങാൻ മാത്രം ആഴത്തിലുള്ളവയായിരുന്നു. വേറൊരു ഡിവിഷനിലേക്കാണ് തങ്ങൾക്ക് സ്ഥലംമാറ്റം കിട്ടുക എന്നുവന്നാൽ സൈനികർ ഉദ്യോഗകയറ്റം വേണ്ടെന്ന് പറയും. മുറിവേറ്റവരും രോഗം ബാധിച്ചവരുമായ പലരും സൈന്യത്തിൽനിന്നും വിട്ടുപോകാൻ തയ്യാറല്ലായിരുന്നു, കാരണം അവർക്ക് പകരം പുതിയ ആളുകൾ വരാൻ അവർ ആഗ്രഹിച്ചില്ല. തങ്ങളുടെ ആശുപത്രിക്കിടക്കയിൽനിന്നും ആരുമറിയാതെ പുറത്തുചാടി പടക്കളത്തിലേക്ക് രക്ഷപ്പെടാൻ ശ്രമിച്ച ആളുകൾ പോലും ഉണ്ടായിരുന്നു.

'സ്വന്തം കൂട്ടാളികൾ വീണുപോകുമോ എന്ന് ഭയന്ന് സ്വന്തം താല്പര്യങ്ങൾക്കനുസരിച്ച് പ്രവർത്തിക്കുന്നതിൽ ആളുകൾ പരാജയപ്പെടുന്ന

---

* (ജാനോവിറ്റ്സിന്റെയും ഷിൽസിന്റെയും ഈ ആദ്യലേഖനം യുദ്ധാനന്തര സാമൂഹ്യശാസ്ത്രം സംബന്ധിച്ച് ഏറ്റവുമധികം എടുത്തുപറയപ്പെട്ട പഠനങ്ങളിലൊന്നാണ്. സൈനികർ പ്രാഥമികമായും തങ്ങളുടെ കൂട്ടാളികൾക്കുവേണ്ടിയാണ് യുദ്ധം ചെയ്യുന്നത് എന്ന ഇവരുടെ 'പ്രൈമറി ഗ്രൂപ്പ് തിയറി'യെക്കുറിച്ച് സാമൂഹ്യശാസ്ത്രകാരന്മാർക്കിടയിൽ വിശാലമായ അഭിപ്രായസമന്വയമുണ്ട്.)

പല സന്ദർഭങ്ങളും പലപ്പോഴും ഞങ്ങൾ നേരിടുകയുണ്ടായി,' എന്ന് ഒരു സോഷ്യോളജിസ്റ്റ് അത്ഭുതത്തോടെ ഒരിക്കൽ പറഞ്ഞു.

2

ഈ ആശയവുമായി പൊരുത്തപ്പെടാൻ എനിക്ക് കുറച്ച് സമയം വേണ്ടി വന്നു.

ഒരു കൗമാരക്കാരനെന്ന നിലയിൽ ഹോളണ്ടിൽ വളർന്ന എന്നെ സംബന്ധിച്ചിടത്തോളം രണ്ടാം ലോകമഹായുദ്ധത്തെ ഞാൻ മനസ്സിൽ ചിത്രീകരിച്ചിരുന്നത് ഇരുപതാം നൂറ്റാണ്ടിലെ Lord of the Rings പോലെയായിരുന്നു – ധീരരായ ഹീറോകളും ദുഷ്ടരായ വില്ലരും തമ്മിലുള്ള ആവേശകരമായ പോരാട്ടം. എന്നാൽ ഇതിൽനിന്നും തീർത്തും വ്യത്യസ്തമായൊരു കാര്യമാണ് അവിടെ നടന്നിരുന്നതെന്ന് മോറിസ് ജാനോവിറ്റ്സ് കാണിച്ചുതന്നു. ദുഷ്ചെയ്തികളുടെ ഉത്ഭവം ഹീനരായ ദുഷ്ടമനുഷ്യരുടെ സാഡിസ്റ്റിക് പ്രവണതകളിലല്ല, മറിച്ച് ധീരരായ യോദ്ധാക്കളുടെ ഐക്യദാർഢ്യത്തിലാണ് കുടികൊണ്ടിരുന്നത് എന്ന് അദ്ദേഹം കണ്ടെത്തി. മനുഷ്യരിലെ സദ്ഗുണങ്ങളായ സൗഹൃദം, വിശ്വസ്തത, ഐക്യദാർഢ്യം എന്നിവ ദശലക്ഷക്കണക്കിന് സാധാരണ മനുഷ്യരെ ചരിത്രത്തിലെ ഏറ്റവും മോശമായ കൂട്ടക്കൊലയ്ക്ക് പ്രേരിപ്പിച്ച ഏറ്റവും ധീരമായ ഒരു പോരാട്ടമായി രണ്ടാം ലോകമഹായുദ്ധം മാറി.

നമ്മുടെ ശത്രുക്കൾ ദുഷ്ടലാക്കുള്ള സാഡിസ്റ്റുകളാണെന്ന അബദ്ധധാരണ 'ശുദ്ധമായ ദുഷ്ടതയെന്ന മിത്താണ്' എന്ന് സൈക്കോളജിസ്റ്റ് റോയ് ബൗമീസ്റ്റർ പറയുന്നു. വാസ്തവത്തിൽ നമ്മുടെ ശത്രുക്കളും നമ്മളെപോലെ തന്നെയാണ്.

ഇത് ഭീകരവാദികളുടെ കാര്യത്തിലും ബാധകമാണ്.

അവരും നമ്മളെപ്പോലെ തന്നെയാണെന്ന് വിദഗ്ദ്ധർ ഊന്നിപറയുന്നു. സൂയിസൈഡ് ബോംബർമാർ ഭീകരജീവികളായിരിക്കാമെന്ന് കരുതാൻ നമ്മൾ പ്രലോഭിതരായെന്നുവരാം. മനഃശാസ്ത്രപരമായും ശരീരശാസ്ത്രപരമായും ന്യൂറോളജി സംബന്ധമായും അവർ എല്ലാത്തരത്തിലും അവർ പ്രേരിപ്പിക്കപ്പെട്ടിട്ടുണ്ടാവാം.

അവർ മനോരോഗികളായിരിക്കാം, അല്ലെങ്കിൽ ഒരിക്കലും സ്കൂളിൽ പോയിട്ടുണ്ടാവില്ല, അതല്ലെങ്കിൽ അവർ കൊടും ദാരിദ്ര്യത്തിൽ വളർന്നവരാവാം, അങ്ങനെ ശരാശരി മനുഷ്യരിൽനിന്നും അവർ ഇത്രയേറെ വ്യതിചലിച്ചു പോകാനുള്ള കാരണം വിശദമാക്കാൻ എന്തെങ്കിലും കാരണം വേണം.

അങ്ങനെയൊന്നുമല്ല എന്ന് സാമൂഹ്യശാസ്ത്രജ്ഞർ പറയുന്നു. നാഴികക്കണക്കിനു എക്സൽ ഷീറ്റുകളിൽ ശാസ്ത്രജ്ഞർ പൂരിപ്പിച്ച, വ്യക്തികളുടെ സ്വഭാവവിശേഷം സംബന്ധിച്ച സമചിത്തമായ ഡാറ്റ അനുഭവസിദ്ധമായി എത്തിച്ചേരുന്ന നിഗമനം 'ശരാശരി ഭീകരവാദി' എന്നൊന്ന് ഇല്ലെന്നാണ്. ഉന്നത വിദ്യാഭ്യാസം നേടിയവർ തൊട്ട് ഒട്ടും വിദ്യാഭ്യാസം ലഭിക്കാത്തവർ വരേയ്ക്കും, ധനികർ തൊട്ട് ദരിദ്രർ വരേയ്ക്കും, നിസ്സാരർ തൊട്ട് ഗൗരവ

സ്വഭാവമുള്ളവർ വരേയ്ക്കും, ദൈവവിശ്വാസികൾ തൊട്ട് ദൈവനിഷേധികൾ വരേയ്ക്കും അത് പരന്നുകിടക്കുന്നു. മാനസിക പ്രശ്നമുള്ളവർ ഇല്ലെന്നു തന്നെ പറയാം; പ്രശ്നപൂരിതമായ ബാല്യമുള്ളവർ വളരെ അപൂർവം മാത്രം. ഒരു ഭീകരാക്രമണത്തിനുശേഷം മാധ്യമങ്ങൾ ഈ ഭീകരരുടെ അയൽക്കാരുടെയും പരിചയക്കാരുടെയും സുഹൃത്തുക്കളുടെയും ഞെട്ടലോടെയുള്ള പ്രതികരണം കൊടുക്കുന്നത് കാണാം. സൂയിസൈഡ് ബോംബറെക്കുറിച്ച് ചോദിക്കുമ്പോൾ അവർ അയാളെ ഓർക്കുന്നത് വളരെ 'സൗഹൃദമനോഭാവമുള്ള' 'നല്ല മനുഷ്യ'നായാണ്.

ഭീകരവാദികൾ എല്ലാവർക്കുമുള്ള ഒരു സ്വഭാവവിശേഷം എന്ന് പറയാവുന്നത് അവർ വളരെ പെട്ടെന്ന് സ്വാധീനിക്കപ്പെടാം എന്നതാണ്.

മറ്റുള്ളവരുടെ അഭിപ്രായത്താൽ സ്വാധീനിക്കപ്പെടാം. അധികൃതരാൽ സ്വാധീനിക്കപ്പെടാം. അവർ കാണപ്പെടാൻ മോഹിക്കുകയും കുടുംബാംഗങ്ങളും കൂട്ടുകാരും ശരിയായ കാര്യങ്ങൾ ചെയ്തു കാണാൻ ആഗ്രഹിക്കുകയും ചെയ്യുന്നു. 'ഭീകരവാദികൾ ഒരു കാര്യത്തിനുവേണ്ടിയല്ല പരസ്പരം കൊല്ലുകയും ചാവുകയും ചെയ്യുന്നത്, അവർ ഓരോരുത്തരും മറ്റുള്ളവർക്കായാണ് കൊല്ലുകയും ചാവുകയും ചെയ്യുന്നത്,' എന്ന് ഒരു അമേരിക്കൻ നരവംശശാസ്ത്രജ്ഞൻ നിരീക്ഷിക്കുന്നു.

ഇതിന്റെ ഒരു തുടർച്ചയെന്നോണം, ഭീകരവാദികളും സ്വയം തീവ്രവാദപരമായ ആശയങ്ങളിലേക്കു കടക്കുകയാണ്, മറിച്ച് കൂട്ടുകാർക്കും കമിതാക്കൾക്കും വേണ്ടിയാണ്. ഭീകരവാദസെല്ലുകളിലെ ഒരു വലിയ വിഭാഗവും അക്ഷരാർത്ഥത്തിൽ 'സഹോദരങ്ങളുടെ കൂട്ടാണ്': 2001-ലെ ട്വിൻ ടവർ ആക്രമണത്തിൽ ഏറ്റവും ചുരുങ്ങിയത് നാലു ജോഡി സഹോദരങ്ങളെങ്കിലും പങ്കെടുത്തിരുന്നു, 2013-ലെ ബോസ്റ്റൺ മാരത്തോൺ ബോംബർമാർ സഹോദരങ്ങളായിരുന്നു, അതുപോലെതന്നെ 2015-ൽ, പാരിസിലെ ബാറ്റക്ലാം കൂട്ടക്കൊല നടത്തിയ സലാഹും ബ്രാഹിം അബ്ദെസ്ലാമും സഹോദരങ്ങളായിരുന്നു.

ഭീകരവാദികൾ എന്തുകൊണ്ട് ഒന്നിച്ചു പ്രവർത്തിക്കുന്നു എന്നതിൽ ദുരൂഹതയൊന്നും ഇല്ല: നിഷ്ഠൂരമായ ഹിംസ ഭയപ്പെടുത്തുന്നതാണ്. രാഷ്ട്രീയ നേതാക്കൾ ഭീരുത്വം എന്നുപറയുന്ന അത്രയുംതന്നെ മനോധൈര്യവും ദൃഢനിശ്ചയവും വേണം മരണംവരെ പോരാടാൻ. 'നിങ്ങൾക്ക് സ്നേഹവും വിശ്വാസവുമുള്ളവരോട് ചേർന്ന് എടുത്തുചാടുക കൂടുതൽ എളുപ്പമാണ് എന്ന് ഒരു സ്പാനിഷ് ഭീകരവാദവിദഗ്ധൻ ചൂണ്ടിക്കാണിക്കുന്നു.

ഭീകരർ ആക്രമിക്കുമ്പോൾ വാർത്താമാധ്യമങ്ങൾ പ്രാഥമികമായും ആ ആക്രമണത്തിന് തിരി കൊളുത്തിയതായി പറയപ്പെടുന്ന രോഗാതുരമായ പ്രത്യയശാസ്ത്രത്തിലേക്കു ശ്രദ്ധ കേന്ദ്രീകരിക്കുന്നു. തീർച്ചയായും പ്രത്യയശാസ്ത്രം പ്രധാനം തന്നെയാണ്. നാസി ജർമ്മനിയിൽ അത് പ്രധാനമായിരുന്നു. തീർച്ചയായും, അറിയപ്പെടുന്ന 'പുസ്തകപ്പുഴു'വായിരുന്ന ഒസാമ ബിൻ ലാദനെപ്പോലെ ചെറുപ്പത്തിൽ റാഡിക്കൽ ഇസ്ലാമിനെക്കുറിച്ചുള്ള പുസ്തകം കരണ്ടുതിന്ന ഒരാൾ പരുവപ്പെടുത്തി എടുത്ത അൽ ക്വയ്ദ, ഇസ്ലാമിക് സ്റ്റേറ്റ് തുടങ്ങിയ ഭീകര സംഘടനാനേതാക്കളെ സംബന്ധിച്ചിടത്തോളവും ഇത് പ്രധാനം തന്നെയായിരുന്നു.

എന്നാൽ ഈ സംഘടനകളിലെ സാധാരണ പോരാളികളെ സംബന്ധിച്ചിടത്തോളം പ്രത്യയശാസ്ത്രം തീർത്തും നിസ്സാരമായ ഒരു പങ്ക് മാത്രമാണ്

വഹിക്കുന്നതെന്നു ഗവേഷണങ്ങൾ കാണിക്കുന്നു. 2013-ലും 2014-ലും സിറിയയിലേക്ക് പോയ ആയിരക്കണക്കിന് ജിഹാദികളുടെ കാര്യം എടുക്കുക. അവരിൽ നാലിൽ മൂന്നും റിക്രൂട്ട് ചെയ്യപ്പെട്ടത് പരിചയക്കാരും സുഹൃത്തുക്കളും വഴിയായിരുന്നു. ഒരു ഐ.എസ്. വോട്ടെടുപ്പിന്റെ ചോർന്നു കിട്ടിയ പ്രതികരണമനുസരിച്ച് മിക്കവാറും ആളുകൾക്ക് ഇസ്ലാമിക മതവിശ്വാസത്തെക്കുറിച്ച് ഒന്നും അറിയില്ലായിരുന്നു. പലരും യാത്ര പുറപ്പെടും മുന്നേ ബുദ്ധിപൂർവം 'The Koran For Dummies' ന്റെ കോപ്പി വാങ്ങിയിരുന്നു. അവരെ സംബന്ധിച്ചിടത്തോളം 'മതം ഒരു പുനർവിചിന്തനമാണ്' എന്നാണ് ഒരു സിഐഎ ഓഫീസർ പറയുന്നത്.

നമ്മൾ മനസ്സിലാക്കേണ്ട കാര്യം, ഈ ഭീകരവാദ ഏജന്റുമാരിൽ ഭൂരിഭാഗവും മതഭ്രാന്തന്മാർ ആയിരുന്നില്ല എന്നതാണ്. അവർ ഉറ്റ കൂട്ടുകാരായിരുന്നു. തങ്ങൾ എന്തോ വലിയ കാര്യത്തിന്റെ ഭാഗമാണെന്നും, അവസാനം തങ്ങളുടെ ജീവിതത്തിന് അർഥം കൈവന്നെന്നും അവർക്കു തോന്നി. ആത്യന്തികമായി അവർ അവരുടെ തന്നെ ഇതിഹാസകഥയുടെ ഗ്രന്ഥകർത്താക്കൾ ആയിരുന്നു.

അല്ല, ഇത് ഒരിക്കലും അവർ ചെയ്ത കുറ്റത്തിനുള്ള ന്യായീകരണമല്ല. ഇതൊരു വിശദീകരണമാണ്.

3

1990-ലെ ശരത്കാലത്ത്, മുപ്പതുവർഷം മുന്നേ സ്റ്റാൻലി മിൽഗ്രാം തന്റെ ഷോക്ക് പരീക്ഷണം നടത്തിയ അതെ സർവകലാശാലയിൽ ഒരു പുതിയ ഗവേഷണ കേന്ദ്രം തുറന്നു. Yale's Infant Cognition Center അഥവാ ബേബി ലാബ് എന്നറിയപ്പെടുന്ന ഈ സ്ഥാപനം ആവേശകരമായ നിരവധി ഗവേഷണങ്ങൾ നടത്തുന്നുണ്ട്. ഇവിടെ അന്വേഷണം നടത്തുന്ന ചോദ്യങ്ങൾ ഹോബ്സും റൂസോയുംവരെയുള്ള അവയുടെ വേരുകൾ അന്വേഷിക്കുന്നു. എന്താണ് മനുഷ്യസ്വഭാവം? പരിപോഷണത്തിന്റെ പങ്കെന്താണ്? ആളുകൾ അടിസ്ഥാനപരമായി നല്ലവരാണോ അതോ ചീത്തയാണോ?

2007-ൽ ബേബി ലാബ് ഗവേഷക കിലി ഹാംലിൻ താൻ നടത്തിയ മാർഗ്ഗം തെളിയ്ക്കുന്ന ഒരു പഠനത്തിന്റെ ഫലം പ്രസിദ്ധീകരിച്ചു. ശിശുക്കൾക്ക് ജന്മസിദ്ധമായി ഒരു ധാർമ്മികബോധം ഉണ്ടെന്നു അവർക്കും സംഘത്തിനും യുക്തിപൂർവം ബോധ്യപ്പെടുത്താനായി. കേവലം ആറുമാസം പ്രായമുള്ള കുഞ്ഞുങ്ങൾക്കുപോലും തെറ്റും ശരിയും തിരിച്ചറിയാൻ പറ്റുമെന്ന് മാത്രമല്ല തിന്മയേക്കാൾ നന്മയ്ക്കു അവർ മുൻഗണന കൊടുക്കുന്നുവെന്നും അവർ കണ്ടെത്തി.

ഹാംലിനു ഇത്രയും ഉറപ്പെങ്ങനെ എന്നായിരിക്കും നിങ്ങൾ അത്ഭുതപ്പെടുന്നത്. എന്തൊക്കെയായാലും കുഞ്ഞുങ്ങൾക്ക് സ്വന്തമായി ഒന്നും ചെയ്യാനാവില്ല. ചുണ്ടെലികൾക്കു ദുർഘടമാർഗ്ഗത്തിലൂടെ ഓടാനാകും. പക്ഷേ, കുട്ടികൾക്കോ? പക്ഷേ, അവർക്കു ഒരു കാര്യം ചെയ്യാനാവും: കുഞ്ഞുങ്ങൾക്ക് നിരീക്ഷിക്കാനാവും. അതിനാൽ ഗവേഷകർ തങ്ങളുടെ പരീക്ഷണത്തിന് വിധേയരാകുന്ന ആറും പത്തും മാസം പ്രായമുള്ള ഈ കുഞ്ഞുങ്ങൾക്ക്

വേണ്ടി ഒരു പാവ പ്രദർശനം സംഘടിപ്പിച്ചു. ഇതിൽ ഒരു പാവ സഹായ മനോഭാവം പ്രകടിപ്പിക്കുന്നതാണെങ്കിൽ രണ്ടാമത്തേത് ഒരു വിഡ്ഢിയെ പ്പോലെയുള്ളതായിരുന്നു. ഇതിൽ ഏതു പാവയുടെ അടുത്തേക്കാണ് ഈ ശിശുക്കൾ പോവുക?

നിങ്ങൾ ഊഹിച്ചതു ശരിയാണ്: ശിശുക്കൾ താല്പര്യം കാണിച്ചത് സഹായിയായ പാവയോടായിരുന്നു. 'ഇത് കേവലം സൂക്ഷ്മമായ സ്റ്റാറ്റി സ്റ്റിക്കൽ പ്രവണത മാത്രമായിരുന്നില്ല, മറിച്ച് മിക്കവാറും എല്ലാ കുട്ടികളും തന്നെ നല്ലവനടുത്തേക്കാണ് പോയത്,' എന്ന് ഗവേഷകരിൽ ഒരാൾ പിന്നീടെ ഴുതി. കുഞ്ഞുങ്ങൾ എങ്ങനെയാണ് ലോകം കാണുന്നത് എന്നതിനെക്കുറിച്ച് നൂറ്റാണ്ടുകളുടെ ഊഹാപോഹങ്ങൾക്കുംശേഷം, നമുക്ക് സഹജമായൊരു ധാർമ്മിക സൂചിക ഉണ്ടെന്നും ഹോമോ പപ്പി ഒരു കാലി സ്ലേറ്റ് അല്ലെന്നുമുള്ള തിനുള്ള ജാഗ്രതയോടുകൂടിയ തെളിവായിരുന്നു അത്. നല്ലതിനോട് പ്രഥമ ഗണനയോടുകൂടിയാണ് നമ്മൾ ജനിച്ചിരിക്കുന്നത്; അത് നമ്മുടെ സ്വഭാവ ത്തിലുണ്ട്.

എന്നാൽ കുഞ്ഞുങ്ങളെക്കുറിച്ചുള്ള ഗവേഷണങ്ങളുടെ ലോകത്തിന്റെ കൂടുതൽ ആഴത്തിലേക്ക് ഞാൻ പോയപ്പോൾ താമസിയാതെ എന്റെ ശുഭാ പ്തിവിശ്വാസം കുറയാൻ തുടങ്ങി.

മനുഷ്യപ്രകൃതിക്ക് മറ്റൊരു തലമുണ്ടെന്നതാണ് കാര്യം. ഈ ആദ്യപരീക്ഷണം കഴിഞ്ഞ് ഏതാനും വർഷങ്ങൾക്കുശേഷം ഹാംലിനും അവരുടെ സംഘവും ഇതിലൊരു ചെറിയ രൂപഭേദവുമായി വന്നു. ഇത്തവണ അവർ ശിശുക്കൾക്ക് നല്കിയത് അവർ ഏതാണ് തെരഞ്ഞെടുക്കുന്നത് എന്നറിയാൻ ഗ്രഹാം ക്രാക്കേഴ്സിനും ഗ്രീൻ ബീൻസിനും ഇടയ്ക്കുള്ള ഒരു തെരഞ്ഞെടുപ്പായി രുന്നു. അതിനുശേഷം ഇവർ ആ കുഞ്ഞുങ്ങൾക്ക് രണ്ട് പാവകളെ നല്കി: ഒരെണ്ണം ഗ്രഹാം ക്രാക്കർ ഇഷ്ടപ്പെടുന്നതും മറ്റൊരെണ്ണം ഗ്രീൻ ബീൻസ് ഇഷ്ടപ്പെടുന്നതും. വീണ്ടും ഇതിലേത് പാവയോടാണ് കുട്ടികൾ താല്പര്യം കാണിച്ചതെന്ന് അവർ നിരീക്ഷിച്ചു.

യാതൊരത്ഭുതവുമില്ല, മിക്ക കുട്ടികളും സ്വന്തം താല്പര്യം പങ്കുവെച്ച പാവയെയാണ് ഇഷ്ടപ്പെട്ടത്. അതിലും അത്ഭുതമുള്ള കാര്യം ഇവരെപ്പോലെ ചിന്തിക്കുന്ന പാവ നീചസ്വഭാവം ഉള്ളതും മറ്റേ പാവ സത്സ്വഭാവിയുമായി കാണിച്ചപ്പോഴും അവരുടെ മുൻഗണന പഴയപടി തന്നെ തുടർന്നു എന്ന താണ്. 'വീണ്ടും വീണ്ടും ഞങ്ങൾ കണ്ട കാര്യം കുട്ടികൾ (തങ്ങളെ പോലെ തന്നെ) തങ്ങളുമായി എതിരഭിപ്രായമുള്ളവരോട് (അതായത് ഇവിടെ നല്ല വരോട്) അഭിപ്രായവ്യത്യാസം ഉള്ള മോശം സ്വഭാവമുള്ള വ്യക്തികളെ തിരഞ്ഞെടുക്കുന്നു എന്നതാണ്,' എന്ന് ഹാംലിന്റെ സഹപ്രവർത്തകരിൽ ഒരാൾ പറഞ്ഞു.

ഇതു നിങ്ങളെ എത്രമാത്രം അധൈര്യപ്പെടുത്തും എന്ന് പറയണോ?

സംസാരിക്കാൻ തുടങ്ങുന്നതിനുമുമ്പുതന്നെ അപരിചിതമായ കാര്യങ്ങ ളോട് നമുക്ക് ഒരു വെറുപ്പുള്ളതായി കാണുന്നു. ബേബി ലാബിലെ ഗവേഷ കർ നടത്തിയ ഡസൻ കണക്കിന് പരീക്ഷണങ്ങൾ കാണിക്കുന്നത് കുട്ടി കൾക്ക് അപരിചിതമായ മുഖങ്ങളെ, അപരിചിതമായ ഗന്ധങ്ങളെ, അന്യ ഭാഷകളെ, അല്ലെങ്കിൽ വിചിത്രമായ ഭാഷാഭേദങ്ങളെ ഒന്നും ഇഷ്ടമല്ല

എന്നാണ്. നമ്മൾ ജനിക്കുന്നതുതന്നെ അപരിചിതരോടുള്ള വിദ്വേഷത്തോട് കൂടിയാണ് എന്നപോലെയാണിത്.

അപ്പോൾ നമ്മളിലുള്ള അപായകരമായ പൊരുത്തക്കേടിന്റെ ലക്ഷണമാണോ ഇത് എന്ന് ഞാൻ അത്ഭുതം കൂറി. നമ്മളറിയുന്ന കാര്യത്തോടുള്ള നൈസർഗ്ഗികമായ മുൻഗണന മനുഷ്യാസ്ഥിത്വത്തിന്റെ വലിയ കാര്യമൊന്നുമല്ലെന്നും നാഗരികതയുടെ വളർച്ചയോടെ ഉണ്ടായേക്കാവുന്ന ഒരു പ്രശ്നമാണെന്നുമാണോ? നമ്മുടെ ചരിത്രത്തിന്റെ തൊണ്ണൂറ്റഞ്ച് ശതമാനത്തിൽ അധികം കാലവും നമ്മൾ വേട്ടയാടി ഇരതേടി നടന്നിരുന്നവരാണ്. ഏത് സമയവും വഴിയിൽ ഒരപരിചിതനെ കണ്ടാൽ നമ്മൾ അയാളോട് കുശലം പറയാനായി നില്ക്കുകയും അതോടെ അയാളൊരു അപരിചിതനല്ലാതായി മാറുകയും ചെയ്തു.

ഇന്ന് കാര്യങ്ങൾ തീർത്തും വ്യത്യസ്തമാണ്. നമ്മൾ അജ്ഞാതമായ നഗരങ്ങളിൽ ജീവിക്കുന്നു, നമ്മളിൽ പലരും ലക്ഷക്കണക്കിന് അപരിചിതർക്കിടയിലാണ് ജീവിക്കുന്നത്. മറ്റാളുകളെക്കുറിച്ച് നമ്മൾ അറിയുന്നത് മോശം കാര്യങ്ങളിലേക്ക് കൂടുതൽ ശ്രദ്ധ കേന്ദ്രീകരിക്കാൻ പ്രവണതയുള്ള മാധ്യമങ്ങളിൽ നിന്നും പത്രക്കാരിൽ നിന്നുമാണ്. അപരിചിതരോട് നമ്മൾ സംശയാലുക്കളായി കഴിഞ്ഞു എന്നതിന് എന്തെങ്കിലും അത്ഭുതമുണ്ടോ? അപരിചിതത്വത്തോടുള്ള നമ്മുടെ സഹജമായ വൈമുഖ്യം പൊട്ടാൻ കാത്ത് നില്ക്കുന്ന ഒരു ടൈംബോംബാണോ?

കിലി ഹാംലിന്റെ ആദ്യ പഠനത്തിനുശേഷം കുഞ്ഞുങ്ങളുടെ ധാർമ്മിക ബോധം പരീക്ഷിക്കുന്നതിനായി പിന്നെയും നിരവധി പഠനങ്ങൾ നടന്നിട്ടുണ്ട്. ഇത് ഇപ്പോഴും അതിന്റെ ശൈശവദശയിലാണെങ്കിലും അത് രസകരമായ ഒരു ഗവേഷണമേഖലയാണ്. ഇത്തരത്തിലുള്ള ഗവേഷണം നേരിടുന്ന ഏറ്റവും വലിയ പ്രതിബന്ധം കുട്ടികളുടെ ശ്രദ്ധ വളരെ പെട്ടെന്ന് തിരിയുമെന്നതും ഇത് നമുക്ക് ആശ്രയിക്കാവുന്ന തരത്തിൽ പരീക്ഷണങ്ങൾ രൂപകല്പന ചെയ്യാൻ ബുദ്ധിമുട്ടാവും എന്നതുമാണ്.*

ഭാഗ്യവശാൽ, പതിനെട്ട് മാസം പ്രായമാകുമ്പോഴേക്കും മനുഷ്യർ സാമാന്യം മിടുക്കരാവുകയും അതിനാൽതന്നെ പഠിക്കാൻ എളുപ്പമാവുകയും ചെയ്യുന്നു. ജർമ്മൻ മനഃശാസ്ത്രജ്ഞനായ ഫെലിക്സ് വാർണ്ണേക്കേനിന്റെ പഠനം തന്നെയെടുക്കുക. ഒരു പിഎച്ച്.ഡി. വിദ്യാർത്ഥി എന്ന നിലയിൽ കൊച്ചുകുഞ്ഞുങ്ങൾ എത്രമാത്രം സഹായമനസ്ക്കരാണെന്ന് അന്വേഷിക്കുന്നതിൽ അദ്ദേഹം ഏറെ തല്പരനായി. എന്നാൽ അദ്ദേഹത്തിന്റെ സൂപ്പർവൈസർമാർ ഈ ആശയം തള്ളിക്കളഞ്ഞു. 2000-ങ്ങളുടെ തുടക്കത്തിൽ ഉണ്ടായിരുന്ന പൊതുവായ വിശ്വാസംവച്ച് അവരും കരുതിയിരുന്നത് ശിശുക്കൾ എന്നുപറഞ്ഞാൽ കൈയും കാലുംവച്ച അഹന്തയാണെന്നാണ്. എന്നാൽ വാർണ്ണേക്കേനിനെ ഇതുകൊണ്ട് ഒന്നും പിന്തിരിപ്പിക്കാനാവുമാ

* ആദ്യത്തെ മെറ്റാ അനാലിസിസിൽ ഇരുപത്തിയാറ് പഠനങ്ങളാണ് ഉൾപ്പെട്ടിരുന്നത്. ഈ പഠനങ്ങൾ എത്തിച്ചേർന്ന നിഗമനം കൊച്ചു കുഞ്ഞുങ്ങൾ നല്ലവരെ ഇഷ്ടപ്പെടുന്നു എന്നത് അനുഭവങ്ങളുടെ വെളിച്ചത്തിൽ തീർത്തും വ്യക്തമാക്കപ്പെട്ട ഒരു കാര്യമാണെന്നായിരുന്നു. എന്നാൽ ഇത് എല്ലാവർക്കും ബോധ്യപ്പെട്ടില്ല. ഹാംലിൻ നടത്തിയ പരീക്ഷണം ആവർത്തിച്ച ചില ശാസ്ത്രജ്ഞർക്ക് ഇതേഫലം കിട്ടിയപ്പോൾ മറ്റുചിലർക്ക് പ്രസക്തമായ തരത്തിൽ അത്തരമൊരു ബന്ധം കണ്ടെത്താനായില്ല എന്ന് ചില ഗവേഷകർ പറയുന്നു.

യിരുന്നില്ല. അദ്ദേഹം സ്വന്തമായി ഒരു പരീക്ഷണ പരമ്പര തന്നെ രൂപപ്പെടുത്തുകയും അത് ആത്യന്തികമായി ലോകത്തെല്ലായിടത്തും ആവർത്തിക്കപ്പെടുകയും ചെയ്തു.

എല്ലായിടത്തുമതേ പരീക്ഷണഫലം ഒന്നുതന്നെയായിരുന്നു. പതിനെട്ട് മാസം എന്ന കുഞ്ഞുപ്രായത്തിൽ പോലും കുഞ്ഞുങ്ങൾ മറ്റുള്ളവരെ സഹായിക്കാൻ ഏറെ ഉത്സുകരാണെന്നും ഒരു സഹായഹസ്തം നീട്ടുന്നതിനായി കളിയിൽനിന്നും തമാശകളിൽനിന്നും അവർ ഒരിടവേള എടുക്കുമെന്നും ഒരപരിചിതനായാൽ പോലും അയാളൊരു പന്ത് ഒരു ബോൾപിറ്റിലേക്കെറിഞ്ഞാൽ അതെടുക്കാൻ അവർ സഹായിക്കുമെന്നും ഈ പരീക്ഷണങ്ങളിൽ കണ്ടെത്തി.

എന്നാൽ ഇനിയൊരു മോശം വാർത്ത. ഫെലിക്സ് വാർണ്ണേക്കേനിന്റെ ഗവേഷണത്തെക്കുറിച്ച് പഠിച്ചശേഷം അത്രയും ശോഭനമല്ലാത്ത ചിലപഠനങ്ങളിലൂടെയും ഞാൻ കടന്നുപോയി. കുട്ടികളെ പരസ്പരം എതിരാളികളാക്കി നിർത്താമെന്നാണ് ഇത് കാണിച്ചത്. മുസ്സാഫർ ഷെരീഫിന്റെ റോബേഴ്സ് കേവ് പരീക്ഷണത്തിൽ (അദ്ധ്യായം 7) ഇത് നമ്മൾ കണ്ടതാണ്. ഇതേ കാര്യം തന്നെ 1960-കളിൽ മാർട്ടിൻ ലൂഥർ കിങ് ജൂനിയറിന്റെ കൊലപാതകം നടന്നതിന് പിറ്റേദിവസം തുടങ്ങിവച്ച കുപ്രസിദ്ധമായ മറ്റൊരു പരീക്ഷണവും ഇതു തന്നെ കാണിച്ചു തന്നു.

1968 ഏപ്രിൽ 5-ന് ജെയിൻ എലിയറ്റ് അയോവയിലെ റൈസ്‌വില്ലയിലുള്ള ഒരു കൊച്ചു സ്കൂളിലെ തന്റെ മൂന്നാം ഗ്രേഡ് വിദ്യാർത്ഥികൾക്ക് വംശീയത സംബന്ധിച്ച ഒരു പ്രായോഗിക പാഠം നല്കാൻ തീരുമാനിച്ചു.

'പിംഗലവർണ്ണമുള്ള കണ്ണുള്ളവരാണ് ഈ ക്ലാസ്സിലെ മെച്ചപ്പെട്ടയാളുകൾ,' എലിയറ്റ് പറയാൻ തുടങ്ങി. 'അവർ കൂടുതൽ വൃത്തിയുള്ളവരും മിടുക്കരുമാണ്.' അവർ ചോക് ബോർഡിൽ MELANIN എന്ന് വലിയക്ഷരത്തിൽ എഴുതി, എന്നിട്ട് ഈ രാസവസ്തുവാണ് ആളുകളെ മിടുക്കരാക്കുന്നത് എന്ന് പറഞ്ഞു. പിംഗലവർണ്ണമാർന്ന കണ്ണുള്ള കുട്ടികൾക്ക് ഇത് കൂടുതൽ ഉള്ളതിനാൽ അവർ കൂടുതൽ ബുദ്ധിയുള്ളവർകൂടിയാണ്, എന്നാൽ മറുഭാഗത്ത്, നീലക്കണ്ണുള്ളവരാകട്ടെ 'വട്ടമളഞ്ഞിരിക്കുകയല്ലാതെ കാര്യമായൊന്നും ചെയ്യില്ല.'

ബ്രൗൺ നിറമുള്ള കണ്ണുള്ള കുട്ടികൾ നീലക്കണ്ണുള്ളവരോട് കൂടുതൽ ഉച്ചത്തിൽ സംസാരിച്ച് നിശ്ശബ്ദരാക്കുന്നതിനും, നീലക്കണ്ണുള്ളവർക്ക് തങ്ങളുടെ ആത്മവിശ്വാസം നഷ്ടമാവുന്നതിനും അധികസമയം വേണ്ടിവന്നില്ല. സാധാരണയായി നല്ല മിടുക്കിയായ നീലക്കണ്ണുള്ള ഒരു പെൺകുട്ടി തന്റെ കണക്കു ക്ലാസ്സിൽ തെറ്റുകൾ വരുത്താൻ തുടങ്ങി. ക്ലാസ് കഴിഞ്ഞുള്ള ഇടവേളയിൽ, പിംഗലവർണ്ണമാർന്ന കണ്ണുള്ള മൂന്ന് കൂട്ടുകാർ അവളുടെ അടുത്തെത്തി. 'ഇനി നീ ഞങ്ങളെ തടസ്സപ്പെടുത്തിയതിന് മാപ്പുപറയണം, കാരണം ഞങ്ങൾ നിന്നേക്കാളും മികച്ചവരാണ്,' അവരിൽ ഒരാൾ പറഞ്ഞു.

ഏതാനും ആഴ്ചകൾക്കുശേഷം Fenbäv Tonight Show Starring Johnny Carson എന്ന ടോക്ക് ഷോയിൽ അതിഥിയായി വന്നപ്പോൾ അമേരിക്കയിലെ വെള്ളക്കാർ ശരിക്കും രോഷാകുലരായിരുന്നു. 'നിങ്ങൾക്കെങ്ങനെ വെള്ളക്കാരായ കുട്ടികൾക്കുമേൽ ഇങ്ങനെയൊരു ക്രൂരമായ പരീക്ഷണം നടത്താൻ

ധൈര്യം വന്നു,' എന്ന് രോഷാകുലനായ ഒരു പ്രേക്ഷകൻ എഴുതി. 'കറുത്ത വർഗ്ഗക്കാരായ കുട്ടികൾ ഇത്തരം സ്വഭാവം ശീലിച്ചു വളർന്നവരാണ്, എന്നാൽ വെള്ളക്കാരായ കുട്ടികൾക്ക് ഒരു കാരണവശാലും ഇത് മനസ്സിലാകണമെന്നില്ല. ഇത് വെള്ളക്കാരായ കുട്ടികളോടുള്ള ക്രൂരതയാണ്, ഇത് അവർക്കു മനഃശാസ്ത്രപരമായി വലിയ ഹാനിക്ക് കാരണമാവും.'

ജെയിൻ എലിയറ്റ് ഇത്തരം വംശീയതയ്ക്കെതിരെ ജീവിതകാലം മുഴുവൻ തന്റെ പോരാട്ടം തുടർന്നു. പക്ഷേ, അവരുടേത് ഒരു ശാസ്ത്രീയമായ സംവിധാനമായിരുന്നില്ല എന്ന് നമ്മൾ മനസ്സിലാക്കിയേ തീരൂ. വിദ്യാർത്ഥികളെ പരസ്പരം എതിരാളികളാക്കാൻ അവർ ഏറെ യത്നിച്ചു. ഉദാഹരണത്തിന്, നീലക്കണ്ണുള്ള കുട്ടികളെ ക്ലാസിന്റെ പിൻനിരയിൽ ഇരിക്കാൻ നിർബന്ധിക്കുകയും അവർക്ക് കുറച്ചുമാത്രം ഇടവേള നൽകുകയും, ബ്രൗൺ കണ്ണുള്ള കൂട്ടുകാരുമായി കളിക്കാൻ അവരെ അനുവദിക്കാതിരിക്കുകയുമെല്ലാം. കുട്ടികളെ ഗ്രൂപ്പുകളാക്കി തിരിക്കുകയും എന്നാൽ ഒരുതരത്തിലും ഇടപെടാതിരിക്കുകയും ചെയ്താൽ എന്ത് സംഭവിക്കും എന്ന ചോദ്യത്തിന് അവരുടെ പരീക്ഷണം ഉത്തരം തന്നില്ല.

2003-ലെ ശരത്കാലത്ത് ഒരു സംഘം മനഃശാസ്ത്രജ്ഞർ ഇതിനുവേണ്ടി മാത്രമായി ഒരു പരീക്ഷണം രൂപകൽപന ചെയ്തു. അവർ ടെക്സാസിലെ രണ്ട് ഡേകെയർ സെന്ററുകളോട് മൂന്നു വയസ്സിനും അഞ്ചു വയസ്സിനും ഇടയ്ക്കു പ്രായമുള്ള അവരുടെ എല്ലാ കുട്ടികളെയും വ്യത്യസ്ത വർണ്ണത്തിലുള്ള കുപ്പായങ്ങൾ ധരിപ്പിക്കാൻ പറഞ്ഞു - ഒന്നുകിൽ നീല അല്ലെങ്കിൽ ചുവപ്പ്. മൂന്നാഴ്ചകൊണ്ടുതന്നെ ഗവേഷകർക്ക് ചില നിഗമനങ്ങളിൽ എത്താനായി. ആദ്യമായി, മുതിർന്നവർ ഈ വർണ്ണവ്യത്യാസം അവഗണിക്കുന്നിടത്തോളം കാലം കൊച്ചുകുഞ്ഞുങ്ങളും ഇതിൽ വലിയ ശ്രദ്ധയൊന്നും കൊടുത്തില്ല. എന്നിരുന്നാലും, കുട്ടികൾ ഒരുതരം സംഘപരമായ സ്വത്വബോധം വളർത്തിയെടുത്തിരുന്നു. ഗവേഷകരുമായുള്ള സംഭാഷണങ്ങളിൽ അവർ തങ്ങൾ ധരിച്ച കളറിനെ കൂടുതൽ 'മിടുക്കുള്ളതും' 'മികച്ചതുമായി' വിശേഷിപ്പിച്ചു. ഈ പരീക്ഷണത്തിന്റെ ഒരു വകഭേദത്തിൽ, മുതിർന്നവർ ഈ വർണ്ണവ്യത്യാസത്തിനു അടിവരയിടുംവിധം ഗുഡ്മോർണിങ് റെഡ്സ് ആൻഡ് ബ്ലൂസ് എന്നെല്ലാം പറയുമ്പോൾ ഈ പ്രഭാവം കൂടുതൽ ശക്തമായി.

ഇതിനെ തുടർന്നുവന്ന മറ്റൊരു പഠനത്തിൽ അഞ്ച് വയസ്സ് പ്രായമുള്ള ഒരു സംഘം കുട്ടികളെ ഇതേ രീതിയിൽ ചുവപ്പോ അല്ലെങ്കിൽ നീലയോ ഷർട്ട് അണിയിച്ച് അവർക്ക് അവർ ധരിച്ച അതേ നിറത്തിലുള്ളതോ അല്ലെങ്കിൽ രണ്ടാമത്തെ നിറത്തിലുള്ളതോ ആയ വസ്ത്രമണിഞ്ഞ അവരുടെ സമപ്രായക്കാരുടെ ചിത്രം കാണിച്ചുകൊടുത്തു. ഈ ചിത്രത്തിലുള്ളവരെക്കുറിച്ച് യാതൊന്നും അറിയില്ലെങ്കിൽ കൂടി തങ്ങളിൽ നിന്നും വ്യത്യസ്തമായ വർണ്ണത്തിലുള്ള വസ്ത്രം ധരിച്ച കുട്ടികളോട് പഠനവിധേയരാക്കപ്പെട്ട ഈ കുട്ടികൾക്ക് നെഗറ്റീവായ ഒരു സമീപനമാണ് ഉണ്ടായിരുന്നത് എന്ന് കണ്ടു. അവരുടെ അവബോധം കേവലം ഒരു സംഘത്തിലുള്ള അംഗത്വം കൊണ്ടുമാത്രം വ്യാപകമാംവിധം വികലമാക്കപ്പെട്ടിരുന്നു എന്നും ഇത് ആശങ്കാകരമാംവിധം ഉള്ള പ്രഭാവം ചെലുത്തുന്നതാണ് എന്നും ഗവേഷകർ നിരീക്ഷിച്ചു.

ഏറ്റവും പരുഷമായ പാഠം എന്താണെന്നുവച്ചാൽ, കൊച്ചുകുഞ്ഞുങ്ങൾ വർണ്ണാന്ധരല്ല എന്നാണ്. നേരേമറിച്ച് അവർ മുതിർന്നവരെക്കാളുമധികം

വ്യത്യാസങ്ങളോട് സംവേദനശീലംവച്ച് പുലർത്തുന്നവരാണ്. ജനങ്ങൾ എല്ലാവരേയും തുല്യരായി കണക്കാക്കാൻ ശ്രമിക്കുകയും തൊലിയുടെ വർണ്ണ വ്യത്യാസം, ബാഹ്യരൂപത്തിലെ വ്യത്യാസം, അതുമല്ലെങ്കിൽ സാമ്പത്തിക മായ അന്തരം എന്നിവയൊന്നും ഇല്ലെന്ന് നടിക്കാൻ നോക്കുകയും ചെയ്യു മ്പോൾ കുട്ടികൾ ഈ വ്യത്യാസങ്ങളെ തിരിച്ചറിയുന്നു. തലച്ചോറിൽ ഗോത്ര ബോധം സംബന്ധിച്ച ഒരു സ്വിച്ചുമായാണ് നമ്മൾ ജനിച്ചതെന്ന് തോന്നുന്നു. ആകെ വേണ്ടത് ആ സ്വിച്ച് ഓണാക്കാൻ വേണ്ട എന്തെങ്കിലും മാത്രമാണ്.

4

സൗഹൃദ മനോഭാവമുണ്ടെങ്കിലും അപരിചിതരോട് വൈമുഖ്യം കാണിക്കുന്ന പ്രവണതകളോടുകൂടിയ കൊച്ചുകുഞ്ഞുങ്ങളുടെയും ശിശുക്കളുടെയും ഈ വിഭജിത സ്വഭാവത്തെക്കുറിച്ച് വായിച്ചപ്പോൾ ഞാൻ 'സ്നേഹത്തിന്റെ ഹോർ മോണായ' ഓക്സിടോസിനെക്കുറിച്ച് ഓർത്തുപോയി. സൈബീരിയയിൽ ല്യൂഡ്മില ട്രറ്റിന്റെ കുറുക്കന്മാരിൽ വലിയ സാന്ദ്രതയിൽ കണ്ട സാധനം ഇതാണ് (അദ്ധ്യായം 3). സ്നേഹത്തിലും വാത്സല്യത്തിലും നിർണ്ണായകമായ പങ്കുവഹിക്കുന്ന ഈ ഹോർമോൺ നമ്മളെ അപരിചിതരോട് അവിശ്വാസ മുള്ളവരാക്കി തീർക്കുമെന്നും ഇപ്പോൾ ശാസ്ത്രകാരന്മാർക്കറിയാം.

നല്ലയാളുകൾ എന്തുകൊണ്ട് ചീത്തകാര്യങ്ങൾ ചെയ്യുന്നുവെന്ന് വിശദീ കരിക്കാൻ ഓക്സിടോസിൻ സഹായകമാകുമോ? സ്വന്തം സംഘത്തോടുള്ള നമ്മുടെ ശക്തമായ ബന്ധം മറ്റുള്ളവരോട് ശത്രുത തോന്നുന്നതിന് നമ്മളെ ഉന്മുഖരാക്കുന്നുണ്ടോ? ലോകം കീഴടക്കാൻ ഹോമോ പപ്പികളെ പ്രാപ്ത രാക്കിയ സൗഹൃദസ്വഭാവം മനുഷ്യകുലത്തിന്റെ ഏറ്റവും മോശമായ അപ ചയങ്ങളുടെ ഉറവിടംകൂടി ആവുമോ?

തുടക്കത്തിൽ ഇത്തരത്തിലൊരു ചിന്ത തീർത്തും അസാധ്യമായിട്ടാണ് എനിക്ക് തോന്നിയത്. എന്തൊക്കെ പറഞ്ഞാലും മനുഷ്യർക്ക് ഏറെ മതിപ്പുള വാക്കുന്ന തരത്തിലുള്ള ഒരു സഹജവാസന അവരുടെ പട്ടിക്കുഞ്ഞുങ്ങളെ പോലെയുള്ള സ്വഭാവത്തിൽ ആഴത്തിൽ വേരൂന്നിയിട്ടുണ്ട് - അതാണ് സഹാ നുഭൂതി തോന്നുന്നതിനുള്ള കഴിവ്. നമുക്ക് നമ്മുടെ കുമിളകളിൽനിന്നും പുറത്തുകടന്ന് മറ്റൊരാളുടെ സാഹചര്യം മനസ്സിലാക്കാനാവും. നമ്മൾ, വൈ കാരികതലത്തിൽ, ഒരു അപരിചിതൻ കടന്നുപോകുന്ന അവസ്ഥ സ്വാംശീ കരിക്കാൻ ജന്മനാ തയ്യാറാക്കപ്പെട്ടവരാണ്.

നമുക്ക് ഇത് ചെയ്യാൻ കഴിയുമെന്ന് മാത്രമല്ല, ഇക്കാര്യത്തിൽ നമ്മൾ ഏറെ മികച്ചവരാണ് താനും. മനുഷ്യർ വൈകാരിക വാക്വം ക്ലീനറുകളാണ്, മറ്റാളുകളുടെ വികാരങ്ങളെ എപ്പോഴും വലിച്ചെടുക്കുന്നവർ. പുസ്തകങ്ങളും സിനിമകളുമൊക്കെ നമ്മളെ എത്ര എളുപ്പത്തിലാണ് കരയിപ്പിക്കുന്നതും ചിരിപ്പിക്കുന്നതുമെല്ലാം എന്ന് ആലോചിച്ച് നോക്കൂ. എന്നെ സംബന്ധിച്ചിട ത്തോളം, വിമാനയാത്രകളിൽ ദുഃഖകരമായ സിനിമകൾ കാണുന്നത് ഏറെ കഷ്ടമാണ് (സഹയാത്രികർക്ക് എന്നെ സമാശ്വസിപ്പിക്കാൻ ഇടനൽകാതിരിക്കു ന്നതിനായി ഞാൻ ഇടയ്ക്കിടയ്ക്ക് സിനിമ നിർത്തിവെക്കും. ഇത് എന്റെ

മാത്രം വിഷയമല്ലെന്ന് എലിയാ വൂൾഫ്സണ്ണിന്റെ Why We Cry on Planes എന്ന ലേഖനം വായിച്ചാൽ മനസ്സിലാകും).

ഒരുപാട് കാലം ഞാൻ കരുതിയത് മറ്റുള്ളവരുടെ വേദന മനസ്സിലാക്കാനുള്ള വിസ്മയകരമായ ഈ സഹജാവബോധം ആളുകളെ കൂടുതൽ അടുപ്പിക്കും എന്നായിരുന്നു. ലോകത്തിന് വേണ്ടത് തീർച്ചയായും ഇനിയും ഏറെ സഹാനുഭൂതിയാണ്. എന്നാൽ പിന്നീട് ഞാൻ കുട്ടികളെക്കുറിച്ച് ഗവേഷണം നടത്തിയവരിൽ ഒരാളുടെ പുതിയൊരു പുസ്തകം വായിക്കാൻ ഇടയായി.

ആളുകൾ പ്രൊഫസർ പോൾ ബ്ലൂമിനോട് അദ്ദേഹത്തിന്റെ പുസ്തകം എന്തിനെക്കുറിച്ചാണ് എന്ന് ചോദിക്കുമ്പോൾ അദ്ദേഹം ഇങ്ങനെ പറയും:

'അത് സഹാനുഭൂതിയെക്കുറിച്ചാണ്.'

അതുകേട്ട് അവർ ചിരിച്ച് തലയാട്ടുമ്പോൾ അദ്ദേഹം ഇങ്ങനെ കൂട്ടിച്ചേർക്കും:

'ഞാൻ അതിന് എതിരാണ്.'

പോൾ ബ്ലൂം തമാശപറയുകയല്ല. ഈ മനഃശാസ്ത്രജ്ഞനെ സംബന്ധിച്ചിടത്തോളം സഹാനുഭൂതി എന്നത് ലോകത്തെ മുഴുവൻ പ്രഭാപൂരിതമാക്കുന്ന ഔദാര്യപൂർണ്ണമായ സൂര്യനല്ല. അത് ഒരു സ്പോട്ട്ലൈറ്റ് മാത്രമാണ്. ഒരു സെർച്ച് ലൈറ്റ്. അത് നിങ്ങളുടെ ജീവിതത്തിലെ ഒരു വ്യക്തിയെയോ അല്ലെങ്കിൽ സംഘത്തെയോ വേറിട്ട് കാണിക്കുന്നു. ആ ഒരൊറ്റ പ്രകാശ രശ്മിയിൽ കുളിച്ച് നിങ്ങൾ എല്ലാ വികാരങ്ങളും കോരിക്കുടിക്കുമ്പോൾ ബാക്കി ലോകം മുഴുവൻ നിങ്ങളിൽ നിന്നും മാഞ്ഞുപോകുന്നു.

മറ്റൊരു മനഃശാസ്ത്രജ്ഞൻ നടത്തിയ ഇനിപ്പറയുന്ന പരീക്ഷണം നോക്കുക. ഈ പരീക്ഷണത്തിൽ, ഒരു കൂട്ടം വളണ്ടിയർമാർ ആദ്യമായി, മാരകമായ ഒരു രോഗം പിടിപെട്ട് കഴിയുന്ന പത്തുവയസ്സുകാരിയായ ഷെറീ സമേഴ്സ് എന്ന പെൺകുട്ടിയുടെ ദുഃഖപൂരിതമായ കഥ കേട്ടു. അവൾ ഒരു ജീവൻ രക്ഷ ചികിത്സയുടെ വെയ്റ്റിങ് ലിസ്റ്റിലാണ്. പക്ഷേ, സമയം കുതിച്ചുപായുകയാണ്. പരീക്ഷണവിധേയരായ കുട്ടികളോട് പറഞ്ഞത് അവർക്ക് ഷെറിയെ ഈ പട്ടികയുടെ മുകളിലേക്ക് എത്തിക്കാനാവും എന്നാണ്. പക്ഷേ, അവർ തങ്ങളുടെ തീരുമാനങ്ങളിൽ വസ്തുനിഷ്ഠം ആയിരിക്കണം എന്നും പറഞ്ഞു.

മിക്കയാളുകളും ഷെറിക്ക് മുൻഗണന കൊടുക്കുന്ന കാര്യം പരിഗണിച്ചതേയില്ല. ആ ലിസ്റ്റിലുള്ള ഓരോ കുട്ടിയും രോഗിയാണെന്നും ചികിത്സ ആവശ്യമുള്ളവരാണെന്നും അവർക്ക് വ്യക്തമായി അറിയാമായിരുന്നു.

പിന്നെയാണ് ഇതിൽ വഴിത്തിരിവുണ്ടായത്. പരീക്ഷണവിധേയരായ അടുത്ത സംഘത്തിനും ഇതേ കാര്യം തന്നെ വിവരിച്ചു കൊടുത്തു. എന്നാൽ അവരോട് ഷെറിയുടെ അവസ്ഥയെന്തായിരിക്കുമെന്ന് സങ്കല്പിക്കാൻ പറഞ്ഞു. ആ കൊച്ചുപെൺകുട്ടി ഇത്രയും രോഗാതുരയാണ് എന്നത് ഹൃദയഭേദകമല്ലേ? സഹാനുഭൂതിയുടെ ഈ ഒരൊറ്റ ഷോട്ട് എല്ലാം മാറ്റിമറിച്ചു. ഇവരിൽ ഭൂരിഭാഗവും ഷെറി പട്ടികയുടെ മേലെയെത്താൻ ആഗ്രഹിച്ചു. ഒന്നാലോചിച്ച് നോക്കിയാൽ ഇത് തീർത്തും ഉലച്ചിലുള്ള തരത്തിലുള്ള ധാർമ്മികമായൊരു തെരഞ്ഞെടുപ്പാണ് എന്ന് പറയേണ്ടി വരും. ശ്രദ്ധ മുഴുവൻ ഷെറിയിൽ പതിയുന്നത് ആത്യന്തികമായി ഏറെനാൾ ഈ ലിസ്റ്റിൽ ചികിത്സക്കായി കാത്തുകഴിയുന്ന മറ്റ് കുട്ടികളുടെ മരണത്തിന് തുല്യമാണ്.

ഇപ്പോൾ നിങ്ങൾ ചിന്തിക്കുന്നുണ്ടാവും: 'അത് തന്നെ! അതുകൊണ്ടാണ് നമുക്ക് കൂടുതൽ സഹാനുഭൂതി ആവശ്യമായി വരുന്നത്.' നമ്മൾ ഷെറിയുടെ അവസ്ഥ മാത്രം ചിന്തിച്ചാൽ പോര. ലോകത്തെമ്പാടും ഇങ്ങനെ വെയ്റ്റിങ് ലിസ്റ്റിൽ കഴിയുന്ന മറ്റ് കുട്ടികളുടെ കാര്യംകൂടി ആലോചിക്കേണ്ടതുണ്ട്. കൂടുതൽ വികാരങ്ങൾ, കൂടുതൽ ചിന്തകൾ, കൂടുതൽ സഹാനുഭൂതി!

എന്നാൽ സ്പോട്ട് ലൈറ്റുകൾ ഇങ്ങനെയല്ല പ്രവർത്തിക്കുന്നത്. മുന്നോട്ടുപോയി ഇങ്ങനെ ചിന്തിച്ച് നോക്കുക: നിങ്ങൾ ഇപ്പോൾ മറ്റൊരാൾ കടന്നുപോകുന്ന അവസ്ഥയിലാണെന്ന് സങ്കല്പിക്കുക. ഇനി നിങ്ങൾ മറ്റ് നൂറ്പേർ കടന്നുപോകുന്ന അവസ്ഥയിലാണെന്ന് ചിന്തിക്കുക. ഇനി പത്തുലക്ഷം പേരുടെ അവസ്ഥ. ഏഴ് ശതകോടി ആളുകളുടെ അവസ്ഥയായാലോ?

നമുക്ക് അതിനാവില്ല, അത്രതന്നെ.

പ്രായോഗികമായി പറഞ്ഞാൽ, സഹാനുഭൂതി എന്നത് യാതൊരു പ്രതീക്ഷയ്ക്കും സാധ്യതയില്ലാത്തവിധം പരിമിതമായ ഒരു നൈപുണ്യമാണ് എന്ന് പ്രൊഫസർ ബ്ലൂം പറയുന്നു.

നമ്മളോടടുത്ത് നില്ക്കുന്ന ആളുകൾക്കുവേണ്ടി നമുക്ക് തോന്നുന്ന കാര്യമാണത്; നമുക്ക് കാണാനും കേൾക്കാനും, സ്പർശിക്കാനും, മണക്കാനും കഴിയുന്ന ആളുകൾ. കുടുംബക്കാർക്കും കൂട്ടുകാർക്കുംവേണ്ടി, നമുക്ക് പ്രിയപ്പെട്ട ഗായകവൃന്ദത്തിന്റെ ആരാധകർക്കുവേണ്ടി, അതുമല്ലെങ്കിൽ ഒരുപക്ഷെ നമ്മുടെ തെരുവിന്റെ മൂലയിൽ വീടില്ലാതെ കഴിയുന്ന ഒരാൾക്ക് വേണ്ടി. നമ്മുടെ കാഴ്ചയ്ക്ക് പുറത്തുള്ള ഏതോ ഫാക്ടറി ഫാമുകളിൽ ക്രൂരമായി കശാപ്പുചെയ്ത മൃഗങ്ങളുടെ മാംസം ഭക്ഷിക്കുമ്പോഴും നമുക്ക് നമ്മുടെ സുന്ദരമായ പട്ടിക്കുഞ്ഞിനെ താലോലിക്കാനാവും. അതുപോലെ തന്നെ ടെലിവിഷനിൽ നമ്മൾ മിക്കവാറും കാണുന്നത്, പശ്ചാത്തലത്തിൽ ദുഃഖപൂരിതമായ സംഗീതം നിറയുമ്പോൾ ക്യാമറ സൂം ചെയ്തിട്ടുള്ള ആളുകളെയാണ്.

ബ്ലൂമിന്റെ പുസ്തകം വായിച്ചപ്പോൾ ഒരുകാര്യം എനിക്ക് മനസ്സിലായിത്തുടങ്ങി. ഇത് സഹാനുഭൂതിക്ക് മറ്റെന്തിനേക്കാളും ആധുനികകാല പ്രതിഭാസം ആയ വാർത്തയോടാണ് സാമ്യം എന്നതാണ്. വാർത്തയും സ്പോട്ട് ലൈറ്റ് പോലെയാണ് പ്രവർത്തിക്കുന്നതെന്ന് ഒന്നാമത്തെ അദ്ധ്യായത്തിൽ നമ്മൾ കണ്ടതാണ്. നിശ്ചിതമായ ചില കാര്യങ്ങളിൽ ശ്രദ്ധ പതിപ്പിച്ച് സഹാനുഭൂതി നമ്മളെ വഴിതെറ്റിക്കുന്നതുപോലെ വാർത്തയും അസാമാന്യതയിൽ ശ്രദ്ധകേന്ദ്രീകരിച്ച് നമ്മളെ വഞ്ചിക്കുന്നു.

ഒരുകാര്യം ഉറപ്പാണ്: ഭേദപ്പെട്ടൊരു ലോകം തുടങ്ങുന്നത് കൂടുതൽ സഹാനുഭൂതിയിൽ നിന്നല്ല. എന്തെങ്കിലുമൊന്ന് ഉണ്ടെങ്കിൽ അത് സഹാനുഭൂതി നമ്മുടെ പൊറുത്തുകൊടുക്കാനുള്ള കഴിവ് കുറയ്ക്കുന്നു എന്നതാണ്. കാരണം ഇരകളുമായി നമ്മൾ കൂടുതൽ താദാത്മ്യം പ്രാപിക്കുമ്പോൾ ശത്രുക്കളെക്കുറിച്ച് കൂടുതൽ സാമാന്യവത്ക്കരിച്ച് മാത്രം കാണുന്നു. തിളങ്ങുന്ന സ്പോട്ട് ലൈറ്റ് നമ്മൾ തെരഞ്ഞെടുത്ത ഏതാനുംപേർക്ക് മാത്രം മേൽ പതിപ്പിക്കുമ്പോൾ അത് നമ്മുടെ പ്രതിയോഗികളുടെ കാഴ്ചപ്പാടിന് നേരെ

നമ്മളെ അന്ധരാക്കുന്നു, കാരണം ബാക്കി എല്ലാവരും നമ്മുടെ കാഴ്ചയ്ക്ക് പുറത്താണ്.*

ഇതാണ് ശ്വാനവിദഗ്ദ്ധൻ ബ്രയാൻ ഹെയ്ർ പറഞ്ഞ പ്രതിഭാസം - നമ്മളെ ഭൂമിയിലെ ഏറ്റവും ചങ്ങാത്തത്തോടുകൂടിയതും ഏറ്റവും ക്രൂരതയുള്ളതുമായ വർഗ്ഗമാക്കി മാറ്റുന്ന പ്രതിഭാസം. വേദനാജനകമായ സത്യമെന്താണെന്നുവെച്ചാൽ, സഹാനുഭൂതിയും അപരിചിതരോടുള്ള വിദ്വേഷവും കൈകോർത്ത് നടക്കുന്നു എന്നതാണ്. അവ രണ്ടും ഒരേ നാണയത്തിന്റെ രണ്ടുവശങ്ങളാണ്.

5

അപ്പോൾ പിന്നെ എന്തുകൊണ്ടാണ് നല്ല മനുഷ്യർ ചീത്തയാകുന്നത്?

ഇനി നമുക്ക് ഇതിനുള്ള ഉത്തരം രൂപപ്പെടുത്താൻ തുടങ്ങാം എന്ന് തോന്നുന്നു. രണ്ടാം ലോകമഹായുദ്ധത്തിൽ വേർമാക്തിന്റെ പോരാളികൾ പ്രഥമ പ്രധാനമായും പോരാടിയത് തങ്ങളുടെ ഒപ്പമുള്ളവർക്കുവേണ്ടിയായിരുന്നു. മിക്കവാറും ആളുകൾക്ക് പ്രചോദനമായത് സാഡിസമോ രക്തദാഹമോ ആയിരുന്നില്ല, മറിച്ച് സഹവർത്തിത്വം ആയിരുന്നു.

പോർക്കളത്തിൽ എത്തിക്കഴിയുമ്പോൾ ഒരാളെ കൊല്ലുക സൈനികരെ സംബന്ധിച്ച് ഏറെ വിഷമകരമാണെന്ന് നമ്മൾ കണ്ടതാണ്. നാലാം അദ്ധ്യായത്തിൽ, പസഫിക്കിൽ നടന്ന യുദ്ധത്തിൽ ഭൂരിഭാഗം യോദ്ധാക്കളും തങ്ങളുടെ തോക്കെടുത്ത് നിറയൊഴിച്ചില്ല എന്ന് കേണൽ മാർഷൽ തിരിച്ചറിഞ്ഞ കാര്യം നമ്മൾ കണ്ടു. സ്പാനിഷ് സിവിൽ വാർ വേളയിൽത്തന്നെ സഹാനുഭൂതി കീഴടക്കിയ ഒരു ഘട്ടത്തിൽ ജോർജ് ഓർവലും ശ്രദ്ധിച്ചത് ഇതേ കാര്യമാണ്:

> ഈ നിമിഷം ഒരു മനുഷ്യൻ [...] കിടങ്ങിൽനിന്നും പുറത്തുചാടി എല്ലാവരും കാൺകെ അതിന്റെ ചുമരിന് മേലേക്കൂടെ ഓടി. പാതിമാത്രം വസ്ത്രമണിഞ്ഞ അയാൾ തന്റെ രണ്ട് കൈകൾകൊണ്ടും ട്രൗസർ മുറുകെപ്പിടിച്ചിട്ടുണ്ടായിരുന്നു. ഞാനയാൾക്ക് നേരെ നിറയൊഴിച്ചില്ല. [...] ഞാനങ്ങനെ ചെയ്യാതിരിക്കാനുള്ള ഭാഗികമായ കാരണം ആ ട്രൗസറിന്റെ വിശദാംശം തന്നെയായിരുന്നു. ഞാനിവിടെ വന്നത് 'ഫാസിസ്റ്റുകൾക്ക്' നേരേ നിറയൊഴിക്കാനായിരുന്നു, എന്നാൽ തന്റെ ട്രൗസർ ഊരിവീഴാതിരിക്കാൻ മുറുകെ പിടിച്ചുകൊണ്ടോടുന്ന അയാൾ കാഴ്ചയിൽ ഒരു സഹജീവിയാണ്. നിങ്ങളെപ്പോലെ തന്നെയുള്ള ഒരാൾ, അതിനാൽ തന്നെ അയാൾക്ക് നേരെ നിറയൊഴിക്കാൻ നിങ്ങൾക്ക് തോന്നില്ല.

* മനഃശാസ്ത്രജ്ഞർ ഇതിനെ മോറലൈസേഷൻ ഗ്യാപ്പ് എന്ന് വിളിക്കുന്നു. അതായത് നമുക്കോ നമ്മൾ ഇഷ്ടപ്പെടുന്നവർക്കോ മേലുണ്ടായ ദ്രോഹം നമ്മൾ മറ്റുള്ളവരോട് ചെയ്ത ദ്രോഹത്തേക്കാൾ വലുതാണ് എന്ന് കരുതുന്നതിനുള്ള പ്രവണത. അതായത് നമുക്കേറ്റവും പ്രിയപ്പെട്ട ഒരാൾക്ക് മേലുണ്ടായ ആക്രമണം നമ്മളെ പ്രകോപിപ്പിക്കുകയും തിരിച്ചടിക്കാൻ നമ്മൾ ആലോചിക്കുകയും ചെയ്യുന്നു. ഇത് തീർത്തും ന്യായമാണെന്ന് നമ്മൾ കരുതുമ്പോഴും മറ്റൊരാൾ ഇങ്ങനെ ചെയ്യുമ്പോൾ അത് അതിക്രമം ആണെന്ന് പറഞ്ഞ് നമ്മൾ അതിനെതിരെ തിരിച്ചടിക്കാൻ ശ്രമിക്കുന്നു.

മാർഷലിന്റെയും ഓർവലിന്റെയും നിരീക്ഷണങ്ങൾ നമുക്ക് തൊട്ടടുത്ത് വരുന്ന ആളുകൾക്ക് എന്തെങ്കിലും പരിക്കേൽപ്പിക്കുന്നതിന് നമുക്കുണ്ടാകുന്ന ബുദ്ധിമുട്ട് വ്യക്തമാക്കുന്നു. നമ്മളെ പിന്തിരിപ്പിക്കുന്ന, കാഞ്ചിവലിക്കുന്നതിന് നമ്മളെ അശക്തരാക്കുന്ന, എന്തോ ഒന്നുണ്ട്.

നിറയൊഴിക്കുന്നതിലും വിഷമകരമായ മറ്റൊരു കാര്യമുണ്ടെന്ന് സൈനിക ചരിത്രകാരന്മാർ കണ്ടെത്തിയിട്ടുണ്ട്. അത് ഒരു സഹജീവിയെ കത്തി കൊണ്ട് കുത്തുന്നതാണ്. ഉദാഹരണത്തിന്, വാട്ടർലൂവിലും (1815) സോമിലും (1916) ഉണ്ടായ പരിക്കുകളിൽ ഒരു ശതമാനത്തിൽ താഴെ മാത്രമാണ് സൈനികർ ബയണറ്റ് വീശിയതു കാരണം ഉണ്ടായത്. അപ്പോൾ പിന്നെ നൂറുകണക്കിന് മ്യൂസിയങ്ങളിൽ പ്രദർശിപ്പിച്ച ആയിരക്കണക്കിന് ബയണറ്റുകളോ? ഭൂരിഭാഗവും ഒരിക്കൽപോലും ഉപയോഗിച്ചിട്ടില്ല. ഒരു ചരിത്രകാരൻ പറയുന്നതിങ്ങനെയാണ്, 'ബയണറ്റുകൾ തമ്മിൽ ഏറ്റുമുട്ടുന്നതിന് മുന്നേ ഏതെങ്കിലും ഒരു ഭാഗത്തുള്ളവർ തങ്ങൾക്കു പെട്ടെന്നുതന്നെ മറ്റൊരിടത്തു പോകാനുള്ളത് ഓർക്കും.'

ഇവിടെയുമതെ, ടെലിവിഷൻ, സിനിമാ വ്യവസായങ്ങൾ നമ്മളെ തെറ്റിദ്ധരിപ്പിക്കുകയാണ്. Game of Thrones പോലുള്ള പരമ്പരകളും Star Wars പോലുള്ള സിനിമകളും നമ്മളെ പറഞ്ഞു വിശ്വസിപ്പിച്ചിരിക്കുന്നത് മറ്റൊരാളെ കുത്തിപ്പരിക്കേല്പിക്കുന്നത് കേക്ക് മുറിക്കുമ്പോലെയാണെന്നാണ്. എന്നാൽ വാസ്തവത്തിൽ മറ്റൊരാളുടെ ശരീരത്തിനുമേൽ കടന്നുകയറുന്നത് മനഃശാസ്ത്രപരമായി ഏറെ ദുഷ്കരമാണ്.

അപ്പോൾ പിന്നെ കഴിഞ്ഞ പതിനായിരം വർഷത്തിനുള്ളിൽ കോടിക്കണക്കിനാളുകൾ യുദ്ധങ്ങളിൽ കൊല്ലപ്പെട്ടതോ? ഇവരൊക്കെ എങ്ങനെയാണ് മരിച്ചത്? ഇതിന് ഉത്തരംപറയാൻ ഇരകളുടെ ഫോറൻസിക് പരീക്ഷണം ചെയ്യണ്ടിവരും. അതിനാൽ, ഉദാഹരണത്തിന് നമുക്ക് രണ്ടാം ലോക മഹായുദ്ധത്തിൽ കൊല്ലപ്പെട്ട ബ്രിട്ടീഷ് സൈനികരുടെ മരണകാരണം ഒന്ന് പരോശോധിക്കാം:

മറ്റുള്ളവ: 1%
രാസവസ്തുക്കൾ: 2%
സ്ഫോടനം, ചതവ്: 2%
ലാൻഡ് മൈൻ, കെണി: 10%
വെടിയുണ്ട, ആന്റിടാങ്ക് മൈൻ: 10%
മോർട്ടാർ, ഗ്രനേഡ്, ഏരിയൽ ബോംബ്, ഷെൽ: 75%

എന്തെങ്കിലും ശ്രദ്ധിച്ചോ? ഈ ഇരകളെയെല്ലാം കൂട്ടിയോജിപ്പിക്കുന്ന എന്തെങ്കിലും ഒന്നുണ്ടെങ്കിൽ അത് ഭൂരിഭാഗം പേരും ഇല്ലാതാക്കപ്പെട്ടത് വിദൂരമായിട്ടായിരുന്നു എന്നതാണ്. മഹാഭൂരിഭാഗം സൈനികരും കൊല്ലപ്പെട്ടത് ആരോ ഒരാൾ ഒരു ബട്ടൺ അമർത്തിയതിനാലോ, ബോംബിട്ടതിനാലോ അതല്ലെങ്കിൽ ഒരു മൈൻവെച്ചതിനാലോ ആണ്. അവരെ ഒരിക്കലും കാണാത്ത ഒരാൾ, അല്ലാതെ അവർ അർദ്ധനഗ്നരായി ട്രൗസറും വലിച്ചുപിടിച്ച് ഓടുമ്പോളല്ല.

മിക്ക സമയത്തും യുദ്ധകാല കൊലപാതകങ്ങൾ നടക്കുന്നത് വിദൂരസ്ഥമായാണ്. സൈനിക സാങ്കേതികവിദ്യയുടെ വികാസപരിണാമങ്ങളെ എതിരാളി സൈന്യങ്ങൾ തമ്മിലുള്ള അകലം കൂടുതൽ വർധിപ്പിക്കുന്നതിനുള്ള ഒരു പ്രകിയയായി വിശദമാക്കാവുന്നതാണ്.

ദണ്ഡുകളിൽ നിന്നും കഠാരകളിൽ നിന്നും അമ്പിലേക്കും വില്ലിലേക്കും, തോക്കുകളിൽ നിന്നും പീരങ്കികളിൽ നിന്നും ബോംബുകളിലേക്കും ഗ്രനേഡുകളിലേക്കും. ചരിത്രത്തിന്റെ ഗതിയിൽ ആയുധശേഖരങ്ങൾ എല്ലാ യുദ്ധങ്ങളുടെയും കേന്ദ്രപ്രശ്നം മറികടക്കുന്നതിനായി ഏറെ മെച്ചപ്പെട്ടതായി കാണാം: അത് ഹിംസയോടുള്ള നമ്മുടെ അടിസ്ഥാനപരമായ വൈമുഖ്യമാണ്. ഒരാളെ അയാളുടെ കണ്ണിലേക്കുനോക്കി കൊല്ലാൻ പ്രായോഗികമായി നമ്മളെക്കൊണ്ട് അസാധ്യമാണ്. ഒരു പശുവിനെ കശാപ്പുചെയ്യാൻ നിർബന്ധിതമായാൽ നമ്മളെല്ലാം അന്നേരം സസ്യാഹാരികളാവും എന്ന് പറഞ്ഞതുപോലെ, മിക്ക സൈനികരും ശത്രു തൊട്ടടുത്തെത്തിയാൽ മനസ്സാക്ഷിയെ അനുസരിക്കുന്ന ഹിംസാ പ്രതികൂലികളാവും.

പ്രാചീനകാലത്ത് മിക്ക യുദ്ധങ്ങളും ജയിക്കുന്നതിനുള്ള മാർഗ്ഗം കഴിയുന്നത്ര ആളുകളെ ദൂരെനിന്നും വെടിവെച്ച് വീഴ്ത്തുക എന്നതായിരുന്നു.*

ഇങ്ങനെയാണ് ഇംഗ്ലീഷുകാർ ഫ്രഞ്ചുകാരെ ക്രീസിയിലും എഗിൻ കോർട്ടിലും നൂറ്റാണ്ട് യുദ്ധത്തിൽ (1337–1453) തോല്പിച്ചത്, അതുപോലെതന്നെ പതിനഞ്ച്, പതിനാറ് നൂറ്റാണ്ടുകളിൽ കോൺക്വിസ്റ്റഡോറുകൾ അമേരിക്കകളെ കീഴ്പ്പെടുത്തിയതും ഇതേരീതിയിൽ തന്നെ. ഇപ്പോൾ ആയുധം വഹിച്ചുകൊണ്ടുള്ള അസംഖ്യം ഡ്രോണുകൾ ഉപയോഗിച്ച് അമേരിക്കൻ സൈന്യം ചെയ്യുന്നതും അതുതന്നെ.

ദീർഘമായ ദൂരപരിധിയുള്ള ആയുധങ്ങൾക്ക് പുറമെ ശത്രുവുമായുള്ള മനഃശാസ്ത്രപരമായ ദൂരം വർദ്ധിപ്പിക്കുന്നതിനുള്ള മാർഗ്ഗങ്ങളും സൈന്യങ്ങൾ ആരായുന്നു. മറ്റുള്ളവരിലെ മനുഷ്യഗുണം, അവർ കേവലം കീടങ്ങളാണ് തുടങ്ങിയ ചിത്രീകരണത്തിലൂടെ ഇല്ലാതാക്കുമ്പോൾ അവരെ മനുഷ്യരല്ലെന്ന മട്ടിൽ കാണുന്നത് കുറച്ചുകൂടി എളുപ്പമാവുന്നു.

അതുപോലെ തന്നെ നിങ്ങളുടെ സൈനികരിലെ സ്വാഭാവികമായ സഹാനുഭൂതിയും ഹിംസയോടുള്ള വിരോധവും കുറച്ചുകൊണ്ടുവരുന്നതിന് അവർക്ക് മയക്കുമരുന്നുകളും നല്കാം. ട്രോയ് മുതൽ വാട്ടർലൂ വരേയും കൊറിയ മുതൽ വിയറ്റ്നാം വരേയും നോക്കിയാൽ ലഹരി പദാർത്ഥങ്ങളുടെ

---

* അപ്പോൾ പിന്നെ 1994-ലെ റുവാണ്ടൻ കൂട്ടക്കൊലയെക്കുറിച്ചോ?
ഏകദേശം 8 ലക്ഷം ടുട്ട്സികളും മിതവാദികളായ ഹുട്ടുകളുമാണ് ഇവിടെ കശാപ്പ് ചെയ്യപ്പെട്ടത്. പാശ്ചാത്യരാജ്യങ്ങളിൽ ഇതിനെ മനുഷ്യർ എത്രമാത്രം രക്തദാഹികളായ രാക്ഷസരാണ് എന്ന് ചിത്രീകരിക്കുന്നതിനുള്ള ഉദാഹരണമായി കാണിക്കുന്നു. പക്ഷേ, ചരിത്രത്തെക്കുറിച്ച് നമുക്ക് കാര്യമായ അറിവില്ലാത്തതുകൊണ്ടാണിത്. വാസ്തവത്തിൽ, ആധുനിക വാർത്താവിനിമയ മാധ്യമങ്ങളും, പ്രചാരണങ്ങളും, സിവിൽ ഭരണകൂടവും സൈനിക സന്നാഹങ്ങളും എല്ലാം ഉപയോഗിച്ച് വളരെ ശ്രദ്ധയോടെ തയ്യാറാക്കി ചിട്ടയോടെ നടപ്പാക്കിയ ഒരു ബ്യൂറോക്രാറ്റിക് പ്രചാരണത്തിന്റെ ഫലമായിരുന്നു ഇതെന്ന് ചരിത്രകാരനായ അബ്രാം ഡേ സ്വാൻ വ്യക്തമായി എഴുതിയിട്ടുണ്ട്. കേവലം ഒരു ന്യൂനപക്ഷം മാത്രമാണ് യഥാർത്ഥ കൊലയാളികൾ. 97 ശതമാനം ഹുട്ടുകളും ഇതിൽ പങ്കെടുത്തിരുന്നില്ല എന്നദ്ദേഹം പറയുന്നു.

സഹായമില്ലാതെ ഒരു സൈന്യവും പോരാടിയിട്ടുണ്ടാവില്ല. അതുപോലെ തന്നെ 1940-ൽ ജർമ്മൻ ആർമിയിലുള്ളവർക്ക് മുപ്പത്തഞ്ച് ദശലക്ഷം മെത്താം ഫെറ്റാമൈൻ ഗുളികകൾ നല്കി അവരുടെ വികാരം ആളിക്കത്തിച്ചില്ലായിരുന്നുവെങ്കിൽ 1940-ൽ പാരിസ് പരാജയപ്പെടില്ലായിരുന്നുവെന്ന് പണ്ഡിതർ വിലയിരുത്തുന്നു (ക്രിസ്റ്റൽ മെത്ത് എന്ന ഈ ലഹരി പദാർത്ഥം തീവ്രമായ ആക്രമണോത്സുകതക്ക് കാരണമാകുന്നു).

സൈന്യങ്ങൾക്ക് തങ്ങളുടെ സൈനികരെ പരുവപ്പെടുത്തിയെടുക്കാനുമാവും. അമേരിക്കൻ ആർമി രണ്ടാം ലോകമഹായുദ്ധത്തിനുശേഷം ഇത് തുടങ്ങി. അതിന് അവരോട് ശുപാർശ ചെയ്തതാകട്ടെ, മറ്റാരുമല്ല കേണൽ മാർഷൽ തന്നെ. വിയറ്റ്നാം റിക്രൂട്ടുകളെ, സാഹോദര്യത്തെ മാത്രമല്ല നിഷ്ഠൂരമായ ഹിംസാത്മകതയെയും മഹത്വവത്ക്കരിച്ച ബുട്ട് ക്യാമ്പുകളിൽ ആണ് നിർത്തിയിരുന്നത്. അവിടെ അവരെ, അവർ കർക്കശ സ്വഭാവമുള്ളവർ ആകും വരേക്കും 'കൊല്ല്, കൊല്ല്, കൊല്ല്' എന്ന് അലറി വിളിക്കാൻ നിർബന്ധിച്ചിരുന്നു. രണ്ടാം ലോകമഹായുദ്ധത്തിൽ പങ്കെടുത്ത വരിഷ്ഠർക്ക് ഇത്തരം പരിശീലനത്തിന്റെ ചിത്രം കാണിച്ചുകൊടുത്തപ്പോൾ അവർ ശരിക്കും ഞെട്ടിപ്പോയി (അവരിൽ ഭൂരിഭാഗം പേരും കൊല്ലാൻ പഠിച്ചിരുന്നില്ല).

ഇന്നുകാലത്ത് സൈനികർ പരിശീലനം നടത്തുന്നത് കടലാസുകൊണ്ടുണ്ടാക്കിയ ബുൾസ് ഐയിന്മേലല്ല, മറിച്ച് അവർക്ക് പരിശീലനം നല്കുന്നത് യഥാതഥമായ മനുഷ്യരൂപങ്ങൾക്കുമേൽ സഹജാവബോധത്താൽ നിറയൊഴിക്കാനാണ്. ഒരു തോക്കോ പീരങ്കിയോ ഉപയോഗിച്ച് നിറയൊഴിക്കുന്നത് യാതൊന്നും ചിന്തിക്കാതെ തന്നെ ചെയ്യാവുന്ന യന്ത്രവൽക്കൃതമായ ഒരു പവ്ലോവിയൻ പ്രതികരണമായി മാറുന്നു. ഒഴിഞ്ഞ ഇടത്തിരുന്ന് നിറയൊഴിക്കുന്നവർക്ക് നല്കുന്ന പരിശീലനം കൂടുതൽ മൗലിക സ്വഭാവമുള്ളതാണ്. പരീക്ഷിച്ച് തെളിയിച്ച രീതികളിൽ ഒന്ന് പരിശീലനം നേടുന്നയാളെ ഒരു കസേരയിൽ ഇരുത്തി കെട്ടിയിട്ട് അയാൾക്ക് ക്രമാനുക്രമമാംവിധം ഭീകരത കൂടിക്കൊണ്ടിരിക്കുന്ന വീഡിയോകൾ പരമ്പരയായി കാണിക്കുക എന്നതാണ്. അവർ കണ്ണ് തുറന്നുതന്നെ ഇരിക്കുന്നു എന്നുറപ്പാക്കാൻ പ്രത്യേക സംവിധാനങ്ങളും ഉണ്ട്.

അതുപോലെ തന്നെ നമ്മളിൽ സഹജമായതും ആഴത്തിൽ വേരൂന്നിയതുമായ ഹിംസയോടുള്ള വെറുപ്പ് പിഴുത് മാറ്റുന്നതിനുള്ള വഴികളും നമ്മൾ കാണുന്നുണ്ട്. ആധുനിക സൈന്യങ്ങളിൽ ചങ്ങാത്തം പ്രാധാന്യം കുറഞ്ഞ കാര്യമായി മാറിയിട്ടുണ്ട്. അതിനുപകരമായി, ഒരു അമേരിക്കൻ വിമുക്തഭടൻ പറഞ്ഞതനുസരിച്ച്, ഇപ്പോഴുള്ളത് 'നിർമ്മിത പുച്ഛമാണ്'.

ഈ ചിട്ടപ്പെടുത്തൽ നന്നായി പ്രവർത്തിക്കുന്നതാണ്. സൈനികരെ ഈ സങ്കേതമുപയോഗിച്ച് പരിശീലിപ്പിക്കുന്നത് അവരെ പഴയ തരത്തിൽ പരിശീലനം സിദ്ധിച്ച സൈന്യത്തിലുള്ളവർക്ക് എതിരെ നിർത്തിയാണ്. അതിൽ എല്ലായ്പ്പോഴും പഴയരീതിയിലുള്ളവർ തകർക്കപ്പെടുന്നു. 1982-ലെ ഫാക്ക് ലാന്റ്സ് യുദ്ധം എടുത്തുനോക്കുക: ആളുകളുടെ എണ്ണത്തിൽ വളരെ വലുതായിരുന്നു എങ്കിലും പഴയരീതിയിൽ പരിശീലനം സിദ്ധിച്ച അർജന്റീനിയൻ സൈന്യത്തിന് പുതിയ പരിശീലനം നേടിയ ബ്രിട്ടന്റെ നിറയൊഴിക്കൽ യന്ത്രങ്ങൾക്ക് മുന്നിൽ ഒരു ജയസാധ്യതയും ഇല്ലായിരുന്നു.

അമേരിക്കൻ സൈന്യത്തിനും തങ്ങളുടെ 'നിറയൊഴിക്കൽ അനുപാതം' വർദ്ധിപ്പിക്കാനായി. കൊറിയൻ യുദ്ധത്തിൽ 55 ശതമാനം സൈനികരായിരുന്നു നിറയൊഴിച്ചിരുന്നതെങ്കിൽ വിയറ്റ്നാമിൽ അത് 95 ശതമാനമായി. പക്ഷേ, ഇതിനവർക്ക് വിലകൊടുക്കേണ്ടി വന്നു. പരിശീലനം നേടുന്ന യുവയോദ്ധാക്കളെ നിങ്ങൾ ബ്രെയ്ൻ വാഷ് ചെയ്താൽ അവർ മടങ്ങിവരുന്നത് പോസ്റ്റ് ട്രോമാറ്റിക് സ്ട്രെസ് ഡിസോർഡർ (PTSD) കൊണ്ടായിരിക്കുമെന്ന കാര്യത്തിൽ യാതൊരു സംശയവുമില്ല. വിയറ്റ്നാം യുദ്ധത്തിനുശേഷം ഇത് കണ്ടതാണ്. അസംഖ്യം സൈനികർ മറ്റാളുകളെ കൊന്നൊടുക്കിയെന്ന് മാത്രമല്ല അവർക്കുള്ളിലുള്ള ചില കാര്യങ്ങളും മരിച്ചുകഴിഞ്ഞിരുന്നു.

അവസാനമായി, ശത്രുവിനെ ദൂരെമാറ്റിനിർത്താൻ കഴിയുന്ന ഒരു സംഘം കൂടിയുണ്ട്: അത് നേതാക്കളാണ്.

മുകളിൽനിന്നും താഴേക്ക് ഉത്തരവുകൾ കൈമാറുന്ന സൈന്യങ്ങളുടെയും ഭീകരസംഘടനകളുടെയും കമാൻഡർമാർക്ക് ശത്രുവിനോടുള്ള സഹാനുഭൂതി അടക്കിനിർത്തേണ്ടിവരുന്നില്ല. രസകരമായ കാര്യം എന്താണെന്ന് വച്ചാൽ, സൈനികർ സാധാരണ മനുഷ്യരാണെങ്കിലും അവരുടെ നേതാക്കൾ അങ്ങനെയല്ല. ഭീകരവാദത്തെക്കുറിച്ച് വിദഗ്ദ്ധപഠനം നടത്തിയവരും ചരിത്രകാരന്മാരും ആവർത്തിച്ച് ചൂണ്ടിക്കാണിക്കുന്ന ഒരു കാര്യം അധികാരസ്ഥാനങ്ങളിൽ ഇരിക്കുന്ന ആളുകൾക്ക് തീർത്തും വ്യത്യസ്തമായൊരു മനഃശാസ്ത്ര പ്രൊഫൈൽ ഉണ്ടെന്നാണ്. അഡോൾഫ് ഹിറ്റ്ലർ, ജോസഫ് ഗീബെൽസ് തുടങ്ങിയ യുദ്ധക്കുറ്റവാളികൾ അധികാരഭ്രാന്ത് തലയ്ക്ക്പിടിച്ച, മതിഭ്രമം വന്ന ആത്മരതിക്കാരുടെ ഉത്തമോദാഹരണങ്ങളാണ്. അതുപോലെ തന്നെ അൽക്വെയ്ദ, ഐ.എസ്. നേതാക്കളും കൗശലക്കാരും അഹന്തയിൽ അധിഷ്ഠിതമായവരും, മിക്കപ്പോഴും ഒരുതരത്തിലും സഹാനുഭൂതിയോ സന്ദേഹമോ ഇല്ലാത്തവരുമാണ്.

ഇത് നമ്മളെ അടുത്ത പ്രഹേളികയിൽകൊണ്ട് ചെന്നെത്തിക്കുന്നു. ഹോമോ പപ്പി ജന്മനാ ചങ്ങാത്തമനോഭാവമുള്ള ഒരുജീവിയാണെങ്കിൽ എന്തുകൊണ്ടാണ് അഹന്താരോഗികളും അവസരവാദികളും ആത്മരതിക്കാരും മറ്റുള്ളവരുടെ വികാരവിചാരങ്ങൾ മനസ്സിലാക്കാത്തവരുമായ ആളുകൾ മേലേ തട്ടിലേക്ക് കടന്നുവരുന്നത്? മുഖം തുടുക്കുന്ന സ്വഭാവമുള്ള ഒരേയൊരു വംശമായ നമ്മൾ മനുഷ്യർ എങ്ങനെയാണ് യാതൊരു ലജ്ജയുമില്ലാത്തവരെ നമ്മളെ ഭരിക്കാൻ അനുവദിക്കുന്നത്?

11

അധികാരമെങ്ങനെ അഴിമതിയുണ്ടാക്കുന്നു

1

അധികാരത്തെക്കുറിച്ച് നിങ്ങൾ എന്തെങ്കിലും എഴുതാൻ ആഗ്രഹിക്കുന്നുവെങ്കിൽ നിങ്ങൾക്ക് ഒഴിവാക്കാനാവാത്ത ഒരു പേരുണ്ട്. മൂന്നാമദ്ധ്യായത്തിൽ, ഞാൻ എന്തെങ്കിലും നേടാൻ ആഗ്രഹിക്കുന്നവർ എല്ലാംതന്നെ മികവിലെത്തുന്നത് നുണയുടെയും ചതിയുടെയും ഒരു വല നെയ്താണ് എന്ന സിദ്ധാന്തം ചർച്ച ചെയ്തപ്പോൾ അദ്ദേഹത്തിന്റെ പേര് ഹ്രസ്വമായി പരാമർശിക്കുകയുണ്ടായി.

അതാണ് മാക്കെവെല്ലി.

1513-ലെ ശൈത്യകാലത്ത് സുദീർഘമായൊരു രാത്രികൂടി പബ്ബിൽ ചെലവഴിച്ചശേഷം തലയ്ക്ക് മത്തുപിടിച്ച ഒരു സിറ്റി ക്ലർക്ക് താൻ *ദ പ്രിൻസ്* എന്നുപേരിട്ട ഒരു ലഘുലേഖ എഴുതാൻ ആരംഭിച്ചു. 'എന്റെയൊരു കുഞ്ഞു ചാപല്യം' എന്ന് മാക്കെവെല്ലി വിശദീകരിച്ച ഈ കുറിപ്പ് പാശ്ചാത്യചരിത്രത്തിലെ ഏറ്റവും സ്വാധീനം ചെലുത്തിയ കൃതികളിലൊന്നായി പിന്നീട് മാറി. ചാൾസ് അഞ്ചാമൻ ചക്രവർത്തിയുടെയും ലൂയി പതിനാലാമൻ രാജാവിന്റെയും ജനറൽ സെക്രട്ടറി സ്റ്റാലിന്റെയും എല്ലാം കിടക്കയ്ക്കരികിലുള്ള മേശമേൽ ഇത് സ്ഥാനം പിടിച്ചു. ജർമ്മൻ ചാൻസലർ ഓട്ടോ വാൻ ബിസ്മാർക്കിന്റെ കയ്യിലും ഒരു കോപ്പിയുണ്ടായിരുന്നു. അതുപോലെതന്നെ ചർച്ചിലിന്റെയും മുസ്സോളിനിയുടെയും ഹിറ്റ്ലറുടെയും പക്കലും. വാട്ടർ ലൂവിൽ പരാജയപ്പെട്ടശേഷം വരുന്ന നെപ്പോളിയന്റെ കോച്ചിലും ഈ പുസ്തകമുണ്ടായിരുന്നു.

നിക്കോളോ മാക്കെവെല്ലിയുടെ തത്വശാസ്ത്രത്തിന്റെ ഏറ്റവും വലിയ ഗുണം അത് പ്രായോഗികമായിരുന്നു എന്നതാണ്. നിങ്ങൾക്കധികാരം വേണമെങ്കിൽ നിങ്ങളത് പിടിച്ചെടുക്കണമെന്ന് അദ്ദേഹം എഴുതി. നിങ്ങൾ ലജ്ജാഹീനരാവണം, ആദർശങ്ങളിൽ നിന്നും ധാർമ്മികതകളിൽ നിന്നും മുക്തരാവണം. ലക്ഷ്യം മാർഗ്ഗത്തെ സാധൂകരിക്കുന്നു. നിങ്ങളുടെ കാര്യം നിങ്ങൾ നോക്കിയില്ലെങ്കിൽ മറ്റുള്ളവർ നിങ്ങളുടെ തലയിൽ കയറി നൃത്തം ചവിട്ടും. മാക്കെവെല്ലി പറഞ്ഞത്, 'മനുഷ്യർ പൊതുവിൽ നന്ദികെട്ടവരും ചപലരും കാപട്യക്കാരും ഭീരുക്കളും അത്യാർത്തിക്കാരുമാണ്' എന്നാണ്. ആരെങ്കിലും നിങ്ങൾക്കുവേണ്ടി ഒരു നല്ലകാര്യം ചെയ്താൽ അത് വിശ്വസിച്ച് നിങ്ങൾ വിഡ്ഢിയാക്കപ്പെടരുത്: അതൊരു നാട്യം മാത്രമാണ്, കാരണം 'മനുഷ്യർ ഒരിക്കലുംതന്നെ അനിവാര്യതയിൽ നിന്നല്ലാതെ ഒരു നല്ലകാര്യവും ചെയ്യില്ല.'

മാക്കെവെല്ലിയുടെ പുസ്തകത്തെ പലപ്പോഴും വിശദീകരിക്കാറുള്ളത് 'യാഥാർത്ഥ്യബോധമുള്ളത്' എന്നാണ്. നിങ്ങൾക്കത് വായിക്കണമെന്നുണ്ടെ

ങ്കിൽ തൊട്ടടുത്ത പുസ്തകശാലയിൽ പോയി, എല്ലായ്പ്പോഴും ഒരുപോലെ വിറ്റഴിയുന്ന പുസ്തകങ്ങളുടെ വിഭാഗം നോക്കുക. അതുമല്ലെങ്കിൽ അദ്ദേഹത്തിന്റെ തത്വശാസ്ത്രത്തിൽ അധിഷ്ഠിതമായ നിരവധി സ്വയം സഹായ പുസ്തകങ്ങളും നോക്കാം - മാക്കെവെല്ലി ഫോർ മാനേജേഴ്സ് തൊട്ട് മാക്കെവെല്ലി ഫോർ മോംസ് വരെ പലതും കാണാം. അതുമല്ലെങ്കിൽ അദ്ദേഹത്തിന്റെ ആശയങ്ങളിൽ നിന്നും പ്രചോദനമുൾക്കൊണ്ടുവന്ന അസംഖ്യം നാടകങ്ങളോ സിനിമകളോ ടെലിവിഷൻ സീരിയലുകളോ കണ്ടാലും മതി. ദ ഗോഡ് ഫാദർ, ഹൗസ് ഓഫ് കാർഡ്സ്, ഗെയിം ഓഫ് ത്രോൺസ് തുടങ്ങിയവയൊക്കെ തന്നെ, അടിസ്ഥാനപരമായി പതിനാറാം നൂറ്റാണ്ടിലെ ഈ ഇറ്റലിക്കാരന്റെ രചനയ്ക്കുള്ള അടിക്കുറിപ്പുകളാണ്.

അദ്ദേഹത്തിന്റെ ഈ സിദ്ധാന്തത്തിന് ലഭിച്ച പ്രചാരംകൊണ്ടുതന്നെ, മാക്കെവെല്ലി ശരിയായിരുന്നോ എന്ന ചോദ്യം തീർത്തും യുക്തിസഹമാണ്. അധികാരം നേടാനും നിലനിർത്താനും ആളുകൾ യാതൊരു ലജ്ജയുമില്ലാതെ നുണപറയുകയും ചതിക്കുകയും വേണോ? ഏറ്റവും പുതിയ ശാസ്ത്രത്തിന് എന്താണ് പറയാനുള്ളത്?

അപ്ലൈഡ് മാക്കെവെല്ലിയനിസത്തിൽ ഏറ്റവും മുന്നണിയിൽ നിൽക്കുന്ന ഒരു വിദഗ്ദ്ധനാണ് പ്രൊഫസർ ഡാഷർ കെൽറ്റ്നർ. 1990-കളിൽ അധികാരത്തിന്റെ മനഃശാസ്ത്രത്തെക്കുറിച്ച് പഠിക്കുന്നതിൽ ആദ്യം തല്പരനായ കാലത്ത് അദ്ദേഹം രണ്ട് കാര്യങ്ങൾ ശ്രദ്ധിച്ചു. ഒന്ന്: മാക്കെവെല്ലി പറഞ്ഞത് സത്യമാണെന്ന് ഒരുവിധം എല്ലാവരും വിശ്വസിച്ചു. രണ്ട്: ഇതിനെ പിന്തുണക്കുന്നതിനായി ശാസ്ത്രീയമായ ഒന്നുംതന്നെ ഒരുവിധം ആരും ചെയ്തുമില്ല.

കെൽറ്റ്നർ ഇതുചെയ്യുന്ന ആദ്യത്തെ ആളാവാൻ തീരുമാനിച്ചു. 'സ്വാഭാവിക പ്രകൃതി' പരീക്ഷണം എന്നദ്ദേഹം പേരിട്ട ഇതിൽ ഈ അമേരിക്കൻ മനഃശാസ്ത്രജ്ഞൻ മനുഷ്യർ ആധിപത്യത്തിനായി സ്വതന്ത്രമായി മത്സരിക്കുന്ന പല സാഹചര്യങ്ങളിലേക്കും കടന്നുചെന്നു, ഡോർമിറ്ററി റൂമുകൾ മുതൽ സമ്മർ ക്യാമ്പുകൾവരെ. സൂക്ഷ്മമായി പറഞ്ഞാൽ ആളുകൾ ആദ്യമായി പരസ്പരം കണ്ടുമുട്ടുന്ന ഇത്തരം ഇടങ്ങളിലാണ് മാക്കെവെല്ലിയുടെ കാലാതീതമായ ജ്ഞാനം അതിന്റെ പൂർണ്ണതയിൽ വെളിപ്പെടുക എന്ന് അദ്ദേഹം കരുതി.

എന്നാൽ നിരാശയായിരുന്നു ഫലം. *ദ പ്രിൻസിൽ* പറഞ്ഞതുപോലെ നിങ്ങൾ പെരുമാറുകയാണെങ്കിൽ അന്നേരംതന്നെ നിങ്ങൾ ക്യാമ്പിൽനിന്നും പുറത്താക്കപ്പെടുമെന്ന് കെറ്റ്ലർ കണ്ടെത്തി. ചരിത്രാതീതകാലത്തിലെന്ന പോലെ തന്നെ ഈ കൊച്ചു സമൂഹങ്ങളും ധിക്കാരം സഹിക്കാൻ തയ്യാറായിരുന്നില്ല. നിങ്ങളൊരു മോശം പെരുമാറ്റക്കാരനാണെന്ന് പറഞ്ഞവർ നിങ്ങളെ പടിക്കുപുറത്താക്കും. അധികാര സ്ഥാനങ്ങളിലെത്തുന്നവർ ഏറ്റവും ചങ്ങാത്ത മനോഭാവമുള്ളവരും സഹാനുഭൂതിയുള്ളവരുമാണെന്ന് കെൽറ്റ്നർ മനസ്സിലാക്കി. ഇവിടെയുള്ളത് ചങ്ങാത്ത മനോഭാവമുള്ളവരുടെ അതിജീവനമാണ്.

നിങ്ങളിപ്പോൾ ചിന്തിക്കുന്നുണ്ടാവും: ഈ പ്രൊഫസർ പോകുന്ന വഴിക്ക് എന്റെ ഓഫീസിലൊന്നുകയറി എന്റെ ബോസിനെയൊന്നു കാണണം, അതോടെ സൽസ്വഭാവികളായ നേതാക്കളെ സംബന്ധിച്ച അയാളുടെ ഈ കുഞ്ഞുസിദ്ധാന്തം എല്ലാം തീർന്നുകിട്ടും.

നില്ക്കൂ, അങ്ങനെ പറയാനായിട്ടില്ല. ഈ കഥയിൽ ഇനിയും പലതും ബാക്കിയുണ്ട്. ആളുകൾക്ക് അധികാരം കിട്ടിക്കഴിഞ്ഞാൽ പിന്നെ അത് അവരിലുണ്ടാക്കുന്ന പ്രഭാവത്തെക്കുറിച്ചും കെൽറ്റ്നർ പഠിച്ചു. ഇത്തവണ അദ്ദേഹം തീർത്തും വ്യത്യസ്തമായൊരു നിഗമനത്തിലാണ് എത്തിച്ചേർന്നത്. ഇതിൽ ഏറ്റവും രസകരമായത് അദ്ദേഹത്തിന്റെ കുക്കീ മോൺസ്റ്റർ പഠനമാണ്. സിസേം സ്ട്രീറ്റിലെ നീലരോമാവൃതനായ പാവക്കഥാപാത്രത്തിന് ഇട്ടപേരാണിത്. 1998-ൽ കെൽറ്റ്നറും സംഘവും മൂന്ന് വളന്റിയർമാരുടെ കൊച്ചു കൊച്ചു ഗ്രൂപ്പുകളായി ഒരു സംഘം ആളുകളെ തന്റെ പരീക്ഷണശാലയിൽ കൊണ്ടുവന്നു. ഇതിൽനിന്നും മുൻ തീരുമാനപ്രകാരമല്ലാതെ ഓരോ ഗ്രൂപ്പിലും ഒരാളെ വീതം സംഘത്തലവനായി നിയോഗിക്കുകയും അവരെയെല്ലാം തന്നെ യാതൊരു രസവുമില്ലാത്ത ചില ദൗത്യങ്ങൾ ഏൽപ്പിക്കുകയും ചെയ്തു. അന്നേരം ഒരു സഹായി അവർക്ക് പങ്കിട്ട് കഴിക്കുന്നതിനുവേണ്ടി ഒരു പ്ലേറ്റിൽ അഞ്ച് കുക്കികൾവെച്ച് അവർക്ക് കൊണ്ടുവന്നു കൊടുത്തു. തീന്മേശയിലെ സാമാന്യ മര്യാദപാലിച്ച് എല്ലാ ഗ്രൂപ്പുകളും പ്ലേറ്റിൽ ഒരു കുക്കി ബാക്കിവെച്ചു, എന്നാൽ മിക്കവാറും എല്ലാ ഗ്രൂപ്പുകളുടെയും കാര്യത്തിൽ നാലാമത്തെ കുക്കി എടുത്ത് വിഴുങ്ങിയത് സംഘത്തലവനായിരുന്നു. മാത്രവുമല്ല, ഈ കൂട്ടങ്ങളിലെല്ലാം തന്നെ ഏറ്റവും മോശമായ രീതിയിൽ ഭക്ഷണം കഴിക്കുന്നവർ സംഘത്തലവന്മാരായിരുന്നുവെന്ന് കെൽറ്റ്നറുടെ ഒരു ഡോക്ടറൽ വിദ്യാർത്ഥി കണ്ടെത്തി. ഇതിന്റെ വീഡിയോകൾ രണ്ടാമതും പ്രദർശിപ്പിച്ച് നോക്കിയപ്പോൾ ഈ 'കുക്കീ മോൺസ്റ്റർമാർ' മിക്കപ്പോഴും വായ് പൊളിച്ചാണ് തിന്നിരുന്നതെന്നും ഏറ്റവും ശബ്ദമുണ്ടാക്കി തിന്നുകയും തിന്നുന്നതിന്റെ അവശിഷ്ടങ്ങൾ കുപ്പായത്തിലൊക്കെ വീഴ്ത്തുകയും ചെയ്തിരുന്നുവെന്ന് മനസ്സിലായി.

ഒരുപക്ഷേ, ഇതും നിങ്ങളുടെ ബോസിനെപ്പോലെ തോന്നുന്നില്ലേ?

ആദ്യമൊക്കെ ഇതൊരു പൊട്ടൻ പരീക്ഷണമാണെന്ന് പറഞ്ഞ് എഴുതിത്തള്ളാനാണ് എനിക്ക് തോന്നിയത്, എന്നാൽ ലോകത്തിന്റെ നാനാഭാഗങ്ങളിൽ നിന്നും ഇത്തരത്തിലുള്ള ഡസൻ കണക്കിന് പഠനങ്ങൾ പ്രസിദ്ധീകരിക്കപ്പെട്ടിട്ടുണ്ട്. കെൽറ്റ്നറും സംഘവും മറ്റൊരു പരീക്ഷണം നടത്തി. വില കൂടിയ ഒരു കാറിന്റെ മനഃശാസ്ത്ര പ്രഭാവം എന്തായിരിക്കും എന്നതായിരുന്നു അത്. പരീക്ഷണത്തിൽ പങ്കെടുക്കാനെത്തിയവരോട് ആദ്യം ഒരു പഴയ മിറ്റ്സുബിഷിയോ, ഫോർഡ് പിന്റോയോ ഓടിക്കാനാണ് പറഞ്ഞത്. അവരെ പറഞ്ഞയച്ചത് കാൽനടയാത്രക്കാർ റോഡ് മുറിച്ചുകടക്കാൻ തുടങ്ങുന്ന ഒരിടത്തുകൂടെയായിരുന്നു. ഈ കാറുകൾ ഓടിച്ചിരുന്നവരെല്ലാം തന്നെ നിയമാനുസൃതം അവർക്കായി വാഹനം നിർത്തി കൊടുത്തു.

പഠനത്തിന്റെ രണ്ടാം ഭാഗത്തിൽ ഇവരോട് പുത്തൻ മേഴ്സിഡസ് ആണ് ഓടിക്കാൻ പറഞ്ഞത്. ഇത്തവണ നാല്പത്തഞ്ച് ശതമാനം പേരും കാൽനടയാത്രക്കാർക്കായി വണ്ടി നിർത്തിക്കൊടുത്തില്ല. വാസ്തവത്തിൽ ഉപയോഗിക്കുന്ന വാഹനം എത്രത്തോളം വിലകൂടിയതാകുന്നുവോ അവരുടെ റോഡിലെ പെരുമാറ്റം അത്രത്തോളം പരുക്കനും ആയി മാറുന്നു. 'BMW ഡ്രൈവർമാരാണ് ഇതിൽ ഏറ്റവും മോശം,' എന്ന് ഗവേഷകരിൽ ഒരാൾ *ന്യൂയോർക്ക് ടൈംസി*നോട് പറഞ്ഞു. (ഇതേ പഠനത്തിന്റെ പകർപ്പ് രണ്ട് തവണ ആവർത്തിച്ചപ്പോഴും ഇതുതന്നെയായിരുന്നു ഫലം.)

ഡ്രൈവർമാരുടെ പെരുമാറ്റം നിരീക്ഷിച്ച കെൽറ്റ്നർ ഇതുതന്നെ എന്താണ് ഓർമ്മിപ്പിക്കുന്നത് എന്ന് ആത്യന്തികമായി മനസ്സിലാക്കി. വൈദ്യ ശാസ്ത്രത്തിൽ ഇതിന്റെ പേര് 'ആർജിത സാമൂഹ്യ വിരോധം' എന്നാണ്.

എന്നുപറഞ്ഞാൽ പരമ്പരാഗതമല്ലാതെ സംഭവിക്കുന്ന വ്യക്തിത്വ പ്രശ്ന മായ സാമൂഹ്യവിരോധം. പത്തൊമ്പതാം നൂറ്റാണ്ടിലെ മനഃശാസ്ത്രജ്ഞരാണ് ഈ രോഗാവസ്ഥ ആദ്യമായി നിർണ്ണയിച്ചത്. തലച്ചോറിന്റെ സുപ്രധാന ഭാഗ ങ്ങൾക്ക് പരുക്കേൽക്കും വിധത്തിൽ ആഘാതമുണ്ടാകുമ്പോഴാണ് ഈ അവസ്ഥ ഉണ്ടാകുന്നത്. ഇത് ഏറ്റവും നന്നായി പെരുമാറുന്ന ആളുകളെ പോലും ഏറ്റവും മോശം തരത്തിലുള്ള മാക്കെവെല്ലിയൻ ആക്കി മാറ്റും.

അധികാരത്തിലിരിക്കുന്നവനും ഇതേ പ്രവണത പ്രകടിപ്പിക്കുന്നതായി കെൽറ്റ്നർ The Power Paradox എന്ന പുസ്തകത്തിൽ വ്യക്തമാക്കിയിട്ടുണ്ട്. തലച്ചോറിന് ക്ഷതം സംഭവിച്ചവരെ പോലെയാണ് അക്ഷരാർത്ഥത്തിൽ അവർ പെരുമാറുന്നത്. അവർ കൂടുതൽ ഉൾപ്രേരണയോടെ പ്രവർത്തിക്കു ന്നവരും, അവനവനിൽ കേന്ദ്രീകരിച്ച് നിൽക്കുന്നവരും, വീണ്ടുവിചാരമില്ലാ ത്തവരും, ധാർഷ്ട്യം നിറഞ്ഞവരും ശരാശരിയിൽ കൂടുതൽ പരുക്കൻ സ്വഭാവ മുള്ളവരും ആണെന്ന് മാത്രമല്ല, അവർ സ്വന്തം ജീവിതപങ്കാളിയെ ചതിക്കാൻ കൂടുതൽ സാധ്യതയുള്ളവരും മറ്റുള്ളവരുടെ കാര്യത്തിൽ ശ്രദ്ധകുറഞ്ഞ വരും, മറ്റുള്ളവരുടെ കാഴ്ചപ്പാടുകളോട് തീരെ താല്പര്യം കുറഞ്ഞവരു മാണ്. അവർക്ക് ലജ്ജാശീലം കുറവാണെന്ന് മാത്രമല്ല, പ്രൈമേറ്റുകളുടെ കൂട്ടത്തിൽ മനുഷ്യരെ അതുല്യരാക്കുന്ന ആ ഒരു മുഖഭാവമുണ്ടല്ലോ, അത് ഇവർ പലപ്പോഴും പ്രകടമാക്കാറില്ല.

അവരുടെ മുഖം ലജ്ജകൊണ്ട് തുടുക്കാറില്ല.

മറ്റുള്ളവരോട് നിങ്ങളെ അചേതനമാക്കുന്ന ഒരു അനസ്തെറ്റിക്പോലെ യാണ് അധികാരം പ്രവർത്തിക്കുന്നത്. 2014-ൽ നടത്തിയ ഒരു പഠനത്തിൽ മൂന്ന് അമേരിക്കൻ ന്യൂറോളജിസ്റ്റുകൾ കൂടുതൽ അധികാരമുള്ള ആളു കളുടെയും കുറച്ച് അധികാരമുള്ളവരുടെയും അവബോധതലം എങ്ങനെ പ്രവർത്തിക്കുന്നു എന്നത് പരിശോധിക്കുന്നതിനായി ട്രാൻസ്ക്രേനിയൽ മാ ഗ്നറ്റിക് സ്റ്റിമുലേഷൻ മെഷീൻ ഉപയോഗിച്ചു. അവർ കണ്ടെത്തിയതെന്താ ണെന്നുവെച്ചാൽ സഹാനുഭൂതിയിൽ ഒരു നിർണ്ണായക പങ്ക് വഹിക്കുന്ന 'ആത്മദർശം' (Mirroring) എന്ന പ്രക്രിയയെ അധികാരബോധം താളം തെറ്റി ക്കുന്നു എന്നാണ്. സാധാരണയായി ഇത് നമ്മളിലെല്ലാം ഒരുപോലെയാണ് പ്രതിഫലിക്കുന്നത്. മറ്റൊരാൾ ചിരിക്കുമ്പോൾ നിങ്ങളും ചിരിക്കുന്നു; മറ്റൊ രാൾ കോട്ടുവായിടുമ്പോൾ നിങ്ങളും കോട്ടുവായിടുന്നു. എന്നാൽ അധി കാരമുള്ള വ്യക്തികളിൽ ഈ പ്രവണതകുറവാണ്. എന്നുപറഞ്ഞാൽ, സഹ ജീവികളുമായി ബന്ധമുണ്ടെന്ന് അവർക്ക് തോന്നുന്നേയില്ല എന്നപോലെ യാണ്. ബന്ധങ്ങളുടെ പ്രവാഹം വിച്ഛേദിക്കപ്പെട്ട അവസ്ഥ.

അധികാരമുള്ളവർക്ക് മറ്റുള്ളവരോടുള്ള പരസ്പരബന്ധം കുറവാണെങ്കിൽ അവർക്ക് കൂടുതൽ ദോഷൈകദർശനം ഉണ്ടാവാനുള്ള പ്രവണതയുണ്ടെന്ന തിൽ അത്ഭുതപ്പെടാനെന്തിരിക്കുന്നു? അധികാരത്തിന്റെ ഒരു പ്രഭാവം എന്താ ണെന്നുവെച്ചാൽ അത് മറ്റുള്ളവരെ മോശം വെളിച്ചത്തിൽ കാണാൻ നിങ്ങളെ പ്രേരിപ്പിക്കുന്നു എന്നതാണെന്ന് പഠനങ്ങൾ കാണിക്കുന്നു. നിങ്ങൾക്ക് അധി

കാരമുണ്ടെങ്കിൽ മറ്റുള്ളവരെല്ലാം മടിയരും വിശ്വസിക്കാൻ കൊള്ളാത്തവരുമാണെന്ന് നിങ്ങൾ ചിന്തിക്കാനുള്ള സാധ്യത കൂടുതലാണ്. അവരെ നിരീക്ഷിക്കുകയും മേൽനോട്ടം ചെയ്യുകയും വേണമെന്നും നയിക്കുകയും നിയന്ത്രിക്കുകയും വേണമെന്നും വിമർശിക്കുകയും എന്താണ് ചെയ്യേണ്ടതെന്ന് പറഞ്ഞുകൊടുക്കുകയും വേണമെന്നും ഉള്ള തോന്നൽ. അധികാരം നിങ്ങൾ മറ്റുള്ളവരേക്കാൾ മേലെയാണെന്ന തോന്നൽ നിങ്ങളിലുണ്ടാക്കുന്നതിനാൽ ഈ നിരീക്ഷണ ചുമതല നിങ്ങളെ ഏൽപ്പിക്കേണ്ടതാണെന്നും നിങ്ങൾ വിശ്വസിക്കുന്നു.

ദുരന്തമെന്താണെന്നുവെച്ചാൽ അധികാരമില്ലാത്ത അവസ്ഥ ഇതിന് നേരേ വിപരീതമായ പ്രഭാവമാണ് ഉണ്ടാക്കുന്നത്. തങ്ങൾക്കധികാരമില്ലെന്ന് തോന്നുന്ന വ്യക്തികൾക്ക് ആത്മവിശ്വാസവും വളരെ കുറവായിരിക്കുമെന്ന് മനഃശാസ്ത്രഗവേഷണങ്ങൾ ചൂണ്ടിക്കാണിക്കുന്നു. ഒരു അഭിപ്രായം പ്രകടിപ്പിക്കാൻ അവർ വിമുഖത കാണിക്കും. കൂട്ടങ്ങളിൽ അവർ തങ്ങളെ ചെറുതായി കാണുകയും സ്വന്തം ബുദ്ധിശക്തിയെ കുറച്ചുകാണുകയും ചെയ്യുന്നു.

ആളുകളിലെ ഇത്തരം അനിശ്ചിതബോധം അധികാരത്തിലിരിക്കുന്നവരെ സംബന്ധിച്ചിടത്തോളം സുഖകരമാണ്. കാരണം അവനവനിൽ സംശയമുള്ളവർ തിരിച്ചടിക്കാനുള്ള സാധ്യത വളരെ കുറവാണ്. ഇവരുടെ കാര്യത്തിൽ സെൻസർഷിപ്പിന്റെ ആവശ്യം വരുന്നേയില്ല, കാരണം, ആത്മവിശ്വാസമില്ലാത്തവർ സ്വയമേവ നിശ്ശബ്ദരായിക്കൊള്ളും. ഇവിടെ നമ്മൾ പ്രവർത്തനോന്മുഖമായ ഒരു നോസെബോ കാണുന്നു: ആളുകളെ അവർ വിഡ്ഢികളാണെന്ന തരത്തിൽ കൈകാര്യം ചെയ്യുക, അപ്പോളവർക്ക് തങ്ങൾ വിഡ്ഢികളാണെന്ന തോന്നലുണ്ടാവും. അതുവഴി ഭരണാധികാരികൾക്ക് ജനങ്ങൾ തങ്ങൾക്കുവേണ്ടി ചിന്തിക്കാൻ ഒട്ടും ആവുന്നില്ലെന്ന തോന്നൽ വരികയും, അതുവഴി തങ്ങൾ തങ്ങളുടെ ദർശനവും ഉൾക്കാഴ്ചയുംവെച്ച് ഉത്തരവാദിത്തങ്ങൾ ഏറ്റെടുക്കണമെന്ന് നിരൂപിക്കുകയും ചെയ്യുന്നു.

തിരിച്ചും ഇതിങ്ങനെതന്നെയല്ലേ? അധികാരമല്ലേ നമ്മളെ ഹ്രസ്വദൃഷ്ടിയുള്ളവരാക്കുന്നത്? മേലെയെത്തിക്കഴിഞ്ഞാൽ പിന്നെ കാര്യങ്ങൾ മറ്റുള്ളവരുടെ കാഴ്ചപ്പാടിൽ നിന്നും കാണാനുള്ള പ്രചോദനം വളരെ കുറവായിരിക്കും. സഹാനുഭൂതിയുടെ ആവശ്യമേയില്ല കാരണം, ആരെങ്കിലും വിവേകശൂന്യനാണെന്നോ നിങ്ങളെ അലോസരപ്പെടുത്തുന്നുവെന്നോ തോന്നുകയാണെങ്കിൽ അയാളെ നിങ്ങൾക്ക് അവഗണിക്കാവുന്നതേയുള്ളൂ, അല്ലെങ്കിൽ ഉപരോധം ഏർപ്പെടുത്തുകയോ തടങ്കലിൽവയ്ക്കുകയോ അതുമല്ലെങ്കിൽ അതിലും മോശമായ കാര്യങ്ങൾ ചെയ്യുകയോ ചെയ്യാം. അധികാരത്തിലിരിക്കുന്നവർക്ക് തങ്ങളുടെ ചെയ്തികൾ ന്യായീകരിക്കേണ്ട ആവശ്യം വരുന്നില്ല, അതുകൊണ്ടുതന്നെ അവർക്ക് മറ്റുള്ളവരുടെ അഭിപ്രായം കേൾക്കാൻ തയ്യാറാവാത്ത സങ്കുചിത മനഃസ്ഥിതിക്കാരാവാൻ സാധിക്കും.

സഹാനുഭൂതീപരീക്ഷണങ്ങളിൽ സ്ത്രീകൾ പുരുഷന്മാരേക്കാളധികം സ്കോർ ചെയ്യുന്നതിനുള്ള കാരണം വിശദീകരിക്കാൻ ഇത് സഹായകമായേക്കാം. 2018-ൽ കേംബ്രിഡ്ജ് സർവകലാശാലയിൽ നടത്തിയ വിപുലമായ ഒരു പരീക്ഷണത്തിൽ കണ്ടത് ഈ വ്യതാസത്തിന് ജനിതകമായ ഒരു അടിസ്ഥാനവും ഇല്ലെന്നാണ്; മറിച്ച്, ഇതിനുകാരണം ശാസ്ത്രജ്ഞർ 'സോഷ്യലൈസേഷൻ' എന്നുവിളിക്കുന്ന സംഗതിയാണ്. പരമ്പരാഗതമായി അധികാരം വിഭജിക്കപ്പെട്ട രീതി കാരണം സ്ത്രീകൾക്കു പുരുഷന്മാരെ കൂടുതലായി മന

സ്സിലാക്കാൻ സാധിക്കും. സ്ത്രീകൾക്കു കൂടുതൽ മികച്ച സഹജാവബോധം ഉണ്ടെന്ന ചിരസ്ഥായിയായ ആശയവും ഒരുപക്ഷേ ഈ തുലനമില്ലായ്മയി ലായിരിക്കാം വേരൂന്നിയിരിക്കുന്നത്. അതായത്, സ്ത്രീകൾക്ക് പുരുഷന്മാരുടെ ദൃശ്യകോണിലൂടെ കാര്യങ്ങൾ കാണാനാവുമെന്നും, എന്നാൽ തിരിച്ചു അതിനു അത്ര സാധ്യത ഇല്ലെന്നും.

2

അധികാരത്തിന്റെ മനഃശാസ്ത്രത്തെക്കുറിച്ച് ഞാൻ കൂടുതൽ കാര്യങ്ങൾ മനസ്സിലാക്കുന്തോറും അധികാരം ഒരു മയക്കുമരുന്ന് പോലെയാണെന്നും ഞാൻ കൂടുതൽ മനസ്സിലാക്കി - ഒരു കാറ്റലോഗ് നിറയ്ക്കാൻ മാത്രം പാർശ്വഫലങ്ങളുള്ള മയക്കുമരുന്ന്. 'അധികാരം അഴിമതിയിലേക്ക് നയി ക്കുന്നു, അനിയന്ത്രിതമായ അധികാരം അനിയന്ത്രിതമായ അഴിമതിയി ലേക്കും,' ബ്രിട്ടീഷ് ചരിത്രകാരനായ ലോർഡ് ആക്ടൺ പത്തൊമ്പതാം നൂറ്റാണ്ടിൽ പറഞ്ഞ പ്രശസ്തമായ വാക്യമാണിത്. മനഃശാസ്ത്രജ്ഞരും സാമൂഹ്യശാസ്ത്രജ്ഞരും ചരിത്രകാരന്മാരും ഒരുപോലെ അംഗീകരിക്കുന്ന മറ്റൊരു പ്രസ്താവന കാണില്ല.

ഡാച്ചർ കെൽറ്റ്നർ ഇതിനെ 'അധികാര വിരോധാഭാസം' എന്നു വിളി ക്കുന്നു. ഡസൻ കണക്കിന് പഠനങ്ങൾ കാണിക്കുന്നത് നമ്മൾ ഏറ്റവും വിനീതനും ദയാലുവുമായ ആളെയാണ് നമ്മളെ നയിക്കാൻ തെരഞ്ഞെടു ക്കുന്നത് എന്നാണ്. എന്നാൽ, അവർ ഉന്നതങ്ങളിൽ എത്തിക്കഴിഞ്ഞാൽ അധികാരം പലപ്പോഴും അവരുടെ തലയ്ക്ക് പിടിക്കുന്നു - പിന്നെ ഭാഗ്യമു ണ്ടെങ്കിൽ അവരെ താഴെയിറക്കാനാവും.

ഒരു നേതാവിനെ അട്ടിമറിക്കുന്നത് എത്ര ദുഷ്ക്കരമാണെന്ന് മനസ്സിലാ ക്കാൻ നമ്മൾ നമ്മുടെ ഗൊറില്ല, ചിമ്പാൻസി കസിന്മാരുടെ കാര്യം മാത്രം നോക്കിയാൽ മതി. ഗൊറില്ലാസംഘങ്ങളിൽ പുറത്ത് വെള്ളിവരയുള്ള ഒരു ഏകാധിപതി മാത്രമാണ് എല്ലാ തീരുമാനങ്ങളും എടുക്കുന്നത്; അതു പോലെതന്നെ സ്ത്രീകളുടെ അന്തഃപുരത്തിലേക്ക് പ്രവേശനമുള്ളതും ഇയാൾക്കുമാത്രമാണ്. ഈ ചിമ്പാൻസി നേതാക്കളും ഉന്നതങ്ങളിൽ ദീർഘ കാലമിരിക്കുന്നതിനായി എന്തും ചെയ്യും. ഈ പദവി ഏറ്റവും കരുത്തനും ബന്ധങ്ങൾ കെട്ടിപ്പടുക്കുന്നിതിൽ നിപുണനുമായ പുരുഷന് സംവരണം ചെയ്തതാണ്.

'മാക്കെവെല്ലി പറഞ്ഞ കാര്യങ്ങൾ മുഴുവൻ ചിമ്പാൻസികളുടെ സ്വഭാവ ത്തിന്റെ കാര്യത്തിൽ നേരിട്ട് പ്രയോഗിക്കാവുന്നവയാണ്,' എന്ന് ജീവശാ സ്ത്രജ്ഞനായ ഫ്രാൻസ് ഡേ വാൾ എൺപതുകളുടെ തുടക്കത്തിൽ പ്രസി ദ്ധീകരിച്ച *ചിമ്പാൻസി പൊളിറ്റിക്സ്* എന്ന പുസ്തകത്തിൽ പറയുന്നുണ്ട്. ഇവരുടെ മേധാവി - രാജകുമാരൻ - ഒരു അതിമാനുഷനെപോലെ ചുറ്റി നടക്കുകയും തന്റെ ആജ്ഞ അനുസരിക്കാൻ മറ്റുള്ളവരെ നിർബന്ധിക്കു കയും ചെയ്യും. അയാളുടെ ശിങ്കിടികൾ കടിഞ്ഞാൺ പിടിക്കാൻ അയാളെ സഹായിക്കുമെങ്കിലും അതേപോലെതന്നെ അവർ അയാളെ പിറകിൽനിന്നും കുത്താൻ ഗൂഢാലോചന നടത്തുകയും ചെയ്യും.

നമ്മുടെ ഡിഎൻഎയിൽ 99 ശതമാനവും ചിമ്പാൻസികളുടേതിന് സമാനമാണെന്ന് എത്രയോ നാളായി ശാസ്ത്രജ്ഞർക്ക് അറിയുന്ന കാര്യമാണ്. ഇക്കാര്യമാണ് 1995-ൽ അന്നത്തെ ഹൗസ് ഓഫ് റെപ്രസെന്റേറ്റീവ്സിന്റെ സ്പീക്കർ ആയിരുന്ന ന്യൂട്ട് ഗിംഗ്രിച്ചിനെ ഡേ വാളിന്റെ ഈ പുസ്തകത്തിന്റെ ഡസൻ കണക്കിന് കോപ്പികൾ തന്റെ സഹപ്രവർത്തകർക്ക് നല്കാൻ പ്രേരിപ്പിച്ചത്. അദ്ദേഹത്തിന്റെ കാഴ്ചപ്പാടിൽ യു.എസ്. കോൺഗ്രസ് ഒരു ചിമ്പാൻസി കോളനിയിൽനിന്നും ഒട്ടും വിഭിന്നമായിരുന്നില്ല. പരമാവധി വന്നാൽ അതിലെ അംഗങ്ങൾ തങ്ങളുടെ സഹജാവബോധത്തെ മറച്ചുവെക്കാൻ കുറച്ചുകൂടി ശ്രമിക്കുമെന്ന് മാത്രം.

ഇക്കാലത്ത് അത്രയൊന്നും പരക്കെ അറിയപ്പെടാത്ത മറ്റൊരു കാര്യം മനുഷ്യർക്ക് തങ്ങളുടെ ഡിഎൻഎയുടെ 99 ശതമാനവും പങ്കിടുന്ന മറ്റൊരു ബന്ധു ആൾക്കുരങ്ങുകൾക്കിടയിൽ ഉണ്ട് എന്നതായിരുന്നു. ബോണൊബൊ. ഫ്രാൻസ് ഡേ വാൾ ഇവയിലൊന്നിനെ ആദ്യമായി കാണുന്നത് 1970-കളുടെ ആദ്യത്തിലാണ്. അക്കാലത്തവ 'പിഗ്മി ചിമ്പാൻസികൾ' എന്നാണ് അറിയപ്പെട്ടിരുന്നത്. ഏറെക്കാലം, ബോണൊബൊകളും ചിമ്പാൻസികളും ഒരേ സ്പീഷിസിൽ പെട്ടവയാണെന്നാണ് കരുതിയിരുന്നത്.

യഥാർത്ഥത്തിൽ ബൊണെബൊകൾ തീർത്തും വ്യത്യസ്തമായൊരു ജീവിവർഗ്ഗമാണ്. ഹോമോ പപ്പികളെ പോലെ ഇവയും സ്വയം മെരുക്കിയെടുക്കപ്പെട്ടവയാണ്. ഈ പ്രക്രിയയിൽ ഈ ജീവിവർഗ്ഗത്തിലെ സ്ത്രീകൾക്കാണ് കൂടുതൽ പങ്ക് എന്ന് തോന്നുന്നു. കാരണം, എതിർലിംഗത്തിൽ നിന്നും ഏതെങ്കിലും സമയത്ത് തങ്ങളിലൊരാൾക്ക് എന്തെങ്കിലും പീഡനം നേരിടേണ്ടി വന്നാൽ അവർ അതിനെ ചെറുക്കാൻ ഒന്നിച്ചുനില്ക്കും. വേണ്ടി വന്നാൽ അവർ ആ പുരുഷന്റെ ജനനേന്ദ്രിയം പാതി കടിച്ച് മുറിക്കും എന്ന് നതാലി ആൻജിയർ തന്റെയൊരു ലേഖനത്തിൽ എഴുതിയിട്ടുണ്ട്. ഈ അധികാര സന്തുലിതാവസ്ഥ കാരണം പെൺ ബോണൊബൊകൾക്ക് തങ്ങളുടെ ഇണകളെ തെരഞ്ഞെടുക്കാനാവും, മിടുക്കന്മാരൊക്കെ ആദ്യമാദ്യമെ തെരഞ്ഞെടുക്കപ്പെടും.

(ഈ വിമോചനം വിരസമായൊരു ലൈംഗിക ജീവിതത്തിലേക്കാണ് നയിക്കുന്നത് എന്ന് നിങ്ങൾ കരുതിയെങ്കിൽ നിങ്ങൾ ഒന്നുകൂടി ചിന്തിക്കേണ്ടിയിരിക്കുന്നു. 'ബോണൊബൊകൾ പെരുമാറുന്നത് അവർ കാമസൂത്രം വായിച്ചതുപോലെയാണ്, എല്ലാത്തരം പൊസിഷനുകളും, നമുക്ക് സങ്കല്പിക്കാവുന്ന എല്ലാ വ്യത്യസ്തരീതികളും അവർ പരീക്ഷിക്കുന്നു,' എന്ന് ഡേ വാൾ ഒരു ലേഖനത്തിൽ എഴുതിയിട്ടുണ്ട്. ബോണൊബൊകളുടെ രണ്ട് സംഘങ്ങൾ ആദ്യമായി കണ്ടുമുട്ടുമ്പോൾ അത് മിക്കവാറും അവസാനിക്കുന്നത് ഒരു മദിരോത്സവത്തിലാണ്.)

ഏറെ ഉത്സാഹഭരിതരാകുന്നതിനുമുമ്പ് ഒരു കാര്യം: തീർച്ചയായും മനുഷ്യർ ബോണെബോകളല്ല. എന്നിരുന്നാലും നിരവധി ഗവേഷണങ്ങൾ സൂചിപ്പിക്കുന്നത് നമുക്ക് മാക്കെവെല്ലിയൻ ചിമ്പാൻസികളേക്കാൾ അധികം പൊതുവായുള്ളത് സാമൂഹ്യ ബോധമുള്ള ഈ ആൾക്കുരങ്ങുകളുമായാണ് എന്നാണ്. തുടക്കക്കാർക്ക് വേണ്ടി പറയട്ടെ, മനുഷ്യചരിത്രത്തിന്റെ ഭൂരിഭാഗം കാലത്തും നമ്മുടെ രാഷ്ട്രീയ വ്യവസ്ഥ ബോണൊബൊകളുടെ വ്യവസ്ഥയു

മായി അടുത്ത സാമ്യം ഉള്ളതായിരുന്നു. കങ് ഗോത്രവർഗ്ഗത്തിൽപ്പെട്ടവരുടെ തന്ത്രങ്ങൾ ഇവിടെ ഓർക്കേണ്ടതാണ് (അദ്ധ്യായം 5): 'പൊങ്ങച്ചം കാണിക്കുന്നയാളെ ഞങ്ങൾ തള്ളിക്കളയുന്നു, കാരണം അവന്റെ അഹന്ത ഒരു നാൾ അവനെ ആരെയെങ്കിലും കൊല്ലിക്കാൻ പ്രേരിപ്പിക്കും. അതിനാൽ അവൻ കൊണ്ടുവന്ന മാംസം ഒരു വകയ്ക്കും കൊള്ളാത്തതാണെന്ന് ഞങ്ങൾ എല്ലായ്പ്പോഴും പറയും. അങ്ങനെ ഞങ്ങൾ അവന്റെ പൊങ്ങച്ചം കുറയ്ക്കുകയും അവനെ മാന്യനാക്കുകയും ചെയ്യും.'

വേട്ടയാടി പിടിച്ച് ജീവിക്കുന്നവരുടെ സമൂഹങ്ങളിൽ നടത്തിയ നാല്പ്പത്തിയെട്ട് പഠനങ്ങളുടെ ഒരു വിശകലനത്തിൽ ഒരു അമേരിക്കൻ നരവംശശാസ്ത്രജ്ഞൻ കണ്ടെത്തിയത് മാക്കെവെല്ലിയനിസം മിക്കവാറും എല്ലായ്പ്പോഴും തന്നെ വിനാശത്തിന്റെ രുചിക്കൂട്ടായിരുന്നു എന്നാണ്. ഇത് വ്യക്തമാക്കുന്നതിനായി അദ്ദേഹം ചരിത്രാതീത കാലത്ത് ഒരാളെ നേതാവായി തിരഞ്ഞെടുക്കുന്നതിന് അനിവാര്യമായ ഗുണഗണങ്ങളുടെ ഒരു പട്ടിക അവതരിപ്പിക്കുന്നുണ്ട്. അതിങ്ങനെയാണ്:

ഉദാരമനോഭാവം
ധീരത
ജ്ഞാനം
സ്വാധീനശക്തി
നീതിപൂർവ്വകത
നിഷ്പക്ഷത
വിശ്വാസ്യത
തന്ത്രശാലിത്വം
കരുത്ത്
വിനീതത്വം

വേട്ടയാടി ഇരതേടിയിരുന്നവർക്കിടയിൽ നേതൃത്വം താല്ക്കാലികം മാത്രമായിരുന്നു. അവർ തീരുമാനങ്ങൾ കൈക്കൊണ്ടത് സംഘം ചേർന്നായിരുന്നു. മാക്കെവെല്ലിയെ പോലെ പെരുമാറാൻ മാത്രം വിഡ്ഢികളായ ആളുകൾ സ്വന്തം ജീവിതത്തെയാണ് അപായപ്പെടുത്തിയിരുന്നത് എന്ന് കാണാനാവും. സ്വാർത്ഥമതിയും ദുരാഗ്രഹിയുമായ വ്യക്തി ഗോത്രത്തിൽ നിന്നും പുറത്താക്കപ്പെടുകയും ചിലപ്പോൾ പട്ടിണികിടക്കേണ്ടി വരികയും വരെ ചെയ്യും. അവനവൻ മാത്രം ഉള്ളിൽ നിറഞ്ഞു നില്ക്കുന്നവരുമായി ഭക്ഷണം പങ്കിടാൻ ആർക്കും താല്പര്യമില്ല.

മനുഷ്യസ്വഭാവത്തിന് ചിമ്പാൻസികളുടേതിനേക്കാൾ കൂടുതൽ സാമ്യമുള്ളത് ബോണൊബൊകളുടേതുമായാണ് എന്നതിനുള്ള മറ്റൊരു സൂചന അസമത്വത്തിനോടുള്ള സഹജമായ വെറുപ്പാണ്. 'അസമത്വത്തോടുള്ള വെറുപ്പ്' എന്ന് ഗൂഗിൾ സ്കോളറിൽ അന്വേഷിച്ചാൽ പൗരാണികമായ ഈ സഹജഭാവത്തെക്കുറിച്ച് പതിനായിരത്തിലേറെ ശാസ്ത്രീയ ലേഖനങ്ങൾ കാണാനാവും. കേവലം മൂന്ന് വയസ്സ് പ്രായമുള്ള കുഞ്ഞുങ്ങൾപോലും ഒരു കേക്ക് തുല്യമായി വിഭജിക്കും, ആറുവയസ്സുള്ളവരാകട്ടെ ഒരാൾക്ക് മാത്രം വലിയൊരു കഷണം കിട്ടുന്നതൊഴിവാക്കാൻ വേണമെങ്കിൽ ഒരു കഷണം വലിച്ചെറിയുകവരെ ചെയ്യും എന്ന് പഠനങ്ങൾ കാണിക്കുന്നു. ബോണൊ

ബൊകളെ പോലെ തന്നെ മനുഷ്യരും ഒരു മൗലികവാദത്തോടെയും അടിക്കടിയും പങ്കുവയ്ക്കുന്നു.

ഇങ്ങനെയൊക്കെ പറയുമ്പോഴും ഇത്തരം കണ്ടെത്തലുകളെ നമ്മൾ അതിയശോക്തിപരമായി കാണരുത്. ഹോമോ പപ്പി ജന്മനാ കമ്മ്യൂണിസ്റ്റ് ഒന്നുമല്ല. അത് ന്യായയുക്തമാണെന്ന് നിങ്ങൾക്ക് തോന്നുന്നുവെങ്കിൽ അല്പം അസമത്വമൊക്കെ നമ്മളെ സംബന്ധിച്ചിടത്തോളം വലിയ പ്രശ്നമല്ലെന്ന് ശാസ്ത്രജ്ഞർ ഊന്നിപ്പറയുന്നു. അതായത് കാര്യങ്ങൾ നീതിപൂർവ്വകമാണെന്ന് തോന്നണമെന്ന് മാത്രം. നിങ്ങൾ അവരെക്കാൾ മിടുക്കനാണെന്നും മെച്ചപ്പെട്ടവനാണെന്നും വിശുദ്ധനാണെന്നും ജനാവലിയെ നിങ്ങൾക്ക് ബോധ്യപ്പെടുത്താൻ സാധിച്ചാൽ നിങ്ങൾ അവരുടെ നേതാവാകുന്നത് യുക്തിപരമായി തീരുകയും ഏതെങ്കിലും തരത്തിലുള്ള എതിർപ്പ് നേരിടേണ്ട അവസ്ഥ ഇല്ലാതാകുകയും ചെയ്യുന്നു.

ആദ്യത്തെ സെറ്റിൽമെന്റുകളുടെ ആവിർഭാവത്തോടെയും അസമത്വത്തിന്റെ വളർച്ചയോടെയും നാട്ടുപ്രമാണിമാർക്കും രാജാക്കന്മാർക്കും തങ്ങൾ പ്രജകളേക്കാൾ കൂടുതൽ ആനുകൂല്യങ്ങൾ ആസ്വദിക്കുന്നത് നീതിപൂർവ്വകമാണെന്ന് സ്ഥാപിക്കേണ്ടി വന്നു. എന്നുപറഞ്ഞാൽ അവർ പ്രചാരണങ്ങൾ നടത്താൻ തുടങ്ങി. നാടോടികളായ ഗോത്രവർഗ്ഗക്കാരുടെ ഗോത്രത്തലവന്മാർ ഏറെ വിനീതരായിരുന്നുവെങ്കിൽ പിന്നീട് നേതാക്കൾ ഗർവ്വുകാണിക്കാൻ തുടങ്ങി. രാജാക്കന്മാർ തങ്ങൾ ഭരിക്കുന്നത് ദൈവദത്തമായ അവകാശത്തിന്റെ പുറത്താണെന്നും അല്ലെങ്കിൽ തങ്ങൾ തന്നെ ദൈവങ്ങളാണെന്നും പ്രഖ്യാപിച്ചു.

തീർച്ചയായും ഇന്നത്തെക്കാലത്ത് അധികാരത്തിന്റെ ഈ പ്രചാരണം അല്പം സൂക്ഷ്മമായി മാറിയിട്ടുണ്ട്. എന്നാൽ, ചില വ്യക്തികൾ എന്തുകൊണ്ട് കൂടുതൽ അധികാരവും പദവിയും അല്ലെങ്കിൽ സമ്പത്തും 'അർഹിക്കുന്നു' എന്ന് ന്യായീകരിക്കുന്നതിനുവേണ്ടി നമ്മൾ അതിവിദഗ്ദ്ധമായി പ്രത്യയശാസ്ത്രങ്ങൾ രൂപകല്പന ചെയ്യുന്നില്ല എന്നൊന്നുമല്ല ഇതിനർത്ഥം. നമ്മളത് ചെയ്യുന്നുണ്ട്. മുതലാളിത്ത സമൂഹങ്ങളിൽ നമ്മൾ അർഹതയെക്കുറിച്ചുള്ള വാദപ്രതിവാദങ്ങൾ നടത്തുന്നതിനുള്ള പ്രവണതകാണിക്കുന്നത് കാണാം. എന്നാൽ ആർക്കാണ് കൂടുതൽ അർഹതയുള്ളത് എന്ന് സമൂഹം എങ്ങനെയാണ് തീരുമാനിക്കുന്നത്. സമൂഹത്തിനുവേണ്ടി ആരാണ് ഏറ്റവും കൂടുതൽ സംഭാവനകൾ നല്കുന്നത് എന്ന് നിങ്ങൾ എങ്ങനെ നിർണ്ണയിക്കും. ബാങ്കർമാരോ അതോ തൂപ്പുകാരോ? നേഴ്സ്മാരോ അതോ എല്ലായ്പ്പോഴും വേറിട്ട് ചിന്തിക്കുന്ന, തടസ്സവാദക്കാരെന്ന് പറയപ്പെടുന്നവരോ? നിങ്ങളെക്കുറിച്ച് കഥകൾ മെനയുന്നതിൽ നിങ്ങൾ എത്രമാത്രം മിടുക്കനാണോ അതിനനുസരിച്ചായിരിക്കും നിങ്ങൾക്ക് കിട്ടുന്ന മൂപ്പോഹരി. വാസ്തവത്തിൽ, തങ്ങളാസ്വദിക്കുന്ന ആനുകൂല്യങ്ങൾക്കായി നിരന്തരം പുതിയ പുതിയ ന്യായീകരണങ്ങൾ ആവിഷ്ക്കരിച്ച ഭരണാധികാരികളുടെ ചരിത്രമായി നാഗരികതയുടെ മൊത്തത്തിലുള്ള വികാസപരിണാമങ്ങളെ നമുക്ക് നോക്കിക്കാണാനാകും.

എന്നാൽ ഇവിടെ വിചിത്രമായ ചിലകാര്യങ്ങൾ സംഭവിക്കുന്നുണ്ട്. നമ്മളെന്തുകൊണ്ടാണ് നമ്മുടെ നേതാക്കൾ പറയുന്ന കഥകൾ വിശ്വസിക്കുന്നത്?

ചില ചരിത്രകാരന്മാർ പറയുന്നത് നമ്മൾ നിഷ്കളങ്കരായതുകൊണ്ടാണ് എന്നാണ്. അതുപോലെതന്നെ നമുക്കുമേൽ അധികാരമുള്ളവർ ഒരു

പ്രത്യേകവർഗ്ഗം ആയിരിക്കാം എന്നതുകൊണ്ടും. ലളിതമായി പറഞ്ഞാൽ ഈ സിദ്ധാന്തം ഇങ്ങനെ പോകുന്നു; ആയിരക്കണക്കിന് അപരിചിതരെ ഒരു ടീം ആയി പണിയെടുപ്പിക്കാൻ നിങ്ങൾ ആഗ്രഹിക്കുന്നുവെങ്കിൽ കാര്യങ്ങളെ ഒന്നിച്ച് നിർത്തുന്നതിനായി നിങ്ങൾ ചിലതൊക്കെ ചെയ്യേണ്ടി വരും. അവരെ ചേർത്ത് നിർത്തുന്ന ഈ പശ കേവലം ചങ്ങാത്തത്തേക്കാൾ ശക്തമായിരിക്കണം, കാരണം ഹോമോ പപ്പികളുടെ സാമൂഹ്യശൃംഖല എല്ലാ പ്രൈമേറ്റുകളേക്കാളും വലുതാണെങ്കിലും നഗരങ്ങളോ നാടോ സൃഷ്ടിക്കാൻ മാത്രം വലിപ്പം ഇവയ്ക്കില്ല.

സാധാരണ നിലയ്ക്ക് നമ്മുടെ സാമൂഹ്യസമ്പർക്ക വൃത്തങ്ങൾ ഏകദേശം നൂറ്റമ്പത് ആളുകളിൽ കൂടാറില്ല. ഈ പരിധിയിലേക്ക് ശാസ്ത്രകാരന്മാർ എത്തിച്ചേർന്നത് 1990-കളിലാണ്. രണ്ട് അമേരിക്കൻ ഗവേഷകർ ഒരു സംഘം വളണ്ടിയർമാരോട് തങ്ങൾ ക്രിസ്മസ് കാർഡുകൾ അയയ്ക്കുന്ന കൂട്ടുകാരുടെയും കുടുംബക്കാരുടെയും ഒരു പട്ടിക തയ്യാറാക്കുവാൻ ആവശ്യപ്പെട്ടു. ഇതിന്റെ ശരാശരി ഏകദേശം നൂറ്റമ്പത് ആളുകൾ ഉൾപ്പെടുന്ന 68 വീടുകളായിരുന്നു.

നിങ്ങൾ ചുറ്റുപാടും നോക്കിയാൽ ഈ സംഖ്യ ഒരുവിധം എല്ലായിടത്തും കാണാനാവും. റോമൻ സൈന്യംതൊട്ട് തികഞ്ഞ കോളനിസ്റ്റുകൾ വരെ, കോർപ്പറേറ്റ് ഡിവിഷനുകൾ തൊട്ട് ഫെയ്സ്ബുക്കിലെ നമ്മുടെ യഥാർത്ഥ സുഹൃത്തുക്കൾവരെ, മാന്ത്രികമായ ഈ പരിധി എല്ലായിടത്തും ഉയർന്നു വരികയും മനുഷ്യന്റെ തലച്ചോറ് നൂറ്റമ്പതിലധികം അർത്ഥവത്തായ ബന്ധങ്ങളിട്ടമ്മാനമാടാൻ പര്യാപ്തമല്ലായെന്ന് സൂചിപ്പിക്കുകയും ചെയ്യുന്നു.

പ്രശ്നമെന്താണെന്നുവച്ചാൽ നൂറ്റമ്പത് പേർ വലിയൊരു പാർട്ടിക്ക് ധാരാളമാണെങ്കിലും ഒരു പിരമിഡ് പണിയാനോ ചന്ദ്രനിലേക്ക് റോക്കറ്റയയ്ക്കാനോ ഇത് ഒട്ടും തന്നെ പോര. ആ തലത്തിലുള്ള പദ്ധതികൾ വലിയ സംഘങ്ങളുടെ സഹകരണം ആവശ്യപ്പെടുന്നു. അതിനാൽ നേതാക്കൾക്ക് നമ്മളെ പ്രേരിപ്പിക്കേണ്ടതുണ്ട്.

എങ്ങനെ? മിത്തുകൾകൊണ്ട്. നമ്മളൊരിക്കലും കാണാത്ത ആളുകളുമായി ഉള്ള ബന്ധുത്വം സങ്കല്പിക്കാൻ നമ്മൾ പഠിച്ചു കഴിഞ്ഞു. മതങ്ങൾ, രാഷ്ട്രങ്ങൾ, കമ്പനികൾ, ദേശങ്ങൾ ഇതെല്ലാം മനസ്സിൽ മാത്രമാണ് യഥാർത്ഥത്തിൽ നിലനിൽക്കുന്നത്, നമ്മുടെ നേതാക്കളും നമ്മളും പറയുന്ന ആഖ്യാനങ്ങളിൽ. ആരും തന്നെ 'ഫ്രാൻസിനെ' കണ്ടിട്ടില്ല, അല്ലെങ്കിൽ 'റോമൻ കാത്തലിക് ചർച്ചുമായി' കൈകൊടുത്തിട്ടില്ല. പക്ഷേ, നമ്മൾ ഈ കഥയിൽ ചേർന്ന് കഴിഞ്ഞാൽ പിന്നെ ഇതുകൊണ്ടൊന്നും ഒരു കാര്യവുമില്ല.

അങ്ങനെയുള്ളൊരു മിത്തിനുള്ള ഏറ്റവും മികച്ച ഉദാഹരണം ദൈവം തന്നെയാണ്. അതല്ലെങ്കിൽ അതിനെ യഥാർത്ഥ വല്ല്യേട്ടൻ എന്നു വിളിക്കാം. ഒരു കൗമാരക്കാരൻ എന്ന നിലയിൽ ഞാൻ പലപ്പോഴും അത്ഭുതപ്പെട്ട ഒരു കാര്യമാണ്, എന്തുകൊണ്ടാണ് ഞാൻ വളർന്ന സാഹചര്യത്തിലുള്ള ക്രിസ്റ്റ്യൻ ക്രിയേറ്റർ മനുഷ്യരെക്കുറിച്ചും അവരുടെ സാധാരണ ചെയ്തികളെക്കുറിച്ചും ഇത്രയേറെ ബദ്ധശ്രദ്ധരായത് എന്ന്. അന്നുകാലത്ത് എനിക്കറിയില്ലായിരുന്നു നാടോടികളായ നമ്മുടെ പ്രപിതാമഹന്മാർക്ക് ദൈവികതയെക്കുറിച്ച് തീർത്തും വ്യത്യസ്തമായൊരു സങ്കല്പമാണ് ഉണ്ടായിരുന്നത് എന്നും അവ

രുടെ ദൈവങ്ങൾ മനുഷ്യജീവിതത്തിൽ ഒട്ടും താല്പര്യം കാണിച്ചിരുന്നില്ല എന്നും (അദ്ധ്യായം 5 നോക്കുക).

ചോദ്യമിതാണ്: സർവ്വശക്തനായ ദൈവത്തിലുള്ള ഈ വിശ്വാസം നമുക്ക് എവിടെ നിന്നാണ് കിട്ടിയത്? അതും മനുഷ്യന്റെ പാപങ്ങളിൽ രോഷാകുലനാകുന്ന ദൈവത്തിൽ? ശാസ്ത്രകാരന്മാർ അടുത്തകാലത്തായി രസകരമായൊരു സിദ്ധാന്തം അവതരിപ്പിച്ചിട്ടുണ്ട്. അത് മനസ്സിലാക്കണമെങ്കിൽ ഹോമോ പപ്പികളുടെ കണ്ണുകൾക്ക് മറ്റൊരു ജീവിക്കുമില്ലാത്ത സവിശേഷതയുണ്ട് എന്ന് നമ്മൾ മനസ്സിലാക്കിയ മൂന്നാം അദ്ധ്യായത്തിലേക്ക് തിരിച്ച് പോകേണ്ടി വരും. നമ്മുടെ കൃഷ്ണമണിക്ക് ചുറ്റുമുള്ള വെളുപ്പ് കാരണം പരസ്പരം നോട്ടങ്ങളുടെ ദിശ മനസ്സിലാക്കാൻ നമുക്ക് സാധിക്കും. ഇത് മറ്റുള്ളവരുടെ മനസ്സിനെക്കുറിച്ച് നമ്മളിലുണ്ടാക്കുന്ന സ്ഫുരണം പരസ്പരവിശ്വാസത്തിന്റെ ബന്ധം ശക്തിപ്പെടുത്തുന്നതിൽ നിർണ്ണായകമാണ്.

നമ്മൾ ആയിരക്കണക്കിന് അപരിചിതരോടൊപ്പം വലിയ ഗ്രൂപ്പുകളിൽ ജീവിക്കാൻ തുടങ്ങിയതോടെ എല്ലാം മാറി മറിഞ്ഞു. അക്ഷരാർത്ഥത്തിൽ പരസ്പരമുള്ള കാഴ്ച നമുക്ക് നഷ്ടമായി. ആയിരക്കണക്കിന് ആളുകളോട്, അല്ലെങ്കിൽ പതിനായിരക്കണക്കിന് ആളുകളോട്, അല്ലെങ്കിൽ ദശലക്ഷകണക്കിന് ആളുകളോട് കണ്ണിൽ കണ്ണിൽ നോക്കാനാവില്ല, അതിനാൽ നമ്മുടെ പരസ്പരമുള്ള അവിശ്വാസം വളർന്നു. മറ്റുള്ളവർ സമൂഹത്തെ ചൂഷണം ചെയ്യുകയാണെന്ന സംശയം ആളുകളിൽ ബലപ്പെടാൻ തുടങ്ങി. തങ്ങൾ എല്ലുമുറിയെ പണിയുമ്പോൾ മറ്റുള്ളവരൊക്കെ കാലിന്മേൽ കാലും കയറ്റിവച്ചിരിപ്പാണെന്ന് അവർക്ക് തോന്നി.

അതിനാൽ ജനസാമാന്യത്തിനുമേൽ ഒരു കണ്ണുവയ്ക്കുന്നതിന് ഭരണാധികാരികളെ സംബന്ധിച്ചിടത്തോളം ആരെങ്കിലും വേണമായിരുന്നു. എല്ലാം കാണുകയും കേൾക്കുകയും ചെയ്യുന്ന ഒരാൾ. എല്ലാം കാണുന്ന ഒരു കണ്ണ്. ദൈവം.

പുതിയ ആരാധനാമൂർത്തികൾ പ്രതികാരസ്വഭാവമുള്ളവരാണ് എന്നത് യാദൃച്ഛികമല്ല. എല്ലാവരേയും ദിവസത്തിൽ ഇരുപത്തിനാല് മണിക്കൂറും ആഴ്ചയിൽ ഏഴ് ദിവസവും നോക്കിക്കൊണ്ടിരിക്കുന്ന ഒരു മഹാ ലെവിയാത്തനായി ദൈവം മാറി. നിങ്ങളുടെ ചിന്തകൾ പോലും സുരക്ഷിതമായിരുന്നില്ല. 'നിങ്ങളുടെ തലയിലെ മുടിനാരിഴകൾ പോലും എണ്ണപ്പെട്ടിരിക്കുന്നു' എന്ന് സത്യവേദ പുസ്തകം (മാത്യു 10:30) നമ്മളോട് പറയുന്നു. സർവ്വജ്ഞനായ ഈ ശക്തിയാണ് ഇനിമുതൽ നമ്മളെ സ്വർഗ്ഗത്തിൽനിന്നും നമുക്കുമേൽ മേൽനോട്ടം നടത്തുന്നതും, നിരീക്ഷിക്കുന്നതും, പിന്നെ ആവശ്യമെന്ന് കണ്ടാൽ നമ്മളെ ശിക്ഷിക്കുന്നതും.

കെട്ടുകഥകളും പുരാവൃത്തങ്ങളും മനുഷ്യവർഗ്ഗത്തെയും അവരുടെ നേതാക്കളെയും മറ്റൊരു ജീവിവർഗ്ഗവും നേരത്തേ ചെയ്തിട്ടില്ലാത്ത ചില കാര്യങ്ങൾ ചെയ്യാൻ സഹായിക്കുന്നു. അവ നമ്മളെ യാതൊരു പരിചയവുമില്ലാത്ത ലക്ഷക്കണക്കിന് ആളുകളുമൊത്ത് വലിയ നിലയിലുള്ള കാര്യങ്ങളിൽ ഒന്നിച്ചു പണിയെടുക്കാൻ പര്യാപ്തരാക്കി. മാത്രവുമല്ല, കെട്ടിച്ചമക്കലിന്റെ ഈ കരുത്തിൽ നിന്നാണ് വലിയ നാഗരികതകൾ രൂപംകൊണ്ടത് എന്നും

ഈ സിദ്ധാന്തം പറയുന്നു. ജൂതമതവും ഇസ്ലാമും, ദേശീയതയും മുതലാളിത്തവും - ഇതെല്ലാം നമ്മുടെ സങ്കല്പത്തിന്റെ സൃഷ്ടിയാണ്. 'ഇതെല്ലാം കഥപറച്ചിലിനെയും അത് ജനങ്ങളെ വിശ്വസിപ്പിക്കുന്നതിനെയും ചുറ്റിപ്പറ്റിയാണ് നിന്നത്' എന്ന് ഇസ്രയേലി ചരിത്രകാരനായ യുവാൽ നോവാ ഹരാരി തന്റെ പുസ്തകമായ *സാപിയൻസിൽ* (2011) എഴുതിയിട്ടുണ്ട്.

ഇത് ആരെയും പിടിച്ചിരുത്തുന്ന ഒരു സിദ്ധാന്തമാണ്. പക്ഷേ, അതിനൊരു കുഴപ്പമുണ്ട്.

ഇത് മനുഷ്യചരിത്രത്തിന്റെ 95 ശതമാനത്തെയും അവഗണിക്കുന്നു.

കാര്യമെന്താണെന്നുവച്ചാൽ, നാടോടികളായ നമ്മുടെ പൂർവ്വികർ 150 കൂട്ടുകാരെന്ന ആ മാന്ത്രികപരിധിയൊക്കെ എന്നേ മറികടന്ന് കഴിഞ്ഞിരുന്നു. ശരിയാണ്, നമ്മൾ ചെറുചെറു സംഘങ്ങളായാണ് വേട്ടയാടിയിരുന്നതും കൂട്ടുകൂടിയിരുന്നതും. എന്നാൽ ഈ സംഘങ്ങൾ അംഗങ്ങളെ പരസ്പരം വെച്ച് മാറിയിരുന്നതിനാൽ അത് നമ്മളെ പരപരാഗണം നടത്തുന്ന ഹോമോ പപ്പികളുടെ വലിയൊരു ശൃംഖലയുടെ ഭാഗമാക്കി മാറ്റി. ഇത് നമ്മൾ മൂന്നാമദ്ധ്യായത്തിൽ പരാഗ്വേയിലെ ആച്ചേ ഗോത്രത്തിന്റെ കാര്യത്തിലും ടാൻസാനിയയിലെ ഹാസ്ദാ ഗോത്രത്തിന്റെ കാര്യത്തിലും കണ്ടതാണ്. ഈ ഗോത്രങ്ങളിലെ അംഗങ്ങൾ അവരുടെ ജീവിതകാലത്തിനിടയ്ക്ക് ആയിരത്തിലധികം ആളുകളെ കണ്ടുമുട്ടുന്നു.

അതുമാത്രമല്ല, ചരിത്രാതീതകാലത്തെ മനുഷ്യർക്ക് സമൃദ്ധമായ സങ്കല്പ ശക്തിയുമുണ്ടായിരുന്നു. നമ്മൾ എല്ലായ്പ്പോഴും സമർത്ഥമായ കെട്ടുകഥകൾ മെനയുകയും അത് പരസ്പരം കൈമാറുകയും അങ്ങനെ അത് വലിയ ജനാവലിക്കിടയിലുള്ള സഹകരണത്തിന്റെ ചക്രങ്ങളെ എണ്ണയിട്ട് നിർത്തുകയും ചെയ്തു. ആധുനികകാല തുർക്കിയിലെ ഗോബേക്ലി ടെപ്പിയിലുള്ള ലോകത്തിലെ ഏറ്റവും പഴയ ക്ഷേത്രം ഇവിടെ എടുത്ത് പറയേണ്ട ഒന്നാണ്; ആയിരക്കണക്കിന് ആളുകളുടെ നിതാന്ത പരിശ്രമത്തിന്റെ ഫലമാണ് ഇത് (അദ്ധ്യായം 5). ഒരേയൊരു വ്യത്യസം എന്താണെന്ന് വെച്ചാൽ, ചരിത്രാതീതകാലത്ത് ഈ പുരാവൃത്തങ്ങൾക്ക് സ്ഥിരത കുറവായിരുന്നു. നാട്ടുരാജാക്കന്മാരെ യാതൊരു നടപടിക്രമങ്ങളുമില്ലാതെ അട്ടിമറിക്കാനും സ്മാരകങ്ങൾ അതിവേഗം തകർത്തിടാനും ആവുമായിരുന്നു. നരവംശശാസ്ത്രജ്ഞരായ ഗ്രാബേറും വെൻഗ്രോവും അവരുടെ ഒരു പുസ്തകത്തിൽ (How to change the course of human history (at least, the part that's already happened) ഇങ്ങനെ പറയുന്നു:

> അനാദിയായ നിഷ്കളങ്കതയിൽ, അസമത്വത്തിന്റെ ഭൂതം കുപ്പി തുറന്ന് പുറത്തു വരുംവരെ അലസമായിരിക്കുന്നതിനുപകരം നമ്മുടെ ചരിത്രാതീതകാലത്തെ പൂർവ്വികർ ആ കുപ്പി ഇടയ്ക്കിടെ തുറക്കാനും അടയ്ക്കാനും, അങ്ങനെ അസമത്വത്തെ ആചാരപരമായ നാടകങ്ങളിലും തങ്ങൾ സ്മാരകങ്ങൾ സൃഷ്ടിക്കുമ്പോൾ നിർമ്മിക്കുന്ന ദൈവങ്ങളിലും സാമ്രാജ്യങ്ങളിലും മാത്രമായി പരിമിതപ്പെടുത്താനും, പിന്നീടവയെ ആഹ്ലാദത്തോടെ അഴിച്ചുമാറ്റാനും ശീലിച്ചിരുന്നു.

സഹസ്രാബ്ദങ്ങളായി നമ്മളോട് പറഞ്ഞിരുന്ന കഥകളെക്കുറിച്ച് നമുക്ക് സന്ദേഹികളാകാവുന്നതാണ്. ഏതെങ്കിലും ഒരു എടുത്തുചാട്ടക്കാരൻ

എഴുന്നേറ്റുനിന്ന് തന്നെ ദൈവമായി തെരഞ്ഞെടുത്തതാണെന്ന് പ്രഖ്യാപിച്ചാൽ നിങ്ങൾ അത് തള്ളിക്കളയും. ആ വ്യക്തി ഒരു ശല്യമായി മാറിയാൽ ചിലപ്പോൾ അയാളുടെ പിറകിലൊരു അസ്ത്രം ചെന്ന് തറച്ചെന്നും വരാം. ഹോമോ പപ്പി സൗഹൃദമനോഭാവമുള്ള ആളാണ്. പക്ഷേ, അത്ര നിഷ്കളങ്കനല്ല.

സൈന്യങ്ങളും കമാന്റർമാരും ഉരുത്തിരിഞ്ഞതിനുശേഷമാണ് കാര്യങ്ങളെല്ലാം മാറിയത്. തന്നെ എതിർത്തവരെ തോലുരിയുകയോ ജീവനോടെ തീകൊളുത്തുകയോ അതുമല്ലെങ്കിൽ കുതിരമേൽ കെട്ടി വലിച്ചിഴച്ച് കൊല്ലുകയോ ചെയ്യുന്ന ഒരു കരുത്തനെതിരെ നിൽക്കാനൊന്നു ശ്രമിച്ചു നോക്കു. പെട്ടെന്നൊന്നും നിങ്ങളുടെ വിമർശനം അത്ര അനിവാര്യമായി തോന്നില്ല. 'ഇതുകൊണ്ടാണ് ആയുധമേന്തിയ പ്രവാചകർ വിജയിക്കുകയും ആയുധമില്ലാത്തവർ പരാജയപ്പെടുകയും ചെയ്തത്,' എന്ന് മാക്കെവെല്ലി എഴുതി.

ഈ ഘട്ടം തൊട്ട് ദൈവങ്ങളെയും രാജാക്കന്മാരെയും താഴെയിറക്കൽ അത്ര എളുപ്പമല്ലാതെയായി. ഒരു കെട്ടുകഥയെ പിന്തുണയ്ക്കാതിരിക്കുന്നത് ഇവിടെ നിന്നങ്ങോട്ട് മാരകമായെന്നുവരാം. തെറ്റായ ദൈവത്തിൽ നിങ്ങൾ വിശ്വസിക്കുന്നുവെങ്കിൽ അത് നിങ്ങൾ നിങ്ങളുടേത് മാത്രമായിവയ്ക്കും. ദേശരാഷ്ട്രം ഒരു ബാലിശമായ മിഥ്യയാണെന്ന് നിങ്ങൾ കരുതുന്നുവെങ്കിൽ ഒരുപക്ഷേ, നിങ്ങളുടെ തല പോയെന്നുവരാം.

'അവർ വിശ്വസിക്കുന്നില്ലെങ്കിൽ അവരെ നിർബന്ധിതമായി വിശ്വസിപ്പിക്കാൻ കാര്യങ്ങൾ അതിനനുസരിച്ച രീതിയിൽ ഒരുക്കുന്നത് ഗുണകരമായിരിക്കും,' എന്ന് മാക്കെവെല്ലി ഉപദേശിച്ചു.

ഹിംസാത്മകത ഒരു സമവാക്യത്തിന്റെ വലിയ ഭാഗമല്ലെന്ന് നിങ്ങൾ കരുതുന്നുണ്ടാവും – മടുപ്പിക്കുന്ന ബ്യൂറോക്രസിയുള്ള കൊച്ചു ജനാധിപത്യങ്ങളിലെങ്കിലും. എന്നാൽ പിഴവുപറ്റാതെ നോക്കണം: ഹിംസാത്മകതയുടെ ഭീഷണി ഇപ്പോഴും നല്ലവണ്ണമുണ്ട്, അത് സർവ്വവ്യാപിയാണ് താനും. അതുകൊണ്ടാണ് പണയം വെച്ച വസ്തുവിന്റെ മാസത്തവണ അടയ്ക്കാത്തതിന്റെ പേരിൽ, കുഞ്ഞുങ്ങളുള്ള കുടുംബങ്ങളെപ്പോലും വീട്ടിൽനിന്നും ചവിട്ടി പുറത്താക്കുന്നത്. അതുകൊണ്ടാണ് കുടിയേറ്റക്കാർക്ക് 'യൂറോപ്പ്', 'അമേരിക്ക', എന്നൊക്കെ പേരിട്ട് വിളിക്കുന്ന സങ്കല്പങ്ങളുടെ അതിർത്തി വെറുതെയങ്ങ് മുറിച്ചുകടക്കാനാവാത്തത്. അതുകൊണ്ടുതന്നെയാണ് നമ്മൾ പണത്തിൽ വിശ്വസിക്കുന്നതും.

ഇക്കാര്യമൊന്ന് ആലോചിച്ചുനോക്കൂ: എന്തുകൊണ്ടാണ് ആളുകൾ നമ്മൾ 'ഓഫീസുകൾ' എന്നു പറയുന്ന കൂട്ടിൽ ഏതാനും ലോഹക്കഷണങ്ങൾക്കും കടലാസിനുംവേണ്ടി, അല്ലെങ്കിൽ ബാങ്ക് അക്കൗണ്ടിൽ ഏതാനും ഡിജിറ്റുകൾ കൂടുന്നതിനുവേണ്ടി ചടഞ്ഞ് കൂടുന്നത്? അധികാര സ്ഥാനത്തിരിക്കുന്നവർ നടത്തുന്ന പ്രചാരണങ്ങൾ നമ്മളെ കീഴ്പ്പെടുത്തിയതുകൊണ്ടാണോ? അങ്ങനെയാണെങ്കിൽ എന്തുകൊണ്ടാണ് അക്ഷരാർത്ഥത്തിൽ ഇതിൽ വിമതർ ആരുംതന്നെ ഇല്ലാതെപോയത്? എന്തുകൊണ്ടാണ് ആരും ടാക്സ് അധികൃതരുടെ അടുത്തേക്ക് ചെന്ന്, 'ഹേ മിസ്റ്റർ, ഞാനിപ്പോൾ കെട്ടുകഥകളുടെ കരുത്തിനെക്കുറിച്ച് രസകരമായൊരു പുസ്തകം വായിക്കുകയും പണമൊരു സങ്കല്പം മാത്രമാണെന്ന് തിരിച്ചറിയുകയും ചെയ്തു, അതിനാൽ ഈ വർഷം ഞാൻ നികുതിയടക്കുന്നില്ല,' എന്നു പറയാത്തത്?

ഇതിനുള്ള കാരണം വളരെ വ്യക്തമാണ്. ഒരു ബില്ലടയ്ക്കുന്ന കാര്യം നിങ്ങൾ അവഗണിക്കുകയോ അല്ലെങ്കിൽ നികുതി അടയ്ക്കാതിരിക്കുകയോ ചെയ്താൽ നിങ്ങൾക്കുമേൽ പിഴ ചുമത്തുകയോ നിങ്ങളെ തടങ്കലിലിടുകയോ ചെയ്തേക്കാം. നിങ്ങൾ സ്വയമേവ അതിന് തയ്യാറാകുന്നില്ലെങ്കിൽ അധികൃതർ നിങ്ങളുടെ പിന്നാലെ കൂടും. പണം ഒരു സങ്കല്പമായിരിക്കാം. പക്ഷേ, അത് നടപ്പാക്കുന്നത് തീർത്തും യഥാർത്ഥമായ ബലപ്രയോഗം എന്ന ഭീഷണിയിലൂടെയാണ്.*

3

അധികാരത്തിന്റെ മനഃശാസ്ത്രത്തെക്കുറിച്ച് ഡാഷെർ കെൽറ്റ്നർ എഴുതിയത് വായിച്ചപ്പോൾ എങ്ങനെയാണ് സ്വകാര്യ സ്വത്തും കൃഷിയും ഹോമോ പപ്പിയെ വഴിതെറ്റിച്ചിരിക്കുക എന്ന് ഞാൻ മനസ്സിലാക്കാൻ തുടങ്ങി.

സഹസ്രാബ്ദങ്ങളോളം നമ്മൾ നല്ലവരെയാണ് ചുമതലക്കാരായി തിരഞ്ഞെടുത്തത്. ചരിത്രാതീതകാലം മുതൽക്കുതന്നെ നമുക്കറിയാവുന്ന കാര്യമാണ് അധികാരം നമ്മളെ അഴിമതിക്കാരാക്കുമെന്ന്. അതിനാൽ നമ്മൾ ആളുകളെ നാണംകെടുത്തിയും അതുപോലെ തന്നെ സമാനരായ ആളുകൾ വഴി സമ്മർദ്ദം ചെലുത്തിയും സംഘാംഗങ്ങൾ അഴിമതിയുടെ പാതയിൽ എത്തുന്നതിനെ തടഞ്ഞു.

എന്നാൽ പതിനായിരം വർഷങ്ങൾക്ക് മുമ്പുതന്നെ കരുത്തുറ്റവരെ സ്ഥാനഭ്രഷ്ടരാക്കുക ഏറെ വിഷമകരമായി കഴിഞ്ഞിരുന്നു. നമ്മൾ നഗരങ്ങളിലും രാഷ്ട്രങ്ങളിലും താമസം ഉറപ്പിക്കുകയും നമ്മുടെ ഭരണാധികാരികൾ സൈന്യങ്ങൾക്കുമേലുള്ള നിയന്ത്രണം നേടുകയും ചെയ്തതോടെ ചെറിയൊരു പരദൂഷണമോ അതല്ലെങ്കിൽ ലക്ഷ്യത്തിൽ ചെന്ന് കൊള്ളുന്ന ഒരു കുന്തമോ പോരാ എന്ന അവസ്ഥ വന്നു. രാജാക്കന്മാർ തങ്ങളെ സ്ഥാനഭ്രഷ്ടരാക്കാൻ ഒരിക്കലും അനുവദിച്ചില്ല. പ്രസിഡണ്ടുമാരെ നിന്ദയും അധിക്ഷേപവും കൊണ്ടൊന്നും താഴെയിറക്കാൻ പറ്റാതായി.

ചില ചരിത്രകാരന്മാർ സംശയിക്കുന്നത് നമ്മളിപ്പോൾ യഥാർത്ഥത്തിൽ അസമത്വത്തെ ആശ്രയിക്കുന്നു എന്നാണ്. ഉദാഹരണത്തിന്, യുവാൽ നോവാ ഹരാരി പറയുന്നത് 'സങ്കീർണ്ണമായ മനുഷ്യസമൂഹത്തിന് സാങ്കല്പികമായ അധികാരശ്രേണികളും നീതീകരിക്കാനാവാത്ത വിവേചനങ്ങളും വേണമെന്നാണ് തോന്നുന്നത്' എന്നാണ്. (ഇത്തരം പ്രസ്താവനകൾ മേലേനിന്നും വളരെ ഗൗരവതരമായ അംഗീകാരമാണ് നേടുന്നതെന്ന് നിങ്ങൾക്ക് മനസ്സിലാക്കാനാവും.)

* ഇതുകൊണ്ടാണ് വളരെ ഗൗരവബോധമുള്ള സാമ്പത്തിക ശാസ്ത്രജ്ഞർ ബിറ്റ് കോയിൻ എന്ന സങ്കല്പം തകരുമെന്നും എന്നാൽ ഡോളർ ഇനിയുമേറേ ദശാബ്ദക്കാലത്തോളം നിലനിൽക്കുമെന്നും നേരത്തേ കൂട്ടി തന്നെ പ്രവചിച്ചത്. ഡോളറിന് ലോകത്തിലെ ഏറ്റവും കരുത്തുറ്റ സൈന്യത്തിന്റെ പിന്തുണയാണ് ഉള്ളതെങ്കിൽ ബിറ്റ് കോയിൻ നിലനിൽക്കുന്നത് വിശ്വാസത്തിന്റെ പിന്തുണ ഒന്നുകൊണ്ട് മാത്രമാണ്.

എന്നാൽ എനിക്ക് രസകരമായി തോന്നുന്നത് എന്താണെന്നുവച്ചാൽ, നാട്ടുപ്രമാണിമാരുടെയും രാജാക്കന്മാരുടെയുമെല്ലാം ആവിർഭാവത്തിനു ശേഷവും ലോകത്തങ്ങോളമിങ്ങോളമുള്ള ആളുകൾ തങ്ങളുടെ നേതാക്കളെ മെരുക്കുന്നതിനുള്ള വഴികൾ കണ്ടെത്തിക്കൊണ്ടിരുന്നു എന്നതാണ്. ഇതിനുള്ള ഒരു പ്രത്യക്ഷമാർഗ്ഗം വിപ്ലവമാണ്. ഏത് വിപ്ലവമായാലും, ഫ്രഞ്ചോ (1789), റഷ്യനോ (1917), അല്ലെങ്കിൽ അറബ് വസന്തമോ (2011) ആകട്ടെ, അതിനെല്ലാം ഇന്ധനം പകർന്നത് ഒരേ ചാലകശക്തിയായിരുന്നു. പ്രജാപീഡകനായ സമഗ്രാധിപതിയെ അധികാരത്തിൽ നിന്നും തൂത്തെറിയാൻ ജനങ്ങൾ ശ്രമിക്കുന്നു.

എന്നിരുന്നാലും ആത്യന്തികമായി മിക്ക വിപ്ലവങ്ങളും പരാജയപ്പെടുന്നു. ഒരു സ്വേച്ഛാധിപതിയെ താഴെ ഇറക്കുമ്പോഴേയ്ക്കും മറ്റൊരു നേതാവ് കടന്നുവന്ന് അധികാരത്തോടുള്ള അദമ്യമായ ആസക്തി വളർത്തുന്നു. ഫ്രഞ്ച് വിപ്ലവത്തിനുശേഷം അത് നെപ്പോളിയനായിരുന്നു. റഷ്യൻ വിപ്ലവത്തിനുശേഷം ലെനിനും സ്റ്റാലിനും. ഈജിപ്റ്റുമതെ മറ്റൊരു ഏകാധിപതിയിലേക്ക് തിരിച്ചുപോയി. സാമൂഹ്യശാസ്ത്രജ്ഞർ ഇതിനെ 'പ്രഭുജനാധിപത്യത്തിന്റെ ഉരുക്കുനിയമം' എന്ന് വിളിക്കുന്നു. ഉള്ളം കവിയുന്ന തരത്തിലുള്ള സ്വാതന്ത്ര്യത്തിന്റെയും സമത്വത്തിന്റെയും ആദർശം പറയുന്ന സോഷ്യലിസ്റ്റുകളും കമ്മ്യൂണിസ്റ്റുകളുംപോലും അമിതാധികാരത്തിന്റെ ദൂഷിതമായ സ്വാധീനത്തിൽനിന്നും മുക്തരല്ല.

ചില സമൂഹങ്ങൾ ഇതുമായി പൊരുത്തപ്പെട്ടത് അധികാര വിതരണത്തിനുള്ള ഒരു സംവിധാനം രൂപപ്പെടുത്തിക്കൊണ്ടായിരുന്നു. ഇത് ഡെമോക്രസി അഥവാ ജനാധിപത്യം എന്ന് അറിയപ്പെടുന്നു. ഈ വാക്കിന്റെ അർത്ഥം അനുസരിച്ച് ജനങ്ങളാണ് ഭരിക്കുന്നത് (ഗ്രീക്കിൽ ഡെമോസ് എന്നുപറഞ്ഞാൽ ജനങ്ങൾ എന്നും ക്രാറ്റോസ് എന്നാൽ അധികാരം എന്നുമാണ്), എന്നാൽ സാധാരണയായി അങ്ങനെയൊന്നും സംഭവിക്കുന്നില്ല എന്നു മാത്രം.

ഇത്തരത്തിലുള്ള ഗവൺമെന്റ്, കുറച്ചുകൂടി കൃത്യമായി പറയുകയാണെങ്കിൽ, 'തിരഞ്ഞെടുക്കപ്പെട്ട പ്രഭുഭരണം' ആണെന്ന് റൂസ്സോ നേരത്തേതന്നെ നിരീക്ഷിച്ചതാണ്, കാരണം, പ്രയോഗതലത്തിൽ ജനങ്ങൾ അധികാരത്തിലിരിക്കുന്നേയില്ല. പകരം നമുക്കുമേലുള്ള അധികാരം കൈയ്യാളേണ്ടത് ആരാണെന്ന് തീരുമാനിക്കാൻ നമുക്കനുവാദമുണ്ടെന്നുമാത്രം. ഈ മാതൃക യഥാർത്ഥത്തിൽ രൂപകല്പന ചെയ്തത് സമൂഹത്തിലെ സാധാരണക്കാരെ മാറ്റിനിർത്തുന്നതിനുവേണ്ടിയാണ് എന്ന് മനസ്സിലാക്കേണ്ടത് വളരെ പ്രധാനമാണ്. അമേരിക്കൻ ഭരണഘടന തന്നെയെടുക്കുക: ഇത് സ്വാഭാവികമായും ആ കാലത്തെ ജനാധിപത്യ പ്രവണതകൾക്ക് തടയിടുന്നതിനായി രൂപകല്പന ചെയ്ത ഒരു രേഖയാണെന്ന് ചരിത്രകാരന്മാർ തന്നെ പറയുന്നു. രാഷ്ട്രീയത്തിൽ പൊതുജനങ്ങൾക്ക് സജീവമായി ഒരു പങ്കുലഭിക്കണമെന്ന് അമേരിക്കയുടെ സ്ഥാപകപിതാക്കൾ ഒരിക്കലും ആഗ്രഹിച്ചിരുന്നില്ല. ഇപ്പോഴുമതേ ഏതൊരു പൗരനും തെരഞ്ഞെടുപ്പിൽ മത്സരിക്കാമെങ്കിലും ധാതാക്കളുടെയും ലോബിയിസ്റ്റുകളുടെയും ഒരു കുലീന ശൃംഖലയുമായി ബന്ധമില്ലാതെ ജയിക്കുക ബുദ്ധിമുട്ടാണെന്നുമാത്രം. അമേരിക്കൻ 'ജനാധിപത്യം' കുടുംബവാഴ്ചയുടെ പ്രവണതകൾ കാണിക്കുന്നു എന്നത് ഒട്ടും അത്ഭുതകരമായ

കാര്യമല്ല - കെന്നഡി കുടുംബം, ക്ലിന്റൺ കുടുംബം, ബുഷ് കുടുംബം ഇതൊക്കെ ഒന്ന് നോക്കിയാൽ മതി.

വീണ്ടും വീണ്ടും നമ്മൾ ഭേദപ്പെട്ട നേതാക്കൾക്കായി കാത്തിരിക്കുന്നു. എന്നാൽ മിക്കപ്പോഴുമതേ ആ പ്രതീക്ഷകൾ തകരുകയാണ് ചെയ്യുന്നത്. തങ്ങൾ തിരഞ്ഞെടുക്കപ്പെടുന്നതിന് കാരണമായ ദയാവായ്പ്പും വിനീതത്വവുമെല്ലാം അവർക്ക് കൈമോശം വരുന്നു എന്നതാണിതിന് കാരണമെന്ന് പ്രൊഫസർ കെൽറ്റ്നർ പറയുന്നു, അതുമല്ലെങ്കിൽ ഇപ്പറഞ്ഞ സത്ഗുണങ്ങളൊന്നും അവരിൽ യഥാർത്ഥത്തിൽ ഉണ്ടായിരുന്നില്ല എന്നും വരാം. ശ്രേണീബന്ധിതമായി ചിട്ടപ്പെടുത്തിയ ഒരു സമൂഹത്തിൽ മാക്കെവെല്ലിമാർ ഒരു ചുവട് മുന്നിലാണ്. തങ്ങൾക്കെതിരെ മത്സരിക്കുന്നവരെ തോല്പ്പിക്കാൻ അവരുടെ കയ്യിൽ ആത്യന്തികമായി ഒരു രഹസ്യായുധമുണ്ട്.

അവർ ലജ്ജാരഹിതരാണ്.

ഹോമോ പപ്പികൾ ഉരുത്തിരിഞ്ഞ് വന്നത് ലജ്ജയനുഭവിക്കുന്നതിനാണെന്ന് നമ്മൾ നേരത്തെ കണ്ടതാണ്. അതിനൊരു കാരണമുണ്ട്, ജന്തുലോകത്തിലെ എല്ലാ വർഗ്ഗങ്ങൾക്കുമിടയിൽ നമുക്ക് മാത്രമേ ലജ്ജകൊണ്ട് മുഖം തുടുക്കുന്നുള്ളൂ. സഹസ്രാബ്ദങ്ങളായി, നാണം കെടുത്തുന്നത് നേതാക്കളെ മെരുക്കുന്നതിനുള്ള തീർത്തും ഉറപ്പായ ഒരു വഴിയാണ്, അത് ഇന്നും പ്രായോഗികമാണ് താനും. നിയമങ്ങളെക്കാളും ചട്ടങ്ങളെക്കാളും അല്ലെങ്കിൽ ശാസനയെക്കാളും നിർബന്ധങ്ങളെക്കാളും ഫലപ്രദമാണ് നാണംകെടുത്തൽ. കാരണം, ലജ്ജ തോന്നുന്നവർ സ്വയം നിയന്ത്രിക്കും. പ്രതീക്ഷയ്ക്കൊത്ത് ഉയരാൻ കഴിയാതെ വരുമ്പോളോ അതല്ലെങ്കിൽ തങ്ങളൊരു പരദൂഷണവിഷയമാണെന്ന് തിരിച്ചറിയുമ്പോളോ അവരുടെ പ്രസംഗങ്ങളിൽ പതർച്ചവരുന്നത് ഇതിന്റെ സൂചനയാണ്.*

കൃത്യമായി പറഞ്ഞാൽ ലജ്ജക്ക് ഒരു ഇരുണ്ടവശം കൂടിയുണ്ട് (ഉദാഹരണത്തിന് ദാരിദ്ര്യം മൂലമുണ്ടാകുന്ന ലജ്ജ), എന്നാൽ ലജ്ജയൊന്നൊരു സംഭവം ഇല്ലായിരുന്നുവെങ്കിൽ സമൂഹം എങ്ങനെയാകുമായിരുന്നു എന്ന് ഒന്ന് സങ്കല്പിച്ച് നോക്കു. അത് ശരിക്കും നരകമായിരുന്നേനെ.

നിർഭാഗ്യവശാൽ, നാണമറിയാത്ത ആളുകൾ എക്കാലത്തും ഉണ്ടായിട്ടുണ്ട്. ഇത് അധികാരത്തിന്റെ മത്ത് തലയ്ക്കുപിടിച്ചതുകൊണ്ടാവാം അതല്ലെങ്കിൽ സമൂഹത്തിലെ മറ്റുള്ളവരുടെ വികാരവിചാരങ്ങളൊന്നും പരിഗണിക്കാൻ ഇഷ്ടമല്ലാത്ത ഒരു കൊച്ചു ന്യൂനപക്ഷത്തിൽ ജനിച്ചതുകൊണ്ടാവാം. നാടോടി ഗോത്രങ്ങളിൽ ഇത്തരക്കാർക്ക് അധികകാലം നിൽക്കാനാവില്ല. അയാളെ സമൂഹത്തിൽനിന്നും ഒറ്റപ്പെടുത്തുകയും അങ്ങനെ ഒറ്റപ്പെട്ട് മരിക്കാൻ ഇടയാക്കുകയും ചെയ്യുന്നു. എന്നാൽ പടർന്നുപന്തലിച്ച് കിടക്കുന്ന ആധുനിക സ്ഥാപനങ്ങളിൽ ഇത്തരക്കാർ യഥാർത്ഥത്തിൽ തൊഴിലിന്റെ ചവിട്ടുപടികളിൽ ഏതാനും ചുവട് മുന്നിലാണെന്ന് കാണാം. സിഇഒമാരിൽ നാല് മുതൽ എട്ട് ശതമാനം വരെയാളുകൾ മറ്റുള്ളവരുടെ വികാരവിചാര

---

* നാണംകെടുത്തൽ എത്രമാത്രം ഫലപ്രദമാണെന്ന് വീണ്ടും തെളിയിച്ച ഒരു സംഭവമാണ് #MeToo പ്രസ്ഥാനം. ഒക്ടോബർ 2017 മുതൽ ആയിരക്കണക്കിന് സ്ത്രീകളാണ് തങ്ങളെ വിവിധതരത്തിൽ പീഡിപ്പിച്ച പുരുഷന്മാർക്കെതിരെ മുന്നോട്ടുവന്നത്. പീഡകർക്കെതിരെ ഇരകൾ പരസ്യമായി രംഗത്ത് വരുന്നതോടെ ഇത്തരം സ്വഭാവത്തിൽ ഏർപ്പെടുന്നവർ രണ്ടുവട്ടം ചിന്തിക്കും എന്നുറപ്പ്.

ങ്ങൾ ഉൾക്കൊള്ളാത്തവരാണെന്ന് പഠനങ്ങൾ കാണിക്കുന്നു. പൊതുസമൂഹത്തിൽ ഇത്തരക്കാർ ഒരു ശതമാനം മാത്രമാണ്.

നമ്മുടെ ആധുനിക ജനാധിപത്യത്തിൽ ലജ്ജാരാഹിത്യം ഏറെ ഗുണകരമായി മാറാം. ലജ്ജാലേശമില്ലാത്ത രാഷ്ട്രീയക്കാർക്ക് മറ്റുള്ളവർക്ക് ചെയ്യാനാവാത്ത കാര്യങ്ങൾ ചെയ്യാൻ സാധിക്കും. നിങ്ങൾ സ്വയമേവ സ്വന്തം രാജ്യത്തെ ഏറ്റവും മികച്ച ചിന്തകനാണെന്ന് പ്രഖ്യാപിക്കുകയോ അല്ലെങ്കിൽ നിങ്ങളുടെ ലൈംഗികമായ കരുത്തിനെക്കുറിച്ച് പൊങ്ങച്ചം പറയുകയോ ചെയ്യുമോ? ഒരു നുണപറയുമ്പോൾ പിടിക്കപ്പെട്ടാൽ നിങ്ങൾ യാതൊരിളക്കവും കൂടാതെ വീണ്ടും മറ്റൊരു നുണ പറയുമോ? മിക്കയാളുകളും നാണംകെടുമ്പോൾ വിഷമിക്കും - സാധാരണ നിലയ്ക്ക് പ്ലേറ്റിലെ അവസാന കുക്കി തിന്നാതെ മിക്കയാളുകളും ബാക്കിവെക്കുന്നതുപോലെ. എന്നാൽ ലജ്ജാരാഹിത്യം അങ്ങനെ അവഗണിക്കാനാവില്ല. അവരുടെ ധിക്കാരപരമായ പെരുമാറ്റം മാധ്യമ സ്വാധീനമുള്ള ആധുനികസമൂഹത്തിൽ ഏറെ ഗുണം ചെയ്യുന്നു. കാരണം വാർത്തകൾ ശ്രദ്ധ ചെലുത്തുന്നത് വിചിത്രവും അസംബന്ധവുമായ കാര്യങ്ങളിലാണ്.

ഇത്തരം ഒരു ലോകത്ത് സൗഹൃദ മനോഭാവമുള്ളവരും ഏറെ സഹാനുഭൂതി നിറഞ്ഞവരുമായ നേതാക്കളല്ല മുകളിലെത്തുന്നത്, മറിച്ച് നേരേ വിപരീത സ്വഭാവമുള്ളവരാണ്. ഈ ലോകത്ത് ലജ്ജാരഹിതരുടെ അതിജീവനമാണ് നടക്കുന്നത്.

12

ജ്ഞാനോദയത്തിൽ പിഴച്ചത്

1

അധികാരത്തിന്റെ മനഃശാസ്ത്രത്തെക്കുറിച്ച് ഞാൻ പഠിക്കാൻ തുടങ്ങിയപ്പോൾ എന്റെ ചിന്തകൾ ഈ പുസ്തകത്തിന്റെ ആമുഖത്തിൽ പറഞ്ഞ കഥയിലേക്ക് തിരിച്ചുപോയി. മുൻ അദ്ധ്യായങ്ങളിൽ പറഞ്ഞ കാര്യങ്ങളുടെ സത്ത ബ്ലിറ്റ്സിന്റെ കഥയിൽ കാണാമെന്ന് എനിക്ക് തോന്നി, ലണ്ടനിൽ ബോംബുകൾ വർഷിക്കപ്പെട്ടപ്പോൾ എന്താണ് സംഭവിച്ചത് എന്ന കഥ.

വൻതോതിലുള്ള പരിഭ്രാന്തി സൃഷ്ടിക്കപ്പെടുമെന്നാണ് ബ്രിട്ടീഷ് അധികൃതർ പ്രവചിച്ചിരുന്നത്. കൊള്ളയും കലാപവും ഇത്തരം വിനാശം നമ്മുടെയുള്ളിലെ മൃഗീയതയെ തീർച്ചയായും ഉണർത്തുമെന്നും അങ്ങനെ നമ്മൾ എല്ലാവരും എല്ലാവർക്കുമെതിരായ യുദ്ധത്തിലേക്ക് എടുത്തെറിയപ്പെടുമെന്നും അവർ കരുതി. എന്നാൽ ഇതിനുനേരേ തിരിച്ചാണ് സംഭവിച്ചത്. വിനാശങ്ങൾ നമ്മളിലെ നല്ല കാര്യങ്ങൾ പുറത്തുകൊണ്ടുവരുന്നു. ഇത്തരം വിനാശങ്ങൾ മൊത്തത്തിലുള്ള ഒരു റീസെറ്റ് സ്വിച്ച് അമർത്തുകയും അങ്ങനെ നമ്മൾ നമ്മുടെ ഭേദപ്പെട്ട സ്വത്വത്തിലേക്ക് മടങ്ങിപ്പോവുകയും ചെയ്യുന്നു എന്നതുപോലെയാണിത്.

ബ്ലിറ്റ്സിൽ നിന്നുള്ള രണ്ടാമത്തെ പാഠം നമ്മൾ കൂട്ടംകൂടുന്ന ജീവികളാണ് എന്നതാണ്. ലണ്ടൻകാർ കരുതിയിരുന്നത് ഈ ബോംബ് വർഷകാലത്ത് തങ്ങളുടെ മനഃശക്തി തീർത്തും ബ്രിട്ടീഷ് ആയിരുന്നു എന്നാണ്. ദുരന്തങ്ങളിൽനിന്നും മടങ്ങിവരാനുള്ള തങ്ങളുടെ കരുത്ത് തങ്ങളുടെ ബലിഷ്ഠമായ മേൽച്ചുണ്ടും വരണ്ട നർമ്മബോധവുംപോലെ ആണെന്നവർ കരുതി – ഉൽക്കർഷമായ ഒരു സംസ്ക്കാരത്തിന്റെ ഘടകങ്ങളായിട്ടാണ് കാണപ്പെട്ടിരുന്നത്. ഇത്തരത്തിലുള്ള സംഘാധിഷ്ഠിത പക്ഷപാതം മനുഷ്യരെ സംബന്ധിച്ചിടത്തോളം സ്വാഭാവികമാണെന്ന് പത്താം അദ്ധ്യായത്തിൽ നാം കണ്ടു. 'നമ്മൾ', 'അവർ' എന്നിങ്ങനെ ചിന്തിക്കാൻ പ്രേരണയുള്ളവരാണ് നമ്മളെല്ലാവരും തന്നെ. യുദ്ധത്തിന്റെ ദുരന്തം എന്താണെന്നുവച്ചാൽ മനുഷ്യസ്വഭാവത്തിന്റെ ഏറ്റവും നല്ല വശങ്ങളായ കൂറ്, സൗഹൃദം, ഐക്യദാർഢ്യം എന്നിവയാണ് ഹോമോ പപ്പിയെ ആയുധമെടുക്കാൻ പ്രേരിപ്പിക്കുന്നത്.

എന്നാൽ മുന്നണിയിലെത്തിക്കഴിയുന്നതോടെ പലപ്പോഴും നമുക്ക് നമ്മുടെ വമ്പ് നഷ്ടമാവുന്നു. മനുഷ്യന് ഹിംസയോട് ആഴത്തിലുള്ള വെറുപ്പാണുള്ളതെന്ന് അദ്ധ്യായം നാലിലും പത്തിലും നമ്മൾ കണ്ടു. നൂറ്റാണ്ടുകളായി നിരവധി സൈനികർ കാഞ്ചിവലിക്കാൻ പോലുമാകാതെ ഇരുന്നിട്ടുണ്ട്. ബയണറ്റുകൾ ഉപോയോഗിക്കപ്പെടാതെ പോയി. മിക്കവാറും പേർ

കൊല്ലപ്പെട്ടത് ദൂരെ നിന്നും പൈലറ്റുമാരോ, പീരങ്കിക്കാരോ നടത്തിയ ആക്രമണത്തിലാണ്. ഇവർക്ക് ശത്രുവിന്റെ കണ്ണിൽ നേർക്കുനേർ നോക്കേണ്ടിവരുന്നില്ല. ബ്ലിറ്റ്സ് നല്കുന്ന മറ്റൊരു പാഠം ഇതുകൂടിയാണ്. ഇവിടെ ഏറ്റവും മോശപ്പെട്ട ആക്രമണങ്ങൾ വന്നത് മുകളിൽ നിന്നാണ്.

ബ്രിട്ടീഷുകാർ ഒരു ബോംബാക്രമണത്തിന് പദ്ധതിയിട്ടപ്പോഴും അധികാരത്തിന്റെ മലീമസ സ്വാധീനം ആണ് അതിന്റെ വൃത്തികെട്ട തല ഉയർത്തിയത്. ചർച്ചിലിന്റെ ഏറ്റവും അടുത്ത വൃന്ദത്തിൽപ്പെട്ട ഫ്രഡറിക് ലിന്റ്മാൻ ബോംബാക്രമണം ഒരിക്കലും മനോവീര്യം തകർക്കില്ല എന്നതിനുള്ള തെളിവുകൾ മാറ്റിവച്ചു. ജർമ്മൻകാർ തകർന്നടിയുമെന്ന് അദ്ദേഹം ആദ്യമേ തന്നെ തീരുമാനിച്ചുറപ്പിച്ചിരുന്നു. അതിനെ ആരെങ്കിലും ചോദ്യം ചെയ്താൽ അയാളെ വഞ്ചകനെന്ന് മുദ്രകുത്തും.

'ബോംബിങ് സിദ്ധാന്തം വളരെ കുറഞ്ഞ എതിർപ്പോടെയാണ് അംഗീകരിക്കപ്പെട്ടത് എന്ന സത്യം അധികാരത്തിന്റെ മോഹനിദ്രയ്ക്കുള്ള ഒരു നല്ല ഉദാഹരണമാണ്' എന്ന് ചരിത്രകാരനായ സി.പി. സ്നോ പിന്നീട് എഴുതി.

ഇത് അങ്ങനെ നമ്മളെ ഹോബ്സും റൂസ്സോയും ചോദിച്ച ചോദ്യത്തിന്റെ ഉത്തരത്തിലേക്കെത്തിക്കുന്നു. മനുഷ്യപ്രകൃതി ആത്യന്തികമായി നല്ലതാണോ ചീത്തയാണോ എന്ന ചോദ്യം.

ഇതിന്റെ ഉത്തരത്തിന് രണ്ടുവശങ്ങളുണ്ട്, കാരണം ഹോമോ പപ്പി തീർത്തും വൈരുദ്ധ്യം നിറഞ്ഞൊരു ജീവിയാണ്. ആദ്യമേ പറയട്ടെ ജീവിലോകത്ത് ഏറ്റവും സൗഹൃദം നിറഞ്ഞ വംശങ്ങളിലൊന്നാണ് നമ്മുടേത്. നമ്മുടെ ഭൂതകാലത്തിന്റെ ഭൂരിഭാഗവും നമ്മൾ ജീവിച്ചത് രാജാക്കന്മാരോ പ്രഭുക്കന്മാരോ പ്രസിഡണ്ടുമാരോ സിഇഒ മാരോ ഇല്ലാത്ത സമത്വസുന്ദരമായൊരു ലോകത്താണ്. വല്ലപ്പോഴുമൊക്കെ ചില വ്യക്തികൾ, നമ്മൾ പതിനൊന്നാം അദ്ധ്യായത്തിൽ കണ്ടതുപോലെ അധികാരത്തിലെത്തിയെന്ന് വരാം. പക്ഷേ, അതേ വേഗതയോടെ തന്നെ അവരെ വലിച്ചു താഴെയിറക്കുകയും ചെയ്യും.

അപരിചിതരോടുള്ള നമ്മുടെ നൈസർഗ്ഗികമായ സംശയം ഒരുപാട് കാലത്തേക്ക് ഒരു പ്രശ്നവും സൃഷ്ടിച്ചിട്ടില്ല. നമുക്ക് നമ്മുടെ സുഹൃത്തുക്കളെ അവരുടെ പേരുകൊണ്ടും മുഖംകൊണ്ടും തിരിച്ചറിയാം. വഴിയിൽവച്ച് ഒരപരിചിതനെ കണ്ടാൽ നമ്മൾ അവരുമായി അടുക്കുകയും ചെയ്യും. മനുഷ്യരെ പരസ്പരം എതിരിട്ടു നിർത്താൻവേണ്ടിയുള്ള പരസ്യമോ പ്രചാരണമോ ഉണ്ടായിരുന്നില്ല, വാർത്തയോ യുദ്ധമോ ഉണ്ടായിരുന്നില്ല. ഒരു സംഘത്തെവിട്ട് മറ്റൊരു സംഘത്തിൽ ചേരാൻ നമുക്ക് സ്വാതന്ത്ര്യമുണ്ടായിരുന്നെന്ന് മാത്രമല്ല, ആ പ്രക്രിയയിൽ നമ്മൾ ബന്ധങ്ങളുടെ വിപുലമായ ശൃംഖല സൃഷ്ടിക്കുകയും ചെയ്തു.

എന്നാൽ പതിനായിരം വർഷങ്ങൾക്കുമുന്നേ പ്രശ്നം തുടങ്ങി.

ഒരിടത്ത് സ്ഥിരതാമസമുറപ്പിച്ചതോടെയും സ്വകാര്യസ്വത്ത് ഉണ്ടാക്കാൻ തുടങ്ങിയതോടെയും നമ്മുടെ സംഘം സംബന്ധിച്ച സഹജാവബോധം അതിന്റെ നിരുപദ്രവകരമായ സ്വഭാവം വെടിഞ്ഞു. ദൗർലഭ്യവും അധികാരശ്രേണിയും ആയി ചേർന്ന് ഇത് തീർത്തും വിഷലിപ്തമായി. നേതാക്കൾ തങ്ങളുടെ ആജ്ഞ നടപ്പാക്കാനായി സൈന്യങ്ങൾ രൂപീകരിച്ചതോടെ അധികാര

ത്തിന്റെ മലീമസമായ പ്രഭാവം പിടിച്ചുനിർത്താൻ ഒന്നിനും ആവില്ലെന്ന് വന്നു. കർഷകരുടെയും യോദ്ധാക്കളുടെയും, നഗരങ്ങളുടെയും രാഷ്ട്രങ്ങളുടെയും ഈ നവലോകത്ത് സൗഹൃദത്തിനും അപരിചിതരോടുള്ള സ്പർദ്ധയ്ക്കുമിടയിലുള്ള നേരിയ രേഖയ്ക്കിരുവശവും കാൽ കവച്ചുവെച്ച് അസ്വസ്ഥകരമായി നില്പ്പാണ് നമ്മൾ. ഒരു കൂട്ടുകെട്ടിന്റെ ഭാഗമായിരിക്കാൻ ഏറെ മോഹിക്കുന്ന നമ്മൾ പുറത്തുള്ളവരെ തള്ളിക്കളയുന്ന രീതി വളരെ വേഗം തന്നെ ശീലിച്ചു. നമ്മുടെ നേതാക്കൾ നമ്മളെ ചരിത്രത്തിന്റെ തെറ്റായ ദിശയിലേക്ക് നയിക്കുമ്പോഴും അവരെ എതിർക്കാൻ നമുക്ക് ബുദ്ധിമുട്ട് തോന്നിത്തുടങ്ങി.

നാഗരികതയുടെ ആവിർഭാവത്തോടെ ഹോമോ പപ്പിയുടെ വൃത്തികെട്ട വശം കൂടുതൽ പുറത്തുവന്നു. ചരിത്രപുസ്തകങ്ങൾ അസംഖ്യം കൂട്ടക്കൊലകളെക്കുറിച്ച് രേഖപ്പെടുത്തിയിട്ടുണ്ട്. ഇസ്രയേലുകാരും റോമൻകാരും ചെയ്തത്, ഹണ്ണുകളും വാന്റലുകളും ചെയ്തത്, കാത്തലിക്കുകളും പ്രൊട്ടസ്റ്റന്റുകാരും ചെയ്തത്, അങ്ങനെയങ്ങനെ നിരവധിയുണ്ട്. പേരുകൾ മാറുന്നു, പക്ഷേ വ്യവസ്ഥ പഴയപടി തന്നെ തുടരുന്നു. സഹവർത്തിത്വത്താൽ പ്രേരിതമായും ദോഷൈകദൃക്കുകളായ കരുത്തന്മാരാൽ പ്രകോപിതരായും ആളുകൾ പരസ്പരം ഏറ്റവും ഭീകരമായ കാര്യങ്ങൾ ചെയ്യും.

സഹസ്രാബ്ദങ്ങളായി ഇതാണ് നമ്മുടെ ദുർദശ. നാഗരികതയുടെ ചരിത്രം എക്കാലത്തേയും വലിയ ഒരു തെറ്റിനെതിരായ ഐതിഹാസികമായ പോരാട്ടമായിരുന്നു എന്ന് നിങ്ങൾക്ക് കാണാനാവും. സ്വാഭാവികമായ ആവാസവ്യവസ്ഥയിൽനിന്നും കുടിയിറക്കപ്പെട്ട ഒരു മൃഗമാണ് ഹോമോ പപ്പി. അന്നുമുതൽ അഗാധമായ ഈ പൊരുത്തക്കേടിന്റെ വിടവ് നികത്താൻ അകവും പുറവും ശ്രമിച്ച് വരുന്ന ഒരു ജീവി. ആയിരക്കണക്കിന് വർഷങ്ങളായി നമ്മൾ നാഗരികതയുടെ ശാപം മാറ്റിയെടുക്കുന്നതിനായി, അഞ്ചാമദ്ധ്യായത്തിൽ ഞാൻ എഴുതിയതുപോലെ രോഗങ്ങളുടെയും യുദ്ധത്തിന്റെയും അടിച്ചമർത്തലിന്റെയും ശാപത്തെ ഉച്ചാടനം ചെയ്യാൻ ശ്രമിച്ചുകൊണ്ടിരിക്കുകയാണ്.

അടുത്തകാലത്ത് മാത്രമാണ് നമ്മളത് ചെയ്തേക്കുമെന്നൊരു തോന്നലുണ്ടായത്.

2

പതിനേഴാം നൂറ്റാണ്ടിന്റെ ആദ്യത്തിൽ ആണ് നമ്മളിപ്പോൾ 'ജ്ഞാനോദയം' (Enlightenment) എന്നുവിളിക്കുന്ന പ്രസ്ഥാനം ആരംഭിച്ചത്. അതൊരു ദാർശനിക വിപ്ലവമായിരുന്നു. ജ്ഞാനോദയ പ്രസ്ഥാനത്തിലെ ചിന്തകർ ആണ് ആധുനിക ലോകത്തിന്റെ അടിത്തറ പാകിയത്, നിയമവ്യവസ്ഥ മുതൽ ജനാധിപത്യംവരെയും വിദ്യാഭ്യാസം മുതൽ ശാസ്ത്രംവരെയും.

ഒറ്റനോട്ടത്തിൽ തോമസ് ഹോബ്സിനെപോലെയുള്ള ജ്ഞാനോദയ ചിന്തകർ അതിനുമുമ്പുണ്ടായിരുന്ന പുരോഹിതരിൽനിന്നും ഏറെയൊന്നും വ്യത്യസ്തരായി തോന്നിയില്ല. മനുഷ്യസ്വഭാവം മലീമസമാണെന്ന അതേ മുൻധാരണയിൽ നിന്നുകൊണ്ടാണവർ പ്രവർത്തിച്ചത്. സ്കോട്ടിഷ് ദാർശ

നികനായ ഡേവിഡ് ഹ്യൂം ജ്ഞാനോദയത്തിന്റെ കാഴ്ചപ്പാടിനെ സംഗ്രഹിച്ച് പറഞ്ഞത്, 'ഓരോ മനുഷ്യനും തത്വദീക്ഷയില്ലാത്തവനും, തന്റെ ചെയ്തികളിലെല്ലാംതന്നെ സ്വകാര്യതാല്പര്യമല്ലാതെ മറ്റൊരു ലക്ഷ്യവുമില്ലാത്തവനും ആണെന്ന് കണക്കാക്കേണ്ടതുണ്ട്' എന്നാണ്.

എന്നിരുന്നാലും നമ്മുടെ ഈ സ്വാർത്ഥ താല്പര്യത്തിന് ഫലപ്രദമായ രീതിയിൽ കടിഞ്ഞാണിടാൻ ഒരു വഴിയുണ്ട് എന്ന് ഈ ചിന്തകർ പറഞ്ഞു. നമ്മൾ മനുഷ്യർക്ക് അപാരമായൊരു കഴിവുണ്ട്, അതാണ് മറ്റ് ജീവജാലങ്ങളിൽനിന്നും നമ്മളെ വ്യത്യസ്തരാക്കുന്ന ഒരു അനുഗ്രഹം എന്ന് അവർ പറഞ്ഞു. ഈ അനുഗ്രഹത്തെ നമ്മൾ മുറുകെ പിടിക്കേണ്ടതുണ്ട്. നമ്മുടെ പ്രതീക്ഷയെല്ലാം ഉറപ്പിച്ച് നിർത്താവുന്നത് ഈ അത്ഭുതത്തിന്മേലാണ്.

അതാണ് യുക്തി.

സഹാനുഭൂതിയല്ല, വികാരമല്ല, വിശ്വാസവുമല്ല. യുക്തിയാണ്. ജ്ഞാനോദയ ദാർശനികർ എന്തിലെങ്കിലും അവരുടെ വിശ്വാസം അർപ്പിച്ചിട്ടുണ്ടെങ്കിൽ അത് യുക്തിചിന്തയുടെ കരുത്തിലായിരുന്നു. മനുഷ്യർക്ക് ബുദ്ധിപരമായ സ്ഥാപനങ്ങൾ രൂപകല്പന ചെയ്യാൻ ആവുമെന്നും അത് നമ്മുടെ സഹജമായ സ്വാർത്ഥതയിലുള്ളതാണെന്നും അവർക്ക് ബോധ്യപ്പെട്ടു. നമ്മുടെ ഇരുണ്ട സഹജാവബോധങ്ങൾക്കുമേൽ സംസ്ക്കാരത്തിന്റെ ഒരു മേലാപ്പ് പുതപ്പിക്കാൻ നമുക്കാവുമെന്ന് അവർ വിശ്വസിച്ചു. അതുമല്ലെങ്കിൽ കുറച്ചുകൂടി സൂക്ഷ്മമായി പറഞ്ഞാൽ, ഒരു നല്ലകാര്യത്തിനായി നമുക്ക് നമ്മുടെ ദുർഗ്ഗുണങ്ങളെ ഉപയോഗപ്പെടുത്താനാവും. ജ്ഞാനോദയ ചിന്തകർ പിന്താങ്ങിയ ഒരു കാര്യമുണ്ടെങ്കിൽ അത് മനുഷ്യന്റെ അത്യാർത്തിയാണ്. കാരണം അവരതിനെ, ബർണാഡ് മാന്റെവില്ലെ ഒരു കവിതയിൽ പറഞ്ഞപോലെ 'സ്വകാര്യ സ്വത്ത്, പൊതുഗുണം' എന്ന ആപ്തവാക്യത്തിൻ കീഴിൽ വിളംബരം ചെയ്തു. വ്യക്തിതലത്തിൽ സാമൂഹ്യവിരുദ്ധമായ പെരുമാറ്റരീതികൾ വിശാലമായ സാമൂഹ്യതലത്തിൽ ഗുണകരമാവുമെന്ന സമർത്ഥമായ ധാരണയിൽ അധിഷ്ഠിതമായായിരുന്നു ഈ കാഴ്ചപ്പാട്. ജ്ഞാനോദയ സാമ്പത്തിക ശാസ്ത്രജ്ഞനായ ആഡം സ്മിത്ത് തന്റെ ക്ലാസ്സിക്കായ *ദ വെൽത്ത് ഓഫ് നേഷൻസിൽ* (1776) ഈ ആശയം അവതരിപ്പിക്കുകയുണ്ടായി. സ്വതന്ത്ര വിപണി എന്ന തത്വത്തെ പിന്തുണച്ച ആദ്യപുസ്തകമായിരുന്നു ഇത്. ആ പുസ്തകത്തിൽ അദ്ദേഹം മുന്നോട്ടുവെച്ച പ്രശസ്തമായൊരു കാഴ്ചപ്പാടിങ്ങനെയാണ്: 'അറവുകാരന്റെയോ മദ്യനിർമ്മാതാവിന്റെയോ ബേക്കറിക്കാരന്റെയോ ഔദാര്യത്തിൽ നിന്നല്ല നമ്മൾ നമ്മുടെ അത്താഴം പ്രതീക്ഷിക്കുന്നത്, മറിച്ച് സ്വന്തം താല്പര്യങ്ങളെക്കുറിച്ചുള്ള അവരുടെ ചിന്തകളിൽ നിന്നാണ്. നമ്മൾ അഭിസംബോധന ചെയ്യുന്നത് അവരുടെ മനുഷ്യത്വത്തെയല്ല, അവരുടെ സ്വാർത്ഥ സ്നേഹത്തെയാണ്, നമ്മൾ അവരോടൊരിക്കലും നമ്മുടെ അനിവാര്യതകളെക്കുറിച്ചല്ല പറയുന്നത്, മറിച്ച് അവർക്കുണ്ടാകുന്ന ഗുണങ്ങളെക്കുറിച്ചാണ്.'

സ്വാർത്ഥത ഒരിക്കലും കുത്തിനിറയ്ക്കരുതെന്നും അത് അല്പം അയഞ്ഞുകിടക്കണമെന്നും ആധുനിക സാമ്പത്തിക ശാസ്ത്രജ്ഞർ വാദിക്കുന്നു. ഈ രീതിയിൽ സമ്പത്ത് കുമിച്ചുകൂട്ടാനുള്ള മോഹത്തിന് ഒരു ഉപദേശക സൈന്യത്തിനും നേടാനാവാത്തൊരു കാര്യം നേടിയെടുക്കാനാവും. അത് ലോകമെമ്പാടുമുള്ള ജനങ്ങളെ ഒന്നിപ്പിക്കലാണ്. ഇന്ന് നമ്മൾ ഒരു സൂപ്പർ

മാർക്കറ്റിൽ നിന്നും പലവ്യഞ്ജനങ്ങൾ വാങ്ങി പണം നല്കുമ്പോൾ നമ്മൾ നമ്മളുടെ ട്രോളികളിൽ കിടക്കുന്ന സാധനങ്ങളുടെ ഉല്പാദനത്തിലും വിതരണത്തിലും പങ്കാളികളായ ആയിരക്കണക്കിന് ആളുകൾക്കൊപ്പം ചേരുകയാണ് ചെയ്യുന്നത്. അത് നമ്മുടെ ഉള്ളിലെ നന്മകൊണ്ടല്ല, മറിച്ച് നമ്മൾ നമ്മുടെ കാര്യങ്ങൾ ചെയ്യാൻ നോക്കുന്നത് കൊണ്ടാണ്.

ഇതേ തത്വം തന്നെയാണ് ജ്ഞാനോദയ ചിന്തകർ ആധുനിക ജനാധിപത്യം സംബന്ധിച്ച തങ്ങളുടെ ദർശനങ്ങൾക്ക് അസ്ഥിവാരമിടാൻ ഉപയോഗപ്പെടുത്തിയത്. ലോകത്ത് ഇപ്പോൾ നിലനില്ക്കുന്ന ഏറ്റവും പഴയ ഭരണഘടനയായ അമേരിക്കൻ ഭരണഘടന തന്നെയെടുക്കുക. സ്ഥാപക പിതാക്കൾ രൂപകല്പന ചെയ്ത ഇത് നമ്മുടെ അനിവാര്യമായ സ്വാർത്ഥ സ്വഭാവം നിയന്ത്രിക്കപ്പെടേണ്ടതാണ് എന്ന ദോഷൈക ദർശനത്തിൽ ഊന്നിക്കൊണ്ടുള്ളതാണ്. ഇതിനായി അവർ ഒരു 'ചെക്ക്സ് ആന്റ് ബാലൻസസ്' സംവിധാനം കൊണ്ടുവരികയും അതുവഴി ഓരോരുത്തരും മറ്റുള്ളവർക്കു മേലൊരു കണ്ണുവയ്ക്കുന്ന അവസ്ഥയുണ്ടാവുകയും ചെയ്തു.

ഏറ്റവും ഉന്നതമായ സർക്കാർ സ്ഥാപനങ്ങളിൽ (സെനറ്റ് മുതൽ ജനപ്രതിനിധി സഭ വരേയും, വൈറ്റ് ഹൗസ് മുതൽ സുപ്രീം കോടതി വരേയും) അധികാരത്തിലിരിക്കുന്നവർ (ഇടതുമുതൽ വലതുവരേയും റിപ്പബ്ലിക്കൻമാർ മുതൽ ഡെമോക്രാറ്റുകൾ വരേയും) പരസ്പരം നിയന്ത്രിക്കുകയാണെങ്കിൽ, അവർ എത്ര അഴിമതിക്കാരായാലും അമേരിക്കൻ ജനതക്ക് സ്വൈരെക്യത്തോടെ ജീവിക്കാനാവും എന്നതാണ് ഇതിന്റെ പിന്നിലെ ആശയം. ദുഷിച്ച രാഷ്ട്രീയക്കാരെ നിലക്ക് നിർത്താൻ ഒരേയൊരു വഴി അവരെ മറ്റ് രാഷ്ട്രീയക്കാരുമായി തുലനം ചെയ്യുക എന്നതാണെന്ന് ഈ യുക്തിചിന്തകർ വിശ്വസിച്ചു. അമേരിക്കൻ രാഷ്ട്രതന്ത്രജ്ഞനായ ജയിംസ് മാഡിസൺന്റെ വാക്കുകളിൽ, 'അതിമോഹത്തെ അതിമോഹം കൊണ്ടുതന്നെ വേണം നേരിടാൻ'.

അതിനിടയിൽ ഈ കാലഘട്ടം ആധുനികമായ നിയമവാഴ്ചയുടെ പിറവിക്കും സാക്ഷ്യം വഹിച്ചു. ഇത് നമ്മുടെ ഇരുണ്ട സഹജവാസനകൾക്കുള്ള ഒരു മറുമരുന്നായിരുന്നു, കാരണം, നിർവ്വചനമനുസരിച്ച് നീതിദേവത അന്ധയാണ്. സഹാനുഭൂതി സ്നേഹം അതുമല്ലെങ്കിൽ ഏതെങ്കിലും തരത്തിലുള്ള പക്ഷപാതിത്വം എന്നിവയിൽനിന്നും മുക്തമായി നീതിയെ നയിക്കുന്നത് യുക്തി മാത്രമാണ്. അതുപോലെതന്നെ, എല്ലാവർക്കും ഒരേ നടപടിക്രമങ്ങളും നിയമങ്ങളും ചട്ടങ്ങളും കൊണ്ടുവന്ന നമ്മുടെ പുതിയ ബ്യൂറോക്രാറ്റിക് സംവിധാനത്തിന് അടിത്തറപാകിയതും യുക്തിയാണ്.

ഇവിടെനിന്നങ്ങോട്ട് നിങ്ങൾക്കിഷ്ടമുള്ള ആരോടൊപ്പവും, അവരുടെ മതമോ വർഗ്ഗമോ നോക്കാതെ നിങ്ങൾക്ക് കച്ചവടം ചെയ്യാനാവും. ഇതിന്റെ പാർശ്വഫലം എന്തായിരുന്നുവെന്നുവച്ചാൽ ചട്ടങ്ങളും കരാറുകളും മാനിക്കപ്പെടുന്ന തരത്തിൽ ശക്തമായ നിയമവാഴ്ചയുള്ള ഇതേ രാജ്യങ്ങളിൽ പ്രതികാരദാഹിയായ ദൈവത്തിലുള്ള വിശ്വാസം കുറഞ്ഞു വന്നു എന്നതാണ്. ഈ രാജ്യങ്ങളിൽ പിതാവായ ദൈവത്തിന്റെ പങ്കിനെ ഭരണകൂടത്തിലുള്ള വിശ്വാസംകൊണ്ട് നീക്കംചെയ്തു. ജ്ഞാനോദയത്തിന്റെ പശ്ചാത്തലത്തിൽ മതം കൂടുതൽ സൗഹൃദപരമായ ഭാവമണിഞ്ഞു. ഇന്നുകാലത്ത് അപൂർവ്വം രാജ്യങ്ങൾ മാത്രമാണ് നീതി നടപ്പാക്കുന്ന ദൈവത്തിന്റെ കണ്ണുകൾക്കു മുന്നിൽ വണങ്ങുന്നത്; രക്തരൂക്ഷിതമായ കുരിശുയുദ്ധത്തിനുപകരം

പോപ്പുമാർ 'സ്നേഹവായ്പിന്റെ വിപ്ലവ'ത്തെക്കുറിച്ചാണ് ഹൃദയാവർജ്ജകമായ പ്രഭാഷണങ്ങൾ നടത്തുന്നത്.

ഡെന്മാർക്ക്, സ്വീഡൻ മുതലായ രാജ്യങ്ങളിലാണ് ഏറ്റവുമധികം യുക്തിവാദികളെ കാണുന്നത് എന്നത് കേവലം ഒരു യാദൃച്ഛികത ആയിരിക്കുമോ? ഇതേ രാജ്യങ്ങളിൽ തന്നെയാണ് ഏറ്റവും പുഷ്ടമായ നിയമവാഴ്ചയുള്ളതും ഏറ്റവും വിശ്വാസയോഗ്യമായ ബ്യൂറോക്രസി നിലനിൽക്കുന്നതും എന്ന് പഠനങ്ങൾ കാണിക്കുന്നു. ഇത്തരം രാജ്യങ്ങളിൽ മതം മാറ്റി നിർത്തപ്പെട്ടിരിക്കുന്നു. വൻതോതിലുള്ള ഉത്പാദനം പരമ്പരാഗത കരകൗശലക്കാരെ പാർശ്വവത്ക്കരിച്ചതുപോലെ ബ്യൂറോക്രാറ്റുകൾക്ക് മുന്നിൽ ദൈവത്തിന് തൊഴിൽ നഷ്ടമായിരിക്കുന്നു.

അങ്ങനെ നമ്മൾ യുക്തിയുടെ യുഗത്തിലൂടെ ഇതാ ഏതാനും നൂറ്റാണ്ടുകൾ കടന്നെത്തിയിരിക്കുന്നു. എല്ലാ കാര്യങ്ങളും പരിഗണിച്ചാൽ, നമുക്ക് മുതലാളിത്തവും ജനാധിപത്യവും നിയമവാഴ്ചയും നല്കുക വഴി ജ്ഞാനോദയം മനുഷ്യകുലത്തെ സംബന്ധിച്ചിടത്തോളം ഒരു വിജയമായിരുന്നു എന്ന നിഗമനത്തിൽ എത്തേണ്ടി വരും. സ്ഥിതിവിവര കണക്കുകൾ വളരെ വ്യക്തമാണ്. നമ്മുടെ ജീവിതങ്ങൾ ഗണ്യമാംവിധം മെച്ചപ്പെട്ടിരിക്കുന്നു, ലോകം മുമ്പത്തെക്കാളും സമ്പന്നവും സുരക്ഷിതവും ആരോഗ്യപൂർണ്ണവുമാണ്.*

കേവലം ഇരുനൂറ് വർഷം മുമ്പുപോലും എവിടെയെങ്കിലും ഒരിടത്ത് സ്ഥിരമായ ജീവിതം എന്നുപറഞ്ഞാൽ അർത്ഥം കൊടും ദാരിദ്ര്യം എന്നായിരുന്നു, അത് ലോകത്തിന്റെ ഏത് ഭാഗത്ത് നിങ്ങൾ ജീവിച്ചാലും ശരി. എന്നാൽ ഇന്നാകട്ടെ, ലോകജനസംഖ്യയുടെ പത്ത് ശതമാനത്തിൽ താഴെയാളുകൾക്ക് മാത്രമേ ഇത് ബാധകമാകുന്നുള്ളൂ. നമ്മൾ മഹാമാരികളെപോലും ഏതാണ്ട് കീഴടക്കി കഴിഞ്ഞു. അങ്ങനെയല്ലെന്ന് ചിന്തിക്കാൻ വാർത്തകൾ നിങ്ങളെ പ്രേരിപ്പിച്ചാൽപോലും കഴിഞ്ഞ ഏതാനും ദശാബ്ദങ്ങൾക്കിടെ ശിശുമരണ നിരക്കും പട്ടിണിയുംതൊട്ട് കൊലപാതകങ്ങളും യുദ്ധത്തിൽ സംഭവിക്കുന്ന അപായങ്ങളുംവരെ എല്ലാം വളരെയധികം കുറഞ്ഞതായി കാണാം. ഇതിന്റെ മൊത്തത്തിലുള്ള ഒരു കാഴ്ചപ്പാട് ഞാൻ എന്റെ ആദ്യപുസ്തകമായ Utopia for Realists-ൽ വ്യക്തമാക്കിയിട്ടുണ്ട്.

നമ്മൾ അപരിചിതരോട് അവിശ്വാസംവച്ചുപുലർത്തുന്നുവെങ്കിൽ പിന്നെങ്ങനെയാണ് സ്വരച്ചേർച്ചയോടെ ജീവിക്കുന്നത്? എങ്ങനെയാണ് നമുക്ക് നാഗരികതയുടെ ശാപത്തെയും, രോഗത്തെയും, അടിമത്തത്തെയും പിന്നെ പതിനായിരം വർഷക്കാലത്തോളം നമ്മളെ ബാധിച്ചുനിന്നിരുന്ന അടിച്ചമർത്തലിനെയും ഉച്ചാടനം ചെയ്യാനായത്? പുരാതനമായ ഈ ധർമ്മസങ്കടത്തിന് ജ്ഞാനോദയത്തിന്റെ തണുത്തതും എന്നാൽ യുക്തിഭദ്രവുമായ ചിന്തകൾ ഉത്തരം നല്കി.

അത് ഏറ്റവും മികച്ച ഉത്തരം തന്നെയായിരുന്നു - ഇതുവരേക്കും.

സത്യം പറയാമല്ലോ, ജ്ഞാനോദയത്തിനും ഒരു ഇരുണ്ടവശമുണ്ടായിരുന്നു. മുതലാളിത്തം നിയന്ത്രണാതീതമായേക്കാമെന്നും ജനമനസ്സിന് വിലകല്പ്പി

* ഇത് നിങ്ങൾക്ക് വിശ്വാസം വരുന്നില്ലെങ്കിൽ ഹാൻസ് റോസ്ലിങ്ങിന്റെ Factfulness: Ten Reasons We're Wrong About the World-and Why Things Are Better Than You Think എന്ന പുസ്തകം വായിച്ചു നോക്കുക).

ക്കാത്ത മനോരോഗികൾ അധികാരം പിടിച്ചടക്കാമെന്നും നിയമങ്ങളും ആചാരമര്യാദകളും മേൽക്കോയ്മ നേടിയ ഒരു സമൂഹത്തിൽ വ്യക്തികൾക്ക് യാതൊരു വിലയുമില്ലെന്നും കഴിഞ്ഞ ഏതാനും നൂറ്റാണ്ടുകൾക്കുള്ളിൽ നമ്മൾ മനസ്സിലാക്കിയതാണ്.

ജ്ഞാനോദയം നമുക്ക് തുല്യത സമ്മാനിച്ചുവെങ്കിലും അത് വംശീയത കണ്ടെത്തുകകൂടി ചെയ്തുവെന്ന് ചരിത്രകാരന്മാർ ചൂണ്ടിക്കാണിക്കുന്നു. പതിനെട്ടാം നൂറ്റാണ്ടിലെ തത്വചിന്തകരാണ് മനുഷ്യരെ ആദ്യമായി അസദൃശ മായ വർഗ്ഗങ്ങളായി തിരിച്ചത്. ഉദാഹരണത്തിന് ഡേവിഡ് ഹ്യൂം എഴുതിയത് 'നീഗ്രോകൾ [...] വെള്ളക്കാരേക്കാൾ സ്വാഭാവികമായും താഴ്ന്നവരാണെന്ന് കരുതുന്നത് അനുയോജ്യമാണ്' എന്നാണ്. ഫ്രാൻസിൽ വോൾട്ടയറും ഇതിനെ പിന്തുണച്ചു: 'അവരുടെ ധാരണകൾ നമ്മളിൽനിന്നും വ്യത്യസ്ത തരത്തിലുള്ളതല്ലെങ്കിലും അത് വളരെ താഴ്ന്ന നിലയിൽ ഉള്ളതാണ്.' ഇത്തരം വംശീയമായ ആശയങ്ങൾ നിയമനിർമ്മാണങ്ങളിലും പെരുമാറ്റ സംഹിതക ളിലും ഒളിച്ചുവെക്കപ്പെട്ടു. അമേരിക്കൻ ഡിക്ലറേഷൻ ഓഫ് ഇൻഡിപ്പെൻഡൻ സിൽ 'എല്ലാ മനുഷ്യരും തുല്യരായി സൃഷ്ടിക്കപ്പെടുന്നു' എന്ന അനശ്വരമായ വാക്കുകളെഴുതിയ തോമസ് ജെഫേഴ്സൺ സ്വന്തമായി അടിമകളുണ്ടായി രുന്ന ആളായിരുന്നു. അദ്ദേഹം തന്നെയാണ് ഇങ്ങനെ പറഞ്ഞതും: 'കേവല മായ വിവരണത്തിന് അപ്പുറം പോകുന്ന എന്തെങ്കിലുമൊരു ചിന്ത ഏതെ ങ്കിലുമൊരു കറുത്ത വർഗ്ഗക്കാരനിൽ നിന്നും വന്നതായി എനിക്ക് ഇതുവരെ കാണാനായിട്ടില്ല.'

അപ്പോഴേക്കും ചരിത്രത്തിലെ ഏറ്റവും രക്തരൂക്ഷിതമായ സംഘട്ടനം അരങ്ങേറി. ഹോളോകോസ്റ്റ് ചുരുളഴിഞ്ഞത് ജ്ഞാനോദയത്തിന്റെ കളി ത്തട്ടിൽ നിന്നുതന്നെയായിരുന്നു. അത് നിർവ്വഹിച്ചതാകട്ടെ, അത്യാധുനിക ബ്യൂറോക്രസിയും. ഈ ഉന്മൂലനത്തിന്റെ ഭാഗമായി കോൺസൺട്രേഷൻ ക്യാമ്പുകളുടെ നടത്തിപ്പ് ചുമതല നല്കിയത് SS Main Economic and Administrtative Department നായിരുന്നു. അതിനാൽതന്നെ ആറ് ദശലക്ഷം ജൂതന്മാരെ ഉന്മൂലനം ചെയ്തത് പൈശാചികതയുടെ മാത്രമല്ല, ആധുനികത യുടെ പരകോടി കൂടിയായാണ് പണ്ഡിതർ കണക്കാക്കുന്നത്.

ജ്ഞാനോദയം മനുഷ്യപ്രകൃതിയെ ചിത്രീകരിച്ചത് പരിശോധിക്കുമ്പോൾ ആ പ്രസ്ഥാനത്തിന്റെ വൈരുദ്ധ്യങ്ങൾ തെളിഞ്ഞ് വരുന്നത് കാണാം. പ്രത്യ ക്ഷത്തിൽ ഡേവിഡ് ഹ്യൂം, ആഡം സ്മിത്ത് മുതലായ ദാർശനികർ ദോഷൈ കദർശനത്തോട് കൂടിയ ഒരു കാഴ്ചപ്പാടാണ് വെച്ചുപുലർത്തിയിരുന്നത്. മനുഷ്യർ സ്വാർത്ഥമതികളാണെന്ന തത്ത്വത്തിൽ അധിഷ്ഠിതമായാണ് ആധു നികമായ മുതലാളിത്ത വ്യവസ്ഥയും ജനാധിപത്യവും നിയമവാഴ്ചയുമെല്ലാം രൂപികരിക്കപ്പെട്ടിരിക്കുന്നത്. എന്നാൽ, അവരെഴുതിയ പുസ്തകം വായിക്കു കയാണെങ്കിൽ ജ്ഞാനോദയത്തിന്റെ ഗ്രന്ഥകർത്താക്കൾ പിടിവാശിക്കാരായ ദോഷൈകദൃക്കുകൾ അല്ലായിരുന്നുവെന്ന് മനസ്സിലാക്കാനാവും. The Wealth of Nations (മുതലാളിത്തത്തിന്റെ ബൈബിളാകാൻ വിധിക്കപ്പെട്ട പുസ്തക മാണിത്) പ്രസിദ്ധീകരിക്കുന്നതിന് പതിനേഴുവർഷം മുന്നെ ആഡം സ്മിത്ത് The Theory of Moral Sentiments എന്ന പേരിൽ ഒരു പുസ്തകമെഴുതിയിരുന്നു. അതിൽ ഇനി പറയുന്ന തരത്തിലുള്ള ചില ഭാഗങ്ങൾ കാണാം:

> മനുഷ്യൻ എത്രമാത്രം സ്വാർത്ഥനായാലും ശരി അവന്റെ സ്വഭാവത്തിൽ വ്യക്തമായും ചില തത്വങ്ങളുണ്ട്, അത് അവനെ മറ്റുള്ളവർ സൗഭാഗ്യങ്ങൾ നേടുന്നതിൽ തല്പ്പരനാക്കുകയും, അത് കാണുന്നതിലുള്ള സന്തോഷമല്ലാതെ മറ്റൊന്നും അവൻ നേടുന്നില്ലെങ്കിലും, അവരുടെ സന്തോഷം തനിക്ക് അനിവാര്യമാണെന്ന് വരികയും ചെയ്യുന്നു.

ഏറെ സ്വാധീനശക്തിയുള്ള യുക്തിചിന്തകരായ സ്മിത്തും ഹ്യൂമും സഹാനുഭൂതിയിലും പരോപകാരത്തിലും ഉള്ള മനുഷ്യരുടെ കഴിവിനെ ഊന്നിപ്പറയാൻ ശ്രദ്ധിച്ചിരുന്നു. നമ്മളുടെ ശ്ലാഘനീയമായ ഈ ഗുണങ്ങളുമായി ഈ ദാർശനികരെല്ലാം തന്നെ പൊരുത്തപ്പെട്ടിരുന്നുവെങ്കിൽ പിന്നെ എന്തുകൊണ്ടാണ് അവർ കൊണ്ടുവന്ന വ്യവസ്ഥകൾ (ജനാധിപത്യം, വ്യാപാരം, വ്യവസായം മുതലായവ) ദോഷൈകദർശനത്തിൽ അധിഷ്ഠിതമായി നിലകൊള്ളുന്നത്? എന്തിനാണവർ മനുഷ്യപ്രകൃതിയെ സംബന്ധിച്ച് നിഷേധാത്മകമായ ഒരു സമീപനം വളർത്തിക്കൊണ്ടിരുന്നത്?

ഇതിനുള്ള ഉത്തരം ഡേവിഡ് ഹ്യൂമിന്റെ പുസ്തകങ്ങളിൽ കണ്ടെത്താനാവും. അതിലൊന്നിൽ ഈ സ്ക്കോട്ടിഷ് ദാർശനികൻ, ജ്ഞാനോദയ ചിന്തകൾക്ക് തീർത്തും വിരുദ്ധമായി ഇങ്ങനെ വ്യക്തമാക്കുന്നത് കാണാം:

'അതിനാൽത്തന്നെ ഓരോ മനുഷ്യനെയും തത്വദീക്ഷ ഇല്ലാത്തവനായി കണക്കാക്കണം എന്നത് ഒരു രാഷ്ട്രീയ പ്രമാണം മാത്രമാണ്. അതേസമയം, രാഷ്ട്രീയത്തിൽ ഈ പ്രമാണം സത്യമാണെന്ന് പറയുമ്പോഴും വാസ്തവത്തിൽ അത് അസത്യമാണെന്ന കാര്യം വിചിത്രമായി തോന്നുന്നു.'

മറ്റൊരു തരത്തിൽ പറഞ്ഞാൽ, മനുഷ്യർക്ക് സ്വാർത്ഥപ്രകൃതിയാണ് ഉള്ളത് എന്നപോലെ നമ്മൾ അഭിനയിക്കണമെന്ന് ഹ്യൂം വിശ്വസിച്ചു. അങ്ങനെയല്ലെന്ന് നമുക്ക് അറിയാമെങ്കിൽ കൂടി. ഇത് മനസ്സിലായതോടെ ഒരൊറ്റ വാക്ക് എന്റെ മനസ്സിലൂടെ മിന്നി മറഞ്ഞു: നോസെബോ. ഇതായിരിക്കുമോ ജ്ഞാനോദയവും അതിന്റെ തുടർച്ചയായി നമ്മുടെ ആധുനിക സമൂഹവും മനസ്സിലാക്കാൻ പരാജയപ്പെട്ട ഒരു കാര്യം? നമ്മൾ മനുഷ്യപ്രകൃതിയെക്കുറിച്ച് തീർത്തും തെറ്റിദ്ധരിക്കപ്പെട്ട ഒരു മാതൃകയിലാണോ ഇപ്പോഴും വ്യാപരിച്ചുകൊണ്ടിരിക്കുന്നത്?

നമ്മൾ വിശ്വസിക്കുന്നു എന്നതുകൊണ്ട് മാത്രം ചില കാര്യങ്ങൾ സത്യമായി ഭവിക്കാമെന്ന് നമ്മൾ ഒന്നാം അദ്ധ്യായത്തിൽ കണ്ടു. അതായത് ദോഷൈകദർശനം, പ്രതീക്ഷിക്കുന്നതുകൊണ്ട് മാത്രം സംഭവിക്കാവുന്ന ഒരു കാര്യമായിത്തീരാം. മനുഷ്യർ സഹജമായി സ്വാർത്ഥരാണെന്ന് ആധുനിക സാമ്പത്തികശാസ്ത്രജ്ഞർ വിലയിരുത്തിയപ്പോൾ അവർ മനുഷ്യന്റെ സ്വാർത്ഥതാല്പര്യപരമായ പെരുമാറ്റരീതികളെ പാലിക്കുന്ന തരത്തിലുള്ള നയങ്ങളെ പിന്തുണച്ചു. രാഷ്ട്രീയം ദോഷൈകദർശനപരമായൊരു കളിയാണെന്ന് രാഷ്ട്രീയക്കാർ അവനവനെത്തന്നെ വിശ്വസിപ്പിച്ചപ്പോൾ അത് അങ്ങനെ തന്നെയാണ് സംഭവിച്ചത്.

അതിനാൽ ഇപ്പോൾ നമുക്ക് ഇങ്ങനെയൊരു ചോദ്യം ചോദിക്കേണ്ടിവരുന്നു: കാര്യങ്ങൾ മാറുമോ?

പുതിയ വ്യവസ്ഥിതി രൂപകല്പന ചെയ്യുന്നതിനായി നമുക്ക് നമ്മുടെ തല ഉപയോഗിക്കാനും യുക്തി ചിന്തയെ മെരുക്കാനും കഴിയുമോ? മനുഷ്യപ്രകൃതിയെ സംബന്ധിച്ച് തീർത്തും വ്യത്യസ്തമായ ഒരു കാഴ്ചപ്പാടിൽ

വ്യാപരിക്കുന്ന വ്യവസ്ഥിതി? പാഠശാലകളും വ്യാപാരങ്ങളും, നഗരങ്ങളും രാഷ്ട്രങ്ങളും മനുഷ്യരെക്കുറിച്ച് ഏറ്റവും മോശമായ കാര്യങ്ങൾ സങ്കല്പിക്കുന്നതിനുപകരം ഏറ്റവും മികച്ച കാര്യങ്ങൾ പ്രതീക്ഷിക്കുകയാണെങ്കിൽ എങ്ങനെയിരിക്കും?

ഈ പുസ്തകത്തിന്റെ ബാക്കിഭാഗം ശ്രദ്ധ കേന്ദ്രീകരിക്കുന്നത് ഈ ചോദ്യങ്ങളിലാണ്.

ഭാഗം 4

ഒരു പുതിയ യാഥാർത്ഥ്യവാദം

'ഒരുതരത്തിൽ നമ്മൾ ആദർശവാദികളാവേണ്ടിയിരിക്കുന്നു, കാരണം നമ്മൾ സത്യമായി ഭവിക്കുന്നത്, യഥാർത്ഥ യാഥാർത്ഥ്യവാദികളാവുന്നത്, അപ്പോഴാണ്.'

വിക്ടർ ഫ്രാങ്കൽ (1905–97)

1

ഫിലോസഫിയിൽ ആദ്യത്തെ പ്രഭാഷണം കേൾക്കുമ്പോൾ എനിക്ക് വയസ്സ് 19 ആയിരുന്നു. അന്നുകാലത്ത് ഉട്ട്റക്ട് സർവകലാശാലയിലെ ഒരു ഓഡിറ്റോറിയത്തിൽ തെളിച്ചമുള്ള ഫ്ളൂറസന്റ് വെളിച്ചത്തിന് കീഴിലിരുന്ന് ബ്രിട്ടീഷ് ഗണിതശാസ്ത്രജ്ഞനും ദാർശനികനുമായ ബർട്രന്റ് റസ്സലിനെ (1872–1970) ഞാൻ പരിചയപ്പെട്ടു. അന്നേരം അവിടെവെച്ച് അദ്ദേഹം എന്റെ പുതിയ ഹീറോയായി മാറി.

അതീവ പ്രതിഭാശാലിയായ ഒരു താർക്കികനും വിപ്ലവകരമായ ഒരു ചിന്താധാരയ്ക്ക് അടിത്തറ പാകിയ വ്യക്തിയുമായ റസ്സൽ സ്വവർഗ്ഗാനുരാഗികളെ പിന്തുണച്ച ആദ്യ വ്യക്തിത്വങ്ങളിലൊരാളും, റഷ്യൻ വിപ്ലവം ദുരിതത്തിലാണ് അവസാനിക്കുകയെന്ന് മുൻകൂട്ടി കണ്ട ഒരു സ്വതന്ത്രചിന്തകനും, പത്തൊൻപതാമത്തെ വയസ്സിൽ നിസ്സഹകരണ പ്രസ്ഥാനത്തിന്റെ പേരിൽ തടവറയിലാക്കപ്പെട്ട യുദ്ധവിരുദ്ധ ആക്ടിവിസ്റ്റും, അറുപതിലേറെ പുസ്തകങ്ങളുടെയും രണ്ടായിരത്തോളം ലേഖനങ്ങളുടെയും കർത്താവും പിന്നെ ഒരു വിമാനദുരന്തത്തിൽനിന്ന് രക്ഷപ്പെട്ട വ്യക്തിയുമായിരുന്നു. അദ്ദേഹത്തിന് സാഹിത്യത്തിലുള്ള നോബെൽ സമ്മാനവും ലഭിക്കുകയുണ്ടായി.

അദ്ദേഹത്തെ സംബന്ധിച്ച് ഞാൻ ഏറ്റവും അധികം ആദരിച്ച കാര്യം അദ്ദേഹത്തിന്റെ ബൗദ്ധികമായ സമ്പൂർണ്ണതയും സത്യത്തിലുള്ള ഉറച്ച വിശ്വാസവും ആയിരുന്നു. റസ്സൽ നമുക്ക് അനുയോജ്യമായ കാര്യങ്ങൾ വിശ്വസിക്കാനുള്ള മനുഷ്യന്റെ പ്രവണത മനസ്സിലാക്കുകയും തന്റെ ജീവിതകാലമത്രയും അതിനെ പ്രതിരോധിക്കുകയും ചെയ്തു. വീണ്ടും വീണ്ടും അദ്ദേഹം ഒഴുക്കിനെതിരേ നീന്തി, അത് തനിക്ക് ഏറെ നഷ്ടങ്ങളുണ്ടാക്കുമെന്ന് അറിഞ്ഞിട്ടുകൂടി. അദ്ദേഹത്തിന്റെ ഒരു പ്രസ്താവന എന്നെ സംബന്ധിച്ചിടത്തോളം ഏറെ എടുത്തുപറയേണ്ട ഒന്നാണ്. 1959-ൽ ബിബിസി അദ്ദേഹത്തോട് വരുംതലമുറകൾക്കുവേണ്ടി എന്ത് ഉപദേശമാണ് നല്കാനുള്ളതെന്ന് ചോദിച്ചപ്പോൾ, അതിന് അദ്ദേഹം ഇങ്ങനെ മറുപടി പറഞ്ഞു:

> നിങ്ങൾ ഏതെങ്കിലും ഒരു കാര്യം പഠിക്കുകയോ അല്ലെങ്കിൽ ഒരു തത്വശാസ്ത്രം പരിഗണിക്കുകയോ ചെയ്യുമ്പോൾ അതിലെ വസ്തുതകൾ എന്താണെന്നും ആ വസ്തുതകൾ തരുന്ന സത്യങ്ങളെന്താണെന്നും സ്വയം ചോദിച്ചു നോക്കുക. ഒരിക്കലും തന്നെ നിങ്ങൾ വിശ്വസിക്കാനാഗ്രഹിക്കുന്ന കാര്യമോ അല്ലെങ്കിൽ അങ്ങനെ വിശ്വസിച്ചാൽ ഗുണപരമായ സാമൂഹ്യപ്രഭാവം ഉണ്ടാവുമെന്ന് നിങ്ങൾ കരുതുന്ന കാര്യമോ നിങ്ങളുടെ ശ്രദ്ധ തിരിക്കാൻ അനുവദിക്കരുത്, മറിച്ച് വസ്തുതകളിൽ മാത്രം ശ്രദ്ധ കേന്ദ്രീകരിക്കണം.

ഈ വാക്കുകൾ എന്നിൽ വലിയ പ്രഭാവം ചെലുത്തി. ഞാൻ ദൈവത്തിലുള്ള വിശ്വാസം ചോദ്യം ചെയ്യാൻ തുടങ്ങിയ ഘട്ടത്തിലാണ് ഇത് ഞാൻ കേട്ടത്. ഒരു മതപ്രഭാഷകന്റെ മകനും ഒരു ക്രിസ്ത്യൻ വിശ്വാസിസമൂഹത്തിലെ അംഗവുമായ എനിക്കുണ്ടായ ചോദന എന്റെ സംശയങ്ങളെയെല്ലാം കാറ്റിൽ പറത്താനായിരുന്നു. എനിക്ക് വേണ്ടതെന്തെന്ന് എനിക്ക് അറിയാമായിരുന്നു: മരണാനന്തര ജീവിതം വേണം, കാരണം ഇഹലോകത്ത് ചെയ്ത തെറ്റുകളെയെല്ലാം പരലോകത്തുവച്ച് തിരുത്തേണ്ടതുണ്ട്, മാത്രവുമല്ല, നമ്മൾ പ്രപഞ്ചത്തിലെ ഈ പാറക്കെട്ടിൽ ഒറ്റയ്ക്കായി പോവുകയുമരുത്.

എന്നാൽ, ആ നിമിഷം മുതൽ എന്നെ വേട്ടയാടാൻ തുടങ്ങിയത് റസ്സലിന്റെ മുന്നറിയിപ്പായിരുന്നു: 'ഒരിക്കലും തന്നെ നിങ്ങൾ വിശ്വസിക്കാൻ ആഗ്രഹിക്കുന്ന കാര്യം നിങ്ങളുടെ ശ്രദ്ധതിരിക്കാൻ അനുവദിക്കരുത്.'

ഈ പുസ്തകം എഴുതുമ്പോൾ എന്നാൽ കഴിയുന്നയത്ര കാര്യങ്ങൾ ഞാൻ ചെയ്തിട്ടുണ്ട്.

റസ്സലിന്റെ ഉപദേശം പിന്തുടരുന്നതിൽ ഞാൻ വിജയിച്ചുവോ? ഉണ്ടെന്ന് ഞാൻ കരുതുന്നു. എന്നാൽ അതേസമയം എനിക്ക് എന്റേതായ സംശയങ്ങളുണ്ട്. എന്നെ ശരിയായ പാതയിൽ നിലനിർത്താൻ വിമർശകരായ വായനക്കാരുടെ സഹായം ആവശ്യമാണെന്ന് എനിക്കറിയാം. പക്ഷേ, റസ്സലിനെത്തന്നെ ഉദ്ധരിച്ച് പറയുകയാണെങ്കിൽ, 'നമ്മുടെ വിശ്വാസങ്ങൾ ഒന്നുംതന്നെ പൂർണ്ണമായും സത്യമല്ല; എല്ലാറ്റിലും തന്നെ വ്യക്തതയില്ലായ്മയുടെയും പിഴവുകളുടെയും ഒരിത്തിരി നിഴലും വെളിച്ചവുമെങ്കിലും കൂടിക്കലർന്ന് കിടക്കുന്നുണ്ട്.' അതിനാൽ സത്യത്തോട് പരമാവധി അടുത്തെത്താൻ നമ്മൾ ലക്ഷ്യംവയ്ക്കുകയാണെങ്കിൽ നമ്മൾ നിശ്ചിതത്വത്തെ മാറ്റിനിർത്തുകയും ഓരോ ചുവടിലും നമ്മളെ തന്നെ ചോദ്യം ചെയ്തുകൊണ്ടിരിക്കുകയും വേണം. ഈ സമീപനത്തെ റസ്സൽ 'സംശയിക്കാനുള്ള ഇച്ഛാശക്തി' എന്നാണ് വിളിച്ചത്. ഈ ബ്രിട്ടീഷ് ചിന്തകനെക്കുറിച്ച് മനസ്സിലാക്കി ഏറെ വർഷങ്ങൾക്കുശേഷം മാത്രമാണ് അദ്ദേഹത്തിന്റെ ഈ ചൊല്ലിൽ ഒരു റഫറൻസ് ഉണ്ടെന്ന് ഞാൻ കണ്ടെത്തിയത്. 'സംശയിക്കാനുള്ള ഇച്ഛാശക്തി' എന്ന പ്രയോഗം അദ്ദേഹം രൂപപ്പെടുത്തിയത് മറ്റൊരു ദാർശനികനും അമേരിക്കക്കാരനുമായ വില്യം ജെയിംസിന് (1842–1910) എതിരേ തന്നെ പ്രതിഷ്ഠിക്കാനായിരുന്നു.

ഇദ്ദേഹത്തെക്കുറിച്ചാണ് ഞാനിപ്പോൾ പറയാൻ പോകുന്നത്. തിയോഡർ റൂസ്‌വെൽറ്റ്, ഗർട്രൂഡ് സ്റ്റെയിൻ, ഡബ്ല്യു.ഇ.ബി. ഡ്യൂ ബോയ്സ് തുടങ്ങി അമേരിക്കൻ ചരിത്രത്തിലെ പല ദീപസ്തംഭങ്ങളുടെയും മാർഗ്ഗദർശിയായിരുന്നു വില്യം ജെയിംസ്. നിരവധിപേർക്ക് പ്രിയങ്കരമായ ഒരു വ്യക്തിത്വമായിരുന്നു അദ്ദേഹം. അദ്ദേഹത്തെ നേരിൽക്കണ്ട റസ്സലിന്റെ അഭിപ്രായത്തിൽ ജെയിംസ് 'മാനുഷികമായ ദയാവായ്പിന്റെ ഊഷ്മളത നിറഞ്ഞു നിന്ന' വ്യക്തിയായിരുന്നു.

എന്നിട്ടും ജെയിംസിന്റെ ആശയങ്ങൾ റസ്സലിനെ അത്രയൊന്നും ഭ്രമിപ്പിച്ചില്ല. 1896-ൽ അദ്ദേഹം നടത്തിയ ഒരു പ്രഭാഷണം സംശയിക്കാനുള്ള ഇച്ഛാശക്തിയെക്കുറിച്ചായിരുന്നില്ല. മറിച്ച് 'വിശ്വസിക്കാനുള്ള ഇച്ഛാശക്തി'യെക്കുറിച്ചായിരുന്നു. ജെയിംസ് വ്യക്തമായി പറഞ്ഞത് ചില കാര്യങ്ങൾ വിശ്വാസ

ത്തിലെടുക്കണം എന്നായിരുന്നു, അവ സത്യമാണെന്ന് നമുക്ക് തെളിയിക്കാനായില്ലെങ്കിൽ പോലും.

സൗഹൃദം തന്നെയെടുക്കുക. നിങ്ങൾ എല്ലായ്പ്പോഴും മറ്റുള്ളവരെ സംശയിച്ചുകൊണ്ടേയിരിക്കുകയാണെങ്കിൽ തീർച്ചയായും മറ്റുള്ളവർക്ക് നിങ്ങളോട് ഇഷ്ടക്കേട് തോന്നുംവിധത്തിലായിരിക്കും നിങ്ങളുടെ പെരുമാറ്റം. സൗഹൃദം, സ്നേഹം, വിശ്വാസം, കൂറ് എന്നിവയൊക്കെ സത്യമാവുന്നത് നമ്മൾ അതിൽ വിശ്വസിക്കുന്നതുകൊണ്ടാണ്. ഒരാളുടെ വിശ്വാസം തെറ്റായിയെന്നും വരാം എന്ന് സമ്മതിച്ച ജയിംസ് വാദിച്ചത് 'ഭയത്തിലൂടെയുള്ള വഞ്ചനയേക്കാളും' നല്ലത് 'പ്രതീക്ഷയിലൂടെയുള്ള വഞ്ചനയാണ്' എന്നാണ്.

റസ്സൽ ഇത്തരം മാനസികാഭ്യാസങ്ങൾക്ക് പിറകെ പോയില്ല. ജയിംസ് എന്ന വ്യക്തിയെ അദ്ദേഹം എത്രമാത്രം ഇഷ്ടപ്പെട്ടുവോ, അത്രയുംതന്നെ അദ്ദേഹം ജയിംസിന്റെ ദർശനങ്ങളുമായി വിയോജിച്ചു. സത്യം എന്നത് നിങ്ങളുടെ സങ്കല്പത്തിലൂടെ ആഗ്രഹസമ്പൂർത്തി നേടുന്ന കാര്യങ്ങളുമായല്ല ഇടപെടുന്നത്. കുറേക്കാലം എന്റെ മുദ്രാവാക്യവും ഇത് തന്നെയായിരുന്നു - സംശയത്തെത്തന്നെ ഞാൻ സംശയിക്കാൻ തുടങ്ങുന്നതുവരേക്കും.

2

1963, റസ്സലിന്റെ ബിബിസി അഭിമുഖം വന്ന് നാല് വർഷത്തിനുശേഷം.

കാംബ്രിഡ്ജിലെ മസാച്ചുസെറ്റ്സിൽ യുവ മനഃശാസ്ത്രജ്ഞനായ ബോബ് റോസെന്താൾ തന്റെ ഹാർവാഡ് സർവകലാശാലാ ലാബിൽ ഒരു ചെറിയ പരീക്ഷണം നടത്താൻ തീരുമാനിച്ചു. രണ്ട് എലിക്കൂടുകൾവച്ച് അവയിൽ ഒന്നിനരികിൽ പ്രത്യേക പരിശീലനം സിദ്ധിച്ച ബുദ്ധികൂർമ്മതയുള്ള മൂഷികരാണ് ആ കൂട്ടിലുള്ളതെന്നും രണ്ടാമത്തേതിൽ ബുദ്ധി കുറഞ്ഞ ഇനമാണുള്ളതെന്നും അദ്ദേഹം എഴുതിവച്ചു.

അന്ന് വൈകിട്ട് റോസെന്താൾ തന്റെ ശിഷ്യരോട് ഈ എലികളെ ഒരു ദുർഘടമാർഗ്ഗത്തിലൂടെ കടത്തിവിടാനും അതിൽനിന്ന് പുറത്ത് കടക്കാൻ അവ എത്രസമയം എടുക്കുന്നുവെന്ന് രേഖപ്പെടുത്താനും പറഞ്ഞു. എന്നാൽ ഒരു കാര്യം മാത്രം അദ്ദേഹം അവരോട് പറഞ്ഞിരുന്നില്ല. ഈ മൂഷികരൊന്നും തന്നെ എന്തെങ്കിലും സവിശേഷതയുള്ളവ ആയിരുന്നില്ല. അവയെല്ലാം തീർത്തും സാധാരണ പരീക്ഷണശാലയിൽ ഉപയോഗിക്കുന്ന എലികളായിരുന്നു.

എന്നാൽ വിചിത്രമായൊരു കാര്യം സംഭവിച്ചു. ബുദ്ധികൂർമ്മതയുള്ളവയാണെന്ന് വിദ്യാർത്ഥികൾ വിശ്വസിച്ച എലികൾ വാസ്തവത്തിൽ മികച്ച രീതിയിലുള്ള പ്രകടനം കാഴ്ചവയ്ക്കുകയും വേഗം പുറത്തുകടക്കുകയും ചെയ്തു. അതൊരു മാന്ത്രികവിദ്യ പോലെയായിരുന്നു. 'ബുദ്ധികൂർമ്മതയുള്ള' എലികൾ, വാസ്തവത്തിൽ 'ബുദ്ധികൂർമ്മതയില്ലാത്ത' എലികളിൽനിന്നും ഒട്ടും വ്യത്യസ്തമായിരുന്നില്ലെങ്കിലും അവയുടെ പ്രകടനം ഇരട്ടി വേഗതയിലായിരുന്നു.

റോസെന്താൾ പറഞ്ഞത് ആദ്യമൊന്നും ആരും വിശ്വസിച്ചില്ല. 'ഈ കണ്ടെത്തൽ എവിടെയെങ്കിലും പ്രസിദ്ധീകരിക്കാൻ പോലും എനിക്ക് പ്രശ്നമായി,'

അദ്ദേഹം ദശാബ്ദങ്ങൾക്കുശേഷം വെളിപ്പെടുത്തി. അദ്ദേഹത്തിനുപോലും ഇതിന് പിന്നിൽ ദുരൂഹമായ ഒരു ശക്തിയും പ്രവർത്തിച്ചിട്ടില്ലെന്നും, കൃത്യമായി യുക്തിഭദ്രമായ ഒരു വിശദീകരണം ഇതിനുണ്ടെന്നും വിശ്വസിക്കാൻ ആദ്യമൊക്കെ ബുദ്ധിമുട്ടുണ്ടായിരുന്നു. റോസെന്താൾ തിരിച്ചറിഞ്ഞ ഒരു കാര്യം, തന്റെ ശിഷ്യർ 'ബുദ്ധിശാലികളായ' എലികളെ, അതായത് അവർക്ക് കൂടുതൽ പ്രതീക്ഷയുള്ളവയെ, കൂടുതൽ ഊഷ്മളമായും സൗമ്യമായുമാണ് കൈകാര്യം ചെയ്തത് എന്നാണ്. ഈ പരിചരണം എലികളുടെ പെരുമാറ്റ രീതിയിൽ മാറ്റംവരുത്തുകയും അത് അവരുടെ പ്രകടനം മെച്ചപ്പെടുത്തുകയും ചെയ്തു.

തന്റെ ഈ പരീക്ഷണത്തിന്റെ അടിസ്ഥാനത്തിൽ റോസെന്താളിന്റെ മനസ്സിൽ വിപ്ലവകരമായൊരു ആശയം വേരോടി; അദൃശ്യമാണെങ്കിലും അടിസ്ഥാനപരമായ ശക്തി താൻ കണ്ടെത്തിയിരിക്കുന്നു എന്നതാണത്. 'എലികളിൽ പ്രതീക്ഷവെച്ചു പുലർത്തുമ്പോൾ അവ കൂടുതൽ മിടുക്കരാവാമെങ്കിൽ കുട്ടികളുടെ കാര്യത്തിൽ അവരുടെ അധ്യാപകർ ഇതേ പ്രതീക്ഷ പ്രകടിപ്പിച്ചാൽ അവർ കൂടുതൽ മിടുക്കരാവുമെന്ന കാര്യത്തിൽ അസ്വാഭാവികതയൊന്നും തോന്നേണ്ടതില്ല,' എന്ന് *അമേരിക്കൻ സയന്റിസ്റ്റ്* എന്ന മാഗസിനിൽ അദ്ദേഹം എഴുതി.

ഏതാനും ആഴ്ചകൾക്കുശേഷം ആ മനഃശാസ്ത്രജ്ഞനൊരു കത്ത് ലഭിച്ചു. റോസെന്താളിന്റെ ലേഖനം വായിച്ച്, സാൻഫ്രാൻസിസ്കോയിലെ സ്പ്രൂസ് എലിമെന്ററി സ്കൂളിലെ പ്രിൻസിപ്പൽ, തള്ളിക്കളയാനാവാത്ത ഒരു വാഗ്ദാനം മുന്നോട്ടുവച്ച് എഴുതിയൊരു കത്തായിരുന്നു അത്. 'എനിക്ക് ഈ വിഷയത്തിൽ താങ്കളെ സഹായിക്കാനാവുമോയെന്ന് എന്നെ ദയവായി അറിയിക്കുക,' എന്ന് അവർ എഴുതി. റോസെന്താളിന് രണ്ടുവട്ടം ചിന്തിക്കേണ്ട ആവശ്യമുണ്ടായിരുന്നില്ല. അദ്ദേഹം ഉടൻതന്നെ ഒരു പുതിയ പരീക്ഷണം രൂപകല്പന ചെയ്യാൻ തുടങ്ങി. ഇത്തവണ അദ്ദേഹത്തിന്റെ പരീക്ഷണ വസ്തുക്കൾ പരീക്ഷണശാലയിലെ എലികളായിരുന്നില്ല, മറിച്ച് കുട്ടികളായിരുന്നു.

പുതിയ അധ്യയനവർഷം ആരംഭിച്ചപ്പോൾ, സ്പ്രൂസ് എലിമെന്ററി സ്കൂളിലെ അധ്യാപകർ, ഡോ. റോസെന്താൾ എന്നൊരു പ്രമുഖ ശാസ്ത്രജ്ഞൻ തങ്ങളുടെ വിദ്യാർത്ഥികളിൽ ഒരു പരീക്ഷണം നടത്താൻ പോകുന്നു എന്നറിഞ്ഞു. 'ടെസ്റ്റ് ഓഫ് ഇൻഫ്ളക്റ്റഡ് അക്വിസിഷൻ' എന്ന ഈ പരീക്ഷണം സ്കൂളിൽ ആ വർഷം ഏറ്റവും മികച്ച മുന്നേറ്റം നടത്തുന്ന കുട്ടികളെ കണ്ടെത്തും എന്നായിരുന്നു അത്.

വാസ്തവത്തിൽ അത് തീർത്തും സാധാരണമായ ഒരു ഐക്യു പരീക്ഷണം മാത്രമായിരുന്നു. സ്കോറുകൾ പൂർത്തീകരിച്ചശേഷം റോസെന്താളും സംഘവും കുട്ടികളെ എല്ലാവരേയും മാറ്റി നിർത്തി. എന്നിട്ട് 'ഏറ്റവും ബുദ്ധിശക്തിയുള്ള' കുട്ടികൾ ആരൊക്കെയാണെന്ന് അധ്യാപകരോട് പറയുന്നതിനുവേണ്ടി അവർ നാണയം ടോസ് ചെയ്തു. എന്നാൽ ഇവർ കുട്ടികളോട് ഒന്നുംതന്നെ പറഞ്ഞതുമില്ല.

തീർച്ചയായും, പ്രതീക്ഷാശക്തി വേഗം തന്നെ അതിന്റെ മാന്ത്രിക പ്രവർത്തനം കാഴ്ചവയ്ക്കാൻ തുടങ്ങി. അധ്യാപകർ 'മിടുക്കരായ' വിദ്യാർത്ഥി

കൾക്കുമേൽ കൂടുതൽ ശ്രദ്ധ ചെലുത്താൻ തുടങ്ങുകയും അവരെ കൂടുതൽ പ്രോത്സാഹിപ്പിക്കാനും പ്രകീർത്തിക്കാനും തുടങ്ങുകയും അതുവഴി ഈ കുട്ടികൾ തങ്ങളെത്തന്നെ നോക്കിക്കണ്ടിരുന്ന രീതി മാറുകയും ചെയ്തു. ഇതിന്റെ പ്രഭാവം ഏറ്റവും ദൃശ്യമായത് ചെറിയ കുട്ടികളിലായിരുന്നു. ഒരൊറ്റ വർഷം കൊണ്ട് തന്നെ അവരുടെ ഐക്യു സ്കോർ ശരാശരി 27 പോയന്റ് വർധിക്കുകയുണ്ടായി. ഏറ്റവുമധികം നേട്ടമുണ്ടാക്കിയത് കാഴ്ചയിൽ ലാറ്റിനോകൾ എന്നു തോന്നിപ്പിക്കുന്ന ആൺകുട്ടികളായിരുന്നു. കാലിഫോർണിയയിൽ, ഏറെയൊന്നും പ്രതീക്ഷവച്ചുപുലർത്താത്ത തരം വിഭാഗക്കാരാണിവർ.

റോസെന്താൾ തന്റെ ഈ കണ്ടെത്തലിനെ പിഗ്മാലിയൻ പ്രഭാവം എന്ന് പേരിട്ടു. താൻ കൊത്തിയുണ്ടാക്കിയ ശില്പങ്ങളിലൊന്നിനോട് പിഗ്മാലിയൻ എന്ന പുരാണകഥകളിലെ ശില്പിക്ക് അദമ്യമായ പ്രണയം തോന്നുകയും ദൈവങ്ങൾ ആ ശില്പത്തിന് ജീവൻ കൊടുക്കുകയും ചെയ്തു എന്നാണ് കഥ. നമ്മൾ ഒരു വിശ്വാസത്തിൽ ഏറെ അർപ്പണമനോഭാവം കാണിച്ചാൽ, അത് വാസ്തവമായാലും സാങ്കല്പികമായാലും, യാഥാർത്ഥ്യമായി തീരുമെന്നും അത് ലോകത്തിൽ യഥാർത്ഥ മാറ്റം ഉണ്ടാക്കുമെന്നും ആണ് ഇത് കൊണ്ടുദ്ദേശിക്കുന്നത്. ഈ പിഗ്മാലിയൻ പ്രഭാവം ഞാൻ ഒന്നാം അധ്യായത്തിൽ ചർച്ച ചെയ്ത പ്ലാസെബൊ പ്രഭാവം പോലെയാണ്, എന്നാൽ അവനവന് ഗുണം ചെയ്യുന്നതിനുപകരം മറ്റുള്ളവർക്ക് ഗുണം ചെയ്യുന്ന വിശ്വാസമാണ് ഇവ എന്നുമാത്രം.

ആദ്യം ഞാൻ കരുതിയത്, 1960-കളിലെ സംവേദനചതുരമായ പരീക്ഷണങ്ങൾ പോലെതന്നെ, ഇത്രയും പഴയൊരു പഠനത്തെ എല്ലാവരും തള്ളിക്കളഞ്ഞു കാണും എന്നാണ്.

എന്നാൽ അങ്ങനെയല്ല. അമ്പത് വർഷങ്ങൾക്കിപ്പുറവും മനഃശാസ്ത്ര ഗവേഷണത്തിലെ ഒരു സുപ്രധാന കണ്ടെത്തലായി പിഗ്മാലിയൻ പ്രഭാവം നിലകൊള്ളുന്നു. സൈന്യങ്ങളിലും സർവകലാശാലകളിലും കോടതി മുറികളിലും നഴ്സിങ് ഹോമുകളിലും സ്ഥാപനങ്ങളിലുമടക്കം നൂറുകണക്കിന് പഠനങ്ങളിലാണ് ഇത് പരീക്ഷിച്ചിട്ടുള്ളത്. റോസെന്താൾ ആദ്യം കരുതിയതുപോലെ ഇതിന്റെ പ്രഭാവം അത്രയ്ക്കൊന്നും ശക്തമല്ല, പ്രത്യകിച്ചും ബുദ്ധിശക്തി പരീക്ഷണത്തിൽ കുട്ടികളുടെ പ്രകടനം വരുമ്പോൾ. എന്നിരുന്നാലും 2005-ൽ നടത്തിയ ഒരു വിമർശനാത്മക പുനരവലോകനത്തിൽ എത്തിച്ചേർന്ന നിഗമനം 'നമുക്ക് ചുറ്റും ധാരാളമായി കാണുന്ന സ്വാഭാവികമായ തെളിവുകളും പരീക്ഷണത്തിൽനിന്ന് ലഭിച്ച തെളിവുകളും കാണിക്കുന്നത് അധ്യാപകരുടെ പ്രതീക്ഷ തീർച്ചയായും വിദ്യാർത്ഥികളെ സ്വാധീനിക്കുന്നു എന്നാണ് - ചിലപ്പോഴെങ്കിലും.' ഉയർന്ന പ്രതീക്ഷ ശക്തമായൊരു ഉപകരണമായി വർത്തിക്കാം. മാനേജർമാർ അതെടുത്തു വീശുമ്പോൾ ജീവനക്കാർ മെച്ചപ്പെട്ട പ്രകടനം കാഴ്ചവയ്ക്കുന്നു. ഓഫീസർമാർ അതെടുത്ത് വീശുമ്പോൾ സൈനികർ അതിശക്തമായി പോരാടുന്നു. നഴ്സുമാർ വീശുമ്പോൾ രോഗികൾ കൂടുതൽ വേഗത്തിൽ രോഗമുക്തി നേടുന്നു.

ഇങ്ങനെയൊക്കെയാണെങ്കിലും, റോസെന്താളിന്റെ ഈ കണ്ടെത്തൽ അദ്ദേഹവും സംഘാംഗങ്ങളും പ്രതീക്ഷിച്ച വിപ്ലവമൊന്നും സൃഷ്ടിച്ചില്ല.

'പിഗ്മാലിയൻ പ്രഭാവം വേണ്ടത്ര പ്രയോഗിക്കപ്പെടാതെ പോയ ഒരു മഹത്തായ ശാസ്ത്രമാണ്,' ഇസ്രായേലി മനഃശാസ്ത്രജ്ഞനായ ഡോവ് ഏഡൻ ഒരിക്കൽ വിഷമത്തോടെ പറഞ്ഞു. 'അത് ലോകത്ത് ഉണ്ടാക്കേണ്ടിയിരുന്ന മാറ്റം ഉണ്ടാക്കിയില്ല, ഇത് തീർത്തും നിരാശാജനകമാണ്.'

ഇവിടെ ചില മോശം വാർത്തകൾ കൂടി പങ്കുവയ്ക്കാനുണ്ട്. ഗുണപരമായ പ്രതീക്ഷകൾ വലിയ പ്രഭാവം സൃഷ്ടിക്കുന്നതുപോലെ തന്നെ പേടിസ്വപ്നങ്ങളും സത്യമായി ഭവിക്കാം. പിഗ്മാലിയൻ പ്രഭാവത്തിന്റെ മറുവശമായ ഇത് ഗോളെം പ്രഭാവം എന്നറിയപ്പെടുന്നു. പ്രേഗിലെ ജനതയെ സംരക്ഷിക്കുന്നതിനായി നിലകൊള്ളേണ്ട ഒരു ജീവി ഒരു രാക്ഷസനായി മാറിയ ജ്യൂയിഷ് പുരാവൃത്തത്തിൽ നിന്നാണ് ഈ പേര് ഉരുത്തിരിഞ്ഞത്. പിഗ്മാലിയൻ പ്രഭാവംപോലെതന്നെ ഗോളെം പ്രഭാവവും സർവ്വവ്യാപകമാണ്. ഒരാളിൽ നമുക്ക് മോശം പ്രതീക്ഷകളാണുള്ളതെങ്കിൽ നമ്മൾ അയാളെ അത്രയൊന്നും ശ്രദ്ധിക്കില്ല. നമ്മൾ അവരിൽനിന്ന് മാറിനില്ക്കും. നമ്മൾ അവരോട് അത്രയ്ക്കൊന്നും പുഞ്ചിരിക്കില്ല. ചുരുക്കത്തിൽ, റോസെന്താളിന്റെ വിദ്യാർത്ഥികൾ 'മൂഢരായ' എലികളെ ദുർഘടമാർഗ്ഗത്തിലൂടെ കടത്തിവിടുമ്പോൾ ചെയ്ത അതേകാര്യം തന്നെയാണ് നമ്മളും ചെയ്യുന്നത്.

ഗോളേം പ്രഭാവത്തെക്കുറിച്ച് വളരെ അപൂർവ്വം ഗവേഷണങ്ങൾ മാത്രമേ നടന്നിട്ടുള്ളു. ആളുകളെ മോശം പ്രതീക്ഷകൾക്ക് വിധേയമാക്കുന്നതിനെതിരേയുള്ള നൈതികമായ എതിർപ്പുകൾവച്ച് നോക്കുമ്പോൾ ഇതൊട്ടും അത്ഭുതകരമല്ലതാനും. എന്നാൽ നമുക്കറിയുന്ന കാര്യം ഞെട്ടിക്കുന്നതാണ്. 1939-ൽ, മനഃശാസ്ത്രജ്ഞനായ വെന്റൽ ജോൺസൺ അയോവയിലെ ഡാവൻപോർട്ടിൽ നടത്തിയ ഒരു പരീക്ഷണം തന്നെയെടുക്കുക. അദ്ദേഹം 20 അനാഥരെ രണ്ട് ഗ്രൂപ്പുകളായി തിരിച്ചു. അതിലൊരു സംഘത്തോട് അവർ മികച്ച രീതിയിൽ സംസാരിക്കുന്നവരാണെന്നും രണ്ടാമത്തെ സംഘത്തോട് അവർ വിക്കുള്ളവരാകാൻ വിധിക്കപ്പെട്ടവരാണെന്നും പറഞ്ഞു. 'ദ മോൺസ്റ്റർ സ്റ്റഡി' എന്ന പേരിൽ ഇപ്പോൾ ഏറെ കുപ്രശസ്തമായി കഴിഞ്ഞ ഈ പരീക്ഷണം ഒരുപാടുപേരെ ജീവിതകാലം മുഴുവൻ സംസാരത്തിൽ പ്രശ്നമുള്ളവരാക്കി മാറ്റി.

ഗോളെം പ്രഭാവം ഒരുതരത്തിൽ ഒരു നോസെബൊ ആണ്: മോശം വിദ്യാർത്ഥികളെ കൂടുതൽ മോശമാക്കുകയും ഭവനരഹിതരുടെ പ്രതീക്ഷ തകർക്കുകയും ഒറ്റപ്പെട്ട കൗമാരക്കാരെ തീവ്രവാദികളാക്കി മാറ്റുകയും ചെയ്യുന്ന ഒരു നോസെബൊ. വംശീയതയ്ക്ക് പിന്നിലുള്ള പ്രബലമായൊരു സംവിധാനമാണിത്. കാരണം നിങ്ങളിൽ പ്രതീക്ഷ കുറയ്ക്കുമ്പോൾ നിങ്ങൾക്ക് മികച്ച രീതിയിൽ പ്രകടനം നടത്താനാവാതെ പോവുകയും അത് മറ്റുള്ളവർക്ക് നിങ്ങളിലുള്ള പ്രതീക്ഷ വീണ്ടും കുറയ്ക്കുകയും, അതിന്റെ ഫലമായി നിങ്ങളുടെ പ്രകടനം കൂടുതൽ മോശമാവുകയും ചെയ്യുന്നു. ഗോളെം പ്രഭാവവും അതുമൂലമുണ്ടാകുന്ന മോശം പ്രതീക്ഷകളുടെ ദൂഷിതവലയവും ഒരു സ്ഥാപനത്തെ തന്നെ മൊത്തത്തിൽ തകർക്കാൻ പര്യാപ്തമാണ് എന്ന് കാണിക്കുന്ന തെളിവുകൾ ധാരാളമുണ്ട്.

3

പിഗ്മാലിയൻ, ഗോളെം പ്രഭാവങ്ങൾ ലോകത്തിന്റെ ഊടിലും പാവിലും നെയ്തു ചേർക്കപ്പെട്ടിരിക്കുന്നു. ഓരോ ദിവസവും നമ്മൾ പരസ്പരം മിടുക്കരാക്കുകയോ വിഡ്ഢികളാക്കുകയോ ചെയ്യുന്നു, കരുത്തരാക്കുകയോ ദുർബലരാക്കുകയോ ചെയ്യുന്നു, വേഗതയേറിയവരാക്കുകയോ മന്ദഗാമികളാക്കുകയോ ചെയ്യുന്നു. നമ്മുടെ നോട്ടങ്ങളിലൂടെയും ശരീരഭാഷയിലൂടെയും ശബ്ദത്തിലൂടെയും നമ്മുടെ പ്രതീക്ഷകൾ മറ്റുള്ളവർ അറിയുന്നത് തടയാൻ കഴിയില്ല. നിങ്ങളെക്കുറിച്ച് എനിക്കുള്ള പ്രതീക്ഷ നിങ്ങളോടുള്ള എന്റെ സമീപനത്തെ നിർവ്വചിക്കുന്നു. മാത്രവുമല്ല, നിങ്ങളോടുള്ള എന്റെ സമീപനം നിങ്ങളുടെ പ്രതീക്ഷകളെ സ്വാധീനിക്കുകയും അതുവഴി നിങ്ങൾക്ക് എന്നോടുള്ള സമീപനത്തെ സ്വാധീനിക്കുകയും ചെയ്യുന്നു.

ഇക്കാര്യം നിങ്ങൾ ചിന്തിച്ചു നോക്കുകയാണെങ്കിൽ മനുഷ്യാവസ്ഥയുടെ ഉൾക്കാമ്പിൽ തൊടുന്ന ഒരു കാര്യമാണിത്. ഹോമോ പപ്പി ഒരു ആന്റിന പോലെയാണ്, നിരന്തരം മറ്റുള്ളവർക്കുനേരെ തിരിച്ചുവച്ചിരിക്കുന്ന ഒരു ആന്റിന. ആരുടെയെങ്കിലും വിരലുകൾ വാതിലടയ്ക്കുമ്പോൾ കുടുങ്ങിയാൽ നിങ്ങൾ പെട്ടെന്ന് ഞെട്ടുന്നു. ഒരു ഞാണിന്മേൽ കളിക്കാരൻ നേരിയ കമ്പിയിലൂടെ പതിയെ നടക്കുമ്പോൾ നിങ്ങളുടെ വയറിൽ ഒരു ആന്തലുണ്ടാവുന്നു. ആരെങ്കിലും കോട്ടുവായ് ഇടുമ്പോൾ നിങ്ങൾക്കും കോട്ടുവായ് ഇടാതിരിക്കാൻ ആവുന്നില്ല. നമ്മൾ പരസ്പരം പ്രതിഫലിക്കാൻ പറ്റുംവിധത്തിൽ രൂപകല്പന ചെയ്യപ്പെട്ടവരാണ്.

മിക്ക സമയത്തും ഈ ദർപ്പണരീതി വളരെ നന്നായി പ്രവർത്തിക്കും. അത് ഒരു ഡാൻസ് ഫ്ളോറിൽ എല്ലാവരും ഒരുമയോടെ കളിക്കുന്ന സാഹചര്യത്തിലെന്നപോലെ പരസ്പരബന്ധം വളർത്തുകയും നല്ല പ്രതികരണങ്ങൾ സൃഷ്ടിക്കുകയും ചെയ്യുന്നു. മറ്റുള്ളവരെ പ്രതിഫലിപ്പിക്കാനുള്ള നമ്മുടെ ജന്മവാസന ഏറെ നല്ല രീതിയിൽ കാണുന്നതിനുള്ള കാരണവും ചുരുക്കം പറഞ്ഞാൽ ഇതുതന്നെയാണ്. എന്നാൽ ഈ ജന്മവാസന രണ്ടു തരത്തിൽ പ്രവർത്തിക്കുന്നു. വെറുപ്പ്, അസൂയ, അത്യാർത്തി തുടങ്ങിയ മോശം വികാരങ്ങളെയും നമ്മൾ പ്രതിഫലിപ്പിക്കുന്നുണ്ട്. നമ്മൾ പരസ്പരം മോശമായ ആശയങ്ങൾ - നമുക്ക് ചുറ്റുമുള്ളവർ അത്തരം ആശയങ്ങളാണ് വച്ചുപുലർത്തുന്നത് എന്ന ധാരണയിൽ - സ്വീകരിക്കാൻ തുടങ്ങിയാൽ അതിന്റെ ഫലം തീർത്തും വിനാശകരമായിരിക്കും.

സാമ്പത്തിക കുമിളകളുടെ കാര്യം തന്നെയെടുക്കുക. 1936-ൽ ബ്രിട്ടീഷ് സാമ്പത്തിക ശാസ്ത്രജ്ഞനായ ജോൺ മെയ്നാർഡ് കെയിൻസ് എത്തിച്ചേർന്ന നിഗമനം സാമ്പത്തിക വിപണികളും സൗന്ദര്യമത്സരങ്ങളും തമ്മിൽ ഏറെ സാമ്യമുണ്ട് എന്നായിരുന്നു. നിങ്ങൾക്കു മുന്നിൽ നൂറ് മത്സരാർത്ഥികളുണ്ട് എന്ന് സങ്കല്പിക്കുക, എന്നാൽ നിങ്ങൾക്ക് ഏറ്റവും മികച്ചതെന്ന് തോന്നുന്ന മത്സരാർത്ഥിയെ തെരഞ്ഞെടുക്കുന്നതിനുപകരം മറ്റുള്ളവർ ആരെയാണ് തെരഞ്ഞെടുക്കുക എന്ന് നിങ്ങൾ സൂചിപ്പിക്കണം എന്നും കരുതുക. ഇത്തരമൊരു സാഹചര്യത്തിൽ മറ്റുള്ളവർ എങ്ങനെ ചിന്തിക്കും എന്ന് ഊഹിക്കാനാണ് നമ്മൾ ശ്രമിക്കുക. അതുപോലെ തന്നെ, ഒരു ഓഹരിയുടെ മൂല്യം ഉണരുമെന്നാണ് എല്ലാവരും ചിന്തിക്കുന്നതെന്ന് ഓരോരുത്തരും

കരുതാൻ തുടങ്ങിയാൽ സ്വാഭാവികമായും ഓഹരിമൂല്യം ഉയരും. ഇത് അങ്ങനെ കുറേക്കാലം മുന്നോട്ടു പോയെന്നുവരാം. എന്നാൽ ആത്യന്തികമായി കുമിള പൊട്ടുക തന്നെ ചെയ്യും. ഉദാഹരണത്തിന് 1637 ജനുവരിയിൽ ട്യൂളിപ്പ് ഭ്രാന്ത് ഹോളണ്ടിനെ പിടികൂടിയപ്പോൾ സംഭവിച്ചത് ഇതാണ്. ഏതാനും ദിവസങ്ങൾക്കുള്ളിൽ ഒരു കാശിനും കൊള്ളാതായി മാറുന്ന ഒരു ട്യൂളിപ്പ് മൊട്ടിന് മികച്ചൊരു തൊഴിലാളിയുടെ വാർഷിക വേതനത്തിന്റെ പത്തിരട്ടിയിലധികം വില വന്നു.

സാമ്പത്തിക ലോകത്ത് ഇത്തരം കുമിളകൾ ഒറ്റപ്പെട്ട സംഭവങ്ങളല്ല. അത് എല്ലായിടത്തുമുണ്ട്. ഡ്യൂക്ക് സർവ്വകലാശാലയിലെ മനഃശാസ്ത്രജ്ഞനായ ഡാൻ അറീലി, ഒരു കോളെജ് പ്രഭാഷണത്തിനിടെ, ഇത് സംബന്ധിച്ച് അതിഗംഭീരമായ ഒരു വിശദീകരണം നല്കുകയുണ്ടായി. തന്റെ പഠനശാഖയായ ബിഹേവിയറൽ സാമ്പത്തികശാസ്ത്രം വിശദീകരിക്കുമ്പോൾ തീർത്തും സാങ്കേതികമായ നിർവ്വചനമെന്ന് തോന്നാവുന്ന തരത്തിലുള്ള ഒരു കാര്യം അദ്ദേഹം ക്ലാസിൽ പറഞ്ഞു. വിദ്യാർത്ഥികൾക്ക് തീർത്തും അജ്ഞാതമായ ഈ പദാവലികൾ എല്ലാം തന്നെ കംപ്യൂട്ടറിൽ ഉത്പാദിപ്പിക്കപ്പെട്ടവയായിരുന്നു. അവിടെനിന്നും ഇവിടെനിന്നും തെരഞ്ഞെടുത്ത വാക്കുകളും വാക്യങ്ങളും തുന്നിച്ചേർത്ത് 'ഡയലക്റ്റിക് എനിഗ്മാറ്റിക് തിയറി', 'നിയോഡീകൺസ്ട്രക്ടീവ് റാഷണലിസം' തുടങ്ങിയവയെക്കുറിച്ച് അസ്പഷ്ടമായ കാര്യങ്ങൾ അദ്ദേഹം പറഞ്ഞു.

ലോകത്തിലെ ഏറ്റവും മികച്ച സർവകലാശാലകളിൽ ഒന്നിലുള്ള അറീലിയുടെ വിദ്യാർത്ഥികൾ ഈ ഭാഷാമിശ്രണം ഏറെ ശ്രദ്ധയോടെ കേട്ടിരുന്നു. നിമിഷങ്ങൾ കടന്നുപോയി. ആരുംതന്നെ ഒന്ന് ചിരിച്ചത് പോലുമില്ല. ആരും കൈയുർത്തിയില്ല. തങ്ങൾക്ക് ഒന്നും മനസ്സിലായില്ലെന്ന സൂചനപോലും ആരും നല്കിയില്ല.

'ഇത് നമ്മളെ ഒരു വലിയ ചോദ്യത്തിലേക്ക് എത്തിക്കുന്നു... എന്തുകൊണ്ടാണ് ആരും തന്നെ ഞാൻ എന്ത് #$?@! ആണ് സംസാരിക്കുന്നത് എന്ന് ചോദിക്കാഞ്ഞത്?' അറീലി പറഞ്ഞു നിറുത്തി.

മനഃശാസ്ത്ര വൃത്തങ്ങളിൽ ഈ ക്ലാസിൽ നടന്ന കാര്യം പ്ലൂരലിസ്റ്റിക് ഇഗ്നൊറൻസ് എന്നാണ് അറിയപ്പെടുന്നത്. ഈ പദങ്ങൾ യന്ത്രം സൃഷ്ടിച്ചത് അല്ല കേട്ടോ. വ്യക്തിതലത്തിൽ അറീലിയുടെ വിദ്യാർത്ഥികളിൽ ഓരോരുത്തർക്കും തന്നെ അദ്ദേഹം പറഞ്ഞ കാര്യങ്ങൾ മനസ്സിലാക്കുക അസാധ്യമായിരുന്നു, എന്നാൽ തങ്ങളുടെ സഹപാഠികൾ ഇതെല്ലാം സാകൂതം ശ്രദ്ധിച്ചിരിക്കുന്നത് കണ്ട ഇവർ ഓരോരുത്തരും പ്രശ്നം തങ്ങളാണെന്ന് കരുതി. ('ഡിസ്റപ്റ്റീവ് കോ-ക്രിയേഷൻ ഇൻ ദ നെറ്റ്വർക്ക് സൊസൈറ്റി' തുടങ്ങിയ വിഷയങ്ങളിലുള്ള കോൺഫറൻസുകളിൽ പങ്കെടുത്ത വായനക്കാർക്ക് ഈ പ്രതിഭാസം സുപരിചിതമായിരിക്കുമെന്നതിൽ യാതൊരു സംശയവുമില്ല.)

ഇപ്പറഞ്ഞ സാഹചര്യത്തിൽ ഇതൊരു നിരുപദ്രവകരമായ കാര്യമാണെങ്കിലും പ്ലൂരലിസ്റ്റിക് ഇഗ്നൊറൻസിന്റെ പ്രഭാവം ഏറെ വിനാശകരവും ചിലപ്പോൾ മാരകവുമാകാമെന്ന് ഗവേഷണങ്ങൾ സൂചിപ്പിക്കുന്നു. ബോധം കെടുംവരെ മദ്യപിക്കുന്ന കാര്യം തന്നെയെടുക്കുക. കോളെജ് വിദ്യാർത്ഥികളിൽ ഒരു സർവ്വേ നടത്തുകയാണെങ്കിൽ, മൂക്കറ്റം കുടിച്ച് ബോധം കെട്ടു വീഴുന്നത് തങ്ങൾക്ക് ഇഷ്ടമുള്ള നേരംപോക്കല്ല എന്ന് ഭൂരിഭാഗം വിദ്യാർത്ഥി

കളും പറയും. എന്നാൽ മറ്റു വിദ്യാർത്ഥികൾ മദ്യപാനത്തിന്റെ ആരാധകരാണെന്ന മുൻധാരണയിൽ അവരോടൊപ്പം നില്ക്കുന്നതിനായി കുടിക്കുകയും അവസാനം ഓവുചാലിൽ ഛർദ്ദിച്ച് വീഴുകയും ചെയ്യുന്നു.

നെഗറ്റീവായ ഇത്തരം കാര്യങ്ങൾ ഏറെ ഗുരുതരമായ, ദുഷിച്ച സാമൂഹ്യ ദുഷ്കൃത്യങ്ങളായ വംശീയത, കൂട്ടബലാത്സംഗം, ദുരഭിമാനക്കൊല, ഭീകരവാദസംഘങ്ങൾക്കും ഏകാധിപത്യഭരണകൂടങ്ങൾക്കും നല്കുന്ന പിന്തുണ, എന്തിനധികം, വംശഹത്യ എന്നിവയ്ക്കുപോലും കാരണമാവാമെന്ന് കാണിക്കുന്ന കെട്ടുകണക്കിന് രേഖകൾ ഗവേഷകർ തയ്യാറാക്കിയിട്ടുണ്ട്. സ്വന്തം മനസ്സിൽ ഇത്തരം നീചകൃത്യങ്ങളെ അപലപിക്കുമ്പോഴും ഇതിന് കാരണക്കാരായവർ തങ്ങൾ ഒറ്റക്കാണെന്ന് കരുതുകയും അതിനാൽ തന്നെ ഒഴുക്കിന് അനുസരിച്ച് നീന്തുകയും ചെയ്യുന്നു. എന്തൊക്കെ പറഞ്ഞാലും ഹോമോ പപ്പി ഏറ്റവുമധികം പരിശ്രമിക്കുന്ന ഒരുകാര്യം സംഘത്തോടൊപ്പം നില്ക്കുക എന്നതാണ്. ഒരുതുള്ളി നാണക്കേടോ സാമൂഹികമായ അസ്വസ്ഥതയോ ഉണ്ടാവുന്നതിലും ഭേദം ഒരിത്തിരി ദുരിതം തന്നെയാണ് എന്ന് അവർ കരുതുന്നു.

ഇത്രയുമായപ്പോൾ എനിക്കൊരു കാര്യം തോന്നി. മനുഷ്യപ്രകൃതിയെ സംബന്ധിച്ച നമ്മളുടെ മോശം ആശയങ്ങളെല്ലാം തന്നെ, വാസ്തവത്തിൽ പ്ലൂരലിസ്റ്റിക് ഇഗ്നൊറൻസിന്റെ ഒരു രൂപമായിക്കൂടെ? മിക്ക ആളുകളും തങ്ങളുടെ മാത്രം നേട്ടം വർധിപ്പിക്കാൻ ശ്രമിക്കുന്നവരാണ് എന്ന നമ്മുടെ ഭയം, മറ്റുള്ളവർ അങ്ങനെയാണ് ചിന്തിക്കുന്നതെന്ന നമ്മുടെ അനുമാനത്തിൽ നിന്നും ഉരുത്തിരിഞ്ഞതായിക്കൂടെ? അതായത് കാര്യങ്ങളെക്കുറിച്ച് ദോഷൈകദർശനംവച്ചുപുലർത്തുമ്പോൾ നമ്മളിൽ ഭൂരിഭാഗം പേരും വാസ്തവത്തിൽ ദയാവായ്പും ഒത്തൊരുമയുമുള്ള ഒരു ജീവിതമല്ലേ കാംക്ഷിക്കുന്നത്?

വട്ടത്തിൽ കറങ്ങിക്കൊണ്ടിരിക്കുന്ന ഉറുമ്പുകൾ എങ്ങനെയാണ് അതിൽ പെട്ടുപോവുന്നതെന്ന കാര്യം ചിലപ്പോഴെല്ലാം ഇത് എന്നെ ഓർമ്മിപ്പിക്കുന്നു. ഉറുമ്പുകൾ ഓരോന്നും തന്നെ മറ്റ് ഉറുമ്പുകളുടെ ഫെറോമോൺ ശ്രേണി പിന്തുടരാൻ പോഗ്രാം ചെയ്യപ്പെട്ടവയാണ്. അതുകൊണ്ടാണ് ഉറുമ്പുകൾ കൃത്യമായി, നിരനിരയായി നീങ്ങുന്നത്. എന്നാൽ ചിലപ്പോഴെല്ലാം ഒരു സംഘം വഴിതെറ്റുകയും അവസാനം ഒരേവൃത്തത്തിൽ നീങ്ങിക്കൊണ്ടിരിക്കുകയും ചെയ്തെന്ന് വരാം. പതിനായിരക്കണക്കിന് ഉറുമ്പുകൾ ഇങ്ങനെ നൂറുകണക്കിന് അടി വിസ്തൃതിയുള്ള വൃത്തത്തിൽപ്പെട്ട് കറങ്ങിക്കൊണ്ടേയിരിക്കും. ഇങ്ങനെ തീർത്തും അന്ധമായി അവ ക്ഷീണവും പട്ടിണിയും കാരണം ചത്തുവീഴും.

പലപ്പോഴും കുടുംബങ്ങളും സംഘടനകളും, എന്തിനധികം ചില രാഷ്ട്രങ്ങൾപോലും ഇത്തരം സർപ്പിളതയിൽ കുടുങ്ങിപ്പോവുന്നത് കാണാം. ഓരോരുത്തരും മറ്റുള്ളവരെക്കുറിച്ച് ഏറ്റവും മോശമായി കരുതി ഇങ്ങനെ വട്ടം കറങ്ങിക്കൊണ്ടേയിരിക്കും. നമ്മളിൽ ആരുംതന്നെ ഇതിനെ ചെറുക്കാൻ ശ്രമിക്കാതിരിക്കുകയും അങ്ങനെ സ്വന്തം പതനത്തിലേക്ക് മാർച്ച് ചെയ്യുകയും ചെയ്യുന്നു.

ബോബ് റോസെന്താൾ തന്റെ അക്കാദമിക് ജീവിതം തുടങ്ങിയിട്ട് അഞ്ച് പതിറ്റാണ്ടായി. ഇപ്പോഴും അതേ പ്രതീക്ഷയുടെ കരുത്ത് നമുക്ക് ഗുണ

പരമായ രീതിയിൽ എങ്ങനെ ഉപയോഗിക്കാനാവുമെന്നാണ് അദ്ദേഹം ശ്രമിച്ചുകൊണ്ടിരിക്കുന്നത്. കാരണം, വെറുപ്പുപോലെ തന്നെ വിശ്വാസവും ഒരാളിൽനിന്നും മറ്റൊരാളിലേക്ക് പകരാമെന്ന് അദ്ദേഹത്തിന് അറിയാം.

പലപ്പോഴും ഒരാൾ ഒഴുക്കിനെതിരേ നീന്താൻ ധൈര്യം കാണിക്കുമ്പോഴാണ് വിശ്വാസം ഉടലെടുക്കാൻ തുടങ്ങുന്നത് - എന്നുപറഞ്ഞാൽ തുടക്കത്തിലൊക്കെ യാഥാർത്ഥ്യബോധം ഇല്ലാത്തവനും ശുദ്ധഗതിക്കാരനും എന്ന് തോന്നുന്ന ഒരാൾ. ഈ പുസ്തകത്തിന്റെ അടുത്ത ഭാഗത്തിൽ ഞാൻ ഇത്തരം നിരവധി ആളുകളെ നിങ്ങൾക്ക് പരിചയപ്പെടുത്തി തരാൻ ആഗ്രഹിക്കുന്നു. തന്റെ ജീവനക്കാരിൽ പരിപൂർണ്ണ വിശ്വാസമുള്ള മാനേജർമാർ. കുട്ടികളെ കളിക്കാൻ കയറൂരി വിടുന്ന അധ്യാപകർ. തങ്ങളുടെ വോട്ടർമാരെ പ്രതിഭാശാലികളും കാര്യബോധമുള്ളവരുമായ പൗരന്മാരായി കണക്കാക്കുന്ന തെരഞ്ഞെടുക്കപ്പെട്ട ഉദ്യോഗസ്ഥർ.

വില്യം ജയിംസ് 'വിശ്വസിക്കാനുള്ള ഇച്ഛാശക്തി' എന്നു വിശേഷിപ്പിച്ച കാര്യംകൊണ്ട് മുന്നോട്ടുപോവുന്ന ആളുകളാണിവർ. സ്വന്തം പ്രതിച്ഛായയിൽ ലോകത്തെ പുനഃസൃഷ്ടിക്കുന്നവർ.

13

നൈസർഗ്ഗികമായ
പ്രചോദനത്തിന്റെ കരുത്ത്

1

കുറച്ചുകാലമായി ജോസ് ഡേ ബ്ലോക്കിനെ കാണണമെന്ന് ഞാൻ ആഗ്രഹിക്കുന്നു. അദ്ദേഹത്തിന്റെ ഗൃഹാരോഗ്യ പരിപാലന സംഘടനയായ ബ്യൂർട്ട്സോർഗ്ഗിന്റെ വിജയത്തെക്കുറിച്ച് വായിച്ചപ്പോൾ അദ്ദേഹം നവ റിയലിസത്തിന്റെ വ്യാഖ്യാതാക്കളിൽ ഒരാളായിരിക്കുമെന്ന് എനിക്കൊരു മുൻധാരണയുണ്ടായി. മനുഷ്യപ്രകൃതി സംബന്ധിച്ച ഒരു പുതിയ കാഴ്ചപ്പാടിന്റെ വ്യാഖ്യാതാവ്.

എന്നാൽ സത്യം പറയാമല്ലോ, ആദ്യം സംസാരിച്ചപ്പോൾ അദ്ദേഹം ഒരു വലിയ ചിന്തകനാണെന്ന തോന്നലൊന്നും എനിക്കുണ്ടായതേയില്ല. എല്ലാം തുടച്ചുമാറ്റുന്ന ഒരൊറ്റ പ്രസ്താവനകൊണ്ട് മൊത്തത്തിൽ മാനേജ്മെന്റ് തൊഴിലിനെ അദ്ദേഹം തള്ളിക്കളഞ്ഞു: 'മാനേജിങ്ങ് എന്നുപറയുന്നത് വെറും അസംബന്ധമാണ്. ആളുകളെ അവരുടെ തൊഴിലെടുക്കാൻ വിട്ടാൽ മതി.'

അങ്ങനെയാണല്ലേ, ശരി ജോസ്, എന്ന് നിങ്ങൾ ചിന്തിക്കുന്നു. എന്നാൽ വേറൊരാളെ നോക്കാം. പൊടുന്നനെ തന്നെ ഇതൊരു അവിവേകം നിറഞ്ഞ സംഭാഷണമല്ലെന്ന് നിങ്ങൾ തിരിച്ചറിയുന്നു. പതിനാലായിരത്തിലധികം ആളുകളെ തൊഴിലെടുപ്പിക്കുന്ന, അസാമാന്യമാംവിധം വിജയിച്ച ഒരു സ്ഥാപനം പടുത്തുയർത്തിയ വ്യക്തിയാണിയാൾ. നെതർലാൻഡ്സിൽ അഞ്ചുതവണ എംപ്ലോയർ ഓഫ് ദ ഇയർ ആയി തെരഞ്ഞെടുക്കപ്പെട്ടിട്ടുണ്ട്. ഇതിന് പിന്നിലെ ജ്ഞാനം നേരിട്ടറിയുന്നതിനായി ന്യൂയോർക്ക് മുതൽ ടോക്കിയോവരെയുള്ള സ്ഥലങ്ങളിൽനിന്നും പ്രൊഫസർമാർ അൽമേലോ എന്ന പട്ടണത്തിലേക്ക് യാത്ര ചെയ്യാറുണ്ട്.

തിരിച്ചുപോയി, ജോസ് ഡേ ബ്ലോക്ക് നല്കിയ അഭിമുഖങ്ങൾ നോക്കാൻ ഞാൻ തീരുമാനിച്ചു. അവ ശരിക്കുമെന്നെ ചിരിപ്പിച്ചു കളഞ്ഞു.

ചോദ്യകർത്താവ്: സ്വയം പ്രചോദിപ്പിക്കാൻ താങ്കൾ എന്തെങ്കിലും ചെയ്യാറുണ്ടോ? സ്റ്റീവ് ജോബ്സ് എല്ലാ പ്രഭാതത്തിലും കണ്ണാടിയിൽ നോക്കി ഇങ്ങനെ ചോദിക്കാറുണ്ടത്രേ: ഇതെന്റെ അവസാന ദിവസമാണെങ്കിൽ ഞാനെന്തായിരിക്കും ചെയ്യുക?

ജോസ്: ഞാനും ആ പുസ്തകം വായിച്ചു. പക്ഷേ, അതിലൊരു വാക്കുപോലും ഞാൻ വിശ്വസിക്കുന്നില്ല.

ചോദ്യകർത്താവ്: താങ്കളെപ്പോഴെങ്കിലും നെറ്റ്വർക്കിങ് സെഷനുകളിൽ പങ്കെടുക്കാറുണ്ടോ?

ജോസ്: ഇത്തരം മിക്കവാറും സെഷനുകളിൽ ഓരോരുത്തരും മറ്റുള്ള വരുടെ അഭിപ്രായത്തെ ഊട്ടി ഉറപ്പിക്കുകയല്ലാതെ മറ്റൊന്നും സംഭവിക്കാറില്ല. അത് എനിക്ക് പറഞ്ഞ കാര്യമല്ല.

ചോദ്യകർത്താവ്: എങ്ങനെയാണ് താങ്കൾ താങ്കളുടെ തൊഴിലാളി കളെ പ്രചോദിപ്പിക്കാറുള്ളത്?

ജോസ്: ഞാനത് ചെയ്യാറില്ല. അതൊരു തരത്തിൽ യജമാനത്തം കാണിക്കുന്നതുപോലെയാണ്.

ചോദ്യകർത്താവ്: അങ്ങ് ചക്രവാളത്തിൽ കാണുന്ന പൊട്ട് എന്താണ് ജോസ് - താങ്കളെയും താങ്കളുടെ സംഘത്തെയും പ്രചോദിപ്പി ക്കുന്ന ആ വിദൂര ലക്ഷ്യം?

ജോസ്: എനിക്കത്തരം വിദൂരസ്ഥമായ ലക്ഷ്യങ്ങളില്ല. അത്തരം പൊട്ടുകൾ എന്നെ ഒട്ടും പ്രചോദിപ്പിക്കാറില്ല.

ഈ മനുഷ്യനാണ് വേൾഡ് വൈഡ് വെബിന്റെ ഉപജ്ഞാതാവായ ടിം ബർ ണേഴ്സ് ലീക്കും ഡിഎൻഎ-യുടെ ഘടന അനാവരണം ചെയ്ത ഫ്രാൻ സിസ് ക്രിക്കിനും അസാമാന്യ ഫിസിസിസ്റ്റ് ആയ സ്റ്റീഫൻ ഹോക്കിങ്ങിനും എല്ലാം തുല്യനായി കണക്കാക്കി ലണ്ടനിലെ റോയൽ സൊസൈറ്റി ഓഫ് ആർട്സ് ആൽബർട്ട് മെഡൽ നല്കി ആദരിച്ചത് എന്നത് അസംഭവ്യം ആയി തോന്നാം. 2014 നവംബറിൽ ഹോളണ്ടിലെ കൊച്ചു പട്ടണത്തിൽ നിന്നുമുള്ള ജോസ് ഡേ ബ്ളോക്കിനാണ് ഈ പുരസ്ക്കാരം ലഭിച്ചത് എന്നു മാത്രമല്ല, അദ്ദേഹത്തിന്റെ മുഖ്യപ്രഭാഷണം കേൾക്കുന്നതിനായി ഏറ്റവും മികച്ച ബ്രിട്ടീഷ് അക്കാദമിക് പണ്ഡിതവൃന്ദം സന്നിഹിതരായിരുന്നു താനും. ഇതൊരു തമാശയാണ് എന്നാണ് താൻ കരുതിയത് എന്ന് തന്റെ മുറിയൻ ഇംഗ്ലീഷ് ഭാഷയിൽ അദ്ദേഹം തുറന്നുപറഞ്ഞു.

പക്ഷേ, അതൊരു തമാശയായിരുന്നില്ല.

അദ്ദേഹം ആദരിക്കപ്പെടേണ്ട കാലം അതിക്രമിച്ചു കഴിഞ്ഞിരുന്നു.

2

ഡേ ബ്ളോക്കിന്റെ ആശയങ്ങൾ ഇത്രമേൽ വിപ്ലവകരമാകുന്നത് എന്തു കൊണ്ടാണെന്നും അതിനെ ഡിഎൻഎയുടെ ഘടന കണ്ടെത്തുന്നതിന് സമാനമാക്കുന്നത് എന്താണെന്നും മനസ്സിലാവാൻ നമുക്ക് ഇരുപതാം നൂറ്റാ ണ്ടിന്റെ തുടക്കത്തിലേക്ക് പോകേണ്ടതുണ്ട്. ആ സമയത്താണ് ബിസിനസ് അഡ്മിനിസ്ട്രേഷൻ രൂപപ്പെടുന്നത്. ശാസ്ത്രത്തിന്റെ ഈ പുതിയ മേഖല അതിന്റെ വേരൂന്നി നിന്നിരുന്നത് പ്രകൃത്യാ മനുഷ്യർ ദുരാഗ്രഹികളാണ് എന്ന ഹോബേഷ്യൻ കാഴ്ചപ്പാടിലാണ്. നമ്മളെ സത്യസന്ധരായി നില നിർത്താൻ മാനേജർമാർ വേണമെന്ന കാഴ്ചപ്പാട്. മാനേജർമാർ നമുക്ക് ശരിയായ 'ഉത്തേജനം' നല്കേണ്ടതുണ്ട് എന്നതായിരുന്നു ധാരണ. ബാങ്കർ മാർക്ക് ബോണസ് കിട്ടുമ്പോൾ അതവരെ കഠിനാദ്ധ്വാനികളാക്കുന്നു. തൊഴിലില്ലായ്മ വേതനം ആളുകളെ അവരുടെ അലസതയിൽനിന്നും ഉണർ

ത്തുന്നതിനുള്ള ഉപാധിയാണ്. കൊച്ചുകുട്ടികൾ അടുത്തതവണ മെച്ചപ്പെട്ട രീതിയിൽ പരീക്ഷ എഴുതുന്നതിനായി അവർക്ക് ഏറ്റവും മോശം ഗ്രേഡ് നല്കുന്നു.

ഏറ്റവും രസകരമായ കാര്യമെന്താണെന്നുവെച്ചാൽ ഇരുപതാം നൂറ്റാണ്ടിലെ രണ്ട് സുപ്രധാന പ്രത്യയശാസ്ത്രങ്ങളായ ക്യാപിറ്റലിസവും കമ്മ്യൂണിസവും മാനവികതയെക്കുറിച്ചുള്ള ഈ കാഴ്ചപ്പാട് പങ്കുവെച്ചു എന്നതാണ്. ആളുകളെ തൊഴിൽ ചെയ്യുന്നതിന് പ്രേരിപ്പിക്കാൻ രണ്ടുവഴികൾ മാത്രമേയുള്ളൂ എന്ന് ക്യാപിറ്റലിസ്റ്റുകളും കമ്മ്യൂണിസ്റ്റുകളും ഒരുപോലെ നിങ്ങളോട് പറയും: തല്ലലും തലോടലും, സമ്മാനവും ശിക്ഷയും. ക്യാപിറ്റലിസ്റ്റുകൾ തലോടലിനെ (അതായത് പണത്തെ) ആശ്രയിച്ചപ്പോൾ കമ്മ്യൂണിസ്റ്റുകൾ വിശ്വാസമർപ്പിച്ചത് തല്ലലിലായിരുന്നു (എന്നു പറഞ്ഞാൽ ശിക്ഷയിൽ). എന്തൊക്കെ വ്യത്യാസം ഉണ്ടെങ്കിലും ഒരു കാര്യത്തിൽ ഇരുപക്ഷവും ഏകാഭിപ്രായക്കാരായിരുന്നു: അതായത് ആളുകൾ സ്വയമേവ പ്രചോദിതരാകുന്നില്ല.

നിങ്ങളിപ്പോൾ ചിന്തിക്കുന്നുണ്ടാവും: ഹേയ്, കാര്യങ്ങളത്ര മോശമൊന്നുമല്ല. എന്റെ കാര്യം പറഞ്ഞാൽ താൻ ധാരാളം പ്രചോദിതനാകാറുണ്ട്.

ഞാൻ നിങ്ങളോട് വാദപ്രതിവാദത്തിനില്ല. സത്യം പറഞ്ഞാൽ നിങ്ങൾ പറഞ്ഞത് ശരിയാണെന്ന് എനിക്കുറപ്പുണ്ട്. ഞാൻ പറയുന്നതെന്താണെന്ന് വെച്ചാൽ മറ്റ് ആളുകൾക്ക് സ്വയമേവ പ്രചോദനം ഉണ്ടാകുന്നില്ലെന്ന് കരുതാൻ നമ്മൾ പ്രേരിതരാകുന്നു എന്നതാണ്. സ്റ്റാൻഫോർഡ് സർവകലാശാലയിലെ പ്രൊഫസർ ചിപ്പ് ഹീത് ഇതിനെ ബാഹ്യപ്രേരണാ സ്വാധീന ശക്തി എന്നാണ് വിശേഷിപ്പിക്കുന്നത്. അതായത്, മറ്റുള്ളവരെ പണംകൊണ്ട് മാത്രമേ പ്രചോദിപ്പിക്കാനാവു എന്ന് നമ്മൾ കരുതുന്നുവെന്ന് സാരം. ഉദാഹരണത്തിന്, നിയമവിദ്യാർത്ഥികൾക്കിടയിൽ നടത്തിയ ഒരു സർവ്വേയിൽ അറുപത്തിനാല് ശതമാനം പേരും പറഞ്ഞത് തങ്ങൾ നിയമം പഠിക്കുന്നത് അത് തങ്ങളുടെ ചിരകാലസ്വപ്നമായതുകൊണ്ടാണ് എന്നോ അല്ലെങ്കിൽ തങ്ങൾക്ക് ആ വിഷയത്തിൽ ഏറെ താല്പര്യമുള്ളതുകൊണ്ടാണ് എന്നോ ആണ്. എന്നാൽ തങ്ങളുടെ സഹപാഠികളുടെ കാര്യത്തിലും ഇത് അങ്ങനെ തന്നെയാവാം എന്ന് വിശ്വസിച്ചത് കേവലം പന്ത്രണ്ട് ശതമാനംപേർ മാത്രമാണ്. അപ്പോൾ ബാക്കി വിദ്യാർത്ഥികളോ? അവരെല്ലാം നിയമം പഠിക്കുന്നത് കാശുണ്ടാക്കാനാണെന്ന്.

മാനവരാശിയെക്കുറിച്ചുള്ള ഈ ദോഷൈകദർശനം ആണ് ക്യാപിറ്റലിസത്തിന് അസ്ഥിവാരമിട്ടത്. 'തൊഴിലാളികൾ തങ്ങളുടെ തൊഴിലുടമകളിൽ നിന്നും മറ്റെല്ലാറ്റിലുമുപരിയായി ആവശ്യപ്പെടുന്നത് ഉയർന്നവേതനമാണ്,' എന്ന് ലോകത്തിലെ ആദ്യത്തെ ബിസിനസ് കൺസൾട്ടുമെന്റിലൊരാളായ ഫ്രെഡറിക് ടെയ്‌ലർ പറഞ്ഞത് ഏകദേശം നൂറുവർഷങ്ങൾക്കുമുമ്പാണ്. സയന്റിഫിക് മാനേജ്മെന്റ് എന്ന രീതിയുടെ ഉപജ്ഞാതാവായാണ് അദ്ദേഹം അറിയപ്പെടുന്നത്. ഈ രീതി നിലനിൽക്കുന്നത്, ഫാക്ടറികളെ പരമാവധി കാര്യക്ഷമതയുള്ളതാക്കി തീർക്കണമെങ്കിൽ തൊഴിലാളികളുടെ പ്രകടനം ഏറ്റവും സൂക്ഷ്മമായി അളക്കണം എന്ന അനുമാനത്തിൽ അധിഷ്ഠിതമായാണ്. ഓരോ പ്രൊഡക്ഷൻ ലൈനിലും മാനേജർമാരെ നിർത്തിയിരിക്കണം. ഒരു സ്ക്രൂ മുറുക്കുന്നതിനോ ഒരു പെട്ടി പായ്ക്ക് ചെയ്യുന്നതിനോ എത്ര

സമയമെടുത്തു എന്നറിയാൻ സ്റ്റോപ് വാച്ച് തയ്യാറാക്കി വച്ചിരിക്കണം. ഒരു മാതൃകാ തൊഴിലാളി എന്നുപറഞ്ഞാൽ തലച്ചോറില്ലാത്ത യന്ത്രമനുഷ്യന് തുല്യമാണ് എന്നായിരുന്നു ടെയ്‌ലറുടെ കാഴ്ചപ്പാട്. 'തീർത്തും വിഡ്ഢിയും ചുണയില്ലാത്തവനും ആയ അവൻ ഒരു കാളയെപ്പോലെയാണ്' എന്ന് അദ്ദേഹം എഴുതിയിട്ടുണ്ട്.

ഏറ്റവും ഹൃദ്യമായ ഈ സന്ദേശത്തിലൂടെ ഫ്രെഡറിക് ടെയ്‌ലർ എക്കാലത്തേയും വിശ്രുതനായൊരു മാനേജ്മെന്റ് ശാസ്ത്രജ്ഞനായി മാറി. ഇരുപതാം നൂറ്റാണ്ടിന്റെ തുടക്കത്തിൽ മൊത്തം ലോകവും അദ്ദേഹത്തിന്റെ ആശയം തലയ്ക്ക് പിടിച്ച അവസ്ഥയിലായിരുന്നു - കമ്മ്യൂണിസ്റ്റുകളും ഫാസിസ്റ്റുകളും ക്യാപിറ്റലിസ്റ്റുകളും എല്ലാം തന്നെ. ലെനിൻ മുതൽ മുസ്സോളിനിവരെ, റെനോ മുതൽ സീമെൻസ് വരെ - ടെയ്‌ലറുടെ മാനേജ്മെന്റ് ദർശനം വ്യാപിക്കാൻ തുടങ്ങി. അദ്ദേഹത്തിന്റെ ജീവചരിത്രകാരന്റെ വാക്കുകളിൽ ടെയ്‌ലറിസം 'ഒരു വൈറസ് ചുറ്റുപാടുകളുമായി ഇണങ്ങുന്നത് പോലെയാണ് പ്രവർത്തിക്കുന്നത്. അത് എവിടെയും ചേർന്ന് പോകും'.

തീർച്ചയായും ടെയ്‌ലറുടെ കാലത്തുനിന്നും കാര്യങ്ങൾ ഒരുപാട് മാറിയിട്ടുണ്ട്. ഓഫീസിലേക്ക് സാധാരണ ചെരുപ്പും ധരിച്ച് ജോലിക്ക് ചെല്ലാവുന്ന നിരവധി സ്റ്റാർട്ട് അപ്പുകൾ ഇന്ന് കാണാനാവും. അതുപോലെ തന്നെ ഇന്ന് പല തൊഴിലാളികൾക്കും തങ്ങളുടെ തൊഴിൽ സമയം തീരുമാനിക്കുന്നതിനുള്ള സൗകര്യമുണ്ട്. എന്നാൽ മാനവികതയെ സംബന്ധിച്ച ടെയ്‌ലറുടെ കാഴ്ചപ്പാടും, തല്ലലും തലോടലും കൊണ്ടുമാത്രമേ ആളുകളെ മുന്നോട്ട് നയിക്കാനാവൂ എന്ന അദ്ദേഹത്തിന്റെ വിശ്വാസവും എന്നത്തേയുംപോലെ ഇപ്പോഴും വ്യാപകമായി തന്നെ നിലനിൽക്കുന്നു. ടൈം ഷീറ്റുകളിലും വേതനം നല്കുന്നതിന് കണക്കാക്കേണ്ട പണി സമയങ്ങളിലും കീ പെർഫോമൻസ് ഇൻഡിക്കേറ്ററുകളിലും, ഡോക്ടർമാർക്ക് അവരുടെ തൊഴിലനുസരിച്ച് പണം നല്കുന്നതിലും വേർഹൗസുകളിൽ നിരീക്ഷണ ക്യാമറകൾവച്ച് ജീവനക്കാരുടെ ഓരോ ചലനവും നിരീക്ഷിക്കുന്നതിനുമെല്ലാം ടെയ്‌ലറിസം നിലനില്ക്കുന്നു.

3

വിമതസ്വരത്തിന്റെ മുറുമുറുപ്പ് ആദ്യമായി കേൾക്കാനായത് 1969-ലെ വേനൽക്കാലത്താണ്.

യുവമനഃശാസ്ത്രജ്ഞനായ ഏഡ്വേർഡ് ഡെസി തന്റെ പിഎച്ച്.ഡി. ഗവേഷണം തുടങ്ങിയത് തൊഴിൽ മേഖല മൊത്തത്തിൽ ബിഹേവിയറിസത്തിന്റെ നിയന്ത്രണത്തിൽ കഴിയുന്ന കാലത്തായിരുന്നു. ഫ്രെഡറിക് ടെയ്‌ലറുടെ സിദ്ധാന്തം പോലെതന്നെ ഇതും ആളുകൾ ഷിഫ്റ്റുകളില്ലാത്ത ജീവികളാണെന്ന കാഴ്ചപ്പാടിലാണ് നിലനിന്നിരുന്നത്. നമ്മളെ പ്രവർത്തിക്കുന്നതിന് പ്രേരിപ്പിക്കാൻ മാത്രം ശക്തമായ ഒരേയൊരു കാര്യം ഒരു പ്രതിഫലം സംബന്ധിച്ച വാഗ്ദാനമോ ശിക്ഷയെക്കുറിച്ചുള്ള ഭയമോ ആണ്.

എന്നാൽ ഇത് യുക്തിഭദ്രമായൊരു സിദ്ധാന്തം അല്ലെന്ന തോന്നൽ ഡെസിയെ അലോസരപ്പെടുത്തിക്കൊണ്ടിരുന്നു. എന്തൊക്കെപ്പറഞ്ഞാലും

ആളുകൾ ബിഹേവിയറിസ്റ്റ് കാഴ്ചപ്പാടിന്റെ ചട്ടക്കൂടിലൊതുങ്ങാത്ത നിരവധി കിറുക്കൻ കാര്യങ്ങൾ ചെയ്തുകൊണ്ടേയിരിക്കുന്നുണ്ട്. പർവ്വതാരോഹണം പോലെ (കഠിനം!), സന്നദ്ധസേവനം പോലെ (സ്വതന്ത്രം!), അല്ലെങ്കിൽ കുഞ്ഞുങ്ങൾ ഉണ്ടാകുന്നതുപോലെ (തീക്ഷ്ണം!). വാസ്തവത്തിൽ നമ്മൾ നമ്മുടെ ഇഷ്ടത്തിനനുസരിച്ചുള്ളതും എന്നാൽ ഒരു പൈസപോലും പ്രതിഫലമായി കിട്ടാത്തതും നമ്മളെ നല്ലവണ്ണം ക്ഷീണിപ്പിക്കുന്നതുമായ നിരവധി കാര്യങ്ങൾ ചെയ്തുകൊണ്ടേയിരിക്കുന്നുണ്ട്. എന്തുകൊണ്ട്?

ആ വേനൽക്കാലത്ത് വിചിത്രമായൊരു അസ്വാഭാവികത ഡെസിയുടെ ശ്രദ്ധയിൽപ്പെട്ടു. ചില കാര്യങ്ങളിൽ തല്ലലും തലോടലുമെന്ന രീതി പ്രകടനത്തെ മോശപ്പെടുത്തുന്നു എന്നദ്ദേഹം കണ്ടു. വിദ്യാർത്ഥികളായ സന്നദ്ധസേവകർക്ക് ഒരു പ്രശ്നോത്തരി പരിഹരിക്കുന്നതിന് അദ്ദേഹം ഒരു ഡോളർ വാഗ്ദാനം ചെയ്തപ്പോൾ അവർക്ക് അതിലുള്ള താല്പര്യം കുറയുകയാണ് ചെയ്തത്. 'ഒരു പ്രവൃത്തിക്കുവേണ്ടി ഒരാളുടെ നൈസർഗ്ഗികമായ പ്രചോദനത്തെ വിലയ്ക്കെടുക്കുന്ന കാര്യത്തിൽ പണം പ്രവർത്തനക്ഷമമമായേക്കാം,' എന്ന് ഡെസി പിന്നീട് വിശദീകരിച്ചു.

എന്നാൽ ഈ നിഗമനം തീർത്തും വിപ്ലവകരമായതിനാൽ തന്നെ സാമ്പത്തിക ശാസ്ത്രജ്ഞർ ഇതിനെ തള്ളിക്കളഞ്ഞു. പ്രചോദനം വർദ്ധിപ്പിക്കുന്നതിന് സാമ്പത്തികമായ ആനുകൂല്യങ്ങൾക്കേ സാധിക്കൂ എന്നും അതിനാൽ തന്നെ ഒരു പ്രശ്നോത്തരി പരിഹരിക്കുന്ന വിദ്യാർത്ഥിയെ സംബന്ധിച്ചിടത്തോളം പ്രതിഫല വാഗ്ദാനം കൂടുതൽ ഉത്സാഹം നല്കുമെന്നും അവർ ഉറച്ചു വിശ്വസിച്ചു. അദ്ദേഹത്തോടൊപ്പമുള്ള മനഃശാസ്ത്രജ്ഞരുമതെ എഡ്വേർഡ് ഡെസിയെയും അദ്ദേഹത്തിന്റെ ആശയങ്ങളെയും ഒരുപോലെ പുച്ഛിച്ചു തള്ളി. 'ഞങ്ങൾ മുഖ്യധാരയ്ക്ക് പുറത്തായിരുന്നു. പ്രതിഫലം ചിലപ്പോൾ പ്രചോദനത്തെ തകർത്തേക്കാമെന്ന ആശയം ബിഹേവിയറിസ്റ്റുകളെ സംബന്ധിച്ചിടത്തോളം ഭ്രഷ്ടമാക്കപ്പെട്ട ഒരു ആശയമായിരുന്നു,' എന്ന് അദ്ദേഹത്തിന്റെ സഹഗവേഷകനും ഏറ്റവും അടുത്ത സുഹൃത്തുമായ റിച്ചാർഡ് റിയാൻ പിന്നീടെഴുതി.

എന്നാൽ പിന്നീട് നിരവധി പഠനങ്ങൾ ഡെസിയുടെ സംശയങ്ങളെ ശരിവയ്ക്കാൻ തുടങ്ങി. 1990-കളുടെ ഒടുവിൽ ഇസ്രായേലിലെ ഹൈഫയിൽ നിരവധി ഡേകെയർ സെന്ററുകൾ ഒരു വിഷമസന്ധിയിലായതിനെ തുടർന്ന് നടത്തിയ പരീക്ഷണം നോക്കാം. സെന്റർ അടയ്ക്കുന്നതിനുള്ള സമയം കഴിഞ്ഞുമാത്രമാണ് ഏകദേശം നാലിലൊന്ന് രക്ഷിതാക്കൾ തങ്ങളുടെ കുഞ്ഞുങ്ങളെ കൊണ്ടുപോകാൻ വന്നിരുന്നത്. ഇതിന്റെ ഫലമാകട്ടെ, കുട്ടികൾ കൂടുതൽ ബഹളംവയ്ക്കാൻ തുടങ്ങി എന്നുമാത്രമല്ല ജീവനക്കാർക്ക് അധികസമയം ജോലിയെടുക്കേണ്ടതായും വന്നു. അങ്ങനെ വന്നപ്പോൾ കുട്ടികളെ വിളിച്ചുകൊണ്ട് പോകാൻ വൈകിയെത്തുന്നവർക്ക് ലെയ്റ്റ് ഫീ ചുമത്താൻ സ്ഥാപനം തീരുമാനിച്ചു. ഓരോ തവണ വൈകുമ്പോഴും മൂന്ന് ഡോളർ വീതം നല്കണം.

ഇതൊരു നല്ല പദ്ധതിയായി തോന്നുന്നു അല്ലേ? ഇപ്പോൾ, സമയത്ത് എത്തുന്നതിനായി രക്ഷിതാക്കൾക്ക് മുന്നിൽ രണ്ടുതരം പ്രലോഭനങ്ങളുണ്ട് – ധാർമ്മികവും സാമ്പത്തികവും.

പുതിയ നയം പ്രഖ്യാപിച്ച ശേഷം, വൈകിവരുന്ന രക്ഷിതാക്കളുടെ എണ്ണം കൂടുകയാണ് ചെയ്തത്. നേരത്തേ മൂന്നിലൊന്ന് പേരാണ് സെന്റർ അടച്ചതിനുശേഷം കുഞ്ഞുങ്ങളെ കൊണ്ടുപോകാൻ വന്നിരുന്നതെങ്കിൽ ആഴ്ചകൾക്കുള്ളിലത് നാല്പത് ശതമാനമായി ഉയർന്നു. കാരണം വളരെ വ്യക്തമായിരുന്നു. സ്ഥാപനം ചുമത്തിയ ലെയ്റ്റ് ഫീ ഒരു പിഴയായല്ല മറിച്ച് സർചാർജ് ആയാണ് വ്യാഖ്യാനിച്ചത്. ഇത് അവരെ കുഞ്ഞുങ്ങളെ സമയത്ത് വിളിച്ചുകൊണ്ടുപോകാനുള്ള ഉത്തരവാദിത്തത്തിൽ നിന്നും മുക്തരാക്കി.

ഇതിനുശേഷം നടന്ന നിരവധി പഠനങ്ങൾ ഇത് ശരിവച്ചിട്ടുണ്ട്. ചില സാഹചര്യങ്ങളിൽ ആളുകൾ ചിലകാര്യങ്ങൾ ചെയ്യുന്നതിനുള്ള കാരണങ്ങൾ ഒന്നിച്ച് ചേർന്ന് പോകണം എന്നില്ല. ചിലപ്പോൾ അവ പരസ്പരം ഇല്ലാതാക്കിയെന്ന് വരാം.

ഏതാനും വർഷങ്ങൾക്കുമുമ്പ് മസാച്ച്യുസെറ്റ്സ് സർവകലാശാലയിലെ ഗവേഷകർ തൊഴിലിടങ്ങളിലെ സാമ്പത്തിക ഉത്തേജകങ്ങളുടെ പ്രഭാവം സംബന്ധിച്ച അൻപത്തിയൊന്ന് പഠനങ്ങൾ വിശകലനം ചെയ്തു. ബോണസുകൾ തൊഴിലാളികളുടെ നൈസർഗ്ഗികമായ പ്രചോദനത്തിനും ധാർമ്മിക ഘടനയ്ക്കും മങ്ങലേൽപ്പിക്കുമെന്നതിന് 'നിരവധി തെളിവുകൾ' അവർ കണ്ടെത്തി. ഇതൊന്നും പോരാത്തതിന് ബോണസുകൾ ആളുകളിലെ സർഗ്ഗാത്മകതയെ തകർക്കുമെന്നും അവർ കണ്ടെത്തി. ബാഹ്യമായ പ്രചോദനങ്ങൾ സാധാരണ നിലയ്ക്ക് സേവനത്തിനുപകരം സേവനമായാണ് നല്കപ്പെടുന്നത്. മണിക്കൂറുകളായി നല്കുമ്പോൾ മണിക്കൂറുകളായി കിട്ടുന്നു. പബ്ലിക്കേഷൻ ആയി നല്കുമ്പോൾ പബ്ലിക്കേഷൻ ആയി കിട്ടുന്നു. ശസ്ത്രകിയയായി നല്കുമ്പോൾ ശസ്ത്രക്രിയയായി കിട്ടുന്നു.

ഇവിടെയുമതേ, പാശ്ചാത്യ ക്യാപിറ്റലിസ്റ്റ് സമ്പദ്‌വ്യവസ്ഥയും പഴയ സോവിയറ്റ് യൂണിയനിലെ സമ്പദ്‌വ്യവസ്ഥയും തമ്മിൽ ഏറെ സാമ്യം കാണാം. സോവിയറ്റ് കാലത്തെ മാനേജർമാർ ടാർജറ്റ്വെച്ചാണ് പ്രവർത്തിച്ചിരുന്നത്. എന്നാൽ ടാർജറ്റ് കൂടിയാൽ, ഉദാഹരണത്തിന് ഒരു ഫർണിച്ചർ ഫാക്ടറിയുടെ കാര്യമെടുക്കുകയാണെങ്കിൽ ഫർണിച്ചറിന്റെ ഗുണം കുത്തനെ ഇടിയും. പിന്നെ മേശകളുടെയും കസേരകളുടെയും വില തൂക്കത്തിനനുസരിച്ച് നിർണ്ണയിക്കാമെന്ന് തീരുമാനിച്ചാൽ ഫാക്ടറികൾ നീക്കിവയ്ക്കാൻ പോലും ബുദ്ധിമുട്ടുള്ള അത്ര ഭാരമേറിയ ഉത്പന്നങ്ങൾ നിർമ്മിക്കാൻ തുടങ്ങും.

വിചിത്രമായി തോന്നാം എങ്കിലും പല സംഘടനകളിലുമതേ ഇന്നും കാര്യങ്ങൾ ഇങ്ങനെയാണ് നടക്കുന്നത്. നടത്തുന്ന ചികിത്സയുടെ എണ്ണത്തിനനുസരിച്ചാണ് സർജന്മാർക്ക് വേതനം നല്കുന്നതെങ്കിൽ അവർ മെച്ചപ്പെട്ട പരിചരണം നല്കുന്നതിലുമധികം തങ്ങളുടെ കത്തി മൂർച്ചകൂട്ടാനാണ് താല്പര്യപ്പെടുക. ഒരു വലിയ നിയമസ്ഥാപനം തങ്ങളുടെ ജീവനക്കാർ ഒരു നിശ്ചിത മണിക്കൂർ ബില്ല് ചെയ്തിരിക്കണം (ഉദാഹരണത്തിന് വർഷത്തിൽ 1500 മണിക്കൂർ) എന്ന് പറയുകയാണെങ്കിൽ അത് അഭിഭാഷകരെ മെച്ചപ്പെട്ട രീതിയിൽ പ്രവർത്തിക്കാനല്ല, മറിച്ച്, കൂടുതൽ നേരം പ്രവർത്തിക്കാനാണ് പ്രചോദിപ്പിക്കുക. കമ്മ്യൂണിസ്റ്റായാലും ക്യാപിറ്റലിസ്റ്റായാലും സംഖ്യകളുടെ ഭീകരവാഴ്ച ഈ രണ്ട് വ്യവസ്ഥിതിയിലും നൈസർഗ്ഗികമായ പ്രചോദനത്തെ മുക്കിക്കൊല്ലുകയാണ് ചെയ്യുക.

എന്നുപറഞ്ഞാൽ ബോണസ് നല്കുന്നത് തീർത്തും സാമ്പത്തികമായ പാഴ്ചിലവാണ് എന്നാണോ? പൂർണ്ണമായും അങ്ങനെയല്ല. ബിഹേവിയറൽ ഇക്കണോമിസ്റ്റായ ഡാൻ അറീലിയുടെ ഗവേഷണം ചൂണ്ടികാണിക്കുന്നത് ലളിതവും തീർത്തും പതിവുള്ളതുമായ ജോലികളുടെ കാര്യത്തിൽ, അതായത് ഫ്രഡറിക് ടെയ്‌ലർ പ്രൊഡക്ഷൻ ലൈനിൽ സ്റ്റോപ് വാച്ച് ഉപയോഗിച്ചതുപോലെയുള്ള സാഹചര്യങ്ങളിൽ ഇത് ഫലപ്രദമാകാം എന്നാണ്. ചുരുക്കിപ്പറഞ്ഞാൽ ആധുനിക സമ്പദ് വ്യവസ്ഥകൾ റോബോട്ടുകളുപയോഗിച്ച് ചെയ്യുന്ന തരത്തിലുള്ള പണികൾ എന്ന് ഇതിനെ വിശദീകരിക്കാം. പക്ഷേ, റോബോട്ടുകൾക്ക് നൈസർഗ്ഗികമായ പ്രചോദനത്തിന്റെ ആവശ്യമില്ല.

എന്നാൽ നമ്മൾ മനുഷ്യർക്കാവട്ടെ അതില്ലാതെ പറ്റില്ലതാനും.

ദുഃഖകരമായ കാര്യം എഡ്വേർഡ് ലെസിയുടെ പാഠങ്ങൾ നിത്യജീവിതത്തിൽ അത്രയൊന്നും പ്രയോഗിക്കപ്പെടുന്നില്ല എന്നതാണ്. മിക്കപ്പോഴുമതേ ആളുകളെ യന്ത്രമനുഷ്യരായാണ് കണക്കാക്കുന്നത്. ഓഫീസുകളിലും സ്കൂളുകളിലും ആശുപത്രികളിലും സാമൂഹിക സേവനരംഗത്തും എല്ലാം.

വീണ്ടുമതേ, മറ്റുള്ളവർ അവരവരെക്കുറിച്ച് മാത്രമേ ചിന്തിക്കുന്നുള്ളൂ എന്ന് നമ്മൾ കണക്കാക്കുന്നു. അതായത്, ഒരു പ്രതിഫലമില്ലെങ്കിൽ ആളുകൾ കറങ്ങിത്തിരിഞ്ഞ് നടക്കാനാണ് ആഗ്രഹിക്കുക എന്ന് നമ്മൾ കരുതുന്നു. ജനങ്ങളിൽ ബഹുഭൂരിഭാഗം പേരും (74 ശതമാനം) സമ്പത്ത്, പദവി, അധികാരം എന്നിവയേക്കാളും പരസഹായം, സത്യസന്ധത, നീതി എന്നീ മൂല്യങ്ങളുമായാണ് കൂടുതൽ താദാത്മ്യം പ്രാപിക്കുന്നത് എന്ന് സമീപകാലത്ത് നടത്തിയ ഒരു ബ്രിട്ടീഷ് പഠനം വെളിവാക്കുന്നു. എന്നാൽ അതിലും അധികം ആളുകൾ (78 ശതമാനം) കരുതുന്നത് മറ്റുള്ളവർ തങ്ങളേക്കാൾ സ്വാർത്ഥമതികളാണ് എന്നാണ്.

മനുഷ്യസ്വഭാവം സംബന്ധിച്ച ഈ വക്രീകൃത കാഴ്ചപ്പാട് ഒരു പ്രശ്നമല്ലെന്നാണ് ചില സാമ്പത്തിക ശാസ്ത്രജ്ഞർ പറയുന്നത്. ഉദാഹരണത്തിന്, നോബെൽ സമ്മാനജേതാവായ സാമ്പത്തിക ശാസ്ത്രജ്ഞൻ മിൽട്ടൺ ഫ്രീഡ്മാൻ വാദിക്കുന്നത്, നിങ്ങളുടെ നിഗമനം ശരിയായിരിക്കുന്നിടത്തോളം കാലം ആളുകളെ സംബന്ധിച്ച തെറ്റായ വിലയിരുത്തൽ ഒരു പ്രശ്നമല്ല എന്നാണ്. എന്നാൽ നോസെബൊ പ്രഭാവം കണക്കിലെടുക്കാൻ ഫ്രീഡ്മാൻ മറന്നു: ചില കാര്യങ്ങൾ വെറുതെ വിശ്വസിച്ചാൽ പോലും അത് സത്യമായി തീരുമെന്നത്.

നിങ്ങൾ ചെയ്യുന്ന കാര്യത്തിന് നിങ്ങൾക്കെങ്ങനെയാണ് പ്രതിഫലം ലഭിക്കുന്നത് എന്നത് നിങ്ങളെ തീർത്തും വ്യത്യസ്തമായ ഒരു വ്യക്തിയാക്കി മാറ്റാം. മണിക്കൂറുകൾ കണക്കാക്കി പ്രതിഫലം പറ്റുന്ന അഭിഭാഷകരും കൺസൾട്ടന്റുമാരും അവരുടെ ഓഫീസിന് പുറത്തായാലും തങ്ങളുടെ സമയത്തിന് വില നിശ്ചയിക്കാറുണ്ടെന്ന് രണ്ട് അമേരിക്കൻ മനഃശാസ്ത്രജ്ഞർ ഉദാഹരണസഹിതം കാണിച്ചു തരുന്നു. ഇതിന്റെ പരിണതഫലം എന്താണ്? മണിക്കൂർ കണക്കാക്കി പൈസ വാങ്ങുന്ന അഭിഭാഷകർ സൗജന്യ സേവനം ചെയ്യാൻ ഒട്ടും താല്പര്യം കാണിക്കുന്നില്ലെന്നും സാൻഫോർഡ് ഇ. ഡേഓയും ജഫ്രി ഫെഫറും നടത്തിയ പഠനം ചൂണ്ടിക്കാണിക്കുന്നു.

ടാർജറ്റുകളും ബോണസുകളും പിഴയൊടുക്കാനുള്ള സാധ്യതകളും എങ്ങനെയാണ് നമ്മളെ പരാജയപ്പെടുത്തുന്നത് എന്നത് തീർത്തും അമ്പരിപ്പിക്കുന്ന ഒന്നാണ്:

- പാദവാർഷിക ലാഭക്കണക്കിൽ മാത്രം ശ്രദ്ധിക്കുകയും അങ്ങനെ സ്ഥാപനത്തെ തളർച്ചയിലേക്ക് കൊണ്ടുചെന്നെത്തിക്കുകയും ചെയ്യുന്ന സിഇഒമാരെ കുറിച്ച് ചിന്തിക്കുക.
- തങ്ങളുടെ പ്രസിദ്ധീകൃതമായ പ്രബന്ധങ്ങളുടെ അടിസ്ഥാനത്തിൽ വിലയിരുത്തപ്പെടുകയും അങ്ങനെ വ്യാജഗവേഷണങ്ങൾ അവതരിപ്പിക്കാൻ പ്രലോഭിതരാകുകയും ചെയ്യുന്ന അക്കാദമിക്കുകളെക്കുറിച്ച് ചിന്തിക്കുക.
- വ്യവസ്ഥാപിതമായ പരീക്ഷാഫലങ്ങളുടെ അടിസ്ഥാനത്തിൽ മാത്രം സ്കൂളുകൾ വിലയിരുത്തപ്പെടുകയും, അവർ പഠിപ്പിച്ചു കൊടുത്ത, അളന്നു തിട്ടപ്പെടുത്താനാവാത്ത മറ്റു കഴിവുകളെ അവഗണിക്കുകയും ചെയ്യുന്ന കാര്യം ആലോചിച്ചു നോക്കുക.
- രോഗികളെ ചികിത്സിക്കുന്നത് തുടർന്നുകൊണ്ടിരിക്കുന്നതിനും അങ്ങിനെ ആവശ്യത്തിലധികം കാലം രോഗികളെ ചികിത്സയിലിരുത്തുന്നതിനും പ്രതിഫലം കിട്ടുന്ന മനഃശാസ്ത്രജ്ഞരെക്കുറിച്ച് ചിന്തിച്ച് നോക്കുക.
- സബ്പ്രൈം മോർട്ട്ഗേജുകൾ വില്ക്കുകയും അങ്ങിനെ ലോക സമ്പദ്വ്യവസ്ഥയെ നാശത്തിന്റെ വക്കിൽ എത്തിക്കുകയും ചെയ്യുന്നതിന് ബോണസ് കിട്ടുന്ന ബാങ്കർമാരെ കുറിച്ച് ആലോചിക്കുക.

ഈ പട്ടിക ഇനിയും നീണ്ടുപോകും. ഫ്രെഡറിക് ടെയ്‌ലർക്കുശേഷം ഒരു നൂറ്റാണ്ടായിട്ടും നമ്മൾ ഇപ്പോഴുമതേ മറ്റുള്ളവരുടെ നൈസർഗ്ഗികമായ പ്രചോദനങ്ങളെ വൻതോതിൽ കുറച്ച് കാണുകയാണ് ചെയ്യുന്നത്. 142 രാജ്യങ്ങളിലായി 230,000 ആളുകൾക്കിടയിൽ നടത്തിയ ഒരു സുപ്രധാന പഠനം കാണിക്കുന്നത് വെറും 13 ശതമാനം ആളുകൾക്ക് മാത്രമേ തങ്ങളുടെ തൊഴിലിൽ യഥാർത്ഥത്തിൽ 'വ്യാപൃതരായതായി' അനുഭവപ്പെടുന്നുള്ളു എന്നാണ്. വെറും പതിമൂന്ന് ശതമാനം. ഇത്തരം കണക്കുകൾവെച്ച് നിങ്ങൾ ചിന്തിച്ചു നോക്കുകയാണെങ്കിൽ എത്രമാത്രം മോഹങ്ങളും ഊർജ്ജവുമാണ് പാഴാവുന്നതെന്ന് നിങ്ങൾക്ക് മനസ്സിലാവും.

കാര്യങ്ങൾ വ്യത്യസ്തമായി ചെയ്യാൻ എത്രമാത്രം സാധ്യതയുണ്ടെന്നും.

4

ഇത് നമ്മളെ തിരിച്ച് ജോസ് ഡേ ബ്ലോക്കിൽ എത്തിക്കുന്നു. 2006 വരേയും അദ്ദേഹം വലിയൊരു ഡച്ച് ആരോഗ്യപരിപാലന സ്ഥാപനത്തിൽ ഡയറക്ടർ ബോർഡ് അംഗമായിരുന്നു. 'സ്വയംനിയന്ത്രിത ടീമുകൾ', 'ഹാൻഡ്സ് ഓഫ് മാനേജ്മെന്റ്'' എന്നീ വിഷയങ്ങളിൽ തന്റെ ഒപ്പമുള്ള മറ്റ് മാനേജർമാർ പ്രക്ഷുബ്ധരാകുന്നത് വരേക്കും അദ്ദേഹം ഒന്നൊന്നായി ആശയങ്ങൾ മുന്നോട്ടുവച്ചുകൊണ്ടിരുന്നു. ഡേ ബ്ലോക്കിന് എന്തെങ്കിലും ബിസിനസ് പരി

ശീലനമോ ബിരുദമോ ഇല്ലായിരുന്നു. കുറെ വർഷങ്ങൾക്ക് മുന്നേ അദ്ദേഹം സാമ്പത്തിക ശാസ്ത്രം പഠിക്കാൻ തുടങ്ങിയെങ്കിലും അതൊഴിവാക്കി ഒരു നഴ്സ് ആയി മാറി.

'ഏറ്റവും മുകൾത്തട്ടിൽ ഇരിക്കുന്നവരും യഥാർത്ഥ തൊഴിൽ ചെയ്യുന്ന ആളുകളും തമ്മിലുള്ള വിടവ്, ആരോഗ്യപരിപാലന രംഗത്തായാലും വിദ്യാഭ്യാസ മേഖലയിലായാലും മറ്റേതെങ്കിലും രംഗത്തായാലും, വളരെ അധികമാണ്,' ഞാൻ അൽമേലോയിലെ അദ്ദേഹത്തിന്റെ ഓഫീസ് സന്ദർശിച്ചപ്പോൾ ഡേ ബ്ലോക്ക് എന്നോട് പറഞ്ഞു. 'മാനേജർമാർ ഒന്നിച്ച് നില്ക്കാനുള്ള പ്രവണത കാണിക്കും. അവർ എല്ലാ തരത്തിലുള്ള കോഴ്സുകളും കോൺഫറൻസുകളും നടത്തുകയും അവിടെ അവർ പരസ്പരം തങ്ങൾ ചെയ്യുന്ന കാര്യങ്ങളെല്ലാം ശരിയാണെന്ന് പറയുകയും ചെയ്യുന്നു.'

ഇത് അവരെ യഥാർത്ഥ ലോകത്തുനിന്നും അകറ്റുന്നു. 'അദ്ധ്വാനിക്കുന്നവർക്ക് തന്ത്രപരമായി ചിന്തിക്കാനാവില്ല എന്ന ഒരു ധാരണയുണ്ട്,' ഡേ ബ്ലോക്ക് തുടർന്ന് പറഞ്ഞു. 'അതായത് അവർക്ക് കാഴ്ചപ്പാടില്ലെന്ന്. എന്നാൽ അദ്ധ്വാനിക്കുന്നവന്റെ പക്കൽ ആശയങ്ങൾ കവിഞ്ഞൊഴുകുന്നുണ്ട്. അവർ ആയിരക്കണക്കിന് പുതിയ പുതിയ കാര്യങ്ങളുമായി വരും. പക്ഷേ, ആരുമത് കേൾക്കില്ല. കാരണം മാനേജർമാർ കരുതുന്നത് തേനീച്ചകളായ തൊഴിലാളികൾക്ക് മുന്നിൽ അവതരിപ്പിക്കാനുള്ള ആശയങ്ങൾ സ്വപ്നം കാണുന്നതിനായി ഏതെങ്കിലും കോർപ്പറേറ്റ് റിട്രീറ്റുകളിൽ പോകേണ്ടതുണ്ട് എന്നാണ്.

ഡേ ബ്ലോക്കിന് കാര്യങ്ങളെക്കുറിച്ച് തീർത്തും വ്യത്യസ്തമായൊരു നിലപാടാണുള്ളത്. അദ്ദേഹം തന്റെ തൊഴിലാളികളെ കാണുന്നത് നൈസർഗ്ഗികമായി പ്രചോദിതരായ പ്രൊഫഷണലുകളായും തങ്ങളുടെ ജോലി എങ്ങനെയാണ് ചെയ്യേണ്ടതെന്നറിയുന്ന വിദഗ്ദ്ധരായുമാണ്. 'എന്റെ അനുഭവത്തിൽ പറഞ്ഞാൽ മാനേജർമാർക്ക് വളരെ കുറച്ച് ആശയങ്ങൾ മാത്രമേയുള്ളൂ. അവർക്ക് തൊഴിൽ കിട്ടാൻ കാരണം അവരൊരു വ്യവസ്ഥിതിക്ക് അനുയോജ്യരാണ് എന്നതുകൊണ്ടാണ്, അവർ ഉത്തരവുകൾ അനുസരിക്കുന്നത് കൊണ്ടാണ്. അല്ലാതെ അവർ വലിയ ദീർഘവീക്ഷണം പുലർത്തുന്നവരായത് കൊണ്ടല്ല. അവർ 'മികച്ച പ്രവർത്തനത്തിനുള്ള നേതൃഗുണം' ഉണ്ടാക്കുന്നതിനായി കോഴ്സുകൾ ചെയ്യുകയും പൊടുന്നനെ തങ്ങൾ നിലവിലുള്ള കാര്യങ്ങളെ മാറ്റി മറിക്കാൻ പര്യാപ്തരായവർ ആണെന്നും നൂതനമായ ആശയങ്ങളുള്ളവരാണെന്നും ചിന്തിക്കാൻ തുടങ്ങുകയും ചെയ്യുന്നു.'

1996-2014 കാലത്ത് നെതർലാൻഡ്സിൽ ഏറ്റവും വേഗത്തിൽ വളർന്നിരുന്ന ഒരു തൊഴിൽ മേഖലയായിരുന്നു 'ഹെൽത്ത് കെയർ മാനേജർ'മാരുടേത് എന്ന് ഞാൻ ചൂണ്ടിക്കാണിച്ചപ്പോൾ ഡേ ബ്ലോക്ക് ഒരു ദീർഘനിശ്വാസമിട്ടു.

'എല്ലാ എംബിഎ പ്രോഗ്രാമുകളിൽനിന്നും നിങ്ങൾക്ക് കിട്ടുന്നത് ലോകത്തിന് ഉത്തരവ് നല്കുന്നതിനുള്ള സൗകര്യപ്രദമായൊരു മാർഗ്ഗം തങ്ങൾ പഠിച്ചുവെന്ന് ഉറച്ച് വിശ്വസിക്കുന്ന ഒരു കൂട്ടം ആളുകളെയാണ്. എച്ച്.ആർ., ഫിനാൻസ്, ഐ.ടി. അങ്ങനെ പലതുമുണ്ട്. നിങ്ങൾ ആണ് നിങ്ങളുടെ സ്ഥാപനത്തിന്റെ നേട്ടങ്ങൾക്കെല്ലാം പിന്നിൽ എന്ന് ആത്യന്തികമായി നിങ്ങൾ വിശ്വസിക്കാൻ തുടങ്ങുന്നു. സ്ഥാപനങ്ങളിൽ കെട്ടുകണക്കിന് മാനേജർമാരെ കാണാം. എന്നാൽ ആ മാനേജ്മെന്റിനെ മാറ്റിനിർത്തിയാലും തൊഴിൽ പഴയപടി തന്നെ തുടരും - ചിലപ്പോൾ അതിലും മികച്ച രീതിയിലും.

ഈ പ്രസ്താവനകൾ സാക്ഷ്യപ്പെടുത്തുന്നതുപോലെതന്നെ ഡേ ബ്ലോക്ക് ഒഴുക്കിനെതിരെ നീന്താനാണ് താല്പര്യപ്പെടുന്നത്.

നിയന്ത്രിക്കാതിരിക്കുന്നതിന് മുൻഗണനന നല്കുന്ന ഒരു മാനേജരാണ് അദ്ദേഹം. തൊഴിൽമേഖലയിൽ നേരിട്ട് അനുഭവങ്ങൾ സിദ്ധിച്ച ഒരു സിഇഒ. അധികാരശ്രേണിയുടെ മുകൾത്തട്ടിലുള്ള ഒരു അരാജകവാദി. ആരോഗ്യ പരിപാലനം ഒരു ഉത്പന്നമാകുകയും രോഗികൾ ഉപഭോക്താക്കളാകുകയും ചെയ്തപ്പോൾ ഡേ ബ്ലോക്ക് തന്റെ മാനേജ്മെന്റ് ജോലി ഉപേക്ഷിച്ച് സ്വന്ത മായി പുതിയതെന്തെങ്കിലും തുടങ്ങാൻ തീരുമാനിച്ചു. വിശാലമായ ബ്യൂറോ ക്രാറ്റിക് പാഴ്നിലങ്ങളിൽ അദ്ദേഹം മരുപ്പച്ച സ്വപ്നം കണ്ടു. വിപണിയിലെ ശക്തികളും വളർച്ചയും നിയന്ത്രിക്കുന്നതിനുപകരം ചെറിയ ടീമുകളും വിശ്വാസവുംകൊണ്ട് നിയന്ത്രിക്കപ്പെടുന്ന ഒരിടം.

രാജ്യത്തിന്റെ കിഴക്കൻ ഓരത്തുള്ള, ഒന്നരലക്ഷം ജനസംഖ്യ മാത്രമുള്ള എൻസ്കേഡ് എന്ന ഡച്ച് നഗരത്തിലാണ് നാല് നഴ്സുമാരുടെ ഒരു സംഘ വുമായി ബൂർട്ട്സോർഗ്ഗ് ആരംഭിക്കുന്നത്. ഇന്ന് അവിടെ രാജ്യവ്യാപകമായി സജീവമായി പ്രവർത്തിക്കുന്ന എണ്ണൂറ് സംഘങ്ങളുണ്ട്. എന്നാൽ ബൂർട്ട് സോർഗ്ഗിനെ വ്യത്യസ്തമാക്കുന്നത് ആ സ്ഥാപനം എന്താണ് എന്നതല്ല, മറിച്ച് എന്തല്ല എന്നതാണ്. അവിടെ മാനേജർമാരില്ല, കോൾസെന്ററില്ല, പ്ലാനർമാരില്ല. അവിടെ ബിസിനസ് ടാർജറ്റോ ബോണസോ ഇല്ല. മാനേജ് മെന്റ് ചെലവുകൾ തുലോം തുച്ഛമാണ്. അതുപോലെ തന്നെ മീറ്റിംഗുകൾക്ക് വേണ്ടി ചിലവഴിക്കുന്ന സമയവും. ബുർട്ട്സോർഗ്ഗിന് വലിയ കെട്ടിക്കാഴ്ച യുള്ള ഒരു ഹെഡ്ക്വാർട്ടേഴ്സൊന്നുമില്ല. അൽമെലോയുടെ പ്രാന്തപ്രദേശ ത്തുള്ള തീർത്തും മോശമായൊരു ബിസിനസ് പാർക്കിലെ യാതൊരഴകു മില്ലാത്ത കെട്ടിടങ്ങളിലൊന്നിലാണ് ഈ സ്ഥാപനം പ്രവർത്തിക്കുന്നത്.

പന്ത്രണ്ടംഗങ്ങളുള്ള ഓരോ ടീമിനും പരമാവധി സ്വയംഭരണാവകാശ മുണ്ട്. ടീമുകൾ സ്വന്തം ഷെഡ്യൂളുകൾ തീരുമാനിക്കുകയും സ്വന്തം സഹ പ്രവർത്തകരെ ഓരോന്നിനായി നിയോഗിക്കുകയും ചെയ്യുന്നു. രാജ്യത്തെ അനന്തമായി സ്ക്രിപ്റ്റ് ചെയ്യപ്പെട്ട മറ്റ് ആരോഗ്യപരിപാലന വ്യവസായ സ്ഥാപനങ്ങളെ പോലെ ഈ ടീമുകൾ Code H126 (Personal Care), Code H127 (Additional Personal Care), Code H120 (Special Personal Care), Code H136 (Supplemental Remote Personal Care) എന്നിങ്ങനെ കോഡുകൾ സപ്ലൈ ചെയ്യുന്നില്ല. അതെ, ബൂർട്ട്സോർഗ്ഗ് ഒരൊറ്റ കാര്യമാണ് വിതരണം ചെയ്യു ന്നത്: പരിചരണം. ഇൻഷുറർമാർ നിർവചിച്ച 'പരിചരണോത്പന്നങ്ങളുടെ' സമഗ്രമായ 'ഉത്പന്ന പുസ്തകത്തിൽ ബൂർട്ട്സോർഗ്ഗിന് തങ്ങളുടേതായ ഒരു കോഡുണ്ട്: R002 - Buurtzorg.

ബാക്കി കാര്യങ്ങൾക്കെല്ലാം സ്ഥാപനത്തിന് ഒരു ഇൻട്രാനെറ്റ് സൈ റ്റുണ്ട്. അവിടെ സഹപ്രവർത്തകർക്ക് തങ്ങളുടെ അറിവും പരിചയവും പങ്കു വയ്ക്കാം. ഓരോ ടീമിനും തങ്ങളുടേതായ ട്രെയിനിങ് ബജറ്റുണ്ട്. എന്തെ ങ്കിലും തടസ്സം നേരിട്ടാൽ വിളിക്കുന്നതിനായി അമ്പത് ടീമുകളുടെ ഓരോ ഗ്രൂപ്പിന് ഓരോ കോച്ചുണ്ട്. പിന്നെ സാമ്പത്തിക കാര്യങ്ങളെല്ലാം നോക്കി നടത്തുന്നതിനായി ഒരു മെയ്ൻ ഓഫീസും.

അത്രയേ ഉള്ളു. ലളിതമായ ഈ സമവാക്യംവച്ച് ബൂർട്ട്സോർഗ്ഗ് രാജ്യ ത്തെ ഏറ്റവും മികച്ച തൊഴിൽദാതാവായി അഞ്ചുതവണ തെരഞ്ഞെടുക്ക

പ്പെട്ടു, അതും ഒരു എച്ച്.ആർ. ടീം ഇല്ലാതെ. മാത്രമല്ല, ഒരു മാർക്കറ്റിങ് ഡിപ്പാർട്ട്മെന്റില്ലാത്ത ഈ സ്ഥാപനം ആരോഗ്യപരിപാലനരംഗത്തെ ഏറ്റവും മികച്ച മാർക്കറ്റിങ്ങിനുള്ള അവാർഡും നേടി. 'ജീവനക്കാരുടെയും ഉപഭോക്താക്കളുടെയും സന്തുഷ്ടി ഇവിടെ വളരെ ഏറെയാണ്,' എന്ന് ഒരു കൺസൾട്ടന്റായ കെപിഎംജി വിലയിരുത്തി. 'ശരാശരിയിലും ഇത്തിരി കുറവ് മാത്രമാണ് അവരുടെ ചെലവെങ്കിലും അവർ നല്കുന്ന പരിരക്ഷയുടെ ഗുണം തീർച്ചയായും ശരാശരിക്കും മേലെയാണ്.'

ശരിയാണ്, ബൂർട്ട്സോർഗ്ഗ് രോഗികൾക്ക് നല്ലതാണ്, ജീവനക്കാർക്ക് മികച്ച സ്ഥലമാണ്, നികുതിദാതാക്കളെ സംബന്ധിച്ചിടത്തോളം ചിലവ് കുറഞ്ഞതുമാണ്. എല്ലാവർക്കും ഒരുപോലെ ഗുണകരമായ ഒരു സാഹചര്യം. ഇങ്ങനെ തന്നെ ഈ സ്ഥാപനം വളർന്നുകൊണ്ടിരിക്കുകയാണ്. എല്ലാ മാസവും ഡസൻകണക്കിന് നഴ്സുമാർ തങ്ങളുടെ ജോലി ഉപേക്ഷിച്ച് ബൂർട്ട്സോർഗ്ഗിൽ ചേരുന്നു. ഇതിൽ അത്ഭുതപ്പെടാനൊന്നുമില്ല. കാരണം, അത് അവർക്ക് കൂടുതൽ സ്വാതന്ത്ര്യവും കൂടുതൽ വേതനവും നല്കുന്നു. സമീപകാലത്ത് ബൂർട്ട്സോർഗ്ഗ് പാപ്പരായി പോയ മറ്റൊരു സ്ഥാപനത്തെ ഏറ്റെടുത്തപ്പോൾ ഡേ ബ്ലോക്ക് പ്രഖ്യാപിച്ചതിങ്ങനെയാണ്:

'ഞങ്ങൾ ചെയ്യാൻ പോകുന്ന ആദ്യത്തെ കാര്യം ജീവനക്കാരുടെ ശമ്പളം വർദ്ധിപ്പിക്കുക എന്നതാണ്.'

തെറ്റിദ്ധരിക്കേണ്ട: ബൂർട്ട്സോർഗ്ഗ് എല്ലാം തികഞ്ഞതൊന്നുമല്ല. ഭിന്നാഭിപ്രായങ്ങൾ ഉണ്ടാകാറുണ്ട്. കാര്യങ്ങൾ പാളാറുമുണ്ട്. പക്ഷേ, അതെല്ലാം തീർത്തും മനുഷ്യസഹജമാണ്. ഈ സ്ഥാപനത്തിന്റെ ഘടന, അങ്ങനെയൊന്നുണ്ടെങ്കിൽ, അത് പഴഞ്ചനായ ഒന്നാണ്. എല്ലായ്പ്പോഴുമതേ ഡേ ബ്ലോക്കിന്റെ ലക്ഷ്യം 1980-കളിൽ ഹോളണ്ടിലുണ്ടായിരുന്ന ഒട്ടും സങ്കീർണ്ണമല്ലാത്ത ആഭ്യന്തര ആരോഗ്യപരിരക്ഷ സേവനങ്ങളിലേക്ക് തിരിച്ചുപോകുക എന്നതാണ്.

എന്നാൽ ഏറ്റവും പ്രധാനപ്പെട്ട കാര്യം, 2006-ൽ ജോസ് ഡേ ബ്ലോക്ക് തുടങ്ങിയ ഈ സ്ഥാപനം അസാധാരണത്തിൽ കുറഞ്ഞൊന്നുമല്ല എന്നതാണ്. അദ്ദേഹത്തിന്റെ സ്ഥാപനം ഇടതിന്റേയും വലതിന്റേയും ഏറ്റവും മികച്ച ഘടകങ്ങൾ സംയോജിപ്പിച്ചതാണ് എന്നുപറയാം. നികുതിദായകന്റെ പണം സ്വതന്ത്രരായ ആരോഗ്യപരിരക്ഷ പ്രവർത്തകരുടെ ചെറുകിട ആരോഗ്യ സേവനത്തിനുവേണ്ടി ചിലവഴിക്കുന്ന ഒരു സംവിധാനമാണിത്.

ചുരുക്കിപ്പറഞ്ഞാൽ ഡേ ബ്ലോക്കിന്റെ ദർശനം ഇതാണ്: 'കാര്യങ്ങൾ വിഷമകരമാക്കാൻ വളരെ എളുപ്പമാണ്. എന്നാൽ അതിനെ എളുപ്പമാക്കാൻ വളരെ വിഷമകരവും.' മാനേജർമാർക്ക് എപ്പോഴും സങ്കീർണ്ണമായ കാര്യങ്ങളാണ് താല്പര്യമെന്ന് രേഖകൾ കൃത്യമായി പറയുന്നു. 'കാരണം അത് നിങ്ങളുടെ ജോലി കൂടുതൽ രസകരമാക്കുന്നുണ്ട്.' 'ആ സങ്കീർണ്ണതയിൽ പ്രാവീണ്യം നേടാൻ നിങ്ങൾക്കെന്നെ ആവശ്യമാണ്' എന്ന് പറയാൻ 'അത് അവർക്കവസരം നല്കുന്നു' എന്നാണ് ഡേ ബ്ലോക്ക് ഇതിനെ വിശദീകരിക്കുന്നത്.

നമ്മുടെ 'വിജ്ഞാന സമ്പദ്വ്യവസ്ഥ' എന്ന് പറയപ്പെടുന്ന കാര്യത്തിന്റെ നല്ലൊരു പങ്കിനേയും നയിക്കുന്നതും ഇതായിക്കൂടെ? പരമ്പരാഗത മാനേ

ജർമാരും കൺസൾട്ടന്റുമാരും ഈ സങ്കീർണ്ണതകളിലൂടെ കടന്നുപോകാൻ നമുക്ക് അവരുടെ ആവശ്യം വേണ്ടിവരുന്നതിനായി ലളിതമായ കാര്യങ്ങൾ കഴിയുന്നത്ര സങ്കീർണ്ണമാക്കുന്നില്ലേ? വാൾസ്ട്രീറ്റ് ബാങ്കർമാർ മാത്രമല്ല ഒട്ടും മനസ്സിലാക്കാൻ പറ്റാത്ത പദാവലികൾ കൊണ്ടുനടക്കുന്ന ഉത്തരാധുനിക ദാർശനികരും ഈ റവന്യൂ മോഡൽ ആണ് വെച്ചുപുലർത്തുന്നത് എന്ന് ഇടയ്ക്കൊക്കെ രഹസ്യമായി ഞാൻ ചിന്തിച്ച് പോകാറുണ്ട്. ഇരുകൂട്ടരും ലളിതമായ കാര്യങ്ങളെ അസാധ്യമാം വിധം സങ്കീർണ്ണമാക്കുന്നു.

ജോസ് ഡേ ബ്ലോക്ക് ഇതിന് നേരേ വിരുദ്ധമായ കാര്യമാണ് ചെയ്യുന്നത്: അദ്ദേഹം ലാളിത്യത്തെ തെരഞ്ഞെടുക്കുന്നു. ആരോഗ്യപരിരക്ഷാ കോൺഫറൻസുകൾ വലിയ പൈസ കൊടുത്ത് കൊണ്ടുവന്ന ട്രെൻഡ് നിരീക്ഷകർ പുതിയ സിദ്ധാന്തങ്ങളെയും നൂതനത്വങ്ങളെയും കുറിച്ച് വാദപ്രതിവാദങ്ങൾ നടത്തുമ്പോൾ അദ്ദേഹം വിശ്വസിക്കുന്നത് പ്രായോഗികമായ കാര്യങ്ങൾ കാത്തുസൂക്ഷിക്കുന്നതാണ് പ്രധാനമെന്നാണ്. 'ലോകത്തിൽ കൂടുതൽ ഗുണം ലഭിക്കുന്നത് തുടർച്ചയായ മാറ്റങ്ങളേക്കാളധികം തുടർച്ചയിൽ നിന്നാണ്,' എന്ന് അദ്ദേഹം ആവർത്തിച്ച് പറയുന്നു. 'ഇപ്പോൾ അവരുടെ പക്കൽ ചെയ്ഞ്ച് മാനേജർമാരും ചെയ്ഞ്ച് ഏജന്റുമാരും എല്ലാമുണ്ട്. എന്നാൽ സമൂഹത്തിൽ നിലനില്ക്കുന്ന യഥാർത്ഥ പരിരക്ഷാരീതി നമ്മൾ നോക്കുകയാണെങ്കിൽ കഴിഞ്ഞ മുപ്പത് വർഷത്തിനുള്ളിൽ ആ തൊഴിൽ ഒരു തരത്തിലും മാറിയിട്ടില്ല എന്നതാണ്. പ്രശ്നപൂരിതമായൊരു സാഹചര്യത്തിൽ നില്ക്കുന്ന ഒരാളുമായി നിങ്ങൾക്ക് ബന്ധം പടുത്തുയർത്തേണ്ടതുണ്ട്, അത് മാറ്റമില്ലാത്തതാണ്. തീർച്ചയായും നിങ്ങൾ ചില ഉൾക്കാഴ്ചകളും തന്ത്രങ്ങളും കൊണ്ടുവന്നെന്ന് വരാം. പക്ഷേ, അടിസ്ഥാനപരമായ കാര്യങ്ങളിൽ ഒരു മാറ്റവുമില്ല.'

മാറേണ്ടത് പരിരക്ഷാ സംവിധാനമാണ് എന്ന് ഡേ ബ്ലോക്ക് നിങ്ങളോട് പറയും. സമീപദശകങ്ങളിലായി ആരോഗ്യ പരിരക്ഷാരംഗം അഭിഭാഷകർ കോളനിവത്ക്കരിച്ചിരിക്കുകയാണ്. 'നിങ്ങളിപ്പോൾ പരസ്പരം എതിരിടുന്ന ക്യാമ്പുകളിലാണ്. ഒരുവശത്തുള്ളവർ വില്ക്കുകയും മറുവശത്തുള്ളവർ വാങ്ങുകയും ചെയ്യുന്നു. കഴിഞ്ഞയാഴ്ച ഞാനൊരു ആശുപത്രിയിൽ പോയപ്പോൾ അവരെന്നോട് പറയുകയാണ്: 'ഞങ്ങൾക്കൊരു പുതിയ സെയിൽസ് ടീമുണ്ട്' എന്ന്. എന്തൊരു വിചിത്രമായ കാര്യമാണ്! കൊമേഴ്സ്യൽ ഡിപ്പാർട്ട്മെന്റുകളും പ്രൊക്യുർമെന്റ് ടീമുകളുമുണ്ട്. അവിടെ ജോലിചെയ്യുന്നവർക്കൊന്നും തന്നെ ആരോഗ്യപരിരക്ഷാ മേഖലയിൽ യാതൊരു അറിവുമില്ലതാനും. ഒരാൾ വാങ്ങുന്നു, മറ്റൊരാൾ വില്ക്കുന്നു, എന്നാൽ ഇതെന്താണ് എന്ന കാര്യം ഇരുകൂട്ടർക്കും അറിയില്ലതാനും.'

ഇതിനിടയിൽ ബ്യൂറോക്രസി വ്യാപിച്ചുകൊണ്ടേയിരിക്കുന്നു, കാരണം നിങ്ങൾ ആരോഗ്യപരിരക്ഷയെ ഒരു വിപണിയാക്കി മാറ്റുമ്പോൾ കുന്നുകണക്കിന് കടലാസ് ജോലികളിൽ എത്തിപ്പെടുന്നു. 'ആരും ആരേയും വിശ്വസിക്കുന്നില്ല, അതിനാൽ അവർ ഈ സുരക്ഷാ സംവിധാനങ്ങളെല്ലാം പടുത്തുയർത്തുന്നു; ഇത്തരത്തിലുള്ള നിയന്ത്രണങ്ങൾ ടൺ കണക്കിന് ചുവപ്പ് നാടകളിലാണ് ചെന്നുനില്ക്കുന്നത്. അത് തീർത്തും അസംബന്ധമാണ്,' ഡേ ബ്ലോക്ക് വിശദീകരിക്കുന്നു. 'ഇൻഷൂറൻസ് കമ്പനികളിലെ കൺസൾട്ടന്റുമാരുടെയും ഇൻസ്ട്രക്ടർമാരുടെയും എണ്ണം കൂടുകയാണ്. എന്നാൽ യഥാർത്ഥ പരിരക്ഷ നല്കുന്നവരുടെ എണ്ണം ചുരുങ്ങിക്കൊണ്ടേയിരിക്കുന്നു.

ആരോഗ്യപരിരക്ഷാ രംഗത്തെ ഫണ്ടിങ്ങിനെക്കുറിച്ച് ഡേ ബ്ലോക്ക് തീർത്തും വ്യത്യസ്തമായ ഒരഭിപ്രായത്തെയാണ് പിന്തുണക്കുന്നത്. ഉത്പന്നം എന്ന മാനസികാവസ്ഥ തന്നെ ഇല്ലാതാവണം എന്ന് അദ്ദേഹം പറയുന്നു. പരിരക്ഷ ആയിരിക്കണം കേന്ദ്രബിന്ദു. ചികിത്സാചിലവുകളെ തീർത്തും ലളിതവത്ക്കരിക്കണം. 'ബില്ലിങ് ലളിതമാകുന്തോറും യഥാർത്ഥ ആരോഗ്യ പരിരക്ഷയിലുള്ള ഊന്നൽ വർദ്ധിക്കും,' അദ്ദേഹം പറയുന്നു. 'ബില്ലിങ് കൂടുതൽ സങ്കീർണ്ണമാകുന്തോറും ഈ മേഖലയിലുള്ള കൂടുതൽ പേർ വ്യവസ്ഥിതിയിലെ പഴുതുകൾ അന്വേഷിക്കാൻ തുടങ്ങുകയും പരിരക്ഷ എന്താണെന്നത് തങ്ങൾ നിർവ്വചിക്കുംവരെ അവർ കാര്യങ്ങളുടെ ഉത്തരവാദിത്തം അക്കൗണ്ടിങ് ഡിപ്പാർട്ട്മെന്റുകൾക്ക് നല്കുകയും ചെയ്യുന്നു.'

ജോസ് ഡേ ബ്ലോക്കിനോട് സംസാരിക്കുമ്പോൾ ആരോഗ്യപരിരക്ഷാ രംഗത്തിന് അപ്പുറത്തും ഈ പാഠങ്ങൾ ബാധകമാണെന്ന് വ്യക്തമായി. വിദ്യാഭ്യാസം, നിയമപരിപാലനം, സർക്കാർ, വ്യവസായം എന്നിവയ്ക്കെല്ലാം ഇത് ബാധകമാണ്.

ഇതിനുള്ള ഒരു മികച്ച ഉദാഹരണമാണ് കാറുകളുടെ സ്പെയർ പാർട്ടുകൾ വിതരണം ചെയ്യുന്ന ഫ്രഞ്ച് സ്ഥാപനമായ FAVI. ഴാങ് ഫ്രാങ്കൃ സോബ്രിസ്റ്റിനെ 1983-ൽ ഇതിന്റെ സിഇഒ ആയി നിയമിച്ചപ്പോൾ ഫാവിക്ക് തീർത്തും സങ്കുചിതമായ അധികാരശ്രേണീ ഘടനയാണ് ഉണ്ടായിരുന്നതെന്ന് മാത്രമല്ല, കാര്യങ്ങൾ തീർത്തും പഴഞ്ചനായ രീതിയിലാണ് അവിടെ നിർവ്വഹിച്ചിരുന്നത്. കഠിനമായി പണിതാൽ നിങ്ങൾക്ക് ബോണസ് കിട്ടും. ജോലിക്ക് വൈകിയെത്തിയാൽ വേതനം കുറയും.

ഉത്തരവാദിത്തമേറ്റെടുത്ത ആദ്യദിവസം തന്നെ സോബ്രിസ്റ്റ് സങ്കല്പിച്ചത് തനിക്കുപകരം ജീവനക്കാർ തീരുമാനമെടുക്കുന്ന ഒരു സ്ഥാപനത്തെക്കുറിച്ചായിരുന്നു. ജോലിക്ക് സമയത്തെത്തേണ്ടത് തന്റെ ഉത്തരവാദിത്തമാണെന്ന് ഓരോ തൊഴിലാളിക്കും തോന്നുന്ന സ്ഥാപനം (അതിനവർക്കായില്ലെങ്കിൽ അതിന് തക്കതായ കാരണമുണ്ടാകുമെന്ന് നിങ്ങൾക്ക് ഉറപ്പുണ്ടായിരിക്കും.) 'ഞാൻ സ്വപ്നം കണ്ടത് എല്ലാവരും സ്വന്തം വീടുപോലെ കണക്കാക്കുന്ന ഒരു തൊഴിലിടമായിരുന്നു. അതിൽ നിന്നും ഒട്ടും കൂടുതലുമില്ല, കുറവുമില്ല.'

സിഇഒ ആയി ചുമതലയെടുത്ത ശേഷം അദ്ദേഹം ചെയ്ത ആദ്യത്തെ കാര്യം മാനേജ്മെന്റിന് ഷോപ്പ് ഫ്ളോർ നിരീക്ഷിക്കുന്നതിനായി ഉണ്ടാക്കിയ പടുകൂറ്റൻ ജാലകം ഇഷ്ടികവെച്ച് അടക്കുകയായിരുന്നു. അടുത്തതായി ടൈം ക്ലോക്ക് എടുത്ത് ചവറ്റുകുട്ടയിലിട്ടു. പിന്നെ സ്റ്റോറേജ് റൂമുകളുടെ താഴ് എടുത്തുമാറ്റി. ബോണസ് സംവിധാനം നിർത്തലാക്കി.

സോബ്രിസ്റ്റ് ഈ കമ്പനിയെ ഇരുപത്തഞ്ച് മുതൽ മുപ്പത് വരെ ജീവനക്കാരുള്ള 'ചെറുഫാക്ടറി'കളായി വിഭജിച്ചു. എന്നിട്ട് ഇവയിലോരോന്നിനും തങ്ങളുടെ ടീം ലീഡറെ തെരഞ്ഞെടുക്കാനും അനുവാദം നല്കി. ഈ ചെറുകമ്പനികൾക്ക് ഓരോന്നിനും എല്ലാ കാര്യങ്ങളിലും സ്വന്തമായി തീരുമാനമെടുക്കാനുള്ള സ്വാതന്ത്ര്യവും നല്കി - വേതനം, തൊഴിൽ സമയം, ആരെയെല്ലാം ജോലിയിലെടുക്കണം തുടങ്ങി എല്ലാ കാര്യങ്ങളിലും. ഓരോ ടീമും നേരിട്ടാണ് തങ്ങളുടെ ഉപഭോക്താക്കളുമായി ഇടപെട്ടത്.

പഴയ മാനേജർമാർ പിരിഞ്ഞു പോയപ്പോൾ പുതിയവരെ നിയമിക്കേണ്ടെന്ന് സോബ്രിസ്റ്റ് തീരുമാനിച്ചു. അതുപോലെ തന്നെ എച്ച്.ആർ., പ്ലാനിങ് ആന്റ് മാർക്കറ്റിങ് തുടങ്ങിയ ഡിപ്പാർട്ട്മെന്റുകൾ വേണ്ടെന്നുവെച്ചു. അങ്ങനെ FAVI, ഓരോ ടീമും സ്വന്തമായി കാര്യങ്ങൾ ചെയ്യുകയും തങ്ങൾക്ക് വേണമെന്ന് തോന്നിയാൽ മാത്രം മാനേജ്മെന്റിനെ വിളിക്കുകയും ചെയ്യുന്ന ഒരു 'റിവേഴ്സ് ഡെലിഗേഷൻ' രീതിയിലേക്ക് മാറി.

ഇതൊരു പക്ഷേ പണം കുടിച്ചു വറ്റിക്കുന്ന ഒരു ഹിപ്പി കമ്മ്യൂണിനെ പോലെ തോന്നിയെന്നുവരാം. എന്നാൽ വാസ്തവത്തിൽ FAVIയിലെ ഉത്പാദനക്ഷമത കൂടുകയാണ് ചെയ്തത്. കമ്പനിയിലെ തൊഴിലാളികളുടെ എണ്ണം നൂറിൽ നിന്നും അഞ്ഞൂറാവുകയും ട്രാൻസ്മിഷൻ ഫോർക്ക് മാർക്കറ്റിന്റെ അമ്പതുശതമാനം വിപണിയും കയ്യടക്കുകയും ചെയ്തു. പ്രധാനപ്പെട്ട പാർട്ടുകളുടെ ഉത്പാദനത്തിനുവേണ്ട ശരാശരി സമയം പതിനൊന്ന് ദിവസത്തിൽ നിന്നും വെറും ഒരു ദിവസമായി കുറഞ്ഞു. ഇവരുടെ വിപണിയിലെ എതിരാളികൾ കുറഞ്ഞ വേതനം കൊടുക്കുന്ന മറ്റ് രാജ്യങ്ങളിലേക്ക് അവരുടെ പ്രവർത്തനം മാറ്റാൻ നിർബന്ധിതരായപ്പോൾ FAVIയുടെ പ്ലാന്റ് യൂറോപ്പിൽ തന്നെ തുടർന്നു.

ഈ സമയമെല്ലാം തന്നെ സോബ്രിറ്റ്സിന്റെ തത്ത്വശാസ്ത്രം വളരെ ലളിതമായിരുന്നു. തൊഴിലാളികളെ വിശ്വസ്തരും ഉത്തരവാദിത്തപ്പെട്ടവരുമായി നിങ്ങൾ പരിഗണിക്കുകയാണെങ്കിൽ അവർ അങ്ങനെത്തന്നെ ആയി മാറും. അദ്ദേഹം ഇക്കാര്യത്തെക്കുറിച്ച് ഒരു പുസ്തകം തന്നെ എഴുതുകയുണ്ടായി. അതിന്റെ ഉപശീർഷകം ഇങ്ങനെയാണ്: l'entreprise qui croit que l'homme est bon. എന്നുപറഞ്ഞാൽ ആളുകൾ നല്ലവരാണ് എന്ന് വിശ്വസിക്കുന്ന കമ്പനി.

5

ബൂർട്ട്സോർഗ്ഗ്, FAVI തുടങ്ങിയ കമ്പനികൾ, സംശയത്തെ മനുഷ്യസ്വഭാവം സംബന്ധിച്ച ഗുണപരമായ കാഴ്ചപ്പാടുമായി വെച്ചുമാറുകയാണെങ്കിൽ എല്ലാത്തിലും മാറ്റംവരും എന്നതിനുള്ള തെളിവാണ്. നൈപുണ്യവും കാര്യക്ഷമതയും മുൻനിര മൂല്യങ്ങളായി മാറും, അല്ലാതെ വരുമാനവും ഉല്പാദനക്ഷമതയുമല്ല. മറ്റ് ജോലികളിലും തൊഴിൽ മേഖലകളിലും ഇതിന്റെ അർത്ഥമെന്തായിരിക്കുമെന്ന് ഒന്ന് ചിന്തിച്ച് നോക്കൂ. സിഇഒമാർ തങ്ങളുടെ കമ്പനിയിന്മേലുള്ള വിശ്വാസത്തിന്റെ പുറത്ത് അതിന്റെ നിയന്ത്രണം ഏറ്റെടുക്കുകയും, ജ്ഞാനദാഹംകൊണ്ട് അക്കാദമിക്കുകൾ കുത്തിയിരുന്ന് പഠിക്കുകയും, വിദ്യാർത്ഥികളോട് തങ്ങൾക്ക് ഉത്തരവാദിത്തമുണ്ട് എന്ന ബോധ്യംവച്ച് അദ്ധ്യാപകർ പഠിപ്പിക്കുകയും, മനഃശാസ്ത്രജ്ഞർ ഒരു രോഗിക്ക് വേണ്ടത്ര മാത്രം ചികിത്സ നല്കുകയും, ബാങ്കർമാർ തങ്ങളുടെ സേവനങ്ങളിൽ നിന്നും സംതൃപ്തി നേടുകയും ചെയ്യും.

തീർച്ചയായും മറ്റുള്ളവരെ സഹായിക്കുന്നതിനായി തീക്ഷ്ണമായ പ്രചോദനമുള്ള നിരവധി അദ്ധ്യാപകരും ബാങ്കർമാരും അക്കാദമിക്കുകളും മാനേജർമാരും ഉണ്ട്. എന്നാൽ അതൊന്നും ടാർജറ്റുകളുടെയും നിയമങ്ങളു

ടെയും നടപടിക്രമങ്ങളുടെയും രാവണൻകോട്ടകൾ കാരണമല്ല. മറിച്ച് അതൊക്കെ ഉണ്ടായിട്ടുപോലും ഇതവർ ചെയ്യുന്നു എന്നതാണ്.

നമ്മൾ പ്രചോദനത്തെക്കുറിച്ച് എന്താണ് ചിന്തിക്കുന്നത് എന്നത് സംബന്ധിച്ച സ്ക്രിപ്റ്റ് കാറ്റിൽ പറത്തിയ അമേരിക്കൻ മനഃശാസ്ത്രജ്ഞനായ എഡ്വേർഡ് ഡെസ്സി കരുതുന്നത് മറ്റുള്ളവരെ എങ്ങനെ പ്രചോദിതരാക്കാം എന്നതായിരിക്കരുത് ചോദ്യമെന്നും, മറിച്ച്, ജനങ്ങൾ സ്വയമേവ പ്രചോദിതരാകുന്ന ഒരു സമൂഹത്തെ എങ്ങനെ വാർത്തെടുക്കാം എന്നതായിരിക്കണം എന്നുമാണ്. ഈ ചോദ്യം യാഥാസ്ഥിതകമോ പുരോഗമനപരമോ അല്ല, ക്യാപിറ്റലിസ്റ്റോ കമ്മ്യൂണിസ്റ്റോ അല്ല. അത് സംസാരിക്കുന്നത് ഒരു പുതിയ പ്രസ്ഥാനത്തെക്കുറിച്ചാണ് - ഒരു പുതിയ റിയലിസം. കാരണം ജനങ്ങൾ ഒരു കാര്യം തങ്ങൾ അതു ചെയ്യേണ്ടതാണ് എന്ന തോന്നലിൽ നിന്നും അത് ചെയ്യുന്നതിലും ശക്തമായ മറ്റൊന്നുമില്ല.

14

ഹോമോ ലുഡൻസ്

1

ജോസ് ഡേ ബ്ലോക്കുമായുള്ള എന്റെ സംഭാഷണത്തിനുശേഷം കുറെ നാളത്തേക്ക് എന്റെ മനസ്സ് ആ ഒരു ചോദ്യത്തിലേക്ക് വീണ്ടും വീണ്ടും തിരിച്ചെത്താൻ തുടങ്ങി: മൊത്തം സമൂഹം വിശ്വാസത്തിൽ അധിഷ്ഠിതമാണെങ്കിൽ എങ്ങനെയിരിക്കും?

ഇത്രയും വ്യാപ്തിയുള്ള ഒരു യൂടേണിൽ നമ്മൾ മുന്നോട്ടു പോകണമെങ്കിൽ നമുക്ക് ആദ്യത്തിൽനിന്നും തുടങ്ങേണ്ടിവരുമെന്ന് ഞാൻ കരുതി. നമുക്ക് കുട്ടികളിൽനിന്നും തുടങ്ങേണ്ടതുണ്ട്. എന്നാൽ പാഠപുസ്തകങ്ങളിൽ ആമഗ്നനായപ്പോൾ വളരെ പരുഷമായ ചില സത്യങ്ങളാണ് ഞാൻ നേരിട്ടത്. കഴിഞ്ഞ ഏതാനും ദശകങ്ങളായി കുട്ടികളിലെ നൈസർഗ്ഗികമായ പ്രചോദനത്തെ വളരെ ക്രമാനുഗതമായി ഞെരിച്ച് കൊല്ലുകയാണ് ഉണ്ടായതെന്ന് മനസ്സിലായി. മുതിർന്നവർ കുട്ടികളുടെ സമയത്തെ ഹോംവർക്കും കായികാഭ്യാസവും സംഗീതവും നാടകവും പഠനവും പരീക്ഷയ്ക്കുള്ള തയ്യാറെടുപ്പും തുടങ്ങി അനന്തമായ കാര്യങ്ങൾകൊണ്ട് നിറയ്ക്കുകയാണ്. അതായത് ഒരു പ്രവർത്തനത്തിനു മാത്രം അവർക്ക് വളരെ കുറച്ചുസമയം മാത്രമേ ലഭിക്കുന്നുള്ളൂ: കളിക്കാൻ. ഇവിടെ ഞാൻ കളി എന്നുദ്ദേശിച്ചത് അതിന്റെ വിശാലമായ അർത്ഥതലത്തിലാണ് - അതായത് അവരുടെ ആകാംക്ഷ അവരെ നയിക്കുന്ന എവിടേക്കും പോകാനുള്ള സ്വാതന്ത്ര്യം. അന്വേഷിക്കുവാനും കണ്ടെത്തുവാനും, പരീക്ഷിക്കുവാനും, സൃഷ്ടിക്കുവാനും. രക്ഷിതാക്കളോ അദ്ധ്യാപകരോ നിശ്ചയിച്ച തരത്തിൽ അല്ല, മറിച്ച് അത് അങ്ങനെ ആയിരിക്കണം എന്നതുകൊണ്ടുമാത്രം, അതിന്റെ താല്പര്യം ഒന്നുകൊണ്ട് മാത്രം.

നിങ്ങൾ എവിടെ നോക്കിയാലും കുട്ടികളുടെ സ്വാതന്ത്ര്യം വളരെ പരിമിതമാണ്. 1971-ൽ ബ്രിട്ടനിലുള്ള ഏഴും എട്ടും വയസ്സ് പ്രായമുള്ള കുട്ടികളിൽ എൺപത് ശതമാനവും സ്കൂളുകളിലേക്ക് നടന്നാണ് പൊയ്ക്കൊണ്ടിരുന്നത്. എന്നാൽ ഇന്ന് അത് കേവലം പത്ത് ശതമാനമാണ്. പത്ത് രാജ്യങ്ങളിലെ പന്ത്രണ്ടായിരം രക്ഷിതാക്കൾക്കിടയിൽ സമീപകാലത്ത് നടത്തിയ ഒരു വോട്ടെടുപ്പിൽ വ്യക്തമായത് തടവുപുള്ളികൾ മിക്ക കുട്ടികളെക്കാളും അധികം സമയം പുറത്ത് കഴിച്ചുകൂട്ടുന്നുണ്ട് എന്നാണ്. മിഷിഗൻ സർവ്വകലാശാലയിലെ ഗവേഷകർ കണ്ടെത്തിയത് 1981-ൽനിന്നും 1997 ആയപ്പോഴേയ്ക്കും കുട്ടികൾ സ്കൂളിൽ ചിലവഴിക്കുന്ന സമയം 18 ശതമാനം കൂടി

എന്നാണ്. ഹോം വർക്കിനുവേണ്ടി ചിലവഴിക്കുന്ന സമയം വർദ്ധിച്ചതാകട്ടെ 145 ശതമാനവും.

ഈ സംഭവവികാസങ്ങളിൽ സോഷ്യോളജിസ്റ്റുകളും മനഃശാസ്ത്രജ്ഞരും ഒരുപോലെ ആശങ്ക രേഖപ്പെടുത്തിയിട്ടുണ്ട്. അമേരിക്കയിൽ നടത്തിയ ഒരു ദീർഘകാലപഠനം കാണിച്ചുതന്നത് കുട്ടികൾക്ക് അവനവനുമേലുള്ള നിയന്ത്രണം കുറഞ്ഞുവരുന്നു എന്നാണ്, എന്നുപറഞ്ഞാൽ തങ്ങളുടെ ജീവിതം നിയന്ത്രിക്കുന്നത് മറ്റുള്ളവരാണ് എന്ന തോന്നൽ അവരിൽ കൂടിക്കൂടി വരുന്നു എന്നർത്ഥം. അമേരിക്കയിൽ ഈ അവസ്ഥ വളരെ അധികമാണ്. തങ്ങൾ തങ്ങളുടെ നിയന്ത്രണത്തിലാണെന്ന തോന്നൽ 1960-കളിൽ നിന്നും 2002-ൽ എത്തിയപ്പോഴേക്കും 80 ശതമാനം കുറഞ്ഞു എന്നാണ് കണ്ടെത്തിയത്.

ഈ സംഖ്യകൾ എന്റെ നാട്ടിൽ ഇത്രയും നാടകീയമല്ലെങ്കിലും കാര്യങ്ങൾ ഏതാണ്ട് ഇങ്ങനെയൊക്കെ തന്നെയാണ്. 2018-ൽ ഡച്ച് ഗവേഷകർ കണ്ടെത്തിയ കാര്യം പത്തിൽ മൂന്ന് കുട്ടികളും ആഴ്ചയിലൊരിക്കൽ മാത്രം പുറത്തുപോയി കളിക്കുകയോ അല്ലെങ്കിൽ പുറത്തുതന്നെ പോകാതിരിക്കുകയോ ചെയ്യുന്നു എന്നാണ്. ആഗോള തിങ്ക് ടാങ്കായ OECD സ്കൂൾ കുട്ടികളിൽ നടത്തിയ വിപുലമായ ഒരു പഠനം കാണിക്കുന്നത് ഹോളണ്ടിലെ കുട്ടികളാണ് ഈ പഠനം നടത്തിയ രാജ്യങ്ങളിൽ ഏറ്റവും കുറവ് പ്രചോദനം ഉള്ളവർ എന്നാണ്. പരീക്ഷകളും റിപ്പോർട്ട് കാർഡുകളും അവരുടെ നൈസർഗ്ഗികമായ പ്രചോദനത്തെ ഏറെ ദുർബലപ്പെടുത്തിയതിനാൽ ഗ്രേഡിനപ്പുറമുള്ള ഒരു അസൈൻമെന്റ് അവർക്ക് നല്കിയാൽ അവരുടെ ശ്രദ്ധ തന്നെ ബാഷ്പീകരിച്ച് പോകും.

പിന്നെ ഏറ്റവും വലിയ മറ്റൊരു മാറ്റത്തെക്കുറിച്ച് പറയേണ്ടത് തന്നെയില്ല: രക്ഷിതാക്കൾ തങ്ങളുടെ കുട്ടികൾക്കൊപ്പം കൂടുതൽ സമയം ചിലവഴിക്കുന്ന കാര്യം. വായിക്കാനുള്ള സമയം. അവരുടെ ഹോംവർക്കുകളിൽ സഹായിക്കാനുള്ള സമയം. അവരെ കായിക പരിശീലനത്തിന് കൊണ്ടുപോകുന്നതിനുള്ള സമയം. നെതർലാൻഡ്സിൽ സമീപകാലത്ത് രക്ഷാകർത്തൃത്വത്തിനായി ചിലവഴിക്കുന്ന സമയം 1980-കളിൽനിന്നും 150 ശതമാനമാണ് വർദ്ധിച്ചിട്ടുള്ളത്. അമേരിക്കയിൽ, തൊഴിലെടുക്കുന്ന അമ്മമാർ ഇന്ന് 1970-കളിൽ വീട്ടമ്മമാർ തങ്ങളുടെ കുട്ടികൾക്കുവേണ്ടി ചിലവഴിച്ചതിനേക്കാൾ അധികം സമയം കുട്ടികൾക്കായി ചിലവഴിക്കുന്നുണ്ട്.

എന്തുകൊണ്ട്? ഈ പരിവർത്തനത്തിന് പിന്നിൽ എന്താണ് കാരണം? രക്ഷിതാക്കൾക്ക് പൊടുന്നനെ കുന്നോളം സമയം കിട്ടി എന്നതുകൊണ്ടൊന്നുമല്ല. നേരേമറിച്ച്, 1980-കൾ മുതൽ ലോകത്തെല്ലായിടത്തും രക്ഷിതാക്കൾ കൂടുതൽ അദ്ധ്വാനിക്കുന്നവരാണ്. ഒരുപക്ഷേ, അതുതന്നെയായിരിക്കാം ഇതിന് കാരണവും: മറ്റെല്ലാത്തിനേയും ത്യജിച്ചുകൊണ്ട് ജോലിയോടുള്ള നമ്മുടെ അതിരുകടന്ന മാനസിക ബന്ധം. വിദ്യാഭ്യാസനയം രൂപപ്പെടുത്തുന്നവർ റാങ്കിങ്ങിനും വളർച്ചയ്ക്കും കൂടുതൽ ഊന്നൽ നല്കാൻ തുടങ്ങിയപ്പോൾ രക്ഷിതാക്കളും വിദ്യാലയങ്ങളും പരീക്ഷകളിലും റിസൾട്ടുകളിലും കൂടുതൽ വ്യാപൃതരായി.

കുട്ടികളെ ഇപ്പോൾ വളരെ ചെറിയ പ്രായത്തിൽത്തന്നെ വർഗ്ഗീകരണം നടത്താൻ തുടങ്ങിയിരിക്കുന്നു. കൂടുതൽ കഴിവുള്ളവരും ഭാവി വാഗ്ദാന

ങ്ങളും ആയവരെന്നും അങ്ങനെ അല്ലാത്തവരെന്നും. രക്ഷിതാക്കൾ വ്യാകുലരാണ്: എന്റെ മകൾ വേണ്ടത്ര വെല്ലുവിളി നേരിടുന്നുണ്ടോ? എന്റെ മകൻ അവന്റെ സമപ്രായക്കാർക്കൊപ്പം എത്തുന്നുണ്ടോ? അവർക്ക് ഏതെങ്കിലും സർവകലാശാലയിൽ പ്രവേശനം ലഭിക്കുമോ? പതിനായിരം അമേരിക്കൻ വിദ്യാർത്ഥികൾക്കിടയിൽ സമീപകാലത്ത് നടത്തിയ ഒരു പഠനം വ്യക്തമാക്കുന്നത് അവരിൽ 80 ശതമാനം പേരുടെ രക്ഷിതാക്കളും സഹാനുഭൂതി, ദയ തുടങ്ങിയ ഗുണങ്ങളേക്കാളുമധികം വ്യാകുലപ്പെടുന്നത് ക്ലാസ്സിലെ മികച്ച ഗ്രേഡിനെക്കുറിച്ചാണെന്നതാണ്.

അതേസമയം, വളരെ വിലപ്പെട്ടതെന്തോ കൈമോശം വന്നുപോകുന്നു എന്ന ഒരു ധാരണ പരക്കെയുണ്ടുതാനും. നൈസർഗ്ഗികത, കളി തമാശകൾ തുടങ്ങിയ കാര്യങ്ങൾ. ഒരു രക്ഷിതാവെന്ന നിലയിൽ നിങ്ങൾ നേട്ടം കൈവരിക്കുന്നതിനുള്ള സമ്മർദ്ദങ്ങളെ നേരിടാൻ നിങ്ങളെയും കുഞ്ഞിനെയും എങ്ങനെ പര്യാപ്തമാക്കും എന്നത് സംബന്ധിച്ച നിർദ്ദേശങ്ങൾകൊണ്ട് നിറയ്ക്കപ്പെട്ടിരിക്കുന്നു. എങ്ങനെ കുറച്ചദ്ധ്വാനിക്കാമെന്നതും കൂടുതൽ ശ്രദ്ധയുണ്ടാക്കാമെന്നതും സംബന്ധിച്ച ഒരുപാടൊരുപാട് കാര്യങ്ങൾ. പക്ഷേ, ഒരിത്തിരി സ്വയം പര്യാപ്തതയില്ലെങ്കിൽ പിന്നെന്തു കാര്യം?

എന്താണ് സംഭവിക്കുന്നത് എന്ന് കുറച്ചുകൂടി നന്നായറിയാൻ കളി എന്നത് കൊണ്ട് നമ്മളെന്താണുദ്ദേശിക്കുന്നത് എന്ന് മനസ്സിലാക്കേണ്ടതുണ്ട്. കളിയൊരിക്കലും നിയതമായ ചട്ടങ്ങൾക്കും നിയന്ത്രണങ്ങൾക്കും വിധേയമല്ല. അതിൽ മുൻതീരുമാനങ്ങളോ വിലക്കുകളോ ഇല്ല. പാർശ്വങ്ങളിൽ രക്ഷിതാക്കളിരുന്ന് മുറവിളി കൂട്ടുന്ന ആസ്ട്രോർഫ് കളിസ്ഥലമല്ലത്. രക്ഷിതാക്കളുടെ മേൽനോട്ടമില്ലാതെ കുട്ടികൾ കളിച്ചുല്ലസിക്കുന്ന അവസ്ഥയാണത്. അങ്ങനെയങ്ങനെ അതിനിടയിൽ അവർതന്നെ കളികൾ രൂപപ്പെടുത്തിയെടുക്കുന്നു.

കുട്ടികൾ ഇത്തരം കളികളിൽ വ്യാപൃതരാവുമ്പോൾ അവർ തങ്ങൾക്കുവേണ്ടി തന്നെയാണ് ചിന്തിക്കുന്നത്. അവർ സാഹസങ്ങളേറ്റെടുക്കുകയും ചട്ടങ്ങൾക്ക് പുറത്തുകടക്കുകയും ചെയ്യുന്നു. അങ്ങനെ ആ പ്രക്രിയയിലൂടെ അവർ തങ്ങളുടെ മനസ്സിനെ പരിശീലിപ്പിക്കുകയും പ്രചോദിതരാവുകയും ചെയ്യുന്നു. ഇന്നുകാലത്ത് നമ്മൾ കുട്ടികൾക്ക് വ്യാവസായിക അടിസ്ഥാനത്തിൽ നിർമ്മിച്ച വിനോദോപാധികളാണ് നല്കുന്നത്. വിശദമായ ഘടനാ നിർദ്ദേശങ്ങൾ നല്കിയിട്ടുള്ള LEGO ® Star Wars Snowspeeder തൊട്ട് ഇലക്ട്രോണിക് പാചകശബ്ദം ഉണ്ടാക്കുന്ന Miele Kitchen Gourmet Deluxe വരെ.

ചോദ്യമിതാണ്. എല്ലാം മുൻകൂട്ടി തയ്യാറാക്കി കിട്ടുകയാണെങ്കിൽ പിന്നെ നമുക്ക് നമ്മുടെ ആകാംക്ഷയും സങ്കല്പശക്തിയും വളർത്തിയെടുക്കാനാകുമോ? മടുപ്പ് സർഗ്ഗാത്മകതയുടെ ഉറവിടമാകാം. 'നിങ്ങൾക്ക് സർഗ്ഗാത്മകത പഠിപ്പിക്കാനാവില്ല, നിങ്ങൾക്ക് ചെയ്യാനാവുന്നത് അത് മൊട്ടിടാൻ അനുവദിക്കുക എന്നതാണ്,' എന്ന് മനഃശാസ്ത്രജ്ഞനായ പീറ്റർ ഗ്രേ ഒരു ലേഖനത്തിൽ പറയുന്നു.

കളിക്കാനുള്ള സഹജവാസന നമ്മളുടെ സ്വഭാവത്തിൽ ആഴത്തിൽ വേരൂന്നിയതാണെന്ന കാര്യത്തിൽ ജീവശാസ്ത്രകാരന്മാരെല്ലാംതന്നെ ഏകാഭിപ്രായക്കാരാണ്. ഒരുവിധം എല്ലാ സസ്തനികളും കളികളിൽ ഏർപ്പെടുന്നു, മറ്റ്

ജീവികൾക്കുമതേ കളിക്കാനുള്ള പ്രചോദനം ചെറുത്ത് നില്ക്കാനാവില്ല. അലാസ്കയിലെ റാവെനുകൾ മഞ്ഞ് പുതച്ച മേൽക്കൂരകളിലൂടെ മൂളിപ്പറക്കാൻ ഇഷ്ടപ്പെടുന്നവയാണ്. ആസ്ട്രേലിയയിലെ ഒരു കടൽത്തീരത്ത് മുതലകൾ തിരമാലകൾക്ക് മേലേകൂടെ നീന്തിനടക്കുന്നത് കാണാം. അതുപോലെ തന്നെ നീരാളികൾ കാലിയായ മരുന്ന് കുപ്പികളിലേക്ക് വെള്ളം ചീറ്റുന്നത് കനേഡിയൻ ശാസ്ത്രകാരന്മാർ നിരീക്ഷിച്ചിട്ടുണ്ട്.

കളിക്കുക എന്ന് പറഞ്ഞാൽ യാതൊരു കാര്യവുമില്ലാതെ സമയം പാഴാക്കൽ ആണ് എന്ന് തോന്നിയേക്കാം. പക്ഷേ, ഏറ്റവും രസകരമായ കാര്യം, ഏറ്റവും ബുദ്ധിയുള്ള ജീവികളാണ് കൂടുതൽ വിനോദശീലം പ്രകടമാക്കുന്നത് എന്നതാണ്. വളർത്തുമൃഗങ്ങൾ തങ്ങളുടെ ജീവിതകാലം മുഴുവൻ കളിച്ചുല്ലസിക്കുന്നവയാണെന്ന് മൂന്നാമദ്ധ്യായത്തിൽ നാം കണ്ടു. മാത്രവുമല്ല, ഹോമോ പപ്പികളെ പോലെ ഇത്രയും സുദീർഘമായൊരു ബാല്യം മറ്റൊരു ജീവിവർഗ്ഗവും ആസ്വദിക്കുന്നില്ല താനും. കളികൾ ജീവിതത്തിന് അർത്ഥം നല്കുന്നു എന്ന് ഡച്ച് ചരിത്രകാരനായ യൊഹാൻ ഹ്യൂയിസിങ്ക 1938-ൽ എഴുതുകയുണ്ടായി. അദ്ദേഹമാണ് നമുക്ക് ഹോമോ ലുഡൻസ് എന്ന പേര് നല്കിയത് - 'കളിക്കുന്ന മനുഷ്യൻ'. നമ്മൾ 'സംസ്കാരം' എന്ന് വിളിക്കുന്നത് എല്ലാം തന്നെ ഉത്ഭവിച്ചത് കളികളിൽ നിന്നാണെന്ന് അദ്ദേഹം പറഞ്ഞു.

മനുഷ്യചരിത്രത്തിന്റെ ഭൂരിഭാഗം സമയത്തും കുട്ടികൾക്ക് അവരുടെ ഇഷ്ടംപോലെ കളിക്കാൻ അനുവാദം ലഭിച്ചിരുന്നതായി നരവംശശാസ്ത്രജ്ഞർ സംശയിക്കുന്നു. വേട്ടയാടിപ്പിടിച്ച് ജീവിക്കുന്ന ഓരോ സംസ്കാരത്തിലും ഇതിന് ഗണ്യമായ വ്യത്യാസമുണ്ടാകാമെങ്കിലും കളിക്കുക എന്ന സംസ്കാരം എല്ലായിടത്തും ഒരുപോലെ ആണ് കാണപ്പെടുന്നത്. ഇതിൽ ഏറ്റവും പ്രധാനപ്പെട്ട കാര്യം, ചെറുപ്പക്കാർക്ക് നല്കിയ അസാമാന്യമായ സ്വാതന്ത്ര്യമാണെന്ന് ഗവേഷകർ പറയുന്നു. തങ്ങളുടെ കുട്ടികളുടെ വളർച്ചയിൽ തങ്ങൾക്ക് എന്തെങ്കിലും ആജ്ഞാശക്തിയുണ്ടെന്ന് കരുതാത്ത നാടോടികൾ കുട്ടികളെ ദിവസം മുഴുവൻ കളിക്കാൻ അനുവദിക്കുന്നു, നേരംപുലരുമ്പോൾ മുതൽ രാവേറെ ചെല്ലുംവരെ.

എന്നാൽ അവർ ഒരിക്കലും വിദ്യാലയത്തിൽ പോയില്ലെങ്കിൽ മുതിർന്നവരുടെ ജീവിതത്തിന് അവർ സജ്ജരാവുമോ? ഇതിനുള്ള ഉത്തരം, ഈ സമൂഹങ്ങളിൽ കളിയും പഠനവും ഒന്നുതന്നെയാണ് എന്നതാണ്. കൊച്ചുകുഞ്ഞുങ്ങൾക്ക് നടക്കാനും സംസാരിക്കാനും പഠിക്കുന്നതിന് പരീക്ഷകളുടെയോ ഗ്രേഡുകളുടെയോ ആവശ്യമില്ല. അത് തീർത്തും സ്വാഭാവികമായാണ് അവരിൽ സംഭവിക്കുന്നത്, കാരണം അവർ ലോകത്തെ അറിയാൻ ഏറെ തത്പരരാണ് എന്നതുതന്നെ. അതുപോലെ തന്നെ വേട്ടയാടി ഇര തേടി നടക്കുന്നവരുടെ കുട്ടികൾ കളികളിലൂടെയാണ് കാര്യങ്ങൾ പഠിക്കുന്നത്. പ്രാണികളെ പിടിക്കുക, അമ്പും വില്ലും ഉണ്ടാക്കുക മൃഗങ്ങളുടെ ശബ്ദം അനുകരിക്കുക തുടങ്ങി കാടുകളിൽ നിരവധി കാര്യങ്ങൾ ചെയ്യാനുണ്ട്. അവിടെ അവരുടെ അതിജീവനത്തിന് വൃക്ഷങ്ങളെയും മൃഗങ്ങളെയും കുറിച്ച് അസാമാന്യമായ അറിവ് ആവശ്യമാണ്.

അതുപോലെ തന്നെ കളികളിലൂടെ കുട്ടികൾ സഹകരിക്കാൻ പഠിക്കുന്നു. വേട്ടയാടി ഇരതേടി ജീവിക്കുന്ന സമൂഹങ്ങളിലെ കുട്ടികൾ മിക്ക

വാറും എല്ലായ്പ്പോഴും തന്നെ പലതരത്തിലുള്ളവർ ചേർന്ന സംഘങ്ങളായാണ് കളിക്കുന്നത്, അതിൽ ആൺകുട്ടികളും പെൺകുട്ടികളുമുണ്ടാവും, എല്ലാ പ്രായത്തിലുള്ള കുട്ടികളുണ്ടാവും. കൊച്ചുകുട്ടികൾ മുതിർന്ന കുട്ടികളിൽ നിന്നും പഠിക്കുന്നു. തങ്ങളുടെ അറിവ് പകർന്നുകൊടുക്കാനുള്ളതാണെന്ന ഒരു ബോധ്യം ഈ മുതിർന്ന കുട്ടികൾക്കുണ്ടുതാനും. മത്സരപൂർണ്ണമായ കളികൾ ഈ സമൂഹങ്ങളിൽ അക്ഷരാർത്ഥത്തിൽ കേട്ടുകേൾവിപോലുമില്ലാത്തതാണെന്നതിൽ യാതൊരു അത്ഭുതവുമില്ല. പ്രായപൂർത്തിയായവർ നടത്തുന്ന ടൂർണ്ണമെന്റുകളിൽ നിന്നും വ്യത്യസ്തമായി യാതൊരു ഘടനയുമില്ലാത്ത കളികളിൽ പങ്കാളികൾ നിരന്തരം നീക്കുപോക്കുകൾ നടത്തേണ്ടതുണ്ട്. ആരെങ്കിലും ഒരാൾക്ക് അസന്തുഷ്ടിയുണ്ടെങ്കിൽ ആ വ്യക്തിക്ക് വേണമെങ്കിൽ കളിയവസാനിപ്പിക്കാം (പക്ഷേ, അത് എല്ലാവരുടെയും രസമാണ് ഇല്ലാതാക്കുന്നത്).

2

ആളുകൾ ഒരിടത്ത് താമസമുറപ്പിക്കാൻ തുടങ്ങിയതോടെ കളിയുടെ സംസ്കാരത്തിനും വലിയ മാറ്റങ്ങൾ സംഭവിച്ചു.

കുട്ടികളെ സംബന്ധിച്ചിടത്തോളം നാഗരികതയുടെ ഉദയം വളരെ ദുഷ്ക്കരവും മനസ്സ് മരവിപ്പിക്കുന്നതുമായ കൃഷിപ്പണികൾ അവരുടെ ജീവിതത്തിന്റെ ഭാഗമായി മാറി എന്നു മാത്രമല്ല, കുട്ടികളെ തക്കാളിയും മറ്റും കൃഷി ചെയ്തു വളർത്തുമ്പോലെ പോറ്റി വളർത്തേണ്ടതാണ് എന്ന ആശയവും ഉദിച്ചു. കാരണം കുട്ടികൾ വക്രബുദ്ധികളായാണ് ജനിച്ചതെങ്കിൽ നിങ്ങൾക്ക് അവരെ അവരുടെ യുക്തിക്ക് വിടാനാവില്ല. ആദ്യം അവർക്കു മേലെ നാഗരികതയുടെ ഒരു മേലാപ്പ് ചാർത്തണം, ഇതിനാകട്ടെ വളരെ കണിശക്കാരനായ ഒരാൾ വേണംതാനും. കുട്ടികളെ തല്ലി വളർത്തണമെന്ന ആശയം നമ്മുടെ കാർഷിക സമൂഹത്തിനിടയിലും നഗരവാസികൾക്കിടയിലും ആവിർഭവിച്ചത് അടുത്തകാലത്താണ്.

ആദ്യത്തെ നഗരങ്ങളും രാഷ്ട്രങ്ങളും രൂപപ്പെട്ടതോടെ ആദ്യത്തെ വിദ്യാഭ്യാസ വ്യവസ്ഥിതിയും നിലവിൽ വന്നു. പള്ളിയെ സംബന്ധിച്ചിടത്തോളം ഭക്തരായ അനുയായികൾ വേണമായിരുന്നു, പട്ടാളത്തിന് അനുസരണശീലമുള്ള സൈനികരെ വേണമായിരുന്നു, സർക്കാറുകൾക്കാവട്ടെ കഠിനധ്വാനികളെയും. കളിയാണ് ശത്രു എന്ന് ഈ മൂന്നുകൂട്ടരും സമ്മതിച്ചു. 'ഞങ്ങൾ കളിക്കാൻ സമയം അനുവദിക്കാറില്ല,' ഇംഗ്ലീഷ് പാതിരിയായ ജോൺ വെസ്ലി (1703–91) താൻ സ്ഥാപിച്ച സ്കൂളുകളുടെ ചട്ടത്തിൽ എഴുതിചേർത്തു. 'കുഞ്ഞായിരിക്കുമ്പോൾ കളിക്കുന്നവൻ വലിയ മനുഷ്യനായാലും കളിക്കും.'

പത്തൊൻപതാം നൂറ്റാണ്ടുവരേയ്ക്കും മതവിദ്യാഭ്യാസം രാഷ്ട്രവ്യവസ്ഥക്കനുസരിച്ച് മാറിയിരുന്നില്ല. ചരിത്രകാരനായ ജയിംസ് സി. സ്കോട്ടിന്റെ വാക്കുകളിൽ ഈ വ്യവസ്ഥയനുസരിച്ച്, 'ഒരു ഫ്രഞ്ച് വിദ്യാഭ്യാസമന്ത്രിക്ക്, രാവിലെ 10.20 ആകുമ്പോൾ ഫ്രാൻസിലെ ഒരു പ്രത്യേക ക്ലാസിലെ കുട്ടികൾ എല്ലാംതന്നെ സിസേറോയുടെ ഏത് ഭാഗമാണ് പഠിക്കുന്നത് എന്ന്

കൃത്യമായി പറയാനാവും.' നല്ല പൗരത്വം ആളുകളിൽ ചെറുപ്രായം തൊട്ടേ ഉണ്ടാക്കിയെടുക്കേണ്ട ഒന്നാണ്, മാത്രമല്ല, ആ പൗരന്മാർ തങ്ങളുടെ രാജ്യത്തെ സ്നേഹിക്കാൻ പഠിക്കുകയും വേണം. ഫ്രാൻസും ഇറ്റലിയും ജർമ്മനിയുമെല്ലാം ഭൂപടത്തിൽ അടയാളപ്പെടുത്തിക്കഴിഞ്ഞു. ഇനി ഫ്രഞ്ചു കാരനെയും ഇറ്റലിക്കാരനെയും ജർമ്മൻകാരനെയുമെല്ലാം വാർത്തെടു ക്കേണ്ട സമയമാണ്.

വ്യാവസായിക വിപ്ലവസമയത്ത് കഠിനാധ്വാനങ്ങളുടെ വലിയൊരു പങ്കും യന്ത്രങ്ങളെയാണ് ചുമതലപ്പെടുത്തിയത്. (എല്ലായിടത്തും ഇങ്ങനെ യായിരുന്നു എന്ന് പറയാനാവില്ല - ബംഗ്ലാദേശിൽ ഇപ്പോഴുമതേ, നമുക്ക് വേണ്ടി ഉത്പന്നങ്ങളുണ്ടാക്കാൻ തയ്യൽ മെഷീനിൽ പണിയെടുക്കാൻ നിർ ബന്ധിതരാകുന്ന കുട്ടികളുണ്ട്.) ഇത് വിദ്യാഭ്യാസത്തിന്റെ ലക്ഷ്യം മാറ്റിമറിച്ചു. ഇപ്പോൾ കുട്ടികൾ എഴുതാനും വായിക്കാനും പഠിക്കേണ്ടതുണ്ട്. ഡിസൈൻ ചെയ്യാനും സംഘാടനം നടത്താനും പഠിക്കേണ്ടതുണ്ട്. എന്നാൽ മാത്രമേ മുതിർന്നവരാകുമ്പോൾ അവർക്ക് സ്വന്തം ചെലവിനുള്ള വഴി കണ്ടെത്താ നാവൂ.

പത്തൊൻപതാം നൂറ്റാണ്ടിന്റെ അവസാനമാകുമ്പോഴേക്കും കുട്ടികൾക്ക് കളിക്കാനുള്ള അവസരം ലഭിച്ചിരുന്നില്ല. ചരിത്രകാരന്മാർ ഈ കാലത്തെ പറയുന്നത് സുഘടിതമല്ലാത്ത കളിയുടെ സുവർണ്ണകാലം എന്നാണ്. കാരണം ബാലവേല നിരോധിക്കപ്പെടുകയും രക്ഷിതാക്കൾ നല്ലൊരു അളവുവരെ കുട്ടികളെ അവരുടെ വഴിക്ക് വിടുകയും ചെയ്തു. യൂറോപ്പിലും വടക്കേ അമേ രിക്കയിലുമുള്ള പല സ്ഥലങ്ങളിലും ആരുംതന്നെ കുട്ടികൾ എന്തുചെയ്യുന്നു വെന്ന് നോക്കാൻപോലും മെനക്കെട്ടിരുന്നില്ല. അവർ ദിവസം മുഴുവനും തങ്ങളുടെ ഇഷ്ടം പോലെ കറങ്ങിയടിച്ചു നടന്നു.

എന്നാൽ, ഈ സുവർണ്ണ ദിനങ്ങൾ തീർത്തും ഹ്രസ്വമായിരുന്നു. 1980-കൾ തൊട്ട്, തൊഴിലിടങ്ങളിലും ക്ലാസ് മുറികളിലും ജീവിതം അനു ക്രമമായി തിരക്കുപിടിച്ചതായി മാറി. സ്വയംപര്യാപ്തതയും നേട്ടത്തിന്റെ സംസ്കാരവും ഒരു കീഴ്വഴക്കമായി മാറി. കുടുംബങ്ങൾ ചെറുതായി മാറു കയും രക്ഷിതാക്കൾ തങ്ങളുടെ വരുംതലമുറ വേണ്ട ഗ്രേഡ് സമ്പാദിക്കുമോ യെന്ന് വ്യാകുലപ്പെടാൻ തുടങ്ങുകയും ചെയ്തു.

ഒരുപാട് കളിച്ചു ചിരിച്ചു നടക്കുന്ന കുട്ടികളെ ചിലപ്പോൾ ഡോക്ടറുടെ അടുത്തുകൊണ്ടുപോയെന്നുവരാം. സമീപദശകങ്ങളിൽ പെരുമാറ്റപ്രശ്നം ഉള്ള കേസുകൾ കണ്ടെത്തുന്നത് ക്രമാതീതമായി വർധിച്ചിട്ടുണ്ട്. അതിന് ഒരുപക്ഷേ, അതിനുള്ള ഏറ്റവും മികച്ചൊരു ഉദാഹരണം AHAD ആയിരിക്കും. സീസൺ അനുസരിച്ച് മാറുന്ന ഒരേയൊരു ചിത്തഭ്രമം ഇതാണെന്ന് മനഃ ശാസ്ത്രജ്ഞനായ പീറ്റർ ഗ്രേ പറയുന്നത് ഞാൻ കേട്ടിട്ടുണ്ട്. വേനലവധി ക്കാലത്ത് തീർത്തും നിസ്സാരമെന്ന് കരുതുന്ന ഈ അവസ്ഥക്ക് സ്കൂളുകൾ തുറന്നു കഴിഞ്ഞാൽ പല കുട്ടികൾക്കും റിട്ടാലിൻ നല്കേണ്ടി വരുന്നു.

സമ്മതിച്ചു, ഒരു നൂറ്റാണ്ട് മുന്നത്തേതിൽനിന്നും നമ്മളിപ്പോൾ കുട്ടികളോട് അത്രയൊന്നും കർക്കശമായി പെരുമാറാറില്ല. മാത്രമല്ല, പത്തൊൻപതാം നൂറ്റാണ്ടിലേതുപോലെ സ്കൂളുകൾ ഇപ്പോൾ തടവറയെ ഓർമ്മിപ്പിക്കുന്നു മില്ല. മോശമായി പെരുമാറുന്ന കുട്ടികൾക്ക് ഇപ്പോൾ അടി കിട്ടുന്നില്ല. പക്ഷേ, അവർക്ക് ഗുളിക കൊടുക്കും. സ്കൂളുകൾ കുട്ടികൾക്കിപ്പോൾ

സിദ്ധാന്തോപദേശമൊന്നും നല്കുന്നില്ല. എന്നാൽ മുൻപൊരിക്കലുമില്ലാത്ത വിധം വൈവിധ്യപൂർണ്ണമായ പാഠ്യപദ്ധതി പിന്തുടരുകയും അങ്ങനെ ഈ വിജ്ഞാന സമ്പദ്വ്യവസ്ഥയിൽ നല്ല വേതനം ലഭിക്കുന്ന ജോലിക്കായി അവർക്ക് പരമാവധി അറിവ് പകർന്നു കൊടുക്കുകയും ചെയ്യുന്നു.

വിദ്യാഭ്യാസം എന്നത് എപ്പോഴും നിലനിൽക്കേണ്ട ഒരു കാര്യമായി മാറിയിരിക്കുന്നു. നമ്മുടെ നേട്ടാധിഷ്ഠിത സമൂഹത്തിന്റെ ചട്ടങ്ങൾ ഉൾക്കൊള്ളുന്ന ഒരു പുതിയ തലമുറ വളർന്നുവരാൻ തുടങ്ങിയിട്ടുണ്ട്. നിങ്ങളുടെ വിജയത്തിന്റെ അളവുകോൽ നിങ്ങളുടെ നേട്ടങ്ങളുടെ പട്ടികയും നിങ്ങൾക്ക് ലഭിക്കുന്ന ശമ്പളവും ആയ ഒരുകാലത്ത് മത്സരയോട്ടം ശീലിക്കുന്ന ഒരു തലമുറയാണ് വളർന്നു വരുന്നത്. വരകൾക്ക് പുറത്ത് ചായം കൊടുക്കാൻ താത്പര്യമില്ലാത്തതും സ്വപ്നം കാണാനും ധൈര്യം കാട്ടാനും സങ്കല്പിക്കാനും അന്വേഷിക്കാനും താത്പര്യം കുറഞ്ഞതുമായ ഒരു തലമുറ. ചുരുക്കി പറഞ്ഞാൽ, എങ്ങനെ കളിക്കണമെന്ന കാര്യം മറന്നു പോവുന്ന തലമുറ.

3

വേറൊരു വഴിയുണ്ടോ?

സ്വാതന്ത്ര്യത്തിനും സർഗ്ഗാത്മകതയ്ക്കും കൂടുതൽ ഇടമുള്ള ഒരു സമൂഹത്തിലേക്ക് നമുക്ക് പോകാനാവുമോ? നമുക്ക് പരിമിതികളില്ലാതെ, മറിച്ച് കളിക്കാനുള്ള നമ്മുടെ ആവശ്യങ്ങളെ ചങ്ങലയഴിച്ചു വിടുന്ന കളിസ്ഥലങ്ങൾ പണിയാനും വിദ്യാലയങ്ങൾ രൂപകല്പന ചെയ്യാനുമാകുമോ?

കഴിയും, കഴിയും, കഴിയും എന്നുതന്നെയാണ് ഇതിനുള്ള ഉത്തരം.

ഡാനിഷ് ലാന്റ്സ്കേപ് ആർക്കിടെക്റ്റായ കാൾ തിയോഡർ സോറൻസെൻ താൻ നിർമ്മിച്ച കളിസ്ഥലങ്ങൾ കുട്ടികളിൽ മടുപ്പാണുണ്ടാക്കുന്നതെന്ന് തിരിച്ചറിയുന്നതിനുമുൻപ് ഒരുപാട് കളിയിടങ്ങൾ രൂപകല്പന ചെയ്തു കഴിഞ്ഞിരുന്നു. സാന്റ് ബോക്സുകൾ, ചെരിവുതലങ്ങൾ, ഊഞ്ഞാലുകൾ... അങ്ങനെ ഒരു ശരാശരി കളിസ്ഥലം എന്ന് പറയുന്നത് ഒരു ബ്യൂറോക്രാറ്റിന്റെ സ്വപ്നവും കുട്ടികളുടെ പേടിസ്വപ്നവുമാണ്. കുട്ടികൾ ജംഗ്യാർഡുകളിലും കെട്ടിടനിർമ്മാണസ്ഥലങ്ങളിലും കളിക്കാൻ ഇഷ്ടപ്പെടുന്നുവെന്ന് സോറൻസെൻ ചിന്തിച്ചതിൽ അത്ഭുതമില്ല.

ഇത് അദ്ദേഹത്തെ അക്കാലത്തെ തീർത്തും വ്യത്യസ്തമായ ഒരു കളിയിടം രൂപകല്പന ചെയ്യാൻ പ്രചോദിപ്പിച്ചു. നിയമങ്ങളോ, സുരക്ഷാചട്ടങ്ങളോ ഇല്ലാത്ത ഒരു കളിയിടം. കുട്ടികൾക്കുത്തന്നെ ചുമതലയുള്ള ഒരു സ്ഥലം.

1943-ൽ ജർമ്മൻ അധിനിവേശത്തിനിടെ സോറൻസെൻ തന്റെ ആശയം കോപ്പൻഹാഗന്റെ പ്രാന്തപ്രദേശമായ എംഡ്രപ്പിൽ പരീക്ഷിച്ചു നോക്കി. 75,000 ചതുരശ്ര അടി വിസ്താരമുള്ള ഒരു സ്ഥലത്ത് അദ്ദേഹം കേടുവന്ന കാറുകളും വിറകും പഴയ ടയറുകളുമെല്ലാം കൊണ്ടു വന്നിട്ടു. കുട്ടികൾക്ക് ഇവയെ അടിക്കാം, ഇടിക്കാം, ചുറ്റികകളും ഉളികളും സ്ക്രൂഡ്രൈവറുമെല്ലാം എടുത്ത് അറ്റകുറ്റപ്പണി നടത്താം. അവർക്ക് മരംകയറുകയും തീകൂട്ടുകയും കുഴി

യെടുക്കുകയും കുടിലുകൾ കെട്ടുകയും ചെയ്യാം. അല്ലെങ്കിൽ സോറൻസെൻ പിന്നീട് പറഞ്ഞതുപോലെ, അവർക്ക് 'സ്വപ്നം കാണുകയും സങ്കല്പിക്കുകയും ആ സ്വപ്നങ്ങളും സങ്കല്പങ്ങളുമെല്ലാം യാഥാർത്ഥ്യമാക്കുകയും ചെയ്യാം'.

അദ്ദേഹത്തിന്റെ ഈ കളിസ്ഥലം ഒരു വൻവിജയമായിരുന്നു, പ്രതിദിനം ശരാശരി ഇരുന്നൂറോളം കുട്ടികൾ എംഡ്രപ്പിൽ എത്തി. കുറച്ചധികം 'പ്രശ്ന'ക്കാരായ കുട്ടികൾ ഉണ്ടായിരുന്നിട്ടു കൂടി, 'സാധാരണ കളിസ്ഥലങ്ങളിൽ ഉണ്ടാകാറുള്ള തരത്തിലുള്ള ഒച്ചയും ബഹളവും അടിപിടിയൊന്നും ഇവിടെ ഇല്ലായിരുന്നു. കാരണം ധാരാളം അവസരങ്ങളുള്ളതിനാൽ കുട്ടികൾക്ക് പരസ്പരം അടിപിടി കൂടേണ്ട ആവശ്യം ഇല്ലായിരുന്നു' എന്ന് വളരെ പെട്ടെന്നുതന്നെ വ്യക്തമായി. ഇവിടെ കുട്ടികളുടെ മേൽ ഒരു കണ്ണുവെക്കുന്നതിനായി ഒരു 'പ്ലേ ലീഡറെ' ചുമതലപ്പെടുത്തിയിരുന്നു. പക്ഷേ, ആ കുട്ടി വലിയ ഇടപെടലുകളൊന്നും നടത്തിയില്ല. 'കുട്ടികളെ എന്തെങ്കിലും പഠിപ്പിക്കാൻ എനിക്കാവില്ല, ഞാനങ്ങനെ ചെയ്യുകയുമില്ല,' ആദ്യത്തെ പ്ലേ ലീഡറായ ജോൺ ബെർട്ടൽസെൻ ശപഥം ചെയ്തു.

യുദ്ധം അവസാനിച്ച് ഏതാനും മാസങ്ങൾക്കുശേഷം, ബ്രിട്ടീഷ് ലാന്റ്സ്കേപ് ആർക്കിടെക്ടായ ലേഡി അലൻ ഇവിടം സന്ദർശിച്ചു. താൻ അവിടെ കണ്ട കാര്യംതന്നെ അത്ഭുതപരതന്ത്രയാക്കിയെന്ന് അവർ പിന്നീട് പറയുകയുണ്ടായി. വരുംവർഷങ്ങളിൽ അവർ പാഴ്വസ്തുക്കളുടെ സുവിശേഷം പ്രചരിപ്പിക്കുന്നതിനായി തന്റെ സ്വാധീനശക്തി ഏറെ ഉപയോഗപ്പെടുത്തി. 'ക്ഷതം വന്ന അസ്ഥികളാണ് ക്ഷതം വന്ന ആത്മാവിനേക്കാൾ നല്ലത്' എന്നായിരുന്നു അവരുടെ മന്ത്രം.

അധികം താമസിയാതെ ബ്രിട്ടനിൽ എമ്പാടും ബോംബാക്രമണത്തിൽ തകർന്ന സ്ഥലങ്ങൾ കുട്ടികൾക്കായി തുറന്നു കൊടുത്തു, ലണ്ടൻ മുതൽ ലിവർപൂൾവരെ, കവെൻട്രി മുതൽ ലീഡ്സ്വരെ. അടുത്തകാലംവരെ ജർമ്മൻ ബോംബർ വിമാനങ്ങൾ വിതച്ച മരണവും വിനാശവും പ്രകമ്പനം കൊണ്ട ആ സ്ഥലങ്ങളിൽ ആഹ്ലാദത്തിന്റെ ആരവങ്ങൾ മുഴങ്ങി. പുതിയ കളിസ്ഥലങ്ങൾ ബ്രിട്ടന്റെ പുനർനിർമ്മാണത്തിന്റെ രൂപകങ്ങളും മടങ്ങിവരവിന്റെ പ്രസ്താവനയുമായി മാറി.

എല്ലാവരുമൊന്നും ഇതിൽ ഉത്സാഹഭരിതരായിരുന്നില്ല എന്നത് സത്യം. ഇത്തരം കളിസ്ഥലങ്ങൾക്കെതിരേ മുതിർന്നവരെ സംബന്ധിച്ചിടത്തോളം രണ്ട് എതിർപ്പുകളാണുള്ളത്. ഒന്ന്: ഇവ വൃത്തിയില്ലാത്തവയാണ്. അതൊരു സത്യമാണ്. ഇവ കണ്ണിന് വെറുപ്പുളവാക്കുന്നവയാണ്. പക്ഷേ, രക്ഷിതാക്കൾ പ്രശ്നങ്ങൾ കാണുന്നിടത്ത് കുട്ടികൾ സാധ്യതകൾ കാണുന്നു. മുതിർന്നവർക്ക് ചെളിയും മണ്ണും സഹിക്കാനാവില്ലെങ്കിൽ കുട്ടികൾക്കാവട്ടെ സഹിക്കാനാവാത്തത് മടുപ്പാണ്.

രണ്ടാമത്തെ എതിർപ്പ്: പാഴ്വസ്തുക്കളുടെ കളിയിടം അപകടകരമാണ്. സംരക്ഷണബോധം കൂടിയ രക്ഷിതാക്കൾ എംഡ്രപ്പിലെ ഈ കളിസ്ഥലം കുട്ടികളുടെ അസ്ഥികൾ പൊട്ടുന്നതിനും തലയിടിക്കുന്നതിനുമെല്ലാം കാരണമാവും എന്ന് ഭയന്നു. എന്നാൽ ഒരു വർഷത്തിനുശേഷം നോക്കിയപ്പോൾ അവിടെയുണ്ടായ ഏറ്റവും ഗുരുതരമായ പരുക്ക് എന്ന് പറയാവുന്നത് ഒരു പ്ലാസ്റ്റർ ഒട്ടിച്ചാൽ തീരാവുന്നയത്രയും നിസ്സാരമായിരുന്നു. ഇതിൽ ഏറെ

മതിപ്പു തോന്നിയ ഒരു ബ്രിട്ടീഷ് ഇൻഷുറൻസ് കമ്പനി സാധാരണ കളി സ്ഥലങ്ങൾക്കുള്ള പ്രീമിയത്തേക്കാൾ കുറഞ്ഞ തുക മാത്രം ഇത്തരം കളി സ്ഥലങ്ങൾക്കായി ഈടാക്കാൻ തുടങ്ങി.

ഇങ്ങനെയൊക്കെ ആണെങ്കിലും, 1980-കളോടെ സാഹസിക കളിയിട ങ്ങളെന്ന് ബ്രിട്ടനിൽ അറിയപ്പെട്ട ഇത്തരം കളിസ്ഥലങ്ങൾ നിലനിൽപ്പിനായി പ്രയാസങ്ങൾ നേരിടാൻ തുടങ്ങി. സുരക്ഷാ ചട്ടങ്ങൾ കൂടുതൽ വ്യാപക മായതോടെ 'സുരക്ഷിതം' എന്ന് സ്വയം പ്രഖ്യാപിച്ച ഉപകരണങ്ങൾ വിപ ണനം ചെയ്ത് വലിയ ലാഭമുണ്ടാക്കാമെന്ന് ഉത്പാദകർ തിരിച്ചറിഞ്ഞു. ഇതിന്റെ ഫലമോ? 40 വർഷം മുൻപുണ്ടായിരുന്നതിനേക്കാൾ വളരെ കുറവ് എംഡ്രപ്പുകൾ മാത്രമേ ഇന്ന് നിലവിലുള്ളു.

എന്നിരുന്നാലും, സമീപകാലത്ത് കാൾ തിയോഡർ സോറൻസെനിന്റെ പഴയ ആശയം പുനരുജ്ജീവിപ്പിക്കപ്പെട്ടിട്ടുണ്ട്. അത് വളരെ ശരിയാണു താനും. സുഘടിതമല്ലാത്തതും അപകടസാധ്യതയുള്ളതുമായ കളികൾ കുട്ടികളുടെ ശാരീരികവും മാനസികവുമായ സൗഖ്യത്തിന് നല്ലതാണെ ന്നതിന് ശാസ്ത്രംതന്നെ നിരവധി തെളിവുകൾ തന്നിട്ടുണ്ട്. 'സാക്ഷാത്കരി ക്കുന്നതിന് ഞാൻ സഹായിച്ച എല്ലാകാര്യങ്ങളിലും ഏറ്റവും വൃത്തിഹീനമാ യത് പാഴ്വസ്തുക്കൾ കൊണ്ടുള്ള കളിസ്ഥലമാണ്. പക്ഷേ, എന്നെ സംബ ന്ധിച്ചിടത്തോളം ഏറ്റവും മികച്ചതും ഏറ്റവും സുന്ദരവും ആയത് അതു തന്നെയാണ്,' സോറൻസെൻ തന്റെ പിൽക്കാലത്ത് വ്യക്തമാക്കി.

4

ഇതിനെ നമുക്ക് ഒരു ചുവടുകൂടി മുന്നോട്ടു കൊണ്ടുപോകാനാവുമോ?

കുട്ടികൾക്ക് പുറംലോകത്ത് വലിയ സ്വാതന്ത്ര്യം കൈകാര്യം ചെയ്യാ നാവുമെങ്കിൽ വീട്ടിനകത്ത് അതിനാകുമോ? പല സ്കൂളുകളും ഇപ്പോഴും, ബെല്ലുകൾക്ക് അനുസരിച്ചും ടൈംടേബിളുകൾക്കും പരീക്ഷകൾക്കുംവേണ്ടി ചിട്ടപ്പെടുത്തിയും പ്രവർത്തിക്കുന്നത് മഹത്വവത്കരിക്കപ്പെട്ട ഫാക്ടറികൾ പോലെയാണ്. എന്നാൽ കുട്ടികൾ കളികളിലൂടെയാണ് പഠിക്കുന്നതെങ്കിൽ എന്തുകൊണ്ട് പഠനത്തെ ഒരു മത്സരക്കളിയുടെ മാതൃകയിലാക്കിക്കൂട? കലാ കാരനും സ്കൂൾ ഡയറക്ടറുമായ ഷെഫ് ഡ്രമ്മന് ഏതാനും വർഷങ്ങൾക്കു മുൻപ് മനസ്സിലുദിച്ച ചോദ്യമിതാണ്? കളിയിലെ പാടവം ഒരിക്കലും കൈ മോശം വന്നു പോകാത്ത ഒരാളാണ് ഡ്രമ്മൻ, ചട്ടങ്ങളോടും അധികാരിക ളോടും എപ്പോഴും വെറുപ്പുള്ളൊരു വ്യക്തി. എന്നെ റെയിൽവേ സ്റ്റേഷനിൽ നിന്നും കൊണ്ടുപോകാൻ വന്നപ്പോൾ അദ്ദേഹം യാതൊരു കൂസലുമില്ലാതെ തന്റെ കാർ പാർക്ക് ചെയ്തിരുന്നത് ബൈക്കുകൾക്കുള്ള പാതയ്ക്ക് കുറുകെയായിരുന്നു. ഞാൻ അദ്ദേഹത്തിന്റെ ഒരേയൊരു ബന്ധനസ്ഥനായ ശ്രോതാവ് എന്ന നിലയിൽ അദ്ദേഹം തന്റെ ആത്മഭാഷണം ആരംഭിക്കുകയും അത് മണിക്കൂറുകളോളം അവിരാമം തുടരുകയും ചെയ്തു. ഇടയ്ക്കും തല യ്ക്കുമൊക്കെ ഞാൻ വല്ല വിധേനയും ഒരു ചോദ്യം ചോദിക്കും. തന്റെ നില പാടുകൾ ആവർത്തിച്ച് പറയുന്നതിൽ തനിക്ക് കുപ്രസിദ്ധി തന്നെയുണ്ടെന്ന് അദ്ദേഹം പല്ലിറുമ്മി ചിരിച്ചുകൊണ്ട് പറയും.

ഇങ്ങനെ പുലമ്പിക്കൊണ്ടേയിരിക്കുന്നതിനുള്ള ഡ്രമ്മന്റെ കഴിവ് അല്ല നെതർലാന്റ്സിന്റെ തെക്കൻ പ്രവിശ്യയിലുള്ള റോർമണ്ട് നഗരത്തിലേക്ക് ട്രെയിൻ പിടിക്കാൻ എന്നെ പ്രേരിപ്പിച്ചത്. ഞാനിവിടെ വന്നത് അസാധാരണ മായ ചില കാര്യങ്ങൾ ഇവിടെ നടക്കുന്നതുകൊണ്ടാണ്. ക്ലാസുകളോ ക്ലാസ് മുറികളോ ഇല്ലാത്ത ഒരു വിദ്യാലയത്തിന്റെ ചിത്രം മനസ്സിൽ സങ്കല്പിക്കുക. ഗൃഹപാഠങ്ങളോ ഗ്രേഡുകളോ ഇല്ലാത്ത ഒരിടം. വൈസ് പ്രിൻസിപ്പാൾമുതൽ ടീം ലീഡർമാർ വരെയുള്ള അധികാരശ്രേണിയില്ലാതെ സ്വതന്ത്രമായ അധ്യാ പകരുള്ള, അതല്ലെങ്കിൽ ഇവിടെ അവരെ വിളിക്കുന്ന തരത്തിലുള്ള കോച്ചു കൾ ഉള്ള ഒരിടം. വാസ്തവത്തിൽ വിദ്യാർത്ഥികളാണ് ഇവിടെ ചുമതലക്കാർ. ഈ വിദ്യാലയത്തിൽ പലപ്പോഴും ഡയറക്ടറെ അദ്ദേഹത്തിന്റെ ഓഫിസിൽ നിന്നും പുറത്ത് നിർത്തും. കാരണം കുട്ടികൾക്ക് മീറ്റിങ്ങുകൾ നടത്താൻ ഈ ഓഫിസ് മുറി ആവശ്യമാണ്. നിങ്ങൾ കരുതുംപോലെ ഇത് സാമ്പ്രദാ യികമല്ലാത്ത വിദ്യാർത്ഥികൾക്കും അവരുടെ കെട്ടിക്കാഴ്ചക്കാരായ രക്ഷി താക്കൾക്കുംവേണ്ടിയുള്ള വരേണ്യവർഗ്ഗ വിദ്യാലയമൊന്നുമല്ല. എല്ലാ പശ്ചാ ത്തലങ്ങളിൽ നിന്നും വരുന്ന കുട്ടികളെയും ഇവിടെ ചേർക്കുന്നു. ഇതിന്റെ പേര് എന്താണെന്ന് അറിയാമോ? അഗോര.

2014-ൽ വേർതിരിവിന്റെ ചുമരുകൾ തകർത്തിടാൻ ഈ വിദ്യാലയം തീരു മാനിച്ചതോടെയാണ് ഇത് തുടങ്ങിയത്. (ഡ്രമ്മൻ: 'കുട്ടികളെ കൂടുകളിൽ അടച്ചിട്ടുവളർത്തിയാൽ അവർ എലികളെ പോലെ പെരുമാറും'.) അടുത്ത തായി എല്ലാ തലങ്ങളിലുമുള്ള കുട്ടികളെ ഒന്നിച്ച് പുറത്തു കൊണ്ടുവന്നു. ('കാരണം യഥാർത്ഥ ലോകം അങ്ങനെയാണ്.) ഇനി ഓരോ വിദ്യാർത്ഥിയും അവനവന്റേതായ ഒരു പഠനപദ്ധതിയുണ്ടാക്കണം. ('നിങ്ങളുടെ വിദ്യാലയ ത്തിൽ ആയിരം കുട്ടികളുണ്ടെങ്കിൽ അവിടെ ആയിരം പഠനമാർഗ്ഗങ്ങളും ഉണ്ടാവും.')

ഇതിന്റെ ഫലമോ?

ഈ വിദ്യാലയത്തിലേക്ക് കടന്നുവരുമ്പോൾ ആദ്യം മനസ്സിൽ വരുന്ന ചിത്രം പാഴ്വസ്തുക്കൾ കൊണ്ടുണ്ടാക്കിയ കളിസ്ഥലത്തിന്റേതാണ്. ബോർഡിനെ അഭിമുഖീകരിച്ചുകൊണ്ട് നിരനിരയായിട്ട ഇരിപ്പിടങ്ങൾക്കു പകരം മറ്റു പലതുകൊണ്ടുമുണ്ടാക്കിയ വർണപ്രഭയുള്ള ഡസ്കുകളും ഒരു അക്വേറിയവും, ടൂട്ടക്കമ്മെണ്ണിന്റെ ശവകുടീരത്തിന്റെ ഒരു മാതൃകയും സ്തൂപങ്ങളും ഒന്നിനുമുകളിൽ ഒന്നായുള്ള ശയ്യകളും ഒരു ചൈനീസ് ഡ്രാഗണും പിന്നെ 69 മോഡലിലുള്ള ആകാശനീല നിറമുള്ള ഒരു കാഡില യുടെ മുൻപകുതിയും ആണ് ഞാനവിടെ കണ്ടത്.

അഗോരയിലെ വിദ്യാർത്ഥികളിലൊരാളാണ് ബ്രെന്റ്. ഇപ്പോൾ 17 വയ സ്സുള്ള ഈ കുട്ടി ഏതാനും വർഷം മുൻപുവരേയും കോളെജ് പഠനത്തിൽ തയ്യാറെടുപ്പിക്കുന്ന ഒരു ദ്വിഭാഷാ സ്കൂളിലാണ് പഠിച്ചിരുന്നത്. അവിടെ അവർക്ക് ഫ്രഞ്ചും ജർമ്മനും ഒഴികെ എല്ലാ വിഷയത്തിലും നല്ല ഗ്രേഡുകൾ ലഭിച്ചി രുന്നു. എന്നാൽ ഈ രണ്ടെണ്ണത്തിലും അയാൾ പരാജയപ്പെട്ടുകൊണ്ടേയി രുന്നു. ഡച്ച് ത്രീ ട്രാക് സംവിധാന പ്രകാരം ബ്രെന്റിനെ ഗ്രേഡ് താഴ്ത്തി ആദ്യം ജനറൽ സെക്കൻഡറി വിദ്യാഭ്യാസത്തിലേക്ക് മാറ്റി. അവിടെയും ആ

കുട്ടി പിറകിലാകാൻ തുടങ്ങിയതോടെ തൊഴിലധിഷ്ഠിത വിദ്യാഭ്യാസ ട്രാക്കിലേക്ക് മാറ്റി. 'ഇത് അവർ എന്നോട് പറഞ്ഞപ്പോൾ രോഷാകുലനായി ഞാൻ വീട്ടിലേക്കോടി. ഞാൻ മാക്ഡൊണാൾഡ്സിൽ ജോലിക്ക് ചേരാൻ പോവുകയാണെന്ന് എന്റെ അമ്മയോട് പറഞ്ഞു,' എന്ന് ആ കുട്ടി പറഞ്ഞു.

എന്നാൽ, തന്റെ സുഹൃത്തുക്കൾ വഴി ബ്രെന്റ് അഗോരയിൽ എത്തിച്ചേരുകയും അവിടെ തനിക്കുവേണ്ട കാര്യങ്ങൾ പഠിക്കാൻ അവന് സ്വാതന്ത്ര്യം ലഭിക്കുകയും ചെയ്തു. ഇപ്പോൾ ആ കുട്ടിക്ക് ആറ്റമിക് ബോംബുകളെക്കുറിച്ച് എല്ലാ കാര്യവും അറിയാം, മാത്രവുമല്ല അയാൾ തന്റെ ആദ്യത്തെ ബിസിനസ് പ്ലാൻ തയ്യാറാക്കിക്കൊണ്ടിരിക്കുകയുമാണ്. ഇപ്പോൾ അവന് ജർമ്മൻ ഭാഷയിൽ വൃത്തിയായി സംഭാഷണത്തിൽ ഏർപ്പെടാനാവും. എന്തിനധികം, ഷാങ്ഹായിലെ മോൺഡ്രാഗൺ സർവകലാശാലയിൽ നടത്തുന്ന ഒരു അന്താരാഷ്ട്ര പോഗ്രാമിനും അവൻ തെരഞ്ഞെടുക്കപ്പെട്ടിട്ടുണ്ട്.

അയാളുടെ കോച്ചായ റോബ് ഹൗബേൻ പറഞ്ഞത് തന്റെ കോളെജ് പ്രവേശനത്തെക്കുറിച്ച് പറയുമ്പോൾ അയാൾക്ക് അല്പം മാനസിക സംഘർഷം തോന്നിയെന്നാണ്. അവൻ എന്നോട് പറഞ്ഞത്, 'എനിക്കുവേണ്ടി ചെയ്ത കാര്യങ്ങൾക്കെല്ലാം ഞാനീ സ്കൂളിന് ഒരുപാട് കാര്യങ്ങൾ തിരിച്ചു നല്കേണ്ടതുണ്ട് എന്നാണ്.'

അതുമല്ലെങ്കിൽ 14 വയസ്സുള്ള ആൻജലിക്കിന്റെ കാര്യമെടുക്കാം. അവളുടെ പ്രാഥമിക വിദ്യാലയം അവളെ തൊഴിലധിഷ്ഠിത വിദ്യാഭ്യാസത്തിനാണ് അയച്ചത്. പക്ഷേ, ഞാൻ കണ്ട ആ പെൺകുട്ടി അസാമാന്യമാംവിധം അപഗ്രഥനശേഷിയുള്ളവളാണ്. എന്തുകൊണ്ടാണെന്ന് അറിയില്ല, കൊറിയയോട് അവൾക്ക് വലിയ താത്പര്യമാണെന്ന് മാത്രമല്ല, അവിടെ പഠിക്കാനുള്ള തയ്യാറെടുപ്പിലാണ് ഈ പെൺകുട്ടി. അതിനുവേണ്ടി അവൾ കുറച്ചൊക്കെ കൊറിയൻ ഭാഷയും പഠിച്ചു കഴിഞ്ഞു. ആൻജലിക്ക് ഒരു സസ്യാഹാരിയാണെന്ന് മാത്രമല്ല, മാംസാഹാരികളെ കടന്നാക്രമിക്കുന്നതിനുവേണ്ടി ഈ പെൺകുട്ടി ഒരു പുസ്തകം തന്നെ തയ്യാറാക്കിയിട്ടുണ്ട്. (കോച്ച് റോബ്: 'ഞാൻ എല്ലായ്പ്പോഴും ഈ സംവാദങ്ങളിൽ തോൽക്കാറാണ് പതിവ്.')

ഓരോ വിദ്യാർത്ഥിക്കുമുണ്ട് ഓരോ കഥ. പതിനാലുകാരനായ റാഫേലിന് പ്രോഗ്രാമിങ്ങാണ് ഇഷ്ടം. ഈ കുട്ടി ഡച്ച് ഓപ്പൺ സർവകലാശാലയുടെ വെബ്സൈറ്റിലുള്ള ഒരു സുരക്ഷാ പാളിച്ച എനിക്ക് കാണിച്ചുതന്നു. ഇക്കാര്യം അവൻ വെബ്മാസ്റ്ററെ അറിയിച്ചുവെങ്കിലും അത് പരിഹരിക്കപ്പെട്ടിരുന്നില്ല. ചിരിച്ചുകൊണ്ട് റാഫേൽ എന്നോട് പറഞ്ഞത്, 'അദ്ദേഹത്തിന്റെ ശ്രദ്ധ കിട്ടണമെങ്കിൽ ഞാനദ്ദേഹത്തിന്റെ പേഴ്സണൽ പാസ്വേർഡ് മാറ്റേണ്ടി വരും' എന്നാണ്.

റാഫേൽ ഒരു കമ്പനിയുടെ വെബ്സൈറ്റിനുവേണ്ടി ചെയ്ത പ്രവൃത്തികൾ എന്നെ കാണിച്ചപ്പോൾ ഇത്രയും ജോലി ചെയ്തതിന് അവൻ അവർക്ക് ബിൽ നല്കില്ലേയെന്ന് ഞാൻ ചോദിച്ചു. ഇതുകേട്ട റാഫേൽ എന്നെ വിചിത്രമായൊന്ന് നോക്കി. 'എന്തിന്, എന്റെ പ്രചോദനം നഷ്ടപ്പെട്ടു പോവാനോ?'

അവരുടെ കാര്യബോധത്തേക്കാൾ എന്നിൽ മതിപ്പുളവാക്കിയത് തങ്ങളൊരു സമൂഹമാണ് എന്ന ആ കുട്ടികളുടെ ബോധമാണ്.

ഞാൻ സംസാരിച്ച കുട്ടികളിൽ പലരും എന്റെ പഴയ സ്കൂളിലായിരുന്നുവെങ്കിൽ നിർദയം കൈകാര്യം ചെയ്യപ്പെടുമായിരുന്നു. എന്നാൽ, അഗോരയിൽ ആരും ആരെയും ഉപദ്രവിക്കാറില്ല എന്നാണ് ഞാൻ സംസാരിച്ച എല്ലാവരും തന്നെ പറഞ്ഞത്. 'ഞങ്ങൾ ഓരോരുത്തരും മറ്റുള്ളവരെ നേർവഴിക്ക് എത്തിക്കുകയാണ് ചെയ്യുക,' എന്ന് 14 വയസ്സുള്ള മിലോ പറയുന്നു. ഉപദ്രവശീലം പലപ്പോഴും പ്രകൃതിയുടെ വികൃതിയായാണ് കണക്കാക്കപ്പെടാറ്, ഒരു കുട്ടിയുടെ ജീവിതത്തിന്റെ ഭാഗം. എന്നാൽ, ഇത് അങ്ങനെയല്ലെന്ന്, കുട്ടികൾക്കിടയിൽ ഇത്തരം ആക്രമണോത്സുകത സഹജമായ സ്ഥലങ്ങളിൽ വർഷങ്ങളോളം ഗവേഷണം നടത്തിയ സോഷ്യോളജിസ്റ്റുകൾ പറയുന്നു. അവർ ഇത്തരം സ്ഥാപനങ്ങളെ ടോട്ടൽ ഇൻസ്റ്റിറ്റ്യൂഷൻസ് എന്നാണ് വിളിക്കുന്നത്. ഇതിനെക്കുറിച്ച് ഏകദേശം അൻപതുവർഷംമുൻപ് എഴുതിയ ഇർവ്വിങ് ഗോഫ്മാൻ എന്ന സോഷ്യോളജിസ്റ്റ് ഇത്തരം സ്ഥാപനങ്ങളെ ഇങ്ങനെയാണ് വിശദീകരിക്കുന്നത്:

- എല്ലാവരും ഒരേ സ്ഥലത്താണ് താമസിക്കുന്നത്. മാത്രമല്ല, ഇവർ ഒരേ മേധാവിക്ക് കീഴിലായിരിക്കുംതാനും.
- എല്ലാ പ്രവർത്തനങ്ങളും ഒന്നിച്ചാണ് ചെയ്യുന്നത്, എല്ലാവരും ഒരേ ദൗത്യമാണ് ചെയ്യുകതാനും.
- പ്രവർത്തനങ്ങളെല്ലാംതന്നെ തീർത്തും സങ്കുചിതമായാണ് ഷെഡ്യൂൾ ചെയ്യപ്പെട്ടിരിക്കുന്നത്, പലപ്പോഴും ഒരു മണിക്കൂറിൽ ഒന്ന്, അടുത്ത മണിക്കൂറിൽ വേറൊന്ന് എന്നിങ്ങനെ.
- ഒരു മേധാവി അടിച്ചേല്പിക്കുന്ന നിയതവും ഔപചാരികവുമായ ചട്ടങ്ങളുടെ ഒരു സംവിധാനവും അവിടെയുണ്ട്.

തീർച്ചയായും ഇതിന്റെ ഏറ്റവും മികച്ചൊരുദാഹരണം, ധാരാളം ആക്രമണങ്ങൾ നടക്കുന്ന തടവറകൾ തന്നെയാണ്. എന്നാൽ ടോട്ടൽ ഇൻസ്റ്റിറ്റ്യൂഷൻസ് നഴ്സിങ് ഹോമുകൾ പോലുള്ള മറ്റു സ്ഥലങ്ങളിലും കാണാനാവും. വൃദ്ധജനങ്ങളെ ഒന്നിച്ചു പാർപ്പിച്ചാൽ അവർ അവിടെ ജാതിവ്യവസ്ഥ ഉണ്ടാക്കുകയും ഏറ്റവും വലിയ ആക്രമണകാരികൾ ബിങ്കോഗെയിം സമയത്ത് ഏറ്റവും മികച്ച സീറ്റുകളിൽ അവകാശം സ്ഥാപിക്കുകയും ചെയ്യുന്നുവെന്ന് റോബിൻ ബോണിഫാസ് ഒരു ഗവേഷണ പ്രബന്ധത്തിൽ പറയുന്നു. ഈ വിഷയത്തിലുള്ള മറ്റൊരു അമേരിക്കൻ വിദഗ്ധനായ മാറ്റ് സെഡൻസ്കീ ബിങ്കോയെ വിശേഷിപ്പിച്ചത് 'പിശാചിന്റെ കളി' എന്നാണ്.

പിന്നെ ഉള്ളത് വിദ്യാലയങ്ങളാണ്. വില്യം ഗോൾഡിങ്ങിന്റെ *ഈച്ചകളുടെ തമ്പുരാൻ* എന്ന നോവലിലെ പ്രചോദനമായ തരത്തിലുള്ള ബ്രിട്ടീഷ് ബോർഡിങ് സ്കൂളുകളിൽ ഇത്തരം ആക്രമണങ്ങൾ വ്യാപകമാണ്. ഈ വിദ്യാലയങ്ങൾ തടവറകളെ അനുസ്മരിപ്പിക്കുന്നു എന്ന കാര്യത്തിൽ യാതൊരു അദ്ഭുതവും തോന്നേണ്ടതില്ല. നിങ്ങൾക്ക് അവിടം വിടാൻ സാധിക്കുകയില്ല, സങ്കുചിതമായ ശ്രേണിയിൽ നിങ്ങൾ ഒരിടം നേടേണ്ടതുണ്ട്, മാത്രമല്ല, വിദ്യാർത്ഥികൾക്കും അധ്യാപകർക്കുമിടയിൽ കർക്കശമായ ഒരു വേർതിരിവുണ്ടുതാനും. മത്സരസ്വഭാവം നിലനിർത്തുന്ന ഇത്തരം സ്ഥാപനങ്ങൾ ബ്രിട്ടന്റെ ഉപരിവർഗ്ഗ വ്യവസ്ഥയുടെ ഒരു ഭാഗമാണ് (ലണ്ടനിലുള്ള നിരവധി രാഷ്ട്രീയ നേതാക്കൾ ബോർഡിങ് സ്കൂളുകളിൽ

പോയവരാണ്). എന്നാൽ, വിദ്യാഭ്യാസ ശാസ്ത്രജ്ഞർ പറയുന്നത് ഇത് കുട്ടികളിലെ കളിയും ചിരിയുമുള്ള സ്വഭാവത്തിന് തടസ്സമാണ് എന്നാണ്.*

ഇതിലെ ഒരു നല്ല വാർത്ത എന്താണെന്നുവെച്ചാൽ, കാര്യങ്ങൾ വ്യത്യസ്തമാവാം എന്നതാണ്. പരമ്പരാഗത ഘടനയില്ലാത്ത അഗോരപോലുള്ള വിദ്യാലയങ്ങളിൽ കുട്ടികൾക്കിടയിലെ ആക്രമണോത്സുകത ഒട്ടുംതന്നെ ഇല്ലെന്ന് പറയാം. ഇവിടെ നിങ്ങൾക്ക് ഒരു ഇടവേള വേണമെന്ന് തോന്നിയാൽ അതിനൊരു തടസ്സവുമില്ല. വാതിലുകൾ എല്ലായ്പ്പോഴും തുറന്നുതന്നെയാണ് കിടക്കാറ്. അതിലും പ്രധാനമായ കാര്യം ഇവിടെ എല്ലാവരും വ്യത്യസ്തരാണ് എന്നതാണ്. വ്യത്യസ്തത സ്വാഭാവികമാണ്, കാരണം പല പ്രായത്തിലുള്ള കുട്ടികളും പലതരം കഴിവുകളുള്ളവരും പലതരത്തിലുള്ളവരും ഇവിടെ ഒന്നിച്ച് ഇടപഴകുന്നു. 'എന്റെ സ്കൂളിൽ ഞങ്ങൾ തൊഴിലധിഷ്ഠിത വിദ്യാഭ്യാസത്തിന്റെ ഭാഷയിൽ സംസാരിക്കാറില്ല,' ബ്രെന്റ് പറഞ്ഞു. അതിനുശേഷം മറ്റൊരു പതിനഞ്ചുകാരനും തൊഴിലധിഷ്ഠിത വിദ്യാഭ്യാസത്തിൽ ഉള്ള കുട്ടിയുമായ നോവ മറ്റുള്ളവർക്ക് തീരെ ഇല്ലാതെ പോയ ഒരു കഴിവിനെക്കുറിച്ച് എങ്ങനെയാണ് ഒരു ക്ലാസെടുത്തത് എന്ന് അദ്ദേഹവും പതിനഞ്ചുകാരനായ ജോപ്പും വിശദീകരിച്ചു. അത് പ്ലാനിങ്ങായിരുന്നു. 'അടുത്ത മൊത്തം വർഷത്തിനുവേണ്ട കാര്യങ്ങളുടെ പദ്ധതി മാത്രമല്ല, തന്റെ ജീവിതത്തിൽ പകുതിവരേക്കും ചെയ്യേണ്ട കാര്യങ്ങൾവരെ നോവ തയ്യാറാക്കി കഴിഞ്ഞു. ഞങ്ങൾ അതിൽനിന്നും ഒരുപാട് കാര്യങ്ങൾ പഠിച്ചു,' എന്ന് ജോപ് വിശദമാക്കി.

അഗോരയിലൂടെ കൂടുതൽ നടക്കുന്തോറും കുട്ടികളെ അവരുടെ പ്രായത്തിനും കഴിവിനും അനുസരിച്ച് വേറെ വേറെ കെട്ടിയിടുന്നത് എത്രമാത്രം വിചിത്രമാണ് എന്ന് എനിക്ക് കൂടുതൽ കൂടുതൽ മനസ്സിലാകാൻ തുടങ്ങി. ഏറെ വർഷങ്ങളായി നല്ല വിദ്യാഭ്യാസം നേടിയവരും കുറച്ചുമാത്രം പഠിച്ചവരും തമ്മിലുള്ള വിടവ് സമൂഹത്തിൽ വർദ്ധിച്ചു വരികയാണെന്ന് വിദഗ്ധർ മുന്നറിയിപ്പ് നല്കിക്കൊണ്ടിരിക്കുന്ന കാര്യമാണ്. പക്ഷേ, യഥാർത്ഥത്തിൽ ഈ വിടവ് എവിടെ നിന്നാണ് തുടങ്ങുന്നത്? 14 വയസ്സുള്ള ജോളി പറയുന്നത് നോക്കുക, 'ഞാനൊരു വ്യത്യാസവും കാണുന്നില്ല. തൊഴിലധിഷ്ഠിത വിദ്യാർത്ഥികൾ ശ്രേഷ്ഠരെന്ന് പറയപ്പെടുന്ന കുട്ടികൾ പറയുന്നതിനേക്കാൾ മികച്ച കാര്യങ്ങൾ പറയുന്നത് ഞാൻ കേട്ടിട്ടുണ്ട്.'

അതുമല്ലെങ്കിൽ, പരമ്പരാഗത രീതിയിൽ സ്കൂളുകൾ നിശ്ചിത പിരീഡുകളായി ദിവസത്തെ വിഭജിക്കുന്നത് നോക്കുക. 'വിദ്യാലയങ്ങളിൽ മാത്രമാണ് ലോകത്തെ വിഷയാധിഷ്ഠിത തുണ്ടങ്ങളായി വിഭജിക്കുന്നത്,' കോച്ച് റോബ് പറയുന്നു. 'മറ്റെവിടെയും അത് സംഭവിക്കുന്നില്ല.' മിക്കവാറും വിദ്യാലയങ്ങളിലും തങ്ങൾ പഠിക്കുന്ന കാര്യത്തിന്റെ ഒഴുക്ക് വിദ്യാർത്ഥി മനസ്സി

---

* ഹാരിപോട്ടർ നോവലിലെ പ്രശസ്തമായ വിദ്യാലയമായ ഹോഗ്വാർട്സ് തന്നെയെടുക്കുക. ജെ.കെ. റോളിങ്ങിന്റെ ഈ മാസ്മരികമായ സങ്കല്പ ലോകം യഥാർത്ഥത്തിൽ കുട്ടികൾക്കൊരു നരകമായിരിക്കുമെന്നാണ് ഞാൻ കരുതുന്നത്. ഇവിടെ കുട്ടികളെ പ്രായത്തിനും വ്യക്തിത്വത്തിനും അനുസരിച്ച് സംഘങ്ങളാക്കി തിരിക്കുകയും, അധികൃതർ സങ്കീർണ്ണമായ പോയന്റ് വ്യവസ്ഥയിലൂടെ മത്സരം പ്രോത്സാഹിപ്പിക്കുകയും ചെയ്യുന്നു. ക്രിസ്മസ്, മധ്യവേനൽ അവധിക്കാലത്ത് മാത്രമേ കുട്ടികൾക്ക് വിദ്യാലയം വിട്ടുപോകാൻ അനുമതിയുള്ളു. വിദ്യാഭ്യാസവിചക്ഷണരുടെ അഭിപ്രായത്തിൽ കുട്ടികളിൽ ആക്രമണോത്സുകതയുടെ സംസ്കാരം വളർത്താൻ പറ്റിയ ചേരുവയാണ് ഹോഗ്വാർട്സ്.

ലാക്കുമ്പോഴേക്കും അടുത്ത ക്ലാസിനുള്ള ബെൽ അടിച്ചു കഴിഞ്ഞിരിക്കും. പഠിക്കാനുള്ള പ്രോത്സാഹനം തകർത്തുകളയാൻ വേറെയൊന്നും തന്നെ വേണ്ടല്ലോ.

നിങ്ങൾ ഇക്കാര്യം തെറ്റായി മനസ്സിലാക്കാതിരിക്കാൻവേണ്ടി പറയട്ടെ, അഗോരയിലെ ഇടപെടാതിരിക്കൽ എന്ന തത്ത്വശാസ്ത്രത്തെ നമ്മൾ അതിശയോക്തിപരമായി കാണരുത്. ഈ വിദ്യാലയം സ്വാതന്ത്ര്യം പ്രോത്സാഹിപ്പിക്കുന്നുണ്ട്. പക്ഷേ, ആർക്കും എന്തും ചെയ്യാം എന്ന സ്വാതന്ത്ര്യമല്ല. വളരെ ചെറിയ തോതിലുള്ളതും എന്നാൽ വളരെ പ്രധാനപ്പെട്ടതുമായ ഒരു ഘടന ഇതിനുണ്ട്. എല്ലാ പ്രഭാതത്തിലും ഒരു വിദ്യാർത്ഥി ആണ് സ്കൂൾ ദിനം ആരംഭിക്കുന്നത്. നിത്യവും ഒരു മണിക്കൂർനേരം ശാന്തമായിരിക്കണം, പിന്നെ ആഴ്ചയിലൊരിക്കൽ എല്ലാ വിദ്യാർത്ഥികളും അവരവരുടെ കോച്ചിനെ കാണണം. മാത്രവുമല്ല, ഇവർക്കുമേലുള്ള പ്രതീക്ഷ വളരെ വലുതായതിനാലും, അക്കാര്യം കുട്ടികൾക്ക് അറിയുന്നതിനാലും ഓരോരുത്തരും അവനവന്റെ ലക്ഷ്യം ചിട്ടപ്പെടുത്തുന്നതിനായി കോച്ചുമായി ചേർന്ന് പ്രവർത്തിക്കുന്നു.

ഈ കോച്ചുകൾ അനിവാര്യമാണ്. അവർ ശിക്ഷണം നടത്തുകയും വെല്ലുവിളി ഉയർത്തുകയും ചെയ്യുന്നു, പ്രോത്സാഹിപ്പിക്കുകയും വഴികാട്ടുകയും ചെയ്യുന്നു. എല്ലാ സത്യസന്ധതയോടുംകൂടി ഇവരുടെ തൊഴിൽ സാധാരണ അധ്യാപനത്തേക്കാൾ കൂടുതൽ കഠിനമാണ്. തുടക്കക്കാരായ അധ്യാപകരെ സംബന്ധിച്ചിടത്തോളം അധ്യാപക പരിശീലനസമയത്ത് തങ്ങൾ പഠിച്ച പലകാര്യങ്ങളും അവർക്ക് മറക്കേണ്ടി വരും. 'കുട്ടികൾ പഠിക്കാനാഗ്രഹിക്കുന്ന മിക്ക കാര്യങ്ങളും നിങ്ങൾക്കവരെ പഠിപ്പിക്കാനാവില്ല,' റോബ് വിശദീകരിക്കുന്നു. ഉദാഹരണത്തിന്, അദ്ദേഹം കൊറിയൻഭാഷ സംസാരിക്കില്ല, അതുപോലെതന്നെ കംപ്യൂട്ടർ പ്രോഗ്രാമിങ്ങിനെക്കുറിച്ച് ഒന്നുമറിയില്ല. പക്ഷേ, അദ്ദേഹം ആൻജലിക്കിനെയും റാഫേലിനെയും അവരുടെ പാതകളിൽ ഒരുപാട് സഹായിച്ചിട്ടുണ്ടുതാനും.

ഇവിടെ ഉയരുന്ന ഏറ്റവും വലിയ ചോദ്യം, ഈ മാതൃക മിക്ക വിദ്യാർത്ഥികളുടെ കാര്യത്തിലും പ്രാവർത്തികമാവുമോ എന്നതാണ്.

അഗോരയിലെ വിദ്യാർത്ഥി സമൂഹത്തിനിടയിലുള്ള അസാമാന്യമായ വൈജാത്യംവച്ചുനോക്കുമ്പോൾ ഇത് പ്രായോഗികമാവും എന്ന് വിശ്വസിക്കാൻ എല്ലാ കാരണങ്ങളുമുണ്ട്. ഈ കുട്ടികൾ പറയുന്നത്, ഇതുമായി പരിചയിക്കാൻ സമയമെടുത്തുവെങ്കിലും തങ്ങളുടെ ആകാംക്ഷ തങ്ങളെ നയിക്കുന്നിടത്തേക്ക് പോകാൻ അവർ ശീലിച്ചുവെന്നാണ്. ഷെഫ് ഡ്രമ്മൻ ഇതിനെ താരതമ്യം ചെയ്യുന്നത് ബാറ്ററി ഫാമുകളിലെ കൂട്ടിലടച്ച കോഴിക്കുഞ്ഞുങ്ങളോടാണ്: 'ഒന്നു രണ്ട് വർഷങ്ങൾക്കുമുന്നേ ഒരു കോഴിക്കർഷകനിൽ നിന്നും ഏതാനും കോഴിക്കുഞ്ഞുങ്ങളെ വാങ്ങി. ഞാനവയെ എന്റെ വീട്ടുമുറ്റത്ത് തുറന്ന് വിട്ടപ്പോൾ അവ ഒരിടത്ത് ആണിയടിച്ച് നിറുത്തിയത് പോലെ മണിക്കൂറുകളോളം അനങ്ങാതെ നിന്നു. ഒരാഴ്ച വേണ്ടി വന്നു, അവയ്ക്ക് ഒന്ന് നടക്കാൻ ധൈര്യം കിട്ടുന്നതിന്.'

ഇനി മോശം വാർത്ത പറയാം. ഏത് തരത്തിലുള്ള വിപ്ലവകരമായ നവീകരണവും ആത്യന്തികമായി പഴയ വ്യവസ്ഥിതിയുമായി സംഘർഷമുണ്ടാക്കും.

വാസ്തവത്തിൽ, അഗോര തീർത്തും വ്യത്യസ്തമായ ഒരു സമൂഹത്തിന് വേണ്ടിയാണ് കുട്ടികളെ പഠിപ്പിക്കുന്നത്. അവർ സ്വന്തം കാലിൽ നില്ക്കാവുന്നവരും സർഗ്ഗശേഷിയുള്ളവരും കാര്യപ്രാപ്തിയുള്ള പൗരന്മാരുമായി മാറുന്നതിന് ഇടംനല്കാൻ ഈ വിദ്യാലയം ആഗ്രഹിക്കുന്നു. എന്നാൽ, അഗോര നിശ്ചിതമായ പരീക്ഷാരീതികളിൽ വിജയിച്ചില്ലെങ്കിൽ പരിശോധനയിൽ ഈ സ്കൂൾ പാസാവില്ലെന്ന് മാത്രമല്ല, സർക്കാർ നല്കുന്ന ഫണ്ട് അതോടുകൂടി ഇല്ലാതാവുകയും ചെയ്യും. അഗോര പോലുള്ള ഉദ്യമങ്ങൾക്ക് നിരന്തരം തടയിടുന്ന സംവിധാനം ഇതാണ്.

അതിനാൽ നമ്മൾ ചോദിക്കാവുന്ന ഇതിലും വലിയൊരു ചോദ്യമുണ്ട്. എന്താണ് വിദ്യാഭ്യാസത്തിന്റെ ഉദ്ദേശ്യം? നമ്മൾ മികച്ച ഗ്രേഡുകളിലും നല്ല ശമ്പളത്തിലും ഭ്രമിക്കപ്പെട്ടവരാകാൻ സാധ്യതയുണ്ടോ?

2018-ൽ ഡച്ച് സാമ്പത്തിക ശാസ്ത്രജ്ഞരായ റോബർട്ട് ഡറും മാക്സ് വാൻ ലെന്റും, മുപ്പത്തിയേഴ് രാജ്യങ്ങളിൽ നിന്നുള്ള ഇരുപത്തേഴായിരം തൊഴിലാളികൾക്കിടയിൽ നടത്തിയ ഒരു സർവ്വേയുടെ ഫലം വിശകലനം ചെയ്തു. അതിൽ നാലിലൊന്ന് പേരും തങ്ങളുടെ ജോലി ഏതെങ്കിലും തരത്തിൽ പ്രാധാന്യം ഉള്ളതാണ് എന്ന് കരുതിയിരുന്നില്ല. ആരാണിവർ? തീർച്ചയായും, അവർ ശുചീകരണ തൊഴിലാളികളോ, നഴ്സുമാരോ, പൊലീസ് ഓഫിസർമാരോ അല്ല. ഡാറ്റ കാണിക്കുന്നത് ഏറ്റവും 'നിരർത്ഥകമായ ജോലികൾ' കേന്ദ്രീകരിച്ചിരിക്കുന്നത് സ്വകാര്യമേഖലയിലാണ് എന്നാണ് - ബാങ്കുകൾ, നിയമസ്ഥാപനങ്ങൾ, പരസ്യ ഏജൻസികൾ എന്നിവിടങ്ങളിൽ. നമ്മുടെ 'വിജ്ഞാന സമ്പദ്‌വ്യവസ്ഥ'യുടെ രീതികൾവച്ച് വിലയിരുത്തുമ്പോൾ ഈ ജോലികൾ ഉള്ളവർ വിജയത്തിന്റെ നിർവ്വചനങ്ങളാണ്. പഠനത്തിൽ എ ഗ്രേഡ് ലഭിച്ചവരും വളരെ മികച്ച ലിങ്കഡിൻ പ്രൊഫൈൽ ഉള്ളവരും വലിയ ശമ്പളം പറ്റുന്നവരുമാണ്. എന്നിരുന്നാലും, അവരുടെ സ്വന്തം വിലയിരുത്തലിൽ തങ്ങൾ ചെയ്യുന്ന തൊഴിൽ സമൂഹത്തിന് ഒരു ഗുണവും ഇല്ലാത്തതാണ്.

ഈ ലോകത്തിനെന്താണ് വട്ടുപിടിച്ചോ? നമ്മുടെ കൂട്ടത്തിലെ വൻ പ്രതിഭകൾക്ക് അവരുടെ തൊഴിലിന്റെ ശ്രേണിയിൽ മേലോട്ട് മേലോട്ട് കയറുന്നതിനായി ശതകോടികൾ ചെലവഴിക്കുന്നു. എന്നാൽ, ഏറ്റവും മേലെ എത്തിക്കഴിഞ്ഞാൽ അവർ തങ്ങളോടുതന്നെ ചോദിക്കുന്നത് ഇത് എന്തിനായിരുന്നു എന്നാണ്. അതിനിടെ രാഷ്ട്രീയക്കാർ അന്താരാഷ്ട്ര രാജ്യ റാങ്കിങ്ങുകളിൽ ഉയർന്ന സ്ഥാനം ലഭിക്കേണ്ടതിന്റെ ആവശ്യകതയെക്കുറിച്ച് പ്രസംഗിക്കുകയും, നമ്മൾ കൂടുതൽ വിദ്യാഭ്യാസം നേടേണ്ടതിന്റെയും കൂടുതൽ പണം സമ്പാദിക്കേണ്ടതിന്റെയും അങ്ങനെ സമ്പദ്‌വ്യവസ്ഥയ്ക്ക് കൂടുതൽ 'വളർച്ച' കൊണ്ടുവരേണ്ടതിന്റെയും ആവശ്യകതയെക്കുറിച്ച് നമ്മളോട് പറയുകയും ചെയ്യുന്നു.

എന്നാൽ, ഈ ഡിഗ്രികളെല്ലാം വാസ്തവത്തിൽ എന്തിനെയാണ് പ്രതിനിധീകരിക്കുന്നത്? അവ സർഗ്ഗാത്മകതയുടെയും കല്പനാശക്തിയുടെയും തെളിവാണോ, അതോ നിശ്ചലമായിരുന്നു തലയാട്ടാനുള്ള കഴിവിന്റെ തെളിവാണോ? ഏതാനും ദശകങ്ങൾക്കു മുന്നേ, ദാർശനികനായ ഇവാൻ ഇല്ലിച്ച് പറഞ്ഞതുപോലെയാണിത്: 'സമൂഹം അതേപടി തുടരണമെന്ന് നിങ്ങളെ വിശ്വസിപ്പിക്കുന്ന പരസ്യ ഏജൻസിയാണ് വിദ്യാലയം.'

കുട്ടികൾക്ക് കളിക്കാനാവുന്ന വിദ്യാലയമായ അഗോര തീർത്തും വ്യത്യസ്തമായ വഴിയുണ്ടെന്ന് തെളിയിക്കുന്നു. ബദൽ പഠനരീതികൾ ആവിഷ്ക്കരിക്കുന്ന വിദ്യാലയങ്ങളുടെ ഒരു പ്രസ്ഥാനത്തിന്റെ ഭാഗമാണിത്. വിദ്യാഭ്യാസത്തോടുള്ള അവരുടെ സമീപനത്തെ ജനങ്ങൾ പുച്ഛിച്ചേക്കാം. പക്ഷേ, ഇത് പ്രാവർത്തികമാണെന്നതിന് ധാരാളം തെളിവുകളുണ്ട്. ഇംഗ്ലണ്ടിലെ സഫോൾക്കിലുള്ള സമ്മർഹിൽ സ്കൂൾ 1921 മുതൽ, കുട്ടികളെ അവരുടെ സ്വാതന്ത്ര്യം വിശ്വസിച്ചേൽപ്പിക്കാമെന്ന് തെളിയിച്ച ഒരു സ്ഥാപനമാണ്. മസാച്ചുസെറ്റ്സിലെ സഡ്ബെറി വാല്യു സ്കൂളും അങ്ങനെ തന്നെയാണ്. 1960 മുതൽ ആയിരക്കണക്കിന് വിദ്യാർത്ഥികളാണ് തങ്ങളുടെ യുവത്വം ഇവിടെ ചെലവഴിക്കുകയും തീർത്തും സംതൃപ്തമായ ജീവിതത്തിലേക്ക് കടക്കുകയും ചെയ്തത്.

നമ്മുടെ കുട്ടികൾക്ക് സ്വാതന്ത്ര്യം കൈകാര്യം ചെയ്യാനാവുമോ എന്നതല്ല ചോദ്യം.

അവർക്ക് ആ സ്വാതന്ത്ര്യം നല്കാനുള്ള ധൈര്യം നമുക്കുണ്ടോ എന്നതാണ്. ഇത് വളരെ അടിയന്തരപ്രാധാന്യമുള്ളൊരു ചോദ്യമാണ്. 'കളിയുടെ വിപരീതം തൊഴിലല്ല,' മനഃശാസ്ത്രജ്ഞനായ ബ്രിയാൻ സട്ടൻ-സ്മിത്ത് ഒരിക്കൽ പറയുകയുണ്ടായി. 'കളിയുടെ വിപരീതം ഡിപ്രഷൻ ആണ്.' ഇപ്പോൾ നമ്മളിൽ പലരും സ്വാതന്ത്ര്യമോ കളിയോ സഹജമായ പ്രചോദനമോ ഇല്ലാതെ തൊഴിൽ ചെയ്യുന്ന രീതി ഒരു പകർച്ചാവ്യാധിപോലെ ഡിപ്രഷൻ പടർന്നു പിടിക്കാൻ ഇടയാക്കുന്നു. ലോകാരോഗ്യ സംഘടനയുടെ ഒരു കണക്കനുസരിച്ച് ലോകത്തിലെ ഒന്നാമത്തെ രോഗം ഇപ്പോൾ ഡിപ്രഷനാണ്. നമ്മൾ നേരിടുന്ന ഏറ്റവും വലിയ കമ്മി ബാങ്ക് അക്കൗണ്ടിലോ ബജറ്റ് ഷീറ്റിലോ അല്ല, മറിച്ച് അത് നമുക്കുള്ളിൽ തന്നെയാണ്. ജീവിതം അർത്ഥപൂർണ്ണമാക്കുന്ന കാര്യത്തിലെ കുറവാണത്. കളിയുടെ കുറവ്.

അഗോര സന്ദർശിച്ചപ്പോൾ പ്രതീക്ഷയുടെ ഒരു കിരണമുണ്ടെന്ന് എനിക്കുതോന്നി. പിന്നീട് ഷെഫ് ഡ്രമ്മൻ എന്നെ സ്റ്റേഷനിൽ തിരിച്ചു കൊണ്ടു പോയി ഇറക്കുമ്പോൾ അദ്ദേഹം വീണ്ടും എനിക്ക് പല്ലിറുമിയുള്ള ഒരു ചിരി സമ്മാനിച്ചു. 'നിങ്ങളുടെ കാതു പൊട്ടിക്കാൻ മാത്രം ഞാനിന്ന് സംസാരിച്ചുവെന്ന് തോന്നുന്നു.' സത്യമാണ്. പക്ഷേ, അങ്ങനെ ചെയ്തേ പറ്റൂ. അദ്ദേഹത്തിന്റെ വിദ്യാലയത്തിലൂടെ ഏറെനേരം നടക്കുമ്പോൾ നിങ്ങളുടെ പഴയ പല നിർണയങ്ങളും ചുരുങ്ങിച്ചുരുങ്ങി ഇല്ലാതാകുന്നതായി നിങ്ങൾക്കനുഭവപ്പെടും.

പക്ഷേ, ഇപ്പോൾ എനിക്കൊരു കാര്യം മനസ്സിലാവുന്നു: ഇത് തുടക്കത്തിലേക്കുള്ള ഒരു മടങ്ങിപ്പോക്കാണ്. വേട്ടയാടി ഇരതേടി ജീവിക്കുന്ന സമൂഹത്തിലെ ദർശനമാണ് അഗോരയും പഠിപ്പിക്കുന്നത്. എല്ലാ പ്രായത്തിലുംപെട്ടവരെയും എല്ലാതരം കഴിവുകളുള്ളവരെയും കോച്ചുകളുടെയും പ്ലേ ലീഡർമാരുടെയും പിന്തുണയോടെ ഒന്നിച്ച് കൊണ്ടുവരുന്ന ഒരു സമൂഹത്തിൽ, സ്വന്തം കഴിവുകൾക്ക് അനുസരിച്ച് പോകാൻ അനുവദിച്ചാലാണ് കുട്ടികൾ ഏറ്റവും നന്നായി പഠിക്കുക. ഡ്രമ്മൻ ഇതിനെ വിളിക്കുന്നത് 'Education 0.0' എന്നാണ് – ഹോമോ ലുഡൻസിലേക്കുള്ള ഒരു മടക്കം.

15

ജനാധിപത്യം എന്നാൽ ഇങ്ങനെയാണ്

1

അത് ഒരു വിപ്ലവത്തിന് സാധ്യമായ സാഹചര്യമേ ആയിരുന്നില്ല. പശ്ചിമ വെനെസ്വേലയിലെ ആ മുൻസിപ്പാലിറ്റിയിൽ രണ്ട് ലക്ഷത്തിൽ താഴെ ജന സംഖ്യ മാത്രമേ ഉണ്ടായിരുന്നുള്ളു. നൂറ്റാണ്ടുകളായി അവിടെ കാര്യങ്ങളിൽ തീരുമാനം എടുത്തിരുന്നത് ഒരു ചെറിയ വരേണ്യവർഗ്ഗമായിരുന്നു. എന്നാൽ, ടോറസ് എന്ന ഈ കൊച്ചുപ്രദേശത്താണ് സാധാരണക്കാരായ പൗരന്മാർ നമ്മുടെ കാലത്തിന് ഏറ്റവും അനിവാര്യമായ ചില ചോദ്യങ്ങൾക്ക് ഉത്തരം കണ്ടെത്തിയത്.

നമുക്ക് എങ്ങനെയാണ് രാഷ്ട്രീയത്തിൽ വിശ്വാസം പുനഃസ്ഥാപിക്കാനാവുക? സമൂഹത്തിൽ നിലനില്ക്കുന്ന അവിശ്വാസത്തിന്റെ പ്രളയത്തെ നമുക്കങ്ങനെയാണ് മുറിച്ച് കടക്കാനാവുക? നമുക്ക് എങ്ങനെയാണ് നമ്മുടെ ജനാധിപത്യത്തെ രക്ഷിക്കാനാവുക?

ലോകത്ത് എല്ലായിടത്തുംതന്നെ, ജനാധിപത്യങ്ങളെ ഏറ്റവും കുറഞ്ഞത് ഏഴ് മഹാമാരികളെങ്കിലും ബാധിച്ചിട്ടുണ്ട്. രാഷ്ട്രീയ പാർട്ടികളുടെ തകർച്ച. പരസ്പരം വിശ്വാസമില്ലാത്ത പൗരന്മാർ. ന്യൂനപക്ഷങ്ങളെ ഒഴിവാക്കൽ. വോട്ടർമാരുടെ താത്പര്യക്കുറവ്. അഴിമതിക്കാരായി മാറുന്ന രാഷ്ട്രീയക്കാർ. നികുതി അടക്കാതെ പോവുന്ന ധനികർ. പിന്നെ, നമ്മുടെ ആധുനിക ജനാധിപത്യം അസമത്വത്തിൽ ആണ്ടുകിടക്കുകയാണ് എന്ന വർധിച്ചു വരുന്ന തിരിച്ചറിവ്.

ഈ പ്രശ്നങ്ങൾക്കെല്ലാം തന്നെ, ടോറസ് ഒരു പ്രതിവിധി കണ്ടെത്തി. ഏകദേശം 25 വർഷമായി പരീക്ഷിച്ച് വിജയിച്ച ടോറസിലെ ഈ രീതി തീർത്തും അമ്പരപ്പിക്കുന്നതാണ്. ഇത് ലോകമൊട്ടുക്കും പലരും സ്വീകരിച്ച ഒന്നാണെങ്കിലും അത് വാർത്തയിൽ ഇടം പിടിക്കുന്നേയില്ല. ഒരുപക്ഷേ, ബൂർട്ട്സോർഗ്ഗിന്റെയും അഗോരയുടെയും കാര്യത്തിലെന്നപോലെ മനുഷ്യ പ്രകൃതി സംബന്ധിച്ച് അടിസ്ഥാനപരമായി തീർത്തും വ്യത്യസ്തമായ ഒരു കാഴ്ചപ്പാടിൽ നിന്നുകൊണ്ടുള്ള, യാഥാർത്ഥ്യബോധത്തോടെയുള്ള ഒരു ഉദ്യമം ആയതായിരിക്കാം ഇതിനു കാരണം. ജനങ്ങൾ പൂർണ്ണ തൃപ്തരാണെന്ന് കരുതുകയോ അവരെ കേവലം രോഷാകുലരായ വോട്ടർമാർ മാത്രമായി കാണുകയോ ചെയ്യാതെ അവരോട് നമ്മളിൽ ഓരോരുത്തരിലും ക്രിയാത്മകവും മനഃസാക്ഷിയുള്ളതുമായ ഒരു പൗരനുണ്ടോയെന്ന് അന്വേഷിക്കുകയാണ് ചെയ്യുന്നത്.

മറ്റൊരു തരത്തിൽ പറഞ്ഞാൽ, യഥാർത്ഥ ജനാധിപത്യം സാധ്യമായാൽ എങ്ങനെയിരിക്കും?

ടോറസിന്റെ കഥ ആരംഭിക്കുന്നത് 2004 ഒക്ടോബർ 31-നാണ്. തെരഞ്ഞെടുപ്പ് ദിവസം. പ്രധാനമായും, എതിരാളികളായ രണ്ട് സ്ഥാനാർത്ഥികളാണ് ഈ വെനെസ്വേലൻ മുൻസിപ്പാലിറ്റിയിലെ മേയർ പദവിക്കായി മത്സരിക്കുന്നത്. നിലവിലുള്ള മേയറും വാണിജ്യമാധ്യമങ്ങളുടെ പിന്തുണയുള്ള ധനികനായ ഭൂപ്രഭുവുമായ ജാവിയർ ഒറോപെസയും പ്രസിഡന്റ് ഹ്യൂഗോ ഷവേഴ്സിന്റെ കരുത്തുറ്റ രാഷ്ട്രീയ പാർട്ടിയുടെ പിന്തുണയുള്ള വാൾട്ടർ കാറ്റിവല്ലിയും.

ഇതിൽ ഏതു വേണമെന്നത് വലിയൊരു കാര്യമൊന്നുമായിരുന്നില്ല. ഒറോപെസയായാലും കാറ്റിവല്ലിയായാലും അഴിമതിയിൽ മുങ്ങിയ വ്യവസ്ഥ അതിന്റെ പ്രകടനം അങ്ങനെ തന്നെ തുടരും. ടോറസ് ജനാധിപത്യത്തിന്റെ ഭാവി പുനർനിർണയിക്കാൻ പോവുകയാണെന്നതിന്റെ യാതൊരു സൂചനയും എവിടേയും ഇല്ലായിരുന്നു.

വാസ്തവത്തിൽ അക്കൂട്ടത്തിൽ മറ്റൊരു സ്ഥാനാർത്ഥി കൂടിയുണ്ടായിരുന്നു. എന്നാൽ തെരഞ്ഞെടുപ്പിൽ എടുത്തു പറയത്തക്ക ഒരു പ്രസക്തിയും ഇല്ലാത്തൊരാൾ. ജൂലിയോ ഷാവേസ് (ഇയാൾക്ക് പ്രസിഡന്റുമായി യാതൊരു ബന്ധവുമില്ല) എന്ന ഈ സ്ഥാനാർത്ഥി ഒരു ചെറിയ പ്രക്ഷോഭകാരി ആയിരുന്നു. അയാളെ പിന്തുണക്കുന്നവരാകട്ടെ, ഏതാനും വിദ്യാർത്ഥികളും സഹകാരികളും യൂണിയൻ പ്രവർത്തകരും മാത്രമായിരുന്നു. തെരഞ്ഞെടുപ്പിൽ അയാൾ മുന്നോട്ടുവെച്ച വാഗ്ദാനം ഒരൊറ്റ വാക്യത്തിൽ പറയാമെന്ന് മാത്രമല്ല, കേട്ടാൽ നമ്മൾ അത് ചിരിച്ചു തള്ളുകയും ചെയ്യും. തന്നെ മേയറായി തെരഞ്ഞെടുത്താൽ അധികാരം ടോറസിലെ ജനതയ്ക്ക് കൈമാറും എന്നായിരുന്നു ജൂലിയോയുടെ വാഗ്ദാനം.

അദ്ദേഹത്തിന്റെ പ്രതിയോഗികൾ ആരുംതന്നെ ജൂലിയോയെ ഗൗരവത്തിലെടുത്തതേയില്ല. അയാൾക്ക് എന്തെങ്കിലും സാധ്യതയുണ്ടെന്ന് ആരും തന്നെ കരുതിയുമില്ല. എന്നാൽ ഏറ്റവും വലിയ വിപ്ലവങ്ങൾ ചിലപ്പോൾ തുടങ്ങുന്നത് നിങ്ങൾ ഒരിക്കലും തന്നെ പ്രതീക്ഷിക്കാതെയിരിക്കുമ്പോഴാണ്. ഒക്ടോബറിലെ ആ ഞായറാഴ്ച നടന്ന ത്രികോണ മത്സരത്തിൽ വെറും 35.6 ശതമാനം വോട്ടോടെ ജൂലിയോ ഷാവേസ് നേരിയ ഭൂരിപക്ഷത്തിന് മേയറായി തെരഞ്ഞെടുക്കപ്പെട്ടു.

അദ്ദേഹം താൻ കൊടുത്ത വാക്ക് പാലിച്ചു.

പ്രാദേശികമായ ആ വിപ്ലവം തുടങ്ങിയത് നൂറുകണക്കിന് കൂട്ടായ്മകളിലൂടെയായിരുന്നു. പ്രദേശവാസികളെ പല വിഷയങ്ങളിലും സംവാദത്തിൽ പങ്കെടുപ്പിക്കുക മാത്രമല്ല ചെയ്തത്, മറിച്ച് യഥാർത്ഥ തീരുമാനങ്ങൾ എടുക്കുന്നതിൽ ഭാഗമാക്കുക കൂടിയായിരുന്നു. മുൻസിപ്പൽ ബജറ്റിന്റെ നൂറ് ശതമാനവും, അതായത് 70 ലക്ഷം ഡോളർ, ചെലവഴിക്കേണ്ടത് അവർ തന്നെയായിരുന്നു.

ശരിയായ ജനാധിപത്യത്തിന് സമയമായി എന്ന് മേയർ പ്രഖ്യാപിച്ചു. വായു കടക്കാത്ത കൂടിയാലോചനാ മുറികളും തണുത്ത കാപ്പിയും ഫ്ളൂറസെന്റ് വിളക്കുകളും അനന്തമായ ബുക്ക് കീപ്പിംഗും എല്ലാം മാറ്റിവെച്ച് പൊതുജന സേവകരോ രാഷ്ട്രീയ തൊഴിലാളികളോ ഭരിക്കുന്നതിനുപകരം ടോറസിലെ പൗരന്മാർ ഭരിക്കുന്ന ഒരു സർക്കാർ.

തങ്ങളുടെ അഴിമതിപൂർണ്ണമായ വ്യവസ്ഥ കൈവിട്ടുപോയത് വരേണ്യ വർഗ്ഗക്കാർ ഭീതിയോടെ നോക്കിയിരുന്നു. 'അവർ പറഞ്ഞത് ഇത് അരാജക വാദമാണ് എന്നാണ്. ഞാൻ എന്റെ അധികാരം ഉപേക്ഷിക്കുന്നത് ഭ്രാന്താണെന്ന് അവർ പറഞ്ഞു,' ഒരു അമേരിക്കൻ സോഷ്യോളജിസ്റ്റിന് നല്കിയ അഭിമുഖത്തിൽ ജൂലിയോ (എല്ലാവരും തന്നെ മേയറെ അദ്ദേഹത്തിന്റെ പേര് പറഞ്ഞാണ് വിളിക്കുന്നത്) ഓർത്തെടുത്തു. തന്റെ കളിപ്പാവയായ ഒറോപെസയെ, പെട്ടെന്ന് കയറി വന്നൊരാൾ തൂത്തെറിഞ്ഞത്, ടോറസ് മുൻസിപാലിറ്റി നിലകൊള്ളുന്ന ലാറ സംസ്ഥാനത്തിന്റെ ഗവർണറെ രോഷാകുലനാക്കി. അദ്ദേഹം മുൻസിപാലിറ്റിക്കുള്ള ഫണ്ടിങ് വേണ്ടെന്നുവെക്കാനും ഒരു പുതിയ കൗൺസിലിനെ നിയമിക്കാനും തീരുമാനിച്ചു. പക്ഷേ, പുതിയതായി തെരഞ്ഞെടുക്കപ്പെട്ട മേയർക്ക് സമൂഹത്തിന്റെ അടിത്തട്ടിലുള്ള അസാമാന്യമായ പിന്തുണ അദ്ദേഹത്തിന് മനസ്സിലാക്കാനായില്ല. തങ്ങളുടെ ബജറ്റ് അംഗീകരിക്കാതെ തിരികെ പോവില്ലെന്ന് പറഞ്ഞ് നൂറുകണക്കിന് ആളുകൾ തെരുവിലിറങ്ങി സിറ്റിഹാളിലേക്ക് മാർച്ച് നടത്തി.

അന്തിമമായി ജനങ്ങൾ വിജയിച്ചു. ജൂലിയോ ഷാവേസ് തെരഞ്ഞെടുക്കപ്പെട്ട് 10 വർഷത്തിനുള്ളിൽ ടോറസ് നിരവധി ദശാബ്ദങ്ങൾകൊണ്ട് ഉണ്ടാക്കേണ്ട പുരോഗതി നേടി. അഴിമതിയും സ്വജനപക്ഷപാതവും ഇല്ലാതാവുകയും മുൻപെങ്ങുമില്ലാത്തവിധം ജനങ്ങൾ രാഷ്ട്രീയത്തിൽ പങ്കാളികളാവുകയും ചെയ്തതായി കാലിഫോർണിയ സർവകലാശാല നടത്തിയ ഒരു പഠനത്തിൽ കണ്ടെത്തി. പുതിയ വീടുകളും സ്കൂളുകളും വന്നു. പുതിയ റോഡുകൾ പണിതു. പഴയ പ്രദേശങ്ങളെയെല്ലാം മിനുക്കിയെടുത്തു.

ഇപ്പോഴുമതെ, ലോകത്തിലെ ഏറ്റവും ജനപങ്കാളിത്തത്തോടു കൂടിയ ഒരു ബജറ്റാണ് ടോറസിലേത്. ഏകദേശം പതിനയ്യായിരത്തോളം ആളുകൾ ഇതിനുവേണ്ട നിർദ്ദേശങ്ങൾ നല്കുകയും എല്ലാവർഷവും മുൻസിപ്പാലിറ്റിയിൽ അങ്ങോളമിങ്ങോളം അഞ്ഞൂറ്റിയറുപത് ഇടങ്ങളിൽ അസംബ്ലികൾ ചേരുകയും ചെയ്യുന്നു. ഈ മീറ്റിങ്ങുകളിൽ പങ്കെടുത്ത് നിർദ്ദേശങ്ങൾ സമർപ്പിക്കാനും തങ്ങളുടെ പ്രതിനിധികളെ തെരഞ്ഞെടുക്കാനും എല്ലാവർക്കും അവകാശമുണ്ട്. ടാക്സ് വരുമാനത്തിലൂടെ ലഭിക്കുന്ന ലക്ഷക്കണക്കിന് തുക എന്തിനൊക്കെ വേണ്ടി നീക്കിവെക്കണം എന്ന് തീരുമാനിക്കുന്നത് ടോറസിലെ ജനങ്ങൾ കൂടി ചേർന്നാണ്.

'മുൻപൊക്കെ ഗവൺമെന്റ് ഉദ്യോഗസ്ഥർ ദിവസം മുഴുവൻ തങ്ങളുടെ എയർകണ്ടീഷൻ ചെയ്ത ഓഫിസുകളിലിരുന്ന് തീരുമാനങ്ങൾ എടുക്കാറായിരുന്നു പതിവ്,' ഒരു തദ്ദേശവാസി പറഞ്ഞു. 'അവർ ഒരിക്കലും തന്നെ ഞങ്ങളുടെ സമൂഹത്തിലേക്ക് കാലെടുത്തുവെക്കുമായിരുന്നില്ല. അപ്പോൾ പിന്നെ ആർക്കാണ് മെച്ചപ്പെട്ട തീരുമാനം എടുക്കാൻ കഴിയുക എന്നാണ് നിങ്ങൾ കരുതുന്നത്? ഒരിക്കലും സമൂഹത്തിലേക്ക് ഇറങ്ങി വരാതെ തന്റെ ഓഫീസിലിരിക്കുന്ന ഉദ്യോഗസ്ഥനാണോ, അതോ സമൂഹത്തിൽ നിന്നുമുള്ള ഒരാൾക്കാണോ?'

2

നിങ്ങളിപ്പോൾ ചിന്തിക്കുന്നുണ്ടാവും, നല്ല രസമുള്ള കഥ, പക്ഷേ ഒറ്റയടിക്കൊന്നും അങ്ങനെ പുതിയൊരു ജനാധിപത്യ ക്രമമൊന്നും വരാൻ പോകുന്നില്ല. ആരുമറിയാത്ത ഒരു സ്ഥലം വഴിമാറി നടന്നു എന്നുവെച്ച് അതെങ്ങനെ ഒരു വിപ്ലവമാകും?

കാര്യമെന്താണെന്നുവെച്ചാൽ, ടോറസിൽ സംഭവിച്ചത് മറ്റ് നിരവധി സ്ഥലത്ത് സംഭവിച്ച കാര്യങ്ങളിൽ ഒന്നുമാത്രമാണ്. ഇതിലെ വലിയൊരു കഥ തുടങ്ങിയത് വർഷങ്ങൾക്കുമുൻപ് ബ്രസീലിലെ ഒരു വൻനഗരം അതിന്റെ ബജറ്റിന്റെ നാലിലൊന്ന് മുൻപൊരിക്കലും ഉണ്ടായിട്ടില്ലാത്ത തരത്തിൽ ജനങ്ങൾക്കുവേണ്ടി നീക്കിവെച്ചപ്പോഴാണ്. 1989-ൽ പോർട്ടോ അലിഗ്രേ എന്ന നഗരത്തിലാണ് ഇതുണ്ടായത്. ഒരു ദശാബ്ദത്തിനിപ്പുറം നൂറിലധികം ബ്രസീലിയൻ നഗരങ്ങൾ ഈ ആശയം കടമെടുക്കുകയും അവിടെ നിന്നും അത് ലോകത്തിന്റെ മറ്റുപല ഭാഗങ്ങളിലേക്കും വ്യാപിക്കുകയും ചെയ്തു. 2016 ആയപ്പോഴേക്കും ന്യൂയോർക്ക് നഗരം മുതൽ സെവില്ലെ വരേക്കും, ഹാംബർഗ്ഗ് മുതൽ മെക്സിക്കോ സിറ്റിവരേക്കും ആയിരത്തഞ്ഞൂറിലധികം നഗരങ്ങൾ ഒരു തരത്തിലല്ലെങ്കിൽ മറ്റൊരു തരത്തിലുള്ള ജനപങ്കാളിത്ത ബജറ്റ് പിന്തുടരാൻ തുടങ്ങി.

നമ്മളിവിടെ സംസാരിക്കാൻ പോകുന്ന കാര്യം, ഇരുപത്തിയൊന്നാം നൂറ്റാണ്ടിലെ ഏറ്റവും വലിയ പ്രസ്ഥാനങ്ങളിലൊന്നിനെക്കുറിച്ചാണ് എന്നതാണ് സത്യം. പക്ഷേ, നിങ്ങൾ ഇതിനെക്കുറിച്ച് നേരത്തെ കേട്ടിരിക്കാനുള്ള സാധ്യത വളരെ കുറവാണ്. വാർത്തക്ക് വേണ്ടത്ര എരിവും പുളിയും ഇതിനില്ല. സാധാരണ പൗരന്മാരായ രാഷ്ട്രീയക്കാർക്ക് താരപ്പൊലിമയോ അല്ലെങ്കിൽ വക്താക്കൾക്കും പരസ്യപ്രചാരകർക്കും നല്കുന്നതിനുള്ള പണമോ കയ്യിലില്ല. അതുപോലെതന്നെ, അവർ സാരഗർഭമായ പരസ്യവാചകങ്ങൾ സൃഷ്ടിക്കുകയോ, സംവാദങ്ങൾ എന്ന പേരിൽ പരിപാടികൾ സംഘടിപ്പിക്കുകയോ ചെയ്യുന്നില്ല. ദൈനംദിന വോട്ടെടുപ്പിനെ സംബന്ധിച്ചും അവരൊട്ടും വ്യാകുലരല്ല.

ഈ പൗരരാഷ്ട്രീയക്കാർ ചെയ്യുന്നത് വളരെ ശാന്തവും ആലോചനാപൂർവ്വവുമായ സംഭാഷണങ്ങളിൽ ഇടപെടുകയാണ്. അവ ഒട്ടും തെളിച്ചമില്ലാത്തതായി തോന്നാം. പക്ഷേ, അതിനൊരു മാന്ത്രികതയുണ്ട്. ക്ഷീണിതമായ നമ്മുടെ പഴയ ജനാധിപത്യങ്ങളെ ബാധിച്ച ഏഴു മഹാമാരികളിൽ നിന്നും രക്ഷ നേടുന്നതിനുള്ള പ്രതിവിധി ഇതുതന്നെയായിരിക്കാം.

1. ദോഷൈക ദർശനത്തിൽനിന്നും ഇടപെടലുകളിലേക്ക്

മിക്ക രാജ്യങ്ങളിലും ജനങ്ങളും രാഷ്ട്രീയ വ്യവസ്ഥയും തമ്മിൽ ഏറെ വലിയൊരു വിടവുണ്ട്. വാഷിങ്ടണിലെയും ബീജിങ്ങിലെയും ബ്രസ്സൽസിലെയും ഉന്നതർ മിക്ക തീരുമാനങ്ങളെടുക്കുമ്പോഴും ശരാശരി വ്യക്തികൾക്ക് തങ്ങളെ ആരും കേൾക്കുന്നില്ലെന്നും തങ്ങൾക്ക് യാതൊരു പ്രാതിനിധ്യവും ലഭിക്കുന്നില്ലെന്നും തോന്നുന്നതിൽ അത്ഭുതപ്പെടേണ്ടതുണ്ടോ?

ടോറസിലും പോർട്ടോ അലീഗ്രേയിലും ഒരുവിധം എല്ലാവർക്കും ഏതെങ്കിലും രാഷ്ട്രീയക്കാരനെ വ്യക്തിപരമായി അറിയാം. ജനസംഖ്യയിൽ ഏകദേശം 20 ശതമാനത്തോളം ആളുകൾ നഗരത്തിന്റെ ബജറ്റിങ്ങിൽ പങ്കാളി

കളാവുന്നതിനാൽ രാഷ്ട്രീയക്കാർ ചെയ്യുന്നത് തെറ്റായി പോയി എന്ന മുറു മുറുപ്പും കുറവാണ്. കാര്യങ്ങൾ പോകുന്ന ഗതിയിൽ നിങ്ങൾ സന്തുഷ്ടരല്ലേ? അങ്ങനെയെങ്കിൽ അത് ശരിയാക്കുന്നതിന് സഹായിക്കുക. 'മഹാപ്രഭൃതികൾ ഇവിടെ വന്ന് എന്ത് ചെയ്യണം എന്ന് നമ്മളോട് പറയുകയല്ല. നമ്മൾ തന്നെ ചെയ്യുകയാണ്,' പോർട്ട് അലിഗ്രേയിലെ ഒരു പങ്കാളി പറഞ്ഞു. 'ഞാനൊരു സാധാരണ മനുഷ്യനാണ്. ഞാനിതിന്റെ തുടക്കം തൊട്ടേ ഇതിൽ പങ്കെടുക്കുന്നുണ്ട്... (ബജറ്റിങ്) ആളുകൾക്ക് സംസാരിക്കാൻ അവസരം നല്കുന്നു, അവർ എത്ര പാവങ്ങളാണെങ്കിൽ പോലും.'

അതേസമയം, പോർട്ടോ അലിഗ്രേയിൽ സിറ്റി കൗൺസിലിലുള്ള വിശ്വാസം ഗണ്യമായി വർധിച്ചിട്ടുണ്ട്. ഇതുകൊണ്ട് ഏറ്റവും മെച്ചമുണ്ടാകുന്നത് മേയർമാർക്കാണെന്ന് യേലിലുള്ള ഒരു രാഷ്ട്രീയ വിദഗ്ധനായ പോളോ സ്പാഡ കണ്ടെത്തുകയുണ്ടായി. ഇതിന് കാരണം, തങ്ങളുടെ പൗരന്മാരെ ശാക്തീകരിക്കുന്ന മേയർമാർ വീണ്ടും തെരഞ്ഞെടുക്കപ്പെടാനുള്ള സാധ്യത വളരേയേറെയാണ് എന്നതുതന്നെ.

2. ധ്രുവീകരണത്തിൽനിന്നും വിശ്വാസത്തിലേക്ക്

പോർട്ടോ അലിഗ്രേ പങ്കാളിത്ത ബജറ്റിങ് പരീക്ഷണം കൊണ്ടുവന്നപ്പോൾ ആ നഗരം വിശ്വാസത്തിന്റെ ഒരു ഉരുക്കുകോട്ടയൊന്നും ആയിരുന്നില്ല. വാസ്തവത്തിൽ, ജനങ്ങളുടെ പരസ്പര വിശ്വാസം ബ്രസീലിനേക്കാൾ കുറവുള്ള രാജ്യങ്ങൾ വളരെ വിരളമാണ്. അതിനാൽതന്നെ മിക്ക വിദഗ്ധരും കരുതിയത് ഇവിടെയൊരു ജനാധിപത്യ വസന്തം കൊണ്ടുവരുന്നതിൽ അവർ വിജയിക്കാനുള്ള സാധ്യത ഒട്ടുംതന്നെയില്ല എന്നായിരുന്നു. ആളുകൾ ആദ്യം ഒന്നിച്ചു കൂടുക, ക്ലബ്ബുകളുണ്ടാക്കുക, വിവേചനം കൈകാര്യം ചെയ്യുക തുടങ്ങി നിരവധി കാര്യങ്ങൾ ചെയ്യേണ്ടതുണ്ട്. അങ്ങനെയായാൽ അത് ജനാധിപത്യത്തിന് വേരു പിടിക്കുന്നതിനുള്ള മണ്ണൊരുക്കും.

പോർട്ടോ അലിഗ്രേ ഈ സമവാക്യത്തെ മാറ്റിമറിച്ചു. ഭരണകൂടം പങ്കാളിത്ത ബജറ്റ് കൊണ്ടുവന്നതിനുശേഷമാണ് വിശ്വാസം വളരാൻ തുടങ്ങിയത്. 1986-ൽ 180 കമ്മ്യൂണിറ്റി ഗ്രൂപ്പുകൾ ഉണ്ടായിടത്തുനിന്നും 2000-ത്തിൽ എത്തിയപ്പോഴേക്കും അത് 600 ആയി. താമസിയാതെ കാര്യങ്ങളിൽ ഇടപെടുന്ന പൗരന്മാർ പരസ്പരം companheiro എന്ന് വിളിക്കാൻ തുടങ്ങി - അതായത് സ്വന്തം നാട്ടുകാരൻ അല്ലെങ്കിൽ സഹോദരൻ എന്നർത്ഥം.

പോർട്ടോ അലിഗ്രേയിലെ ജനങ്ങൾ അഗോര സ്ഥാപകനായ ഷെഫ് ഡ്രമ്മന്റെ, നേരത്തെ കൂട്ടിലടച്ച കോഴിക്കുഞ്ഞുങ്ങളെ പോലെയാണ് പെരുമാറിയത്. ആദ്യം കൂട്ടിൽനിന്നും തുറന്നുവിട്ടപ്പോൾ അവർ ആണിയടിച്ച പോലെ അവിടെ തന്നെ അനങ്ങാതെ നിന്നു. പിന്നെ അവർ തങ്ങളുടെ കാലുകൾ തിരിച്ചറിഞ്ഞു. 'ഏറ്റവും പ്രധാനപ്പെട്ട കാര്യം കൂടുതൽ കൂടുതൽ ആളുകൾ വരുന്നു എന്നതാണ്. ആദ്യമായി വരുന്നവർക്ക് ഇവിടെ ഇടം ഉണ്ട്. അവരെ അവഗണിക്കാതിരിക്കാനുള്ള ചുമതല നിങ്ങൾക്കുണ്ട്, അതാണ് ഏറ്റവും പ്രധാനപ്പെട്ട കാര്യം,' ഒരാൾ പറയുകയുണ്ടായി.

3. ബഹിഷ്ക്കരണത്തിൽനിന്നും ഉൾപ്പെടുത്തലിലേക്ക്

രാഷ്ട്രീയ സംവാദങ്ങൾ പലപ്പോഴും ഏറെ സങ്കീർണ്ണമാവുകയും ജന

ങ്ങൾക്കത് പിന്തുടരാൻ ദുഷ്ക്കരമാവുകയും ചെയ്യും. ഒരു ഡിപ്ലോമ ഡെമോക്രസിയിൽ പണമോ വിദ്യാഭ്യാസമോ ഇല്ലാത്തവർ പാർശ്വവത്കരിക്കപ്പെടും. ജനാധിപത്യത്തിലെ മിക്ക പൗരന്മാരുടെയും കാര്യത്തിൽ പരമാവധി സംഭവിക്കുന്നത്, സ്വന്തം പ്രഭുജനവാഴ്ച തെരഞ്ഞെടുക്കാൻ അവർക്ക് അനുവാദം ഉണ്ട് എന്നതു മാത്രമാണ്.

എന്നാൽ, നൂറുകണക്കിനുള്ള പങ്കാളിത്ത ബജറ്റിങ് പരീക്ഷണങ്ങളിൽ പരമ്പരാഗതമായി വോട്ടവകാശമില്ലാത്ത ഗ്രൂപ്പുകൾക്ക് നല്ല പ്രാതിനിധ്യമുണ്ട് എന്നതാണ് സാരം. 2011-ൽ ന്യൂയോർക്ക് സിറ്റിയിൽ ഇത് ആരംഭിച്ചത് മുതൽ മീറ്റിങ്ങുകളിൽ പ്രധാനമായും ആകൃഷ്ടരായിട്ടുള്ളത് ലാറ്റിനോകളും ആഫ്രിക്കൻ അമേരിക്കൻസുമാണ്. പോർട്ടോ അലിഗ്രേയിൽ ഇത്തരം ചർച്ചകളിൽ പങ്കെടുക്കുന്നവരിൽ 30 ശതമാനം പേരും ജനസംഖ്യയിലെ 20 ശതമാനം വരുന്ന ദരിദ്രരിൽപ്പെട്ടവരാണ്.

'ആദ്യമായി ഞാൻ ഇതിൽ പങ്കെടുത്തപ്പോൾ എനിക്ക് ഒരു ഉറപ്പും ഇല്ലായിരുന്നു,' പോർട്ടോ അലിഗ്രേയിലെ ചർച്ചകളിൽ പങ്കെടുക്കുന്ന ഒരാൾ പറഞ്ഞു. 'കാരണം അവിടെ കോളെജ് ബിരുദമുള്ള ആളുകളൊക്കെ ഉണ്ടായിരുന്നു, എന്നാൽ ഞങ്ങൾക്ക് ബിരുദമൊന്നുമില്ല... പക്ഷേ, നാളുകൾ കടന്നുപോയതോടെ ഞങ്ങൾ പഠിക്കാൻ തുടങ്ങി.' പഴയ രാഷ്ട്രീയ സംവിധാനത്തിൽനിന്നും വ്യത്യസ്തമായി പുതിയ ജനാധിപത്യം സമ്പന്നരായ വെള്ളക്കാർക്കു മാത്രം സംവരണം ചെയ്യപ്പെട്ടതല്ല. മറിച്ച്, സമൂഹത്തിലെ ന്യൂനപക്ഷ വിഭാഗങ്ങൾക്കും ദരിദ്രർക്കും വിദ്യാഭ്യാസം ലഭിക്കാത്തവർക്കുമെല്ലാം ഇവിടെ മെച്ചപ്പെട്ട പ്രാതിനിധ്യം ലഭിക്കുന്നു.

4. കൃതാർത്ഥതയിൽനിന്നും പൗരാധികാരത്തിലേക്ക്

മൊത്തത്തിൽ പറഞ്ഞാൽ, വോട്ടർമാർക്ക് രാഷ്ട്രീയക്കാരെക്കുറിച്ച് വളരെ ഇരുണ്ടൊരു കാഴ്ചപ്പാടാണുള്ളത്, തിരിച്ചുമതേ. എന്നാൽ, ടോറസിലും പോർട്ടോ അലിഗ്രേയിലും പിന്തുടരുന്ന ജനാധിപത്യം പൗരാധികാരത്തിനുള്ള ഒരു പരിശീലനക്കളമാണ്. കാര്യങ്ങൾ എങ്ങനെ നടപ്പാക്കണം എന്നതു സംബന്ധിച്ച് ജനങ്ങൾക്ക് അധികാരം നല്കുകയാണെങ്കിൽ അവർ രാഷ്ട്രീയത്തെക്കുറിച്ച് കൂടുതൽ സൂക്ഷ്മവ്യതിയാനം മനസ്സിലാക്കാൻ കഴിയുന്നവരായി മാറും. കൂടുതൽ അനുതാപമുള്ളവരും, എന്തിനധികം കൂടുതൽ മിടുക്കരുമാവും.

കാലിഫോർണിയയിലെ വലേജോയിൽ പങ്കാളിത്ത ബജറ്റ് റിപ്പോർട്ട് ചെയ്ത ഒരു പത്രപ്രവർത്തകയായ അലാനാ സെമുവെൽസ് ജനങ്ങളുടെ പ്രതിബദ്ധതയിൽ ശരിക്കും അത്ഭുതം രേഖപ്പെടുത്തി: 'ഇവിടെ പല പ്രായത്തിലും പല വംശങ്ങളിലുംപ്പെട്ട ആളുകളുണ്ടായിരുന്നു. വേണമെങ്കിൽ വേൾഡ് സീരീസിൽ തങ്ങളുടെ പ്രാദേശിക ടീം ബെയ്സ് ബോൾ കളിക്കുന്നതും നോക്കിയിരിക്കാമായിരുന്ന ഇവർ പക്ഷേ ചട്ടങ്ങളെക്കുറിച്ചും വോട്ടിങ് നടപടികളെക്കുറിച്ചും ആയിരുന്നു സംസാരിച്ചിരുന്നത്. മാത്രവുമല്ല, അവർ അക്കാര്യത്തിൽ ഏറെ അഭിനിവേശമുള്ളവർ ആയിരുന്നുതാനും.

ഗവേഷകർ ആവർത്തിച്ചുപറയുന്ന ഒരു കാര്യം, ഇതിൽ പങ്കെടുക്കുന്ന ഒരുവിധം എല്ലാവർക്കും തന്നെ, അവരുടെ വിദ്യാഭ്യാസം എന്തുമാകട്ടെ, എല്ലാവരെയും ഗൗരവത്തിലെടുക്കുന്നിടത്തോളം കാലം മൂല്യവത്തായ എന്തെങ്കിലും സംഭാവന ചെയ്യാൻ കഴിയും.

5. അഴിമതിയിൽനിന്നും സുതാര്യതയിലേക്ക്

പോർട്ടോ അലിഗ്രേയിൽ പങ്കാളിത്ത ബജറ്റിങ് സംവിധാനം നിലവിൽ വരുംമുൻപ് നേതാക്കളെ കാണണമെങ്കിൽ ജനങ്ങൾക്ക് അവരുടെ ഓഫീസിന് പുറത്ത് മണിക്കൂറുകളോളം കാത്തിരിക്കേണ്ട അവസ്ഥയായിരുന്നു. പിന്നെ, മേശക്കടിയിലൂടെ ഒരു നോട്ടുകെട്ട് കൈമാറിയാൽ കാര്യങ്ങൾ നടക്കും എന്ന അവസ്ഥയും.

പോർട്ടോ അലിഗ്രേയിലെ സംവിധാനത്തെക്കുറിച്ച് വർഷങ്ങളോളം ഗവേഷണം ചെയ്ത ബ്രസീലിയൻ സോഷ്യോളജിസ്റ്റായ ബയോച്ചി പറഞ്ഞത്, ഈ പങ്കാളിത്ത പ്രക്രിയ കൈക്കൂലി നല്കുന്ന പഴയ രീതിയെ പിഴുതെറിഞ്ഞു എന്നാണ്. ജനങ്ങൾക്ക് സാമ്പത്തിക കാര്യങ്ങളെക്കുറിച്ച് വ്യക്തമായ ധാരണയുണ്ടായതിനാൽ തന്നെ രാഷ്ട്രീയക്കാരെ സംബന്ധിച്ചിടത്തോളം കൈക്കൂലി വാങ്ങി പണി വീതിച്ചുകൊടുക്കുന്നത് ദുഷ്കരമായി തീർന്നു.

'ഞങ്ങൾ ഇതിനെ (പങ്കാളിത്ത ബജറ്റ്) ഒരു സംഘാടനോപകരണമായാണ് കാണുന്നത്,' എന്ന് ഒരു ഷിക്കാഗോ നിവാസി പറയുകയുണ്ടായി. 'ഇത് നഗര ബജറ്റിനെക്കുറിച്ച് കൂടുതൽ പഠിക്കാൻ ഞങ്ങളുടെ അംഗങ്ങളെ സഹായിക്കുകയും അതുവഴി താൻ നിയന്ത്രിക്കുന്ന മറ്റുകാര്യങ്ങളിൽ നഗരാധികാരിക്കുമേൽ സമ്മർദ്ദം ചെലുത്താൻ ഞങ്ങൾക്കാവുകയും ചെയ്യും.' മറ്റൊരു തരത്തിൽ പറഞ്ഞാൽ പങ്കാളിത്ത ബജറ്റ് രാഷ്ട്രീയത്തിനും ജനങ്ങൾക്കുമിടയിലുള്ള വിടവ് നികത്തുന്നു.

6. സ്വാർത്ഥതാത്പര്യത്തിൽ നിന്നും ഐക്യദാർഢ്യത്തിലേക്ക്

സമീപ വർഷങ്ങളിൽ സമൂഹത്തിന്റെ ശിഥിലീകരണത്തെക്കുറിച്ച് എത്ര മാത്രം പുസ്തകങ്ങളാണ് രചിക്കപ്പെട്ടിട്ടുള്ളത്? നമുക്ക് മെച്ചപ്പെട്ട ആരോഗ്യ പരിപാലനം വേണം, മെച്ചപ്പെട്ട വിദ്യാഭ്യാസം വേണം, ദാരിദ്ര്യം കുറയണം എന്നാൽ ഇതിന് നമ്മൾ ശ്രമിക്കാൻ തയ്യാറാവുകയും വേണം.

അവിശ്വസനീയമായി തോന്നാമെങ്കിലും, പഠനങ്ങൾ കാണിക്കുന്നത് പങ്കാളിത്ത ബജറ്റിങ് വാസ്തവത്തിൽ ജനങ്ങളെ നികുതിയടയ്ക്കാൻ കൂടുതൽ സന്നദ്ധരാക്കുന്നു എന്നാണ്. പോർട്ടോ അലിഗ്രേയിൽ പൗരന്മാർ ഉയർന്ന നികുതി കൊടുക്കണമെന്ന് പറയുകവരെ ചെയ്തു. ഒരിക്കലും ചിന്തിക്കാൻ പോലും കഴിയാത്ത കാര്യമാണ് ഇത് എന്നാണ് രാഷ്ട്രീയ ശാസ്ത്രജ്ഞർ കരുതിയിരുന്നത്.

'കൗൺസിൽ ടാക്സ് ഇത്രയേറെ കാര്യങ്ങൾക്ക് വിനിയോഗിക്കപ്പെടുന്നുവെന്ന് എനിക്കറിയില്ലായിരുന്നു,' ലീസസ്റ്റർ ഈസ്റ്റിലെ (യു.കെ) ഒരു പങ്കാളി ആവേശഭരിതനായി പറഞ്ഞു. 'അത് ഏതൊക്കെ സേവനങ്ങൾക്ക് പണം നല്കുന്നുവെന്ന് മനസ്സിലാക്കാനായത് വളരെ നല്ല കാര്യമാണ്.' ഇത് നികുതിയെ സമൂഹത്തിലെ ഒരംഗം എന്ന നിലയിൽ നിങ്ങൾ നല്കുന്ന സംഭാവനയായി പുനർനിർവ്വചിക്കുന്നു. പങ്കാളിത്ത ബജറ്റിങ്ങിൽ ഭാഗഭാക്കായ പലരും പറയുന്നത് ആദ്യമായി തങ്ങൾ യഥാർത്ഥ പൗരന്മാരായതുപോലെയുള്ള ഒരു അനുഭവമായിരുന്നു ഇതെന്നാണ്. ഒരു പോർട്ടോ അലിഗ്രേക്കാരൻ പറഞ്ഞതുപോലെ, ഒരു വർഷത്തിനുശേഷം നിങ്ങൾ സ്വന്തം സമൂഹത്തിന് അപ്പുറത്തേക്ക് നോക്കാൻ പഠിക്കുന്നു: 'നിങ്ങൾ നഗരത്തെ മൊത്തത്തിൽ നോക്കിക്കാണേണ്ടതുണ്ട്.'

7. *അസമത്വത്തിൽനിന്നും അന്തസ്സിലേക്ക്*

പോർട്ടോ അലിഗ്രേ അതിന്റെ ജനാധിപത്യ സാഹസത്തിന് മുതിരും മുൻപ് നഗരം കൊടിയ സാമ്പത്തിക പ്രശ്നങ്ങളിലൂടെയാണ് കടന്നുപോയിക്കൊണ്ടിരുന്നത്. ജനസംഖ്യയിൽ മൂന്നിലൊന്ന് ചേരികളിലായിരുന്നു താമസം.

എന്നാൽ പിന്നീട് കാര്യങ്ങൾ ദ്രുതഗതിയിൽ മാറിമറിയാൻ തുടങ്ങി. പങ്കാളിത്ത ബജറ്റ് കൊണ്ടുവരാത്ത നഗരങ്ങളേക്കാൾ വളരെ വേഗത്തിലായിരുന്നു ഇത്. കുടിവെള്ളത്തിന്റെ പ്രാപ്യത 1989-ൽ 75 ശതമാനമായിരുന്നത് 1996 ആയപ്പോഴേക്കും 95 ശതമാനമായി ഉയർന്നു. അതുപോലെ തന്നെ നഗരത്തിലെ മലിനജല നിർമ്മാർജ്ജന സേവനം കേവലം 48 ശതമാനമായിരുന്നത് ജനസംഖ്യയുടെ 95 ശതമാനത്തിലുമെത്തി. സ്കൂളിൽ പോകുന്ന കുട്ടികളുടെ എണ്ണം മൂന്നിരട്ടിയായി വർധിച്ചു. റോഡുകളുടെ എണ്ണം അഞ്ചിരട്ടിയായി. നികുതി വെട്ടിപ്പ് ഗണ്യമായി കുറഞ്ഞു.

പൗരന്മാരുടെ ബജറ്റ് നിലവിൽ വന്നതോടെ പൊതുജനങ്ങളുടെ പൈസ വൻകിട കെട്ടിടങ്ങൾപോലുള്ള ആഡംബരപദ്ധതികൾക്കുവേണ്ടി ചെലവഴിക്കുന്നത് കുറഞ്ഞു. കൂടുതൽ പണവും അടിസ്ഥാന സൗകര്യ വികസനത്തിനും വിദ്യാഭ്യാസത്തിനും ആരോഗ്യപരിപാലനത്തിനുംവേണ്ടിയാണ് ഉപയോഗിച്ചത്, പ്രത്യേകിച്ചും ദരിദ്രരായ ആളുകൾക്കിടയിൽ, എന്ന് ലോകബാങ്ക് ഒരു പഠനത്തിൽ കണ്ടെത്തി.

2014-ൽ ഒരു അമേരിക്കൻ ഗവേഷണസംഘം ബ്രസീലിൽ പങ്കാളിത്ത ബജറ്റ് സാമൂഹിക, സാമ്പത്തിക രംഗങ്ങളിലുണ്ടാക്കിയ പ്രഭാവത്തെക്കുറിച്ച് ഒരു വലിയ പഠനം നടത്തുകയുണ്ടായി. അവർ എത്തിച്ചേർന്ന നിഗമനം വളരെ വ്യക്തമായിരുന്നു: 'ഞങ്ങൾ കണ്ടെത്തിയ കാര്യം പങ്കാളിത്ത ബജറ്റിങ് പരിപാടികൾ ആരോഗ്യപരിപാലനരംഗത്തെ പണം ചെലവഴിക്കലും അതുപോലെ തന്നെ സിവിൽ സമൂഹസംഘടനകളുടെ വർധനവും, ശിശുമരണനിരക്കിലെ കുറവുമായി ശക്തമായി ബന്ധപ്പെട്ടിരിക്കുന്നുവെന്നാണ്. പങ്കാളിത്ത ബജറ്റിങ് പദ്ധതികൾ ദീർഘകാലം നിലനില്ക്കുന്ന സ്ഥലങ്ങളിൽ ഈ ബന്ധം നാടകീയമാംവിധം ശക്തമാവുന്നതും കാണാം.'

1990-കളുടെ മധ്യത്തിൽ ബ്രിട്ടനിലെ ചാനൽ-4, ദി പീപ്പിൾസ് പാർലമെന്റ് എന്ന പേരിൽ ഒരു പുതിയ ടെലിവിഷൻ പരിപാടി ആരംഭിച്ചു. ഈ പരിപാടിയിലേക്ക് ബ്രിട്ടനിലെ നാനാതുറകളിൽ നിന്നുള്ള നൂറുകണക്കിനാളുകളെ വിവാദവിഷയങ്ങളായ മയക്കുമരുന്ന്, ആയുധവില്പന, കുട്ടികൾക്കിടയിലെ കുറ്റകൃത്യങ്ങൾ എന്നിവയെക്കുറിച്ച് നേരിട്ട് ചർച്ചകൾ നടത്തുന്നതിനായി ക്ഷണിച്ചു. ഓരോ എപ്പിസോഡിനും ഒടുവിൽ അവർ ഒരു നീക്കുപോക്കിലെത്തേണ്ടതുണ്ടായിരുന്നു.

എക്കണോമിസ്റ്റ് എന്ന പ്രസിദ്ധീകരണം പറഞ്ഞത്, 'പീപ്പിൾസ് പാർലമെന്റിലെ മിക്ക കാണികളും വിലയിരുത്തിയത് അതിലെ സംവാദങ്ങൾ ഹൗസ് ഓഫ് കോമൺസിലെ സംവാദങ്ങളേക്കാൾ ഉയർന്ന നിലവാരം പുലർത്തി എന്നാണ്. നിയമ നിർമ്മാണസഭയിലെ അംഗങ്ങളിൽനിന്നും വ്യത്യസ്തമായി ഈ ചർച്ചയിൽ പങ്കെടുത്തവർ മറ്റുള്ളവർ പറയുന്നതെന്താണെന്ന് ശ്രദ്ധിച്ചു കേൾക്കാൻ തയ്യാറായതായി തോന്നി.' എന്നാൽ, ചാനൽ-4

എന്താണ് ചെയ്തത്? അത് ആ പരിപാടിയുടെ പ്ലഗ് വലിച്ചു. ഈ പരിപാടി വളരെ ശാന്തപ്രകൃതിയുള്ളതും ചിന്തോദ്ദീപ്തവും വളരെ വിവേകപൂർണ്ണവും ആണെന്ന് തോന്നിയ ഇതിന്റെ പ്രൊഡ്യൂസർമാർ നമ്മൾ 'രാഷ്ട്രീയം' എന്നു പറയുന്ന ഏറ്റുമുട്ടലിന്റെ വിനോദമാണ് കൂടുതൽ നല്ലത് എന്നാണ് വിലയിരുത്തിയത്.

എന്നാൽ, പങ്കാളിത്ത ജനാധിപത്യം എന്നത് ടെലിവിഷനുവേണ്ടി തട്ടിക്കൂട്ടിയെടുത്ത ഒരു പരീക്ഷണം അല്ല. അത് പഴയ ജനാധിപത്യത്തെ ബാധിച്ച മഹാമാരികളെ കൈകാര്യം ചെയ്യുന്നതിനുള്ള ഒരു ശക്തമായ രീതിയാണ്.

മറ്റ് ഏതൊരു വ്യവസ്ഥിതിയുംപോലെ ജനാധിപത്യത്തിന്റെ ഈ രൂപത്തിനും അതിന്റേതായ പോരായ്മകളുണ്ട്. പദ്ധതികളിലുള്ള വാർഷിക നിക്ഷേപത്തിൽ കൂടുതൽ ശ്രദ്ധ കേന്ദ്രീകരിക്കുന്നത് ഒരു നഗരത്തിന്റെ ദീർഘകാല കാഴ്ചപ്പാടുകൾക്ക് പ്രശ്നം വരുത്തിക്കൊണ്ടാണ്. അതിലും പ്രധാനമായ കാര്യം, പല പങ്കാളിത്ത പ്രക്രിയകളും വളരെ പരിമിതമാണ് എന്നതാണ്. പോർട്ടോ അലിഗ്രേയിൽ, 2004-ൽ ഒരു യാഥാസ്ഥിതിക സഖ്യം അധികാരത്തിൽ വന്നപ്പോൾ ബജറ്റ് പരിമിതപ്പെടുത്തി. ഈ ബജറ്റിങ് രീതിക്ക് തുടക്കം കുറിച്ച ആ നഗരത്തിൽ അതിന്റെ പാരമ്പര്യം നിലനില്ക്കുമോ എന്ന കാര്യം ഇപ്പോൾ അവ്യക്തമാണ്.

ചിലപ്പോൾ പങ്കാളിത്ത ബജറ്റിങ് മറ്റു പലതും മറച്ചുവയ്ക്കുന്നതിനും ഉപയോഗപ്പെടുത്താറുണ്ട് - പിന്നണിയിൽ നിന്ന് കാര്യങ്ങൾ നടത്തുന്ന വരേണ്യവർഗ്ഗം നല്കുന്ന വ്യാജമായ ഇളവുകൾ. അങ്ങനെ വരുമ്പോൾ നേരത്തെയെടുത്ത തീരുമാനങ്ങൾ അംഗീകരിക്കാൻ മാത്രമുള്ള ഒരു റബ്ബർ സ്റ്റാമ്പായി ജനങ്ങളുടെ അസംബ്ലി മാറുന്നു. സ്വാഭാവികമായും ഇത് ദോഷൈകദർശനത്തിന് വഴിവെക്കുന്നു, എന്നാൽ പൗരന്മാർക്ക് അവരുടെ ശബ്ദം നിഷേധിക്കുന്നതിനെ ഇത് നീതീകരിക്കുകയൊന്നുമില്ല: 'ഉത്തരവാദിത്തമുള്ള പൗരന്മാരെ കേവലം ബാലറ്റിനുള്ള തീറ്റയായി മാത്രം കണക്കാക്കിയാൽ അവർ ബാലറ്റിനുള്ള തീറ്റയായി മാത്രമേ പെരുമാറുകയുള്ളൂ, എന്നാൽ അവരെ മുതിർന്നവരായി കണക്കാക്കിയാൽ അവരും മുതിർന്നവരെപ്പോലെ പെരുമാറും,' എന്ന് ചരിത്രകാരനായ ഡേവിഡ് വാൻ റേബ്രൂക് പറയുകയുണ്ടായി.

3

നാലാം ഗ്രേഡിൽ പഠിക്കുന്ന കാലത്താണ് മിസ്റ്റർ അർനോൾഡ് ഞങ്ങളെ കമ്മ്യൂണിസത്തെക്കുറിച്ച് പഠിപ്പിച്ചത്. 'ഓരോരുത്തരിൽനിന്നും അവരവരുടെ കഴിവിന് അനുസരിച്ച്, ഓരോരുത്തർക്കും അവരവരുടെ ആവശ്യത്തിന് അനുസരിച്ച്.' അതുമല്ലെങ്കിൽ, വർഷങ്ങൾക്കുശേഷം, ഞാൻ ഓക്സ്ഫോർഡ് ഇംഗ്ലീഷ് ഡിക്ഷ്നറിയിൽ വായിച്ചതുപോലെ: 'എല്ലാ വസ്തുവകകളും സമൂഹത്തിന്റെ ഉടമസ്ഥതയിലുള്ളതും, ഓരോരുത്തരും അവരവരുടെ കഴിവിനും ആവശ്യങ്ങൾക്കുമനുസരിച്ച് സംഭാവന നല്കുകയും സ്വീകരിക്കുകയും ചെയ്യുന്ന ഒരു സാമൂഹിക വ്യവസ്ഥിതി അല്ലെങ്കിൽ സിദ്ധാന്തം.'

ഒരു കുട്ടി എന്ന നിലയിൽ എനിക്ക് ഇതൊരു മഹത്തായ ആശയമായി തോന്നി. എന്തുകൊണ്ട് എല്ലാം പങ്കുവച്ചുകൂടാ? എന്നാൽ പില്ക്കാലത്ത് മറ്റു പല കുട്ടികളെയുംപോലെ എനിക്കും നിരാശാജനകമായ ഒരു തിരിച്ചറിവിനെ അഭിമുഖീകരിക്കേണ്ടി വന്നു: എല്ലാം തുല്യമായി പങ്കുവയ്ക്കുന്നത് ഒരു നല്ല ആശയമായിരിക്കാം. പക്ഷേ, പ്രയോഗത്തിൽ വരുത്തുമ്പോൾ അത് കാര്യങ്ങളുടെ കുഴമറിച്ചിലിലേക്കും ദാരിദ്ര്യത്തിലേക്കും, എന്തിനധികം രക്തച്ചൊരിച്ചിലിലേക്കുംവരെ നയിക്കുന്നു. ലെനിനും സ്റ്റാലിനും കീഴിലുണ്ടായിരുന്ന റഷ്യയിലേക്ക് നോക്കൂ. മാവോയുടെ കീഴിലുള്ള ചൈനയിലേക്ക്. പോൾപോട്ടിന്റെ കീഴിലുള്ള കംബോഡിയയിലേക്ക്.

ഇന്ന് കമ്മ്യൂണിസം എന്ന പദം ഏറ്റവും വിവാദപൂർണ്ണമായ പ്രത്യയശാസ്ത്രങ്ങളുടെ പട്ടികയിൽ മുൻനിരയിലാണ്. കമ്മ്യൂണിസം പ്രായോഗികമല്ലെന്ന് നമ്മളോടു പറയുന്നു. കാരണം? മനുഷ്യപ്രകൃതിയെ സംബന്ധിച്ച തെറ്റായ വിലയിരുത്തലിൽ അധിഷ്ഠിതമാണ് ഇത് എന്നതു തന്നെയാണ് ഇതിനു കാരണം. സ്വകാര്യ സ്വത്തില്ലെങ്കിൽ നമ്മുടെ എല്ലാ പ്രചോദനവും ഇല്ലാതാവുകയും അങ്ങനെ വളരെ പെട്ടെന്നുതന്നെ നമ്മൾ ഒട്ടും അനുതാപമില്ലാത്ത പരാന്നഭോജികളായി മാറുകയും ചെയ്യും.

കഥയുടെ പോക്ക് ഇങ്ങനെയൊക്കെയാണ്.

ഒരു കൗമാരക്കാരൻ എന്ന നിലയിൽ, കമ്മ്യൂണിസത്തിന്റെ 'പരാജയത്തെ' ക്കുറിച്ച് പറഞ്ഞതെല്ലാം തന്നെ സാധാരണ പൗരന്മാർക്ക് ഒന്നും പറയാൻ അവകാശമില്ലാത്ത രാജ്യങ്ങളിലെ രക്തദാഹികളായ ഭരണകൂടങ്ങളിൽ നിന്നും, അതായത് സർവ്വശക്തരായ പൊലീസ് രാഷ്ട്രത്തിന്റെയും അഴിമതിക്കാരായ വരേണ്യവർഗ്ഗത്തിന്റെയും പിന്തുണയുള്ള ഭരണകൂടങ്ങളിൽനിന്നും, ലഭിച്ച തെളിവിന്റെ അടിസ്ഥാനത്തിൽ മാത്രമാണ് നിലനില്ക്കുന്നതെന്ന കാര്യം എനിക്ക് വിചിത്രമായി തോന്നി.

അന്ന് എനിക്ക് മനസ്സിലാക്കാൻ കഴിയാതെ പോയ കാര്യം കമ്മ്യൂണിസം എന്നത് - ഏറ്റവും ചുരുങ്ങിയത് അതിന്റെ ഔദ്യോഗിക നിർവ്വചനം അനുസരിച്ചെങ്കിലും - നൂറുകണക്കിനുവർഷം വിജയകരമായി നിലനിന്ന ഒരു വ്യവസ്ഥയാണെന്നതും സോവിയറ്റ് യൂണിയനുമായി അതിന് ഒട്ടും സാമ്യമില്ലെന്നതുമാണ്. വാസ്തവത്തിൽ അത് നിത്യവും നമ്മൾ പ്രയോഗത്തിൽ വരുത്തുന്ന ഒരു കാര്യമാണ്. സ്വകാര്യവത്കരണം വന്ന് ദശകങ്ങൾക്കു ശേഷവും നമ്മുടെ സമ്പദ്വ്യവസ്ഥയുടെ വലിയൊരു പങ്കും ഇപ്പോഴും പ്രവർത്തിക്കുന്നതും കമ്മ്യൂണിസ്റ്റ് മാതൃക അനുസരിച്ചാണ്. ഇത് വളരെ സ്വാഭാവികവും സ്പഷ്ടവുമായതിനാൽ തന്നെ നമ്മൾ അത് കാണുന്നില്ലെന്ന് മാത്രം.

ഒരു ചെറിയ ഉദാഹരണം പറയാം: നിങ്ങൾ തീന്മേശയ്ക്കരികിൽ ഇരിക്കുകയാണ്. ഉപ്പുപാത്രത്തിനടുത്തേക്ക് കയ്യെത്തുന്നില്ല. ഉടനെ അടുത്തിരിക്കുന്ന ആളോട് ആ ഉപ്പൊന്ന് എടുക്കാൻ നിങ്ങൾ പറയുന്നു. അയാൾ അത് പൈസയൊന്നും വാങ്ങാതെ തന്നെ നിങ്ങൾക്ക് എടുത്തുതരുന്നു. നരവംശശാസ്ത്രജ്ഞരുടെ ഭാഷയിൽ പറഞ്ഞാൽ ഇത്തരം നിത്യജീവിത കമ്മ്യൂണിസം മനുഷ്യരെല്ലാം ധാരാളം ചെയ്യുന്ന കാര്യമാണ്. നമ്മുടെ പാർക്കുകളും പ്ലാസകളും പങ്കുവയ്ക്കുന്നത്, സംഗീതവും കഥകളും പങ്കിടുന്നത്, കടൽത്തീരവും ശയ്യകളും പങ്കിടുന്നത്.

ഒരുപക്ഷേ, ഇതിനുള്ള ഏറ്റവും മികച്ച ഉദാഹരണം കാണാനാവുക വീടുകളിൽ തന്നെയാണ്. ലോകമൊട്ടുക്കുമുള്ള കോടാനുകോടി വീടുകൾ എല്ലാംതന്നെ സംഘടിതമായിരിക്കുന്നത് കമ്മ്യൂണിസ്റ്റ് ആശയത്തിൽ അധിഷ്ഠിതമായിട്ടാണ്: രക്ഷിതാക്കൾ അവരുടെ ആസ്തികൾ തങ്ങളുടെ കുട്ടികളുമായി പങ്കുവയ്ക്കുകയും തങ്ങളാൽ കഴിയുന്നിടത്തോളം അവർക്കു വേണ്ട കാര്യങ്ങൾ ചെയ്യുകയും ചെയ്യുന്നു. ഇവിടെനിന്നാണ് നമുക്ക് 'എക്കോണമി' എന്ന വാക്ക് ലഭിക്കുന്നത്. 'വീടിന്റെ നടത്തിപ്പ്' എന്ന് അർത്ഥം വരുന്ന ഗ്രീക്ക് പദമായ oikonomia എന്ന പദത്തിൽ നിന്നുമാണ് ഇതിന്റെ ഉത്ഭവം.

തൊഴിലിടങ്ങളിലുമതേ, സ്ഥിരമായി നമ്മൾ നമ്മുടെ കമ്മ്യൂണിസ്റ്റ് വർണങ്ങൾ കാണിക്കുന്നു. ഉദാഹരണത്തിന് ഈ പുസ്തകം എഴുതുന്ന സമയത്ത് എന്റെ നിരവധി സഹപ്രവർത്തകരുടെ വിമർശനപൂർണ്ണമായ കാഴ്ചപ്പാടുകളുടെ ആനുകൂല്യം എനിക്ക് ലഭിച്ചിട്ടുണ്ട്. പക്ഷേ, അവരാരും അതിന് ഒരു ചില്ലിക്കാശുപോലും ചോദിച്ചിട്ടില്ല. ബിസിനസ്സുകളുമതേ, ആഭ്യന്തര തലത്തിൽ കമ്മ്യൂണിസത്തിന്റെ വലിയ ആരാധകരാണ്, ഇതിനു കാരണം അത് വളരെ കാര്യക്ഷമമാണ് എന്നതുതന്നെയാണ്.

അപ്പോൾ പിന്നെ അപരിചതരുടെ കാര്യത്തിലോ? എന്തൊക്കെ പറഞ്ഞാലും, നമ്മൾ എല്ലാ കാര്യവും എല്ലാവരോടും പങ്കുവയ്ക്കാറില്ല. എന്നാൽ അതേസമയം നിങ്ങളോട് വഴി ചോദിക്കുന്ന ഒരാളോട് നിങ്ങൾ എപ്പോഴെങ്കിലും പൈസ ചോദിച്ചിട്ടുണ്ടോ? അതുമല്ലെങ്കിൽ മറ്റൊരാൾക്കുവേണ്ടി വാതിൽ തുറന്ന് കൊടുക്കുമ്പോഴോ, മഴ നനയാതിരിക്കാൻ മറ്റൊരാളെ നിങ്ങളുടെ കുടക്കീഴിൽ നിർത്തുമ്പോഴോ നിങ്ങളതിന് പണം പറ്റാറുണ്ടോ? ഇതൊന്നും ഉരുളക്കുപ്പേരി എന്ന മട്ടിലുള്ള ഇടപാടുകളല്ല; നിങ്ങൾ ഇത്തരം കാര്യങ്ങൾ ചെയ്യുന്നത് അവ നമുക്ക് ചെയ്യാവുന്ന മാന്യമായ കാര്യങ്ങൾ ആയതുകൊണ്ടാണ്, മറ്റ് അപരിചിതർ നിങ്ങൾക്കുവേണ്ടിയും ഇത്തരം കാര്യങ്ങൾ ചെയ്യുമെന്ന് നിങ്ങൾ വിശ്വസിക്കുന്നതുകൊണ്ടാണ്.

നമ്മുടെ ജീവിതത്തിൽ ഇത്തരത്തിലുള്ള കമ്മ്യൂണിസ്റ്റ് പ്രവൃത്തികൾ നിരവധിയുണ്ട്. communal, എന്ന് പറഞ്ഞാൽ പൊതുവിൽ പങ്കുവയ്ക്കാവുന്നത്, എന്ന് അർത്ഥം വരുന്ന communis എന്ന ലാറ്റിൻ പദത്തിൽ നിന്നാണ് communism എന്ന വാക്കിന്റെ പിറവി. വിപണികൾ, രാഷ്ട്രങ്ങൾ, ബ്യൂറോക്രസി തുടങ്ങി എല്ലാ കാര്യങ്ങളും പടുത്തുയർത്തിയിട്ടുള്ളത് കമ്മ്യൂണിസം എന്ന ആധാരശിലയിന്മേലാണ് എന്ന് നിങ്ങൾക്ക് കാണാനാവും. 2005-ൽ ന്യൂ ഓർലിയാൻസിൽ ഉണ്ടായ തരത്തിലുള്ള ഒരു പ്രകൃതിദുരന്തം ഉണ്ടാവുമ്പോൾ സംഭവിക്കുന്ന സഹകരണത്തിന്റെയും പരോപകാരത്തിന്റെയും വിസ്ഫോടനം ഇതിന് വിശദീകരിക്കാനാവും. ഒരു വിനാശം വന്ന് ഭവിക്കുമ്പോൾ നമ്മൾ നമ്മുടെ വേരുകളിലേക്ക് മടങ്ങുന്നു.

തീർച്ചയായും, 'ഓരോരുത്തരിൽനിന്നും അവരവരുടെ കഴിവിന് അനുസരിച്ച്, ഓരോരുത്തർക്കും അവരവരുടെ ആവശ്യത്തിന് അനുസരിച്ച്' എന്ന കമ്മ്യൂണിസ്റ്റ് ആദർശം നമുക്ക് എല്ലായ്പ്പോഴും പ്രയോഗിക്കാനാവില്ല, എല്ലാ കാര്യങ്ങൾക്കും സാമ്പത്തികമൂല്യം നിശ്ചയിക്കാനാവില്ല എന്നതുപോലെ തന്നെയാണിത്. എന്നാൽ അല്പം മാറിനിന്ന് നോക്കുമ്പോൾ, നമ്മുടെ നിത്യജീവിതത്തിൽ പലതും കയ്യടക്കിവയ്ക്കുന്നതിലുമധികം നമ്മൾ മറ്റുള്ളവരുമായി പങ്കുവയ്ക്കുകയാണ് ചെയ്യുന്നതെന്ന് കാണാനാവും.

ഈ സാമൂഹിക അടിത്തറയാണ് മുതലാളിത്തത്തിന്റെ ആധാരശില. ഉപഭോക്താക്കളുടെ ഔദാര്യത്തിൽ വളരെയധികം ആശ്രയിച്ചുനില്ക്കുന്ന എത്രമാത്രം കമ്പനികളുണ്ടെന്ന് നോക്കുക. കോടിക്കണക്കിന് ആളുകൾ സൗജന്യമായി പങ്കുവയ്ക്കുന്ന ചിത്രങ്ങളും വീഡിയോകളുമില്ലെങ്കിൽ ഫേസ് ബുക്കിന് അതിന് ഇപ്പോഴുള്ള മൂല്യമൊന്നും ഉണ്ടാകുമായിരുന്നില്ല. യാത്ര ക്കാർ ഒരു പൈസയും വാങ്ങാതെ അസംഖ്യം റിവ്യൂകൾ പോസ്റ്റ് ചെയ്തി ല്ലെങ്കിൽ എയർബിഎൻബിക്ക് അധികകാലം പിടിച്ചുനില്ക്കാനാവുമായി രുന്നില്ല.

അപ്പോൾ പിന്നെ എന്തുകൊണ്ടാണ് നമ്മൾ നമ്മുടെ കമ്മ്യൂണിസത്തിനു നേരെ കണ്ണടക്കുന്നത്? ഒരുപക്ഷേ, നമ്മൾ പങ്കുവയ്ക്കുന്ന കാര്യങ്ങൾ അത്ര യ്ക്കൊന്നും എടുത്തുപറയാൻ മാത്രം ഉള്ളതല്ല എന്നതു കൊണ്ടാവാം. നമ്മളവ അങ്ങ് പങ്കുവയ്ക്കുന്നുവെന്നു മാത്രം. സെൻട്രൽ പാർക്കിലൂടെ നടക്കുന്നത് നല്ല രസമുള്ള കാര്യമാണെന്ന് ജനങ്ങൾക്ക് വിശദീകരിച്ചു കൊടുക്കാൻ ആരും ലഘുലേഖയൊന്നും അടിക്കേണ്ടതില്ല. നിങ്ങൾ ശുദ്ധ വായു ശ്വസിക്കണമെന്ന് പറഞ്ഞ് പൊതുജനസേവന പ്രഖ്യാപനങ്ങൾ നട ത്തേണ്ടതുമില്ല. നിങ്ങൾ ശ്വസിക്കുന്ന വായു, അതുമല്ലെങ്കിൽ നിങ്ങൾ വിശ്ര മിക്കാനിരിക്കുന്ന കടൽത്തീരം, നിങ്ങൾ ഓർത്തെടുക്കുന്ന യക്ഷിക്കഥകൾ ഇതൊന്നും മറ്റാരുടേതെങ്കിലുമാണെന്ന് നിങ്ങൾ ചിന്തിക്കാറുമില്ല. ആരെ ങ്കിലും ജീവവായു നിങ്ങൾക്ക് വാടകയ്ക്ക് നല്കുമ്പോഴോ, കടൽത്തീരം കയ്യടക്കുമ്പോഴോ, അതുമല്ലെങ്കിൽ യക്ഷിക്കഥകൾക്ക് പകർപ്പവകാശം വേണമെന്ന് പറയുമ്പോഴോ ആണ് ഇക്കാര്യമെല്ലാം നിങ്ങൾ ശ്രദ്ധിക്കുന്നത്. ഒരു നിമിഷം, അപ്പോൾ ഇതൊന്നും നമ്മുടേതായിരുന്നില്ലെ എന്ന് നിങ്ങൾ ചിന്തിക്കുന്നു.

നമ്മൾ പങ്കുവയ്ക്കുന്ന കാര്യങ്ങൾ പൊതുവസ്തുക്കൾ (the commons) എന്ന് അറിയപ്പെടുന്നു. അത് എന്തുമാവാം, സമൂഹം അതിനെ പങ്കിടുകയും ജനാധിപത്യപരമായി നടത്തുകയും ചെയ്യുന്നിടത്തോളം കാലം - ഒരു പൊതു ഉദ്യാനംതൊട്ട് ഒരു വെബ്സൈറ്റ് വരെ, ഒരു ഭാഷ തൊട്ട് ഒരു തടാകം വരെ. ചില സാധാരണ വസ്തുക്കൾ പ്രകൃതി കനിഞ്ഞരുളിയതാണ്, ഉദാ ഹരണത്തിന് കുടിവെള്ളം. മറ്റു ചിലത് മനുഷ്യന്റെ കണ്ടുപിടിത്തങ്ങളാണ്, ഉദാഹരണത്തിന് വിക്കിപീഡിയ പോലുള്ള വെബ്സൈറ്റുകൾ.

സഹസ്രാബ്ദങ്ങളായി ഈ പൊതുവസ്തുക്കളാണ് ഭൂമിയിലെ ഒരുവിധം എല്ലാത്തിനേയും സൃഷ്ടിച്ചത്. നാടോടികളായ നമ്മുടെ പൂർവ്വികർക്ക് സ്വകാര്യ സ്വത്തിനെക്കുറിച്ച് യാതൊരു ധാരണയുമില്ലായിരുന്നു, തീർച്ചയായും രാഷ്ട്ര സങ്കല്പത്തെക്കുറിച്ചും അതേ. വേട്ടയാടി ഇരതേടി ജീവിച്ചിരുന്നവർ പ്രകൃ തിയെ കണ്ടത് ഓരോരുത്തർക്കും ആവശ്യമുള്ളതെല്ലാം തരുന്ന 'ദാതാവ്' എന്ന നിലയിലായിരുന്നു, അതുകൊണ്ടുതന്നെ ഒരു കണ്ടെത്തലോ ഒരു താളമോ പാറ്റന്റ് ചെയ്യപ്പെടേണ്ടതാണെന്ന് അവർക്ക് ഒരിക്കലും തോന്നിയില്ല. മൂന്നാം അധ്യായത്തിൽ നമ്മൾ കണ്ടതുപോലെ, ഹോമോ പപ്പികൾ അവ രുടെ വിജയത്തിന് കടപ്പെട്ടിരിക്കുന്നത് നമ്മൾ ചോരണത്തിൽ വിദഗ്ധരാണ് എന്ന സത്യത്തോടാണ്.

കഴിഞ്ഞ പതിനായിരം വർഷങ്ങൾക്കിടയിൽ മാത്രമാണ് സർവ്വസാധാര ണമായ ഈ പൊതുവസ്തുക്കളുടെ വലിയൊരു ഓഹരിയും കമ്പോളവും

രാഷ്ട്രവും വിഴുങ്ങിയത്. പണ്ട് എല്ലാവരും പങ്കിട്ടിരുന്ന മണ്ണിന്മേൽ അധികാരികളും രാജാക്കന്മാരും അവകാശം സ്ഥാപിക്കാൻ തുടങ്ങിയതോടെയാണ് ഇത് ആരംഭിച്ചത്. ഇന്ന് ഇത്തരം പൊതുവസ്തുക്കളിൽ ഭൂരിഭാഗവും, ശുദ്ധജല സ്രോതസ്സുകൾ തൊട്ട് ജീവൻരക്ഷാ ഔഷധങ്ങൾ വരേയും, പുതിയ ശാസ്ത്രവിജ്ഞാനംതൊട്ട് നമ്മൾ പാടുന്ന പാട്ടുകൾ വരേയും, കയ്യടക്കിവച്ചിരിക്കുന്നത് ബഹുരാഷ്ട്ര കുത്തകകളാണ്. (ഉദാഹരണത്തിന് 19-ാം നൂറ്റാണ്ടിലെ ഹിറ്റ് ഗാനമായിരുന്ന 'ഹാപ്പി ബർത്ത്ഡേ'യുടെ പകർപ്പവകാശം 2015 വരേക്കും വാർണർ മ്യൂസിക് ഗ്രൂപ്പിന്റെ കയ്യിലായിരുന്നു. അങ്ങനെ റോയൽറ്റി ഇനത്തിൽ അവർ കോടിക്കണക്കിന് ഡോളർ സ്വന്തമാക്കി.

അതുമല്ലെങ്കിൽ, പരസ്യവ്യവസായത്തിന്റെ വളർച്ച തന്നെയെടുക്കാം. അത് ലോകമൊട്ടുക്കും കണ്ണിൽ കൊള്ളാത്തയത്രയും വലിയ പരസ്യബോർഡുകളാണ് സ്ഥാപിക്കുന്നത്. ആരെങ്കിലും നമ്മുടെ വീടിന്റെ ചുമരിൽ ഒരു ചിത്രം വരച്ചിട്ടാൽ നമ്മൾ അതിനെ നശീകരണ പ്രവണത എന്ന് പറഞ്ഞ് ആക്ഷേപിക്കുന്നു. എന്നാൽ, പരസ്യംവെച്ച് പൊതുയിടങ്ങൾ വികൃതമാക്കാൻ നമ്മൾ അനുമതി നല്കുകയും അതിനെ സാമ്പത്തിക ശാസ്ത്രജ്ഞർ 'വികസനം' എന്ന് വിളിക്കുകയും ചെയ്യുന്നു.

സർവ്വസാധാരണമായ പൊതുവസ്തുക്കൾ എന്ന ആശയം കൂടുതൽ ശ്രദ്ധ നേടുന്നത് അമേരിക്കൻ ജീവശാസ്ത്രജ്ഞനായ ഗാരേ ഹാർഡിൻ *സയൻസ്* ജേണലിൽ ഒരു ലേഖനം പ്രസിദ്ധീകരിച്ചതോടെയാണ്. ഇത് വന്നത് ഒരു വിപ്ലവകാലമായ 1968-ലായിരുന്നു. ലോകമൊട്ടുക്കുമുള്ള കോടിക്കണക്കിന് ആളുകൾ പ്രതിഷേധത്തോടെ തെരുവിലിറങ്ങുകയും 'യാഥാർത്ഥ്യബോധം കാണിക്കൂ. അസാധ്യമായത് ആവശ്യപ്പെടൂ' എന്ന മുദ്രാവാക്യം മുഴക്കുകയും ചെയ്ത കാലം.

എന്നാൽ, യാഥാസ്ഥിതികനായ ഗാരേ ഹാർഡിൻ ഇതൊന്നും ചെയ്തില്ല. അദ്ദേഹത്തിന്റെ ആറുപേജുള്ള പ്രബന്ധം ഹിപ്പി ആദർശവാദത്തെ തകർത്ത് കയ്യിൽ കൊടുത്തു. എന്തായിരുന്നു ആ പ്രബന്ധത്തിന്റെ ശീർഷകം എന്ന് അറിയാമോ? 'The Tragedy of the Commons'.

'എല്ലാവർക്കുമായി തുറന്നു കൊടുത്ത ഒരു മേച്ചിൽപ്പുറം സങ്കല്പിക്കുക,' ഹാർഡിൻ എഴുതി. 'ഈ പൊതുയിടങ്ങളിൽ ഇടയന്മാർ പരമാവധി കന്നുകാലികളെ മേയാൻ കൊണ്ടുവരാൻ ശ്രമിക്കും.' എന്നാൽ, വ്യക്തിതലത്തിൽ ഗുണകരമെന്ന് തോന്നുന്ന ഇക്കാര്യം സാമൂഹികതലത്തിൽ വിനാശകരമായിരിക്കും, കാരണം അമിതമായി കന്നുകാലികൾ തീറ്റതേടി മേയുന്നത് ആ സ്ഥലത്തെ തരിശുഭൂമിയാക്കി മാറ്റും. ട്രാജഡി അഥവാ ദുരന്തം എന്ന പദത്തെ ഹാർഡിൻ പ്രയോഗിച്ചത് അതിന്റെ ഗ്രീക്ക് ആശയം മുൻനിർത്തിയാണ്. എന്നുപറഞ്ഞാൽ, ഖേദകരവും എന്നാൽ അനിവാര്യവും ആയ കാര്യം. 'ഒരു പൊതുവസ്തുവിന്മേലുള്ള സ്വാതന്ത്ര്യം എല്ലാവർക്കും വിനാശകരമായി ഭവിക്കുന്നു,' അദ്ദേഹം പറഞ്ഞു.

പരുഷമായ നിഗമനങ്ങളിലെത്താൻ ഹാർഡിന് ഒരു മടിയുമില്ലായിരുന്നു. മറ്റു രാജ്യങ്ങൾ എത്യോപ്യക്ക് ഭക്ഷണസഹായം എത്തിക്കാമോ എന്ന ചോദ്യത്തിന് അദ്ദേഹത്തിന്റെ ഉത്തരം അങ്ങനെ ഒരിക്കലും തുടങ്ങുകതന്നെ

അരുത് എന്നായിരുന്നു. കൂടുതൽ ഭക്ഷണം എന്നാൽ കൂടുതൽ കുട്ടികളുടെ പിറവി എന്നും അതിനർത്ഥം കൂടുതൽ പട്ടിണി എന്നുമാണെന്ന് അദ്ദേഹം വാദിച്ചു. ഈസ്റ്റർ ദ്വീപിലെ ദോഷൈകദൃക്കുകളെ പോലെത്തന്നെ അദ്ദേഹവും അമിത ജനസംഖ്യ ആത്യന്തികമായ ദുരന്തമാണെന്നും, പ്രത്യുത്പാദനത്തിനുള്ള അവകാശത്തിന്മേലുള്ള നിയന്ത്രണമാണ് ഇതിന് പരിഹാരമെന്നും കരുതി. (എന്നാൽ, ഇത് അദ്ദേഹത്തിന് ബാധകമായിരുന്നില്ല കേട്ടോ: ഹാർഡിന് നാല് മക്കളുണ്ടായിരുന്നു.) ഹാർഡിന്റെ ഈ പ്രബന്ധത്തിന്റെ പ്രഭാവം കൂടുതൽ വർണ്ണിക്കുക വിഷമമാണ്. ഒരു ശാസ്ത്ര ജേണലിൽ പ്രസിദ്ധീകരിച്ച ഒരു ലേഖനം ഏറ്റവുമധികം റീ പ്രിന്റ് ചെയ്യപ്പെടുകയും കോടിക്കണക്കിന് ആളുകൾ വായിക്കുകയും ചെയ്ത മറ്റൊരു സംഭവമുണ്ടോയെന്ന് സംശയമാണ്. അമേരിക്കൻ ജീവശാസ്ത്രജ്ഞനായ ജോൺ എ. മൂർ 1980-കളിൽ പറഞ്ഞത് ഇങ്ങനെയാണ്, 'ഇത് എല്ലാ വിദ്യാർത്ഥികളും വായിച്ചിരിക്കേണ്ട ഒന്നാണ്, എന്നെക്കൊണ്ട് ആകുമായിരുന്നെങ്കിൽ എല്ലാ മനുഷ്യരെ കൊണ്ടും ഇത് വായിപ്പിക്കുമായിരുന്നു.'

ആത്യന്തികമായി, ഈ പ്രബന്ധം വിപണിയുടെയും രാഷ്ട്രസങ്കല്പത്തിന്റെയും വളർച്ചയ്ക്കുള്ള ഏറ്റവും ശക്തമായ ഒരു അംഗീകാരമായി മാറി. പൊതുസ്വത്ത് ദുരന്തപൂർണ്ണമാംവിധം പരാജയപ്പെടാൻ വിധിക്കപ്പെട്ടതായിരുന്നതിനാൽ നമ്മളെ രക്ഷിക്കുന്നതിനുവേണ്ടിയുള്ള പ്രയോജനകരമായ കാര്യങ്ങൾ ചെയ്യുന്നതിന് ഒന്നുകിൽ ഭരണകൂടത്തിന്റെ ദൃശ്യമായ കൈകളോ, അല്ലെങ്കിൽ വിപണിയുടെ അദൃശ്യമായ കൈകളോ വേണം. ഇതിനുവേണ്ടി രണ്ട് മാർഗ്ഗങ്ങൾ മാത്രമേ പ്രത്യക്ഷത്തിൽ ഉണ്ടായിരുന്നുള്ളു - ഒന്നുകിൽ ക്രെംലിൻ അല്ലെങ്കിൽ വാൾസ്ട്രീറ്റ്. പിന്നെ, 1980-ൽ ബർലിൻ മതിൽ വീണതോടെ ഒന്നുമാത്രം ബാക്കിയായി. അങ്ങനെ മുതലാളിത്തം വിജയിച്ചു, നമ്മൾ ഹോമോ എക്കണോമിക്കസുകൾ ആയി മാറി.

4

സത്യം പറയാമല്ലോ, ഗാരേ ഹാർഡിന്റെ വാദങ്ങളിൽ വീണുപോകാത്ത ഒരാളെങ്കിലും ഉണ്ടായിരുന്നു.

സർവകലാശാലകൾ സ്ത്രീകളെ വലുതായൊന്നും സ്വാഗതം ചെയ്യാത്ത ആ കാലത്ത് ഒരു രാഷ്ട്രീയ സാമ്പത്തികശാസ്ത്ര വിദഗ്ധയും ഗവേഷകയുമായി പ്രവർത്തിച്ച ആളായിരുന്നു എലിനോർ ഓസ്ട്രോം. ഹാർഡിനിൽ നിന്നും വ്യത്യസ്തമായി ഓസ്ട്രോമിന് സൈദ്ധാന്തിക മാതൃകകളിൽ ഒട്ടും താത്പര്യമുണ്ടായിരുന്നില്ല. യഥാർത്ഥ ലോകത്ത് യഥാർത്ഥ മനുഷ്യർ എങ്ങനെയാണ് പെരുമാറുന്നത് എന്ന് കാണാനായിരുന്നു അവർക്ക് ആഗ്രഹം.

ഹാർഡിൻ തന്റെ പ്രബന്ധത്തിൽ അവഗണിച്ച ഒരു നിർണായക വിവരമുണ്ട് എന്ന് മനസ്സിലാക്കാൻ അവർക്ക് അധികം സമയം വേണ്ടിവന്നില്ല. മനുഷ്യർക്ക് സംസാരിക്കാനാവും. വയലേലകൾ മരുഭൂമികളാകാതിരിക്കുന്നതിനും തടാകങ്ങളിൽ മത്സ്യം അനിയന്ത്രിതമാംവിധം പെരുകാതിരിക്കാനും കിണറുകൾ വറ്റിവരണ്ട് പോകാതിരിക്കാനുംവേണ്ടി പരസ്പര ധാരണയിലെത്താൻ തീർത്തും കഴിവുള്ളവരാണ് കൃഷിക്കാരും മത്സ്യബന്ധനക്കാരും

അയൽക്കാരുമെല്ലാം. ഈസ്റ്റർ ദ്വീപ് നിവാസികൾ ഒന്നിച്ച് നിന്നതുപോലെ, പങ്കാളിത്ത ബജറ്റ് ഉണ്ടാക്കിയവർ ക്രിയാത്മകമായ സംഭാഷണങ്ങളിലൂടെ തീരുമാനങ്ങളിൽ എത്തിച്ചേർന്നതുപോലെ, സാധാരണ ജനങ്ങൾ പൊതു സ്വത്തുക്കളുടെ എല്ലാ കാര്യവും വിജയകരമായി കൈകാര്യം ചെയ്യാൻ അറിയുന്നവരാണ്. ലോകത്തൊട്ടുക്കുമുള്ള ഇത്തരം പൊതുവസ്തുക്കളുടെയും ഇടങ്ങളുടെയും ഉദാഹരണങ്ങൾ രേഖപ്പെടുത്തുന്നതിനായി ഓസ്ട്രോം സ്വിറ്റ്സർലാന്റിലെ പൊതു മേച്ചിൽപ്പുറങ്ങളും ജപ്പാനിലെ വിളഭൂമികളും തൊട്ട് ഫിലിപ്പൈൻസിലെ സാമൂഹിക ജലസേചനപദ്ധതിയും നേപ്പാളിലെ ജലശേഖരവുമെല്ലാം ഉൾപ്പെടുന്ന ഒരു ഡാറ്റാബേസ് തയ്യാറാക്കി. താൻ നോക്കിയിടത്ത് എവിടെയും വിഭവങ്ങൾ പൊതുവായി ഉപയോഗിക്കുന്നത്, ഹാർഡിൻ പറഞ്ഞ തരത്തിലുള്ള ദുരന്തത്തിന് ഒരിക്കലും കാരണമാവുന്നില്ലെന്ന് അവർ കണ്ടെത്തി.

തീർച്ചയായും ഒരു പൊതുവസ്തു അല്ലെങ്കിൽ ഇടം പരസ്പരവിരുദ്ധമായ താത്പര്യങ്ങളുടെയോ അത്യാർത്തിയുടെയോ ഇരയായി മാറിയെന്നു വരാം. പക്ഷേ, അത് ഒരിക്കലും തന്നെ അനിവാര്യതയല്ല. ഓസ്ട്രോമും സംഘവും പ്രവർത്തനക്ഷമമായ ഇത്തരം സാധാരണ ഇടങ്ങളുടെയും വസ്തുക്കളുടെയും അയ്യായിരത്തിലധികം ഉദാഹരണമാണ് ശേഖരിച്ചത്. ഇതിൽ പലതും നൂറ്റാണ്ടുകൾ പഴക്കമുള്ളതായിരുന്നു. ടർക്കിയിലെ അലാനിയിൽ മത്സ്യംപിടിക്കാനുള്ള അവകാശത്തിനായി കാലാകാലമായി പിന്തുടർന്ന് പോരുന്ന നറുക്കിടൽ രീതിപോലെ, അല്ലെങ്കിൽ സ്വിസ്ഗ്രാമമായ ടോർബെലിൽ കർഷകർ വളരെ കുറച്ചുമാത്രം കിട്ടുന്ന വിറകിന്റെ ഉപയോഗം സംയുക്തമായി കൈകാര്യം ചെയ്യുന്നതുപോലെ.

പുതിയ കാഴ്ചപ്പാടുകൾ അവതരിപ്പിച്ച Governing the Commons (1990) എന്ന തന്റെ പുസ്തകത്തിൽ ഓസ്ട്രോം വിജയകരമായ പൊതുവസ്തുക്കൾക്കും ഇടങ്ങൾക്കുമായി ഒരുകൂട്ടം 'രൂപകല്പനാ സിദ്ധാന്തങ്ങൾ' ആവിഷ്ക്കരിച്ചു. ഉദാഹരണത്തിന്, ഒരു സമൂഹത്തിന് ഒരു പരിധിവരെയെങ്കിലും സ്വയം ഭരണാവകാശവും ഫലപ്രദമായ നിരീക്ഷണ സംവിധാനവും വേണം. എന്നാൽ, വിജയത്തിന് നിയതമായൊരു രൂപരേഖയില്ലെന്ന് അവർ ഊന്നിപ്പറഞ്ഞു, കാരണം ഓരോ പൊതുവസ്തുവിന്റെയും സ്വഭാവരീതികൾ അതാത് പ്രാദേശിക സാഹചര്യമാണ് ആത്യന്തികമായി രൂപപ്പെടുത്തുന്നത്.

കുറച്ചുകാലംകൊണ്ട് സർവകലാശാലയിലുള്ള ഓസ്ട്രോമിന്റെ ഡിപ്പാർട്ടുമെന്റുപോലും ഒരു പൊതുയിടംപോലെ ആകാൻ തുടങ്ങി. 1973-ൽ അവരും ഭർത്താവും ചേർന്ന് സ്ഥാപിച്ച Workshop in Political Theory and Policy Analysis at Indiana University കോമണുകളെക്കുറിച്ച് പഠിക്കാൻ ലോകത്തിന്റെ നാനാഭാഗത്ത് നിന്നുമുള്ള ധാരാളം അക്കാദമിക്കുകളെ ആകർഷിച്ചു. ഒരു ശില്പശാലയുടെ ഘടന എന്തായിരിക്കണം എന്നത് സംബന്ധിച്ച് സർവകലാശാലയ്ക്ക് പ്രത്യേകിച്ച് ഒരു ചട്ടവും ഇല്ലാതിരുന്നതിനാൽ തന്നെ ഇവർ തെരഞ്ഞെടുത്ത ഈ ശില്പശാലാ രീതി ചർച്ചകളുടെയും കണ്ടെത്തലുകളുടെയും ഒരു സുപ്രധാന കേന്ദ്രമായി മാറി. വാസ്തവത്തിൽ അത് ഒരുതരത്തിൽ ഒരു അക്കാദമിക്ക് ഹിപ്പി കമ്യൂൺ ആയി മാറുകയും അവിടെ പാർട്ടികളിലും മറ്റും ഓസ്ട്രോം തന്നെ നാടൻപാട്ടുകൾ പാടുന്നതിന് നേതൃത്വം കൊടുക്കുകയും ചെയ്തു.

അങ്ങനെയിരിക്കെ വർഷങ്ങൾക്കുശേഷം സ്റ്റോക്ക്ഹോമിൽ നിന്നും ഒരു വിളി വന്നു. എലിനോർ ഓസ്ട്രോമിന് 2009-ലെ സാമ്പത്തികശാസ്ത്രത്തിനുള്ള നോബേൽ സമ്മാനം ലഭിച്ചിരിക്കുന്നു, ഈ പുരസ്കാരം നേടുന്ന ആദ്യ വനിതയാണവർ. ഈ തെരഞ്ഞെടുപ്പ് ശക്തമായൊരു സന്ദേശമായിരുന്നു. 1989-ൽ ബർലിൻ മതിൽ വീണതിനുശേഷം, 2008-ൽ മുതലാളിത്തം മൂക്കുകുത്തിയതിനുശേഷം അവസാനം ഇതാ സർവസാധാരണമായ വസ്തുക്കൾക്ക് - ഭരണകൂടത്തിനും വിപണിക്കുമിടയ്ക്കുള്ള ബദലിന് അത് അർഹിക്കുന്ന അംഗീകാരം ലഭിച്ചിരിക്കുന്നു.

5

ഇതൊരു ബ്രേക്കിങ് ന്യൂസ് ആയിരിക്കില്ല. പക്ഷേ, ഇതിനെ തുടർന്ന് സർവസാധാരണ കാര്യങ്ങളും വസ്തുക്കളും അതിഗംഭീരമായൊരു തിരിച്ചുവരവ് നടത്തിയിരിക്കുന്നു.

ചരിത്രം ആവർത്തിക്കുകയാണെന്ന് നിങ്ങൾക്ക് തോന്നുന്നുവെങ്കിൽ അതിന് കാരണം ഇങ്ങനെയൊന്ന് സംഭവിക്കുന്നത് ഇത് ആദ്യമായല്ല എന്നതുകൊണ്ടാണ്. മധ്യകാലത്തിനൊടുവിൽ യൂറോപ്പ് വൻതോതിലുള്ള സാമൂഹിക താത്പര്യത്തിന്റെ വിസ്ഫോടനത്തിന് സാക്ഷ്യം വഹിച്ചു. ചരിത്രകാരനായ ടൈൻ ഡേ മൂർ ഇതിനെ 'നിശ്ശബ്ദ വിപ്ലവം' എന്നാണ് വിളിച്ചത്. പതിനൊന്നാം നൂറ്റാണ്ടുമുതൽ പതിമൂന്നാം നൂറ്റാണ്ടുവരെയുള്ള ഈ കാലത്ത്, പുൽത്തകിടികൾ വൻതോതിൽ പൊതുനിയന്ത്രണത്തിൽ വരാൻ തുടങ്ങുകയും വാട്ടർ ബോർഡുകളും ഗിൽഡുകളും മതഗ്രൂപ്പുകളുടെ സവിധങ്ങളും കൂണുപോലെ പൊട്ടിമുളയ്ക്കുകയും ചെയ്തു. ഈ പൊതുകാര്യങ്ങളെല്ലാം പതിനെട്ടാം നൂറ്റാണ്ടിൽ കൊടുംസമ്മർദ്ദത്തിന് വിധേയമാകും വരേക്കും നൂറുകണക്കിന് വർഷത്തേക്ക് നല്ല രീതിയിൽ പ്രവർത്തിച്ചു.

വിവേകോദയകാലത്തെ സാമ്പത്തികശാസ്ത്രജ്ഞർ പൊതു കൃഷിയിടങ്ങൾ അവയുടെ ഉല്പാദനക്ഷമത പരമാവധി എത്തിക്കുന്നില്ലെന്ന് പറയുകയും ഗവൺമെന്റുകളോട് ഇവയ്ക്ക് വേലികെട്ടാൻ നിർദ്ദേശിക്കുകയും ചെയ്തു. ഇതിന് അർത്ഥം, പൊതുവായ വസ്തുവകകളെ ധനികരായ ഭൂവുടമകൾക്കിടയിൽ വീതംവയ്ക്കുകയും അങ്ങനെ അവരുടെ നേതൃത്വത്തിൽ ഉല്പാദനം കൂടുമെന്ന് പറയുകയുമായിരുന്നു.

പതിനെട്ടാം നൂറ്റാണ്ടിൽ മുതലാളിത്തത്തിനുണ്ടായ വളർച്ച ഒരു സ്വാഭാവിക വികാസപരിണാമമാണെന്ന് നിങ്ങൾ കരുതുന്നുണ്ടോ? അങ്ങനെയാവാൻ ഇടയില്ല. വിപണിയുടെ അദൃശ്യമായ കരങ്ങളല്ല കർഷകരെ അവരുടെ കൃഷിഭൂമിയിൽനിന്നും ഫാക്ടറികളിലേക്ക് മന്ദംമന്ദം തെളിച്ചുകൊണ്ടുപോയത്, മറിച്ച് ബയണറ്റ് തയ്യാറാക്കിവച്ച ഭരണകൂടത്തിന്റെ നിഷ്ഠൂരമായ കരങ്ങളായിരുന്നു. ലോകത്തെല്ലായിടത്തുമതേ, 'സ്വതന്ത്ര വിപണി' പ്ലാൻ ചെയ്ത് അടിച്ചേൽപ്പിച്ചത് മുകൾത്തട്ടിൽനിന്നും താഴേത്തട്ടിലേക്കായിരുന്നു. പത്തൊൻപതാം നൂറ്റാണ്ടിന്റെ അവസാനംവരേക്കും താഴെത്തട്ടിൽനിന്നും ഡസൻ കണക്കിന് യൂണിയനുകളും തൊഴിലാളി സഹകരണസംഘങ്ങളും

നൈസർഗ്ഗികമായി മുളപൊട്ടുകയും ഇരുപതാം നൂറ്റാണ്ടിന്റെ സാമൂഹ്യ സുരക്ഷാശൃംഖലയ്ക്ക് അടിസ്ഥാനമിടുകയും ചെയ്തിരുന്നില്ല.

ഇപ്പോൾ വീണ്ടുമതെ, അതേ കാര്യങ്ങൾ തന്നെയാണ് സംഭവിക്കുന്നത്. വേലികെട്ടി വളച്ച ഭൂവിഭാഗങ്ങളുടെയും ഭരണകൂടങ്ങൾ മുകളിൽനിന്നും കെട്ടിയിറക്കിയ വിപണിശക്തികളുടെയും കാലത്തെത്തുടർന്ന് ഒരു നിശ്ശബ്ദ വിപ്ലവം താഴെനിന്നും പതഞ്ഞുപൊങ്ങാൻ തുടങ്ങുകയും, സമീപകാലത്ത്, പ്രത്യേകിച്ചും 2008-ലെ സാമ്പത്തിക പ്രതിസന്ധിക്കുശേഷം, ആരോഗ്യപരിരക്ഷാ സഹകരണസംഘങ്ങൾ, രോഗകാല പൂളുകൾ, ഊർജ്ജസഹകരണ സംഘങ്ങൾ തുടങ്ങിയ ഉദ്യമങ്ങളുടെ ഒരു വിസ്ഫോടനംതന്നെ ഉണ്ടാവുകയും ചെയ്തു.

'മനുഷ്യൻ ആത്യന്തികമായൊരു സഹകരണജീവിയാണെന്ന്, ഒരു ഹോമോ കോപറാൻസ് ആണെന്ന്, ചരിത്രം നമ്മളെ പഠിപ്പിക്കുന്നു,' എന്ന് ടൈൻ ഡേ മൂർ ചൂണ്ടിക്കാണിക്കുന്നു. 'കഴിഞ്ഞ കുറേകാലമായി നമ്മൾ ദീർഘകാല സഹകരണത്തിൽ ശ്രദ്ധകേന്ദ്രീകരിക്കുന്ന സ്ഥാപനങ്ങൾ പണിയുന്നുണ്ട്, പ്രത്യേകിച്ചും ത്വരിതഗതിയിലുള്ള വിപണി വളർച്ചയുടെയും സ്വകാര്യവത്കരണത്തിന്റെയും കാലത്തിനുശേഷം.'

അപ്പോൾ നമ്മൾ ആഗ്രഹിക്കുന്നത് കുറച്ച് കമ്മ്യൂണിസം മതിയെന്നാണോ, അതോ കൂടുതൽ വേണമെന്നാണോ?

ഹൈസ്കൂളിലെ സാമ്പത്തികശാസ്ത്ര ക്ലാസുകളിൽ നമ്മളെ പഠിപ്പിച്ചിട്ടുള്ളത് നമ്മൾ പ്രകൃത്യാ സ്വാർത്ഥമതികളാണ് എന്നാണ്. കാപ്പിറ്റലിസം വേരൂന്നിയിരിക്കുന്നത് നമ്മുടെ ആഴത്തിലുള്ള സഹജവാസനയിലാണ്. വാങ്ങൽ, വില്പന, ഇടപാടുകൾ - ഇതിനെല്ലാംതന്നെ വ്യക്തിപരമായ ലാഭം പരമാവധിയാക്കാനാണ് നമ്മൾ ശ്രമിക്കുന്നത്. തീർച്ചയായും നമ്മുടെ സ്വാഭാവികമായ താത്പര്യങ്ങൾക്കുമേൽ ഐക്യദാർഢ്യത്തിന്റെ ഒരു ധൂളി തൂവാൻ ഭരണകൂടത്തിന് കഴിയുമെന്ന് നമ്മളോട് പറഞ്ഞിട്ടുണ്ട്. പക്ഷേ, ഇത് മുകളിൽ നിന്നും മാത്രമേ സംഭവിക്കുകയുള്ളൂ. മാത്രമല്ല, ഒരിക്കലും തന്നെ മേൽനോട്ടമോ ബ്യൂറോക്രസിയോ ഇല്ലാതെ പറ്റുകയുമില്ല.

ഈ കാഴ്ചപ്പാട് തീർത്തും തലകീഴ് മറഞ്ഞതാണെന്ന് ഇപ്പോൾ മനസ്സിലാവുന്നു. നമ്മുടെ സ്വാഭാവികമായ പ്രവണത ഐക്യദാർഢ്യത്തിന്റേതാണ്. വിപണി അടിച്ചേൽപ്പിക്കുന്നതാവട്ടെ മുകളിൽനിന്നും. ആരോഗ്യപരിപാലന രംഗത്തെ ഒരു കൃത്രിമ വിപണിയാക്കി മാറ്റുന്നതിനുള്ള ഉന്മത്തമായ ശ്രമങ്ങളുടെ ഭാഗമായി ശതകോടിക്കണക്കിന് ഡോളറുകൾ ചെലവഴിക്കുന്ന കാര്യം തന്നെയെടുക്കുക. എന്തിനാണിത്? കാരണം നമ്മളെ സ്വാർത്ഥരാകാൻ പഠിപ്പിക്കേണ്ടതുണ്ട്.

ഇതിന് അർത്ഥം ആരോഗ്യപൂർണ്ണവും ഫലപ്രദവുമായ വിപണികൾക്ക് നമ്മുടെ പക്കൽ ധാരാളം ഉദാഹരണങ്ങൾ ഇല്ല എന്നല്ല. മാത്രവുമല്ല, തീർച്ചയായും, കഴിഞ്ഞ ഇരുന്നൂറ് വർഷക്കാലത്തിനിടയിൽ മുതലാളിത്തം ഉണ്ടാക്കിയ വളർച്ച അഭിവൃദ്ധിയിൽ വലിയ നേട്ടങ്ങൾ ഉണ്ടാക്കിയിട്ടുണ്ട് എന്നത് നമ്മൾ മറന്നുപോകരുത്. അതുകൊണ്ട് ഡി മൂർ, അവർ 'സ്ഥാപന വൈജാത്യം' എന്ന് വിശേഷിപ്പിക്കുന്ന രീതിയെ പിന്തുണയ്ക്കുന്നു. ചില സാഹചര്യങ്ങളിൽ വിപണി നന്നായി പ്രായോഗികമാവുമ്പോൾ മറ്റു ചിലവയിൽ സർ

ക്കാർ നിയന്ത്രണമാണ് ഭേദം, എന്നാൽ ഇതിൽ ഏതിലായാലും ഒന്നിച്ചുനിന്ന് യത്നിക്കാൻ തയ്യാറായ പൗരന്മാരുടെ ശക്തമായ ഒരു സാമൂഹിക അടിത്തറ അനിവാര്യമാണ്.

ഈ ഘട്ടത്തിൽ സാമാന്യവസ്തുക്കളുടെ ഭാവി ഇപ്പോഴും അനിശ്ചിതമാണ്. സാമൂഹിക താത്പര്യങ്ങൾ ഒരു തിരിച്ചുവരവ് നടത്തുമ്പോഴും അവ വളഞ്ഞിട്ടുള്ള ആക്രമണം നേരിട്ടുകൊണ്ടിരിക്കുകയാണ്. ഉദാഹരണത്തിന്, ജലവിതരണവും ജീനുകളുടെ പാറ്റന്റിങ്ങുമെല്ലാം ഏറ്റെടുത്ത ബഹുരാഷ്ട്ര കുത്തകകളിൽ നിന്ന്, തങ്ങൾക്ക് സാമ്പത്തിക നേട്ടമുണ്ടാക്കാൻവേണ്ടി, എല്ലാം സ്വകാര്യവത്കരിക്കുന്ന സർക്കാറുകളിൽ നിന്ന്, ഏറ്റവും ഉയർന്ന തുക വാഗ്ദാനം ചെയ്യുന്നവർക്ക് വിജ്ഞാനം വിറ്റുതുലയ്ക്കുന്ന സർവകലാശാലകളിൽ നിന്ന്. അതുപോലെതന്നെ, ഹോമോ കോപറാൻസുകളുടെ അഭിവൃദ്ധി കുറയ്ക്കുന്നതിനായി കൊണ്ടുവന്ന മുതലാളിത്തത്തിന്റെ പ്ലാറ്റ്ഫോമുകളായ എയർബിഎൻബി, ഫേസ്ബുക്ക് എന്നിവയിലൂടെ. പലപ്പോഴുമതേ, പങ്കാളിത്തത്തിന്റെ സമ്പദ്‌വ്യവസ്ഥ ഒരുതരത്തിൽ മുറിച്ചുമാറ്റലിന്റെ സമ്പദ്‌വ്യവസ്ഥയായി മാറുകയും നമ്മളെല്ലാം തന്നെ പറ്റിക്കപ്പെടുകയും ചെയ്യുന്നു.

തത്കാലത്തേക്ക് നമ്മൾ അതിരൂക്ഷവും അനിശ്ചിതവുമായ ഒരു മത്സരത്തിൽ തളച്ചിടപ്പെട്ടുകിടക്കുകയാണ്. ഒരുഭാഗത്ത് ലോകം മൊത്തത്തിൽ ഒരു വലിയ സമൂഹമായി മാറാൻ വിധിക്കപ്പെട്ടതാണ് എന്ന് വിശ്വസിക്കുന്ന ആളുകൾ. ഇവർ ശുഭാപ്തിവിശ്വാസക്കാർ അല്ലെങ്കിൽ പോസ്റ്റ് കാപ്പിറ്റലിസ്റ്റുകൾ എന്ന് അറിയപ്പെടുന്നു, കാരണം കമ്മ്യൂണിസം എന്നത് ഇപ്പോഴുമൊരു മോശം പദമാണ് എന്നതുകൊണ്ടാവാം. മറുവശത്ത് സർവസാധാരണമായ പൊതുവസ്തുക്കളിന്മേൽ സിലിക്കൺ വാലിയും വാൾസ്ട്രീറ്റും നടത്തുന്ന കടന്നാക്രമണവും അസമത്വത്തിന്റെ വളർച്ച തുടർന്നുകൊണ്ടേയിരിക്കുന്നതും മുൻകൂട്ടി കാണുന്ന ദോഷൈകദൃക്കുകളാണുള്ളത്.

ഇതിൽ ഏത് പക്ഷമായിരിക്കും ശരിയായിരിക്കുക? ആർക്കും കൃത്യമായി അറിയില്ല. പക്ഷേ, ഞാൻ എലിനോർ ഓസ്ട്രോമിനൊപ്പമാണ് - അവർ ഒരു ശുഭാപ്തിവിശ്വാസിയോ ദോഷൈകദൃക്കോ അല്ല, മറിച്ച് എന്തിനും സാധ്യതയുണ്ടെന്ന് വിശ്വസിക്കുന്നവരാണ്. മറ്റൊരു വഴിയുണ്ട് എന്നാണ് അവർ വിശ്വസിച്ചത്. ഇതിന് കാരണം ഏതെങ്കിലും അമൂർത്തമായ സിദ്ധാന്തത്തിൽ അവർ വിശ്വസിച്ചു എന്നതുകൊണ്ടല്ല, മറിച്ച് അവരത് സ്വന്തം കണ്ണുകൾകൊണ്ട് കണ്ടു എന്നതിനാലാണ്.

6

നിലവിലുള്ള കാപ്പിറ്റലിസ്റ്റ് മാതൃകയ്ക്കുള്ള ഏറ്റവും ഉത്തമമായൊരു ബദൽ, വാസ്തവത്തിൽ കുറച്ചുകാലമായി നിലവിലുണ്ട്. പുരോഗമന രാഷ്ട്രമായ സ്കാന്റിനേവിയയിലോ ചുവന്ന ചൈനയിലോ ലാറ്റിനമേരിക്കയുടെ അരാജകത്വത്തിന്റെ കളിത്തൊട്ടിലിലോ നിങ്ങൾക്കിത് കാണാനാവില്ല. ഈ ബദൽ വരുന്നത്, തീർത്തും അപ്രതീക്ഷിതമായി, 'പ്രോഗ്രസീവ്' 'സോഷ്യലിസ്റ്റ്' തുടങ്ങിയ പദങ്ങൾ അധിക്ഷേപകരമായി കാണുന്ന ഒരു അമേരിക്കൻ ഐക്യനാട്ടിൽ നിന്നാണ് - അലാസ്കയിൽ നിന്ന്.

റിപ്പബ്ലിക്കൻ ഗവർണറായിരുന്ന ജേ ഹാമണ്ടിൽ (1922-2005) നിന്നാണ് ഈ ആശയം ഉത്ഭവിക്കുന്നത്. ഒരു കമ്പിളിരോമ കച്ചവടക്കാരനും രണ്ടാം ലോകമഹായുദ്ധത്തിൽ ജപ്പാനിനെതിരേ പടപൊരുതിയ ഒരു ഫൈറ്റർ പൈലറ്റുമായിരുന്നു ഇദ്ദേഹം. 1960-കളുടെ അവസാനത്തിൽ തന്റെ നാട്ടിൽ വൻതോതിൽ എണ്ണ നിക്ഷേപം കണ്ടെത്തിയപ്പോൾ ഇത് എല്ലാ അലാസ്ക ക്കാരുടെയും പൊതുസ്വത്താണെന്നും അതിനാൽ ഇതിൽനിന്നുള്ള ലാഭം ഒരു വലിയ സാമൂഹിക പിഗ്ഗി ബാങ്കിൽ നിക്ഷേപിക്കണമെന്നും അദ്ദേഹം നിർദ്ദേശിച്ചു.

ഈ പിഗ്ഗി ബാങ്കാണ് 1976-ൽ സ്ഥാപിതമായ അലാസ്ക പെർമനന്റ് ഫണ്ട്. തീർച്ചയായും, അടുത്ത ചോദ്യം, ഇതിൽ നിന്നുള്ള പണമെല്ലാം എന്തു ചെയ്യും എന്നതായിരുന്നു. യാഥാസ്ഥിതികരായ നിരവധി അലാസ്കക്കാർ സർക്കാറിന് ഈ പണം നല്കിയാൽ അവർ അത് ധൂർത്തടിക്കും എന്ന് പറഞ്ഞ് അതിനെ എതിർത്തു. 1982 മുതൽ അലാസ്ക്കയിലെ ഓരോ പൗരനും അവരുടെ ബാങ്ക് അക്കൗണ്ടിൽ ഒരു വാർഷിക ഡിവിഡന്റ് ലഭിക്കുന്നു. നല്ല ലാഭമുണ്ടായ ഒരു വർഷത്തിൽ ഇത് $3000 വരെയാവാം.

ഇന്നുവരേക്കുമതേ, ഈ പെർമനന്റ് ഫണ്ട് ഡിവിഡന്റ് (പിഎഫ്ഡി) തീർത്തും നിരുപാധികമാണ്. അത് ഒരു ആനുകൂല്യമല്ല, മറിച്ച് ഒരു അവ കാശമാണ്. ഇത് ഈ അലാസ്കൻ മാതൃകയെ പഴയ തരത്തിലുള്ള ക്ഷേമ രാഷ്ട്രത്തിൽനിന്നും നേരെ വിപരീതമാക്കി മാറ്റുന്നു. സാധാരണ നിലയ്ക്ക്, നിങ്ങൾ രോഗിയാണെന്നും തീരെ ദുർബലമാണെന്നും, അതുമല്ലെങ്കിൽ സാ മ്പത്തിക സഹായം അത്യാവശ്യമായ അവസ്ഥയിലാണെന്നും നിങ്ങൾ തെ ളിയിക്കേണ്ടതുണ്ട്. എന്നുമാത്രമല്ല, നിങ്ങൾ ഡസൻ കണക്കിന് അപേക്ഷ കൾ പൂരിപ്പിച്ചുനല്കി എല്ലാ പ്രതീക്ഷകളും കൈവെടിയുന്ന ഘട്ടത്തിലെ ത്തുമ്പോഴാണ് നിങ്ങൾക്ക് ഒരു ചെറിയ സംഖ്യയുടെ സഹായം ലഭിക്കുന്നത്.

ഇത്തരം സംവിധാനം ആളുകളെ ദുഃഖിതരും ഉദാസീനരും പരാശ്രി തരുമാക്കി മാറ്റുമ്പോൾ നിരുപാധികമുള്ള ഡിവിഡന്റ് ഏറ്റവും വ്യത്യസ്ത മായൊരു കാര്യമാണ് ചെയ്യുന്നത് - അത് വിശ്വാസം ഊട്ടിയുറപ്പിക്കുന്നു. തങ്ങളോടൊപ്പമുള്ള അലാസ്കക്കാർ തങ്ങൾക്ക് കിട്ടുന്ന ഡിവിഡന്റ് മദ്യ പാനത്തിനും ലഹരിമരുന്നിനുംവേണ്ടി ധൂർത്തടിക്കുമെന്ന് കരുതിയ ദോഷൈ കദൃക്കുകളായ ആളുകളുണ്ടായിരുന്നു. എന്നാൽ, യാഥാർത്ഥ്യവാദികൾ നിരീ ക്ഷിച്ചതുപോലെ, അതല്ല അവിടെ സംഭവിച്ചത്.

മിക്ക അലാസ്കക്കാരും തങ്ങൾക്ക് കിട്ടിയ ഡിവിഡന്റ് വിദ്യാഭ്യാസ ത്തിനും തങ്ങളുടെ കുട്ടികൾക്കുവേണ്ടിയും ആണ് നിക്ഷേപിച്ചത്. അമേരി ക്കൻ സാമ്പത്തിക ശാസ്ത്രജ്ഞരായ ഡാമൺ ജോൺസും അയോണ എലീന മാറിനെസ്ക്യൂവും ആഴത്തിൽ നടത്തിയ വിശകലനത്തിൽ കണ്ടത് പിഎഫ്ഡി തൊഴിൽ മേഖലയിൽ ഒരു തരത്തിലുള്ള പ്രതികൂലമായ ഒരു പ്രഭാവവും സൃഷ്ടിച്ചില്ലെന്നും അത് ദാരിദ്ര്യം ഗണ്യമായി കുറച്ചുവെന്നുമാണ്. നോർത്ത് കരോളിനയിലെ താരതമ്യ ക്യാഷ് പേമെന്റിനെക്കുറിച്ച് നടത്തിയ ഒരു ഗവേഷണത്തിൽ ഇതുകൊണ്ട് ഒരുപാട് ഗുണകരമായ പാർശ്വഫലങ്ങ ളുണ്ടെന്നും വ്യക്തമായി. ആരോഗ്യപരിരക്ഷാ ചെലവ് ഗണ്യമായി കുറയു കയും, കുട്ടികൾ വിദ്യാലയങ്ങളിൽ മികച്ച പ്രകടനം കാഴ്ചവയ്ക്കുകയും അതുവഴി ആദ്യനിക്ഷേപത്തിനുള്ള ചെലവ് ഫലപ്രദമായി തിരിച്ചുപിടിക്കു കയും ചെയ്തു.

അലാസ്കയുടെ പൊതുസ്വത്ത് ദർശനം എടുത്ത് നമ്മൾ കുറേക്കൂടി വിശാലമായി പ്രയോഗിക്കുകയാണെങ്കിൽ എന്തു സംഭവിക്കും? ഭൂജലവും പ്രകൃതിവാതകവും നികുതിദായകന്റെ പൈസ ഉപയോഗിച്ചുണ്ടാക്കിയ പാറ്റന്റുകളും അങ്ങനെയുള്ള നിരവധി മറ്റുകാര്യങ്ങളും സമൂഹത്തിന്റേതാണ് എന്ന് നമ്മൾ പറഞ്ഞാൽ? ഈ പൊതുമുതലുകൾ ആരെങ്കിലും കയ്യടക്കിയാൽ, അതല്ലെങ്കിൽ നമ്മുടെ ഭൂമിയെ മലിനമാക്കിയാൽ, അതുമല്ലെങ്കിൽ നമ്മുടെ അന്തരീക്ഷത്തിലേക്ക് കാർബൺ ഡയോക്സൈഡ് നിക്ഷേപിച്ചാൽ ഈ സമൂഹത്തിലെ അംഗങ്ങൾ എന്ന നിലയിൽ നമുക്ക് നഷ്ടപരിഹാരം കിട്ടേണ്ടതല്ലെ?

ഇത്തരത്തിലുള്ളൊരു ഫണ്ടിന് നമുക്കെല്ലാം കൂടുതൽ ബൃഹത്തായ ഒരു ഗുണഫലം നല്കാനാവും. പൗരന്മാർക്കുള്ള ഈ ഡിവിഡന്റ്, വിശ്വാസത്തിലും പരസ്പരബന്ധത്തിലും അധിഷ്ഠിതമായ നിരൂപാധികമായ ഈ പണം നല്കൽ, നമുക്കോരോരുത്തർക്കും നമ്മുടേതായ തെരഞ്ഞെടുപ്പുകൾ നടത്താൻ സ്വാതന്ത്ര്യം നല്കുന്നു. ഇത് ജനങ്ങളുടെ വെൻചർ കാപിറ്റലാണ്.

എന്തൊക്കെ പറഞ്ഞാലും, അലാസ്കയിൽ പിഎഫ്ഡി വൻവിജയം തന്നെയാണ്. ഇതിൽ എന്തെങ്കിലും മായം കലർത്താൻ ഏതെങ്കിലും രാഷ്ട്രീയക്കാരൻ ആലോചിക്കുകപോലും ചെയ്താൽ അത് അയാളുടെ രാഷ്ട്രീയ ജീവിതത്തിലെ ആത്മഹത്യക്ക് തുല്യമായിരിക്കും. പോർട്ടോ അലിഗ്രേയിലെയും ടോറസിലെയും യഥാർത്ഥ ജനാധിപത്യങ്ങൾപോലെ ഇതും ഇത്രയേറെ ജനപ്രിയമാകാൻ കാരണം ഇത് ഇടതിനും വലതിനുമിടയിലുള്ള, വിപണിക്കും സർക്കാറിനും ഇടയിലുള്ള, കാപ്പിറ്റലിസത്തിനും കമ്മ്യൂണിസത്തിനുമിടയിലുള്ള, പഴയ എതിർപ്പിനപ്പുറം പോകുന്നു എന്നതുകൊണ്ടാവാം. ഇത് വ്യത്യസ്തമായൊരു പാതയാണ്. എല്ലാവർക്കും ഒരു ഓഹരിയുള്ള ഒരു പുതിയ സമൂഹത്തിലേക്ക് നയിക്കുന്ന പാത.

ഭാഗം 5

മറുകവിൾ

'ഒരാളോടുപകരം വീട്ടുന്നതിനായി നിങ്ങൾ അയാളെ ശിക്ഷിക്കുകയാണെങ്കിൽ നിങ്ങൾ അയാൾക്ക് പരുക്കേൽപ്പിക്കണം. നിങ്ങൾ അയാളെ പരിവർത്തനപ്പെടുത്താനാണ് ആഗ്രഹിക്കുന്നതെങ്കിൽ അയാളെ മെച്ചപ്പെടുത്തേണ്ടതുണ്ട്. മനുഷ്യർ പരുക്കുകൾകൊണ്ട് മെച്ചപ്പെടാറില്ല.'

ജോർജ്ജ് ബർണാഡ് ഷാ (1856–1950)

ഏറെക്കാലം മുന്നേയൊന്നുമല്ല, ഒരു സാമൂഹിക പ്രവർത്തകനായ ജൂലിയോ ഡെയാസ് തന്റെ തൊഴിൽ സ്ഥലത്തുനിന്നും ന്യൂയോർക്കിലെ ബ്രോങ്ക്സി ലുള്ള സബ്‌വേയിലൂടെ വീട്ടിലേക്ക് പോവുകയായിരുന്നു. എന്നത്തേയും പതിവുപോലെ അന്നും അയാൾ തനിക്കിഷ്ടപ്പെട്ട ഭക്ഷണശാലയിൽ നിന്നും എന്തെങ്കിലും കഴിക്കുന്നതിനായി ഒരു സ്റ്റോപ്പ് മുന്നേയാണ് ഇറങ്ങിയത്.

എന്നാൽ, ആ രാത്രി മറ്റു രാത്രികൾ പോലെയായിരുന്നില്ല. വിജനമായ സബ്‌വേ സ്റ്റേഷനിൽനിന്നും തന്റെ പ്രിയപ്പെട്ട റസ്റ്റോറന്റിലേക്ക് നടക്കുന്ന തിനിടെ, ഇരുളിൽനിന്നും ഒരു ആൾരൂപം മുന്നിൽ ചാടി വീണു. ഒരു കത്തി കയ്യിൽ പിടിച്ച ഒരു കൗമാരക്കാരൻ. 'ഞാൻ എന്റെ വോലറ്റ് അവന് നല്കി,' ജൂലിയോ പിന്നീട് ഒരു പത്രപ്രവർത്തകനോട് പറഞ്ഞു. മോഷണം വിജയ കരമായി പൂർത്തിയാക്കിയ ആ കുട്ടി അവിടെനിന്നും ഓടി പോകാൻ ശ്രമി ക്കവെ ജൂലിയോ തീർത്തും അപ്രതീക്ഷിതമായ ഒരു കാര്യം ചെയ്തു.

'ഹേയ്, ഒരു നിമിഷം,' അയാൾ തന്റെ പഴ്സ് കവർന്നവനെ പിറകിൽ നിന്ന് വിളിച്ചു. 'ഈ രാത്രി മുഴുവനും നിങ്ങൾ മറ്റുള്ളവരെ കൊള്ളയടിക്കാൻ പോവുകയാണെങ്കിൽ, തണുപ്പിൽനിന്നും രക്ഷപ്പെടാൻ നിങ്ങൾ എന്റെ കോട്ടുകൂടി എടുത്തോളൂ.'

ആ പയ്യൻ അവിശ്വാസത്തോടെ ജൂലിയോക്ക് നേരെ തിരിഞ്ഞ് ചോദിച്ചു. 'നിങ്ങൾ എന്തിനാണ് ഇങ്ങനെ ചെയ്യുന്നത്?'

'കുറച്ച് ഡോളറുകൾക്കുവേണ്ടി നിങ്ങൾ സ്വന്തം സ്വാതന്ത്ര്യം അപായ പ്പെടുത്താൻ തയ്യാറാകുന്നുവെങ്കിൽ, എനിക്ക് തോന്നുന്നത് നിങ്ങൾക്ക് ശരിക്കും പണം ആവശ്യമുണ്ട് എന്നാണ്. ഞാനിവിടെ വന്നത് അത്താഴം കഴിക്കാനാണ്, നിങ്ങൾക്ക് താത്പര്യമുണ്ടെങ്കിൽ, നിങ്ങൾ എന്നോടൊപ്പം അത്താഴത്തിന് ചേരുന്നതിൽ എനിക്ക് സന്തോഷമേയുള്ളൂ.'

ആ പയ്യൻ അത് സമ്മതിച്ചു. നിമിഷങ്ങൾക്കകം ജൂലിയോയും അയാളുടെ അക്രമിയും ഒരു ഭക്ഷണശാലയിലെ അത്താഴമേശയ്ക്കരികിൽ ഇരുന്നു. അവിടെയുള്ള വെയിറ്റർമാർ അവരെ ഊഷ്മളമായാണ് അഭിവാദ്യം ചെയ് തത്. മാനേജർ അവരുടെ മേശയ്ക്കരികിലൂടെ കടന്നുപോവുമ്പോൾ അയാ ളോട് സംസാരിച്ചു. പാത്രം കഴുകുന്നവർപോലും അവരെ അഭിവാദ്യം ചെയ്തു.

'നിങ്ങൾക്കിവിടെ എല്ലാവരേയും അറിയാമല്ലോ, ഇത് നിങ്ങളുടെ ഭക്ഷ ണശാലയാണോ?' ആ കൗമാരക്കാരൻ അത്ഭുതംകൂറി.

'അല്ല, ഞാനിവിടെനിന്നും സ്ഥിരം ഭക്ഷണം കഴിക്കാറുണ്ട്,' ജൂലിയോ പറഞ്ഞു.

'പക്ഷേ, നിങ്ങളിവിടെ പാത്രം കഴുകുന്നവരോടുപോലും വളരെ മാന്യ മായിട്ടാണ് പെരുമാറുന്നത്.'

'എല്ലാവരോടും മാന്യമായി പെരുമാറണമെന്ന് നമ്മളെയൊക്കെ പഠിപ്പിച്ച കാര്യമല്ലേ?'

'അതെ, പക്ഷേ ആളുകൾ ആരെങ്കിലും ഇങ്ങനെ പെരുമാറാറുണ്ടെന്ന് ഞാൻ കരുതിയിട്ടില്ല,' ആ പയ്യൻ പറഞ്ഞു.

ജൂലിയോയും അയാളെ കവർച്ച ചെയ്യാൻ വന്നവനും ഭക്ഷണം കഴിച്ചു കഴിഞ്ഞപ്പോൾ ബില്ലു വന്നു. പക്ഷേ, ജൂലിയോയുടെ കയ്യിൽ അയാളുടെ പഴ്സ് ഇല്ലായിരുന്നു. 'നോക്കൂ, ഭക്ഷണത്തിന്റെ ബിൽ ഇയാൾ തന്നെ കൊടുക്കേണ്ടി വരും, കാരണം എന്റെ പണം നിങ്ങളുടെ കയ്യിൽ ആയതിനാൽ എനിക്കത് കൊടുക്കാൻ നിർവാഹമില്ല. നിങ്ങൾ എനിക്ക് ആ പഴ്സ് തിരിച്ചു തരികയാണെങ്കിൽ ഞാൻ സന്തോഷത്തോടെ നിങ്ങൾക്കൊരു ട്രീറ്റ് തരും,' ജൂലിയോ ആ പയ്യനോട് പറഞ്ഞു.

ആ കുട്ടി പഴ്സ് അയാൾക്ക് തിരിച്ചുനല്കി. ഭക്ഷണത്തിന്റെ ബില്ല് അടച്ചതിനുശേഷം ജൂലിയോ അവന് 20 ഡോളർ കൊടുത്തു. പക്ഷേ, ഒരു ഉപാധിയുണ്ടായിരുന്നുവെന്നു മാത്രം. അവൻ തന്റെ കത്തി ജൂലിയോയ്ക്ക് കൊടുക്കണം.

പിന്നീട്, ഒരു പത്രപ്രവർത്തകൻ ജൂലിയോയോട് അയാൾ എന്തിനാണ് തന്നെ കൊള്ളയടിക്കാൻ വന്നവന് അത്താഴം വാങ്ങിക്കൊടുത്തതെന്ന് ചോദിച്ചപ്പോൾ യാതൊരു മടിയുമില്ലാതെ അയാൾ ഇങ്ങനെ പറഞ്ഞു: 'നിങ്ങൾക്കറിയാമല്ലോ, നിങ്ങൾ ആളുകളോട് നല്ലരീതിയിൽ പെരുമാറിയാൽ അവർ നിങ്ങളോടും നല്ല മട്ടിൽ തന്നെ പെരുമാറും. ഏറെ സങ്കീർണ്ണമായ ഈ ലോകത്തെ തീർത്തും ലളിതമായൊരു കാര്യമാണിത്.'

ജൂലിയോയുടെ ഈ ദയാവായ്പിനെക്കുറിച്ച് ഞാൻ എന്റെയൊരു സുഹൃത്തിനോട് പറഞ്ഞപ്പോൾ അയാൾക്കത് ദഹിച്ചില്ല. 'ക്ഷമിക്കണം, ഞാനൊന്ന് ഛർദ്ദിക്കട്ടെ.'

ശരിയാണ്, അപ്പോൾ ഈ കഥയിൽ അല്പം മധുരം കൂടുതലാണ്. കുഞ്ഞായിരുന്ന നാളുകളിൽ പള്ളിയിൽ പറഞ്ഞു പഴകിയ പാഠങ്ങൾ ഞാൻ ഓർത്തുപോയി. മത്തായിയുടെ സുവിശേഷം അഞ്ചിലെ ഗിരിപ്രഭാഷണം പോലെ:

> 'കണ്ണിനുപകരം കണ്ണും പല്ലിനുപകരം പല്ലും എന്നു അരുളിച്ചെയ്തതു നിങ്ങൾ കേട്ടിട്ടുണ്ടല്ലോ. ഞാനോ നിങ്ങളോടു പറയുന്നത്: ദുഷ്ടനോടു എതിർക്കരുത്; നിന്നെ വലത്തെ ചെകിട്ടത്തു അടിക്കുന്നവന് മറ്റേതും തിരിച്ചുകാണിക്ക. നിന്നോടു വ്യവഹരിച്ചു നിന്റെ വസ്ത്രം എടുപ്പാൻ ഇച്ഛിക്കുന്നവന് നിന്റെ പുതപ്പും വിട്ടുകൊടുക്ക. ഒരുത്തൻ നിന്നെ ഒരു നാഴിക വഴി പോകുവാൻ നിർബന്ധിച്ചാൽ രണ്ടു നാഴിക അവനോടു കൂടെ പോക.'

ശരി തന്നെയാണ്. കർത്താവേ, നമ്മളൊക്കെ സന്യാസിമാരാണെങ്കിൽ ഇതെല്ലാം വൻപദ്ധതികൾ തന്നെയാണ്. പക്ഷേ, പ്രശ്നം എന്താണെന്നാൽ നമ്മൾ തീർത്തും മനുഷ്യരാണല്ലോ. ഈ യഥാർത്ഥ ലോകത്ത്, ഒരു കവിളിൽ അടിച്ചവന് മറുകവിൾ കൂടി കാണിച്ചുകൊടുക്കുന്നത് തീർത്തും വിഡ്ഢിത്തം നിറഞ്ഞൊരു കാര്യമാണ്. അല്ലേ?

അടുത്തകാലത്ത് മാത്രമാണ് ജീസസ് തീർത്തും യുക്തിഭദ്രമായൊരു തത്വം മുന്നോട്ടുവയ്ക്കുകയായിരുന്നുവെന്ന് ഞാൻ തിരിച്ചറിഞ്ഞത്. ആധുനിക മനഃശാസ്ത്രജ്ഞർ ഇതിനെ നോൺ കോംപ്ലിമെന്ററി ബിഹേവിയർ എന്ന് വിളിക്കുന്നു. മിക്കസമയത്തും, ഞാൻ നേരത്തെ പറഞ്ഞതുപോലെ, നമ്മൾ മനുഷ്യർ പരസ്പരം പ്രതിഫലിപ്പിക്കുന്നു. ഒരാൾ നിങ്ങളെ പ്രകീർത്തിച്ചാൽ നിങ്ങളും തിരിച്ച് അതുതന്നെ ചെയ്യും. ആരെങ്കിലും അസുഖകരമായ എന്തെങ്കിലും പറഞ്ഞാൽ വിമർശനാത്മകമായി മറുപടി പറയാനുള്ള ഒരു ത്വര നിങ്ങൾക്കും ഉണ്ടാവും. ഗുണകരവും ദോഷകരവുമായ ഈ പ്രതികരണവലയങ്ങൾ സ്കൂളുകളിലും കമ്പനികളിലും ജനാധിപത്യ വ്യവസ്ഥകളിലും എത്രമാത്രം ശക്തമാവാമെന്ന് മുൻ അധ്യായങ്ങളിൽ നമ്മൾ കണ്ടതാണ്.

നിങ്ങളോട് ദയാപൂർവ്വം പെരുമാറുകയാണെങ്കിൽ, ശരിയായ കാര്യങ്ങൾ ചെയ്യാൻ എളുപ്പമാണ്. എളുപ്പമാണെങ്കിലും അതുമാത്രം പോര കേട്ടോ. യേശുക്രിസ്തുവിനെ വീണ്ടും ഉദ്ധരിച്ച് പറയുകയാണെങ്കിൽ, 'നിങ്ങളെ സ്നേഹിക്കുന്നവരെ സ്നേഹിച്ചാൽ നിങ്ങൾക്കു എന്തു പ്രതിഫലം? ചുങ്കക്കാരും അങ്ങനെതന്നെ ചെയ്യുന്നില്ലയോ? സഹോദരന്മാരെ മാത്രം വന്ദനം ചെയ്താൽ നിങ്ങൾ എന്തുവിശേഷം ചെയ്യുന്നു? ജാതികളും അങ്ങനെതന്നെ ചെയ്യുന്നില്ലയോ?'

ഇവിടെ ഉയരുന്ന ചോദ്യം, നമുക്ക് കാര്യങ്ങളെ ഒരു ചുവടുകൂടി മുന്നോട്ടുകൊണ്ടുപോകാൻ ആവുമോ എന്നതാണ്. നമ്മുടെ കുട്ടികളെക്കുറിച്ചോ സഹപ്രവർത്തകരെക്കുറിച്ചോ അയൽക്കാരെക്കുറിച്ചോ മാത്രം നല്ലത് ചിന്തിക്കാതെ നമ്മുടെ ശത്രുക്കളെ കുറിച്ചുകൂടി അങ്ങനെ ചിന്തിച്ചാൽ എന്താണ് പ്രശ്നം? അത് താരതമ്യേന കൂടുതൽ ബുദ്ധിമുട്ടുള്ളതാണെന്ന് മാത്രമല്ല, നമ്മുടെ സഹജവാസനകൾക്ക് എതിരാണുതാനും. ഒരുപക്ഷേ, ഇരുപതാം നൂറ്റാണ്ടിലെ ഏറ്റവും വലിയ രണ്ട് മഹദ്വ്യക്തിത്വങ്ങളായ മഹാത്മാഗാന്ധിയുടെയും മാർട്ടിൻ ലൂഥർ കിംഗ് ജൂനിയറിന്റെയും കാര്യമെടുക്കാം. നോൺ കോംപ്ലിമെന്ററി പെരുമാറ്റരീതിയിൽ ഇവർ രണ്ടുപേരും മികച്ചവരായിരുന്നു. പക്ഷേ, അവർ അസാധാരണ വ്യക്തികൾ കൂടിയായിരുന്നു എന്ന് നമ്മൾ ഓർക്കണം.

അപ്പോൾ പിന്നെ ബാക്കിയുള്ള നമ്മുടെ കാര്യമോ? ഞാനും നിങ്ങളുമൊക്കെ മറുകവിൾ കാണിച്ചു കൊടുക്കാൻ മാത്രം പര്യാപ്തരാണോ? ഇത് വൻതോതിൽ പ്രാവർത്തികമാക്കാൻ നമ്മളെ കൊണ്ടാവുമോ - ഉദാഹരണത്തിന്, തടവറകളിലും പൊലീസ് സ്റ്റേഷനുകളിലും, അല്ലെങ്കിൽ ഭീകരാക്രമണത്തിനുശേഷം, അതുമല്ലെങ്കിൽ ഒരു യുദ്ധകാലത്ത്?

16

ഭീകരരോടൊപ്പം ചായ കുടിക്കുമ്പോൾ

1

നോർവേയിലെ ഒരു വനാന്തരത്തിൽ ഓസ്‌ലോയിൽനിന്നും ഏകദേശം അറുപത് നാഴിക തെക്കുമാറിയാണ് ലോകത്തിലെതന്നെ ഏറ്റവും വിചിത്രമായ തടവറകളിൽ ഒന്ന് സ്ഥിതി ചെയ്യുന്നത്.

ഇവിടെ നിങ്ങൾ സെല്ലുകളോ അഴികളോ കാണില്ല. തോക്കുകളും കൈവിലങ്ങുകളുമായി നില്ക്കുന്ന ഗാർഡുകളെയും നിങ്ങളിവിടെ കാണില്ല. നിങ്ങളിവിടെ ആകെ കാണുക ബിർച്ച് മരങ്ങളും പൈൻ മരങ്ങളും നിറഞ്ഞു നില്ക്കുന്ന ഒരു കാടും, നെടുകെയും കുറുകെയും നടപ്പാതകളുള്ള ഒരു ഭൂവിതാനവുമാണ്. ഇതിനെ മൊത്തം വലംവെച്ചുകൊണ്ട് ഒരു ഇരുമ്പുമറ കാണാം – ആളുകൾ ഇവിടെ സ്വമേധയാ വന്നതല്ല എന്നതിന്റെ ചില ഓർമ്മപ്പെടുത്തലുകളിൽ ഒന്നാണ് ഇത്.

ഹാൽഡൻ തടവറയിലെ ഓരോ തടവുകാരനും സ്വന്തമായി ഓരോ മുറി വീതമുണ്ട്. ഇവിടെ മുറി ചൂടാക്കാനുള്ള സംവിധാനവും ഫ്ളാറ്റ് സ്ക്രീൻ ടെലിവിഷനും സ്വന്തമായി കുളിമുറിയും ഉണ്ട്. തടവുപുള്ളികൾക്ക് ഭക്ഷണം പാചകം ചെയ്യാനുള്ള അടുക്കളകളും പോർസലയ്ൻ പ്ലെയിറ്റുകളും സ്റ്റയിൻലസ് സ്റ്റീൽ കത്തികളുമുണ്ട്. ഹാൽഡനിൽ ഒരു ലൈബ്രറിയും ക്ലൈംബ്ലിങ് വാളും പൂർണ്ണ സജ്ജമായ ഒരു മ്യൂസിക് സ്റ്റുഡിയോയുമുണ്ട്, ഇവിടെ തടവുപുള്ളികൾക്ക് തങ്ങളുടെ സ്വന്തം സംഗീതം റെക്കോർഡ് ചെയ്യാനാവും. ഇവിടെനിന്നും പുറത്തിറങ്ങുന്ന ആൽബങ്ങൾ ക്രിമിനൽ റെക്കോർഡ്സ് എന്ന സ്വന്തം ലേബലിലാണ് ഇറങ്ങുന്നത് – തമാശയല്ല. ഇന്നുവരേക്കും ഇവിടെനിന്നുള്ള മൂന്ന് തടവുകാർ നോർവീജിയൻ ഐഡെൽ എന്ന പരിപാടിയിൽ മത്സരാർത്ഥികളായിട്ടുണ്ടെന്ന് മാത്രമല്ല, ആദ്യത്തെ തടവറ സംഗീത പരിപാടി തയ്യാറായിക്കൊണ്ടിരിക്കുകയുമാണ്.

'നോൺ കോംപ്ലിമെന്ററി തടവറ' എന്ന് വിളിക്കാവുന്നതിന് ഏറ്റവും മികച്ച ഒരു ഉദാഹരണമാണ് ഹാൽഡൻ. തടവുപുള്ളികളുടെ സ്വഭാവവിശേഷങ്ങൾ പ്രതിഫലിപ്പിക്കുന്നതിനുപകരം, ജീവനക്കാർ തങ്ങളുടെ മറുകവിൾ കൂടി കാണിച്ചുകൊടുക്കുകയാണ് ഇവിടെ ചെയ്യുന്നത് – അവർ എത്ര കൊടും ക്രിമിനലുകളാണെങ്കിലും. വാസ്തവത്തിൽ ഗാർഡുമാർ ഇവിടെ ആയുധം കൊണ്ട് നടക്കാറില്ല. 'ഞങ്ങൾ ഇവരോട് സംസാരിക്കുകയാണ് ചെയ്യുക, അതാണ് ഞങ്ങളുടെ ആയുധം,' ഒരു ഗാർഡ് പറഞ്ഞു.

നോർവേയിലെ ഏറ്റവും സൗമ്യമായ തടവറയാണ് ഇത് എന്ന് നിങ്ങൾ കരുതുന്നുവെങ്കിൽ നിങ്ങൾക്ക് തെറ്റി. ഏറ്റവും സുരക്ഷാസംവിധാനങ്ങളുള്ള

ഒരു തടവറയാണ് ഹാൽഡൻ. മയക്കുമരുന്ന് കച്ചവടക്കാരും ലൈംഗിക കുറ്റകൃത്യങ്ങൾ ചെയ്തവരും കൊലപാതകികളുമടക്കം ഏകദേശം ഇരുന്നൂറ്റി അമ്പത് തടവ് പുള്ളികളുള്ള ഹാൽഡൻ ആ രാജ്യത്തെ ഏറ്റവും വലിയ രണ്ടാമത്തെ തടവറയാണ്.

നിങ്ങൾ അന്വേഷിക്കുന്നത് വളരെ സൗമ്യമായൊരു തടവറയാണെങ്കിൽ ഇതേ റോഡിൽ ഒന്നു രണ്ട് നാഴികകൂടി മുന്നോട്ടുപോയാൽ നിങ്ങൾക്കത് കാണാനാവും. ഒരു ഇത്തിരി ദൂരം പോയാൽ മതി, നിങ്ങൾ പ്രകൃതിരമണീയമായ ബസ്റ്റോയി ദ്വീപിലെത്തും. തങ്ങളുടെ തടവുശിക്ഷയുടെ അവസാന വർഷങ്ങൾ കഴിച്ചുകൂട്ടുന്ന 115 കൊടുംക്രിമിനലുകളെ ഇവിടെയാണ് പാർപ്പിച്ചിരിക്കുന്നത്. ഇവിടെ സംഭവിക്കുന്ന കാര്യങ്ങൾ, പങ്കാളികളെല്ലാം ചേർന്ന് സമാധാനകാംക്ഷികളുടെ ഒരു കമ്യൂൺ രൂപീകരിച്ച്, തീർത്തും അലസമായ മട്ടിൽ എത്തിച്ചേർന്ന ബിബിസിയുടെ റിയാലിറ്റി ഷോ ആയ തടവറ പരീക്ഷണത്തിന് സമാനമാണ് (ഏഴാം അധ്യായം നോക്കുക).

ഈ ദ്വീപിന്റെ ചിത്രം ആദ്യം കണ്ടപ്പോൾ എനിക്ക് എന്റെ കണ്ണുകളെ വിശ്വസിക്കാനായില്ല. തടവുപുള്ളികളും ഗാർഡുമാരും ഒന്നിച്ചിരുന്ന് ബർഗ്ഗർ തിന്നുകയോ? നീന്തുകയും വെയിൽ കായാൻ കിടക്കുകയും ചെയ്യുകയോ? സത്യം പറയാമല്ലോ, ജയിലിലെ ജീവനക്കാരെയും തടവുകാരെയും തമ്മിൽ വേർതിരിച്ചറിയുക ബുദ്ധിമുട്ടായിരുന്നു. ബസ്റ്റോയിയിലെ ഗാർഡുമാർ യൂനിഫോം ധരിക്കാറില്ലെന്ന് മാത്രമല്ല, അവരെല്ലാം തന്നെ ഒരേ മേശയ്ക്ക് ചുറ്റുമിരുന്നാണ് തടവുപുള്ളികളോടൊപ്പം ഭക്ഷണം കഴിക്കാറ് പതിവ്.

ഈ ദ്വീപിൽ പല സൗകര്യങ്ങളുമുണ്ട്. സിനിമാഹാൾ, ടാനിങ് ബെഡ്, സ്കീയിങ് ചെയ്യുന്നതിനുള്ള രണ്ട് സ്ഥലങ്ങൾ, അങ്ങനെ പലതും. ഇവിടെയുള്ള നിരവധി തടവുപുള്ളികൾ ഒന്നിച്ചു ചേർന്ന് ബസ്റ്റോയി ബ്ലൂസ് ബാന്റ് എന്ന പേരിൽ ഒരു സംഘം ഉണ്ടാക്കിയെന്ന് മാത്രമല്ല, മഹത്തായ ടെക്സാസ് റോക്കേർസ് ZZ ടോപ്പിൽ ഇടം നേടുകയും ചെയ്തു. ഈ ദ്വീപിൽ ഒരു പള്ളിയും പലചരക്ക് കടയും ലൈബ്രറിയും ഉണ്ട്.

ബസ്റ്റോയി ഒരു ലക്ഷ്വറി റിസോർട്ട് പോലെയാണെന്ന് തോന്നിയേക്കാം. പക്ഷേ, അത് അത്രയും അലസസ്വഭാവമുള്ളതല്ല എന്നുമാത്രം. തങ്ങളുടെ സമൂഹത്തിന്റെ ഉപജീവനത്തിനായി അവർ കഠിനാധ്വാനം ചെയ്തേ മതിയാവൂ. അവർ നിലം ഉഴുതുമറിക്കുകയും വിത്തിടുകയും വേണം, വിളവെടുക്കുകയും പാചകം ചെയ്യുകയും വേണം, വിറകുകീറുകയും ആശാരിപ്പണി ചെയ്യുകയും വേണം. എല്ലാം പുനരുപയോഗം ചെയ്യുന്ന രീതിയാണ് ഇവിടെയുള്ളത്. തങ്ങൾക്കുവേണ്ട ഭക്ഷണത്തിന്റെ നാലിലൊന്നും ഇവർ ഇവിടെത്തന്നെ ഉല്പാദിപ്പിക്കുന്നു. ഇവിടെയുള്ള ചില തടവുപുള്ളികൾ അവരുടെ കൂട്ടത്തിലുള്ളവർ തന്നെ പ്രവർത്തിപ്പിക്കുന്ന ഫെറി സർവീസ് ഉപയോഗിച്ച് പുറത്തുപോയി ജോലിചെയ്ത് വരാറുമുണ്ട്.

മാത്രവുമല്ല, തങ്ങളുടെ തൊഴിലിന്റെ ഭാഗമായി ഇവർക്ക് കത്തികൾ, ചുറ്റികകൾ, കൊലപാതകത്തിനുവരെ ഉപയോഗിക്കാവുന്ന മാരകായുധങ്ങൾ എന്നിവയൊക്കെ കൈകാര്യം ചെയ്യാനും അനുവാദമുണ്ട്. ഒരു മരം അറുത്തിടണം എന്നുണ്ടെങ്കിൽ അവർക്ക് അറക്കവാൾ ഉപയോഗിക്കാം. നിങ്ങൾ ഊഹിച്ചത് ശരിയാണ്. കൊലപാതകക്കേസിൽ ശിക്ഷിക്കപ്പെട്ടവനും കൊലപാതകത്തിനായി ഇതേ ആയുധം തന്നെയാണ് ഉപയോഗിച്ചത്. ഇതൊന്നും

നോർവേക്കാർക്ക് അറിയില്ലെ? ഒരു ബോട്ട് നിറയെ കൊലപാതകികളെ ഒരു ഹോളിഡേ റിസോർട്ടിലേക്ക് ശിക്ഷയായി അയയ്ക്കുന്നത് എത്രമാത്രം വിഡ്ഢിത്തരമാണ്. എന്നാൽ, ബസ്റ്റോയിയിലെ ജീവനക്കാരോട് നിങ്ങൾ ചോദിക്കുകയാണെങ്കിൽ ഇതിലും സ്വാഭാവികമായി മറ്റൊന്നുമില്ലെന്ന് അവർ പറയും. നാല്പത് ശതമാനം തടവറ ഗാർഡുമാരും സ്ത്രീകളായ നോർവേയിൽ, എല്ലാ ഗാർഡുമാരും തന്നെ രണ്ടുവർഷത്തെ ഒരു പരിശീലന പരിപാടി പൂർത്തിയാക്കേണ്ടതുണ്ട്. അവിടെ അവരെ പഠിപ്പിക്കുന്ന കാര്യം തടവുപുള്ളികൾക്കുമേൽ ആധിപത്യം സ്ഥാപിക്കുകയും അവരെ അവഹേളിക്കുകയും ചെയ്യുന്നതിലും നല്ലത് അവരുമായി സൗഹൃദം വളർത്തുക എന്നതാണ്.

നോർവേക്കാർ ഇതിനെ 'ഡൈനാമിക് സെക്യൂരിറ്റി' എന്ന് പറയുന്നു. അഴികളിട്ട സെല്ലുകളും മുൾവേലികളും നിരീക്ഷണ ക്യാമറകളുമെല്ലാമായി പഴഞ്ചൻ മട്ടിലുള്ള 'സ്റ്റാറ്റിക് സെക്യൂരിറ്റി'യിൽ നിന്നും വേർതിരിക്കുന്നതിനാണ് ഇങ്ങനെയൊരു പേര് നല്കിയിരിക്കുന്നത്. നോർവേയിൽ തടവറ എന്നതുകൊണ്ടുദ്ദേശിക്കുന്നത് മോശം പെരുമാറ്റത്തെ തടയുക എന്നല്ല, മോശം ഉദ്ദേശ്യത്തെ തടയുക എന്നാണ്. തങ്ങളാൽ കഴിയുംവിധം തടവുപുള്ളികളെ സാധാരണ ജീവിതത്തിന് തയ്യാറാക്കുക എന്നതാണ് തങ്ങളുടെ ഡ്യൂട്ടിയെന്ന് ഗാർഡുമാർക്ക് അറിയാം. സാധാരണത്വത്തിന്റെ ഈ തത്ത്വമനുസരിച്ച് ഈ ചുമരുകൾക്കുള്ളിലെ ജീവിതം കഴിയുന്നയത്രയും പുറത്തുള്ള ജീവിതത്തോട് സാമ്യമുള്ളതായിരിക്കണം.

അവിശ്വസനീയം എന്ന് തോന്നാമെങ്കിലും ഇത് തീർത്തും പ്രാവർത്തികമാണ്. ഹാൽഡനും ബസ്റ്റോയിയും തീർത്തും ശാന്തശീലമായ സമൂഹങ്ങളാണ്. പരമ്പരാഗത കാരാഗൃഹങ്ങൾ ആത്യന്തികമായി ധാരാളം അതിക്രമങ്ങൾ നടക്കുന്ന ടോട്ടൽ ഇൻസ്റ്റിറ്റ്യൂഷൻസ് (അധ്യായം 14 കാണുക) ആണെങ്കിൽ നോർവേയിലെ തടവറകളിൽ തടവുപുള്ളികൾ എല്ലാവരുംതന്നെ വളരെ സഹവർത്തിത്വത്തോടെയാണ് കഴിയുന്നത്. ഏതെങ്കിലും ഒരു സമയത്ത് സംഘർഷം ഉണ്ടായാൽ തന്നെ ഇരുപക്ഷവും ഒന്നിച്ചിരുന്ന് സംസാരിച്ച് പ്രശ്നം പരിഹരിക്കണം, എന്നിട്ട് പരസ്പരം കൈകൊടുത്തശേഷം മാത്രമേ അവർക്ക് അവിടെനിന്ന് പോകാനാവൂ.

ഇത് വളരെ ലളിതമാണെന്നാണ് ബസ്റ്റോയിലെ വാർഡനായ ടോം എബർഹാട്ട് പറയുന്നത്: 'ആളുകളെ അഴുക്കുപോലെ കൈകാര്യം ചെയ്താൽ അവരും അഴുക്കായി മാറും. അവരെ മനുഷ്യരെപ്പോലെ കൈകാര്യം ചെയ്താൽ അവർ മനുഷ്യരെപോലെ പെരുമാറും.'

ഇങ്ങനെയൊക്കെയാണെങ്കിലും എനിക്കിത് ബോധ്യപ്പെട്ടിരുന്നില്ല. യുക്തിപരമായി ചിന്തിച്ചാൽ ഒരു നോൺ കോംപ്ലിമെന്ററി തടവറ മെച്ചപ്പെട്ട രീതിയിൽ പ്രവർത്തിക്കുന്നത് എന്തുകൊണ്ടാണെന്ന് എനിക്ക് മനസ്സിലാക്കാനാവും. എന്നാൽ, സഹജാവബോധംവച്ചുനോക്കുമ്പോൾ അത് തെറ്റാണെന്ന് തോന്നും. ഈ കൊലപാതകികളെ ഒരു സുഖവാസകേന്ദ്രത്തിലേക്കാണ് അയയ്ക്കുന്നതെന്ന് അറിഞ്ഞാൽ ഇരയാക്കപ്പെട്ടവർക്ക് എന്താണ് തോന്നുക?

എന്നാൽ, ടോം എബർഹാട്ടിന്റെ വിശദീകരണം വായിച്ചപ്പോൾ അത് യുക്തിഭദ്രമാണെന്ന് എനിക്കും തോന്നാൻ തുടങ്ങി. ആദ്യമേ പറയട്ടെ, മിക്ക

തടവുപുള്ളികളെയും ഇന്നല്ലെങ്കിൽ നാളെ തുറന്നുവിടും. നോർവേയിൽ 90 ശതമാനത്തിലധികം പേരും ഒരു വർഷത്തിനുള്ളിൽത്തന്നെ തിരിച്ച് തെരുവുകളിലെത്തും, അതിനാൽ തീർച്ചയായും അവർ ആരുടെയെങ്കിലുമൊക്കെ അയൽക്കാരാകുകയും ചെയ്യും. അമേരിക്കൻ ജേണലിസ്റ്റായ ഡ്രേസിങ്ങറിനോട് എബർഹാട്ട് പറഞ്ഞതുപോലെ, 'ഞാൻ ആളുകളോട് പറയാറുണ്ട് ഓരോ വർഷവും ഞങ്ങൾ അയൽക്കാരെയാണ് മോചിപ്പിക്കുന്നത് എന്ന്. ടിക് ചെയ്തുകൊണ്ടിരിക്കുന്ന ടൈംബോംബുകളെ തുറന്നുവിടണമെന്നാണോ നിങ്ങൾ പറയുന്നത്?'

അവസാനം എനിക്ക് അതിന്റെ യുക്തി മനസ്സിലായി. മറ്റ് എല്ലാറ്റിലുമുപരി പ്രധാനപ്പെട്ട ഒരു കാര്യമുണ്ട്: ഫലം. എങ്ങനെയാണ് ഇത്തരം തടവറകൾ നിലനില്ക്കുന്നത്? 2018-ലെ വേനൽക്കാലത്ത് നോർവേയിലെയും അമേരിക്കയിലെയും സാമ്പത്തികശാസ്ത്രജ്ഞരുടെ ഒരു സംഘം ഈ ചോദ്യത്തിന് ഉത്തരം തേടാൻ തീരുമാനിച്ചു. അവർ കുറ്റവാസനാനിരക്ക്, അതായത് ഒരാൾ ആവർത്തിച്ച് കുറ്റംചെയ്യുന്നതിനുള്ള സാധ്യത, പരിശോധിച്ചു. ഈ സംഘത്തിന്റെ കണക്കുകൂട്ടലുകൾ അനുസരിച്ച് ഹാൽഡൻ, ബസ്റ്റോയി തുടങ്ങിയ തടവറകളിലുള്ള തടവുപുള്ളികളിലെ കുറ്റവാസനാനിരക്ക് സാമൂഹ്യസേവനത്തിനോ അല്ലെങ്കിൽ പിഴയൊടുക്കാനോ ശിക്ഷിക്കപ്പെട്ട കുറ്റവാളികളിലേതിനേക്കാൾ ഏകദേശം 50 ശതമാനം കുറവാണെന്ന് കണ്ടെത്തി.

ഞാൻ ശരിക്കും ഞെട്ടിപ്പോയി. 50 ശതമാനത്തോളമോ? എവിടെയും കേൾക്കാത്തതാണിത്. എന്ന് പറഞ്ഞാൽ, ഓരോ ശിക്ഷാവിധിക്കും ഭാവിയിൽ ശരാശരി 11 കുറ്റകൃത്യങ്ങളോളം എണ്ണം കുറയുന്നുവെന്ന് സാരം. മാത്രവുമല്ല, ഒരു മുൻ കുറ്റവാളിക്ക് തൊഴിൽ കിട്ടാനുള്ള സാധ്യത 40 ശതമാനം അധികമാണുതാനും. നോർവീജിയൻ തടവറകളിൽ അടക്കപ്പെടുന്നത് അവരുടെ ജീവിതഗതി തന്നെ മാറ്റിമറിക്കുന്നു.

ലോകത്തിലെ ഏറ്റവും കുറവ് കുറ്റവാസനാനിരക്കുള്ള രാജ്യമാണ് നോർവെ എന്നത് യാദൃച്ഛികമല്ല. ഇതിനുനേരെ വിരുദ്ധമായി അമേരിക്കൻ തടവറ സംവിധാനത്തിൽ ഇത് ഏറെ അധികമാണുതാനും. അമേരിക്കയിൽ 60 ശതമാനം തടവുപുള്ളികളും മോചിപ്പിക്കപ്പെട്ട് രണ്ടുവർഷംകൊണ്ട് തിരികെ തടവറയിൽ തന്നെ എത്തുന്നു, എന്നാൽ നോർവേയിൽ ഇത് കേവലം 20 ശതമാനം മാത്രമാണ്. ബസ്റ്റോയിലാവട്ടെ, ഇത് പിന്നെയും കുറവാണ് - 16 ശതമാനം. ഈ തടവറയെ യൂറോപ്പിലെ, അല്ലെങ്കിൽ ഒരു പക്ഷേ ലോകത്തിലെ തന്നെ, ഏറ്റവും മികച്ച തടവറകളിലൊന്നാക്കി മാറ്റുന്നതും ഇതുതന്നെയാണ്.

സമ്മതിച്ചു. പക്ഷേ, ഈ നോർവീജിയൻ മാതൃക വളരെ ചെലവ് കൂടിയതല്ലേ?

2018-ലെ ഈ പ്രബന്ധത്തിന്റെ ഒടുവിൽ അവർ ഇതിനുള്ള ചെലവും നേട്ടവും തമ്മിൽ കണക്കുകൂട്ടി നോക്കി. അവരുടെ കണക്ക് അനുസരിച്ച് നോർവീജിയൻ തടവറയിലെ വാസത്തിന് കുറ്റവാളി ഒന്നിന് ശരാശരി 60151 ഡോളർ ചെലവുവരും, അമേരിക്കയിലേതിനേക്കാൾ ഏകദേശം ഇരട്ടി. എന്നാൽ, മുൻ കുറ്റവാളികൾ വീണ്ടും കുറ്റകൃത്യങ്ങൾ ചെയ്യുന്നത് വളരെ കുറവായതിനാൽത്തന്നെ, ഒരു നിയമം നടപ്പാക്കലിന്മേലുള്ള ചെലവ് ഏക

ദേശം 71226 ഡോളർവെച്ച് കുറയുന്നുവെന്നും അവർ കണ്ടെത്തി. പിന്നെ കൂടുതൽ കുറ്റവാളികൾക്കും തൊഴിൽ ലഭിക്കുന്നുവെന്നതിനാൽ അവർക്ക് ഗവൺമെന്റിന്റെ സഹായം ആവശ്യമില്ല. മാത്രമല്ല, അവർ നികുതി അടക്കുകയും ചെയ്യുന്നതിനാൽ ആ വഴിക്കും ഗവൺമെന്റിനും ശരാശരി 67086 ഡോളറിന്റെ നേട്ടമുണ്ട്. ഏറ്റവും ഒടുവിലായി, വളരെ പ്രധാനപ്പെട്ട മറ്റൊരു കാര്യം, ഇരകളുടെ എണ്ണം കുറയുന്നു എന്നതാണ്, അത് അമൂല്യമാണുതാനും.

എന്താണ് ഇതിൽ നിന്നുള്ള നിഗമനം? യാഥാസ്ഥിതികമായ കണക്കുവച്ചു നോക്കുകയാണെങ്കിൽ പോലും നോർവീജിയൻ തടവറ സംവിധാനം രണ്ടിരട്ടിയിലധികം നേട്ടമുണ്ടാക്കുന്നു. നോർവേയുടെ സമീപനം നിഷ്കളങ്കമായ സോഷ്യലിസ്റ്റ് വ്യതിചലനമൊന്നുമല്ല. അത് കൂടുതൽ മികച്ചതും കൂടുതൽ മാനുഷികമായതും ചെലവ് കുറവായതുമായ ഒരു സംവിധാനമാണ്.

2

1965 ജൂലായ് 23-ന് പ്രസിഡന്റ് ലിന്റൺ ബി. ജോൺസൺ വിളിച്ചുചേർത്തത് പ്രകാരം പത്തൊൻപത് ക്രിമിനോളജിസ്റ്റുകളുടെ ഒരു കമ്മീഷൻ വാഷിങ്ടൺ ഡിസിയിൽ ഒത്തുചേർന്നു. അവരുടെ ദൗത്യം പൊലീസിങ് മുതൽ തടങ്കൽവരെ അമേരിക്കൻ നിയമനിർവഹണ വ്യവസ്ഥയിൽ മൊത്തത്തിൽ വിപ്ലവകരമായൊരു ദർശനം അടുത്ത രണ്ടുവർഷത്തിനുള്ളിൽ വികസിപ്പിച്ചെടുക്കുക എന്നതായിരുന്നു.

പ്രക്ഷുബ്ധമായ അറുപതുകളായിരുന്നു കാലം. പുതിയ തലമുറ അധികാരത്തിന്റെ പടിവാതിലുകളിൽ ആക്രോശത്തോടെ അടിക്കുകയും കുറ്റകൃത്യനിരക്ക് കൂടിവരികയും പഴയ ക്രിമിനൽ ജസ്റ്റിസ് സംവിധാനം മുടന്തിനീങ്ങുകയും ചെയ്യുന്ന അവസ്ഥയായിരുന്നു. വലിയ തോതിൽ ചിന്തിക്കേണ്ട സമയമായെന്ന് ക്രിമിനോളജിസ്റ്റുകൾക്ക് അറിയാമായിരുന്നു. അങ്ങനെ അവസാനം അവർ തങ്ങളുടെ റിപ്പോർട്ട് തയ്യാറാക്കി കഴിഞ്ഞപ്പോൾ അതിൽ ഇരുന്നൂറിലധികം നിർദ്ദേശങ്ങളായിരുന്നു മുന്നോട്ടുവച്ചിരുന്നത്. അവശ്യസർവീസുകളിൽ ഒരു അഴിച്ചുപണി വേണമെന്നും പൊലീസ് പരിശീലനം മെച്ചപ്പെടുത്തണമെന്നും ഒരു നാഷണൽ എമർജൻസി ഹോട്ട്‌ലൈൻ വേണമെന്നും അവർ പറഞ്ഞു. അങ്ങനെയാണ് 911-ന്റെ പിറവി.

എന്നാൽ ഇതിൽ ഏറ്റവും വിപ്ലവകരമായ നിർദ്ദേശങ്ങൾ അമേരിക്കൻ ജയിലുകളെ സംബന്ധിച്ചായിരുന്നു. ഈ വിഷയത്തിൽ കമ്മീഷൻ വാചകക്കസർത്തൊന്നും നടത്താതെ കൃത്യമായി ഇങ്ങനെ എഴുതി:

പല സ്ഥാപനങ്ങളിലെയും ജീവിതം തീർത്തും തരിശും വ്യർത്ഥവുമാണ്, പറയാൻ പറ്റാത്തയത്ര നിഷ്ഠൂരവും അവഹേളനപരവുമാണ്. [...] അവർ (തടവുകാർ) ജീവിക്കുന്ന അവസ്ഥ അവരെ വിജയകരമായി സമൂഹത്തിലേക്ക് തിരിച്ചെത്തിക്കാൻ പറ്റാത്തവിധം പരിതാപകരമാണ്, മാത്രവുമല്ല,

പലപ്പോഴും, ഇത് കാപട്യത്തിന്റെയും നശീകരണസ്വഭാവത്തിന്റെയും ഒരു ഘടനയാണ് അവരിൽ സൃഷ്ടിക്കുക.

ഒരു സമ്പൂർണ്ണമായ പരിഷ്കരണത്തിന് കാലമായെന്ന് കമ്മീഷൻ പറഞ്ഞു. അഴികളും സെല്ലുകളും അനന്തമായ ഇടനാഴികളും വേണ്ട. 'വാസ്തുനിർമ്മിതി അനുസരിച്ച് ഒരു മാതൃകാസ്ഥാപനം തീർത്തും സാധാരണമായ പാർപ്പിട സൗകര്യത്തെ പരമാവധി അനുസ്മരിപ്പിക്കുന്നതായിരിക്കണം,' ആ വിദഗ്ധർ നിർദ്ദേശിച്ചു. 'ഉദാഹരണത്തിന് മുറികൾക്ക് അഴികൾക്കുപകരം വാതിലാണ് വേണ്ടത്. തടവുപുള്ളികൾ തീർത്തും അനൗപചാരികമായൊരു അന്തരീക്ഷത്തിൽ കൊച്ചുമേശകളിലിരുന്ന് ഭക്ഷണം കഴിക്കും. അവിടെ ക്ലാസ് മുറികളും വിനോദോപാധികളും പകൽമുറികളും, വേണമെങ്കിൽ ഒരു കടയും ലൈബ്രറിയുംവരെ ഉണ്ടാവാം.'

അധികമാർക്കും അറിയാത്തൊരു കാര്യം, അമേരിക്ക ഇപ്പോൾ നോർവേയിലുള്ളതിന് സമാനമായ ഒരു തടവറ സംവിധാനം ഏകദേശം പൂർത്തിയാക്കിയിരുന്നു എന്നതാണ്. ഈ 'പുതുതലമുറ'കളുടെ ആദ്യ പൈലറ്റുകൾ അറുപതുകളുടെ അവസാനത്തിൽ തന്നെ അവതരിപ്പിച്ചതാണ്. ഈ മാതൃകകളിൽ തടവുപുള്ളികൾക്ക് സ്വന്തമായി മുറികളുണ്ടായിരുന്നു. ഇവയുടെ വാതിലുകൾ ഒരു പൊതു ഇടത്തിലേക്ക് തുറക്കുകയും, അവിടെ അവർക്ക് പരസ്പരം സംസാരിക്കുകയോ വായിക്കുകയോ കളിക്കുകയോ ചെയ്യാനുള്ള സൗകര്യം ഒരുക്കുകയും ചെയ്തിരുന്നു. അവിടെ മൃദുവായ പരവതാനി വിരിക്കുകയും അപ്പോൾസ്റ്ററി ചെയ്ത ഫർണ്ണിച്ചറുകളും പോഴ്സലെയ്ൻ കൊണ്ടുണ്ടാക്കിയ ടോയ്ലറ്റുകൾ തയ്യാറാക്കുകയും ചെയ്തിരുന്നു.

കണ്ടോളൂ, ഇതാണ് ഭാവിയുടെ തടവറ എന്ന് വിദഗ്ധർ പറഞ്ഞു.

ഇപ്പോൾ തിരിഞ്ഞുനോക്കുമ്പോൾ, എത്ര പെട്ടെന്നാണ് കാര്യങ്ങൾ മാറിമറിഞ്ഞതെന്നും അതിനുള്ള കാരണം എന്തായിരുന്നുവെന്നതും ഞെട്ടിക്കുന്ന കാര്യമാണ്. ഇതെല്ലാം തുടങ്ങിയത് 1973 ഫെബ്രുവരിയിൽ തന്റെ സ്റ്റാൻഫോർഡ് തടവറ പരീക്ഷണം സംബന്ധിച്ച് തന്റെ ആദ്യത്തെ അക്കാദമിക്ക് ലേഖനം പ്രസിദ്ധീകരിച്ച ഫിലിപ് സിംബാർദോയിൽ നിന്നാണ്. ഒരു യഥാർത്ഥ തടവറയിൽ ഒരിക്കലും കാലുകുത്തിയിട്ടില്ലാത്ത ആ മനഃശാസ്ത്രജ്ഞൻ തറപ്പിച്ച് പറഞ്ഞത് തടവറകൾ, അവയെ എന്തൊക്കെ പൊലിമയുള്ളതാക്കിയാലും, സഹജമായി തന്നെ നിഷ്ഠൂരമാണെന്നാണ്.

ഒരു വർഷത്തിനുശേഷം, കുപ്രസിദ്ധമായ മാർട്ടിൻസൺ റിപ്പോർട്ട് വന്നതോടെ സിംബാർദോയുടെ ഈ വിലയിരുത്തൽ ഊഷ്മളമായി സ്വീകരിക്കപ്പെടുകയും പ്രശസ്തമാവുകയും ചെയ്തു. മാർട്ടിൻസൺ റിപ്പോർട്ടിന് പിന്നിലുള്ള വ്യക്തിയായ റോബർട്ട് മാർട്ടിൻസൺ NYU വിലെ ഏറെ മിടുക്കനും എന്നാൽ അല്പം കിറുക്കനുമായ ഒരു സോഷ്യോളജിസ്റ്റ് എന്ന നിലയിൽ പ്രശസ്തനായ വ്യക്തിയായിരുന്നു. അയാൾക്കൊരു ദൗത്യമുണ്ടായിരുന്നു എന്നു കൂടി പറയേണ്ടതുണ്ട്. തന്റെ ചെറുപ്പകാലത്ത് ഒരു സിവിൽ റൈറ്റ്സ് ആക്ടിവിസ്റ്റായിരുന്ന മാർട്ടിൻസൺ 39 ദിവസം തടങ്കലിലാക്കപ്പെട്ടിരുന്നു (ഇതിൽ മൂന്നുദിവസം ഏകാന്തവാസമായിരുന്നു). ഭീകരമായ ഈ അനുഭവം എല്ലാ തടവറകളും രാക്ഷസീയമായ ഇടങ്ങളാണെന്ന തോന്നൽ അയാളിലുണ്ടാക്കി.

അറുപതുകളുടെ ഒടുവിൽ, തന്റെ ഡിഗ്രി കഴിഞ്ഞയുടനെ, വിപുലമായ തിരുത്തൽ തന്ത്രങ്ങൾ വിശകലനം ചെയ്യുന്ന ഒരു വൻപദ്ധതിയിൽ ചേരാൻ മാർട്ടിസണ് ക്ഷണം ലഭിച്ചു. ഇത് ക്രിമിനലുകളെ ശരിയായ പാതയിലേക്ക് തിരിച്ചുകൊണ്ടുവരാൻ സഹായിക്കുന്ന കോഴ്സുകളും തെറാപ്പികളും മേൽനോട്ടവും എല്ലാം അടങ്ങുന്ന ഒന്നായിരുന്നു. മറ്റ് രണ്ട് സോഷ്യോളജിസ്റ്റുകൾക്കൊപ്പം അവിടെ പ്രവർത്തിച്ച മാർട്ടിൻസൺ ലോകമെമ്പാടും നടത്തിയ ഇരുന്നൂറിലധികം പഠനങ്ങളിൽ നിന്നുള്ള ഡാറ്റ ശേഖരിച്ചു. 736 പേജുള്ള അവരുടെ അന്തിമ റിപ്പോർട്ടിന് നമുക്ക് സങ്കല്പിക്കാൻ പോലുമാവാത്ത ഒരു പേരാണ് നല്കിയിരുന്നത്: (The Effectiveness of Correctional Treatment: A Survey of Treatment Evaluation Studies).

ഇത്തരം സങ്കീർണ്ണമായ പഠനങ്ങൾ പത്രപ്രവർത്തകർ അപൂർവ്വമായി മാത്രമേ വായിക്കാറുള്ളൂ എന്നതിനാൽ മാർട്ടിസണും തങ്ങളുടെ കണ്ടെത്തലിന്റെ ഒരു ഹ്രസ്വസംഗ്രഹം ഒരു ജനപ്രിയ മാഗസിനിൽ പ്രസിദ്ധീകരിച്ചു. ഇതിന്റെ ശീർഷകം 'എന്താണ് ഫലം ചെയ്യുക?' എന്നായിരുന്നു. ഇതിലെ നിഗമനമോ? ഒന്നും ഫലം ചെയ്യില്ല എന്നും. 'വളരെ കുറച്ചുമാത്രം ഒറ്റപ്പെട്ട അപവാദങ്ങളൊഴിച്ച്, ഇത്രയുംകാലം റിപ്പോർട്ട് ചെയ്യപ്പെട്ട പുനരധിവാസ ശ്രമങ്ങളൊന്നും തന്നെ കുറ്റവാസനയ്ക്കുമേൽ എടുത്തുപറയത്തക്ക പ്രഭാവമൊന്നും ചെലുത്തിയിട്ടില്ല,' എന്ന് മാർട്ടിൻസൺ എഴുതി. ഫിലിപ്പ് സിംബാർദോയെ പോലെതന്നെ പുരോഗമനവാദിയായ ഈ സാമൂഹ്യശാസ്ത്രജ്ഞനുമതേ തടവറകൾ യാതൊരു കാര്യവുമില്ലാത്ത ഇടങ്ങളാണെന്നും അവ അടച്ചുപൂട്ടേണ്ടതാണെന്നും എല്ലാവരും തിരിച്ചറിയും എന്നാണ് കരുതിയത്.

പക്ഷേ, സംഭവിച്ചത് അതല്ല. ഏറെ സ്വാധീനശക്തിയുള്ള ആ സോഷ്യോളജിസ്റ്റിനെ മാധ്യമങ്ങൾക്ക് തുടക്കത്തിൽ പിടികിട്ടിയില്ല. പത്രങ്ങളും ടെലിവിഷൻ പ്രോഗ്രാമുകളും മാർട്ടിൻസണ് തന്റെ പരുക്കൻ വിധിപ്രസ്താവം നല്കാൻ ആവർത്തിച്ച് വേദികൾ കൊടുത്തു, അതേസമയം അദ്ദേഹത്തിന്റെ സഹഗ്രന്ഥകാരന്മാരാവട്ടെ, ഇതെല്ലാംകേട്ട് പരിഭ്രാന്തരായി നിന്നു. യഥാർത്ഥത്തിൽ ഇവർ വിശകലനം ചെയ്ത 48 ശതമാനം പഠനങ്ങളുടെ ഫലങ്ങളും വളരെ പോസിറ്റീവായ തരത്തിലുള്ളവയായിരുന്നു, പുനരധിവാസം ഗുണം ചെയ്യുമെന്നാണ് ഇവ കാണിച്ചത്.

മാർട്ടിൻസൺ റിപ്പോർട്ടിന്റെ ഈ വക്രീകരിച്ച സംഗ്രഹം കടുംപിടുത്തക്കാർക്ക് വഴിതുറന്ന് കൊടുത്തു. ചിലയാളുകൾ ചീത്തയായായാണ് ജനിക്കുന്നതെന്നും അവർ അങ്ങനെതന്നെ തുടരുമെന്നും ഉള്ളതിനുള്ള തെളിവിതാ എന്ന് യാഥാസ്ഥിതികരായ നയരൂപകർത്താക്കൾ വിളംബരം ചെയ്തു. എന്നുപറഞ്ഞാൽ പുനരധിവാസം എന്ന ആശയം തന്നെ മനുഷ്യപ്രകൃതിയോടുള്ള വെല്ലുവിളിയാണെന്ന്. ഈ മോശം മനുഷ്യരെ തടവിലിടണമെന്നും എന്നിട്ട് താക്കോൽ എറിഞ്ഞ് കളയണമെന്നും അവർ പ്രഖ്യാപിച്ചു. ഇത് കഠിനം, കൂടുതൽ കഠിനം, അതികഠിനം എന്ന അവസ്ഥയുടെ ഒരു പുതിയ യുഗത്തിന് തുടക്കം കുറിക്കുകയും അതോടെ പുതുതലമുറ തടവറകൾ സൃഷ്ടിക്കുന്നതിനുള്ള അമേരിക്കയിലെ പരീക്ഷണങ്ങൾക്ക് അന്ത്യം കുറിക്കുകയും ചെയ്തു.

വിരോധാഭാസം എന്നു പറയട്ടെ, ഒന്നുരണ്ട് വർഷത്തിനുശേഷം മാർട്ടിൻസൺ തന്റെ നിഗമനത്തിൽനിന്നും പിറകോട്ടുപോയി. 'എന്റെ ആദ്യ

നിലപാടിൽനിന്നും വിരുദ്ധമായി ചില ചികിത്സാപദ്ധതികൾ കുറ്റവാസന കുറയ്ക്കുന്നതിൽ ശ്ലാഘനീയമായ പ്രഭാവം ചെലുത്തുന്നുണ്ട്,' 1979-ൽ എഴുതിയ ഒരു ലേഖനത്തിൽ അദ്ദേഹം പറഞ്ഞു. അതുപോലെ തന്നെ, 1978-ൽ നടന്ന ഒരു സെമിനാറിൽ ഒരു പ്രഫസർ താൻ തന്റെ വിദ്യാർത്ഥികളോട് എന്താണ് പറയേണ്ടതെന്ന് അമ്പരപ്പോടെ ചോദിച്ചപ്പോൾ മാർട്ടിൻസണിന്റെ മറുപടി ഇങ്ങനെയായിരുന്നു, 'അവരോട് പറയുക ഞാൻ പറഞ്ഞതെല്ലാം വെറും ചവറായിരുന്നുവെന്ന്.'

പക്ഷേ, അപ്പോഴേക്കും ആരും ഇതൊന്നും ശ്രദ്ധിക്കുന്നുണ്ടായിരുന്നില്ല. സ്വന്തം തെറ്റുകൾ ഏറ്റുപറഞ്ഞുകൊണ്ട് മാർട്ടിൻസൺ അവസാനമായി ഒരു ലേഖനം കൂടി എഴുതി. എന്നാൽ ആരും ശ്രദ്ധിക്കാത്ത ഒരു പ്രസിദ്ധീകരണം മാത്രമാണ് ഇത് അച്ചടിക്കാൻ തയ്യാറായത്. മറ്റൊരു ശാസ്ത്രജ്ഞനായ ജെറോം ജി. മില്ലർ പറഞ്ഞതുപോലെ, ഒരുപക്ഷേ, ഈ ലേഖനമായിരിക്കാം പുനരധിവാസം സംബന്ധിച്ച ക്രിമിനൽ നീതിവ്യവസ്ഥയെക്കുറിച്ചുള്ള ലേഖനങ്ങളിൽ ഏറ്റവും കുറവ് വായിക്കപ്പെട്ടത്.' മാർട്ടിൻസണിന്റെ തിരുത്ത് പത്രങ്ങളും റേഡിയോയും ടെലിവിഷനും കാണാതെപോയി. ഏതാനും ആഴ്ചകൾക്കുശേഷം തന്റെ മാൻഹാട്ടൻ അപ്പാർട്ട്മെന്റ് ബ്ലോക്കിന്റെ പതിനഞ്ചാം നിലയിൽനിന്നും ഈ അമ്പത്തിരണ്ടുകാരനായ സോഷ്യോളജിസ്റ്റ് മരണത്തിലേക്ക് എടുത്തുചാടിയപ്പോൾ അതും വാർത്തയായില്ല.

3

ഇക്കാലമായപ്പോഴേക്കും, മറ്റൊരാളായിരുന്നു വാർത്തകളുടെ തലക്കെട്ടിൽ സ്ഥാനം പിടിച്ചത്: പ്രഫസർ ജെയിംസ് ക്യു. വിൽസൺ.

ആ പേര് നമ്മളിൽ പ്രത്യേകിച്ച് ഒരോർമ്മയും ഉണർത്തില്ല. പക്ഷേ, അമേരിക്കൻ ക്രിമിനൽ ജുഡീഷ്യൽ സംവിധാനം ഇന്നുള്ള അവസ്ഥയിലെത്തിയതിനെക്കുറിച്ച് നമുക്ക് എന്തെങ്കിലും മനസ്സിലാക്കണമെങ്കിൽ ഈ മനുഷ്യനെ മാറ്റിനിർത്തി അതിന് സാധിക്കില്ല. റോബർട്ട് മാർട്ടിൻസൺ തന്റെ ജീവനെടുത്തതിന് ശേഷമുള്ള വർഷങ്ങളിൽ ജെയിംസ് വിൽസൺ അമേരിക്കൻ ചരിത്രത്തിന്റെ ഗതിതന്നെ മാറ്റിമറിച്ചു.

ഹാർവാഡ് സർവകലാശാലയിലെ പൊളിറ്റിക്കൽ സയൻസ് പ്രഫസറായ വിൽസൺ എല്ലാ കാര്യത്തെക്കുറിച്ചും തന്റേതായ അഭിപ്രായമുള്ള ഒരാളായിരുന്നു - ബയോ എത്തിക്സ് മുതൽ മയക്കുമരുന്നുകൾക്കെതിരായുള്ള യുദ്ധംവരെ ഭരണഘടനാ വ്യവസ്ഥയുടെ ഭാവിതൊട്ട് സ്കൂബാ ഡൈവിങ് വരെ. (ഇരുപത് അടി വലുപ്പമുള്ള സ്രാവുകൾക്കൊപ്പം തന്റെ ഫോട്ടോയെടുക്കാനും അദ്ദേഹത്തിന് താത്പര്യമുണ്ടായിരുന്നതായി പറയപ്പെടുന്നു).

എന്നാൽ, തന്റെ ജീവിതകാലയളവിൽ അത്രയും ചെയ്ത കാര്യങ്ങളുടെ സിംഹഭാഗവും കുറ്റകൃത്യങ്ങളുമായി ബന്ധപ്പെട്ടതായിരുന്നു. ഏതെങ്കിലും ഒരു കാര്യം വിൽസൺ വെറുത്തിരുന്നുവെങ്കിൽ അത് മറുകവിൾ കാണിച്ചുകൊടുക്കലായിരുന്നു. തടവുപുള്ളികളെ ദയാവായ്പോടുകൂടി കൈകാര്യം ചെയ്യുന്ന പുതിയ തലമുറ തടവറകളെക്കുറിച്ച് അദ്ദേഹത്തിന് അഭിപ്രായമില്ലായിരുന്നു. ക്രിമിനൽ സ്വഭാവത്തിന്റെ ഉത്ഭവം സംബന്ധിച്ച് അന്വേഷണം

നടത്തുന്നത് സമയം പാഴാക്കലാണെന്നും, പ്രക്ഷുബ്ധമായൊരു തലമുറയുടെ പ്രഭാവത്തെക്കുറിച്ച് പുലമ്പിക്കൊണ്ടിരിക്കുന്ന ലിബറലുകൾ യഥാർത്ഥ കാര്യം കാണാതെ പോവുകയാണെന്നും അദ്ദേഹം വിശ്വസിച്ചു. ചിലയാളുകൾ തീർത്തും അതിനികൃഷ്ടരാണെന്നും, ഏറ്റവും നല്ലകാര്യം അവരെ തടവിലിടുകയാണെന്നും അദ്ദേഹം പറഞ്ഞു. അതല്ലെങ്കിൽ അവരെ വധശിക്ഷയ്ക്ക് വിധേയമാക്കുക.

'ഇത്തരമൊരു പ്രസ്താവന വിവേകികളായ ഇന്നത്തെ പല വായനക്കാർക്കും ക്രൂരമോ രാക്ഷസീയമോ ആയി തോന്നാമെന്നത് നമ്മുടെ സംഭ്രമം കാരണമാണ്,' എന്ന് ഈ ഹാർവാഡ് പ്രഫസർ ഒരിക്കൽ എഴുതി.

എന്നാൽ, തന്റെ നിലപാട് വിൽസണനെ സംബന്ധിച്ചിടത്തോളം തീർത്തും യുക്തിഭദ്രമായിരുന്നു. അദ്ദേഹത്തിന്റെ പുസ്തകമായ Thinking About Crime (1975) അമേരിക്കയിലെ അധികാരി സമൂഹത്തിൽ വൻതോതിൽ സ്വീകരിക്കപ്പെട്ടു. ഈ പുസ്തകം ഇറങ്ങിയ വർഷംതന്നെ പ്രസിഡന്റ് ജെറാൾഡ് ഫോഡ് വിൽസണിന്റെ ആശയങ്ങളെ വിശേഷിപ്പിച്ചത് 'ഏറ്റവും രസകരവും സഹായകരവും' എന്നാണ്. മുൻനിര ഉദ്യോഗസ്ഥർ അദ്ദേഹത്തിന്റെ ദർശനത്തെ പിന്തുണച്ചു. കുറ്റകൃത്യങ്ങൾക്കെതിരായ ഏറ്റവും മികച്ച പരിഹാരം ക്രിമിനലുകളെ മാറ്റിനിർത്തുക എന്നതുതന്നെയാണെന്ന് വിൽസൺ ക്ഷമാപൂർവ്വം പറഞ്ഞു. പക്ഷേ, ഇത് എത്രമാത്രം ദുഷ്ക്കരമാണ്?

ജുഡീഷ്യൽ സംവിധാനത്തിനുമേൽ ജെയിംസ് ക്യു. വിൽസണിന്റെ സ്വാധീനത്തെക്കുറിച്ച് നിരവധി ലേഖനങ്ങൾ വായിച്ചതിനുശേഷം, ഈ പേര് ഞാൻ മുൻപ് എവിടെയോ വായിച്ചിട്ടുണ്ടല്ലോ എന്നൊരു തോന്നലുണ്ടായി.

1982-ൽ വിൽസൺ വിപ്ലവകരമായ ഒരു ആശയവുമായി വന്നിരുന്നു. ഇത് ചരിത്രപുസ്തകങ്ങളിൽ 'ബ്രോക്കൺ വിൻഡോസ്' സിദ്ധാന്തം എന്ന പേരിലാണ് സ്ഥാനം പിടിച്ചത്. ഈ സിദ്ധാന്തത്തെക്കുറിച്ച് ആദ്യമായി ഞാൻ വായിച്ചത് കിറ്റി ജെനോവസിന്റെ കൊലപാതകത്തെയും (ആ മുപ്പത്തെട്ട് കാഴ്ചക്കാരെയും) കുറിച്ചുള്ള അതേ പുസ്തകത്തിലാണ്. ജേണലിസ്റ്റായ മാൽക്കം ഗ്ലാഡ്‌വെല്ലിന്റെ *ദ ടിപ്പിങ് പോയന്റ്*.

വിൽസണിനെക്കുറിച്ചുള്ള ആ അധ്യായം എന്റെ മനസ്സിൽ പതിഞ്ഞതാണ്. 'ഒരു കെട്ടിടത്തിന്റെ ജാലകം തകരുകയും എന്നാൽ അത് നേരെയാക്കാതെ ഇരിക്കുകയും ചെയ്താൽ അതിന്റെ ബാക്കിഭാഗവും താമസിയാതെ തകർന്നു പോവും,' എന്ന് 1982-ൽ *ദ അറ്റ്ലാന്റിക്കിൽ* അദ്ദേഹം എഴുതി. താമസിയാതെ, ആരും ഇടപെട്ടില്ലെങ്കിൽ അതിക്രമികളെ തുടർന്ന് കയ്യേറ്റക്കാർ വരും. പിന്നെ മയക്കുമരുന്നിന് അടിമപ്പെട്ടവരെത്തും. അങ്ങനെ അത് കുറച്ചുകാലംകൊണ്ട് ആരുടെയെങ്കിലും കൊലപാതകത്തിൽ കലാശിക്കും.

ഇത് കുറ്റകൃത്യങ്ങൾ സംബന്ധിച്ച ഒരു പകർച്ചവ്യാധി സിദ്ധാന്തമാണെന്ന് ഗ്ലാഡ്‌വെൽ നിരീക്ഷിച്ചു. നടപ്പാതകളിലെ ചപ്പുചവറുകൾ, തെരുവുതെണ്ടികൾ, ചുവരെഴുത്തുകൾ ഇതെല്ലാം തന്നെ കൊലപാതകത്തിന്റെയും അക്രമം അഴിഞ്ഞാടുന്നതിന്റെയും മുന്നോടിയാണ്. തകർന്നു കിടക്കുന്ന ഒരു ജാലകംപോലും നിയമം നടപ്പാക്കപ്പെടുന്നില്ല എന്നതിന്റെ സന്ദേശം നല്കുകയും അത് ക്രിമിനലുകൾക്ക് ഇനിയും മുന്നോട്ടുപോകാമെന്ന സൂചന കൊടുക്കുകയും ചെയ്യുന്നു. അതിനാൽ, ഗുരുതരമായ കുറ്റകൃത്യങ്ങളെ

ചെറുക്കാൻ നിങ്ങൾ ആഗ്രഹിക്കുന്നുവെങ്കിൽ, നിങ്ങൾ തകർന്ന ജാലകങ്ങൾ നേരെയാക്കുന്നിടത്തുനിന്നും തുടങ്ങേണ്ടതുണ്ട്.

തുടക്കത്തിൽ എനിക്കിത് മനസ്സിലായില്ല. എല്ലാ ദിവസവും ആളുകൾ കൊല ചെയ്യപ്പെടുമ്പോൾ കൊച്ചു കൊച്ചു കുറ്റകൃത്യങ്ങളെക്കുറിച്ച് നമ്മൾ ഇത്രയധികം പരിഭ്രാന്തിപ്പെടേണ്ടതുണ്ടോ? ഗ്ലാഡ്‌വെൽ സമ്മതിച്ചതുപോലെത്തന്നെ 'ടൈറ്റാനിക് മഞ്ഞുമലകൾക്കുനേരെ നീങ്ങുമ്പോൾ കപ്പലിന്റെ നിലം തുടച്ച് വൃത്തിയാക്കുന്നതുപോലെ നിരർത്ഥകമാണെന്ന്' എനിക്കുതോന്നി.

പിന്നെയാണ് ഞാൻ ആദ്യപരീക്ഷണങ്ങളെക്കുറിച്ച് വായിച്ചത്. 1980-കളുടെ മദ്ധ്യത്തിൽ ന്യൂയോർക്ക് നഗരത്തിലെ സബ്‌വേകളിൽ നിറയെ ചുവരെഴുത്തും ചിത്രങ്ങളുംകൊണ്ട് നിറഞ്ഞിരുന്നു. ഇക്കാര്യത്തിൽ എന്തെങ്കിലും ചെയ്യേണ്ടതുണ്ടെന്ന് ട്രാൻസിറ്റ് അധികൃതർ തീരുമാനിക്കുകയും അങ്ങനെ അവർ വിൽസണിന്റെ സഹഗ്രന്ഥകർത്താവായ ജോർജ് കെല്ലിങ്ങിനെ ഒരു കൺസൾട്ടന്റായി നിയമിക്കുകയും ചെയ്തു. അദ്ദേഹം വൻതോതിലുള്ള ഒരു ശുചീകരണ പ്രവർത്തനമാണ് നിർദ്ദേശിച്ചത്. ഒരു ചെറിയ ചിത്രമെങ്കിലുംവരച്ചിട്ടുള്ള ട്രെയിനുകൾ പോലും ഇതെല്ലാം മായ്ച്ചു വൃത്തിയാക്കുന്നതിനുവേണ്ടി അയച്ചു. സബ്‌വേ ഡയറക്ടറുടെ വാക്കുകളിൽ 'ഞങ്ങൾ ഇക്കാര്യത്തിൽ ഏറെ നിഷ്ഠ വെച്ചുപുലർത്തി.'

ഇതിനെത്തുടർന്ന് രണ്ടാംഘട്ടമെത്തി. വിൽസണിന്റെയും കെല്ലിങ്ങിന്റെയും തകർന്ന ജാലകസിദ്ധാന്തം ക്രമരാഹിത്യത്തിൽ മാത്രമല്ല പ്രയോഗിക്കപ്പെട്ടത്, മറിച്ച് അതിന് കാരണമായവരിൽക്കൂടിയായിരുന്നു. പിച്ചക്കാർക്കും തെമ്മാടികൾക്കും അലഞ്ഞുതിരിയുന്നവർക്കും സ്വതന്ത്രമായി കറങ്ങിനടക്കാൻ അനുവാദമുള്ള ഒരു നഗരം കൂടുതൽ കുഴപ്പം പിടിച്ച എന്തിനോ തയ്യാറെടുക്കുകയാണ്. 2011-ൽ വിൽസൺ പറഞ്ഞതുപോലെ 'പൊതുജീവിതക്രമം തീർത്തും ദുർബലമായ ഒന്നാണ്.' മറ്റ് ശാസ്ത്രജ്ഞരിൽനിന്നും വ്യത്യസ്തമായി, ദാരിദ്ര്യം, വിവേചനം തുടങ്ങി കുറ്റകൃത്യങ്ങൾക്കുള്ള ഘടനാപരമായ കാരണങ്ങൾ കണ്ടെത്താൻ അദ്ദേഹം ഏറെയൊന്നും ശ്രമിച്ചില്ല. മറിച്ച്, ആത്യന്തികമായി ഒരേയൊരു കാര്യം മാത്രമേയുള്ളൂവെന്ന് അദ്ദേഹം ഊന്നിപ്പറഞ്ഞു. അത് മനുഷ്യസ്വഭാവമാണ്.

മിക്കയാളുകളും ചെയ്യുന്നത് തീർത്തും ലളിതമായ തരത്തിലുള്ള ചെലവും ലാഭവും സംബന്ധിച്ച കണക്കുകൂട്ടലുകളാണ് എന്ന് വിൽസൺ വിശ്വസിച്ചു. കുറ്റകൃത്യംകൊണ്ട് ഗുണമുണ്ടോ ഇല്ലയോ? പൊലീസ് അലംഭാവം കാണിക്കുകയോ അല്ലെങ്കിൽ ജയിലുകൾ ഏറെസുഖപ്രദമാവുകയോ ചെയ്താൽ, കൂടുതൽ ആളുകൾ കുറ്റകൃത്യം നിറഞ്ഞ ജീവിതം തെരഞ്ഞെടുക്കുമെന്ന് ഉറപ്പ്. കുറ്റകൃത്യനിരക്ക് ഉയരുകയാണെങ്കിൽ അതിനുള്ള പരിഹാരവും നേരെചൊവ്വേയുള്ളതാണ്. നിങ്ങളത് പരിഹരിക്കേണ്ടത് വൻതോതിലുള്ള പിഴ, ദീർഘകാല ജയിൽവാസം, ശക്തമായ നിയമനിർവ്വഹണം തുടങ്ങി ബാഹ്യമായ പ്രേരകങ്ങൾ ശക്തമാക്കിക്കൊണ്ടാണ്. കുറ്റകൃത്യത്തിനുള്ള 'ചെലവ്' വർധിക്കുമ്പോൾ അതിനുള്ള ആവശ്യം കുറയും.

വിൽസണിന്റെ സിദ്ധാന്തം നടപ്പാക്കുന്നതിൽ അമാന്തം പാടില്ല എന്ന് ഉറച്ച് വിശ്വസിച്ച ഒരാളുണ്ടായിരുന്നു: വില്യം ബ്രാറ്റൺ. നമ്മുടെ കഥയിൽ പറയുന്ന

ഒഴിച്ചുകൂടാനാവാത്ത അവസാന വ്യക്തിത്വം ബ്രാറ്റനാണ്. 1990-ൽ അദ്ദേഹത്തെ ന്യൂയോർക്ക് സിറ്റി ട്രാൻസിറ്റ് പൊലീസിന്റെ മേധാവിയായി നിയമിച്ചു. ജെയിംസ് വിൽസണിന്റെ സിദ്ധാന്തങ്ങളിൽ അടിയുറച്ച് വിശ്വസിച്ച ഒരാളായിരുന്നു ബ്രാറ്റൺ. *ദ അറ്റ്ലാന്റിക്കിൽ* പ്രസിദ്ധീകരിച്ച ഒറിജിനൽ ബ്രോക്കൺ വിൻഡോസിന്റെ കോപ്പികൾ നിരന്തരം മറ്റുള്ളവർക്ക് നല്കുന്നതിൽ അദ്ദേഹം പ്രശസ്തനായിരുന്നു.

എന്നാൽ, തകർന്ന ജാലകങ്ങൾ നേരെയാക്കുന്നതിനുമപ്പുറം മറ്റുചില കാര്യങ്ങൾ ചെയ്യാൻ ബ്രാറ്റൺ ആഗ്രഹിച്ചു. ഒരു ഉരുക്കുമുഷ്ടിയോടുകൂടി തന്നെ ന്യൂയോർക്ക് സിറ്റിയിലെ ക്രമസമാധാനം പുനഃസ്ഥാപിക്കാൻ അദ്ദേഹം ആഗ്രഹിച്ചു. ആദ്യപടിയെന്ന നിലയിൽ ടിക്കറ്റ് എടുക്കാത്തവരെ പിടികൂടാൻ തുടങ്ങി. സബ്‌വേ ട്രെയിനുകളിൽ ഒന്നേകാൽ ഡോളറിന്റെ ടിക്കറ്റ് എടുക്കാത്തവരെ ട്രാൻസിറ്റ് പൊലീസുകാർ അറസ്റ്റു ചെയ്യുകയും കയ്യാമംവെക്കുകയും എല്ലാവർക്കും അവരെ കാണാവുന്ന വിധത്തിൽ ആഘോഷപൂർവ്വം പ്ലാറ്റ്ഫോമിൽ നിരത്തി നിർത്തുകയും ചെയ്തു. അറസ്റ്റുകളുടെ എണ്ണം അഞ്ചിരട്ടിയായി വർധിച്ചു.

ഇത് നിയമം നടപ്പാക്കാനുള്ള ബ്രാറ്റണിന്റെ ആവേശം വർധിപ്പിക്കുകയാണ് ചെയ്തത്. 1994-ൽ അദ്ദേഹത്തിന് സിറ്റി പൊലീസ് കമ്മീഷണറായി സ്ഥാനക്കയറ്റം നല്കുകയും അതോടെ ന്യൂയോർക്ക് വാസികളെല്ലാം തന്നെ ബ്രാറ്റന്റെ ഈ സിദ്ധാന്തത്തിന്റെ രുചിയറിയാൻ തുടങ്ങുകയും ചെയ്തു. തുടക്കത്തിലൊക്കെ നിയമങ്ങളും ചട്ടങ്ങളും പറഞ്ഞ് ആളുകൾ അദ്ദേഹത്തിന്റെ ഓഫിസർമാരെ തടയാൻ ശ്രമിച്ചുവെങ്കിലും, ബ്രാറ്റൺ അവരെയെല്ലാം തട്ടിമാറ്റി. ഇപ്പോൾ ഒരു നിസ്സാര തെറ്റിനുപോലും ആരേയും അറസ്റ്റു ചെയ്യാം – പൊതുസ്ഥലത്തിരുന്ന് മദ്യപിച്ചാൽ, ലഹരി മരുന്ന് ഉപയോഗിക്കുന്നത് കണ്ടാൽ, ഒരു പൊലീസുകാരനോട് തമാശ പറയാൻ പോയാൽ ഒക്കെ. ബ്രാറ്റന്റെ വാക്കുകളിൽ പറഞ്ഞാൽ, 'നിങ്ങൾ തെരുവിൽ മൂത്രമൊഴിച്ചാൽ നിങ്ങൾ ജയിലിലാകും.'

അത്ഭുതകരമെന്ന് പറയട്ടെ, ഈ പുതിയ തന്ത്രം പ്രത്യക്ഷത്തിൽ ഗുണകരമായി തോന്നി. കുറ്റകൃത്യനിരക്ക് കുത്തനെ കുറഞ്ഞു. കൊലപാതകനിരക്കോ? 1990-നും 2000-നും ഇടയിൽ ഇത് 63 ശതമാനം കുറഞ്ഞു. കവർച്ചയോ? 64 ശതമാനം താണു. കാർ മോഷണം? 71 ശതമാനവും. പത്രപ്രവർത്തകർ ഒരുകാലത്ത് പരിഹസിച്ചുതള്ളിയ തകർന്ന ജാലകസിദ്ധാന്തം ഒരു പ്രതിഭയുടെ പ്രഭാവമായി മാറി.

വിൽസണും കെല്ലിങ്ങും രാജ്യത്തെ ഏറ്റവും ആദരണീയരായ ക്രിമിനോളജിസ്റ്റുകളായി. കമ്മീഷണർ ബ്രാറ്റൺ, *ടൈം* മാഗസിന്റെ കവറിൽ ഇടംനേടുകയും ലോസ് ആഞ്ചലസ് പൊലീസ് ഡിപ്പാർട്ട്മെന്റിന്റെ മേധാവിയായി 2002-ലും പിന്നീട് 2014-ലും നിയമിതനാവുകയും ചെയ്തു. വരുംതലമുറകളിലെ പൊലീസ് ഓഫിസർമാർ അദ്ദേഹത്തെ ഏറെ ആദരിക്കുകയും തങ്ങളെ 'ബ്രാറ്റണിസ്റ്റാസ്' എന്ന് സ്വയം വിശേഷിപ്പിക്കുകയും ചെയ്തു. രാജ്യത്തെ പൊലീസിങ്ങിൽ ഏറ്റവും വലിയ മാറ്റം കൊണ്ടുവന്നയാളായി വിൽസൺ ബ്രാറ്റണിനെ വിശേഷിപ്പിച്ചു.

4

ബ്രോക്കൺ വിൻഡോസ് തിയറി സംബന്ധിച്ച ലേഖനം *ദ അറ്റ്ലാന്റിക്* ആദ്യമായി പ്രസിദ്ധീകരിച്ചിട്ട് ഏകദേശം നാൽപതുവർഷം പിന്നിട്ടു. ഇക്കാലത്ത്, വിൽസന്റെയും കെല്ലിങ്ങിന്റെയും ഈ തത്ത്വചിന്ത അമേരിക്കയിൽ ഉടനീളവും അവിടെനിന്ന് യൂറോപ്പ് മുതൽ ഓസ്ട്രേലിയവരെയും വ്യാപിച്ചു.

ദ ടിപ്പിംഗ് പോയന്റിൽ, മാൽക്കം ഗ്ലാഡ്‌വെൽ ഈ സിദ്ധാന്തത്തെ ഒരു മികച്ച വിജയമായാണ് വിലയിരുത്തിയത്. എന്റെ ആദ്യപുസ്തകത്തിൽ ഞാനും ഇതിനെക്കുറിച്ച് ആവേശം കൊണ്ടിരുന്നു.

അപ്പോഴേക്കും, കുറച്ച് ക്രിമിനോളജിസ്റ്റുകളെങ്കിലും ഈ സിദ്ധാന്തത്തിൽ വിശ്വസിക്കുന്നത് അവസാനിപ്പിച്ചിരുന്നു എന്ന് മനസ്സിലാക്കുന്നതിൽ ഞാൻ പരാജയപ്പെട്ടു. സംശയാസ്പദമായ ഒരു പരീക്ഷണത്തെ അടിസ്ഥാനമാക്കിയുള്ളതാണ് വിൽസന്റെയും കെല്ലിങ്ങിന്റെയും സിദ്ധാന്തം എന്ന് *ദ അറ്റ്ലാന്റിക്കിൽ* വായിച്ചപ്പോൾത്തന്നെ ഞാൻ അപകടം മണക്കേണ്ടതായിരുന്നു.

ഈ പരീക്ഷണത്തിൽ, സാമാന്യം മാന്യമായ ഒരു ജനവാസകേന്ദ്രത്തിൽ ഒരു ഗവേഷകൻ തന്റെ കാർ ഒരാഴ്ചത്തേക്ക് പാർക്ക് ചെയ്തു. അയാൾ കാത്തിരുന്നു. ഒന്നും സംഭവിച്ചില്ല. പിന്നീട് അദ്ദേഹം ഒരു ചുറ്റികയുമായി അവിടെയത്തി. തുടർന്ന് അദ്ദേഹം തന്റെ കാറിന്റെ ഒരു ചില്ല് അടിച്ചുതകർത്തു. പിന്നീട് ഒരു മലവെള്ളപ്പാച്ചിലായിരുന്നു. അതിലൂടെ കടന്നുപോയവർ മണിക്കൂറുകൾക്കുള്ളിൽ ആ കാർ അടിച്ചു തരിപ്പണമാക്കി.

ഗവേഷകന്റെ പേര്? ഫിലിപ് സിംബാർദോ!

ഒരൊറ്റ ശാസ്ത്ര പ്രസിദ്ധീകരണത്തിലും വെളിച്ചം കണ്ടിട്ടില്ലാത്ത സിംബാർദോയുടെ ഈ കാർ പരീക്ഷണമായിരുന്നു ബ്രോക്കൺ വിൻഡോസ് സിദ്ധാന്തത്തിന്റെ പ്രചോദനം. സിംബാർദോയുടെ സ്റ്റാൻഫോർഡ് ജയിൽ പരീക്ഷണം പോലെതന്നെ, ഈ സിദ്ധാന്തത്തിനും അതിനുശേഷം നിലനിൽപ്പില്ലാതെയായി. ഉദാഹരണത്തിന്, ന്യൂയോർക്ക് നഗരത്തിലെ കുറ്റകൃത്യങ്ങളുടെ നിരക്ക് കുറയാൻ കാരണം വില്യം ബ്രാറ്റന്റെയും ബ്രാറ്റണിസ്റ്റുകളുടെയും 'നൂതന' പൊലീസിങ് അല്ലെന്ന് നമുക്കറിയാം. ക്രൈം നിരക്കിലെ ഇടിവ് അതിനു മുമ്പേതന്നെ തുടങ്ങിയിരുന്നു, അത് മറ്റ് നഗരങ്ങളിലും ദൃശ്യമായിരുന്നു.

സാൻ ഡീഗോ പോലുള്ള നഗരങ്ങളിൽ പൊലീസ് ചെറിയ പ്രശ്നക്കാരെ അവഗണിച്ചു.

2015-ൽ നടത്തിയ ബ്രോക്കൺ വിൻഡോസ് സിദ്ധാന്തത്തെക്കുറിച്ചുള്ള മുപ്പത് പഠനങ്ങളുടെ ഒരു മെറ്റാ അനാലിസിസിൽ ബ്രാറ്റന്റെ ആക്രമണോത്സുകമായ പൊലീസിങ് തന്ത്രത്തിന് കുറ്റകൃത്യങ്ങൾ കുറയ്ക്കാൻ കഴിഞ്ഞുവെന്നതിന് തെളിവൊന്നുമില്ലെന്ന് വെളിപ്പെട്ടു. ഒരു ചുക്കും സംഭവിച്ചില്ല.

പാർക്കിങ് ടിക്കറ്റുകൾ വിതരണം ചെയ്യുന്നതിലൂടെ ജനവാസകേന്ദ്രങ്ങൾ സുരക്ഷിതമാകില്ല, ഡെക്ക് തേച്ചുമിനുക്കി ടൈറ്റാനിക്കിനെ സംരക്ഷിക്കാൻ കഴിയാത്തതുപോലെതന്നെ.

എന്റെ ആദ്യപ്രതികരണം ഇതായിരുന്നു: ശരിയാണ്, കുറ്റവാളികളെയും മദ്യപാനികളെയും അറസ്റ്റ് ചെയ്തതുകൊണ്ട് ഗുരുതരമായ കുറ്റകൃത്യങ്ങൾ

കുറയുന്നില്ല. പക്ഷേ, ക്രമസമാധാനം നിലനിർത്തുന്നതിന് പൊതുവെ ഇത് നല്ലതാണ്, ശരിയല്ലേ?

ഇത് ഒരു അടിസ്ഥാനപരമായ ചോദ്യം ഉയർത്തുന്നു. ആരുടെ 'ക്രമ'ത്തെക്കുറിച്ചാണ് നാം സംസാരിക്കുന്നത്? കാരണം, ബിഗ് ആപ്പിളിലെ അറസ്റ്റുകളുടെ എണ്ണം മാനം മുട്ടിയപ്പോൾ, പൊലീസ് അതിക്രമങ്ങളെക്കുറിച്ചുള്ള റിപ്പോർട്ടുകളും വർദ്ധിച്ചു. 2014-ഓടെ ന്യൂയോർക്കിലും ബോസ്റ്റൺ, ചിക്കാഗോ, വാഷിങ്ടൺ തുടങ്ങിയ യു.എസ്. നഗരങ്ങളിലും ആയിരക്കണക്കിന് പ്രകടനക്കാർ തെരുവിലിറങ്ങി. അവരുടെ മുദ്രാവാക്യം ഇതായിരുന്നു: 'തകർന്ന ജാലകങ്ങൾ, തകർന്ന ജീവിതങ്ങൾ.'

ഇത് അതിശയോക്തിപരമായിരുന്നില്ല. രണ്ട് ക്രിമിനോളജിസ്റ്റുകളുടെ വാക്കുകളെടുത്താൽ, ആക്രമണോത്സുകമായ പൊലീസിങ് ഇനിപ്പറയുന്ന സമൻസുകൾക്ക് കാരണമാകുന്നു:

> ... ബ്രൂക്ലിൻ പാർക്കിൽ ഡോനട്ട്സ് കഴിക്കുന്ന സ്ത്രീകൾ; ഇൻവുഡിലെ ഒരു പാർക്കിലെ ചെസ്സ് കളിക്കാർ; പുലർച്ചെ നാലുമണിക്ക് സീറ്റിൽ കാൽ കയറ്റിവെച്ച് സബ്‌വേയിലൂടെ യാത്ര ചെയ്തവർ, തണുത്തുറഞ്ഞ രാത്രിയിൽ സീറ്റ് ബെൽറ്റുകൾ ഇല്ലാതെ പ്രിസ്ക്രൈബ് ചെയ്യപ്പെട്ട മരുന്നുവാങ്ങുന്നതിനായി അത്യാവശ്യമായി പുറത്തിറങ്ങിയ ക്വീൻസിലെ വൃദ്ധദമ്പതികൾ... അതിലെ വൃദ്ധന് തിരിച്ചറിയൽ കാർഡ് എടുക്കാനായി ഫാർമസിയിൽനിന്ന് കുറച്ചു ബ്ലോക്കുകൾ അകലെയുള്ള വീട്ടിലേക്ക് നടക്കേണ്ടി വന്നു എന്നാണ് ആരോപിക്കപ്പെടുന്നത്. അദ്ദേഹം ഫാർമസിയിലേക്ക് തിരിച്ച് നടന്നെത്തിയപ്പോഴേക്കും പ്രിസ്ക്രിപ്ഷൻ ബോട്ടിൽ തിരിച്ചറിയൽ രേഖയായി വെച്ച് പൊലീസുകാർ പിഴ രശീതി തയ്യാറാക്കിക്കഴിഞ്ഞിരുന്നു. തുടർന്നുണ്ടായ ഹൃദയാഘാതം ആ വൃദ്ധനെ മരണത്തിലേക്ക് നയിച്ചു.

സൈദ്ധാന്തിക തലത്തിൽ വളരെ മികച്ചതായി തോന്നിയ ഇത്, ഫലത്തിൽ നിസ്സാരകുറ്റങ്ങളുടെ പേരിലുള്ള കൂടുതൽക്കൂടുതൽ അറസ്റ്റുകളിലേക്ക് നയിച്ചു. കമ്മീഷണർ ബ്രാറ്റണും അതുപോലെതന്നെ അയാളുടെ ഓഫീസർമാരും സ്ഥിതിവിവരക്കണക്കുകളിൽ അഭിരമിക്കുന്നവരായി. ഏറ്റവുമധികം അറസ്റ്റുകളുടെ കണക്കുകളുമായി വരുന്നവർക്ക് സ്ഥാനക്കയറ്റം ലഭിച്ചു. എന്നാൽ, പുറകിലായിപ്പോകുന്നവർക്ക് കടുത്ത ശകാരങ്ങൾ ഏൽക്കേണ്ടി വന്നു.

ഇതിന്റെ ഫലം ഒരു ക്വാട്ട സമ്പ്രദായമായിരുന്നു. കഴിയുന്നത്ര പിഴയീടാക്കാനും ഏറ്റവുമധികം സമൻസ് അയയ്ക്കാനും ഓഫീസർമാർക്കുമേൽ സമ്മർദ്ദമേറി. അവർ നിയമലംഘനങ്ങൾ കെട്ടിച്ചമയ്ക്കാൻപോലും തുടങ്ങി. തെരുവിൽ സംസാരിച്ചുകൊണ്ടു നിൽക്കുന്ന ആളുകളെ കണ്ടാൽ പൊതുനിരത്തിൽ തടസ്സമുണ്ടാക്കിയതിന് എല്ലാവരേയും അറസ്റ്റ് ചെയ്യുക. സബ്‌വേയിൽ നൃത്തം ചെയ്യുന്ന കുട്ടികൾക്കെതിരെ സമാധാനം നശിപ്പിച്ചു എന്ന കുറ്റത്തിന് കേസെടുക്കുക എന്നിങ്ങനെ. എന്നാൽ, ഗുരുതരമായ കുറ്റകൃത്യങ്ങളുടെ കാര്യം തികച്ചും വ്യത്യസ്തമായ ഒരു കഥയായിരുന്നുവെന്ന് അന്വേഷണാത്മക മാധ്യമപ്രവർത്തകർ പിന്നീട് കണ്ടെത്തി. ഔദ്യോഗിക കണക്കുകൾ മോശം പ്രതീതി ഉണ്ടാക്കാതിരിക്കാൻ ഓഫീസർമാർ അത്തരം കേസു

കൾ ലഘൂകരിച്ച് കാണിക്കാനും അല്ലെങ്കിൽ അവ റിപ്പോർട്ട് ചെയ്യാതിരിക്കാനും നിർബന്ധിതരായി. ബലാത്സംഗത്തിനിരയായവരെപ്പോലും അവരുടെ മൊഴിയിൽ ചെറിയ എന്തെങ്കിലും പൊരുത്തക്കേട് കണ്ടെത്തി നിസ്സാരമായ ഒഴിവുകഴിവുകൾ പറഞ്ഞ് ഒഴിവാക്കാൻ പൊലീസ് അവരെ അനന്തമായ ചോദ്യം ചെയ്യലിന് വിധേയരാക്കി. ഇത്തരം സംഭവങ്ങൾ കണക്കുകളിൽ ഉൾപ്പെടുത്താറേയില്ല.

രേഖകളിൽ എല്ലാക്കാര്യങ്ങളും അതിശയകരമാംവിധം മികച്ചതായി കാണപ്പെട്ടു. കുറ്റകൃത്യങ്ങൾ കുത്തനെ ഇടിഞ്ഞു, അറസ്റ്റുകളുടെ എണ്ണം പെരുകി, കമ്മീഷണർ ബ്രാറ്റൺ ന്യൂയോർക്കിലെ ഹീറോയായി. വാസ്തവത്തിൽ, ആയിരക്കണക്കിന് നിരപരാധികൾ സംശയിക്കപ്പെട്ടപ്പോൾ കുറ്റവാളികൾ കൈയും വീശി നടന്നു. ഇപ്പോഴും രാജ്യത്തുടനീളമുള്ള പൊലീസ് വകുപ്പുകൾ ബ്രാറ്റന്റെ തത്ത്വചിന്തയെ ഉയർത്തിക്കാണിക്കുന്നു - അതിനാലാണ് ശാസ്ത്രജ്ഞർ യു.എസ്. പോലീസിന്റെ സ്ഥിതിവിവരക്കണക്കുകൾ വിശ്വസനീയമല്ലെന്ന് കരുതുന്നത്.

ഇനിയും ഏറെയുണ്ട്. ബ്രോക്കൺ വിൻഡോസ് തന്ത്രം വംശവെറിയുടെ പര്യായം കൂടിയാണെന്ന് തെളിയിക്കപ്പെട്ടിട്ടുണ്ട്. മോശം നടപടികളുടെ പേരിൽ പിടിക്കപ്പെടുന്നവരിൽ വെറും 10 ശതമാനം മാത്രമാണ് വെളുത്തവർ എന്ന് കണക്കുകൾ ചൂണ്ടിക്കാണിക്കുന്നു. അതേസമയം, ഒരിക്കലും ഒരു കുറ്റവും ചെയ്തിട്ടില്ലെങ്കിലും, എല്ലാ മാസവും - വർഷങ്ങളായി തുടരുന്നതുപോലെ - തടഞ്ഞുനിർത്തപ്പെടുകയും ശരീരപരിശോധനയ്ക്ക് വിധേയരാക്കപ്പെടുകയും ചെയ്യുന്ന കറുത്തവരായ കൗമാരക്കാരുണ്ട്. ബ്രോക്കൺ വിൻഡോസ് നിയമപാലകർക്കും ന്യൂനപക്ഷങ്ങൾക്കും ഇടയിലുള്ള ബന്ധത്തെ വിഷലിപ്തമാക്കുകയും ദരിദ്രർക്കുമേൽ അവർക്കൊരിക്കലും ഒടുക്കാനാവാത്തത്ര ഭീമമായ തുകയുടെ പിഴശിക്ഷ അടിച്ചേൽപ്പിക്കുകയും ചെയ്തു. ഇത് ഭീകരമായ പ്രത്യാഘാതങ്ങൾ ഉണ്ടാക്കുന്നു. സിഗരറ്റ് ചില്ലറ വില്പന നടത്തി എന്ന പേരിൽ 2014-ൽ അറസ്റ്റ് ചെയ്യപ്പെടുകയും തുടർന്ന് മരണത്തിന് കീഴടങ്ങേണ്ടി വരികയും ചെയ്ത എറിക് ഗാർണറുടെ ദുർഗ്ഗതി ഇത്തരത്തിലൊന്നാണ്. 'നിങ്ങൾ എന്നെ കാണുമ്പോഴെല്ലാം, എന്നെ കുഴപ്പിക്കാൻ ശ്രമിക്കുന്നുണ്ട്,' ഗാർണർ പ്രതിഷേധിച്ചു. 'എനിക്ക് ഇത് മടുത്തു... ദയവായി എന്നെ വെറുതെ വിടൂ. കഴിഞ്ഞ തവണ ഞാൻ നിങ്ങളോട് പറഞ്ഞതാണ്, ദയവായി എന്നെ വെറുതെ വിടൂ.'

പകരം, ഓഫീസർ അവനെ നിലത്തിട്ട് കഴുത്തിൽ അടക്കംപിടിച്ചു. ഗാർണറിന്റെ അവസാന വാക്കുകൾ 'എനിക്ക് ശ്വസിക്കാൻ കഴിയുന്നില്ല,' എന്നായിരുന്നു.

മനുഷ്യപ്രകൃതത്തെക്കുറിച്ചുള്ള തികച്ചും യാഥാർത്ഥ്യബോധമില്ലാത്ത ഒരു വീക്ഷണത്തെ അടിസ്ഥാനമാക്കിയാണ് ബ്രോക്കൺ വിൻഡോസ് സിദ്ധാന്തം രൂപപ്പെടുത്തിയിരിക്കുന്നതെന്ന് മാൽക്കം ഗ്ലാഡ്‌വെല്ലിന്റെ പുസ്തകം വായിച്ച് വർഷങ്ങൾക്കുശേഷം ഇപ്പോഴാണ് ഞാൻ തിരിച്ചറിയുന്നത്.

വെനീർ സിദ്ധാന്തത്തിന്റെ മറ്റൊരു വകഭേദമാണ് ഇത്. ഈ സിദ്ധാന്തം സാധാരണക്കാരെ കുറ്റകൃത്യം ചെയ്യാൻ സാധ്യതയുള്ളവരായി പരിഗണിക്കാൻ ന്യൂയോർക്കിലെ പൊലീസിനെ പ്രേരിപ്പിച്ചു: തീരെച്ചെറിയ ഒരു പാളിച്ച

പോലും കൂടുതൽ മോശമായ ഒരു വഴിയിലേക്കുള്ള ആദ്യചുവടായി പരിഗണിക്കപ്പെടാം. എല്ലാത്തിനുമുപരി, നമ്മുടെ സംസ്കാരത്തിന്റെ പാളി വളരെ ദുർബലമാംവിധം നേർത്തതാണ്.

അതേസമയം, സ്വന്തമായി ഒരു തീരുമാനവുമില്ലാത്തവരെപ്പോലെയാണ് ഓഫീസർമാർ കൈകാര്യം ചെയ്യപ്പെട്ടത്. ഉള്ളിൽ നിന്നുള്ള ഒരു പ്രചോദനവുമില്ലാത്തവരെപ്പോലെ.

തങ്ങളുടെ വകുപ്പിലെ കാര്യങ്ങൾ കണക്കുകളിൽ കഴിയുന്നത്ര നന്നായി കാണിക്കാൻ മേലുദ്യോഗസ്ഥർ ഓഫീസർമാരെ നിരന്തരം പരിശീലിപ്പിച്ചു. ഇതിനർത്ഥം നാം തകർന്ന ജനാലകൾ നന്നാക്കുന്നതിനെക്കുറിച്ച് വിസ്മരിക്കണം എന്നാണോ? തീർച്ചയായും അല്ല. ജനാലകൾ നന്നാക്കാനും വീടുകൾ മോടിപിടിപ്പിക്കാനും പ്രദേശവാസികളുടെ ആശങ്കകൾക്ക് ചെവികൊടുക്കാനുമുള്ള മികച്ച ഒരാശയമാണ് അത്. അടുക്കും ചിട്ടയുമുള്ള ഒരു ജയിൽ നമ്മിൽ വിശ്വാസമുളവാക്കുന്നതുപോലെയും നല്ല വൃത്തിയുള്ള ഒരു ജനവാസകേന്ദ്രം കൂടുതൽ സുരക്ഷിതമായി അനുഭവപ്പെടുന്നതുപോലെയും. ജാലകങ്ങൾ നന്നാക്കിക്കഴിഞ്ഞാൽ നിങ്ങൾക്ക് അവ വിശാലമായി തുറന്നിടാൻ സാധിക്കും.

എന്നാൽ വിൽസന്റെയും കെല്ലിങ്ങിന്റെയും വാദം, തകർന്ന ജാലകങ്ങളെക്കുറിച്ചോ അല്ലെങ്കിൽ തെരുവുവിളക്കുകൾ തെളിയാത്ത ഇരുണ്ട തെരുവുകളെക്കുറിച്ചോ അല്ല. 'തകർന്ന ജാലകം' എന്നത് തെറ്റിദ്ധരിപ്പിക്കുന്ന ഒരു രൂപകമാണ്. പ്രയോഗത്തിൽ സാധാരണക്കാരായ മനുഷ്യർ മാത്രമാണ് കുറ്റം ചുമത്തപ്പെടുകയും നിയന്ത്രിക്കപ്പെടുകയും തടവിലാക്കപ്പെടുകയും ചെയ്യുന്നത്.

പ്രഫസർ വിൽസൺ അവസാനം വരെയും ഉറച്ചുനിന്നു, 2012-ൽ തന്റെ മരണംവരെയും ബ്രോറ്റണിസ്റ്റ സമീപനം വലിയ വിജയമാണെന്ന് അദ്ദേഹം അവകാശപ്പെട്ടു.

അതേസമയം, അദ്ദേഹത്തിന്റെ സഹരചയിതാവിനെ സന്ദേഹങ്ങൾ വിടാതെ പിന്തുടർന്നു. ബ്രോക്കൺ വിൻഡോസ് സിദ്ധാന്തം കൂടെക്കൂടെ ദുരുപയോഗം ചെയ്യപ്പെടുന്നതായി ജോർജ്ജ് കെല്ലിങ്ങിനുതോന്നി. തകർന്ന ജനാലകളെക്കുറിച്ചായിരുന്നു എപ്പോഴും അദ്ദേഹത്തിന്റെ ആശങ്കകൾ, കറുത്തവരും തവിട്ടുനിറമുള്ളവരുമായ ആളുകളെ കഴിയാവുന്നത്രയും അറസ്റ്റു ചെയ്ത് തടവിലിടുന്നു എന്നതിലായിരുന്നില്ല.

'എന്നെ വിഷമിപ്പിക്കുന്ന ഒരുപാട് കാര്യങ്ങൾ ബ്രോക്കൺ വിൻഡോസിന്റെ പേരിൽ സംഭവിക്കുന്നുണ്ട്,' കെല്ലിങ് 2016-ൽ സമ്മതിച്ചു.

രാജ്യമെമ്പാടുമുള്ള പൊലീസ് മേധാവികൾ അദ്ദേഹത്തിന്റെ സിദ്ധാന്തം വ്യാപകമായി പ്രയോഗത്തിൽ വരുത്തുന്നതായി കേട്ടപ്പോൾ കെല്ലിങ്ങിന്റെ മനസ്സിലൂടെ രണ്ട് വാക്കുകൾ മിന്നി: 'ഓ ഷി@#.'

ബ്രോക്കൺ വിൻഡോസ് സിദ്ധാന്തം തിരിച്ചിട്ടാൽ എന്ത് സംഭവിക്കും? ജയിലുകൾ പുനർരൂപകൽപ്പന ചെയ്യാൻ നമുക്ക് കഴിയുമെങ്കിൽ, പൊലീസ് വകുപ്പുകളിലും അതുപോലെ ചെയ്യാൻ സാധിക്കില്ലേ?

അത് സാധ്യമാണെന്ന് ഞാൻ കരുതുന്നു. മിക്ക ആളുകളും മാന്യരും നിയമം അനുസരിക്കുന്നവരുമാണെന്ന ധാരണ പുലർത്തുന്ന കമ്മ്യൂണിറ്റി

പൊലീസിങ്ങിന്റെ നീണ്ട ഒരു പാരമ്പര്യം നോർവേയിൽ - അവിടെയല്ലാതെ മറ്റെവിടെ - ഉണ്ട്. ജനങ്ങൾക്ക് ഓഫീസർമാരെ നേരിട്ട് അറിയാമെങ്കിൽ ക്രമസമാധാനപാലനത്തിൽ അവരുടെ സഹായം കൂടുതലായി ലഭിക്കാൻ സാധ്യതയുണ്ടെന്ന ആശയത്തിന്റെ അടിസ്ഥാനത്തിൽ പൊലീസുകാർ സമൂഹത്തിന്റെ വിശ്വാസം ആർജ്ജിക്കാൻ ശ്രമിക്കുന്നു. അയൽക്കാർ കൂടുതൽ രഹസ്യവിവരങ്ങൾ നല്കും, സ്വന്തം മക്കൾ വഴിതെറ്റുന്നു എന്ന് തോന്നിയാൽ മാതാപിതാക്കൾ ഉടൻ പൊലീസുകാരെ വിളിക്കും.

1970-കളിൽ എലിനോർ ഓസ്ട്രോം - പൊതുസ്വത്തിനെക്കുറിച്ച് ഗവേഷണം നടത്തിയ സാമ്പത്തിക ശാസ്ത്രജ്ഞ - (അധ്യായം 15 കാണുക) അമേരിക്കൻ പൊലീസ് വകുപ്പുകളെക്കുറിച്ചുള്ള എക്കാലത്തെയും വലിയ ഒരു പഠനം നടത്തി.

ചെറിയ പൊലീസ് സംഘങ്ങൾ വലിയ സംഘങ്ങളേക്കാൾ മെച്ചപ്പെട്ട പ്രവർത്തനം കാഴ്ചവയ്ക്കുന്നുവെന്ന് ഓസ്ട്രോമും സംഘവും കണ്ടെത്തി. ചെറിയ സംഘങ്ങൾ സംഭവസ്ഥലങ്ങളിൽ വേഗത്തിൽ എത്തുകയും കുറ്റകൃത്യങ്ങൾക്ക് കൂടുതലായി പരിഹാരം കാണുകയും നാട്ടുകാരുമായി മികച്ച ബന്ധം പുലർത്തുകയും ചെയ്യുന്നു, ഇതെല്ലാം കുറഞ്ഞ ചെലവിൽ സാധിക്കുകയും ചെയ്യുന്നു - കൂടുതൽ മെച്ചമായത്, കൂടുതൽ മാനുഷികമായത്, ചെലവ് കുറഞ്ഞതും.

കമ്മ്യൂണിറ്റി പൊലീസിങ്ങിന്റെ ആശയങ്ങൾ യൂറോപ്പിൽ കുറച്ചുകാലമായി നിലനില്ക്കുന്നുണ്ട്. ഓഫീസർമാർ സാമൂഹ്യസേവന പ്രവർത്തനങ്ങളിൽ പങ്കാളികളാവുകയും അവർ ചെയ്യുന്നത് ഒരുതരം സാമൂഹ്യപ്രവർത്തനം ആണെന്ന് വിശ്വസിക്കുകയും ചെയ്യുന്നു. അവർ നന്നായി പരിശീലനം നേടിയവരാണ്. അമേരിക്കയിൽ പൊലീസ് പരിശീലന പദ്ധതി ശരാശരി പത്തൊൻപത് ആഴ്ച നീണ്ടുനില്ക്കും, യൂറോപ്പിൽ ഇത് ചിന്തിക്കാൻ പോലും കഴിയില്ല. നോർവെ, ജർമ്മനി തുടങ്ങിയ രാജ്യങ്ങളിൽ നിയമപരിപാലന പരിശീലനം രണ്ട് വർഷത്തിൽ കൂടുതൽ എടുക്കും.

എന്നാൽ ചില അമേരിക്കൻ നഗരങ്ങൾ അവയുടെ സമീപനം മാറ്റുകയാണ്. ദി ന്യൂജേഴ്സിയിലെ നെവാർക്കിലെ ആളുകൾ 2014-ൽ ഒരു കറുത്ത വർഗ്ഗക്കാരനെ പുതിയ മേയറായി തെരഞ്ഞെടുത്തു. ആധുനിക പൊലീസിങ്ങിനെക്കുറിച്ച് അദ്ദേഹത്തിന് വ്യക്തമായ കാഴ്ചപ്പാടുണ്ടായിരുന്നു. അദ്ദേഹം പറഞ്ഞു, 'ആളുകളുടെ മുത്തശ്ശിമാരെപ്പോലും അറിയാവുന്ന, സമൂഹത്തിലെ സ്ഥാപനങ്ങളെക്കുറിച്ച് അറിയാവുന്ന, ആളുകളെ മനുഷ്യരായി കണക്കാക്കുന്ന ഓഫീസർമാരെയാണ് പൊലീസിങ്ങിന് ആവശ്യം. [...] അതാണ് അതിന്റെ തുടക്കം. നിങ്ങൾ ഇടപഴകുന്ന ആളുകളെ നിങ്ങൾ മനുഷ്യരായി കണക്കാക്കുന്നില്ലെങ്കിൽ നിങ്ങൾ അവരോട് മനുഷ്യത്വരഹിതമായി പെരുമാറാൻ തുടങ്ങും.'

മറ്റേ കവിൾ കൂടി കാണിച്ചുകൊടുക്കുക എന്ന തത്ത്വം നമുക്ക് ഇനിയും മുന്നോട്ടുകൊണ്ടുപോകാൻ കഴിയുമോ? ഈ ചോദ്യം അസംബന്ധമായി തോന്നിയേക്കാമെങ്കിലും എനിക്കങ്ങനെ ചോദിക്കാതിരിക്കാനാവില്ല: ഭീകരർക്കെതിരായ യുദ്ധത്തിലും തിരിച്ചടിക്കില്ലെന്ന ഈ തന്ത്രം പ്രായോഗികമാകുമോ?

ഉത്തരത്തിനായുള്ള എന്റെ അന്വേഷണത്തിൽ ഈ തന്ത്രം ഇതിനകം പരീക്ഷിക്കപ്പെട്ടുകഴിഞ്ഞുവെന്ന് ഞാൻ കണ്ടെത്തി - വാസ്തവത്തിൽ, എന്റെ

സ്വന്തം രാജ്യത്തുതന്നെ. വിദഗ്ധർക്കിടയിൽ ഇത് ഡച്ച് സമീപനം എന്നു പോലും വിളിക്കപ്പെടുന്നു. എഴുപതുകളിൽ നെതർലാൻഡ്സിന് അക്രമാസക്തമായ ഒരു ഇടതു ഭീകരപ്രസ്ഥാനത്തെ നേരിടേണ്ടി വന്നപ്പോഴായിരുന്നു അതിന്റെ തുടക്കം. സർക്കാർ പുതിയ സുരക്ഷാ നിയമങ്ങളൊന്നും കൊണ്ടുവന്നില്ല. എന്നിരുന്നാലും, നിയമപാലകർ ആവശ്യപ്പെട്ടതുപോലെ മാധ്യമങ്ങൾ അതെക്കുറിച്ചുള്ള കവറേജ് വളരെ പരിമിതപ്പെടുത്തി. അതേസമയം, പശ്ചിമ ജർമ്മനി, ഇറ്റലി, അമേരിക്ക തുടങ്ങിയ രാജ്യങ്ങൾ വൻതോക്കുകൾ തന്നെ ഇറക്കി - ഹെലികോപ്റ്ററുകൾ, റോഡ് ഉപരോധങ്ങൾ, സൈനികർ. എന്നാൽ നെതർലാന്റ്സ് തീവ്രവാദികൾക്ക് അവർ ആഗ്രഹിച്ച വേദി നല്കാൻ വിസമ്മതിച്ചു. യഥാർത്ഥത്തിൽ 'തീവ്രവാദം' എന്ന വാക്കുപോലും ഉപയോഗിക്കാൻ പൊലീസ് വിസമ്മതിച്ചു. പകരം അതിനെ 'അക്രമാസക്തമായ രാഷ്ട്രീയ ആക്ടിവിസം' എന്നോ അല്ലെങ്കിൽ പഴയതുപോലെ കുറ്റവാളികൾ എന്നോ മാത്രം വിളിച്ചു. അതേസമയം, പിന്നണിയിൽ ഡച്ച് രഹസ്യാന്വേഷണവിഭാഗം തീവ്രവാദ ഗ്രൂപ്പുകളിലേക്ക് നുഴഞ്ഞുകയറുന്ന തിരക്കിലായിരുന്നു. ഒരു ജനവിഭാഗത്തെ മുഴുവൻ സംശയത്തിന്റെ നിഴലിൽ നിർത്താതെ അവർ തീവ്രവാദികളെ - ക്ഷമിക്കണം, കുറ്റവാളികളെ - മാത്രം നോട്ടമിട്ടു.

ഇത് ചില രസകരമായ സാഹചര്യങ്ങൾ സൃഷ്ടിച്ചു. ഉദാഹരണത്തിന്, ഒരു ചെറിയ റെഡ് യൂത്ത് സെല്ലിലെ നാല് അംഗങ്ങളിൽ മൂന്നുപേരും രഹസ്യ പൊലീസ് ഏജന്റുമാരായിരുന്നു. അതുകൊണ്ട് ആ തീവ്രവാദി സംഘത്തിന് ആക്രമണങ്ങൾ നടത്തുക എന്നത് വളരെ പ്രയാസകരമായി മാറി. കാരണം, മിക്കപ്പോഴും തയ്യാറെടുപ്പിനിടയിൽ കൂട്ടത്തിലൊരാൾ ശുചിമുറിയിലേക്ക് പോവുകയോ മാപ്പ് തലകീഴായി പിടിക്കുകയോ മറ്റോ ചെയ്യും.

'തിരശ്ശീലയ്ക്ക് പിന്നിലെ സമയോചിതവും ജാഗ്രതയോടെയുമുള്ള ഒരു ഭീകരവാദ വിരുദ്ധനയം കുത്തനെ ഉയർന്നുകൊണ്ടിരുന്ന അക്രമങ്ങൾ അവസാനിപ്പിച്ചു,' ഒരു ഡച്ച് ചരിത്രകാരൻ ഉപസംഹരിക്കുന്നു. റെഡ് യൂത്തിലെ ചില യുവാക്കൾ യമനിലെ ഒരു തീവ്രവാദ പരിശീലന ക്യാമ്പ് സന്ദർശിച്ചപ്പോൾ ജർമ്മൻകാരും പലസ്തീനികളുമായ ഭീകരരുടെ ആക്രമണോത്സുകത കണ്ട് ഡച്ച് തീവ്രവാദികൾ ഞെട്ടി. അത് അത്യന്തം ഭയാനകമായിരുന്നു. ഒരു ഡച്ച് സംഘാംഗം പിന്നീട് പറഞ്ഞതുപോലെ, 'അവർ അതിലെ എല്ലാ രസവും നശിപ്പിച്ചു.'

ഡെന്മാർക്കിലെ അർഹസ് നഗരത്തിൽ നിന്നാണ് മറ്റേ കവിൾ കൂടി കാണിച്ചു കൊടുക്കുക എന്ന സമീപനത്തിന്റെ ഏറ്റവും പുതിയ ഉദാഹരണം വരുന്നത്. 2013-ന്റെ അവസാനത്തിൽ സിറിയയിലെ പോരാട്ടത്തിൽ പങ്കെടുക്കാൻ പോകുന്ന മുസ്ലീം യുവാക്കളെ അറസ്റ്റ് ചെയ്യുകയോ ജയിലിലടയ്ക്കുകയോ ചെയ്യില്ലെന്ന് പൊലീസ് തീരുമാനിച്ചു. പകരം, അവർക്ക് ഒരു കപ്പ് ചായ നല്കാനും അവർക്ക് വഴികാട്ടികളാകാനും തീരുമാനിച്ചു. ഇവ ഉറപ്പാക്കുന്നതിന് അവരുടെ കുടുംബത്തെയും സുഹൃത്തുക്കളെയും അണിനിരത്തുകയും തങ്ങളെ സ്നേഹിക്കുന്ന ആളുകളുണ്ടെന്ന് തിരിച്ചറിയാൻ ആ കൗമാരക്കാർക്ക് അവസരമുണ്ടാക്കുകയും ചെയ്തു. ഒപ്പംതന്നെ പ്രദേശത്തെ പള്ളികളുമായുള്ള ബന്ധവും പൊലീസ് കൂടുതൽ ശക്തമാക്കി.

ആർഹസ് സമീപനത്തെ ദുർബലമെന്നും യാഥാർത്ഥ്യബോധമില്ലാത്തതെന്നും വിശേഷിപ്പിച്ച ഒരു കൂട്ടം വിമർശകരുണ്ടായിരുന്നു. എന്നാൽ സത്യ

ത്തിൽ, പൊലീസ് ധീരവും വ്യത്യസ്തവും പ്രയാസമേറിയതുമായ ഒരു തന്ത്ര മാണ് തെരഞ്ഞെടുത്തത്.

'കർശനമായ നിയമങ്ങൾ കൊണ്ടുവരുന്നത് എളുപ്പമാണ്,' പൊലീസ് സൂപ്രണ്ട് പരിഹാസത്തോടെ പറഞ്ഞു. 'വ്യക്തികളെ ഉൾക്കൊള്ളിച്ചുകൊണ്ട് ഒരു യഥാർത്ഥ പ്രക്രിയ നടപ്പിലാക്കുക എന്നത് കഠിനമാണ്: വിദഗ്ദ്ധരുടെ ഒരു പാനൽ, കൗൺസിലിങ്, ആരോഗ്യപരിചരണം, വിദ്യാഭ്യാസത്തിലേക്കും തൊഴിലിലേക്കും മടങ്ങാനുള്ള സഹായങ്ങൾ, ചിലപ്പോൾ താമസസൗക ര്യവും [...] ഞങ്ങൾ ഇതൊക്കെ ചെയ്യുന്നത് ഏതെങ്കിലും രാഷ്ട്രീയ ബോധ്യം കൊണ്ടല്ല; മറിച്ച് അത് മികച്ച ഫലം തരുന്നു എന്നതുകൊണ്ടാണ്.

അത് ഫലം തരിക തന്നെ ചെയ്തു. മറ്റ് യൂറോപ്യൻ നഗരങ്ങളിൽനിന്നും സിറിയയിലേക്കുള്ള ജിഹാദികളുടെ ഒഴുക്ക് അനവരതം തുടർന്നപ്പോൾ അർഹസിൽ നിന്നുള്ള ജിഹാദികളുടെ എണ്ണം 2013-ൽ മുപ്പത് ആയിരുന്നത് 2014-ൽ ഒന്നായി കുറഞ്ഞു, 2015-ൽ രണ്ടെണ്ണവും. 'എന്റെ അറിവനുസരിച്ച്, അർഹസ് ആണ് ആദ്യമായി മികച്ച സാമൂഹിക മനഃശാസ്ത്രതത്ത്വങ്ങളു ടെയും തെളിവുകളുടെയും അടിസ്ഥാനത്തിൽ തീവ്രവാദവുമായി മല്ലിടുന്ന തിൽ വിജയിച്ചത്, 'മേരിലാൻഡ് സർവകലാശാല'യിലെ ഒരു മനഃശാസ്ത്ര ജ്ഞൻ പറയുന്നു.

പിന്നെ നോർവേയും ഉണ്ട്. രാജ്യത്തിന്റെ ചരിത്രത്തിലെ ഏറ്റവും ഭീകര മായ ആക്രമണത്തിനുശേഷവും അവിടത്തെ ആളുകൾ സമചിത്തത പാലിച്ചു. വലതുപക്ഷ തീവ്രവാദിയായ ആൻഡേഴ്സ് ബ്രെവിക് നടത്തിയ 2011-ലെ രക്തച്ചൊരിച്ചിലിനുശേഷവും പ്രധാനമന്ത്രി പ്രഖ്യാപിച്ചു, 'കൂടുതൽ ജനാധിപത്യം, കൂടുതൽ തുറന്ന സമീപനം, കൂടുതൽ മാനവികത, ഇതാണ് ഞങ്ങളുടെ പ്രതികരണം.'

യാഥാർത്ഥ്യത്തോട് മുഖം തിരിക്കുന്നുവെന്നും അല്ലെങ്കിൽ എളുപ്പവഴി തേടുന്നുവെന്നുമൊക്കെയുള്ള ആരോപണങ്ങൾക്ക് ഇത്തരത്തിലുള്ള പ്രതി കരണം വഴിവെക്കും. എന്നാൽ, കൂടുതൽ ജനാധിപത്യം, കൂടുതൽ തുറന്ന സമീപനം, കൂടുതൽ മനുഷ്യത്വം ഇവ യഥാർത്ഥത്തിൽ എളുപ്പമുള്ള കാര്യ മല്ല. നേരെമറിച്ച്, കർശന നടപടികളും പ്രതികാരവും അതിർത്തികൾ അട യ്ക്കലും ബോംബുകൾ വർഷിക്കലും ലോകത്തെ നല്ലവരും മോശക്കാരു മെന്ന് വിഭജിക്കലുമൊക്കെ എളുപ്പമാണ്. അതാണ് യാഥാർത്ഥ്യത്തിൽ നിന്നുള്ള മുഖം തിരിക്കൽ.

5

മുഖം തിരിക്കുന്നത് അസാധ്യമാകുന്ന ചില നിമിഷങ്ങളുണ്ട്. അവഗണിക്ക പ്പെടാൻ സത്യം വിസമ്മതിക്കുമ്പോൾ. 2015 ഒക്ടോബറിൽ, നോർത്ത് ഡക്കോട്ട യിലെ ഏറ്റവും വലിയ ജയിലിലെ ഉദ്യോഗസ്ഥരുടെ ഒരു പ്രതിനിധി സംഘം അത്തരമൊരു നിമിഷത്തെ അഭിമുഖീകരിച്ചു.

നോർവേയിലേക്കുള്ള ഒരു ഔദ്യോഗിക സന്ദർശനത്തിനിടെയാണ് അത് സംഭവിച്ചത്. വളരെ കുറഞ്ഞ ജനസംഖ്യയുള്ള ഒരു യാഥാസ്ഥിതിക സംസ്ഥാ നമാണ് വടക്കൻ ഡക്കോട്ട. തടവുകാരുടെ നിരക്ക് നോർവേയേക്കാൾ എട്ട് മടങ്ങ് കൂടുതലാണ്.

ജയിലുകളാണെങ്കിലോ? അവ പഴയ രീതിയിലുള്ള കന്നുകാലിപ്പുരകളെപ്പോലെയാണ്; നീളമുള്ള ഇടനാഴികളും, അഴികളും കർക്കശക്കാരായ കാവൽക്കാരുമൊക്കെയുള്ള ഒരു തടവറ. നോർവേയിൽ നിന്ന് എന്തെങ്കിലും പഠിക്കാമെന്ന് അമേരിക്കൻ ഉദ്യോഗസ്ഥർ പ്രതീക്ഷിച്ചിരുന്നില്ല. 'ഞാൻ ധാർഷ്ട്യത്തിലായിരുന്നു,' അതിലൊരാൾ പിന്നീട് പറഞ്ഞു. 'ഞാൻ IKEA എന്ന് വിളിക്കുന്ന ഒന്നല്ലാതെ മറ്റെന്താണ് അവിടെ ശരിക്കും കാണാൻ പോകുന്നത്?'

എന്നാൽ, അവർ ആ ജയിലുകൾ കണ്ടു. ഹാൽഡനും ബാസ്റ്റോയും. അവിടത്തെ ശാന്തത. വിശ്വാസം. തടവുകാരും കാവൽക്കാരും ഇടപഴകുന്ന രീതി.

ഒരു വൈകുന്നേരം ഓസ്ലോയിലെ റാഡിസൺ ഹോട്ടലിലെ ബാറിൽ ഇരുന്നുകൊണ്ട് നോർത്ത് ഡക്കോട്ട കറക്ഷൻ വകുപ്പിന്റെ ഡയറക്ടറായിരുന്ന ലിയാൻ ബെർട്ട്സ് - സഹപ്രവർത്തകർക്കിടയിൽ കർക്കശക്കാരിയും വിട്ടുവീഴ്ചയില്ലാത്തവളുമെന്ന് അറിയപ്പെടുന്ന ഓഫീസർ - കരയാൻ തുടങ്ങി. 'കൂടുപോലെയുള്ള ഇടങ്ങളിൽ മനുഷ്യരെ അടച്ചിടുന്നത് ശരിയാണ് എന്ന് നമുക്ക് എങ്ങനെയാണ് ചിന്തിക്കാനായത്?'

1972-നും 2007-നും ഇടയിൽ അമേരിക്കൻ ഐക്യനാടുകളിൽ തടവിലാക്കപ്പെട്ട ആളുകളുടെ എണ്ണം - ജനസംഖ്യാ വർധനവിന് ആനുപാതികമായി തിരുത്തിയ കണക്ക് - 500 ശതമാനത്തിൽ അധികം വർധിച്ചു. മാത്രമല്ല, ആ തടവുകാരെ ശരാശരി 63 മാസം ജയിലിൽ പാർപ്പിച്ചു. ഇത് നോർവേയുടേതിനേക്കാൾ ഏഴുമടങ്ങ് കൂടുതലാണ്. ഇന്ന്, ലോകത്തെ ജയിൽ ജനസംഖ്യയുടെ നാലിലൊന്ന് അമേരിക്കൻ തടവറകളിലാണ്.

കരുതിക്കൂട്ടിയുള്ള ഒരു നയത്തിന്റെ ഫലമാണ് ഈ കൂട്ടത്തടവ്. പ്രഫസർ ജെയിംസ് വിൽസണും അദ്ദേഹത്തിന്റെ അനുയായികളും വിശ്വസിച്ചിരുന്നത് നിങ്ങൾ കൂടുതൽ ആളുകളെ ലോക്ക്-അപ്പിലാക്കുന്നതിനനുസരിച്ച് കുറ്റകൃത്യങ്ങളുടെ നിരക്കും കുറയുന്നു എന്നാണ്. എന്നാൽ പല അമേരിക്കൻ ജയിലുകളും ക്രിമിനലുകളുടെ പരിശീലനകേന്ദ്രങ്ങളായി മാറി എന്നതാണ് സത്യം - കൂടുതൽ നൈപുണ്യം നേടിയ കുറ്റവാളികളെ സംഭാവന ചെയ്യുന്ന ചെലവേറിയ ബോർഡിങ് സ്കൂളുകൾ. മിയാമിയിലെ ഒരു വലിയ ജയിലിലെ ഒരൊറ്റ സെല്ലിനുള്ളിൽ 24 തടവുകാരെ കുത്തിനിറച്ചിരുന്നുവെന്നും രണ്ടാഴ്ചയിലൊരിക്കൽ ഒരു മണിക്കൂർ മാത്രമാണ് അവരെ അതിൽ നിന്ന് പുറത്തിറക്കുന്നതെന്നുമുള്ള വിവരം കുറച്ച് വർഷങ്ങൾക്കുമുമ്പ് പുറത്തുവന്നു. തടവുകാർക്കിടയിൽ ഗ്ലാഡിയേറ്ററിലേതുപോലുള്ള സംഘം ചേർന്നുള്ള മൃഗീയമായ അടിപിടിയായിരുന്നു അതിന്റെ ഫലം. ഇത്തരം സ്ഥാപനങ്ങളിൽനിന്ന് മോചിപ്പിക്കപ്പെടുന്ന വ്യക്തികൾ സമൂഹത്തിന് ഒരു തികഞ്ഞ ഭീഷണിയാണ്.

'നമ്മളെന്താണെന്ന് അവർ നമ്മോട് പറഞ്ഞുവോ അതുതന്നെയായി നമ്മളിൽ ബഹുഭൂരിപക്ഷവും മാറുന്നു - അക്രമാസക്തരും യുക്തിരഹിതരും ബോധമുള്ള മുതിർന്നവരെപ്പോലെ പെരുമാറാൻ അറിയാത്തവരും,' കാലിഫോർണിയയിലെ ഒരു മുൻ തടവുകാരൻ പറയുന്നു.

നോർത്ത് ഡക്കോട്ട ജയിലുകളിലെ കാര്യങ്ങൾ മാറേണ്ടതുണ്ട് എന്ന് നോർവേയിൽ നിന്ന് മടങ്ങിയെത്തിയപ്പോൾ ലിയാൻ ബെർട്സ് മനസ്സിലാക്കിയിരുന്നു. 'നമ്മുടെ മാനവികത നടപ്പിലാക്കാൻ' എന്ന ഒരു പുതിയ ദൗത്യത്തിന് ബെർട്സും സംഘവും രൂപംനല്കി.

ഒന്നാം ഘട്ടം? ബ്രോക്കൺ വിൻഡോസ് സംവിധാനം മാറ്റിവയ്ക്കുക എന്നതായിരുന്നു. ഷർട്ട് ടക്ക്-ഇൻ ചെയ്തില്ല എന്ന കുറ്റത്തിന് ഏകാന്ത തടവിൽ പാർപ്പിക്കുന്നതടക്കം മുന്നൂറിലധികം വരുന്ന ചട്ടങ്ങൾ നിലവിലുണ്ടായിരുന്ന സ്ഥാനത്ത് അത്തരം നിസ്സാര കുറ്റങ്ങളെ സംബന്ധിക്കുന്ന നിയമങ്ങളെല്ലാം റദ്ദാക്കി.

അടുത്തതായി, കാവൽക്കാർക്കായി ഒരു പുതിയ പ്രോട്ടോക്കോൾ തയ്യാറാക്കി. ഒരു ദിവസം കുറഞ്ഞത് രണ്ടുതവണയെങ്കിലും അന്തേവാസികളുമായി സംസാരിച്ചിരിക്കണം എന്നതടക്കമുള്ള കാര്യങ്ങൾ പുതിയ പ്രോട്ടോകോളിൽ ഉണ്ടായിരുന്നു. അതൊരു പ്രധാനപ്പെട്ട മാറ്റമായിരുന്നു. അതുകൊണ്ടുതന്നെ അതിനെതിരെ കടുത്ത എതിർപ്പുമുണ്ടായിരുന്നു.

'ഞാൻ വല്ലാതെ ഭയപ്പെട്ടു,' ഒരു കാവൽക്കാരൻ ഓർമ്മിച്ചു. 'ഞാൻ ജയിൽ സ്റ്റാഫിനെക്കുറിച്ചോർത്ത് ആശങ്കപ്പെട്ടു. ജയിലിനെക്കുറിച്ചോർത്ത് ഞാൻ ഭയപ്പെട്ടു. ചില പ്രത്യേക തടവുപുള്ളികൾ മോചിതരാകുന്നതിനെക്കുറിച്ച് സംസാരിക്കുമ്പോൾതന്നെ ഞാൻ പേടിച്ചു. എന്നാൽ എനിക്ക് തെറ്റിപ്പോയി.'

മാസങ്ങൾ കടന്നുപോയപ്പോൾ, കാവൽക്കാർ അവരുടെ ജോലിയിൽ കൂടുതൽ സന്തോഷം കണ്ടെത്താൻ തുടങ്ങി. അവർ ഒരു ഗായകസംഘവും പെയിന്റിങ് ക്ലാസുകളും ആരംഭിച്ചു. ജയിൽ ഉദ്യോഗസ്ഥരും തടവുകാരും ഒരുമിച്ച് ബാസ്കറ്റ്ബോൾ കളിക്കാൻ തുടങ്ങി. ജയിലിലെ അതിക്രമങ്ങളുടെ എണ്ണത്തിൽ ഗണ്യമായ കുറവുണ്ടായി. മുമ്പ്, 'ആഴ്ചയിൽ മൂന്നോ നാലോ തവണയെങ്കിലും' അത്തരം സംഭവങ്ങൾ ഉണ്ടാകുമായിരുന്നു.

ഒരു കാവൽക്കാരൻ പറഞ്ഞു. 'ഒരാൾ ആത്മഹത്യയ്ക്ക് ശ്രമിക്കുന്നു, അല്ലെങ്കിൽ ആരെങ്കിലും സെല്ലിൽനിന്ന് രക്ഷപ്പെടാൻ നോക്കുന്നു, അതുമല്ലെങ്കിൽ പൂർണ്ണമായ ക്രമസമാധാന തകർച്ച ഉണ്ടാകുന്നു. എന്നാൽ, ഈ വർഷം ഇത്തരം സംഭവങ്ങളൊന്നും ഉണ്ടായില്ല എന്നുതന്നെ പറയാം.'

മറ്റ് ആറ് അമേരിക്കൻ സംസ്ഥാനങ്ങളിൽ നിന്നുള്ള ഉന്നത ഉദ്യോഗസ്ഥർ കൂടി നോർവേ സന്ദർശിച്ചു, അതിപ്പോഴും തുടരുന്നു. ജയിൽ പരിഷ്കാരങ്ങൾ സാമാന്യബുദ്ധിയുടെ കാര്യമാണെന്ന് നോർത്ത് ഡക്കോട്ടയിലെ ഡയറക്ടർ ബെർട്ട്സ് ഊന്നിപ്പറയുന്നു. ജനസംഖ്യയിൽ വലിയൊരു ഭാഗത്തെ മുഴുവനായി ജയിലിലിടുന്നത് ഒരു മോശം ആശയമാണ്. മാത്രമല്ല, നോർവീജിയൻ മാതൃക പ്രത്യക്ഷത്തിൽ തന്നെ മെച്ചമാണ്. അത് ചെലവു കുറഞ്ഞതും കൂടുതൽ റിയലിസ്റ്റിക്കുമാണ്.

'ഞാൻ ഒരു ലിബറലല്ല,' ബെർട്സ് ആണയിടുന്നു. 'ഞാൻ പ്രയോഗികബുദ്ധി കാണിക്കുന്നുവെന്നേ ഉള്ളൂ.'

17

വെറുപ്പ്, അനീതി, മുൻവിധി എന്നിവയ്ക്കുള്ള ഏറ്റവും നല്ല പ്രതിവിധി

1

നോർവേജിയൻ ജയിലുകൾക്കു പിന്നിലുള്ള ആശയത്തെക്കുറിച്ച് ചിന്തിക്കാതിരിക്കാൻ എനിക്കായില്ല. കുറ്റവാളികളോടും ഭാവി തീവ്രവാദികളോടും മറ്റേ കവിൾത്തടം കാണിക്കാമെങ്കിൽ, ഒരുപക്ഷേ, അതേ തന്ത്രം നമുക്ക് വിശാലമായ ഒരു പരിപ്രേക്ഷ്യത്തിൽ പ്രയോഗിക്കാവുന്നതാണ്. ഒരുപക്ഷേ, നമുക്ക് ബദ്ധശത്രുക്കളെ ഒരുമിപ്പിക്കാനും വർണവിവേചനവും വെറുപ്പും ഇല്ലാതാക്കാൻപോലും സാധിക്കും.

പണ്ടെങ്ങോ വായിച്ച, ഏറെയൊന്നും പിന്തുടരാത്ത, ഒരു അടിക്കുറിപ്പിലെ ഒരു കഥ ഓർമ വരുന്നു. ഇരുചേരികളിലായി നിലയുറപ്പിച്ചിരുന്ന രണ്ടു സഹോദരന്മാർ. പക്ഷേ, ഒടുവിൽ അവർ ഒരു മുഴുനീള ആഭ്യന്തര യുദ്ധം തടയുന്നതിൽ വിജയിച്ചു. നല്ലൊരു കഥയാണിത്, അല്ലേ? പഴയ കുറിപ്പുകളുടെ കൂമ്പാരത്തിൽനിന്നും എനിക്ക് ആ സഹോദരന്മാരുടെ പേരുകൾ കിട്ടി. ഇനി എനിക്കു അവരെക്കുറിച്ച് എല്ലാം അറിയണമായിരുന്നു.

2

ഈ സഹോദരന്മാരുടെ കഥ, ഇരുപതാം നൂറ്റാണ്ടിലെ ഒരു പ്രമുഖ വ്യക്തിയുമായി അഭേദ്യമായി ബന്ധപ്പെട്ടിരിക്കുന്നു. 1990 ഫെബ്രുവരി 11-ന് ലക്ഷക്കണക്കിന് ജനങ്ങൾ ഈ വ്യക്തിയെ കാണാനായി ടിവിയിൽ കണ്ണും നട്ടിരുന്നു. 27 വർഷമായി ജയിലിൽ അടയ്ക്കപ്പെട്ടിരുന്ന നെൽസൺ മണ്ടേല അന്നാണ് ഒരു സ്വതന്ത്ര മനുഷ്യനായത്. തെക്കേ ആഫ്രിക്കക്കാരായ വെള്ളക്കാരും കറുത്ത വർഗ്ഗക്കാരും തമ്മിൽ സമാധാനത്തിനും യോജിപ്പിനുമുള്ള പ്രതീക്ഷയ്ക്ക് അവസാനം സാധ്യത തെളിഞ്ഞു. 'നിങ്ങളുടെ തോക്കുകളും, കത്തികളും വാളുകളും എടുക്കൂ. അതെല്ലാം കടലിൽ വലിച്ചെറിയൂ,' തന്റെ മോചനത്തിനുശേഷം മണ്ടേല ഗർജ്ജിച്ചു.

നാല് വർഷങ്ങൾക്കുശേഷം, 1996 ഏപ്രിൽ 26-ന് എല്ലാ സൗത്ത് ആഫ്രിക്കക്കാർക്കുംവേണ്ടി തെരഞ്ഞെടുപ്പ് നടന്നു. മനംമയക്കുന്ന കാഴ്ചകളായിരുന്നു അന്ന് കണ്ടത്. പോളിങ് ബൂത്തുകൾക്കു മുമ്പിലുള്ള അനന്തമായ നിരകൾ. ആകെ ഇരുപത്തിമൂന്ന് മില്യൺ വോട്ടർമാർ. വർണവിവേചനത്തിന്റെ ആദ്യനാളുകളുടെ ഓർമ്മകൾ പേറുന്ന കറുത്ത വർഗ്ഗക്കാരായ പുരുഷന്മാരും സ്ത്രീകളും അവരുടെ ജീവിതത്തിൽ ആദ്യമായി വോട്ട് ചെയ്തു. മരണവും

വിനാശവും മാത്രം വിതച്ച ഹെലികോപ്റ്ററുകൾ പെൻസിലുകളും ബാലറ്റ് പേപ്പറുകളും വിതരണം ചെയ്തു.

വർണവിവേചനത്തിൽ അധിഷ്ഠിതമായ ഒരു ഭരണകൂടം തകരുകയും ജനാധിപത്യം ജനിക്കുകയും ചെയ്തു. രണ്ടാഴ്ചക്കുശേഷം, മെയ് 10-ന്, മണ്ടേല ആദ്യത്തെ കറുത്ത വർഗ്ഗക്കാരനായ പ്രസിഡന്റായി അധികാരമേറ്റു. സ്ഥാനാരോഹണം നടക്കവെ, മഴവിൽ രാഷ്ട്രത്തിന്റെ വർണങ്ങൾ വിതറിക്കൊണ്ട് യുദ്ധവിമാനങ്ങൾ ആകാശത്തു പറന്നു. പച്ച, ചുവപ്പ്, നീല, കറുപ്പ്, വെളുപ്പ്, സ്വർണനിറം, എന്നീ നിറങ്ങൾ കൂടിച്ചേർന്ന സൗത്ത് ആഫ്രിക്കൻ പതാക ഭൂമിയിലെ ഏറ്റവും വർണാഭമായ ഒന്നായിരുന്നു.

അധികം അറിയപ്പെടാത്ത ഒരു കാര്യം: ഇതൊന്നും ഇങ്ങനെ സംഭവിക്കാൻ സാധിക്കാത്ത വിധത്തിൽ കാര്യങ്ങൾ എത്തിച്ചേർന്നിരുന്നു.

നാം അറിയുന്ന സൗത്ത് ആഫ്രിക്ക ശരിക്കും അന്ന് ഉടലെടുത്തിരുന്നില്ല. മണ്ടേലയുടെ മോചനം മുതൽ അദ്ദേഹത്തെ പ്രസിഡന്റായി തെരഞ്ഞെടുത്തതുവരെയുള്ള നാല് വർഷങ്ങളിൽ രാജ്യം ആഭ്യന്തരയുദ്ധത്തിന്റെ വക്കോളമെത്തി. എന്നാൽ, ഇത് ഒഴിവാക്കുന്നതിനുവേണ്ടി രണ്ടു സഹോദരന്മാർ - സരൂപ ഇരട്ടകൾ - നിർണായക പങ്ക് മറവിയിലാണ്ടുപോയിരിക്കുന്നു.

1933 ഒക്ടോബർ 28-നാണ് കോൺസ്റ്റാൻന്റും എബ്രഹാം വിൽജോണും ജനിക്കുന്നത്. കുട്ടിക്കാലത്ത് അവർ വേർപിരിയാത്തവരായിരുന്നു. അവർ ഒരേ സ്കൂളിൽ പോയി, ഒരേ ക്ലാസിൽ പഠിച്ചു. അവർ ഒരേ അധ്യാപകരെ ശ്രവിച്ചു, ഒപ്പം വെളുത്ത വർഗ്ഗത്തിന്റെ ഔന്നത്യത്തെക്കുറിച്ചുള്ള ആശയ പ്രചാരണങ്ങളും.

അതിലും പ്രധാനമായി, ഒരേ ചരിത്രമാണ് അവർ ഇരുവരേയും രൂപപ്പെടുത്തിയത്. കോൺസ്റ്റാൻന്റും അബ്രഹാമും സൗത്ത് ആഫ്രിക്കയിലെ വെളുത്ത വർഗ്ഗക്കാരായിരുന്നു. 1671-ൽ കടൽ മാർഗ്ഗമെത്തുകയും ഡച്ച് കുടിയേറ്റക്കാരുമായി ഇടകലരുകയും ചെയ്ത ഫ്രഞ്ച് ഹ്യൂഗോനെറ്റ് വിഭാഗത്തിൽപ്പെട്ടവരുടെ പിൻതലമുറയായിരുന്നു ഇരുസഹോദരന്മാരും. 1899-ൽ ഈ ജനത സൗത്ത് ആഫ്രിക്കയിലെ ബ്രിട്ടീഷ് ഭരണത്തിനെതിരെ പോരാടി. പക്ഷേ, അവർ അതിക്രൂരമായി അടിച്ചമർത്തപ്പെട്ടു.

ഇരുവരുടെയും പിതാവ്, കുട്ടിയായിരിക്കെ ബ്രിട്ടീഷ് കോൺസെൻട്രേഷൻ ക്യാമ്പിൽ കിടന്നിട്ടുണ്ടായിരുന്നു. നിസ്സഹായനായി നോക്കിനിൽക്കെ, അദ്ദേഹത്തിന്റെ സഹോദരനും രണ്ടു സഹോദരിമാരും അവരുടെ അമ്മയുടെ കൈകളിൽ മരിക്കുന്നത് അദ്ദേഹം കണ്ടു. കോൺസ്റ്റാൻന്റിന്റെയും അബ്രഹാമിന്റെയും കുടുംബം പീഡിതജനവിഭാഗത്തിൽ പെടുന്നവരായിരുന്നു; എന്നാൽ ചില അവസരങ്ങളിൽ പീഡിതർ പീഡകരാകാറുണ്ട്. ഈ യാഥാർത്ഥ്യമാണ് ഈ ഇരട്ടസഹോദരന്മാരെ അകറ്റിയതും. 1951-ൽ, രണ്ടുപേരുടെയും പതിനെട്ടാം ജന്മദിനത്തിനുശേഷം, പ്രെട്ടോറിയയിലെ കോളെജിൽ അയച്ചു പഠിപ്പിക്കാൻ മതിയായ പണം ഇല്ലെന്ന് അവരുടെ അമ്മ അറിയിച്ചു. തുടർന്ന് പഠിക്കാൻ കോൺസ്റ്റാൻന്റ് അബ്രഹാമിനോട് (ബ്രാം എന്ന ചുരുക്കപേരിലായിരുന്നു അവൻ അറിയപ്പെട്ടിരുന്നത്) പറഞ്ഞു. കൂട്ടത്തിൽ ബ്രാം ആയിരുന്നു പഠിക്കാൻ മിടുക്കൻ.

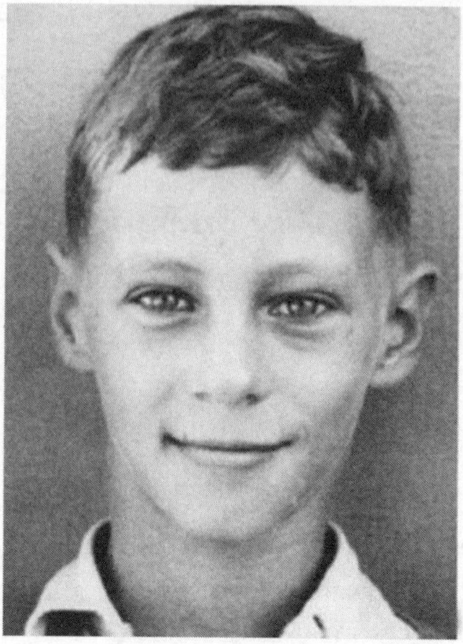 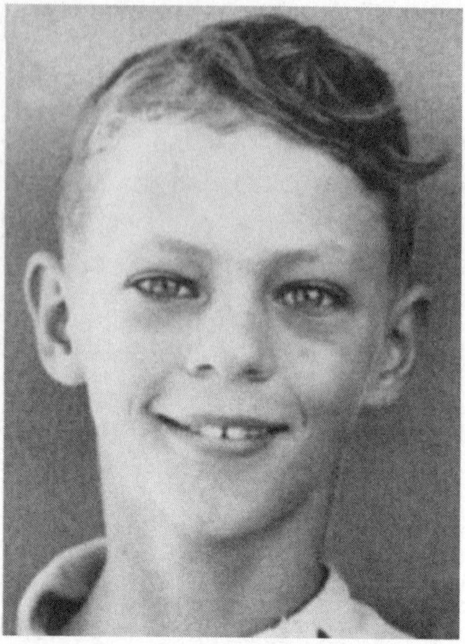

കോൺസ്റ്റാൻന്റും (ഇടത്) അബ്രഹാമും (വലത്) സ്കൂൾ കാലത്ത്

സഹോദരൻ ദൈവശാസ്ത്രം പഠിക്കാൻ പോയപ്പോൾ, കോൺസ്റ്റാൻന്റാകട്ടെ പട്ടാളത്തിൽ ചേർന്നു. പട്ടാളജീവിതം അവന് ഇഷ്ടപ്പെട്ടു. അവന് അതൊരു രണ്ടാം കുട്ടുംബം പോലെ ആയിരുന്നു. ബ്രാം തന്റെ പുസ്തകങ്ങളിൽ മുഴുകിയപ്പോൾ, കോൺസ്റ്റാൻന്റ് ഹെലികോപ്ടറുകളിൽനിന്നും ചാടുകയായിരുന്നു. ബ്രാം ഹോളണ്ടിലും അമേരിക്കയിലും പഠിച്ചപ്പോൾ, കോൺസ്റ്റാൻന്റ് സാമ്പിയയിലും അംഗോളയിലും യുദ്ധംചെയ്തു. ബ്രാം ലോകത്തെമ്പാടുമുള്ള വിദ്യാർത്ഥികളുമായി സൗഹൃദം സ്ഥാപിച്ചപ്പോൾ, കോൺസ്റ്റാൻന്റ് തന്റെ സൈനിക കൂട്ടാളികളുമായി ശക്തമായ ബന്ധം സ്ഥാപിച്ചു.

അങ്ങനെ ഓരോ വർഷം കഴിയുന്തോറും ഇരു സഹോദരങ്ങളും തമ്മിൽ അകലാൻ തുടങ്ങി. 'നീതിയിൽ അധിഷ്ഠിതമായ സമീപനത്തിലും മനുഷ്യരെല്ലാം ഒന്നാണെന്ന വിശ്വാസത്തിലും ഞാൻ ആകൃഷ്ടനായി,' ബ്രാം പിന്നീട് പറഞ്ഞു. താൻ വളർന്നുവന്ന വർണവിവേചനം കുറ്റകരമായ ഒരു സംവിധാനം ആണെന്നും ബൈബിൾ പഠിപ്പിച്ച സർവതിനേയും അത് നിഷേധിക്കുന്നുവെന്നും ബ്രാം തിരിച്ചറിയാൻ തുടങ്ങി.

വിദേശപഠനം കഴിഞ്ഞു വർഷങ്ങൾക്കുശേഷം തിരിച്ചെത്തിയ ബ്രാമിനെ തദ്ദേശവാസികൾ ഒരു നിഷ്കാസിതനായാണ് കണക്കാക്കിയത്. ഒരു ദൈവനിഷേധി. ഒരു ഒറ്റുകാരൻ. 'ഞാൻ സ്വാധീനക്കപ്പെട്ടതായി അവർ പറഞ്ഞു,' ബ്രാം പിന്നീട് പറഞ്ഞു. 'എന്നെ ഒരിക്കലും വിദേശത്തു പോകാൻ അനുവദിക്കാൻ പാടില്ലായിരുന്നുവെന്നും.' പക്ഷേ, ഇതൊന്നും തന്നെ ബ്രാമിനെ പിന്തിരിപ്പിച്ചില്ല എന്ന് മാത്രമല്ല, തന്റെ രാജ്യത്തെ കറുത്ത വർഗ്ഗക്കാരെ തുല്യരായി പരിഗണിക്കണം എന്ന് അദ്ദേഹം ആവശ്യപ്പെട്ടുകൊണ്ടിരുന്നു. എൺപതുകളിൽ, വർണവിവേചനം അവസാനിപ്പിക്കാൻ ആവശ്യപ്പെടുന്ന ഒരു പാർട്ടിയെ പ്രതിനിധാനം ചെയ്ത് അദ്ദേഹം തെരഞ്ഞെടുപ്പിൽ മത്സരിച്ചു. വർണവിവേചന സർക്കാർ ശരിക്കും ഹിംസാത്മകമായ ഒരു ഭരണവ്യവസ്ഥ

യായിരുന്നു എന്ന് അദ്ദേഹത്തിന് കൂടുതൽ വ്യക്തമായി. അതേസമയം, കോൺസ്റ്റാൻന്റ് സൗത്ത് ആഫ്രിക്കയിലെ ഏറ്റവും പ്രിയങ്കരനായ സൈനികരിൽ ഒരാളായി വളർന്നു കഴിഞ്ഞിരുന്നു. അദ്ദേഹത്തിന്റെ യൂണിഫോം താമസിയാതെ മെഡലുകളാൽ അലംകൃതമായി. കരിയറിന്റെ മൂർദ്ധന്യത്തിൽ അദ്ദേഹം വ്യോമ, കര, നാവിക സേനകൾ ഉൾപ്പെടുന്ന സൗത്ത് ആഫ്രിക്കൻ പ്രതിരോധസേനയുടെ തലവൻ ആയി. 1985 വരേയും കോൺസ്റ്റാൻന്റ് വർണവെറിയൻ സർക്കാരിന്റെ ഏറ്റവും വലിയ അപ്പോസ്തലനായിരുന്നു.

താമസിയാതെ, വിൽജോൺ സഹോദരന്മാർ പരസ്പരം സംസാരിക്കാതെയായി. നിരവധി ആഫ്രിക്കക്കാരുടെ പ്രിയപ്പെട്ടവനും, ദേശസ്നേഹിയും, യുദ്ധനായകനും ഒക്കെ ആയ ജനറൽ വിൽജോണിന് ഒരു ഇരട്ട സഹോദരൻ ഉണ്ടായിരുന്നതായിപോലും ആരും ഓർത്തില്ല.

എങ്കിലും, അവരുടെ ബന്ധം സൗത്ത് ആഫ്രിക്കയുടെ ഭാവി നിർണയിച്ചു.

3

നിങ്ങൾ എങ്ങനെയാണ് ബദ്ധവൈരികളെ അനുരഞ്ജിപ്പിക്കുക?

ഈ ചോദ്യം മനസ്സിലേറ്റിക്കൊണ്ട് ഒരു അമേരിക്കൻ മനഃശ്ശാസ്ത്രജ്ഞൻ 1956-ലെ വസന്തത്തിൽ സൗത്ത് ആഫ്രിക്കയിലേക്ക് പുറപ്പെട്ടു. വർണവിവേചനം അവിടെ നിലവിൽ വന്നു കഴിഞ്ഞിരുന്നു. കറുത്തവരും വെളുത്തവരും തമ്മിലുള്ള വിവാഹങ്ങൾ നിരോധിക്കപ്പെട്ടിരുന്നു. മാത്രമല്ല, ആ വർഷം തന്നെ മെച്ചപ്പെട്ട ജോലികൾ വെള്ളക്കാർക്കു മാത്രം പരിമിതപ്പെടുത്തിക്കൊണ്ട് സർക്കാർ നിയമം കൊണ്ടുവന്നു.

ഗോർഡൻ ഓൾപോർട്ട് എന്നായിരുന്നു ആ മനഃശാസ്ത്രജ്ഞന്റെ പേര്. ജീവിതകാലം മുഴുവൻ അദ്ദേഹം രണ്ടു അടിസ്ഥാന ചോദ്യങ്ങളാണ് ആലോചിച്ചുകൊണ്ടിരുന്നത്.

1. എവിടെ നിന്നാണ് മുൻവിധി വരുന്നത്? 2. നിങ്ങൾക്ക് അതെങ്ങനെ തടയാൻ കഴിയും? വർഷങ്ങൾ നീണ്ട ഗവേഷണങ്ങൾക്കുശേഷം അദ്ദേഹം ഒരു അത്ഭുത പ്രതിവിധി കണ്ടെത്തി. അഥവാ കണ്ടെത്തി എന്നദ്ദേഹം കരുതി.

എന്തായിരുന്നു അത്?

ബന്ധം. ബന്ധത്തിന്റെ അഭാവത്തിൽ നിന്നാണ് വർണവെറി, വെറുപ്പ്, മുൻവിധി എന്നിവയെല്ലാം ഉണ്ടാകുന്നത് എന്ന് ഈ അമേരിക്കൻ ശാസ്ത്രജ്ഞൻ സംശയിച്ചു. പൊതുവെ നമുക്കറിയാത്തതുകൊണ്ട് നാം അപരിചിതരെ വല്ലാതെ സാമാന്യവല്ക്കരിക്കും. അതുകൊണ്ടുതന്നെ, ഇതിനുള്ള പരിഹാരം വളരെ വ്യക്തമായിരുന്നു: കൂടുതൽ ബന്ധങ്ങൾ. എന്നാൽ അധികം ശാസ്ത്രജ്ഞരും ഇതിനോട് യോജിച്ചില്ല, എന്ന് മാത്രമല്ല ഓൾപോർട്ടിന്റെ സിദ്ധാന്തം ഉപരിപ്ലവവും നിഷ്കളങ്കവും ആണെന്ന് പറഞ്ഞു. രണ്ടാം ലോകമഹായുദ്ധത്തിന്റെ ഓർമ്മകൾ ജനങ്ങളുടെ മനസ്സിൽ ഒളിമങ്ങാതെ നില്ക്കുന്നതിനാൽ, കൂടുതൽ ബന്ധങ്ങൾ കൂടുതൽ സംഘട്ടനങ്ങൾ സൃഷ്ടിക്കുമെന്നായിരുന്നു പൊതുധാരണ. ആ വർഷങ്ങളിൽ തന്നെ, 'വ്യതിരിക്ത വികസനം' (പച്ചയ്ക്കു പറഞ്ഞാൽ വർണവെറി) സാധൂകരിക്കുന്ന വംശീയ ജൈവ

ശാസ്ത്രത്തിലെ വ്യത്യാസങ്ങളുടെ ശാസ്ത്രം അന്വേഷിക്കുകയായിരുന്നു സൗത്ത് ആഫ്രിക്കയിലെ മനഃശാസ്ത്രജ്ഞർ.

നിരവധി സൗത്ത് ആഫ്രിക്കൻ വെള്ളക്കാരെ ഓൾപോർട്ടിന്റെ സിദ്ധാന്തം ഞെട്ടിപ്പിച്ചു. ഇതാ ഒരു ശാസ്ത്രജ്ഞൻ പറയുകയാണ് വർണവെറി അവരുടെ പ്രശ്നങ്ങൾക്കുള്ള പരിഹാരമല്ല, മറിച്ചു കാരണം ആണെന്ന്. കറുത്തവർക്കും വെള്ളക്കാർക്കും സ്കൂളുകളിലും, ജോലി സ്ഥലത്തും, പള്ളിയിലും ഒക്കെ കണ്ടുമുട്ടാൻ കഴിയുമെങ്കിൽ, അവർക്കു പരസ്പരം മനസിലാക്കാൻ സാധിക്കും. ആത്യന്തികമായി, നമുക്ക് അറിയുന്നതിനെ മാത്രമേ നമുക്ക് സ്നേഹിക്കാൻ സാധിക്കൂ.

ചുരുക്കത്തിൽ ഇതാണ് ബന്ധത്തെ അടിസ്ഥാനമാക്കിയുള്ള സാങ്കല്പികസിദ്ധാന്തം. വിശ്വസിക്കാൻ പ്രയാസമായി തോന്നാം, എന്നാൽ തന്റെ സിദ്ധാന്തത്തിനു പിൻബലമേകാൻ ഓൾപോർട്ടിന് തെളിവുകൾ ഉണ്ടായിരുന്നു. 1943-ൽ ഡെട്രോയിറ്റിൽ ഉണ്ടായ വംശീയകലാപത്തിൽ സാമൂഹ്യശാസ്ത്രജ്ഞരായ ആൽഫ്രഡ് മക്ക്ലങ്, നോർമെൻ ഡേമണ്ട് ഹംഫ്രി എന്നിവർ ഒരു വിചിത്രമായ കാര്യം കണ്ടെത്തി: 'അയൽക്കാർ ആയിത്തീർന്നവർ തമ്മിൽ കലാപം ഉണ്ടായില്ല. വെയ്ൻ യൂണിവേഴ്സിറ്റിയിലെ വിദ്യാർത്ഥികൾ, കറുത്തവരും വെളുത്തവരും, ആ രക്തപങ്കിലമായ തിങ്കളാഴ്ചദിനം അവർ ക്ലാസ്സുകളിൽ സമാധാനപരമായി പോയി. യുദ്ധപ്ലാന്റുകളിൽ വെളുത്തവരും കറുത്തവരുമായ തൊഴിലാളികൾ തമ്മിൽ യാതൊരു പ്രശ്നങ്ങളും ഉണ്ടായില്ല.

മറിച്ച്, അയൽക്കാരായ ജനങ്ങൾ പരസ്പരം സംരക്ഷിച്ചു. കലാപകാരികൾ വന്നപ്പോൾ ചില വെള്ളക്കാരായ കുടുംബങ്ങൾ തങ്ങളുടെ കറുത്ത വർഗ്ഗക്കാരായ അയൽക്കാർക്ക് അഭയംനല്കി. തിരിച്ചുമതെ.

ഇതിലും സവിശേഷമായിരുന്നു, രണ്ടാം ലോകമഹായുദ്ധകാലത്ത് അമേരിക്കൻ സൈന്യം സമാഹരിച്ച വസ്തുതകൾ. ഔദ്യോഗികമായി, കറുത്തവരും വെളുത്തവരുമായ പട്ടാളക്കാർ അടുത്തടുത്ത് നിന്നുകൊണ്ട് യുദ്ധം ചെയ്യാൻ പാടില്ലായിരുന്നു. പക്ഷേ, യുദ്ധത്തിന്റെ പാരമ്യത്തിൽ അത് ചില സമയങ്ങളിൽ നടന്നു. കറുത്തവരും വെളുത്തവരുമായ സൈനികർ ഉൾപ്പെട്ട സേനാവിഭാഗത്തിൽ, കറുത്തവരെ ഇഷ്ടപ്പെടാത്ത വെള്ളപ്പട്ടാളക്കാർ വളരെ കുറവായിരുന്നു എന്ന് സൈന്യത്തിന്റെ ഗവേഷണ ഓഫിസ് കണ്ടെത്തി. കൃത്യമായി പറഞ്ഞാൽ ഒമ്പതു മടങ്ങ് കുറവ്.

ബന്ധങ്ങൾ കൊണ്ടുണ്ടാകുന്ന ഗുണഫലങ്ങളെക്കുറിച്ച് ഗോർഡൻ ഓൾപോർട്ട് ഒരുപാടെഴുതി. സൈനികർക്കും പൊലീസ് ഓഫീസർമാർക്കും ഇത് ബാധകമാണ്, അയൽക്കാർക്കും വിദ്യാർത്ഥികൾക്കും ഇത് ബാധകമാണ്. ഉദാഹരണത്തിന്, കറുത്ത കുട്ടികളും വെളുത്ത കുട്ടികളും ഒരേ സ്കൂളിൽ ചേരുകയാണെങ്കിൽ അവരിൽ വംശീയമായ മുൻവിധികൾ ഇല്ലാതാകുന്നതായി കാണപ്പെട്ടിട്ടുണ്ട്. ഇതിനർത്ഥം വിദേശത്ത് പഠിക്കുന്ന സമയത്ത് ബ്രാം വിൽജോണുണ്ടായ അനുഭവം അസാധാരണമായിരുന്നില്ല എന്നാണ്. അതായിരുന്നു നാട്ടുനടപ്പ്.

ഓൾപോർട്ടിന്റെ സമ്പർക്കത്തെക്കുറിച്ചുള്ള പരികല്പനയുടെ (Contact Hypothesis) ഏറ്റവും ശക്തമായ തെളിവ് ഒരുപക്ഷേ, കടലിൽ നിന്നാണ്. നാവികരുടെ ഏറ്റവും വലിയ യൂണിയനിൽ 1938-ൽ ആഫ്രിക്കൻ അമേരിക്ക

ക്കാരെ ആദ്യമായി ചേർത്തപ്പോൾ, തുടക്കത്തിൽ വ്യാപകമായ എതിർപ്പ് ഉണ്ടായിരുന്നു. എന്നാൽ കറുത്തവരും വെളുത്തവരുമായ നാവികർ വാസ്തവത്തിൽ ഒരുമിച്ച് ജോലി ചെയ്യാൻ തുടങ്ങിയപ്പോൾ പ്രതിഷേധങ്ങൾ അവസാനിച്ചു.

എന്താണ് വംശീയതയ്ക്കുള്ള ഏറ്റവും മികച്ച മറുമരുന്ന്? ഒരുമിച്ച് തുഴയുക.

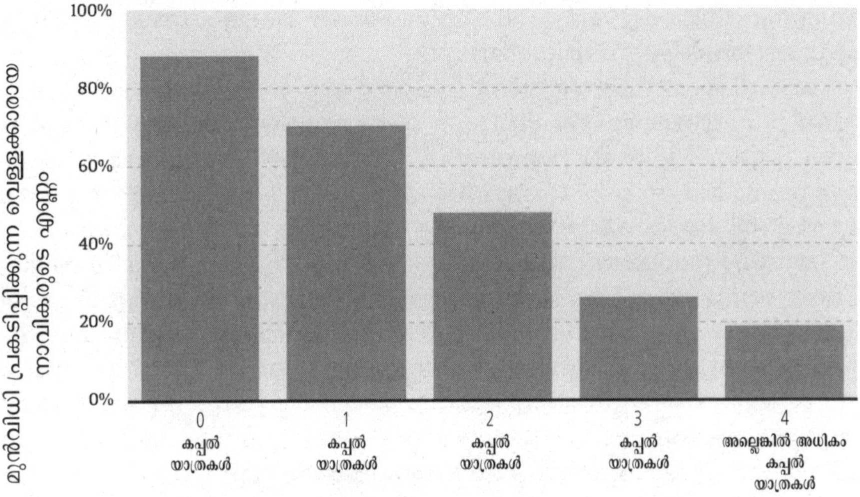

സമ്മിശ്രമായ നാവികരുമൊത്തുള്ള കപ്പൽയാത്രകളുടെ എണ്ണം

ഗോർഡൻ ഓൾപോർട്ട് ശ്രദ്ധയുള്ള ആളായിരുന്നു; തന്റെ നിഗമനം പൂർണതയിൽ നിന്നും അകലെയാണെന്ന് അദ്ദേഹത്തിന് അറിയാമായിരുന്നു. വെളുത്തവരും കറുത്തവരുമടങ്ങുന്ന നാവികസംഘത്തിൽ ചേരാൻ സമ്മതം മൂളിയ വെളുത്ത നാവികർ സ്വാഭാവികമായും വംശവെറി കുറഞ്ഞവരായിരിക്കും.

കോൺടാക്റ്റ് സിദ്ധാന്തത്തെക്കുറിച്ചുള്ള തന്റെ മാസ്റ്റർപീസ് പ്രസിദ്ധീകരിച്ച് രണ്ടുവർഷത്തിനുശേഷം, 1956-ൽ ദക്ഷിണാഫ്രിക്കയിലൂടെ സഞ്ചരിക്കുമ്പോൾ ഓൾപോർട്ടിന് തുടക്കത്തിലുണ്ടായിരുന്ന സംശയങ്ങൾ വീണ്ടും ഉയർന്നുവന്നു. കറുത്തവരും വെളുത്തവരും നൂറ്റാണ്ടുകളായി ഒരുമിച്ചു ജീവിക്കുന്ന ആ രാജ്യത്ത് വംശീയത കുറയുന്നില്ല എന്നു മാത്രമല്ല, അത് വർദ്ധിക്കുന്നതായി തോന്നുകയും ചെയ്യുന്നു. ഓൾപോർട്ട് കണ്ടുമുട്ടിയ വെളുത്ത വംശജരായ ആഫ്രിക്കക്കാർക്ക് ആർക്കും മാനസിക വൈകല്യങ്ങൾ ഉള്ളതായി കാണപ്പെട്ടതുമില്ല. എന്നിട്ടും അവരെല്ലാം വിവേചനം കാണിക്കുകയും കറുത്തവരെ അകറ്റിനിർത്തുകയും ചെയ്തു. അപ്പോൾ അദ്ദേഹത്തിന്റെ സിദ്ധാന്തം ശരിക്കും നിലനില്ക്കുമോ?

അറുപതുകളിലെ തന്റെ ദക്ഷിണാഫ്രിക്കൻ സന്ദർശനത്തിലേക്ക് തിരിഞ്ഞുനോക്കുമ്പോൾ, 'ചരിത്രത്തിന്റെ ശക്തികൾ'ക്കു നേരെ താൻ അന്ധനായിരുന്നുവെന്ന് സമ്മതിക്കാൻ നിർബന്ധിതനാകുന്നതായി ഓൾപോർട്ടിന് തോന്നി.

4

1993, മെയ് 7–ാം തിയ്യതി. ജോഹന്നാസ്ബർഗ്ഗിൽ നിന്ന് എഴുപത്തിയഞ്ച് മൈൽ തെക്ക് പോച്ചെഫ്സ്ട്രൂമിലെ റഗ്ബി സ്റ്റേഡിയത്തിനുള്ളിൽ തിങ്ങി നിറഞ്ഞ് 15,000 വെളുത്ത ആഫ്രിക്കാനർമാർ. മറ്റെന്തിനേക്കാളും സ്വസ്തിക യോട് സാമ്യമുള്ള മുദ്രകൾ പതിപ്പിച്ച ചുവപ്പും കറുപ്പുമായ നൂറുകണക്കിന് പതാകകൾ അവർക്കു മുകളിൽ പാറുന്നുണ്ടായിരുന്നു. നീളൻ താടിയും തവിട്ടുനിറത്തിലുള്ള ഷർട്ടും ധരിച്ച കർഷകർ ഷോട്ട്ഗണുകളും പിസ്റ്റളു കളുമായി അടിമുടി സായുധരായിരുന്നു.

ആഫ്രിക്കാനർ റെസിസ്റ്റൻസ് മൂവ്മെന്റിന്റെ നേതാവായ യൂജിൻ ടെറി ബ്ലാഞ്ചും റാലിയെ അഭിസംബോധന ചെയ്യുന്നവരുടെ കൂട്ടത്തിൽ ഉണ്ടായി രുന്നു. ഏറെക്കാലമായി അഡോൾഫ് ഹിറ്റ്ലറുടെ പ്രഭാഷണരീതികളിൽ ആകൃഷ്ടനായിരുന്ന ടെറി ബ്ലാഞ്ചിന്റെ കൂട്ടാളികൾ കു ക്ലക്സ് ക്ലാൻ പോലെ യായിരുന്നു, ഒരുപക്ഷേ, അവരേക്കാൾ ഏറെ അക്രമാസക്തരും.

അന്ന് സ്റ്റേഡിയത്തിൽ രോഷവും ഭയവും നുരച്ചു. എല്ലാ വംശജരും പങ്കെടുക്കുന്ന ആദ്യത്തെ തെരഞ്ഞെടുപ്പിൽ മണ്ടേല വിജയിച്ചാൽ എന്തു സംഭവിക്കും എന്നതിനെക്കുറിച്ചുള്ള ഭയം. അവരുടെ ദേശീയ ഗാനവും ദേശീയ പതാകയും നഷ്ടപ്പെടുന്നതിലുള്ള ഭയം. ഒരു മുഴുവൻ സംസ്കാര വും തുടച്ചുമാറ്റപ്പെടുന്നതിന്റെ ഭയം. പ്രകോപിതരായ ഈ 15,000 പ്രകടന ക്കാർ ബിറ്റെറെൻഡേഴ്സ് (Bitterenders) എന്നും അറിയപ്പെടുന്നു – നൂറു വർഷംമുമ്പ് ബ്രിട്ടീഷുകാരോട് അന്ത്യംവരെ (bitterend) പോരാടിയ ആഫ്രി ക്കാനേഴ്സിന്റെ ഓർമ്മയിലാണ് അവർ ബിറ്റെറെൻഡേഴ്സ് എന്ന് അറിയ പ്പെടുന്നത്. ആവശ്യമായ ഏതു മാർഗ്ഗവും പ്രയോഗിക്കാൻ മടിയില്ലാത്ത സ്വാതന്ത്ര്യസമരപ്പോരാളികളായിട്ടാണ് അവർ സ്വയം കാണുന്നത്.

അവർക്ക് ഒരു കാര്യത്തിന്റെ, കൂടുതൽ സ്പഷ്ടമായി പറഞ്ഞാൽ, ഒരു ആളിന്റെ അഭാവമുണ്ട്. ഇപ്പോൾ അവർക്ക് ആവശ്യം ഒരു നേതാവിനെ യാണ്. ആദരവ് പിടിച്ചുപറ്റുന്ന ഒരാൾ, മാതൃകാപരമായ പശ്ചാത്തലം ഉള്ള ഒരാൾ. 'ബ്ലാക്ക് ഡെയ്ഞ്ചറിന്' – swart gevaar – മണ്ടേലയെന്ന പോലെ സ്വാത ന്ത്ര്യത്തിനായുള്ള അന്തിമവും സുപ്രധാനവുമായ ഈ യുദ്ധത്തിൽ ആഫ്രി ക്കാനേഴ്സിനെ നയിക്കാൻ കെല്പുള്ള ഒരാൾ.

ചുരുക്കത്തിൽ, കോൺസ്റ്റാൻന്റ് വിൽജോണെപ്പോലെ ഒരാൾ.

അന്ന് പോച്ചെഫ്സ്ട്രൂമിൽ കോൺസ്റ്റാൻന്റ് ഉണ്ട്. വർഷങ്ങൾക്കുമുമ്പ് വിര മിച്ചശേഷം, അദ്ദേഹം ഒരു കർഷകനായി ശാന്തമായ ജീവിതം നയിക്കുക യായിരുന്നു. എന്നാൽ ജനക്കൂട്ടം അദ്ദേഹത്തിന്റെ പേര് മന്ത്രിക്കാൻ തുടങ്ങിയ പ്പോൾ, അദ്ദേഹം മടിച്ചുനില്ക്കുന്നില്ല. ആ മുൻ ജനറൽ വേദിയിലേക്ക് കടന്നുവരുന്നു.

'ആഫ്രിക്കാനർ ജനത സ്വയം പ്രതിരോധിക്കാൻ തയ്യാറെടുക്കണം,' കോൺസ്റ്റാൻന്റ് മൈക്രോഫോണിലൂടെ അലറുന്നു. 'ത്യാഗങ്ങൾ ഒഴിവാക്കാ നാവാത്ത രക്തരൂഷിതമായ ഒരു സംഘർഷം അനിവാര്യമാണ്. പക്ഷേ, നമ്മൾ സന്തോഷത്തോടെ ത്യാഗം ചെയ്യും, കാരണം നീതി നമ്മുടെ ഭാഗ ത്താണ്!'

ആൾക്കൂട്ടത്തിന് നിയന്ത്രണം വിടുന്നു.

'നിങ്ങൾ നയിക്കൂ,' ആഫ്രിക്കാനേഴ്സ് വിളിച്ചുപറയുന്നു, 'ഞങ്ങൾ പിന്നിലുണ്ടാകും!'

ഇങ്ങനെയാണ് ആഫ്രിക്കാനേഴ്സ് വോക്സ്ഫ്രണ്ട് എന്ന് സ്വയം വിശേഷിപ്പിക്കുന്ന പുതിയ സഖ്യത്തിന്റെ നേതാവായി കോൺസ്റ്റാൻന്റ് എത്തുന്നത്. അത് ഒരു വെറും രാഷ്ട്രീയ പാർട്ടിയോ ഫെഡറേഷനോ അല്ല. അതൊരു സൈന്യമാണ്. കോൺസ്റ്റാൻന്റ് യുദ്ധത്തിനായി കോപ്പുകൂട്ടുകയാണ്. എന്തു വിലകൊടുത്തും ബഹുവംശ പൊതുതെരഞ്ഞെടുപ്പ് തടയാൻ അദ്ദേഹം ആഗ്രഹിക്കുന്നു.

'ഞങ്ങൾക്ക് വൻ സൈനിക ശേഷി ഉണ്ടാക്കിയെടുക്കേണ്ടിവന്നു,' കോൺസ്റ്റാൻന്റ് പിന്നീടൊരിക്കൽ ഓർത്തെടുത്തു. വെറും രണ്ടുമാസം കൊണ്ട് എ.വി.എഫ്. പരിചയസമ്പന്നരായ 100,000 സൈനികർ ഉൾപ്പെടെ 150,000 ആഫ്രിക്കാനേഴ്സിനെ റിക്രൂട്ട് ചെയ്തു. കൂടുതൽ പേരും 'കോൺസ്റ്റാൻന്റ് വിൽജോൺ' എന്ന പേര് കേൾക്കുമ്പോൾ തന്നെ സംഘത്തിൽ ചേരാൻ തയ്യാറായിരുന്നു.

അതേസമയം, അവർക്ക് ഒരു ആക്രമണപദ്ധതി ആവിഷ്കരിക്കണമായിരുന്നു. ഒരുപാട് ഭ്രാന്തൻ ആശയങ്ങൾ ഉന്നയിക്കപ്പെട്ടു. ഒരുപക്ഷേ, നാം മണ്ടേലയുടെ രാഷ്ട്രീയ പാർട്ടിയായ എ.എൻ.സി.യുടെ നേതാക്കളെ പതിയിരുന്ന് ആക്രമിക്കണം, ഒരാൾ നിർദ്ദേശിക്കുന്നു. അല്ല, മറ്റൊരാൾ പറയുന്നു, വെസ്റ്റേൺ ട്രാൻസ്വാളിൽ 15,000 കറുത്തവർഗ്ഗക്കാരെ കൊന്ന് കൂട്ടത്തോടെ ശവക്കുഴി മാന്തി മൂടണം. ഓരോ ദിവസം കഴിയുന്തോറും ഈ മാനസികാവസ്ഥ കൂടുതൽ ഭ്രാന്തമായി.

ജോഹന്നാസ്ബർഗ്ഗിൽ നിന്ന് എഴുപത്തിയഞ്ച് മൈൽ അകലെയായിരുന്ന കോൺസ്റ്റാൻന്റിന്റെ സഹോദരൻ അബ്രഹാമിന് ഒരു കടുത്ത അശുഭസൂചന തോന്നി. മണ്ടേലയ്ക്കും എ.എൻ.സി.ക്കും ഉള്ള ഒരു മെമ്മോയിൽ അദ്ദേഹം എഴുതി: 'ദുരന്തത്തിന്റെ ക്ലാസിക് ഘടകങ്ങൾ ഇവിടെ ഒരുമിച്ചു വരുന്നതായി എനിക്ക് തോന്നുന്നു.' എന്നാൽ താനും പ്രവർത്തിക്കേണ്ടിയിരിക്കുന്നുവെന്ന് ബ്രാമിനുതോന്നി. തന്റെ സഹോദരന്റെ മനസ്സുമാറ്റാൻ കഴിഞ്ഞേക്കാവുന്ന ദക്ഷിണാഫ്രിക്കയിലെ ഒരേയൊരാൾ താൻ മാത്രമാണെന്ന് അദ്ദേഹത്തിന് അറിയാം. നാല്പതുവർഷമായി പരസ്പരം ഏറെക്കുറെ സംസാരിച്ചിട്ടേയില്ലെങ്കിലും ഇപ്പോൾ അത് ചെയ്യണം.

'അദ്ദേഹത്തിന് കോൺസ്റ്റാൻന്റിനെ പറഞ്ഞുബോധ്യപ്പെടുത്താൻ കഴിയുമെങ്കിൽ, വർണവിവേചനത്തിൽനിന്ന് ജനാധിപത്യത്തിലേക്കുള്ള സമാധാനപരമായ മാറ്റം സാധ്യമാകും. ഇല്ലെങ്കിൽ യുദ്ധം അനിവാര്യമാണ്,' ചരിത്രകാരനായ ക്രൂയ്വാഗൻ എഴുതി.

1993 ജൂലൈ ആദ്യം. തെരഞ്ഞെടുപ്പിന് ഇനി പത്തുമാസം. പ്രിട്ടോറിയ നഗരഹൃദയത്തിലെ എ.വി.എഫ്. ഓഫീസിൽ ബ്രാം എത്തുന്നു.

രണ്ട് സഹോദരന്മാരും ഇരുന്നയുടനെ ബ്രാം മുഖവുരയില്ലാതെ ചോദിക്കുന്നു.

'നിന്റെ മുന്നിലുള്ള വഴികൾ എന്താണ്?'

'ഇപ്പോഴത്തെ നിലവെച്ച് നോക്കുമ്പോൾ ഒറ്റ വഴിയേ ഉള്ളൂ – അത് പോരാടുക എന്നതാണ്,' കോൺസ്റ്റാൻന്റ് പറയുന്നു.

അപ്പോൾ ബ്രാം ഒരു നിർദ്ദേശം മുന്നോട്ടുവെക്കുന്നു, പരമരഹസ്യമായി ബ്രാമും നെൽസൺ മണ്ടേലയും ചേർന്ന് തയ്യാറാക്കിയ ഒരു പദ്ധതി.

കോൺസ്റ്റാൻന്റിന്റെ ആളുകളുടെ പദവിയെക്കുറിച്ച് എ.എൻ.സി. നേതൃത്വവുമായി നേരിട്ട് ചർച്ച ചെയ്യുന്നതിനെപ്പറ്റി എന്താണ് പറയാനുള്ളത് എന്ന് ബ്രാം ചോദിക്കുന്നു. അത്തരം ഒമ്പത് മധ്യസ്ഥശ്രമങ്ങൾ ഇതിനിടെ കോൺസ്റ്റാൻന്റ് നിരസിച്ചിരുന്നു. എന്നാൽ, ഇത്തവണ അദ്ദേഹത്തിന്റെ പ്രതികരണം വ്യത്യസ്തമാണ്. കാരണം, ഇത്തവണ അത് സ്വന്തം സഹോദരനാണ് ചോദിക്കുന്നത്.

അങ്ങനെ, ആ സരൂപ ഇരട്ടകൾ 1993 ഓഗസ്റ്റ് 12-ന് ജോഹന്നാസ്ബർഗ്ഗിലെ ഒരു വില്ലയുടെ വാതില്ക്കൽ എത്തുന്നു. വീട്ടിലെ ജോലിക്കാർ വന്ന് വാതിൽ തുറക്കുമെന്നാണ് അവർ പ്രതീക്ഷിക്കുന്നത്. എന്നാൽ, അവരുടെ മുന്നിൽ നിറഞ്ഞ ചിരിയുമായി ആ മനുഷ്യൻ നില്ക്കുന്നു. നെൽസൺ മണ്ടേല.

ഇതൊരു ചരിത്രനിമിഷമാണ്: പുതിയ ദക്ഷിണാഫ്രിക്കയുടെ നായകൻ പഴയ നായകനുമായി മുഖാമുഖം നില്ക്കുന്നു. യുദ്ധത്തിനായി ആളുകളെ അണിനിരത്തുന്ന മനുഷ്യനു മുമ്പിൽ സമാധാനസ്ഥാപകൻ! 'ഞാൻ ചായ കുടിക്കുമോ എന്ന് അദ്ദേഹം ചോദിച്ചു,' ഈ സമാഗമത്തിന് വർഷങ്ങൾക്കു ശേഷം കോൺസ്റ്റാൻന്റ് ഓർമ്മിച്ചെടുത്തു. 'ഉവ്വ്, ഞാൻ പറഞ്ഞു. അദ്ദേഹം എനിക്ക് ഒരു കപ്പ് ചായ പകർന്നു. പാൽ വേണമോ, അദ്ദേഹം എന്നോട് ചോദിച്ചു. ആവാം, ഞാൻ പറഞ്ഞു. അദ്ദേഹം എന്റെ കപ്പിലേക്ക് പാൽ ഒഴിച്ചു. ചായയിൽ മധുരം വേണോ എന്ന് അദ്ദേഹം എന്നോട് ചോദിച്ചു. വേണം എന്ന് ഞാൻ പറഞ്ഞു, അദ്ദേഹം കപ്പിലേക്ക് പഞ്ചസാര ചേർത്തു. ഞാൻ ആകെ ചെയ്യേണ്ടിയിരുന്നത് അത് ഇളക്കുക മാത്രമാണ്!'

ആഫ്രിക്കാനേഴ്സിന്റെ ചരിത്രവും സംസ്കാരവും മനസ്സിലാക്കാൻ മണ്ടേല ശ്രമിച്ചിരുന്നു എന്നത് അവരുടെ സംഭാഷണത്തിൽ നിന്ന് വ്യക്തമായിരുന്നു. ബ്രിട്ടീഷുകാരിൽ നിന്നുള്ള മോചനത്തിനായി നൂറുവർഷം മുമ്പ് വിൽജോൺ കുടുംബം നടത്തിയ പോരാട്ടത്തിന് വർണവിവേചനത്തിനെതിരായ തന്റെ പോരാട്ടവുമായുള്ള സാമ്യങ്ങൾ മണ്ടേല ചൂണ്ടിക്കാണിച്ചത് കോൺസ്റ്റാൻന്റിൽ മതിപ്പുളവാക്കി. ആ സൈനികനുമായി അദ്ദേഹത്തിന്റെ ഭാഷയിൽ തന്നെ മണ്ടേല സംസാരിച്ചു എന്നതാണ് ഏറ്റവും പ്രധാനം എന്ന് ചരിത്രകാരന്മാർ പിന്നീട് രേഖപ്പെടുത്തി. 'ജനറൽ,' മണ്ടേല ആഫ്രിക്കാൻ ഭാഷയിൽ പറയുന്നു, 'നാം യുദ്ധത്തിന് പോയാൽ അതിൽ വിജയികളുണ്ടാകാനിടയില്ല.'

കോൺസ്റ്റാൻന്റ് തലകുലുക്കി, 'വിജയികളാരും ഉണ്ടാകില്ല.'

ആദ്യത്തെ ആ കൂടിക്കാഴ്ച വിൽജോണും മണ്ടേലയുമായുള്ള നാലു മാസം നീണ്ട രഹസ്യചർച്ചകൾക്ക് വഴി തുറക്കുന്നു. പ്രസിഡന്റ് ഫ്രെഡറിക് വില്ലം ഡി ക്ലാർക്ക് പോലും ഇതേക്കുറിച്ച് അറിഞ്ഞിരുന്നില്ല. വളരെ കുറച്ച് ചരിത്രപുസ്തകങ്ങൾ മാത്രമേ ഇന്ന് അത് പരാമർശിക്കുന്നുള്ളൂ. എന്നിരുന്നാലും അത് ദക്ഷിണാഫ്രിക്കയുടെ ചരിത്രത്തിലെ ഒരു സുപ്രധാന നിമിഷമായിരുന്നു. ഒടുവിൽ, ആയുധങ്ങൾ താഴെവെച്ച് തന്റെ പാർട്ടിയുമായി പൊതുതെരഞ്ഞെടുപ്പിൽ ചേരാൻ ആ മുൻ ജനറൽ തയ്യാറായി.

ഓരോ തവണ മണ്ടേലയ്ക്ക് കൈകൊടുത്തപ്പോഴും, താൻ ഒരിക്കൽ ഭീകരവാദിയെന്ന് കരുതിയിരുന്ന ആ മനുഷ്യനോടുള്ള ആദരവ് കോൺ

സ്റ്റാൻന്റിൽ വളർന്നുവന്നു. ആ വികാരം പരസ്പരവുമുണ്ടായിരുന്നു. ജനറലിനോടുള്ള മണ്ടേലയുടെ ആദരവും വർദ്ധിച്ചുവന്നു. തനി രാഷ്ട്രീയക്കാരനായ ഡി ക്ലാർക്കിൽ നിന്ന് വ്യത്യസ്തമായി മണ്ടേല കോൺസ്റ്റാൻന്റിനെ വിശ്വാസത്തിലെടുക്കാൻ തുടങ്ങി.

'അദ്ദേഹം എന്റെ സഹോദരന്റെ കൈ പിടിച്ചു,' ബ്രാം പിന്നീട് പറഞ്ഞു, 'അദ്ദേഹം ആ കൈ വിട്ടതുമില്ല.'

5

അപ്പോഴേക്കും, കോൺടാക്റ്റ് ഹൈപോത്തെസിസ് മുന്നോട്ടുവെച്ച സൈക്കോളജിസ്റ്റ് ഗോർഡൻ ഓൾപോർട്ട് മരിച്ചിട്ട് വളരെക്കാലം കഴിഞ്ഞിരുന്നു. എന്നാൽ 1956-ൽ ദക്ഷിണാഫ്രിക്കൻ പര്യടനം നടത്തിയപ്പോൾ അദ്ദേഹത്തെ അനുഗമിച്ച വിദ്യാർത്ഥി അപ്പോഴും ജീവിച്ചിരിക്കുന്നുണ്ടായിരുന്നു.

എന്നാൽ ഉൾവലിഞ്ഞ പ്രകൃതക്കാരനായ ഓൾപോർട്ടിൽനിന്ന് വ്യത്യസ്തമായി തോമസ് പെറ്റിഗ്രൂ ഒരു റെബലായിരുന്നു. ഒരു ആക്റ്റിവിസ്റ്റും. അമേരിക്കൻ പൗരാവകാശ പ്രസ്ഥാനത്തിൽ (American Civil Rights Movement) വളരെ പ്രത്യക്ഷമായ ഒരു പങ്കുവഹിച്ച അദ്ദേഹത്തെക്കുറിച്ച് എഫ്.ബി.ഐ.യുടെ പക്കൽ വളരെ കനത്ത ഒരു ഫയൽ തന്നെ ഉണ്ടായിരുന്നു. ദക്ഷിണാഫ്രിക്കയിൽ താമസിച്ച കാലത്ത് പെറ്റിഗ്രൂ അന്ന് നിയമവിരുദ്ധമായിരുന്ന എ.എൻ.സി.യുടെ നിരവധി യോഗങ്ങളിൽ പങ്കെടുത്തിരുന്നു. രഹസ്യാന്വേഷണ വിഭാഗം ഈ പ്രവർത്തനങ്ങൾ നിരീക്ഷിക്കുന്നുണ്ടായിരുന്നു. ആറു മാസത്തിനുശേഷം കസ്റ്റംസിൽ തന്റെ പാസ്പോർട്ട് ഹാജരാക്കിയപ്പോൾ അധികൃതർ അതിൽ വലിയ അക്ഷരങ്ങളിൽ ഒരു സ്റ്റാമ്പ് പതിപ്പിച്ചു: 'ദക്ഷിണാഫ്രിക്കയിൽ പ്രവേശനമില്ല.'

മണ്ടേലയുടെ നാട്ടിലേക്ക് താൻ ഇനിയെന്നെങ്കിലും മടങ്ങിവരുമെന്ന് പെറ്റിഗ്രൂവ് കരുതിയതേയില്ല. അരനൂറ്റാണ്ടിനുശേഷം, 2006-ൽ ദക്ഷിണാഫ്രിക്കയിൽ ഒരു അന്താരാഷ്ട്ര മനഃശാസ്ത്രസമ്മേളനത്തിലേക്ക് അദ്ദേഹം ക്ഷണിക്കപ്പെട്ടു. 'ഞങ്ങൾ നോക്കിയ എല്ലായിടത്തും,' പെറ്റിഗ്രൂ തന്റെ യാത്രയെക്കുറിച്ച് പറഞ്ഞു, 'ഞങ്ങൾ വളരെയധികം പുരോഗതി കണ്ടു. എന്നാൽ ഇനിയും വളരെയേറെ കാര്യങ്ങൾ ചെയ്യാനുണ്ട്.'

ഡർബനിലെ മനോഹരമായ ബീച്ചുകൾ ഇപ്പോൾ എല്ലാവർക്കുമായി തുറന്നിരിക്കുന്നു. ഒരിക്കൽ ഒരു കുപ്രസിദ്ധമായ ജയിൽ നിന്നിരുന്നിടത്ത് ഇപ്പോൾ കോൺസ്റ്റിറ്റ്യൂഷണൽ കോർട്ട് ആണ്. ദക്ഷിണാഫ്രിക്കയിലെ പതിനൊന്ന് ഔദ്യോഗിക ഭാഷകളിൽ അത് സന്ദർശകരെ സ്വാഗതം ചെയ്യുന്നു.

തന്റെ മേഖലയിലെ പ്രമുഖ ശാസ്ത്രജ്ഞരിൽ ഒരാളും സമ്മേളനത്തിലെ വിശിഷ്ടാതിഥിയുമായിരുന്ന പെറ്റിഗ്രൂ തന്റെ മുൻ ഗുരുവിന്റെ സിദ്ധാന്തത്തെ ശക്തമായി പിന്തുണയ്ക്കുന്ന ഒരു വലിയ പ്രബന്ധം അവതരിപ്പിച്ചു. പെറ്റിഗ്രൂവും സംഘവും മുപ്പത്തിയെട്ട് രാജ്യങ്ങളിൽ നിന്നുള്ള 515 പഠനങ്ങൾ വിശകലനം ചെയ്തു. എന്തായിരുന്നു അവരുടെ നിഗമനം? സമ്പർക്കം (കോൺടാക്റ്റ്) ഫലവത്താണ്. മാത്രവുമല്ല, സാമൂഹ്യശാസ്ത്രത്തിലെ ചുരുക്കം കണ്ടുപിടുത്തങ്ങൾക്ക് മാത്രമേ അവയ്ക്ക് പ്രാബല്യം നല്കുന്ന

ഇത്രയേറെ തെളിവുകൾ ഉള്ളൂ. സമ്പർക്കം കൂടുതൽ വിശ്വാസ്യതയും കൂടുതൽ ഐക്യവും അതിലേറെ സഹാനുഭൂതിയും സൃഷ്ടിക്കുന്നു. മറ്റുള്ളവരുടെ കണ്ണുകളിലൂടെ ഈ ലോകം കാണാൻ അത് നിങ്ങളെ സഹായിക്കുന്നു. അതിലുപരി, ഒരു വ്യക്തിയെന്ന നിലയിൽ അത് നിങ്ങളെ മാറ്റിത്തീർക്കുന്നു, കാരണം വൈവിധ്യമാർന്ന സൗഹൃദവലയമുള്ള വ്യക്തികൾ അപരിചിതരോട് കൂടുതൽ സഹിഷ്ണുത കാണിക്കുന്നു. സമ്പർക്കം എളുപ്പത്തിൽ പകരുന്ന ഒന്നാണ്: നിങ്ങളുടെ അയൽക്കാരൻ മറ്റുള്ളവരുമായി ഇടപഴകുന്നത് കാണുമ്പോൾ സ്വന്തം മുൻവിധികളെക്കുറിച്ച് വീണ്ടുവിചാരം നടത്താൻ അത് നിങ്ങളെ പ്രേരിപ്പിക്കുന്നു.

എന്നാൽ ഒരൊറ്റ നെഗറ്റീവ് അനുഭവം (ഏറ്റുമുട്ടൽ അല്ലെങ്കിൽ ദേഷ്യത്തോടെയുള്ള ഒരു നോട്ടം) ഒരു തമാശയേക്കാളും ഒരു സഹായഹസ്തത്തെക്കാളും ആഴത്തിലുള്ള വടുക്കൾ അവശേഷിപ്പിക്കുന്നു എന്നുകൂടി ഈ പഠനങ്ങളിൽനിന്ന് വ്യക്തമായി.

നമ്മുടെ തലച്ചോർ പ്രവർത്തിക്കുന്നത് അങ്ങനെയാണ്. ഈ വസ്തുത തുടക്കത്തിൽ പെറ്റിഗ്രൂവിനെയും സഹപ്രവർത്തകരെയും ഏറെ കുഴക്കിയിരുന്നു. കാരണം, മോശം ഇടപെടലുകളെക്കുറിച്ചാണ് നമുക്ക് കൂടുതലായി ഓർമ്മ ഉള്ളതെങ്കിൽ സമ്പർക്കം പുലർത്തുന്നതിലൂടെ എങ്ങനെ മനുഷ്യരെ കൂടുതൽ അടുപ്പിക്കാൻ കഴിയും? ഉത്തരം ലളിതമായിരുന്നു. നാം നേരിടുന്ന അസുഖകരമായ ഓരോ അനുഭവത്തിനും പകരം എത്രയോ മനോഹരമായ ഇടപെടലുകൾ ഉണ്ട്.

മോശം അനുഭവങ്ങൾ കൂടുതൽ ശക്തമാണെന്ന് തോന്നാമെങ്കിലും നല്ല അനുഭവങ്ങൾ അതിനേക്കാൾ കൂടുതലാണ്.

സമ്പർക്കത്തിന്റെ ശക്തി മനസ്സിലാക്കിയ ഒരു വ്യക്തി ഉണ്ടെങ്കിൽ അത് നെൽസൺ മണ്ടേലയാണ്. വർഷങ്ങൾക്കുമുമ്പ് അദ്ദേഹം വളരെ വ്യത്യസ്തമായ ഒരു പാത തെരഞ്ഞെടുത്തിരുന്നു – അക്രമത്തിന്റെ പാത. 1960-ൽ എ.എൻ.സി.യുടെ സായുധവിഭാഗത്തിന്റെ സ്ഥാപക അംഗങ്ങളിൽ ഒരാളായിരുന്നു മണ്ടേല.

എന്നാൽ, അഴികൾക്കുള്ളിലെ ഇരുപത്തിയേഴു വർഷങ്ങൾക്ക് ഒരു മനുഷ്യനെ പൂർണമായും മാറ്റിത്തീർക്കാൻ കഴിയും. വർഷങ്ങൾ കടന്നുപോയപ്പോൾ ശാസ്ത്രജ്ഞന്മാർ പിന്നീട് തെളിയിച്ച ഒരു കാര്യം മണ്ടേല മനസ്സിലാക്കാൻ തുടങ്ങി: അക്രമത്തേക്കാൾ എത്രയോ ഫലപ്രദമാണ് അഹിംസാത്മക പ്രതിരോധം. 'മണ്ടേലയുടെ രീതി' വെറുമൊരു ശുദ്ധഗതിക്കാരന്റേതാണെന്ന വിശ്വാസത്തിൽ തുടങ്ങിയ അമേരിക്കൻ സാമൂഹ്യശാസ്ത്രജ്ഞ എറിക്ക ചെനോവത്തിന്റെ (Erica Chenoweth) സമീപകാല രചനകൾ എടുക്കുക. യഥാർത്ഥ ലോകത്ത് തോക്കിൻ കുഴലിലൂടെയാണ് അധികാരം പ്രയോഗിക്കപ്പെടുന്നത് എന്ന് അവർ വിചാരിച്ചു. ഇത് തെളിയിക്കുന്നതിനായി 1900 വരെയുള്ള ചെറുത്തുനില്പുകളുടെ വലിയൊരു ഡാറ്റാബേസ് അവർ ഉണ്ടാക്കി.

'പിന്നെ ഞാൻ ആ കണക്കുകൾ പരിശോധിച്ചു,' 2014-ൽ ചെനോവത്ത് എഴുതി. 'ഞാൻ ഞെട്ടിപ്പോയി.'

അഹിംസാത്മകസമരങ്ങളിൽ 50 ശതമാനത്തിലധികവും വിജയമായിരുന്നു. പക്ഷേ, സായുധ ചെറുത്തുനില്പുകളിൽ 26 ശതമാനം മാത്രമേ

വിജയം കണ്ടുള്ളൂ. ഇതിന്റെ പ്രാഥമിക കാരണമായി ചെനോവത്ത് സ്ഥാപിച്ചത് അഹിംസാത്മകസമരങ്ങളിൽ കൂടുതൽ ആളുകൾ പങ്കെടുക്കുന്നു എന്നതാണ്. ശരാശരി പതിനൊന്ന് മടങ്ങ് കൂടുതൽ. ടെസ്റ്റോസ്റ്റിറോൺ കൂടുതലുള്ള ആണുങ്ങൾ മാത്രമല്ല, സ്ത്രീകളും കുട്ടികളും പ്രായമായവരും ഭിന്നശേഷിക്കാരും ഒക്കെ ഇത്തരം സമരങ്ങളിൽ അണിനിരക്കുന്നു. ഇത്തരം ജനസഞ്ചയങ്ങളെ നേരിടാൻ ഭരണകൂടങ്ങൾ സജ്ജരല്ല. അങ്ങനെയാണ് നന്മ തിന്മയെ മറികടക്കുന്നത് - എണ്ണംകൊണ്ട് തോല്പിച്ചിട്ട്.

അഹിംസാത്മകസമരങ്ങളിൽ ഈ ഘടകം ഒഴിവാക്കാനാവില്ല: സ്വയം നിയന്ത്രണം. തടവറയിൽ കഴിഞ്ഞ കാലത്ത് സമചിത്തത പാലിക്കുന്നതിൽ മണ്ടേല ഒരു വിദഗ്ധനായിത്തീർന്നിരുന്നു. ആഫ്രിക്കാനറുകളുടെ സംസ്കാരത്തെയും ചരിത്രത്തെയും കുറിച്ചുള്ള ധാരാളം പുസ്തകങ്ങൾ വായിച്ച് തന്റെ ശത്രുവിനെ പഠിക്കാൻ അദ്ദേഹം തീരുമാനിച്ചു. അദ്ദേഹം റഗ്ബി കണ്ടു, അവരുടെ ഭാഷ പഠിച്ചു. 'നിങ്ങൾ ഒരാളോട് അയാൾക്ക് മനസ്സിലാകുന്ന ഭാഷയിൽ സംസാരിച്ചാൽ അത് അയാളുടെ തലയിൽ കയറുന്നു,' മണ്ടേല വിശദീകരിച്ചു. 'നിങ്ങൾ അവനോട് അവന്റെ തന്നെ ഭാഷയിൽ സംസാരിച്ചാൽ അത് അവന്റെ ഹൃദയത്തിലേക്ക് കടക്കുന്നു.'

ജയിലിലെ കാവൽക്കാരും മനുഷ്യരാണെന്നും അവർ വ്യവസ്ഥിതിയാൽ ദുഷിപ്പിക്കപ്പെട്ടവരാണെന്നും തന്റെ സഹതടവുകാരെ ബോധ്യപ്പെടുത്താൻ മണ്ടേല ശ്രമിച്ചു. വർഷങ്ങൾക്കുശേഷം, അത്തരത്തിലാണ് മണ്ടേല കോൺസ്റ്റാൻന്റ് വിൽജോണെ കാണുന്നത്: താൻ വിശ്വസിച്ച ഒരു ഭരണകൂടത്തിനായി പോരാടാൻ തന്റെ ജീവിതം ചെലവഴിച്ച സത്യസന്ധനും വിശ്വസ്തനും ധീരനുമായ ഒരു മനുഷ്യനെന്ന നിലയിൽ.

മോചിതനായ ശേഷം കറുത്ത ദക്ഷിണാഫ്രിക്കക്കാരിൽ 90 ശതമാനത്തെയും തന്റെ ലക്ഷ്യത്തിനായി അണിനിരത്താൻ മണ്ടേലയ്ക്ക് കഴിഞ്ഞു. അതിനുശേഷം വെളുത്ത ആഫ്രിക്കാനറുകളുടെ ഹൃദയങ്ങളെ ജയിച്ചടക്കുന്നതിലേക്ക് ശ്രദ്ധതിരിച്ചു. വെളുത്തവരുടെ റഗ്ബി ടീമിന്റെ ടീഷർട്ട് ധരിച്ച് 1995 ജൂൺ 24-ന് ജോഹന്നാസ്ബർഗ്ഗിലെ സ്റ്റേഡിയത്തിൽ മണ്ടേല പ്രവേശിച്ചപ്പോൾ, ഒരിക്കൽ അദ്ദേഹത്തെ തീവ്രവാദിയായി കണക്കാക്കിയിരുന്ന ആയിരക്കണക്കിന് പുരുഷന്മാരും സ്ത്രീകളും 'നെൽസൺ, നെൽസൺ!' എന്ന് ആർത്തുവിളിച്ച് സ്വീകരിക്കും വിധമായിരുന്നു മണ്ടേലയുടെ വിജയം.

മണ്ടേലയുടെ സമീപനത്തിന്റെ വിജയം, മികച്ച ഒരു പബ്ലിസിറ്റിയുടെ ഫലമാണെന്ന് ആരോപിക്കാൻ എളുപ്പമാണ്. പക്ഷേ, അതല്ല സംഭവിച്ചത്.

മാർട്ടിൻ ലൂതർ കിങ്ങിന്റെ ആവേശത്തോടെ പ്രസംഗിക്കുകയോ അല്ലെങ്കിൽ വിൻസ്റ്റൺ ചർച്ചിലിന്റെ തീവ്രതയോടെ വാഗ്വാദത്തിൽ ഏർപ്പെടുകയോ മണ്ടേല ചെയ്തില്ല. തന്റെ ആദ്യ പത്രസമ്മേളനത്തിൽ മുന്നിൽ നിരത്തിവെച്ച മൃദുരോമങ്ങൾകൊണ്ട് നിർമ്മിച്ച ആ വസ്തുക്കൾ കണ്ട് മണ്ടേല അമ്പരന്നു. അവ മൈക്രോഫോണുകളാണെന്ന് കൂടെയുണ്ടായിരുന്നവരിൽ ഒരാൾ അദ്ദേഹത്തിന്റെ ചെവിയിൽ മന്ത്രിക്കുന്നതുവരെ ആ അമ്പരപ്പ് തുടർന്നു.

മണ്ടേലയുടെ സൂപ്പർ പവറിന്റെ ഉറവിടം മറ്റൊന്നായിരുന്നു. അദ്ദേഹത്തെ ലോകചരിത്രത്തിലെ ഏറ്റവും മഹാനായ നേതാക്കളിൽ ഒരാളാക്കിയത് എന്തായിരുന്നു എന്ന് പത്രപ്രവർത്തകനായ ജോൺ കാർലിൻ നിരീക്ഷിക്കുന്നു, 'നന്നാക്കിയെടുക്കാൻ ഒരുവിധത്തിലും സാധിക്കില്ലെന്ന് നൂറിൽ

തൊണ്ണൂറ്റി ഒൻപത് ആളുകളും വിശ്വസിക്കുന്നവരിൽ നല്ലതുമാത്രം കാണാൻ അദ്ദേഹം തീരുമാനിച്ചു.'

മണ്ടേലയുടെ ഏറ്റവും അടുത്ത സുഹൃത്തുകളിലൊരാളായ വാൾട്ടർ സിസുലുവിനോട് ഒരിക്കൽ മണ്ടേലയുടെ ചില കുറവുകൾ ചൂണ്ടിക്കാട്ടാൻ ആവശ്യപ്പെട്ടു. 'അദ്ദേഹം ഒരാളിൽ വിശ്വസിക്കുമ്പോൾ,' സിസുലു പറഞ്ഞു തുടങ്ങി, 'അദ്ദേഹം ഏതറ്റംവരെയും പോകുന്നു...'

പിന്നെ ഒരുനിമിഷം മടിച്ചുനിന്ന ശേഷം സിസിലു തുടർന്നു. 'പക്ഷേ, ഒരുവേള അതൊരു കുറവല്ല...'

6

സമീപദശകങ്ങളിലെ ഏറ്റവും പ്രതീക്ഷയുള്ള മാറ്റങ്ങളിലേക്ക് തിരിഞ്ഞു നോക്കുമ്പോൾ, ഓരോ സന്ദർഭത്തിലും വിശ്വാസവും സമ്പർക്കവും നിർണായകമായിരുന്നുവെന്ന് നമുക്ക് കാണാൻ കഴിയും. 1960-കൾ മുതലിങ്ങോട്ടുള്ള സ്വവർഗ്ഗാനുരാഗികളുടേയും ലെസ്ബിയൻമാരുടേയും വിമോചനം എടുക്കുക. ധീരരായ കൂടുതൽ ആളുകൾ വെളിച്ചത്തു വന്നപ്പോൾ എല്ലാവർക്കും ഒരേ ലൈംഗിക മുൻഗണനയല്ലെന്ന് അവരുടെ സുഹൃത്തുക്കളും സഹപ്രവർത്തകരും മാതാപിതാക്കളും മനസ്സിലാക്കി; അതിൽ കുഴപ്പമൊന്നുമില്ലെന്നും.

എന്നാൽ മറിച്ചുമുണ്ട്. 2016-ൽ ഡൊണാൾഡ് ട്രംപ് പ്രസിഡന്റായി തെരഞ്ഞെടുക്കപ്പെട്ടതിനു ശേഷം, നമ്മളെല്ലാം നമ്മുടേതായ മിഥ്യാധാരണകളിലാണ് ഇപ്പോഴും ജീവിക്കുന്നതെന്ന് വ്യക്തമായി. 'ട്രംപിന് ലഭിച്ച പിന്തുണയുടെ ശക്തമായ ഒരു സൂചകമാണ് സിപ് കോഡ് തലത്തിൽ വെള്ളക്കാരുടെ വംശീയവും ഗോത്രപരവുമായ ഒറ്റപ്പെടൽ' എന്ന് രണ്ട് സാമൂഹ്യശാസ്ത്രജ്ഞർ വ്യക്തമാക്കിയിട്ടുണ്ട് എന്ന് തോമസ് എഫ്. പെറ്റിഗ്ര്യൂ ഒരു പ്രബന്ധത്തിൽ പറഞ്ഞിട്ടുണ്ട്. കൂടാതെ, യു.എസ്.-മെക്സിക്കൻ അതിർത്തിയിൽ നിന്നുള്ള ദൂരം കൂടുന്നതിനനുസരിച്ച് ഇരുരാജ്യങ്ങൾക്കിടയിൽ വൻമതിൽ പണിയുമെന്ന വാഗ്ദാനത്തിൽ തെരഞ്ഞെടുപ്പു പ്രചാരണം നടത്തിയ ആൾക്കുള്ള പിന്തുണയും ഏറിവന്നു എന്നും അവർ വിശദീകരിക്കുന്നു. മറ്റൊരു തരത്തിൽ പറഞ്ഞാൽ, ട്രംപ് അനുകൂല വോട്ടർമാരും മുസ്ലീങ്ങളും അഭയാർഥികളും തമ്മിലുള്ള സമ്പർക്കം അധികമൊന്നുമില്ല എന്നതല്ല പ്രശ്നം, മറിച്ച് അവർ തമ്മിലുള്ള ബന്ധം തുലോം കുറവാണ് എന്നതാണ്.

യൂറോപ്യൻ യൂണിയനിൽ നിന്ന് പുറത്തുപോകണോ എന്നതു സംബന്ധിച്ച് 2016-ൽ ബ്രിട്ടനിൽ നടന്ന റഫറണ്ടത്തിലും ഇതേ മാതൃക തന്നെയാണ് കാണുന്നത്. സാംസ്കാരിക വൈവിധ്യം കുറഞ്ഞ സമൂഹങ്ങളിലെ ആളുകളിൽ ആനുപാതികമായി കൂടുതൽ പേർ ബ്രെക്സിറ്റിന് അനുകൂലമായി വോട്ട് ചെയ്തു. എന്റെ സ്വന്തം രാജ്യമായ ഹോളണ്ടിലും പോപ്പുലിസ്റ്റ് പാർട്ടി വോട്ടർമാർ ഏറ്റവും കൂടുതൽ ഉള്ളത് വെള്ളക്കാർ കൂടുതലുള്ള പ്രദേശങ്ങളിലാണ്.

വെള്ളക്കാർക്ക് മുസ്ലീങ്ങളുമായുള്ള സമ്പർക്കം (പ്രാഥമികമായി ജോലി സ്ഥലത്ത്) കൂടുന്നതിനനുസരിച്ച് അവരിൽ ഇസ്ലാമോഫോബിയ കുറയുന്നു എന്ന് ഡച്ച് സാമൂഹ്യശാസ്ത്രജ്ഞരുടെ ഒരു സംഘം കണ്ടെത്തിയിട്ടുണ്ട്.

അതുമാത്രമല്ല, വൈവിധ്യം നമ്മെ കൂടുതൽ സൗഹാർദ്ദമുള്ളവരാക്കുകയും ചെയ്യുന്നു. കൂടുതൽ വൈവിധ്യമാർന്ന സമൂഹങ്ങളിൽ ജീവിക്കുന്നവർ മുഴുവൻ മനുഷ്യസമൂഹവുമായി വളരെയെളുപ്പത്തിൽ താദാത്മ്യം പ്രാപിക്കുന്നതായി 2018-ൽ സിംഗപ്പൂർ സർവകലാശാലയിലെ അന്താരാഷ്ട്ര ഗവേഷകരുടെ സംഘം പുതിയ അഞ്ച് പഠനങ്ങളുടെ അടിസ്ഥാനത്തിൽ സ്ഥാപിക്കുകയുണ്ടായി. തൽഫലമായി, അവർ കൂടുതൽ ദയയുള്ളവരും അപരിചിതരോട് സഹായമനസ്കതയുള്ളവരുമാണ്. 2013-ൽ ബോസ്റ്റണിലുണ്ടായ മാരത്തൺ ബോംബാക്രമണത്തിനുശേഷം വിവിധ വർഗ്ഗക്കാരും വംശജരും ഒരുമിച്ച് താമസിക്കുന്ന പ്രദേശങ്ങളിൽ നിന്നുള്ളവർ ആക്രമണത്തിനിരയായവർക്ക് കൂടുതൽ സഹായവുമായെത്തിയപ്പോൾ ഈ വസ്തുത കുറച്ചുകൂടി പ്രകടമായി.

എന്നാൽ സന്തോഷിക്കാൻ വരട്ടെ. ഒരു സമ്മിശ്ര സമൂഹത്തിൽ ജീവിക്കുന്നതുകൊണ്ടുമാത്രം കാര്യമില്ല. നിങ്ങൾ അയൽക്കാരുമായി അപൂർവ്വമായേ സംസാരിക്കുന്നുള്ളൂ എങ്കിൽ, വ്യത്യസ്തത പരസ്പരമുള്ള മുൻവിധികളെ വർദ്ധിപ്പിക്കുകയേയുള്ളൂ. അതിതീവ്രമായ കുടിയേറ്റം ഉണ്ടായ പ്രദേശങ്ങളിൽ ബ്രെക്സിറ്റ് അനുകൂലികളോ അല്ലെങ്കിൽ ട്രംപ് അനുകൂല വോട്ടർമാരോ ഏറെയാണെന്ന് സൂചനകളുണ്ട്.

തന്മൂലം ആളുകൾക്ക് പരസ്പരം മനസ്സിലാക്കാനും ഇടപഴകാനും കൂടുതൽ സമയം ആവശ്യമാണെന്ന് കോൺടാക്റ്റ് ഗവേഷകർ ഊന്നിപ്പറയുന്നു. സമ്പർക്കം ഫലപ്രദമാണ്, എന്നാൽ ക്ഷണത്തിൽ ഫലം പ്രതീക്ഷിക്കരുത്. 2015-ൽ ഹോളണ്ട് കടുത്ത പ്രതിഷേധത്തിന് സാക്ഷ്യംവഹിച്ചു. ഉദാഹരണത്തിന്, സിറിയൻ അഭയാർഥികൾക്കായി സ്വീകരണകേന്ദ്രങ്ങൾ തുറക്കുന്നതിനെതിരെ. അസഭ്യം പറഞ്ഞും ആക്രോശിച്ചും എത്തിയ ക്രുദ്ധരായ പ്രതിഷേധക്കാർ ജനാലകളിലൂടെ കല്ലെറിയുകയും ചെയ്തു. എന്നാൽ പിന്നീട് രണ്ട് വർഷത്തിനുശേഷം ഇതേ അഭയാർഥികളെ മറ്റൊരിടത്തേക്ക് മാറ്റിത്താമസിപ്പിക്കേണ്ടി വന്നപ്പോൾ അതേ രോഷം സങ്കടത്തിന് വഴിമാറി. 'ഞങ്ങൾക്ക് ഇവിടെ ഒരു പ്രശ്നവുമില്ലായിരുന്നു. വാസ്തവത്തിൽ, ഇവിടെയെല്ലാം പോസിറ്റീവ് ആയിരുന്നു,' കുറച്ച് വർഷങ്ങൾക്കുമുമ്പ് അഭയാർഥികൾക്കുനേരെ അക്രമാസക്തമായ ഭീഷണികൾ മുഴക്കിയിരുന്ന ഒരാൾ പറഞ്ഞു. 'ഇത് ഒരു കമ്മ്യൂണിറ്റിസെന്റർ പോലെ കൂട്ടായ്മയ്ക്കായുള്ള ഒരു സ്ഥലമായി മാറിയിരുന്നു. അവിടേക്ക് കാപ്പി കുടിക്കാനായി പോവുന്നത് എനിക്കിഷ്ടമായിരുന്നു.'

അപരിചിതരുമായി ഇടപഴകുന്നത് നമ്മൾ പഠിക്കേണ്ട ഒന്നാണ്, കുട്ടിക്കാലം മുതൽ അത് ആരംഭിക്കുന്നതാണ് നല്ലത്. അബ്രഹാം വിൽജോൺ തന്റെ കോളെജ് പഠനകാലത്ത് യാത്ര ചെയ്തതുപോലെ ഓരോ ചെറുപ്പക്കാർക്കും യാത്ര ചെയ്യാൻ സാധിച്ചാൽ അതായിരിക്കും ഏറ്റവും നല്ലത്. മാർക്ക് ട്വെയ്ൻ ഇത് 1867-ൽ തന്നെ മനസ്സിലാക്കിയിരുന്നു. അദ്ദേഹം പറഞ്ഞു: 'മുൻവിധി, മതഭ്രാന്ത്, ഇടുങ്ങിയ ചിന്താഗതി എന്നിവയ്ക്ക് യാത്ര മാരകമാണ്.'

നമ്മൾ ആരാണോ അതിൽ മാറ്റം വരുത്തണമെന്ന് ഇത് അർത്ഥമാക്കുന്നില്ല. നേരെ മറിച്ചാണ്. നമ്മുടെ സ്വത്വം നിലനിർത്തിയാൽ മാത്രമേ മുൻവിധികൾ ഇല്ലാതാക്കാൻ കഴിയൂ എന്നതാണ് കോൺടാക്റ്റ് സയൻസ് പഠനങ്ങൾ വെളിവാക്കുന്ന ഏറ്റവും ശ്രദ്ധേയമായ വസ്തുത. നമ്മളെല്ലാം വ്യത്യസ്തരാണ് എന്ന് നാം തിരിച്ചറിയുന്നതിൽ ഒരു കുഴപ്പവുമില്ല. നമ്മുടെ സ്വത്വങ്ങൾക്കായി ഉറച്ച അടിത്തറയുള്ള ഭവനങ്ങൾ നമുക്ക് പണിയാൻ കഴിയും.

അപ്പോൾ നമുക്ക് വാതിലുകൾ തുറന്നിടാൻ സാധിക്കും.

1956-ൽ ദക്ഷിണാഫ്രിക്ക സന്ദർശിച്ച ശേഷം താൻ ഒരു കാര്യബോധമില്ലാത്തവനാണെന്ന് ഗോർഡൻ ഓൾപോർട്ട് വിചാരിച്ചു. ചില സമൂഹങ്ങൾ ഏറെ മോശം അവസ്ഥയിലെത്തിയിരിക്കുന്നുവെന്നും ഭൂതകാലത്തിന്റെ ഭാരം താങ്ങാനാവാത്ത ഒന്നായിത്തീരാമെന്നും അദ്ദേഹത്തിന് തോന്നി.

മുമ്പ് താൻ നടത്തിയ പ്രവചനങ്ങൾ ശരിയാണെന്ന് ഒരിക്കൽ തെളിയിക്കപ്പെടുമെന്ന് 1967-ൽ മരണമടയുമ്പോൾ അദ്ദേഹത്തിന് ഒരു ധാരണയുമില്ലായിരുന്നു.

കാരണം, ജോഹന്നാസ്ബർഗ്ഗിൽ തന്റെ ഒരു പ്രഭാഷണത്തിനിടെ ഓൾപോർട്ട് ഊന്നിപ്പറഞ്ഞത് എന്താണ്? അതെ, മനുഷ്യർ ഗോത്രമൃഗങ്ങളാണ്. അതെ, വളരെ വേഗത്തിൽ മുൻവിധികൾ സൃഷ്ടിക്കുന്നവരാണ്. ശരിയാണ്, വാർപ്പുമാതൃകകൾ അനുസരിച്ച് ചിന്തിക്കുക എന്നത് നമ്മുടെ പ്രകൃതത്തിൽ ആഴത്തിൽ വേരൂന്നിയിട്ടുള്ളതാണ്.

എങ്കിലും, കാര്യങ്ങൾ വിശാലമായി കാണേണ്ടതിന്റെ പ്രാധാന്യത്തെക്കുറിച്ചും ഓൾപോർട്ട് ഊന്നിപ്പറഞ്ഞു.

'നിരാശപ്പെടുക എന്നത് ചരിത്രത്തിന്റെ നീണ്ട പാഠം തെറ്റായി വായിക്കുക എന്നതാണ്.' വർണവിവേചനത്തിന്റെ പാരമ്പര്യം ദക്ഷിണാഫ്രിക്ക ഇനിയും പതിറ്റാണ്ടുകളോളം ചുമക്കും. എന്നാൽ അത് കഴിഞ്ഞ അൻപത് വർഷമായി ആ രാജ്യം നേടിയെടുത്ത അവിശ്വസനീയമായ പുരോഗതിയുടെ മാറ്റ് കുറയ്ക്കുന്നില്ല.

ഇന്ന് കോൺസ്റ്റാൻന്റും അബ്രഹാം വിൽജോണും രണ്ട് ലോകങ്ങളിൽ ജീവിക്കുന്നു - ഒരാൾ പട്ടാളക്കാരൻ, മറ്റൊരാൾ മന്ത്രിയും; ഒരാൾ വന്ദ്യനായ ഒരു യോദ്ധാവ്, മറ്റേയാൾ സമാധാന സ്ഥാപകനും - എന്നാൽ പരസ്പരം അകന്നിരുന്ന ആ നീണ്ടകാലം കഴിഞ്ഞു. സമ്പർക്കം പുനഃസ്ഥാപിക്കപ്പെട്ടു.

18

സൈനികർ ട്രെഞ്ചുകളിൽനിന്ന് പുറത്തുവന്നപ്പോൾ

1

ഒന്നാം ലോകമഹായുദ്ധത്തിന്റെ തൊട്ടുമുമ്പുവരെ, 1914-ലെ വേനൽക്കാലത്ത്, യുദ്ധം ഉടൻ അവസാനിക്കുമെന്ന് മിക്കവരും കരുതി. ക്രിസ്മസോടെ തങ്ങൾ വീണ്ടും വീട്ടിലെത്തുമെന്ന് സൈനികർ അവരുടെ പ്രണയിനികളോട് പറഞ്ഞു. സുനിശ്ചിതമായ വിജയത്തിൽ ഉന്മത്തരായ ആളുകൾ പാരീസ്, ലണ്ടൻ, ബെർലിൻ നഗരകേന്ദ്രങ്ങളിൽ തടിച്ചുകൂടി. ദശലക്ഷക്കണക്കിന് നവസൈനികർ ഒരുമിച്ച് പാടിക്കൊണ്ട് യുദ്ധമുഖത്തേക്ക് മാർച്ചു ചെയ്തു.

ശേഷം അത് ആരംഭിച്ചു ചരിത്രകാരനായ ജോർജ്ജ് എഫ്. കെന്നൻ പറഞ്ഞതുപോലെ: ഇരുപതാം നൂറ്റാണ്ടിന്റെ ഏറ്റവും പ്രധാനപ്പെട്ട ദുരന്തം. കാരണം, ഒന്നാം ലോകമഹായുദ്ധം സംഭവിച്ചിരുന്നില്ലെങ്കിൽ രണ്ടാം ലോകമഹായുദ്ധം ഉണ്ടാകുമായിരുന്നില്ല. ഇപ്ര (Ypres) വെർദാൻ (Verdun) യുദ്ധങ്ങൾ സംഭവിച്ചില്ലായിരുന്നുവെങ്കിൽ വെർസൈൽസ് ഉടമ്പടിയോ റഷ്യൻ വിപ്ലവമോ ലെനിനോ സ്റ്റാലിനോ ഹിറ്റ്ലറോ ഉണ്ടാകുമായിരുന്നില്ല.

1914 ക്രിസ്മസ് ആയപ്പോഴേക്കും ഒരു ദശലക്ഷത്തിലധികം സൈനികർ മരിച്ചു. യുദ്ധത്തിന്റെ മുൻനിര ബെൽജിയൻ തീരം മുതൽ ഫ്രാങ്കോ-സ്വിസ് അതിർത്തിവരെ ഏകദേശം അഞ്ഞൂറ് മൈൽ നീണ്ടു. നീണ്ട നാല് വർഷത്തോളം അത് നീങ്ങിയതേയില്ല എന്നുപറയാം. ഏറിവന്നാൽ ഏതാനും ഏക്കർ സ്ഥലത്തിനുവേണ്ടി ചെറുപ്പക്കാരുടെ ഒരു തലമുറ അനുദിനം തുടച്ചുനീക്കപ്പെട്ടുകൊണ്ടിരുന്നു. കുതിരകളും പെരുമ്പറകളും കാഹളങ്ങളുമായി ഒരു ഇതിഹാസയുദ്ധമാകേണ്ടിയിരുന്നത് കണ്ണിൽച്ചോരയില്ലാത്ത കശാപ്പായി മാറി.

എന്നാൽ, യൂറോപ്പ് മുഴുവൻ ഇരുട്ടിന്റെ പിടിയിലായിരുന്ന നിരാശാജനകമായ ആ വർഷങ്ങളിൽ പോലും, ചെറുതും എന്നാൽ പ്രസന്നവുമായ പ്രകാശത്തിന്റെ ഒരു കിരണം ഉണ്ടായിരുന്നു. 1914 ഡിസംബറിൽ, സ്വർഗ്ഗം അൽപനേരത്തേക്ക് തുറന്നു, വ്യത്യസ്തമായ ഒരു ലോകത്തിന്റെ കാഴ്ച ഒരു മിന്നായം പോലെ ആയിരങ്ങൾക്കായി നൽകിക്കൊണ്ട്. എല്ലാവരും ഒരുമിച്ചാണ് എന്ന് എല്ലാവരും ഒരു നിമിഷത്തേക്ക് മനസ്സിലാക്കി. സഹോദരങ്ങളെന്ന നിലയിൽ. മനുഷ്യരെന്ന നിലയിൽ.

ആ കഥ പറഞ്ഞുകൊണ്ടാണ് എന്റെ പുസ്തകം അവസാനിപ്പിക്കാൻ ഞാൻ ആഗ്രഹിക്കുന്നത്. കാരണം, വീണ്ടും വീണ്ടും നാം ട്രെഞ്ചുകളിലേക്ക് തിരിച്ചുപോകുന്നു. നൂറുവാര അകലെയുള്ള ആ മനുഷ്യനും നമ്മളെപ്പോലെ തന്നെ ഒരാളാണെന്ന് വളരെ എളുപ്പത്തിൽ നാം മറക്കുന്നു. വീണ്ടും വീണ്ടും, അകലങ്ങളിൽ ഇരുന്നുകൊണ്ട് നാം പരസ്പരം വെടിയുതിർക്കുന്നു -

സോഷ്യൽ മീഡിയയിലൂടെ അല്ലെങ്കിൽ ഓൺലൈൻ ഫോറങ്ങളിലൂടെ, നാം പതുങ്ങിയിരിക്കുന്ന ഇടത്തിന്റെ സുരക്ഷിതത്വത്തിൽ നിന്നുകൊണ്ട്. ഭയം, അജ്ഞത, സംശയം, സ്റ്റീരിയോടൈപ്പുകൾ എന്നിവയെ നമ്മുടെ വഴികാട്ടികളാകാൻ നാം അനുവദിക്കുന്നു, നമ്മൾ ഒരിക്കലും കണ്ടിട്ടില്ലാത്ത ആളുകളെക്കുറിച്ച് സാമാന്യവല്ക്കരിക്കുന്നു.

പക്ഷേ, ഒരു ബദൽ ഉണ്ട്. വിദ്വേഷത്തെ സൗഹൃദമാക്കി മാറ്റാം, ഒപ്പം, കടുത്ത ശത്രുക്കൾക്ക് പരസ്പരം കൈകൊടുക്കാനും കഴിയും.

അത് നമുക്ക് വിശ്വസിക്കാൻ സാധിക്കുന്ന ഒന്നാണ് – അത്ര ശുദ്ധഗതിക്കാരായിരിക്കാൻ നമുക്ക് അർഹത ഉള്ളതുകൊണ്ടല്ല. പക്ഷേ, അത് യഥാർത്ഥത്തിൽ സംഭവിച്ചു എന്നതുകൊണ്ടാണ്.

2

1914-ലെ ക്രിസ്മസിന്റെ തലേരാത്രി. തെളിഞ്ഞ തണുപ്പുള്ള രാവ്. ലാഷാപ്പൽ-ഡി അർമെന്റിയേഴ്സ് പട്ടണത്തിന് പുറത്തുള്ള സൈനിക ട്രെഞ്ചുകളെ വേർതിരിക്കുന്ന മഞ്ഞുമൂടിയ നോ-മാൻസ്-ലാൻഡ് നിലാവിൽ കുളിച്ചുനിന്നു. പരിഭ്രാന്തി തോന്നിയ ബ്രിട്ടീഷ് ഹൈക്കമാൻഡ് മുൻനിരയിലേക്ക് ഒരു സന്ദേശം അയക്കുന്നു. 'ക്രിസ്മസ് അല്ലെങ്കിൽ പുതുവത്സരവേളയിൽ ആക്രമണം നടത്തുന്നതിനെക്കുറിച്ച് ശത്രു ചിന്തിക്കുന്നുണ്ടാവും. അതുകൊണ്ട് ഈ സമയത്ത് പ്രത്യേകം ജാഗ്രത പുലർത്തണം.'

എന്താണ് സംഭവിക്കാൻ പോകുന്നതെന്ന് ജനറൽമാർക്ക് ഒരു പിടിയുമില്ല.

വൈകുന്നേരം ഏഴിനോ എട്ടിനോ അടുപ്പിച്ച്, രണ്ടാം ക്വീൻസ് റെജിമെന്റിലെ ആൽബർട്ട് മോറെൻ അവിശ്വാസത്തോടെ കണ്ണുകൾ ചിമ്മി. അപ്പുറത്ത് എന്താണാ കാണുന്നത്? വിളക്കുകൾ ഒന്നൊന്നായി തെളിയുന്നു. റാന്തലുകൾ, ടോർച്ചുകൾ...ക്രിസ്മസ് ട്രീകൾ? അപ്പോഴാണ് അയാൾ 'സ്റ്റിൽ നാച്ച്, ഹീലിജ് നാച്ച്' എന്ന ഗാനം കേൾക്കുന്നത്. മുമ്പൊരിക്കലും കരോൾ ഇത്ര മനോഹരമായി അനുഭവപ്പെട്ടിട്ടില്ല. 'ഞാനത് ഒരിക്കലും മറക്കില്ല,' മോറെൻ പിന്നീട് പറഞ്ഞു. 'അത് എന്റെ ജീവിതത്തിലെ പ്രധാനപ്പെട്ട ഒരു സംഭവമായിരുന്നു.'

ഒട്ടും വിട്ടുകൊടുക്കാതെ ബ്രിട്ടീഷ് പട്ടാളക്കാർ 'ദി ഫസ്റ്റ് നോയൽ'ന്റെ ഒരു റൗണ്ട് ആരംഭിക്കുന്നു. ജർമ്മൻ സൈനികർ അതിന് കൈയടിക്കുകയും 'ഓ...താനെൻബോം' എന്ന ജർമ്മൻ ക്രിസ്മസ് ഗാനത്തോടെ അതിന് മറുപടി നല്കുകയും ചെയ്തു. ഇരുപക്ഷവും കുറച്ചുനേരം അങ്ങനെ ക്രിസ്മസ് ഗാനങ്ങൾ പാടുന്നു. ഒടുവിൽ ഇരു ശത്രുപക്ഷങ്ങളും ലാറ്റിൻ ഭാഷയിൽ 'ഓ കം, ഓൾ യെ ഫെയ്ത്ത്ഫുൾ' ഒരുമിച്ചു പാടുന്നു. 'അത് ശരിക്കും അസാധാരണമായ ഒന്നായിരുന്നു,' റൈഫിൾമാൻ എബ്രഹാം വില്യംസ് പിന്നീട് അനുസ്മരിച്ചു, 'യുദ്ധമുഖത്തുള്ള രണ്ട് രാജ്യങ്ങൾ ഒരേ കരോൾ ഗാനം പാടുന്നു.''

ബെൽജിയത്തിനു വടക്ക് പ്ലോഗ്സ്റ്റീർ പട്ടണത്തിൽ നിലയുറപ്പിച്ചിരുന്ന ഒരു സ്കോട്ടിഷ് റെജിമെന്റ് കുറച്ചുകൂടി മുന്നോട്ടുപോയി. ശത്രുപക്ഷത്തെ ട്രെഞ്ചിൽനിന്നും ആരോ പുകയില വേണോ എന്ന് വിളിച്ചുചോദിക്കുന്നത്

കോർപ്പറൽ ജോൺ ഫെർഗൂസൺ കേൾക്കുന്നു. 'വെളിച്ചത്തിലേക്ക് വരാം' ആ ജർമ്മൻകാരൻ വിളിച്ചുപറയുന്നു. അങ്ങനെ ഫെർഗൂസൺ നോ-മാൻസ്-ലാൻഡിലേക്ക് ചെല്ലുന്നു.

'വർഷങ്ങളായി പരസ്പരം പരിചയമുള്ളവരെപ്പോലെ ഞങ്ങൾ ഉടൻ സംസാരം തുടങ്ങുകയായിരുന്നു,' അദ്ദേഹം പിന്നീട് എഴുതി. 'എന്തൊരു കാഴ്ച - യുദ്ധമുഖത്തിന്റെ അത്രയുംതന്നെ നീളത്തിൽ ജർമ്മൻകാരുടെയും ബ്രിട്ടീഷുകാരുടെയും ചെറുചെറു സംഘങ്ങൾ! ആ ഇരുട്ടിൽ പൊട്ടിച്ചിരികൾ കേൾക്കാമായിരുന്നു, കത്തുന്ന തീപ്പെട്ടിക്കൊള്ളികൾ കാണാമായിരുന്നു [...] ഏതാനും മണിക്കൂറുകൾക്ക് മുമ്പുവരെ നാം കൊല്ലാൻ ശ്രമിച്ച മനുഷ്യരോട് നാം ചിരിക്കുകയും സംസാരിക്കുകയും ചെയ്യുന്നു!

പിറ്റേന്ന് രാവിലെ, ക്രിസ്മസ് ദിനം, സൈനികരിൽ ഏറ്റവും ധീരരായവർ വീണ്ടും ട്രെഞ്ചുകൾക്ക് പുറത്തേക്കുവന്നു. കമ്പിവേലികൾ കടന്ന് അവർ ശത്രുക്കൾക്ക് ഹസ്തദാനം നല്കുന്നു. ശേഷം, പുറകിൽ നിന്നവരെ അവർ മാടി വിളിക്കുന്നു.

'ഞങ്ങളെല്ലാവരും ഹർഷാരവം മുഴക്കി,' ക്വീൻസ് വെസ്റ്റ്മിൻസ്റ്റർ റൈഫിൾ എസിലെ ലെസ്ലി വോക്കിങ്ടൺ പിന്നീട് ഓർമ്മിക്കുന്നു, 'തുടർന്ന് ഞങ്ങൾ ഒരുകൂട്ടം ഫുട്ബോൾ കാണികളെപ്പോലെ ഒരുമിച്ചുകൂടി.'

ജർമ്മൻകാർ സിഗാറുകളും ജർമ്മൻ വിഭവമായ സൗർക്രോറ്റും ജർമ്മൻ മദ്യമായ ഷ്നാപ്സും പങ്കിടുന്നു. സന്തോഷകരമായ ഒരു വലിയ ഒത്തുചേരലിലെന്ന പോലെ അവർ തമാശകൾ പറഞ്ഞ് ഗ്രൂപ്പ് ഫോട്ടോകൾ എടുക്കുന്നു. ഹെൽമെറ്റുകൾ ഗോൾപോസ്റ്റുകൾക്ക് പകരമായിവച്ച് അവർ ഫുട്ബോൾ മാച്ചുകൾ കളിക്കുന്നു. ഒരു മത്സരത്തിൽ 3-2 എന്ന ഗോൾനിലയിൽ ജർമ്മൻകാരും മറ്റൊന്നിൽ 4-1 എന്ന നിലയിൽ ബ്രിട്ടീഷുകാരും വിജയിക്കുന്നു.

വടക്കൻ ഫ്രാൻസിലെ ഫ്ളൂർബൈക്സ് ഗ്രാമത്തിന്റെ തെക്ക്-പടിഞ്ഞാറ് ഇരുപക്ഷവും ശവസംസ്കാരച്ചടങ്ങിനായി ഒരുമിച്ചു. 'ജർമ്മൻകാർ ഒരുവശത്തും ബ്രിട്ടീഷുകാർ മറുവശത്തും... ഓഫീസർമാർ അവർക്ക് മുന്നിൽ നിന്നു. ശത്രുക്കളുടെ വെടിയേറ്റുവീണ തങ്ങളുടെ സഹപ്രവർത്തകരെ കുഴിമാടത്തിലേക്കുവയ്ക്കുമ്പോൾ എല്ലാവരും തൊപ്പികൾ ഊരി.' അവർ 'The lord is my shepherd'/ 'Der Herr ist mein Hirt', പാടുന്നു. അവരുടെ ശബ്ദങ്ങൾ കൂടിക്കലരുന്നു.

അന്ന് വൈകിട്ട് യുദ്ധമുഖത്തുടനീളം ക്രിസ്മസ് വിരുന്നുകൾ ഉണ്ടായി. ജർമ്മൻ നിരയുടെ പുറകിലുള്ള വൈൻ നിലവറയിലേക്ക് ഒരു ബ്രിട്ടീഷ് പട്ടാളക്കാരനെ കൂട്ടിക്കൊണ്ടുപോകുന്നു. അവിടെ ഒരു ബവേറിയൻ പട്ടാളക്കാരൻ 1909-ലെ ഒരു കുപ്പി വെവേ ക്ലികോട്ട് തുറക്കുന്നു. അവർ വിലാസങ്ങൾ കൈമാറുകയും, യുദ്ധാനന്തരം ലണ്ടനിലോ മ്യൂണിക്കിലോവച്ച് കണ്ടുമുട്ടാമെന്ന് ഉറപ്പുപറയുകയും ചെയ്യുന്നു.

ഈ തെളിവുകളൊന്നും ഇല്ലായിരുന്നുവെങ്കിൽ, അങ്ങനെയൊക്കെ സംഭവിച്ചുവെന്ന് വിശ്വസിക്കാൻ നിങ്ങൾക്ക് പ്രയാസമായിരിക്കും. സ്വയം വിശ്വസിക്കാൻ അവർക്കുതന്നെ പ്രയാസമായ ഇക്കാര്യങ്ങളുടെ ധാരാളം ദൃക്സാക്ഷി വിവരണങ്ങൾ സൈനികരുടേതായുണ്ട്.

ഓസ്വാൾഡ് ടില്ലി തന്റെ മാതാപിതാക്കൾക്കുള്ള ഒരു കത്തിൽ എഴുതി, 'നിങ്ങൾ ടർക്കിയൊക്കെ കഴിച്ചുകൊണ്ടിരുന്ന സമയത്ത് ഏതാനും മണി

ക്കൂറുകൾക്ക് മുമ്പുവരെ ഞാൻ കൊല്ലാൻ ശ്രമിച്ച മനുഷ്യരുമായി ഞാൻ ഹസ്തദാനം ചെയ്യുകയും സംസാരിക്കുകയുമായിരുന്നു!! അത് അമ്പരപ്പിക്കുന്നതായിരുന്നു!' അത് വിശ്വസിക്കാൻ ജർമ്മൻ ലെഫ്റ്റനന്റ് കുർട്ട് സെഫിഷിന് സ്വയം നുള്ളിനോക്കേണ്ടിവന്നു: 'എത്ര അത്ഭുതകരവും വിചിത്രവുമാണ്,' അദ്ദേഹം ആശ്ചര്യപ്പെട്ടു, 'സോക്കറിനും ക്രിസ്മസിനും നന്ദി [...] കടുത്ത ശത്രുക്കൾ അല്പനേരത്തേക്ക് സുഹൃത്തുക്കളായി മാറി.'

ജർമ്മൻകാർ എത്ര സൗഹാർദ്ദമുള്ളവരാണെന്നുകണ്ട് മിക്ക ബ്രിട്ടീഷ് സൈനികരും ആശ്ചര്യപ്പെട്ടു. അതേസമയം ഇംഗ്ലണ്ടിൽ *ഡെയ്‌ലി മെയിൽ* പോലുള്ള പത്രങ്ങളിലെ വ്യാജവാർത്തകളും കുപ്രചരണങ്ങളും ബ്രിട്ടീഷുകാരെ എരികേറ്റിക്കൊണ്ടിരിക്കുകയായിരുന്നു. ന്യൂസ് പേപ്പറുകളുടെ പ്രചാരത്തിൽ 40 ശതമാനത്തിലധികവും നിയന്ത്രിച്ചിരുന്നത് ഒരാളായിരുന്നു: ലോർഡ് നോർത്ത്ക്ലിഫ്. അക്കാലത്തെ റൂപർട്ട് മർഡോക്ക്. പൊതുജനാഭിപ്രായത്തിനുമേൽ അദ്ദേഹത്തിന് അതിശക്തമായ സ്വാധീനം ഉണ്ടായിരുന്നു. ശിശുക്കളെ ബയണറ്റുകളിൽ കുത്തിക്കോർത്തെടുക്കുകയും പുരോഹിതന്മാരെ പള്ളിമണികളുടെ ചരടിൽ കെട്ടിത്തൂക്കുകയും ചെയ്യുന്ന അതിക്രൂരന്മാരായ ഹൂണന്മാരായി (Huns) ജർമ്മൻകാർ ചിത്രീകരിക്കപ്പെട്ടു.*

യുദ്ധം തുടങ്ങുന്നതിനു തൊട്ടുമുമ്പ്, ജർമ്മൻ കവി ഏണസ്റ്റ് ലിസാവർ (Ernst Lissauer) 'ഇംഗ്ലണ്ടിനെതിരെ വിദ്വേഷത്തിന്റെ ഗീതം' എഴുതി. ജനപ്രീതിയിൽ അത് ദേശീയ ഗാനത്തോട് മത്സരിച്ചു. ദശലക്ഷക്കണക്കിന് ജർമ്മൻ സ്കൂൾ കുട്ടികൾക്ക് അത് മനഃപാഠമാക്കേണ്ടി വന്നു. ഫ്രഞ്ചുകാരും ഇംഗ്ലീഷുകാരും ദൈവമില്ലാത്തവരാണെന്നും അവർ ക്രിസ്മസ് ആഘോഷിക്കുകപോലും ചെയ്യാറില്ലെന്നും ജർമ്മൻ പത്രങ്ങൾ അവകാശപ്പെട്ടു.

അവിടെയും വ്യക്തമായ ഒരു പാറ്റേൺ ഉണ്ടായിരുന്നു. യുദ്ധമുഖത്തുനിന്നുള്ള അകലം കൂടുന്തോറും വിദ്വേഷം വർദ്ധിക്കുന്നു. നാട്ടിൽ – ഗവൺമെന്റ് ഓഫിസുകളിലും ന്യൂസ് റൂമുകളിലും, സ്വീകരണ മുറികളിലും പബ്ബുകളിലും – ശത്രുവിനോടുള്ള വിദ്വേഷം ഏറെക്കൂടുതലായിരുന്നു. അതേസമയം, ട്രെഞ്ചുകളിൽ സൈനികർ പരസ്പരധാരണ വളർത്തിയെടുത്തു. അന്ന് ഞങ്ങൾ സംസാരിച്ചതിനുശേഷം, 'ഒരു ബ്രിട്ടീഷ് സൈനികൻ വീട്ടിലേക്കുള്ള കത്തിൽ എഴുതി, 'നമ്മുടെ പത്രറിപ്പോർട്ടുകളിൽ അധികവും ഭയാനകമായ പെരുപ്പിച്ചു കാണിക്കലാണെന്ന് ഞാൻ കരുതുന്നു.'

1914-ലെ ആ ക്രിസ്മസ് സൗഹൃദം ഒരു കെട്ടുകഥ ആയിട്ടാണ് ഒരുപാട് കാലം കരുതിപ്പോന്നിരുന്നത്. വികാരപരമായ ഒരു കെട്ടുകഥയ്ക്കപ്പുറം മറ്റൊന്നുമല്ല, അങ്ങേയറ്റം, രാജ്യദ്രോഹികൾ ഉണ്ടാക്കിയെടുത്ത ഒരു നുണ. അവധി ദിനങ്ങൾക്കുശേഷം യുദ്ധം പുനരാരംഭിച്ചു. പിന്നെയും ദശലക്ഷ

* 1914-ൽ ജർമ്മൻകാർ യുദ്ധ കുറ്റകൃത്യങ്ങൾ ചെയ്തുവെങ്കിലും ബ്രിട്ടീഷ് പ്രചാരണത്തിൽ അത് ഏറെ പെരുപ്പിച്ചു കാണിക്കപ്പെട്ടുവെന്ന് ആധുനിക ചരിത്രകാരന്മാർ പറയുന്നു. ഈ വ്യാജവാർത്തകളുടെ പ്രഭാവം എത്രമാത്രം വിനാശകരമാകാമെന്ന് അടുത്ത 25 വർഷത്തേക്ക് പോലും വ്യക്തമാവുകയുണ്ടായില്ല. രണ്ടാം ലോക മഹായുദ്ധ റിപ്പോർട്ടുകൾ, ഏറ്റവും നിഷ്ഠൂരമായ വിനാശം വിതച്ചത് ജർമ്മൻകാരാണ് എന്ന് പറഞ്ഞപ്പോൾ യുകെയിലെയും അമേരിക്കയിലെയും നിരവധിയാളുകൾ അതിൽ സംശയം രേഖപ്പെടുത്തി. ഒന്നാം ലോകമഹായുദ്ധകാലത്ത് മാധ്യമങ്ങൾ കാര്യങ്ങൾ പെരുപ്പിച്ച് കാണിച്ചതിന്റെ പശ്ചാത്തലത്തിൽ ഗ്യാസ് ചേംബറുകളെക്കുറിച്ചുള്ള വാർത്തകൾ അല്പം അതിശയോക്തിപരമാണെന്ന് പലരും കരുതിയതായി ജോ ഫോക്സ് പറയുന്നു.

ക്കണക്കിന് സൈനികർ കൊല്ലപ്പെട്ടു, യഥാർഥത്തിൽ ആ ക്രിസ്മസിന് എന്താണ് നടന്നത് എന്നത് വിശ്വസിക്കാൻ കൂടുതൽ പ്രയാസമായി.

ജർമ്മൻ പട്ടാളക്കാർ ട്രെഞ്ചുകളിൽ ക്രിസ്മസ് ആഘോഷിക്കുന്നു. ഡെയ്‌ലി സ്കെച്ച്,ജനുവരി 1915.
കടപ്പാട്: ഗെറ്റി.

1981-ലെ ബിബിസി ഡോക്യുമെന്ററി 'പീസ് ഇൻ നോ മാൻസ് ലാന്റ്' പുറത്തുവന്നപ്പോൾ, ഈ കഥ കേവലം ഒരുപിടി കിംവദന്തികൾ മാത്രമായിരുന്നില്ലെന്ന് വ്യക്തമായി. ബ്രിട്ടീഷ് മുന്നണിയുടെ മൂന്നിൽ രണ്ട് ഭാഗവും ആ ക്രിസ്മസിന് യുദ്ധം നിർത്തിവെച്ചു. ജർമ്മൻകാർ സൗഹൃദഹസ്തവുമായി മുന്നോട്ടുവന്ന മിക്ക സംഭവങ്ങളിലും മറുവശത്ത് ബ്രിട്ടീഷുകാരായിരുന്നു (ബെൽജിയൻ, ഫ്രഞ്ച് യുദ്ധഭൂമികളിലും ഇത് സംഭവിച്ചുവെങ്കിലും). വാസ്തവത്തിൽ, ഒരു ലക്ഷത്തിലധികം സൈനികർ തങ്ങളുടെ ആയുധങ്ങൾ താഴെവച്ചു.

യഥാർത്ഥത്തിൽ, 1914-ലെ ക്രിസ്മസ് സമാധാനം ഒരു ഒറ്റപ്പെട്ട സംഭവമായിരുന്നില്ല. സ്പാനിഷ് ആഭ്യന്തരയുദ്ധത്തിലും ബോയർ യുദ്ധങ്ങളിലും ഇതുതന്നെ സംഭവിച്ചു. അമേരിക്കൻ ആഭ്യന്തരയുദ്ധത്തിലും ക്രിമിയൻ യുദ്ധത്തിലും നെപ്പോളിയൻ യുദ്ധങ്ങളിലും ഇങ്ങനെയുണ്ടായി. എന്നാൽ ഒരിട

ത്തും അത് ഫ്ളാൻഡേഴ്സിലെ ക്രിസ്മസ്പോലെ അത്ര വ്യാപകമോ ദ്രുതഗതിയിലുള്ളതോ ആയിരുന്നില്ല.

സൈനികരുടെ കത്തുകൾ വായിക്കുമ്പോൾ ഒരു ചോദ്യം വീണ്ടും വീണ്ടും എന്നിലുയർന്നു: ഈ മനുഷ്യർക്ക് - ഒരു ദശലക്ഷം ജീവനുകൾ ഇതിനകം നഷ്ടപ്പെടുത്തിയ ഭയാനകമായ ഒരു യുദ്ധത്തിൽ കുടുങ്ങിയ ഈ മനുഷ്യർക്ക് - അവരുടെ ട്രെഞ്ചുകളിൽനിന്ന് പുറത്തുവരാമെങ്കിൽ ഇതേ കാര്യം ഇവിടെ ഇപ്പോൾ ചെയ്യുന്നതിൽനിന്ന് നമ്മെ തടയുന്നത് എന്താണ്?

വിദ്വേഷപ്രചാരകരും വിഷം തുപ്പുന്ന പ്രാസംഗികരും നമ്മളെ പരസ്പരം പോരടിപ്പിക്കുന്നു. ഒരിക്കൽ *ഡെയ്‌ലി മെയിൽ* പോലുള്ള പത്രങ്ങൾ രക്തദാഹികളായ ഹൂണുകളെക്കുറിച്ചുള്ള നിറംപിടിപ്പിച്ച കഥകൾ പ്രചരിപ്പിച്ചു, ഇപ്പോൾ അവർ കൊള്ളക്കാരായ വിദേശികളുടെ കടന്നുകയറ്റത്തെക്കുറിച്ചും കൊലപാതകികളായ കുടിയേറ്റക്കാരെക്കുറിച്ചും നാട്ടുകാരുടെ തൊഴിൽ തട്ടിയെടുക്കുന്നവരും എന്നാൽ മടിയന്മാരും ഒഴിവുകിട്ടുമ്പോഴൊക്കെ ചിരകാല മൂല്യങ്ങളും പാരമ്പര്യങ്ങളും നശിപ്പിക്കുന്നതിൽ മിടുക്കന്മാരുമായ ബലാൽസംഗികളായ അഭയാർഥികളെക്കുറിച്ചും എഴുതുന്നു.

ഇങ്ങനെയാണ് വിദ്വേഷം വീണ്ടും സമൂഹത്തിലേക്ക് പമ്പ് ചെയ്യപ്പെടുന്നത്. ഇപ്പോൾ കുറ്റവാളികൾ പത്രങ്ങൾ മാത്രമല്ല, ബ്ലോഗുകളും ട്വീറ്റുകളും സോഷ്യൽ മീഡിയയിൽ പ്രചരിക്കുന്ന നുണകളും വിഷലിപ്തമായ ഓൺലൈൻ ട്രോളുകളുമൊക്കെയാണ് ഉപയോഗിക്കുന്നത്. ഏറ്റവും മികച്ച വസ്തുതാപരിശോധകർ പോലും, ഇത്തരത്തിലുള്ള വിദ്വേഷപ്രചരണത്തിനുമുമ്പിൽ അശക്തരായി കാണപ്പെടുന്നു.

എന്നാൽ ഇത് മറ്റൊരു തരത്തിലാണെങ്കിലോ? ഭിന്നത വിതയ്ക്കാൻ മാത്രമല്ല, ആളുകളെ ഒരുമിപ്പിക്കാനും പ്രചാരവേലയ്ക്ക് സാധിച്ചിരുന്നെങ്കിലോ?

3

കൊളംബിയ, 2006 - കാർലോസ് റോഡ്രിഗ്സും യുവാൻ പാബ്ലോ ഗാർസിയയും പ്രമുഖ ആഗോള പരസ്യ ഏജൻസിയായ മുള്ളൻലോവിൽ ജോലി ചെയ്യുകയാണ്. മിക്ക ദിവസങ്ങളിലും അവർ പൂച്ചകൾക്കായുള്ള ഭക്ഷ്യോല്പന്നങ്ങൾക്കോ ഒരു പുതിയ ബ്രാൻഡ് ഷാംപൂവിനോ വേണ്ടി പരസ്യങ്ങളുണ്ടാക്കും. എന്നാൽ, അന്നേ ദിവസം ഏജൻസിക്ക് അസാധാരണമായ ഒരു അഭ്യർത്ഥന ലഭിക്കുന്നു.

കൊളംബിയയുടെ പ്രതിരോധ മന്ത്രിയാണ് ക്ലയന്റ്. അവർ ചെയ്യേണ്ടതോ? ലാറ്റിൻ അമേരിക്കയിലെ ഏറ്റവും പഴക്കമുള്ള ഗറില്ലാ സൈന്യമായ എഫ്.എ.ആർ.സി.ക്കെതിരായ പോരാട്ടത്തിൽ അദ്ദേഹത്തിന് പരസ്യ ഏജൻസിയുടെ സഹായം വേണം. ഗറില്ലാ മാർക്കറ്റിങ് തന്ത്രങ്ങൾ ഉപയോഗിച്ച് ഗറില്ലകളെ തകർക്കാൻ സർക്കാർ ആഗ്രഹിക്കുന്നു.

കൊളംബിയയിലെ യുദ്ധം അന്ന് അമ്പത് വർഷത്തിലേറെ പിന്നിട്ടുകഴിഞ്ഞിരുന്നു, ഏകദേശം 220,000 പേരുടെ ജീവനെടുത്തു കഴിഞ്ഞിരുന്നു. കൊളംബിയൻ സൈന്യവും വലതുപക്ഷ അർദ്ധസൈനിക വിഭാഗങ്ങളും

എഫ്.എ.ആർ.സി. പോലുള്ള ഗറില്ലാ പ്രസ്ഥാനങ്ങളുമെല്ലാംതന്നെ, ഏറ്റവും ഹീനമായ യുദ്ധക്കുറ്റങ്ങൾ ചെയ്തുകഴിഞ്ഞിരുന്നു. ഒരിക്കലും സമാധാനം എന്തെന്നറിയാതെയാണ് ഒരു മുഴുവൻ തലമുറയും വളർന്നത്. ക്രൂരമായ ബലപ്രയോഗത്തിലൂടെ യുദ്ധം ഒരിക്കലും വിജയിക്കില്ലെന്ന് സൈന്യത്തിന് അതിനകം മനസ്സിലായിരുന്നു.

മുള്ളൻലോവിലെ പരസ്യക്കാർ മന്ത്രിയുടെ ആവശ്യം സ്വീകരിക്കുന്നു. പരസ്യരംഗത്ത് ഏറ്റെടുക്കുന്ന മറ്റേതൊരു ജോലിയോടും പുലർത്തുന്ന സമീപനം പോലെ തന്നെ ടാർഗെറ്റ് ഓഡിയൻസുമായി അഭിമുഖം നടത്തിക്കൊണ്ട് ഏജൻസി അവരുടെ പണി തുടങ്ങുന്നു. ഒരു വർഷത്തിനുള്ളിൽ ഏകദേശം നൂറ് മുൻ എഫ്.എ.ആർ.സി. പോരാളികളുമായി ഏജൻസി സംസാരിക്കുന്നു.

ഗറില്ലകളെ കാട്ടിലേക്ക് നയിച്ചതും അവിടെത്തന്നെ തുടരാൻ പ്രേരിപ്പിച്ചതും എന്തായിരുന്നു എന്ന് കണ്ടെത്താനായിരുന്നു ഗവേഷകരുടെ ശ്രമം. ഓരോ അഭിമുഖത്തിനും ശേഷവുമുള്ള അവരുടെ നിഗമനം ഒന്നുതന്നെയായിരുന്നു: ആ ഗറില്ലകളെല്ലാം സാധാരണ പുരുഷന്മാരും സ്ത്രീകളുമായിരുന്നു.

നമുക്കെല്ലാവർക്കും ഉള്ളതുപോലെതന്നെ, ഒരേ ആവശ്യങ്ങളും സ്വപ്നങ്ങളും ആഗ്രഹങ്ങളും ആ വിമത ഗറില്ലകൾക്കുമുണ്ടെന്ന് അവർക്ക് മനസ്സിലായി. 'അവർ ഗറില്ലകളല്ലെന്നും മനുഷ്യരാണെന്നും നിങ്ങൾ മനസ്സിലാക്കിക്കഴിഞ്ഞാൽ, തുടർന്നുള്ള ആശയവിനിമയം അപ്പാടെ മാറുന്നു,' കാർലോസ് പിന്നീട് വിശദീകരിച്ചു. വാസ്തവത്തിൽ, രണ്ടാം ലോകമഹായുദ്ധകാലത്തെ നൂറുകണക്കിന് ജർമ്മൻ യുദ്ധത്തടവുകാരെ അഭിമുഖം നടത്തിയ മനഃശാസ്ത്രജ്ഞനായ മോറിസ് ജാനോവിറ്റ്സ് എത്തിയ അതേ നിഗമനങ്ങളിലാണ് ആ കൺസൾട്ടന്റുമാരും എത്തിച്ചേർന്നത്. (അധ്യായം 10 കാണുക). എഫ്.എ.ആർ.സി.യുടെ പ്രത്യയശാസ്ത്രത്തെ ആക്രമിക്കുന്നതിനുപകരം, കുറച്ചുകൂടി വ്യക്തിപരവും വൈകാരികവുമായ ലക്ഷ്യങ്ങളാണ് പ്രചാരണതന്ത്രത്തിന് ആവശ്യമെന്ന് കാർലോസും യുവാനും തിരിച്ചറിയുന്നു.

പരസ്യ ഏജൻസി മറ്റ് കാര്യങ്ങൾക്കൊപ്പം സുപ്രധാനമായ ഒരു കണ്ടെത്തൽ കൂടി നടത്തി. ഓരോ വർഷവും ഏറ്റവും കൂടുതൽ ഗറില്ലകൾ കൂട്ടം പിരിഞ്ഞ് ആയുധമുപേക്ഷിച്ച് കാടിറങ്ങുന്നത് ഒരു പ്രത്യേക സമയത്താണ് – ക്രിസ്മസ് കാലത്ത്.

മറ്റാരെയും പോലെ ഗറില്ലകളും ക്രിസ്മസ് കാലത്ത് വീട്ടിൽ പോകാനും അവധിയെടുക്കാനും ആഗ്രഹിക്കുന്നുവെന്ന് അവർക്ക് മനസ്സിലായി. അതിനാൽ കാർലോസും യുവാനും അവരുടെ ബോസിനോട് ലളിതമായ ഒരാശയമാണ് മുന്നോട്ടുവെച്ചത്: 'ഒരുപക്ഷേ, ഞങ്ങൾക്ക് ഭ്രാന്താകാം, പക്ഷേ, കാടിനു നടുവിൽ ഞങ്ങൾ ക്രിസ്മസ് ട്രീ നാട്ടിയാൽ അതിനെക്കുറിച്ച് താങ്കളുടെ അഭിപ്രായം എന്തായിരിക്കും?'

അങ്ങനെ, ഓപ്പറേഷൻ ക്രിസ്മസിന് 2010 ഡിസംബറിൽ തുടക്കം കുറിക്കുന്നു.

രണ്ട് സ്പെഷ്യൽ ഫോഴ്സ് ടീമുകൾ ബ്ലാക്ക് ഹോക്ക് ഹെലികോപ്റ്ററുകളിൽ രാത്രിയുടെ മറവിൽ ശത്രുമേഖലയിലേക്ക് പ്രവേശിക്കുന്നു. അവിടെ, അവർ ഒൻപത് തന്ത്രപ്രധാനമായ ഇടങ്ങളിൽ എഴുപത്തിയഞ്ച് അടി ഉയര

മുള്ള മരങ്ങളിൽ രണ്ടായിരം ക്രിസ്മസ് വിളക്കുകൾ സ്ഥാപിക്കുന്നു. ഈ ക്രിസ്മസ് മരങ്ങളിൽ അവർ മോഷൻ ഡിറ്റെക്റ്ററുകളും സമീപത്തുകൂടി ആരെങ്കിലും നടന്നുപോയാൽ പ്രകാശിക്കുന്ന ബാനറുകളും സ്ഥാപിക്കുന്നു. ആ ബാനറുകളിൽ ഇങ്ങനെ എഴുതിയിരുന്നു. 'കാട്ടിലേക്ക് ക്രിസ്മസിന് എത്തിച്ചേരാൻ കഴിയുമെങ്കിൽ നിങ്ങൾക്ക് വീട്ടിലേക്കും വരാം. ഡിമോബിലൈസ് ചെയ്യുക. ക്രിസ്മസിൽ എല്ലാം സാധ്യമാണ്.'

ആ ഓപ്പറേഷൻ ഒരു വലിയ വിജയമായിരുന്നു. ഒരൊറ്റ മാസത്തിനുള്ളിൽ, 331 ഗറില്ലാ കലാപകാരികൾ ആയുധം ഉപേക്ഷിച്ചു. ക്രിസ്മസ് ട്രീകളാണ് അതിനുള്ള പ്രേരണയെന്ന് പല മുൻ ഗറില്ലകളും വ്യക്തമാക്കുന്നു. 'ഞങ്ങളുടെ കമാൻഡർ ഞങ്ങളോട് ദേഷ്യപ്പെട്ടില്ല,' ഒരു റെബൽ പറഞ്ഞു, 'മുമ്പത്തെ പ്രചാരണവേലകളിൽ നിന്നൊക്കെ വ്യത്യസ്തമാണ് അതെന്ന് ഞങ്ങൾക്കുതോന്നി. അത് ഞങ്ങളുടെ കമാൻഡറെ സ്പർശിച്ചു.'

അതേസമയം, മുൻ റെബലുകളുമായി അഭിമുഖം നടത്തുന്നത് മുള്ളൻലോവിലെ ടീം തുടർന്നുകൊണ്ടിരുന്നു. കാട്ടിലെ ക്രിസ്മസ് ട്രീകളെക്കുറിച്ച് ഏതാണ്ടെല്ലാ കലാപകാരികളും അറിഞ്ഞിരുന്നുവെങ്കിലും അവരിലേറെപ്പേരും അവ നേരിട്ട് കണ്ടിരുന്നില്ല എന്ന് ഏജൻസി മനസ്സിലാക്കി. കാരണം എഫ്.എ.ആർ.സി.ക്കാരുടെ സഞ്ചാരം അധികവും കാട്ടിലെ ഹൈവേയിലൂടെ, അതായത് നദിയിലൂടെയായിരുന്നു. അത് പുതിയ ഒരാശയത്തിന് വിത്തിടുന്നു.

അങ്ങനെ, ഓപ്പറേഷൻ റിവേഴ്സ് ഓഫ് ലൈറ്റിന് 2011 ഡിസംബറിൽ തുടക്കമാവുന്നു. നദികൾക്ക് സമീപം താമസിക്കുന്ന കൊളംബിയക്കാരുടെ ഇടയിൽ നിന്നാണ് എഫ്.എ.ആർ.സി. ഏറ്റവുമധികം റിക്രൂട്ട്മെന്റ് നടത്തിയിരുന്നത്. റെബൽ സൈന്യത്തിൽ ചേർന്നിട്ടുള്ള സഹോദരീസഹോദരന്മാർക്കും മക്കൾക്കും സുഹൃത്തുക്കൾക്കും കത്തുകളെഴുതാൻ ഈ പ്രദേശത്തുള്ളവരോട് ഏജൻസി ആവശ്യപ്പെട്ടു. ആ സന്ദേശം ഇതായിരുന്നു: വീട്ടിലേക്ക് വരൂ, ഞങ്ങൾ നിങ്ങൾക്കായി കാത്തിരിക്കുന്നു. ഈ സന്ദേശവും ചെറിയ സമ്മാനങ്ങളും അടക്കം ചെയ്ത 6,823 സുതാര്യമായ ഫ്ളോട്ടിങ് ബോളുകൾക്കുള്ളിൽ ക്രിസ്മസ് അലങ്കാരങ്ങൾവച്ച് അവ നദികളിലേക്ക് ഒഴുക്കിവിട്ടു. രാത്രിയിൽ നക്ഷത്രങ്ങളാൽ കൊളുത്തപ്പെട്ട വിളക്കുകൾപോലെ അവ നദിയിൽ മിന്നിത്തിളങ്ങി. പ്രകാശിക്കുന്ന ആ പന്തുകൾ ശത്രുവിന്റെ മേഖലയിലേക്ക് ഒഴുകി.

അതിന്റെ ഫലം എന്തായിരുന്നു? ഒരു എഫ്.എ.ആർ.സി. ബോംബ് നിർമ്മാതാവ് അടക്കം 180 വിമതർ ആയുധങ്ങൾ താഴെവച്ചു.

അത് അങ്ങനെ തുടരുന്നു. തൊട്ടടുത്ത വർഷം ഓപ്പറേഷൻ ബെത്‌ലെഹേമുമായി പരസ്യ ഏജൻസി എത്തി. മുൻ റെബലുകളുമായുള്ള അഭിമുഖത്തിനിടയിൽ, കാർലോസും യുവാനും മറ്റൊരു കാര്യം മനസ്സിലാക്കി – ഗറില്ലകൾക്ക് പലപ്പോഴും കാട്ടിൽ വഴി തെറ്റുന്നുവെന്ന്. വീട്ടിലേക്ക് പോകാൻ താത്പര്യമുണ്ടെങ്കിൽ പോലും, കാട്ടിനുപുറത്തേയ്ക്കുള്ള വഴി കണ്ടെത്താൻ അവർക്ക് പലപ്പോഴും കഴിയുന്നില്ല. അതിനാൽ സൈനിക ഹെലികോപ്റ്ററുകളിൽനിന്ന് ആയിരക്കണക്കിന് ചെറിയ ലൈറ്റുകൾ ആ മാർക്കറ്റിങ് ഏജൻസി കാട്ടിൽ നിക്ഷേപിച്ചു. അവർ ഭീമാകാരമായ ബീക്കണുകൾ നിലത്ത് സ്ഥാപിക്കുകയും ചെയ്തു. ആകാശത്തേക്ക് തുളച്ചുകയറുന്ന അവ

യുടെ വെളിച്ചം മൈലുകൾ അകലേക്ക് കാണാനാകുമായിരുന്നു. കാട്ടിൽ നിന്ന് പുറത്തുകടക്കാൻ ശ്രമിക്കുന്ന റെബലുകൾക്ക് തലയുയർത്തി നോക്കിയാൽ മാത്രം മതിയായിരുന്നു, നക്ഷത്രത്തെ പിന്തുടർന്ന് ബെത്‌ലെഹേമിലേക്ക് പോയ ഇടയന്മാരെപ്പോലെ.

അതിനുശേഷം, തങ്ങളുടെ ഏറ്റവും വലിയ ആയുധം പുറത്തെടുക്കാൻ ഏജൻസി തീരുമാനിക്കുന്നു.

കാട്ടിൽ ഗറില്ലകൾ ഏറ്റവും കുടുതൽ ആഗ്രഹിക്കുന്നത് അവരുടെ അമ്മമാരുടെ സാന്നിദ്ധ്യമാണെന്ന് മുള്ളൻലോവ് കണ്ടെത്തി. എഫ്.എ.ആർ.സി.യിൽ പ്രവർത്തിക്കുന്ന യുവാക്കളുടെയും യുവതികളുടെയും അമ്മമാരുടെ ഒരു പട്ടിക കൊളംബിയൻ രഹസ്യാന്വേഷണ വിഭാഗത്തിൽ നിന്ന് ഏജൻസി സംഘടിപ്പിച്ചു. അവരിൽ ചിലർ ഇരുപത് വർഷത്തിലധികമായി തങ്ങളുടെ മക്കളെ കണ്ടിട്ടേയില്ലായിരുന്നു. ആ മക്കളുടെ ബാല്യകാലത്തെ ഫോട്ടോകൾ കാർലോസും യുവാനും ആ അമ്മമാരോട് ആവശ്യപ്പെട്ടു. ഏജൻസി ഈ ചിത്രങ്ങൾ എഫ്.എ.ആർ.സി. യുദ്ധം ചെയ്യുന്ന കാടിന്റെ പല ഭാഗങ്ങളിലായി സ്ഥാപിച്ചു. (ആ ചിത്രങ്ങൾ അവരവർക്ക് മാത്രമേ തിരിച്ചറിയാൻ കഴിയുമായിരുന്നുള്ളൂ.) ഓരോ ചിത്രത്തിലും ഒരു ലളിതമായ അടിക്കുറുപ്പുമുണ്ടായിരുന്നു: 'ഒരു ഗറില്ലയാകുന്നതിനുമുമ്പ്, നീ എന്റെ കുഞ്ഞായിരുന്നു.'

ആ കാംപെയ്ൻ മറ്റൊരു വമ്പൻ വിജയമായിരുന്നു. ഉറ്റവരെ ഉപേക്ഷിച്ചുപോയ 218 ആൺമക്കളെയും പെൺമക്കളെയും വീട്ടിലേക്ക് തിരിച്ചുപോകാൻ ഇത് പ്രേരിപ്പിച്ചു. മാതാപിതാക്കളുടെ അടുത്തേക്ക് തിരിച്ചെത്തിയ മുൻ റെബലുകൾക്ക് പൊതുമാപ്പ് നല്കുകയും അവരെ റീ-ഇന്റഗ്രേഷൻ പ്രോഗ്രാമുകളിലേക്ക് അയയ്ക്കുകയും അവർക്ക് ഉപജീവനമാർഗ്ഗം കണ്ടെത്തുന്നതിനായി തൊഴിൽ-വ്യവസായ പരിശീലനം നല്കുകയും ചെയ്തു.

ആ മുഴുവൻ കാംപെയ്ന്റെയും രഹസ്യം ഇതായിരുന്നു. വിമതരെ ഭീകരന്മാരായിട്ടല്ല, സാധാരണക്കാരായാണ് ആ കാംപെയ്ൻ കണ്ടത്.

'ഞങ്ങൾ ഒരു കുറ്റവാളിയെയല്ല തിരയുന്നത്,' യുവാൻ വിശദീകരിക്കുന്നു, 'പക്ഷേ കാട്ടിൽ നഷ്ടപ്പെട്ടുപോയ ഒരു കുട്ടിയെയാണ്.'

ഇത്രയും മഹാമനസ്കത എങ്ങനെയാണ് ഉണ്ടായത്? എന്തുകൊണ്ടാണ് വിമതർക്ക് പൊതുമാപ്പും തൊഴിൽ പരിശീലനവും ജോലികളും ലഭ്യമാക്കിയത്? ഭൂതകാലം മറക്കുന്നതിനെ കൊളംബിയക്കാർ എങ്ങനെയാണ് കണ്ടത്?

ഞാൻ ഈ ചോദ്യങ്ങൾ യുവാന്റെയും കാർലോസിന്റെയും മുള്ളൻലോവിലെ ബോസ് ആയ ജോസ് മിഗുവൽ സോകോലോഫിനോട് ചോദിച്ചു. അദ്ദേഹം ചിരിച്ചു. 'വിമതർക്ക് മറ്റൊരു അവസരം നൽകുന്നതിന് തയ്യാറുള്ള കൊളംബിയക്കാരുടെ എണ്ണം ഞങ്ങളുടെ കാംപെയ്ൻ ഒന്ന് പെരുപ്പിച്ചു കാണിച്ചിരിക്കാം എന്ന് ഞാൻ കരുതുന്നു.'

അവർക്ക് വേറെ വഴി ഉണ്ടായിരുന്നു എന്നല്ല. 1914-ൽ യൂറോപ്പ് അഭിമുഖീകരിച്ച അതേ വിരോധാഭാസം തന്നെയാണ് ഈ ഏജൻസിയും നേരിട്ടത്. യുദ്ധത്തിന്റെ മുൻനിരയിൽനിന്ന് അകലേക്ക് പോകുന്തോറും വിദ്വേഷം ശക്തമാകുന്നു.

'യുദ്ധം ഒരുതരത്തിലും നേരിട്ട് ബാധിച്ചിട്ടില്ലാത്ത ആളുകളാണ് ഏറ്റവും കടുത്ത വിദ്വേഷം പ്രകടിപ്പിക്കുന്നത്,' ജോസ് സമ്മതിക്കുന്നു. എന്നാൽ

യഥാർത്ഥത്തിൽ തട്ടിക്കൊണ്ടുപോകപ്പെട്ടവരോ, അല്ലെങ്കിൽ പ്രിയപ്പെട്ടവരെ നഷ്ടപ്പെട്ടവരോ എല്ലാം ഭൂതകാലത്തെ മറക്കാൻ ആഗ്രഹിച്ചു.

അത്തരം സംഭവങ്ങളിലേക്ക് ശ്രദ്ധ കേന്ദ്രീകരിക്കാൻ പരസ്യ ഏജൻസി തീരുമാനിച്ചു. സ്വയം നിറവേറ്റപ്പെടുന്ന ഒരു പ്രവചനത്തിന് തുടക്കമിടുന്നത് പ്രതീക്ഷിച്ചുകൊണ്ട് മടങ്ങിവരുന്ന റെബലുകളെ എല്ലാ കൊളംബിയക്കാരും തുറന്ന മനസ്സോടെ സ്വീകരിക്കുമെന്ന് നടിക്കാൻ പരസ്യ ഏജൻസി തീരുമാനിച്ചു. അത് ഫലം കണ്ടു. 2010 മുതൽ ആയിരക്കണക്കിന് ഗറില്ലകൾ വീടുകളിലേക്ക് മടങ്ങിയെത്തി. ഏതാനും വർഷങ്ങൾക്കുള്ളിൽ എഫ്.എ.ആർ.സി.യുടെ അണികൾ ഇരുപതിനായിരത്തിൽ നിന്ന് പകുതിയിൽ താഴെയായി കുറഞ്ഞു.

തീർച്ചയായും, ജോസും അദ്ദേഹത്തിന്റെ സംഘവും നടത്തിയ ഓപ്പറേഷന്റെ ഫലം മാത്രമായിരുന്നില്ല ഈ കൊഴിഞ്ഞുപോക്ക്. എന്നാൽ ആ സമാധാന പ്രചാരണം വളരെ നിർണായകമായ ഒരു പങ്കുവഹിച്ചുവെന്ന് കൊളംബിയൻ പ്രതിരോധ മന്ത്രാലയത്തിന് ബോധ്യപ്പെട്ടു. ധനമന്ത്രാലയവും അതുപോലെതന്നെ സന്തോഷിച്ചു. കാരണം, ക്രിസ്മസ് വിളക്കുകൾക്ക് ഗ്രനേഡുകളേക്കാളും ബോംബുകളെക്കാളും ചെലവ് കുറവായിരുന്നു.

2011-ൽ ആരംഭിച്ച കൊളംബിയൻ സമാധാന പ്രക്രിയയ്ക്ക് മുള്ളൻലോവിന്റെ കാംപെയ്ൻ വലിയ ആക്കം നല്കി. കുറച്ച് വർഷങ്ങൾക്കുശേഷം പ്രസിഡന്റ് യുവാൻ മാനുവൽ സാന്റോസിന് - മുള്ളൻലോവുമായി കരാറിലേർപ്പെട്ട പ്രതിരോധ മന്ത്രി - സമാധാനത്തിനുള്ള നൊബേൽ പുരസ്കാരം ലഭിച്ചു. അരനൂറ്റാണ്ടിലേറെ നീണ്ട പോരാട്ടത്തിനുശേഷം സംഘർഷം അവസാനിക്കുകയായിരുന്നു. അടുത്ത വർഷം, എഫ്.എ.ആർ.സി. ആയിരക്കണക്കിന് ആയുധങ്ങൾ കൈമാറുകയും അവശേഷിച്ച ഗറില്ലാ പോരാളികളും കാടിറങ്ങുകയും ചെയ്തു.

'ഇന്ന് ഒരു സവിശേഷ ദിനമാണ്,' പ്രസിഡന്റ് സാന്റോസ് പ്രഖ്യാപിച്ചു. 'വാക്കുകൾക്ക് പകരമായി ആയുധങ്ങൾ കൈമാറ്റം ചെയ്യപ്പെട്ട ദിവസം.'

4

കൊളംബിയ പെട്ടെന്ന് ഒരു സമാധാനപൂർണമായ രാജ്യമായി മാറി എന്ന് ഇതിനർത്ഥമില്ല. മറ്റ് വിമത ഗ്രൂപ്പുകൾ ഇപ്പോഴും കാടിനുള്ളിൽ ഉണ്ട്. ഇടതുപക്ഷ എഫ്.എ.ആർ.സി.യുടെ പിരിഞ്ഞുപോകൽ തീവ്ര വലതുപക്ഷക്കാരായ ആയുധസംഘങ്ങൾക്കും മയക്കുമരുന്നുകച്ചവടക്കാർക്കും കാട്ടിൽ ഇടം നല്കി. അരനൂറ്റാണ്ട് നീണ്ട രക്തച്ചൊരിച്ചിലിന്റെ വടുക്കൾ ഒരിക്കലും പൂർണമായും മാഞ്ഞുപോവുകയുമില്ല.

അങ്ങനെയൊക്കെയാണെങ്കിലും, ഈ കഥ പ്രതീക്ഷയുടേതാണ്. നൂറ് വർഷംമുമ്പ് കണ്ട കാരുണ്യത്തിന്റെ പടരുന്ന ശക്തി തന്നെയാണ് ആ കൊളംബിയൻ പരസ്യസംഘവും കണ്ടത്. സമാധാനം ഒരു പകർച്ചവ്യാധി പോലെ പടർന്നുപിടിച്ചപ്പോൾ 1914-ലെ ആ ക്രിസ്മസ് ദിനത്തിൽ വളരെ കുറച്ച് സൈനികർക്ക് മാത്രമേ അതിനെ പ്രതിരോധിക്കാൻ കഴിഞ്ഞുള്ളൂ. ഇതിനൊരു അത്യപൂർവ്വമായ അപവാദം ഇരുപത്തിയഞ്ചുകാരനും മർക്കട

മുഷ്ടിക്കാരനുമായ 16-ാമത് ബവേറിയൻ റിസർവ് ഇൻഫൻട്രി റെജിമെന്റിലെ ഒരു കോർപ്പറലായിരുന്നു. 'ഇത്തരം കാര്യങ്ങൾ യുദ്ധസമയത്ത് സംഭവിക്കാൻ പാടില്ല,' അദ്ദേഹം അന്ന് പറഞ്ഞു. അദ്ദേഹത്തിന്റെ പേര് അഡോൾഫ് ഹിറ്റ്ലർ.

ട്രെഞ്ചുകളിലെ ആ സമാധാനസന്ധിയെ തങ്ങളുടെ ജീവിതത്തിലെ അതിവിശിഷ്ടമായ ഒരു സംഭവമായാണ് മിക്ക സൈനികരും സ്മരിച്ചത്. അപ്പോഴും യുദ്ധമുഖത്തിന് തൊട്ടടുത്ത് നിന്നിരുന്ന സൈനികരാണ് സൗഹൃദ ഹസ്തം നീട്ടി മുന്നോട്ടുചെന്നത്. അവിടെനിന്ന് സൗഹൃദത്തിന്റെ ആ ചൈതന്യം അണികളിലേക്കും ക്യാപ്റ്റൻമാരിലേക്കും മേജർമാരിലേക്കും കേണൽമാരിലേക്കുമൊക്കെ പടരുകയായിരുന്നു.

ഏറ്റവും ഉയർന്ന തലത്തിലുള്ള സൈനിക ഉദ്യോഗസ്ഥരാണ് അതിന് എതിരുനിന്നത്. സമാധാനത്തിന്റെ പ്ലേഗുബാധ തടയാൻ ജനറൽമാർ പഠിച്ച പണി പതിനെട്ടും പയറ്റി. ശത്രുവുമായി സാഹോദര്യം പുലർത്തുന്നത് കർശനമായി നിരോധിച്ചുകൊണ്ട് ജർമ്മൻ ആർമി കമാൻഡ് ഡിസംബർ 29-ന് ഒരു ഉത്തരവ് പുറപ്പെടുവിച്ചു. എല്ലാ തരത്തിലുള്ള സൗഹാർദ്ദപ്രകടനങ്ങളും ഉടൻ നിർത്തിവയ്ക്കാൻ ആവശ്യപ്പെട്ടുകൊണ്ട് ബ്രിട്ടീഷ് ഫീൽഡ് മാർഷൽ ഒരു ഉത്തരവിട്ടു. ഈ ഉത്തരവ് ലംഘിക്കുന്ന ഏതൊരാളും കോർട്ട് മാർഷ്യൽ ചെയ്യപ്പെടുമെന്ന് അത് മുന്നറിയിപ്പ് നല്കി.

തുടർന്നുള്ള വർഷങ്ങളിൽ സൈനിക നേതൃത്വം കൂടുതൽ തയ്യാറെടുപ്പ് നടത്തിയിരുന്നു. 1915-ലെ ക്രിസ്മസ്. യൂലെറ്റൈഡ് വികാരം ആവർത്തിക്കാതിരിക്കാൻ തന്ത്രപ്രധാനമായ ഇടങ്ങളിലെല്ലാം ബ്രിട്ടീഷ് ഹൈക്കമാൻഡ് രാവും പകലും ബോംബാക്രമണം നടത്തി. റോയൽ വെൽഷ് ഫ്യൂസിലിയേഴ്സിന്റെ ലെഫ്റ്റനന്റ് വിൻ ഗ്രിഫി എഴുതി, 'കർശനമായ ഉത്തരവുകൾ ലഭിച്ചിരുന്നു [...]'ഏതെങ്കിലും തരത്തിലുള്ള സൗഹൃദത്തിന്റെ അഭിവാഞ്ഛകൾക്കെല്ലാം ബുള്ളറ്റുകൊണ്ട് മറുപടി നല്കിക്കൊണ്ട് ഞങ്ങൾ എല്ലായ്പ്പോഴും കടുത്ത വെറുപ്പിൽ തുടരേണ്ടതുണ്ടായിരുന്നു.' എന്നിരുന്നാലും, സൈനികർക്ക് തീരുമാനമെടുക്കാനുള്ള സ്വാതന്ത്ര്യമുണ്ടായിരുന്നു എങ്കിൽ 1914-ലെ ക്രിസ്മസിനുശേഷം യുദ്ധം അവസാനിക്കുമായിരുന്നു. ബ്രിട്ടീഷ് മേജർ പറഞ്ഞു, 'ഞങ്ങൾക്ക് ഞങ്ങളുടെ വഴിയേ പോകാൻ സ്വാതന്ത്ര്യമുണ്ടായിരുന്നുവെങ്കിൽ പിന്നീട് ഒരൊറ്റ വെടിയുണ്ടപോലും ഉതിർക്കപ്പെടുമായിരുന്നില്ല.'

സമാധാനം നിലനിർത്താൻ ആയിരക്കണക്കിന് സൈനികർ തങ്ങളാൽ കഴിയുന്നതിന്റെ പരമാവധി ശ്രമിച്ചു. യുദ്ധമുന്നണികൾക്കിടയിൽ രഹസ്യമായി കത്തുകൾ കൈമാറപ്പെട്ടു. 'നാളെ ജാഗ്രത പാലിക്കുക,' ജർമ്മൻ പട്ടാളക്കാരുടെ ഒരു കമ്പനിക്ക് ഒരു ഫ്രഞ്ച് യൂണിറ്റ് എഴുതി. 'ഒരു ജനറൽ നാളെ ഞങ്ങളെ സന്ദർശിക്കാൻ വരുന്നു [...] ഞങ്ങൾക്ക് വെടിവയ്ക്കേണ്ടിവരും.' ഒരു ബ്രിട്ടീഷ് ബെറ്റാലിയനും ജർമ്മൻകാരിൽനിന്ന് രഹസ്യസന്ദേശം ലഭിച്ചു: 'ഞങ്ങൾ നിങ്ങളുടെ സുഹൃത്തുക്കളായി തുടരും. വെടിവയ്ക്കാൻ ഞങ്ങൾ നിർബന്ധിതരാവുകയാണെങ്കിൽ ഞങ്ങൾ ഉയർത്തി വെടിയുതിർക്കും.'

മുന്നണിയിലെ ചിലയിടങ്ങളിലെല്ലാം ആഴ്ചകളോളം വെടിനിർത്തൽ നിലനിർത്താൻ സൈനികർക്ക് കഴിഞ്ഞു. എല്ലാ അടിച്ചമർത്തൽ നടപടികളും വ്യർത്ഥമാക്കിക്കൊണ്ട് സമാധാനസന്ധികൾ വീണ്ടും ഉണ്ടായി.

1917-ൽ പകുതിയിലേറെ ഫ്രഞ്ച് ഡിവിഷനുകളിലും കലാപമുണ്ടായപ്പോൾ പോലും, അവിടെ എന്തെങ്കിലും കുഴപ്പം സംഭവിക്കുന്നതായി ജർമ്മൻകാർ അറിഞ്ഞതേയില്ല. വെടിയുതിർക്കില്ലെന്ന ദീർഘകാലമായുള്ള രഹസ്യധാരണ ഫ്രഞ്ചുകാർ പാലിക്കുകയാണെന്നാണ് അവർ ഉറച്ചു വിശ്വസിച്ചത്.

സമാധാനം ഏത് നിമിഷവും പൊട്ടിപ്പുറപ്പെട്ടേക്കാമെന്ന ഭീഷണി യുദ്ധകാലത്തുടനീളം നിലനിന്നിരുന്നു. 'അപ്രതീക്ഷിതമായി ഒരു മഞ്ഞുമല മുഴുവനായും പ്രത്യക്ഷപ്പെട്ടു' എന്നാണ് സൈനിക ചരിത്രകാരനായ ടോണി ആഷ്‌വർത്ത് 1914-ലെ ക്രിസ്മസിനെ വിശേഷിപ്പിക്കുന്നത്. കാരണം യുദ്ധസമയത്തുപോലും സമാധാനത്തിന്റെ ഒരു പർവ്വതം ഏതു നിമിഷവും ഉയർന്നുവരാനുള്ള സാധ്യതയുണ്ടായിരുന്നു. ആ പർവ്വതത്തെ വീണ്ടും ഉപരിതലത്തിൽ നിന്ന് തള്ളിത്താഴ്ത്താൻ പട്ടാള ജനറൽമാർക്കും രാഷ്ട്രീയക്കാർക്കും യുദ്ധത്തിനായി മുറവിളി കൂട്ടുന്നവർക്കും അവരുടെ പക്കലുള്ള എല്ലാ തന്ത്രങ്ങളും പ്രയോഗിക്കേണ്ടിവന്നു, വ്യാജവാർത്തകൾ മുതൽ കടുത്ത ബലപ്രയോഗംവരെ. മനുഷ്യർ കേവലം യുദ്ധത്തിനായി സംവിധാനം ചെയ്യപ്പെട്ടവരല്ല.

മറ്റ് ആളുകൾ നമ്മളെപ്പോലെയാണ് എന്നത് ഞാനടക്കം നമ്മളെല്ലാവരും ഓർത്തിരിക്കേണ്ട കാര്യമാണ്. തന്റെ രോഷം മുഴുവൻ ടെലിവിഷനിൽ ഇറക്കിവയ്ക്കുന്ന പ്രകോപിതനായ ഒരു വോട്ടറും സ്ഥിതിവിവരക്കണക്കിലെ ഒരു അഭയാർത്ഥിയും പൊലീസ് രേഖകളിലെ ഫോട്ടോയിൽ കാണുന്ന ഒരു കുറ്റവാളിയുമെല്ലാം രക്തവും മാംസവുമുള്ള മനുഷ്യരാണ്. മറ്റൊരു ജീവിതസാഹചര്യത്തിൽ നമ്മുടെ സുഹൃത്തോ കുടുംബാംഗമോ നമ്മുടെ പ്രിയപ്പെട്ടവരോ ആകുമായിരുന്നവരാണ് അവർ. ഒരു ബ്രിട്ടീഷ് പട്ടാളക്കാരൻ തിരിച്ചറിഞ്ഞതുപോലെ, 'നമ്മളെപ്പോലെ തന്നെ അവർക്കും വീട്ടിൽ അവരെ സ്നേഹിക്കുന്ന ആളുകൾ ഉണ്ട്'.

സ്വന്തം ട്രെഞ്ചുകളിൽ പതുങ്ങിയിരിക്കുമ്പോൾ നമുക്ക് യാഥാർത്ഥ്യത്തിന്റെ കാഴ്ച നഷ്ടപ്പെടും. വെറുപ്പ് പ്രചരിപ്പിക്കുന്ന ഒരു ചെറിയ ന്യൂനപക്ഷം ലോകത്തെ എല്ലാ മനുഷ്യരുടെയും ചിന്തകളെ പ്രതിഫലിപ്പിക്കുന്നുവെന്ന് നാം വിശ്വസിക്കുന്നു. അജ്ഞാതമായ ഏതാനും ചില ഇന്റർനെറ്റ് ട്രോളുകൾ ഫേസ്ബുക്കിലും ടിറ്ററിലും കടുത്ത അധിക്ഷേപങ്ങൾ പടർത്തിവിടുന്നതുപോലെ. ഏറ്റവും കടുത്ത കീബോർഡ് കുരിശുയുദ്ധക്കാരൻ പോലും, മറ്റ് സമയങ്ങളിൽ കരുതലുള്ള ഒരു സുഹൃത്തോ അല്ലെങ്കിൽ സ്നേഹമയനായ ഒരു സഹായിയോ ആകാം.

ആളുകൾ സ്വാഭാവികമായിത്തന്നെ ദയാലുക്കളാണ് എന്ന് വിശ്വസിക്കുന്നത് വൈകാരികമോ നിഷ്കളങ്കമോ ആയ ഒരു കാര്യമല്ല. നേരെമറിച്ച്, ശാന്തിയിലും ക്ഷമയിലും വിശ്വസിക്കുന്നത് ധീരവും യാഥാർത്ഥ്യത്തിലൂന്നിയതുമായ ഒന്നാണ്. ക്രിസ്മസ് സന്ദേശം പ്രചരിപ്പിക്കാൻ തന്റെ പരസ്യ ഏജൻസിയെ സഹായിച്ച കൊളംബിയൻ ആർമി യൂണിറ്റുകളിൽ ഒന്നിലെ ഓഫിസറെക്കുറിച്ച് ജോസ് മിഖയേൽ സോകോളോഫ് പറയുന്നു. കുറച്ച് മാസങ്ങൾക്കുശേഷം, ആ ഓഫിസർ ഒരു സൈനികനീക്കത്തിനിടയിൽ കൊല്ലപ്പെട്ടു. ആ സുഹൃത്തിൽനിന്ന് താൻ എന്താണ് പഠിച്ചതെന്ന് ഓർക്കുമ്പോൾ ജോസ് ഇപ്പോഴും വികാരാധീനനാവുന്നു. 'എനിക്ക് ഇത് ചെയ്യണം,' ആ ഓഫിസർ അന്ന് അദ്ദേഹത്തോട് പറഞ്ഞു, 'കാരണം, ഉദാരത എന്നെ

കൂടുതൽ ശക്തനാക്കുന്നു. നമ്മൾ കൂടുതൽ ശക്തരായിരിക്കുന്നുവെന്ന തോന്നൽ അത് എന്റെ സഹസൈനികരിലും സൃഷ്ടിക്കുന്നു.'

അത് കാലത്തോളം തന്നെ പഴക്കമുള്ള ഒരു സത്യമാണ്. കാരണം, ജീവിതത്തിലെ എല്ലാ നല്ല കാര്യങ്ങളെയും പോലെ, നിങ്ങൾ കൂടുതൽ കൊടുക്കുന്തോറും നിങ്ങൾക്ക് കൂടുതൽ സ്വായത്തമാകുന്നു. പരസ്പര വിശ്വാസത്തിന്റെയും സൗഹൃദത്തിന്റെയും കാര്യത്തിൽ ഇത് സത്യമാണ്, സമാധാനത്തിന്റെ കാര്യത്തിലും അങ്ങനെതന്നെ.

ഉപസംഹാരം

നിങ്ങൾ പാലിക്കേണ്ട പത്ത് നിയമങ്ങൾ

"ഒരു പുരുഷൻ ഒരു സ്ത്രീയെ തട്ടിക്കൊണ്ടുപോയി അഞ്ചുവർഷം അവളെ റേഡിയേറ്ററിൽ ചങ്ങലക്കിടുന്നതിനെക്കുറിച്ച് നിങ്ങൾ ഒരു സിനിമ ചെയ്താൽ - ചരിത്രത്തിൽ ഒരുപക്ഷേ ഒരിക്കൽ മാത്രം സംഭവിച്ച കാര്യമായിരിക്കും അത് - ആ ചിത്രം പൊള്ളുന്ന സാമൂഹ്യ യാഥാർത്ഥ്യത്തിന്റെ വിശകലനമായി കണക്കാക്കപ്പെടും. എന്നാൽ ആളുകൾ പ്രണയത്തിലാകുന്നതിനെക്കുറിച്ച് 'ലവ് ആക്ച്വലി' പോലുള്ള ഒരു സിനിമ ഞാൻ ചെയ്താൽ, ബ്രിട്ടണിൽ ഏകദേശം ഒരു ദശലക്ഷം മനുഷ്യർ ഇന്ന് പ്രണയത്തിലാകുന്നുണ്ട്, അപ്പോൾ അതിനെ അയഥാർത്ഥ ലോകത്തെക്കുറിച്ചുള്ള സെന്റിമെന്റലായ ഒരു ചിത്രീകരണം എന്നായിരിക്കും പറയുക."

റിച്ചാർഡ് കർട്ടിസ്

ഡെൽഫിയിലെ അപ്പോളോ ക്ഷേത്രത്തിന്റെ മുൻവശത്തെ വിശാലമായ മുറ്റത്ത് രണ്ട് വാക്കുകൾ കൊത്തിവച്ചിരുന്നു എന്നാണ് ഐതിഹ്യം.

ഈ ക്ഷേത്രം ഒരു പ്രധാന തീർത്ഥാടന കേന്ദ്രമായിരുന്നു. പുരാതന ഗ്രീസിന്റെ നാനാകോണുകളിൽ നിന്നും ദിവ്യോപദേശങ്ങൾ തേടി ഭക്തർ അവിടെയെത്തുമായിരുന്നു. അകത്തേക്ക് പ്രവേശിക്കുമ്പോൾ അവർ വായിക്കുന്നത് ഇതാണ്: GNOTHI SEAUTON.

സ്വയം അറിയു.

മനഃശാസ്ത്രത്തിന്റെയും ജീവശാസ്ത്രത്തിന്റെയും ആർക്കിയോളജിയുടെയും നരവംശശാസ്ത്രത്തിന്റെയും സാമൂഹ്യശാസ്ത്രത്തിന്റെയും ചരിത്രത്തിന്റെയും ഏറ്റവും പുതിയ തെളിവുകൾ പരിശോധിക്കുമ്പോൾ, സഹസ്രാബ്ദങ്ങളായി മനുഷ്യർ തെറ്റായ സ്വന്തം പ്രതിച്ഛായയാലാണ് നയിക്കപ്പെട്ടത് എന്നു മാത്രമേ നമുക്ക് ഊഹിക്കാൻ കഴിയൂ. മനുഷ്യർ സ്വാർത്ഥരും മൃഗീയവാസനയുള്ളവരും അതിലും മോശമായവരും ആണെന്നാണ് കാലങ്ങളായി നമ്മൾ കരുതിപ്പോരുന്നത്. നാഗരികത എന്നത് നിസ്സാരമായ ഒരു പ്രകോപനത്താൽ പോലും പൊട്ടിത്തകരാവുന്ന ഒരു പുറംപൂച്ച് മാത്രമാണെന്നും കാലങ്ങളോളം നാം വിശ്വസിച്ചു. മനുഷ്യവംശത്തെക്കുറിച്ചുള്ള ഈ കാഴ്ചപ്പാടും ചരിത്രത്തെക്കുറിച്ചുള്ള നമ്മുടെ ഈ വീക്ഷണവും തികച്ചും അയഥാർത്ഥമാണെന്ന് ഇപ്പോൾ നമുക്കറിയാം.

മനുഷ്യപ്രകൃതത്തെക്കുറിച്ചുള്ള നമ്മുടെ കാഴ്ചപ്പാട് പരിഷ്കരിക്കാൻ നമുക്ക് സാധിച്ചാൽ അപ്പോൾ നമ്മെ കാത്തിരിക്കുന്ന പുതിയ ലോകത്തെ അവതരിപ്പിക്കാനാണ് ഈ പുസ്തകത്തിന്റെ അവസാന അധ്യായങ്ങളിൽ ഞാൻ ശ്രമിച്ചത്. ഒരുപക്ഷേ, ഞാൻ ഉപരിതലത്തിൽ മാത്രമേ സ്പർശിച്ചിട്ടുണ്ടാകൂ. എല്ലാത്തിനുമുപരി, മിക്ക ആളുകളും മാന്യരും കാരുണ്യമുള്ളവരുമാണ് എന്ന് നാം വിശ്വസിക്കുകയാണെങ്കിൽ, എല്ലാത്തിലും മാറ്റം സാധ്യമാകുന്നു. നമ്മുടെ സ്കൂളുകളും ജയിലുകളും നമ്മുടെ വ്യാപാരങ്ങളും ജനാധിപത്യ സംവിധാനങ്ങളും എങ്ങനെ സംഘടിപ്പിക്കപ്പെടുന്നു എന്നതിനെക്കുറിച്ച് പൂർണമായും പുനർവിചിന്തനം നടത്താൻ നമുക്ക് സാധിക്കും, നമ്മുടെ ജീവിതം നമ്മൾ എങ്ങനെ ജീവിക്കുന്നുവെന്നും.

ഞാൻ സെൽഫ് ഹെൽപ് ശൈലിയുടെ ആരാധകനല്ലെന്ന് ഈ വേളയിൽ വ്യക്തമാക്കട്ടെ. നമ്മൾ ജീവിക്കുന്നത് വളരെയധികം ആത്മപരിശോധനയും വളരെ കുറച്ച് ബാഹ്യപരിശോധനയും നടത്തുന്ന ഒരു യുഗത്തിലാണ് എന്ന് ഞാൻ പറയും. ഒരു മെച്ചപ്പെട്ട ലോകം എന്നിൽനിന്നും തുടങ്ങുന്നില്ല. മറിച്ച്, അത് നമ്മളിൽ നിന്നാണ് ആരംഭിക്കുന്നത്. നമ്മുടെ പ്രധാന ദൗത്യം വ്യത്യസ്തമായ സ്ഥാപനങ്ങൾ ഉണ്ടാക്കുക എന്നതാണ്. കരിയറിൽ

എങ്ങനെ ഉയരങ്ങളിലെത്താം എന്നതിനായുള്ള നൂറ് പോംവഴികളോ സമ്പന്നരാവുന്നതിനെക്കുറിച്ചുള്ള ദർശനങ്ങളോ നമ്മെ എവിടെയുമെത്തിക്കില്ല.

ഈ പുസ്തകം എഴുതിയതുകൊണ്ട് ജീവിതത്തെക്കുറിച്ചുള്ള എന്റെ കാഴ്ചപ്പാട് മാറിയോ എന്ന് എന്റെ ഒരു സുഹൃത്ത് എന്നോട് ചോദിച്ചു. ഉത്തരം, അതെ എന്നാണെന്ന് ഞാൻ മനസ്സിലാക്കി. മനുഷ്യപ്രകൃതത്തെക്കുറിച്ചുള്ള ഒരു റിയലിസ്റ്റിക് വീക്ഷണത്തിന്, മറ്റുള്ളവരുമായി നിങ്ങൾ എങ്ങനെ ഇടപഴകുന്നു എന്ന കാര്യത്തിൽ ആന്തരികമായ വലിയ മാറ്റങ്ങൾ ഉണ്ടാക്കാതെ തരമില്ല.

അതുകൊണ്ട്, കഴിഞ്ഞ കുറച്ചുവർഷങ്ങളായി ഞാൻ നേടിയ അറിവുകളുടെ അടിസ്ഥാനത്തിൽ എങ്ങനെ ജീവിക്കണം എന്നതിനെക്കുറിച്ച് പ്രയോജനപ്പെട്ടേക്കാവുന്ന പത്ത് കല്പനകൾ ഇതാ:

I: സംശയമുള്ളപ്പോൾ, ഏറ്റവും മികച്ചത് ഊഹിച്ചെടുക്കുക

എന്റെ ആദ്യത്തെ കല്പന തന്നെയാണ് എനിക്കുതന്നെ ഏറ്റവും കഠിനമായിട്ടുള്ളതും. പാരസ്പര്യം പുലർത്തുന്നതിലേക്ക് മനുഷ്യർ പരിണമിച്ചു കഴിഞ്ഞിട്ടുണ്ട് എങ്കിലും, ആശയവിനിമയം അല്പം കുഴപ്പം പിടിച്ചതാണ് എന്ന് നാം മൂന്നാം അധ്യായത്തിൽ കണ്ടു. നിങ്ങൾ പറഞ്ഞ കാര്യം തെറ്റായി മനസ്സിലാക്കപ്പെടുകയോ, അല്ലെങ്കിൽ നിങ്ങളെ ആരെങ്കിലും കളിയാക്കുന്നതുപോലെ നോക്കുകയോ, അതുമല്ലെങ്കിൽ നിങ്ങളെപ്പറ്റി മോശം പരാമർശങ്ങൾ പ്രചരിക്കുകയോ ചെയ്യുന്നുണ്ടാവാം. ഓരോ ബന്ധത്തിലും, വർഷങ്ങളായുള്ള വിവാഹബന്ധത്തിൽ പോലും, മറ്റേ ആൾ നമ്മളെക്കുറിച്ച് എന്താണ് ചിന്തിക്കുന്നതെന്ന് പറയാൻ സാധിക്കില്ല. അതിനാൽ നമ്മൾ ഊഹിച്ചെടുക്കുന്നു. ഉദാഹരണത്തിന്, ഒരു സഹപ്രവർത്തകന് എന്നെ ഇഷ്ടമല്ലെന്ന് ഞാൻ സംശയിക്കുന്നു എന്നിരിക്കട്ടെ. അത് ശരിയോ തെറ്റോ ആവട്ടെ, പക്ഷേ ഞങ്ങൾ തമ്മിലുള്ള ബന്ധത്തെ ഒട്ടും മെച്ചപ്പെടുത്താത്ത വിധത്തിൽ എന്റെ പെരുമാറ്റം മാറിയിട്ടുണ്ടാവും.

ആളുകൾക്ക് ഒരു നെഗറ്റിവിറ്റി ബയസ് ഉണ്ടെന്ന് നാം ഒന്നാമത്തെ അധ്യായത്തിൽ കണ്ടു. അസുഖകരമായ ഒരൊറ്റ പരാമർശം, പത്ത് അഭിനന്ദനങ്ങൾ ചേർത്തുവെച്ചാൽ ഉണ്ടാക്കുന്നതിനേക്കാൾ ആഴത്തിലുള്ള പാട് അവശേഷിപ്പിക്കുന്നു. (മോശമായിട്ടുള്ളതാണ് കൂടുതൽ എന്ന് തോന്നാമെങ്കിലും നല്ലത് അതിനേക്കാൾ കൂടുതലാണ്.). ആശയക്കുഴപ്പത്തിലായിരിക്കുമ്പോൾ, ഏറ്റവും മോശമായത് തെരഞ്ഞെടുക്കാനുള്ള വാഞ്ഛ നമുക്ക് കൂടുതലാണ്.

അതേസമയം, അസമമായ ഫീഡ്ബാക്കിന് (asymmetrical feedback) നമ്മൾ വശംവദരാവുകയും ചെയ്യുന്നു. ഇതിനർത്ഥം, അടിസ്ഥാനപരമായി മറ്റൊരാളിലുള്ള നിങ്ങളുടെ വിശ്വാസം തെറ്റാണെങ്കിൽ, സത്യം ഇന്നല്ലെങ്കിൽ നാളെ വെളിപ്പെടും എന്നാണ്. നിങ്ങളുടെ ഏറ്റവും അടുത്ത സുഹൃത്ത് നിങ്ങളുടെ ജീവിതസമ്പാദ്യം മുഴുവനുമെടുത്ത് രാജ്യം വിട്ടുവെന്ന് നിങ്ങൾ മനസ്സിലാക്കും അല്ലെങ്കിൽ 'ഫിക്സർഅപ്പറിൽ' കണ്ട ആ പരസ്യം സത്യമാകാൻ സാധ്യതയില്ലാത്തത്ര മികച്ചതാണ്, അതുമല്ലെങ്കിൽ അബ് കിംഗ് പ്രോ ആറ് ആഴ്ച ഉപയോഗിച്ചതിനുശേഷവും ടി.വി.യിൽ അവർ ഉറപ്പുപറഞ്ഞ സിക്സ് പായ്ക്ക് നിങ്ങൾക്ക് ഉണ്ടായിട്ടില്ല. നിങ്ങൾ ആവശ്യത്തിലധികം വിശ്വസിക്കുന്നുണ്ടെങ്കിൽ, വൈകാതെ നിങ്ങൾക്കത് മനസ്സിലാവും.

പക്ഷേ, നിങ്ങൾ ഒരാളെ വിശ്വാസത്തിലെടുക്കുന്നില്ലെന്ന് തീരുമാനിച്ചാൽ, നിങ്ങളുടെ ആ തീരുമാനം ശരിയായിരുന്നോ എന്ന് നിങ്ങൾക്കൊരിക്കലും മനസ്സിലാക്കാനാവില്ല. കാരണം, നിങ്ങൾക്ക് ഒരു തരത്തിലുള്ള ഫീഡ്ബാക്കും ലഭിക്കില്ല. സ്വർണത്തലമുടിക്കാരനും സുന്ദരനുമായ ഒരു ഡച്ചുകാരൻ പയ്യൻ നിങ്ങളെ പറ്റിക്കുന്നുവെന്നിരിക്കട്ടെ. ഇനിയൊരിക്കലും ഹോളണ്ടിൽ നിന്നുള്ള സ്വർണത്തലമുടിക്കാരായ സുന്ദരൻമാരെ വിശ്വസിക്കില്ലെന്ന് നിങ്ങൾ ആണയിടും. അവരിൽ ഭൂരിഭാഗവും മാന്യരാണെന്ന ലളിതമായ സത്യത്തെ നിങ്ങൾ ഒരിക്കലും അഭിമുഖീകരിക്കാതെ നിങ്ങളുടെ ശിഷ്ടകാലം മുഴുവൻ സ്വർണമുടിക്കാരായ ഡച്ചുകാരെ നിങ്ങൾ സംശയത്തോടെ മാത്രം കാണും.

അതുകൊണ്ട് മറ്റൊരു വ്യക്തിയുടെ ഉദ്ദേശ്യങ്ങളെക്കുറിച്ച് നിങ്ങൾക്ക് സംശയമുണ്ടെങ്കിൽ, നിങ്ങൾ എന്തു ചെയ്യണം?

ഏറ്റവും മികച്ചത് സ്വീകരിക്കുക എന്നതാണ് ഏറ്റവും റിയലിസ്റ്റിക് ആയത് – അവർക്ക് സംശയത്തിന്റെ ആനുകൂല്യം നല്കുക. മിക്ക ആളുകളും നല്ല ഉദ്ദേശ്യമുള്ളവരാണ് എന്നതുകൊണ്ട് ഈ സമീപനം പൊതുവെ നീതിയുക്തമാണ്. അപൂർവ്വമായി ആരെങ്കിലും നിങ്ങളെ വഞ്ചിക്കാൻ ശ്രമിക്കുകയാണെങ്കിൽ, നിങ്ങൾ അതിനോട് പ്രതികരിക്കുന്ന രീതി അവരുടെ ന്യൂനതയെ പരിഹരിക്കാവുന്ന ഒരു ഫലം ഉണ്ടാക്കാം. (തന്നെ കവർച്ച ചെയ്തവനെ അത്താഴത്തിന് കൂട്ടിക്കൊണ്ടുപോയ ജൂലിയോ ഡയസിനെ ഓർക്കുക.)

എന്നിട്ടും നിങ്ങൾ വഞ്ചിക്കപ്പെട്ടാൽ എന്തുചെയ്യും? പ്രൊഫഷണലായ തട്ടിപ്പുവീരന്മാരെക്കുറിച്ചുള്ള തന്റെ കൗതുകകരമായ പുസ്തകത്തിൽ സൈക്കോളജിസ്റ്റ് മരിയ കോണിക്കോവ ഇതിനെക്കുറിച്ച് സംസാരിക്കുന്നുണ്ട്. എപ്പോഴും ജാഗ്രത പാലിക്കുക എന്നതായിരിക്കും കോണിക്കോവയുടെ പ്രധാന ഉപദേശമെന്ന് നിങ്ങൾ പ്രതീക്ഷിച്ചേക്കാം. പക്ഷേ, അങ്ങനെയല്ല. തട്ടിപ്പുകാരെക്കുറിച്ചും വഞ്ചകരെക്കുറിച്ചുമുള്ള പഠനങ്ങളിൽ വിദഗ്ധയായ കോണിക്കോവ വളരെ വ്യത്യസ്തമായ ഒരു നിഗമനത്തിലാണ് എത്തുന്നത്. നിങ്ങൾ വല്ലപ്പോഴുമൊക്കെ വഞ്ചിക്കപ്പെട്ടേക്കാമെന്ന യാഥാർത്ഥ്യം ബോധ്യപ്പെടുകയും അതിനെ അംഗീകരിക്കുകയും ചെയ്യുക എന്നുള്ളതാണ് ഏറ്റവും നല്ലത്. ജീവിതാവസാനംവരെ മറ്റുള്ളവരെ വിശ്വാസത്തിലെടുക്കുക എന്ന ആഡംബരത്തിനു നല്കുന്ന ഒരു ചെറിയ വില മാത്രമാണ് അത്. നമ്മുടെ വിശ്വാസം അസ്ഥാനത്തായിരുന്നു എന്ന് വരുമ്പോൾ കൂടുതൽ പേർക്കും ലജ്ജ തോന്നുന്നു. എന്നാൽ, നിങ്ങൾ യാഥാർത്ഥ്യബോധമുള്ളവനാണെങ്കിൽ നിങ്ങൾക്ക് കുറച്ച് അഭിമാനം തോന്നുകയാണ് വേണ്ടത്. വാസ്തവത്തിൽ ഞാൻ അതിനുമപ്പുറത്തേക്ക് പോകും: നിങ്ങൾ ഒരിക്കലും വഞ്ചിതരാക്കപ്പെട്ടിട്ടില്ലെങ്കിൽ നിങ്ങളുടെ അടിസ്ഥാന മനോഭാവം വിശ്വസിക്കത്തക്കതാണോ എന്ന് നിങ്ങൾ സ്വയം ചോദിക്കണം.

II: എല്ലാവരും വിജയികളാവുന്ന സാഹചര്യങ്ങളെക്കുറിച്ച് ചിന്തിക്കുക

ഒരു ദിവസം തോമസ് ഹോബ്സ് ഒരു സുഹൃത്തിനോടൊപ്പം ലണ്ടനിൽ ചുറ്റിനടക്കുമ്പോൾ ഒരു യാചകന് കുറച്ച് പണം നല്കാനായി പെട്ടെന്ന് നിന്നു എന്നാണ് കഥ. അദ്ദേഹത്തിന്റെ സുഹൃത്ത് അത്ഭുതപ്പെട്ടു. ഹോബ്സ്

തന്നെ പറഞ്ഞിട്ടില്ലേ നമ്മുടെ പ്രകൃതം സ്വാർത്ഥതയുടേതാണെന്ന്? എന്നാൽ ആ തത്ത്വചിന്തകൻ അതിൽ ഒരു കുഴപ്പവും കണ്ടില്ല. ഭിക്ഷക്കാരന്റെ യാതന കണ്ട് ഹോബ്സിന് അസ്വസ്ഥതയുണ്ടായി, അതുകൊണ്ട് അയാൾക്ക് കുറച്ച് നാണയങ്ങൾ നല്കുന്നത് ഹോബ്സിന് ആശ്വാസകരമായിത്തോന്നി. ആകയാൽ, ഹോബ്സിന്റെ പ്രവൃത്തി സ്വാർത്ഥതാത്പര്യത്താൽ പ്രചോദിപ്പിക്കപ്പെട്ടതായിരുന്നു.

തത്ത്വചിന്തകരും നരവംശ ശാസ്ത്രജ്ഞരും മൗലികമായ നിസ്വാർത്ഥത എന്ന ഒന്നുണ്ടോ എന്ന ചോദ്യത്തെക്കുറിച്ച് കഴിഞ്ഞ ഏതാനും നൂറ്റാണ്ടുകളായി, തലപുകച്ചുകൊണ്ടിരിക്കുകയാണ്. എന്നാൽ, സത്യസന്ധമായി പറഞ്ഞാൽ ആ തർക്കത്തിൽ എനിക്കൊരു താത്പര്യവുമില്ല. കാരണം, ഒരോ കാരുണ്യപ്രവൃത്തി ചെയ്യുമ്പോഴും നിങ്ങൾക്കുള്ളിൽ അസുഖകരമായ ഒരു തോന്നൽ ഉണ്ടാക്കുന്ന ഒരു ലോകത്ത് ജീവിക്കുന്നതിനെക്കുറിച്ച് ആലോചിച്ചുനോക്കൂ. അത് എന്തൊരു നരകമായിരിക്കും?

അത്ഭുതകരമായ ഒരു വസ്തുത എന്തെന്നാൽ, നല്ലത് ചെയ്യുമ്പോൾ ഉള്ളിൽ സുഖം തോന്നുന്ന ഒരു ലോകത്തിലാണ് നാം ജീവിക്കുന്നത് എന്നതാണ്. നമുക്ക് ഭക്ഷണം ഇഷ്ടമാണ് കാരണം, ഭക്ഷണമില്ലെങ്കിൽ നാം പട്ടിണിയാവും. നാം ലൈംഗികതയെ ഇഷ്ടപ്പെടുന്നു, കാരണം ലൈംഗികതയില്ലെങ്കിൽ നമുക്ക് വംശനാശം സംഭവിക്കും. മറ്റുള്ളവരെ സഹായിക്കുന്നത് നാം ഇഷ്ടപ്പെടുന്നു, കാരണം, പാരസ്പര്യമില്ലെങ്കിൽ നമ്മൾ വാടിക്കൊഴിഞ്ഞുപോകും. നന്മ ചെയ്യുക എന്നത് സുഖമുള്ള കാര്യമാണ്, എന്തെന്നാൽ അത് നല്ലതാണ്.

എന്നാൽ, നിർഭാഗ്യകരമെന്ന് പറയട്ടെ, എണ്ണമറ്റ കമ്പനികളും സ്കൂളുകളും മറ്റ് സ്ഥാപനങ്ങളും ഇപ്പോഴും ഒരു മിഥ്യയെ ചുറ്റിപ്പറ്റിയാണ് സംഘടിപ്പിക്കപ്പെട്ടിരിക്കുന്നത്: പരസ്പരം മത്സരിക്കുക എന്നത് നമ്മുടെ പ്രകൃതത്തിലുള്ളതാണ് എന്ന മിത്തിനെ ചുറ്റിപ്പറ്റി. 'മികച്ച ഒരു ഇടപാടിൽ നിങ്ങൾ വിജയിക്കുന്നു - മറുവശത്തുള്ളവർ അല്ല,' ഡൊണാൾഡ് ട്രംപ് തന്റെ *തിങ്ക് ബിഗ് ആന്റ് കിക്ക് ആസ്സ്* എന്ന പുസ്തകത്തിൽ ഉപദേശിക്കുന്നു. 'എതിരാളിയെ തകർത്ത് നിങ്ങൾക്ക് ഗുണകരമായ എന്തെങ്കിലുമായി പോരുക.'

സത്യത്തിൽ, ഇത് നേരെ വിപരീതമായാണ് സംഭവിക്കുന്നത്. എല്ലാവരും വിജയിക്കുന്ന ഇടപാടുകളാണ് ഏറ്റവും മികച്ച ഡീൽ. നോർവേയിലെ ആ ജയിലുകളോ? അവ മികച്ചതും കൂടുതൽ മാനുഷികവും ചെലവുകുറഞ്ഞതുമാണ്. ഹോളണ്ടിലെ ജോസ് ഡി ബ്ലോക്കിന്റെ ഹോംകെയർ ഓർഗനൈസേഷനോ? അത് കുറഞ്ഞ ചെലവിൽ മികച്ച നിലവാരം പുലർത്തുന്നു, ജീവനക്കാർക്ക് കൂടുതൽ പ്രതിഫലം നല്കുകയും ജീവനക്കാരെയും രോഗികളെയും കൂടുതൽ സംതൃപ്തരാക്കുകയും ചെയ്യുന്നു. ഇവയാണ് എല്ലാവരും വിജയിക്കുന്ന സാഹചര്യങ്ങൾ.

ഇതേ പോലെ, മാപ്പുനല്കുന്നതിനെക്കുറിച്ചുള്ള പഠനങ്ങൾ ഊന്നിപ്പറയുന്നത് മറ്റുള്ളവരോട് ക്ഷമിക്കുന്നത് നമ്മുടെ സ്വന്തം താത്പര്യങ്ങൾക്ക് ഗുണകരമാണ് എന്നാണ്. അതൊരു നല്ല ശീലം മാത്രമല്ല, മികച്ച ഒരു ഡീലുമാണ്. കാരണം ക്ഷമിക്കുക എന്നാൽ പകയ്ക്കും വിദ്വേഷത്തിനുമായി നിങ്ങളുടെ ഊർജ്ജം പാഴാക്കുന്നത് അവസാനിപ്പിക്കുക എന്നതാണ്. ജീവിക്കാനായി നിങ്ങൾ സ്വയം സ്വാതന്ത്രരാക്കപ്പെടുന്നു. 'ക്ഷമിക്കുക എന്നത് ഒരു

തടവുകാരനെ മോചിപ്പിക്കുക എന്നതാണ്,' ദൈവശാസ്ത്രജ്ഞൻ ലൂയി ബി. സ്മീഡ്സ് എഴുതി, 'ആ തടവുകാരൻ നിങ്ങൾ തന്നെയായിരുന്നു എന്ന് മനസ്സിലാക്കുകയും ചെയ്യുക എന്നതാണ്.'

III: കൂടുതൽ ചോദ്യങ്ങൾ ചോദിക്കുക

ലോകചരിത്രത്തിലെ എല്ലാ തത്ത്വചിന്തകളുടെയും സുവർണനിയമം എന്നത് ഫലത്തിൽ ഏതാണ്ടിങ്ങനെയാണ്: 'ആളുകൾ നിന്നോട് ചെയ്യരുതെന്ന് നീ ആഗ്രഹിക്കുന്നതെന്തോ അത് നീയും മറ്റുള്ളവരോട് ചെയ്യരുത്.' ഈ തത്ത്വം ചൈനീസ് ചിന്തകനായ കൺഫ്യൂഷ്യസ് 2,500 വർഷംമുമ്പ് തന്നെ വ്യക്തമാക്കിയിരുന്നു. ഗ്രീക്ക് ചരിത്രകാരൻ ഹെറോഡോട്ടസിന്റെ രചനകളിലും പ്ലേറ്റോയുടെ തത്ത്വചിന്തയിലും പിന്നെയും കുറേ നൂറ്റാണ്ടുകൾക്കുശേഷം ജൂത, ക്രിസ്ത്യൻ, ഇസ്ലാമിക് വിശുദ്ധ ഗ്രന്ഥങ്ങളിലും ഈ നിയമം എൻകോഡ് ചെയ്യപ്പെട്ടു.

ഇന്നും, കോടിക്കണക്കിന് രക്ഷിതാക്കൾ അവരുടെ കുട്ടികളോട് ഈ സുവർണനിയമം ആവർത്തിക്കുന്നു. ഇത് രണ്ട് രുചികളിൽ ലഭ്യമാണ്: പോസിറ്റീവ് ഉത്തരവായും ('മറ്റുള്ളവർ നിന്നെ എങ്ങനെ പരിഗണിക്കണമെന്ന് നീ ആഗ്രഹിക്കുന്നുവോ അതുപോലെ നീ അവരോട് പെരുമാറുക') നെഗറ്റീവ് ഉത്തരവായും ('ആളുകൾ നിന്നോട് ചെയ്യരുതെന്ന് നീ ആഗ്രഹിക്കുന്നതെന്തോ അത് നീയും അവരോട് ചെയ്യരുത്.') ഈ നിയമം ദശലക്ഷക്കണക്കിന് വർഷത്തെ മനുഷ്യപരിണാമത്തിന്റെ ഫലമാണെന്നും നമ്മുടെ മസ്തിഷ്കങ്ങളിലേക്ക് അത് പ്രോഗ്രാം ചെയ്യപ്പെട്ടിട്ടുണ്ടെന്നുപോലും ചില ന്യൂറോളജിസ്റ്റുകൾ വിശ്വസിക്കുന്നു.

അങ്ങനെയൊക്കെയാണെങ്കിലും, ഈ സുവർണനിയമത്തിന് ന്യൂനതകളുണ്ടെന്ന് ഞാൻ വിശ്വസിക്കുന്നു.

സഹാനുഭൂതി ഒരു മോശം വഴികാട്ടിയാകാമെന്ന് പത്താം അധ്യായത്തിൽ നാം കണ്ടു: മറ്റുള്ളവർ എന്താണ് പ്രതീക്ഷിക്കുന്നതെന്ന് മനസ്സിലാക്കുന്നതിൽ വിജയിക്കാൻ എല്ലായ്പ്പോഴും നമുക്ക് കഴിഞ്ഞെന്നു വരില്ല എന്നതാണ് ലളിതമായ വസ്തുത.

മറ്റുള്ളവർ പ്രതീക്ഷിക്കുന്നതെന്തെന്ന് ഗ്രഹിക്കാൻ കഴിയുമെന്ന് സ്വയം കരുതുന്ന ഈ മാനേജർമാരും സിഇഒമാരും പത്രപ്രവർത്തകരും നയരൂപീകരണ വിദഗ്ധരും എല്ലാം ഫലത്തിൽ മറ്റുള്ളവരുടെ ശബ്ദത്തെ കവർന്നെടുക്കുകയാണ് ചെയ്യുന്നത്. അതുകൊണ്ടാണ് അഭയാർഥികളുമായുള്ള അഭിമുഖങ്ങൾ നിങ്ങൾ വളരെ അപൂർവമായി മാത്രം ടിവിയിൽ കാണുന്നത്. അതുകൊണ്ടാണ് നമ്മുടെ ജനാധിപത്യവും പത്രപ്രവർത്തനവും ഏറിയകൂറും ഒരു വൺവേ ട്രാഫിക്കാവുന്നത്. അതുകൊണ്ടാണ് നമ്മുടെ ക്ഷേമരാഷ്ട്രങ്ങളിൽ രക്ഷാധികാര മനോഭാവം നിറഞ്ഞിരിക്കുന്നത്.

ഒരു ചോദ്യത്തോടെ ആരംഭിക്കുന്നതാണ് നല്ലത്. പോർട്ടോ അലിഗ്രെയിലെ പങ്കാളിത്ത ജനാധിപത്യത്തിലെന്നപോലെ തീരുമാനങ്ങളെടുക്കുന്നതിൽ പൗരന്മാർക്ക് അവരുടെ അധികാരം അനുവദിച്ചുകൊടുക്കുക. (അധ്യായം 15 കാണുക). ജീൻ-ഫ്രാങ്കോ സോബ്രിസ്റ്റിന്റെ ഫാക്ടറിയിലെന്നപോലെ സ്വന്തം ടീമുകളെ നയിക്കാൻ ജീവനക്കാരെ അനുവദിക്കുക. (അധ്യായം 13 കാണുക). ഷെഫ് ഡ്രമ്മെന്റെ സ്കൂളിലെന്നപോലെ സ്വന്തം

പഠനം ആസൂത്രണം ചെയ്യാൻ കുട്ടികളെ അനുവദിക്കുക (അധ്യായം 14 കാണുക).

പരിചിതമായ ഈ തത്ത്വത്തിന്റെ പ്ലാറ്റിനം റൂൾ എന്നുകൂടി അറിയപ്പെടുന്ന ഈ ഭേദഗതി ജോർജ്ജ് ബെർണാഡ് ഷാ വളരെ നന്നായി സംഗ്രഹിച്ചിരിക്കുന്നു. 'മറ്റുള്ളവർ നിന്നോട് ചെയ്യണമെന്ന് നീ ആഗ്രഹിക്കുന്നതുപോലെ നീ മറ്റുള്ളവരോട് ചെയ്യരുത്,' അദ്ദേഹം ഉപദേശിച്ചു. 'കാരണം അവരുടെ അഭിരുചികൾ വ്യത്യസ്തമായിരിക്കാം.'

IV: നിങ്ങളുടെ സഹാനുഭൂതിയെ പാകപ്പെടുത്തുക, നിങ്ങളുടെ അനുകമ്പയെ പരിശീലിപ്പിക്കുക

പ്ലാറ്റിനം റൂൾ സഹാനുഭൂതിയല്ല ആവശ്യപ്പെടുന്നത്, മറിച്ച് അനുകമ്പയാണ്. ഇവ തമ്മിലുള്ള വ്യത്യാസം വിശദീകരിക്കാനായി ബുദ്ധസന്യാസിയും തന്റെ ചിന്തകൾക്കുമേൽ ഇതിഹാസ സമാനമായ നിയന്ത്രണം ഉള്ളവനുമായ മാത്യു റിക്കാർഡിനെ പരിചയപ്പെടുത്താം. (ഇത് നിങ്ങളെ ആകർഷിക്കുന്നുവെങ്കിൽ, എനിക്ക് നിങ്ങളോട് ഒന്നേ പറയാനുള്ളൂ: ആ നിലയിൽ എത്തിച്ചേരാൻ അദ്ദേഹത്തിനുവേണ്ടി വന്ന 50,000 മണിക്കൂർ ധ്യാനത്തിനായി നിങ്ങൾക്ക് എന്റെ ശുഭാശംസകൾ.)

കുറച്ചുനാൾ മുമ്പ്, ന്യൂറോളജിസ്റ്റ് ടാനിയ സിംഗർ തന്റെ ബ്രെയിൻ സ്കാനറിൽ ഒരു പ്രഭാതം ചെലവഴിക്കാൻ റിക്കാർഡിനെ ക്ഷണിച്ചു. നമുക്ക് സഹാനുഭൂതി തോന്നുമ്പോൾ നമ്മുടെ തലച്ചോറിൽ എന്താണ് സംഭവിക്കുന്നതെന്ന് അറിയണമെന്ന് സിംഗർ ആഗ്രഹിച്ചു. അതിലും പ്രധാനമായി, അതിനൊരു ഒരു ബദൽ ഉണ്ടോ എന്ന് അറിയാൻ അവർക്ക് ആഗ്രഹമുണ്ടായിരുന്നു.

അതിനുള്ള തയ്യാറെടുപ്പെന്ന നിലയിൽ, റൊമാനിയയിലെ ഒരു സ്ഥാപനത്തിലെ ഏകാകികളായ അനാഥരെക്കുറിച്ചുള്ള ഒരു ഡോക്യുമെന്ററി തലേന്ന് വൈകീട്ട് റിക്കാർഡിനെ കാണിച്ചു.

ആ അനാഥരുടെ ശൂന്യമായ കണ്ണുകളും അവരുടെ മെലിഞ്ഞുണങ്ങിയ കൈകാലുകളും മനസ്സിലോർക്കാൻ അടുത്ത ദിവസം ബ്രെയിൻ സ്കാനിങ് തുടങ്ങുന്നതിന് തൊട്ടുമുമ്പ് റിക്കാർഡിനോട് സിംഗർ ആവശ്യപ്പെട്ടു. ന്യൂറോളജിസ്റ്റ് പറഞ്ഞതുപോലെ റിക്കാർഡ് ചെയ്തു. തനിക്ക് കഴിയുന്നത്ര തീവ്രമായി ആ റൊമാനിയൻ അനാഥരുടെ മനസ്സിൽ എന്തായിരിക്കും എന്ന് അദ്ദേഹം സങ്കല്പിച്ചു.

ഒരു മണിക്കൂറിനുശേഷം, അദ്ദേഹം ശരിക്കും തകർന്നുപോയി.

കാരണം അതാണ് സഹാനുഭൂതി നമ്മോട് ചെയ്യുന്നത്. അത് നമ്മെ പരിക്ഷീണരാക്കുന്ന ഒന്നാണ്. മറ്റൊരു ഒരു പരീക്ഷണത്തിൽ, ഒരു കൂട്ടം വൊളന്റിയർമാരോട് എല്ലാ ദിവസവും ഒരാഴ്ചത്തേക്ക് 15 മിനുറ്റ് കണ്ണടച്ച് കഴിയുന്നത്ര സഹാനുഭൂതി ഉള്ളിൽ നിറയ്ക്കാൻ ആവശ്യപ്പെട്ടു. അതായിരുന്നു അവർക്ക് താങ്ങാവുന്ന കാലയളവ്. ആഴ്ചയുടെ അവസാനം ആ പരീക്ഷണത്തിൽ പങ്കെടുത്തവരെല്ലാം കൂടുതൽ അശുഭാപ്തി വിശ്വാസികളായി മാറിയിരുന്നു. അതിനുശേഷം ട്രെയിനിലെ സഹയാത്രികരെ നോക്കുമ്പോൾ യാതനകൾ മാത്രമാണ് തനിക്ക് കാണാൻ കഴിയുന്നത് എന്ന് അവരിൽ ഒരു സ്ത്രീ പറഞ്ഞു.

റിക്കാർഡുമായുള്ള സിംഗറുടെ ആദ്യ സെഷനുശേഷം, വ്യത്യസ്തമായ ഒന്ന് പരീക്ഷിച്ചുനോക്കാൻ സിംഗർ തീരുമാനിച്ചു. ആ റൊമാനിയൻ അനാഥരെക്കുറിച്ച് ചിന്തിക്കാൻ ഒരിക്കൽ കൂടി അവർ സന്യാസിയോട് ആവശ്യപ്പെട്ടു. എന്നാൽ ഇത്തവണ അവരിലൊരാളായി സ്വയം സങ്കല്പിക്കാനല്ല അദ്ദേഹത്തോട് പറഞ്ഞത്. മറിച്ച്, അദ്ദേഹം വർഷങ്ങളെടുത്ത് പൂർണതയിലെത്തിച്ച അദ്ദേഹത്തിന്റെ കഴിവ് - അവർക്കൊപ്പം ചിന്തിക്കാനല്ല, എന്നാൽ അവർക്കുവേണ്ടി ചിന്തിക്കാൻ - പ്രയോഗിക്കണമെന്ന് സിംഗർ ആവശ്യപ്പെട്ടു.

ആ അനാഥരുടെ ദുരിതത്തിൽ സ്വയം പങ്കുചേരുന്നതിനുപകരം, റിക്കാർഡ് ശ്രദ്ധ കേന്ദ്രീകരിച്ചത് അവരോട് ഊഷ്മളത, പരിഗണന, കരുതൽ തുടങ്ങിയ വികാരങ്ങൾ സ്വയം ഉളവാക്കാനായിരുന്നു. അവരുടെ യാതന വ്യക്തിപരമായി അനുഭവിക്കുന്നതിനുപകരം, അതിൽനിന്ന് സ്വയം അകന്നുനിന്നു.

തൽക്ഷണം മോണിറ്ററിൽ വ്യത്യാസം കാണാൻ സിംഗറിന് കഴിഞ്ഞു. കാരണം, ഇത്തവണ റിക്കാർഡിന്റെ തലച്ചോറിന്റെ വ്യത്യസ്തമായ ഭാഗങ്ങളാണ് പ്രകാശിതമായത്. സഹാനുഭൂതി മിക്കവാറും തലച്ചോറിലെ ആന്റീരിയർ ഇൻസുലയെ സജീവമാക്കുന്നു, അത് നമ്മുടെ ചെവികളുടെ തൊട്ടുമുകളിലാണ് സ്ഥിതി ചെയ്യുന്നത്. എന്നാൽ ഇത്തവണ അദ്ദേഹത്തിന്റെ തലച്ചോറിലെ കോർപ്പസ് സ്ട്രിയാറ്റവും ഓർബിറ്റോ ഫ്രണ്ടൽ കോർട്ടെക്സും ആണ് സജീവമായത്.

എന്താണ് ശരിക്കും സംഭവിച്ചത്? റിക്കാർഡിന്റെ ഈ പുതിയ മാനസികാവസ്ഥയെയാണ് നാം അനുകമ്പ എന്ന് വിളിക്കുന്നത്. സഹാനുഭൂതിയിൽ നിന്ന് വ്യത്യസ്തമായി, അനുകമ്പ നമ്മുടെ ഊർജ്ജം ഊറ്റിയെടുക്കുന്നില്ല. വാസ്തവത്തിൽ, അതിനുശേഷം റിക്കാർഡിന് കൂടുതൽ സുഖം അനുഭവപ്പെടുകയാണ് ഉണ്ടായത്.

കാരണം, അനുകമ്പ ഒരേസമയം കൂടുതൽ നിയന്ത്രിതവും സൃഷ്ടിപരവും അകന്നുനില്ക്കുന്നതുമാണ്. മറ്റൊരാളുടെ വിഷമം പങ്കിടുന്നതല്ല അത്, എന്നാൽ അത് തിരിച്ചറിയാനും അതിനുശേഷം പ്രവർത്തിക്കാനും അത് നമ്മളെ സഹായിക്കുന്നു. മാത്രമല്ല, മറ്റുള്ളവരെ സഹായിക്കാൻ ആവശ്യമായ ഊർജ്ജം അനുകമ്പ നമുക്ക് പകരുകയും ചെയ്യുന്നു.

മറ്റൊരു ഉദാഹരണം പറഞ്ഞാൽ, നിങ്ങളുടെ കുട്ടിക്ക് ഇരുട്ടിനെ ഭയമാണെന്നിരിക്കട്ടെ. ഒരു രക്ഷകർത്താവ് എന്ന നിലയിൽ, നിങ്ങളും വീടിന്റെ ഒരു മൂലയിൽ ഭയന്നുവിറച്ച് കൂനിക്കൂടി നിങ്ങളുടെ മകനോ മകൾക്കോ ഒപ്പം ഇരുന്ന് കരയില്ലല്ലോ (സഹാനുഭൂതി). മറിച്ച്, അവരെ ശാന്തരാക്കാനും ആശ്വസിപ്പിക്കാനും നിങ്ങൾ ശ്രമിക്കുന്നു (അനുകമ്പ).

അപ്പോൾ നമ്മളെല്ലാം മാത്യു റിക്കാർഡിനെപ്പോലെ ധ്യാനിക്കാൻ തുടങ്ങണമെന്നാണോ? അത് കുറച്ച് ന്യൂ-ഏജ് സംഭവമായി തുടക്കത്തിൽ എനിക്കുതോന്നി എന്ന് ഞാൻ സമ്മതിക്കുന്നു. എന്നാൽ ധ്യാനത്തിന് നമ്മുടെ അനുകമ്പയെ പാകപ്പെടുത്താൻ കഴിയുമെന്ന് ശാസ്ത്രീയമായ ചില തെളിവുകൾ ഉണ്ട്.

മസ്തിഷ്കം പരുവപ്പെടുത്താവുന്ന ഒരു അവയവമാണ്. വ്യായാമത്തിലൂടെ നമ്മുടെ ആകാരവടിവ് നിലനിർത്താമെങ്കിൽ നമ്മുടെ മനസ്സുകൾക്കുവേണ്ടിയും എന്തുകൊണ്ട് അങ്ങനെ ചെയ്തുകൂടാ?

V: അപരന്റെ അഭിപ്രായത്തിനുപിന്നിലെ കാരണം എന്തെന്ന് അറിയില്ലെങ്കിൽപ്പോലും അവരെ മനസ്സിലാക്കാൻ ശ്രമിക്കുക

സത്യസന്ധമായി പറഞ്ഞാൽ, ഞാൻ മെഡിറ്റേഷൻ ചെയ്തു നോക്കി. പക്ഷേ, ഇതുവരെ അത് ഒരു വൻവിജയമായിട്ടില്ല. അതിനിടയിൽ ഒരു ഇ-മെയിൽ, ഒരു ട്വീറ്റ്, അതുമല്ലെങ്കിൽ ട്രാംപൊലിനിൽ നില്ക്കുന്ന ഒരാടിന്റെ വീഡിയോ എന്നിങ്ങനെ അടിയന്തര ശ്രദ്ധ ആവശ്യമുള്ള എന്തെങ്കിലുമൊക്കെ വന്നുപെടും. അപ്പോൾ 50,000 മണിക്കൂർ മെഡിറ്റേഷൻ? ക്ഷമിക്കണം, എനിക്കൊരു ജീവിതം കൂടിയുണ്ടല്ലോ.

എന്റെ ഭാഗ്യത്തിന് ആ അതീന്ദ്രിയ ലോകത്തേക്ക് കടക്കാൻ മറ്റൊരു വഴി കൂടിയുണ്ട്: 18-ാം നൂറ്റാണ്ടിലെ ജ്ഞാനോദയ തത്ത്വചിന്തകർക്ക് പ്രിയങ്കരമായ മാർഗ്ഗം. എന്താണത്? യുക്തി. ബുദ്ധി. യുക്തിഭദ്രമായ ഒരു വീക്ഷണകോണിൽനിന്ന് കാര്യങ്ങൾ അറിയാനുള്ള നമ്മുടെ കഴിവ് നമ്മുടെ തലച്ചോറിന്റെ വ്യത്യസ്ത ഭാഗങ്ങൾ പങ്കുചേരുന്ന ഒരു മനഃശാസ്ത്രപരമായ പ്രക്രിയയാണ്. ആരെയെങ്കിലും മനസ്സിലാക്കാൻ ശ്രമിക്കുന്നതിനായി നാം ബുദ്ധി പ്രയോഗിക്കുമ്പോൾ നമ്മുടെ തലച്ചോറിലെ പ്രീഫ്രോണ്ടൽ കോർട്ടെക്സ് സജീവമാകുന്നു. നമ്മുടെ നെറ്റിക്ക് തൊട്ടുപിന്നിലായുള്ള തലച്ചോറിലെ ഈ ഭാഗം മനുഷ്യരിൽ പ്രത്യേകിച്ചും വളരെ വലുതാണ്.

തീർച്ചയായും, ഇതേ കോർട്ടെക്സിന് തെറ്റിപ്പോകുന്ന ആയിരത്തിലേറെ സന്ദർഭങ്ങളെക്കുറിച്ച് ധാരാളം പഠനങ്ങളുണ്ടെന്ന് എനിക്കറിയാം. നാം അത്രയൊന്നും യുക്തിയുള്ളവരോ സ്വയം നിയന്ത്രണമുള്ളവരോ അല്ലെന്ന് പഠനങ്ങൾ വെളിപ്പെടുത്തുന്നുണ്ട്. എന്നിരുന്നാലും, അത്തരം കണ്ടെത്തലുകൾക്ക് അമിത പ്രാധാന്യം കൊടുക്കാതിരിക്കേണ്ടത് പ്രധാനമാണെന്ന് ഞാൻ കരുതുന്നു.

നാം ദൈനംദിന ജീവിതത്തിൽ എല്ലായ്പ്പോഴും യുക്തിസഹമായ വാദങ്ങളും തെളിവുകളും ഉപയോഗിക്കുന്നു, നിയമങ്ങളും ചട്ടങ്ങളും കരാറുകളും നിറഞ്ഞ സമൂഹങ്ങൾ നാം നിർമ്മിച്ചിട്ടുമുണ്ട്. നമ്മൾ ചിന്തിക്കുന്നതിനേക്കാൾ നന്നായി മനുഷ്യർ ചിന്തിക്കുന്നു. നമ്മുടെ വൈകാരികപ്രകൃതത്തിനു പുറത്തുള്ള ഒരു നേർത്ത ആവരണം അല്ല നമ്മുടെ യുക്തിചിന്താ ശേഷി. മറിച്ച്, നമ്മൾ ആരാണെന്നതിന്റെയും എന്താണ് നമ്മെ മനുഷ്യരാക്കുന്നത് എന്നതിന്റെയും ഒരു അതിപ്രധാന ഘടകമാണത്.

ജയിലുകളെക്കുറിച്ചുള്ള നോർവേയുടെ കാഴ്ചപ്പാട് നോക്കുക, നമ്മളെപ്പോലുള്ളവർക്ക് അത് യുക്തിസഹമല്ലെന്ന് തോന്നാം. നമ്മുടെ ബുദ്ധി പ്രയോഗിച്ചും ഒരിക്കൽ ശിക്ഷിക്കപ്പെട്ട കുറ്റവാളികളുടെ ആവർത്തിത കുറ്റവാസന സംബന്ധിച്ചുള്ള സ്ഥിതിവിവരക്കണക്കുകൾ പരിശോധിക്കുന്നതിലൂടെയും കുറ്റവാളികളെ കൈകാര്യം ചെയ്യാനുള്ള വളരെ മികച്ച ഒരു മാർഗ്ഗമാണ് അതെന്ന് നാം മനസ്സിലാക്കുന്നു. അതല്ലെങ്കിൽ, നെൽസൺ മണ്ടേലയുടെ രാജ്യതന്ത്രജ്ഞതയെക്കുറിച്ചുള്ള നീതിശാസ്ത്രം പരിശോധിക്കുക. പറയാനുള്ളത് പറയാതിരിക്കാൻ അദ്ദേഹം വീണ്ടും വീണ്ടും നിർബന്ധിതനായി. ഒപ്പം, അദ്ദേഹത്തിന് സ്വന്തം വികാരങ്ങളെ അടിച്ചമർത്തുകയും സൂക്ഷ്മതയും അപഗ്രഥനശേഷിയും പുലർത്തുകയും ചെയ്യേണ്ടിരുന്നു. മണ്ടേല ഹൃദയാലു മാത്രമല്ല, സമർത്ഥനുമായിരുന്നു. മറ്റുള്ളവരിൽ വിശ്വാസമുണ്ടായിരി

ക്കുക എന്നത് വൈകാരികമായ ഒരു തീരുമാനം മാത്രമല്ല, അത് യുക്തി സഹവുമാണ്.

മറ്റൊരാളുടെ കാഴ്ചപ്പാട് മനസ്സിലാക്കുക എന്നതിന് നിങ്ങൾ അതിനോട് പൂർണ്ണമായി യോജിക്കണമെന്ന് അർത്ഥമില്ല. ഒരു ഫാസിസ്റ്റിന്റെയോ ഭീകരവാദിയുടെയോ അല്ലെങ്കിൽ 'ലൗ ആക്ച്വലി'യുടെ ഒരു ആരാധകന്റെയോ മാനസികാവസ്ഥ മനസ്സിലാക്കാൻ ഫാസിസ്റ്റിന്റെയോ ഭീകരവാദിയുടെയോ റൊമാന്റിക് സിനിമാ ആരാധകന്റെയോ സംഘത്തിൽ ചേരണമെന്നില്ല. (ഇതിൽ അവസാനം പറഞ്ഞ ഗ്രൂപ്പിലെ ഒരംഗമാണെന്നതിൽ അഭിമാനിക്കുന്ന ആളാണ് ഞാൻ എന്ന് പറയേണ്ടിയിരിക്കുന്നു.) അപരനെ യുക്തിസഹമായി മനസ്സിലാക്കുന്നത് ഒരു കഴിവാണ്. ഇത് നിങ്ങൾക്ക് പരിശീലനത്തിലൂടെ വളർത്തിയെടുക്കാൻ കഴിയുന്ന ഒരു പേശിയാണ്.

നല്ലവരായിരിക്കാനുള്ള നമ്മുടെ ആഗ്രഹത്തെ അടിച്ചമർത്തുന്നതിനാണ് കാലാകാലങ്ങളായി നമ്മുടെ യുക്തി മറ്റെന്തിനേക്കാളുമേറെ ആവശ്യമായി വരുന്നത്. ചിലപ്പോൾ നമ്മുടെ സൗഹാർദ്ദപരമായ സഹജാവബോധം സത്യത്തിന്റെയും സമത്വത്തിന്റെയും വഴിയിൽ തടസ്സമുണ്ടാക്കുന്നു. കാരണം, ആരെങ്കിലും അന്യായത്തിന് ഇരയാകുന്നതിന് സാക്ഷിയായിരുന്നിട്ടും ആ സാഹചര്യത്തിൽ അഹിതകാരികളായി ഗണിക്കപ്പെടാതിരിക്കാനായി നാം മൗനം ഭജിച്ചിട്ടില്ലേ? സമാധാനം നിലനിർത്താൻ വേണ്ടി മാത്രമായി നാം നമ്മുടെ വാക്കുകൾ വിഴുങ്ങിയിട്ടില്ലേ? സ്വന്തം അവകാശങ്ങൾക്കുവേണ്ടി പോരാടുന്നവരെ വെറുതെ കുഴപ്പമുണ്ടാക്കുന്നവരായി നാമെല്ലാവരും കുറ്റപ്പെടുത്തിയിട്ടില്ലേ?

ഇതാണ് ഈ പുസ്തകത്തിന്റെ വലിയ വിരോധാഭാസം എന്ന് എനിക്ക് തോന്നുന്നു. മനുഷ്യർ അടിസ്ഥാനപരമായി സൗഹൃദത്തിനായി പരുവപ്പെടുത്തപ്പെട്ട ജീവികളായി പരിണമിക്കപ്പെട്ടു കഴിഞ്ഞുവെന്ന് ഞാൻ വാദിച്ചു, എന്നാൽ ചിലപ്പോൾ ഈ സൗഹൃദത്വം തന്നെയാണ് പ്രശ്നവും.

ഉപദേശികളെന്നോ സ്നേഹഭാവമില്ലാത്തവരെന്നോ മറ്റുള്ളവർക്ക് തോന്നുന്ന ആളുകളിൽ നിന്നാണ് - ബൂർട്ട്സോർഗ്ഗിന്റെ ജോസ് ഡി ബ്ലോക്ക്, അഗോറയുടെ ഷെഫ് ഡ്രമ്മെൻ എന്നിവരെപ്പോലെയുള്ളവർ - പലപ്പോഴും പുരോഗതി ആരംഭിക്കുന്നതെന്ന് ചരിത്രം പഠിപ്പിക്കുന്നു. സാമൂഹ്യസദസ്സുകളിൽ സ്വന്തം അഭിപ്രായം ശക്തിയുക്തം തുറന്നുപറയാൻ ധൈര്യമുള്ളവർ. നിങ്ങളെ അസ്വസ്ഥരാക്കുന്ന അസുഖകരമായ വിഷയങ്ങൾ ഉന്നയിക്കുന്നവർ.

ഇത്തരം ആളുകളെ പരിപോഷിപ്പിക്കൂ, കാരണം അവരാണ് പുരോഗതിയുടെ താക്കോൽ.

VI: മറ്റുള്ളവർ അവർക്ക് പ്രിയപ്പെട്ടതിനെ സ്നേഹിക്കുന്നതുപോലെ നിങ്ങൾ നിങ്ങൾക്ക് പ്രിയപ്പെട്ടതിനെ സ്നേഹിക്കുക

2014 ജൂലൈ 17-ന് മലേഷ്യൻ എയർലൈൻസിന്റെ ബോയിംഗ് 777 ഉക്രെയ്നിലെ ഹ്രാബോവ് ഗ്രാമത്തിന് പുറത്ത് തകർന്നുവീണു. വിമാനത്തിൽ 298 യാത്രക്കാർ ഉണ്ടായിരുന്നു. അവരിൽ 193 പേർ ഡച്ചുകാരായിരുന്നു. റഷ്യൻ അനുകൂല വിഘടനവാദികൾ വിമാനം വെടിവെച്ചിടുകയായിരുന്നു. അപകടത്തിൽ നിന്ന് ആരും രക്ഷപ്പെട്ടില്ല.

298 പേർ മരിച്ചു എന്ന റിപ്പോർട്ടുകൾ എനിക്ക് വിശ്വസിക്കാൻ പ്രയാസ മുള്ളതായി അനുഭവപ്പെട്ടു. പക്ഷേ, പിന്നീട് ഒരു ഡച്ച് പത്രത്തിലെ റിപ്പോർട്ട് ഞാൻ വായിച്ചു. അത് എന്നെ തികച്ചും അസ്വസ്ഥനാക്കി.

കാർലിജൻ കെയ്സറിന്റെയും (ഇരുപത്തിയഞ്ച് വയസ്സ്) ലോറൻസ് വാൻ ഡെർ ഗ്രാഫിന്റെയും (മുപ്പത് വയസ്സ്) ചിത്രത്തോടെയാണ് ആ വാർത്ത തുടങ്ങിയത്; വിമാനത്തിൽ കയറുന്നതിനു തൊട്ടുമുമ്പ് സ്വർണ്ണത്തലമുടി ക്കാരനായ ആ യുവാവും ചുരുണ്ടമുടിക്കാരിയായ ആ പെൺകുട്ടിയും നിറഞ്ഞ ചിരിയോടെ എടുത്ത ഒരു സെൽഫിയായിരുന്നു അത്. ആംസ്റ്റർഡാ മിലെ ഒരു റോയിങ് ക്ലബിൽവെച്ചാണ് അവർ കണ്ടുമുട്ടിയതെന്ന് ഞാൻ വായിച്ചു. പ്രൊപ്രിയ ക്യൂറസ് എന്ന വളരെ മികച്ച ഒരു സ്റ്റുഡന്റ് ന്യൂസ് പേപ്പറിനുവേണ്ടി എഴുതുകയായിരുന്നു ലോറൻസ് എന്നും കാർലിജൻ അമേ രിക്കയിൽ നിന്നും തന്റെ പിഎച്ച്.ഡി. ഏറെക്കുറെ പൂർത്തിയാക്കിയിട്ടുണ്ടാ യിരുന്നുവെന്നും ഞാൻ മനസ്സിലാക്കി.

അവർ കടുത്ത പ്രണയത്തിലായിരുന്നുവെന്നും.

'അവർ എല്ലായ്പ്പോഴും കടുത്ത പ്രണയത്തിലായിരുന്നു, പരസ്പരം ഒട്ടിച്ചേർന്നുകൊണ്ടല്ലാതെ നടക്കാൻ കഴിയാത്ത സംതൃപ്തരായ ഇണകൾ,' എന്നാണ് അവരെപ്പറ്റി ഒരു സുഹൃത്ത് പറഞ്ഞത്.

ഇത് കാപട്യമല്ലേ, ഞാൻ സ്വയം ചോദിച്ചു. ഇറാഖിലെ അതിക്രമങ്ങളെ ക്കുറിച്ചുള്ള ഏഴാം പേജിലെ വാർത്ത വായിക്കാതെ വിട്ടുകളഞ്ഞ ഞാൻ ഇപ്പോൾ ഇത് വായിച്ച് കണ്ണീർ പൊഴിക്കുന്നു? ഇത്തരത്തിലുള്ള റിപ്പോർട്ടിങ് പൊതുവിൽ എന്നെ അലട്ടുന്നു. 'രണ്ട് ഡച്ച് പൗരന്മാർ നൈജീരിയ തീരത്ത് മരണപ്പെട്ടു', ഒരു ബോട്ടിലുള്ള ആളുകളെല്ലാം മുങ്ങി മരിച്ചപ്പോൾ ഡച്ച് പത്ര ങ്ങൾ റിപ്പോർട്ട് ചെയ്യുന്നു.

എന്നാൽ, മനുഷ്യർ പരിമിത സൃഷ്ടികളാണ്. നമ്മളെപ്പോലുള്ളവരോട് നാം കൂടുതൽ പരിഗണന കാണിക്കുന്നു, ഒരേ ഭാഷയോ രൂപമോ ഒരേ പശ്ചാത്തലമോ പങ്കിടുന്നവരോട്. ഞാനും ഒരിക്കൽ ഒരു ഡച്ച് കോളേജ് വിദ്യാർത്ഥിയായിരുന്നു. ഞാനും ഒരു യൂണിവേഴ്സിറ്റി ക്ലബ്ബിൽ അംഗമായി രുന്നു. അവിടെ ഞാനും സുന്ദരിയും ചുരുണ്ട മുടിക്കാരിയുമായ ഒരു പെൺ കുട്ടിയെ കണ്ടിരുന്നു. പ്രൊപ്രിയ ക്യൂറസിൽ എഴുതുന്നത് ഞാനും ആസ്വദി ച്ചേനെ. ('അവന്റെ ബലവത്തായ ശരീരത്തെ തടയാൻ ഒരു വിമാനവേധ മിസൈൽതന്നെ വേണ്ടിവരുമെന്നത് ലോറൻസിനെ അറിയുന്നവരെ അത്ഭു തപ്പെടുത്തുന്നില്ല,' അദ്ദേഹത്തിന്റെ സഹപ്രവർത്തകർ എഴുതി).

മരണത്തിന് തൊട്ടുമുമ്പെടുത്ത ആ സെൽഫി കാർലിജിന്റെ സഹോദര നാണ് ന്യൂസ് പേപ്പറിന് അയച്ചുകൊടുത്തത്. 'എനിക്ക് ഒരു അഭ്യർത്ഥന മാത്രമേയുള്ളൂ,' അദ്ദേഹം എഴുതി, 'ഞാനും എന്റെ മറ്റൊരു സഹോദരിയും മാതാപിതാക്കളും കടന്നുപോകുന്ന വേദന രാജ്യവും ലോകവും അറിയണം. ഇതുതന്നെയാണ് നെതർലാൻഡ്സിലെ നൂറുകണക്കിന് പേർ അനുഭവിക്കുന്ന വേദനയും.'

അദ്ദേഹം പറഞ്ഞത് ശരിയാണ്. ആ വിമാനത്തിലുണ്ടായിരുന്ന ആരെയെ ങ്കിലുമൊക്കെ ആർക്കെങ്കിലുമൊക്കെ അറിയാമായിരിക്കും. ആ ദിവസങ്ങ ളിൽ, മുമ്പൊന്നുമില്ലാത്തവിധം ഡച്ചുകാരനാണെന്ന ഒരു തോന്നൽ എനി ക്കുണ്ടായി.

നമ്മളെപ്പോലെയുള്ള ആളുകളോട് നാം കൂടുതൽ കരുതലുള്ളവരാകുന്നത് എന്തുകൊണ്ടാണ്? തിന്മ അതിന്റെ പ്രവൃത്തി അകലെനിന്ന് ചെയ്യുന്നുവെന്ന് ഞാൻ പത്താം അധ്യായത്തിൽ എഴുതിയിട്ടുണ്ട്.

അപരിചതർക്കെതിരെ ഒച്ചയിടാൻ ഇൻറർനെറ്റിലെ ദൂരം നമ്മെ അനുവദിക്കുന്നു. അക്രമത്തോടുള്ള വെറുപ്പിനെ മറികടക്കാൻ അകലം സൈനികരെ സഹായിക്കുന്നു. അടിമത്തം മുതൽ ഹോളോകോസ്റ്റുവരെ ചരിത്രത്തിലെ ഏറ്റവും ഭയാനകമായ കുറ്റകൃത്യങ്ങളെല്ലാം സാദ്ധ്യമാക്കിയത് അകലമാണ്.

എന്നാൽ അനുകമ്പയുടെ പാത തിരഞ്ഞെടുക്കൂ, അപ്പോൾ ഒരു അപരിചിതനിൽനിന്ന് നിങ്ങളെ വേർതിരിക്കുന്ന അകലം എത്ര കുറവാണെന്ന് നിങ്ങൾ മനസ്സിലാക്കും. നിങ്ങളുടെ പ്രിയപ്പെട്ടവർ ലോകത്തുള്ള മറ്റുള്ളവരേക്കാൾ ഒട്ടുംതന്നെ കൂടുതൽ പ്രാധാന്യമുള്ളവരോ പ്രാധാന്യമില്ലാത്തവരോ ആകുന്നതുവരെ, അനുകമ്പ നിങ്ങളെ നിങ്ങൾക്കുമപ്പുറത്തേക്ക് കൊണ്ടുപോകുന്നു.

അങ്ങനെയല്ലെങ്കിൽ എന്തിനാണ് ബുദ്ധൻ തന്റെ കുടുംബത്തെ ഉപേക്ഷിച്ചത്? സ്വന്തം മാതാപിതാക്കളെയും ഭാര്യമാരെയും മക്കളെയും സഹോദരീസഹോദരന്മാരെയും ഉപേക്ഷിക്കാൻ യേശു തന്റെ ശിഷ്യന്മാരോട് ആവശ്യപ്പെട്ടത് മറ്റെന്തിനാണ്?

ഒരുപക്ഷേ, നിങ്ങൾക്കിത് ഏതറ്റംവരെയും കൊണ്ടുപോകാം.

ഒരുപക്ഷേ, സഹജീവിയോടുള്ള ഒരാളുടെ സ്നേഹം ചെറിയ തോതിലാണ് തുടങ്ങുക. ഒരാൾ തന്നോടുതന്നെയുള്ള വെറുപ്പുകൊണ്ട് നിറഞ്ഞിരിക്കുകയാണെങ്കിൽ അയാൾക്ക് മറ്റൊരാളെ എങ്ങനെ സ്നേഹിക്കാൻ സാധിക്കും? കുടുംബത്തോടും സുഹൃത്തുക്കളോടുമുള്ള പരിഗണന നഷ്ടപ്പെടുകയാണെങ്കിൽ ഒരാൾക്ക് എങ്ങനെയാണ് ഈ ലോകത്തിന്റെ ഭാരം വഹിക്കാൻ കഴിയുക? ചെറിയതൊന്ന് നിങ്ങളുടെ കൈപ്പിടിയില്ലാതെ നമുക്ക് വലിയ കാര്യങ്ങൾ ഏറ്റെടുക്കാനാവില്ല. ആ 193 ഡച്ച് യാത്രക്കാർ ഈ ലോകത്തെ കൂടുതൽ മെച്ചപ്പെട്ട ഒരിടമാക്കിക്കൊണ്ടിരുന്ന അനേകം പുരുഷന്മാരും സ്ത്രീകളും ആയിരുന്നു, എയ്ഡ്സ് ഗവേഷകർ മുതൽ മനുഷ്യാവകാശത്തിനായി വാദിക്കുന്നവർ വരെ. എന്നിരുന്നാലും ഏറ്റവും വലിയ നഷ്ടം സംഭവിച്ചത് അവരോട് ഏറ്റവും അടുത്ത ആളുകൾക്കായിരുന്നു.

മനുഷ്യരെന്ന നിലയിൽ, നാം വേർതിരിവുകാട്ടുന്നു. നമുക്ക് സ്വന്തമായതിനോട് നാം കൂടുതൽ കരുതലും ഇഷ്ടവും കാണിക്കുന്നു. അത് ലജ്ജിക്കേണ്ട ഒരു കാര്യമല്ല-അത് നമ്മളെ മനുഷ്യരാക്കുന്നു. എന്നാൽ മറ്റുള്ളവർക്കും, വിദൂരങ്ങളിലെ ആ അപരിചിതരായ മനുഷ്യർക്കും, അവർ സ്നേഹിക്കുന്ന കുടുംബങ്ങളുണ്ടെന്നും കൂടി നാം മനസ്സിലാക്കണം. അവരും നമ്മളെപ്പോലെ തന്നെ ഓരോ അണുവിലും മനുഷ്യരാണെന്നും.

VII: വാർത്ത ഒഴിവാക്കുക

ഇക്കാലത്ത് അകലം സൃഷ്ടിക്കുന്നതിന്റെ ഏറ്റവും വലിയ സ്രോതസ്സുകളിലൊന്നാണ് വാർത്തകൾ. സായാഹ്ന വാർത്തകൾ കാണുന്നതിലൂടെ യാഥാർത്ഥ്യവുമായി കൂടുതൽ പൊരുത്തപ്പെടുന്നതായി നിങ്ങൾക്ക് അനുഭവപ്പെടാം. പക്ഷേ, യഥാർത്ഥത്തിൽ ഇത് ലോകത്തെക്കുറിച്ചുള്ള നിങ്ങളുടെ

വീക്ഷണത്തെ വികലമാക്കുന്നു എന്നതാണ് സത്യം. രാഷ്ട്രീയക്കാരെന്നും വരേണ്യരെന്നും വർഗ്ഗീയവാദികളെന്നും അഭയാർഥികളെന്നും മറ്റുമുള്ള ഗ്രൂപ്പുകളായി ആളുകളെ വാർത്തകൾ സാമാന്യവത്ക്കരിക്കുന്നു. മാത്രമല്ല, വാർത്തകൾ മോശമായതിലേക്ക് കൂടുതൽ ശ്രദ്ധ കേന്ദ്രീകരിക്കുന്നു.

സോഷ്യൽ മീഡിയയിലും ഇതുതന്നെയാണ് സ്ഥിതി. ഒന്നോ രണ്ടോ തെമ്മാടികൾ എവിടെയോ ഇരുന്ന് തുടങ്ങിവയ്ക്കുന്ന വിദ്വേഷഭാഷണം അൽഗോരിതത്തിന്റെ ബലത്തിൽ നമ്മുടെ ഫേസ്ബുക്ക്, ടിറ്റർ ഫീഡുകളുടെ മുൻനിരയിലെത്തുന്നു. നമ്മുടെ നെഗറ്റിവിറ്റി ബയസിനെ ചൂഷണം ചെയ്തുകൊണ്ടാണ് ഈ ഡിജിറ്റൽ പ്ലാറ്റ്ഫോമുകൾ പണമുണ്ടാക്കുന്നത്, ആളുകൾ എത്രത്തോളം മോശമായി പെരുമാറുന്നോ അതത്രയും അവർ ലാഭമാക്കി മാറ്റുന്നു. മോശം പെരുമാറ്റം നമ്മുടെ ശ്രദ്ധ കൂടുതൽ പിടിച്ചുപറ്റുന്നു. അതാണ് ഏറ്റവും കൂടുതൽ ക്ലിക്കുകൾ സൃഷ്ടിക്കുന്നത്, ക്ലിക്കുകൾക്കനുസരിച്ച് പരസ്യവരുമാനവും ഒഴികിയെത്തുന്നു. നമ്മുടെ ഏറ്റവും മോശം ഗുണങ്ങൾ പരിപോഷിപ്പിക്കുന്ന സംവിധാനങ്ങളായി ഇത് സോഷ്യൽ മീഡിയയെ മാറ്റുന്നു.

വാർത്തകളോടും പുഷ് നോട്ടിഫിക്കേഷനുകളോടുമുള്ള നമ്മുടെ അഭിനിവേശം, അഡിക്ഷന്റെ എല്ലാ ലക്ഷണങ്ങളും പ്രകടമാക്കുന്നുവെന്ന് ന്യൂറോളജിസ്റ്റുകൾ ചൂണ്ടിക്കാണിക്കുന്നു. ഇത് സിലിക്കൺ വാലി വളരെ മുമ്പുതന്നെ മനസ്സിലാക്കി. ഫേസ്ബുക്കും ഗൂഗിളും പോലെയുള്ള കമ്പനികളിലെ മാനേജർമാർ അവരുടെ കുട്ടികൾ ഇന്റർനെറ്റിലും 'സോഷ്യൽ' മീഡിയയിലും ചെലവഴിക്കുന്ന സമയം കർശനമായി പരിമിതപ്പെടുത്തുന്നു. വിദ്യാഭ്യാസരംഗത്തെ ഗുരുക്കൻമാർ സ്കൂളുകളിൽ ഐപാഡിന്റെ ഉപയോഗത്തെയും ഡിജിറ്റൽ കഴിവുകളെയും വാനോളം പുകഴ്ത്തുമ്പോൾ, മയക്കുമരുന്ന് രാജാക്കന്മാരെപ്പോലെ ടെക് പ്രഭുക്കന്മാരും അവരുടെ വിഷലിപ്തമായ വ്യവസായത്തിൽനിന്ന് സ്വന്തം കുട്ടികളെ അകറ്റിനിർത്താൻ ശ്രദ്ധിക്കുന്നു.

എന്താണ് എന്റെ പ്രായോഗിക മാതൃക? എനിക്ക് നിരവധി വഴികൾ ഉണ്ട്: ടെലിവിഷൻ വാർത്തകളിൽനിന്നും പുഷ് നോട്ടിഫിക്കേഷനുകളിൽനിന്നും പരമാവധി അകന്നുനില്ക്കുക, പകരം ഒരു ഞായറാഴ്ച പത്രവും ആഴത്തിലുള്ള ഫീച്ചറുകളും ഓൺലൈനിലോ ഓഫ്‌ലൈനിലോ വായിക്കുക. സ്ക്രീനിൽനിന്ന് വിടുതൽ നേടി യഥാർത്ഥമനുഷ്യരെ കാണുക.

ശരീരത്തെ പോഷിപ്പിക്കുന്ന ഭക്ഷണത്തെക്കുറിച്ച് ചിന്തിക്കുന്ന അതേ ശ്രദ്ധയോടെ നിങ്ങളുടെ തലച്ചോറിന് എന്തുതരം വിവരമാണ് ആവശ്യമുള്ളതെന്ന് പരിശോധിക്കുക.

VIII: നാസികളെ തല്ലരുത്

നിങ്ങൾ വാർത്തയുടെ ഒരു തീവ്ര അനുയായിയാണെങ്കിൽ, നൈരാശ്യത്തിൽ കുടുങ്ങാനുള്ള സാധ്യത വളരെയേറെയാണ്. മറ്റുള്ളവർ അവരുടെ കർത്തവ്യത്തിൽനിന്ന് മാറിനില്ക്കുമ്പോൾ, നമ്മൾ പുനരുപയോഗം ചെയ്യുന്നതിലും നികുതി കൃത്യമായി അടയ്ക്കുന്നതിലും ജീവകാരുണ്യപ്രവർത്തനങ്ങൾക്ക് സംഭാവന നൽകുന്നതിലുമൊക്കെ എന്തർത്ഥമാണുള്ളത്?

ഇത്തരം ചിന്തകളാൽ നിങ്ങൾ പ്രലോഭിപ്പിക്കപ്പെടുന്നുണ്ട് എങ്കിൽ, എല്ലാത്തിലും ദോഷം കണ്ടെത്തുന്ന സ്വഭാവം (സിനിസിസം) അലസതയുടെ പര്യായം മാത്രമാണ് എന്ന് ഓർമ്മിക്കുക. കാരണം, അത് ഉത്തരവാദിത്വം ഏറ്റെടുക്കാതിരിക്കാനുള്ള ഒരു ഒഴിവുകഴിവ് മാത്രമാണ്. എന്തെന്നാൽ, മിക്ക ആളുകളും ചീത്തയാണെന്ന് നിങ്ങൾ വിശ്വസിക്കുകയാണെങ്കിൽ, അനീതിക്കെതിരെ നിങ്ങൾ പ്രവർത്തിക്കേണ്ടതില്ല. എന്തുതന്നെയായാലും ഈ ലോകം നരകത്തിലേക്ക് പോവുകയാണ്.

സിനിസിസം പോലെ തന്നെ സംശയിക്കാവുന്ന ഒരുതരം ആക്ടിവിസവും ഉണ്ട്. ചില നന്മമരങ്ങളാണവർ, സ്വന്തം പ്രതിച്ഛായയെക്കുറിച്ചുമാത്രം ആശങ്കപ്പെടുന്നവർ. അവരുടെ വഴിക്ക് പോവുക എന്നാൽ എല്ലാമറിയുന്ന റെബൽ ആവുകയും യാതൊരു ആത്മാർത്ഥതയുമില്ലാതെ മറ്റുള്ളവരെ ഉപദേശിക്കുകയും ചെയ്യുക എന്നതാണ്. അങ്ങനെയാവുമ്പോൾ മോശം വാർത്തകൾ നല്ല വാർത്തകളായി മാറുന്നു, ('ആഗോളതാപനം വർദ്ധിക്കുന്നു!', 'അസമത്വം നാം വിചാരിച്ചതിലുമേറെ വഷളായിരിക്കുന്നു!' തുടങ്ങിയവ) കാരണം, മോശം വാർത്തകൾ അവരുടെ വാക്കുകൾ ശരിയാണെന്ന് തെളിയിക്കുന്നു.

എന്നാൽ ഇതിൽനിന്ന് വ്യത്യസ്തമായ ഒരു വഴിയുണ്ട്. ജർമ്മനിയിലെ വുൻസീഡൽ (Wunsiedel) എന്ന ചെറുപട്ടണംപോലെ. 1980-കളുടെ അവസാനത്തിൽ, അഡോൾഫ് ഹിറ്റ്ലറുടെ ഡെപ്യൂട്ടി റുഡോൾഫ് ഹെസിനെ പട്ടണത്തിലെ പ്രാദേശിക സെമിത്തേരിയിൽ അടക്കം ചെയ്തു, അങ്ങനെ വുൻസീഡൽ അതിവേഗം നവനാസികളുടെ ഒരു തീർത്ഥാടനകേന്ദ്രമായി മാറി. ഇന്നും എല്ലാ വർഷവും ഓഗസ്റ്റ് 17-ന്, ഹെസിന്റെ ചരമവാർഷികദിനത്തിൽ, കലാപവും അക്രമവും ഉണ്ടാക്കാമെന്ന പ്രതീക്ഷയിൽ സ്കിൻ ഹെഡ്സ് പട്ടണത്തിലൂടെ മാർച്ച് ചെയ്യുന്നു.

എല്ലാ വർഷവും, നവനാസികളുടെ പ്രതീക്ഷയ്ക്ക് ഒട്ടും മങ്ങലേൽപ്പിക്കാതെ ഫാസിസ്റ്റ് വിരുദ്ധരും കൃത്യമായി അന്നേദിവസം അവിടെ എത്തിച്ചേരുന്നു, നവനാസികൾ ആഗ്രഹിക്കുന്നത് ചെയ്തുകൊടുക്കാനായി.

അവരിലാരെങ്കിലുമൊരാൾ അഭിമാനത്തോടെ നാസികളെ അടിക്കുന്നതിന്റെ വീഡിയോ ഉറപ്പായും പുറത്തുവരുന്നു. എന്നാൽ അതിനുശേഷം, ഇത് വിപരീതഫലമാണ് ഉണ്ടാക്കുകയെന്ന് തെളിയുന്നു. പശ്ചിമേഷ്യയിൽ ബോംബിടുന്നത് തീവ്രവാദികൾക്ക് സ്വർഗ്ഗത്തിൽനിന്നും വീണുകിട്ടുന്ന അവസരമാകുന്നതുപോലെ, നാസികളെ തല്ലുന്നത് തീവ്രവാദികളെ കൂടുതൽ സാധൂകരിക്കുന്നു, പുതിയ അണികളെ റിക്രൂട്ട് ചെയ്യുന്നത് അവർക്ക് കൂടുതൽ എളുപ്പവുമായിത്തീരുന്നു.

എന്നാൽ വ്യത്യസ്തമായ ഒരു തന്ത്രം പരീക്ഷിക്കാൻ വുൻസീഡൽ തീരുമാനിച്ചു. 2014-ൽ ഫാബിയൻ വിച്മാൻ എന്ന കുശാഗ്ര ബുദ്ധിമാനായ ജർമ്മൻകാരന് അതിസമർത്ഥമായ ഒരു ആശയം തോന്നി. റുഡോൾഫ് ഹെസ്സിനായുള്ള നഗരത്തിലെ മാർച്ച് ഒരു 'ചാരിറ്റി വാക്ക്' ആക്കി മാറ്റിയാലോ? നഗരവാസികൾക്ക് ഈ ആശയം ഇഷ്ടപ്പെട്ടു. നവനാസികൾ മാർച്ച് ചെയ്യുന്ന ഓരോ മീറ്ററിനും പത്ത് യൂറോവെച്ച് വിച്മാന്റെ സംഘടനയായ എക്സിറ്റ്-ഡോയിഷ്ലാന്റിന് സംഭാവന ചെയ്യാമെന്ന് നഗരവാസികൾ പ്രതിജ്ഞയെടുത്തു. തീവ്ര വലതുപക്ഷ ഗ്രൂപ്പുകളിൽ നിന്ന് പുറത്തുകടക്കാൻ ആളുകളെ പ്രോത്സാഹിപ്പിക്കുന്ന സംഘടനയാണ് അത്.

ആ പരിപാടിക്ക് മുമ്പായി മാർച്ച് തുടങ്ങുന്നതും അവസാനിക്കുന്നതുമായ ഇടങ്ങൾ നഗരവാസികൾ അടയാളപ്പെടുത്തി. മാർച്ചിൽ പങ്കെടുക്കുന്നവരോട് നന്ദി പറഞ്ഞുകൊണ്ടുള്ള ബാനറുകൾ അവർ ഉണ്ടാക്കി. അതേ സമയം, എന്താണ് സംഭവിക്കാൻ പോകുന്നത് എന്നതിനെക്കുറിച്ച് നവനാസികൾക്ക് ഒരു രൂപവുമില്ലായിരുന്നു. അന്നേ ദിവസം മാർച്ച് ഫിനിഷിങ്ങ് ലൈൻ മറികടന്നപ്പോൾ ആർപ്പുവിളിച്ചും വർണക്കടലാസുതുണ്ടുകൾ വിതറിയും വുൻസീഡെൽ അവരെ സ്വീകരിച്ചു. ചുരുക്കത്തിൽ, ആ മാർച്ച് 20,000 യൂറോ എക്സിറ്റ് ഡോയിഷ്‌ലാന്റിന് സംഭാവന ചെയ്തു.

ഇതുപോലുള്ള ഒരു കാംപെയ്നിനുശേഷം വേണ്ട ഏറ്റവും പ്രധാനപ്പെട്ട കാര്യം നിങ്ങളുടെ വാതിലുകൾ തുറന്നിടുക എന്നതാണ് എന്ന് വിച്മാൻ ഊന്നിപ്പറയുന്നു. 2011-ലെ വേനൽക്കാലത്ത് ജർമ്മനിയിൽ നടന്ന തീവ്രവാദാഭിമുഖ്യമുള്ളവരുടെ ഒരു റോക്ക് ഫെസ്റ്റിവലിൽ അദ്ദേഹത്തിന്റെ സംഘടന ടി-ഷർട്ടുകൾ വിതരണം ചെയ്തു. തീവ്രവലതുപക്ഷത്തിന്റെ ചിഹ്നങ്ങൾ വലിയ പ്രാധാന്യത്തോടെ രേഖപ്പെടുത്തിയിരുന്ന ആ ഷർട്ടുകൾ ഒറ്റനോട്ടത്തിൽ നവനാസി പ്രത്യയശാസ്ത്രത്തെ പിന്തുണയ്ക്കുന്നതായി തോന്നിപ്പിച്ചു. എന്നാൽ, ഒരു തവണ അലക്കിക്കഴിഞ്ഞപ്പോൾ തികച്ചും വ്യത്യസ്തമായ ഒരു സന്ദേശം പ്രത്യക്ഷപ്പെട്ടു. 'നിങ്ങളുടെ ടി-ഷർട്ടിന് എന്തു ചെയ്യാൻ കഴിയുമോ, അത് നിങ്ങൾക്കും സാധിക്കും. തീവ്രവലതുപക്ഷത്തു നിന്ന് മോചിതരാവാൻ നിങ്ങളെ സഹായിക്കാൻ ഞങ്ങൾക്ക് കഴിയും.'

ഇത് അല്പം കടന്ന തമാശയായി തോന്നാം. എന്നാൽ തുടർന്നുള്ള ആഴ്ചകളിൽ എക്സിറ്റ്-ഡോയിഷ്‌ലാൻഡിലേക്കുള്ള ഫോൺ കോളുകളുടെ എണ്ണത്തിൽ 300 ശതമാനം വർദ്ധനവുണ്ടായി. തന്റെ സന്ദേശങ്ങൾ നിയോനാസികളെ എത്രത്തോളം കുഴപ്പത്തിലാക്കിയെന്ന് വിച്മാൻ കണ്ടു. വെറുപ്പും പ്രകോപനവും പ്രതീക്ഷിച്ചിടത്ത് അവരെ എതിരേറ്റത് നീട്ടിപ്പിടിച്ച ഒരു കൈ ആയിരുന്നു.

IX: ആ കുടുസ്സുമുറിയിൽനിന്ന് പുറത്തുവരു: നല്ലത് ചെയ്യാൻ ലജ്ജിക്കേണ്ടതില്ല

ആ കരം നീട്ടുന്നതിന് നിങ്ങൾക്ക് എല്ലാറ്റിനുമുപരിയായി ഒരു കാര്യം ആവശ്യമാണ്. ധൈര്യം.

കാരണം, ലോലഹൃദയനായ ഒരു നന്മമരമായോ അല്ലെങ്കിൽ വമ്പുകാരനായോ നിങ്ങൾ മുദ്രകുത്തപ്പെടാം. 'നിങ്ങൾ ദരിദ്രർക്ക് കൊടുക്കുമ്പോൾ കാഹളം മുഴക്കരുത്...,' യേശു തന്റെ ഗിരിപ്രഭാഷണത്തിനിടെ മുന്നറിയിപ്പ് നൽകി, മാത്രമല്ല, 'നീയോ പ്രാർത്ഥിക്കുമ്പോൾ അറയിൽ കടന്നു വാതിൽ അടച്ചു രഹസ്യത്തിലുള്ള നിന്റെ പിതാവിനോടു പ്രാർത്ഥിക്ക; രഹസ്യത്തിൽ കാണുന്ന നിന്റെ പിതാവു നിനക്കു പ്രതിഫലം തരും.' (മത്തായിയുടെ സുവിശേഷം 6:2-6)

ആകപ്പാടെ ഇത് വിവേകപൂർണമായ ഒരു ഉപദേശമാണെന്ന് തോന്നും. മറ്റുള്ളവർ നിങ്ങളൊരു കപടഭക്തിക്കാരനാണെന്ന് ധരിക്കുന്നതിൽ ആർക്കാണ് താത്പര്യമുണ്ടാവുക? നിങ്ങളുടെ സൽകർമ്മങ്ങൾ രഹസ്യമായി ചെയ്യുന്നതാണ് ഏറെ സുരക്ഷിതം, അല്ലെങ്കിൽ കുറഞ്ഞത് ഇപ്രകാര

മുള്ള ഒരു ഒഴിവുകഴിവിന് തയ്യാറായിരിക്കുക: 'ചുമ്മാ എന്തെങ്കിലുമൊക്കെ ചെയ്യണ്ടേ, അതിനാണ്.'

'എന്തായാലും എനിക്ക് ആ പണം ആവശ്യമുണ്ടായിരുന്നില്ല.'

'ഇങ്ങനെ ചെയ്യുന്നത് എന്റെ റസ്യൂമെ മെച്ചപ്പെടുത്തും.'

സ്വന്തം ഹൃദയത്തിന്റെ നന്മയിൽനിന്ന് എന്തെങ്കിലും ചെയ്യുമ്പോൾ അതിനു പ്രേരിപ്പിച്ച ചില സ്വാർത്ഥലക്ഷ്യങ്ങൾ മനഃപൂർവ്വം ഉണ്ടാക്കിപ്പറയാൻ ആളുകൾ പലപ്പോഴും ശ്രമിക്കുന്നതായി ആധുനിക മനഃശാസ്ത്രജ്ഞർ കണ്ടെത്തിയിട്ടുണ്ട്. വെനീർ തിയറിക്ക് ഏറ്റവും വേരോട്ടമുള്ള വ്യക്തികേന്ദ്രീകൃതമായ പാശ്ചാത്യ സംസ്കാരങ്ങളിൽ ഈ പ്രവണത സർവസാധാരണമാണ്.

ഇതിൽ കാര്യമില്ലാതില്ല: മിക്ക ആളുകളും സ്വാർത്ഥർ ആണെന്ന് നിങ്ങൾ കരുതുമ്പോൾ, ഏതു സൽകർമ്മവും സ്വാഭാവികമായും സംശയിക്കപ്പെടുന്നു.

*അമേരിക്കൻ സൈക്കോളജിസ്റ്റി*ലെ ഒരു ലേഖനത്തിൽ കുറിച്ചിട്ടതുപോലെ, 'ആളുകൾ അവരുടെ പെരുമാറ്റം അംഗീകരിക്കാൻ വെറുക്കുന്നു. ആത്മാർത്ഥമായ അനുകമ്പ കൊണ്ടോ കാരുണ്യം മൂലമോ ആണ് ആളുകൾ ഒരു നല്ല പ്രവൃത്തി ചെയ്യുന്നതെന്ന് സമ്മതിക്കാൻ പല ആളുകളും ഇഷ്ടപ്പെടുന്നില്ല.'

നിർഭാഗ്യവശാൽ, ഈ മനോഭാവം ഒരു നോസെബോ (വിപരീതഫലം ഉളവാക്കുന്ന ഒരു നിഷേധാത്മക മനോഭാവം) പോലെ പ്രവർത്തിക്കുന്നു. നിങ്ങൾ ഒരു ദുരഭിമാനിയായി നടിക്കുമ്പോൾ, മനുഷ്യപ്രകൃതത്തെക്കുറിച്ച് മറ്റുള്ളവർക്കുള്ള സിനിക്കൽ അനുമാനങ്ങൾ നിങ്ങൾ ഊട്ടിയുറപ്പിക്കുകയാണ് ചെയ്യുന്നത്. അതിലേറെ ദോഷം ചെയ്യുന്നത് ഇതാണ്: നിങ്ങളുടെ നല്ല പ്രവൃത്തികൾ മറച്ചുപിടിക്കുന്നതിലൂടെ നിങ്ങൾ അവയെ കാണാമറയത്തുവയ്ക്കുകയാണ് ചെയ്യുന്നത്, അതിലൂടെ മറ്റുള്ളവർക്കൊരു മാതൃകയായി മാറാൻ അവയക്ക് കഴിയാതെ വരുന്നു. ഇത് ലജ്ജാകരമാണ്, കാരണം ഹോമോ പപ്പിയുടെ രഹസ്യശക്തി മറ്റുള്ളവരെ അനുകരിക്കുന്നതിൽ നാം സമർത്ഥരാണ് എന്നതാണ്.

എന്നെ തെറ്റിദ്ധരിക്കരുത്: മറ്റുള്ളവരെ പ്രചോദിപ്പിക്കുക എന്നാൽ നിങ്ങളുടെ പ്രവൃത്തികൾ നാലാൾ കാൺകെ പ്രദർശിപ്പിക്കുക എന്നതല്ല, നന്മയെ പ്രഘോഷിപ്പിക്കുന്നത് സ്വയം കൊട്ടിപ്പാടുക എന്നുമല്ല. ഗിരി പ്രഭാഷണത്തിൽ യേശു ഒരു കാര്യത്തെക്കുറിച്ച് മുന്നറിയിപ്പ് നൽകി, അതേസമയം മറ്റൊന്നിനെ പ്രോത്സാഹിപ്പിക്കുകയും ചെയ്തു: 'നിങ്ങൾ ലോകത്തിന്റെ വെളിച്ചം ആകുന്നു; മലമേൽ ഇരിക്കുന്ന പട്ടണം മറഞ്ഞിരിപ്പാൻ പാടില്ല. വിളക്കു കത്തിച്ചു പറയിൻ കീഴല്ല തണ്ടിന്മേലത്രെ വെക്കുന്നതു; അപ്പോൾ അതു വീട്ടിലുള്ള എല്ലാവർക്കും പ്രകാശിക്കുന്നു. അങ്ങനെ തന്നേ മനുഷ്യർ നിങ്ങളുടെ നല്ല പ്രവൃത്തികളെ കണ്ടു, സ്വർഗസ്ഥനായ നിങ്ങളുടെ പിതാവിനെ മഹത്വപ്പെടുത്തേണ്ടതിന്നു നിങ്ങളുടെ വെളിച്ചം അവരുടെ മുമ്പിൽ പ്രകാശിക്കട്ടെ.'

നല്ല പ്രവൃത്തികൾ പകർച്ചവ്യാധി പോലെയാണെന്ന് രണ്ട് അമേരിക്കൻ മനഃശാസ്ത്രജ്ഞരായ ജയിംസ് എച്ച്. ഫൗളറും നിക്കോളാസ് ക്രിസ്റ്റാക്കിസും 2010-ൽ മികച്ച ഒരു പരീക്ഷണത്തിലൂടെ തെളിയിച്ചു.

അവർ അപരിചിതരായ 120 സന്നദ്ധപ്രവർത്തകരെ നാലുപേർ അടങ്ങിയ സംഘമായി വിഭജിച്ച് ഒരു ഗെയിം ഓഫ് സ്റ്റേയ്ക്സിനായി തയ്യാറാക്കി. ഓരോരുത്തർക്കും തുടക്കത്തിൽ കുറച്ച് പണം നല്കി. തുടർന്ന് ഗ്രൂപ്പിന്റെ ധനശേഖരത്തിലേക്ക് ഓരോരുത്തർക്കും സംഭാവന ചെയ്യണമോ, എങ്കിൽ എത്ര എന്ന് സ്വയം തീരുമാനിക്കുന്നതിനുള്ള സ്വാതന്ത്ര്യം നല്കി. അദ്യത്തെ റൗണ്ടിനുശേഷം, രണ്ടുപേർ ഒരേഗ്രൂപ്പിൽ ഒന്നിലധികംതവണ വരാത്തവിധത്തിൽ എല്ലാ ഗ്രൂപ്പുകളും പുനഃക്രമീകരിച്ചു.

പിന്നീട് കണ്ടത് ശരിക്കും സംഭാവന ഇരട്ടിക്കുന്ന കാഴ്ചയായിരുന്നു. ആദ്യത്തെ റൗണ്ടിൽ ആരെങ്കിലും ഒരു ഡോളർ അധികം സംഭാവന ചെയ്തപ്പോഴെല്ലാം, അദ്ദേഹത്തിന്റെ ഗ്രൂപ്പിലുള്ള മറ്റ് കളിക്കാർ രണ്ടാം റൗണ്ടിൽ, അവർ മറ്റ് കളിക്കാരുമായി ചേർന്നാണ് കളിച്ചതെങ്കിൽപോലും, ശരാശരി 20 സെന്റ് അധികം സംഭാവന നൽകി. ഈ രീതി മൂന്നാം റൗണ്ടിലും തുടർന്നു. ഇത്തവണ ആളുകൾ മുൻ റൗണ്ടിനേക്കാൾ ശരാശരി 5 സെന്റ് അധികം സംഭാവന ചെയ്തു. അവസാന കണക്കെടുപ്പിൽ ആദ്യ റൗണ്ടിൽ സംഭാവന ചെയ്യപ്പെട്ട ഓരോ ഡോളറും ഇരട്ടിയിലധികമായി.

ഈ പഠനത്തെക്കുറിച്ച് ഞാൻ ആവർത്തിച്ച് ചിന്തിക്കുന്നതിന് കാരണം, അത് ഓർത്തിരിക്കാൻ ഞാൻ ആഗ്രഹിക്കുന്നു എന്നതാണ്. എല്ലാ സൽകർമ്മങ്ങളും കുളത്തിലെറിഞ്ഞ കല്ലുപോലെയാണ്. അതിന്റെ അലകൾ എല്ലാ ദിശയിലേക്കും പടരുന്നു. 'നമ്മുടെ ഉദാരത സാമൂഹ്യശ്രേണിയിലൂടെ സഞ്ചരിച്ച് ഡസൻ കണക്കിന്, ഒരുപക്ഷേ നൂറുകണക്കിന് ആളുകളുടെ ജീവിതത്തെ സ്വാധീനിക്കുന്ന ഒരു പ്രവാഹമായി എങ്ങനെ മാറുന്നു എന്ന് സാധാരണ ഗതിയിൽ നാം മനസ്സിലാക്കാറില്ല,' ആ ഗവേഷകരിലൊരാൾ അഭിപ്രായപ്പെട്ടു.

ദയ പടരുന്നതാണ്. അത് അങ്ങേയറ്റം പടർന്നുപിടിക്കാൻ ശേഷിയുള്ളതാണ്, ഏറെ ദൂരെനിന്ന് അതിന് സാക്ഷ്യം വഹിക്കുന്നവരെപ്പോലും അത് ബാധിക്കും.

ഈ സ്വാധീനത്തെക്കുറിച്ച് 1990-കളുടെ അവസാനത്തിൽ ആദ്യമായി പഠിച്ച മനഃശാസ്ത്രജ്ഞരിലൊരാളാണ് ജോനാഥൻ ഹെയ്ഡ്. തന്റെ ലേഖനങ്ങളിലൊന്നിൽ അദ്ദേഹം ഒരു വിദ്യാർത്ഥിയുടെ കഥ പറയുന്നു. റോഡിൽനിന്ന് മഞ്ഞുകോരി മാറ്റാൻ ഒരു വൃദ്ധയെ ആ വിദ്യാർത്ഥി സഹായിച്ചു. ഈ നിസ്വാർത്ഥമായ പ്രവൃത്തി കണ്ട ആ വിദ്യാർത്ഥിയുടെ സുഹൃത്ത് പിന്നീട് അതിനെക്കുറിച്ച് എഴുതി: 'കാറിൽനിന്ന് ചാടിയിറങ്ങി അവനെ കെട്ടിപ്പിടിക്കാൻ എനിക്കുതോന്നി. എനിക്ക് ഉച്ചത്തിൽ പാടണമെന്നും ഓടണമെന്നും ചാടണമെന്നും ചിരിക്കണമെന്നുമൊക്കെ തോന്നി... സജീവമായിരിക്കാൻ തോന്നി. ആളുകളെക്കുറിച്ച് നല്ല കാര്യങ്ങൾ പറയണമെന്നുതോന്നി. മനോഹരമായ ഒരു കവിതയോ പ്രണയഗാനമോ എഴുതണമെന്നും... ഒരു കുട്ടിയെപ്പോലെ മഞ്ഞിൽ കളിക്കണമെന്നും തോന്നി. അവന്റെ പ്രവൃത്തിയെക്കുറിച്ച് എല്ലാവരോടും പറയണമെന്നു തോന്നി.'

ചെറിയ ചെറിയ നല്ല പ്രവൃത്തികൾ ആളുകളെ പലപ്പോഴും ആശ്ചര്യപ്പെടുത്തുന്നുവെന്നും സ്വാധീനിക്കുന്നുവെന്നും ഹെയ്ഡ് കണ്ടെത്തി. ഈ മനഃശാസ്ത്രജ്ഞൻ തന്റെ ഗവേഷണത്തിൽ സഹകരിച്ചവരോട് ഇത്തരത്തിലുള്ള അനുഭവം അവരെ എങ്ങനെ സ്വാധീനിച്ചുവെന്ന് ചോദിച്ചപ്പോൾ,

പുറത്തുപോയി ആരെയെങ്കിലും സഹായിക്കാനുള്ള ഒരു അടക്കാനാവാത്ത പ്രേരണയുണ്ടായി എന്ന് അവർ വിവരിച്ചു.

ഈ വികാരത്തെ 'എലവേഷൻ' എന്ന് ഹെയ്ഡ് വിളിക്കുന്നു. കാരുണ്യത്തിന്റെ ചെറിയൊരു സ്പർശം പോലും അക്ഷരാർത്ഥത്തിൽ നമ്മിൽ ഊഷ്മളവും തരളവുമായ ഒരു അനുഭവം ഉണ്ടാക്കുന്ന തരത്തിലാണ് മനുഷ്യർ സൃഷ്ടിക്കപ്പെട്ടിരിക്കുന്നത്. ഇത്തരം കഥകൾ മറ്റൊരാളിൽനിന്ന് കേൾക്കുമ്പോൾ പോലും മനുഷ്യരിൽ ഇതേ ഫലം ഉണ്ടാകുന്നു എന്നതാണ് ഏറ്റവും വിസ്മയിപ്പിക്കുന്ന കാര്യം.

ഇത് മനസ്സിന്റെ റീസെറ്റ് ബട്ടൺ അമർത്തുന്നതുപോലെ ആണ്. അത് നിങ്ങളിലെ ദുഷ്ചിന്തകളെ തുടച്ചുമാറ്റുകയും ഒരിക്കൽക്കൂടി ലോകത്തെക്കുറിച്ച് വ്യക്തമായ ഒരു ധാരണ ഉണ്ടാക്കാൻ സഹായിക്കുകയും ചെയ്യുന്നു.

X: റിയലിസ്റ്റിക് ആയിരിക്കുക

ഇതാണ് നാം പാലിക്കേണ്ട ഏറ്റവും പ്രധാനപ്പെട്ട നിയമം.

ഈ പുസ്തകത്തിലൂടെ എന്തെങ്കിലും ഒരു കാര്യം ചെയ്യണമെന്ന് ഞാൻ ആഗ്രഹിച്ചിട്ടുണ്ടെങ്കിൽ, അത് റിയലിസം എന്ന വാക്കിന്റെ അർത്ഥം മാറ്റുക എന്നതാണ്. ഈ പുതിയ കാലത്ത് റിയലിസം എന്ന വാക്ക് സിനിക് എന്ന വാക്കിന്റെ (വളരെ അശുഭകരമായ കാഴ്ചപ്പാടുള്ള ഒരാളെക്കുറിക്കുന്ന പ്രയോഗമായി) പര്യായമായി മാറിരിക്കുന്നു എന്നത് വളരെ വ്യക്തമല്ലേ?

സത്യത്തിൽ, യാഥാർഥ്യവുമായി ബന്ധമില്ലാത്തത് ഒരു സിനിക്കിനാണ്. വാസ്തവത്തിൽ, പരസ്പരം നല്ലവരാകാൻ ആളുകൾ വളരെയധികം ആഗ്രഹിക്കുന്ന പ്ലാനറ്റ് എ-യിലാണ് നാം ജീവിക്കുന്നത്. അതിനാൽ റിയലിസ്റ്റിക് ആയിരിക്കൂ. ധൈര്യമായിരിക്കൂ. നിങ്ങളുടെ പ്രകൃതത്തോട് സത്യസന്ധതയുള്ളവരായിരിക്കൂ, മറ്റുള്ളിൽ വിശ്വാസം പുലർത്തൂ. പരസ്യമായി നന്മ ചെയ്യൂ, അതിൽ ലജ്ജിക്കേണ്ടതില്ല. നിങ്ങളുടെ ഉദാരതയെക്കുറിച്ച് ലജ്ജിക്കേണ്ടതില്ല.

വെറും ശുദ്ധനും നിഷ്കളങ്കനുമായി കണക്കാക്കപ്പെട്ട് തുടക്കത്തിൽ നിങ്ങൾ മാറ്റി നിർത്തപ്പെട്ടേക്കാം. എന്നാൽ ഓർക്കുക, ഇന്നത്തെ ശുദ്ധഗതി നാളത്തെ സാമാന്യബുദ്ധിയാകാം. ഒരു പുതിയ റിയലിസത്തിനുള്ള സമയമായിരിക്കുന്നു. മനുഷ്യരാശിയെക്കുറിച്ചുള്ള പുതിയൊരു കാഴ്ചപ്പാടിനുള്ള സമയമായിരിക്കുന്നു.

കൃതജ്ഞത

ഒരുമിച്ചൊരു കാപ്പി കുടിച്ചാലോ? ഡച്ച് തത്ത്വചിന്തകനായ റോബ് വിൻബെർഗ്ഗിൽ നിന്ന് 2013 ജനുവരിയിൽ എനിക്ക് ഒരു സന്ദേശം കിട്ടി. ഒരു പുതിയ ജേണലിസം പ്ലാറ്റ്ഫോം ആരംഭിക്കുന്നതിനുള്ള പദ്ധതികൾ എന്നോട് ചർച്ച ചെയ്യാൻ ആഗ്രഹമുണ്ടെന്ന് അദ്ദേഹം അറിയിച്ചു. വാർത്തകളോ പരസ്യങ്ങളോ സിനിസിസമോ ഇല്ലാത്ത ഒരു പ്രസിദ്ധീകരണമായിരുന്നു അദ്ദേഹത്തിന്റെ മനസ്സിൽ. പകരം, ഞങ്ങൾ പരിഹാരങ്ങൾ മുന്നോട്ടുവയ്ക്കും.

മാസങ്ങൾക്കുള്ളിൽ, പിന്നീട് *ഡി കറസ്പോണ്ടന്റ്* എന്ന് അറിയപ്പെട്ട ആ സംരംഭം ക്രൗഡ് ഫണ്ടിങ്ങിൽ ഒരു പുതിയ ലോക റെക്കോർഡിട്ടു; എനിക്ക് ഒരു പുതിയ ജോലിയും ലഭിച്ചു. *ഡി കറസ്പോണ്ടന്റിൽ* ഏഴുവർഷം ജോലി ചെയ്തതിന്റെ ഫലമാണ് ഈ പുസ്തകം. എന്റെ ആശയങ്ങൾ മെച്ചപ്പെടുത്തുകയും കൂടുതൽ സൂക്ഷ്മമാക്കുകയും ചിലപ്പോൾ തകിടം മറിക്കുകയും ചെയ്ത വായനക്കാരുമായുള്ള അസംഖ്യം സംഭാഷണങ്ങളുടെ ഫലമാണിത്.

എന്റെ ആഗ്രഹങ്ങൾ പിന്തുടരാൻ കഴിയുക എന്ന വിശേഷഭാഗ്യം ഉണ്ടായതിന്റെയും ആന്തരിക പ്രചോദനം എന്ന മാന്ത്രികത നൽകിയ ശക്തിയുടെയും ഫലമാണിത്. അവിടെയുള്ള എന്റെ എല്ലാ സഹപ്രവർത്തകർക്കും എന്റെ നന്ദി. തീർച്ചയായും റോബിന്, മറ്റാരെക്കാളേറെ എനിക്ക് ഊർജ്ജം പകർന്നതിന്. ജെസ്സി ഫ്രെഡറിക്കിന്, എന്റെ ആശയങ്ങളെ കൂടുതൽ വിമർശന ബുദ്ധിയോടെ സമീപിക്കാൻ എന്നെ പഠിപ്പിച്ചതിന്. മിലോ ക്ലെയിൻ ലാങ്കോർസ്റ്റിന്, യൂറോപ്പിലെ ഏറ്റവും മികച്ച പുസ്തക പ്രസാധകനെന്ന് ഒരിക്കൽ കൂടി തെളിയിച്ചതിന്. സഹ പുസ്തക പ്രസാധകൻ എന്ന നിലയിൽ ഈ പുസ്തകത്തിന് നൽകിയ അമൂല്യ സംഭാവനകൾക്ക് ആൻഡ്രിയാസ് ജോങ്കേഴ്സിന്.

ഡച്ച് ഭാഷയിലെ മൂലകൃതി എഡിറ്റ് ചെയ്യാമെന്ന് ഹാർമിൻകെ മെൻഡെൻഡോർപ് സമ്മതിച്ചു എന്ന ഭാഗ്യം എനിക്കുണ്ടായി. ഈ മേഖലയിലെ ഏറ്റവും പ്രഗൽഭയായ എഡിറ്റർമാരിൽ ഒരാളാണ് ഹാമിൻകെ. നാം എന്താണ് യഥാർത്ഥത്തിൽ പറയാൻ ശ്രമിക്കുന്നതെന്ന് കുറിക്കുകൊള്ളുന്ന രണ്ടോ മൂന്നോ ചോദ്യങ്ങൾ കൊണ്ട് നിങ്ങളെ ബോധ്യപ്പെടുത്താൻ കഴിവുള്ള ആളാണ് ഹാമിൻകെ. ഡച്ച് കയ്യെഴുത്തുപ്രതി വായിച്ച എല്ലാ സഹപ്രവർത്തകർക്കും എന്റെ നന്ദി: തോമാസ് വാൻഹെസ്റ്റെ, മൗറിറ്റ്സ് മാർട്ടിൻ, റോസൻ സ്മിറ്റ്സ്, മാർനിക്സ് ഡി ബ്രൂയിൻ, സാൻ ബ്ലൗ, മിഷേൽ ഡി ഹൂഗ്, ജോഹന്നാസ് വിസർ, തമർ സ്റ്റെല്ലിങ്, ജെൽമർ മമ്മേഴ്സ്, അർജെൻ വാൻ വീലൻ, മൈറ്റ് വെർമുലൻ, റിഫ് വൈ ബോൾ, ഷാർലറ്റ് റീമാർക്ക്, അന്ന വോസ്സേഴ്സ്. ഇത്തരം ആളുകൾക്കൊപ്പം ജോലിചെയ്യാൻ അവസരം ലഭിക്കുമ്പോൾ സിനിക്കൽ ആയിരിക്കാൻ നിങ്ങൾക്ക് വളരെ പ്രയാസമാണ്.

മൂലകൃതിയുടെ ഭാഗങ്ങൾ വായിച്ച് വിലയേറിയ നിർദ്ദേശങ്ങൾ നൽകിയ മത്തിയാസ് വാൻ ക്ലാവെറൻ, സെം ഡി മാഗ്റ്റ്, ഹുയിബ് ടെർ ഹോർസ്റ്റ്, കാർലിജൻ കിംഗ്മ എന്നിവരോടും ഞാൻ നന്ദി രേഖപ്പെടുത്തുന്നു.

യൂറോപ്പിലെ ഏറ്റവും പ്രഗത്ഭരായ കലാകാരികളിൽ ഒരാളാണ് കാർലിജൻ. ഈ പുസ്തകത്തെ അടിസ്ഥാനമാക്കി അവർ രചിച്ച കലാസൃഷ്ടികൾ എന്റെ ഈ പുസ്തകത്തിന്റെ പേജുകളെല്ലാം റീസൈക്കിൾ ചെയ്യപ്പെട്ടു കഴിഞ്ഞാലും മിക്കവാറും ഗാലറികളിൽ തൂങ്ങിക്കിടക്കും.

ഇതിന്റെ ഇംഗ്ലീഷ് വിവർത്തനത്തിന്, എലിസബത്ത് മാന്റണോടും എറിക മൂറിനോടും ഞാൻ വളരെയധികം നന്ദിയുള്ളവനാണ്. പ്രയാസമേറിയതും എന്നാൽ പലപ്പോഴും ആളുകൾ കാര്യമായി വിലമതിക്കാത്തതുമായ ഒരു കലയാണ് വിവർത്തനം. ഇതിൽ മറ്റാരേക്കാൾ വൈദഗ്ധ്യം അവർ സ്വായത്തമാക്കിയിട്ടുണ്ട്.

ഈ പുസ്തകത്തിലെ വരികൾ കൂടുതൽ മെച്ചപ്പെടുത്താൻ സഹായിച്ച ലിറ്റിലിലെ എന്റെ എഡിറ്ററായ ബെൻ ജോർജിനും ബ്ലൂംസ്ബറിയിലെ എഡിറ്റർമാരായ ബ്രൗണിനും അലക്സിസ് കിർഷ്ബാമിനും ഞാൻ നന്ദി പറയുന്നു. തുടക്കം മുതൽ തന്നെ ഈ പുസ്തകത്തിൽ വിശ്വാസമർപ്പിച്ച എന്റെ സാഹിത്യ ഏജന്റുമാരായ റെബേക്ക കാർട്ടർ, എമ്മ പാരി എന്നിവർക്കും സ്തുത്യർഹമായ സേവനം നൽകിയ കോപ്പി എഡിറ്റർ റിച്ചാർഡ് കോളിൻസിനും നന്ദി.

അവസാനമായി, എന്റെ കുടുംബത്തോടും സഹോദരിമാരോടും അവരുടെ ഭർത്താക്കൻമാരോടും സുഹൃത്തുക്കളോടും ഞാൻ ഒരുപാട് കടപ്പെട്ടിരിക്കുന്നു. ഒരു നല്ല സുഹൃത്തായതിന് ജുറിയന്. മാർത്തെയ്ക്ക്, എല്ലാത്തിനും (ഇംഗ്ലീഷ് പുസ്തകത്തിന്റെ ശീർഷകത്തിന് അടക്കം). ഒപ്പം ഞാൻ ഈ പുസ്തകം സമർപ്പിച്ചിരിക്കുന്ന എന്റെ മാതാപിതാക്കളായ പെറ്റയ്ക്കും കീസ് ബ്രെഗ്മാനും നന്ദി.

പി. സുധാകരൻ

1967 മലപ്പുറം ജില്ലയിലെ എടപ്പാളിൽ ജനനം. പത്രപ്രവർത്തകൻ, പരിഭാഷകൻ, ചിത്രകലാനിരൂപകൻ എന്നീ നിലകളിൽ പ്രവർത്തിക്കുന്നു. മലയാളത്തിലും ഇംഗ്ലീഷിലുമായി ചിത്രകലാ സംബന്ധിയായ നിരവധി ലേഖനങ്ങൾ പ്രസിദ്ധീകരിക്കുകയും അവ പ്രമുഖമായ പല ചിത്രകലാ ഗ്രന്ഥങ്ങളിലും ഉൾപ്പെടുത്തുകയും ചെയ്തിട്ടുണ്ട്. അന്തരിച്ച വിശ്വവിഖ്യാത ചിത്രകാരൻ യൂസഫ് അറയ്ക്കലിനെക്കുറിച്ച് 'Yusuf Arakkal: The man and the artist', 'Eternal Quest', 'Faces of creativity' എന്നീ പുസ്തകങ്ങളും നിരവധി ലേഖനങ്ങളും പ്രസിദ്ധീകരിച്ചിട്ടുണ്ട്. പ്രമുഖ ചിത്രകാരൻ എ. രാമചന്ദ്രന്റെ ആത്മകഥയായ 'ജീവരേഖകൾ', അദ്ദേഹം തന്നെ രചിച്ച 'രാം കിങ്കർ: മനുഷ്യനും കലാകാരനും', 'ആൺനോട്ടം', രാമചന്ദ്രനെക്കുറിച്ച് പ്രമുഖ ആർട്ട് ഹിസ്റ്റോറിയനായ ആർ. ശിവകുമാർ രചിച്ച 'എ രാമചന്ദ്രൻ: 1957 മുതൽ 2003 വരെയുള്ള കലാസൃഷ്ടികളുടെ ഒരു അവലോകനം' എന്നീ പുസ്തകങ്ങളും, റഷ്യൻ യാത്രികനും സൈനികനുമായിരുന്ന വ്‌ളാദിമിർ ആഴ്സനേവ് എഴുതിയ 'ദെർസു ഉസാല', അമേരിക്കൻ അടിമത്ത നിർമ്മാർജ്ജന പ്രവർത്തകയായ ഹാരിയറ്റ് ആൻ ജേക്കബ്സിന്റെ ആത്മകഥയായ 'ഒരു അടിമപ്പെണ്ണിന്റെ ആത്മകഥ', ക്യൂബൻ അടിമയായ എസ്തബാൻ മോണ്ടിജോയുടെ 'അടിമയുടെ ആത്മകഥ' എന്നിവ മലയാളത്തിൽ പ്രസിദ്ധീകരിച്ചിട്ടുണ്ട്.

പദസൂചി